D1679932

அ. முத்துலிங்கம் சிறுகதைகள்

அ. முத்துலிங்கம்

அ. முத்துலிங்கம் இலங்கையின், கொக்குவில் கிராமத்தில் பிறந்து வளர்ந்தவர். கொழும்பு பல்கலைக் கழகத்தில் விஞ்ஞானப் படிப்பை முடித்தபின், இலங்கையின் சாட்டர்ட் அக்கவுண்டன்ட் படிப்பையும் இங்கிலாந்தின் சாட்டர்ட் மனெஜ்மெண்ட் படிப்பை யும் பூர்த்திசெய்து இலங்கையிலும் ஆப்பிரிக்காவிலும் இன்னும் பல நாடுகளிலும் ஐ.நாவுக்காகப் பணி புரிந்தவர். இவர் 2000 இல் ஓய்வுபெற்று, கனடாவில் மனைவி ரஞ்சனியுடன் வசிக்கிறார். பிள்ளைகள் இருவர்: சஞ்சயன், வைதேகி. வைதேகியின் மகள்தான் அடிக்கடி இவர் கதைகளில் வரும் அப்ஸரா.

அறுபதுகளில் எழுத ஆரம்பித்து இன்றும் இவருடைய பணி தொடர்கிறது. சிறுகதை, கட்டுரை, நேர்காணல், நாடகம், விமர்சனம், நாவல் என எழுதிவருகிறார். இவர் தமிழ்நாடு அரசாங்க முதல் பரிசு, இந்திய ஸ்டேட் வங்கியின் முதல் பரிசு, இலங்கை அரசு சாகித்தியப் பரிசு, கனடா தமிழர் தகவல் நாற்பதாண்டு சாதனை விருது, திருப்பூர் தமிழ்ச்சங்கம் பரிசு, விகடன் விருது 2012 (குதிரைக்காரன் – சிறுகதைத் தொகுப்பு), எஸ்.ஆர்.எம். பல்கலைக்கழகப் படைப்பிலக்கிய விருது (2013) ஆகியவற்றைப் பெற்றிருக்கிறார்.

அ. முத்துலிங்கம் சிறுகதைகள்

தொகுதி – 1

நற்றிணை பதிப்பகம்

அ. முத்துலிங்கம் சிறுகதைகள் (தொகுதி-1) * © அ. முத்துலிங்கம் * முதல் பதிப்பு: நவம்பர் 2016 * இரண்டாம் (குறும்) பதிப்பு: ஆகஸ்டு 2020 * வெளியீடு: நற்றிணை பதிப்பகம் (பி) லிமிடெட் * பிளாட் எண்: 45, சாய் கவின்ஸ் குமரன் அபார்ட்மெண்ட்ஸ், ஸ்ரீ தேவி கருமாரியம்மன் நகர், கிருஷ்ணா நகர் பிரதான சாலை, நூம்பல், ஐயப்பன் தாங்கல், சென்னை – 600077.

* மின்னஞ்சல் : natrinaipathippagam@gmail.com
* இணையம் மூலம் புத்தகம் வாங்க : www. natrinai.in

விற்பனை அலுவலகம்:
எண். 82, மல்லன் பொன்னப்பன் தெரு,
திருவல்லிக்கேணி, சென்னை – 600 005.
தொலைபேசி : 044–2848 1725

* அச்சாக்கம் : சாய் தென்றல் பிரிண்டர்ஸ், சென்னை-600005

சமர்ப்பணம்

நான் 22 வருடங்களுக்கு முன்னர் பாகிஸ்தானில் பணியாற்றிக் கொண்டிருந்தபோது ஒரு கடிதம் வந்தது. எழுதியவர் ஜெயமோகன். நான் அவரைப் பார்த்ததில்லை. பேசியதில்லை. என் சிறுகதை ஒன்றைப் பாராட்டி எழுதியிருந்தார். என் வாழ்க்கை மாறியது.

அவர் தந்த அன்பும் கொடுத்த ஊக்கமும் காட்டிய வழிகாட்டலும் என்னால் மறக்க முடியாதவை. இன்றுவரை அதில் மாற்றமில்லை.

இந்த நூல் அவருக்கு.

வசந்தம் வரும்

அன்பர் யுகன், நான் எழுதிய சிறுகதைகள் அனைத்தையும் தொகுத்து ஒரு நூலாகக் கொண்டுவரவேண்டும் என்ற தன்னுடைய விருப்பத்தைத் தெரிவித்தார். நான் சரி என்று சொன்ன உடனேயே மறந்துவிட்டேன். அவர் எப்படியோ கதை களைத் தேடிக் கண்டுபிடித்து தொகுப்பை உருவாக்கிவிட்டார். அவருக்கு என் நன்றி. அவர் இல்லாவிட்டால் இந்தத் தொகுப்பு வந்திருக்காது.

முன்னுரை வேண்டுமென்று கேட்டு இரண்டு கடிதங்கள் அவரிடமிருந்து வந்துவிட்டன. முன்னுரை எழுத உட்கார்ந்த அன்று இரண்டு ஆச்சரியமான சம்பவங்கள் நடந்தன. என் நீண்ட நாள் நண்பர், மனநல மருத்துவர் டாக்டர் ராமானுஜம், பல வாரங்களுக்குப் பின்னர் ஒரு கடிதம் எழுதியிருந்தார். அது இப்படிப் போனது.

'தற்செயல்கள் கற்பனையைவிட மிகச் சுவாரஸ்யமானவை. இன்று திருநெல்வேலி சதக்கத்துல்லா அப்பா கல்லூரியில் நடந்த தமிழ்த்துறைக் கருத்தரங்கில் 'மனநலம் மன்னுயிர்க்கு ஆக்கம்' என்ற தலைப்பில் உரையாடும்போது உங்களது சிறுகதையைக் குறிப்பிட்டுப் பேசினேன். அதிலே ஒரு பகுதி.

'அறிவியல் தகவல்பூர்வமானது. கலை கற்பனாபூர்வமானது. International date line என்று உள்ளது. ஒரு கோடு. அதன் இருபுறமும் இருப்பவர்களுக்கு இடையே ஒருநாள் வித்தியாசம். 24 மணிநேரம். கோட்டுக்கு மேற்கே இருப்பவர் மறுநாளில் இருப்பார். கோட்டுக்குக் கிழக்கே இருப்பவர் முந்திய தினத்தில் இருப்பார். இது அறிவியல்.

அ. முத்துலிங்கம் எழுதிய ஓர் அருமையான சிறுகதை 'மயானப் பராமரிப்பாளர்'. இக்கதையில் கணவன் மனைவி விவாகரத்தாகிப் பிரிந்து விடுவார்கள். வேறு வேறு தேசத்திற்குச் சென்று விடுவார்கள். குழந்தையுடன் இரண்டு நாட்கள் இருக்கிறேன் என்று வாக்குக் கொடுத்த தந்தை International

9

date line ஐக் கடப்பதால் ஒரு நாளை இழந்து, ஒருநாள் மட்டுமே இருக்க முடிகிறது. தந்தையின் சோகத்தைப் பதியும் நெகிழ்ச்சியான கதை இது. ஓர் அறிவியல் தகவலைக் கற்பனையால் மேம்படுத்து வதே கலை. மானுட இனம் மேம்பட நமக்கு அறிவியலும் வேண் டும். கலையும் வேண்டும்.'

டாக்டர் ராமானுஜம் சொன்னதிலும் பார்க்க சிறப்பாக என்னால் சொல்லமுடியாது. இலக்கியம் என்றால் இதுதான். ஒன்றிலிருந்து இன்னொன்றுக்கு இட்டுச் செல்வது. ஜேம்ஸ் ஜோய்ஸ் என்ற ஆங்கில எழுத்தாளர் எழுதிய முக்கிய நாவல் யூலிசிஸ். அந்த நாவலின் கதை முழுக்க ஒரு நாளில் நடந்துமுடியும். அந்த நாள் 16 ஜூன் 1904. அதற்கு முதல் நாள், அதாவது 15 ஜூன் 1904 அன்று நியூ யோர்க் நகரில் பெரிய விபத்து ஒன்று நிகழ்கிறது. 'ஜெனரல் சோக்கம்' என்ற கப்பல் நியூ யோர்க் கிழக்கு ஆற்றில் மூழ்கி 1300 பேர் மாண்டுவிடுகிறார்கள். அந்த நாட்டையே உருக்கிய சோகமான சம்பவம் அது. நாவலில் இரண்டு பேர் ஒரு மதுக்கடையில் உட்கார்ந்து பேசிக்கொண்டிருக்கிறார்கள். பேச்சோடு பேச்சாக ஜெனரல் சோக்கம் மூழ்கிய சம்பவத்தையும் அலசுகிறார்கள். கப்பல் மூழ்கி 1300 பேர் இறந்தது இன்று வரலாற் றில் அழிந்துவிட்டது. ஆனால் ஜேம்ஸ் ஜோய்ஸின் நாவல் வழி யாக அது நிலைத்திருக்கிறது. இலக்கியத்தில் வாழ்கிறது.

மிகச் சமீபத்தில் நான் எழுதிய சிறுகதை 'ஜெர்மன் விசா'. இந்தத் தொகுப்பில் அந்தக் கதை உண்டு. கதாநாயகன் விண்ணப் பம் அனுப்பிவிட்டு பாஸ்போர்ட்டுக்காக காத்திருக்கிறான். ஒரு வசனம் வரும். 'ஒப்பரேசன் பூமாலை பெயரில் இந்திய விமானங் கள் ஈழத்தில் உணவுப் பொதிகளைப் போட்டன.' கதைக்கும் இந்த வசனத்துக்கும் சம்பந்தமே கிடையாது. கதை நடப்பது 1987 ஜூன் என்று தெரிந்துவிடுகிறது. கதாநாயகனுடைய மகிழ்ச்சிக்கு என்ன காரணம் என்றும் புரிகிறது. 20, 30 வருடங்கள் கழித்து இந்தச் சிறுகதையைப் படிக்கும் ஒருத்தருக்குச் சரித்திரத்தின் சிறு நுனி கிடைக்கும். ஆர்வமுள்ளவர் அதைத் தேடிச் சென்று வரலாற்றை அறிந்துகொள்வார்.

புறநானூறில் ஒரு பாடல். புலவர் நக்கண்ணையார் பாடி யது. மல்லர்களுக்கு உப்பு விற்கும் வியாபாரிகள் நடுங்குகிறார் களாம். ஏன் நடுங்கவேண்டும்? இன்று போல 2000 வருடங்களுக்கு முன்னரும் சந்தைகளில் சண்டியர்களின் ஆட்சி இருந்ததோ தெரிய வில்லை. புலவர் போகிற போக்கில் ஒரு பிடி கொடுத்துவிட்டுப் போயிருக்கிறார்.

இரண்டாவது சம்பவமும் ஒரு கடிதம்தான். எதிர்பாராதது. சரவணன் அபி என்பவர் சிங்கப்பூரில் இருந்து முதன்முதல் எழுதி யிருந்தார். தகவல் தொழில்நுட்பத் துறையில் பணிபுரிகிறார். நான் 12 வருடங்களுக்கு முன்னர் அமெரிக்கப் பல்கலைக்கழகத்தில் சந்தித்த விஞ்ஞானி கார்ல் இயக்னெம்மா பற்றி நேர்காணல்களில் குறிப்பிட்டிருக்கிறேன். இவர் விஞ்ஞானியாக இருந்தாலும் அபூர்வ மான, வேறு எழுத்தாளர்களோடு ஒப்பிடமுடியாத விதமாக அருமையான சிறுகதைகள் படைத்திருக்கிறார். புனைவுக்காகப் பல விருதுகளும் வென்றவர். தற்பொழுது NuTonomy நிறுவனத்தின் தலைமைச் செயலதிகாரியாகவும் பணியாற்றுகிறார். 2016 ஆகஸ்ட் மாதம் சிங்கப்பூரில் சாரதி இல்லாத வாகனங்களை ஓட்டி பரி சோதித்த நிறுவனம் இவருடையதுதான். என்னுடைய நேர்காணல் குறிப்பின் உந்துதலில் இயக்னெம்மாவின் சிறுகதை ஒன்றை 'சில் கோவ்ஸ்கியின் தேற்றம்' என்ற தலைப்பில் சரவணன் அபி மொழி பெயர்த்திருக்கிறார். அருமையான மொழிபெயர்ப்பு. ஒரு மெழுகுத் திரியிலிருந்து இன்னொரு மெழுகுத்திரியைப் பற்றவைப்பது போல ஒரு தகவல் இன்னொன்றை ஆரம்பித்து வைத்திருக்கிறது. இது தான் இலக்கியம். நான் ஊன்றிய விதை முளைவிட 12 வருடம் ஆகியிருக்கிறது. ஆனாலும் அது எனக்குக் கொடுத்த மகிழ்ச்சி அளவிட முடியாதது.

புனைவுகள் படைப்பதில் உள்ள பயன் இதுதான். அவை ஒன்றிலிருந்து ஒன்று கிளைத்து உருவாகி அகலப் பரவும். ஆத்மாவை நிரப்பும். வாசகருக்குத் தரிசனம் கொடுப்பதுபோல எழுத்தாளருக்கும் கொடுக்கும். எழுத்திலே தடங்கல் ஏற்படும் போதெல்லாம் நான் பாப்லோ நெரூடாவின் வரிகளை நினைத்துக் கொள்வேன். 'நீ எல்லா பூக்களையும் வெட்டி எறியலாம். ஆனாலும் வசந்தம் வருவதை உன்னால் நிறுத்த முடியாது.'

வசந்தம் வரும்.

அ. முத்துலிங்கம்
ரொறொன்ரோ, 26 செப்டம்பர் 2016

பொருளடக்கம்

கோடை மழை

இலங்கை 'மாப்பை' விரித்து வைத்து அதன் தலையில் யாழ்ப்பாணத்தைத் தேடிப் பிடித்து, சிகப்புப் பென்சிலால் பெரிய தொரு புள்ளி போட்டு, 'இதுதான் கொக்குவில்' என்று பீற்றிக் கொள்ளும் அளவிற்குப் பிரபலமானதல்ல எங்கள் ஊர்.

ஆனால், 'மாப்பை' எடுத்துப் பிரிக்காமல், பென்சிலால் கோடு இழுக்காமல், இது கொக்குவில் என்று சொல்லாமல் விடக் கூடிய அளவிற்குப் பிரபலமற்றது என்றும் கூறிவிட முடியாது.

அர்த்தநாரிசுவரர் போன்று, கொக்குவில், ஒரு பக்கத்திலும் சாயாமல், தனித்து, தனக்கென்றொரு நாகரிகம் வைத்துக்கொண்டு இருப்பதாகத்தான் சொல்ல வேண்டும்.

கொக்குவில் என்றவுடன் சிலருக்கு 'கானாசேனா'வின் கோடாபோட்ட நல்ல பளபளப்பான நாட்டுப் புகையிலைச் சுருட்டு ஞாபகத்திற்கு வரலாம்; சிலருக்கு முறைப்படி காய்ச்சிய காரசாரமான கள்ளச்சாராயத்தின் நெடி நினைவுக்கு வரலாம். இது இரண்டிலும் அனுபவமில்லாத துர்ப்பாக்கியசாலிகள் பழைய பிரபல கொலைக் கேஸுகள் ஞாபகத்திற்குக் கொண்டுவந்து அனுபவித்து ரசிக்கலாம்.

ஆனால், கொக்குவில்லுக்கு விஜயம் செய்த யாராவது அது மேற்கூறிய ஒன்றிலேதான் பிரபலமாயிருக்க வேண்டும் என்று கூறினால், அவருக்குக் கண்பார்வை 'கிராமபோன் பிளேட்டா, அல்லது கிடாரச் சட்டியா' என்று வித்தியாசம் கண்டுபிடிக்கும் அளவிற்காவது இருக்குமா என்பது சந்தேகந்தான்.

ஒழுங்கைகளுக்குப் பேர்போனது கொக்குவில். அவற்றில் தான் எத்தனை ரகம்? வண்டிப் பாதை, மணல் பாதை, மக்கி ரோட்டு, கல்லு ரோட்டு, முடுக்குத் தெரு, மூலைத் தெரு, குச்சு ஒழுங்கை, குறுணி ஒழுங்கை, ஒற்றையடிப்பாதை, ஒன்றரையடிப்பாதை இப்படியாக இன்னும் பலப்பல.

இப்படிப்பட்ட ஒழுங்கைகளோ, புழுதிக்குப் பேர்போனவை. இது மாத்திரமா? பிறந்தநாள் தொடங்கி மேற்கூறிய ஒழுங்கை களோடு பழகியவர்களையே சிற்சில சமயங்களில் இவை ஏய்த்து விடுவதும் உண்டு. கொஞ்சம் அசந்துபோனால் சரி, பழையபடி புறப்பட்ட இடத்துக்கே கொண்டுபோய்ச் சேர்க்கும் அசாத்தியத் திறமை படைத்தவை.

இந்த ஒழுங்கைகளில் சைக்கிள் சவாரி செய்வதற்கு, அபூர்வப் பழக்கம் வேண்டும். கொக்குவில்லைப் பிய்த்துக்கொண்டு போகும் கே.கே.எஸ். ரோட்டிலிருந்து இறங்கிய ஒருவர், புகையிலைக் காம்பு நெட்டி போல் பின்னிப் பின்னிக் கிடக்கும் இந்த ஒழுங்கைகள் வழியாகப் பிரயாணம் செய்து, மறுபடியும் பலாலி ரோட்டில் மிதிப்பாரானால், அவர் புறப்பட்ட முகூர்த்தத்தில் ஒரு சுவீப் டிக்கெட் எடுத்திருக்கலாம் என்று துணிந்து கூறலாம்.

இப்படிப்பட்ட கிராமத்தில் சுரம் வந்தவனுடைய 'டெம்ப ரேச்சர் சார்ட்'போல இடைக்கிடை ஏறி இறங்கும் நாகரிகத்தில், சமீபத்தில் கொழும்பில் இருந்து இறக்குமதி செய்யப்பட்ட நாகரிக மானது ஒரு திடீர் வளர்ச்சியை ஏற்படுத்தியிருக்கிறது. ஆனாலும் பொதுவாகப் பெண்களுடைய நாகரிகமானது, பின்னேரம் நாலு மணியானதும் சேலையைக் களைந்துவிட்டு 'கிமோனா' அணிந்து படலைக்காலைப் பிடித்துக்கொண்டு நிற்பதும், வெள்ளைக்கால் கந்தையருடைய படலையடியில் யாராவது 'இளவட்டம்' சைக் கிளில் திரும்புவது தெரியத் தொடங்கும்போதே, உள்ளே ஓடி ஒளிந்துகொள்வதும் என்ற அளவிற்கு வளர்ந்திருக்கிறது.

அவசரகாலச் சமயத்தில் சட்டத்தை மீறி, மதகுகள் மீது குந்தியபடியே அரட்டை அடிக்கும் ஆண்கள், அரை மைல் தூரத் தில் பட்டாளத்து 'வான்' முகப்பு லைட் மின்மினிபோலத் தெரியும் போதே அந்தர்த்தியானமாகும் அளவிற்கு வீரமும் தைரியமும் படைத்திருந்தார்கள்.

குழந்தைகளைப் பற்றியோ கூறத் தேவையில்லை.

கர்ப்பத்தடையைப் பற்றிய ஞாபகமே இல்லாமல் தாராள மாகப் பெற்றுப்போட்ட குழந்தைக் கணங்கள் ஒழுங்கைகள் எங்கும் நிறைந்திருக்கும்.

தாய்மார்களுடைய கையில் ஆறு மாதக் குழந்தை ஒன்று இருக்கும்போதே, வயிற்றில் இரண்டு மாதத்தில் ஒன்று விண்ணப் பித்துக்கொண்டு இருக்கும். ரெயில்வே லைன் கரைதான் குழந்தை களுடைய விளையாட்டு மைதானம்.

தண்டவாளத்தின் மேல் வரிசையாக சோடா மூடியை அடுக்கிவிட்டு 'யாழ்தேவி' வரும்போது ஒளிந்திருந்து வேடிக்கை பார்ப்பதுடன் அவர்களுடைய ஆரம்ப விளையாட்டு முடி வடைந்து விடும்.

கொக்குவில்லுக்குப் புதிதாக வரும் வாசகர்களுக்கு, கொக்குவில் எங்கே ஆரம்பமாகிறது என்ற சந்தேகம் எழலாம்.

காலை 6.20க்கு யாழ்ப்பாணத்தை விட்டுப் புறப்படும் கொழும்புப் புகைவண்டியில் பிரயாணம் செய்திருக்கும் அன்பர்கள், புகைவண்டி அடுத்து வரும் சுடலை ஒன்றைக் கடக்கும்போது, நெடிதுயர்ந்த பனைகளின் பின்னால், சுகாதார இன்ஸ்பெக்டரை நாளது வரை ஏய்த்து வந்த நூற்றுக்கணக்கான தலைப்பாகைகள் மிதப்பதைக் காணத்தவறியிருக்க மாட்டார்கள்.

சந்தேகமின்றி, கொக்குவில் அங்கேதான் ஆரம்பமாகிறது.

கொக்குவில்லின் மேலான கைத்தொழில் சுருட்டுத் தொழில் தான் என்றாலும், சுருட்டுத் தொழில் செய்து, பணக்காரரானவர் களை விரல் விட்டு எண்ணுவதானால் கைகளே தேவையில்லை.

கல்வியும் இதே நிலைதான்.

'கிளறிக்கல்' ஒவ்வொருத்தருடையதும் மகோன்னதமான லட்சியம். தட்டித் தவறி யாராவது ஒருத்தர் எஸ்.எஸ்.சி. பாஸ் செய்து விட்டால் நல்லூர் கந்தசாமியாருக்கு ஒரு சங்கரார்ச்சனை லாபம் என்று அர்த்தம்.

ஆண்களின் கதியே இப்படி என்றால் பெண்களைப் பற்றிக் கூறவே தேவையில்லை.

குறைந்தது நாலு பிழைகளுடன், விலாசதாருக்குக் கிடைக் காத வகையில், ஆங்கிலத்தில் தந்தி எழுதும் அளவிற்கு, அவர் களுக்கு அமோகமான கல்வி அறிவு இருக்கிறது.

இருந்தும் என்ன? நாகரிகக் கண்கொண்டு பார்க்கும் பேர் வழிகள் கொக்குவில்லின் பிரபல்யத்தை மாத்திரம் எப்போதும் ஒப்புக்கொண்டதே கிடையாது.

சின்னாச்சிக் கிழவி, ஒன்றரை சஷ்டியப்த பூர்த்தி மதிக்கக் கூடிய தோற்றம். எனினும் அந்த நாட்களில் ஆயிரம் புகையிலைக் கன்றுக்குப் பட்டை பிடித்த தேகக்கட்டு இன்னமும் குலைந்துவிட வில்லை. தொழில் ஊர் வம்பு; 'பார்ட் டைமாக' பலாவிலை குத்தல். 'தொண தொணப்பு' நச்சரிப்பு, கருமித்தனம், 'பஞ்சம்

கொட்டுதல்' போன்ற கிழவிகளுக்கு இயல்பான லட்சணங் களுக்குக் குறைவில்லை.

'கோச்சி வரும், கவனம்' எச்சரிக்கையை லட்சியம் செய் யாமல் எதிரே வரும் ரயில்வே கடவையைக் கடந்து இடது சந்தி யில் திரும்பினால், 'இங்கே ஆர்மோனியத்தை ரிப்பேர் செய்யப் படும்' என்ற போர்டு பலகை ஒன்று பயங்கரமாகத் தமிழுக்கு ரிப்பேர் பார்த்தபடியே தொங்கும்.

அதற்கு எதிர்ப்புறம் ஒரு குச்சு ஒழுங்கை.

பகல் பன்னிரெண்டு மணிக்குக்கூட தனியாகப் போவதாக இருந்தால் கொஞ்சம் 'படக் படக்' என்று இடிக்கும். ஜனப் புழக்கம் இல்லாதபடியால் பாதை நடுவே அங்கங்கே இக்கிரியும் நாக தாளியும் சுகம் விசாரிக்கும்.

தைரியத்தை வரவழைத்துக்கொண்டு மேலும் போனோ மென்றால் பிரமாண்டமான கள்ளிமரம் கொக்குவில் பசுக்களின் அன்றைய சந்ததி விருத்தியை உமல்களாகக் காய்த்து, கணக்குக் காட்டிக்கொண்டிருக்கும்.

கைக்குட்டை வைத்திருப்பவர்கள் ஒரு கையால் மூக்கிற்கு அபயம் அளித்தபடி, மறு கையால் உயிரைப் பிடித்துக்கொண்டு, இன்னும் பத்தடி போவார்களானால் 'அட்டாளை முருகேசர்' கொலையுண்ட புனித ஸ்தலம் தென்படும். இந்த மேட்டு நிலத்தில் நின்று கிழக்குப் பக்கமாகப் பார்த்தால் தெரிவதுதான் கிழவியின் பொத்தல் குடிசை.

ஆனால், இப்போது அங்கே இந்த வழியாக போக முடியாது. புளியமர உரிமை வழக்கொன்றில் தாய்க்கும் பிள்ளைக்கும் ஏற் பட்ட தகராறில் 'கவுண்மேந்து' தலையிட்டு, குறுக்கு வேலி ஒன்று தற்காலிகமாகப் போட்டிருப்பதால், நேயர்கள் தயவு செய்து சிரமத்தைப் பாராது, வந்த வழியில் திரும்பி, கிழவி வழக்கமாகப் போகும் பிள்ளையார் கோவில் ஒழுங்கையால் வருவார்களாக!

எலக்சன் சீசனில் யாரோ ஒட்டிவிட்ட நோட்டிஸ் ஒன்று இன்னமும் கிழவியின் படலையில் விசுவாசத்துடன் ஒட்டிக் கொண்டு இருக்கிறது.

அந்தப் படலையை இழுத்துப் பிடித்தபடி பாறாங்கல் ஒன்று. கையை விட்டவுடன் படலை படாரென்று சத்தத்துடன் மோதிக் கொள்ளும். ஆனால், இதில் ஆச்சரியம் என்னவென்றால் இதைத் தான் ஆங்கிலத்தில் 'ஆட்டோமெட்டிக் ஷட்டர்' என்று கூறு வார்கள் என்பது கேவலம், கிழவிக்கோ அல்லது படலைக்கோ தெரியாததுதான்!

சிறிது கடகடத்த அந்தப் படலை மீது நமக்கு இலகுவில் நம்பிக்கை பிறப்பதாகத் தெரியவில்லை. ஆனபடியால், கிழவி, வழக்கமாகப் போகும் பொட்டு வழியாக நாமும் குனிந்து உள்ளே போவோம்.

சுளகு ஒன்றிலே ஒடியற் கிழங்கு காய்ந்து கொண்டிருக்கிறது. பக்கத்திலே ஈர்க்கிலே ஜம்மென்று குந்தியிருந்த பழ மிளகாய் ஒன்று காக்கைகளை எல்லாம் விரட்டியடித்துக்கொண்டிருக்கிறது. வாச லுக்குக் கொஞ்சம் தள்ளி ஆடு கட்டியிருக்கிறது. பக்கத்தில் ஒரு உழவாரப் பிடியும் கொஞ்சம் புல்லுக்கட்டும்.

ஆடோ, உழவாரமோ புல்லைக் கவனிப்பதாகத் தெரிய வில்லை.

அரைச் சாக்கு நெல்லு காயப் போடக்கூடிய அளவிற்கு ஒரு குந்து. அதை ஒட்டியபடி கிடக்கும் மண் சுவரில் கரிக் கணக்கு எழுதாத இடமாகப் பார்த்து, ஒரு தேதியில்லாத முருகன் காலண்டர், பரிதாபகரமாகத் தொங்குகிறது. வள்ளியம்மை, தெய் வானையருடைய டிரஸ்ஸைப் பார்த்த அளவில் 'பொங்கு கை' பாஷன் பிரபலமாயிருந்த காலத்தில் காலண்டர் அச்சாகி இருக்க வேண்டும் என்று தோன்றியது.

கிழவி, கோடிப் பக்கத்தில் இறால் நோண்டிக்கொண்டிருந் தாள். பக்கத்தில் இருபது வயது மதிக்கக்கூடிய இளைஞன் ஒருத்தன் சோகம் ததும்ப நின்று கொண்டிருந்தான்.

"எட பாவி! உன்னைப் பெத்த வயிறு நெருப்பாய் எரியு மேடா? எப்படித்தான் உனக்கு மனசு வந்தது?"

"நான் என்னணை ஆச்சி செய்ய? கொழும்பிலை வேலை ஒண்டுக்கு கட்ட வேணும். அந்த மனுஷிக்கு எப்பிடிப் போட்டு விளங்கப்படுத்தியும் ஏறுதில்லை. என்ன வேறை என்ன செய்யச் சொல்லுறாய்? வேலையானதும் முதல் சம்பளத்திலேயே மீண்டு போடுறன். இப்ப மாத்திரம் என்னைக் கைவிட்டிடாதேயணை! வீட்டிலே பொலிசெல்லாம் வந்து சோதினை நடக்குது."

"என்ன...! பொலிசுக்கும் சொல்லிப் போட்டே என்னட்டை வந்தனி! எனக்கு வேண்டாம் ராசா இந்தச் சள்ளை! நாளைக்கு பொலிசுக்காரன்கள் வந்து என்னைப் பிடிச்சு நாலு கேள்வி கேட்க... நான் தறதறவென்று முழுச..."

இளைஞன் கொஞ்சம் உலக சம்பிரதாயம் தெரிந்தவனாகக் காணப்பட்டான்.

“எணை ஆச்சி! நீ பயந்து சாகிறாய்? இப்ப நான் இதைப் பெரிய கடையிலை கொண்டுபோய் வைக்க மாட்டேனே. உன்னட்டை என்டால் அயலுக்கை... ஏதோ... அஞ்சு... பத்து... உனக்கும்.”

‘அஞ்சு. பத்து’ மாத்திரம் உடனே பலித்தது!

கிழவி இறாலைக் கழுவி எடுத்துக்கொண்டு உள்ளே போனாள். இவ்வளவு நேரமும் காத்திருந்த காகத்தின் வாயில் மண்ணைப்போடுவதற்கென்று எங்கிருந்தோ ஓடி வந்த கிழவியி னுடைய வாடிக்கை நாய், அரிவாளை நக்கி எடுத்து, கிழவிக்கு ஒத்தாசை செய்தது.

முந்தானையால் கையைத் துடைத்தபடி, “எங்கை எடு பாப்பம்” என்று கையை நீட்டினாள் கிழவி.

நல்ல கனம். குறைஞ்சது நானூறு மதிக்கலாம் என்று கிழவி யின் அனுபவக் கை கூறியது.

“இது என்ன இரண்டரைப் பவுனும் தேறாது போலைக் கிடக்கு? எவ்வளவு கேட்கிறாய்?”

“ஒரு முன்னூறு...”

“இப்ப உங்கை ஆரிட்டை மாறிறது? செல்லாச்சியும் மூத்த மோலின்ரை பிள்ளைப் பெத்துக்குச் சிலவழிச்சுப் போட்டு நிற் கிறாள். சின்னமோனை படுத்த படுக்கையாய்க் கிடக்கிறான்...” இன்னும் என்னவோ எல்லாம் கிழவி முணுமுணுத்தாள். காதில் விழவில்லை.

மடியை இறுக்கிக் கட்டிக்கொண்டு, இறப்பிலே செருகியிருந்த தடுக்கை இழுத்துத் தட்டி, குந்திலே போட்டாள் கிழவி. “உதிலை இரடா மோனை! அஞ்சு நிமிட்டிலை வந்திடுறன்... உந்தக் கட்டயிலை போற வன்ரைமாடு வந்திடும்... ஒருக்கால் பார்த்துக் கொள்...” என்றபடி பிலாவிலைக் கம்பியையும் தூக்கிக்கொண்டு ‘முணு முணு’ என்று தன் சொந்த பாஷையில் ஏதோ பேசியபடி புறப்பட்டாள் கிழவி.

“பெத்த தாயிட்டைக் களவெடுத்துக்கொண்டு வந்திருக்கு மூதேவி! என்னெண்டுதான் உருப்படப் போகுதோ! லோகம் கெட்டுப் போச்சு... கனகத்தின்ரை மூத்தவன் ஒரு போங்கு... அவளுக்கும் வேணும்... கொக்குவில்லை தன்னட்டைத்தான் கல்லட்டியல் கிடக்கு என்ற கெறுக்கு... முத்தாச்சியின்ரை செத்த வீட்டுக்கு வந்த இடத்திலை என்னோடை கட்டிப் பிடிச்சு அழக் கூட இல்லை!”

நாலு வீட்டுக்கும் போய்க் கிழவி வருவதற்கிடையில் இளைஞனுடைய முக்கால்வாசிப் பிராணனும் போய்விட்டது. தடுக்கில் இருந்த நெட்டியெல்லாவற்றையும் பிய்த்துப் பிய்த்துப் பல்லைக் குத்தியபடியே இருந்தான்.

சமய சந்தர்ப்பம் தெரியாமல், நிரைவிட்டுப்போன கொள்ளி எறும்புகள்வேறு இடைக்கிடை அவன் காலை ருசி பார்த்தன.

புல்லுக்கார மனுஷி ஒன்று, என்ன இழவோ சமுசயப்பட்டு, திரும்பித் திரும்பிப் பார்த்தபடியே போனாள்.

அவள் அந்தப் பக்கமும் வருகிறவள்.

கால்சட்டை போட்டபடி குந்தில் இருக்க வெட்கம் பிடுங்கித் தின்றது.

பன்னிரெண்டு மணிபோல கிழவி யார் யாரையோ திட்டிக் கொண்டே அவர்கள் ஏழேழு தலைமுறையும் என்னென்ன வியாதி வந்து சாக வேண்டுமென்று 'லிஸ்டு' தயாரித்தபடியே, வந்து கொண்டிருந்தாள்.

பிலாவிலை நிரம்பி வழிந்தது.

வந்தவள் வெகு சாவகாசமாகக் குந்தி இருந்து ஒவ்வொரு இலையாகக் கிழித்து ஆட்டுக்குப் போட்டபடியே இருந்தாள்.

இளைஞன் பொறுத்துப் பொறுத்துப் பார்த்தான். கிழவி பேசுவதாய்க் காணோம்! நெருப்புமேலே இருப்பதுபோல் இருந்தது அவனுக்கு.

"என்னணை ஆச்சி... போன விஷயம்?"

"நான் என்னத்தைச் செய்ய...? எல்லா வேசையளும் பஞ்சம் கொட்டுறாளவை... உனக்குத் தெரியுமே... மூளிக்கார கந்தையற்றை பேத்தி... இப்ப அவள்தான் புதுப்பணக்காரி... சாதிக் குணத்தை என்னிலே எல்லே காட்டுறாள். கேளடா மோனை... கண்டறியாத பூனை கமுகிலை ஏறி...?"

அவனுக்குப் பொறுமையில்லை. "அப்ப நான் வரப் போறேன்... நீ அதை எடு!"

"என்னடா அதுக்கிடையிலே கோவிக்கிறாய்! ஆக கொக்கு வில்லை அவள் ஒருத்திதானே பணக்காரி. மற்ற எல்லோரும் செத்துப்போனாளவையே? இந்தா... இவ்வளவுதான் தேறிச்சுது... ஒருத்தியிட்டையும் இந்த நேரம் இல்லை!"

"எவ்வளவெணை கிடக்கு?"

"எண்ணிப் பாரேன்! இருபத்தேழு தந்தாள் பாவி. நான் ரெண்டு எடுத்திட்டன். மிச்சம் இருநூற்றம்பது இருக்குது. மாதக் கடைசியிலே மீண்டு போடு."

'எம காதகி' என்று முணுமுணுத்தபடியே கால்சட்டைப் பைக்குள் காசை வைத்துக்கொண்டு புறப்பட்டான் இளைஞன்.

கச்சான் காற்று அடித்து ஓய்ந்து, மறுபடியும் சோளகம் வீசத் தொடங்கிவிட்டது.

கொழும்புக்குப் போனவன் திரும்பி வந்த ஒரு அசுகை, அசுமாத்தத்தையும் காணவில்லை.

கிழவி எதிர்பார்த்ததுதான்.

கிழவிக்கு என்ன பைத்தியமா, நல்ல பெறுமதியான நகையைக் கொண்டுபோய் வேறு யாரிடமும் வைப்பதற்கு? நகையை வாங்கி வைத்துக்கொண்டு 'வாயைக் கட்டி வயித்தைக் கட்டி' சேர்த்த தன்னுடைய காசைத்தான் கொடுத்திருந்தாள்.

மறுபடியும் வந்து கேட்டால் 'கண்டது ஆர், கேட்டது ஆர்' என்று அடிச்சு மூடி விட்டால் போகிறது...

அன்றைக்கென்று கிழவியினுடைய மூத்த மகள் வந்திருந் தாள்.

"எணை ஆச்சி என்ரை மோளின்ரை சாமத்தியச் சடங்கை கொஞ்சம் 'பப்ளிக்'காய் நாலு பேருக்கும் சொல்லிச் செய்யப் போறன். சிலவுக்கு ஒரு நானூறு எங்கையாலும் மாறித் தாவன். சடங்கு முடிஞ்ச கையோட திருப்பித் தந்திடுவன்."

"இதென்னடி நீ! 'சுடுகுது மடியைப்பிடி' எண்டால் ஆர் தருவினம். அதுவும் ஆரெண்டாலும் சும்மா தாறண்டவள வையே...?"

"என்னணை ஆச்சி! ஊரிலை நான் குடுத்த காசெல்லாம் நிக்குது. பொடிச்சியின்ரை சடங்கோட ஒரு ஐந்நூறு அறுநூறாவது சேரும்... உன்ரை காசு எனக்கென்னத்துக்கு, அஞ்சு சத வட்டி யோட அப்பிடியே தந்திடுறேன்."

"சரி, நீ வீட்டை போ! நான் உங்கினைக்கை பாத்திட்டு வாறன்" என்று கிழக்குப் பக்கம் கையைக் காட்டினாள் கிழவி.

பாக்கியமும் கிழவியினுடைய மகள்தானே. கிழக்குப் பக்கம் கையைக் காட்டினால் மேற்குப் பக்கத்தில்தான் எங்கோ மாறப் போகிறாள் என்று அர்த்தம்.

"சீனியற்றை செல்லாச்சியாக இருக்குமோ" என்று ஊகித்த படியே எழுந்து புறப்பட்டாள் பாக்கியம்.

வெயில் காய்ந்துகொண்டுதானிருந்தது. எனினும் கிழவியி னுடைய தீட்சண்ய புத்தியிலே மழை பெய்யும்போலப்பட்டது.

அப்படியே காயப்போட்ட விறகுகளை அவசர அவசரமாக அள்ளி 'அசைவிலே' அடுக்கினாள்.

பிலாவிலைக் கம்பியையும் தூக்கிக்கொண்டு, அடிக்கடி மடியைத் தொட்டுப் பார்த்தபடியே புறப்பட்டாள் கிழவி.

சொந்த மகளிடமே வட்டிக்குக் கொடுக்கும் சுவாரஸ்யத்தை இதற்கு முன்பு அவள் அனுபவித்தது கிடையாது.

செல்லாச்சியிடம் கொடுத்தால் கண்ணை மூடிக்கொண்டு நானூறு தருவாள்.

கிழவிக்கு என்னவோ ஞாபகம். மடியானைப் பிரித்துப் பார்த்தாள். ஏதோ மாதிரி இருந்தது.

வெளிச்சத்தில் எடுத்து உற்றுப் பார்த்தாள்.

வயிறு பகீரென்றது!

கண்ணெல்லாம் சுழட்டிக்கொண்டு வந்தது. நடு வழியில் கிழவி பொத்தென்று குந்திவிட்டாள்.

நடுங்கும் அந்தக் கையிலே கிடந்த நகை அவளைப் பார்த்து இளித்தது.

என்ன இருந்தாலும் பித்தளை பித்தளைதானே!

எங்கோ சேவல் ஒன்று படபடவென்று செட்டையை அடித்துக்கொண்டது.

மின்னவில்லை! முழங்கவில்லை! 'படீர் படீர்' என்று தடித்த மழைத்துளிகள் அங்கும் இங்கும் பொட்டுப் பொட்டாக விழுந்து தெறித்தன.

கிழவியின் வரண்ட கண்ணீர் விழுந்த இடம் தெரியவே இல்லை!

இயல்பான கொக்குவில் புழுதியின் வாசனை கம்மென்று வீசியது.

◆

அழைப்பு

ஊதல் காற்று உடலைக் கிழித்தது. விறுக்கு விறுக்கென்று கைகளை வீசியபடி வேகமாக நடந்து கொண்டிருந்தார் கந்தப்பு. அந்த வெற்று உடம்பில், இணுவிலின் பேர்போன செம்மண் புழுதியை அள்ளித் தெளித்துக்கொண்டிருந்தது காற்று. கூடு விட்டுப்போன மார்பும் அதற்குமேல் ஒட்டிவைத்தாற் போன்று உடலுக்குச் சற்றே பெரிதான தலையும், குழி விழுந்த கண்களும், கவுண்மேந்து உத்தியோகத்தனாக இருந்தால் எந்த நேரமும் 'மெடிக் கல் சர்டிபிகெட்' எடுக்கக் கூடிய தேகக் கட்டுமாக, அந்த நிர் மானுஷ்யமான ரோட்டிலே, கந்தப்புவின் வீச்சு நடை சிறிது பயங் கரத்தை விளைவிக்கக் கூடியதாகத்தான் இருந்தது.

தூரத்தில் அதிசயமாக பஸ் ஒன்று வந்து கொண்டிருந்தது. "இன்று மட்டும் பஸ்ஸிலேபோனால்?" என்ற சபலம். அவரையும் அறியாமல் அவருடைய கைகள் மடியைத் தொட்டன. மூன்று நாளாகச் சுருட்டியபடி கிடந்த அந்தப் பதினேழு சதம் வியர்வை மணத்துடன் காட்சியளித்தது.

'இண்டைக்காவது முதலாளி கணக்குத் தீர்த்தாரெண்டால்... உந்தச் சில்லறைக் கடன்களை ஒரு மாதிரி சரிக்கட்டலாம். சுப்பையாவின்ரை கடைக்காசை இண்டைக்குக் குடுத்திட வேணும். அவன் வீட்டிலை பழி கிடப்பன்... இப்ப நாலு நாளாய் விரதம்... ம்... அவள் பொடிச்சியைத் தனிய கடன்காரருக்கு வகை சொல்ல விட்டிட்டு நான் என்ரைபாடு... சீ... என்ன புழைப்பு...

காலம்பறவும் தேத்தண்ணிக்குச் சீனியில்லை... பனங்கட்டி யோட எத்தினை நாளைக்குச் சரிக்கட்டிறது... ம்... வரவர பிலயீனம்தான் கூடிவிட்டது... டிஸ்பென்சரியிலை இரும்புச்சத்து மருந்து வாங்கிக் குடிக்க வேணும்... முன்னையெல்லாம் கை என்ன கெச்சிதம்... இப்ப வயது போகப் போகக் கையும் பிரண்டு கொடுக்குதில்லை.'

முனியப்ப கோயில் வந்ததும் கந்தப்புவினுடைய கை தானா கவே மேல் துண்டை அகற்றியது. நடையைத் தளர்த்தாமலே

உரோமமில்லாத அந்த மார்பிலே கையை வைத்து "அப்பனே முனியப்பா" என்று வாய்விட்டு அரற்றிக்கொண்டார்.

– ஏன் இண்டைக்கும் எனக்கொரு பெடியன் கட்டினா னெண்டால் கரைச்சலில்லாமல் அறுபது, எழுபது கட்டு கணக் கெழுதலாம்... சின்னவனைக் கூட்டிக்கொண்டு வரலாம். மனம் கேட்டால்தானே... அவன் ஒருத்தன் எண்டாலும் நாலு எழுத்துப் படிச்சு... மூதேவி... நேற்று சிலேட்டுத் துண்டை உடைச்சுப் போட்டு வந்து நிக்குது... அது எங்கை படிக்கப் போகுது... இழுத்துக்கொண்டு போய் இதைப் பழக்கிவிடலாம்... வேண்டாம்... இந்த நாத்தல் தொழில் அவனுக்கு வேணாம்... செத்தாலும் பரவா யில்லை... இந்த நாசமாய்ப் போற தொழிலைப் பழகினால்... கடைசியில் இதுதான் கதி எண்டு கிடந்திடுவன்...

...ச்சீ! அந்தக் காலத்திலே ரயில் கதவு சாத்திற வேலை எனக்கும் கிடைச்சதுதானே. நானும் என்ரை மூதேவியின்ரை சொல்லைக் கேட்டு அந்தக் கவுண்மேந்து வேலையை வேண்டா மெண்டேனே! என்னைச் செருப்பாலே அடிக்க வேணும்...

ராஜா மில் ஒழுங்கை தாண்டியவுடனே, கந்தப்புவின் கண்கள் அவரை அறியாமலே தூரத்து நோட்டம் விட்டன. மர வள்ளிக் கிழங்குக்காரி ஒருத்தி சந்தியடியில் வந்து கொண்டிருந் தாள். "அவளுக்குத் தெரியவா போகிறது" என்று நந்தாவில் தோட்டத்து மதகடியின் பக்கலில் குந்தினார். நாயுண்ணி மர மொன்று தொடையிலே குத்தியது. தொட்டாச் சிணுங்கி இலை களைத் தொடுவதும் விடுவதுமாக இருந்தார்.

எதற்காகவோ தேகம் நடுங்கியது.

பரியாரி வீட்டைத் தாண்டும்போது மனுஷியின் ஞாபகம் மறுபடியும் வந்தது. "ஆஸ்பத்திரி மருந்துத் தண்ணியிலே அவளுக்குச் சுகமில்லை... வேலனைப் பரியாரியிட்டைதான் காட்ட வேணும்..."

தலையெல்லாம் ஒரு மாதிரி சுற்றிக்கொண்டு வந்தது. கல்லும் மக்கியுமான அந்த மாத்தனை ஒழுங்கையில் இறங்கியபோதுதான் தார்ரோட்டின் அருமை தெரிந்தது. துரையப்பாவும் கந்தையாவும் முன்னே, ஒரு சைக்கிளில், போய்க்கொண்டிருந்தார்கள். "மனுஷி படுக்கையிலை விழுந்திருக்காட்டில் என்ரை சைக்கிளை வித்தி ருக்கத் தேவையில்லை... இனி அப்பிடி ஒன்று எப்ப அவிழ்க்கப் போறனோ?"

"என்ன மாணிக்கம், இன்னும் கடை திறக்கேல்லைபோல கிடக்கு..."

"ஓமண்ணை… இண்டைக்கு எழும்பக் கொஞ்சம் செண்டு போச்சு" மாணிக்கத்தினுடைய மூத்த மகள் முற்றத்தைக் கூட்டிக் கொண்டு நின்றாள். என்ரை பூரணத்துக்கும் இவளோட்டை வயது தானே! ஆனால், அவள் ஒரு விரல் கடை உயரம்… மாணிக்கமும் ஒரு மாதிரி பொடிச்சியின்ரை விஷயத்தை ஒப்பேற்றிப் போட்டுது… நானும் அவள் பூரணத்துக்கு எங்கையாலும் பார்க்க வேணும்… எண்டால் என்னத்தை அள்ளிக் குடுக்கிறது… அது… அது பிறக்க வேண்டிய இடத்திலை பிறக்க வேணும்… அவன் சண்முகம் இப்ப கார்விடப் பழகி இருக்கிறான்… அவனுக்குப் பேசலாம்தான்… வயிரவன் எவ்வளவு கேக்கிறானோ?

2

கொக்குவில் சுருட்டுக் கொட்டில்கள் எதற்காவது பிர மாண்டமான போர்டு பலகை தொங்க விடுவதில் யாரும் காசு செலவிடாமல் இருந்தும்கூட, அனுபவஸ்தர்களுக்குச் சுருட்டுக் கொட்டில்களை இனம் கண்டுபிடிப்பதில் எப்பொழுதும் சிரமம் இருந்தது கிடையாது. ஒழுங்கைக் கரையோடு சோர்வு தட்டி நிற்கும் கதியால்களின் வரிசையில் இருந்து மூக்கைத் தாக்கும் ஒரு நெடி புறப்படுமாயின், வெகு சமீபத்தில் கொட்டில் ஒன்று இருக்க வேண்டுமென ஊகித்து விடலாம்.

கதவைத் தள்ளியபோதே கோண்டாவில் முருகேசுவின் குரல் கேட்டது. ம்… இண்டைக்கும் செண்டு போச்சுபோல கிடக்கு… துண்டை உதறிக் கொடியிலே போட்டுவிட்டுத் தூளை அள்ளி வைத்துக் கசக்கத் தொடங்கினார். நெட்டியும் முட்டியுமாகத் தூள் கரகரத்தது. கோடாத் தண்ணீர் சிறிது தெளித்து, பதம் படுத்தலாம் என்றால் நிறை கூடிவிடும் என்ற பயம் வேறு.

"என்ன முருகேசு… இண்டைக்கு 'டைமன்' தானே?"

"இல்லையண்ணன்! இப்ப 'பிறிளியனுக்கு' கொஞ்சம் பிறியம் வந்திருக்கு; இண்டைக்கு உங்களுக்கும் அதுதான்…"

கந்தப்புவுக்குப் பகீரென்றது. வால் பருத்த அந்தப் புதிய சைஸ் சுருட்டு எப்பொழுதுமே அவருக்கு ஒத்துவந்ததில்லை.

'…தம்பி, சுப்பிரமணியம்… ஒரு றீல் கட்டை எறி மேனை…"

"இந்தா கந்தப்பு… இண்டையான் சைஸ் கொஞ்சம் கவனம்… கையை இழுத்துப் போடும்… காப்பிலை நாலுக்கு வச்சிருக்கிறன்… நேற்றைக்கு இருப்பு அடுக்கிற போதுதான் பார்த்தன்… உன்ரை

கட்டிலை இரண்டு தலைப்பாலே பிரிஞ்சு போச்சு – கொஞ்சம் கண்ணைத் திறந்துவைச்சுப் பிடி காணும்.”

முதல் சுருட்டைச் சுருட்டி வாலைக் கட்டுவதற்கு நூலை வலது தொடையில் தடவியபோது கை மறுபடியும் நடுங்கியது... கந்தப்புவின் வாய் எதையோ முணுமுணுத்தது.

பன்னிரெண்டு மணிக் கோச்சு போனபோதுகூட கந்தப்பு வின் கை படியவில்லை. தூள், வெயிலுக்குக் கரகரவென்று முறுக் கேறிக் கிடந்தது. உள்ளிலை, விரித்த உடனேயே ஓடிந்தது, காப் பிலை, பிசு பிசுவென்று, தலைப்பைப் பூட்டிய மறுகணமே பிரிந்து கொடுத்தது. நூற்று முப்பது, நூற்று நாற்பது தேறும்போலக் கிடந்தது.

வெட்டுக்கார ஆள் – பொடியன்தான் – கொஞ்சம் வேலை தெரிந்தவன் – முதலாளியின் வலது கை – வந்து வெட்டத் தொடங்கியபோதே கந்தப்புவுக்கு உள் நடுக்கம் ஆரம்பித்து விட்டது.

“இதென்ன காணும் தேங்காய்ச் சாக்குப்போல – கண்மண் தெரியாமலே தூளை அள்ளி வைக்கிறீர் – என்ன தொங்கல். இதை ஒருக்கால் பாரும்...!’ கந்தப்புவின் சுருட்டு எல்லோருடைய கண்பார்வைக்கும் அனுப்பி வைக்கப்பட்டது. நாக்கைப்பிடுங்கிக் கொண்டு செத்து விடலாம் போல் தோன்றியது.

ம்... மானங்கெட்ட சீவியம்!

மத்தியானம் பாண்காரன் வந்தபோது கந்தப்பு வழக்கம் போல் அரை றூத்தல் பாண் வாங்கி, முதலாளி வீட்டுக் கோடியில் இரகசியமாகப் பிடுங்கிய இரண்டு மிளகாயுடன், உறைக்க உறைக்கக் கடித்து மென்றார். அந்த வரண்ட தொண்டையில் மிகச் சிரத்துடன் அந்த முறுகிய பாண் இறங்கியபோது ஏனோ அந்தப் பலவீனமான கண்களில் நீர் துளித்தது.

கந்தப்புவால், பசித்தும்கூட, அந்தப் பாண் முழுவதையும் உண்ண முடியவில்லை. அன்றைக்குப் பாரதத்தில் அபிமன்யு வதைப் படலம் வாசிப்பு நடைபெற்றது. அந்தச் சிறுவன் அபிமன்யு வைச் சக்கரவாகமாக எல்லோரும் சுற்றி வளைத்து நின்ற அந்த நேரத்தில் அவன் ‘தந்தையே’ என்று பரிதாபமாக ஓலமிட்ட இடம் வந்தபோது, கந்தப்புவுக்கு உண்மையிலேயே அழுகை வந்தது.

உலகத்திலே எல்லோருமே கௌரவர்போலவும், தான் நிர்க்கதி யாகத் தன்னந்தனியாக நிற்பதுபோலவும் மன ஆழத்தில் நிழ லாடியது.

மனதிலே பிழியப் பிழிய வேதனை கொப்பளித்தது.

பின்னேரம் முதலாளியிடம் கணக்கெழுதுவதற்காக நின்றார் கந்தப்பு.

"என்ன காணும் கந்தப்பு, இதைப் பாரும்... இப்படிப் பிசைஞ்சு வைச்சால் இதை எவன்ரை தலையிலே கட்டிறது... நாலு நாளிலே எனக்குத்தான் திருப்பி அனுப்புவங்கள்."

முதலாளி சுருட்டை இருப்புடன் கலந்தபோது, மெதுவாக ஆனால், கந்தப்புவின் காதில் விழக்கூடிய விதமாக,

"ஊரிலை மற்றவன்ரை கொட்டிலெல்லாம் எரிஞ்சு போச்சோ... என்னோடைதான் ஒட்ட வேணுமெண்டால்..."

முப்பது வருஷமாய்ப் பழக்கப்பட்டுப்போன அந்தக் கொட்டில்கால், புகையிலைப் பாடம், இருப்புப் பெட்டி, காம்புக் குவியல் எல்லாம் அவருடைய கண்களுக்கு மங்கலாகத் தெரிந்தன.

யந்திரம் போல், காப்பிலை நெட்டியை வீசுவதற்காக எழுந்த போது, சுருட்டுக் கட்டும் நூல் அவர் வேட்டி நுனியில் வைராக் கியத்துடன் ஒட்டிக்கொண்டு இழுபட்டது – அவருடைய விசு வாசத்தை நையாண்டி செய்வதுபோல.

படலையைத் திறந்துகொண்டு வெளியே வந்தபோது,

"நாளைக்கு மறுபடியும் இந்தக் கதவைத் தள்ளிக்கொண்டு உள்ளே வரவா? இனியுமா?" என்ற வேதனை ஓலம்தான் ஓங்கி நின்றது.

இரண்டு கிழமைக் கூப்பன் இன்னமும் வெட்டவில்லை... மயிலன் வீட்டிலை வந்து பழிகிடக்கப் போறான்...

வாசிகசாலை கழிந்ததும் நாகம்மாக் கிழவி வழக்கம் போல் 'குடி சுத்துக்கு'க் காத்துக்கொண்டிருந்தாள். காதிலேயிருந்த நாட்டுப் புகையிலைச் சுருட்டை நீட்டிவிட்டு வீட்டுப் பக்கம் வந்ததும் அவரையறியாமலே கால் உள்வாங்கியது.

உள்ளே சின்னாச்சி இருமும் சத்தமும் பூரணம் ஓலை கிழிக் கும் சத்தமும் தெளிவாய்க் கேட்டன.

கிணற்றடியில் கால் கையைக் கழுவிப் போட்டுக் குந்திலே சாய்ந்தார். சின்னாச்சியை 'எப்பிடி இருக்குது' என்று கேட்கவே பயமாயிருந்தது. ஒரே பயங்கரமான மௌன அமைதி அவரை உலுப்பியது.

பசி வயிற்றைக் குடைந்தது.

பூரணத்தில் ஆத்திரம் ஆத்திரமாக வந்தது.

அப்பு வந்து இவ்வளவு நேரமாச்சே என்று எட்டிப் பார்த்தாளா? அவ்வளவுக்குத் திமிர்... ம்.

பசியின் உத்வேகத்தில் கோபம் பொத்துக்கொண்டு வந்தது. பல்லைக் கடித்துக்கொண்டு பொறுத்தார்.

"அப்பு சாப்பிடவாணை"

ஆர்வத்துடன் திரும்பிப் பார்த்தார்; யாரும் இல்லை; வெறும் மயக்கம்.

இவள் எங்கே போட்டாள்; அவ்வளவு இளக்காரமாகி விட்டேனா?

கிணற்றடியை எட்டிப் பார்த்ததுதான் தாமதம்; ஸ்தம்பித்து விட்டார். கோபம் எல்லையைக் கடந்துவிட்டது.

"என்னடி சனியன் – கிணத்தடிக்கு வந்தால் ஏனடி இவ் வளவு நேரம்... அங்காலை ஆரையடி பார்த்து இளிக்கிறாய்... கிசு கிசு எண்டு வளர்ந்திருக்கும் மூதேவி...." அந்தக் குடத்தைத் தூக்கி அவளுடைய மெலிந்த இடுப்பிலே பலம் கொண்ட மட்டும் இடித்தார் கந்தப்பு.

"ஐயோ அப்பு" என்று கத்தினாள் அவள்.

'தொம் தொம்' என்று அதைத் தொடர்ந்து அவள் முதுகிலே அடி உரத்து விழுந்தது.

உள்ளுக்குப் படுத்திருந்த சின்னாச்சி, "ஐயோ! ஏனப்பா அவளைப் போட்டுக் கொல்லுகிறாய்" என்று ஈனஸ்வரத்தில் முனகினாள்.

"சனியன்கள்... பிசாசுகள்...!"

"நீ எங்கேயடா போட்டு வாறாய்"

சின்னவனுக்கு வார்த்தை வரவில்லை. நடுக்கத்திலேயே பாதிச்சொற்கள் செத்துவிட்டன.

“அக்கா... பெரியம்மா... வீட்டை... ஆ!”

“மூதேவி... இரவு இரவாய் வீட்டுக்கு வீடு... சுத்துறாயோ... விளக்கு வைச்சு இவ்வளவு நேரம்... படிச்சியாடா... இதுதான் உன்ரைப் படிப்போ... டேய் இப்படித்தான் படிச்சுக் கொட்டப் போறியோ...”

சின்னவனுடைய பிஞ்சு முதுகு சிவந்துகொண்டிருந்தது.

“அப்பு... என்ரை அப்பு. என்ரை அப்பு, ஆணை அடியாதே... ஐயோ... நோகுது. அப்பு... ஆணை அடியாதே... ஐயோ... நோகுது. அப்பு... என்ரை அப்பு எல்லோ... அப்பு... உன்ரை வேட்டி தோச்சு போட்டனான் அப்பு... உன்ரை வேட்டி தோச்சுப்போட்டனான் அப்பு...”

அவன் இவ்வளவு நேரமும் கையிலே மறைத்து வைத்திருந் ததைக் கீழே தொப்பென்று போட்டு விட்டான்.

பெரியம்மா வீட்டிலே அப்புவுக்கு வாங்கி வந்த மீன்கறி மண்ணோடு கலந்துகொண்டிருந்தது.

3

உள்ளேயிருந்து பெரிய விக்கலும் சின்ன விக்கலுமாக மாறி மாறி வந்துகொண்டிருந்தது. வெளித் திண்ணையில் வியர்வையைத் துடைத்தபடி இருந்த கந்தப்புவுக்கு ஒவ்வொரு விக்கலும் ஈட்டி முனையைப் போல் குத்தியது. உள்ளத்தில் பொங்கிய வேதனை பசியின் வேதனையைக்கூட மறக்கடித்து விட்டது.

சந்திரன் ஏறிக்கொண்டே வந்தான்.

“மோனை கொப்புவைக் கூப்பிட்டு ஏதாலும் குடன்” சின் னாச்சி சிரமத்துடன் முனகினாள்.

உள்ளே பேச்சு மூச்சில்லை.

“எல்லோரும் வர்மம் சாதிச்சால் ஆர் ஆரைக் கேக்கிறது... உங்களைத்தான்... போய்ச் சாப்பிட்டிட்டு விடுங்கோவன்... அவளும் சாப்பிடாமல் கிடக்கிறாள்...”

கந்தப்பு போய்ப் பலகையை இழுத்துப் போட்டுக் குந்தி னார்... பேச்சு மூச்சில்லாமல் சட்டியைக் கழுவிக்கொண்டு வந்து அவர் முன்னே வைத்தாள் பூரணம். அடியிலே ஒட்டிக்கொண்டி ருந்த மயிரை எடுத்து அவளுக்குத் தெரியாமல் வெளியே வீசினார் கந்தப்பு.

இன்னொரு நாளாயிருந்தால் எத்தனை அடி விழுந்திருக் குமோ...

சோறு நல்ல கணக்காய்ச் சுட்டுக்கொண்டிருந்தது. "இதுக்கு மாத்திரம் அந்த மீன் குழம்பு இருந்தால்..." கந்தப்புவுக்கு மனதைப் பிழிந்தது. பூரணம் உடனுக்குடன் அரைத்த மாங்காய்ச் சம்பலுடன் சோற்றைப் பிடித்துச் சாப்பிட்டார்; வாய்க்கு இதமாயிருந்தது... 'பானையிலே சோறு இருக்கிறதா' என்று கேட்க விருப்பமாய்த் தானிருந்தது. ஆனால், பூரணத்தின் முகத்தை நிமிர்ந்து பார்க்கும் அளவுக்குத் தைரியம் பிறக்கவில்லை.

வாயைக் கொப்பளித்து நாலு மிடறு தண்ணீரும் குடித்து விட்டுச் சுருட்டைப் பற்ற வைத்துக்கொண்டு காற்று வாங்க வெளியேபோனார். பனைமட்டை வரித்துப்பிடித்த அந்தக் குசனி யில், மண்ணெண்ணெய் விளக்கின் மங்கிய ஒளியில் அவள் சாப் பிட்டுக்கொண்டிருந்தாள்.

கந்தப்புக்கு பகீரென்றது. பகல் சாப்பிட்டாளோ என்பது கூடச் சந்தேகம்தான். அவள் மறுபடியும், சின்னவன் மத்தியானம் பள்ளியிலிருந்து வாங்கிவந்த பாண் துண்டைத்தான் கண்ணீருடன் மென்று கொண்டிருந்தாள்.

அன்று இரண்டாவது முறையாகக் கந்தப்புவின் கண்களில் நீர் துளித்தது.

4

வெளிக் குந்தில் பாயைக்கொண்டு வந்து போட்ட பூரணம் விர்ரென்று உள்ளேபோனாள். அந்த மௌனமே கந்தப்புவைத் தின்றுவிடும்போல இருந்தது. அவர் வாய்விட்டுக் கேட்பதற்கு முன்பாகவே பூரணம் செம்பும் தண்ணீரும் கொண்டுவந்து குந்தின் ஓரமாக வைத்தாள்.

சின்னவன் வாசல் திண்ணையிலே குப்புறப் படுத்தவன் அப்படியே அழுத கண்ணீர் கன்னத்தில் காய்ந்தபடியே நித்திரை யாய்க் கிடந்தான். அவனைத் தூக்கிப் பாயிலே கிடத்தினாள் பூரணம். கையோடு படலையையும் கட்டிவிட்டு வந்து கை விளக் கைத் தூக்கி மாடாவிலே வைத்தாள். அப்படி வைத்தபோது எதற் காகவோ கந்தப்பு இருந்த பக்கமாகத் திரும்பிப் பரிதாபத்துடன் பார்த்தாள். 'அப்பு படுக்கிறன்' என்ற அர்த்தம் அதில் தொனித்தது.

நாலைந்து முறை கதைக்க உன்னிய கந்தப்பு கதைக்க முடியாமல் தவித்தார். கொடியிலே சீலையொன்றும் காயப்போட்டு இல்லை. இருந்தாலும் 'கொடியிலே போட்ட சீலையை எடுத்து உள்ளுக்கு வை மோனை' என்று கூறுமோ? எதற்கும் நாளைக்கு விடியட்டும் – மனதைத் தேற்றிக்கொண்டார்.

பாயைப் பின்பக்கம் விரித்தாரோ என்னவோ முதுகெல்லாம் குத்தியது. அது போதாதென்று தேகமெங்கும் புழுங்கி அவிந்தது. இடையிடையே, வீசிய காற்று தாராளமாய்ப் புழுதியை அள்ளி இறைத்தது. மண்ணெல்லாம் தேகத்தில் ஒட்டிக்கொண்டு பிசுபிசு வென்றது.

இந்தப் 'பிசு பிசு' நினைவு நல்லூரில் பிரதட்டை பண்ணியதைத்தான் ஞாபகப்படுத்தியது.

"சின்னவனுக்காக எத்தனை நேர்த்திக் கடன் செய்திருப்பன்... பாவம் பிசாசுபோல கண்மண் தெரியாமல் நொறுக்கிப் பொட்டனே... அந்தப் பிஞ்சு முதுகிலே கை விரல் அவ்வளவும்... போய் அவனைத் தடவி... விட்டால். பாவம்... வெறும் மேலுடன்... அந்தப் பொத்தான் பூட்டாத கால்சட்டையுடன் அவன் வாசலில் கிடந்த விதம்..."

பெரியதொரு பெருமூச்சு பீறிக்கொண்டு புறப்பட்டது. அன்று விடிய தமக்கையிடம் தன்னுடைய ஊத்தை படிந்த ஒரே சேட்டைத் தூக்கிவைத்து, "அக்கா உள்வளமோ, பிறவளமோ?" என்று கேட்டது ஞாபகத்திற்கு வந்தது.

அடுத்த கணக்குத் தீர்வையுடன் ஒரு சேட் அவனுக்குத் தைக்க வேணும்.

குந்தில் மேல் சப்பணம் கட்டியிருந்து உள்ளே எட்டிப் பார்த்தார். பூரணத்தின் கால்கள் வாசலையும் தாண்டி வெளியே நீட்டிக் கொண்டிருந்தன. அவளை ஒரு நல்ல இடத்திலே கட்டிக் கொடுத்தால்தான் மனசு கொஞ்சம் ஆறும்... பிறந்த நாளிலே இருந்து என்னாலை அவளுக்கு என்ன சுகம்... மாடாவிளக்கின் ஒளியில் அவள் நித்திரை கொள்ளும்போது அவளுடைய முகம் எப்படி இருக்கும் என சிந்தித்துக்கொண்டிருந்தது அவர் மனம்.

"சின்னவன் மாத்திரம் ஒரு எட்டாவது பாஸ் பண்ணினான் எண்டால் கனகுவைப்போல சங்கக் கடையிலையாவது சேர்த்து விடலாம்..."

பூரணம் புரண்டு படுக்கும் சப்தம்.

என்ன மாதிரி அந்த மெலிஞ்சுபோன இடையிலே இடிச்சன் பாவி!... நாரி முறிஞ்சிருக்குமோ என்னவோ... குமர் எண்டும் பாராமல்... எவ்வளவு வேலையென்று ஒரு நாளைக்குப் பார்க்கிறாள். காலமை வெள்ளன எழும்பி இரண்டு வாளி தண்ணி சுடவைச்சுக் குடுப்பம்... குளிச்சால் தேக நோவு கொஞ்சம் குறையும்.

காற்று மறுபடியும் புழுதியை அள்ளி இறைத்தது.

ஒரு வாளி தண்ணி அள்ளித் தெளித்தால்...

இந்த எண்ணத்துடனேயே கந்தப்பு நித்திரையாகி விட்டார்.

5

"அப்பு"

திடுக்கிட்டு விழித்தார் கந்தப்பு. அந்தத் தீனமான குரல்! யார் கூப்பிட்டது! சின்னவனா? அந்தக் குரலின் உருக்கம் கந்தப்புவை என்னவோ செய்தது; கந்தப்பு இறந்து போய்க் கிடப்பதுபோலவும், சின்னவன் கதறுவதுபோலவும் ஒரு காட்சி. அடுத்து – தனி ரோட்டிலே தோளிலே ஒரு துண்டைப் போட்டுக்கொண்டு சின்னவன் விறுக் விறுக்கென்று நடக்கிறான் – சுருட்டுவதற்குத்தான்.

எங்கோ நாய் ஒன்று ஊளையிட்டது.

நாய் ஊளையிட்டால் யமன் வருவானாமே! தேகம் நடுங்கியது. இருட்டைத் துழாவினார்: அந்த வளைந்த மாங்கொப்பின் அடியில் நிழல்தட்டி மறைந்தது.

மேலே சந்திர ஒளியில் திட்டு திட்டாகத் தெரிந்த மாங்கொப்பு காற்றிலே மெதுவாக அசைந்து கொடுத்தது.

அது அவரை 'வா வா' என்றது.

நான்... நான் செத்துப்போனால் சின்னவன்... பூரணத்தின் கதி...

அன்று மீதி இரவு அவர் உறங்கவே இல்லை; அந்த மாங்கொப்பையே இமைகொட்டாமல் பார்த்தபடி கிடந்தார்.

அது அவரை அன்புடன் 'வா வா' என்று அழைத்துக் கொண்டிருந்ததுபோலப் பட்டது.

◆

ஊர்வலம்

'கொஞ்சம் கெதியாய் நடக்கட்டும்' என்றார் நமசிவாயம். அவர் மனைவி பார்வதி, ஆலத்தி எடுப்பதற்கு இன்னொரு ஆளைத் தேடி உள்பக்கம் ஓடினாள்.

இராகவன், சாந்தினியின் கைகளைப் பற்றிக்கொண்டான். அவள் தனது உடைமை என்பதைப் பகிரங்கப்படுத்த வேண்டும் என்ற நோக்கத்தோடு அவன் அந்த மெல்லிய பூப் போன்ற கரத் தைத் தன் கையினுள் அடக்கிக்கொண்டதுபோலப் பட்டது.

சாந்தினியின் விரல்கள் அவன் விரல்களுடன் பேசவில்லை. அவற்றிலே துடிப்பில்லை. உணர்ச்சி இல்லை.

ஏனோ தெரியவில்லை; உணர்ச்சியில்லாத மரக்கட்டை போன்று அவள் நின்றுகொண்டிருந்தாள்.

ஜன அலையின் மத்தியிலே, அன்னம் போன்று அலங் கரிக்கப்பட்ட அந்த வண்ணக் கார், மெதுவாக ஊர்ந்து வந்து நின்றது. உண்மையிலேயே அன்னப் பட்சி ஒன்று நீந்தி வருவது போன்று அழகாக இருந்தது அது.

சாந்தினி மெதுவாகத் தன் கண்களை வலது பக்கம் ஓட்டி னாள். இராகவனுடைய தோற்றம் வெகு இரம்மியமாக இருந்தது. அவள் நினைத்ததுபோலவே, பட்டு வேட்டி சால்வையில் அவன் வெகு கம்பீரமாக இருந்தான். காதிலே போட்டிருந்த கடுக்கன் அவளுக்குச் சிறிது சிரிப்பை வரவழைத்தாலும், அவனுடைய தோற்றம் அவளுக்கு மிகவும் பிடித்துக்கொண்டது.

மணவறையில், ஓமப்புகையின் மத்தியில் அவளால் எங்கே அவனைப் பார்க்க முடிந்தது?

ஆனாலும் என்னவோ அவளுக்கு உற்சாகம் கரைபுரண்டு ஓடவில்லை. "ஊர்வலம், ஊர்வலம்" என்று எதை ஆவலுடன் எதிர்பார்த்தாளோ, அது இல்லாமலேயே போயிருக்கலாம் என்று தான் அவளுக்கு இப்பொழுது தோன்றியது.

நேற்றுக் காலைகூட அவள் எவ்வளவு கவலைப்பட்டாள். ஊர்வலத்தில் கணவன் பக்கத்தில் எப்படி எப்படியெல்லாம் உட்காரவேண்டும், எப்படி எப்படியெல்லாம் நடக்கவேண்டும் என்று எவ்வளவு கனவு கண்டாள்!

மாப்பிள்ளை காரில் ஏறி உட்கார்ந்துகொண்டார்.

சாந்தினியும் அவர் பக்கத்தில் முட்டியதும் முட்டாததுமாக உட்கார்ந்துகொண்டாள்.

அதைத் தொடர்ந்து வழமைப்படி அந்த ஊர்க் 'குஞ்சு குருமன்' எல்லாம் மாப்பிள்ளை பெண்ணோடு சம உரிமை கொண்டாடிக் காரை நிறைத்துக்கொண்டனர். நமசிவாயம் பட்ட பாடு! அப்பப்பா! குழந்தைகளா அவை? குட்டி எமன்கள்.

எப்படியோ, கடவுள் அனுக்கிரகத்தினால், அவர்கள் மத்தியில் நசுங்கியும் நசுங்காமலும், பிராணாயாமம் செய்துகொண்டு "புதுத் தம்பதிகள்" ஊர்வலத்திற்குப் புறப்பட்டார்கள்.

சாரதி பெருமிதத்தோடு வேக வளர்ச்சிக் கருவியில் காலைப் பதித்தான். அவ்வளவுதான் அந்தப் பிரமாண்டமான ஊர்வலமே நகரத் தொடங்கியது.

இதோ முதல் திருப்பம். இந்த வீடுதானே கமலாவீடு; சாந்தினியின் உயிர்த் தோழி.

சாந்தினியின் கண்கள் மெதுவாக மேலெழும்பி, வேலியில் தெரியும் அடுக்கடுக்கான பொட்டுகளைத் தேடின. கமலா அங்கே தான் நிற்பாள். பாம்பின் கால் பாம்பறியுமல்லவா? ஒரு கண நேரம் சாந்தினியின் கண்களில் ஒளி.

மறுபடியும் பழைய உணர்ச்சியற்ற பார்வை.

கலாசாலையிலே இராகவனுடன் பழகியபோது வெறும் நட்பு என்றுதான் நினைத்தாள். ஆனால், அதுவே, இப்படிக் காதலாகித் தம்பதிகளாக்கியும் விடும் என்று அவள் எதிர்பார்க்க வில்லை.

இராகவனிலும் பார்க்க இராகவனுடைய அறிவைத்தான் அவள் காதலித்தாள். ஆனால், இப்போது இராகவனே அவளுக்குச் சொந்தம் – அவள் உடைமை.

ஏதோ சிரிப்பொலி. குனிந்த தலையைச் சற்றே நிமிர்த்தினாள் சாந்தினி. மணியண்ணைதான் ஏதோ 'பகிடி' பண்ணிக்கொண்டி ருந்தார். ஆனால், அவள், கண்கள் எதிரே இருந்த அரசமரத்தில் போய் நிலைகுத்திக்கொண்டன. அதே அரசமரம்! ஆனால்,

அப்போது மரத்தின் கீழே வெறுமனேதான் பிள்ளையார் இருந் தார்; இப்போது போன்று சிறு கோவில் இல்லை.

இதே கோவிலில் பத்து வருடங்களுக்கு முன்னர் அவளும் அவள் மச்சான் மாணிக்கமும் "மாப்பிள்ளை – பொம்பிளை" விளையாட்டு விளையாடி இருக்கிறார்கள். இன்று –

"சீ! இது என்ன நினைவு? எப்பொழுதோ வயது தெரியாத காலத்தில் பைத்தியக்காரத்தனமாக ஏதாவது விளையாடி இருக்க லாம். அதை வைத்துக்கொண்டு..."

"என்ன? வயது தெரியாத காலமா? ஏன்? இரண்டு வருடங் களுக்கு முன்புகூட, நீ கலாசாலையிலிருந்து விடுமுறைக்கு வந்த போது உன்னுடைய மச்சான் அந்தத் தபால்கார மச்சான் – உன்னைப் பார்க்க வந்தானே.

உனக்கும் தனக்கும் சம்பந்தம் இல்லை என்பது போல் அவன் எட்டி எட்டி நின்றபோது அவனை நீதானே இழுத்து வைத்துப் பேசினாய்!

"என்ன ஒன்றும் கதைக்கிறீர்கள் இல்லை. நான் ஏதோ படிக்கப்போனால்போல உங்களை மறந்து விட்டேன் என்பது அர்த்தமா?"

"முன்னையப்போல 'சாந்தா' என்றுதான் நீங்கள் கூப்பிட வேண்டும். நீங்கள் என்னோடு வித்தியாசமாகப் பழகினால் எனக்குப் பிடிக்கவே பிடிக்காது" என்று சொன்னாயே. அது ஒன்றும் மடைத்தனம் இல்லையா?

"என்ன சாந்தி எவ்வளவு நேரமாக மாப்பிள்ளை இறங்கி நிற்பார். நீ இந்த உலகத்திலே இருந்தால்தானே!"

திடீரென்று சாந்தினி நினைவு வந்து, இறங்கிக்கொண்டாள். இராகவன் கடைக்கண்ணால் பார்த்துச் சிரித்துக்கொண்டான்.

அதே அரசமரத்தடிப் பிள்ளையாரைத்தான் தன் மண வாழ்வில் உறுதியோடு இருக்க அருளும்படி வேண்டிக்கொண் டாள் சாந்தினி.

என்றும் இல்லாமல் அன்றைக்கு அவளுக்கு மச்சானின் நினைவு அடிக்கடி தோன்றிக்கொண்டிருந்தது. அதுவும் அன்பைக் கொட்டும் கணவன் – இன்பத்திலும் துன்பத்திலும் பங்கெடுக்கும் கணவன் – பக்கத்திலிருக்கும்போதே இந்த நினைவா?

அவள் அந்த நினைவைத் தள்ளித் தள்ளி விட்டாள்.

அரச மரத்தைச் சுற்றி வந்தார்கள் இருவரும்.

அதைச்சுற்றி வரும்போதே இனிமேல் அந்த நினைவே வேண்டாம் என்று சங்கற்பமும் எடுத்துக்கொண்டாள்.

ஆனால், அவளுடைய சங்கற்பத்துக்கு முதற் சோதனை யொன்று உடனேயே ஏற்பட்டு விட்டது.

அரச மரத்தின் மூன்றாவது திருப்பத்தைக் கடந்தபோது அவள் உடம்பில் இரத்தம் எல்லாம் பனிக்கட்டியாக மாறி விட்டது.

அப்படியே திகைத்துவிட்டாள்.

'காஸ்லைட்'டின் வெளிச்சம் திட்டுத்திட்டாக விழுந்திருந்த அந்த அரசமரத்தின் அடிப்பாகத்தில் 'மாணிக்கம் – சாந்தினி' என்ற எழுத்துகள் தெளிவாகத் தெரிந்தன.

அவள் அதை வாசித்தாள். தேகத்தில் ஏதோ உதிருவது போன்ற நினைவு. கைகள் நடுங்கின. நெஞ்சை அழுத்திக்கொண் டாள் அவள்.

அந்தச் சம்பவம் ஞாபகத்துக்கு வந்தது. மாணிக்கம் தன் னுடைய பெயரை மட்டும் பொறித்து விட்டுச் சாந்தினிக்கு அதைக் காட்ட ஓடோடியும் வந்து அவளை இழுத்துக்கொண்டுபோனான்.

'மாணிக்கம்' என்ற பெயரைக் கண்டதும் தன்னுடைய பெயரையும் பக்கத்திலேயே எழுதவேண்டும் என்று அழத் தொடங்கி விட்டாள். ஆனால், சாந்தினியின் முதல் எழுத்தான 'சா' என்பதைச் செதுக்கியதுதான் தாமதம் அவனுடைய பேனாக் கத்தி உடைந்துவிட்டது.

அப்பப்பா! அதற்குப் பிறகு அவள் படுத்திய பாடு. அவளு டைய கரைச்சல் தாங்காமல் எப்படியோ மாணிக்கம் மற்றொரு கத்தி சம்பாதித்து வந்து மீதி எழுத்துகளையும் செதுக்கினான்.

அப்பொழுது அவள் அடைந்த ஆனந்தம்!

"சீ! இந்த அரசமரத்துக்கு இருக்கும் நன்றி உணர்ச்சியில் நூறில் ஒரு பங்கு எனக்கு இருக்கிறதா? அன்று எழுதியதை, எழுத்துப் பிசகாமல் இன்றும் வைத்துக் காட்டுகிறதல்லவா? நான் அன்று சொன்ன வார்த்தையை..."

"கடவுளே, கடவுளே, மறுபடியும் மறுபடியும் இதே நினைவு தானா...?"

"பொட்" என்று என்னவோ முதுகில் விழுந்தது சாந்தினி திடீரென்று விழித்துக்கொண்டாள். திரும்பிப் பார்த்தாள். காருக்குள் ஏறியிருந்த குழந்தைப் பட்டாளம் அயரத் தொடங்கி யிருந்தது. அவள் மேல் ரவியன்தான் விழுந்திருந்தான்.

இராகவன் சிரித்துக்கொண்டே "பயப்பட்டாயா?" என்றான். மணப் பெண்ணும் பதில் பேசுவதா? அதைச் சாக்காக வைத்துக் கொண்டு சாந்தினி கீழே குனிந்துகொண்டாள்.

சந்தியிலே கார் நின்றது. பிரதான சந்தியல்லவா? அதிலே ஒரு திறம் 'சமா' வைக்காவிட்டால் ஊர்வலத்துக்கு என்னமதிப்பு? அதிலும் மணியம் அண்ணை முந்தாநாள் சாந்தினி வேண்டி வேண்டிச் சொன்னபடி ஒன்றையாவது தவறவிடாமல் அப்படியே செய்து வந்தார்.

ஆனால், உண்மையில் சாந்தினிக்கு இவையெல்லாம் இப்போது தேவையாக இருந்தனவா?

நாகசுரத்தில் இராகவர்ணனை தொடங்கியது.

நாட்டைக் குறிஞ்சி இராகம் அந்த நாகசுரக் குழாய் வழி யாகப் பிய்த்துக்கொண்டு வந்தது. ஆனால், இந்த இராகத்துக்கு எங்கிருந்து இவ்வளவு சோகத்தன்மை வந்தது? உலகத்துச் சோக இசையையெல்லாம் பிழிந்து சேர்க்கிறானே?

போயும் போயும் இந்த நேரத்தில் இப்படி மனதை உருக்கும் இசையையா இவன் வாசிக்க வேண்டும்?

கணவன் பக்கம் திரும்பினாள் அவள். ஆனால், அவனோ வெகு அமைதியாக, ஆனந்தமாக இராகத்தை இரசித்துக்கொண்டி ருந்தான்.

மனம் ஒரு கணம் 'திக்' என்றது.

இந்தச் சிறு விஷயத்தில்கூட எங்களிடையே வேற்றுமையா!

"தவில் கொஞ்சம் கெதியாய் முடியட்டும். மணி பதி னொன்று ஆகிறது" என்றார் மணியம் அண்ணை.

அவளுக்கு மணியம் அண்ணையை வாழ்த்த வேண்டும் போலத் தோன்றியது.

தூக்கக் கலக்கம். ஜனங்கள் எட்டி நடைபோட்டார்கள். சாந்தினி மெதுவாகத் தலையை நிமிர்த்தி ஆகாயத்தைப் பார்த் தாள். மழை வரும் போல் இருந்தது. நட்சத்திரங்கள் அங்கொன் றும் இங்கொன்றுமாகத் தெரிந்தன.

அருந்ததி நட்சத்திரம் எந்தப் பக்கம் இருக்க வேண்டும். வடக்குப் பக்கம் தானே. ஐயர் அருந்ததி காட்டுவதாகச் சொல்லி வெறும் கூரை முகட்டைத்தானே காட்டினார்.

அதோ தெரிகிறது தூரத்தில் நான் படித்த பாடசாலை. இதோ இந்த வழியால்தானே நான், கமலா, மனோன்மணி எல்லோருமாகப் புத்தகப் பையைத் தூக்க முடியாமல் தூக்கிக் கொண்டு போவோம். அந்த மணல் மேடு இப்பொழுதும் இருக் கிறதா? அதில்தானே நானும் மச்சானும் ஒட்டியபடியே இருந்து கணக்குப் போடுவோம். படம் வரைவோம்; வீடு கட்டி விளை யாடுவோம்.

மறுபடியும் அப்படி விளையாட முடியுமா!

திடீரென்று அவள் மனது கனக்கத் தொடங்கியது. அந்தக் கன்னங்கரிய இருளில் அவள் மச்சானின் உருவம் வந்து முன்னே நின்றது. "சாந்தினி! பத்து வருடங்களுக்கு முன்பு எனக்குக் கணக்கு வருகுதில்லையே" என்று நான் அழுதபோது, என் கண்ணீரை உன் சின்னஞ் சிறு விரல்களால் துடைத்துவிட்டு "நான் காட்டித் தாரேன்" என்றாயே; நீ எனக்கு எத்தனை தரம்தான் கணக்குச் சொல்லியிருப்பாய். ஆனால், என் மூளையில் எதுவுமே ஏறவில்லை.

"அப்பொழுது நீ, 'ஐயோ ஐயோ உங்களுக்கு ஒன்றுமே தெரியாது' என்று என் கழுத்தைக் கட்டிப் பிடித்துக் கொஞ்சுவாயே– உன்னுடைய அந்த அன்பெல்லாம் எங்கே ஒழிந்துவிட்டது?"

"இன்று எங்களைப் பிரித்தது என்ன? உன் பி.ஏ. பட்டம்."

"இந்த ஏழைத் தபாற்காரனை நீ ஏன் நினைக்கிறாய்..."

இது என்ன? இந்த ஊர்வலம் மணியக்காரத் தெருப்பக்கம் திரும்புகிறதே! என்ன? அந்த வீதியாலா போகிறது?

சாந்தினிக்குத் திக்கென்றது.

அந்த மூலை திரும்பியதுமே அந்த ஓலை வீட்டுக் கூரை, கால் ஒடிந்த படலை தெரிகிறதா என்று பார்த்தாள்.

சீ! அவர் ஏன் அங்கு நிற்கிறார்? கல்யாண வீட்டுக்கே வர மாட்டேன் என்றவர். இந்த நட்டநடு நிசியில் நான் ஊர்வலம் போகும் மகத்தான காட்சியைக் கண்டுகளிக்க வந்து நிற்கிறா ராக்கும்.

கார் அந்தக் குடிசையைத் தாண்டும்போது அவள் மனம் படபடத்தது. ஆவலை அடக்க முடியாமல் திரும்பிப் பார்த்தாள்.

அவள் எலும்புக் குருத்துகள் எல்லாம் உறைந்து போய் விட்டன.

தூணோடு தூணாய் அவளையே பார்த்தவாறு – அவன் தான்– அவள் மச்சான்தான் ஒரு அகம்பாவம் பிடித்த பெண்ணைப் பார்க்கிறோமென்ற நினைப்பே இல்லாமல், நின்று கொண்டிருந்தான்.

சொற்ப நேரம்தான்.

இருந்தும் அந்தக் கண்களில் இரண்டே இரண்டு சொட்டுக் கண்ணீர் பளபளத்தது போன்று அவளுக்குப்பட்டது.

சாந்தினியின் கழுத்தைத் திடீரென்று நாகப்பாம்பு ஒன்று இறுக்கத் தொடங்கியது. திடுக்கிட்டுக் கீழே பார்த்தாள் – இல்லை அது அவளணிந்திருந்த பூமாலைதான். தலையை மெதுவாகக் கீழே குனிந்துகொண்டாள் கண்ணீரை மறைக்க.

ஆனால், இராகவன் கண்டு விட்டான்; கண்ணீரை மட்டும்தான்.

"ஏன்! சாந்தினி காஸ் லைட் கண்ணைக் குத்துகிறதா? முன்பே சொல்வதற்கு என்ன?" என்று செல்லமாகக் கடிந்து கொண்டான்.

"வேலு, இந்த லைட்டை தூரக்கொண்டு போ" என்று மாப்பிள்ளை அதிகாரத்தோடு சொன்னான்.

அவனுக்குத்தான் எவ்வளவு அன்பு!

'காஸ்லைட்' வெளிச்சம் தூரப் போகப்போக, அதன் இரைச்சல் அதிகமாகிக்கொண்டே வந்தது.

அவளால் அந்த இரைச்சலைத் தாங்க முடியவில்லை.

'சீ! இது என்ன பிரமை? இந்தப் பேரிரைச்சல் எங்கிருந்து வருகிறது?'

"ஒருவேளை, ஒருவேளை இது என் மச்சான் விடும் பெரு மூச்சோ?"

அவளால் நினைக்கவே முடியவில்லை.

நெஞ்செல்லாம் கனத்தது. அப்படியே நெஞ்சை அழுத்திப் பிடித்துக்கொண்டாள்.

கையிலே ஏதோ தட்டுப்பட்டது.

அது இராகவன் கட்டிய புத்தம் புதுத் தாலி.

◆

ஒரு சிறுவனின் கதை

தூரத்திலே குரல் கேட்டது:

கண்ணாடே, கரையாரே, காக்கணவம் பூச்சியாரே, முன்னூறு முழங்காலைத் தட்டிக்கொண்டு

வ... ரட்... டோ !

அவர்கள் கூகூவென்று சத்தமிட்டார்கள்.

சிறீக்கு உடம்பெல்லாம் சிலிர்த்தது. அவனும் கூவென்று குரல் கொடுத்தான். அவன் குரல் சன்னமாகத்தான் ஒலித்தது. குறுக்கும் மறுக்குமாக எல்லோரும் ஓடினார்கள்.

கைகள், இரண்டையும் கோத்தபடி, சிறீ, பெருவிரலை நிலத்திலே ஊன்றி, எம்பிப் பார்த்தான்.

ஒருவரையும் காணவில்லை.

அவனுக்குப் பயமாயிருந்தது.

அவனும் விரைவில் ஒளித்துவிட வேண்டும்.

தேகமெல்லாம் மெல்லிய கூதல் ஓடியது. அவன் மெதுவாகக் குதித்தான். அவன் கண்கள் மலர்ந்து பார்த்தன. யாருமே அவனுக்குத் துணையாக இல்லை.

சிறீ ஓடினான்.

திரும்பிப் பார்த்துக்கொண்டே ஓடினான்.

அவனுக்கு இளைத்தது. அண்ணாந்து பார்த்தான். கொத்துக் கொத்தாக நாவல் பழம் காய்த்துக் கிடந்தது.

அவன் நாவல் பழம் சாப்பிடமாட்டான். சாப்பிட்டால் பல்லிலே சூத்தை அரிக்கும். ரவியனுக்கு அப்படித்தான் பல்லிலே சூத்தை வந்தது.

சிறீயின் அம்மாதான் அப்படிச் சொன்னாள்.

அவசரமாய் அவன் பொட்டுக்குள் குனிந்தான். குனிந்த போது அவன் சட்டை இறுக்கியது. அது வார்ச் சட்டை.

அவனுக்கு எரிச்சலாக வந்தது.

புறங்கையால் கண்ணை உரசிவிட்டான்.

அது எரிந்தது.

– கட்கடா, கட்கடா, கட்கடா.

சரசக்கா தைத்துக்கொண்டிருந்தாள். அவள் தைக்கும்போது குனிந்தபடி இருப்பாள்; அவனை அவள் பார்க்கவில்லை.

அவன் மார்பு நடுக்கத்துடன் அடித்துக்கொண்டது.

முழங்கைகள் இரண்டையும் மெஷின் தட்டில் ஊன்றி நாடியைத் தாங்கியவாறு, அவன் சரசக்காவையே உற்றுப் பார்த்தான்.

சரசக்காவின் கழுத்திலே பவுடர் இன்னும் அழியாமலேயே கிடந்தது. அது குட்டிகுறா பவுடர். அவனுக்கு அந்த மணம் பிடிக்கும்.

அவனுடைய அம்மா பவுடர் டின்னை எட்டாத உயரத்தில் வைப்பாள். அவனுக்கு கைநிறையப் பவுடர் பூச ஆசை.

சரசக்கா தைப்பதை நிறுத்திவிட்டு அவனைப் பார்த்துச் சிரித்தாள்.

அவன் சொன்னான்:

– சரசக்கா, சரசக்கா, எனக்கு ஒளிக்கிறதிற்கு ஒரு இடம் காட்டுங்கோ:

சரசக்கா அவன் தலையைத் தடவிவிட்டாள். மெஷினுக்குக் கீழே அவனை ஒளிக்கச் சொன்னாள்.

அவனை அவர்கள் கண்டுபிடிக்கவே மாட்டார்கள். அவர்கள் வந்து தேடினாலும் அவன் சத்தம் போடக்கூடாது. இருமல் வந்தாலும் இருமக்கூடாது...

சரசக்காவின் கால்கள் ஆடுவதை அவன் பார்த்தான். அவள் அணிந்திருந்த கிமோனா விலகிய போதெல்லாம் அவளு டைய பாதங்கள் தெரிந்தன. அவை வெள்ளை வெளேரென்று இருந்தன.

அவர்கள் கேட்டார்கள்:

– சரசக்கா, சிறீ வந்தவனே?

அக்கா சொன்னாள்:

– அவன் இஞ்சை வரேல்லை.

சிறீ மகிழ்ச்சியில் அக்காவின் கால்களைக் கட்டிக்கொண் டான். அக்காவின் கால்கள் ஆடாமல் நின்றன.

கீழே குனிந்து அக்கா அவனை எடுத்தாள்.

அக்கா ஒரு கை நிறையச் சிவப்புக் காப்பும், ஒரு கை நிறையக் கறுப்புக் காப்பும் போட்டிருந்தாள்.

அந்தக் கைகள் மெத்தென்று இருந்தன.

அந்தச் சிவந்த உள்ளங்கைகளைத் தொட்டுப் பார்க்க அவனுக்கு ஆசையாக இருந்தது.

அதிலே பிரம்பால் அடித்தால் நீலமாகக் கன்றிப் போகும். வாத்தியார் அடிப்பதற்குக் கையை ஓங்கும்போது அவனுக்கு நடுக்க மாக இருக்கும்.

ஆனால், அவன் கையை அரைவாசியில் இழுக்கக்கூடாது. அடி விழுந்த பிறகு கையைக் கால் சட்டையில் துடைத்துக் கொண்டு மறுகையை நீட்ட வேண்டும்.

வாத்தியார் மூக்குக் கண்ணாடியை நிமிர்த்திவிட்டுக் கூர்மை யாகப் பார்ப்பார்.

என்றாலும் அவன் சொக்குலட் சாப்பிடுவதை அவர் காண மாட்டார். பாதிச் சொக்குலட்டை அவன் ரவியனுக்குக் கொடுத்து விடுவான். சட்டையை வைத்துக் கடித்துத்தான் கொடுப்பான். வெறும் வாயால் கடித்தால்தான் எச்சில்.

அவன் அப்பாவுக்கு கடிதம் எழுதுவான்:

– எனக்கு ஒரு கலப் பெஞ்சில் வேணும், சொக்குலட் ரெண்டு பெட்டி, நாய்ப் படம் போட்ட கலப் பெஞ்சில், வேறொண்டுமில்லை.

அவனுடைய அப்பா யாழ்தேவியில் வருவார். அவனுக்கு அது தெரியாது. ஏனென்றால் யாழ்தேவி நடுச் சாமத்திலேதான் வரும்.

அவன் விழிக்கும்போது அம்மா அவனைத் தனியே கிடத்தி யிருப்பாள்.

தனியாகப் படுக்கிறதென்றால் அவனுக்குப் பயம். பேய் இல்லையென்று அவனுக்குத் தெரியும். வாத்தியார் சொல்லியிருக் கிறார்.

முருக்கமர நிழல்தான் சில வேளைகளில் பேய்போல ஆடும். ஆனால், உண்மையில் அது நிழல்தான்.

இரவில் கடிகாரத்தின் சப்தம் மட்டும்தான் கேட்கும்:

– டக் டிக், டக் டிக், டக் டிக்.

இருட்டிலே இரண்டு கம்பிகள் மாத்திரம்தான் தெரியும். ஒன்று பெரியது, மற்றது சிறியது. இரண்டும் மினுங்கிக்கொண்டி ருக்கும்.

மகேனுக்கு நேரம் பார்க்கத் தெரியும். அவனுக்குத் தெரி யாது. அவனும் மூன்றாம் வகுப்புக்குப் போனவுடன் நேரம் பார்ப்பான்.

பாண்காரன் வருவான். அம்மா பாண் வாங்குவாள். சிறீ பக்கத்திலேயே போய் நிற்பான். பாணை அடிக்கடி தொட்டுப் பார்ப்பான். அது மெல்லிசாகச் சுட்டுக்கொண்டிருக்கும். அவனுக்கு அந்த மணம் பிடிக்கும். சரசக்கா வீட்டுப்பாணையும் அவன்தான் கொடுப்பான்.

அம்மா சொல்லுவாள்:

– இதைச் சரசக்கா வீட்டிலை கொண்டேய் குடு.

அம்மா மீண்டும் கத்துவாள்:

– குடுத்திட்டு அங்கை நில்லாமல் கெதியிலை வா.

அவன் விரைவிலே திரும்ப மாட்டான். அவனுக்குச் சரசக் காவை நிறையப் பிடிக்கும். அவளுடைய முகம் வட்டமாக இருக்கும்.

அதிலே கறுத்த பொட்டு போட்டிருப்பாள்; பெரிய பொட்டு.

அம்மா அவனுக்குக் கறுத்த பொட்டுத்தான் போடுவாள். போடும்போது கன்னத்தை ஆட்டாமல் இருக்க விரல்களால் இறுக்க அழுத்துவாள். அவனுக்கு வலிக்கும்.

பென்சிலைத் தீட்டிவிட்டு கூர் பார்ப்பதற்கு கன்னத்தை உப்பி வைத்து, குத்திப் பார்க்க வேண்டும்.

கல்லுப் பென்சில்தான் நல்லது, உடையாது. மாக்கட்டிப் பென்சில் உடைந்து போகும்.

சோதனைக்கு அப்பா கல்லுப் பென்சில்தான் வாங்கி வருவார். அவன் அதனால்தான் எழுதுவான்.

அவன், தலைக்குமேலே பாணைத் தூக்கிக்கொண்டு ஓடி னான். துள்ளித்துள்ளி ஓடினான். அவன் போட்டிருந்த சட்டை யின் வார் தோளை விட்டு விழுந்தது. அவன் திரும்பவும் எடுத்து விட்டான்; அது மறுபடியும் விழுந்தது.

சரசக்காவைக் கூப்பிட்டுக்கொண்டே ஓடினான்.

பொட்டுக்குள் அவன் குனிந்தான். ஒரு கையை மண்ணிலே ஊன்றிக்கொண்டு அவன் கூப்பிட்டான்.

– சரசக்கா !

அவன் மறுபடியும் கத்தினான்.

– உந்த நாயைப் பிடியுங்கோ !

முழங்காலில் குறுணிக் கற்கள் குத்தின.

கம்பளப்பூச்சி, சிவப்பாக, அழகாக இருக்கும். அதைப் பிடித்துவைத்து விளையாட அவனுக்கு ஆசை. ஆனால், கூடாது. அது சிவபெருமானுடைய எச்சில். பன்ன வேலை அக்காதான் அப்படிச் சொன்னாள்.

– ரத்–தி–னேஸ்–வரி.

– ரத்தினேஸ்வரி.

ரத்தினேஸ்வரி அக்கா கேட்டாள்:

– உன்ரை பேரென்ன?

அவன் சொன்னான்:

– சிறீ.

ரத்தினேஸ்வரி அக்கா அவனை வியப்புடன் பார்த்தாள். மறுபடியும் அவள் கேட்டாள்:

– நீ எங்கை இருக்கிறனி.

அவன் சொன்னான்:

– தலை வாசலுக்கை.

அவர்கள் எல்லோரும் சிரித்தார்கள். ரத்தினேஸ்வரி அக்கா வும் சிரித்தாள்.

சிறீயும் அவர்களுடன் சேர்ந்து சிரிக்க முயன்றான். அவனுக்கு அழுகைதான் வந்தது.

– அவர்கள் எதற்காகச் சிரித்தார்கள்?

ரவி கீச்சுக்குரலில் கத்தினான்:

– கொக்குவில்.

அவர்கள் ஒருவரும் சிரிக்கவில்லை.

ஏன்?

சரசக்கா நாயைப் பிடித்துக்கொண்டு அவனைக் கூப்பிட் டாள். அவன் எழும்பி நின்று முழங்கால் மண்ணைத் தட்டி விட்டான்.

சரசக்கா பாடம் சொல்லித் தருவாள். அவளுடைய உதடுகள் அசைவதையே அவன் பார்த்துக்கொண்டிருப்பான். றம்புட்டான் பழத்தோலை எடுத்துவிட்டதுபோல, அவளுடைய கண்கள் குளுமையாக இருக்கும்.

அவனுடைய தலை பொலிஸ் குறப்பாக வெட்டி இருக்கும். அக்கா மெல்லக் குட்டுவாள். அவன் கணக்குப் பிழை விட்டால் தான் குட்டுவாள்.

அவர்கள் பாடுவார்கள் –

மொட்டைப் பாப்பா,

சட்டி உடைப்பான்.

மூண்டு பானை

கூழ் குடிப்பான்.

அவன் தொண்ணூறு பலாவிலை கூழ் குடிப்பான்; அண்ணை ஆயிரம் பலாவிலை குடிப்பான்; அப்பா தொளாயிரம் பலாவிலை குடிப்பார்.

சரசக்கா திருப்பித் திருப்பிக் கேட்பாள்:

– இருபத்திரண்டிலை ஒம்பதுபோனால் எத்தினை?

அவனுக்கு நித்திரையாக வரும்.

கைவிரல்களைப் பிடித்துப் பார்ப்பான்; கால்விரலையும் சேர்த்தால்கூட இருபத்திரண்டு வராதுபோல இருக்கும்.

சரசக்காவைப் பார்த்து அவன் மெல்லச் சிரிப்பான். கைவிளக்கை வாயினால் ஊதி விடுவான்.

அது மௌனமாக அணைந்துவிடும். சரசக்கா குனிந்து அவனை முத்தமிடுவாள்.

அவன் கையால் முகத்தை மூடுவாள்; அவனுக்கு வெட்கம். தங்கையைத்தான் முத்தமிடலாம்; ஏனென்றால் அவள் அரிவரி; அவன் இரண்டாம் வகுப்பு; அவனை முத்தமிடக்கூடாது. என்றாலும் அவனுக்கும் சரசக்காவைப் பிடிக்கும். ஆனால், கார்த்திகேசு மாஸ்டரைத்தான் அவனுக்குப் பிடிக்காது. அக்கா கார்த்திகேசு மாஸ்டரைத்தான் சடங்கு முடிப்பாள். அவர் அக்காவிடம் அடிக்கடி வருவார்.

சரசக்கா முன்பென்றால் யாரைக் கண்டாலும் ஒளிப்பாள்; எழுத்துக்குப் பிறகு அவருடன் மாத்திரம் கதைக்கலாம். அவன் பெரியவன் ஆனாலும் சரசக்காவைத்தான் சடங்கு முடிப்பதாக இருந்தான்.

இனிமேல் அவன் முடிக்கமாட்டான்.

நாவல் பழம் என்றால் அக்காவுக்கு ஆசை. அவன் நல்ல பழமாகப் பொறுக்கிக்கொண்டு போவான். அவனுக்கு உள்ளே போக வெட்கமாக இருக்கும்.

கார்த்திகேசு மாஸ்டர் உயரமாய், கறுப்பாய் இருப்பார். அக்கா அவரோடுதான் கதைத்துக்கொண்டு இருப்பாள்.

சிறீ கையைப் பின்னுக்கு மறைத்துக்கொண்டு வாசலிலே நிற்பான். கதவு நீக்கலுக்குள்ளால் பார்ப்பான்.

அக்கா அவனைக் கையைக் காட்டிக் கூப்பிடுவாள். ஒரு பழத்தை மாத்திரம்தான் எடுப்பாள்.

– எனக்குக் காணும் சிறீ. நீ கொண்டேய் சாப்பிடு.

அவனை மடியிலே இருத்தக்கூட இல்லை; கன்னத்திலே கிள்ளக்கூட இல்லை.

அவனுக்கு அழுகை அழுகையாக வரும்.

நாவல் பழத்தை அவர்கள் வீட்டுக் குந்திலேயே விட்டெறிவான்.

அக்காதான் அவனுக்கு அளவெடுத்தாள். அது வார்ச் சட்டை. அக்காவுடைய சடங்கு வீட்டுக்கு அதைத்தான் போடுவான். அதிலே சிவப்புப் பொத்தான் எல்லாம் நிறைய வைத்திருக்கும்.

அக்கா அவனுடைய கண் இமையை நிமிண்டிப் பார்த்தாள்; சிறீ அவளை வியப்புடன் அண்ணாந்து பார்த்தான்.

அக்கா அவனுடைய அம்மாவை வேலிக்கு மேலால் கூப்பிட்டாள்.

அவள் சொன்னாள்:

– இவன் சிறீயைத் தொட்டுப் பாருங்கோ, தேகமெல்லாம் ஒரு மாதிரி இருக்கு.

அம்மா அவனுடைய சட்டையைக் கழற்றிப் போட்டு முதுகையெல்லாம் தடவிப் பார்த்தாள். அவளுடைய முகம் கறுத்தது.

சிறீக்குச் சோர்வு சோர்வாக வந்தது. அம்மா அவனைத் தூக்கிக்கொண்டு போய்ப் பாயிலே கிடத்தினாள். பாயிலே பழைய சீலையெல்லாம் விரித்திருந்தது. சிறீ கால்களை முடக்கிக்கொண்டு கிடந்தான்; அவனுக்குப் படுக்கை கதகதப்பாக இருந்தது.

மறுபக்கம் திரும்ப அவனுக்கு ஆசையாகத்தான் இருந்தது. தேகமெல்லாம் நோவாக நொந்தது. அம்மா அவனை ஆட அசையாமல் கிடக்கச் சொன்னாள்.

அப்படிக் கிடந்தால் அவனுக்கு வருத்தம் மாறிவிடும். சரசக்காவுடைய சடங்கு வீட்டுக்கு அவன் போவான். புது வார்ச் சட்டை போட்டுக்கொண்டு போவான்.

சரசக்கா அளவு சட்டை கொண்டு வந்து அவனுக்குப் போட்டுப் பார்ப்பாள்... ஆனால், இப்போது அவனுக்குக் கிட்ட ஒருவரும் வரக்கூடாது. அம்மா மாத்திரம் வரலாம். அம்மா அவனுக்குக் கொதிக்கும் இடங்களில் எல்லாம் வாயால் ஊதி விடுவாள்; அவனுக்குச் சுகமாக இருக்கும்.

முகட்டிலே வேப்பயிலைக்கொத்து செருகியிருக்கும். அது அவனுடைய தலைக்கு நேரே இருக்கும். அம்மாதான் அதை அங்கே வைப்பாள். அவன் அதையே பார்த்துக்கொண்டிருப்பான். அது கண்ணுக்கு வெகு வெகு சமீபத்தில் இருக்கும். அவன் கையை நீட்டுவான்; அது எட்டாது. எது எங்கேயோ தூரத்தில் தெரியும்.

ஒரு மைல். இரண்டு மைல், பத்து மைல், ஆயிரம் மைல், தொள்ளாயிரம் மைல், கோடி லட்சம் மைல்.

அவன் கஞ்சிதான் குடிப்பான்; அவனுடைய பீலிஸிலேதான் குடிப்பான். அவனுடைய பீலிஸ் பச்சை. அண்ணையினுடையது சிவப்பு. அதன் ஓரம் உடைந்திருக்கும். தங்கச்சியினுடையதும் பச்சை; ஆனால், அதிலே, வெள்ளைக்கோடு போட்டிருக்கும்.

தங்கச்சி அவனுடைய பீலிஸை எடுத்தால் அவன் சண்டை பிடிப்பான்.

மணவறையில் இருக்கும் மணியெல்லாவற்றையும் அவன் தங்கை பிடுங்குவாள்; அவனிலும் பார்க்க அவள்கூடச் சேர்த்து விடுவாள்; அவனும் சேர்ப்பான்தான். தங்கைக்குத் தெரியாமல் சேர்ப்பான்.

அக்கா மணவறையில்தான் போய் இருப்பாள். சேலை எல்லாம் உடுத்துப் பெரிய பொம்பிளைபோலத்தான் இருப்பாள். ஆனால், உண்மையில் அவள் சின்னப் பொம்பிளைதான்.

பக்கத்தில் கார்த்திகேசு மாஸ்டர்தான் உட்காருவார். உயர மாய்க் கண்ணாடி போட்டுக்கொண்டிருப்பார்; பெரிய ஸ்டைல்; அவனுக்கு எரிச்சலாக வரும்.

மாப்பிள்ளைக் கார் சோடித்து அலங்காரமாக வரும். அதிலே பச்சை, நீலம், சிவப்பு விளக்குகள் எல்லாம் பூட்டியிருக் கும். மாப்பிள்ளைக் காரிலேதான் அவன் ஏறுவான். அக்கா அவரோடு ஒட்டிக்கொண்டுதான் உட்காருவாள்.

சரசக்காவிடம் ஓட அவனுக்கு ஆசையாக இருந்தது. அங்கே நிறைய ஆட்கள் எல்லாம் இருப்பார்கள். சரசக்கா சிறீயை இழுத்து மடியிலே வைத்துக்கொள்ளுவாள்; அவனுக்கு வெட்கமாக இருக் கும். பறித்துக்கொண்டு ஓடுவான்.

அம்மாவுக்குத் தெரியாமல் அவன் அக்காவிடம் போய்விடு வான். ஆனால், அவனுக்குப் பயமாயிருக்கும். அவன் ஈரத்துக்குள் இறங்கக்கூடாது. அம்மா கண்டால் அடிப்பாள்.

அவனுக்கு ஒன்றுமே இல்லை. மறுபக்கம் திரும்பிப் படுத்தான். நோகவே இல்லை.

ஆனால், அவன் அம்மா இப்படித்தான் நாளைக்கு நாளைக் கென்று சொல்லுவாள். அவனை எழும்பவே விடமாட்டாள்.

எல்லாம் பொய்; மேளச் சத்தம்கூட அவனுக்குத் தெரியும். லைட்மிஷின் சத்தம்கூட அவனுக்குத் தெரியும்.

அவனுக்கு ஆத்திரம் ஆத்திரமாக வரும். அவன் ஒன்றும் கூடப் பார்க்கவில்லை. புதுச்சட்டைகூடப் போடவில்லை.

அவனுக்கு அம்மா முழுக வார்ப்பாள். கோயிலிலேதான் வார்ப்பாள். அதற்குப் பிறகு அவன் மீன்கறி சாப்பிடுவான்; ஈரத்துக்குள் இறங்குவான்.

அவன் எழுந்து உட்கார்ந்தான். இலையான் எல்லாம் அவனைச் சுற்றிச் சுற்றி மொய்த்தன. அவன் அவற்றையே உற்றுப் பார்த்தான்.

அவை சத்தம் போட்டன.

– ஙொண, ஙொண, ஙொண.

சிறீ தன்னுடைய சிறிய கைகளால் அவற்றை விரட்டினான்; அவை திருப்பித் திருப்பி வந்தன.

அவனுக்குக் களைப்பாக இருந்தது. அவன் அக்காவிடம் ஓடுவான்; அம்மாவுக்குத் தெரியாமல் போவான்; அக்காவின் மடியில் ஏறி இருப்பான்; அக்கா சங்கிலியை வாய்க்குள் கடித்துக்கொண்டிருப்பாள், சிறீ இரண்டு விரல்களால் அதைப்பிடுங்குவான்.

பாண்காரனின் மணிச் சப்தம் கேட்டது. நாய் குரைத்துக்கொண்டு ஓடியது.

சிறீயின் நெஞ்சு படக் படக்கென்று அடித்தது. சன்னலுக்குள்ளால் எட்டிப்பார்த்தான் அம்மா குழை ஒடித்துக்கொண்டிருந்தாள்.

சிறீ மெதுவாகச் சொன்னான்:

– ஒரு றாத்தல்.

நிலத்திலே கால் ஊன்ற அவனுக்குக் கூச்சமாக இருந்தது. ஒரு கையிலே பாணை வாங்கிக்கொண்டு அவன் ஓடினான்; திரும்பித் திரும்பிப் பார்த்துக்கொண்டு ஓடினான்.

தூரத்திலே அம்மா கொக்கைத் தடியைப் போட்டுவிட்டு ஓடி வந்தாள்.

அவள் கத்தினாள்:

டேய், சிறீ!

அவள் மேலும் மேலும் கூப்பிட்டாள்:

ஈரத்துக்கை ஓடாதை, இஞ்சை வா !

அவன் கவனிக்காமல் ஓடினான். களைக்கக் களைக்க ஓடினான்.

ஒரு கையால் நிலத்தை ஊன்றிப் பொட்டுக்குள் குனிந்தான்.

அவனுடைய வெறும் முதுகில் சுரீர் என்றது.

குழைக் கம்புடன் அவன் அம்மா நின்றாள்; அவள் மெது வாகத்தான் தொட்டாள்; அவனுக்கு உயிர் போவதுபோல இருந்தது.

அழுகை பொங்கிப் பொங்கி வந்தது.

கீழே விழுந்த பாணை முகர்ந்து பார்த்து விட்டு நாய் திரும்பி ஓடியது.

விம்மி விம்மி அவன் அழுதான்; அவன் மெலிந்த முதுகு எழும்புவதும், விழுவதுமாக இருந்தது. முதுகெல்லாம் எரி எரி யென்று எரிந்தது.

அவனுக்கு விக்கல் மாறி மாறி வந்தது. அப்பா வந்ததும் அவன் கட்டாயம் சொல்லுவான்.

கஞ்சி மணம் அவனுக்குத் தெரியும்; ருசிதான் அது. அவனுக்கு வேண்டாம். அம்மா வந்தால் அவன் குப்புறப் படுக்க வேண்டும்.

விம்மல் படிப்படியாகக் குறைந்து வந்தது. இன்னும் சிறிது நேரத்தில் அவனுக்கு விக்குவது நின்று விடும்.

அம்மா குசினிக் கதவைச் சாத்தும் சத்தம் கேட்டது. மறு படியும் அடக்க முடியாமல் அவனுக்கு விம்மல் பொங்கி வந்தது.

சடக் சடக்கென்று புடவைச் சத்தம் கேட்கும்.

அவன் திரும்பவே மாட்டான்.

◆

அனுலா

நான் ஒரு கர்வியாவதற்குக் காரணம் அவள்தான்; மண்டைக் கர்வம் பிடித்து நான் அலைந்தேன் என்று கூற முடியாது. ஆனால், அகம்பாவம் என்னும் திரை என் கண்களை மறைத்திருந்தது.

என் முகத்திலே கோபத்தைக் கண்டால் அவள் பயப்படு வாள். கண்கள் அங்குமிங்கும் அலைபாயும்.

எனக்கு அதிலே பெருமைகூட.

காதலில் எனக்கு நம்பிக்கை இல்லை. ஆணுக்கும், பெண் ணுக்குமிடையில் இனக் கவர்ச்சி ஏற்படுவது உண்டுதான் – ஆனால், காதல் என்ற தன்மையை நான் என்றுமே நம்பியது கிடையாது.

காதல் சுழலின் மத்தியில் சிக்கி நான் திணறியபோதுகூட 'இது காதல் தானா?' என்ற சந்தேகம் எனக்குக் கடைசி வரையில் இருந்துகொண்டுதான் வந்தது.

ஆனால், அனுலாவுக்கு, அப்படிப்பட்டச் சந்தேகம் ஒரு போதும் இருந்ததாகத் தெரியவில்லை. என்னை மனமார அவள் நேசிக்க விரும்பினாள்; நேசித்தாள். அதனால் ஏற்படக்கூடிய பலாபலன்களைப் பற்றி அவள் சிந்தித்ததாகவே தெரியவில்லை.

எனக்கு மாற்றல் கிடைப்பதற்கு இன்னும் இரண்டு மாதங்கள் தான் இருந்தன. அதன் பிறகு நான் இலங்கைத் தீவின் ஏதாவ தொரு மூலையில் கிடக்கும் போஸ்டாபீஸில் போய் முடங்கி விடுவேன். இன்று நான் குடியிருக்கும் இந்த அறையும் காலியாகி விடும்.

அனுலாவின் மனம்?

அந்தப் பிஞ்சு உள்ளத்தோடு நான் விளையாடினேன். புதிய சோதனைக்கு என்னைத் தயாராக்கிக்கொண்டிருந்தேன்.

காதல் எப்போது உதயமாகிறது என்று யாராலும் கூற முடி யாது என்று சொல்வார்கள். இரவிலிருந்து பகல் பிறப்பது போல் ஏதோ ஒரு கணத்தில் அதுவும் பிறந்து விடுகிறது.

ஆனால், எங்களுடைய காதல் எப்பொழுது பிறந்ததென்று என்னால் கூற முடியும்போல் தோன்றுகிறது.

மத்தியானச் சாப்பாட்டுக்கு மாத்திரம் சில்வா என்னுடன் உட்காரமாட்டார். நான் தனியாகத்தான் உட்காருவேன். எனக் கெல்லாம் அப்போது அவர்களுடைய உணவு நன்றாகப் பழகிப் போய்விட்டது. அனுலா தன்னுடைய கையால் போட்டு வைத்த 'அச்சாறு' இல்லாமல் என்னால் சாப்பிடவே முடியாது.

மேஜையிலே வைத்த பீங்கான் தட்டிலே, அவள் ஒவ்வொன் றாக எனக்குப் பரிமாறினாள். நின்றபடியே அவள் கரண்டியால் எடுத்து வைத்தாள். குனிந்து சாப்பிட்டுக்கொண்டிருந்தவன், என் உள்ளுணர்ச்சி ஏதோ கூறவே, திடுக்கிட்டு நிமிர்ந்து பார்த்தேன்.

வைத்த கண் வாங்காமல் அவள் என்னையே பார்த்துக் கொண்டு நின்றாள். அவளுடைய கண்களில் அன்று என்றைக் குமே இல்லாத ஒருவிதக் கவர்ச்சி ஆட்சி புரிந்து கொண்டிருந்தது.

அவள் மெதுவாகச் சிரித்தாள்.

அந்தச் சிரிப்பு எனக்குப் புதியதாக இருந்தது.

அவ்வளவு காலமும் அவள் ஒரு சிறுமி. திடீரென்று அன்று, அவள் இளமையின் வாயிலில் நின்று என்னை ஆகர்ஷிப்பது போல் பட்டது.

அந்தச் சிரிப்பில் நிறைய அர்த்தமிருந்தது.

நாளுக்கு நாள் அவளுடைய அழகு விபரீதமாக அதிகமாகிக் கொண்டே வந்தது. எப்பொழுது பார்த்தாலும் அவள் ஏதாவது ஒரு புதுவிதத்தில் தன்னை அலங்கரித்துக்கொண்டு என் முன்னே தோன்றுவாள். சில வேளைகளில் அவளுடைய அலங்காரம் சிறு பிள்ளைத்தனமானதாகக்கூட எனக்குப்படும்.

ஆனாலும், அதைக்கூட நான் மகிழ்ச்சியுடனேயே ரசித்தேன். என்னையறியாமல் என் மனம் அவளைப் பற்றிச் சிந்திப்பதை நான் உணரலானேன்; என் அன்பு நிதானமாக வளர்ந்தது.

அப்பொழுதுதான் அவள் அந்தத் தவறைச் செய்தாள். அவளுடைய அன்பு நிதானம் தவறிவிட்டது. ஒரு கணமாவது

என்னைப் பிரிந்திருக்க அவளால் இயலவில்லை. தன் தகப்பனா ருக்குச் செய்ய வேண்டிய கடமைகளைக்கூட மறந்து அவள் என் னுடனேயே ஐக்கியமாகிவிட்டாள்.

என்னுடைய அன்பிலும் பார்க்க அவளுடைய அன்பு அதிகம் என்பதை நான் உணரலானேன். அப்போதுதான் என் னிடத்தே கர்வம் பிறந்தது.

நான் இல்லாமல் ஒரு கணமாவது அவள் வாழ முடியாது என்று நிதர்சனமாக எனக்குத் தெரியத் தொடங்கியதும், சிறிது சிறிதாக அவளை உதாசீனம் செய்யத் தலைப்பட்டேன்.

அவளிடமுள்ள சிறிய குறைகள்கூட எனக்குப் பூதாகாரமாகத் தெரியத் தொடங்கின.

பூப்போன்ற அவளுடைய இதயத்தை அடிக்கடி கொடூர மான வார்த்தைகளால் புண்படுத்தினேன். வேண்டுமென்றே அவள் நெஞ்சம் நோகப் பேசி, அந்த முகம் படும் வேதனையை ரசிக்கத் தலைப்பட்டேன். ஏதோ ஒரு மகிழ்ச்சி எனக்கு அதனால் ஏற்பட்டதுபோலத்தான் தெரிந்தது.

அவளுக்கு என் போக்கு விசித்திரமானதாகப் படவில்லை. என் சுபாவம் அதுதானென்று எண்ணினாள் போலும்; ஒருகுறை யையும் அவள் உணர்ந்ததாகத் தெரியவில்லை. கிடைப்பதோடு திருப்தியடைந்தாள்.

என்னை நேசிக்காமல் ஒரு கணமும் வாழ முடியாது என்பதை வெளிப்படையாகக் காட்டவும் செய்தாள்.

சில்வாவுக்கு, படங்களுக்குச் சாயம் பூசி விற்பதுதான் தொழில். சில வேளைகளில் அனுலாவும் தகப்பனாருக்கு உதவி யாகச் சாயம் பூசுவது உண்டு. அன்றைக்கும் அப்படித்தான் இருந் திருக்க வேண்டும். நான் வரும் நேரமானதும் உள்ளே சென்று கைகளைக் கழுவிவிட்டு எனக்காகக் காத்திருந்தாள்.

எப்படித்தான் கழுவினாலும் அந்த நிறம் கையிலிருந்து இல குவில் போய்விடுமா?

அவள் வாசல் வரையில் ஓடோடியும் வந்து என் முன்னே நின்றாள்; என்னைப் பார்த்துத் தன்னுடைய மகிழ்ச்சி முழுவதை யும் கொட்டிப் புன்னகை பூத்தாள்.

நான் கண்களைக் கடுமையாக வைத்துக்கொண்டு, "இது என்ன நாற்றம் – சாயம் பூசினாயா?" என்று அருவருப்புடன் கேட்டேன்.

அவள் முகம் கூம்பிச் சிறுத்தது. அந்த மெல்லிய இருதயத்தை வேதனை செய்வதில் ஏனோ எனக்கு மகிழ்ச்சியாக இருந்தது.

ஆனால், அவளுடைய துக்கம் என்றுமே நிலையானதல்ல. என்னிடமிருந்து ஒரு சிறு புன்சிரிப்பு கிடைத்தாலும் போதும், அவள் தன் கவலைகள் எல்லாவற்றையும் உதறிவிட்டு என்னிடமே சரண் புகுந்துவிடுவாள்.

நாணப்படக்கூடத் தெரியாத அவள், தன் குழந்தைப் பிள்ளை சுபாவத்தினால் மாத்திரம் என்னைக் கவர்ந்து விட்டாளா?

நான் சாய் மனையில் படுத்து ஏதோ படித்துக்கொண்டிருந் தேன். அவள் வந்து ஒரு பக்கத்துச் சட்டத்தில் சாய்ந்துகொண்டு, தானும் ஏதோ வாசிப்பதுபோல் தனக்குத் தெரிந்த ஒன்றிரண்டு தமிழ்ச் சொற்களையே திருப்பித் திருப்பிச் சொல்லிக்கொண்டிருந் தாள். அவள் தமிழ் பேசுவது அழகாக இருக்கும். ஆனாலும் அவள் அடிக்கடி அப்படிக் குனிந்து வாசித்தபோது, அவளுடைய நீண்ட பின்னல்களிலொன்று என் மார்பில் விழுந்து கூச்சத்தைக் கொடுத்தது.

எனக்கு அவளைக் கோபமாகப் பார்க்க விருப்பம் வர வில்லை. நிமிர்ந்து அவளைப் பார்த்தேன், அவள் பயந்துவிட்டாள். அவள் பயப்படும்போதுகூட ஓர் அழகு. அந்த அழகை ரசிப் பதற்குத்தானா நான் அவளை அடிக்கடி கோபித்திருக்கிறேன் என்றே நான் நினைப்பதுண்டு.

பயத்துடன் அவள் என்னையே பார்த்துக்கொண்டிருந்தாள். தன் கண்களை அவள் எடுக்கவே இல்லை.

"அனு போகிறாயா, இல்லையா?"

அவள் என்னைப் பரிதாபமாகப் பார்த்தாள். கண்கள் குள மாகின. எனக்கு இரக்கமாக இருந்தது.

என்ன நினைத்துக்கொண்டேனோ, "அனு, ஒரு பாட்டுப் பாடு" என்றேன்.

நான் எதற்காகப் பாடச் சொன்னேன் என்று எனக்கே தெரி யாது. பாடச் சொல்லிக் கேட்டதும் அவள் வெட்கத்துடன் மௌனம் சாதிப்பாள் என்றுதான் நினைத்துக்கொண்டேன்.

ஆனால், நான் சொல்லி வாய் மூடுமுன் திடீரென்று அவள் பாட ஆரம்பித்தாள். அவ்வளவு நாளும், எனக்கு, அவளுக்குப் பாட்டு வரும் என்றுகூடத் தெரிந்திருக்கவில்லை.

எனக்கு முன்னால் நிமிர்ந்து நின்று, பள்ளிப் பிள்ளைகள் வாத்தியாருக்குப் பாடம் ஒப்பிப்பதுபோல, அடக்க ஒடுக்கமாக, அவள் பாடிக்கொண்டிருந்தாள்.

'நான் ஒரு ராசா மகள்' என்று ஆரம்பிக்கும் ஒரு சிங்களப் பாடல் அது.

'எங்களிடம் ஆயிரம் யானைகள் இருந்தன.

ஆயிரம் குதிரைகள் இருந்தன.

ஏராளமான செல்வம் இருந்தது.

எங்கள் புகழ் எங்கெல்லாமோ பரவியது;

இருந்தும் என்ன?

இன்று எங்கள் செல்வமெங்கே, புகழ் எங்கே?' என்று தொடர்கிறது அந்தப் பாட்டு.

என்னுடைய மனமானது அனுலாவை ராசா மகளாகக் கற்பனை செய்து பார்த்தது. நான் அந்தச் சிந்தனைகளில் மூழ்கி யிருந்தபோது, பாட்டு முடிந்ததுகூட எனக்குத் தெரியவில்லை.

அவள் ஓர் அடி முன்னுக்கு வந்து 'பாட்டு எப்படி இருந் தது?' என்ற பாவனையில் நின்றாள்.

நான் திடுக்கிட்டு விட்டேன்.

அவளுடைய கன்னத்தை மெதுவாகத் தட்டி, "உன்னைப் போலவே உன் பாட்டும் அழகாக இருந்தது" என்றேன்.

அவள் மனம் சந்தோஷப்படும்படியாக நான் செய்தது அது ஒன்றுதான். மகிழ்ச்சியால் அவள் பூரித்துப்போனாள்.

மாற்றல் உத்தரவு வந்துவிட்டது. சில்வாவிடம் அதைக் கூறும்போதே அனுலா கேட்டிருக்க வேண்டும்.

"அனு"

அவளைக் காணவில்லை. வெளியே வந்து தேடினேன். எதிர் பார்த்தபடியே அவள் அந்த "மொற" மரத்தின் கீழிருந்து அழுது கொண்டிருந்தாள். அந்த மரம் ஐந்து வருடங்களுக்கு ஒருமுறை தான் காய்க்குமாம். அடுத்த வருடம் அது காய்ப்பதாக இருந்தது. எனக்கு அந்தப் பழத்தைப் பறித்துத்தர வேண்டுமென்று அவளுக்கு எத்தனை ஆசை.

அனுவை அழவேண்டாம் என்று நான் சொல்லவில்லை. அப்படி நான் கூறியிருந்தால் ஒருவேளை உடனேயே அழுகையை நிறுத்தியிருப்பாள். அழுவதற்குக்கூட அவள் என்னிடம்தான் உத்தரவை எதிர்பார்த்தாள்.

"அனு"

முகத்தை மூடியிருந்த கைகளை மெதுவாக நீக்கி அவள் என்னைப் பார்த்தாள்.

"அனு, நான் எப்படியும் போகத்தானே வேண்டும்."

"அப்போ நானும் வருகிறேன்."

"நீயா?"

"ஏன், வந்தால் என்ன?"

அனு விளையாடவில்லை; உண்மையைத்தான் பேசினாள்; 'வா' என்றால் வரத்தான் செய்திருப்பாள்.

"அனு, நீ என்ன குழந்தையா?"

அப்போது அவள் தன் முகத்தை நிமிர்த்தி என்னைப் பரிதாபகரமாகப் பார்த்தாள். அந்தப் பார்வையில் அடக்கமுடியாத துயரம் தொனித்தது.

"உண்மையிலேயே என்னை விட்டுப் போகிறீர்களா?" முதன் முறையாக அவள் விக்கி விக்கி அழலானாள்.

அவளுக்கு என்னுடைய முடிவு மிகமிக ஆச்சரியத்தைக் கொடுத்திருக்க வேண்டும்.

என்னுடன் அதற்குப் பிறகு அவள் பேசவே இல்லை; நேரே போய்ப் படுத்துக்கொண்டாள்.

அடுத்த நாள் காலை பெட்டி படுக்கைகளை நான் அடுக்கிக் கொண்டிருந்தேன். அனுலா கைகள் இரண்டையும் பின்னுக்குக் கட்டியபடி மெதுவாக நடந்து வந்தாள். ரகசியமாக என் பெட்டிக் குள் எதையோ வைத்துவிட்டு என் முகத்தையே ஆர்வத்தோடு பார்த்தபடி நின்றாள்.

"அனு, இது என்ன?"

போன கண்டிப் பெரஹராவின்போது அவள் வாங்கிய ஒரு சிறிய புத்தர் சிலை; யானைத் தந்தத்தினால் செய்தது, எவ்வளவு ஆசையாக அதை வாங்கினாள். எனக்கு அதைப் பெற்றுக்கொள்ள மனமே இல்லை; ஆனால், அவளுடைய கண்களைப் பார்த்ததும் என் முடிவை மாற்றிக்கொண்டேன்.

"இனிமேல் இங்கே வரவே மாட்டீர்களா?"

எனக்கு அவள் முகத்தைப் பார்க்க இரக்கமாக இருந்தது.

"அனு, உன்னைப் பார்க்காமல் இருப்பேனா – நீ 'கிரிபத்' செய்து தருவாயல்லவா?"

நான் கடைசியாக விடைபெற்றபோது அவள் திக்கித்திக்கி, என் காதோரமாக முகத்தை வைத்து 'என்னிலே உங்களுக்கு ஆசை யில்லையா' என்று கேட்டாள்.

அப்போதுகூட அவள் முகத்தில் நான் நாணத்தைக் காண வில்லை.

அவளுடைய அன்பு ஆழமானதில்லையா? இல்லாவிட்டால் எப்படிச் சிரித்தபடியே அவளால் விடைகூற முடிந்தது?

ஆனால், அவளை விட்டுப் பிரியவேண்டும் என்ற விசித்திர மானதோர் ஆவல் என் அடிமனத்தில் நெடுநாளாக உறைந்து கொண்டுதானிருந்தது. பிரிவின் வேதனையை உண்மையிலேயே நான் அனுபவிக்க வேண்டுமென்ற தணியாத ஆசையாகத்தான் இருக்க வேண்டும்.

ஆனால், ஆசை இருந்த அளவுக்கு அதைத் தாங்கும் சக்தி எனக்கு இருந்ததாகத் தெரியவில்லை. எந்நேரமும் என் மனத்தை அனுலாவின் வேதனை நினைவுதான் நிறைத்துக்கொண்டது. ஒரு காரியமும் என்னால் செய்ய இயலவில்லை. பைத்தியம் பிடித்து விடுமென்ற நிலையில் இருந்தேன்.

என் வேதனையே இப்படியென்றால் – அனு – அவள் பிஞ்சு உள்ளம் இதைத் தாங்குமா?

நானே ஏற்றுக்கொண்ட சுமையை நான் சுமக்க முடியாமல் தவித்தேன்.

அனுலா தூணோடு உட்கார்ந்து முழங்காலைக் கட்டிக் கொண்டு, பாடிக்கொண்டிருக்கிறாள்.

"நான் ஒரு ராசா மகள்..."

மிரண்டு பார்க்கும் அவளுடைய விழிகள் என்முன்னே வந்து நின்றன. பயத்தைத் தவிர அவள் என்னிடம் வேறு எதைக் கண்டாள்?

என் நீண்டகால வாழ்க்கையில் அனுலா ஒரு குமிழ் என்று ஒதுக்கிவிடத்தான் நான் நினைத்தேன். ஆனால், என்னுடைய

வாழ்க்கையே அவள் என்று நிலைமை மாறிவிட்டது. அனுலா இல்லாத ஒவ்வொரு கணமும் வேதனைதான் என்பதை உணர லானேன். "அனு", "அனு" என்று என் மனம் அவளையே நினைத்துக்கொண்டது. தோல்வியை ஒப்புக்கொள்ள அவமான மாக இருந்தது.

என்னுடைய கர்வமெல்லாம் எங்கே?

மனதிலே மிகப்பெரிய பாரம் அழுத்திக்கொண்டிருந்தது.

தூரத்தில் வரும்போதே, ஆவல் தேம்பிய என் கண்களில் அனுலா தென்பட்டுவிட்டாள்.

கால்கள் இரண்டையும் மடித்து, உட்கார்ந்திருந்தாள்! என் நிழல்தான் முதலில் விழுந்திருக்கவேண்டும்; திடுக்கிட்டுத் திரும்பிய அவளுடைய கண்கள் அப்படியே நிலைகுத்தி நின்றன. அடுத்த கணம் இனந்தெரியாத சோகம் அந்த முகத்தைக் கப்பியது.

அவள் உள்ளே ஓடி விட்டாள்.

ஏற்கனவே சாயம் பூசிய படங்கள் சில வெயிலிலே காய்ந்து கொண்டிருந்தன. தூரத்திலே, எமக்கு மிகவும் பழக்கமான அந்த 'மொற' மரம் ஒன்றிரண்டு பூக்களை உதிர்த்தபடியே நின்று கொண்டிருந்தது. கொடியிலே சில்வாவின் சாரம் – அதே பழைய சாரம்தான் – காய்ந்துகொண்டிருந்தது.

அனுலா வரவில்லை.

"அனு"

என் குரலில் அப்போதுகூட, அன்பிலும் பார்க்க அதிகாரந் தான் நிமிர்ந்து நிற்பதாகப்பட்டது. உள்ளே போனேன். அவள் கையிலே உள்ள சாயத்தை மண் தேய்த்துக் கழுவிக்கொண்டிருந் தாள்.

"அனு"

அவள் நிமிர்ந்துகூடப் பார்க்கவில்லை.

"அனு, கோபமா?"

அவள் மெதுவாகத் தலையை நிமிர்த்தி அசைத்தாள். அவளுடைய இயல்பான புன்னகை அப்போதுகூடத் தோன்ற வில்லை.

"அப்பா எங்கே?"

"புது டவுனுக்குப் போயிருக்கிறார்"

கேள்வியும் பதிலுமாகத்தான் இருந்தது. பழைய பிடிப்பு இப்பொழுது இல்லை.

என்னுடைய அந்தப் பழைய அனுலா எங்கே?

'கிரிபத்தின்' நறுமணம் மெதுவாக மிதந்து வந்தது. நாலு தாள்கள் கிழிக்கப்படாமல் காலண்டர் தொங்கிக்கொண்டிருந்தது. அந்தப் புத்தர் சிலை இருந்த இடம் இப்போது வெறிச்சென்றிருந்தது.

மேசையிலே, சில்வாவுக்கு வந்த கடிதம் ஒன்று, உடைக் காமலே கிடந்தது.

"அனு, விளக்கைக் கொளுத்தவில்லையா?..."

கைவிளக்கை ஏற்றிக்கொண்டு வந்து மேசை மேலே வைத்து விட்டு, அவள் தூரப் போய் நின்றாள்.

சிறிது அழுக்குப் படிந்த மேற்சட்டை; இடையிலே விசிறிக் கொய்யகம் வைத்து உடுத்திய சேலை; சோகம் கவிந்த முகம்; அந்த நிலையிலுங்கூட அவள் சிகிரியா சித்திரத்தைத்தான் எனக்கு நினைவூட்டினாள்.

முதன் முறையாக அனுலாவின் முன்னிலையில் நான் அவஸ்தைப்பட்டுக்கொண்டிருந்தேன். என்னால் அதிகாரம் செய்ய வும் முடியவில்லை; பணிந்து போகவும் இயலவில்லை.

பரிதாபமாக அவளையே பார்த்தபடியிருந்தேன். அவள் முகத்தைப் பார்க்கக் கூடியதாக விளக்கை எடுத்து வைத்தபோது ஏனோ எனது கை சிறிது நடுங்கியது.

"நான் வந்தது உனக்குப் பிடிக்கவில்லையா?"

அவள் முகம் சிறுத்துக் கறுத்தது; மௌனமாகக் குனிந்தாள்.

"அப்பா என்னைப் பியதாசாவுக்குப் பேசுகிறார்..."

என் மனமானது இதற்கு முன் ஒருபோதும் அடைந்திராத ஒரு வேதனையை அந்தக் கணத்தில் அனுபவித்தது. அனுலா இன்னொருவனுக்கு வாழ்க்கைப்படுகிறாள், என்பதையே என்னால் நினைக்க முடியவில்லை. என்றாலும்கூட அடிமனத்தின் தளத்திலே ஒருவித நிம்மதி நிலவியதையும் என்னால் உணர முடியாமல் போக வில்லை.

அனுலாவைப் பார்த்தேன். மங்கிய விளக்கின் ஒளியிலே அவள் கண்கள் பளபளத்தன. அவள் பொல பொலவென்று கண்ணீர் உகுத்த நாட்களைப் போல் இதையும் என்னால் உதா சீனம் செய்ய முடியவில்லை. அந்த ஒரு சொட்டுக் கண்ணீரே என் இதயத்தைத் தகர்த்துவிடும்போலப்பட்டது. அவள் அழுவதை நான் விரும்பவில்லை. பழைய அனுலாவாயிருந்திருந்தால் அந்தக் கண்ணீர் என்னை ஒன்றும் செய்திருக்க முடியாது.

ஆனால், என் முன்னே நின்ற அனுலாவின் கண்ணீரைத் தாங்க என்னுடைய இதயத்தில் வலுவில்லை.

"அனு! அந்தப் பாட்டைப் பாடுகிறாயா?"

அவள் மௌனமாக இருந்து விட்டாள். அந்தப் பிடிவாத மான மௌனத்தை என்னால் தாங்க முடியவில்லை.

நான் பாடச் சொன்னபோது முழு மனத்தோடு அவளைக் கேட்காதுபோனாலும்கூட என் வேண்டுகோளை அவள் நிராகரித் தாள் என்றிருக்க என் மனம் ஒப்பவில்லை.

"அனு எனக்காகப் பாடமாட்டாயா....?"

அவள் ஏதோ சொல்ல விரும்பினாள்; உதடுகள் மாத்திரம் படபடவென்று துடித்தன.

"இன்னும் எத்தனை நாளைக்கு உன்னிடம் இப்படி யாசிக்கப் போகிறேன்?"

அவளுடைய வலது கையின் நீண்ட விரல்கள் என் வாயை மெத்தென மூடின.

சாயத்தின் மெல்லிய நாற்றம் மூக்கிலே இலேசாகப்பட்டது.

படங்கிலே இருந்து இழையை ஒவ்வொன்றாகப் பிய்த்தபடி அவள் மெதுவாகப் பாடத்தொடங்கினாள்.

"நான் ஒரு ராசா மகள்!"

அவள் பாடிக்கொண்டு போகும்போது துடிக்கின்ற விளக் கின் ஒளியில் அவள் கண்களையே பார்த்துக்கொண்டிருந்தேன். அவள் பாடலின் இறுதி வரிகளுக்கு வந்தபோது உலகத்துச் சோக இசையெல்லாம் அவள் குரலில் இழைந்துவிட்டதாகத்தான் எனக்குப்பட்டது.

"நான் அணியும் நகையெல்லாம்

பித்தளைதான் – பொன்னல்ல;
நான் உடுத்தும் சேலையெல்லாம்
கிழிந்தவைதான் – பட்டல்ல
என்றாலும்கூட–
என்னைப் பார்த்துச் சிரிக்காதே,
தெருவிலே போகிறவனே!
நான் ராசா மகள் –
நான்... நான்...."

அந்தக் கடைசி வரிகளை அவள் பாடவே இல்லை. அதற்குப் பதில் ஒரு மெல்லிய விக்கல்தான் அவளிடமிருந்து வெளிப்பட்டது.

விளக்கு எப்போது அணைந்தது?

ஒரு துளிகூட காற்று வீசவில்லையே.

◆

சங்கல்ப நிராகரணம்

'சனி, ஞாயிறுடன் ஒட்டிக்கொண்டு எங்கே ஒரு விடுமுறை தினம் வரும், யாழ்ப்பாணம் போய் வருவதற்கு' என்று கொழும் பில் இருந்து ஏங்கும் அநேகரில் நடேசனும் ஒருத்தன். பிரிவென் னும் கொடிய வேதனையின் எல்லைக்கோட்டிலே அவன் நின்று கொண்டிருந்தான். இப்படியான வேதனையை அவன் இதற்குமுன் அனுபவித்தது கிடையாது.

கடிதங்கள் எழுதத்தான் செய்தான். கடிதங்களா அவை? அவ்வளவும் கண்ணீரின் கருவூலங்கள்; இதயத்தின் துடிப்புகள்.

ஆனால், கடிதத்தில் மாத்திரம் காதல் வாசகம் எழுதி மனை வியை எத்தனை நாளைக்குத்தான் திருப்தி செய்ய முடியும்?

'அவள் பேதை; மணம் முடித்து எதைத்தான் கண்டாள்; கனவுலகில் நிழலுருவத்தின் அசைவு போன்று எங்கோ அரையும் குறையுமாகப் பழகிக்கொண்டோம்; மனம் விட்டு எங்கே பேசி னோம்.'

நாணத்துடன் அவன் முன்னே நின்று, பின்னலை வாயி னால் கடிக்கும் அவள் இப்படியெல்லாம் எழுத எங்கே கற்றுக் கொண்டாள்?

"உங்கள் முகத்தை நான் பரிபூரணமாக ஒரு முறைகூடப் பார்த்தது கிடையாது; நீங்கள் சிரிக்கும்போது உங்கள் கன்னங் களில் அழகுக் குழி விழுமாமே அதைக்கூட நான் ஆசை தீர அனுபவித்தது கிடையாது; இருந்தும்...

"நான் உங்கள் மனைவி, ஊரார் முன் உங்கள் உடைமை யென்று பகிரங்கப்படுத்தப்பட்டவள் – நினைக்கவே எனக்கு வெட்கமாயிருக்கிறது..."

ஒவ்வொரு வார்த்தையும் பழுக்கக் காய்ச்சிய ஈட்டியை இதயத்தில் செருகுவது போன்று இருக்கும்.

ஆனாலும் என்ன, அவன் அதிர்ஷ்டம்!

அதிர்ஷ்டம் எத்தனையோ பேருக்கு, எத்தனையோ உருவங்களில் எதிர்ப்படுகிறதுதான். ஆனாலும் அவனுக்கு அடித்த அதிர்ஷ்டம்!

மணம் முடித்த மறுநாளே, ஆங்கிலத்தில் அழகாக உச்சரிக்கப்படும் 'ஹனிமூன்' உல்லாசப் பிரயாணத்திற்குப் புறப்பட்டான்.

ஆனால், கொழும்பில் அவர்கள் கால்வைத்தபோது அது கொழும்பு நகரமாகவே இல்லை. எங்கும் ஒரே கலவரம்; வெறி; இனவெறி.

மக்களை மக்கள் அடித்துக் கொன்று கொண்டிருந்தார்கள். பூமிதேவி இந்த அக்கிரமம் சகியாது மனம் நொந்து உதிர்த்த கண்ணீர்த் துளியே போன்று கொழும்பு மாநகரத்தின் தெருக்கள் எல்லாம் இரத்தத் துளிகள் சிந்தின.

கீழே ஒரே கரடு முரடான தரை; மேலே அகன்று விரிந்த வானம். யாரும் அத்துமீறி உள்ளே பிரவேசித்து விடாதபடி பலமான பொலீஸ் பந்தோபஸ்து.

சுற்றிலும் ஒரே 'ஜே, ஜே' என்ற ஜனக் கூட்டம்; அவர்கள் மத்தியில் அவளும் அவனும், கவிகளால் வர்ணிக்கப்படும் அந்த முதல் இரவும். உள்ளத்தை ஊடுருவும் பார்வை ஒன்று அவன் இதயத்தின் ஆழத்தில் இருந்து புறப்படும்.

சிரமத்துடன் வெளிவரும் ஒரே ஒரு நீர்த்துளி அவள் இதயத்துக் கனவுகள் அனைத்தையும் நிர்மூலமாக்கும்.

தொடர்ந்து பத்து நாட்கள். அகதிகளுடன் அகதிகளாக அவர்கள் செத்தார்கள்.

அரைகுறை தாடி மீசையுடன் அவனும் சிக்குப் பிடித்த தலையுடன் அவளுமாக, மறுபடியும் கப்பல் வழியாக யாழ்ப்பாணத்திற்குப் புறப்பட்டபோது, காதல் செய்ய வேண்டும் போலவா தோன்றியது!

வெட்கத்துடன் ஊர் மண்ணிலே கால்வைத்தபோது வேலைக்கு வந்து விடும்படி ஓர் அவசரத் தந்தி ஏற்கனவே வந்து கிடந்தது.

மறுபடியும் கொழும்பு மாநகரம்!

2

கமலிக்கு இருட்டியதுகூடத் தெரியாது. மார்பிலே, நடேச னுடைய கடிதம். அந்த நீண்ட கடிதம், விரித்தபடி கிடந்தது.

பார்த்தது, பார்க்கிறது எல்லாமே சோகத்தின் பிரதிபலிப்பு களாக, துடிப்புகளாகவே அவளுக்குத் தென்பட்டன.

இதயத்தில் எல்லாமே இழந்துவிட்டது போன்ற ஏதோ ஒரு வேதனை. அதன் ஊடே நிழலாடியது இனந்தெரியாத ஏதோ ஒரு இன்பத்தை இழந்துவிட்டோமென்ற துடிப்பு.

'விமலா சொன்னதெல்லாம் உண்மையா?'

'சீ... இப்பிடித்தான் எல்லோரும் வாய்விட்டுப் பேசுவின மாக்கும்!'

'கமலி! உண்மையைச் சொல்லு. நடந்து வரும் காலடி ஓசை ஒன்றை வைத்தே உன்னுடைய கணவரை நீ தெரிந்துகொள்ள ஏலாதா?'

'விமலா என்னைப்போல மடைச்சி இல்லை; நான்தான் இருக்கிறனே, பேருக்குக் கல்யாணம் என்று பண்ணிக்கொண்டு.

'அவளைப் பார்; அவளுக்கு என்ன வயது? நான் சேலை உடுத்த ஆரம்பித்தபோது அவள் பாவாடைகூடக் கட்டவில்லை.

'கால் பெருவிரல் மாத்திரம் போதுமாமே அவரை இனம் கண்டுபிடிக்க. அவருடைய சுவாசம்கூட எவ்வளவு கதகதப்பாக இருக்குமென்று தனக்குத் தெரியுமாமே... சுவாசம் மாத்திரமா?... சே... இன்னும் அவள் நித்திரையாக இருந்தால் அவளை அவர் தொட்டு எழுப்புவதே கிடையாதாமே... குனிந்து... உதட்டிலே... ச்சீ...'

'என்னைப்பற்றி அவள் என்ன நினைத்திருப்பாள் – வேறு என்ன நினைத்திருப்பாள் – பரிதாபப்பட்டிருப்பாள்.'

பாலனுடைய விக்கல் இன்னமும் கேட்டுக்கொண்டுதானி ருந்தது. ஏற்கனவே இருண்டுவிட்டது. கைவிளக்கை ஏற்றி மேசை மேலே வைத்தாள் கமலி.

"தலையைத் தூக்கு பாலன்; அழுதது போதும். மண்ணெண் ணெய் விளக்கு தட்டுப்பட்டுதெண்டால் போதும்."

"மாட்டன். அப்பிடித்தான் கிடப்பன்!" பெற்றோர் கல்யாண வீட்டுக்குத் தன்னை அழைத்துப் போகாமல் கமலிக்குத் துணை யாக விட்டுப்போன ஆத்திரம் அவனுக்கு முற்றிலும் தீரவில்லை.

கமலி குடத்தைத் தூக்கி இடுப்பிலே வைத்துக்கொண்டு கிணற்றடிக்குப் புறப்பட்டாள். அந்த மெல்லிய இருளைப்போலவே அவள் மனத்திலும் இருள் பரவிக்கொண்டு வந்தது. எதற்கென்று தெரியாத ஏதோ ஒரு வேதனையின் மெலிந்த கீற்று அவள் உள்ளத் தின் அடிவாரத்தில் படர்ந்துகொண்டிருந்தது.

யாரோ குளித்துக்கொண்டிருக்கும் சத்தம் கேட்டது.

கமலி திடுக்கிட்டுப்போனாள்.

"அதாரது?"

"நான்தான்."

"ஆர் ராசனே" என்றாள் பயம் தெளிந்த குரலில்.

"ஏன் அக்கா, பயந்து போனீங்களோ?" அவன் விழுந்து விழுந்து சிரித்தான்.

"இல்லை, நான் ஆரோ எண்டெல்லோ நினைச்சு... இதுக்கை இரண்டு வாளி தண்ணி ஊத்து தம்பி..."

'ராசனைக் கண்டுகூடப் பயந்துபோனனே! முன்னையெல் லாம் இந்தளவாய் இருந்தவன்...'

"ஆம்பிளையளுடைய வளர்த்தியே இப்பிடித்தானாக்கும்!"

"ஏன் ராசன், உங்கடை அம்மா ஆக்கள் எல்லாரும் கலியாண வீட்டுக்குப் போட்டினமோ?"

"அவையோ? அவை அப்போதையே போட்டினமே!"

"அப்ப வீட்டிலை ஒருத்தரும் இல்லையாக்கும்!"

"இல்லையக்கா, நான் மாத்திரம்தான்!"

குடத்தை எடுக்க அவள் குனிந்தபோது அவளையறியாமலே மேல் தாவணி மெதுவாகக் கீழே விழுந்தது.

அவசர அவசரமாக அதை அள்ளி மேலே போட்டுக்கொண் டாள். மங்கிய நிலவொளியில் அவன் தன்னை உற்றுப் பார்க் கிறான் என்று மட்டும் அவளுடைய உள்ளுணர்ச்சி கூறியது. அவளுக்குப் பெருமையாயிருந்தது.

நிமிர்ந்தபோது அவள் திடுக்கிட்டாள். தலையிலே ஈரம் சொட்ட, முன் மயிர் நெற்றியை மறைக்க அவன் ஸ்தம்பித்து நின்ற தோற்றம் – அவளுக்கு எதையோ நினைவூட்டியது.

'இப்படித்தான், இப்படித்தானே அவரும்...'

இரண்டாவது முறையாக அவள் கிணற்றடிக்கு வந்தபோது 'ராசன் போய்விட்டிருப்பானோ' என்று அவளுடைய உள்மனம் படபடவென்று அடித்துக்கொண்டது.

"ராசனுக்கு வயது என்ன இருக்கும்? பதினாறு இருக்குமா?"

"போன வருஷமே 'எஸ்.எஸ்.சி.' எடுத்து விட்டானே!"

சோப்புப் போட்டுத் தேய்த்துக்கொண்டிருந்தான் ராசன்.

"ஏன் ராசன்! அப்ப வீட்டுக்குக் காவல் நீதானா?"

"ஓ...ம் அக்கா, சோதினை கிட்டுது..."

எதற்காகவோ அவன் உதடுகளிலே குறுஞ்சிரிப்பு ஒன்று நெளிந்தோடியது.

அவன் கன்னங்களிலே குழி – அழகுக் குழி.

அந்தக் கன்னங்கள் – உரோமமே இல்லாத அந்தப் பட்டுக் கன்னங்கள் – அதை யுக யுகாந்திரமாகப் பார்க்கவேண்டும் போல் தோன்றியது.

அந்தக் கன்னத்துக் குழியிலே பட்டுத் தெறித்த நிலவின் நீள்கரங்கள், காரணமில்லாமல் விம்மித் தணியும் கமலியின் மார்பகத்தை நாணத்துடன் தொட்டன.

திடுக்கிட்டுத் தன் நினைவு வந்தவளாய்த் துலாக்கொடியைப் பற்றினாள் கமலி.

"தண்ணிதானே! நான் அள்ளித்தாறன் அக்கா."

"இல்லை தம்பி; நீ தலையைத் துடை, ஈரஞ் சுவறிப்போகும்."

"அது கிடக்கு. இந்த இருட்டிலை நீங்கள் அள்ளக்கூடாது."

கமலிக்கு மனத்தை என்னவோ செய்தது, "ராசன்" என்று ஆசை தீர அழைக்க வேண்டும்போல் பட்டது.

அவன் பறிப்பதுபோல் வாளியைத் தன் கையிலே எடுத்துக் கொண்டான். அப்படி அவன் செய்தபோது அவனுடைய சோப்புக்கை கமலியின் மெலிந்த கரங்களில் ஒருகணம் பட்டது.

கமலியின் மனத்தில் கட்டுமீறி நுரை தள்ளியது. ஒரு புத்துணர்ச்சி.

ராசன் தண்ணீர் அள்ளியபோது ஏனோ அவன் கரங்கள் அவனையும் அறியாமல் நடுங்கின.

3

மூன்றாவது தடவையாகக் குடத்துடன் அவள் புறப்பட்ட போது சுயமாக நடந்தவளாகவே தெரியவில்லை. ஏதோ பிசாசு அவள் உள்ளே புகுந்து, அவளை உந்தித் தள்ளுவது போலிருந்தது.

'எதற்காக, எதற்காக?'

'அவன் சிரிப்பதைப் பார்க்கவேண்டும், ஒரே ஒரு தடவை' என்ற ஆவலே பரந்து, விரிந்து அவள் சிந்தை முழுவதையும் வியாபித்து நின்றது. எங்கே மனது மாறிவிடுமோ என்ற பயத்தில் அவள் இன்னும் பரபரப்புடன் நடந்தாள்.

ராசன் தலையைத் துவட்டியபடியே நின்று கொண்டி ருந்தான்.

"இன்னமும் தண்ணி வேணுமா?" – அவன் குரல் ஏனோ கரகரத்தது.

"இன்னும் ஒரு குடந்தான்"– எங்கோ ஆழத்தில் இருந்து பதில் கிடைத்தது.

"அ...க்...கா" – அவன் எதற்காகவோ குழறினான்; தடுமாறினான்.

கமலி பேசவில்லை. அவனையே பார்த்துக்கொண்டு மௌன மாக நின்றாள்.

"நீங்... நீ... ஒண்டும் அம்மாட்டை சொல்ல மாட்டீங்களே..."

அவளுக்கு என்ன வந்தது?

அப்படியே சிலைபோல நின்றாள்.

வானத்து நட்சத்திரம் ஒன்று இடம் பெயர்ந்து விழுந்து கொண்டிருந்தது.

மறுபடியும் அந்தக் காலிக் குடத்தைத் தூக்கி இடையில் வைத்துக்கொண்டு அவள்போனபோது, அது பாறாங்கல்லாகக் கனத்தது.

வீட்டின் உள்ளே இன்னமும், பாலனின் விக்கல் கேட்டுக் கொண்டுதானிருந்தது.

<h1 style="text-align:center">4</h1>

"கனவுலகம்" என்பார்களே, அந்த ரீதியில் வாழ்க்கை நகர்ந்து கொண்டிருந்தது. கமலிக்குத் தன்னிலை முற்றிலும் விளங்கியது போலுமிருந்தது. விளங்காதது போலுமிருந்தது. தனிமையில் இருக்கும் போதெல்லாம் மனத்தை எவ்வளவோ திடப்படுத்தித் தான் வைத்திருந்தாள். ஆனாலும்...

ஏதோ ஒரு துடிப்பு, ஏதோ ஓர் ஆவல், மறுபடியும், மறு படியும் அவளை அந்தப் பாவப் படுகுழியில் கொண்டுபோய்த் தள்ளியபடியே இருந்தது.

கமலி, வெறும் நடைப்பிணம்.

சில வேளைகளில், அவள் கணவன் எழுதும் கடிதம் வெகு உருக்கமாக இருக்கும். ஓடோடிச் சென்று அவன் காலில் விழுந்து கதறிக் கதறி அழ வேண்டும்போல் தோன்றும்; அன்றெல்லாம் வெகு வைராக்கியத்துடன் இருப்பாள்.

ஆனால், பொழுது சாய்ந்து, விளக்கு வைக்கும் அந்த நேரத் தில், சந்தியில் திரும்பும் ராசனுடைய சைக்கிள் 'பெல்'லின் கணீ ரென்ற ஒலி அவளுடைய உறுதி எல்லாவற்றையும் நொடிப் பொழுதில் சிதறடித்து விடும்.

<h1 style="text-align:center">5</h1>

கமலி, கையிலே கொக்கைத்தடி ஒன்றை வைத்திருந்தாள். முருங்கை மரத்தில் அபூர்வமாகக் காய்த்த முருங்கைக்காய் ஒன்றைக் குறிவைத்து அவள் குதித்துக்கொண்டிருந்தாள்.

அவளுக்குத் தெரியும் அவள் கணவனுக்கு அது பிடிக்கும் என்று; எப்படியும் இன்றைக்கு அவருக்கு அதைச் சமைத்து விடுவாள்.

நடேசன் இந்தக் காட்சியை ரசித்தபடி நின்று கொண்டி ருந்தான். நாளைக்கெல்லாம் அவன் இப்படியான காட்சிகளைக் காணமுடியாது. அவனுடைய லீவு அன்றுடன் முடிவடைகிறது.

அவன் மன அடிவாரத்தை என்னவோ செய்தது. 'கமலி – என் அன்புக் கமலி – அவளை மறுபடியும் பிரியவா?'

களைத்து, வியர்வை கோத்து நின்ற அவளுடைய முகம் வெகு ரம்மியமாக இருந்தது.

'கமலி' என்று ஆசை பொங்க அழைத்தபடியே அவளுடைய கதகதப்பான கன்னத்தைத் தன் பக்கம் திருப்பினான் அவன்.

"இச்" "ஆக்கள் பாக்கினம்" என்றாள் கூச்சத்துடன்.

கிடுகு வண்டியின் உச்சியில் இருந்துபோன இருவர், வேலிக்கு மேலால் தங்கள் சுதந்திரத்தைக் கொஞ்சம் அளவுக்கு அதிகமாகவே அனுபவித்தபடி சென்று கொண்டிருந்தார்கள்.

6

அவன் புறப்பட்டுவிட்டான்.

அவளுக்கு உலகமே அஸ்தமித்துவிட்டது போன்ற உணர்ச்சி தான் எஞ்சி நின்றது.

அவனுடைய மூச்சின் ஒவ்வொரு இழையும் அவளுக்கு இப் போது விளங்கியது. அவனுடைய இதயத்தின் ஒவ்வொரு துடிப்பும் அவளுக்குப் புரிந்தது. பிரிவு என்பதன் முழு அர்த்தத்தையும் இப் பொழுதுதான் அவள் உணர்ந்தாள்.

நடேசன், கமலியின் இடது கரத்தை மெதுவாக எடுத்துக் கொண்டான்; கமலிக்குச் 'சுரீர்' என்றது.

ராசன் சோப்புப் போட்டுக்கொண்ட கையினால், தட்டுத் தடுமாறிப் பிடித்ததும் இதே கையைத்தான்.

'சீ' – வெட்டி எறிந்தாள் அந்த எண்ணக் குப்பைகளை. அவையோ மறுபடியும் மறுபடியும் பூதாகாரமாக எழுந்து அவளை வதைத்தன.

கமலி அழுதாள்; அழுதாள். எதை நினைத்தோ அழுதாள்.

நடேசனுடைய கண்களும் கண்ணீரைக் கக்கிக்கொண்டு தானிருந்தன.

"நீங்கள் ஏன் அழுறீங்கள்?" விக்கினாள் அவள். தன் பிஞ்சு விரல்களால் அவன் கண்ணீரைத் துடைத்தபடியே.

"நீ ஏன் அழறாய், அதுதான்!"

"இனி எப்ப வருவீங்கள், அத்தான்."

ஒரு மௌனம்தான் அதற்குப் பதில்.

கமலியினுடைய சூடான வேதனை ஊற்றுகள் இரண்டு, அவனுடைய துடிக்கும் உதடுகளில் சங்கமமாய்க்கொண்டிருந்தன.

அவளுடைய உள்ளத்திலே அப்போது அவளை அறியாமலே ஒரு சங்கல்பம் உருவாகிக்கொண்டிருந்தது.

7

அன்று ஞாயிற்றுக்கிழமை. போர்டிங்கில் நண்பர்கள் யாருமே இல்லை. எல்லோரும் படம் பார்க்கப் போய்விட்டார்கள். கமலிக்கு நிம்மதியாக ஒரு கடிதம் எழுதுவதற்காக அமர்ந்தான் நடேசன்.

"கமலி! இந்தக் கணத்தில் எனக்கு இறகு முளைத்தால் நான் அப்படியே உன்னிடம் பறந்து வந்து விடமாட்டேனா? உன் நடை, உன் அலங்காரம், உன் பேச்சு, உன் இதழ்க் கடையோரத்தில் தோன்றும் அந்தக் குறுஞ்சிரிப்பு இவற்றை அணு அணுவாக அனுபவித்து ரசிக்க மாட்டேனா?

'அன்பே, நான் இக் கடிதம் எழுதும் இந்நேரம் நீ அங்கே எமக்குப் பழக்கமான அந்த ஒரே மல்லிகைப் பந்தரின் கீழ் நின்று கொண்டிருப்பாய்; உன் எண்ணம் எங்கெல்லாமோ தாவும். அந்த எண்ணக் குவியல்களுக்கே..."

மேற்படி கடிதத்தை நடேசன் எழுதிக்கொண்டிருந்த அதே நாள் அதே நேரம் எத்தனையோ மைல்களுக்கப்பால் –

கமலியின் தகப்பனார் தான் புதிதாகக் கொழும்பிலிருந்து வாங்கி வந்த 'வயிற் லகூன்' கோழிகளை மரத்தின் மேல் ஏற்றி விட்டுக்கொண்டிருந்தார்.

உள்ளே அவருடைய மனைவி புகைபிடித்துப்போன அரிக்கன் லாந்தரைத் துடைத்துச் சுத்தம் செய்துகொண்டிருந்தாள்.

பாலன் தன்னுடைய புத்தகத்தைத் தூக்கி, விரித்து வைத்து, வேண்டாத உரத்த குரலில்,

"உள்ளக் கமலமடி கிளியே

உத்தமனார் வேண்டுவது..."

என்று விபுலானந்தருடைய பாடலைப் பாடுவதும், தமக் கையை நிமிர்ந்து பார்ப்பதுமாயிருந்தான்.

இரவுச் சமையலுக்காக வாழைக்காய் வெட்டிக்கொண்டி ருந்தாள் – கமலி.

அவள் ஒன்றையுமே கவனிக்கவில்லை. வாழைக்காய் வெட்டு வதில்கூட அவள் கவனம் இருந்ததாகத் தெரியவில்லை.

மனதிலே அவளுக்கு ஒரே இருள் – கனம்!

தூரத்தில் புளியடித் திருப்பத்தைத் தாண்டுகிற ராசனுடைய சைக்கிள் பெல், அவசியமில்லாமல், இருமுறை விட்டு விட்டு ஒலித்தது.

அதன் எதிரொலி கமலியின் ரத்தம் சிந்தும் விரல்களில் பட்டுத் தெறித்தது!

♦

உன்மத்தராயிருந்தோம்

"கச்சி ஏகம்பனே"

முறையிட்டுக்கொள்வதற்கு அவரைவிட வேறு யார் இவ்வளவு மலிவாக அகப்படுவார்கள்.

ஏகம்பனாம், ஏகம்பன்!

பக்திப் பெருக்கினால் கண்ணீர் சொரிய, மயிர்க் கால்கள் எல்லாம் குத்திட்டு நிற்க, உணர்ச்சி வசப்பட்டு 'கச்சி ஏகம்பனே' என்று அழைக்க வேண்டிய அந்தப் புனிதமான திருப்பெயரை, உம்முடைய ஊத்தை வாயால் வெறுமனே உச்சரிக்கிறீரா?

சீ, துப்பிவிடும், அந்த வார்த்தையை.

பிரலாபிக்கிறாராம்! துக்கப்படுகிறாராம்!

கள்ளிப் புதரும் கருவேலஞ் செடியும் மண்டிக் கிடக்கும் காடு பக்கத்தில் ஓரிடமும் இல்லையா? இருந்தால் அதற்கு முறையிடும்! உம்முடைய கண்ணீரை அதற்குச் சொரியும்!

விழுந்த பிறகு, வேதாந்தம் பேச மாத்திரம், அற்புதமாக வருகிறது – எல்லா ஆண்களையும்போல; ஆனால், உம்மில் உயிரையே வைத்திருந்த அவள் – அவள்தான் சரசா – அவளுடைய மனசை ஒருகணமாவது அறிய, அறிய முற்பட, முயன்றிருக்கிறீரா?

கை கூசாமல் பேனாவைத் தூக்கி எழுத மாத்திரம் தெரிகிறது. ஆனால், இதை அவள் – அந்தப் பட்டுப் போன்ற உடலைப் போலவே மென்மையான உள்ளம் படைத்த அவள் – பார்க்க நேரிட்டால்...!

நீர் அதைப்பற்றி ஏன் கவலைப்படுகிறீர்?

2

சரசா என்னுடைய பள்ளியிலே சேர வந்தபோது, நான் திடுக்கிட்டு விட்டேன்.

இப்படியும் ஓர் அழகா? சாதாரண புடவைதான் உடுத்தியிருந்தாள். அவள் உடல் அழகை, அந்த மெலிந்த சிவந்த இடையை, முற்றிலும் மறைக்க முடியாது சிரமப்பட்டுத் திணறியது அந்தச் சாதாரண சேலை.

அந்த மார்பிலே, வெகு கூச்சத்தோடு புரண்டு, மேலும் கீழும் நெளிந்தபடி, பெருமையோடு கிடந்தது அவளுடைய அடர்த்தி யான கேசம்.

அந்தக் கண்கள் – அந்த நீல விழிகள் – அதன் விலையை அவள் முற்றிலும் உணர்ந்திருந்தாள் போலும். எந்தச் சந்தர்ப்பத் திலும் அந்தக் கண்களை நிமிர்த்தி அவள் யாரையும் பார்ப்பது கிடையாது. நிலமகள் ஒருத்திதான் அந்தப் பார்வையைத் தாங்கும் முழு ஆற்றல் படைத்தவள்.

பாவம், அவளுக்கு எப்போதுமே சேலை உடுத்தத் தெரியாது. சிறு பெண்தானே!

'சடக், சடக்' என்று சேலை சத்தம்போட வெகு சிரமத்துடன் அவள் நடப்பாள்.

சிறு குழந்தைகள், 'குறு குறு'வென நடை பழகும்போது, எங்கே விழுந்து விடுமோ என்று பயத்தினால் அள்ளி அணைத்துக் கொள்வோமே, அத்தகைய வேட்கைதான் அவள் நடையைக் காணும் போதெல்லாம் தோன்றும்.

அந்தச் சிவந்த பாதங்கள் நிலத்தை மிதிக்கும் போதெல்லாம் எத்தனை ஆயிரக்கணக்கான இதயங்கள் அந்தப் பாதங்களின் கீழ் துடித்தவண்ணம் நசிகின்றனவோ என்று நான் வியப்பதுண்டு.

பொறாமை யாரைத்தான் விட்டது!

"சரசா, இரவு வேளைகளில் எங்கோ போகிறாள் போல் இருக்கிறது" என்று மற்ற மாணவிகள் வந்து என்னிடம் முறை யிட்டபோது நான் திகைத்து விட்டேன்.

சரசாவா? என்னால் நம்பவே முடியவில்லை.

ஆனால், அன்றிரவு, அந்தப் பாவ காரியத்தை நான் செய்ய வேண்டியதாகிவிட்டது.

3

மறுநாள் காலை அழுத கண்ணுடன் குனிந்தபடியே அவள் வந்தாள். அவள் கையிலே கனத்த சூட்கேஸைக் கண்டவுடன் என் மனதை என்னவோ செய்தது.

"மிஸ்! நான் போகத்தான் வேண்டுமா?"

"சரசா... விடுதி முழுவதும் கதை எப்படியோ பரவிவிட்டது. 'பிரின்சிப்பல்'கூட 'டிஸ்மிஸ்' பண்ணும்படி உத்தரவு கொடுத்து விட்டார். எனக்கும்தான் பரிதாபமாக இருந்தது. ஆனால், நான் என்ன செய்ய முடியும்!"

"மிஸ்! சொல்லுங்கள், மிஸ். நான் என்ன அவ்வளவு பெரிய குற்றம் செய்துவிட்டேன்?"

"என்னை விரும்பினார் அவர்; எனக்கும் அவர்மீது அன்பு இருக்கத்தான் செய்தது. 'குற்றம்' என்று உணர்ந்த பின்புகூட எம்மால் கட்டுப்படுத்த முடியாத அளவுக்கு நாம் எம்மை மறந்து இருந்தோம். சுய புத்தியுடன் இருந்திருந்தால் இப்படி நடந்திருப் போமா? ஏதோ உன்மத்தம் பிடித்ததுபோல் நடந்துகொண்டோம்.

"மிஸ், இது மன்னிக்க முடியாத அளவுக்குப் பெரிய குற்றமா? எவ்வளவு சுலபமாக என்னைப் பள்ளியை விட்டு நீக்குகிறீர்கள்..."

"ஆனால்... யோசித்துப் பாருங்கள் மிஸ்... நாளைக்கு சமு தாயத்தில் என்னை, காறி உமிழ்ந்த எச்சிலில் நெளியும் புழுவிலும் கேவலமாக நடத்தப் போகிறார்களே, அது பரவாயில்லையா?"

"நீங்களும் ஒரு பெண்தான். உங்களைவிட யார் என் குறையை நன்றாக உணர முடியும்?"

அவள் கடைசியாகக் கேட்ட கேள்வி, என்னையே திடுக்கிட வைத்தது!

"குற்றம் செய்தவர்களை நீக்குவதற்காக ஏற்பட்டதுதானா பள்ளிக்கூடம்? அவர்களை நல்வழிப்படுத்துவதற்காகவல்லவா?"

நான் என்ன பதில் கூற முடியும்?

"சரசா, உள்ளதைச் சொல்லு. இது எப்படி நடந்தது?"

வெள்ளம் பிய்த்துக்கொண்டு வந்தது. உள்ளத்தில் கிடந்த எல்லாவற்றையும் அப்படியே கொட்டினாள் அவள்.

நான்தான் திணறிப் போனேன்.

"மிஸ், நான் பள்ளியை விட்டுப் போவதைப் பற்றியே கவலைப்படவில்லை... ஆனால், இன்னும் மூன்று நாட்கள்... மூன்றே நாட்கள் மாத்திரம் நீங்கள் பொறுத்திருக்கக்கூடாதா?"

அவள் விம்மி விம்மி அழுதாள்.

"இதோ... இந்த 'ஸ்வெட்டர்' இதை எதற்காகப் பின்னு கிறாய்? என்று நீங்கள் முன்பே என்னிடம் பலமுறை கேட்டிருக் கிறீர்கள்; நான் மறைத்துவிட்டேன். அவருடைய பிறந்த தினம். அது இன்னும் மூன்றே நாளில் வருகிறது. ஆசையோடு என் உள்ளத்துக் கனவுகளெல்லாவற்றையும் கோத்துப் பின்னிவைத்த இதை இனிமேல் யாருக்குக் கொடுப்பேன். அந்தப் பரந்த மார்பைத் தவிர வேறு யாருக்கு இது பொருந்தப் போகிறது?"

"இனிமேல் நான் அவரை எப்படிக் காண்பேனோ?" என்று அவள் விம்மியபோது என்னால் அவளைத் தேற்றக்கூட முடிய வில்லை.

4

நர்ஸ் படிப்புக்குப் போனாலும் அவள் என்னை மறந்துவிட வில்லை. அடிக்கடி எழுதுவாள். அதிலும் அவள் எழுதிய முதல் கடிதம்...

"எதிர்காலம் இருள்; மனதிலே இருள்; வழியிலே இருள்; என் தந்தை முகத்தில் எப்படி விழிப்பது!

"உலகத்தையே ஒரு கையால் தள்ளுவது போன்று படலைக் காலைத் தள்ளினேன்.

"வாசல் திண்ணையிலே என் தந்தை – அந்தக் கண் பார்வை இழந்த எலும்புக் கிழவர் – சாப்பிட்டுக்கொண்டிருந்தார். பக்கத்தில் பன்னிரெண்டு வயதே ஆன என் அருமைத் தங்கை. அக்கா படிக்கவேண்டுமென்பதற்காகச் சமையல் பொறுப்பைத் தன் பிஞ்சுக் கரங்களில் ஏற்ற அந்த உத்தமச் சிறுமி – அவருக்குச் சோறு பிசைந்து கொடுத்துக்கொண்டிருந்தாள்.

"சரசாவா, என்ன இவ்வளவு வெள்ளென?" என்று குரல் தழுதழுக்கக் கேட்டபடி கைகளை என் பக்கம் நீட்டித் தடவினார்.

"ஐயோ! எதற்காகத் திடீரென்று மாரடைத்து அப்போதே நான் சாகவில்லை? எதற்காக என்னுடைய நெஞ்சம் சுக்கு நூறாகிச் சிதறி நான் மாண்டு போகவில்லை?

"மூன்று மாதத்தில் சரசாவும் ஒரு நெசவு ஆசிரியை ஆகி விடுவாள்; அப்புறம் கஷ்டமெல்லாம் கரைந்துவிடும்" என்று இரவும் பகலும் கனவு கண்டு வந்த அந்தக் குருட்டுத் தந்தையிடம் கூறத்தான் செய்தேன் – வெட்கமில்லாமல் – என் குற்றமெல்லா வற்றையும்.

"அடித்து உதைத்திருந்தால் சிறிதாவது ஆறுதல் அடைந் திருப்பேன்.

"கையிலே பிசைந்து வைத்த அந்தப் பழைய சோற்றிலே கண்ணீர்த் துளியையும் கலந்து அவர் உண்ட அந்தக் காட்சி – அதையும் சகித்தேன்.

"என் தங்கை – அந்தச் சிறுமி – காரணம் விளங்காமலே என் கால்களைக் கட்டி அழுதபோது – அதையும் அந்தச் சிறுமி யின் விலையில்லாத கண்ணீரையும் சகித்தேன்!

"உயிரைப் போக்கிக்கொள்ள எனக்குத் தெரியாமலில்லை. ஆனால்... ஆனால்...

"கேணிக்கரையில், ஒருவர் முகத்தை ஒருவர் பார்த்துக் கொண்டு யுகயுகாந்திரமாகக் களித்த அந்த இன்ப நாட்களை நினைக்கையில் என் மனதில் ஏதோ ஒரு நம்பிக்கை துளிர்த்தது.

"ஒரே முறையில் இருவரும் கேணியில் தெரியும் பூரண சந்திரனை எட்டிப் பார்ப்போம்.

"கூழாங்கற்களை வீசி, அந்தப் பூரண சந்திரனை ஆயிரம் பிம்பங்களாகச் சிதறடித்துவிட்டுக் கலகலவென்று காரணமின்றிச் சிரிப்போம்.

"திடீரென்று அவர் என் மடியிலே படுத்துக்கொள்வார். வானத்து நட்சத்திரங்களையெல்லாம் ஒன்று, இரண்டு, மூன்று என்று கணக்கில்லாமல் எண்ணுவார்.

"அந்த வானத்து மீன் மேலும், பூரண சந்திரன் மேலும் எத்தனை உறுதிகள், எத்தனை சத்தியங்கள்.

"உறுதிகள் கோடி செய்தோம்.

"உன்மத்தராயிருந்தோம்.

"ஆமாம் – உன்மத்தர்தாம்.

"இந்தப் பூரண சந்திரனும், இந்த லட்சோப லட்சம் நட்சத்திரக் கூட்டங்களும், இன்னும் எதற்காக வானத்தில் ஒட்டிக் கொண்டு கிடக்கின்றன?

"ஓ நட்சத்திரமே, நீ அவருடைய உறுதிமொழியை இன்னமும் நம்புகிறாயா?

"ஏ, பூரண சந்திரனே நான் அப்படி என்ன பாபம் இழைத்து விட்டேன், அவர் இவ்வளவு சீக்கிரம் என்னை மறந்துவிட?

"அந்த ராஜு – இந்தப் பேதையை மறந்துவிட்டாரா! உலகத்துத் துன்பங்களையெல்லாம் யாருக்காக சகித்தேனோ, உலகத்து அவதூறுகளையெல்லாம் எவருக்காக ஏற்றுக்கொண்டேனோ, அவருக்கு 'சரசா' என்பவள் உயிரோடு இருக்கிறாள் என்ற நினைவுகூட அற்றுப்போய்விட்டதா?

"கண்ணீரால் நான் வரைந்த அத்தனை கடிதங்களுக்கும் அவர் பதிலே எழுதவில்லை.

"காரணம் என்ன தெரியுமா?

"மிஸ். எழுதவே கைகூசுகிறது.

"எனக்கு ஏற்பட்ட அவதூறுகளைக் கண்டு அவர் பயப்படுகிறாராம். ஊரிலே என் பெயர் கெட்டுப்போய்விட்டதாம்.

"ஒரு பேதைப் பெண்ணுடைய காதல் அவ்வளவு இளக்காரமானதா? இவ்வளவு சீக்கிரத்தில் மறந்துவிடக்கூடியதா?"

5

பயிற்சி முடிந்ததும், யாழ்ப்பாணம் பெரிய ஆஸ்பத்திரியிலேயே அவளுக்கு வேலை கிடைத்தது. இனிமேலாவது அவள் அவனை மறந்துவிடுவாள் என்று எதிர்பார்த்த நான் ஏமாந்து போனேன். உண்மையிலேயே அவள் ஒரு பேதை. இன்னமும்கூட ஏதாவது நடக்கும் என்று ஏங்கிக்கொண்டிருந்தாள். அவள் சொன்ன செய்தி...

"நான் நர்ஸ் வேலை பார்க்கத் தொடங்கி ஆறு மாதம் ஆகிவிட்டது மிஸ். இத்தனை நாளில்... இத்தனை நாளில், என்னை ஒருமுறைகூட அவர் சந்திக்கவில்லை. முயற்சி செய்யவும் இல்லை. நான் பெண். இதயத்து உணர்ச்சிகளை அடக்கி வைக்க மட்டுமே பழகியவள். நான் வேறு என்ன செய்ய முடியும்?"

"அவர் ஆண்! நினைத்திருந்தால் ஆயிரம் சந்தர்ப்பங்கள் உண்டாக்கி இருக்கமாட்டாரா, சொல்லுங்கள் மிஸ்!"

அவள் விசித்து விசித்து அழுதாள்.

என்னைத் தன்னுடைய சினேகிதி போல் நினைத்து ஒளிவு மறைவின்றி அவள் கூறினாள்.

"என்னுடைய இந்த விரல்களைத் தன்னுடைய கையில் அடக்கிக்கொண்டு 'இந்த விரல்களின் ஸ்பரிசத்திற்காக ஊழி ஊழிக் காலம் காத்திருப்பேன். சரசா' என்று கூறியவர் கேவலம் இரண்டரை வருடத்திற்கிடையில் மறந்துவிட்டாரா?"

இன்னொரு நாள் வியர்க்க, வியர்க்க அவள் வந்திருந்தாள். "ஏது இந்த நேரம்?" என்றேன்.

"டாக்டர் சந்திரசேகரை உங்களுக்குத் தெரியுமா? அவர் இன்று மாற்றலாகிப் போகிறார்; அவருக்குப் பிரியா விடை நடந் தது; இடையிலே வர முடியவில்லை" என்று கூறிவிட்டு, அவள் பெரியதொரு பெருமூச்சு விட்டாள்.

தேர்தல் சமயம் அது; ஒரு நாளைக்குக் குறைந்தது ஒன்பது பத்து ஆப்பரேஷன் கேஸ்களாவது வந்தவண்ணம் இருந்தன. சரசாவுக்கு ஓய்வே இல்லை. அன்றைக்கென்று தலைமை டாக்டர் கூட லீவு போட்டுவிட்டார்.

இரவு ஒருமணி இருக்கும். பதினொராவது ஆப்பரேஷன் நடந்து கொண்டிருந்தது. ஆயுதங்களை ஒவ்வொன்றாக நீட்டிய வண்ணம் இருந்தாள் சரசா. டாக்டர் முகத்திலே முத்து முத்தாக வியர்வை துளிர்த்திருந்தது. கடமையைச் செய்ய வேண்டுமென்று 'லின்ட்' துணியினால் அவர் முகவியர்வையை ஒற்றி எடுத்தாள் சரசா.

ஏனோ விளங்கவில்லை. ஆயுதத்தை வைத்துவிட்டுக் கூர்மை யான பார்வை ஒன்றை வீசினார் அந்த டாக்டர். அதே துணியால் அவளுடைய முக வியர்வையைத் துடைத்து விட்டார்; ஒருகணந் தான்! ஒருவருமே பார்க்கவில்லை.

சரசாவுக்கு உடம்பெல்லாம் புல்லரித்தது! அன்றுதான் அந்த 'டோம்' விளக்கின் நடுவிலே அவர் கேட்டார். அவள் வாழ்வில் கற்பனைகூடச் செய்து பார்த்திராத ஒரு சந்தர்ப்பத்தை அளித்தார். அவள் நிராகரித்து விட்டாள்; ஒரு கணம்கூடத் தயங்கவில்லை. தான் இன்னொருவரின் உடைமை என்பதில் அவளுக்குச் சிறிது கூடச் சந்தேகம் ஏற்படவில்லை. அவள் நினைத்திருந்தால்... ஒரு உதட்டின் அசைவிலே... ஆனால், அவள், அதை விரும்பவில்லை.

இன்று டாக்டர் சந்திரசேகர் மாற்றல் வாங்கிப் போகும் காரணம் ஒன்றே போதாதா, அவள் காதலின் ஆழத்திற்கு சாட்சியம் கூற?

ஆனால் அவளுக்கு, அதை விளம்பரம் செய்யத் தெரிய வில்லை. பெண் பேதையென்பதற்கிணங்க, நம்பிக்கையின் கீற்றைப் பிடித்தபடி அவள் நாட்களை எண்ணிக்கொண்டிருந்தாள்.

6

வழக்கம்போலப் பருத்தித்துறை பஸ் அவளைக் கவ்வியங் காட்டுச் சந்தையடியில் இறக்கிவிட்டுச் சென்றது. அதிலே இருந்து

அவள் வீடு வெகு சமீபத்தில்தான் இருந்தது. செங்குந்தான் பாட சாலைக்குப் போகும் அந்தக் குறுக்கு வீதி வழியாகப்போனால் ஒரு திருப்பம்; அடுத்து அவளுடைய வீடுதான். ஆனால், அந்தப் பூனைக்கண் இரட்டையர்களின் கடை வாயில் அதில் எப்போதும் ஒரு கூட்டம் நிற்கும்.

அதை அவள் கடக்கும் போதெல்லாம் 'விசில்' சப்தமும், விரசமான வார்த்தைகளும் காதிலே வந்து தெறிக்கும்; அந்த ஒரு கணத்தில் கூனிக் குறுகி உள்ளம் எல்லாம் வெதும்பிவிடும் சரசாவுக்கு.

இதற்காகவே அவள் இரண்டு வீதி சுற்றிச் சங்கிலியன் தோப்பு தென்கோடிப் பக்கமாகப் போவாள்.

அன்றும் அப்படித்தான்.

பிலாவடிப்பரியாரி வீடு கழிந்ததும் யாரோ எதிராக சைக் கிளில் வருவது தெரிந்தது நெஞ்சம் ஒருகணம் 'திக்' என்றது.

அவன்தான். ராஜூதான்.

சந்தி கழித்து அவன் சமீபமாக வரும்வரைக்கும் படக் படக் கென்று இதயம் வேகமாக அடித்துக்கொண்டது. உள்ளத்திலே ஆயிரமாயிரம் எண்ணக் குமுறல்கள். 'எப்படி ஆரம்பிப்பார், என்ன கதைப்பார், யாராவது பார்த்து விட்டால்,' என்ன எண்ணங்கள் அவளை நிறைத்தன. நடையைத் தளர்த்திக்கொண்டு ஆசையோடு நின்றாள்.

'இதோ ராஜூ வந்து விட்டான். உற்றுப் பார்க்கிறான்' என்று அவளுடைய உள்ளுணர்ச்சிக் கூறியது. எவ்வளவோ எதிர்பார்த் தாள்.

ஆனால், அவன் நிற்கவில்லை. போயே போய்விட்டான்!

அப்படியே போயிருந்தாலும் பரவாயில்லை. தூரத்து சைக்கிள் கடையில் அவன் நின்றது தெரிந்தது. மறுபடியும் திரும்பி வந்தான். தனியாகவல்ல; பின்சீட்டில், பீடி குடிக்கும் ஓர் அருமை யான நண்பனை ஏற்றிக்கொண்டு.

"உன்னை நான் அடையாளம் கண்டுவிட்டேன்! இருந்தும் என் மன உறுதியைத் தளரவிடவில்லை. பார்த்தாயா? என்று பெருமை அடிக்க வருவது போல் வந்தான். அந்த உதடுகளில் நெளிந்த அரைகுறை சிரிப்பில் இவ்வளவு வஞ்சனை எப்படி ஒட்டிக்கொண்டது?

சைக்கிள் மின்வேகத்தில் அவளைக் கடந்தபோது, "நேர்ஸ் உடுப்பிலை சோக்காயிருக்கடா!" என்று அந்த 'அழகான' நண்பன்

சொல்லியது நாராசமாய்க் காதில் விழுந்தது. 'கொல்' என்ற சிரிப்பு அதற்குச் சுருதி கூட்டியது.

"அருமை ராஜு! நீ எப்போது இந்தக் கூட்டத்திற்குப் பலியானாய்?"

"மிஸ், என்னுடைய ராஜு, அந்த அருமை ராஜு, அவர் எப்போதோ இறந்து விட்டார்..." என்று அவள் சொன்னபோது யார்தான் அழாமல் இருக்க முடியும்?

7

பல நாட்களாக அவள் வரவில்லை. நானே ஆஸ்பத்திரிக்குப் போயிருந்தேன். நர்ஸ் உடுப்பிலே அப்போதுதான் அவளை முதன் முறையாகப் பார்த்தேன். இளமையிட்ட கோலங்கள் இன்னமும் கூட அவள் ஒவ்வொரு அங்கத்திலும் பூரணமாக நிறைந்திருந்தன. 'கடமை, கடமை' என்று ஓடியபடியே அவள் கதைத்தாள்.

"மிஸ்! ராஜு வந்திருந்தார். சாதாரண காய்ச்சல்தான். என்ன நோக்கத்தோடு வந்தாரோ, தெரியாது. ஆனால்... ஆனால்... நிரம்பவும் மாறிவிட்டார்.

"நர்ஸ் என்றால் அவள் பெண்ணே அல்ல. காதலிக்கக் கூடிய பொருளே அல்ல என்றொரு துர் எண்ணம் எப்படியோ அவர் மனதில் ஊன்றிவிட்டார்.

"நர்ஸ்' என்றால் அவ்வளவு இளக்காரமா? சொல்லுங்கள் மிஸ்;

"அவருடைய அந்தப் பார்வை. அன்பு வழிந்த பார்வையிலே ஆசை பீறிட்டது. காதல் கனிந்த பார்வையிலே, காமம் தெறித்தது; வாஞ்சை பொங்கிய பார்வையிலே – இன்று வெறி – ஒரே வெறி. சொல்லவே கூசுகிறது. அந்தப் பார்வையில் என் ஒவ்வொரு அங்கத்தையும் சுவைத்து வீசவேண்டும் என்ற நெருப்புத்தான் எஞ்சி நின்றது.

"உள்ளத்தை அறிய முடியாதவர் உரிமை வேறு கொண்டாடினார். மற்ற நோயாளிகளைப் பார்க்க வேண்டாமாம். பேச வேண்டாமாம்.

"நர்ஸ் வேலைக்குப் போவது பிடிக்கவில்லையானால் ஒரு சொல், ஒரேயொரு சொல் அப்போது கூறியிருக்கலாமே. உடனே

நின்றிருப்பேன். இன்று, நோயாளிகள் எல்லாரும் என்னுடைய குழந்தைகள் மாதிரி.

"நான் அவர் சொல்லியபடி எப்படி நடக்க முடியும்?

சரசா! அவளுடைய அந்தப் பால்போன்ற உள்ளத்தை என்னைவிட வேறு யார் நன்றாக அறிய முடியும்? அவள் என்ன சொன்னாள்? அது எனக்குத்தான் தெரியும். 'மிஸ் நான் இப்படித் தான் இருப்பேன்.'

"என்னை எவராலும் கரைக்க முடியாது. மணம் முடித்தால் என் கணவராக அவர் ஒருத்தரைத்தான் நான் கற்பனை செய்ய முடியும். ஆனால்... ஆனால்... என் பழைய ராஜு எனக்குக் கிடைக்கவே மாட்டார்."

அதற்குப் பிறகு கண்ணீர்தான் அவள் உள்ளக்கிடக்கையை எனக்குக் கூறியது.

அவள் இனிமேல் மணமே செய்துகொள்ளமாட்டாள். அது எனக்குத் தெரியும்.

மற்றவர்களுக்கு எங்கே தெரியப்போகிறது?

கச்சி ஏகம்பனே! என்று முறையிட்டுக்கொள்ளமட்டும் தெரிகிறது.

ஏகம்பனாம்! ஏகம்பன்

விழுந்த பிறகு வேதாந்தம் பேச மாத்திரம் அற்புதமாக வருகிறது.

சரசாவின் மனதை ஒரு கணமாவது அறிய, அறிய முற்பட முயன்றீரா?

இப்பொழுது கவலைப்பட்டு என்ன ஆகப்போகிறது?

◆

இருப்பிடம்

ஓலையை வெட்டுவதும் கத்திதானா! இந்த
ஓவர்சியர் சொல்லுவதும் புத்திதானா?
கத்தரிக்காய் வெட்டுவதும் கத்திதானா? இந்தக்
கங்காணியார் சொல்லுவதும் புத்திதானா?
புடலங்காயை வெட்டுவதும் கத்திதானா?...

....

"வயிரவநாதா... வயிரவநாதா... இறங்கு மேனை"

"ஓலையை வெட்டுவதும் கத்திதானா?"

"சொன்னால் கேள் மேனை... இறங்கு... ம்... ஆ"

அவள் கத்திக்கொண்டே இருந்தாள். வட்டிலில் போட்ட
சோறும் குழம்பும் குழைத்தபடி அப்படியே கிடந்தன.

அவனுக்குத் தான் சாப்பிடுகிறோமென்ற பிரக்ஞை இருந்
ததோ என்னவோ, அந்தத் தாயை அவன் கவனித்ததாகவே தெரிய
வில்லை.

ஆனால் அவன், தன் பாட்டுக்கு உரல்மீது நின்று கொண்டி
ருந்தான். கையிலே ஒரு பிடியில்லாத பெரிய கொடுவாக் கத்தியை
வைத்து, முன்னுக்கும் பின்னுக்குமாகத் தாளக்கட்டுக்குச் சரிவர,
ஆட்டிக்கொண்டிருந்தான்.

இடைக்கிடை, உரல் அசையும்போது, எங்கே விழுந்து விடு
வானோ என்று நெஞ்சம் துணுக்குறும்; ஆனால், அவன் துளிகூட
அச்சமின்றிப் பாடிக்கொண்டேயிருப்பான்.

சாப்பிடவேண்டுமென்று தோன்றியபோதெல்லாம் குனிந்து,
மெல்ல வாயைத் திறப்பான்.

அப்போது அவள் அவனுக்கு ஊட்டிவிடவேண்டும்.

மறுபடியும் அவன் தொடங்கி விடுவான்.

("ஓலையை வெட்டுவதும் கத்திதானா? – இந்த
ஓவர்சியர் சொல்லுவதும் புத்திதானா?...")

தினசரி, இந்தக் கைங்கர்யம் முடிவடைய, மூன்று மணி
நேரமாவது ஆகிவிடும். அந்தத் தாயோ ஒரு பொழுதாவது சிறி
தேனும் சலிப்படைந்தவளாகக் காணப்படமாட்டாள்.

இவ்வளவிற்கும் அவனை முழுப் பைத்தியம் என்று எல்
லோரும் ஒதுக்குவது போல் அந்தத் தாயாரால் மட்டும் ஒதுக்கிவிட
முடியவில்லை. அவளுக்கு அவன் ஒரே மகன்; செல்ல மகன்;
சித்த சுவாதீனத்தில் இம்மியும் பிழையில்லாத அருமை மகன்.

ஆனால், அவனுக்கு என்னவோ தாய், வீடு, உலகம் என்ற
வேறுபாட்டைக் கிரகிக்கும் அளவுக்குப் புத்தி வளர்ச்சியடைந்திருந்
ததாகக்கூடத் தென்படவில்லை. பசித்தால் அம்மா தரவேண்டும்
என்ற நம்பிக்கை, அதற்கும் அப்பால் சிந்திக்கவேண்டும் என்ற
நிர்ப்பந்தம் இல்லை; தேவையும் இல்லை.

பதினேழு, பதினெட்டு வயதுக்கு ஏற்ற வளர்ச்சி; சிறிது
அசிங்கமாக உப்பிய வயிறு; ஆனால், பத்தே வயது மதிக்கக் கூடிய
தாக, உரோமமே இல்லாத முகம்.

அவன் பள்ளியில் படித்த காலங்களில் அவனைக் காலை
யிலே கூட்டி வந்து பள்ளியில் விடுவாள் அந்தத் தாய். அதற்குப்
பின் பகல் எல்லாம் காவல் கிடந்து, பின்னேரம் மூன்று மணிக்குப்
பள்ளி விட்டதும், சேலைத் தலைப்பால் அவன் தலையை மூடிக்
கவனமாக வீட்டுக்கு அழைத்துச் செல்வாள்.

ஆனால், அவனுடைய படிப்பு என்னவோ அரிவரி
வகுப்பில் நாலு வருடம் தொடர்ச்சியாக இருந்ததோடு முடி
வடைந்துவிட்டது.

'சேயன்னா, வானா, இல்லன்னா – கோழி' என்று படத்தைப்
பார்த்துக் கூறும் அளவிற்கு அவனுக்கு மூளை விசாலமடைந்ததும்,
ஒருநாள்.

'கந்தையா வாத்தியார்
கிந்தையா வாத்தியார்
கல்லுக்கு மேலே
குந்தையா வாத்தியார்.'

என்று கூறிவிட்டு ஓட்டம் பிடித்துவிட்டான்.

அத்துடன் செல்லம்மாவுக்கும் தன்னுடைய மகனின் பள்ளிப் படிப்பைப் பற்றித் திருப்தி ஏற்பட்டுவிட்டது என்றுதான் சொல்லவேண்டும்.

2

ஒருமணியிருக்கும். மத்தியானச் சாப்பாட்டிற்காக வீட்டுக் குப் போய்க்கொண்டிருந்தேன்.

"எணை அம்மா..."

"எடி செல்லம்மா... இஞ்ச வாடி; வாத்தியார் போறா ரெல்லோ... இந்த வேட்டியைக் கட்டி விடன்டீ."

அப்போதுதான் நான் அவனைக் கவனித்தேன். குளித்த உடம்போடு, உயர்ந்து நெடுக நின்றுகொண்டிருந்தான்.

தாய் வேட்டி கொண்டுவர உள்ளே போயிருக்கவேண்டும்.

"வாத்தியார்! பாண் மணி அடிச்சிட்டுதே..."

நான் ஓமென்று தலையை அசைத்தேன்.

உடல் வளர்ச்சியடைந்திருக்கிற அளவுக்கு அறிவு வளர வில்லை. இருந்தாலும் வாத்தியாருக்கு முன்னால் நிர்வாணமாக நிற்கக்கூடாது என்று படுகிறது அவனுக்கு.

சொந்தமாக எதையும் செய்யும் திறமையே அவனுக்கு இல் லையா? என்னுடைய மனமானது செல்லம்மா என்ற உயிருடன் பிணைந்து ஒன்றி நிற்கும் வயிரவநாதன் உருவத்தைத் தனித்து, இழுத்து நிறுத்திக் கற்பனையிலே பார்க்க முயன்றுகொண்டிருந்தது.

"எடி... செல்லம்மா... மூதேசி வேட்டியைக்கொண்டாடி... வாத்தியார் பாக்கிறார்..."

மெதுவாக நான் நடந்தேன். பைத்தியம் என்று அவனை அப்படியே ஒதுக்கிவிட என்னால் முடியவில்லை எவருமே வியக்கத்தக்க அபூர்வ சாதுர்யத்தோடு அவன் சில வேளைகளில் நடந்திருப்பதை நானே பார்த்திருக்கிறேன். இனந்தெரியாத, கோபித்துப் பேச முடியாதபடி, பயத்தினுள் கலந்திருக்கும் ஒருவித அபூர்வக் கவர்ச்சியையும் நான் அவனிடத்தில் கண்டிருக்கிறேன்.

இருந்தும், ஏதோ ஒரு குறைபாடு எல்லாவற்றையும் மீறி இயங்கிக்கொண்டுதானிருப்பதாக எனக்குப்பட்டது.

3

திருவிழா என்று வந்தால் அவனுடைய உற்சாகத்திற்குச் சொல்லவேண்டியதில்லை. புது வருடத்தன்று வழமைபோல் அம்மன் புறப்பாடு நடைபெறும்.

கரடுமுரடான நந்தாவில் ஒழுங்கை வழியாக, சகடை மீது உயர்ந்து நிற்கும் சிவப்புக் குதிரையில் கம்பீரமாக அம்மன் வலம் வருவாள்.

அந்தக் காட்சியே, ஒரு தனி அழகு!

சுவாமி திரும்பவும் கோயில் போய்ச் சேரும்போது, இரவு இரண்டு மூன்று மணியாவது ஆகிவிடும்.

சகடையின் ஒரு மூலையில் பந்தத்தைப் பிடித்தபடி, கால் களைக் கீழே தொங்கப் போட்டுக்கொண்டு, சாவதானமாக அவன் உட்கார்ந்திருப்பான்.

அரையில் ஒரு பழைய பட்டுவேஷ்டி; அதை இறுக்கியபடி ஒரு சிவப்புத்துண்டு, சந்தனம் அப்பிய வெறும் உடம்பு, அடிக்கடி அதிகாரம் செய்யும் வாய் – இதுதான் அவனுடைய தோற்றம்.

சகடை மேலும் கீழும் ஏறிக் குலுக்கும்போதெல்லாம் எங்கே விழுந்து விடுவானோ என்று பார்ப்பவர்கள் நெஞ்சமெல்லாம் திடுக்கிடும். ஆனால், அவனோ முழங்கை மட்டும் வழிந்து நிற்கும் எண்ணெயை அரைத் துண்டினால் துடைத்தபடி, "ஆ...ரத் தினண்ணை... கொஞ்சம் எண்ணெய் விடு" என்று அதிகாரம் செய்தபடியே கவலையின்றிக் காட்சி அளிப்பான்.

விடியுமட்டும், சிறிதாவது தூக்கம் என்பது இல்லாமல், பயங்கரமான பொறுமையுடன் அவன் காத்துக்கிடப்பான்.

அந்த நிலையில் அவனைப் பார்க்கும்போதெல்லாம் பயப் படுவதற்கு வேண்டிய அறிவுகூட அவனிடம் இல்லையா என்று தான் தோன்றும்.

திருவிழா என்று மாத்திரம் இல்லை. எந்தக் கல்யாண வீடு, செத்தவீடு என்றாலும் சரி, அழைப்பில்லாமலே அவன் வந்து சேர்ந்துவிடுவான்.

யாராவது "வயிரவநாதா! இந்த வெத்திலை எல்லாத்தையும் தட்டத்திலை அடுக்கி விடு" என்று சொல்வார்கள். ஒருவித களைப்போ, வெறுப்போ இன்றி, சப்பாணி கட்டியபடி ஆயிரக் கணக்காக வெற்றிலையைத் தட்டங்களில் பொறுமையுடன்

அடுக்கியபடியே அவன் இருப்பான். மறந்தும்கூட, அவனுக்கு முகம் சுளிக்க மட்டும் தெரிவதில்லை.

எனக்கு வியப்பு மேலிட்டு நிற்கும்.

4

மஞ்சவனப்பதி தேர்த்திருவிழாவுக்காகப் பள்ளியை அரை நேரத்தோடு மூடிவிட்டார்கள். கொக்குவில்லுக்கே பெருமை தரும் அந்தப் பிரமாண்டமான செய்கைத் தேரைப் பார்க்க ஊரடங்கலும் இருந்து ஜனங்கள் வருவார்கள்.

மத்தியானம் மணி இரண்டிருக்கும். வெயில் கொதித்துக் கொண்டிருந்தது. வழக்கம்போல அந்த வடக்கு வீதி மூலையில், ஜனத்திரளின் மத்தியில், தேர் நின்றுகொண்டிருந்தது.

நிமிர்ந்து தேரைப் பார்த்தேன். மூச்சுத் திணற வைக்கும் அந்த ஜன வெள்ளத்தில் – அந்தச் சிறு மனிதர்களின் மத்தியில்– உயர்ந்து, மலைபோல, ஆடாது அசையாது, தேர் நின்றுகொண்டி ருந்தது.

பகல் பத்து மணிக்கு அந்த இடத்திற்கு வந்த தேர் அதற்கப் பால் ஒரு சாண்கூட அசைய மறுத்து நிமிர்ந்து நின்றது; மேலும் மேலும் ஜனங்கள் இழுக்கச் சில்லு கீழே கீழே புதைந்து கொண்டி ருந்தது.

ஜனங்கள் எல்லோரும் சுருண்டு சுருண்டு நின்றனர்.

உள்ளத்தில் வலுவில்லை; உடம்பிலே தென்பில்லை.

எல்லோருமே விரதக்காரர் – பசி வேறு உபாதை கொடுத்தது.

“அரோஹரா”

“மஞ்சவனப்பதி முருகனுக்கு!”

“அரோஹரா”

எண்ணிலடங்கா மனிதர்களின் ஆரவாரத்துக்குத் தேர் சிறிது நெளிந்துகொடுக்கும்; அதில் அமைந்திருக்கும் ஆயிரக்கணக் கான வெண்கல மணிகள் கலகலவென்று ஜாலம் செய்யும். முருகன் நம்மையெல்லாம் பார்த்து வாய்விட்டுச் சிரிப்பது போலிருக்கும்...

ஆனாலும் தேர் என்னவோ நின்ற இடத்திலேயே நின்று கொண்டிருந்தது.

வலுவிழந்து கிடந்த ஜனங்கள் எல்லோரும் மறுபடியும் மறு படியும் புதுப்புது உற்சாகம் கொண்டு இழுப்பார்கள்.

எல்லாமே வியர்த்தம்.

‘என்ன குறைபாடோ’ என்று எல்லோரும் அங்கங்கே பேசிக் கொண்டார்கள்.

“முருகா, முருகா” என்று அவன் திருவடிகளிலேயே குறை யிரந்தனர்.

அப்போதுதான் அவனைப் பார்த்தேன். உள்ளம் குன்றி, உடலும் குன்றி, களைத்து, வலுவிழந்து நெளிந்த அத்தனை ஆயிரம் ஜனங்களின் மத்தியிலும் அவன் முகத்தில் சோர்வென்பது ஒரு சிறிதுமின்றி ஏதோ ஓர் அபூர்வ உற்சாகத்தோடு நின்றுகொண்டி ருந்தான்.

அதே பழைய வேட்டி, அதை இறுக்கியபடி ஒரு சிவப்புத் துண்டு; சந்தனம் பூசிய மார்பு.

“அரோஹரா... ம்... மஞ்சவனப்பதி முருகனுக்கு...”

“அரோஹரா.”

“...ம்... கந்தையாண்ணை ஒருகைபிடி... அரோகரா.”

உற்சாகமாக மேலும் கீழும் நடந்து ஜனங்களை ஊக்கு வித்துக்கொண்டிருந்தான். நம்பிக்கை எல்லாமே இழந்து, என்ன செய்வதென்று தெரியாமல் எல்லோரும் மனம் குன்றிக் கிடந்த அவ்வேளையிலும்கூட அவன் அதே சிரித்த முகத்துடன்தான் காணப்பட்டான்.

அவனுக்குக் களைப்பே இல்லையா? உண்மையிலேயே கடினமான ஒரு காரியத்தைக் ‘கடினம்’ என்று உணரும் அளவிற்கு அவனுக்கு அறிவு இல்லையா?

வெயில் கீழே இறங்கத் தொடங்கிவிட்டது. ஜனங்களிடம் எஞ்சி இருந்த அற்ப சொற்ப நம்பிக்கையும் சிறிது சிறிதாக மங்க ஆரம்பித்துவிட்டது.

எல்லோருமே தேர்வடத்தை தொப் தொப்பென்று போட்டு விட்டுக் கீழே குந்திவிட்டார்கள்.

ஒருவருக்குமே ஒன்றும் தோன்றவில்லை; எப்படியாவது தேரை இருப்பிடத்துக்குச் சேர்த்தாக வேண்டுமே...

மறுபடியும் மறுபடியும் தேரை இழுப்பதற்காக வடத்தைத் தொடுவார்கள். ஆனால், அடுத்த கணம் செய்வதறியாது வடத்தைப் போட்டுவிட்டுக் குந்தி விடுவார்கள்.

“முருகன் பலி கேட்கிறான், முருகன் பலி கேட்கிறான்,” கற்பூரச் சட்டி எரித்துக்கொண்டிருந்த கதிர்காமத்தாச்சி சன்னதம் வந்து ஆவேசத்துடன் கூவினாள்.

நான் கீழே பார்த்தேன்.

ஏற்கனவே, குங்குமம் சிந்தி வெட்டியபடி மூன்று பூசணிக் காய்கள் காட்சி அளித்தன.

“இணுவிலுக்குப் போய் யாராவது இரண்டு டிராக்டர் எடுத்து வந்தால்... தேரைப் பூட்டி...”

“என்ன?”

எல்லோருக்குமே அந்த யோசனை அருவருப்பாகவும், அவ மானமாகவும் பட்டது.

பக்தி வெள்ளப் பெருக்கினால் கட்டி இழுக்க வேண்டிய முருகனுடைய தேரை டிராக்டர் கட்டி இழுக்கவா?

“கந்தையாண்ணை... நீ முண்டியை எடு... இன்னொரு கை பார்ப்பம்.”

“டேய், விசரா... தள்ளி நில்.”

கந்தையாண்ணைக்கு ஆத்திரம் பற்றிக்கொண்டு வந்தது.

“எனக்கு நீ சொல்லித்தாறாய்... என்ன?”

வயிரவநாதனுடைய முகத்தை நான் கூர்ந்து கவனித்தேன். அந்த முகத்தில் ஒருதுளி வெறுப்பாவது தென்படவில்லை. கந்தை யாண்ணையின் சொற்கள் அவன் காதில் பட்டதாகக்கூடத் தெரிய வில்லை.

அதே உற்சாகத்துடன் அவன் சிரித்துக்கொண்டுதான் நின்றான்.

வடத்தில் பிடிக்க இடம் இல்லாமல் ஜனங்கள் நெருக்கி அடித்தார்கள்.

“அரோஹரா”

“வாத்தியார்... ம்... ஒரு கை பிடியுங்கோ.”

மறுத்துக்கூற முடியாத கவர்ச்சி. நானும் அரையிலே சால் வையை இறுக்கிக்கொண்டு அவனுடைய சொல்லுக்குக் கீழ்ப் படிந்தேன்.

"அரோஹரா"

கண்கள் தாமாகவே மூடின. எல்லோரும் மனதை ஒன்று படுத்திக் கடைசி வலுவையும் சேர்த்து இழுத்தோம்.

"முருகனுக்கு"

"அரோஹரா"

"மஞ்சவனப்பதி முருகனுக்கு"

"அரோஹரா"

உற்சாகத்தோடு குதித்தபடி வேகத்தோடு தேர் கிளம்பியது. புறப்பட்ட கணத்தில் எங்கே போகிறோமென்றே ஒருவருக்கும் தெரியவில்லை.

திடீரென்று என்ன நடந்ததோ...

எல்லோரும் தேர் வடத்தைப் பொத்தென்று போட்டுவிட்டுப் பின்னோக்கி ஓடினார்கள்.

நானும் ஓடினேன்.

வெந்துகொண்டிருக்கிற மணலில், இரத்த வெள்ளத்தில் வாயிலும் மூக்கிலும் உதிரம் வடிய அவன் குப்புறக் கிடந்தான். வலது கை மணலை இறுக்கிப் பிடித்தபடி கிடந்தது.

நான் ஜனக்கூட்டத்தின் மத்தியில் புகுந்து சிரமத்துடன் எட்டிப் பார்த்தபோது அவனுடைய இடது காலும், இடது கையும் தொப் தொப்பென்று தரையை அடித்தன.

அதன்பிறகு அந்த அசைவும் இல்லை.

5

குனிந்து, தார் ரோட்டைப் பார்த்தபடியே நான் நடந்து கொண்டிருக்கிறேன்.

ஜனங்கள் முன்னுக்கும் பின்னுக்குமாய்ப் போய்க்கொண்டி ருக்கிறார்கள்.

"தேர் இருப்பிடத்துக்குப் போட்டுதாமே?"

ஓ மென்று என் தலை என்னை அறியாமலேயே அசைகிறது!

– புறப்பட்ட எதுவுமே திரும்பவும் இருப்பிடத்தை அடைந்து தானே ஆகவேண்டும்.

– ஆனால், இருப்பிடத்தை அடைவதுதான் முக்கியமா? எப்படி அடைவதென்பது முக்கியமேயல்லவா?

ஒருகணம் கதிர்காமத்தாச்சியும், அவளுடைய வெறிப் பார்வையும் என் மனதில் உராய்கின்றன.

நெஞ்சம் கனக்கிறது.

– வாத்தியார், என்ன பார்த்துக்கொண்டு நிக்கிறயள். ஒரு கை பிடியுங்கோ.

அவன் சிரித்துக்கொண்டு நிற்கிறான். முகத்திலே பயங்கலந்த கவர்ச்சி. மறுத்துக்கூற மனசு வர முடியாத அளவு கவர்ச்சி.

"ஆராம் வாத்தியார் தேரடியிலை செத்தது."

நான் வாயைத் திறக்கிறேன்.

சொற்கள் நெஞ்சிலேயே குமைந்துகொள்ளுகின்றன.

பின்னுக்கு யாரோ பதில் கூறுகிறார்கள்.

"அது ஆரோ விசர்ப் பொடியன்"

காலில் தடுக்கிய வேட்டியைச் சிறிது தூக்கியபடியே நான் நடந்துகொண்டிருக்கிறேன்.

வெறும் பாதத்தில் பட்ட குறுணி மண் வேதனையைக் கிளறுகிறது.

♦

கடைசிக் கைங்கரியம்

அழடா, தணிகாசலம், அழு. மரம்போல மௌனம் சாதிக் காதே! உன் சொந்த மனைவி, உன் இன்பத்திலும் துன்பத்திலும் பங்கெடுப்பதற்கு உன் தாலிக்கயிற்றுக்குத் தலையை நீட்டிய உத்தமி, இதோ பிணமாய்க் கிடக்கிறாள்.

நீயானால் மௌனமாக, தூரத்து வெளியைப் பார்த்துக் கொண்டிருக்கிறாயே. உன் நெஞ்சம் என்ன இரும்பாகிவிட்டதா! அல்லது நீதான் என்ன சிலையாகி விட்டாயா?

மனிதப் புழுவே, நீ அழு; அழத்தான் வேண்டும்.

கண்ணீரே, நீ பொங்கிவா; மரத்துப்போன அவன் கண் வழியாகப் பொல பொலவென்று ஊற்று.

அவன் அழத்தான் வேண்டும்.

தணிகாசலம் அடித்த மரக்கட்டைப் போன்று கிழக்குப் பக்கத்துத் தூணோடு சாய்ந்தவாறு இருக்கிறான். அவனுடைய இடது கை மடிந்து நாடிக்குத் தாங்கல் கொடுத்துக்கொண்டிருக் கிறது. கண்கள் எல்லாம் கோவைப் பழம்போல் சிவந்து, மயிர் கலைந்து கருகிப் போய்க் காட்சி அளிக்கிறான்.

யார்தான், மனைவியைப் பறிகொடுத்துவிட்டுப் பெருமை யோடு உட்கார்ந்திருக்க முடியும்?

அதோ கட்டிலிலே எலும்பும் தோலுமாக இருக்கும் கமலாவை– இல்லை, பிணத்தைக் கிடத்தியிருக்கிறார்கள்.

வெள்ளை வெளேரென்று சீலை போர்த்தி இருக்கிறது. கண் களிலே சந்தனம்! நெற்றியிலே உலர்ந்த திருநீறு; அதன்மேல் குங் குமம்; இன்னும் பெரிய இடத்துப் பிணத்துக்கு வேண்டிய மரியாதைகளெல்லாம் குறைவில்லாமல் செய்திருக்கிறார்கள்.

கால்கள் இரண்டையும்கூட யாரோ பாதகர்கள் சணல் கயிற்றால் வரிந்து கட்டியிருக்கிறார்கள்.

எந்த நேரத்திலும் அணைவதற்குத் தயாராய்க் குத்துவிளக்கு ஒன்று படபடவென்று அடித்து வாழ்வின் அநித்தியத்தைக் காட்டியபடி அவள் தலைமாட்டில் ஒளிவிட்டுக்கொண்டிருக்கிறது.

இவ்வளவு "கோலாகலங்களும்" அவளுக்குத் தெரியாது.

அவள் பிணம்!

"அண்ணை, அறைச்சாவி எங்கே?"

தணிகாசலம் தன் பரட்டைத் தலையை நிமிர்த்தி எதிர் மாடத்துத் தூணைப் பார்த்தான்.

திறப்பு அங்கே பத்திரமாக இருந்தது.

'டீ, கமலா! அந்தத் திறப்பை நீ அங்கே வைத்தபோது உனக்குத் தெரியுமா, அதை மறுபடியும் நீ எடுக்கப் போவதில்லை' யென்று?

எந்த நோயாளிதான் தான் இறக்கப் போவதாக எண்ணு வான். எல்லோருமே 'பிழைத்துவிடுவோம்' என்றுதான் நம்பு கிறார்கள்!

சாம்பசிவம் வந்தார். "என்ன தணிகாசலம் அப்படியே இடிந்து போயிருக்கிறாய். இருந்தாப்போல நடந்த காரியமே; எத்தினை நாள் அவளும் பாயோடு பாயாய்..."

"என்ன செய்கிறது; ஆஸ்பத்திரிக்குக் கொண்டுபோனபோது கொஞ்சம் தென்பாய்த்தான் இருந்தாள்... ம்... இந்தக் கசமே இப்படித்தான்."

யார் சொன்னது கசமென்று? அவள் இறந்த காரணம் எவருக்குத்தான் தெரியப்போகிறது?

கமலாவைப் பார்த்தான்; பக்கத்திலே வாயை அகலமாகத் திறந்தபடி கிடக்கும் பிரமாண்டமான முதிரைப் பெட்டியைப் பார்த்தான்.

அது அவளை "வாவா" என்று அழைத்துக்கொண்டிருந்தது.

அவளுடைய வெடித்த உதடுகள். ஒருகாலத்தில் கோவைப் பழம்போல் சிவந்திருந்த உதடுகள்தான் அவை.

எங்கிருந்தோ ஒரு இலையான் வந்து அந்தக் கீழ் உதட்டிலே உட்கார்ந்தது. அதைத் தொடர்ந்து பக்கத்திலே வந்து ஒட்டிக் கொண்டு உட்கார்ந்தது மற்றொரு இலையான்.

வழக்கம்போல அவளுடைய மெலிந்த விரல்கள் மெதுவாக அசைந்து அவற்றை விரட்டவில்லை. அல்லது "இஞ்சை ஒருக்கால் வந்து கொஞ்சம் விசிறுங்கோவன்; என்னை ஏன் இப்ப கவனிக் கிறியள்!" என்று கண் கலங்கவுமில்லை.

அவள் தன் பாட்டுக்குச் செத்துப்போய்க் கிடந்தாள்.

வருத்தம் என்று அவளுக்கு வந்ததும்தான் அவள் எவ்வளவு மாறிவிட்டாள். எப்பொழுதும் சிடுசிடென்று கிட்டவே போக முடியாது. எந்த நேரம் அவன்மேல் எரிந்து விழுவாள் என்று சொல்லவும் முடியாது. "என்னைக்கொல்லுங்கோ, நான் செத்துப் போறன்" என்று கத்துவாள்.

அவள் பாதிப் பிராணன் இப்படிச் சத்தம் போட்டே போய் விட்டது.

ஏன் இப்படி அவளுடைய தேகம் எல்லாம் மெலிந்து, பலமே இல்லாத நிலையில் அவளுக்கு இவ்வளவு முன்கோபமும், சந்தேக மும்? விடியற்காலை எழுந்ததும் அவளுக்கு பல்விளக்கி விடுவதி லிருந்து இரவு அவளுக்கு நித்திரை மாத்திரை கொடுத்துக் கால் பிடித்து விடும்வரை எல்லாவற்றையும் அவன்தான் செய்தான். கந்தோரில் வேலைபார்க்கும் நேரத்தில் மட்டுமே அவனுக்கு அவளின் பணிவிடை செய்வதிலிருந்து ஓய்வு.

ஆனால், அவளுக்கு என்னவோ அவனைக் கண்டாலே பிடிக்கவில்லை.

ஏன்? ஏன்?

அன்று தணிகாசலத்திற்கு கந்தோரில் ஓயாத வேலை. அன்று மாத்திரமென்ன? தொடர்ந்து ஒருமாத காலமாகவே, கம் பெனிக்கு வந்திருந்த புதிய மானேஜர் பழைய மானேஜரைத் திட்டியபடியே பழைய பைல்களை எல்லாம் புரட்டி ஆபீஸை ஒழுங்குபடுத்துவதாகப் பேர்பண்ணிக்கொண்டிருந்தார்.

அவருடைய மியூரியல் அம்மையார் 'டார்லிங், இட்ஸ் டூ லெட் டுடே' என்று அழைக்கு மட்டும் ஆபீசை விட்டு அவர் அகலவே மாட்டார். அவருக்கு எங்கே தெரியப் போகிறது தணிகா சலத்தையும், அவன் கட்டிக்கொண்டிருக்கும் அருமை மனைவி யையும், அவள் கட்டிக்கொண்டிருக்கும் அபூர்வ வியாதியையும்?

தணிகாசலம் வீட்டுக்குள் அடியெடுத்து வைத்தபோது அவனுடைய மனைவி – அப்போது மனைவியாக இல்லை – பேயாக நின்றாள்.

"ஏன் இவ்வளவு நேரம்?"

இப்படித்தான் அவள் கேட்டாள். வெறும் வார்த்தைதான். ஆனால், அதை அவள் உச்சரித்த தொனி மூன்று உலகத்தையும் நடுங்க வைக்கப் போதுமானதாயிருந்தது.

தணிகாசலத்துக்கு நெஞ்சில் யாரோ இரும்புலக்கையால் அடித்தது போலிருந்தது.

"நீங்கள் ஒண்டும் சொல்ல வேண்டாம். எனக்குத்தெரியும் உங்கடை சங்கதி, ஊர் முழுக்கச் சிரிக்குது. நான் என்ன சாகப் போறவள்தானே... நீங்கள் அந்த மேரியோடை..."

"கமலா"

"ஏன் வெருட்டிறியள்... கேட்பன், அப்படித்தான் கேட்பன்."

அவள் பிசாசுபோலக் கத்தினாள்.

தணிகாசலத்திற்குக் கோபம் வந்தால் என்ன செய்திருப் பானோ தெரியாது. ஆனால், அவன் மனத்தைக் கட்டுப்படுத்திக் கொண்டான். மெதுவாக அவள் தோளைத் தொட்டு, "கமலா, கத்தாதே, கமலா! கத்திக் கத்தித்தானே உன்ரை உடம்பு இப்பிடியாய்ப் போட்டுது. டொக்டர் எத்தினை தரம் சொன்னவர். படு கமலா... என்ரை கமலா எல்லே" என்று என்னென்னவோ சொல்லித் தேற்றினான்.

ஆனால், அவள் சந்தேகம் என்னவோ தீரவேயில்லை.

தணிகாசலம் ஏதோ துரோகம் செய்துவிட்டதாகவும் அதை மறைக்கத்தான் அவன் மாய்மாலம் செய்கிறான் என்றும் அவள் திடமாக நம்பினாள்.

அவள் நினைத்ததில் என்ன தவறு? ஆண்களின் மனதை வெகு சூட்சுமமாக அளந்து வைத்திருக்கிறாள்.

அடி கமலா, நீ நினைத்ததில் எள்ளளவும் பிழையில்லை. முற்றிலும் சரி. நான்தான் துரோகி, பெரிய துரோகி!

"டம் டம் டம்" என்று பறை முழங்கியது. தணிகாசலத்தின் மனத்தில் யாரோ சம்மட்டியால் அறைவது போன்று இருந்தது. அவனுக்கு, அந்தப் பறை மேளக்காரர்களைக் கழுத்தைப் பிடித்து வெளியே தள்ளவேண்டும் போலிருந்தது.

இன்னமும்கூட தன்வீடு 'செத்த வீடு' என்று ஒப்புக்கொள்ள அவனுக்குத் துணிவு பிறக்கவில்லை.

கமலா உண்மையிலேயே இறந்து விட்டாளா? இனிமேல் விழிக்கவே மாட்டாளா?

திடீரென்று ஏதாவது அற்புதம் நிகழ்ந்து அவள் எழுந்து விட்டால்?

"என்ன மாமி, எத்தனை நாளைக்கொண்டு அந்த மனுசனும் அலையிறது; தொழிலைப் பார்க்கிறது எங்கே, வீட்டைப் பார்க்கிறது எங்கே... அந்த மனுசன் பட்ட பாட்டுக்கு ஒரு வழியாய்ச் செத்ததுதான் நல்லதாய்ப் போச்சு..."

"எண்டாலும் குடுத்து வைக்க வேணும். தாலியோட சாகிறது எல்லாருக்கும் ஆகிற காரியமே?"

"ஒரு மாதம் இரண்டு மாதமே? ஒரு வருஷம் – என்னென்ன கஷ்டத்தை அனுபவித்தாளோ?"

"உனக்குத் தெரியாதே?" என்றபடியே தணிந்த குரலில் "சாதகம் கொஞ்சமும் பொருத்தம் இல்லையாம்."

"காதல் கலியாணத்தாலே வந்த வினை..."

தணிகாசலத்திற்கு ஆத்திரம் பொங்கியது. அந்த ஊத்தை வாயை அப்படியே பிடித்துக் கிழித்துக் கண்ட துண்டமாக்க வேண்டும் போல் இருந்தது.

"என்னைப் பெத்த ராசாத்தி, நீ என்னைவிட்டுப் போட்டியோனே" என்று தனிக் குரல் ஒன்று பிலாக்கணம் வைப்பது கேட்டது. தணிகாசலத்தின் நெஞ்சம் திக்கென்றது.

அழுவது எதிர் வீட்டு இராசம்தான்.

இப்பொழுது மாத்திரம் கமலா உயிரோடு இருந்திருந்தால்...

அன்று அவனுக்கு லீவு. தணிகாசலம் வீட்டிலேயே நின்றான். கமலாவுக்கு அப்போது வருத்தம் சிறிது சுகமாகி வந்தது. காலையில் கொடுக்க வேண்டிய மருந்தைக் கொடுத்து உள் கூடத்தில் படுக்க வைத்து விட்டுத் தணிகாசலம் வெளி மண்டபத்தில் உலாவிக்கொண்டிருந்தான்.

திடீரென்று அவன் உள் உணர்ச்சி அவனுக்கு எதையோ அறிவித்தது. திடுக்கிட்டுத் திரும்பியவன் அப்படியே திகைத்து விட்டான்.

ஜன்னல் கம்பியைப் பிடித்தவாறே, தலைவிரி கோலத்துடன், மகா பயங்கரமாகக் காட்சியளித்தபடி நின்றாள் கமலா.

"என்ன அங்கே பார்த்து இளிக்கிறியன்?" என்றாள் கோபா வேசத்தோடு. திடுக்கிட்டுத் திரும்பியவன் அப்பொழுதுதான் பார்த்தான்.

எதிர்வீட்டுத் திண்ணையில், முழுகிய தலைமயிரைச் சிக் கெடுத்தபடி தன்பாட்டுக்கு, சுயநினைவின்றி நின்று கொண்டிருந்தாள் இராசம்.

தணிகாசலம் என்ன சத்தியம் செய்தும் கமலா நம்ப மறுத்தே விட்டாள்.

கமலா படுத்த படுக்கையாகிச் சரியாக ஒருமாதம்கூட ஆக வில்லை. திடீரென்று ஒருநாள் வேலைக்கார மனுஷியை விரட்டி விட்டாள். அவளை "மனுஷி" என்று சொல்வதுகூட உயர்வு நவிற்சி.

அவள் கிழவி.

"கமலா! இந்தச் சந்தேகப் பிசாசு உன் களங்கமில்லாத இதயத்தில் எப்படிக் குடிபுகுந்தது? என்னைப் பார்க்க அவ்வளவு இழிந்தவனாகவா தெரிகிறது? அவ்வளவு கேவலமானவனாகவா நான் தோன்றுகிறேன்?

நீ, பிழைவிடவில்லை, கமலா. நீ நினைத்தது முற்றிலும் சரி தான். நான் பாபி! மன்னிப்புக்குத் தகுதியில்லாத பாபி! நான் இன்றைக்கு உணருகிறேன். நீ என்றைக்கோ உணர்ந்துவிட்டாய்.

நீ கெட்டிக்காரி. பெரிய கெட்டிக்காரி."

செத்த வீடு களைகட்டிவிட்டது. புளியமரத்தின் கீழே ஒரு துண்டை விரித்துவிட்டு 'வெட்டு, இறக்கு' விளையாடிக்கொண்டி ருந்தார்கள் புருஷர்கள்.

அந்த விளையாட்டுத் தெரிந்தவர்கள், அல்லது விளையாட இடம் கிடையாதவர்கள் சுற்றிவர நின்று அவ்வப்போது இலவச ஆலோசனைகள் கூறிக்கொண்டிருந்தார்கள்.

"இதென்ன சுருட்டப்பா, இது? குடித்தால் குடிக்க வேணும் வானா கானாவின்ரை... என்ன கைச்சல்" என்று அபிப்பிராயம் கூறியபடியே, வீட்டுக்கும் இரண்டு சுருட்டு மடியில் வைத்தபடி, புகை பிடித்தார்கள் வயதில் சிறிது முதிர்ந்தவர்கள். வேறு சிலர் நாவிதனிடம் தங்கள் மோவாயை நீட்டிச் சவரம் செய்துகொண்டி ருந்தார்கள்.

இன்னும் சிலர் கோடிப் பக்கத்துக்குப் போய்விட்டு வாயைச் சப்புக்கொட்டிக்கொண்டே, கால்கள் ஒன்றையொன்று உள் வாங்க வந்து கொண்டிருந்தார்கள்.

பெண்கள் பகுதியில், வெற்றிலைத் தட்டமும், பழங்கதைகளும் அவர்களுடைய வாயை, இடைவிடாமல் ஆட வைத்துக் கொண்டிருந்தன.

ஊரே பிரமிக்கும்படியாக அலங்காரமான தண்டிகை வாசல் புறத்தில் உருவாகிக்கொண்டிருந்தது. மாணிக்கம் – பிரேதமாய்க் கிடப்பவளின் தந்தை யாவற்றையும் கவனித்துக்கொண்டிருந்தார். ஊரைப் பிரமிக்க வைப்பதற்கு இதைத் தவறவிட்டால் அவருக்கு வேறு ஏது சந்தர்ப்பம்?

ஒப்பாரி கானம் வர வர உச்ச நிலையை அடைந்தது. கோஷ்டிகானங்களும், தனி ஆவர்த்தனங்களும் மாறி மாறி ஒலித்தன.

பெண்களில் சிலர், ஊர்ச் சில்லறைத் தகராறுகளை எல்லாம் தங்கள் கவிகளில் வைத்துப் பாடிக்கொண்டிருந்தார்கள். இன்னும் சிலர் இறந்துபோன எந்த மூதாதையரையாவது நினைத்துக் கண்ணீரை வரவழைக்கக் குறுக்கு வழிகளைக் கையாண்டனர். சுட்டுப் போட்டாலும் கண்ணீர் வராத சிலர், அதைப் பற்றிக் கவலையே படவில்லை. ஒப்பாரி மாத்திரம் சொல் பிசகாமல் அடுக்கடுக்காய் வந்தால் போதுமென்பது அவர்கள் கட்சி.

தணிகாசலத்தைக் கவனிப்பார் இல்லை. அவனுடைய மனைவியின் அருமையை உள்ளபடி உணரக் கூடியவன் அவன் ஒருத்தன்தான்.

அதிலும், அனாதரவான நிலையில் அவள் இறந்த கொடுமையை அவனையன்றி வேறு யார்தான் அறியக்கூடும்?

ஆஸ்பத்திரியில் கமலாவைச் சேர்த்தபோதே எப்படிக் காலம் தள்ளப் போகிறோமோ என்று பதைத்தான் தணிகாசலம். ஆனால், ஆஸ்பத்திரியில் அவன் நினைத்ததற்கு எதிர்மாறாக நிகழ்ச்சிகள் நடக்கத் தொடங்கின. அவன் மேல் அவள் எரிந்து விழவில்லை; மௌனமாகி விட்டாள். தன்னுள் நிறைந்த ஒரு மோனத்தில் அவள் ஆழ்ந்துவிட்டாள் போலும்.

நர்ஸ்மார் படுக்கைக்குக் கிட்ட வரும்போது தணிகாசலம் காத தூரத்தில் நிற்பான். எங்கே, சமய சந்தர்ப்பம் தெரியாமல் கமலா ஏதாவது உளறி விடுவாளோ என்று அவன் பயந்து

செத்தான். ஆனால், கமலா வழக்கம் போல் சந்தேகப்படவே இல்லை. ஏனோ, கொடூரமான மௌனத்தைக் கடைப்பிடித்தாள்.

கமலா... அடி கமலா... உன்னுடைய அந்த அரிய குணத்தை எதற்காக மாற்றினாய். என்னுடைய நடத்தையில் திடீரென்று உனக்குப் பரிபூரண நம்பிக்கை ஏற்பட்டு விட்டதா?

என்னைக்கூட நம்பினாயா?

'நைட் டியூட்டிக்கு' வந்த அந்தப் புதிய நர்ஸைப் பார்த்த போது ஏனோ தணிகாசலத்துக்கு நெஞ்சம் திக்கென்றது. அநாவசியமாக அவள் சிரித்தாள். அவசியமில்லாததற்கெல்லாம் பேசினாள்.

அட, மூடா, தணிகாசலம்! அப்போதாவது உணர்ந்தாயா?

டொக்டர் வந்து கமலாவைப் பரிசோதித்தார். அன்று இராத்திரி பன்னிரெண்டு மணி மட்டும் கவனத்துடன் இருக்க வேண்டும் என்று சொன்னார்.

இன்று இரவு பன்னிரெண்டு மணிக்கு, ஜெர்மனியிலிருந்து பெறப்பட்ட அந்த அரிய மருந்தை கமலாவுக்கு 'இஞ்செக்ட்' பண்ணுவார்கள். அதை ஏற்றினால் அநேகமாக அவள் பிழைத்து விடுவாளாம்.

தணிகாசலத்திற்கு நம்பிக்கை மறுபடியும் துளிர்த்தது. இரவு; தணிகாசலம் மனம் குழம்பித் தவித்தான்.

நர்ஸைக் காணவில்லை.

தணிகாசலம் அவளைத்தேடி உள்ளேபோனான்.

அவள் நின்று கொண்டிருந்தாள். சிரித்தபடியே சொன்னாள்; "மறந்துவிட்டேன் என்று பயந்து விட்டீர்களா? இந்த மருந்தைப் பையிலை வையுங்கள். சிறிஞ்சையும், பஞ்சையும் எடுத்துக்கொண்டு வந்து விடுகிறேன்."

அவள், ஏதோ சொன்னாளே தவிர, அவள் கையில் இருந்த ஊசிபோன்று அந்தச் சிரிப்பு அவனைக்கொன்றது.

"சிஸி, நீங்கள் என்ன சொல்கிறீர்கள், அவள் தப்புவாளா?"

அவன் நிர்க்கதியாக நின்றான்; கண்கள் நீரைக் கோத்துக் கொப்பளிக்கத் தயாராக நின்றன.

ஒரு குழந்தையைப்போல, யார் தன்னை அணைத்து, ஆறுதல் சொல்வார் என்று ஏங்கி நின்றான்.

தேறுதல் என்ற பனித்துளிக்கு அவன் தாகமாய்த் தவிப்பது வடிவாகத் தெரிந்தது.

"நீங்கள் ஆண்; இதற்கே இப்படிக் கலங்கினால்... உங்களைப் பார்க்க எனக்கும்தான் மனது கலங்குகிறது... இதோ... இங்கே பாருங்கள்–"

அவள் அப்படிக் கூறியபோதே அவளுடைய கரங்கள் அவனைப்பற்றி இருந்தன.

அவன் என்ன பேசினான்; அவள் என்ன கேட்டாள்?

மந்திரத்தில் கட்டுண்ட சர்ப்பம் ஆனான்.

கால வெள்ளம் வரையறையின்றி யுக யுகாந்திரமாக ஓடி, வடிந்தது.

வெளிச்சம் கண்ணை உறுத்தாதபடி மூடிய அந்த "டோம்" விளக்கு, அதுதான் முதலில் கண்ணில் பட்டது – எங்கோ வெகு வெகு தூரத்தில்.

அவன் உள்ளுணர்வு எதை உணர்த்தியதோ, அவன் திரும்பிப் பாராமல் ஓடினான். ஆனால், மனம் மாத்திரம் வேக மாக அடித்துக்கொண்டது.

அவன் நினைத்தது நடந்துவிட்டது; அவள் அலங்கோல மாகக் கிடந்தாள். அரைவாசி படுக்கையிலும், அரைவாசி கீழேயு மாக அநாதரவாகத் தொங்கிக்கொண்டு கிடந்தாள்.

அவளுடைய மெலிந்த கைகள் கேட்பாரற்று நீண்டு கிடந்தன.

ஓமப் புகை கண்ணை மறைத்தது.

சுண்ணம் இடிக்க வைத்திருந்த பிரமாண்டமான உலக்கை யையும் உரலையும் பார்த்து தணிகாசலத்திற்கு இரத்தமெல்லாம் உறைந்துவிட்டது.

சுண்ணம் இடிக்கும் அந்த உரிமை அவனுக்கு இருக்கிறதா?

கமலாவை நேரத்தோடு சுடுகாட்டிற்கு அனுப்பி வைக்க ஆர்வம் கொண்டிருந்த இரண்டொருத்தர் ஐயரை அப்படியும் இப்படியும் 'அஸிஸ்ட்' பண்ணிக்கொண்டிருந்தார்கள்.

"தணிகாசலம் எங்கே?"

அவன் அசையவில்லை.

"எட தம்பி, தணிகாசலம், இரண்டு வாளியைத் தலையிலை ஊத்திக்கொண்டு வா; ஐயர் காத்துக்கொண்டிருக்கிறார்."

வெளித் தோற்றத்திலாவது புனிதமாக இருக்க வேண்டு மாக்கும்.

அவன் சிலையாக நின்றான்.

"எழும்பு தம்பி, சவம் நாறப்போகுது."

தணிகாசலத்திற்கு அவருடைய பல்லை அப்படியே பெயர்த்துவிடலாம் போலிருந்தது.

சவமா? நாறப் போகுதா?

அவனுக்கு அழுகை அழுகையாக வந்தது.

"சட்டையைக் கழட்டு தணிகாசலம்."

மெதுவாக அசைந்தான்; மேற் சட்டையை வேண்டா வெறுப்பாகக் கழற்றினான்.

அவன் காலடியில் ஏதோ விழுந்து உடைந்தது.

வேறொன்றுமில்லை. முதல்நாள் இரவு நர்ஸ் கொடுத்தாளே– அந்த மருந்துச் சீசா, பிரபலமான – போகும் உயிரைப் பிடித்து வைக்கும் – ஜெர்மன் மருந்து.

மறுபடியும் அவன் சிலையாகிவிட்டான்.

◆

பக்குவம்

'கந்தர் மடம் செல்லம்மா'

'அஞ்சு'

'கொட்டடி ஆச்சிப்பிள்ளை'

'அஞ்சு'

'கொக்குவில் வேலாயுதப்பிள்ளை'

'பத்து'

'சீட்டுக்கார நல்லாம்பிப் பகுதி'

'இருபது'

'சங்கக்கடை ரத்தினம் பெண்சாதி'

ஒவ்வொருவரும் வந்து காசைப் போடப்போட, சின்னத் துரை கொப்பியில் எழுதிக்கொண்டே வந்தார். துரையப்பாதான் பெயர்களை உரக்கச் சொல்லிக்கொண்டிருந்தார்.

குனிந்த தலை நிமிராமல், வெற்றிலைச் சுருளைக் கையிலே ஏந்தியபடி நின்று கொண்டிருந்தாள் அவள். அந்தச் சின்னஞ்சிறு உடலை எட்டுமுழச் சேலை ஒன்று ஈவு இரக்கமின்றிச் சுற்றிக் கொண்டு கிடந்தது.

சாமர்த்தியப்பட்ட பெண்ணுக்கு இயல்பாகவே ஏற்படும் புது நாணம் முகத்தைப்பூச, கவிதை நிழலாடும் கண்களால் சிரமத்துடன் அவள் நிமிர்ந்து பார்த்தாள்.

பாவமாக இருந்தது.

சிறிய சிறிய கனவுகளுக்கெல்லாம் உயிர்கொடுக்க முனைந்து நிற்கும் அவள் முகத்தில் வியர்வை முத்து முத்தாகக் கோத்து நின்றது.

"சரி... சரி... சின்னத் தங்கச்சியை உள்ளே கூட்டிக்கொண்டு போங்கோ" – வெள்ளித் தட்டத்தில் கிடந்த காசை எண்ணி அடுக்கியபடியே குரல் கொடுத்தார் சின்னத்துரை.

நின்று கொண்டிருந்த அந்தப் பெண் குழந்தையின் சிறிய மார்பு மகிழ்ச்சியால் ஏறி இறங்கியது.

ராசாத்தி இன்னமும் அங்கேதான் நின்றாள். அந்தக் குசினிக் கதவின் பக்கத்தில், ஆடாமல் அசையாமல், வைத்த கண் வைத்த படி, இவ்வளவு நேரமாக அவள் நின்றுகொண்டிருந்தாள்.

மனத்தின் வேதனைக் குழம்பில் அழுந்தி அழுந்தி, ஆற்றாமையுடன் வெளிவந்தது. ஒரு சூடான பெருமூச்சு.

குனிந்து, பொலிவிழந்து கிடக்கும் தன் அங்கங்களை ஒரு முறை பார்த்துக்கொண்டாள். மறுபடியும் புதுச்சேலை சரசரக்க அசைந்து செல்லும் தன் தங்கையைப் பார்த்தாள்.

எங்கோ, தூரத்தில், முன்பு எப்போதோ கேட்ட சோகநாதம், விரிந்து விரிந்து, கற்பனைக் கெட்டாத தூரம் வியாபித்து, தன்னை விழுங்குவதுபோலவும், அதனுள்ளேதான் ஒடுங்கி ஒடுங்கித் துரும்பளவாகி அமிழ்ந்து விடுவதுபோலவும், அவளுக்குப் பட்டது.

அந்த நினைவு அவள் மனத்தை என்னவோ செய்தது...

எப்பிடி இது நடக்கும்?

அந்தச் சின்னஞ் சிறு உள்ளத்தை இந்தக் கேள்விதான் நிறைந்து நின்று இம்சைப்படுத்தியது.

எப்பிடி நடக்கக் கூடும்?

நான்தானே... அவளுடைய அக்கா... நான்... நான்தானே வயதுக்கு மூத்தவள்... அப்ப... நான் இன்னமும் ஏன் இப்படி... இருக்கிறன்... எனக்கு... ஒருவேளை... ஒருவேளை... ஏன்...

அறிவுக்கும், சிந்தனைக்கும் அப்பாற்பட்ட, கற்பனையின் பிடிக்குள் வளையாத, அகப்படாத ஒரு பொருளுக்குக் காரணம் கண்டுபிடிக்க முயன்றது அந்தப் பிஞ்சு உள்ளம்.

மெலிந்திருந்த தன் கைகளை முகத்தின் முன்னே நீட்டி ஒருமுறை பார்த்துக்கொண்டாள் ராசாத்தி. ஒட்டியிருக்கும் தன் மார்புச் சட்டை மீது நூல்போல ஊர்ந்து கிடக்கும் பின்னலைப் பார்த்தாள். மெல்லிய உரோமம் படர்ந்து வெளிறிக்கிடக்கும் கால்களை நோக்கினாள்.

அவளுக்குத் தன்மீதே அளவற்ற வெறுப்புப் பீறிட்டது.

குத்துவிளக்கில், எண்ணெய் வற்றித் திரி மாத்திரம் எரியும் மணம் அடங்கலும் பரவியது.

அப்படியே தலையை மயக்கிக்கொண்டு வந்தது. சுவரிலே ஆத்திரம் தீரத் தலையை முட்டி, இரத்தம் கக்கிச் செத்து விட லாமோ என்றுகூட அவள் மனம் எண்ணியது.

எவ்வளவுதான் முயன்றும், கண்களில் பொங்கும் நீரை மாத்திரம் அவளால் அடக்க முடியவில்லை.

கனகம்மா, ஆலாத்தித் தட்டத்தை எடுத்துக்கொண்டு வீட்டுக்குள் விரைந்தாள்; போகும்போது நின்று, ராசாத்தியைப் பார்த்து ஒரு பெருமூச்சு விட்டுக்கொண்டே உள்ளேபோனாள்.

'என்னத்துக்கு என்னை எல்லாரும் இப்பிடிப் பார்க்கினம்; ஏன் என்னைப் பார்த்துவிட்டு நாறிக் கிடக்கிற பிணத்தைப் பார்க் கிறதுபோல முகத்தைத் திருப்பினம்?

அம்மாதான் இப்படி என்றால் அப்பு....ம்

என்னைப் பெற்ற அம்மாவுக்கே என்னை விளங்கவில்லை என்றால் அவர்... அவருக்கு என் வேதனை என்ன தெரியப் போகுது.'

"எங்கை உன்ரை மூத்தவள்?" குஞ்சியாச்சிதான் விசாரித் தாள்.

"உங்கினைதான் நிண்டுது" விரக்தியில் தோய்ந்து புறப் பட்டது அந்தப் பதில்.

ராசாத்தியின் கைகள் கதவை இறுக்கிப் பிடித்தன.

சின்னத் தங்கச்சி இராமநாதன் கல்லூரியில் சேர்ந்து விட் டாள். அவள் இனிமேல் பையன்கள் படிக்கும் பள்ளியில் படிக்கக்கூடாதாம். ஆனால், ராசாத்தியின் பள்ளியை மாற்றத் தேவையில்லை. அவளுடைய படிப்பைத்தான் எப்போதோ நிறுத்தி யாகி விட்டதே.

சின்னத் தங்கச்சி சனி ஞாயிற்றுக்கிழமைகளில் வீட்டுக்கு வரும்போதெல்லாம் அம்மா பம்பரம் போல் சுழல்வாள்; ராசாத்தி தான் ஓடி ஆடி, முழு வேலையையும் பார்ப்பாள் – சந்தோஷ மாகத்தான்.

எப்போதாவது, சின்னத் தங்கச்சி, குளித்துவிட்டு ஈரச் சேலை தடக்கக் குனிந்து வரும்போது மாத்திரம், ராசாத்தி தன்னையறி யாமலே தன்னுடைய மேனியையும் ஒருமுறை பார்த்துக் கொள்வாள்.

அப்போதெல்லாம் ஆழ்ந்த ஒரு பெருமூச்சு அவள் மனக் கிடங்கின் மறைவில் இருந்து வெளிவரும்.

ஞாயிற்றுக்கிழமை பின்னேரமே சின்னத் தங்கச்சி விடுதிக்குத் திரும்பிவிட வேண்டும். வழக்கமாக அவளுடைய தாயார்தான் கொண்டுபோய் அவளை பஸ்ஸிலே பள்ளிக்கூடத்திற்கு அனுப்பி விட்டு வருவாள். ஆனால், அன்று தாயாருக்குக் கையிலே வேலை கிடந்தது. துணைக்கு ராசாத்தியை அனுப்பி வைத்தாள்.

மக்கியும் புழுதியும் நிறைந்த ஒழுங்கையில் இருவரும் பக்கத் திற்குப் பக்கமாக நடந்து கொண்டிருந்தார்கள். ராசாத்தியின் கையில் மட்டும் சின்னத் தங்கச்சியின் 'சூட்கேஸ்' கனத்துக்கொண் டிருந்தது.

சனசமூக நிலையத்தை ஒட்டியிருந்த கைப்பந்தாட்ட மைதானத்தைக் கடந்தபோது ஆயிரம் இளம் கண்கள் தங்களையே உற்றுப் பார்ப்பதை ராசாத்தி உணர்ந்தாள்.

அவளுக்குத் திகைப்பாக இருந்தது.

இப்படியான ஓர் அனுபவம் அவளுக்கு அதற்கு முன் ஏற் பட்டது கிடையாது; திரும்பித் தன் தங்கையைப் பார்த்தாள். ஒன்றுக்குமே பணியாத மிடுக்குடனும், அலட்சிய பாவத்துடனும், நிலத்தின் மேல் கண்களைப் பதித்தபடியே, அவள் நடந்து கொண்டிருந்தாள்.

மறுபடியும் நிமிர்ந்து பார்த்தாள். அத்தனை கண்களும் – அவ்வளவும் – அவளைத்தான், சின்னத் தங்கச்சியைத்தான், பார்த்துக்கொண்டிருந்தன.

மறுபடியும் தனியே அவள் திரும்பி வந்தபோது, எவருமே பார்த்ததாக, தற்செயலாகக் கண்ணிலே பட்டதாகக் காட்டிக் கொள்ளக்கூட, முன்வரவில்லை.

அவளுக்குத் திடீரென்று எல்லாமே விளங்கியது.

சங்கக் கடையில் கூப்பன் எடுப்பதற்கு அம்மா ராசாத்தியைத் தான் அனுப்புவாள்; சின்னத் தங்கச்சியைத் தட்டித் தவறி ஒரு முறையாவது அனுப்பிய ஞாபகம் அவளுக்கு இல்லை.

கூப்பன் கடகத்தைத் தலையிலே வைத்துக்கொண்டு, வாயிலே இரண்டு அரிசியை மென்றுகொண்டு, பேர் பெற்ற கொக்குவில் புழுதியைக் கால்களினால் அளந்தபடி அவள் போய் வந்த இத்தனை நாட்களிலும் ஒருமுறையாவது அவளுக்கு இந்த மாதிரி நூதனமான அனுபவம் ஏற்பட்டது கிடையாது.

எண்ணெய் படிந்த அந்தத் தலையணையில் முகத்தைப் புதைத்தபடி விம்மி விம்மி அழுதாள். எதற்காகவோ அழுதாள். எதை நினைத்தோ அழுதாள்.

என்னைப் பார்க்கிறதற்கு அவ்வளவு அருவருப்பாயிருக்கா? பார்த்தவுடனேயே திரும்புற அளவுக்கு நான் வடிவில்லையா?

சின்னக்கா சொன்னவதானே என்ரை முகவெட்டும், சின்னத் தங்கச்சியின்ரை முகவெட்டும் ஒரே மாதிரி எண்டு, சின்னத் தங்கச்சி அப்பிடி என்ன திறம்?

பெண்மை அவளைப் பார்த்துச் சிரித்துக்கொண்டே இருந்தது.

அன்று கனகு வந்திருந்தான்! எப்பொழுதுமே அவன் அப்படித்தான்; வந்தவுடனேயே போக வேண்டுமென்று துடிப் பான்.

ராசாத்திக்கு அவனிலெ எப்போதுமே கொஞ்சம் விருப்பம்.

அவசர அவசரமாய் அடுப்பை மூட்டி, கோப்பி போட்டுக் கொண்டு வந்தாள். அவன் மௌனமாக அதை வாங்கிக் குடித் தான்!

ஆனால், கண்கள் மாத்திரம் அடிக்கடி, உள்ளே சாய்மனை யில் சாய்ந்து ஏதோ படித்துக்கொண்டிருந்த சின்னத் தங்கச்சியின் பக்கமே திரும்பின.

கோப்பி குடித்து முடித்ததுதான் தாமதம், அவன் எழும்பி நின்று போகவேண்டும் என்றான்.

“சின்னத் தங்கச்சி” – அம்மாதான் கூப்பிட்டாள்.

“வர்றன் அம்மா”

“சின்னத் தங்கச்சி”

“அவள் வரவேயில்லை!

“ராசாத்தி! சின்னத் தங்கச்சி ஏதோ படிக்கிறாள் போலை கிடக்கு. கோடியிலே இரண்டு மாதாளம்பழம் உன்றை மச்சானுக்கு ஆஞ்சிகுடு பாப்பம்.”

துள்ளிக்கொண்டு ஓடினாள் ராசாத்தி; நாலே நிமிடத்தில் பருத்துச் சிவந்திருந்த இரண்டு பழத்தை ஆய்ந்துகொண்டு வந்து, மச்சானிடம் தானே நேரிலே நீட்டினாள்.

ஓடிய களைப்பில் அவளுக்கு மேல்மூச்சு, கீழ்மூச்சு வாங்கியது.

சைக்கிளிலே ஏறியிருந்த கனகு, “மாமி போட்டு வாறன்” என்றான்; அப்படியே உள்ளே எட்டிப் பார்த்து மற்றுமொருமுறை “வாறன்” என்று கையை ஆட்டினான்.

சின்னத் தங்கச்சியும் சாய்மனையில் இருந்தவாறே சிரித்தபடி கையை அசைத்தாள்.

கரடும் முரடுமான பூவரசங் கப்புடன் ஒட்டிக்கொண்டு நின்ற ராசாத்தியின் கண்களுக்குக் கனகுவின் உருவம் மங்கலாக – வெறும் மங்கலாகத்தான் – தெரிந்தது.

நடுமத்தியான வெயில். ராசாத்தியின் நடையில் வேகத்திலும் பார்க்க அவளுடைய நெஞ்சந்தான் 'பக்பக்'கென அடித்துக்கொண்டது. பயமும் மகிழ்ச்சியும் போட்டி போட்டு அவள் நடுக்கத்தை அதிகரித்தன. கால் வேகும் சுடு மணலில் அவள் ஓட்டமும் நடையுமாக வீட்டை நோக்கிப் போய்க்கொண்டிருந்தபோது திருப்பித் திருப்பி ஒரே ஒரு முகம்தான் அவள் மனக்கண் முன்னே சுழன்று கொண்டிருந்தது.

என்னத்துக்கு தேகம் இப்பிடி இரைக்குது; ஏன் என்ரை கை இப்பிடி நடுங்குது?

சற்று நின்று, தன்னை ஆறுதல்படுத்தி, திரும்பிப் பார்த்தாள். தூரத்தே, ஒழுங்கைத் திருப்பத்தில் சங்கக் கடையின் ஒரு பகுதி மாத்திரம் தெரிந்தது.

சற்று முன்பு, கூப்பன் கடகத்தைத் தலையில் வைத்துக் கொண்டு முடிந்துவிட்ட மார்புச் சட்டையுடனும், ஊத்தைப் பாவாடையுடனும், அவள் புறப்பட்டபோது, இப்படி ஒன்று நடக்கும் என்று, அவள் கனவிலும் நினைக்கவில்லை.

அதை நினைக்கவே அவளுக்கு என்னவோ செய்தது – நம்பவே முடியவில்லை; ஒருவேளை இதுவெல்லாமே ஒரு கனவாக இருக்குமோ?

– கனவா?

அவள் கைகள் அவளையறியாமலே போய்க் கன்னத்தைத் தொட்டன. கையிலே இன்னமும் எச்சில் பட்டதுபோல் குளிர்ந்தது.

அவளுக்கே கூச்சமாக இருந்தது.

ச்சீ... என்ன மாதிரி இருந்தது... வெக்கமில்லை... "ராசாத்தி, நீ என்ன வடிவாய்!" இருக்கிறாய் – அவளுடைய வாழ்க்கையிலேயே இப்படியான ஒன்றை அவள் கேட்டதில்லை; அப்படிப் பட்ட ஒரு புகழ்ச்சியைக் கேட்டது அதுதான் முதற் தடவை.

நான்கூட வடிவாக இருப்பேனா?

அவளால் நம்பவே முடியவில்லை.

அரிசி அளந்து அளந்து தவிடு படிந்த அந்தக் கையினால் அவளுடைய தலையைத் தடவியபடியே அவன் சொன்னான். "ராசு... நீ... ஏன் உன்ரை தலையை இழுத்து ரட்டைப் பின்னல் போடக்கூடாது... உனக்கு எவ்வளவு வடிவாய் இருக்கும்... தெரியுமே!"

அவளுக்கு வெட்கம் கவிந்தது.

குனிந்த அவள் கண்களில் மார்புச் சட்டைமீது குத்தியிருக்கும் புது ஊசி இரண்டும்தான் தட்டுப்பட்டன.

இரத்தினண்ணைதான் அதைக் குத்திவிட்டார்.

"ராசு... உனக்கு சட்டையை முடிஞ்சுவிட வெட்க மில்லையா?"

அவளுக்கு எவ்வளவு கூச்சமாக இருந்தது

'ரத்தினண்ணை'

அதில்தான் என்ன இனிமை!

ஆட்கள் இல்லாத இடமாகப் பார்த்து, தனிமையில் அந்தப் பெயரை இன்னொருமுறை, உரக்க, ஆசை தீரச் சொல்லிப் பார்க்க வேண்டும்போலத் தோன்றியது.

– வீட்டிலே இன்றைக்கு மண்ணெண்ணை முடிந்திருக்குமா? முடிந்தால் இன்னொரு முறை கடைக்குப் போகலாம்.

"ராசு; பேணியைக் கொண்டுவா... இந்த அரிசியை அளந்து பாப்பம்."

பேணியைத் தேடிப் பார்த்துவிட்டு, "அம்மா... ரத்தினண் ணையை காணேல்லை" என்றாள் ராசாத்தி.

ஐமிச்சத்தோடு தாயார் அவளைத் திரும்பிப் பார்த்தபோது, அவள், வெகு அக்கறையாக கண்ணாடியின் முன்பு நின்று தலைக்கு இரட்டைப் பின்னல் போட்டுக்கொண்டிருந்தாள்.

இரவு.

சுவர் ஓரமாகப் போட்டிருந்த ஓலைப் பாயில் புரண்டு கொண்டிருந்தாள் ராசாத்தி.

ஒருகணம் கனவுபோலப்பட்டது; மறுகணம் யுகயுகாந்திரத்து நனவாகவும் தோன்றியது.

...அகன்ற மார்பு – அதை மறைத்து அடர்த்தியான உரோமம் – பச்சை குத்திய கைகள் – வெற்றிலைச் சிவப்பு உதட்டில் கூடிய சிரிப்பு – சுருள்சுருளான கேசம்....

'ரத்தினண்ணை'

அடிவயிற்றில் இருந்து உணர்ச்சிக் குழம்பு ஏறி மார்பை நிறைத்தது – என்னவென்று தெரியாத ஏதோ ஓர் உணர்ச்சி தேகம் அடங்கலும் கிளுகிளுப்பை உண்டு பண்ணியது.

இரத்தினண்ணையின் மார்பில் அவள் படுத்துக் கிடக்கிறாள். அதில்தான் எத்தனை சுகம்.

"ராசு... எங்கை என்னைப்பார்... நீ என்ன வடிவாய் இருக் கிறாய்."

மறுகணம் இனம் தெரியாத பீதி இதயத்தைக் கௌவியது.

உணர்ச்சிக் கொப்புளங்கள் எல்லாம் ஒன்றையொன்று விழுங்கி அவளை மேலே தள்ளின.

தேகமெல்லாம் மெல்லச் சிலிர்த்தது; குளிர்ந்தது.

அவள் மேலே மேலே போய்க்கொண்டிருந்தாள்.

தாயின் முகத்தில்தான் எத்தனை மகிழ்ச்சி. எவ்வளவு பெருமை. எங்கிருந்துதான் ராசாத்தியின் முகத்தில் இந்தத் திடீர்க் கவர்ச்சி பிறந்ததோ.

வெற்றிலைச் சுருளை ஏந்தியவாறு குனிந்தபடி அவள் நின்று கொண்டிருந்தாள்.

"நாச்சிமாகோவில் அன்னப்பிள்ளை"

"பத்து"

"ஆனைப்பந்தியடி சுப்பிரமணியம் பகுதி"

"அஞ்சு"

"நொத்தாரிஸ் சபாபதிப் பிள்ளையும், மகளும்"

"பதினைஞ்சு"

"சங்கக்கடை ரத்தினம் பெண்சாதி"

"..."

உள்ளம் ஒரு கணம் பொங்கி அவிழ்ந்தது.

தூரத்தில், நிலைப்படிக்கு அருகில் சிரித்தபடியே கதைத்துக் கொண்டு அவன் நிற்கிறான் என்றது உள்ளுணர்ச்சி.

"பார்க்க வேண்டும் – ஒருமுறை ஆசை தீரப் பார்க்க வேண்டும்" என்று உந்தித் தள்ளியது மனம்.

மிக்க சிரமத்துடன் கனத்துப்போன இமைகளைத் தூக்கி வைத்து நிறுத்த, அவள் எவ்வளவோ முயன்று பார்த்தாள்.

இருந்தும் முடியவில்லை!

◆

அக்கா

நாங்கள் எல்லாரும் வெறும் மேலுடன்தான் திரிவோம். எனக்கு வெறும் மேல்தான் பிடிக்கும்; சட்டையே பிடிக்கா. கிட்ண னும் அப்பிடித்தான்; வெறும் மேலுடன்தான் வருவான். ஆனா கிட்ணன் நல்ல வடிவு. வெள்ளையாய் இருப்பான். ஏனெண்டால் அவன் அம்மா நல்ல வெள்ளை; என்னுடைய அம்மாகூட நல்ல வெள்ளை; அப்பாதான் கறுப்பு; பல்லுத் தீட்டுவமே கரி. அதைப் போல.

சனிக்கிழமை அம்மா முழுக வார்ப்பா. அம்மாவுக்கு ஒண்டுமே தெரியா. இவ்வளவு எண்ணெய் வைப்பா. கண்ணெல் லாம் எரியும். அக்கா எண்டால் ஒரு சொட்டுச் சொட்டாய் வைப்பா, எரியவே மாட்டுது.

ராசா என்னோடு ஒட்ட ஒட்ட வாறன், தள்ளடா எண் டாலும் தள்ளுறான் இல்லை; ராசாவும் இண்டைக்கு முழுகுவான்; அவனுக்கு முழுகவே பிடிக்கா. 'கெற்றப் போல்' அடிக்கத்தான் அவனுக்குப் பிடிக்கும்; நல்லா லெக்கு வைச்சு அடிப்பான்; எண்டால் நானும்கூட அடிப்பன்; அப்பா கண்டால் முதுகுத் தோலை உரிச்சுப் போடுவாராம்; அக்காதான் சொல்லுறா.

அப்பாவுக்கு ஒண்டுமே தெரியா; காலம்பற காலம்பற புதுப் புது பிளேட்டால் 'சேவ்' எடுத்திட்டு பிளேட்டை எறிஞ்சிடுவார். நான் எல்லா பிளேடும் சேர்ப்பன்; விக்னாவிட்டை குடுத்தால் புதுப்புது முத்திரை எல்லாம் தருவன். அவனிட்ட முத்திரை ஒரு தொகை இருக்கு. அமெரிக்கா, இங்கிலண்டு, லண்டன், எல்லா முத்திரையும் வைச்சிருக்கிறான். விக்கினாவின்ரை அப்பாவிட்டை கார் இருக்கு; பெரிய கார்; அவன் சொல்லுறான்தான் கார் விடுவா னாம். அவன் அப்பிடித்தான்; எல்லாம் பொய் பொய்யாச் சொல்லுவான்.

லைசென்சு ஒண்டும் எடுக்காமல் எப்பிடியாம் கார் விடுறது.

அக்கா வந்து முழுகவார்க்கக் கூப்பிட்டா, "பேந்து வாறன்" எண்டு சொன்னன்; அக்கா அப்பிடியே 'அறுநாக்கொடியில்'

பிடித்து கொற கொற எண்டு இழுத்துக்கொண்டு போனா. நான் அழவே இல்லை. எனக்கு அக்கா எண்டால் விருப்பம்.

அக்காதான் தலையிலே சீயாக்காய் பிரட்டினா; நான் அக்காவையே அண்ணாந்து பார்த்துக்கொண்டிருந்தன்; அக்கா நல்ல வடிவு. நல்ல சிவப்பு அக்காவின்ரை கண் வட்டமாய் பெரிசாய் இருக்கும். அதைத்தான் நான் உத்துப் பார்த்துக்கொண்டே இருப்பன். அக்கா ஏண்டா அப்பிடிப் பார்க்கிறாய் எண்டா. எனக்குக் கூச்சமாயிருந்தது. கண்ணுக்குள்ளே சீயாக்காய் போட்டுது எண்டு கத்தினேன். சும்மாதான்; அக்கா கெதி கெதியாய்த் தண்ணி அள்ளித் தலையிலே ஊத்தினா. தண்ணி சில்லெண்டு இருந்தது; நான் குதி குதி எண்டு குதிச்சன்.

அம்மா பவுடர் போடவே மாட்டா. ஒரு கொஞ்சம்தான் போடுவா. அக்கா எல்லா இடமும் பவுடர் போட்டா. தலையெல்லாம்கூடப் போட்டா. நல்ல வாசமாயிருக்கு. நான் சிரிச்சன்; அக்கா குனிஞ்சு கொஞ்சினா...

...கிட்ணன் வந்து விளையாடக் கூப்பிட்டான். "நான் மாட்டன் நீ போ" எண்டு சொன்னன். அவன் போக இல்லை. "நீ போடா" எண்டு நான் உள்ளே வந்திட்டன். கிட்ணன் அப்பிடித்தான் "போடா" எண்டால் போகவே மாட்டான்.

கிட்ணன்ரை அக்காவும் வந்தா. எங்கடை அக்காவோடை அவ கனேக்க நேரம் கதை கதை எண்டு கதைச்சா. மெதுவாத்தான் கதைச்சினம். என்னைக் கண்ட உடனே கதைக்கிறதை நிப்பாட்டினம். அக்கா, "நீ போய் வெளியிலை விளையாடென்டா" எண்டு என்னைக் கலைக்கிறா. எனக்குக் கோவம் கோவமாய் வரும்.

கிட்ணன்ரை அக்காகூடாது. வந்தா போகவே மாட்டா. ரெண்டு பேரும் சேர்ந்து சிரி சிரி எண்டு சிரிக்கினம். சிரிச்சிட்டுப் போகட்டும்; எனக்கென்ன.

கிட்ணன்ரை அக்காவின்ரை நகையெல்லாத்தையும் அக்கா போட்டுப்போட்டு பார்த்தா; அம்மாவின்ரை சீலையெல்லாம் அலுமாரியிலை இருந்து எடுத்து அக்கா உடுத்துப் பார்த்தா. கண்ணாடியிலை அக்கா தன்னைப் பார்த்துக்கொண்டேயிருந்தா. ஏனெண்டு கேட்டன். "அப்படித்தான்" எண்டு சொன்னா.

இந்த அக்கா இப்படித்தான்; கிட்ணன்ரை அக்கா வந்தா என்னோடை கதைக்கவே மாட்டா. நான் குசினிக்குப் போய் குஞ்சியாச்சியைக் கேப்பன்.

குஞ்சியாச்சி குசினியிலே பலகாரம் சுட்டுக்கொண்டு இருந்தா. எனக்குச் சாப்பிட இவ்வளவு பலகாரம் தந்தா. நான் இதை அம்மாவிட்டை சொல்லமாட்டன். குஞ்சியாச்சியை எனக்கு பிடிக்கும்; எனக்குக் கேக்கிறது எல்லாம் சொல்லுவா. அக்காவை பொம்பிளை பார்க்க வருகினமாம். இந்தப் பலகாரமெல்லாம் அவைக்குத்தானாம்!

குஞ்சியாச்சி நல்லவ. என்னைக் கொஞ்சிறபோது மாத்திரம் கூடாது. அவ வாயெல்லாம் வெங்காயம் மணக்கும். அக்கா மெது வாய்த்தான் கொஞ்சுவா. கன்னம் பட்டுப்போல இருக்கும். ஆனா அப்பாமுகம் குத்தும். சொர சொர எண்டு இருக்கும். பள்ளிக் கூடத்திலை சிலேட்டுப் பெஞ்சில் தீட்டுவமே சீமெந்து படி. அதைப்போல.

எனக்கு அப்பாவைப் பிடிக்கா. வெள்ளிக்கிழமை மாத்திரம் பிடிக்கும். ஏனெண்டால் என்னைக் கோயிலுக்குக் கூட்டிக் கொண்டு போவார். கனேக்க கடலையெல்லாம் வாங்கித்தருவார்...

...இண்டைக்கு எனக்கு புதுச் சட்டையெல்லாம் அக்கா போட்டுவிட்டா. புழுதியிலை இறங்கி விளையாடினால் கால் முறிச்சிப் போடுவன் எண்டு அக்கா சொன்னா.

எல்லாம் பொய். அக்கா அடிக்கவே மாட்டா; மெதுவாத் தான் அடிப்பா.

அக்கா, அக்கா, அக்கா எல்லே, குஞ்சியாச்சியிட்டைக் கொஞ்சம் பலகாரம் வாங்கித்தா எண்டு கேட்டன். அக்கா, இப்ப வேண்டாம். அவையெல்லாம் வந்துபோனாப் பிறகு சாப்பிட லாமெண்டு சொன்னா. ஆரெல்லாம் எண்டு கேட்டன். அக்கா வுக்கு முகம் எல்லாம் சிவந்து போச்சு.

அக்கா புதுச் சீலையெல்லாம் கட்டிக்கொண்டிருந்தா. அக்கா நல்ல வடிவு. நான் கட்டிப் பிடிச்சு அக்கா கழுத்திலை கொஞ்சினன், சீ... அப்படி நீ கொஞ்சக்கூடாதெண்டு சொன்னா.

குஞ்சியாச்சி எண்டா அப்பிடிச் சொல்லவே மாட்டா.

லெச்சுமி இண்டைக்கு வர இல்லை.

ஏன் குஞ்சியாச்சி லெச்சுமியைக் கூட்டிக்கொண்டு வர இல்லை, எண்டு கேட்டன். உண்மையாகத்தான் கேட்டன். குஞ்சி யாச்சி சிரிச்சா. ஏன் நீயும் பொம்பிளை பார்க்கப் போறியோ எண்டு கேட்டா.

பொம்பிளை பார்க்கிறதெண்டால் என்ன?

புதுப்புது ஆக்களெல்லாம் வந்தினம்; ஒரு பென்னம் பெரிய கார்லே அவ்வளவு பேரும் வந்திருந்தனம். நான் அம்மாவின்ரை சீலையைப் பிடிச்சுக்கொண்டு நிண்டன்.

அம்மா பறிச்சுக்கொண்டு போய் அவை எல்லாரையும் கூப் பிட்டு உள்ளுக்கு இருத்தினா. ஒரு மாமிகூட வந்திருந்தா. நான் அக்காவோடை போய் இருந்தன். அக்கா என்னைத் தன்னோடு இழுத்து வைச்சுக்கொண்டா.

அக்கா புதுசு புதுசாய் நகையெல்லாம் போட்டிருந்தா – 'இதெல்லாம் ஆற்றை நகையக்கா' எண்டு கேட்டன்; மெல்லத்தான் கேட்டன், 'சீ பேசாமல் இரடா' எண்டா அக்கா. அந்த மாமி என்னை என்னை உத்துஉத்துப் பார்க்கிறா.

அந்த மாமி கூடாது. ஆனா அக்கா அவளோடைதான் கதைச்சா; கணநேரம் கதைச்சா. பலகாரம் எல்லாம் கொண்டு போய் வைச்சா.

முன் வீட்டிலே இருக்கிறாரே கொணமாமா. அவரைப்போல ஒரு மாமாவும் வந்திருக்கிறார். ஆம்பிளையள் எல்லாரும் தலை வாசலிலைதான் இருக்கினம்; அந்த மாமாவின்ரை அப்பாவும் அங்கைதான் இருக்கிறார். அவைக்கும் அக்காதான் பலகாரம் குடுத்தா. அந்த மாமா அக்காவையே பார்த்தார். அக்கா ஓடி வந்திட்டா.

அந்த மாமா என்னைக் கூப்பிட்டார். கை காட்டித்தான் கூப்பிட்டார். நான் போகவே இல்லை. அப்பா, வாடா எண்டு உறுக்கினார். நான் பயந்திட்டன்.

அப்பாவும், அந்த மாமாவின்ரை அப்பா, அவரும் கதைச் சினம். இருந்திட்டு ரண்டு பேரும் பிலத்து சத்தம் போட்டினம். கடைசியாய் அப்பா கோபமாய்ப் பேசினார். அம்மா அப்பாவை வேண்டாம் அப்படி எண்டு சொன்னா. அக்கா அழுகிறது போலை சோர்ந்து போய் இருந்தா. பாவம் பாவமாயிருந்தது.

நான் முறுக்கை எடுத்துக் கடிச்சன்; மெதுவாத்தான் கடிச்சன். படக்கெண்டு சத்தம் போட்டது. அந்த மாமா திரும்பிப் பார்த்தார்; எனக்கு வெக்கமாய்ப் போச்சு...

...இண்டைக்கு வகுப்பு வாத்தியார் வர இல்லை. எல்லாரும் சத்தமாய்ப் போட்டம். பற்பன்தான்கூடச் சத்தம் போட்டான். ஆனா தலைமை வாத்தியார் எல்லாரையும்தான் வாங்கு மேல

ஏத்திவிட்டார்; காலெல்லாம் வலிச்சுது. தலைமை வாத்தியார் உயரமாய் இருப்பார். பிரம்பு வைச்சிருப்பார்; அவருக்கு ஒண்டுமே தெரியாது.

பள்ளிவிட்ட நேரம் மழை எல்லாம் தூறிச்சு. "மழையே மழையே மெத்தப் பெய், வண்ணாங் கல்லு தூரப் பெய்" எண்டு நானும் கிட்ணனும் பாடினோம்; மழை பெய்யவே இல்லை.

'கொக்குவில் கிராமச் சங்கம்' எண்டு பலகையிலே எழுதி வைச்சிருக்குது. ஏண்டா கிட்ணா, கிராமச் சங்கம் எண்டா என்னடா' எண்டு கேட்டன். அவன் தனக்குத் தெரியாது எண்டு சொல்லிப் போட்டு ஓடி விட்டான். கிட்ணனுக்கு ஒண்டுமே தெரியா.

வீட்டிலே அம்மா அப்பாவோடு சண்டை பிடிச்சா. அப்பா வும் பெலத்துச் சண்டை பிடிச்சார். எனக்குப் பயமாயிருந்தது. அக்காட்டை ஓடினேன்; அக்கா கூடத்திலே இருந்து அழுது கொண்டு இருந்தா. 'அக்கா, அக்கா' எண்டு கூப்பிட்டன்; அவ பேசவே இல்லை. சீதனம் சரியாய்ப் பேசாமல் ஏன் பொம்பிளை பார்க்க ஆக்களைக் கூப்பிடுவான் எண்டு அம்மா கத்தினா. அப்பா வும் என்னவோ கத்தினார்.

எதுக்குத்தான் சண்டை எண்டு ஒண்டு இருக்குதோ?

... மண்ணெண்ணெய்க்காரன் வந்தான். கூகூ எண்டு ஊதி னான். நான் அவனைப் பாக்கத்தான் ஓடினேன். ஒழுங்கையிலே கொணமாமாவும் நிண்டார்; என்னைப் பார்த்துச் சிரித்தார்; கொணமாமா நல்ல வடிவாய் இருக்கிறார்.

கொணமாமா, நீ என்ரை வீட்டுக்கு வாறியா எண்டு கேட்டார். நான் ஓம் எண்டு தலை ஆட்டினன்.

கொணமாமா பெரிய பெரிய புத்தகமெல்லாம் படிக்கிறார். எல்லாம் இங்கிலீசு பொத்தகம். எல்லாமும்கூடாது. ஒரு படம்கூட இல்லை.

படம் ஒண்டுகூட இல்லையா எண்டு கேட்டன். படமா எண்டு கேட்டு கொணமாமா சிரிச்சார். புதுசு புதுசா படம் எல்லாம் காட்டினார். அந்தப் பெட்டி நிறையப் படம் படமாய் வச்சிருக்கிறார். மாடு படம், குதிரைப் படம், ஏரோப்பிளேன் படம் எல்லாம்கூட கீறி வச்சு இருக்கிறார். என்ரை படம், அக்கா படம் கூடக் காட்டினார்.

அக்கா படத்தை அக்காவுக்குக் காட்டிப் போட்டு வரட்டா எண்டு கேட்டன். ஓ... வேணுமெண்டால் கொண்டுபோய்க் காட்டு; ஒரு கடுதாசியும் தாறன் அதையும் காட்டுறியா எண்டார்.

நான் ‘ஓ எஸ்’ எண்டன்.

...அம்மா வெங்காயம் வெங்காயமா உரிக்கிறா. அவவுக்கு கண்ணீரே வர இல்லை. நான் ஒண்டுகூட உரிச்சு முடியல்லை. அழுகை அழுகையா வந்தது. அப்பா இஞ்ச வாடா எண்டு கூப் பிட்டார். நான் கிட்டப் போனேன். முதுகிலே ‘பளார் பளார்’ எண்டு அடிச்சார். அதுக்கிடையிலை அம்மா ஓடி வந்து அப்பாவை மறிச்சா. அப்பா, நீதான் பிள்ளையைக் கெடுக்கிறாய் எண்டு பேசினார்; அம்மா, அவனுக்கென்ன தெரியும், குழந்தை தானே எண்டா. இனிமேல் மாமா வீட்டை போவுயாடா போவு யாடா எண்டு உறுக்கினார். நான் இல்லை இல்லை எண்டு பயத் திலை கத்தினன். அப்பா உடனே போட்டார். அம்மா முதுகைத் தடவி விட்டா, பலகாரம் எல்லாம்கூடத் தந்தா.

...நடுச்சாமம்போல அப்பா அடிக்க வந்தார். நான் திடுக் கிட்டு முழிச்சுப் பார்த்தன்; ஒண்டுமே தெரிய இல்லை. எனக்குப் பயம் பயமாய் வந்தது. இருட்டிலே அக்காவிட்டை தடவித் தடவிப் போனேன். அக்கா தலைகாணி எல்லாம் ஈரமாயிருந்தது அக்கா விக்கிவிக்கி அழுகிற சத்தம்தான் கேட்டுது. எனக்குப் பயமா யிருந்தது.

அக்காவைத் தொட்டுப் பார்த்தன். அக்கா முகத்தைக் காண இல்லை. ஏன் அக்கா அழுகிறாய் எண்டு கேட்டன். அக்கா கதைக்க இல்லை. அக்கா, என்ரை அக்கா எல்லே... இனிமேல் அந்த மாமாட்டையிருந்து ஒரு கடுதாசியும் வாங்கியர மாட்டன்; என்ரை அக்கா எல்லே.

அப்பவும் அக்கா கதைக்க இல்லை. ‘எனக்குப் பயமாயிருக்கு அக்கா... என்னைக் கட்டிப்பிடி அக்கா...’ எண்டு சொன்னன்.

அக்கா குப்புறப்படுத்துக் கிடந்தா; திரும்பவே இல்லை. தடவிப் பார்த்தன்; முகமெல்லாம் நனைஞ்சு கிடந்தது.

“அக்கா, நீ என்னோடை கோவமா” என்று கேட்டன்.

அக்கா அப்படியே என்னைக் கட்டிப் பிடிச்சுக் கொஞ்சினா. கன்னத்திலைதான் கொஞ்சினா. கொஞ்சம் நொந்தது.

◆

பார்வதி

இந்தத் தலைப்பில் பல கதைகளை நானே படித்திருக்கிறேன். ஆனால், தலைப்பை மாற்றுவதற்கில்லை. ஐம்பது வருடங்களுக்கு முன்பு இது உண்மையாகவே என் கண் முன்னே நடந்த கதை. எனது பிராயம் ஐந்தில் இருந்து எட்டு வரைக்கும் இவையெல்லாம் நடந்து முடிந்துவிட்டன. என் பிஞ்சு மனத்தில் ஆணி அடித்ததுபோல சம்பவங்களும் சம்பாஷணைகளும் நிலைத்து நிற்கின்றன. இங்கே நடந்தது நடந்தபடியே கூறியிருக்கிறேன்.

பார்வதி என்றால் முதலில் நினைவுக்கு வருவது அவளுடைய தோசைதான். தோசை என்றால் 'கம்பாஸ்' வைத்து வட்டம் அடித்ததுபோல இருக்கும். அந்த மணம் நாலு வீடு தள்ளி மணக்கும்; ஆட்களைச் சுண்டி இழுக்கும்.

எங்கள் வீட்டிலிருந்து மூன்றாவது வீடுதான் பார்வதி வீடு. விடியற்காலை பளபளவென்று விடியும்போது கொழும்பு ரயில் வந்து சேரும். அதுதான் பார்வதி தோசை சுடும் மும்முரமான நேரம்.

முதலில் தோசை மாவை அகப்பையில் எடுத்து தோசைக் கல்லில் ஊற்றுவாள். அதுவே ஒரு தனி அழகு. அது 'உஸ்' என்று சொல்லி வைத்தபடி அப்படியே வட்டமாக உருவெடுக்கும். கொஞ்சம் பொறுத்து தோசைக் கரண்டியால், அது பாதி காயும் போதே, கீழே கொடுத்து 'தெம்மி' மற்றப் பக்கம் பிரட்டுவாள். அது படக்கென்று விழும். பிறகு அவதானித்துப் பொன்னிறமாக அது மாறும்போது எடுத்து ஓலைப் பெட்டியில் வைப்பாள். அல்லது நீட்டிக்கொண்டிருக்கும் சில பேருடைய தட்டிலே போடுவாள்.

தோசை அப்ப ஆவி பறந்தபடி இருக்கும். எடுத்து நேராகப் பார்த்தால் ஊசி ஓட்டைகள் ஒரு நூறாவது பார்க்கலாம். எல்லா தோசையும் அதே மாதிரிதான் அச்சில் வார்த்ததுபோல வரும். அதிலே ஒரு 'விள்ளல்' எடுத்து வாயிலே போட்டால் அது மெத்தென்று புளிப்பு கலந்த ஒரு ருசியாக மாறும்;

தேவாமிர்தமாக இருக்கும்; பார்த்துக்கொண்டிருக்கும்போதே கரைந்துவிடும். சாதாரணமான தோசை மாவுக்கு இப்படி ஒரு மெதுமையையும் மணத்தையும் ருசியையும் சேர்ப்பதென்றால் அது ஒரு பரம ரகஸ்யம்தான். என்னுடைய அம்மாவும், மற்ற ஊர் பெண்டுகளும் அந்த ரகஸ்யத்தை அறிய எவ்வளவோ முயற்சித்தார்கள், ஆனால், பலிக்கவில்லை.

இந்தத் தோசையை அப்படியே சாப்பிடலாம். அதுக்குச் சேர்த்துக்கொள்ள ஒன்றுமே தேவையில்லைதான். ஆனால், பார்வதி அதற்கென்று ஒரு 'சம்பல், செய்வாள். சம்பல் என்றால் சின்ன வெங்காயம், சிவப்பு செத்தல் மிளகாய், தேங்காய்ப்பூ, கொஞ்சம் உப்பு, ஒரு சொட்டுப் புளி என்று எல்லாம் போட்டு செய்ததுதான். இதற்குக் கறிவேப்பிலையும் சேர்த்துப் பக்குவமாக தாளித்துப் போடுவாள். அப்ப அதில் இருந்து ஒரு திவ்யமான மணம் வரும். சம்பலைக் கொஞ்சம் தொட்டு தோசையையும் விண்டு வாயில் போட்டால் அதுவே ஒரு தனி மயக்கம்தான்.

சம்பல் இடிக்கும்போது பார்வதி யாருடனும் கதைக்க மாட்டாள், 'நாணமாம்.' முணு முணுவென்று வாய்க்குள்ளே ஏதோ சொல்லுவாள்; மந்திரமோ என்னவோ. நாங்கள் 'குஞ்சு குருமான்' அப்ப அங்கே போய்ச் சத்தம் போட்டு விளையாடுவோம். அவள் ஒன்றுமே பேசமாட்டாள் அந்த நேரத்தில்.

பார்வதிக்கு பன்னிரெண்டு வயது நடக்கும்போது கல்யாணம் ஆகிவிட்டதாம். சின்னையாபிள்ளைக்குத் தொழில் விவசாயம்தான். அன்னியோன்னியமான அந்தத் தம்பதிகளுக்குப் பிள்ளையே பிறக்கவில்லை. எவ்வளவோ வைத்தியம் பார்த்தார்கள். கோயில்கள் எல்லாத்துக்கும் போய் வந்தார்கள்; தவறாமல் விரதம் பிடித்தார்கள். பிள்ளை மாத்திரம் உண்டாகவே இல்லை. பார்வதி உடைந்துபோனாள். இப்படியே இருபது வருடம் ஓடியது. நம்பிக்கை முற்றிலும் போய்விட்டது.

அப்போதுதான் நல்லூர்க் கந்தசுவாமி கோயில் தேரடியில் ஒரு சாமியார் 'நீ கந்தசஷ்டி விரதம் இரு. உனக்கென்று முருகனே வந்து பிறப்பான்' என்று சொன்னாராம். பார்வதியும் முழு நம்பிக்கையுடன் குளித்து, முழுகி ஆறு நாள் விரதம் காத்தாள், கடுமையான விரதம். அப்படித்தான் அவர்களுக்குப் பிள்ளை பிறந்தது. எப்படிப் பேர் வைப்பார்கள்? பார்வதிக்குப் பிறந்த பிள்ளை யாயிற்றே! 'முருகேசன்' என்றுதான் பேர் சூட்டினார்கள். அம்மா சொல்லுவாள், பிள்ளை பிறந்தபோது ஊர் முழுக்க அப்படி ஒரே கொண்டாட்டமாக இருந்ததாம்.

ஆனால், விதி வேறு மாதிரி நினைத்திருந்தது. சின்னையா பிள்ளை காலை நாலு மணிக்கே எழும்பி புறப்பட்டுவிடுவார் தோட்டத்துக்கு தண்ணீர் இறைக்க. நாலு மணியென்றால் 'கூ, கூ' என்று ஒருவரை ஒருவர் கூவி அழைத்துக்கொண்டுதான் புறப்படுவார்கள். தோட்டம் இரண்டு கல் தொலைவில் இருந்தது.

அன்று சின்னையாபிள்ளைக்குச் சரியான அலுப்பு. மனைவியோடு இரவிரவாக சல்லாபம். நித்திரை சரியாகத் தூங்கவில்லை. 'துலா', ஏறி மிதித்துக்கொண்டிருந்தார். நித்திரை அசதியோ, வேறு நினைவோ கால் தவறிவிட்டார். 'நெம்பு' என்று நினைத்து வெறும் காற்றில் காலை வைத்ததுதான் வினை. பொத்தென்று கீழே விழுந்து தலையிலே பலமான அடி உயிர் 'பொசுக்' கென்று போய்விட்டது.

முருகேசனுக்கு அப்போது இரண்டு வயது. ஊருக்குள்ளே முருகேசன் பிறந்த வேளைதான் என்று பேசிக்கொண்டார்கள். பார்வதி தளரவில்லை. தோசை கடை போட்டாள். பிள்ளையைக் கண்ணும் கருத்துமாக வளர்த்து வந்தாள்.

நான் ஐந்து வயதாக இருந்தபோது முருகேசன் நெடிதுயர்ந்து வளர்ந்த ஒரு முழு ஆம்பிளைப்பிள்ளை. பார்க்க லட்சணமாக இருப்பான். வெள்ளை வெளேரென்று வேட்டி கட்டி, சட்டையும் போடுவான். செல்லமாக வளர்ந்த பிள்ளையாதலால் ஊரிலே எல்லோருக்கும் அவனிடம் பகிடி பண்ண ஆசை.

புத்தம் புது சைக்கிள் வைத்திருந்தான், அதில் கொம்பு வைத்த ஒரு குதிரை முன் இரண்டு கால்களையும் தூக்கியபடி நின்று கொண்டிருக்கும். சைக்கிள் 'பெல்' மூன்று. இன்னும் வண்ண வண்ணமாக வினோதமான பல அலங்காரப் பொருட்கள் அந்தச் சைக்கிளில் பூட்டியிருக்கும். நாங்கள் சின்னப் பிள்ளைகளாக அதைத் தொட்டுத் தொட்டுப் பார்த்தது நினைவிருக்கு.

அப்ப பேசாத 'படம்' ஓடின காலம். முருகேசன் டவுனுக்குப் போய் இந்தப் படங்களைப் பார்த்துவிட்டு வருவான். பிறகு அந்தக் கதைகளை விஸ்தாரமாகச் சொல்லுவான். எல்லோரும் வாயைப் பிளந்தபடி கேட்டுக்கொண்டிருப்பார்கள்.

இந்த நேரம்தான் அவனுக்குக் காய்ச்சல் வந்தது. காய்ச்சல் என்றால் சாதாரண காய்ச்சல் இல்லை. நெருப்புக் காய்ச்சல். அப்போதெல்லாம் நெருப்புக் காய்ச்சல் வந்து தப்பினவர்கள் வெகு சிலரே.

பார்வதி தோசை கடையை மூடிவிட்டாள். மகன் பக்கத்திலேயே பழியாய்க் கிடந்தாள். நெல்லியடிப் பரியாரி அடிக்கடி

வந்து மருந்து கொடுத்துக்கொண்டிருந்தார். ஊர் முழுக்க என்ன நடக்கப் போகுதோ என்று பயந்தபடியே இருந்தது. நிலைமை ஒரு நாள் மோசமாய்ப் போய்விட்டது. என்னுடைய அப்பா கொழும்புக்குப் பயணமாவதற்கு ஆயத்தம் செய்துகொண்டிருந் தார். அம்மா சொல்கிறாள் 'முருகேசன் பாடு நாளைக்குத் தாங்காதுபோல இருக்கு, நின்று பார்த்திட்டுப் போங்கோ'

அன்று பின்னேரம் அம்மா பார்வதியைப் பார்க்கப் போனாள். நானும் பின்னாலேயே போனேன். ஆனால், என்னைக் 'கிட்ட வர வேண்டாம்' என்று சொல்லிவிட்டார்கள். முருகேசன் அடித்துப் போட்ட வாழைத் தண்டுபோலக் கிடக்கிறான். பார்வதி அழுதபடியே பக்கத்தில். அந்த உருக்கமான காட்சி என் மனதை விட்டு நீங்கவே இல்லை.

அம்மாதான் சொன்னாள். பார்வதி அப்போது ஒரு நேர்த்திக் கடன் செய்தாளாம். 'அப்பா, நல்லூர்க் கந்தா, இது நீ கொடுத்த பிள்ளை. நீயே திருப்பி எடுக்கலாமா? இந்தத் தத்தில் என் பிள்ளை தப்பினால், நூறு நாளைக்கிடையில் அவன் உன்னுடைய கோயில் வெளிப் பிரகாரத்தை பிறதட்டை (அங்கப் பிரதட்சணம்) பண்ணுவான். அப்பா, என்னைக் கைவிட்டு விடாதே.'

எல்லோரும் அதிசயிக்கும்படி முருகேசன் தப்பிப் பிழைத்து விட்டான். பார்வதிக்கு சந்தோஷம். மறுபடியும் ஒரு குமரிப் பெண்ணாகவே காட்சியளித்தாள். அப்படியான ஒரு குதூகலத்தை ஒரு பெண்ணிடம் மிகவும் ரகஸ்யமான நேரங்களிலேதான் காண முடியும்.

நல்லூர்க் கந்தனுக்கு வைத்த 'கெடுவோ' நூறு நாட்கள்தான். அப்ப பங்குனி மாதம். கொளுத்தும் வெயில். நல்லூர் வெளிப் பிரகாரத்தை பிறதட்டை பண்ணுவதென்றால் லேசுப்பட்ட காரியமா? ஆனாலும் முருகப் பெருமானோடு விளையாட முடியுமா?

முருகேசனுக்கு உடம்பு முற்றிலும் தேறவில்லை. காய்ச்சல் களை இன்னமும் இருந்தது. நெருப்புக் காய்ச்சல் அவனை உலுக்கி எடுத்துவிட்டது.

பார்வதி 'அடி அழித்த' படி முன்னுக்குப் போக, முருகேசன் பின்னால் பிறதட்டை செய்தபடியே வருகிறான். சில பந்து சனங் களும் அவர்கள் பின்னால் போகிறார்கள்; சிலர் தண்ணி தெளித்தபடி, சிலர் வேப்பம் கொத்தை வீசியபடி.

உள்வீதி என்றாலும் பரவாயில்லை. இது வெளி வீதி. முருகேசனோ சொகுசாக வளர்ந்த பிள்ளை. 'முந்திப் பிந்தி' பிறதட்டை செய்த பழக்கமுமில்லை. மேற்கு வீதிக்கு வந்தபோதே அவனுக்கு 'மேல்மூச்சு, கீழ்மூச்சு' வாங்கியது. இனசனம் எல்லோ ரும் அவனுக்கு 'அரோஹரா' சொல்லி உற்சாகமூட்டினார்கள்.

வடக்கு வீதியும் வந்துவிட்டது. அவனுக்கு இதற்கு மேல் தாக்குப் பிடிக்க இயலவில்லை. எழுந்துவிட்டான். ஒரு கரித் துண்டை எடுத்துக் கோயில் சுவரிலே கோடு போட்டுவிட்டு சொன்னான்;

"ஆச்சி, இனி எனக்குத் தாங்காது; மிச்சத்தை வந்து நாளைக்கு முடிக்கிறேன்" என்று விட்டுப் போய்விட்டான். பார்வதி திகைத்துப்போனாள். என்றாலும் மீதி தூரத்தை அவளே அடி அழித்து, முடித்துவிட்டு வீட்டுக்கு வந்து சேர்ந்தாள்.

அடுத்த நாள் ஊர் முழுக்க இதே பேச்சுத்தான். சும்மா சும்மா முருகேசனைப் பகிடி பண்ணியவர்களுக்கு இது நல்ல சாட்டாகப் போய்விட்டது. அவனால் தலை நிமிர்த்தவே முடிய வில்லை. குழந்தைகள்கூட அவன் முகத்துக்கு நேரே கேலி பண்ணத் தொடங்கி விட்டார்கள்.

நமசிவாயம்பிள்ளைதான் கேட்டார். 'நக்கலாகப்' பேசுவதில் எங்கள் ஊரில் 'டிகிரி' வாங்கியவர்.

"என்ன முருகேசன்! கரிக்கோடு போட்டியாமே கோயில் சுவரில்? ராத்திரி பெய்த பனியில் எல்லாம் நனைஞ்சு போச்சாமே! அப்ப நாளைக்கு எங்கையிருந்து தொடங்கப் போறாய்?"

எல்லோரும் 'கெக்கே, கெக்கே,' என்று சிரித்தார்கள். முருகேசனுக்கு முகம் எல்லாம் சிவந்துவிட்டது. விசுக்கென்று போய்விட்டான்.

இப்படியாகத்தான் முருகேசனுக்கும் நமசிவாயம்பிள்ளைக் கும் ஒரு சின்னப் பகைமை வித்து முளைவிட்டது. அது ஒரு நாள் விஸ்வரூபம் எடுத்ததை நான் என் கண்ணாலேயே பார்த் தேன்.

முருகேசனுக்கு நல்ல நீண்ட மூக்கு. அவன் முகத்துக்கு அது நல்ல பொருத்தம். ஆனால், மூக்குத் துவாரங்களோ பெரிசு; அப்படிப் பெரிசு. எல்லோரும் ஒரு சுருட்டுக் கொட்டகைக்குள் இருந்து சுருட்டு சுருட்டிக்கொண்டிருக்கிறார்கள். முருகேசனுடைய வெள்ளை வெளேர் என்ற வேட்டி கொடியில் தொங்கிக்கொண்டு

இருக்கிறது. அவன் மாற்று வேட்டி கட்டிக்கொண்டு வேலையிலேயே கண்ணாயிருக்கிறான்.

அப்ப இலுப்பைப் பூக் காலம். கமகமவென்று வாசம். ஒரு காற்று சுழன்று வீசியது. தூசோ தும்போ தெரியவில்லை. முருகேசன் 'அச்சூ' என்று தன் பலம் எல்லாத்தையும் பிரயோகித்து ஒரு தும்மல் தும்மினான். அது ஓர் அதிர வைக்கும் பயங்கரமான தும்மல்.

தொங்கலில் இருந்த நமசிவாயம்பிள்ளைதான் கேட்டார்: "என்ன முருகேசன், மூக்குக்குள்ளே யானை பூந்திட்டுதோ?"

அவ்வளவுதான். முருகேசன் ருத்திரனாகவே மாறி விட்டான். படாரென்று எழும்பினான்; ரீல் கட்டையை நமசிவாயம் பிள்ளையை நோக்கி வீசி எறிந்தான். அவனுடைய வெள்ளை வேட்டியைக்கூட எடுக்கவில்லை. ஒரே மூச்சில் சைக்கிளில் பாய்ந்து ஏறிப்போய்விட்டான். அதுக்குப் பிறகு அவனை யாருமே பார்க்கவில்லை.

பார்வதி பதறிவிட்டாள். வீடு வீடாய்ப் போய்த் தேடினாள். போவோர், வருவோர் எல்லோரிடமும் விசாரித்தாள். பொல பொலவென்று கண்ணீர்விட்டு அழுதாள். கடைசியாக நமசிவாயம் பிள்ளை வீட்டு வாசலுக்கே சென்று மண்ணை வாரி, வாரிக் கொட்டித் திட்டினாள். கிராமங்களிலே மண்ணை வாரிக் கொட்டித் திட்டுவது எல்லாம் சாதாரணமான காரியமில்லை. கடைசிக் கட்டத்தில்தான், கிளைமாக்ஸ்.

ஆனால், முருகேசன் போனவன், போனவன்தான். தகவலே இல்லை. கொஞ்ச நாள் ஊர்முழுக்க மௌனமாக இருந்தது போல் பட்டது. எல்லோருக்கும் உள்ளுக்குள்ளே ஒரு குற்ற உணர்வு.

கடைசியாக ஒரு நாள் ஒரு தபால் அட்டை வந்தது. பார்வதிக்குப் படிக்கத் தெரியாது. அம்மாதான் வாசித்துக் காட்டினாள். முருகேசன் குருநாகலையில் இருக்கிறானாம். 'வெள்ளைச் சொண்டு' நாகலிங்கத்தின் சுருட்டுக் கடையில் வேலை செய்கிறானாம். 'எடுபிடி' வேலை. கவலைப்பட வேண்டாம் என்று எழுதியிருந்தான்.

பார்வதிக்கு ஒரு பக்கம் நிம்மதி என்றாலும் ஒரே மகன் தன்னை இப்படி விட்டுப் போய்விட்டானே என்ற ஏக்கம். அதற்குப் பிறகு பார்வதி பார்வதியாகவே இல்லை. எப்பவும் அவள் முகத்தில் வேதனைதான் குடி இருக்கும்.

'என் மகன் என்ரை கடைசி காலத்தில் வருவானோ?' என்று கவலைப்படுவாள். ஒவ்வொரு நாளும் அம்மாவிடம் வந்து ஒரு பாட்டம் அழுதுவிட்டுப் போவது அவளுக்கு வழக்கமாகிவிட்டது.

கடிதத்திற்கு மேல் கடிதம் போட்டபடியே இருந்தாள் பார்வதி. ஒரு பதிலும் இல்லை. பார்வதிக்காக பல பேரும் கடிதம் எழுதினார்கள். ஒரு முறை வாத்தியார் எழுதினார்; இன்னொரு முறை அம்மா எழுதினாள். ஒரு நாள் சங்கக் கடை சுப்பிரமணியம், கடைசியில் நமசிவாயம்பிள்ளைகூட எழுதினார். அவர் தன் பங்காகவும் ஒரு வரி சேர்த்திருந்தார்; அது பார்வதிக்குத் தெரியாது. 'நான் ஏதோ ஒரு பகிடிக்காகத்தான் அப்பிடிச் சொல்லிவிட்டேன். இதைப் பெரிசு படுத்தாதே. தயவுசெய்து வந்துவிடு. உன் அம்மாவைப் பார்க்கப் பெரிய பாவமாக இருக்கிறது' என்று.

முருகேசன் வரவே இல்லை. மூன்று வருடம் ஓடிவிட்டது. அப்ப எனக்கு வயது எட்டு. எல்லோரும் முருகேசனை மறந்து விட்டார்கள் என்றுதான் சொல்லவேண்டும். பார்வதி, அவள் தாயல்லவா? மறப்பாளா?

ஒவ்வொரு நாள் காலையும் ஆறு மணிக்கு கொழும்பு ரயில் கொக்குவில் ஸ்டேசனில் வந்து நிற்கும் சத்தம் எங்கள் வீடு வரைக் கும் கேட்கும். பார்வதி வாசலிலே வந்து பழி கிடப்பாள்.

ரயிலிலே இருந்து இறங்கியவர்கள் எங்கள் ஒழுங்கைக்கு வந்துசேர பத்து நிமிடமாவது பிடிக்கும். இவள் தலையில் கை வைத்துப் பார்த்தபடியே நிற்பாள். யாராவது சூட்கேசுடன் தூரத்தில் வந்தால் ஒரு கணம் திடுக்கிட்டு சிறிது தூரம் ஓடி வந்து பார்ப்பாள். பிறகு ஆள் அடையாளம் தெரிந்தவுடன் விரக்தியுடன் திரும்பிப் போய்விடுவாள்.

ஒருநாள் பின்னேரம் வழக்கம் போல் பார்வதி அழுதபடியே வந்தாள். அன்றைக்கு அம்மாவிடம் போகவில்லை. அப்பாவிடம் தான் நேரேபோனாள். அவள் சொன்னாள்:

"முருகேசன் உங்கடை சொல்லுக்கு கட்டுப்பட்டவன்; நான் எத்தினையோ காயிதம் போட்டுவிட்டன்; அவன் திரும்பிக்கூட பார்க்கவில்லை. எனக்கு வயித்தைக் கலக்குது. என்ரை பிள்ளை யைப் பார்க்காமல் செத்து விடுவேனோ என்று பயமாயிருக்கு."

அதற்கு அப்பா பதிலே கூறவில்லை; மாறாக பெட்டியில் இருந்து ஒரு 'போஸ்ட் கார்டை' எடுத்து எழுதினார். வேறு ஒன்றும் இல்லை; ஒரு பாடலைத்தான் எழுதினார். திகதியோ,

எழுதியவர் பெயரோ இல்லை. எல்லோருக்கும் தெரிந்த ஒரு பாடல்தான் அது:

'வற்றாத பொய்கை வளநாடு தந்து
மலைமேலிருந்த குமரா
உற்றார் எனக்கு ஒரு பேரும் இல்லை
உமையாள் தனக்கு மகனே
முத்தாரமாக மடிமீதிருக்கும்
முருகேசன் எந்தன் உயிரே
வித்தாரமாக ரயில் மீதிலேறி
வரவேணும் எந்தனருகே'

இதை எழுதிவிட்டு அந்தத் தபால் அட்டையை அப்பா என் கையில் கொடுத்து 'ஓடிப் போய் போட்டுவிட்டு வா' என்று சொன்னார்.

நான் சீவரத்தினம் கடையில் இருக்கும் தபால் பெட்டியை நோக்கி ஓடினேன். அந்தப் பாடலில் 'மயில் மீது' என்று வரும் இடத்தில் அப்பா 'ரயில் மீது' என்று மாற்றி எழுதியிருந்தார். மற்றும்படி பாடல் ஒரிஜினல் பாடலாகத்தான் இருந்தது.

(ஐம்பது வருடத்திற்கு முன்பு ஒருமுறை மட்டும் படித்த இந்தப் பாடலை நினைவில் வைத்து இங்கே கூறியிருக்கிறேன். இதில் பிழையிருந்தால் அது என்னுடையதுதான்; மன்னிக்கவும்)

இந்த 'கார்டு' போட்டு நாலு நாள் ஓடிவிட்டது. ஐந்தாம் நாள் காலை நாங்கள் எங்கள் வீட்டு ஒழுங்கைப் புழுதியில் விளை யாடியபடி இருக்கிறோம். கொழும்பு ரயில் வந்து போகும் சத்தம். பிறகு ஒரு பத்துநிமிடம் கழித்து தூரத்தில் ஒருவர் நடந்து வரு கிறார். உயர்ந்த உருவம், கையிலே சூட்கேஸ், வெள்ளை வெளேர் என்று வேட்டி. முருகேசன்தான்.

முதலில் பார்த்தது பூரணிதான். அவளோ குமரிப் பெண். படலைக்கு அந்தப் பக்கம் வர இயலாது. இருந்தும் பார்த்து விட் டாள். ஆண் சம்பந்தப்பட்ட விஷயங்களில் பெண்களின் கண் களுக்கு வேகம் அதிகம்தான்.

'குஞ்சு குருமான்' எல்லாம் முருகேசன் வந்திட்டார், முருகேசன் வந்திட்டார்' என்று கூவியபடியே ஒழுங்கையை நிறைத்துவிட்டார்கள்.

இந்தக் காட்சிதான் என் மனசில் ஐம்பது வருடமாக அழி யாமல் இருக்கிறது. பார்வதி வெளியே வந்து நிற்கிறாள். கையை இடுப்பில் ஊன்றியபடி உற்றுப் பார்க்கிறாள். நாலடி முன்னுக்கு

வந்து இன்னொரு முறை பார்க்கிறாள். கைகால்கள் எல்லாம் இப்பத் தள்ளாடுது. கண்ணிலே தாரை தாரையாகக் கண்ணீர். ஏதோ சொல்ல வாயெடுக்கிறாள்; ஒன்றும் வரவில்லை. நாக்கு தளதளக்குது. நிற்கக்கூட முடியவில்லை.

முருகேசன் சூட்கேஸை பொத்தென்று போட்டுவிட்டு ஓடி வந்து தாயைக் கட்டிப் பிடிக்கிறான். 'என்ரை பிள்ளை, என்ரை பிள்ளை' என்று பார்வதி மகனைக் கட்டிக் கொள்கிறாள். தடவித் தடவிப் பார்க்கிறாள். முத்தமிடுகிறாள்; தலையைக் கோதுகிறாள். பிறகு இன்னொருமுறை தடவி விடுகிறாள். மீண்டும் முத்த மிடுகிறாள்.

ஒருநூறு பேர் சேர்ந்துவிட்டார்கள். இந்தக் காட்சி நீண்டு கொண்டே போகிறது. தாயும் மகனும் குடிசைக்குள்ளே போனதும் ஆரோ சூட்கேஸை உள்ளே கொண்டுவந்து வைக்கிறார்கள்.

அடுத்த ஒரு கிழமை பார்வதி நிலத்திலே நடக்கவில்லை; ஆகாயத்தில்தான் உலாவினாள். பிறகு பயம் பிடித்துக்கொண்டது அவளுக்கு. முருகேசன் தன்னை விட்டுத் திரும்பிப் போய் விடு வானோ என்று. ஆனால், நல்லூர் கந்தன் அதற்கும் ஒரு வழி வகுத்திருந்தார்; எங்களுக்குத்தான் அது அப்பத் தெரியவில்லை.

பார்வதி ஒருநாள் படுத்தபடி நித்திரையிலேயே போய் விட்டாள். எங்கள் ஊர் முழுக்க இதே கதைதான். செத்த வீடு மிக விமரிசையாக நடந்து முடிந்தது.

நாலாம் நாள் காரியங்கள் எல்லாம் நிறைவேறியவுடன் முருகேசன் மீண்டும் 'ரயிலேறி'விட்டான்.

◆

குங்கிலியக்கலய நாயனார்

அந்த வீட்டு மாடியிலே ஒரு மாலை நேரத்தில் நாங்கள் மூன்று பேரும் கூடியிருக்கிறோம். பதினாலு வருடம் ரஸ்ய துருப்பு களுடன் போராடியும் முற்றிலும் அழிந்து விடாமல் நொண்டிக் கொண்டு நிற்கிறது அப்கானிஸ்தானிலுள்ள 'ஹெராத்' என்ற நகரம். நான் சுற்றிலும் பார்க்கிறேன். அழகிய மலைகள் சூழ்ந்து இருக்கின்றன. மெல்லிய குளிர் காற்று உடம்பை வருடுகிறது.

'ஹுமெலின்' கனடாக்காரர், நீண்ட தாடி வைத்திருப்பவர். அறிவுஜீவி. கனடாவில் பேராசிரியராக இருந்து இப்போது ஐ.நா வின் போதைப் பழக்கம் தடுப்புப் பிரிவில் வேலை பார்க்கிறார்.

'லூனன்பெர்க்' ஜெர்மன்காரர். சதுரமான தாடை, அதை எப்பவும் நிமிர்த்தி வைத்துத்தான் கதைப்பார். ஐ.நாவின் அகதிகள் மறுகுடியேற்றத்தில் அவருக்கு வேலை.

மாவீரன் அலெக்சாந்தர் அழகி ருக்ஷானாவின் சௌந் தர்யத்தில் மனதைப் பறி கொடுத்தது இங்கேதான். ஆஹா! இந்தப் பெண்கள்தான் என்ன அழகு! அவர்கள் கண்கள் பச்சை நிறத்தில் ஆளை மயக்கும். கூந்தலோ கருமையிலும் கருமை. பெண் குழந்தை களைத்தான் பார்க்க முடியும்; வளர்ந்து விட்டாலோ பர்தாவில் புகுந்து விடுவார்களே?

நான்தான் தொடங்கினேன். எனக்குக் கனடாக்காரரைச் சீண்டுவதில் ஒரு தனி இன்பம், "அப்ப, ஹாமெலின் இந்தப் போதைப்பழக்கம் மிகவும் கெட்டது. இதை முற்றிலும் அழித்த பிற்பாடு என்ன செய்வதாக உத்தேசம்? உமக்கு வேலை போய் விடுமே?" என்று கேட்டேன்.

அப்கானிஸ்தானில் பத்து லட்சம் பேர் இதற்கு அடிமை. இது தவிர, போதைப்பொருள் உற்பத்தி உலகத்திலேயே 35 வீதம் இங்கேதான். இவர் தனியாளாக இதை ஒழித்துக் கட்ட கொடுக்குக் கட்டிக்கொண்டு கனடாவில் இருந்து வந்து குதித்திருக்கிறார். இது நடக்கிற காரியமா? மலையை இடித்து மூக்குப் பொடி போட்டு முடிக்கிற கதைதான்.

இதற்குக் கனடாக்காரர் பதில் கூறுமுன் ஜெர்மன்காரர் முந்திக்கொண்டு சொன்னார்:

(இங்கே நடந்த சம்பாஷணைகள் எல்லாம் ஆங்கிலத்தில் தான். அதை வாசகர்களுக்காக நான் 'என் தமிழில்' தந்திருக் கிறேன்.)

"பழக்கத்தில் 'நல்ல பழக்கம், கெட்ட பழக்கம்' என்று இல்லை; 'விடக் கூடிய பழக்கம்', 'விட முடியாத பழக்கம்' இப்படி இரண்டுதான். சிலருக்குக் காலையில் எழுந்தவுடன் தேநீர் வேண் டும்; சிலருக்கு சிகரெட் தேவை; இது இல்லாமல் நடுக்காட்டில் இவர்களை விட்டால் தலையைப் பிய்த்துக்கொண்டு பைத்தியமாகி விடுவார்கள். எந்தப் பழக்கமும் ஒரு கட்டுப்பாட்டுக்குள் இருக்க வேண்டும். அதை மீறினால்தான் கஷ்டம்."

அதற்குக் கனடாக்காரர், "எனக்கு ஒரு நண்பர் இருந்தார். புத்தகக் கடையென்றால் அவருக்குப் பைத்தியம். எந்த ஒரு கடையைக் கண்டாலும் புகுந்து விடுவார். நேரகாலம் தெரியாமல் உள்ளே இருப்பார். இருக்கிற காசெல்லாவற்றையும் கொடுத்து புத்தகங்களை அள்ளுவார். காசில்லாவிடில் உங்களிடமும் கடன் வாங்குவார். புத்தகம் படிப்பது நல்ல பழக்கம். அதிலும் அவர் அறிவுசார்ந்த புத்தகங்களைத்தான் படிப்பார். இருந்தும், அவர் வரையில் இந்த நல்ல பழக்கமும் ஒரு கெட்ட அடிமைப் பழக்கம் தான். ஏனெனில், அவரால் இதைவிட முடியவில்லையே" என்றார்.

நான் சொன்னேன்: "நான் செருப்புப் போடும்போது எப்பவும் இடதுகாலைப் போட்டு பிறகுதான் வலது காலைப் போடுவேன், ஷேவ் எடுக்கும்போது வலது பக்கம் செய்து பிறகுதான் இடது பக்கம். இதுவும் பழக்கம்தானே?"

ஜெர்மன்காரர் சொன்னார், மிக அவசரப்பட்டு "என் மனைவி எப்போதும் கொண்டையூசி குத்தும்போது இடது பக்கம் குத்தி பிறகுதான் வலது பக்கம் குத்துவாள். நான் அவதானித்துப் பார்த்திருக்கிறேன்."

"வேறு என்னவெல்லாம் உமது மனைவி செய்வதை நீர் அவதானித்துப் பார்த்திருக்கிறீர்" என்றார் கனடாக்காரர், கண் களைச் சிமிட்டியபடி.

அதற்குப் பிறகு சம்பாஷணை கீழிறங்கிவிட்டது; வெகு வெகு கீழிறங்கிவிட்டது. இது அப்படியே கொஞ்ச நேரம் நீடித்தது.

நான், "தயவு செய்து உங்கள் சம்பாஷணையை இடுப்புக்கு மேலே கொண்டு வருகிறீர்களா?" என்று விட்டுத் தொடர்ந்தேன்:

"ஒரு பழக்கமானது எப்போது அடிமைப் பழக்கமாக மாறு கிறது என்பதைக் கண்டுபிடிக்க முடியுமா?"

ஜெர்மன்காரர் அந்தச் சமயம் பார்த்து தன் பையில் இருந்து ஒரு வளைந்த போத்தலை எடுத்தார். அவர் எப்பவும் அதில் குடி வகை வைத்திருப்பார். எந்தக் காடு, மேடு, மலை, சமுத்திரம் என்றாலும் அதைக் 'கவசகுண்டலம்'போல காவிக்கொண்டு திரிவார். அவர் ஒரு மிடறு குடித்துவிட்டுச் சொன்னார்.

"அது மிகவும் சிம்பிள். ஒரு மனிதனைப் பத்து நாள் பட்டினி போட வேண்டும். அதற்குப் பிறகு ஐந்து ரூபாயை அவன் கையில் கொடுத்துப் பார்க்க வேண்டும். அவன் நேராக சிகரெட் வாங்க ஓடினால் அவன் அந்தப் பழக்கத்துக்கு அடிமை."

"எனக்கு சவ்வரிசிப் பாயசம் என்றால் உயிர். திரும்பத் திரும்பச் சாப்பிடுவேன்; களவெடுத்தும்கூட சாப்பிடுவேன். இது வும் அடிமைப் பழக்கமா?" என்று கேட்டேன்.

அதற்குக் கனடாக்காரர் "ச்சீ, அது எப்படி அடிமைப் பழக்கம் ஆக முடியும்? நீ வயிறு நிறைய பாயசம் குடித்து ஓய்ந்த பின் யாராவது உன் முன்னே ஒரு கப் பாயசத்தை நீட்டினால் உனக்குக் குமட்டிக்கொண்டு வருகிறதே. அது அடிமைப் பழக்கம் அல்ல. அடிமைப் பழக்கம் என்றால் அதற்கு முடிவே கிடையாது. 'போதும்' என்று நீ சொல்லவே மாட்டாய். அறிவு நிலையில் இருக்கும் வரை எடுத்துக்கொண்டே இருப்பாய்; உன் முடிவு உன் வசமே இல்லை" என்றார்.

ஜெர்மன்காரர் சொன்னார்: "இது சொல்லித் தெரிவதில்லை. இந்தப் போதைக் கொடுமையில் விழுந்தவர்களைக் கண்ணால் பார்க்க வேணும். நான் 'பெஷாவாரில்' மூன்று வருடம் வேலை செய்தேன். நாளொன்றுக்கு நாலு, ஐந்து வெடிகுண்டுகளாவது வெடித்துக்கொண்டிருந்த காலம் அது. என் வீட்டுக்கு காவல் ஒரு பட்டாணி காவல்காரன். மடியிலே ரிவால்வரும், தோளிலே ஏகே 47ம் ஆக வீட்டைச் சுற்றியபடியே இருப்பான்."

"அன்று கிறிஸ்துமஸ் இரவு. நானும் மனைவியும் வெளியே போய்விட்டு ஒருமணி மட்டில் வந்து படுத்து கண்ணயர்ந்திருப் போம். வீட்டின் கீழே கண்ணாடிகள் உடைந்து சலுசலுவென்ற சத்தம். கீழே ஓடி வந்து விளக்கைப் போட்டால் எங்கும் கண் ணாடிச் சில்லுகள்."

" 'காக்கா இஸ்மயில், காக்கா இஸ்மயில்' என்று கத்தினோம். இஸ்மயில் கதிரையில் இருந்தபடியே AK47 ஐ மடியில் குழந்தை போல அணைத்தவாறு தூக்கத்தில் இருந்தான்."

"பொலீஸ் வந்து எல்லா விபரங்களையும் பதிவு செய்து கொண்டுபோனார்கள். களவுபோனது விலையுயர்ந்த கலைப் பொருள்கள். அதற்குப் பிறகு பொலீஸிடம் இருந்து ஒரு தகவலும் இல்லை. நானும் மறந்து விட்டேன்."

"ஒருநாள் என் கந்தோருக்கு பொலீஸ் நிலையத்தில் இருந்து ஒரு தொலைபேசி வந்தது, என்னை நிலையத்துக்கு உடனே வரும் படி. நானும் மனைவியைக் கூட்டிக்கொண்டு விரைந்து சென் றேன்."

அங்கே நான் கண்ட காட்சி என்னை ஸ்தம்பிக்க வைத்தது. ஒரு பையன், 24 வயது இருக்கும். குந்தி முழங்காலைக் கட்டிய படி ஒரு மூலையில் இருக்கிறான். குளிருக்கு நடுங்குவதுபோல அவன் தேகம் நடுங்குகிறது. நெற்றி, தாடையெங்கும் காயங்கள்; சில காயங்களில் இரத்தம் வழிந்தவண்ணம் இருக்கிறது.

"அன்று காலை அவன் பொலீஸாரிடம் கையும் களவுமாக பிடிபட்டிருக்கிறான். அவன் திருடிய சாமான்களை அங்கே அடுக்கி வைத்திருந்தார்கள். என் வீட்டில் களவுபோன பொருட் கள் அங்கே இல்லை. அவை எல்லாம் வேறு வேறு வீடுகளில் திருடியவை. அவன் என் வீட்டில் திருடியதை ஒப்புக்கொண்டிருக் கிறான், ஆனால், விற்றுவிட்டானாம்."

"என் மனைவி அவன் முன்னே முழங்காலில் உட்கார்ந்தாள். 'உன்னை நான் எப்படியும் வெளியே கொண்டுவந்து விடுவேன். தயவு செய்து என் முகத்தைப் பார். எங்கள் வீட்டில் நீ எடுத்த பொருள்கள் ஆயிரம் டொலர் பெறும். யாரிடம் அவற்றை விற்றாய், சொல்' என்று மன்றாடினாள்."

"அவன் கண்களில் கண்ணீர்தான் வந்தது. வாய் குழறியது. அவனால் ஒன்றுமே கதைக்க முடியவில்லை."

"அவன் ஒரு மருத்துவக் கல்லூரி மாணவனாம். தாய்க்கு ஒரே பையன். தகப்பன் இல்லை. தங்கை மட்டும்தான். வீட்டிலோ வறுமையிலும் வறுமை. இவன் படிப்பில் எப்பவும் முதல்தான். திறமையாகப் படித்து மருத்துவக் கல்லூரிக்குத் தெரிவு செய்யப்பட்டு விட்டான்."

"முதல் வருடம் நன்றாகவே படித்தான். ஆனால், இரண்டா வது வருடம் பிடித்தது சனியன். நண்பர்களுடன் ஒருநாள் மாலை ஒரு 'சிமிட்டா' பொடி போல் உறிஞ்சிக்கொண்டான். ஒரே ஒரு

முறைதான். அடுத்த நாளும் எடுத்தான்; அதற்கு அடுத்த நாளும், இப்படியே போயிற்று. ஒவ்வொரு முறை எடுக்கும் போதும் 'இது தான் கடைசித்தரம்' என்று நினைத்துக் கொள்வான்."

"கல்லூரிக்குப் போவது இப்போது தடைபட்டது. இவன் சிந்தனை எல்லாம் அடுத்த வேளை 'சிமிட்டாவுக்கு' காசு எப்படிச் சம்பாதிப்பது என்பதுதான். முதலில் புத்தகங்களை விற்கத் தொடங்கினான். பிறகு வீட்டில் பொருட்கள் திடீர் திடீரென்று காணாமல் போகத்தொடங்கின. கடைசியில் ஒருநாள் தங்கையின் தோட்டிலேயே கை வைத்தான். அதை விற்கக் கொண்டுபோன இடத்தில் பிடிபட்டுவிட்டான்."

"அப்பத்தான் முதல் முதலாக தாய்க்கும் தங்கைக்கும் விஷயம் தெரிய வந்தது. அவர்கள் மன்றாடி பொலீஸில் இருந்து அவனைக் காப்பாற்றி விட்டார்கள். ஆனால், வீட்டுப் பயம் இப்போது இல்லை. ஒவ்வொரு நாளும் வீட்டிலே சண்டை. இப்படித் தொடங்கி அடிதடி வரையில் போய்விட்டது. ஒருநாள் தாயாரை அடித்தேவிட்டான்."

"அதற்குப் பிறகு அவன் வீட்டிற்கு வருவதே இல்லை. சுருண்டு சுருண்டு போய் ரோட்டு ஓரங்களில் படுத்திருப்பான். போதையின் உத்வேகம் வரும்போது எங்கேயாவது புகுந்து களவெடுத்து விடுவான்."

"நானும் மனைவியும் பெஷாவாரை விடும்போது அவனை ஜெயிலில் போய்ப் பார்த்தோம். மனைவி அவனுக்கு ஒரு கம்பளிப் போர்வை கொடுத்தாள். இப்பக்கூட அவனுடைய நீளமான கண்கள் என் நினைவில் அடிக்கடி வரும். அவன் இன்னும் இருக் கிறானா இறந்து விட்டானா, தெரியவில்லை."

"இந்தப் பழக்கத்தில் இருந்து மீளவே முடியாதா?"

ஹாமெலின் சொன்னார். "சில பேரால் முடிகிறது. நான் ஒரு நாளைக்கு நூறு சிகரெட் வரை குடித்திருக்கிறேன். கல்லூரி யில்தான் எனக்கு இந்தப் பழக்கம் முதலில் ஏற்பட்டது. இரவிர வாக இருந்து ஆராய்ச்சிக்கு தயார் பண்ண வேண்டும். சிகரெட் இதற்கு உறுதுணையாக இருந்தது. என் விரல் நகங்கள் எல்லாம் மஞ்சள். உதடுகள் கறுத்து இருக்கும். ஐந்து நிமிடங்களில் இன் னொரு சிகரெட் பத்தாவிட்டால் கைகள் நடுங்கத் தொடங்கி விடும்."

"நான் தீக்குச்சியினால்தான் சிகரெட் பற்ற வைப்பேன். முதல் உரசலில் அதைப் பற்ற வைக்கும்போது தீக்குச்சி மருந்துடன்

சேர்ந்து ஒரு சுவை வரும். அது மகத்தானது. என் இன்பம் எல்லாம் அந்த முதல் இழுப்பில்தான். எத்தனையோ முறை முயன்றும் இந்தப் பழக்கத்தை உதற முடியவில்லை."

"ஒரு கோடை விடுமுறைக்காகப் பெற்றோரிடம் போய்க் கொண்டிருந்தேன். நீண்ட ரயில் பிரயாணம், ரொறொன்ரோவில் இருந்து வுட்ஸ்ரொக் வரை."

"என்ன தோன்றியதோ, திடீரென்று என் கையிலிருந்த கடைசி சிகரெட் பெட்டியை ஜன்னல் வழியாக விட்டெறிந்தேன். ஏன் அப்படிச் செய்தேன் என்று இன்றுவரை எனக்குத் தெரியாது. அதன் பின் நான் அதைத் தொடவே இல்லை. நான் பாக்கிய சாலி."

"அதற்குப் பிறகு சிகரெட் குடிக்கவேண்டும் என்ற உத்வேகம் எப்பவாவது வந்ததா?"

"நான் அதை மாற்ற வேறு சில பழக்கங்களை வரவழைத்துக் கொண்டேன். சூயிங்கம் சாப்பிடுவது அதில் ஒன்று. இப்ப 17 வருடங்கள் ஆகிறது. இன்னும் எனக்கு அந்தப் பயம் முற்றிலும் போகவில்லை. எங்கே இன்னொருமுறை திரும்பவும் தொற்றி விடுமோ? என்று பயந்தபடியே இருக்கிறேன்" என்றார்.

நான் சிறுவயதில் பார்த்த ஒரு சம்பவத்தை விவரிக்கிறேன். எங்கள் கிராம வாழ்க்கையும் அதில் வாழ்ந்த மக்களின் பழக்க வழக்கங்களும் என் நண்பர்களுக்கு வியப்பாக இருக்கிறது.

"எனக்கு அப்ப அஞ்சு, ஆறு வயது இருக்கும். 'குடிகாரச் சின்னத்தம்பி' என்றுதான் அவனுக்குப் பேர்; எங்களுக்குப் பயம். வீட்டிலே சோறு தீத்தும்போதுகூட 'குடிகாரச் சின்னத்தம்பி' என்று சொல்லித்தான் தீத்துவார்கள்.

ஒழுங்கையின் எத்தத்தில் அவன் வரும்போதே நாங்கள் உள்ளே ஓடி விடுவோம். குடித்துவிட்டு ஆடிக்கொண்டே வருவான். வேட்டி அவிழ்ந்துவிடும். வேட்டியை ஒரு கையால் இழுத்தபடியே வருவான் சின்னத்தம்பி.

சும்மா வரமாட்டான். உரத்த குரலில் திட்டிக்கொண்டுதான் வருவான். அவனுடைய 'மூடைப்' பொறுத்தது. ஒரு நாளைக்கு முன்வீட்டு முருகேசுவைப் பேசுவான். இந்த வேலிக்கும் அந்த வேலிக்குமாக 'உலாஞ்சி, உலாஞ்சி'தான் வருவான்; இன்னொரு நாளைக்கு நடராசாவைத் திட்டியபடி வருவான்; ஒரு நாளைக்கு அவன் பெண்சாதி, மற்றொரு நாளைக்கு அவன் தாயார், இப்படி.

எங்கள் ஊர் பெண்டுகள் எல்லாம் அவன் இன்றைக்கு ஆரை வைகிறான் என்று வேலி வழியாலும் பொட்டு வழியாலும் காது கொடுத்துக் கேட்டுக்கொண்டிருப்பார்கள். மற்ற வீட்டு ரகசியங்களை அவன் கொட்டக் கொட்டக் கேட்டுக்கொண்டிருப் பதில் அவர்களுக்கு ஆர்வம்.

எங்கள் வீடு அவன் வீட்டுக்குப் பக்கத்தில்தான். ஆனால், அவன் வீட்டுப் படலை அடுத்த ஒழுங்கை வழியாகத்தான் இருக் கும். அம்மா அவன் மனைவியை 'ராசக்கா' என்றுதான் கூப்பிடு வாள். எங்கள் வீட்டுக் குந்தில் ஏறி நின்று பார்த்தால் அவர்கள் வீட்டுக்கூரை தெரியும்.

எங்கள் வீட்டுக்கு ஒரு பாட்டு வாத்தியார் வருவார். அவர் அக்காவுக்குப் பாட்டு சொல்லிக்கொடுப்பார். ஹார்மோனியம் வாசித்தபடியே அக்கா அவர் சொல்லிக்கொடுப்பதைத் திருப்பிப் பாடுவாள். அக்காவுக்கு அப்பப் பதினாறு, பதினேழு வயதிருக்கும்.

அக்கா பாடும்போது நான் அவள் முகத்தையே பார்த்தபடி இருப்பேன். அக்காவுக்கு வட்டமான பெரிய கண்கள். அக்காவின் கைவிரல்கள் வெள்ளைக் கட்டையிலும், கறுப்புக் கட்டையிலும் மாறிமாறி தவழ்ந்து விளையாடும். அவள் குரலும் பாட்டு வாத்தியார் குரலும் சேர்ந்து ஒலிக்கும்.

கனக சபா...பதி...தரி...சனம்
ஒருநாள்
கண்டால்...கலி...தி...ரும்
ஆ.....

அக்கா இந்தப் பாட்டைப் பாடுகிறாள். என் தகப்பனார் மரக்கட்டிலில் சப்பணம் கட்டிக்கொண்டு இருந்து ரசிக்கிறார்.

மூன்று வீடு தள்ளி 'கனகசபாபதி, கனகசபாபதி' என்று ஓர் இளம் பொடியன். சைக்கிளுக்குப் பின்னால் உமலைக் கட்டிய படி அடிக்கடி அந்தப் பக்கம் ஓடிக்கொண்டிருப்பதுதான் அவன் வேலை.

ஒருநாள் இந்தக் குடிகாரன் வழக்கம்போல வேட்டியை இழுத்தபடி போறான், சத்தம் போட்டுக் கத்தியபடியே. எல்லாப் பெண்டுகளும் தங்கள், தங்கள் வேலைகளை விட்டுவிட்டு காது கொடுத்துக் கேட்டபடியே இருக்கிறார்கள். அன்றைக்கு எங்களு டைய முறைபோலும். குடிகாரன் சொல்கிறான்:

"அது ஆரடி கனகசபாபதி? இது என்ன கூத்து? இதைக் கேப்பாரில்லையா?"

அதற்குப் பிறகு அக்கா அந்தப் பாட்டைப் பாடுவதை நிறுத்திவிட்டாள். என் தகப்பனார் அப்படி உத்தரவு போட்டு விட்டார். கொஞ்ச நாள் பிறகு பாட்டுக்காரரையும் வேண்டா மென்றுவிட்டார்.

இப்படித்தான் ஒருநாள் நான் ஒரு சின்னச் சருவச் சட்டி யோடு எங்கள் படலையடியில் நிற்கிறேன். வழக்கமாக அந்த வழியால் மாணிக்கம் கள் எடுத்துக்கொண்டு போவான். அம்மா சொன்னபடி அப்பத்திற்குப் போட ஒரு சொட்டு கள்ளு வாங்க காத்துக்கொண்டிருக்கிறேன்.

தூரத்திலே குடிகாரச் சின்னத்தம்பி. முதலில் அவன் குரல், பிறகுதான் உருவம் தெரிகிறது. வழக்கம்போலச் சத்தம் போட்டு பேசியபடியே வாறான். நான் சருவச் சட்டியைப் போட்டுவிட்டு உள்ளுக்கு ஓடிவிட்டேன்.

அவன் வீட்டுக்குப்போனவுடன் சண்டை தொடங்குகிறது. இவன் நாலரை அடி உயரம். ராசக்கா ஆறு அடி. முதலில் வார்த்தையிலேதான் சண்டை. அம்மா குந்தில் ஏறி நின்று பார்க் கிறாள். நாங்கள் அவள் முந்தானையைப் பிடித்துக்கொண்டு நிற்கிறோம்.

ராசக்காவுக்கு இரண்டு பிள்ளைகள். பூரணம், அவளுக்கு பதின்மூன்று வயது; பெரிய பிள்ளை ஆனவுடன் படிப்பை நிறுத்தி விட்டாள். மற்றது பற்பன் (பத்மநாபன்) என்னோடுதான் படிக் கிறான். அவன் பள்ளிக்கு வர்றதே 'பாணும், சம்பலும்' வாங்கத் தான். அவன் அரைவாசி சாப்பிட்டுவிட்டு மீதியை அக்காவுக்கும், அம்மாவுக்கும் கொண்டுபோய்க் கொடுப்பான்.

"என்ன இழவுக்கு இஞ்ச குடிச்சுப் போட்டு வாறாய்?"

"ஏண்டி, உன்ரை கொப்பற்ற சீதனத்தில் குடிக்கிறேனே?" இது அவன்.

"மூன்று நாள் பிள்ளைகளுக்குச் சாப்பாடில்லை; நாள் மாறி நாள் இப்பிடி வாறியே? உனக்குக் கொஞ்சமாவது அறிவிருக்கா?"

எந்தப் பெண்ணும் கேட்க வேண்டிய கேள்விதான்?

"இப்ப அடி விழும் சத்தம். பிறகு ராசக்கா விளக்குமாத்தைப் பிடுங்கி 'ரப்பிலே' செருகிவிட்டாள். இவருக்கு அது எட்டவில்லை. எம்பி எம்பிப் பார்க்கிறார்."

"எடுத்துக் குடடி, எடுத்துக் குடடி"

காலால் அவளை உதைக்கிறார்.

மனிதனுடைய பொறுமைக்கும் ஓர் எல்லை உண்டல்லவா? ராசக்கா அறைக்குள் புகுந்து கதவைப் படார் என்று சாத்தும் சத்தம். கொஞ்சம் நேரம் அமைதி. ஊர் முழுக்க மூச்சு விடாமல் காதைக் கூர்மையாக்கி வைத்துக்கொண்டிருக்கிறது.

அம்மாதான் முதலில் பார்த்தாள், வீட்டுக் கூரை 'டங்' கென்று ஒரு கணம் ஆடியதை "ஐயோ, இஞ்சருங்கோ, என் னெண்டு போய்ப் பாருங்கோ" என்று கத்தினாள் அம்மா...

"எல்லோரும் வேலியைப் பாய்ந்தும், கிணத்தைத் தாண்டியும் வந்து விட்டார்கள். கதவு பூட்டியிருக்கிறது. சின்ன ராசுதான் உலக்கையால் கதவை உடைத்து முதலில் உள்ளுக்குப் போறான், பிறகு அம்மா."

நாக்கு வெளியே நீண்டுவிட்டது. ராசக்கா முகட்டில் இருந்து ஒரு சேலையில் தொங்கிக்கொண்டிருந்தாள். எல்லோருமாகப் பிடித்துக் கீழே இறக்கி தண்ணி தெளிக்கிறார்கள். ஒருகணம் பிந்தியிருந்தால் மரணம்தான்.

சின்னத்தம்பிக்கு வெறி முறிந்துவிட்டது. தலையில் கை வைத்தபடி ஒரு மூலையில் இருக்கிறான். பிள்ளைகள் கத்துகத் தென்று கத்துகிறார்கள்.

கொக்குவில் சனம் எல்லாம் வீட்டுக்குள்; விதானையாரும் வந்து விட்டார்.

"ஐயா ஐயா! என்னைக் கொல்லுங்கோ இந்தச் சனியனை இனி நான் தொடமாட்டேன். இது சத்தியம்" என்று கத்துகிறான் சின்னத்தம்பி. பார்க்கப் பரிதாபமாகத்தான் இருக்கிறது.

முதல் நாள், வேட்டியைக் கட்டியபடியே கீழே பார்த்த படி வேலையிலிருந்து திரும்பினான் சின்னத் தம்பி, இரண்டாம் நாளும் அப்படித்தான்; மூன்றாம் நாளும் அதேதான்.

அம்மா சொன்னாள் 'சின்னத்தம்பி திருந்தி விட்டான்' என்று.

நாலாம் நாள் வேட்டி அவிழ, அவிழ அவன் கத்திக் கொண்டே வாறான்.

"விதானையார் என்ன எனக்குச் சொல்லுறது? அவள் என்ரை பெண்சாதி. இவர் ஆர் என்னைக் கேட்க?"

கொஞ்ச நேரம் நாங்கள் எல்லாம் மௌனம். பிறகு கனடாக்காரர் சொன்னார்.

“இந்தப் பழக்கம் உள்ளே வெகு நைஸாகப் புகுந்துவிடும். அது புகுந்ததே தெரியாது. ஆனால், அதை வெளியேற்றுவதுதான் மிகவும் சிரமம்.”

“அதிலும் நோய் விலகும் அறிகுறிகள் (withdrawal Symptoms) அதன் பாதிப்போ அவஸ்தையானது. நரக வேதனைதான். இதிலே மீள்வது மிகவும் அரிது” என்றார் ஜெர்மன்காரர்.

அவர்களுக்கான ‘புனர்வாழ்வு மையங்கள்’ (rehabilitation Centres) மேல் நாடுகளில் இருக்கின்றன. ஆனால், பத்திலே ஒருவர்தான் மீண்டு வருவார்கள்.

“எனக்கு அப்படி ஒருவரைத் தெரியும். ஆப்பிரிக்காவில் நான் வேலை செய்தபோது அந்தப் பரிச்சயமேற்பட்டது” என்று நான் கூறினேன்.

அது மரங்கள் ஏற்றுமதி செய்யும் ஒரு பெரிய கம்பெனி. ஆப்பிரிக்காவின் சிவப்பு மரங்களுக்கு உலகமெங்கும் நல்ல வரவேற்பு. பத்தாயிரத்துக்கும் அதிகமானோர் அங்கே வேலை செய்தார்கள். கம்ப்யூட்டர் பிரிவில்தான் நான். எனக்குக் கீழே நாற்பது பேர்.

அவனுடைய பேர் ‘லுங்கே ஒபுக்கு’. நல்ல தேகக்கட்டுடன் இருப்பான். எப்பவும் சிரித்த முகம். வயது இருபத்தியாறு. ஒரு மனைவியும் மகளும்தான்.

கம்ப்யூட்டரை அவன் கண்டதேயில்லை. ஆனால், அதைக் கண்ட நாளிலிருந்து அவனுக்கு ஒரு மோகம். அதில் மீன்குஞ்சு நீந்துவதுபோல இவனும் புகுந்து விளையாடுவான். இயற்கை யாகவே அவனுக்கும் கம்ப்யூட்டருக்கும் ஒரு சொந்தம் இருந்தது. நான் ஒன்றைச் சொல்லிக் கொடுத்தால் தானாகவே பத்து விஷயங் களைக் கற்றுக்கொண்டு விடுவான்.

நாங்கள் மாதா மாதம் அமெரிக்காவிலுள்ள தலைமையகத் துக்கு நாற்பது பக்கங்கள் கொண்ட செயலாட்சி அறிக்கையை அனுப்ப வேண்டும், ஆறு மாதத்திலேயே இவனை நான் இது தயாரிப்பதில் ஒரு விற்பன்னனாகத் தயார் செய்து விட்டேன்.

இரவு பகலாகக் கம்ப்யூட்டரே கதி என்று கிடப்பான். என் வேலையானது சுகமாகவும் அவசரமின்றியும் நகர்ந்து கொண்டி ருந்தது. அப்போதுதான் ஒபுக்குவுக்கு இன்னொரு மோகம் பிடித்தது.

இந்த இடத்தில் நான் கொஞ்சம் கதையை நிற்பாட்டினேன். ஜெர்மன்காரர் போத்தல் மூடியைத் திறந்து ஒரு மிடறு, வாயில் ஊற்றிக்கொண்டார். நான் தொடர்ந்தேன்.

அங்கே அமெரிக்காவில் இருந்து வந்த 'பீஸ்கோ' ஊழியர்கள் (Volunteers) அநேகம். அதிலும் பெண்களே அதிகம். எல்லாருமே கட்டிளம் கன்னியர். கன்னியர் என்பதெல்லாம் ஒரு பேச்சுக்குத் தான். அதிலே ஒரு நீலக் கண் அழகி, பெயர் 'கரலைன்'. அவளுக்கு இவன் மேல் மையல்.

பீஸ்கோவில் இருந்து வரும் பெண்கள் ஓர் ஆணை வலையில் வீழ்த்தி இழுத்துக்கொண்டு போவது அங்கே வழக்கம் தான். பீஸ்கோ பெண்கள் அங்கு வருவதே அதற்காகத்தான் என்று என்னுடைய மேலதிகாரி எனக்கு அடிக்கடி சொல்லுவார்.

மேற்கு ஆப்பிரிக்காவில் ஒருவித குடிவகையைச் சிறு சிறு 'பொலிதீன்' பைகளில் போட்டு விற்பார்கள். அதில் ஊசியால் ஒரு சிறு ஓட்டை போட்டு வாய்க்குள் அடக்கி வைத்துக்கொள்ள வேண்டும். அந்த மது வகையோ மிகவும் சக்தி வாய்ந்தது. அது கசிந்து கசிந்து ஒரு மணியளவுக்கு தாக்குப்பிடிக்கும். அது முடிந்த வுடன் இன்னும் கேட்கும். கொடுத்துக்கொண்டே இருக்க வேணும்.

கரலைன் காதலிக்கு 'பொலிதீன்' மோகம். இவன் சாது. இவனும் பழகிக்கொண்டான். அது பிடரியில் ஏறி இடம் பார்த்து உட்கார்ந்து விட்டது. இவனுக்கு அதை இறக்கிவிட வழியில்லை. அதன் சொற்படி எல்லாம் ஆடத் தொடங்கினான்.

ஆப்பிரிக்காவில் ஒரு பழமொழி இருக்கிறது. ஆற்றிலே ஆழம் பார்க்க ஒரு காலை மட்டும் விடு, இரண்டு காலையும் விடாதே, முட்டாளே என்று. இவன் இரண்டு காலையும்விட்டு விட்டான்.

ஒருநாள் அவன் என்முன்னே நிற்கும்போது கவனித்தேன். நிற்க முடியாமல் திண்டாடினான்; கைகளெல்லாம் நடுக்கம். அடிக்கடி வேலைக்கு வரத் தவறினான். அறிக்கைகள் தயாராக நாட்கள் எடுத்தன. எனக்கு அவனிலே சம்சயம் ஏற்பட்டது.

ஒரு திங்கள் காலை நான் அலுவலகம் வருகிறேன். என் மேசையில் ஒருசிறு குறிப்பு இருக்கிறது. அந்த மாதத்தின் ப்ரோ கிராம் விபரங்கள்; இந்தக் கம்ப்யூட்டர் பைல் இந்த 'டைரக்டரியில்' இருக்கிறது; ரகசிய 'கோட்' இது என்று இப்படியான சில குறிப்பு கள்தான். எனக்கு அது முழுவதுமாய் விளங்கவில்லை. ஒரு மூலையிலே போட்டுவிட்டேன்.

இரண்டு நாளாக ஒபுக்கு வரவில்லை. மூன்றாம் நாளும் இல்லை. எனக்குக் கிலி பிடித்துவிட்டது. தலைமையகத்துக்கு அறிக்கை அனுப்பும் நாள் நெருக்கிக்கொண்டே வந்தது. விசாரித்ததில் அமெரிக்கச் சிட்டுடன் இவன் ஓடிவிட்டான் என்றார்கள். 'கரலைன்' இவனைக் கடத்திவிட்டாள். கந்தோரில் எல்லாருக்கும் தெரிந்திருந்தது; ஆனால், நான்தான் கடைசி.

அப்பத்தான் அந்தக் குறிப்பு நினைவுக்கு வந்தது. அதைப் பார்த்து இரவு பகல் வேலை செய்து தலைமையகத்துக்கு அறிக்கையை கெடு முடிவதற்கிடையில் அனுப்பி வைத்தேன். எனக்கு அவன் மீது அன்புதான் சுரந்தது. கோபம் வரவில்லை. அவன் எவ்வளவு ஓர் இக்கட்டில் மாட்டி தன் குடும்பத்தையும், சுற்றத்தையும் துறந்து ஓடினாலும் என்னை நட்டாற்றில் விட்டுப் போக விரும்பவில்லை. அவனுடைய குறிப்புகள் என் வேலையைக் காப்பாற்றின.

நான் ஒபுக்குவை மறந்தே விட்டேன். ஆனால், ஒரு வருடம் கழித்து எனக்கு அவனிடமிருந்து ஒரு கடிதம் வந்தது.

ஐயா,

உங்களை நான் மறப்பேனா? உங்களிடம் படித்த கம்ப்யூட்டர்தான் இன்று எனக்குச் சோறு போடுகிறது.

நான் போதைக்கு ஆளாகிப் பட்ட அவஸ்தை கொஞ்ச நஞ்சம் அல்ல. புனர்வாழ்வு மையத்தில் ஆறு மாதம் கிடந்தேன். அதனிலும் பார்க்க நரகம் வேறு ஒன்றும் இல்லை. இந்நோயின் 'விலகும் அறிகுறிகள்' என்னைச் சித்திரவதை செய்துவிட்டன. எத்தனையோ முறை தற்கொலைக்கு முயற்சி செய்தேன். இறுதியில் தப்பிவிட்டேன். என்னை மன்னிக்க வேண்டுகிறேன். கரலைனும் தன் அன்பைத் தெரிவிக்கிறாள்.

ஒபுக்கு.

இதை நான் சொல்லி முடிக்கவும் சமையல்காரன் 'டிங்டிங்' என்று மணியடித்து 'டின்னர்ரெடி' என்று சொல்லவும் சரியாக விருந்தது.

ஜெர்மன்காரர் போத்தலை உருவினார். மூடியைத் திறந்து கொஞ்சம் வாயிலே ஊற்றிவிட்டு மறுபடியும் போத்தலைப் பையிலே வைத்தார்.

"இது என்ன? நாங்கள் இவ்வளவு கதைத்த பிறகும் இப்படிச் செய்கிறீரே? இதை இன்றே தலையைச் சுத்தி வீசிவிடும்" என்றேன்.

ஜெர்மன்காரர், "ஆமாம், இன்று இதுதான் கடைசித் தடவை நாளை விடியும் வரை" என்றார்.

நாங்கள் சிரித்தோம்.

மேற்படி கதையைப் படித்துவிட்டு நண்பனொருவன், "என்ன கதை எழுதிறாய் நீ? தலையுமில்லை, வாலுமில்லை. குங்கிலியக் கலய நாயனார் என்று தலைப்பு வேறு கொடுத்திருக்கிறாயே" என்று கேட்டான்.

"உனக்கு குங்கிலியக்கலய நாயனார் கதை தெரியுமா?" என்று கேட்டேன்.

"என்ன தெரிய வேணும். அறுபத்தி மூன்று நாயன் மார்களில் அவரும் ஒருவர்" என்றான்.

"திருக்கடவூரிலே சுவாமிக்குத் தினமும் குங்கிலியம் தூபம் இடுவதே இவர் தொழில். எப்பேர்ப்பட்ட வறுமையில் வாடி னாலும் தினமும் இதைச் செய்யத் தவற மாட்டார். கிடைக்கும் காசையெல்லாம் கொடுத்துக் குங்கிலியம் வாங்கி சுவாமிக்குத் தூபம் போட்டபடியே இருப்பார். இப்படியே வீட்டிலே இருக்கும் பொருள்களையெல்லாம் விற்று விற்று குங்கிலியம் வாங்குவார்.

"ஒருநாள் வீட்டிலே மனைவியும் பிள்ளைகளும் பட்டினி. விற்பதற்கு இனி ஒன்றுமே இல்லை. அப்பொழுது அந்த மனைவி தன் தாலியைக் கழற்றிக் கொடுத்து அதை எப்படியாவது விற்று நெல் வாங்கி வரச் சொல்கிறாள், பிள்ளைகளின் பசியைத் தீர்ப் பதற்கு. இவரும் 'அப்படியே' என்று போனார், ஆனால், வழியில் ஒருவன் ஒரு பொதி குங்கிலியம் கொண்டு வரக் கண்டு அதிலே மனதைப் பறிகொடுத்தார்."

"தன் வயமிழந்து, மதிமயங்கி, தாரை தாரையாகக் கண்ணீர் சொரிய அவன் காலில் விழுந்து தாலியைக் கொடுத்து குங்கிலியப் பொதியைப் பெற்றுக்கொண்டார். அதை நேரே கொண்டு போய் கோயிலிலே வைத்து தூபம் போடலானார். பசியை மறந்தார்; மனைவியை மறந்தார், பிள்ளைகளையும் மறந்தார்."

"இது என்னத்தைக் காட்டுகிறது?" என்றேன்.

"அவருடைய பக்தியைத்தான்" என்றான் நண்பன்.

"இல்லை, இதுவும் ஒரு வித அடிக்‌ஷன் (addiction)தான்" என்றேன் நான்.

◆

பெருச்சாளி

அதற்குப் பேர் ‘கட்டிங்கிராஸ்’. மேற்கு ஆப்பிரிக்காவில் பெருகிக்கிடக்கும் ஒரு வகை பெருச்சாளி இனம். ஒரு பெரிய முயல் குட்டி அளவுக்கு வளரும். இதில் விசேஷம் என்னவென்றால் இது ஒரு தோட்டத்தில் வாய் வைத்து விட்டது என்றால் தோட்டக்காரன் கதி அதோ கதிதான். மண்ணைப் பிறாண்டி உள்ளே போய் கிழங்கு வகை எல்லாவற்றையும் நாசமாக்கிவிடும்.

மேலுக்குப் பார்த்தால் பயிர்கள் ‘ஒகோ’வென்று இருக்கும். ஆனால், உள்ளுக்குள்ளே கிழங்கையும் வேர்களையும் ஒட்டச் சாப்பிட்டிருக்கும். பார்ப்பவர்களுக்கு விஷயமே தெரியாது. கண் முன்னே பார்த்துக்கொண்டிருக்கும்போதே பயிர் செத்துப் போகும்.

சில வைரஸ் இருக்குதாம். அது ஆட்களை முற்றிலும் கொல்லாது. ஆள் செத்தால் அதுவும் செத்து விடுமல்லவா. ஆகையால் மெள்ள, மெள்ள ஆளைச் சாப்பிட்டுக்கொண்டே வருமாம், தன் உயிரை நீடிப்பதற்கு.

கட்டிங்கிராஸூம் அந்த வகைதான். வள்ளிக்கிழங்கு என்றால் அதற்கு உயிர். நாலு கிழங்கு இருந்தால் மூன்றைச் சாப்பிட்டுவிட்டு ஒன்றை விட்டுவிடும். உங்களில் கரிசனப்பட்டு அல்ல, பயிர் மடிந்தால் அதுவும் மடிந்து விடுமே.

கட்டிங்கிராஸ் இப்படியாக மனிதனுக்கு ஏற்பட்ட உணவைச் சாப்பிட, மேற்கு ஆப்பிரிக்க மனிதனோ கட்டிங்கிராஸையே சாப்பிடலானான். மிகப் பிரியமாகச் சுவைத்து சாப்பிடுவான். சுட்டுச் சாப்பிடுவான்; பொரிச்சு சாப்பிடுவான்; கறி வைச்சும் சாப்பிடுவான்.

கட்டிங்கிராஸ் மனித இனத்தை ஒழிக்க பாடுபட மனிதனோ கட்டிங்கிராஸை வேரோடு கருவறுக்க வழிகள் தேடிக்கொண்டிருந்தான். எழுத்தில் இல்லாத ஒப்பந்தம் இது. ஓர் உயிர் வாழ்

இனச்சூழல் சமனம் (ecological balance) இங்கே அரங்கேறிக்கொண்டிருந்தது யாருக்கும் தெரியாது.

நான் அப்போது உலக வங்கிக்காக மேற்கு ஆப்பிரிக்காவில் வேலை செய்து கொண்டிருந்தேன். அங்கேதான் எனக்கு முதன் முதல் கட்டிங்கிராஸுடன் பரிச்சயமேற்பட்டது. 'ம்மயம்பா' என்ற ஊருக்குக் காரில் பயணம். பென்ஸ் கார். அங்கே இதெல்லாம் சர்வசாதாரணம். நடுத்தர வர்க்கம் இல்லாத நாடு; மிதமிஞ்சிய பணக்காரனாக இருப்பான் ஒருவன், அல்லது பரம ஏழை. இடையில் ஒன்றும் இல்லை. வாகனமும் அது மாதிரித்தான். பென்ஸ் கார்தான் வீதியெல்லாம். கொஞ்சம் முட்டுப்பட்ட பணக்காரன் என்றால் Peugeot அல்லது Toyota வைத்திருப்பான். அல்லது நடைதான். வண்டி, குதிரை, ரிக்ஷா, ஓட்டோ என்றெல்லாம் இல்லை. தள்ளுவண்டி, சைக்கிள்கூடக் கிடையாது. மோட்டார் சைக்கிளை மட்டும் அதிசயமாகக் காணலாம். சனங்கள் பொடா பொடாவில் (பஸ்ஸில்) போய்க் கொள்வார்கள். அதன் சத்தத்தை வைத்து அப்படிப் பேர் வந்தது போலும்.

காரைச் சாரதி நூறு மைல் வேகத்தில் ஓட்டிக்கொண்டிருந்தான். இதுவும் சர்வசாதாரணம்தான். அவன் பேர் 'க்காணு'. அவனுடைய வாய் எப்பவும் கோலா நட்டை (பாக்குப் போன்ற துவர்ப்பாய் இருக்கும் ஒரு காய்) மென்று கொண்டே இருக்கும். வாய் சிவப்பாகும். பசியே எடுக்காது. 'ஹி ஹி' என்று அடிக்கடி சிரிப்பான். சிவப்பு முரசு பளிச்சென்னும். சிரிக்காத வேளையில் நன்றாக கார் ஓட்டுவான்.

நான் சாடையாகக் கண்ணயர்ந்திருக்க வேணும். திடீரென்று கார் 150 மைல் வேகத்தில் துள்ளிப் பாய்ந்து திசை மாறி ஓடியது. 'டபார்' என்று ஒரு சத்தம். திடுக்கிட்டு 'என்ன? என்ன?' என்றேன். அவன் காரை திடுமென்று நிற்பாட்டி இறங்கி காட்டுக்குள் ஓடினான். நான் கத்துவதைக்கூடப் பொருட்படுத்தவில்லை. செடிகளின் சலசலப்பு. ஆனால், இவனைக் காணவில்லை. ஒரு நிமிடம் கழித்து மெள்ள எட்டிப் பார்த்தான். பல் எல்லாம் தெரிய 'ஹி, ஹி' என்று சிரித்து "மாஸ்ட, மாஸ்ட கட்டிங்கிராஸ்" என்றான்.

என்ன இழவு இவனுடன் என்று இறங்கிப் பார்த்தேன். குற்றுயிரும் கொலையுயிருமாக அதுகிடந்தது. அசல் பெருச்சாளிதான்.

"மாஸ்ட! மாஸ்ட! கட்டிங்கிராஸ் சொப் பைன் பொக்கு ஸ்வீட்டோ" என்றான். ("ஐயா! இது அருமையான சாப்பாடு

எடுத்து வரவா?") என்று கேட்டான். கண்டிப்பாக "முடியாது" என்று விட்டேன். முகத்தைத் தூக்கி வைத்துக்கொண்டே வந்தான்.

அதற்குப் பிறகுதான் எனக்குத் தெரியும் அந்தப் பெருச் சாளியை யார் ரோட்டிலே பார்த்தாலும் காரை ஏற்றிக் கொன்று விடுவார்கள் என்பது. பிறகு விரும்பிய மாதிரி அதைச் சுட்டோ, கறி வைத்தோ சாப்பிடுவார்களாம்.

க்காணு மூன்று நாளாக முகம் நிமித்தவில்லை. அருமை யான சொப் இந்த மூதேவியால அநியாயமாய் போய்விட்டது என்ற ஆதங்கம் அவனுக்கு. "மாஸ்ட, சொப் பைன், சொப் பைன்" என்று வாய் ஓயாமல் சொல்லிக்கொண்டிருந்தான். அவனால் அந்தத் துக்கத்தைத் தாள முடியவில்லை. போறவர், வாறவர் எல்லாரிடமும் அதைப் பற்றி பிரலாபித்தான். நான் அந்த ஊரை விடும்வரை அவன் என்னை மன்னித்ததாகவே தெரியவில்லை.

உலக வங்கி இன்னொரு பத்து மில்லியன் டொலர் கடன் கொடுக்க ஏற்பாடுகள் நடந்து கொண்டிருந்தன. இன்னேரம் பார்த்து புகார் கடிதங்கள் அறம்பிறமாகப் பறந்தன. ஊழல், லஞ்சம், பணவிரயம் என்று பல விதமான குற்றச்சாட்டுகள். வங்கிக் கடன் தர மறுத்துவிடக்கூடுமோ என்ற ஓர் அவலமான நிலைமை.

மந்திரி ஒரு விசாரணைக் குழு அமைத்தார். அவர்தான் தலைவர். குழுவில் அவர் தவிர நானும் இன்னும் மூன்று பேரும். விசாரணைக் குழு தீர விசாரணை செய்து ஓர் அறிக்கை சமர்ப் பிப்பதாக ஏற்பாடு.

ஒரு நல்ல நாள் பார்த்து மக்கெனி என்ற ஊருக்கு வெளிக் கிட்டோம். நல்ல நாள் என்றால் அட்டமி, நவமி, மரண யோகம் பார்த்து அல்ல. மக்கெனி 200 மைல் தள்ளி இருக்கும் ஒரு சிறு ஊர். சனி, ஞாயிறு என்றால் அங்கு பீர் தீர்ந்துவிடும். திங்கள்தான் பீர் வரும் நாள். ஆகையால் கணக்குப்பார்த்து செவ்வாயே வெளிக் கிட்டோம்.

மந்திரி ஆள் படையோடு மூன்று வாகனங்களில் முன்னால் போய்க்கொண்டிருக்கிறார். நாங்கள் ஒன்றன் பின் ஒன்றாக நல்ல ஸ்பீடில் போய்க்கொண்டிருக்கிறோம்.

எங்களுக்குப் பின்னே ஒரு கார் விடாமல் தொடர்ந்து வந்து கொண்டே இருந்தது, 'பாம், பாம்' என்று சத்தம் போட்டபடியே.

அங்கே எல்லாம் பின்னால் வரும் வாகனத்துக்கு வழிவிட மாட்டார்கள். 'இவனுக்கென்ன நான் வழி விடுவது' என்ற மனப் பாங்குதான். மானப்பிரச்சினை. வழி கேட்டு வழி விடாமல் பெரிய சண்டைகள் எல்லாம் நான் பின்னாலே பார்த்திருக்கிறேன்.

க்காணு தன் பாட்டுக்கு ஓட்டிக்கொண்டே இருக்கிறான். வழிவிடக் காணோம். பின்னால் வாறவனோ 'பாம், பாம்' என்று சத்தம் கொடுத்தபடியே வாறான்.

'க்காணு, கிவ் ரோட் பா'.

"வழிவிடப்பா அவனுக்கு" என்றேன். க்காணு என்னைக் கண்ணாடியில் பார்க்கிறான், ஆனால், வழி விடவே இல்லை.

"வழி விடு, வழி விடு" என்று நான் சத்தம் போட்டதும் க்காணுவின் முகம் சுருங்கிவிட்டது. வேண்டா வெறுப்பாக ஒதுங்கினான். அப்ப பின்கார் விரைந்து முன்னாலே போய் விட்டது.

வழி நெடுக சிவப்பான மண்மலைகள், திடீரென்று தோன்றும் கல் பாறைகள், 'கொலபஸ்' என்று சொல்லப்படும் ஒரு சாதிக் குரங்கு காட்டும் விளையாட்டுகள், இவையெல்லாவற்றையும் பார்த்துக்கொண்டே வருகிறேன். நல்ல இளம் வெயில். எண்ணெய்க் கறுப்பான பெண்கள் விதம் விதமான கலர் லப்பாத் துணிகள் அணிந்து வயல்களில் வேலை செய்து கொண்டிருந்தார்கள். சில தாய்மார்கள் முதுகிலே கட்டியபடி குழந்தைகள். அவர்கள் அங்குமிங்கும் அசையும்போது குழந்தைகளும் ஒவ்வொரு பக்கமாகச் சாய்ந்து அதை ஒரு விளையாட்டுப்போல அனுபவித்துக்கொண்டிருந்தார்கள்.

சடுதியில் க்காணு "மாஸ்ட, மாஸ்ட லுக்" என்றான். அப்படிச் சொல்லிவிட்டு வாயைத் திறந்து சிரிக்கத் தொடங்கினான். எங்களை இருபது நிமிடம் முந்தி ஓவர்டேக் பண்ணிப் போன கார் ஒரு வளைவில் ஒரு லொறியுடன் மோதி நொறுங்கிப் போய் இருந்தது. அதில்போன சாரதியும், பயணியும் இறந்து போக லொறி குப்புறக் கிடந்தது. பொலீஸ் வானும், ஒரு சிறு கூட்டமும் சுற்றி வர. காரைக் கொஞ்சம் ஸ்லோ பண்ணி முழு விபரத்தையும் கண்களால் சேகரித்துக்கொண்டு மறுபடியும் காரை முடுக்கி விட்டான். "மாஸ்ட, மாஸ்ட டொண், டொண்" "அவர்களுக்கு எல்லாம் முடிந்துவிட்டது" என்று சொல்லிவிட்டு மறுபடியும் பலமாக 'ஹி ஹி' என்று திரும்பிப் பார்த்தபடியே சிரித்தான்.

எனக்கு மனதை என்னவோ செய்தது, அவர்களுடைய சாவு என் தலையில் விடிந்ததுபோல. என் நாக்கிலே ஏதோ

சனியிருந்திருக்க வேண்டும். நான் க்காணுவை 'வழி விடு' என்று சொல்லாமலே இருந்திருக்கலாம். அல்லது அரை செகண்ட் முந்தி சொல்லியிருக்கலாம். அப்படியென்றாலும் அவர்கள் தப்பியிருப் பார்கள். அரை செகண்ட் பிந்தி சொல்லியிருக்கலாம். அப்படியும் தப்பியிருப்பார்கள். என்னத்திற்கு சரி கரெக்டாக அந்த நேரம் பார்த்துச் சொன்னேன். அவர்களுடைய சாவு என்னுடைய அந்த ஒரு சொல்லினால்தான் ஏற்பட்டது என்று எனக்கு நிச்சய மாகப்பட்டது.

நாங்கள் மக்கெனி போய் இறங்கியதும் இது பற்றி யாரிட மாவது கதைக்க வேண்டும்போல இருந்தது. ஆனால், என்னுடன் வந்தவர்களோ, மற்றவர்களோ இதைச் சட்டை செய்யவே இல்லை. ஒரு நாளைக்கு இரண்டு மூன்று விபத்துகள் இப்படி நடப்பது சாதாரணம்தான். வழி வழியே விபத்துகள் நடப்பதும் செத்த உடல்கள் சிதறிக் கவனிப்பாரற்றுக் கிடப்பதும் போகப் போக பின்னால் எனக்குப் பழகிவிட்டது. ஆனால், அப்ப தெரியவில்லை.

மந்திரி இறங்கியவுடன் முதல் கேட்ட கேள்வி 'பீர் இருக் கிறதா' என்றுதான். "இல்லை ஐயா, ஆனால், கெதியில் வந்து விடும்" என்றான் எங்களை வரவேற்ற ஊர் அதிகாரி. மந்திரி நாங்கள் வந்த வேலையை ஒரு கூட்டம் கூட்டி விளக்கிவிட்டு விசாரணையைத் தொடங்கினார்.

அந்த விசாரணையை விஸ்தரித்தால் மூன்று புத்தகங்கள் எழுதிவிடலாம். எங்கள் ஊரில் சொல்வார்கள் 'அம்பட்டன் வீட்டுக் குப்பையைக் கிளறக் கிளற மயிர்' என்று. அதுபோலத் தான். விசாரிக்க விசாரிக்க குப்பைதான் வந்தது. அந்தக் குப்பையை வைத்து ஒரு குப்பையும் கொட்ட ஏலாது. 'சுற்றிச் சுற்றிச் சுப்பற்றை கொல்லை' என்பதுபோல விசாரணை திசை தெரியாமல் போய்க்கொண்டிருந்தது.

இப்படிப்பட்ட விசாரணையில் ஒரு சங்கடம். வழக்கமாக பொய்களும் உண்மைகளும் கலந்து கலந்து வரும். பொய்களைக் களைந்து விட்டால் உண்மை வெளிப்படும். அப்படி சிம்பிள். ஆனால், மேற்கு ஆப்பிரிக்காவில் விஷயமே வேறு. அங்கே பொய்க்கு மேல் பொய் வரும். சின்னப் பொய், பெரிய பொய், புளுகுணிப் பொய், அண்டப் பொய், ஆகாயப் பொய் என்று பலவிதம். இதில் 'புருடா' வேறு. அதில்போய் உண்மையைக் கண்டுபிடிக்கிறதென்பது லேசுப்பட்ட காரியமா?

அங்கு பொய் பேசுவதை ஒரு கலையாகவே போற்றி வளர்க்கிறார்கள். அதற்கு ஒரு கெட்டித்தனம் வேண்டும். பல

நாள் பயிற்சியும் விடாமுயற்சியும் தேவை. பொய் என்றால் முகத்தில் அடித்ததுபோல முட்டாளாக்கும் பொய்தான்.

"என்னப்பா எட்டு மணிக்கு வரதென்றிட்டு பத்து மணிக்கு வாறியே?"

"இல்லையே, மாஸ்ட! நான் எட்டு மணிக்கே வந்திட்டேனே?"

"அப்ப ஏன் உள்ளே வரவில்லை?"

"உங்களைக் குழப்ப வேண்டாம் என்று அப்படியே அந்த மரத்தடியில் இருந்திட்டேன்."

"இருபது தரம் உன்னை வந்து வெளியிலே தேடினேனே?"

"நான் பார்த்தேன், நான் பார்த்தேன்."

"அப்ப ஏன் உள்ளே வரவில்லை."

"ஐயோ, எனக்கு நீங்கள் என்னைத்தான் தேடுகிறீர்கள் என்று தெரியவில்லையே?"

இப்படியே போய்க்கொண்டிருக்கும். எண்ணெய் பூசிய பாம்புபோல வழுக்கி வழுக்கிக்கொண்டே போவார்கள். பிடி படவே மாட்டார்கள்.

காலி பீர் போத்தல்களெல்லாம் ஒரு பக்கம் குவிந்து கிடந்தன. பைல் கட்டுகள் ஒன்றன் மேல் ஒன்றாக மக்கெனி மலையைப் பிடிப்பதுபோல வளர்ந்தவண்ணம் இருந்தன. பேப்பர்கள், நகல்கள், புத்தகங்கள், லெட்ஜர்கள் என்று வந்தபடியே இருக்கு. கையிலே பசையைப் பூசிவிட்டு தொட்டதெல்லாத்தையும் குருவிபோலச் சேர்த்தோம்; கழுகுபோலக் காவாந்து பண்ணினோம்.

'ஏண்டா, இப்படி வந்து மாட்டினோம்' என்று இருந்தது எனக்கு. பெருச்சாளியைக் காரால் அடித்துத் தின்கிறது சரி. கார் விபத்திலே இறந்தவனைப் பார்த்துச் சிரிக்கிறார்களே! இது பத்தா தென்று பொய்பேசுவதில் தங்கள் வித்வத்தன்மையை நிரூபிக்க என்ன பாடுபடுகிறார்கள். இவ்வளவும் இருக்க நான் என்ன வெட்டி விழுத்தப் போறேன். எனக்கு முன் இருந்த அதிகாரி ஆறு மாதத்திலேயே வேலையை உதறிவிட்டு ஓடியது காரண மில்லாமலா?

எங்கள் கண்களும் காதுகளும் 'எங்கே ஒரு சின்ன ஓட்டை விழும்' என்று ஏங்கியபடியே இருந்தன. ஒரு சின்ன ஓட்டையைக்

கண்டால் அதைப் பெரிதாக்க ஒன்பது வழிகள் தெரியும் எங்க ளுக்கு. அதுதானே எங்கள் பிழைப்பு.

அன்று இரவு எட்டு மணிபோல மந்திரி தனது பதினா றாவது பீர் போத்தலைக் காலி செய்தார். முதலாம் நாள் போர் முடிவின் போது தர்மராஜனும் பரிவாரங்களும் விசனத்துடன் குனிந்தபடி கூடாரங்களுக்குப் போனதுபோல மந்திரியும் நாங்கள் பின்தொடர தங்குமிடத்துக்குப் புறப்பட்டார்.

இப்படியாகத்தானே விசாரணை தொடர்ந்தது. சாட்சி களுடைய வாக்குமூலங்கள் பக்கம், பக்கமாகக் குவிந்தன. என் மனமானது 'பக் பக்' என்று அடித்துக்கொண்டேயிருந்தது. விசாரணை குறுக்கு விசாரணை என்று நேரம் ஓடியது. என் னோடு வந்த குழுவினர்கள் எல்லாரும் நல்ல வாய்ச் சொல்லில் வீரர்கள். ஆனால், பேனைப் பிடித்து எழுதுவதென்றால் என் தலையில்தான் விடியும். என்மனம் கணக்குப் போட்டபடியே இருந் தது. இதுவரை வந்தது இருநூறு பக்கமாவது தேறும். இன்னும் இழுத்துக்கொண்டேபோனால் எங்கே போய் முடியுமோ?

இரண்டாவது நாளும் பலன் இல்லை. இப்ப விசாரணை அறை பார்க்க மிகவும் ரம்மியமாக இருந்தது. காலி பீர் போத்தல் எந்தப் பக்கம் திரும்பினாலும் குவிந்து கிடந்தது. நிற்கவும், நடக்கவும் இடம் இல்லை. பிள்ளைகள் 'ரைட்டோ' விளையாடு வது போல் பாய்ந்து, பாய்ந்துதான் போக வேண்டும். சூரியனும் எங்கள் பரிதாபத்தைக் காணச் சகிக்காமல் மக்கெனி மலைகளில் அஸ்தமனமானான்.

அன்று இரவு மக்கெனி மக்கள் மந்திரி குழுவினருக்கு ஒரு விமரிசையான விருந்து ஏற்பாடு பண்ணியிருந்தார்கள். விருந்து என்றால் குடிவகை, சாப்பாடு, நடனங்கள் என்று குசாலான விஷயம்தான்.

முகமூடி ஆட்டத்தைத் தொடர்ந்து இளம் பெண்கள் மந்திரி யாரைச் சுற்றி ஆடியபடியே வந்தார்கள். வாத்தியங்களில் ட்ரம்முக் குத்தான் முக்கிய இடம். அதன் ஒவ்வோர் அடியும் 'த்தும் த்தும்' என்று விழ துள்ளித் துள்ளி ஆடாமல் எப்படி இருக்க முடியும்.'

பெண்கள் என்றால் எல்லோருமே பொறுக்கி எடுத்த இளம் குமரிகள்தான். கன்னங்கரேல் என்ற நிறம். இரும்பு உடம்பு. கால்களை முன்வைத்து உதைத்துப் பின்னுக்குப் போய் 'ரிதம்' தவறாத ஆட்டம். அவர்களுடைய பெரிய பின் பகுதிகள் இடம்

வலமாக அசைந்து நல்ல மனசையும் சங்கடப்படுத்தும். எங்கள் பக்கத்துப் பெண்களைப்போல தலை குனிந்து பார்க்காது கண் களும் மார்புகளும் நிமிர்ந்துதான் நிற்கும். ஒவ்வொரு ரவுண்டும் முடிந்தவுடன் எங்களைச் சுற்றிக் கைதட்டிக்கொண்டே வரு வார்கள். பக்கெட்டுக்குள் கையை விட்டுக் காசையெடுத்து எறிய வேணும். மந்திரி பெண்களைக் கட்டிப் பிடித்துத் தடவியபடி வெகு நேரம் ஆடினார்.

அடுத்த நாள் விசாரணை வழமைபோல் தொடங்கவில்லை. மந்திரி லேட், அதனால் விசாரணை இரண்டு மணி நேரம் தள்ளி ஆரம்பித்தது. ஆமை வேகத்தில்தான் விசாரணை, பதினொரு மணியிருக்கும். ஊசிக் கண்போல ஒரு சின்ன ஓட்டை. அவ்வளவு தான். இரண்டு மணி நேரத்துக்குள் விறுவிறென்று நாங்கள் ஓர் ஆள் போகும் அளவுக்கு அந்த ஓட்டையை விஸ்தரித்து விட் டோம்.

மந்திரியார் முகத்தில் பெருமிதம். எங்களுக்கோ மகிழ்ச்சி. இனி என்ன? எல்லா தடயங்களையும் சாட்சியங்களையும் வாக்கு மூலங்களையும் வரிசைப்படுத்தி எங்கள் தேவைக்கு ஏற்ற மாதிரி ஓர் அறிக்கை தயாரிக்க வேண்டியதுதான் பாக்கி. அதற்குத்தான் நான் ஒரு மடையன் இருக்கிறேனே!

ஆறு மணியளவில் நாங்கள் களைத்துப்போய் கடையை மூடத் தொடங்கினோம். அப்பத்தான் 'மஸக்கோய், மஸக்கோய்' என்று ஒரு கிழவன்; வயது 65, 70 இருக்கும்; ஊருக்குள் பெரியவர்; எல்லாருடைய நல்மதிப்பையும் பெற்றவர்; எங்களைப் பார்க்க விரும்புகிறாராம்.

'இது என்னடா புது வம்பு' இந்த நேரத்தில். மந்திரி எங்களைப் பார்க்க நாங்கள் வேறு திசையில் பார்க்கிறோம். எல் லாரும் அவசரத்தில் பறந்தார்கள். அநியாயத்துக்கும் மேலே அநி யாயம், பீர் எல்லாம் முடிந்துவிட்டது. மந்திரி சொன்னார், 'அஞ்சு நிமிடம் மட்டும்' என்று.

மஸக்கோய் ஒரு தடியை ஊன்றியபடி மெள்ள, மெள்ள நடந்து வந்தார். அவருக்கு ஒரு அவசரமுமில்லை. பீர் முடிந்த கதை அவருக்கு எங்கே தெரியப் போகுது?

கறுத்த நெடிய உருவம். சுருள் சுருளாகத் தலைமுடி, சாடை யாக நரை கரையோரத்தில். நிமிர்ந்த நடை. எங்களை ஊடுருவிப் பார்த்தார். கையிலே வைத்திருந்த தடியால் மெலிதாக ஊன்றிய படியே நின்றார். கைகளில் மட்டும் சிறிய நடுக்கம்.

நாகரீகமான நடையிலே சரளமாகப் பேசத் தொடங்கினார்:

"மதிப்பிற்குரிய மந்திரியாரே, விசாரணைக் குழுவினரே...

உங்கள் நேரத்தை நான் வீணடிக்க வரவில்லை. ஒரு சிறு கதை மட்டும் சொல்லக் கடமைப்பட்டிருக்கிறேன்.

ஓர் ஊரில் ஒரு விவசாயி. அவன் கஷ்டப்பட்டு ஒரு கிழங்குத் தோட்டம் போட்டிருந்தான். அவனுக்குச் சனியாக வந்த ஒரு பெருச்சாளி அவன் கிழங்குகளை எல்லாம் நாசமாக்கிக் கொண்டு வந்தது. அவனோ பரம ஏழை. 'அவனா, பெருச்சாளியா' என்ற அவல நிலை. பாவம், அவன் என்ன செய்வான்?

ஒரு பெருச்சாளிப் பொறி வாங்கி தோட்டத்திலே இடம் பார்த்து மறைவாக வைத்தான். ஆனால், பெருச்சாளி பெரிய கை தேர்ந்த பெருச்சாளி. தப்பிக்கொண்டே வந்தது.

ஒருநாள் அதிகாலையில் பொறி வைத்த இடத்தில் இருந்து பெரிய சத்தம். விவசாயியின் எட்டு வயது மகன் ஓடோடிச் சென் றான் என்னவென்று பார்க்க. பொறியில் பிடிபட்டது ஒரு கரு நாகம். முற்றிலும் சாகாத நிலையில் அப்படியும், இப்படியும் ஆக் ரோஷத்துடன் தலையை அடித்துக்கொண்டிருந்தது. பொறிக்குத் தெரியுமா அது பெருச்சாளியைப் பிடிக்க வைத்த பொறி என்று. கிட்ட வந்த பாம்பை தவறுதலாகப் பிடித்து விட்டது. தள்ளி நின்று புதினம் பார்த்தான் பையன். பிரண்டு, பிரண்டு அடித்த பாம்பு அவனை எட்டிக் கொத்தி விட்டது.

விவசாயியும் மனைவியும் 'குய்யோ, முறையோ' என்று தங்கள் தலையில் அடித்து அடித்துக் கதறினார்கள். பாம்பையும் ஒரே அடியில் கொன்று போட்டாகிவிட்டது. ஊர் முழுக்க அழு தது. பையனுடைய இறந்த சடலத்தைக் கொண்டுபோய் புதைத் தார்கள்.

பன்னிரெண்டு நாள்துக்கம் அனுட்டிக்க வேணும். பன்னி ரெண்டாம் நாள் ஊர் வழக்கப்படி பந்து சனம் எல்லோரையும் கூப்பிட்டு விருந்தும் கொடுக்க ஏற்பாடு. ஏழை விவசாயியிடம் என்ன இருக்கு? கனகாலமாக வளர்த்த ஒரு ஆடு. அதை வெட்டி எல்லோருக்கும் விருந்து வைத்தான்."

இந்த இடத்தில் மஸக்கோய் கொஞ்சம் கதையை நிற்பாட்டி விட்டு இந்தப் பக்கமும் அந்தப் பக்கமும் பார்த்தார். நாங்கள் 'இனி என்ன வரப் போகுதோ?' என்று மூச்சு விடாமல் காத்திருந் தோம். தொண்டையைச் சரி செய்துகொண்டு மஸக்கோய் மேலே தொடர்ந்தார்.

"பெருச்சாளியைக் கொல்லத்தான் பொறி வைத்தான் கமக் காரன். ஆனால், அவனுடைய பிள்ளை இறந்தது. பிறகு பாம்பும் செத்தது. அதற்குப் பிறகு அருமையாக வளர்த்த ஆடும் செத்தது. பெருச்சாளி மட்டும் இன்னும் ஓடிக்கொண்டே இருக்கிறது."

இவ்வளவுதான். மஸக்கோய் இதைச் சொல்லிவிட்டு விடு விடென்று போய் விட்டார்.

எங்கள் முகத்தில் ஈயாடவில்லை. நாங்கள் ஒருவரை ஒருவர் பார்ப்பதைத் தவிர்ப்பதுகூட கஷ்டமாகிவிட்டது. கடகடவென்று குனிந்த தலைநிமிராமல் மூட்டையைக் கட்டத் தொடங்கினோம்.

◆

மாற்றமா? தடுமாற்றமா?

பூப்போல கீழே வந்து இறங்கியது விமானம். பதினைந்து வருடத்திற்குப் பிறகு கொழும்புக்கு வருகிறேன். மனைவி சொல்லி யிருந்தாள் "நீங்கள் நம்பமாட்டீர்கள், அவ்வளவு சேஞ்ச்" என்று. நான் பல நாடுகளுக்கும் போயிருக்கிறேன்; பல இடங்களில் வேலை பார்த்துமிருக்கிறேன். 'என்னதான் என்று பார்ப்போமே?' என்று வந்திருந்தேன்.

குடிவரவுக்கு (Immigration) வரும்போதே இது விஷயம் வேறு என்று உடனே தெரிந்து விடுகிறது. அதிகாரிகள் முகத்தை உம்மென்றுதான் வைத்துக்கொண்டிருப்பார்கள். ஒரு மனிதப் பிராணி அவர்கள் முன்பு நிற்பது அவர்களுக்குத் தெரியும்; ஆனால், நிமிர்ந்துகூடப் பார்க்க மாட்டார்கள். என் முறை வந்தது. பாஸ்போர்ட்டை நீட்டினேன். குனிந்தபடி ஏதோ எழுதிவிட்டு பாஸ்போர்ட்டை என் முன் 'பொத்' என்று போட்டுவிட்டு 'நெக்ஸ்ட்' என்றார். 'ஆஹா! சிலோன் வந்து விட்டது' என்று எனக்குப்பட்டது.

சுங்க அதிகாரிக்கு முன் போய் பவ்யமாக நின்றேன். "ஐயா! இந்தப் பெட்டியில் மதுவகையோ, சிகரெட்டோ இல்லை; எலக்டிரிக் சாமான் மருந்துக்கும் கிடையாது; எல்லாம் என் பழைய உடுப்புகள்தான்; பத்துச் சதமும் பெறாது" என்றேன்.

"சரி, சரி எல்லாரும் பாடுற பாட்டுத்தான்; திறவும்" என்றார்.

அந்த நேரம் பார்த்து சாவி துவாரத்தில் நுழைய மறுத்தது. பொறுமைக்குப் பேர் பெற்றவர் அல்லவா சுங்க அதிகாரி; ஆடாமல் அசையாமல் நின்றார்.

பெட்டியைத் திறந்தவுடன் கிளறிக் கிளறிப் பார்த்தார். பிறகு உளுத்தம் களி கிண்டுவதுபோலக் கிண்டிக் கிண்டிப் பார்த்தார். இது 'ரைம் வேஸ்ட்' என்று பட்டது. 'சரி, சரி போம்' என்று விட்டார், ஏமாற்றத்துடன். மூட்டையைக் கட்டியதும் கட்டாதது மாக ஓட்டமாக வெளியிலே வந்தேன்.

சிவபாலன் எனக்காகக் காத்துக்கொண்டிருந்தான். அப் படியே என்னைக் கட்டிப்பிடித்து அணைத்துக்கொண்டான். பள்ளித் தோழனல்லவா? என்னிலும் பார்க்க அவனுக்கு வயது கூட என்றாலும் நாங்கள் பால்ய நண்பர்கள்.

காரில் போகும்போதே நான் அவனுடைய சுகத்தை விசாரித்துக்கொண்டேன். அரசாங்கத்தில் மிகவும் மதிப்பான உத்தி யோகம் பார்த்து வயதுக்கு முன்பாகவே ஓய்வு எடுத்துக்கொண்ட வன். மனைவி இல்லை. நாலு பிள்ளைகள். நாலு பேரும் ஜேர்மனி, ஒஸ்ரேலியா, அமெரிக்கா என்று போய் விட்டார்கள். வீட்டில் அவனும் ஒரு வேலையாளும் மாத்திரம்தான். அதுதான் 'நான் வருகிறேன்' என்று அறிவித்ததும் அவனுக்கு அளவில்லாத சந்தோஷம்.

அடுத்த நாள் காலை சில சாமான்கள் வாங்குவதற்காக நாங்கள் இருவரும் சுப்பர் மார்க்கெட்டுக்குப் போனோம்.

சுப்பர் மார்க்கெட் என்றால் வெளி நாடுகளில் பார்ப்பது போல பிரமாண்டமானதுதான்.

நண்பர் பெரிய தள்ளுவண்டி ஒன்றைத் தள்ளியபடியே வந்தார். நாகரீகமான பெண்களும் ஆண்களும் வெளியூர்க்காரர் களும் சாமான்களைக் குவித்தபடியே போய்க்கொண்டிருக் கிறார்கள். 'முட்டை வேணும்' என்றான் நண்பன். பிளாஸ்டிக்கில் செய்த பெட்டி. ஆறு முட்டைகள் வடிவாக அடுக்கியிருக்கும். அப்படி இரண்டு பெட்டிகள் வாங்கினோம்.

நான் சிறுபையனாக வெள்ளவத்தையில் அப்ப இருந்தேன். முட்டை வாங்க கடைக்குப்போனால் "என்ன தம்பி, எத்தினை முட்டை" என்று கேட்பார் கடைக்காரர். "பத்து முட்டை" என்று சொல்வேன்.

முதலில் ஒவ்வொரு முட்டையாக எடுத்து கவனமாக பேப்பர் துண்டில் சுத்துவார், பிறகு அது எல்லாத்தையும் ஒரு மாட்டுத்தாள் பையில் போட்டு மடித்து சணல் கயிற்றினால் கட்டித் தருவார். அந்த மாட்டுத்தாள் பையை நாங்கள் திருப்பித் திருப்பிப் பாவிப்போம். சணல் கயிற்றை நேராக்கி வைத்துக் கொள் வோம், வேறு தேவைக்கு உபயோகப்படுத்துவதற்கு!

இந்தப் பிளாஸ்டிக் அரக்கன் வந்ததிலிருந்து இப்படித்தான். ஒவ்வொரு யுகத்துக்கும் ஒவ்வொரு அரக்கன். இந்த யுகத்துக்கு பிளாஸ்டிக்தான். கற்காலம், இரும்புக் காலம் போன்று பிளாஸ்டிக் காலம்.

சூரனைக் கொல்லக் கொல்ல அவன் ஒவ்வோர் உருவத்தில் முளைப்பானாம். பெட்டிகள், பைகள், அட்டைகள், பாத்திரங்கள் என்று இப்படி எத்தனை பிளாஸ்டிக் உருவங்கள். இந்தப் பிளாஸ்டிக் அரக்கன் பூமாதேவியின் கழுத்தைப் பிடித்து நெருக்கி அவள் உயிரை எடுத்து விட்டுத்தான் போவான்; இது நிச்சயம்.

உலகமெங்கணும் இந்தப் பிளாஸ்டிக் அரக்கனை ஒழிக்கப் பாடுபட நாங்கள் மாத்திரம் இங்கே அவனுக்குக் கற்பூர ஆராதனை செய்து கொண்டிருக்கிறோமே?

நண்பன் முன்னே போகும்படி சைகை காட்டினான். நாங் களும் 'அப்படி, இப்படி' என்று தள்ளுவண்டியை ஓர் இஞ்சு உயரத்துக்கு நிறைத்திருந்தோம்.

வினோதமாக தலையை அலங்கரித்துக்கொண்டு அந்தப் பெண் உட்கார்ந்திருந்தாள். நண்பன் ஒவ்வொரு சாமானாக எடுத்து வைக்க அவள் மெஷினில் தட்டிக்கொண்டே வந்தாள். ஒரு பையன் பிளாஸ்டிக் பைகளை தயார் நிலையில் வைத்துக் கொண்டிருந்தான், சாமான்கள் போட. நான் 'வேண்டாம், வேண் டாம்' என்று சொல்லிவிட்டுப் பாய்ந்து போய் தயாராகக் கொண்டுபோன சாக்குப் பையை நீட்டினேன். பையன் திகைத்துப் போனான்; பெண் நெளிந்தாள்; நண்பன் பராக்குப் பார்த்தான்.

பில்தொகை ரூ. 982. நான் ரூ. 1000 நோட்டைக் கொடுத் தேன். படக்கென்று மெசினைத் தட்டினாள். அது மீதி ரூ. 18 என்று காட்டியது.

அப்பத்தான் அந்த முசுப்பாத்தி நடந்தது. Do you have two rupees? "இரண்டு ரூபாய் இருக்குமா?" என்றாள். நண்பன் பதை பதைத்து பையைத் துழாவினான். நான் அவனுக்குச் சாடை காட்டிவிட்டு சொன்னேன்: "இவ்வளவு பெரிய சுப்பர் மார்க்கெட் நடத்துகிறீர்களே, உங்களிடம் இரண்டு ரூபாய் மாற்று இல்லையா?"

அவளுடைய முகம் அதிசயத்திலிருந்து அருவருப்புக்கு பாய்ந்தது. 'சோமபால, மே எண்ட' என்று கூப்பிட்டு ஏதோ சொன்னாள். பிறகு வேண்டா வெறுப்பாக 18 ரூபாயை தூக்கி என் முன்னே போட்டுவிட்டு மற்றப் பக்கம் பார்த்தாள்.

"என்ன இப்பிடிச் செய்துவிட்டாயே?" என்றான் நண்பன், வெளியே வரும்போது. அவனுக்கு வெட்கம்.

"இன்னும் சிலோன் புத்தி போகவில்லையே" என்றேன் நான்.

நண்பனிடம் சொன்னபடி அடுத்த நாள் பாங்குக்குப் புறப்பட்டோம். எனக்கு அந்த பாங்கில் ரூ. 40,000க்கு மேல் இருந்தது. முன்பு எப்போதோ போட்டு வைத்தது. இப்ப தேவைக்கு உதவட்டும் என்று எடுக்க வந்திருந்தேன்.

கவுண்டரில் ஒரு சின்னப் பெண், "என்ன வேண்டும் உங்களுக்கு?" என்றாள்.

"காசு வேணும்" என்றேன், மிகவும் சிக்கனமாக.

"செக்கைக் கொடுங்கள்" என்றாள்.

"அங்கேதான் கஷ்டம். செக் புத்தகமே இல்லை, ஒரு செக் தாள் தேவை" என்றேன்.

"ID இருக்கிறதா?"

"இல்லை"

"பாஸ்போர்ட் இருக்கிறதா?"

"இல்லை."

சின்னப் பெண் கலங்கிவிட்டாள். பாங்கில் வாடிக்கைக் காரர்களோடு மிக்க கவனமாகவும், மரியாதையாகவும் நடக்க வேண்டும் என்று படித்துப் படித்துச் சொல்லிக் கொடுத்திருப் பார்கள் போலும்.

"சேர், உங்களுக்கு இந்த பாங்கில் யாரையாவது தெரியுமா?" என்று கேட்டாள்.

"எனக்கு ஏன் தெரிய வேண்டும்? நீங்கள்தான் சிட்டுகள் போல மாறி மாறி இதிலே உட்காருகிறீர்களே, நான் எப்படி நினைவு வைக்க முடியும்? உங்களுக்குத்தான் வாடிக்கைக்காரரைத் தெரியவேணும்."

"சேர், நீங்கள் எப்பவிருந்து இங்கே கணக்கு வைத்திருக் கிறீர்கள்?"

"பிள்ளை, நீ பிறக்கு முன்னேயே எனக்கு இங்கே கணக்கு இருக்கு. தயவு செய்து எனக்கு ஒரு செக்தாள் குடுக்க முடியுமா?"

என்னோடு வந்த நண்பன் காலில் எறும்பு கடிப்பதுபோல மாறி, மாறிக் காலை வைத்தபடி நின்றான்.

சின்னப் பெண் உயர நாற்காலியிலிருந்து கீழே குதித்து உள்ளே ஓடினாள். அவளுக்குத் தெரிந்துவிட்டது இது கொஞ்சம் முரண்டு பிடித்த கேஸ் என்று.

மனேஜர் வந்தார். ஏப்பத்தை அடக்கியது போன்ற ஒரு தோற்றம். அவருடைய தாராளமான வண்டியிலே சமய சந்தர்ப்பம் தெரியாமல் சுகமாகப் படுத்துத் தூங்கியது அவருடைய 'டை.' அவருக்குப் பின்னால் சின்னப் பெண் பதுங்கியபடி வந்தாள்.

நான் அவரை முந்தி "Can I help you?" என்று கேட்டேன். அவர் திடுக்கிட்டு விட்டார். சின்னப் பெண் சிரிப்பை மென்றபடி நின்று கொண்டிருந்தாள்.

"செக்தாள் தேவையா? என்ன அக்கவுண்ட் நம்பர்" என்றார், விறைப்பாக.

"இது என்ன ஜன்ம நட்சத்திரமா, நினைவு வைக்க? எனக்கு என் பேர்தான் ஞாபகம் இருக்கு: அக்கவுண்ட் நம்பர் மறந்து போச்சு" என்றேன். பெண் 'கிக்' என்று சிரித்து விட்டாள்.

"சேர், உங்களைப் போன்ற வாடிக்கைக்காரர்களின் பாது காப்புக்காக சில விதிமுறைகளைக் கடைப்பிடிக்க வேண்டியிருக் கிறது. கிட்டத்தட்ட எவ்வளவு உங்கள் கணக்கில் இருக்கும் என்றாவது சொல்ல முடியுமா?"

நான் சொன்னேன். உடனே உள்ளுக்கு ஓடிப்போய் ஏதோ 'செக்' பண்ணினார். பிறகு ஒரு நீட்டுத் தாளை தலைக்கு மேல் குடைபோலப் பிடித்தபடி ஒயிலாக நடந்து வந்தார். அந்தத் தாளை நிரப்பித் தர வேண்டுமாம்.

ஒரு பதினைந்து நிமிடம் கழித்து அந்தப் பெண் என்னைக் கூப்பிட்டு ஒரு வெற்று செக்கை கொடுத்தாள். நான் அதை நிரப்பி என் கையொப்பத்தையும் போட்டுக்கொடுத்தேன்.

சிறிது நேரத்தில் என் காசை என்னிடம் எண்ணிக் கொடுத் தாள். நான் அதை வாங்கும்போது "என்னுடைய பணத்தை இவ் வளவு காலமும் பழுதுபடாமல் வைத்துப் பாதுகாத்திருக்கிறீர்கள். எவ்வளவு சிரமப்பட்டிருப்பீர்கள். திருப்பித் தந்ததற்கு மிக்க நன்றி" என்று சொல்லி வாங்கிக்கொண்டேன். அவள் சிரித்துக்கொண்டே விடை கொடுத்தாள்.

வெளியே வரும்போது நண்பன், "உன்னாலே பெரிய வெட்க மாய்ப் போச்சுது. இனிமேல் நான் உன்னோடு எங்கேயும் வர மாட்டேன்" என்றான். நேராக காரை நண்பன் ஆஸ்பத்திரிக்கு விட்டான். ஒரு நண்பனை பார்க்க வேணுமாம். "நீ வெளியிலேயே நில், நான் உள்ளுக்குப் போய் பார்த்துவிட்டு கெதியில் வந்து விடுகிறேன்" என்று ஓடிப்போனான்.

எனக்கு இது பிடித்த விஷயமாய்ப் போய்விட்டது. சும்மா இருந்து மற்றவர்களைப் பார்ப்பது என்பது ஓர் ஆனந்தமான விஷயம்; அவர்களுக்குத் தெரியாமல் பார்க்கவேணும். அதில்தான் திருப்தி.

அவசரமாகப் போவோரையும், வருவோரையும் பார்த்துக் கொண்டிருக்கும்போது ஒரு பதினைந்து வயதுச் சிறுவன் என்னைக் கடந்துபோனான். சாரமும் பனியனும்தான்; நல்ல தேகக்கட்டாக இருந்தான். ஆனால், வலது கை மாத்திரம் வாதம் வந்து சூம்பிப் போய் இருந்தது.

மனதைத் தொட்டது அந்தக் காட்சி. எனக்கு எங்கள் நாட்டைத்தான் நினைக்கத்தோன்றியது. எங்கள் நாட்டிலும் இப்படித் தானே. ஒரு பகுதி சூம்பிப்போய் போஷணை இல்லாமல் இருக்கிறது. மற்றப் பகுதி எல்லாம் நல்ல செழிப்பாக இருக்கும்போது எங்களுக்கு மாத்திரம் இந்த மாதிரி ஆகிவிட்டதே.

அப்போது நண்பன் வந்து விட்டான். நான் அவனுக்குச் சொன்னேன்: "எங்கள் நாடு ஏன் இப்படிப் போய்விட்டது" என்று.

"சிலதுக்கு நாங்கள் கொடுத்து வைக்க வேணும். நல்ல பெற்றோர், நல்ல வைத்தியர், நல்ல மனைவி, நல்ல வாத்தியார் அது போல நல்ல அரசும் தேவை. இதுக்கெல்லாம் முற்பிறவியில் புண்ணியம் செய்திருக்க வேணும்" என்றான்.

நாங்கள் காரிலே திரும்பி வரும்போது கேட்டேன். "சிவபாலன், உலகத்திலேயே மிகவும் கொடியது என்ன?"

"அதுதான் ஔவையார் அப்பவே சொல்லி விட்டாரே" என்றான்.

"கொடிது கொடிது வறுமை கொடிது,
அதனிலும் கொடிது இளமையில் வறுமை,
அதனிலும் கொடிது ஆற்றொணாக்கொடு நோய்"

இப்படியே சொல்லிக்கொண்டு போனான்.

அப்போது நான் கிட்டடியில் பாகிஸ்தானில் நடந்த ஓர் உண்மைச் சம்பவத்தைக் கூறினேன்:

"ஈராக்கில் இருந்து நடந்து வந்த ஓர் ஏழை அகதி. 'கேர்ட்' இனத்தைச் சேர்ந்தவன். கொடுமை பொறுக்காமல் பிறந்த நாட்டை விட்டு ஓடி வந்தவன். மனைவியும், இரண்டு பிள்ளைகளும். போக இடம் இல்லை. எல்லாத்தையும் இழந்து வந்து பாகிஸ்தானில் புகலிடம் கேட்டான். ஆனால், கொடுக்க மறுத்து

விட்டார்கள். எவ்வளவோ மன்றாடிப் பார்த்தான்; முடிய வில்லை."

கடைசியில் 'இறக்கும் வரை உண்ணா விரதம்' என்று தொடங்கிவிட்டான். எத்தனையோ பேர் எவ்வளவுதான் கெஞ்சி யும் அவன் கேட்கவில்லை. ஐம்பத்திரண்டு நாள் பட்டினி கிடந்து அப்படியே இறந்துபோனான். அவன் சாகும் முன்பு சொன்ன வாசகம் என்ன தெரியுமா?"

"'ஐயா, துணியில்லாமல் இருக்கலாம்; சோறு தண்ணி இல்லாமல் இருக்கலாம்; படுக்கப் பாயும், இருக்க வீடும் இல்லாமல் கூட இருக்கலாம்; ஆனால், நாடில்லாமல் இருப்பது போன்ற கொடுமை உலகத்திலேயே கிடையாது. அது மிக மிகக் கொடியது' என்றான்."

நண்பனும் "உண்மைதான்" என்றான்.

அன்று மத்தியானம் சிவபாலன் கண்ணிலே மகிழ்ச்சி மின்ன, "இன்றைக்கு இரவு உனக்கும் எனக்கும் சாப்பாடு, பக்கத்து வீட்டிலே" என்றான். அவனுடைய பெரிய 'தலையிடி' நான்தான்.

அவன் என்னைப் பார்த்து சீரியஸாக நீ அங்கு போனவுடன், "இது என்ன மணம் என்று கேட்டு வைக்காதே" என்றான். "ஏன்?" என்று கேட்டேன்.

"இப்ப 'சித்தலெப்ப' என்று ஓர் அருமையான 'பாம்' சிலோ னிலே வந்து இருக்கு. அந்த அம்மா அதைப் பூசாத நாளே இல்லை. அவவுக்கு எப்பவும் ஒரு தலையிடி. நீதான் சும்மா இருக்க மாட் டியே, ஏதாவது சொல்லிக்கொண்டு என்றான். பிறகு தன்னுடைய பிள்ளைகள் அந்த அம்மாவுக்கு 'பாமினி' என்று பேர் வைத்த தையும் சொல்லிச் சிரித்தான்.

அன்று இரவு சொன்னபடி பக்கத்து வீட்டில் சாப்பிடப் போனோம். அவன் சொன்னது உண்மைதான். மற்ற வீடுகளில் சந்தனத் திரி அல்லது சாம்பிராணி மணப்பதுபோல அங்கே 'சித்த லெப்ப' மணந்து கொண்டிருந்தது. நான் வாய் திறக்கிற போதெல் லாம் நண்பன் என் வாயையே பார்த்தபடி முள்ளுக்குமேல் இருந் தான். 'பாமினி' அம்மா எங்களை நல்ல 'மணத்துடன்' உபசரித் தார்கள்.

அப்போது ஒரு பதினேழு வயதுப் பெண் புத்தகக் கட்டுடன் வெளியிலே இருந்து வந்தாள். வழக்கமான சிலோன் உடுப்புதான்.

அரைப் பாவாடையும் அதற்கு மேல் அணியும் பிளவுசும்; நீள மான கரு கருவென்ற பின்னல். தலையைக் குனிந்தபடியே விடு விடென்று உள்ளே போய் விட்டாள். ஒரு புன்சிரிப்பு, 'ஹலோ' ஒன்றுமே இல்லை. எனக்கு முன்பொரு நாள் என்னுடைய மகள் கேட்ட கேள்வி ஞாபகத்துக்கு வந்தது.

ஆப்பிரிக்காவில் ஒரு கிராமத்தில் இருந்த நாங்கள் வீடி யோவில் ஒரு தமிழ்ப்படம் பார்த்துக்கொண்டிருந்தோம். என் னுடைய மகள் பிறந்ததிலிருந்தே வெளிநாடுகளில் வளர்ந்தவள். அவளும் பொறுமையாக எங்களுடனிருந்து படம் பார்க்கிறாள். ஓர் இடத்தில் இடைமறித்து என்னை ஒரு கேள்வி கேட்கிறாள், என் மகள்.

அப்போது அவளுக்கு ஒன்பது வயது. முகம் எல்லாம் கண்கள். அதை இன்னும் அகல விரித்துக் கேட்கிறாள்:

"அப்பா, இந்த கேர்ல்ஸ் (girls) எல்லாம் ஏன் குனிஞ்சபடி போகினம்?"

என்னுடைய திகைப்பு அடங்க கொஞ்ச நேரம் சென்றது. பிறகு நான் சொல்கிறேன்: "என் குட்டி மகளே, 'சிலோன், சிலோன்' என்று ஒரு நாடு இருக்கு. அங்கே நவரத்தினங்கள் எல்லாம் குவிந்து இருக்கும். மரகதம், வைரம், வைடூரியம், கோமேதகம், மாணிக்கம், பவளம், நீலம் என்று பலப் பல நிறங்களில் இரத்தினக் கற்கள்."

என் மனைவி குறுக்கிட்டு, "புஷ்பராகம், புஷ்பராகம், அதை விட்டு விட்டீர்களே" என்று சொன்னாள்.

"ஓ! புஷ்பராகம், அதையும் சேர்த்துக்கொள்; அவ்வளவு செல்வம் கொழிக்கும் நாடு. வீடு கட்டும்போதுகூட அடிக்கல் லுக்குக் கீழே நவரத்தினங்களையெல்லாம் ஒரு பிடி அள்ளிப் போட்டுத்தான் கட்டுவார்கள்."

"இப்படிப்பட்ட சிலோனிலே பெண்கள் நடக்கும்போது குனிந்து பார்த்தபடியே நடப்பார்கள். கண்ணில் தட்டுப்படுகிற நவரத்தினங்கள் எல்லாவற்றையும் பொறுக்கிப் பொறுக்கி எடுத்து நகை செய்து வைத்துக் கொள்வார்கள். உங்களுடைய அம்மாவைப் பாருங்கோ, எத்தினை நகை செய்து வைத்திருக்கிறா!"

என்னுடைய மகள் என்ன லேசில் மசிகிறவளா?

"அப்ப ஏன் போய்ஸ் (Boys) எல்லாம் நேர பார்த்தபடி போகினம்."

என் மனைவி என்னைப் பார்த்தாள், "மாட்டிக்கொண் டீர்கள்" என்பதுபோல. நியாயமான கேள்வி.

"என் குஞ்சுப் பெண்ணே, அது என்னவென்றால் முன் னாலே போற கேர்ல்ஸ் எல்லாம் ரத்தினக் கற்களைப் பொறுக்கிப் பொறுக்கி எடுத்துக்கொண்டு போவதால் பின்னால போற போய்ஸ்க்கு ஒன்றுமே கிடைப்பதில்லை. அதுதான் அவர்கள். கண்களை வேஸ்ட் பண்ணுவதில்லை" என்று சொன்னேன்.

"ச்சீ, சும்மா போங்கோ" என்று சொல்லிவிட்டு துள்ளிக் குதித்து ஓடி விட்டாள்.

அந்தச் சம்பவம் ஞாபகம் வந்தது. ஏன் எங்கள் பெண்கள் எல்லாம் தலைகுனிந்தபடியே நடக்கிறார்கள். அதுவும் அவர்கள் தலைவிதியா?

ஒரு புலவர் கூட்டத்தில் பேசுகிறார்: "சீதை மாடத்திலே நின்று கொண்டிருக்கிறாள். ராமன் கீழே. அண்ணலும் நோக்கி னான்; அவளும் நோக்கினாள். சீதை கீழே பார்க்கிறாள், ராமன் மேலே பார்க்கிறான். கீழ் நோக்கிப் பார்ப்பது பெண்ணுக்கு அழகு; நிமிர்ந்து பார்ப்பது ஆணுக்கு அழகு."

பேதமையை பெண்ணின் லட்சணம் என்று சொல்லியிருக் கிறார்கள். 'ஒன்றும் தெரியாமை' (Ignorance) இது லட்சணமா? அதுகூட பரவாயில்லை. மடமை (Stupidity)கூட பெண்ணின் லட்சணமாமே; அது அப்படித்தான் என்றால் எங்கள் பெண்களில் அந்த லட்சணம் நிரம்பி வழிகிறதுதான்.

என் சிந்தனை இப்படி 'இடக்கு முடக்காக' ஓடிக்கொண்டி ருந்தது.

"இப்பப் போனவதான் என்னுடைய மகள், பிரவீணா. ஏ லெவல் படிக்கிறா. பிரைவேட் ட்யூசன் எடுத்துப் போட்டு வாறா" என்றார்.

பிறகு தொடர்ந்து பாமினியம்மா, "சாப்பாடு ரெடி, வாங்கோ" என்றார்.

எல்லாம் எனக்குப் பிடித்தமான கறிவகைகள்தான். சுடச்சுட இடியாப்பம், வாழைக்காய் பச்சடி, பூண்டுக் குழம்பு, மாங்காய் சம்பல், இத்துடன் பால் சொதி, நல்லாக அனுபவித்துச் சாப் பிட்டோம்.

"சாப்பாடு என்றால் இதுதான்" என்றேன் நான்.

அந்த அம்மாள் "இப்ப, இஞ்ச இடியாப்பம் ஒன்றும் வீட்டிலே செய்வதில்லை. எல்லாம் வெளியில்தான் வாங்குறம். வீதி, வீதியாகக் கடை இருக்கு. பூப்போல இடியாப்பம், விலையும் சீப்தான்" என்றார்.

அப்போதுதான் அந்தப் பெண்ணைக் கவனித்தேன். பதி னொரு வயது; தமிழ் இலக்கியப்படி சொன்னால் பெதும்பை. ஊத்தைப் பாவாடை ஒன்றைக் கட்டியபடி ஓடியோடி வேலை செய்கிறாள். அந்த அம்மாள் பெருமையாகச் சொன்னார்; "இஞ்ச சிந்தாமணிதான் எல்லா வேலையும். இந்தக் கறி எல்லாம் அவள் வைச்சதுதான்."

எனக்கு அன்று இரவு அந்தக் குழந்தையின் முகம்தான் திரும்பத் திரும்ப வருகிறது. என்ன மாதிரிக் கண்கள். கருவண்டுக் கண்கள் என்றாலும் அச்சப்படும் கண்கள். மகாத்மா காந்தி சிறு பையனாக இருந்தபோது களவாக ஆட்டிறைச்சி சாப்பிட்டுவிட்டு நித்திரை வராமல் தவித்ததுபோல நானும் பிரண்டு, பிரண்டு படுக் கிறேன்.

"அந்தப் பிஞ்சுக் குழந்தை செய்ததையா அப்படிச் சாப் பிட்டேன், வெட்கமில்லாமல்" மனதை என்னவோ பிசைந்தது. நித்திரை வரவே மறுத்தது.

அடுத்த நாள் நான் காப்புறுதி (Insurance) கூட்டுத் தாபனத் துக்குப் போக வேண்டி இருந்தது. நண்பன் 'வர முடியாது' என்று சொல்லி விட்டான். எனக்குப் பேச்சுத் துணைக்குக்கூட ஆரு மில்லை.

விஷயம் இதுதான். இருபத்தைந்து வருடங்களுக்கு முன்பு ஓர் ஆயுள் இன்சூரன்ஸ் எடுத்து இருந்தேன். சமீபத்தில்தான் அது (Mature) முதிர்வடைந்திருந்தது. நான் எனக்குச் சேர வேண்டிய தொகையைக் கேட்டு எழுதியிருந்தேன். அவர்கள் ஒரு 'பாரத்தை' அனுப்பி அதைப் பூர்த்தி செய்து அத்துடன் பொலிசியையும் அனுப்பும்படி கேட்டிருந்தார்கள். அப்படியே நான் பதிவுத் தபாலில் அனுப்பி வைத்தேன்.

என் கெடுகாலம், பொலிசி தபாலில் தொலைந்து விட்டது. கிடைக்க வேண்டிய தொகையை ஏன் வீணாக விடவேண்டும் என்று அவர்களைப் போய்ப்பார்க்க முடிவு செய்தேன்.

முதலில் எந்தக் கிளை என்று தெரியாமல் கொஞ்சம் அல்லாடி, கடைசியில் சரியான இடத்திற்குப் போய்ச் சேர்ந்தேன்.

நான் எங்குபோனாலும் எனக்கு முன்னால் சனியன் அங்கு போய் உட்கார்ந்துவிடும். அன்றைக்கு என்று பார்த்து சம்பந்தப்பட்ட அதிகாரி வரவில்லை. 'வந்து விடுவார், வந்து விடுவார்' என்று சொல்லிக்கொண்டே இருந்தார்கள். மத்தியானத்துடன் நல்ல பசி. திரும்பி வந்துவிட்டேன். .

அடுத்த நாளும் படையெடுத்தேன். அதிகாரி பத்து மணி யளவில் வந்தார். நான் ஒரு துண்டில் என் பெயரைக் குறித்து என்ன விஷயம் என்று எழுதி அனுப்பினேன். அரைமணி நேரம் கழித்து என்னை வரச் சொன்னார்கள். நான் விஷயத்தைக் கூறி கோப்பு (File) நம்பரையும் கொடுத்தேன்.

அவர் ரெண்டு மூன்று தரம் 'பெல்' அடித்தும் ஒருவரும் வராததால் 'குணதிலக, குணதிலக' என்று சத்தம் போட்டுக் கூப் பிட்டார். அப்போது ஒருவர் வந்து நின்றார். நெடிதுயர்ந்த உருவம். சாடையான முன் வழுக்கை. கொஞ்சம் கூனியபடியே 'என்ன?' என்றார்.

அவருடைய ஒரு கை பாதி குடித்த ஒரு சிகரெட்டை முதுகுக்குப் பின்னால் பிடித்தபடி இருந்தது. அவர் இன்னும் கொஞ்சம் நிமிர்ந்தால் எங்கே மின் விசிறி அவருடைய தலையில் இடித்து விடுமோ என்று நான் பயந்து கொண்டிருந்தேன்.

"இந்தக் 'கோப்பை' எடுத்துக்கொண்டு இதற்குரிய கிளார்க்கை வரச்சொல்லும்" என்றார். அவனும் 'சரி' என்று போய் விட்டான்.

நான் அதிகாரியின் முன்பு பொறுமையாக காத்து இருந் தேன். அவருடைய தொலைபேசி மணி அடித்தவண்ணமே இருந் தது. வேகமாக பேசி முடித்துவிட்டு வேலையிலேயே கண்ணாக இருந்தார். இடையிடையே மணி அடித்து வேலையாளுக்கு வேலை களும் கொடுத்தார். அடிக்கடி என்னைப் பார்த்து, "வந்து விடும், வந்து விடும்" என்றார். .

ஒன்றும் நடப்பதாகத் தெரியவில்லை. இவர் மறுபடியும் மணியடித்து குணதிலகாவைக் கூப்பிட்டு என் காரியத்தை நினை வூட்டினார். அதற்கு அவன் நெளிந்து அந்த கிளார்க் தேநீர் குடிக்கப்போனதாகவும் அதற்குப் பின் ஆளையே காணவில்லை யென்றும் மெல்லிய குரலில் கூறினான்.

அதிகாரி கோபத்தை என்முன் காட்டாமல், "சரி, சரி சுமண பாலாவை வரச்சொல், அந்தக் கோப்புடன்" என்றார். சிறிது நேரம் கழித்து சுமணபாலா என் கோப்பைக் கொண்டுவந்து மேசை

மேல் வைத்தார். அந்த அதிகாரி அதைத்திறந்து ஒவ்வொரு ஓலை யாக விபரங்களைப் படிக்க, நான் அவர் முகத்தையே பார்த்துக் கொண்டிருந்தேன். அந்த நேரம் பார்த்து தொலைபேசி மணி அடித்தது. அவர் கைப்பிடியைத் தூக்கிக் கதைத்து விட்டு, "கொஞ்சம் இருங்கள், பெரிய அதிகாரி கூப்பிடுகிறார், வந்து விடுகிறேன்" என்று போய் விட்டார்.

நான் பொறுத்திருந்து பார்க்கிறேன். நேரம் ஓடிக்கொண்டே இருக்கிறது. எனக்கு பீதி பிடித்துவிட்டது: 'லஞ்ச்' நேரம் நெருங்கிக் கொண்டே வருகிறது. அது வந்தால் எல்லாரும் குருவிகள் பறப்பது போல பறந்து விடுவார்களே!

நல்ல காலம். அதிகாரி திரும்பி வந்துவிட்டார். வேகமாக இரண்டு தாளைப் படித்துவிட்டு, "இது கொஞ்சம் சிக்கலான கேஸ். மூன்று நாளைக்குப் பிறகு வந்து பாருங்கள்" என்றார். மனிதரைப் பார்த்தால் வேலை தெரிந்தவர்போல இருந்தார். அதனால் நம்பிக்கையுடன் வெளியே வந்தேன்.

மூன்று நாள். பிறகு சனி, ஞாயிறு. அதற்குள் ஒரு 'போயா' விடுமுறை. இது எல்லாம் முடிந்து ஒருநாள் சாவகாசமாக தேடிப் போனேன். 'கோபப்படாதே' என்று அடிக்கடி எனக்குள் நானே சொல்லிக்கொண்டேன்.

இந்தமுறை விஷயம் சுலபமாக முடிந்துவிட்டது. அந்த அதிகாரி, "நாங்கள் இங்கே எல்லாம் அலசிப் பார்த்து விட்டோம். உங்கள் பொலிசி வந்ததற்கான தடயமே இல்லை. பொலிசி இல் லாமல் ஒன்றுமே செய்ய ஏலாது. நீங்கள் பதிவுத் தபாலில் அனுப் பியபடியால் எதற்கும் தபால் கந்தோருக்குப்போய் விசாரித்துப் பாருங்கள்" என்று கூறிவிட்டு வேறு பேச்சு வார்த்தைக்கு இடம் தராமல் இன்னொரு பைல் கட்டில் தீக்கோழி தலையைப் புதைப் பதுபோலப் புதைத்துக் கொண்டார்.

எனக்கு என்ன? ஒரு வேலையுமில்லைதானே! அடுத்த நாள் 'சும்மா' தபால் கந்தோருக்குப் போய் பதிவுத் தபால் ரசீதைக் காட்டி விசாரித்தேன். அவர்கள் நான் எதிர்பார்த்த பதிலைத்தான் கூறினார்கள். "இது வெளியூரில் போட்ட தபால். நீங்கள் இதைப் பதிவு செய்த கந்தோரில் புகார் கொடுக்க வேணும். அவர்கள் அந்தக் கோப்பு நம்பரைக் காட்டி எங்களுக்கு எழுதுவார்கள். அதன்படி நாங்கள் விசாரணை செய்ய முடியும். இப்ப ஒன்றும் செய்ய ஏலாது" என்று கையை விரித்தார்கள்.

நண்பனிடம் விஷயத்தைச் சொன்னேன். "ஏன் நீ முதலே சொல்லவில்லை?" என்று என்னைக் கடிந்துவிட்டு தனக்குத்

தெரிந்த அதிகாரி ஒருவருடன் டெலிபோனில் தொடர்பு கொண் டான். என் சங்கடத்தை சுருக்கமாகச் சொல்லி விளக்கினான். இரண்டு நாள் தள்ளி பதினொரு மணிக்கு என்னை வரச் சொன் னார், சிவபாலனின் அந்த நண்பர்.

சிவபாலன் எனக்கு, "நீ உன் புத்தியைக் காட்டாதே. அவர் பெரிய அதிகாரி. கொஞ்சம் நிதானமாக நடந்து கொள்" என்றான்.

சரியாக பதினொரு மணிக்கு என்னை உள்ளே கூப்பிட் டார்கள். பெரிய அறை. வெள்ளை வெளேரென்று தூய்மையாக வும் சிக்கனமாகவும் இருந்தது. நீண்ட திரைச் சீலைகள் கம்பீரமாக காற்றுக்கு இடைக்கிடை அசைந்தபடி தொங்கின.

நான் எதிர்பார்த்ததற்கு மாறாக ஒரு பெண்மணி அந்தக் கதிரையில் உட்கார்ந்து இருந்தார். அவருக்கு முன்னால் நின்று கொண்டிருந்தார் இன்னொரு ஆண் அதிகாரி. அவர் கையில் என்னுடைய கோப்பு.

"விஷயத்தைக் கூறுங்கள்" என்றார் அந்தத் தலைமைப் பெண் அதிகாரி.

மெத்தப் பெரிய அதிகாரிகளுடன் கதைக்கும்போது கடைப் பிடிக்க வேண்டிய மிக முக்கிய விதி, கதையை நீட்டி வளர்க்கக் கூடாது. அத்துடன் அதி சிக்கனமும் ஆபத்து. ஓர் அழகிய பெண் ணின் உள் ஆடை போன்று அதிகம் நீட்டாமல் அத்துடன் Subjectஐ 'கவர்' பண்ணவும் வேணும்.

நான் விஷயத்தை மிகவும் கவனத்துடன் சொல்லி முடித் தேன். அந்த பெண் அதிகாரி டாம்பீகமாக நிமிர்ந்து கண்ணாடி யைச் சரி செய்துவிட்டு சொன்னார்: "பொலிசியை எங்களுக்குச் சேர்க்க வேண்டியது உங்கள் கடமை. அது வழியில் தொலைந்த தற்கு நாங்கள் பொறுப்பாகமாட்டோம். அத்துடன், பிறப்பு சாட்சிப் பத்திரமும் தேவை. உங்கள் காசு தர வேண்டிய தயார் நிலையில் இருக்கிறது. தவறான வழியில் நாங்கள் பணத்தை கொடுத்தோமென்றால் கணக்காய்வில் (audit) எங்களுக்குச் சங்கடம் வரும்."

அவர் 'சங்கடம்' என்றதும் பொறுமையின் பிறப்பிடமாக இருந்த எனக்குப் பத்திக்கொண்டு வந்துவிட்டது.

"அம்மா தாயே 'சங்கடம்' என்றா சொன்னீர்கள்! யாருக்கு சங்கடம்? ரூ. 25,000 பிச்சைக் காசு. அதை எனக்கு என்ன சும்மாவா கொடுக்கிறீர்கள்? அல்லது லோன் கொடுக்கிறீர்களா?

இதற்கும் மேல் பிறப்பு சாட்சிப் பத்திரம் வேறு கேட்கிறீர்களே? ஏன்?"

"நான் பிறந்தது என்னவோ உண்மை. அதுதான் உங்கள் முன்னால் நிற்கிறேன். இறக்கவும் இல்லை. அப்படி இறந்திருந்தால் இந்தப் பிரச்சினையே வந்திருக்காது. இருபத்தைந்து வருடங்கள், கணக்காக முன்னூறு மாதங்கள நான் 'பிரிமியம் செலுத்தி வந்திருக்கிறேன். உங்கள் முன்னால் கோப்புடன் நிற்கிறாரே, இவரி டம் கேளுங்கள். இந்த முன்னூறு மாதங்களில் ஒரு மாதத்தில் கூட ஒரு நாளாவது பிரிமியம் தவறியிருக்கிறதா? இல்லை லேட்டாகக் கட்டியிருக்கிறேனா? கிடையாது.

நான் காசு கட்டியது என்னவோ உண்மை. இப்ப உயிரோடு இருப்பதுவும் உண்மை. அதனால் எனக்குத் தர வேண்டிய பணத்தைத் தர வேண்டியதுதானே! இதிலே என்ன பெரிய ரூல்ஸ் எல்லாம்!

மாதா மாதம் ரூ.103 கட்டி வந்திருக்கிறேன். 300 மாதத்தில் நான் கட்டிய தொகை ரூ.30,900. குறைந்தது 8% வட்டியில் இதே காசு இன்றைக்கு எவ்வளவு ஆகியிருக்கும்? ரூ. 47,080. நான் கேட்பது என்ன? பிச்சைக் காசு ரூ. 25,000. இதை வைத்து வீடு கட்டப் போறேனா? வெத்திலை வாங்கக்கூட காணாது!"

மேல் அதிகாரி ஏதோ பேச வாயெடுத்தார். நான் தடுத்து விட்டுத் தொடர்ந்தேன்.

"என் தொடக்கச் சம்பளம் மாதம் ரூ. 1060. அதில் பத்து சதவீதம் பிரிமியம் ஆகக் கட்டியிருக்கிறேன். எவ்வளவு கஷ்டப் பட்டிருப்பேன். அந்த நூறு ரூபாயின் அன்றைய வாங்கும் சக்தி இன்று இந்த ரூ. 25,000க்கு இல்லை. சங்கடம், என்ன சங்கடம்?"

பேசியது நான்தான், ஆனால், மேலதிகாரிக்கு 'மேல் மூச்சு, கீழ் மூச்சு' வாங்கியது. "மிஸ்டர் குணரத்தின, அவரைக் கூட்டிக் கொண்டு போய் ஆவன செய்து அந்தக் காசைக் குடுக்கிற வழியைப் பாருங்கோ" என்றார்.

நான் வெளியே வந்து அவர்கள் கேட்டுக்கொண்டபடி இன்னும் சில 'பாரங்களை' நிரப்பிக் கையெழுத்தும் வைத்துக் கொடுத்தேன். இவ்வளவும் ஆன பிறகு கடைசியில் "ரூ. 2 ஸ்டாம்ப் இருக்கா?" என்று கேட்டார்கள். நான் என்ன ஸ்டாம்பை மடியில் கட்டிக்கொண்டா அலைகிறேன். வேறு ஒருவரை வெளியே அனுப்பி ரூ. 2 ஸ்டாம்ப் வாங்கிக்கொண்டு வந்து அதை ஒட்டி என் கையொப்பத்தை எடுத்துக்கொண்டார்கள்.

"செக்கை உங்கள் கையில் கொடுக்க எங்களுக்கு அதிகாரம் இல்லை. உங்கள் பாங்குக்கு நேரடியாக இன்றைக்கே அனுப்பி வைப்போம். யோசிக்க வேண்டாம்" என்று கூறினார்கள்.

நான் இந்த விபரங்கள் எல்லாவற்றையும் நடந்தது நடந்த மாதிரியே சிவபாலனிடம் சொல்லி முடித்தேன். எனக்கு 'மூக்கு முட்ட கோபம் வந்த பகுதியை மட்டும் நீக்கி விட்டேன்.

"முற்றிலும் இது உண்மை. நாங்கள் பல நேரங்களில் எங்கள் பொது அறிவைப் பாவிப்பதில்லை. ரூல்ஸ் என்றால் ரூல்ஸ்தான்" என்றான் அவன்.

"இல்லை, சிவபாலன். இன்சூரன்ஸ் எடுப்பது எதற்காக? ஒரு பாதுகாப்பிற்காகத்தானே? வாழ்நாள் முழுக்க ஒருவன் கட்டிய காசை அவனுக்குத் திருப்பிக் கொடுக்கும்போது இப்படிச் செய்ய லாமா? இது ஆயுள் இன்சூரன்ஸ் விஷயமல்லவோ? இந்தக் கதி ஒரு படிப்பறிவில்லாத ஏழை விதவைக்கு ஏற்பட்டால் அவள் என்ன செய்வாள்? புருஷன் செத்த பிறகு அவள் அந்த இன் சூரன்ஸ் பணத்தை எடுக்க எத்தனை தரம் அலைய வேண்டி யிருக்கும்? படித்த எனக்கே இப்படி என்றால் அவளுக்கு எப்படி இருக்கும்? இது என்ன அக்கிரமம்?" என்றேன்.

சிவபாலன் கொஞ்சம் யோசித்துவிட்டு, "நீ உலக வங்கிக்கே கணக்கு எழுதிறவன். ஒரு கணக்குப் பிழை விட்டுவிட்டாயே" என்றான்.

நான் "என்ன?" என்று கேட்டேன்.

"நீ அஞ்சு நாள் அலைந்திருக்கிறாய். உன்னுடைய சம்பளம் ஒரு நாளைக்கு 300 டொலர். அப்ப அஞ்சு நாளைக்கு ரூ.75,000 விரயமாகியிருக்கிறது. நீ கட்டிய காசு வட்டியுடன் ரூ.47,080, கிடைக்கப் போவதோ ரூ. 25,000; ஆக நட்டம் ரூ.97,080. இதை உன்னுடைய நட்டக் கணக்கில் எழுத வேண்டியதுதான்" என்றான்.

நான், "என்ன ஸ்டாம்ப் வாங்கிய வகையில் ரூ.2 தவறி விட்டது. அதையும் சேர்த்துக்கொள்" என்று கூறினேன்.

இருவரும் விழுந்து விழுந்து சிரித்தோம். அப்படி அடி வயிற்றில் இருந்து எழும்பி வாய்விட்டு உரக்கச் சிரித்து எவ்வளவோ காலம் ஆகிவிட்டது.

நண்பனைப் பிரியப் போகிறோம். அவன் கண்கள் என்னை நேரே பார்க்க முடியாமல் தவித்தது. 'இனிமேல் நான்

பார்ப்பேனோ' என்று எனக்குப் பட்டது. அவனுக்கும் அப்படித் தான் இருக்க வேண்டும். "ச்சீ, இது என்ன?" என்றேன். அவன் கண்கள் கலங்கி இருந்தன.

பால்ய சினேகிதம் அல்லவா? அதனிலும் பார்க்க உன்னதமான சிநேகிதம் உலகத்திலேயே கிடையாது. எங்களுக்குள்ளே ஒழிவு மறைவே இல்லை. ஓர் ஆணுக்கும் பெண்ணுக்குமிடையில் ஏற்படும் சினேகமானது எப்படியும் செக்ஸில் கொண்டு போய் விட்டுவிடும். பிறகு பல சிக்கல்கள். ஆணுக்கும் ஆணுக்குமிடையே ஏற்படும் சினேகம் அப்படியல்ல, பவித்திரமானது.

பிளேனில் அன்று நிறைய சனம். மேல் தட்டில் சாமானை வைத்துவிட்டு உட்கார்ந்து என்னை ஆசுவாசப் படுத்திக்கொண்டேன். இந்த நேரம்தான் மிக ரம்மியமான நேரம்.

குருடர்கள் யானை பார்த்த கதை ஒன்றிருக்கிறது. தும்பிக்கையைத் தொட்டுப் பார்த்துவிட்டு 'யானை புடலங்காய்போல இருக்கிறது' என்றானாம் ஒருவன். குருடர்களை விட்டு விடுவோம். யார்தான் ஒரு யானையை முழுமையாகப் பார்க்க முடியும். முன்னுக்கு நிற்பவன் முன்பாகத்தையே பார்ப்பான்; பின்னுக்கு நிற்பவன் அதைத்தான் காணுவான். பனை மரத்திலிருப்பவன் யானையின் மேல் பாகத்தைப் பார்ப்பான். உலகத்திலேயே யானையை முழுமையமாகப் பார்த்தவர் யாராவது இருக்கிறார்களா? எல்லா பார்வையுமே ஒவ்வொரு கோணத்தில் இருந்துதான்.

கடந்த இரண்டு நாட்களாக அந்தப் பாடல் என் காதுகளில் ஒலித்துக்கொண்டேயிருந்தது. உருக்கமான குரலில் காதலன் பாடும் பாட்டுத்தான். 'என் காதலியே, உனக்கு என்ன நடந்தது? சடுதியில் என் காதலை தூக்கி எறிந்து விட்டாயே! நீ மாறி விட்டாயா? அல்லது தடம் மாறி விட்டாயா? ஏன் இந்த உதாசீனம்?'

பிளேன் மெதுவாக ஊரத் தொடங்கியது. நிலத்திலே ஊர்ந்து பின் விரைந்து மேலெழும் அந்தக் கணநேர இன்பம் கொள்ளையானது. விர்ரென்று விசை கூடுகிறது. ஏணையில் தூங்கும் குழந்தையைப் பட்டுப்போல் மேலே தூக்குவதுபோல பிளேன் நிமிர்ந்து எழும்புகிறது. அந்த இன்பத்தை பங்குபோட விருப்பமின்றி கண்மூடி லயிக்கிறேன்.

◆

வையன்னா கானா

நிக்ஸன் அமெரிக்க ஜனாதிபதியாக இருந்தபோது நடந்த தென்று ஒரு கதை சொல்வார்கள்.

பிரான்ஸ் தேசத்திலிருந்து மிகவும் பிரசித்திபெற்ற ஒரு சமையல் கலைஞரை வெள்ளை மாளிகைக்கு நியமித்தார்கள். உலகின் பல்வேறு நாடுகளிலிருந்து பல தலைவர்களும் வருவார் கள். விதம்விதமான விருந்துகள் எல்லாம் அங்கே தயார் பண்ண வேண்டும். ஓர் உலகம் புகழும் சமையல் கலைஞர் அவர்களுக்குத் தேவைதானே!

இவர் வெறும் சம்பளத்திற்காக வேலை செய்பவர் அல்ல. சமையல் கலை அவருடைய மூச்சு. தினமும் அதைப் பற்றியே சிந்திப்பார்; ஆராய்ச்சிகள் செய்வார்.

உன்னதமான ரசனை அவரிடம் இருந்தது. அவருடைய நாவின் சுவையுணர்வோ வெகு நுட்பமானது. அல்லாவிட்டால் உலகம் புகழும் சமையல் கலைஞராக இருக்க முடியுமா?

ஒருமுறை ஜனாதிபதி ஒரு விஷேச விருந்து கொடுத்தார். அன்று இவர் பிரான்ஸ் தேசத்திலிருந்து பிரத்தியேகமாக தருவிக்கப்பட்ட ஓர் அபூர்வமான மீன் வகையில் Filet de sole Normande என்ற ஓர் உணவுப் பதார்த்தம் தயார் செய்தார். அது அவர் எதிர்பார்த்ததற்கும் மேலாக நன்றாகவே அமைந்திருந்தது.

ஜனாதிபதி அதைச் சாப்பிடும்போது 'டொமாடோ கெச்சப்'பை எடுத்து அதன் தலையில் ஊற்றி விட்டாராம். சமையல்காரர் நிலைகுலைந்து போனார்; அவரால் தன் கண் களையே நம்ப முடியவில்லை.

சுவையறியாத ஓர் எஜமானருக்குப் பணி செய்யும் ஓர் உன்னதமான சமையல்காரரின் வருத்தம் அவரைத் தவிர வேறு யாருக்குப் புரியப்போகிறது. பதறிவிட்டார். அவரால் அந்த வேதனையைத் தாங்கிக்கொள்ள முடியவில்லை. அன்றிரவே அவர் தன் வேலையைத் துறந்து விட்டாராம்.

சமையல்காரரென்ன? ஒரு மனைவிக்குக் கிடைக்கக்கூடிய மிகப் பெரிய தண்டனை, நாக்கு ருசி இல்லாத ஒருத்தன் அவளுக்குக் கணவனாக வாய்ப்பதுதான். அவள் என்ன ஆர்வ மாகச் சமைத்திருப்பாள். இவன் கவளம் கவளமாக வாய்க்குள்ளே திணித்துக்கொண்டிருக்கிறான். 'ஆஹா' என்று ஒரு வார்த்தை சொல்ல அவனுக்குத் தெரியவில்லை. அதைவிட நரகம் வேறு என்ன வேண்டும் அவளுக்கு.

சங்கப் பாடல்களில் ஒன்று. இளம் மனைவி காந்தள் போன்ற மெல்லிய விரல்களால் தயிர் பிசைகிறாள். அவளுடைய பட்டு இடையில் இருந்து நழுவுகிறது; புகை கண்களை எரிக்கிறது; கண்ணீரில் கண்மையெல்லாம் கரைகிறது. புளிப்பாகு செய்கிறாள் அவள். கணவன் அதை உண்ணும்போது 'ஆஹா, இனிது' என்று கூறுகிறான். அவள் உள்ளமெல்லாம் புளகாங்கிதம் அடைகிறது. சமைக்கும்போது அவள்பட்ட இன்னல்கள் எல்லாம் ஒரு கணத் தில் காற்றிலே கரைந்துவிடுகிறது.

நான் ஆப்பிரிக்காவில் வேலை பார்த்தபோது அங்கே எங்கள் ஊர்க்காரர் ஒருத்தர் பழக்கமானார். அவர் தனிமையில் இருந்ததால் அடிக்கடி எங்கள் வீட்டுக்கு வந்து உணவு கொள்வார்.

ஒருநாள் என் மனைவிக்கு ஒரு பலாக்காய் கிடைத்தது. அந்த ஊரில் பலாமரமே கிடையாது. எங்கேயோ தப்பித் தவறி ஒரு பலாமரம் இவள் கண்ணில் பட்டுவிட்டது. அதிலே பிஞ்சுக் காய் ஒன்றை இவள் கண் வைத்து அது சரியான பருவம் அடைந் ததும் அதைப்பிடுங்கி, நறுக்கி ஒரு கறி வைத்தாள். எப்பவும் பலாக் காய் கறி என்றால் அதனுடன் ஒத்துப் போக ஒரு ரசமும் இருக்கும்; துவரம் பருப்பு ரசம்.

என் மனைவி மிகவும் பக்குவமாக இதைச் செய்தாள். நண்ப ரும் வந்தார். நாங்கள் இரண்டு பேரும் சாப்பிட்டோம். தேனாமிர்த மாக இருந்தது. ஆனால், நண்பர் முகத்திலே ஒருவித மாற்றமும் இல்லை. என்ன சாப்பிட்டோமென்றுகூட அவருக்கு பிரக்ஞை இல்லை. மனைவியின் முகம் கூம்பிவிட்டது.

பிறகு என் மனைவி சொன்னாள்; "இந்த மனுசனுக்கு சாப் பாடும் ஒண்டுதான், புல்லும் ஒண்டுதான்." அவளுடைய மனம் அப்படி வெறுத்துப் போயிற்று.

இந்த ரசனை என்பது உணவுவகையில் மாத்திரம்தான் என்றில்லை; எல்லா விஷயத்திலுமே பொருந்தும். எங்கள் தலை

முறையில் நாங்கள் கண்ட மிகப் பெரிய ரசிகர் டி.கே.சி.தான். நான் அவரைப் பற்றி அறிந்தது மற்றவர்கள் சொன்னதும், புத்தகங் களில் படித்ததும்தான். அவர் உணவு வகைகளையும் வாழ்க்கை யையும் கவிதைகளையும் அப்படி ரசித்தார். ரசிகத் தன்மையின் சிகரமென்று அவரைச் சொல்லலாம்.

"ராமனைக் கெடுத்தாள் கைகேயி,
கம்பனைக் கெடுத்தார் டி.கே.சி."

என்று புலவர் கூட்டம் அவரை வைதுகொண்டு திரிந்த காலம் ஒன்று இருந்தது. ஆயிரம் ஆயிரமான கம்பன் பாட்டுகளிலே 'இடைச் செருகல்' எல்லாவற்றையும் உருவி உருவி 'இது கம்பன் பாட்டு அல்ல' என்று ஆணித்தரமாகச் சொல்லி நிராகரித்து விட்டாரே! இது எப்படி? கம்பனின் கவித்துவ முத்திரையைச் சொல்வதா அன்றி டி.கே.சி.யின் நுண்ணிய ரசிகத்தன்மையைச் சொல்வதா?

எழுத்தாளர்களில் சிலருடைய முத்திரையும் மிக ஆழமாக விழுந்திருக்கும்.

"என்னமோ கற்பு, கற்பு என்று கதைக்கிறீர்களே! இதுதான் ஐயா, பொன்னகரம்!" என்று முடிகிறது கதை.

இதை எங்கே கொண்டுபோய் ஒளித்து வைத்தாலும் தெரி கிறதே இது 'புதுமைப்பித்தனுடைய வரிகள்' என்று. அது எப்படி? அவருடைய முத்திரை அப்படிப்பட்டது.

நுண்ணிய ரசிகத் தன்மையென்பது இலக்கியத்துக்கும் கவிதைகளுக்கும் சமையல் கலைக்கும் மட்டும்தான் என்றில்லை. அந்தச் சுவையுணர்வு நுட்பமானதாக இருப்பின் அது எங்கே யிருந்தாலும் வணக்கத்துக்கு உரியதுதான். ஆப்பிரிக்காவில் எனக்கு ஏற்பட்ட இரண்டு அனுபவங்கள் இதற்குச் சாட்சி.

மேற்கு ஆப்பிரிக்காவில் உள்ள 'மமியோகோ' என்னும் ஹோட்டல் ஒன்றில் நாங்கள் நாலு பேரும் தங்கியிருக்கிறோம். அதிலே ஒருத்தர் ஆப்பிரிக்கர்: அரசாங்கத்திலே மிக உயர்ந்த பதவி வகிப்பவர்; பணம் அவருக்குத் தண்ணீர் பட்டபாடு.

எங்கள் எல்லோருக்கும் 'என்ன, என்ன பானம் வேண்டும்' என்று கேட்டு ஹோட்டல் சிப்பந்தியிடம் ஓடர் கொடுக்கிறார். தனக்கு அவர் வழக்கமாகக் குடிக்கும் 'ராயல் சல்யூட்' என்ற மிக உயர்ந்த ரக விஸ்கியை 'ஓடர்' பண்ணுகிறார். சிப்பந்தியும் சிறிது நேரத்தில் கொண்டுவந்து வைத்துவிட்டுப் போகிறான்.

நாங்கள் எல்லோரும் எங்கள் பானங்களை அருந்துகிறோம். ஆனால், நண்பரோ தன்னுடைய கிளாஸை வைத்த கண் வாங் காமல் பார்த்துக்கொண்டே இருந்தார். அருந்தவில்லை. பிறகு சிறிது நேரம் கழித்து ஏதோ முடிவுக்கு வந்தவர்போல அந்தப் பானத்தைக் கையிலெடுத்துச் சிறிதுநேரம் உற்றுப் பார்த்தார்; மூக் கருகே கொண்டுபோய் முகர்ந்துவிட்டுக் கைதட்டி அந்தச் சிப் பந்தியை அழைத்தார்.

தன் பையிலிருந்து ஒரு 50 'பவுண்' தாளை எடுத்து அவன் கையிலே கொடுத்துச் சொன்னார்: "எனக்கு இது ரொம்பவும் பிடித்துவிட்டது. இதை ஊற்றிய போத்தலில் இருக்கும் மீதி யெல்லாத்தையும் நான் அப்படியே வாங்குகிறேன்; கொண்டா?" நாங்கள் எல்லாம் பேச்சை நிறுத்திவிட்டு இந்த அதிசயத்தைக் கவனித்துக் கொண்டு இருந்தோம்.

ஆப்பிரிக்காவில் எல்லாம் காலில் விழும் பழக்கம் கிடை யாது. கிறிஸ்தவர்கள் கணிசமாக இருக்கும் நாடு என்றபடியால் முழங்காலில் இருக்கும் பழக்கம் புழக்கத்தில் இருந்தது.

சிறிது நேரம் கழித்து அந்தச் சிப்பந்தி ஓடோடி வந்து இவர் முன்னால் முழங்காலில் மண்டியிட்டு உட்கார்ந்தான். 'மாஸ்ட, மாஸ்ட, மன்னித்து விடுங்கள், மன்னித்து விடுங்கள்' என்று மன்றாடியபடியே இருந்தான். இந்தக் கூத்தை நாங்கள் எல்லோரும் பார்த்தபடி இருந்தோம். எங்களுக்கு ஒன்றும் விளங்கவில்லை. பின்பு நண்பர் நடந்த விபரங்களைக் கூறியபோதுதான் புரிந்தது.

அந்த ஹோட்டலில் 'ராயல் சல்யூட்' விஸ்கி கிடையாது. சிப்பந்தி சாதாரண விஸ்கியைத்தான் அவருக்குக் கொண்டு வந்து தந்திருக்கிறான். நண்பருக்கு ஐயம், ஆனாலும் தெளிவுபடுத்தும் விதம்தான் தெரியவில்லை. இவர் சமயோசிதமாக 'முழுப் போத்த லையும் கொண்டுவா, இந்தா காசு என்றதும் அவன் வெருண்டு விட்டான். காலில் விழுந்து மன்னிப்பும் கேட்டுக்கொண்டான்.

இதிலே விசேஷம் என்னவென்றால் அந்த விஸ்கியின் நிறத்தைப் பார்த்தே நண்பருக்கு ஓரளவு ஐயம் இருந்தது. அதை நிட்சயிக்க மணந்தும் பார்த்தார்; அவ்வளவுதான். அதைச் சுவைத்துத் தன் வாயை அவர் அசுத்தப்படுத்திக்கொள்ள விரும்ப வில்லை; தேவையுமில்லை.

விஸ்கி குடித்தவர்களுக்கு இந்தச் சுவை நுட்பம் இலகுவாக புலப்படும். ஒரு விஸ்கிக்கும் இன்னொரு உயர் சாதி விஸ்கிக்கும் உள்ள வித்தியாசம் ஒரு நூலிழைதான். இவரோ அதைச்

சுவைக்காமலே பார்த்த மாத்திரத்தில் சொல்லிவிட்டாரே. அந்த ரசிகத் தன்மையை என்னவென்று சொல்வது.

அடுத்த சம்பவம் நடந்தது சுடானில். இதுவும் குடி சம்பந்த மானதுதான். அங்கேயெல்லாம் குடிவகைகளுக்குத் தடையுத்தரவு; ஆனால், தூதரகங்களுக்கும், ஐ.நாவில் வேலை செய்பவர்களுக்கும் விதிவிலக்கு.

ஒரு வீட்டில் பெரிய விருந்து ஒன்று நடந்து கொண்டிருந்தது. அந்த விருந்துக்கு ஐ.நாவில் வேலை செய்யும் ஒரு கமரூன் (Cameroon)காரர், அவரும் வந்திருந்தார். இந்த மனிதர் 'கார்ல்ஸ் பெர்க்' என்று சொல்லப்படும் ஒருவித விலையுயர்ந்த பீரை மட்டுமே அருந்துவார்; மற்றவற்றைச் சீந்தக்கூட மாட்டார்.

இந்தக் கமரூன்காரர் வருகிற விருந்தென்றால் விருந்து கொடுப்பவர் முதலில் 'கார்ல்ஸ் பெர்க்'பீரைச் சேர்க்கத் தொடங்கு வார். கணிசமாகச் சேர்த்தபின்தான் விருந்துக்கு அடுக்குகள் செய்வார். 'கார்ல்ஸ் பெர்க்' கிடைப்பது அவ்வளவு அரிது.

இந்த விருந்திலே பல நண்பர்களும் கலந்து கொள்ளவே விருந்து அல்லோல கல்லோலப்பட்டது. கமரூன்காரருக்கு மாத் திரம் அந்த விசேஷ பீர். அவர் அதைச் சுவைத்துக் குடித்துக் கொண்டிருந்தார்.

அப்போது உலக உதைபந்தாட்டப் போட்டி நடந்து கொண்டிருந்தது. எங்கேயோ இருந்த கமரூன் படபடவென்று மேலுக்கு வந்து விட்டது. முதல் நாள் நடந்த போட்டியில்தான் அப்பேர்ப்பட்ட இங்கிலாந்தையே முறியடித்துவிட்டது.

கமரூன்காரருக்குச் சந்தோஷம் தலைக்கு மேலே போய் விட்டது. முதல் நாள் நடந்த உதைபந்தாட்டத்தைப் பற்றி விஸ்தரிக் கிறார். எல்லோரும் வாயைப் பிளந்து சுவாரஸ்யமாகக் கேட்டுக் கொண்டிருக்கிறார்கள். அப்போது அவருக்கு ஒரு தொலைபேசி வந்தது. ஓடிப்போய் பேசினார்.

அந்த நேரம் பார்த்து ஒரு 'வம்பு' கமரூன்காரரின் பீரை எடுத்து இன்னொரு கிளாஸில் ஊற்றிவிட்டு இவருடைய கிளாஸில் ஒரு சாதாரண பீரை அதே அளவுக்கு ஊற்றி அதே இடத்தில் வைத்துவிட்டார்.

கமரூன்காரர் வந்து கதையை விட்ட இடத்திலிருந்து தொடருகிறார். எல்லோரும் கண்வெட்டாமல் அவர் கையிலுள்ள பீரையே பார்த்துக்கொண்டிருக்கிறார்கள். ஒரு வசதியான இடம்

வந்ததும் கமரூன்காரர் கதையை நிறுத்திவிட்டு கையில் வைத் திருந்த பீரை ஒரு வாய் உறிஞ்சினார்.

அவ்வளவுதான் "துபுக்" என்று அவ்வளவுத்தையும் துப்பி விட்டார். 'ஏன் துப்பினோம்' என்று அவருக்கே புரியவில்லை. சுற்றியிருந்த நண்பர்கள் எல்லோரும் எழும்பி நின்று கைதட்டி ஆரவாரித்தார்கள். பிறகுதான் அவருக்கு என்ன நடந்தது என்று தெரிந்தது.

அதுவரைக்கும் நான் இந்தக் 'கமரூன்காரர்' ஒரு டம்பத்துக் காகத்தான் இப்படிச் செய்கிறார் என்று நினைத்துக்கொண்டிருந் தேன். ஆனால், அன்றிலிருந்து எனக்கு அவரிடம் பத்து மடங்கு மதிப்பு அதிகமாகிவிட்டது.

ஒருவருடைய ரசனையுணர்வு உச்சத்திலிருந்தால் அது போற்றத்தக்கதொன்று. அது பீர் குடிப்பதிலிருக்கலாம், கவிதையிலி ருக்கலாம் அல்லது உணவைச் சுவைப்பதிலிருக்கலாம். இப்படி மேம்பட்ட ரசனை உணர்வு உள்ளவர்களால் ஒரு சிறு பிழையைக் கூடத் தாங்கமுடியாது; முறிந்துவிடுவார்கள்.

ஒலி நாடாவிலே ஒரு ஸ்வரக்கோர்வையை மாத்திரம் வயலி னில் ஒருவர் வாசிக்கக் கேட்டுவிட்டு 'இது ஆர் வித்துவான்' என்று நிச்சயமாகச் சொல்கிறார்களே! அது எப்படி?

ஒருமுறை சௌடய்யா வயலின் வாசிக்கிறார், அவருடைய குரு கிருஷ்ணப்பாவுக்கு. ஒரு ராகத்தை கிருஷ்ணப்பா தன்னை மறந்த நிலையில் ஆலாபனை செய்ய சௌடய்யாவும் வயலினில் தொடர்ந்து கொண்டிருக்கிறார். முக்கியமான ஓர் இடத்தில் சௌடய்யாவின் வயலின், அவர் இழுத்தபடியெல்லாம் பேசும் வயலின், அவரையும் மீறி 'கிரீச்' என்று விட்டது. கிருஷ்ணப்பா ஓங்கி அடித்துவிட்டார். ஆயிரம் பேர் கொண்ட சபை அது. அந்த அபஸ்வரம் அவர் காதில் நாராசமாகப் பாய்ந்தது. நுட்ப மான அவர் செவிகளுக்கு அதைத் தாங்கும் சக்தி இல்லை. தன்னை மறந்த நிலையில் அப்படிச் செய்து விட்டார். பிறகு அவர் சௌடய்யாவைக் கட்டிக்கொண்டு விம்மி அழுதார் என்பது வேறு விஷயம்.

அப்கானிஸ்தானிலுள்ள பல்வேறு அகதி முகாம்களை பல முறையும் நான் பார்த்திருக்கிறேன். இளம் நங்கைகள் 13, 14, 15 வயதுதானிருக்கும், கம்பளம் நெய்து கொண்டிருப்பார்கள். ஒரு வயதுக்கு மேல் கை விரல்கள் வளைந்து கொடுக்காது. ஆகவே

சிறுவர்களும் சிறுமிகளும்தான் இந்தக் கம்பளங்களைச் செய்ய வேண்டும். அந்தக் கைவிரல்கள் கீரைத் தண்டைப் போன்று நீண்டு இருக்கும். விரல்கள் தக்காளிச் சிவப்பு நிறம். விரல்களும் நகமும் ஒரே கலரில் இருந்ததை அங்கேதான் முதன் முதலில் கண்டேன்.

'எங்கோ அரண்மனையில் இருக்க வேண்டிய இந்த அழகு இங்கே இப்படிக் கேட்பாரற்றுக் கிடக்குதே?' என்று என்மனதை வாட்டும். இந்த அழகை இப்படிப் பூட்டி வைப்பது எவ்வளவு பாவம் என்றுகூட எனக்குச் சில சமயங்களில் படும்; மனசுக்கு மிகவும் கிலேசமாக இருக்கும்.

("இதுதான் கதையா?"

'இல்லை, இல்லை! இது முன்னுரை. இதுவே இப்படி இழுத்துக்கொண்டு போய் விட்டது.")

நேற்று இரவு பல்லி சொன்னபோதே சுப்பையா நினைத்தார், இப்படி ஒரு அனர்த்தம் சம்பவிக்கும் என்று. பல்லி சாத்திரப் புத்தகத்தை உடனே எடுத்து விளக்கைத் தூண்டி படித்துப் பார்த்தார். அதில் 'தூரத்து மரணம்' என்றிருந்தது. 'தூரத்து' என்றால் தூர இடத்தில் இருக்கும் ஆளா, அல்லது 'தூரமான உறவா' என்பதுதான் நிச்சயமாகத் தெரியவில்லை.

அன்று காலை நாலு மணிக்கே படலையில் வந்து, 'வீட்டுக் காரர், வீட்டுக்காரர்' என்று கூப்பாடு போட்டார்கள். 'என்ன?' என்று விசாரித்தால் இவருடைய மனைவி தங்கச்சியம்மாவின் சித்தப்பா (இவள் அவரை 'சின்னய்யா' என்றுதான் கூப்பிடுவாள்) நேற்று ராத்திரியே மானிப்பாயில் இறந்துபோனாராம்.

தங்கச்சியம்மா பதறிப் போய் எழுந்து 'ஐயோ, ஐயோ' என்று தலையிலடித்துக் கதறத் தொடங்கினாள். பிள்ளைகளும் எழும்பி இருந்து கண்ணைக் கசக்கிக்கொண்டு மிலாந்தி மிலாந்திப் பார்த்தன.

இறந்தவருக்கு வயசு எண்பதுக்கு மேலே; போக வேண்டிய வயசுதான். நாலுமாதமாகப் படுக்கையில்தான் கிடை. தங்கச்சி யம்மா சின்னனாயிருந்தபோது அவர் தோளின் மேல் ஏறியிருந்து மருதடித் தேரெல்லாம் பார்த்திருக்கிறாள். அந்த நினைவு வந்து அப்படி அழுதுவிட்டாள்.

தின்னவேலியில் இருந்து மானிப்பாய்க்குப் போக மூன்று மணி நேரமாவது பிடிக்கும். வண்டிமாடுதான். கார் வசதிகளெல்லாம் அந்தக் காலத்தில் கிடையாது; அபூர்வம்.

அதிலே எல்லாமாக எட்டுக் குடும்பங்கள்; சின்னத் தங்கச்சி யின் நாலு சகோதரிகளும், இரண்டு அண்ணன்மாரும், பெரியப்பா குடும்பமும். இவ்வளவு பேரும் ஒன்றாய் வெளிக்கிட்டு மானிப்பாய் போய்ச் சேர வேணும். கைக்குழந்தைகளைக் கொண்டு போகலாம். மற்ற பிள்ளைகள் படிக்கப் போகுதுகள். வண்டி மாடுகள் பிடிக்க வேணும். ஆறு இரட்டை மாட்டு வண்டிகள் அவ்வளவு லேசில் பிடிக்க ஏலாது.

எல்லாச் சகோதரிகளும் அண்ணன்மாரும் சேர்ந்து பம்பர மாகத்தான் வேலை செய்தார்கள். ஆனால், முடிகிற காரியமா? சுற்றத்தையெல்லாம் சேர்த்து, பல அடுக்குகளும் செய்து, அவை யவைக்கு சமைத்து வைச்சு வதவதவென்று உடுத்திக்கொண்டு வண்டிக்குள் ஏறும்போதே மணி பத்தாகி விட்டது. சங்கிலித் தொடர்போல மாடுகள் ஒன்றுக்குப் பின் ஒன்றாக வெளிக்கிட்டன.

தங்கச்சியம்மா இந்தச் சகோதரிகளில் மூத்தவளல்ல. ஆனால், அவள்தான் காரியக்கெட்டி. எல்லாம் அவள் பொறுப் பில்தான். அவர்களுக்குள் அவள்தான் கொஞ்சம் எடுப்பும்.

பின்கொய்யகம் வைத்துத்தான் எப்பவும் சேலை உடுப்பாள். நாலு பிள்ளைகள் பெத்தாலும் அவள் உடுத்திக்கொண்டுபோனால் ஆட்கள் திரும்பிப் பார்க்கத்தான் செய்வார்கள்.

இவர்கள் மானிப்பாயில் போய் இறங்கியபோது சவம் எடுத்துவிட்டார்கள். முதல் நாள் சடலத்தை அடுத்த நாள் இரண்டு மணிக்கு மேல் வைத்திருப்பார்களா? எல்லோரும் வண்டிக்குள் இருந்து இறங்கி 'கொடி விட்டு' உள்ளே போகிறார்கள்.

வழக்கமாக இப்படிச் செத்த வீட்டுக்கு ஆட்கள் வரும் போது படலையில் இருந்தே பறைமேளம் 'டம், டம்' என்று அடித்து உள்ளே பெண்டுகள் வருகிறார்கள் சங்கேதமாக உணர்த்தி விடும். இங்கே பறை இல்லை. எல்லோரும்தான் சுடுகாட்டுக்குப் போய் விட்டார்களே !

தங்கச்சியம்மா கைகள் இரண்டையும் முன்னே நீட்டியபடி, "ஐயோ, என்ரை சின்னையா !" என்று கத்தியபடியே உள்ளுக்கு ஓடுகிறாள். மற்றவர்களும் பின்னே தொடருகிறார்கள். ஆண் பிள்ளைகள் ஒவ்வொரு மூலையிலே போய் குந்துகிறார்கள்.

உள்ளே பெண்டுகள் எல்லாம் மாரடிச்சு ஓஞ்சு சிதறிப் போய் ஒவ்வொரு மூலையாய் இருக்கிறார்கள். தங்கச்சியம் மாவைக் கண்டதும் பெண்டுகள் இருந்தபடியே 'அரைந்து, அரைந்து' வந்து அவளைக் கட்டிக்கொள்கிறார்கள். அவர்களுக்குத் துக்கம் மீண்டும் பீறிக்கொண்டு வருகுது. அப்படியே கூட்டம் கூட்டமாகச் சுற்றி இருந்து கட்டிக்கொண்டு அழுகிறார்கள்.

ஒரு 'பாட்டம்' அழுது முடிந்த பிறகு பெண்கள் கைகளை கழற்றிக்கொண்டு இருந்து ஊர்க் கதைகள் கதைக்கிறார்கள். 'தின்னவேலி ஆக்கள் வந்தாச்சுது' என்றவுடன் இன்னமும் வேற ஊர் பெண்டுகளும் வந்து சேர்ந்து கொண்டார்கள்.

இரண்டாவது 'ஆவர்த்தியின்'போதுதான் மானிப்பாய் செல்லம்மா ஆரம்பித்து வைத்தாள். ஒப்பாரி வைப்பதில் அவளைத் தாண்ட வேறு ஆளில்லை, அந்தக் காலத்தில். உடனுக் குடன் ஒப்பாரி இட்டுக் கட்டிவிடுவாள். அவளுக்கு ஆதங்கம் இப்பிடி இவை 'சவம்' எடுத்த பிறகு 'ஆடி அசைந்து வருகினம்' என்று. அவள் இப்படி ஒப்பாரி வைக்கிறாள்:

"சீவிச் சிங்காரித்து சித்திரமாய் வாறியளோ?
ஆற்றிலே தண்ணி வத்த ஆடி ஆடி வாறியளோ?
பாக்குமரம் விழுந்ததெண்டு பாத்துப்போக வந்தியளோ?
தேக்குமரம் விழுந்ததெண்டு தெரியாமல் வந்தியளோ?"

இப்படியாக அவளுடைய ஒப்பாரி நீண்டு கொண்டே போகிறது.

தங்கச்சியம்மாவுக்கு சரியான வருத்தம். "நாங்கள் என்ன பாடுபட்டு வாறம்; இவள் இப்படிக் கேட்டு விட்டாளே? இதுக்கு ஒரு ஞாயம் இல்லையா? முறையில்லையா?" என்று மனமுடைந்து போனாள்.

உடனேயே ஓர் எதிர் ஒப்பாரி போட்டாள்:

"சுற்றமெல்லாம் உள்ள நாங்கள் சேத்து வர வேண்டாமோ,
பந்துசனம் உள்ள நாங்கள் பாத்துவர வேண்டாமோ,
ஆனசனம் உள்ள நாங்கள் ஆக்கி வரவேண்டாமோ,
கோடிசனம் உள்ள நாங்கள் கூட்டி வரவேண்டாமோ,"

இப்படியாக ஒரு எதிர் அடி, கவியரங்கம் என்றால் கைதட்டலாம். இது செத்த வீடல்லவா?

அன்று மானிப்பாய் முழுக்க இந்தக் கதைதான். புருஷர் களிடமும் இந்தக் கதை போய் பரவிவிட்டது. அவர்கள், "ஆஹா,

ஆஹா" என்று மிக நன்றாகவே இந்த ஒப்பாரி கவித்துவத்தை அனுபவித்து ரசித்தார்கள்.

("என்ன கதை முடிந்து விட்டதா?"

"இல்லை, ஐயா! இனிமேல்தான் கதையே தொடங்குகிறது.")

நாலாம் நாள் 'காடாத்து' என்று ஒன்று நடக்கும். இறந்த வருடைய சாம்பலை சுடலையில் போய் எடுத்து வருவார்கள். பெண்கள் எல்லாம் அழுது தீர்க்க வேண்டிய முக்கியமான நாள். இதிலேதான் வந்த பந்து சனங்கள் எல்லோருக்கும் நன்றி கூறும் சாக்கில் சாப்பாடு போட்டு அனுப்புவார்கள். இது மாத்திரமல்ல, செத்த வீட்டுக்கு உழைத்த அம்பட்டன், வண்ணான், பறையடித்த பறையன், சுடலைக் காவல்காரன் எல்லோருக்கும் கணக்குத் தீர்க்கும் நாள்கூட.

அன்று சாப்பிடுமுன் ஒரு வைபவம் இருக்கும். பெண்டுகள் இறந்தவருக்குப் பிடித்தமான சோறு, கறிவகைகள் எல்லாம் காய்ச்சி ஒரு பெரிய சட்டியிலே போட்டுக் குழைப்பார்கள். அப்படிக் குழைத்ததை கைப்பிடி கொள்ளக்கூடிய உருண்டைகளாகத் திரட்டித் திரட்டி வைத்துக்கொண்டு வெளியே வர, செத்த வீட்டுக்கு பறையடித்த சின்னான் அங்கே இருப்பான். இந்தப் பெண்டுகள் அந்த உருண்டைகளை எடுத்துச் சின்னான் முதுகின் மேல் எறிந்து அவனை விரட்டி, விரட்டி அடிப்பார்கள். அவனும் அந்த உருண்டைகள் முதுகிலே விழ, விழ அதை வழித்துச் சாப் பிட்டபடியே ஓடிக்கொண்டிருப்பான். இப்ப சிறுவர்களும் சேர்ந்து விடுவார்கள். கீழே விழுந்ததையெல்லாம் எடுத்து திருப்பித் திருப்பி அடிப்பார்கள். இதற்கிடையில் படலை வந்துவிடும். பெண்டுகள் சட்டியையும் சோற்றையும் சின்னானிடம் கொடுத்துவிட்டு வந்து விடுவார்கள்.

ஆண்கள் பந்தி முடிந்த பிறகுதான் பெண்களுக்கு. எல் லோரும் நீளமாக இருந்து வாழையிலை போட்டுச் சாப்பிடு வார்கள். இது முடிந்த கையோடு ஆண்கள் எல்லாம் வெளியிலே கூடுவார்கள். மிக நெருங்கிய உறவினரும் அயலும், சொந்த பந்தமு மாகத்தான் அது இருக்கும். அவர்கள் வெற்றிலை போட்டுக் கொண்டும், சுருட்டுப் பிடித்துக்கொண்டும் சவடாலாகக் கதைகள் பேசிக்கொண்டு நேரத்தைக் கழிப்பார்கள்.

இப்படியான கூட்டங்களிலே நமசிவாயம்பிள்ளைதான் நடுநாயகமாக இருப்பார். அனேகமாகக் கதைகள் இறந்தவரைப் பற்றியே இருக்கும். அல்லது இது மாதிரி படுத்தோ, வியாதி வந்தோ செத்த இன்னொருவரைப் பற்றியதாக இருக்கும்; சில வேளைகளில் பொதுவான ஊர்க் கதைகளும் பேசுவார்கள்.

அடுத்து முக்கியமானவர் சண்முகநாதபிள்ளை; ஆனால், எல்லோரும் 'சண்ணாபிள்ளை' என்றுதான் இவரைக் கூப்பிடு வார்கள். ஆசாரமான மனிதர். பச்சைக்கரை போட்ட வேட்டியும், பச்சைக்கரை போட்ட சால்வையும்தான் உடுப்பார்; மேல் சட்டை யும் போடுவார். அப்பவெல்லாம் மேல் சட்டை போடுபவர்கள் வெகு சிலரே.

ஊர் குடிபடைகளுக்கு மாத்திரம் அல்ல ஊருக்குள்ளேயும் இவர் பெரிய மனிதர். தரகு பிடிப்பதுதான் வேலை. மாட்டுத்தரகு, பொயிலைத்தரகு இப்படி. ஊரிலே கொஞ்சம் 'முட்டுப்பட்டால்' இவரிடம்தான் வந்து கடன் கேட்க வேணும்.

இப்படி எல்லோரும் சுற்றி இருந்து பேசிக்கொண்டிருக் கும்போது திடீரென்று இவருக்கு இருப்புக் கொள்ளவில்லை. இப்படியும், அப்படியுமாக அசைந்தார். ஏதோ தொலைந்தது போல் இங்கும் அங்கும் தேடினார். தவியாய்த் தவித்தார். 'கொஞ் சம் இருங்க' என்று சொல்லிவிட்டு விசுக்கென்று எழும்பி வெளியே போய் விட்டார். எல்லோரும் இவருக்கு அவசரமாக 'வெளிக்கு' வந்திட்டுது என்றுதான் நினைத்துக்கொண்டார்கள்.

வெளியே வந்த சண்ணாபிள்ளை ஒரு லெக்கில் குறி வைத்து நேரேபோனார். அங்கே அந்த மரத்தின் கீழே பறையடித்த சின்னான் கண்ணை மூடிக்கொண்டு ஒரு சுருட்டைப் பிடித்தபடி இருந்தான். இவர், "சின்னான்!" என்றார்.

"ஓஞ்சாமி!" என்று அவன் பதைத்துக்கொண்டு எழுந்து விட்டான்.

"என்ன வையன்னா கானாவா?" என்றார்.

"ஓஞ்சாமி!"

"உன்னட்டை வேற சுருட்டு இருக்கா"

"ஓஞ்சாமி" என்று சொல்லிவிட்டு சின்னான் மடியைப் பிரித்து ஒரு சுருட்டை எடுத்துக் கொடுக்கிறான். சண்ணாபிள்ளை மிக்க பணிவோடு ரெண்டு கைகளையும் நீட்டி அதை வாங்கிக் கொள்கிறார்.

பிறகு அந்தச் சுருட்டின் அழகை உருட்டி உருட்டிப் பார்க் கிறார். மூக்கருகே கொண்டுபோய் மணந்து அனுபவிக்கிறார். காதுக்குகிட்டக் கொண்டுவைத்து விரல்களால் நெருடி அது முனகும் ஒலியைக் கேட்கிறார். நாக்கினால் தொட்டு ருசி பார்க்கிறார்.

அவர் கண்களில் நீர் பனிக்கிறது. அப்படியே அதைத் தடவு வதும், மணப்பதுமாக நீண்ட நேரம் வைத்து, மேற்கொண்டு என்ன செய்வதென்று தெரியாமல் நிற்கிறார்.

"சாமி, பத்த வைக்கட்டா?" என்று சின்னான் கேட்டான். இவருக்குக் கேட்கவில்லை. இவர் இந்த லோகத்திலே இருந்தால் தானே?

சின்னான் நெருப்புக் குச்சியைக் கிழித்துப் பத்த வைக்க இவர் 'ப்ப, ப்ப' என்று இழுக்கிறார். அது நூந்து விடுகிறது. நாட்டுச் சுருட்டு அல்லவா? பக்கென்று கற்பூரம்போல எரியுமா? அப்படித் தான் கொஞ்சம் கொஞ்சமாகப் பக்குவப்படுத்தி வழிக்குக் கொண்டுவரவேண்டும். வையன்னா கானாவா, சும்மாவா?

மூன்றாவது நெருப்புக் குச்சியிலேயே பற்றிவிட்டது. அந்த முதல் இழுப்பு அவரை அப்படியே கந்தர்வலோகத்துக்கு இழுத்துச் சென்றது.

மாவீரன் நெப்போலியன் தன் காதலி 'ஜோசபினுக்கு' முதல் முத்தத்தைக் கொடுத்துவிட்டுத் தன் அதரங்களை மூடிக்கொண்டு ஓடினானாம். அவனுக்கு அதற்குமேல் தாங்க முடியவில்லை. அப்படியே 'செத்துவிட வேண்டும், செத்துவிட வேண்டும்' என்று பட்டதாம். உச்சியை ஒருவன் எட்டிவிட்டால் அதற்குப் பிறகு உசிர்தான் என்னத்திற்கு?

சண்ணாபிள்ளையின் கண்கள் கிறங்கிப் போய் மேலே போனது. ஐம்புலன்களையும் ஒடுக்கி அந்த இன்பத்திலேயே மனது ஒன்றிவிட்டது. இந்த ஒரு சின்னச் சுருட்டிலே இவ்வளவு இன்பத்தை எப்படிக் கடவுள் கொண்டுவந்து வைத்தார்? அட அடா!

சண்ணாபிள்ளையின் விசாரம் எல்லாம், அம்சுமன் யாகக் குதிரையைத் தேடியதுபோல உலகத்தின் மூலை முடுக்கெல்லாம் அவர் தேடியும் அவருக்கு வையன்னா கானா கிடைக்கவில் லையே? சின்னானுக்கு எப்படிக் கிடைத்தது? காரைநகரிலிருந்து கண்டி வரைக்கும் அலைக்கழிந்தாரே!

வைத்திலிங்கம் கந்தப்புவின் கொட்டிலிலிருந்துதான் அந்த ஸ்பெஷல் சுருட்டு வந்து கொண்டிருந்தது. இருபது வருடங்களாக அதற்கு அப்படி ஒரு மவுசு. அதைக் குடித்தவர்கள் மற்ற சுருட்டு களைத் தொடமாட்டார்கள். சுருட்டுகளுக்கெல்லாம் மன்னன் போல இருந்தது அந்தச் சுருட்டு.

இதற்கென்று பிரத்தியேகமாக வருவிக்கப்பட்ட தம்பங் கடவைப் பொயிலையும், அதைக் கந்தப்பு ரகசியமாக 'உலர்த்தும்' முறையும், பொயிலைத்தூள் கலவையும்தான் அவருடைய

வெற்றியின் சூட்சுமம்; இந்தச் சூட்சுமத்தை கடைசி வரைக்கும் வேறு ஒருவராலும் அறியமுடியவில்லை.

ஆனால், அடிக்கடி ஏற்பட்ட கூலிக்குழப்பம் இவருக்கு எமனாக வந்தது. அதுவும் தவிர, இவருடைய சுருட்டு ஜனரஞ்சக மானதல்ல. இது ஓர் உயர்ந்த ரசிகத் தன்மை உள்ளவர்களையே தன்னிடம் ஈர்த்து வைத்துக்கொண்டது. இவருடைய பாகஸ்தர் 'மீரிகம'வில் இருந்து யாவாரத்தைக் கவனித்துக்கொண்டிருந்தார். நிலுவை கணிசமாக இருக்கும்போது கந்தப்புவின் காலை வாரி விட்டு அவரும் மறைந்து கொண்டார். வேறு என்ன? சுருட்டுத் தொழிற்சாலையை இழுத்து மூட வேண்டியதாகிவிட்டது.

ஐந்து வருடங்களுக்கு முன்புதான் இது நடந்தது. கந்தப்பு நன்றாகக் 'கோடா' போட்டு பாடம் செய்த ஒரு நூறு சுருட்டுக் கட்டுகளை தொழிற்சாலையை மூடும்போது சின்னானுக்கு இலவச மாகக் கொடுத்திருந்தார்.

சின்னான் தொடக்கத்திலிருந்தே அங்கே வந்து கூலி வேலை செய்தவன். இந்த ஐந்து வருடங்களாக சின்னான் அந்தச் சுருட்டு களை மிக்க கவனமாகப் பேணி அவசியமான நேரங்களில் மாத் திரம்தான் குடித்து வந்தான். ஏழையென்றாலும் அவனும் ஒரு பரம ரசிகன்தான்.

வெளியேபோன சண்ணாபிள்ளையின் சிலமன் இல்லை என்று தேடிக்கொண்டு நமசிவாயம் பிள்ளையும் மற்றவர்களும் வந்தார்கள். அந்த மரத்தடிக்குக் கீழ் வந்தவுடன் ஆணி அடித்தது போல அவ்வளவு பேரும் நின்று விட்டார்கள்.

மரத்தின் கீழ் ஒரு பக்கம் இருந்து கண்ணை மூடி சுருட்டை அனுபவித்து இழுத்தபடி இருக்கிறார் சண்ணாபிள்ளை. அவருக்குப் பக்கத்திலேயே, அவருடைய கால்மேல் கால் போடாத குறையாக, சின்னான் அதே மாதிரி ஒரு சுருட்டைப் புகைத்தபடி கண் மூடி லயித்திருக்கிறான்.

ஒரே ரசனை ஒரு சமத்துவத்தையும் கொடுத்துவிடுகிறது போலும்.

எனக்கென்னவோ, சண்ணாபிள்ளையின் ரசனைக்கும் ரசிகமணியின் ரசனைக்கும் ஒருவித வித்தியாசமும் தெரியவில்லை.

◆

குதம்பேயின் தந்தம்

நாங்கள் நாலு பேரும் வந்து இறங்கினோம். நான், மனைவி, என் ஆறுவயது மகன், என் இரண்டு வயது மகள். மேற்கு ஆப் பிரிக்காவின் அடர்ந்த காட்டுக்குள் எங்களுக்காக ஒதுக்கப்பட்ட வீட்டிற்குச் சேதமின்றி வந்து சேர்ந்துவிட்டோம். அங்கே நூற்றுக் கணக்கான குடியிருப்புகள்; எல்லாம் கம்பெனி வீடுகள்தான்.

காடுகள் வெட்டும் பகுதிக்கு நான் ஆலோசகராக நியமிக்கப் பட்டிருந்தேன்; ஒரு வருட ஒப்பந்தம். என் மகன் அடிக்கடி வந்து என்னைக் கேட்பான்: "அப்பா, உங்களுக்கு என்ன வேலை?" என்று. நான் 'வெட்டி விழுத்திற வேலை' என்று சொல்வேன். அவனும் விளங்கியதுபோல சிரித்துக்கொண்டே ஓடிவிடுவான்.

என் மனைவி, எவ்வளவு சொல்லியும் கேளாமல், பிடி வாதமாகத் தொடர்ந்து வந்து விட்டாள்; ராமனுடன்போன சீதை மாதிரி.

இதுதான் எனக்கு ஆப்பிரிக்காவில் முதல் அனுபவம். அவர் களின் பழக்க வழக்கங்கள், வாழ்க்கை முறைகள் பற்றியெல்லாம் ஒன்றுமே தெரியாது; புத்தகங்களில் படித்ததுதான்.

மாமியார் மாத்திரம் என் மனைவிக்கு, ஓர் அரிய அறிவுரை கூறி அனுப்பியிருந்தார், "அங்கேயெல்லாம் ஆட்களை முழுசாக விழுங்கி விடுவார்கள்; நீ கவனமாயிரு. பிள்ளைகளை மாத்திரம் தனிய விட்டுவிடாதே?" என்று. என் மனைவியும் அந்தப் புத்தி மதியை சிரமேற்கொண்டு மகளை இடுப்பில் காவியபடியும், மகனைக் கையில் இறுக்கிப் பிடித்துக்கொண்டும் வந்து சேர்ந்து விட்டாள்.

என்னுடைய மேலதிகாரியின் பேர் 'லமபோ லெவாலி' பெயரைப்போலவே அவரும் ஆடம்பரமாகவே இருந்தார். சிறு வயது முதல் இங்கிலாந்திலேயே படித்தவர். ஆறடிக்கும் மேலான உயரம்; ஆஜானுபாகுவான தோற்றம். இங்கிலீஸ் கதைத்தால் ஆங்கிலேயர் தோற்றார். பழக்க வழக்கங்களும் அப்படித்தான்.

அவர் நடக்கும் விதமும், இருக்கும் கம்பீரமும், பேசும் தோரணை யும் அப்படி ஒரு பதவிசாக இருக்கும்.

என்னை எழும்பி நின்று வரவேற்று, வசதிகள் சரியாக இருக் கின்றனவா என்று விசாரித்துவிட்டு, வேலை விஷயமாக சுருக்க மாக உத்தரவுகளைப் பிறப்பித்தார். அன்றிரவு அவர் எங்களுக்காக ஏற்பாடு செய்த விருந்திற்கு கட்டாயம் வரும்படி நினைவூட்டினார்.

நான் வெளியே வரும்போது "ஆஹா! இப்படியான மேலதி காரியுடன் அல்லவா வேலை செய்யவேண்டும்!" என்று நினைத்துக்கொண்டேன்.

அன்று பின்னேரம் மனைவி துள்ளிக் குதித்துக்கொண்டு வெளிக்கிட்டாள். அவளுக்கு விருந்துகள், கேளிக்கைகள் என்றால் அப்படி ஒரு குதூகலம்.

லெவாலியின் வீடு இங்கிலாந்தில் பார்க்கும் ஒரு வீடு போலவே இருந்தது. காட்டுக்குள்ளே இப்படி வசதிகளுடன் வீடு கட்ட முடியுமா? வாசலிலே ஆள் உயரமான இரண்டு யானைத் தந்தங்கள் இரண்டு பக்கமும் நிமிர்ந்து நின்றன. வெண்மையாகவும், வழுவழுவென்றும் பார்க்க அழகாக இருந்தது.

குடிவகைகள் எல்லாம் அடுக்கியபடி ஒரு 'பார்'. அதிலே ஒருத்தன் நின்று வேண்டியவற்றை ஊத்திக் கொடுத்துக்கொண்டி ருந்தான். முப்பது விருந்தினர்கள் மட்டில் வந்திருந்தார்கள், முக்கிய மான அரசாங்க அதிகாரிகள், குடிகள் தலைவர் (Paramount Chief) கந்தோரில் வேலை செய்பவர்கள், இப்படி.

வாசலிலே நின்ற லெவாலி, "வாருங்கள், ரி.சீ. வாருங்கள்" என்றார். என் மனைவியிடமும் கை கொடுத்து வரவேற்றார்.

பேயாட்டம் (devil dancing) என்று ஒரு ஆட்டம். முடிவே இல்லாமல் இது நடந்து கொண்டிருந்தது. விருந்தினர்கள் எல்லாம் பங்கெடுத்துக்கொண்டார்கள். பார்க்க பயங்கரமாக, ஆனால், உற்சாகமாக இருக்கும்.

லெவாலியின் இரண்டாவது மனைவி, கட்டிளம் பெண், என் மனைவியிடம் வந்து பேசிக்கொண்டிருந்தாள். (இந்த இரண் டாவது மனைவி விஷயத்தில் மாத்திரம் லெவாலி ஆங்கிலேயரைப் பின்பற்றவில்லை; ஆப்பிரிக்கப் பழக்கத்தையே கைகொண்டார்).

அவள் என் மனைவியின் நெற்றியிலே இருந்த பச்சை நிறப் பொட்டைப் பார்த்துவிட்டு 'இது எந்த இனத்தைக் குறிக்கிறது'

என்று கேட்டாள். என் மனைவிக்கு இது சட்டென்று புரிய வில்லை. பின்னால் போகப் போகத்தான் நாங்கள் இதைப் புரிந்து கொண்டோம்.

அங்கே குழந்தைகள் பிறந்தவுடனேயே அந்த அந்த இனம் (Tribe) தங்கள் சின்னத்தைக் குழந்தையின் முகத்திலேயும், மார்பி லேயும் பொறித்து விடுவார்கள்.

ஒரு கூரிய கண்ணாடித் துண்டினால் இப்படிக் கீறிக் கொள்வார்கள். இந்த வடு இறக்கும்வரை அழியாது. இதன்படி ஓர் இனத்தவர் தங்கள் இனத்தாரை உடனே அடையாளம் கண்டு கொள்வார்கள்.

என் மனைவி, "இது இனத்தைக் குறிப்பதல்ல; அழகுக் காகத்தான் வைக்கிறோம்" என்று சொல்லியும் அவள் நம்பியதாகத் தெரியவில்லை.

இன்னும் ஒரு நங்கை, அவளுக்கு வயது பதினாறு இருக்கும், வந்து மனைவியுடன் ஒட்டிக்கொண்டாள். அவள் ஒரு 'லெபனிஸ்' கன்னி. உயர்ந்த குதிகால் அணி: தொடை தெரியும் ஸ்கர்ட், நீண்ட கழுத்து வைத்த இறுக்கமான மேல்சட்டையுடன் வெள்ளை வெளேர் என்று இருந்தாள். எல்லோருடைய கண்களும் அவள் மேல் தாவியபடியே இருந்தன.

அவள் என் மனைவியின் சேலையைத் தொட்டுத் தொட்டுப் பார்த்தாள், பிறகு தடவிப் பார்த்தாள். அவளுக்கு அதில் அப்படி ஒரு மோகம் தனக்கு வெகு காலமாகவே சேலை உடுக்க ஆசை யென்று சொன்னாள். அதற்கு மனைவி, "அதற்கென்ன நான் கட்டி விடுகிறேனே! இது ஒன்றும் பெரிய விஷயம் இல்லையே?" என்று சொன்னாள்.

ஆனால், அந்த இளம் பெண் முகத்தைத் தொங்கப் போட்டுக்கொண்டு கூறினாள்: "இது எங்கள் வீட்டில் நடக்காத காரியம். எனக்கு எவ்வளவோ விருப்பம்தான்; ஆனால், 'அசிங்கம்' என்று வீட்டிலே தடை போட்டு விடுவார்கள்."

என் மனைவி ஆடிவிட்டாள். "என்ன, அசிங்கமா? சேலையா?" என்று கேட்டாள். அதற்கு அந்த நங்கை கண்களை அகலவிரித்து, முக்கால்வாசி மார்புகளைக் காட்டியபடியே, சொல்கிறாள்:

"ஆமாம்; இடையைக் காட்டி சேலை உடுப்பதை எங்கள் வீட்டில் செக்ஸியாகக் கருதுகிறார்கள். இது நடக்காத காரியம்."

என் மனைவி திகைத்துவிட்டாள். இந்தக் கதையைப் பின்னர் அவள் என்னிடம் விவரித்தபோது நானும்தான் அதிர்ந்து விட்டேன்.

நான் லெவாலியையே அவதானித்துக்கொண்டிருந்தேன். அவர் ஒவ்வொருவராகப் போய்ச் சந்தித்து, கைகொடுத்து, உரை யாடிக்கொண்டே வருகிறார். அவர் குடிப்பது என்றால் பிராந்தி தான் குடிப்பார். அதுவும் சாதாரண பிராந்தி அல்ல; 'ரெமி மார்டின்'. அந்தக் காலத்திலேயே அதன் விலை 50 டொலர்.

அவர் குடிப்பதை அன்று பார்த்தேன்; பிறகும் பல தடவை கள் பார்த்திருக்கிறேன். ஒரு பொருளின் மதிப்பு அறிந்து ஒருவர் அனுபவிக்கும்போது அது ஒரு கலையாகவே உயர்ந்து விடுகிறது.

எங்கள் ஊரில் ஆட்கள் பத்து சதம் கொடுத்துவிட்டு 'பிளாவிலே' பனங்கள்ளை 'மடக் மடக்'கென்று குடிப்பது போன்ற விஷயம் அல்ல அது. லெவாலி ஆற அமரத்தான் அந்தச் சுவையை அனுபவிப்பார்.

முதலில் பிராந்தி கிளாஸை எடுப்பார். அது மேற்பக்கம் சுருங்கி, கீழ்பக்கம் அகன்று ஒரு நீண்ட காம்பின் மேல் நிற்கும். அதை இடது கையில் நடு விரலுக்கும், ஆள்காட்டி விரலுக்கு மிடையிலே வைப்பார். பிறகு போத்தலை 'டங்' என்ற சத்தத்துடன் திறந்து பிராந்தியைக் கால்பாகம் ஊற்றுவார். அது விழும் சத்தம் 'கிளிங், கிளிங், கிளிங்' என்று கேட்க இதமாக இருக்கும்.

திராட்சை ரசத்தில் சூரிய ஒளியைக் கலந்தது போல ஒரு மின்னும் அழகு. அதையே கண்களால் சிறிது நேரம் பருகிக் கொண்டு இருக்கலாம். இப்போது உள்ளங்கையால் கிளாஸின் அடிப்பாகத்தைத் தழுவ கையின் சூடு பிராந்தியைக் கொஞ்சம் வெது வெதுப்படைய வைக்கும். அப்போது பிராந்தி கிளாஸை மூக்கின் கீழ்க் கொண்டுவந்து அங்கும், இங்கும் அசைத்து அதை முகர்ந்து அதிலேயே கொஞ்ச நேரம் கிறங்கி நின்று பிறகு மெள்ளச் சரித்து சிறிது பிராந்தியை வாயின் உள்ளிழுத்து, சுவைத்துப் பருக வேண்டும்.

எது காரணம் கொண்டும் பிராந்தியை 'மடக் மடக்' என்று குடிக்கக்கூடாது. அது பிராந்தி தேவதைக்குச் செய்யும் மகா அவமரியாதை. இதனிலும் மிக முக்கிய விதி; பிராந்திக்கு ஐஸ் காட்டவேகூடாது. அது பிராந்தியின் பவித்திரத்தைக் கெடுத்து விடுமாம்.

"ஐம்புலன்களையும் ஒருங்கே ஆக்கிரமிக்கிறது இந்தப் பிராந்தி ஒன்றுதான்" என்று லெவாலி அடிக்கடி கூறுவார். இதைப் பார்த்துக்கொண்டிருக்கும்போது அவருடைய உற்சாகமும் வாழ்க்கையை அனுபவிக்கின்ற ருசியும் எங்களிடமும் ஓடி வந்துவிடும்.

இப்படியாகத்தான் எங்களுடைய ஆப்பிரிக்க வாழ்க்கையின் முதல் நாள் குதூகலத்துடனும், ஆச்சரியம் தரும் வகையிலும் தொடங்கியது.

நாங்கள் வெளியே வரும்போது என் மனைவி, "நீங்கள் என்ன? அவர் உங்களை 'ரி.சீ. ரி.சீ' என்று கூப்பிடுகிறாரே? இது என்ன புதுப்பேரா? 'ரவாலர்ஸ் செக்' என்று சொல்வது போலிருக் கிறதே" என்றாள்.

"என்னுடைய முழுப் பெயரையும் 'திருச்சிற்றம்பலம்' என்று சொல்வதற்கிடையில் அவருடைய பல் எல்லாம் உடைந்து விடுகிற தாம். நான்தான் மனமிரங்கி 'ரி.சீ' என்று கூப்பிடலாம் என்று சொல்லிவிட்டேன்" என்றேன்.

"அவருடைய பேரைப் பாடமாக்க எங்களுக்கு மூன்று நாள் எடுத்ததே? 'லம்போலெவாலி' என்று சொல்ல எவ்வளவு கஷ்ட மாயிருக்கு; மூச்சு எடுக்குது. 'உங்கள் பேரைச் சுக்கிரீவன் என்று மாத்துவோமா?' என்று கேட்டோமா? இல்லையே? ஒருத்தரில் உண்மையான மதிப்பு இருக்குமெண்டால் நாங்கள் கொஞ்ச நேரம் செலவழித்து அவருடைய பேரைச் சரியாக உச்சரிக்கப் பழக வேணும். இது அவருக்குக் காட்டும் மரியாதை" என்றாள் என் மனைவி.

நான், "நீ சொல்வது உண்மை; முற்றிலும் உண்மை; உண்மை யைத் தவிர வேறொன்றுமில்லை. ஆனால், அவர் எனக்குச் சம்பளம் கொடுக்கிறாரே! நீ கொடுக்கிறாயா? இல்லை. அவர் நாளைக்குக் களைத்துப் போய் இனிமேல் 'ரீ என்று கூப்பிடுவதென் றாலும் 'ஆஹா' என்பேன்; இல்லை 'கோப்பி' என்றாலும் 'சரி' என்பேன்" என்றேன்.

என் மனைவி, "உங்களுக்கு முதுகெலும்பு இருக்க வேண்டிய இடத்தில் கடவுள் ஈக்குக் குச்சியை வைத்து விட்டார்" என்றாள்.

நான், "அது உனக்கு எப்படியோ தெரிஞ்சு போச்சு! தயவு செய்து மற்றவைக்கு சொல்லிவிடாதே!" என்றேன்.

இரண்டு நாள்போனது. மூன்றாம் நாள்தான் இந்தப் பேச்சு வந்தது.

"அந்த யானைத் தந்தம் என்ன மாதிரி இருக்கு! எவ்வளவு உசரம்! என்ன வடிவு! எங்களுக்கும் அது மாதிரி இஞ்ச வாங்க ஏலாதோ?" என்றாள் என் மனைவி.

"எங்கடை பக்கத்து நாட்டுக்கு பேர் 'ஐவரிகோஸ்ட்' அதாவது 'தந்தங்கள் ஏற்றுமதி செய்யும் நாடு'. ஒரு காலத்திலை அங்கையிருந்து ஆயிரக்கணக்கான தந்தங்களை உலகம் எங்கும் ஏற்றுமதி செய்தார்களாம். இந்த ஊர்தான் யானைகளுக்குப் பேர் போனதாச்சே!" என்றேன்.

"லெவாலி வீட்டிலை நாங்கள் பார்த்த தந்தம் என்ன உயர மிருக்கும்? இதைத் தூக்குறதெண்டால் அந்த யானை இன்னும் எவ்வளவு பெரிசாயிருக்க வேணும்?"

"இந்த யானைகள் பன்னிரெண்டு அடி உயரம் வரைக்கும் வளரும்; எடை ஓர் ஏழு டன் ஆவது இருக்கும். ஒன்பது அடி நீளத் தந்தங்கள்கூட இருக்கு, ஒவ்வொரு தந்தமும் 100 கிலோ எடை தேறும். ஆனால், இஞ்ச ஆப்பிரிக்காவிலை யானைகள் இந்திய யானைகளைப்போல இல்லை. வேற மாதிரி" என்றேன்.

"என்ன மாதிரி?"

"இந்தியாவில் ஆண் யானைக்கு மாத்திரம்தான் தந்தம் இருக்கும். இஞ்சயோ ஆண், பெண் இரண்டுக்குமே தந்தம்; சம உரிமை" என்றேன்.

"வேற"

"மற்றும்படிக்கு ஆப்பிரிக்க யானை சரியான பெரிசு; பெரிய காதுகள், பெரிய தந்தங்கள் இப்படியாய் இருக்கும்."

"இந்தத் தந்தங்கள் யானை இளமையாயும், பலமாயும் இருக்கும்வரை யானைக்குப் பெரிய பாதுகாப்பாக இருக்கும். ஆனால், வயது போய் உடல் தள்ளாடத் தொடங்கினாலும் தந்தம் மாத்திரம் மெலியாமல் அப்படியே இருக்கும். யானை இந்தத் தந்தத்தைத் தூக்கிக்கொண்டு அலைஞ்சு சரியாய் அல்லல்படும், பாவம்" என்றேன்.

"அப்ப நாளைக்கு ஒருக்கா விசாரிச்சுப் பாருங்கோ. இதை எங்கடை ஊருக்குக் கொண்டுபோனால் என்ன மதிப்பாயிருக்கும்" என்றாள்.

"சரி, சரி" என்றேன்.

அடுத்த நாள் வேலையிலிருந்து வந்தவுடன், "என்ன, என்ன?" என்றாள் மனைவி; நான் முற்றிலும் மறந்துவிட்டேன். "என்ன விஷயம்?" என்று திருப்பிக் கேட்டேன்.

"இல்லை, யானைத் தந்தம் பற்றிக் கேட்கிறேன் எண்டு சொன்னீங்கள்" என்றாள்.

"இது என்ன அறுகம்புல்லா, போய்ப் படக்கென்று பிடுங்கிக் கொண்டு வர? மயிலிறகு பிடுங்கிறதுக்குக்கூட மயிலைத் தேடிப் போக வேணும். இது யானைத் தந்தம். யானையிட்டை போய்ப் பிடுங்க ஏலுமா, எங்கடை அவசரத்துக்கு?"

"ஒன்றில் யானை சாகும்வரை காத்திருக்க வேணும்; இல்லை ஒரு யானையைக் கொல்ல வேணும். ஏது வசதி?" என்று சொல்லித் தப்பிக்கொண்டேன்.

எங்கள் ஊரில் 'தொட்டாட்டு வேலை' என்று ஒன்றிருக்கு. ஆங்கிலத்தில் (handy man) என்று சொல்வார்கள். குதம்பே எனக் காக ஏற்படுத்தப்பட்ட தொட்டாட்டு வேலையாள். எனது பலவித சௌகரியங்களையும் கவனிப்பதற்காக நியமிக்கப்பட்டவன்.

அவனைப் போன்ற மகா முட்டாளை நான் பார்த்ததே இல்லை. மிகவும் கஷ்டப்பட்டுத்தான் அவனை எனக்காகத் தேடிப் பிடித்திருப்பார்கள் போலும். ஆனாலும், ஒரு சௌகரியம். உள்ள தாபங்களையெல்லாம் அவன் மேல் கொட்டலாம்.

குதம்பேயிடம்தான் இந்த யானைத் தந்தம் வாங்கும் பொறுப்பைக் கொடுத்தேன். அவன் இதுவரை இருநூறு தந்தங்கள் வாங்கிப் பழகியவன்போல மிகச் சாதாரணமாக அந்த வேலையை ஒப்புக்கொண்டான்.

'இந்தா வருது', 'இந்தா வருது' என்று ஒவ்வொரு நாளும் ஒவ்வொரு கதைவிட நாட்கள் நகர்ந்து கொண்டிருந்தன.

இதற்கிடையில், குதம்பே கம்பெனியில் ஒரு 'லோன்' கேட்டி ருந்தான். நானும் அதை 'சாங்ஷன்' பண்ணிக்கொடுத்தேன். அதோடு நிற்கவில்லை. ஒருநாள் தன் கடைக்குட்டி மகனை பள்ளியில் சேர்க்க வேணும், 'இடமில்லையாம்' என்று அழுது கொண்டு வந்தான். அந்தப் பள்ளிக்கூட, தலைமையாசிரியர் எனக்குத் தெரிந்தவர்தான்: ஒரு கடிதத்துடன் விஷயம் முடிந்து விட்டது.

ஆனால், என்னுடைய தந்தம் மாத்திரம் தரித்திரம்போல இழுத்துக்கொண்டேபோனது. வீட்டிலேயும் இந்த விசர் சூடு

பிடிக்கத் தொடங்கிவிட்டது. என் மனைவி இரவும் பகலும் இது பற்றியே சிந்திக்கத் தொடங்கினாள். கனவுகூடக் கண்டிருப்பாள் போலும். என்னை ஞாபகப்படுத்தாத நாளே இல்லை. இந்த ஞாபக மூட்டல் பிறகு கரைச்சலாக மாறி அதற்கும் பின் எரிச்சலூட்டத் தொடங்கியது. இதிலிருந்து தப்ப முடியாதுபோல எனக்குப் பட்டது.

குதம்பே வழக்கம்போல வாராந்திர அறிக்கையைக் கொண்டு வந்து என் முன் வைத்தான். நான் முதல் இரண்டு வரியை மட்டுமே படித்தேன். 'இதென்ன அறிக்கை இது? குப்பை! இதை ஆர் வாசிக்கப் போறான்; நீரே கொண்டு போம்' என்று முகத்திலடிச்சதுபோலச் சொல்லிவிட்டுத் திரும்பவும் என் வேலை யில் மூழ்கினேன்.

குதம்பே முனகிக்கொண்டு சிறிது நேரம் நின்றான். பிறகு அறிக்கையை எடுத்துக்கொண்டு போய்விட்டான்.

குதம்பே ஒரு பஞ்சுப்பொதி. திட்டு வாங்குவதற்கென்றே பிறந்தவன். எவ்வளவுதான் திட்டினாலும் அவ்வளவையும் உள்ளுக்கு வாங்கி வைத்துக்கொள்வான். கொஞ்சமாவது முகம் சுருங்க வேண்டுமே? கிடையாது. திட்டுபவர்தான் களைத்துப் போய் ஓய்வெடுக்க வேணும்.

கந்தோர் எனக்கு நரகமாகிவிட்டது. வீட்டிலேயோ இன்னும் மோசம். போதாக் குறைக்கு, இப்ப இரண்டு நாளாக என் மனைவி கதைப்பதுகூட இல்லை.

ஒருநாள் சனிக்கிழமை மத்தியானம்போலக் குதம்பே வீடு தேடி வந்தான். அவன் வீட்டுக்கு வருவது இதுதான் முதல் தடவை. வெயிலில் வேர்க்க விறுவிறுக்க நடந்து வந்திருந்தான். எனக்குப் பார்க்க என்னவோ போலிருந்தது. வெளி விறாந்தையில் உட்காரச் சொல்லி, "என்ன விஷயம்?" என்றேன்.

"நைஜீரியாவிலே இருந்து ஒருத்தன் நாலு ஜோடி தந்தம் கொண்டு வந்திருக்கிறான். உங்களுக்குச் சௌகரியமென்றால் நாளைக்கே அவன் கந்தோருக்கு வருவான். நீங்களே விலை பேசி வாங்கலாம்" என்றான்.

எனக்கு மட்டில்லாத சந்தோஷம். தந்த வேட்டைக்கு ஒரு முடிவு கிடைத்துவிட்டது போலத்தான் பட்டது. குதம்பேக்கு குடிக்க 'என்ன வேண்டும்' என்று கேட்டேன். அந்த வெயிலில் வேறு என்ன கேட்பான். பீர்தான் கேட்டான்.

என்னுடைய ஆறு வயது மகன் ஒரு போத்தல் பீரையும் ஒரு கிளாசையும் கொண்டு வந்து வைத்துவிட்டு ஓடி விட்டான். குதம்பே மடமடவென்று அதை இளநீர் குடிப்பதுபோலக் குடித்து முடித்தான். மேற்கு ஆப்பிரிக்காவில் பீரும் ஒன்றுதான் மோரும் ஒன்றுதான்.

என் மகன் வெளியிலே விளையாடிக்கொண்டிருந்தான். அதைப் பார்த்துவிட்டுக் குதம்பே சொன்னான்: "இந்த ஊர்களிலே 'துப்பும் பாம்பு' (Spitting cobro) என்று ஒன்று இருக்கிறது. சிறு பிராணிகளைப் பார்த்து எட்டத்தில் இருந்தே ஒரு வித நஞ்சைத் துப்பி விடும். அதன் கண்களைப் பார்த்துத்தான் துப்பும். அந்தப் பிராணி ஓட முடியாது தவிக்கும்போது இந்தப் பாம்பு போய்ப் பிடித்து விழுங்கிவிடும்."

இதைக் கேட்டுக்கொண்டிருந்த என் மனைவி பாய்ந்து போய் வெளியிலே விளையாடிக்கொண்டிருந்த எங்கள் மகனை 'பிராந்து' தூக்குவது போல் தூக்கிக்கொண்டு உள்ளே வந்து விட்டாள்.

இது என் மனைவி என்னுடன் 'டூ' விட்ட நாள். பேசா மடந்தையாக இந்தப் பக்கமும் அந்தப் பக்கமுமாக வேலை இருப்பதுபோல் நடந்தபடியே இருந்தாள். அவளுக்குக் குதம்பே என்ன சொல்லுறான்? தந்தம் கிடைக்குமா? என்று அறிய ஆவல்.

கடைசியில் அவளுடைய ஆசை கட்டுக்கடங்காமல் போகவே சமையல் அறையில் இருந்து மெள்ள வெளியே வந்து ஓரமாக நின்று கொண்டு 'இஞ்சருங்கோ' என்று கூப்பிட்டாள்.

நான் வெளியே வந்து 'என்ன?' என்று கேட்டேன். "முருங் கைக்காய்க்கு என்ன புளி போடுறது? பழப்புளியா? தேசிக்காய் புளியா?" என்றாள்.

எனக்கு மனத்தை வருத்தியது. படிப்பைப் பாதியிலேயே எனக்காக நிறுத்தியவள். பெற்றோரையும், சுற்றத்தையும் துறந்து என்னையே கதியென்று வந்தவள். பெரிய வீடும் நாலு சமையல் காரருமாகச் செல்லமாக வளர்ந்தவள். முதன் முதலாக சமையல் அறையைப் பார்த்ததே இங்கேதான்; நான் இப்படிக் கருணை யில்லாமல் இருக்கலாமா?

அவள் என்ன, சீதையைப்போல 'மாயமானைப் பிடித்துத்தா?' என்று கேட்டாளா? இல்லை, யானையைத்தான் கேட்டாளா? யானைத் தந்தம்தானே வேண்டுமென்றாள். கேவலம், இதைக்கூட என்னால் செய்ய முடியாதா?

அன்று முருங்கைக்காயுடன் நல்ல சாப்பாடு. ஆப்பிரிக் காவில் முருங்கைக்காய் என்ன சும்மா கிடைத்து விடுமா? நாலு மைல் தூரம் காட்டிலே போய் அலைந்து தேடி ஆய வேண்டும். இதைப் 'பேய்க்காய்' (Devil stick) என்றுதான் அங்கே சொல்லு வார்கள்: தொடவே மாட்டார்கள். இப்படி அருமையாகக் கிடைக் கும் காய்க்கு ருசியே தனி. அது மாத்திரமல்ல, என் மனமும் அன்று வெகு சந்தோஷமாக இருந்தது.

அடுத்த நாள் கந்தோரில் தந்தம் வந்துவிடும் என்று எதிர் பார்த்தேன். வரவே இல்லை. குதம்பேயைக் கூப்பிட்டு விசாரித் தேன். அவன் கையைப் பிசைந்துகொண்டு நின்றான்.

நான் வீடு திரும்பியபோது என் மனைவி மந்தகாசமான ஒரு புன்னகையோடு என்னை வரவேற்றாள். இந்த ஒரு புன்ன கையை விசேஷமான ஒரு சில நாட்களுக்கு மாத்திரமே அவள் ஒதுக்கி வைத்திருந்தாள்.

எனக்கு அந்த முகத்தைப் பார்க்கவே குற்ற உணர்வாக இருந்தது. நான் நடந்ததைச் சொன்னேன். அவள் முகம் வாடி விட்டது. கண நேரத்தில், தாமரைப் பூப்போல விகஸித்து இருந்த முகம் இப்படி வாழைப்பூப்போலக் கூம்பி விட்டதே! இது எப்படி நடந்தது?

மறுநாள் குதம்பே நடந்ததைச் சொன்னான். அந்த நைஜீரிய வியாபாரி நல்ல விலை கிடைத்ததால் அந்தத் தந்தங்களை ஒரு லெபனிஸ் கடைக்காரருக்கு விற்று விட்டானாம். மேற்கு ஆப்பிரிக் காவில் ஆயிரக்கணக்கான லெபனிஸ்காரர்கள் மடியிலே பணத் தைக் கட்டிக்கொண்டு என்ன செய்வது என்று தெரியாமல் அலைந்து கொண்டிருப்பார்கள். நான் அவர்களோடு போட்டி போட முடியுமா?

இன்னும் இரண்டு மாதங்கள் இப்படியே ஓடிவிட்டன. என்னுடைய ஒரு வருட ஒப்பந்தத்தில் நாலே நாலு மாதங்கள்தான் மீதி இருந்தன. தந்தம் கிடைப்பது கனவாகிவிடும் போலிருந்தது.

ஒருநாள் மாலை. நான் கந்தோரில் நேரம் போவது தெரி யாமல் வேலை செய்து கொண்டிருந்தேன். அப்போது குதம்பே அவசரமாக வந்தான். 'என்ன விஷயம்' என்பதுபோலப் பார்த் தேன். அங்கே காட்டில் மரம் வெட்டும் குழுவோடு இவன் ரேடி யோவில் தொடர்பு கொண்டானாம். வேலை இரண்டு நாள் அங்கே தடைப்பட்டு விட்டதாம். ஒரு யானைக் கூட்டம் வேலை

செய்ய விடாமல் அந்த இடத்தில் உலாவுகிறதாம். பிறகு மெல்லக் கீழே குனிந்து, "அதிலே ஒரு யானைக்கு தந்தம் இருக்கு" என்றான்.

"அதுக்கு நான் என்னய்யா செய்ய வேணும்" என்றேன்.

"இந்த மாதத்து மரங்கள் வருமதி வெகு சொற்பம். எங்க ளுடைய இலக்கில் (target) நாங்கள் அரைவாசிகூடத் தாண்ட வில்லை. இது இப்படியேபோனால் இந்த மாதம் முற்றிலும் பெரிய நஷ்டம் காட்ட வேண்டிவரும், யானைகளின் தொல்லை பொறுக்க முடியாதென்றால் அவற்றைச் சுட அதிகாரமிருக்கிறது. சென்ற வருடம் இப்படி இரண்டுமுறை செய்திருக்கிறோம். நீங்கள் தான் உத்தரவு போட வேண்டும்' என்றான்.

'பாப்பம், பாப்பம்' என்று இருந்து விட்டேன்.

அடுத்த நாள் காலை முடிவு கேட்டு என்னை ரேடியோ வில் கூப்பிட்டார்கள்.

"பிரவோ சார்லி, பிரவோ சார்லி"

"யானைகள் தொந்தரவு தாங்க முடியவில்லை. வேலைக்கு இடைஞ்சல் என்ன செய்வது?" என்று கேட்டார்கள்.

"ஒரேயொரு யானையை வெடி வையுங்கள்; கூட்டத்தைக் கலைத்துவிட்டு வேலையைக் கெதிப்படுத்தப் பாருங்கள்" என்று உத்தரவு கொடுத்தேன்.

ரேடியோ புத்தகத்தில் கையெழுத்தையும் இட்டு, தேதி யையும் போட்டேன்.

அன்றிரவு என் மகன் கேட்டான்:

"அப்பா, யானை எவ்வளவு காலம் சீவிக்கும்?"

"நூறு, இருநூறு என்று எங்கள் ஊர்களில் சொல்வ தெல்லாம் பொய். யானை 60, 70 வருடம் வரைதான் உயிர் வாழும்" என்றேன்.

"இந்த யானைத் தந்தம் எப்பிடிக் கிடைக்கும்?" என்றாள் மனைவி.

"நிச்சயமாக 'பாக்டரியில்' கிடைக்காது. யானையிடமிருந்து தான் கிடைக்கும். ஒன்றில் யானை சாக வேணும்; அல்லது அதைக் கொல்ல வேணும்."

"வேறு வழியே இல்லையா?"

“இல்லையே. அதிலும் 99 வீதம் தந்தங்கள் யானையைக் கொலை செய்தே கிடைக்கிறது.”

“அப்பா, எங்கடை வாத்தியார் சொல்லுறார் யானைகளின் எண்ணிக்கை சரியாய்க் குறைஞ்சு போச்சுதாமே? உண்மையா?”

‘டோடோ, டோடோ’ என்று ஒரு சாதிப் பறவை. உருண்டை யான உடம்பும் சின்னக் கால்களுமாய் அந்தப் பறவை லட்சக் கணக்காய் ஒரு காலத்தில் இருந்தது. பறக்கக்கூடத் தெரியாது அந்த அப்பாவிப் பறவைக்கு. அதை மனுசன் விளையாட்டுக்காகச் சுட்டுச் சுட்டே கொன்றுவிட்டான். அந்தப் பறவை இனமே இப்ப உலகத்தில் இருந்து மறைஞ்சுப் போச்சுது. ஒரு பறவைகூட இல்லை. படங்களில் பார்த்தால்தான் உண்டு. இந்த யானைக்கும் அந்தக் கதி வந்து விடுமோ என்று சிலர் பயப்படுகினம்” என்றேன்.

“அது உண்மையாகி விடுமா?” என்றாள் மனைவி.

“யானைகள் எப்பவும் கூட்டமாகத்தான் திரியும். ஏழு, எட்டு யானைகள் கொண்ட கூட்டம். ஒண்டுக்கொண்டு நல்ல ஒற்றுமை யாயும், விசுவாசமாயும் நடந்துகொள்ளும். இந்தக் கூட்டத்துக்கு தலைவி பெண் யானைதான்.”

“நான் சொல்லுறது உண்மையாய் நடந்த ஒரு கதை. ஒரு சமயம் வேட்டைக்காரன் ஒருத்தன் தந்தத்துக்காக ஒரு யானை யைச் சுட்டுவிட்டான். அது சுருண்டு விழுந்தது, ஆனால், முழு வதும் சாகவில்லை. கூட்டத்திலிருந்த மற்ற யானைகள் அவனைத் துரத்திக்கொண்டு வர அவன் ஓடித் தப்பி விட்டான்.”

“ஒரு மாசம் கழிச்சு அவன் திரும்ப அதே இடத்துக்குப் போனான். யானை செத்துப் போயிருக்கும் அந்தத் தந்தத்தை எடுக்க. ஆனால், அந்த யானை விழுந்த இடத்திலே அப்பிடியே உயிரோடு கிடந்ததாம். மற்ற யானைகள் அதை விட்டுப் போகவே இல்லை. சாப்பாடும் தண்ணியும் கொண்டு வந்து கொடுத்து எப்படியோ ஒரு மாசம் வரை அதைச் சாக விடவில்லையாம்.”

“மனிதனுக்கு எவ்வளவு அழிவுபுத்தி இருக்குதோ அவ் வளவுக்கு யானைகளுக்கு சினேக புத்தியும், தங்களைக் காப்பாற்றிக் கொள்ளுற உணர்வும் இருக்குது. இந்த விஷயத்தில் யானையின் சாதகம் பலமாக இருக்குமெண்டுதான் நான் நினைக்கிறேன்.”

அன்று பின்னேரம் நான் வீடு திரும்பும்போது எங்கள் கம்பெனி வாசலிலிருந்து ஒரு கால் மைல் தூரத்தில் மரங்கள்

கொண்டு வரும் பெரிய 'லொறி' ஒன்று நின்று கொண்டிருந்தது. அதைச் சுற்றிலும் நூற்றுக்கணக்கானவர்கள் ஆரவாரம் செய்து கொண்டும் சத்தம் போட்டு சிரித்துப் பேசிக்கொண்டும் நின்றார்கள். கார் அந்த லொறியின் சமீபத்தில்போன பின்தான் எனக்கு விஷயம் புரிந்தது.

அந்த லொறியின் மீது மல்லாக்காக மலைபோல ஒரு யானை செத்துப்போய்க் கிடந்தது. அதில் இருந்து பாய்ந்த ரத்தம் திட்டுத்திட்டாக ஒரு இஞ்சு உயரத்துக்குக் காய்ந்திருந்தது. யானை யின் வாயும், துதிக்கைப் பாகமும் சிதிலமடைந்து ரத்தக்களரியாக இருந்தது. யானையின் கால்கள் 'ஓ' வென்று மேலே ஆகாயத்தைப் பார்த்தபடி தூக்கி நின்றன. ஏசுநாதர் கைகள் இரண்டையும் மேலே தூக்கி ஆகாயத்தைப் பார்த்துக் கதறியதுபோல இருந்தது எனக்கு.

காரை ஓட்டிய சாரதி சொன்னான்: "மாஸ்ட, இன்றைக்கு இரவு முழுக்க நல்ல விருந்தும் கும்மாளமுமாக இருக்கும். இந்த யானையைத் தின்று தீர்ப்பதற்கு மூன்று நாள் பிடிக்கும். இது தவிர, இன்றைக்கு எங்கள் குடிகள் தலைவர் மூன்றாவது மனைவி யையும் எடுத்திருக்கிறார்; பதினெட்டு வயதுப் பெண். அவளுடைய நடனத்தைப் பார்க்க ஊர் முழுக்க அங்கே கூடி விடும். ஆனால், மிகவும் முக்கியமானது, இப்போதெல்லாம் யானை இறைச்சி கிடைப்பது வெகு அபூர்வம்."

வீட்டிற்கு நான் வந்திறங்கியதும் சாரதி காரைப் பூட்டி விட்டு எடுத்தான் ஓட்டம். மனைவி என்னிடம், "ஏன் 'ம்பாயா' இப்பிடித் தலை தெறிக்க ஓடுறான்" என்று கேட்டாள்.

நான் வழியில் கண்ட காட்சியை விவரித்தேன். மலைக் குவியல்போல அந்த யானை பெரிய லொறியில் செத்துப் போய்க் கிடந்ததையும் யானை விருந்து நடக்கப் போவதையும் சொன் னேன். ஆனால், அதன் காரணகர்த்தா யாரென்பதைச் சொல்ல மெள்ளத் தவிர்த்துவிட்டேன்.

"ஊர் முழுக்க இந்த யானை இறைச்சியை மூன்று நாள் வரை தின்னுமாம். மிக்க ருசியாய் இருக்குமாம். அவர்களுக்கு பாட்டும் கொண்டாட்டமும்தான்" என்றேன்.

"யானை இறைச்சியைச் சாப்பிடுவினமா?" என்று என் மனைவி அதிர்ந்து போய்க் கேட்டாள்.

"இறைச்சி எண்டு வந்த பிறகு யானை இறைச்சி என்ன, குதிரை இறைச்சி என்ன, எல்லாம் ஒண்டுதான்" என்றேன் நான்.

"அப்ப நாங்கள் மாவிலையும், பலாவிலையும் சாப்பிடு றோமா?"

"ஏன் இல்லை? ருசியாக இருந்தால் விட்டு வைப்போமா? அதையும்தான் சாப்பிடுவோம்" என்றேன் நான்.

அடுத்த நாள் கார் சாரதி லேட்டாகத்தான் வந்தான். எதிர் பார்த்ததுபோல குதம்பே வரவே இல்லை. இன்னும் பல பேரும் கந்தோருக்கு மட்டம். யானை விருந்து அப்படி ஆட்களை மயக்கி விட்டது.

மறுநாள், சனிக்கிழமை, நான் வழக்கம்போல வெளி விறாந் தையில் இருக்கிறேன். என் குட்டி மகள் காலடியில் இருந்து படம் போட்டுக் கொண்டிருக்கிறாள். என் மனைவி உள்ளுக்கு மும் முரமாகச் சமையல் செய்கிறாள்.

வெளியிலே விளையாடிக்கொண்டிருந்த என் மகன்தான் முதலில் கண்டான். 'குதம்பே, குதம்பே' என்று கத்திக்கொண்டே ஓடி வந்தான்.

குதம்பேயின் பேர் இப்போது எங்கள் வீட்டிலே அப்படிப் பிரபலம். மனைவி கைவேலையைச் சடாரென்று போட்டுவிட்டு வெளியே ஓடி வந்துவிட்டாள். என் குட்டி மகள் மாத்திரம் கண் களை மலர்த்தி நிமிர்ந்து பார்த்துவிட்டு மறுபடியும் படம் போடத் தொடங்கினாள்.

குதம்பே வழக்கம்போல வேர்க்க விறு விறுக்க ஓட்டமும் நடையுமாக வந்தான். நான் 'வாரும், வாரும்' என்று சொல்லி அவனை உள்ளே கூப்பிட்டு இருத்தினேன். என் மகன் சொல் லாமல், கொள்ளாமல் குதம்பேக்கு பிடித்தமான பீரைக் கொண்டு வந்து அவன் முன் வைக்கிறான். அவனும் 'மடக்மடக்'கென்று குடிக்கிறான்.

ராத்திரி நடந்த விருந்தைப் பற்றி வருணிக்கிறான், குதம்பே. விடிகாலை ஐந்து மணி வரைக்கும் கூத்தும் கும்மாளமும் தொடர்ந்ததாம்.

இதிலே விசேஷம் என்னவென்றால் குடிகள் தலைவருக்கு இப்ப வயது 65 ஆகிறது. இது மூன்றாவது மனைவி; கொஞ்சும் குமரி அவள். 40 ஆடுகளும், 8 மாடுகளும் கொடுத்து அவளை வாங்கினாராம். இப்படியான மயக்கும் அழகி அவருக்கு மிகவும் மலிவாகவே கிடைத்துவிட்டதாக குதம்பே அபிப்பிராயப்பட்டான்.

என் மனைவியோ தவித்தபடி நின்றாள். 'பின்னால் யாரா வது தலையில் ஏதாவது தூக்கி வைத்தபடி வருகிறார்களா?' என்று கண்களால் தேடினாள். 'ஒரு வேளை லொறியில் வருமோ? என்று அந்த வழியால் போகும் லொறிகளையும் திரும்பித் திரும்பிப் பார்த்தாள்.

அப்போது பார்த்து குதம்பே எழுந்தான். கமக்கட்டில் வைத் திருந்த பேப்பர் சுருளை உருவினான். அதற்குள் இருந்து இரண்டு தந்தங்களை எடுத்து என் மனைவியின் கையில் மிக்க பணிவோடு வைத்தான். பிறகு என்னவெல்லாமோ சொன்னான். 'பெண் யானை' என்றது மாத்திரம் என் காதில் விழுந்தது. அவன் போய் விட்டான்.

எங்கள் ஊரில் சொல்வார்கள் 'நாடி விழுந்து விட்டது' என்று. நான் அப்படியே கொஞ்ச நேரம் நிலைத்து நின்று விட் டேன். தந்தத்தைப் பார்த்த மாத்திரத்தில் என் மனைவியின் கண்கள் பெரிதாக விரிந்தன. வாய் திறந்தது. பிறகு பொத்திக் கொண்டாள். 'மேல் மூச்சு, கீழ் மூச்சு' வாங்க மெதுவாக அங்கே இருந்த கதிரையில் உட்கார்ந்து விட்டாள்.

என் மகன், அவள் கையில் இருந்த தந்தங்களைப் பிடுங்கி தன் கால் சட்டைப் பைக்குள் வைத்துக்கொண்டு ஓடிவிட்டான், விளையாட.

உலகம் கவிழ்ந்தது தெரியாமல் என் மகள் காலடியில் இருந்து படம் போட்டுக்கொண்டிருந்தாள்.

அன்றிரவு 'டம், டம்' என்று மேளச் சப்தம் வெகு நேரம் வரை கேட்டுக்கொண்டேயிருந்தது. கூவும் குரலில் பெண்கள் பாடு வதும், ஆடுவதும் கடல் அலைபோல வந்து வந்து அடித்தது.

என் மனைவி நித்திரை கொண்டதாகத் தெரியவில்லை. ஒருமுறை எழும்பிப் போய் ஜன்னல் பக்கம் கொஞ்ச நேரம் நின் றாள். பிறகு திரைச்சீலையை இழுத்துவிட்டு வந்து படுத்துக் கொண்டாள். திடீரென்று நடுவே எழும்பி கொஞ்சம் தண்ணீர் குடித்தாள்; திரும்பித் திரும்பிப் படுத்தாள். அடிக்கடி பெருமூச்சு விட்டபடியே இருந்தாள்.

நானும் தூங்கவில்லை. ஆனால், கனவுகள் மட்டும் வந்தன. அந்தக் கனவிலே யானை காலை உயர்த்திக்கொண்டு மல்லாக் காகக் கிடக்கிறது; பிறகு ஏசுநாதர் வருகிறார்: ரத்தம் ஆறாக ஓடு கிறது. எனக்குத் தேகம் குளிருகிறது.

திடுக்கிட்டு விழித்து விட்டேன். பளபளவென்று விடிந் திருந்தது. பிள்ளைகள் இரண்டு பேரும் அயர்ந்து தூங்கிக்கொண்டி ருந்தார்கள்.

காலைச் சாப்பாட்டை கடமைக்காகச் சாப்பிடுகிறேன். மனைவி பரிமாறுகிறாள். என் முகத்தைப் பார்க்கவே அவளுக்குக் கூசியது போலும். கடைசியில் பொறுக்க முடியாமல் கேட்டாள்; "அந்தப் பெரிய யானையை, அதுவும் பெண்யானையை, இந்தத் தந்தத்துக்காகவா கொன்றார்கள்? பாவிகள்?"

அவள் கண்களிலே முத்தாக ஒரு சொட்டுக் கண்ணீர்.

இரண்டு நாளாக அந்தத் தந்தம் மேசை மேலேயே கிடந்தது. பிறகு அதைக் காணவில்லை. நானும் கேட்கவில்லை.

என்னுடைய பன்னிரெண்டு மாத ஒப்பந்தம் ஒருநாள் முடிந்தது. கம்பெனி லொறி வந்து எங்கள் சாமான்கள் எல்லா வற்றையும் மூட்டைக் கட்டி எடுத்துக்கொண்டு போனது.

விமான நிலையத்துக்கு நாங்கள் புறப்பட்டோம். மனைவியும் நானும் லெவாலியிடம் சொல்லிக்கொள்ள அவர் வீட்டுக்குப் போனோம்.

லெவாலி சாய்ந்த கதிரையில் நீண்ட சுருட்டைப் புகைத்த வாறு உட்கார்ந்து இருக்கிறார். பின்னணியில் மெல்லிய இசை. நானும் மனைவியும் போய் அவரிடம் விடைபெறுகிறோம். பெருந் தன்மையாக எங்களுக்கு நன்றி கூறி அடிக்கடி தொடர்பு கொள்ளச் சொல்கிறார். நாங்களும் எங்கள் அன்பைத் தெரிவிக்கிறோம். லெவாலி எங்களை வீட்டு வாசல் வரை வந்து மரியாதையாக அனுப்புகிறார்.

வாசலிலே இரண்டு யானைத் தந்தமும் இரண்டு பக்க முமாக, கல்யாண வீடுகளில் வாழை மரம் கட்டுவதுபோல, உயர்ந்து நிற்கிறது.

நான் வெளியே வரும்போது மனைவியிடம், "யானைத் தந்தத்தைப் பார்த்தீரா?" என்று கேட்டேன்.

"ச்சீ, அது பார்க்கவே அருவருப்பாயிருக்கு" என்றாள்.

◆

செல்லரம்மான்

நாங்கள் சிறு பிள்ளைகளாக இருந்தபோது அவரைச் 'செல்லரம்மான்' என்றுதான் கூப்பிடுவோம். அவருடைய இயற் பெயர் செல்லத்தம்பி. அப்போதெல்லாம் 'சாண்டோ செல்லர்' என்றால்தான் எல்லோருக்கும் தெரியும்; அவ்வளவு பிரபலமாக இருந்தார்.

அடிக்கடி எங்கள் வீட்டுக்கு வருவார். வந்ததும் நாங்கள் அவரைப் போய் மொய்த்துக் கொள்வோம். என்ன அவசரமாயிருந் தாலும் எங்களுக்கெல்லாம் கதைகள் சொல்லாமல் போகவே மாட்டார்.

அவருக்குக் 'கோடா' காய்ச்சுவதுதான் தொழில். காய்ச்சி அதைப் பல சுருட்டுக் கொட்டில்களுக்கும் வினியோகம் செய்வார். அந்தத் தொழிலில் அவருக்கு வெறுப்பு. ஆனால், என்ன செய்வது? வேறு வழியின்றிதான் அதைச் செய்துவந்தார்.

அவர் இளவயதாக இருந்தபோது மல்யுத்தம், தடியடி, சிலம்பம் என்று எல்லாவற்றிலும் தேர்ச்சி பெற்று இருந்தாராம். எத்தனையோ போட்டிகளில் பங்கெடுத்து வெற்றியும் பெற்றிருக் கிறார். பின்னால் தெருக்கூத்துகளிலும், நாடகங்களிலும்கூட நடித்து வந்தார்; ஆனால், அவருக்கு நிரந்தரமான வருவாய் என்று மட்டும் இருந்ததில்லை.

அவருடைய தேகம் அந்த வயதிலும் கல்லுப்போல இருக்கும். நாங்கள் தொட்டுத் தொட்டுப் பார்ப்போம். அவர் இருபது வயதா யிருந்த போது அவர் 'கையாலேயே' தென்னை மரத்தை அடித்துத் தேங்காய் வீழ்த்தியதாகச் சொல்லுவார்கள்; அவ்வளவு பலசாலி யாம்.

அந்தக் காலத்தில், தான் நடித்த நாடகங்களை சில நேரங் களில் எங்களுக்கு நடித்துக் காட்டுவார். பாடுவதென்றால் நல்ல பிரியம். எப்பவும் ஒரு ராகத்தை முணுமுணுத்தபடியேதான் இருப்பார்.

கதை சொல்லும்போது மிகவும் விஸ்தாரமாகவும் சுவை படவும் கூறுவார். அங்கங்கே ஹாஸ்யம் மிளிரும். அவருடைய கதைகளைச் சிறு பிள்ளைகள் மட்டுமல்லாமல் பெரியவர்களும் ஆர்வமுடன் கேட்பார்கள். அந்தக் கதைகள் அநேகமாக அவரைப் பற்றியதாகவே இருக்கும். நாங்கள் சில கதைகளை அவரிடம் சொல்லும்படி திருப்பித் திருப்பிக் கேட்போம். அவரும் சளைக் காமல் சொல்லுவார். அவருடைய அந்த 'இளநீர்க்' கதைகள் மிகவும் பிரசித்தமானவை.

அம்மன் கோவில் திருவிழா முடிந்து இந்த நாலு பேரும் வீட்டுக்குப் போய்க்கொண்டிருக்கிறார்கள். இன்னும் சில மணி நேரத்தில் பளபளவென்று விடிந்துவிடும். இவர்கள் 'உடையார்' வீட்டு வளவைக் கடந்துதான் போகவேண்டும். திருவிழா முடிந்து வீட்டுக்குப் போகும்போது இளநீர் குடிக்காமல் போனால் அதில் ஒரு திருப்தியே கிடைக்காது.

அதிலும் உடையார் வீட்டுத் தென்னை இளநீர் பிரசித்த மானது. எந்த மரத்தில் எந்த இளநீர் சுவையானது என்ற புள்ளி விவரங்கள் சோதிநாதனுக்கு மனப்பாடம். அவன் "அந்த நெட்டை மரம் கன நாளாக ஏமாத்திக்கொண்டு வருகுது. அந்த இளநீர் ருசியே தனி. இந்த ஜன்மத்திலேயே கிடைக்காது" என்பான் அடிக்கடி.

எல்லோருக்கும் ஆசைதான். ஆனால், உடையார் வீட்டுப் பயம். உடையார் என்றால் யார்? அந்த ஊரிலேயே மூன்று சால்வை போடுபவர் அவர் ஒருவர்தான்; இடுப்பில் ஒன்று, தோளிலே ஒன்று, தலையிலே ஒன்று தலைப்பாகையாக. ஊரே அவரைப் பார்த்தால் ஒரு மரியாதை.

"எங்களிலே செல்லத்தம்பியைப்போல மரம் ஏற ஆர் இருக் கினம்?" என்று 'சட்டி' போட்டான் கனகு. உடனே செல்லத்தம்பி வற வறவென்று மரத்தில் ஏறத்தொடங்கினான்.

செல்லத்தம்பி உடம்பை வளர்த்த அளவுக்கு மூளையை வளர்க்கவில்லை. அரை நிமிடம்கூட யோசிக்காமல் உச்சிக்குப் போய் விட்டான். இரவிலே களவாக இளநீர் பிடுங்குவதில் ஒரு கஷ்டம் இருக்கிறது. தேங்காய் 'பொத்' தென்று தரையில் விழுந் தால் வீட்டுக்காரர் எழும்பி விடுவார். ஆகையினால் நைஸாகத் தான் இளநீரைக் கீழே இறக்க வேண்டும்.

அதனால் 'வட்டுக்குள்ளே' செல்லத்தம்பி, ஒரு கொஞ்சம் கீழே சோதினாதன், பிறகு சண்முகம், நிலத்திலே கனகு என்று 'அசெம்பிளி லைன்போல' அணி வகுத்துக்கொண்டார்கள்.

செல்லத்தம்பி ஒவ்வொரு தேங்காயாகப் பறித்துக் கீழே கொடுக்க, மற்றவன் அதைக் கீழே கொடுக்க தேங்காய் 'அலுங்காமல் நலுங்காமல்' கீழே வந்து சேர்கிறது.

பத்துத் தேங்காயுடன் நிறுத்தியிருக்கலாம். ஆனால், ஆசை ஆரை விட்டது? அடுத்த தேங்காய் கைத்தவறிவிட்டது: 'தொம்' என்ற சத்தத்துடன் கீழே விழுந்தது.

'ஆரடா?' என்று உள்ளே இருந்து ஒரு சத்தம். சோதினாதனும், மற்றவர்களும் 'பொத், பொத்' என்று குதித்து வேலி பாய்ந்து கண நேரத்தில் மறைந்துவிட்டார்கள். செல்லத்தம்பி பாவம் வட்டுக்குள்ளே; குதிக்க முடியும் அவ்வளவு உயரத்தில் இருந்து? 'வருவது வரட்டும்' என்று கண்ணை மூடிக்கொண்டு இருக்கிறான்.

கொக்குவிலில் முதன் முதலில் 'டார்ச் லைட்' வைத்திருந்ததே உடையார்தான். உடையார் வெளியே வந்தார். லைட்டை அப்படியும் இப்படியும் அடித்துவிட்டு மேலே உயர்த்திப் பார்த்தார். அங்கே செல்லத்தம்பி சிலந்திபோல வட்டைக் கட்டிப் பிடித்தபடி இருந்தான். "ஆரடா அது, இறங்கு" என்றார் உடையார், உரத்த குரலில்.

பளபள என்று விடிந்துவிட்டது. ஆட்களும் சேர்ந்து விட்டார்கள். இளம் பெண்டுகள் எல்லாம் மறைவாக நின்று எட்டி எட்டிப் பார்க்கிறார்கள். செல்லத்தம்பிக்கு உயிர்போனால்கூட பரவாயில்லை என்று பட்டது.

இளநீரையெல்லாம் ஒரு கடகத்தில் போட்டு இவன் தலையில் ஏற்றி வைத்தார், உடையார் ஒரு குடையை எடுத்துக்கொண்டார். தலைக்கு மேல் அதை விரித்தபடி 'சரி, நட விதானையார் வீட்டுக்கு' என்றார்.

செல்லத்தம்பி 'முருகா, இந்த இக்கட்டில் இருந்து என்னைக் காப்பாற்றினால் உனக்கு இளநீர் அபிஷேகம் செய்கிறேன்' என்று வேண்டிக்கொண்டான். பிறகு 'இளநீர் என்றால் என் சொந்தக் காசில் வாங்கிய இளநீர் களவெடுத்ததல்ல' என்பதையும் சேர்த்துக் கொண்டான்.

'இளநீர் குடிச்சவன் குடிச்சிட்டுப்போக கோம்பை திண்டவனுக்கு அடி' என்றது என் விஷயத்தில் பலித்து விட்டதே என்று தன்னைத்தானே நொந்துகொண்டான்

இப்பச் சாடையாக மழை தூறத் தொடங்கிவிட்டது. உடையார் பின்னால் குடை பிடித்தபடி. அப்பப் பார்த்து உடையாருக்கு

ஒண்ணுக்கு நெருக்குகிறது. 'கொஞ்சம் நில்' என்று விட்டு குடையையும் பிடித்தபடி வேலி ஓரத்தில் குந்தினார்.

செல்லத்தம்பி இந்தப் பக்கமும் அந்தப் பக்கமும் திரும்பிப் பார்க்கிறான், ஆரெண்டாலும் பெண்டுகள் பார்க்கினமோ என்ற பயம்.

"என்னடா பார்க்கிறாய்? ஓடப் போறியோ?"

செல்லத்தம்பிக்கு அந்த எண்ணமே வரவில்லை. ஆனால், இப்ப முழித்து விட்டான். கடகத்தில் இருந்த தேங்காயெல்லா வற்றையும் உடையார் தலை மேல் கொட்டிவிட்டு எடுத்தான் ஓட்டம். நேரே தண்டவாளத்தில் ஏறி அதன் வழியாக ஒரேடியாக ஓடித் தப்பி விட்டான்.

உடையார் என்ன செய்வார்? ஒண்ணுக்குப் போறதை பாதி யிலே நிற்பாட்டுகிற வித்தையை இன்னும் அவர் கற்கவில்லை; ஏக்கத்தோடு பார்த்துக்கொண்டே இருந்தார்.

இது நடந்து கொஞ்ச நாள் ஊர் முழுக்க இதே பேச்சுத் தான். ஆனால், இதையும் தோற்கடிக்கும் ஒரு சம்பவம் வெகு சீக்கிரத்திலேயே அங்கே நடந்தது. அது சோதினாதன் 'அட்டாளை முருகேசரிடம்' தனிமையில் போய் இளநீர் திருடி மாட்டிக் கொண்டதுதான்.

அட்டாளை முருகேசர் விதானையாரிடம் போய் மினக் கெடும் ஆளில்லை. சோதினாதனைக் கையும் களவுமாகப் பிடித்த வுடன் அப்படியே மரத்தோடு கட்டி வைத்து சவுக்கினால் விளாசி விட்டார். நண்பர்கள் எல்லோருக்கும் சரியான துக்கம்; இப்படிப் போய் அநியாயமாக மாட்டிக்கொண்டானே என்று.

'அட்டாளை' என்றால் கணபேருக்கு என்னவென்று தெரி யாது. இது கால் உயரமான கட்டில், கால்கள் ஓர் ஆள் உயரத் துக்கு இருக்கும். இதைச் சுற்றி தட்டி கட்டி மேலே கூரை வேய்ந் திருக்கும். இந்த அட்டாளையைத் தூக்க நாலு பேர் வேண்டும். தூக்கிக்கொண்டு போய் எந்த இடத்திலும் வைத்துக்கொள்ளலாம்.

இரவிலே இப்படியே அட்டாளைக்குள் படுத்திருந்து தோட்டத்தைக் காவல் காப்பார்கள். மழையோ, பனியோ அட்டா ளைக்குள் சுகமாக இருக்கலாம். இன்னும் சொல்லப்போனால் இது ஒரு நடமாடும் குடிசை (Portable Cottage).

முருகேசர் எப்பவும் இந்த அட்டாளையில்தான் படுப்பார். அவர் வீட்டுத் தோட்டத்தில் களவுபோனதென்பதே கிடையாது. அவ்வளவு கெடுபிடியான ஆள்.

அவருடைய தோட்டத்து இளநீர் அவ்வளவு ருசியான தல்ல. இருந்தும் அங்கே களவெடுத்ததென்று சொன்னால் இள வட்டங்களுக்கிடையில் ஒரு மவுசு வந்துவிடும். முருகேசர் வீட்டுத் தோட்டத்தில் திருடுவதற்கு அப்படி ஒரு தைரியம் வேண்டும். மனிதர்தான் கண் கொத்திப் பாம்பாக இருப்பாரே?

இப்படிப்பட்ட அட்டாளை முருகேசருடைய தோட்டத் தில்தான் சோதினாதன் திருடப் போய் வகையாக மாட்டிக்கொண் டான்; அடியும் வாங்கினான்.

நண்பர்கள் நாலு பேரும் சேர்ந்து ஒரு திட்டம் தீட்டி னார்கள். எப்படியும் முருகேசரைப் பழி வாங்கிவிட வேண்டும் என்பதுதான் அது. அதற்கு வேண்டிய சமயம் பார்த்திருந்தார்கள்.

கச்சான் காற்று வீசும் காலத்தில் ஓர் அமாவாசை இருட்டு நாளைத் தேர்ந்து எடுத்தார்கள். விடிகாலை மூன்று மணிக்கு நண்பர்கள் நாலு பேரும் தோட்டத்துக்குள் களவாக நுழைந் தார்கள். பதுங்கிப்பதுங்கி அட்டாளைக்குக் கிட்டபோனால் முருகேசர் அயர்ந்து குறட்டை விடும் சத்தம் கேட்கிறது.

முதல் வேளையாக அட்டாளையின் கீழ் தொங்கும் அரிக்கன் லாம்பை அணைக்கிறார்கள். பிறகு அவர்கள் முன்பே பேசி வைத்தபடி, நாலு பேருமாக அட்டாளையின் நாலு கால் பக்கமும் போய் நின்று கொண்டார்கள். ஒருவன் சைகை கொடுக்க, அலுங்காமல், அசையாமல் அட்டாளையைத் தூக்கிக் கொண்டு அப்படியே நடந்து போய்ப் பத்தடி தள்ளி இருக்கும் கிணற்றுப் பக்கம் மெதுவாக வைக்கிறார்கள். இப்போது அட்டா ளையின் வாசல் கிணற்றுப் பக்கமாக இருக்கிறது.

நாலு பேரும் தங்களைக் கொஞ்சம் ஆசுவாசப்படுத்திக் கொண்டார்கள். பின் மெதுவாக வேலிப்பக்கம் போய்நின்று பலமாகச் சத்தம் போடத் தொடங்கினார்கள்:

"போடு, போடு"

"எடு, எடு"

"ஓடு, ஓடு"

அயர்ந்து போய்த் தூங்கிக்கொண்டிருந்த முருகேசர் பக் கென்று விழித்துக்கொண்டார். "ஆரது, ஆரது?" என்று தூக்கக் கலக்கத்தில் கத்திக்கொண்டே கீழே குதித்தார். நேரே கிணற்றுத்

தண்ணீருக்குள்தான் போய் விழுந்தார். உடனே நண்பர்கள் நாலு பேரும் வேலி பாய்ந்து ஓடத் தொடங்கினார்கள்.

கிணற்றிலோ தண்ணீர் சரியான ஆழம். முருகேசருக்கோ நீந்தத் தெரியாது. கத்தோ கத்தென்று கத்தினார். ஊர் சனங்கள் விழித்துக்கொண்டார்கள். எப்படியோ அவரைக் கிணற்றில் இருந்து காப்பாற்றிக் கரை சேர்த்து விட்டார்கள்.

(பின்னொரு காலத்தில் முருகேசர் பழி வாங்கியதை விவரித்தால் இந்தக் கதை இன்னும் விரிந்துவிடும்; அது இன்னொரிடத்தில் வரும்)

ஒருநாள் செல்லரம்மான் என்னை அவர் வீட்டுக்கு வரும்படி அழைத்தார். இது பெரிய கௌரவமான விஷயம். ஏனென்றால், அவர் 'என்னைமட்டும்'தான் வரச் சொல்லியிருந்தார்.

எனக்குத் தேனீரும் பனங்கட்டியும் கொடுத்தார். அவருடைய மூன்று வயது மகள் மழலைக் குரலில் இவர் சொல்லிக் கொடுத்த தேவாரம் ஒன்றைப் பாடினாள்.

இது தவிர, எனக்கு ஞாபகம் வருவது அவர் குடிசையைச் சுற்றி இருந்த தென்னை மரங்கள்தான். அந்த மரங்கள் எல்லாவற்றிலும் 'தாரினால்' பாம்புப் படம் கீறியிருக்கிறது; பாம்பின் தலை மேலும், வால் கீழுமாக நான் 'ஏன் அப்படி?' என்று கேட்கிறேன். அதற்கு அவர் "இந்த மரங்களில் எல்லாம் நல்ல தேங்காய்; அணில் அரிச்சுப் போடும். இந்தப் பாம்புப் படம் கீறினால் அணில் பயந்து மரம் ஏறாது. தேங்காய் தப்பி விடும்." என்றார்.

செல்லரம்மான் ஏறாத தென்னை மரம் இல்லை. ஆனால், தன் வீட்டு மரத்தில் அணில்கூட ஏறுவதைப் பொறுக்காதது எனக்குப் புதுமையாக இருந்தது. இந்த அணில் சாத்திரம் விஞ்ஞான ரீதியாக உண்மையா என்று பின் காலத்தில் நான் பலமுறை யோசித்ததுண்டு.

ஒரேயொருமுறை அவர் தன் மனைவியை எங்கள் வீட்டுக்கு கூட்டி வந்திருக்கிறார். எனக்கு ஞாபகமிருப்பதெல்லாம் அவர் மனைவி நல்ல சிவப்பாய் இருந்ததுதான்.

அவருக்குப் பத்தொன்பது வயது நடக்கும்போதே கல்யாணம் நடந்து விட்டதாம். அது 'பேசி வைத்த' கல்யாணமென்றாலும் இவர் காதல் வயப்பட்டு பல வீரப் பிரதாபங்களைச் செய்திருக்கிறார். இதை அவரே பலதரம் சுவைபடக் கூறியிருக்கிறார்.

முதலில் இவருடைய தாயாரும் தமக்கையாரும்தான் போய்ப் பெண் பார்த்தார்கள். பெண் வீடு அச்சுவேலியில். இவருக்கோ பெண்ணைப் பற்றிய விபரங்களை அறிய ஒரு துடிப்பு. ஆனால், அவர்களோ ஒன்றும் சொல்வதாகத் தெரியவில்லை. கடைசியில் தமக்கையாரை மடக்கிக் கேட்டுவிட்டார். அதற்கு அவருடைய அக்கா அந்தப் பெண்ணின் தலைமயிரைத்தான் வர்ணித்தாள். ஒரு பெண் இன்னொரு பெண்ணைப் பார்க்கும்போது முதலில் பார்ப்பது தலைமயிரைத்தான் போலும்.

எங்கள் தந்தையார் ஒரு கணக்கு வைத்திருந்தார். ஒரு பெண்ணின் தலைமயிர் ஆரோக்கியமாக இருந்தால் பெண்ணும் ஆரோக்கியமாக இருப்பாளாம்.

இவருடைய தமக்கையார் அந்தத் தலைமயிரின் நீளத்தை வர்ணித்தாள், பிறகு அதன் அடர்த்தியைப் பற்றிச் சொன்னாள்: பிறகு அதன் கருமையைச் சொல்லிச் சொல்லி மாய்ந்தாள். தலை மயிரை அவிழ்த்து விட்டால் அது பிருஷ்டத்தின் கீழ் வந்து நிற்குமாம்; ஆஹா! ஆஹா!

தலைமயிரை வைத்து அவர் என்ன செய்வார். அவருக்கு பெண் என்ன நிறம், அவள் கண்கள், அவள் வதனம், அவள் இடை, நடை எல்லாவற்றையும் பற்றி அறிய ஆசை. அக்காவைத் துளைத்தும் பயனில்லை. அவளுக்குத் தலைமயிரைத் தவிர வேறு ஒன்றும் ஞாபகமில்லை.

செல்லத்தம்பிக்கு தவிப்பாக இருந்தது. எப்படியும் அந்தப் பெண்ணைப் பார்த்து விடவேண்டும் என்று துடித்தார். அந்தக் காலத்தில் அவ்வளவு தூரம் துணிந்து போய், ஒரு பெண்ணை அவள் அறியாமல், பார்ப்பது என்பது என்ன லேசான காரியமா?

அவருடைய அக்காதான் ஒரு யோசனை சொன்னாள். நந்தாவில் அம்மன் கோயில் திருவிழாவுக்கு அந்தக் காலத்தில் பிரபலமாக இருந்த சவுந்தரவல்லியின் சதிர் கச்சேரி ஏற்பாடாகி யிருந்தது. சவுந்தரவல்லியென்றால் அது இந்தியாவிலிருந்து வர வழைக்கப்பட்ட பேர்போன சதிர் 'செட்.' அவள் ஆட்டம் இல்லாத திருவிழா ஒரு திருவிழாவா?

"இந்தத் திருவிழாவைப் பார்க்க எப்படியும் பெண் வீட்டார் வருவார்கள். அப்ப நீ பார்த்துக்கொள்ளலாம்." என்றாள் அக்கா.

திருவிழாவும் வந்தது. பெண் வீட்டார் அச்சுவேலியில் இருந்து ஒற்றை மாட்டு வண்டி கட்டி வந்திறங்கினார்கள்.

பெரிய பந்தல் போட்டு, சிகரம் எல்லாம் வைத்துக் கோயிலை அலங்கரித்திருந்தார்கள். பச்சை, சிவப்பு, நீலம், மஞ்சள் என்று விளக்குகள் எங்கும் ஜகஜோதியாக எரிந்து கொண்டி ருந்தன. பெண்கள் எல்லாம் ஒரு பக்கம். ஆண்கள் மறுபக்கம்.

மேளச் சமா முடிந்ததும் சதிர் ஆட்டத்திற்கு பெண்கள் வந்து குவிவது வழக்கம். கொஞ்சம் கொஞ்சமாக இப்போது பெண்கள் பகுதியும் நிரம்பிவிட்டது. செல்லத்தம்பி முன்பே இடம் பிடித்து வசதியான ஓர் எல்லையில் நின்று கொண்டிருந்தார். அந்த இடத்தில் இருந்து பெண்கள் பகுதியை எல்லாக் கோணத் திலும் பார்க்க முடியும்.

சவுந்தரவல்லியின் ஆட்டம் தொடங்கியது. இவர் கண்கள் பெண்கள் பக்கம் துழாவியபடியே இருந்தது. தலைமயிரை மட்டுமே வைத்துப் பெண்ணைக் கண்டுபிடிப்பது எப்படி? ஒவ் வொரு பெண்ணிடமும் போய் 'உன்னுடைய மயிரை அவிழ்த்து விடு, பிருஷ்டத்தைத் தொடுகிறதா பார்ப்போம்' என்று கேட்க முடியுமா? இவர் பயமெல்லாம் தவறான பெண்ணின்மேல் காதல் வயப்பட்டு விடக்கூடாதே என்பதுதான்.

செல்லத்தம்பியின் அக்கா தன் மூன்று வயதுப் பெண் குழந்தையிடம் ஒரு பூவைக் கொடுத்து அதைக்கொண்டு போய் அந்தப் பெண்ணிடம் கொடுக்கும்படி அனுப்பினாள். இது முன் கூட்டியே செல்லத்தம்பியிடம் பேசி வைத்த ஒரு சமிக்ஞை. அந்தப் பெண் குழந்தையும் வெகு உஷாராக வெளிக்கிட்டது. ஆனால், பாதி வழியிலேயே மறந்து போய் நின்று 'திரு திரு'வென்று விழித்தது. பிறகு திரும்பி வந்து தாய் மடியில் பொத்தென்று குந்தி விட்டது. செல்லத்தம்பியின் ஆசையில் மண் விழுந்தது.

அப்போதுதான் அவன் தமக்கையார் அவன் மேல் மனம் இரங்கி, ஒவ்வொரு அடியாக வைத்துப் போய், அந்தப் பெண் ணிடம் ஏதோ பேசி விட்டுத் திரும்பவும் வந்து உட்கார்ந்தாள்.

செல்லத்தம்பியின் பார்வையை ஒரு தூண் மறைத்தது. தலை நிறைய பூ, சிவப்புப் பாவாடை, சருகை வைத்த பச்சைச் சட்டை. செல்லத்தம்பியின் நெஞ்சு படு வேகத்தில் அடிக்கத் தொடங்கியது. தனக்காகப் பிறந்த அந்தப் பெண்ணை முழுமையாகப் பார்க்க முடியாமல் அவஸ்தைப்பட்டார். இந்தப் பக்கம் பார்த்தால் தலை யும் பூவும், மறுபக்கம் பார்த்தால் தோளும், பாவாடையும். தவணை முறையில் அவளைப் பார்த்து மனதைத் திருப்திப் படுத்திக்கொண்டார்.

ஒருமுறை அவள் தலை திரும்பியபோது அவள் கண் களையும், பல்வரிசையையும் பார்த்தார். ஆஹா! அப்படியே மோகித்து விட்டார்.

சவுந்தரவல்லியின் சதிர் ஆட்டம் முடிந்து பெண்கள் கூட்டம் கலையத் தொடங்கியது. அந்தப் பெண்ணும் பெற்றோ ருடன் வண்டியில் ஏறிக்கொண்டாள். செல்லத்தம்பி ஒரு நண்ப னின் காலில் விழுந்து அவன் சைக்கிளை எடுத்துக்கொண்டு வண்டியைத் தொடர்ந்தார்.

சாக்குப் படுதா போட்டு மூடியபடி வண்டி முன்னே போகிறது. அரிக்கன் லாந்தர் கீழே கட்டியிருக்கிறது. செல்லத்தம்பி பின்னாலே சைக்கிளில் போகிறார். வெகு கிட்டப்போனால் கண்டு கொள்வார்கள்; தூரத்தில் தொடர்ந்தாலோ ஒரு பிரயோசனமும் இல்லை.

ஒரு வண்டி மாட்டை சைக்கிளில் பின் தொடருவதென்பது மிகவும் கஷ்டமான காரியம். செல்லத்தம்பி மிக்க கவனமாகக் கண் பார்க்கும் தொலைவில் தொடர்ந்து வந்து கொண்டிருந்தார். இவர் சைக்கிளை மிதித்தாலும் உண்மையிலே ஆகாயத்தில்தான் போய்க்கொண்டிருந்தார்.

அந்த மயக்கமான வேளையில், வளையல் அணிந்த சிவந்த கரம் ஒன்று படுதாவை சிறிது நீக்கியது போன்ற பிரமை. இவர் நேரே சைக்கிளை விட்டார். அந்த நேரம் பார்த்து ரோட்டு ஓரத்தில் 'கல்லுக்கும்பி' ஒன்று இருந்தது. இவர் அதைப் பார்க்க வில்லை. கல்லுக்கும்பியும் இவரைக் கவனிக்கவில்லை. சைக்கிள் மோதி இவர் கீழே விழுந்தார்: சைக்கிளும் விழுந்தது; செல்லத் தம்பியுடைய காதல் சாம்ராஜ்யமும் சரிந்தது.

இதன் விளைவு? செல்லத்தம்பி 'ஓட்டகப்பிலத்தில்' கைக்கு பத்துப் போட்டுக் கொண்டதுதான். அநியாயமாக இவருடைய கல்யாணம் இரண்டு மாதத்துக்குத் தள்ளிப் போடப்பட்டது.

செல்லரம்மான் விஸ்தாரமாக இந்தக் கதையைச் சொல்லக் கேட்டுக்கொண்டிருந்த சுப்பிரமணியம் பிள்ளைதான் கேட்டார்: "அது சரி, நேரமோ இருட்டு; பெண்ணோ படுதாவுக்குள் இருக் கிறாள். நீ என்ன நினைவோடு சைக்கிளில் தொடர்ந்துபோனாய்? என்னதான் சாதிப்பதற்குக் கிளம்பினாய்?"

செல்லரம்மான் சொன்னார்: "காதல் பிரதாபத்தில் மயங்கி நிற்கும் ஒருவன் தர்க்க சாஸ்திரத்தையா பார்ப்பான்? அவள் சுவாசிக்கும் காற்றைத்தான் நானும் சுவாசிக்க வேணும் என்று

பட்டது. அவளிடமிருந்து பத்தடிக்கு மேல் தள்ளி நிற்க என்னால் தாக்குப் பிடிக்க முடியவில்லை, அந்த நேரம்.”

சங்கீதத்தில் அவருக்கு இருந்த காதலும் அப்படிப்பட்டது தான். ஒரு குருவிடம் முறைப்படி கற்கவில்லையென்றாலும் அவருடைய சங்கீத ஞானமானது அசர வைக்கும். ஒரு ராகத்தைப் பாடி “இது என்ன ராகம்?” என்று கேட்பார். நான் ஒவ்வொரு ராகத்துக்கும் ஒரு பாட்டு முடிச்சுப் போட்டு வைத்திருப்பேன்; படக்கென்று சொல்லி விடுவேன். பத்துக்கு ஒன்பது சரிவரும்.

அப்போதுதான் காபி ராகத்தில் பி.எஸ். ராஜா ஐயங்காருடைய ‘ஜகதோ தாரண’ இசைத் தட்டு வந்திருந்தது. அதை யார் வீட்டிலோ அடிக்கடி கேட்பார் போலும். அதைப் பற்றியே பேசுவார். அது தவிர, மலைக்கோட்டை கோவிந்தசாமி பிள்ளையின் வயலினிலும் அவருக்கு ஒரு பக்தி.

ஒருநாள் ‘யெவரிக அவதாரமு’ என்ற தியாகராயர் கிருதியை அவர் தேவமனோஹரி ராகத்தில் பாடியது ஞாபகமிருக்கிறது. அன்று அவருக்கு என்ன சங்கடமோ? அவர் கண்களில் கண்ணீர் பொலபொலவென்று கொட்டியது. அவர் கூறினார்:

“ஒரு ராக தேவதை தன்னுடைய முழு சௌந்தர்யத்தையும் இலகுவில் காட்டிவிட மாட்டாள். மெள்ள மெள்ளத்தான் உன் சாமர்த்தியத்தைப் பிரயோகித்து அவள் பூரண அழகையும் வெளியே கொண்டுவர வேண்டும்.”

எப்படியான வார்த்தை?

சங்கீதம் என்றால் அந்தக் காலத்து விவகாரமே வேறு. இந்தக் காலத்தில் என்றால் சங்கீத வித்வானும் பக்க வாத்தியக்காரர்களுமாகச் சேர்ந்து ரசிகர்களைத் திருப்திப்படுத்தும் நோக்கத்தோடு ஓர் உயர்ந்த சங்கீதத்தை அளிப்பார்கள்.

செல்லரம்மான் காலத்தில் சங்கீத வித்வான், பக்க வாத்தியக்காரன் அசந்திருக்கும் சமயத்தில் அவனைக் குழி தோண்டிப் புதைக்கப் பார்ப்பான். பக்க வாத்தியக்காரன் என்ன சாமான்யப்பட்டவனா? அவனும், தன்னுடைய வித்தை எல்லாத்தையும் காட்டி வித்துவானை மட்டந்தட்ட சந்தர்ப்பம் பார்த்துக்கொண்டிருப்பான்.

சபையோரும் இரண்டு பக்கமாகப் பிரிந்து தங்கள் தங்கள் வித்வான்களை ஆதரிப்பார்கள்; சில வேளைகளில் இது பெரிய அடிதடியில் கொண்டுபோய் விடும்.

அப்போது யாழ்ப்பாணத்தில் 'சின்னமேளை, சின்ன மேளை' என்று ஒரு பெரிய வித்துவான் இருந்தார். பல்லவி பாடு வதில் இவரை விழுத்த இனிமேல்தான் ஒருவர் பிறக்க வேணும். அப்படி ஒரு பேர். ஆயிரக்கணக்கான ரசிகர்கள் அவருக்கு. செல்லரம்மான் அதில் முதன்மையானவர்.

அப்போதுதான் இந்தியாவில் இருந்து ஒரு பிரபல வயலின் வித்துவான் வந்திருந்தார். சின்னமேளைக்கு அவரை எப்படியும் மட்டந்தட்ட வேண்டும் என்று ஒரு உத்வேகம். அந்தக் காலத்தில் அப்படிச் செய்தால்தான் ஒருவன் தன் புகழை நிலைநாட்ட முடியும். சின்னமேளையின் ரசிகர்களுக்கு உற்சாகம் தலைக்கு மேல் போய்விட்டது. செல்லரம்மான் அவருடைய பிரதம ரசிகர்.

சின்னமேளைக்கு அந்த இந்திய வித்வான் வயலின் வாசிக் கும்படியாக ஒரு கச்சேரி ஒழுங்கு பண்ணினார்கள். சின்னமேளை முன்பின் கேள்விப்படாத ஒரு தாளத்தில் ஒரு புதுப் பல்லவியை உருவாக்கினார். அதை இரவு பகலென்று பாராமல் ரகஸ்யமாக ஆயிரம் தடவை சாதகம் செய்து வைத்துக்கொண்டார்.

கச்சேரி வழக்கம்போலத் தொடங்கி களைகட்டிக்கொண்டே வந்தது. வயலின்காரரும் ஈடு கொடுத்து வாசித்துக்கொண்டே வந்தார். கடைசியில் பல்லவி பாடும் நேரம். சபையில் மூச்சுவிடக் கூட ஒருத்தரும் துணியவில்லை.

சின்னமேளை, அங்கவஸ்திரத்தை இழுத்துத் தாளம் போடும் கையை மறைத்தவாறு, ஆரம்பிக்கிறார். சபையிலே அப்படி ஒரு நிசப்தம்.

"மா... மரமும்... நிழலும்... குயிலும்
மருவி அணையத் தருணமிதுவே."

இதுதான் பல்லவி, இதைத் திருப்பித் திருப்பித் தன் வித்தை எல்லாத்தையும் காட்டிப் பாடுகிறார்; வயலின்காரரும் சளைக் காமல் பக்கத்து பக்கத்தில் நெருக்கிக்கொண்டே வருகிறார். இவர் பாட, அவர் வாசிக்க, சபையோர் ஆனந்த பரவசத்தில் மூழ்கி இருக்கிறார்கள். என்ன நடக்குமோ என்ன நடக்குமோ, என்ற ஆவல்?

இப்போது பாடகர் சமயம் பார்த்து

"குயிலும்...
நிழலும், குயிலும்"

என்று பாடுகிறார் துரித காலத்தில். வயலின்காரரும் தாளத்துடன் ஒத்துப்போக படக்கென்று கையை இழுக்கிறார். ஆனால், ஈடு கொடுக்க முடியாமல் வயலின் கம்பி அறுந்து விடுகிறது.

அவ்வளவுதான். சபையோரின் கரகோஷம் வானைப் பிளக்கிறது. அன்றிலிருந்து வித்துவானுக்கு ஒரு புதுப்பெயர், 'வயலின் அறுத்த சின்னமேனை'. சின்னமேனை இறக்கும் வரை சங்கீதத்தில் ஒரு முடிசூடா மன்னனாகவே இருந்தார்.

ஒருநாள் நாங்கள் எதிர்பார்க்காத நேரத்தில் செல்லரம்மான் திடீரென்று வந்துவிட்டார். அப்போது நான் அழுது கொண்டிருந்தேன். எனக்குப் பதினொரு வயது. பரீட்சைக்கு மிகவும் கஷ்டப்பட்டுத்தான் படித்தேன். பெரிய பள்ளிக்கூடம் போக வேண்டும் என்று அப்படி ஓர் ஆசை. ஆனால், பூபாலன் ஒரு 'மார்க்' வித்தியாசத்தில் என்னை முந்திவிட்டான். எனக்கு அந்த சான்ஸ் போய்விட்டது.

அன்றுதான் எனக்கு அபிமன்யு கதையைச் சொன்னார். அது நான் மறக்க முடியாத நாள்; அதுதான் நான் மறக்க முடியாத கதையும்கூட.

"பதின்மூன்றாம் நாள் போர். துரோணர் பத்மவியூகம் வகுத்துச் சேனைகளை எல்லாம் அணிவகுத்து நிற்கிறார். அர்ஜுனனோ தெற்குத் திசையில் மும்முரமாக யுத்தம் செய்கிறான். பாண்டவ சேனையில் பெரிய சேதம்; ஆயிரக் கணக்கில் மடிகிறார்கள்."

"பதினாறு வயதுப் பாலகன் அபிமன்யுவுக்கு பத்ம வியூகத்தை உடைக்கத் தெரியும்; ஆனால், திரும்பி வரும் வித்தையை இன்னும் கற்றுக் கொள்ளவில்லை. தருமர் சொற்படி பத்மவியூகத்தை உடைத்து உள்ளே போய்விடுகிறான். கொடுத்த வாக்குப் பிரகாரம் தருமரும் வீமனும் மற்ற பாண்டவ சேனையும் தொடர்ந்து போக முயற்சிக்கிறார்கள்; ஆனால், ஜயத்திரதன் தடுத்து விட்டான்; எப்படி முயன்றும் அவர்களால் அபிமன்யுவைத் தொடர்ந்து உள்ளே போகமுடியவில்லை."

"பாவம், அபிமன்யு! சூரியனைப்போல ஒளி வீசிக்கொண்டு யுத்தம் புரிகிறான். கௌரவ சைனியங்களையெல்லாம் துவம்சம் செய்கிறான். அவனுக்குத் துணை அவனுடைய வீரம் மட்டும்தான்."

"அப்போது, கௌரவ சேனையின் ஆறு மகாரதர்களும் ஒன்று சேர்ந்துகொண்டு, கர்ணன் உட்பட, சதி செய்து அபி மன்யுவைக் கொன்று விடுகிறார்கள்."

இதைக் கேட்டு நான் கண் கலங்குகிறேன், அப்ப செல்லரம் மான் சொல்கிறார்:

"சில நேரங்களில், பெரிய வெற்றியைத் தேடிப் போகும் போது சில சிறிய தோல்விகளை நாங்கள் சந்திக்கத்தான் வேணும். உன் பெரிய வெற்றியிலே இது ஒரு சிறு தோல்வி."

இந்த அறிவுரை எனக்கு அன்று மாத்திரமல்ல பிறகும் எத்தனையோ சந்தர்ப்பங்களில் என் நினைவுக்கு வந்திருக்கிறது.

இவ்வளவு கூறிய நான் செல்லரம்மானுடைய இறுதிக் காலத்தைப் பற்றியும் சொல்லத்தானே வேண்டும்.

சில சாவுகள் தவிர்க்க முடியாதவை. வருத்தம் வந்து சாகி றான்; படுக்கையில் படுத்துச் சாகிறான்; நித்திரையில் சாகிறான்; மரம் வெட்டும்போது மரம் விழுந்து சாகிறான். ஆனால், செல்ல ரம்மானுடைய சாவு அநியாயச் சாவு: தவிர்க்கக்கூடிய சாவு.

யாழ்ப்பாணத்தில் ஊரடங்குச் சட்டம் இருந்த காலம் அது. ஒருநாள் மாலை நேரம். இவர் வேலையை முடித்துவிட்டு ஓட்ட மும் நடையுமாக வீட்டுக்குப் போகிறார்.

பட்டாளத்துக்காரன் இவரைப் பார்த்து 'நில்' என்று சொல்கிறான். இவருக்குக் கேட்கவில்லை. அந்த நேரத்தில் இவரு டைய வாய் காபி ராகத்தில் ஒரு பாட்டை முணு முணுத்திருக் குமோ, என்னவோ? அவன் இன்னொரு முறை சத்தம் போடு கிறான். இவருக்கு அதுவும் கேட்கவில்லை. மூன்று தரம் சுடு கிறான். மூன்று குண்டுகளும் தவறாமல் இவர் முதுகைத் துளைத்தபடி போகிறது.

கேட்பாரற்று, அநியாயமாகக் கீழே விழுந்தார் செல்ல ரம்மான். அவருடைய கடைசி சுவாசம் என்ன கதையைச் சொல்லிக்கொண்டு வெளியே போனதுவோ!

முப்பது வருடங்களுக்குப் பிறகு நான் செல்லரம்மானைத் தேடிப்போன போது அவரைத் தெரிந்தவர்கள் இந்த விபரங்களைச் சொன்னார்கள். அவருடைய மனைவியும் மகளும் என்ன ஆனார்கள் என்று தெரியவில்லை. மகள் வளர்ந்து, பெரியவளாகி அவளுக்கும் பிள்ளைகள் இருந்திருக்க வேண்டுமே?

என்னுடைய வாழ்கையில் எத்தனையோ இக்கட்டான சந்தர்ப்பங்களில் அவரை நினைவு கூர்ந்திருக்கிறேன். சந்தோஷமான நேரங்களிலும் அவரை நான் மறக்கவில்லை. அப்படியான அவருடைய ஒரு தாக்கம் என் வாழ்க்கையில் இருந்தாலும் அவர் இறப்பதற்கு முன்னர் ஒருமுறைகூட என்னால் அவரைச் சந்திப்பதற்கு முடியவில்லையே!

சிறு வயதில் ஒரே ஒருமுறை போன ஞாபகத்தை வைத்துக் கொண்டு அவர் வீடு தேடிப் போகிறேன். அங்கே உள்ள குடிசைகள் எல்லாம் சிதைந்து போய்க் கேட்பாரற்றுக் கிடந்தன. ஒரு வரையும் காணவில்லை. எல்லாம் பட்டாளத்துக்காரர்களினால் ஏற்பட்ட அழிவுதான். எது அவர் வீடாக இருக்கும் என்று ஞாபகப்படுத்தி தேடித் தேடிப் பார்க்கிறேன்.

அப்போது பாம்பு கீறிய தென்னை மரமொன்று என் கண்ணிலே படுகிறது. கிட்டப்போய் அந்தப் பாம்பையே பார்த்தபடி நிற்கிறேன்.

◆

திகடசக்கரம்

எரிச்சல் ஊட்டுவதற்கென்றே பிறவியெடுத்தவன் 'எரிக்ஸன்'. முந்திய பிறவியில் நான் செய்த வினைப்பயனால் அவனுடன் எனக்கு ஒரு தொந்தம் ஏற்பட்டுவிட்டது. நான் எங்கேபோனாலும் அவனும் அங்கே என் பின்னால் வந்து சேர்ந்து விடுவான்.

ஸ்வீடன் தேசத்து அரசாங்கத்துக்காக இவன் வேலை செய்து வந்தான். ஆள் உயரமாகவும் வசீகரமாகவும் இருப்பான். அவன் ஆங்கிலம் கதைப்பது கேட்க ஆனந்தமாக இருக்கும். 'ஸ்வீடிஷ்' மொழியிலே சிந்தித்துப் பின் அதை ஆங்கிலத்தில் வார்த்தைக்கு வார்த்தை மொழிபெயர்த்துப் பேசுவான். ஆகையினாலே, அவனுடைய ஆங்கிலம் நெளிந்து, நெளிந்து வரும். சுருக்காக ஒரு விஷயத்தைப் பேசினோம் என்பது அவன் ஜாதகத்திலேயே கிடையாது. நீண்டு வளைத்துத்தான் கதைக்கு வருவான்.

அவன் வடதுருவம் என்றால், நான் தென்துருவம் அவன் நெருப்பு என்றால் நான் ஐஸ். அவன் நீட்டி நீட்டிப் பேசினால் நான் சுருக்கமாகத்தான் பேசுவேன். எப்பவும் அவசரப்பட்டு ஓடிய படியே இருப்பான். நான் அப்படி இல்லை. குழாயில் வரும் நீர் போல மளமளவென்று சிந்தனைகளை வரவரக் கொட்டிக் கொண்டே இருப்பான். நானோ ஆற அமர யோசித்து ஒரே ஒரு வசனம் பேசினாலே அது பெரிய காரியம். இப்படியாக நாங்கள் முற்றிலும் எதிர்மறையானவர்கள். எங்கள் இரண்டு பேருக்கும் கடவுள் எப்படியோ ஒரு முடிச்சைப் போட்டுவிட்டார்.

ஐந்து நிமிடத்திற்கு மேல் யாரும் எரிக்ஸனுடன் தொடர்ச்சி யாகப் பேசமுடியாது. எப்படியும் எரிச்சல் மூட்டி விடுவான். அப்படி ஓர் அசாத்தியமான சாமர்த்தியம் அவனிடமிருந்தது.

எங்கள் இருவருக்கும் சுற்றுச்சூழலைப் பாதுகாக்கும் பணி, எங்கள் பணியின் நிமித்தம் நாங்கள் இப்படி அடிக்கடி சந்திக்க வேண்டிவரும். ஆப்பிரிக்காவின் கடற்கரையோரத்தில் உள்ள ஐந்து

நட்சத்திர ஹோட்டல் ஒன்றில் இருவரும் தங்கியிருக்கிறோம். ஒரு விசேஷ கூட்டத்திற்காக நாங்கள் வரவழைக்கப்பட்டிருந்தோம்.

விஷயம் இதுதான். ஸ்வீடன் நாடு பன்னிரெண்டு மில்லியன் டொலர் ஓர் அணைக்கட்டு விஷயமாகக் கொடுப்பதாக இருந்தது. இந்த அணைக்கட்டினால் மின்சக்தியும் விவசாயமும் பெருகி நாடு பெரும் சுபிட்சம் அடையும் என்று எதிர்பார்க்கப்பட்டது.

ஆனால், சுற்றுச்சூழலைப் பாதுகாக்கும் சில குழுக்கள் இந்த அணைக்கட்டு சம்பந்தமாக ஆராய்ந்ததில் பல அனர்த்தங்கள் விளையும் என்பதைக் கண்டு கொண்டார்கள். அவர்கள் வேண்டு கோளின்படி நாங்கள் ஆராய்ச்சி செய்து 96 பக்கம் கொண்ட ஒரு அறிக்கையைத் தயார் செய்திருந்தோம்.

மறுநாள் ஒன்பது பேர் கொண்ட குழுவின் முன் எங்கள் அறிக்கையைச் சமர்ப்பித்து அணைக்கட்டினால் ஏற்படக் கூடிய பாதகங்களைக் கூறி அணைக்கட்டு பிளானை முற்றிலும் முறியடிக்க வேண்டும்.

எரிக்ஸன் நெருப்புக்கு மேலே நின்றான். எங்களுடைய அறிக் கையை எப்படியும் வெற்றிகரமாக ஒப்பேற்றிவிட வேண்டும் என்ற ஆர்வம் அவனுக்கு. ஆனால், ஆர்வம் இருந்தால் காணுமா? எங்க ளுக்குச் சில வில்லங்கங்களும் இருந்தன.

குழுவுக்கு தலைமை வகிப்பவர் ஓர் ஓய்வு பெற்ற நீதிபதி. அனாவசியப் பேச்சு அவருக்குப் பிடிக்காது. ஆனால், 'சரி' என்று பட்டதை நேரே பயமின்றி சொல்லக்கூடியவர். மற்றது ஒரு பாதிரி யார். அவராலும் எங்களுக்கு இடைஞ்சல் இல்லை.

'சாயத்'தான் எங்கள் முதல் எதிரி. மிகப்பெரிய பணக்காரன். முக்கால்வாசி மந்திரிமாரைக் கைக்குள்ளேயும், மீதியுள்ளோரை பைக்குள்ளேயும் வைத்துக்கொண்டு திரிபவன். பணத்தின் பலத்தினால் ஆடம்பரமாகப் பேசப் பழகிக்கொண்டவன். குழு விலே இருந்த மற்ற ஆறு பேரையும் அவன் 'வாங்கிவிட்டான்' என்றுதான் கதை. இந்த அணைக்கட்டு திட்டம் அங்கீகாரம் பெற் றால் அதனால் வரும் ஒப்பந்தங்கள் எல்லாம் இவனிடம்தான் போய்ச்சேரும்; நிராகரிக்கப்பட்டாலோ அவனுக்குக் கோடிக் கணக்கில் நஷ்டம்.

எரிக்ஸன், நாங்கள் தயாரித்த அறிக்கையை கர்மசிரத்தையாக படித்துக்கொண்டிருந்தான். சிவப்புக்கோடு, மஞ்சள் கோடு, நீலக் கோடு என்று எங்கும் மூவர்ணக் கொடிபோலக் கீறி வைத்திருந் தான்.

அறை முழுக்க சிகரட் புகையும், பீர் போத்தலும் 'பைல்' கட்டுகளும்தான். என்மேல் அவனுக்கு எரிச்சலுக்கு மேல் எரிச்சல். காரணம் நான் அன்றைய தினசரியை சாவதானமாகப் புரட்டிக் கொண்டிருந்ததுதான்.

எரிக்ஸனுக்கு குட்நைட் சொல்லிவிட்டுப் படுப்பதற்கு விரைந்தேன். அவன் "V.D, என்ன? எட்டு மணிக்கே படுக்கப் போறாயா? நாளைக்கு ஒன்பது மணிக்கல்லவா கூட்டம்? இன்னும் எவ்வளவோ குறிப்புகள் தயார் பண்ண வேண்டியிருக்கிறதே?" என்றான்.

('வைத்தியநாதன்' என்று என் பெற்றோர் சூட்டிய அழகிய பேரை இவனுக்காகச் சுருக்கி 'வைத்தி' என்று மாற்றினேன்; இவன் அதையும் குறுகத் தறித்து 'V.D' என்று என்னைச் செல்லமாகக் கூப்பிடத் தொடங்கிவிட்டான், கொலை பாதகன்.)

நான். "எரிக்ஸன், நாளை காலை எட்டுமணிக்கு இங்கே சந்திப்போம். எங்கள் அணுகுமுறையை இன்னொரு தரம் ஒத்திகை பார்த்துக் கொள்ளலாம். பயப்படுவதற்கு ஒன்றுமில்லை" என்றேன்.

எரிக்ஸனுக்கு ஆத்திரமான ஆத்திரம். "சாயத்தோடு சேர்ந்து ஏழு பேர் ஒரு பக்கம். பாதிரியார் ஒருவரைத்தான் நாங்கள் நம்ப லாம். இது எங்களுக்கு முழுத் தோல்வி. சந்தேகமே இல்லை. நீ போய் ஆனந்தமாக சயனி" என்றான் கோபத்துடன்.

இப்படி எத்தனை எரிமலைகளைக் கண்டவன் நான். விர் ரென்று என் படுக்கையறைக்குப் போனேன்; படுத்ததும் தூங்கியும் விட்டேன்.

அடுத்த நாள் விடிகாலை ஆறு மணிக்கே கதவைப் படபட வென்று தட்டினான், எரிக்ஸன். நான் அந்த நேரம் வழக்கம்போல ஸ்நானம் செய்து ஸ்தோத்திரங்களை முடித்துவிட்டுக் கை விரலால் எண்ணிக்கொண்டே காயத்ரி ஜபம் செய்துகொண்டிருந்தேன். அவனும் விடாமல் கதவைத் தட்டிக்கொண்டேயிருந்தான்.

இறுதியில் நான் ஜபங்களை முடித்த பின் கதவைத் திறந்தேன்.

எரிக்ஸன் முற்றிலும் உடுத்தித் தயாராகி வந்திருந்தான். நாங்கள் காலை உணவை முடித்துவிட்டு ஒரு மூலையில் இருந்து எங்கள் அணுகுமுறையைச் சரிபார்த்துக்கொண்டோம்.

நான் சொன்னேன்:

"எரிக்ஸன், இன்று நடக்கும் கூட்டமோ மூன்று மணித் தியாலத்திற்கு மேல் நீடிக்க முடியாது. தலைவர் முடிவை இன்றே ஜனாதிபதியிடம் சமர்ப்பிக்க வேண்டும். எங்களுடைய அறிக்கை யிலே இன்று கேள்வி மேல் கேள்வியாகக் கேட்டுக்கொண்டே இருப்பார்கள். அதிலும் அறிக்கையின் முதல் பக்கத்திலேயே மூன்று தாக்கமான கேள்விகள் வரும். நீ அயர்ந்து விடாதே. உன் வித்தை எல்லாத்தையும் காட்டி பதிலை அவசரமின்றி எடுத்துக் கூறு. எவ்வளவு நேரம் கடத்த முடியுமோ அவ்வளவு நேரத்தையும் கடத்து. உன் பதில் முடியும் தறுவாயில் நான் உன்னுடன் வந்து சேர்ந்து கொள்வேன்."

"என்ன VD? அவ்வளவுதானா?" என்றான்.

"அவ்வளவுதான்."

தலையிலே இரு கைகளையும் வைத்து மேலே ஆண்ட வனைப் பார்த்தான், எரிக்ஸன்.

ஒன்பது மணி நெருங்கிக்கொண்டிருக்கிறது. எரிக்ஸன் இரண்டு கைகளிலும் மலைபோல் குவித்து, கட்டுக்கட்டாகப் புத்தகங்களும் அறிக்கைகளும் கோப்புகளுமாகக் கொண்டுபோய் மேசை மேல் கண்காட்சிக்கு அடுக்கி வைப்பதுபோல் அடுக்கி வைக்கிறான். நான் நாலு தாள்களை மாத்திரம் ஒரு வெறும் கோப்பில் மறைத்து வைத்துக்கொண்டு வருகிறேன்.

சாயத் ஆடம்பரமாக உரத்துப் பேசிக்கொண்டு நுழைகிறார். அவருக்குப் பின்னால் நாலு பேர் ஓடாத குறையாக வருகிறார்கள். சபைத்தலைவர்கூட எழுந்து அவருக்கு மரியாதை செய்கிறார். நாங்களும் வணக்கம் சொல்லிக் கொள்கிறோம்.

தலைவருடைய சிறு உரைக்குப் பிறகு எரிக்ஸன் தன் கட்சி வாதத்தை ஆரம்பித்து வைக்கிறான்.

எடுத்த வீச்சிலேயே எரிக்ஸன் அறிக்கையில் கண்டுள்ளபடி இந்த அணைக்கட்டினால் 47,000 ஏக்கர் காடுகள் தண்ணீரில் மூழ்கி விடும் என்கிறான்.

சாயத் உடனேயே எதிர்ப்புக் குரல் தெரிவிக்கிறார். "இது என்ன குப்பை? எங்கே இதற்கான ஆதாரம்?" என்று கேட்கிறார். எரிக்ஸன் தனக்கே உரிய பாணியில் நேரிடையாகப் பதில் சொல் லாமல் சுற்றி வளைத்து ஆரம்பிக்கிறான். சுருள் வாளைப்போல் அவனுடைய வாதங்கள் எல்லாம் திருப்பித் திருப்பித் தொடங்கிய

இடத்திலேயே வந்து விழுகின்றன. அவனோ களைப்படையாமல் தொடர்ந்து பேசிக்கொண்டே இருக்கிறான். இதற்கிடையில் சபையி லுள்ள மற்றைய உறுப்பினர்களும் தங்களுக்குத் தெரிந்ததைக் கூற வாதம் சூடுபிடித்தது. இப்படியாக முதல் கேள்வியிலேயே முக்கால் மணிநேரம் செலவழிந்துவிட்டது.

அப்போது நான் எரிக்ஸனுக்கு சாடை காட்டிவிட்டு சொன் னேன்:

"பதினைந்து வருடங்களுக்கு முன்பு அரசு அமைத்த ஒரு விசாரணைக் குழுவில் தலைவர் அவர்களே ஓர் உறுப்பினராக இருந்திருக்கிறீர்கள். அந்த அறிக்கையில் 47,000 ஏக்கர் என்று பிரஸ்தாபித்தது ஞாபகமிருக்கிறது" என்று கூறிவிட்டு எரிக்ஸன் கொண்டு வந்த பைல் கட்டுகளையும் புத்தகத்தையும் சிதற அடித்து தேடுவதுபோலத் தேடி சிறிது நேரம் கடத்திவிட்டு, "ஆஹா, இதோ அதற்கான படிவம்" என்று நான் தயாராகக் கொண்டுபோன ஏட்டில் இருந்து தாளை உருவிக் கொடுத்தேன். தலைவர் அதை வாங்கிப் படித்துவிட்டு தலையை ஆட்டினார்.

சாயத் தாளைப் பிடுங்கி உற்று உற்றுப் பார்த்தார். பார்த்து விட்டு மேசை மேலே போட்டார். மற்றவர்களும் எடுத்து காயி தத்தை ஆட்டி ஆட்டிப் பார்த்தார்கள்.

எரிக்ஸன் மீண்டும் பேசத் தொடங்கினான். ஆனால், மூன்றாவது நிமிடமே இன்னுமொரு இடைஞ்சல் வந்தது. சாயத் சொன்னார். "1,16,000 பேர் குடிபெயர்வதாகச் சொல்கிறீரே? அரசாங்கம் அவ்வளவு பேருக்கும் புது வீடுகள் கட்டித்தருவதாகக் கூறியிருக்கிறதே! இதில் என்ன நஷ்டம்?" என்றார்.

எரிக்ஸன் இதற்கும் பதில் அளிக்கத் தொடங்கினான். சொல்லி வைத்தபடி பதிலும் நீண்டுகொண்டேபோனது. தலைவர் தண்ணீர் குடித்தார். பாதிரியார் கொட்டாவி விட்டார். சாயத் தலையை இரண்டு பக்கமும் ஆட்டிக்கொண்டே இருந்தார்.

அப்போது, சமயம் பார்த்து நான் குறுக்கிட்டு, "தலைவரே, மதிப்பிற்குரிய எமது முதல் மந்திரியாரும், திரு சாயத் அவர்களும் இன்னும் சிலரும் கடந்த வருடம் மே மாதம் 20ஆம் திகதி ஸ்வீடன் போனபோது மேற்படி விஷயம் மிகவும் விஸ்தாரமாப் பேசப் பட்டது. குடிபெயர்வால் ஏற்படும் சமுதாய இன்னல்கள் புது வீடுகள் கட்டுவதனால் மட்டுமே தீரக்கூடிய காரியமல்ல. இதை ஸ்வீடன் அரசாங்கமே ஒப்புக்கொண்டு எழுதியிருக்கிறது" என்று கூறி அவர்கள் எழுதிய கடிதத்தின் நகலை சபையின் முன் வைத் தேன். எல்லோரும் பாய்ந்து எடுத்து அந்தக் கடிதத்தைப் படித் தார்கள்.

தலைவருடைய நம்பிக்கை இப்போது பரிபூரணமாக எரிக்ஸனுடைய பக்கம் திரும்பிவிட்டது. இதற்கிடையில் இரண்டு மணி நேரம் ஓடிவிட மீதி நேரத்தில் எரிக்ஸன் சொல்ல வேண்டிய தெல்லாவற்றையும் நேர்த்தியாகச் சொல்லி முடித்தான். இம்முறை அவனுக்குத் தடங்கலே இல்லை.

அவன் பேசி ஓய்ந்ததும் தலைவர் இன்னும் யாராவது ஏதேனும் சொல்ல விரும்புகிறார்களா என்று கேட்டார்.

என் மடியில் இன்னுமொரு ஆணி இருந்தது. கடைசி ஆணி. நான் சொன்னேன்.

"தலைவரே, எல்லோரும் களைப்பாகி இருக்கும் இந்தச் சமயத்தில் நேரத்தை வீணாக்காமல் விஷயத்துக்கு வருகிறேன். எந்த ஒரு காரியத்தை எடுத்தாலும் அதில் நல்ல விளைவுகளும் கெட்ட விளைவுகளும் கலந்தே இருக்கும். நல்ல விளைவுகள் கூட இருப்பின் நாங்கள் அந்தக் காரியத்தைச் செய்கிறோம்; இல்லா விடில் அதைத் தவிர்த்து விடுகிறோம்."

"இந்த அணைக்கட்டினால் எங்களுக்கு அதிகப்படியான மின்சக்தியும், நீர்ப்பாசன வசதிகளும், கிராமங்களுக்குக் குடி தண் ணீரும் கிடைக்கிறது. அத்துடன், அடிக்கடி ஏற்படும் வெள்ளப் பெருக்குகளையும் இது தடுக்கிறது. இது எல்லாம் நல்ல விளைவுகள்தான்."

"ஆனால், இதனால் ஏற்படும் பாதகங்களையும் நாங்கள் கணக்கு பார்க்க வேணும். சுற்றுச்சூழல் முற்றிலும் அழிந்துவிடு கிறது. 1,16,000 பேர் குடிபெயர்வதினால் ஏற்படும் சமுதாயக் கேடுகள், காடுகளின் அழிவு; மீன் முதலிய உயிரினங்களின் புலம் பெயர்வு (migration) தடை; ஆற்றிலே வண்டல் தன்மை குறைந்து விடுவதால் நசிந்துவிடும் விவசாயம்; இவையெல்லாம் பாதகமான விளைவுகள்."

"இந்த அறிக்கையின் 46ஆம் பக்கத்திலே கொடுத்திருக்கும் விபரங்களின்படி, நன்மைகளுக்கு 370 புள்ளிகள் என்றால் தீமை களுக்கு 520 புள்ளிகள் விழுகின்றன."

"ஆனால், இந்தக் கணக்கிலே நாங்கள் ஒரு மிகப்பெரிய தப்பு செய்து விட்டோம்.

"இந்த இடத்தில் வாழும் 16 வகையான உயிரினங்கள் இந்தப் பிராந்தியத்திலேயே பிரத்தியேகமாக வாழும் தன்மை பெற்றவை. இந்த உலகின் வேறெந்த மூலை முடுக்கிலும் இந்த உயிரினங்களைக்

காண ஏலாது. இந்தத் திட்டம் நிறைவேறினால் இந்த உயிரினங்கள் முற்றிலும் அழிந்துவிடும்; பூண்டோடு போய்விடும்."

"இந்த உயிரினங்களின் அழிவுக்கு மதிப்புப் புள்ளிகள் போட முடியுமா? கோடி புள்ளிகள் போட்டாலும் அவை ஈடாகுமா?"

"கடவுள் இந்த உயிரினங்களைச் சிருஷ்டித்தார். இவை எத்தனையோ கோடி ஆண்டுகள் இதே இடத்தில் உயிர் வாழ்ந்தன. ஆனால், இனிமேலும் அவை உயிர் வாழும் பொறுப்பு கடவுள் கையில் இல்லை; உங்கள் ஒன்பது பேருடைய கைகளில்தான் இருக்கிறது" என்றேன்.

கூட்டத்தில் சிறிது நேரம் சலனமில்லை. சாயத்தின் முகம் பேயறைந்தது போலிருந்தது. பாதிரியாரின் முகத்தில் புன்சிரிப்பு.

தலைவர் ஐந்து நிமிடங்களில் தன் முடிவுரையைக் கூறினார். அதன் கடைசி வாசகம்:

"தகுந்த ஆதாரங்களினாலும், ஆணித்தரமான வாதங் களாலும் இந்த அணைக்கட்டு மனித மேம்பாட்டுக்கு உகந்ததல்ல என்பது தீர்மானமாகிவிட்டது. ஆகவே இதைக் கைவிடும் ஆலோசனையை இன்றே அரசாங்கத்துக்கு அறிவிக்க நான் கடமைப்பட்டிருக்கிறேன்."

வெளியே வந்ததும் எரிக்ஸன் என்னைக் கட்டிப்பிடித்து மேலே தூக்கினான்.

"எப்படிச் செய்தாய்? எப்படிச் செய்தாய்?' என்று துளைத்து எடுத்தான். நான் "கச்சியப்பருக்கு நன்றி" என்று கூறினேன். "யாரிந்தக் கச்சியப்பர்?" என்று நச்சரித்தான். நான் "பிறகு சொல் கிறேன்" என்று கூறி அவனிடமிருந்து மெள்ளக் கழன்றுகொண் டேன்.

அன்று பின்னேரம் எரிக்ஸன் மறுபடியும் என் அறைக் கதவை விடாமல் தட்டியபடியே இருந்தான். நான் சாயங்கால பூசையை முடித்துக்கொண்டு கதவைத் திறந்ததும் என் கையைப் பிடித்து இழுக்காத குறையாகத் தன் ரூமுக்கு அழைத்துப் போனான்.

அங்கே இருந்த வசதியான கதிரையில் அவன் சாய்ந்து உட்கார்ந்து கொண்டான். என்னையும் இருக்கச் சொன்னான்.

பணிப்பெண்ணிடம் பீர் கொண்டு வரும்படி ஆணையிட் டான். அவள் அசைந்து அசைந்து பீரைக் கொண்டுவந்து

வைத்தாள்; கண்களைச் சுழட்டி ஒரு வீசு வீசிவிட்டுப் போய் விட்டாள். எரிக்ஸனுடைய கண்கள் அவளைத் தடவிக்கொண்டே கொஞ்ச தூரம் பின்சென்று மீண்டும் திரும்பியது.

பீரை ஊற்றிச் சுவைத்துக் குடித்தான். பிறகு என்னைப் பார்த்து, "யார், அந்தக் கசியபா, சொல்" என்றான். அவனுடைய ஆவலும் பீருடைய நுரைபோலப் பொங்கிக்கொண்டு நின்றது.

நான் சொன்னேன்: "எரிக்ஸன், 'கசியபா' இல்லை; கச்சி யப்பர் உனக்கு இது விளங்காது. எங்கள் பழக்க வழக்கங்கள், சமயக் கோட்பாடுகள் இவற்றை அறிந்த ஒருவரால்தான் நான் சொல்லப்போவதை உண்மையில் புரிய முடியும்; இது வீண் நேரம்."

அதற்கு எரிக்ஸன், "எந்த ஒரு விஷயமும் அதைச் சொல்லும் விதத்தில் இருக்கிறது. சொல்கிறவர் கெட்டிக்காரர் என்றால், புரிகிறவர் புரிந்து கொள்வார். நீ சொல்ல வேண்டியதைச் சொல்லு, நான் புரியும்வரை புரிந்துகொள்கிறேன்" என்றான்.

காலைத் தூக்கி மேலே போட்டுக்கொண்டு, பீர் குடித்தபடி கந்த புராணம் கேட்கும் முதல் மனிதன் இவனாகத்தானிருக்கும் என்று நான் என் மனதிற்குள் நினைத்துக்கொண்டு சொன்னேன்:

"கச்சியப்பர் என்பவர் கந்த புராணம் என்ற பெருங்காப் பியத்தை தமிழிலே பாடினார். அதை அரங்கேற்றும்போது, ஒரு இலட்சம் கிரந்தங்கள்கொண்ட அந்த நூலில் முதல் செய்யுளில், முதல் வரியில், முதல் வார்த்தையிலேயே ஒரு சிக்கல் வந்து விட்டது. சிக்கலோ பெரிய சிக்கல். ஆனால், கச்சியப்பர் ஆணித் தரமான ஆதாரத்தோடு அந்தச் சிக்கலை அவிழ்க்கிறார். சபை யோருக்கு அவருடைய ஆழ்ந்த புலமையிலே அளவற்ற மதிப்பும் நம்பிக்கையும் பிறக்கிறது. (the credibility is established)."

"அதற்குப் பிறகு கச்சியப்பர் மீதி செய்யுள்களையெல்லாம் தங்கு தடையின்றிப் படித்து, பொருள் கூறி வெற்றிகரமாக அரங்கேற்றி முடித்தார்."

"என்னுடைய அபிப்பிராயம், அந்த முடிச்சைக் கச்சியப்பர் வேண்டுமென்றே வைத்தார் என்பதுதான். இல்லாவிட்டால், ஒரு லட்சம் பாடல்களில் முதல் செய்யுளில், முதல் வரியில் ஒரு எக்கச்சக்கமான வார்த்தையை முதல் வார்த்தையாக யாராவது வைத்திருப்பார்களா?"

"V.D. இது நல்லாயிருக்கு: விபரமாய்ச் சொல்" என்றான் எரிக்ஸன்.

தொண்டை மண்டலத்திலே சிறந்து விளங்கும் காஞ்சி புரத்தில் காளத்தியப்ப சிவாச்சாரியாருக்குப் புத்திரராகப் பிறந்தார் கச்சியப்பர். அவர் தன் ஐந்தாவது வயதிலேயே வித்தியாரம்பம் செய்யப்பெற்று தமிழ், சமஸ்கிருதம் ஆகிய இரு மொழிகளையும் கற்றுத் தேர்ந்து வல்லுநரானார்.

ஒருநாள் குமரக்கோட்டத்து சுப்பிரமணியக் கடவுள் இவர் கனவிலே தோன்றி, "அன்பனே, நீ நமது சரித்திரத்தைக் கந்த புராணம் எனப் பெயரிட்டு தமிழிலே பெருங்காப்பியமாகச் செய். அதற்கு முதல் அடியாக 'திகட சக்கரச் செம்முக மைந்துளான்' என்று தொடங்குவாயாக" என்று கூறி மறைந்தார்.

இவரும் அப்படியே கந்த புராணத்தைப் பாட ஆரம்பித்து நாளொன்றுக்கு நூறு பாடல்கள் பாடி அந்தக் காப்பியத்தை குறைவற முடித்தார்.

இந்த நூலை அரங்கேற்றும் பொருட்டு தமிழ் புலவர்களுக் கும், வேத வேதாங்க பண்டிதர்களுக்கும், சிவாகம விற்பன்னர்களுக் கும் தேவார திருவாசக வல்லுநர்களுக்கும் ஓலை விடுத்துச் சபையைக் கூட்டினார்.

குறிப்பிட்ட ஒரு சுபதினத்தில் கந்த புராணத் திருமுறையை குமரக்கோட்டத்து சுப்பிரமணியக் கடவுள் முன் வைத்துத் துதித்துப் பின்னர் முதற் செய்யுளை உரைக்கலானார்:

'திகடசக்கரச் செம்முகமைந்துளான் என்று வாசித்து, அதாவது 'திகழ்+தசம்+கரம்', விளங்குகின்ற பத்து திருக்கைகளும் செவ்விய ஐந்து முகங்களுமாகவுள்ள சிவ பெருமான்' என்ற பொருள் கூறித் தொடங்கினார்.

அப்போது அங்கு கூடியிருந்த புலவர்களிலே மூத்த புலவர் ஒருத்தர் எழுந்து, "நில்லும், நில்லும்; திகழ் தசம் கரம் 'திகடசக்கரம்' என்று புணர்வதற்கு விதி தொல்காப்பியம் முதலிய இலக்கண நூல்களில் இல்லையே? இது எப்படிப் பொருந்தும்" என்று கூறினார்.

அதற்குக் கச்சியப்பர் திகைத்து நின்று, "இது முருகனே எடுத்துக் கொடுத்த அடியல்லவா? இதற்குக்கூட இலக்கண விதிகள் உண்டா?" என்று கேட்டார்.

அப்போது அந்தப் புலவரானவர் புன்முறுவல் பூத்து, "உமக்கு அடியெடுத்துக் கொடுத்த முருகன் இவ்விடம் வந்து சாட்சி சொல்வாரானால் நாங்கள் அக்கணமே இதனை அங்கீகரிப்போம்;

அன்றேல் இதற்கு யாதேனும் ஒரு பிற இலக்கண நூலில் விதி காட்டினும் அங்கீகரிப்போம்; அல்லாவிடில் அரங்கேற்ற ஒப்புக் கொள்ளமாட்டோம்" என்றார்.

இத்தருணத்தில் ஏனைய புலவர்களும் இரு கூறாகப் பிரிந்து தந்தமக்குத் தோன்றியபடி விவாதம் செய்ய அன்றைய போதில் முக்காப் போதும் கழிந்தது; கச்சியப்பரும் 'இதற்கு முடிவு நாளை தெரியும்' என்று கூறி சபையைக் கலைத்தார்.

கச்சியப்பர் முருகனிடம் நேரே போய், "அப்பனே, உன்னா லன்றோ நான் கந்தபுராணம் பாட முற்பட்டது. அதற்கு, நீ எடுத்துக் கொடுத்த அடியிலேயே இழுக்கு வந்துவிட்டதே. இது தகுமா?" என்று குறையிரந்தார்.

அன்றிரவு முருகன் அவர் கனவிலே தோன்றி, "கச்சியப்பரே, பயப்பட வேண்டாம். சோழ தேசத்திலிருந்து ஒரு புலவர் நாளை வருவார். அவரால் சபையோருடைய ஐயம் தெளிவுறும்" என்று கூறி மறைந்தார்.

அடுத்த நாள் சபை கூடியது. அப்போது சோழ தேசத்தி லிருந்து வந்த புலவர் ஒருத்தர் வீரசோழியம் என்ற இலக்கணநூலை சபையினரின் முன் சமர்ப்பித்து, சந்திப்படலத்தில் பதினெட்டா வது செய்யுளில் திகழ் தசம் என்பது திகடசம் என்று புணர்வதற்கு விதியிருக்கிறதைக் காட்டினார். முன்னாளில் ஆட்சேபித்த புலவரும் அதனை வாங்கிப் படித்து 'திகடசக்கரம்' என்னும் புணர்ச்சிக்கு விதி சரியாயிருக்கக் கண்டு விம்மிதமும், மகிழ்ச்சியு முற்றார்; மற்றைய புலவர்களும் ஒருவர் பின் ஒருவராக நூலை வாங்கிப் படித்துத் தங்கள் சந்தேகம் தெளிவுபெற்றனர்.

தடை பெற்ற அரங்கேற்றம் மீண்டும் தொடங்கியது. சபையோருக்குக் கச்சியப்பரிடத்தில் நம்பிக்கையும் மரியாதையும் பக்தியும் பெருகியது.

அதன் பிறகு தங்குதடை எதுவுமின்றி கச்சியப்ப சிவாச் சாரியார் கந்த புராணத்தை வாசித்து பொருளும் கூறி அரங்கேற்றி முடித்தார்.

எரிக்ஸன் கதையை நன்றாக அனுபவித்துக் கேட்டான். விழுந்து விழுந்து சிரித்தான். பிறகு, "உன்னுடைய கச்சியப்பர் பெரிய ஆள்தான்" என்றான்.

"இதை இனிமேல் 'கச்சியப்பரின் யுக்தி' (The Kachiyapar's strategy) என்று நாங்கள் எங்களுக்குள்ளே கூறிக் கொள்வோம்" என்றான்.

சிரித்துக்கொண்டே, "சரி" என்றேன் நான்.

"ஏ V.D, அவுஸ்திரேலியாவில் நடக்கப் போகும் சம்மேளனத் துக்கு நீயும் வருகிறாயல்லவா? அங்கேயும் இதே யுக்தியைக் கையாளுவோம். அசந்து விடுவார்கள்" என்றான்.

நான் "ஒரு யுக்தியை ஒருமுறை கையாளலாம். இரண்டா வது முறையும் சமயோசிதமாகக் கையாண்டு தப்பிவிடலாம். ஆனால், மூன்றாவது முறை எதிராளி உசாராகிவிடுவான். அடுத்த முறைக்கு புதிதாக ஏதாவது யுக்தி தயார் பண்ண வேண்டியது தான். கந்த புராணம் போனால் என்ன? சிவ புராணம் இருக் கிறதே! ஏதாவது தோன்றாமலா போய் விடும்!" என்றேன்.

"அதுவும் சரிதான்" என்றான் எரிக்ஸன்.

♦

துரி

நான் வழக்கம்போல என் கதிரையிலே சாய்ந்திருந்தேன். அந்த இலையுதிர் பருவத்தின் மௌனமான மாலை வேளையில் மின்கணப்பு மெதுவாக எரிந்து கொண்டிருந்தது. துரி என் காலடி யில் படுத்திருந்தது. அன்று முழுக்க அது சாப்பிடவில்லை. சாப் பாட்டை போய் முகர்வதும், மறுபடியும் வந்து படுப்பதுமாக இருந்தது. என்னுடைய மகன் கல்லூரிக்குப்போன நாள் தொடங்கி இப்படித்தான்.

இரண்டு நாள் முன்பு நானும் என் மனைவியும் காரிலே போய் எங்கள் மகனை அமெரிக்காவின் மேற்குப் பகுதியில் இருக்கும் பேர்க்லி கல்லூரியிலே சேர்த்துவிட்டு வந்திருந்தோம். அந்தக் கல்லூரி எங்கள் வீட்டிலிருந்து 300 மைல் தொலைவில் இருந்தது.

எங்களைப்போல இன்னும் பல பெற்றோரும் அமெரிக்கா வின் பல பகுதிகளிலும் இருந்து அங்கே வந்திருந்தனர். பதினேழு வயது தாண்டிய பிள்ளைகளை இப்படிப் பெற்றோர் கூட்டிவந்து கல்லூரிகளில் சேர்ப்பது இங்கே ஒரு சடங்கு. பிள்ளைகளுடன் பெற்றோருடைய உறவுகள் துண்டிக்கப்படும் முக்கியமான நாள் இது. இதன் பிறகு பெற்றோர் வேறு, பிள்ளைகள் வேறு என்று தங்கள் பாதையில் பிரிந்து சென்று விடுவார்கள்.

என் மகனுடைய சாமான்கள் எல்லாவற்றையும் தூக்கிக் கொண்டு போய் அவனுக்காக ஒதுக்கப்பட்ட அறையிலே வைத் தோம். முதன்முறையாக எங்களைப் பிரிந்து இருக்கப் போவதால் அவன் கண்கள் கலங்கிவிட்டன. அதைக் காட்டாமல் இருக்க அவன் பெரிதும் பிரயத்தனப்பட்டான். என் மனைவியோ பொங்கி வந்த அழுகையை அடக்கத் தெரியாமல் விம்மத் தொடங்கினாள். செய்வதறியாது துரியை வாரியெடுத்து திருப்பித் திருப்பிக் கொஞ்சினான் என் மகன். அவனுடைய பத்தாவது வயதிலே பிறந்தநாள் பரிசாக நாங்கள் கொடுத்த நாய்தான் துரி. கடந்த

ஏழு வருடங்கள் அவன் துரியைவிட்டுப் பிரிந்திருந்ததே இல்லை. முதன்முறையாக இப்படிப் பிரிவது எங்கள் எல்லோருக்கும் வருத்தமாகத்தான் இருந்தது.

நாங்கள் வீடு வந்து சேர்ந்தபோது வீடு ஓவென்று சுடுகாடு போலக் காட்சியளித்தது. மனம் கேளாமல் மகனுடன் டெலி போனில் கதைத்தோம். அவன் துரியைப் பற்றித்தான் விசாரித் தான். நாங்கள் துரியை டெலிபோன் வாய்க்கருகே கொண்டுபோய் பிடிக்க அது 'வள், வள்' என்று குரைத்துத் தன் ஆற்றாமையைத் தெரியப்படுத்தியது. என் மகனுடைய அறைக்குள் ஓடிப்போய் அவன் படுக்கையையும் புத்தகங்களையும் உடுப்புகளையும் மணந்து மணந்து பார்த்துவிட்டு மறுபடியும் திரும்பி வந்து என் காலடியில் படுத்துக்கொண்டது. நீர் தேங்கிய கண்களை உயர்த்தி முகத்தை என் மடியிலே தேய்த்து 'ங்...ங்' என்று முனகியது. அதனுடைய துக்கத்தை யார் தேற்றுவார்கள்?

அந்த நாய்க்குட்டி பிறந்து ஆறு வாரங்களிலேயே எங்கள் வீட்டுக்கு வந்து சேர்ந்தது. கால்களைத் தூக்கி ஆண் நாய் என்று நிச்சயித்துக்கொண்டு என்ன பெயர் வைப்பது என்ற விசாரத்தில் மூழ்கினோம். பல பெயர்களை நிராகரித்த பின்பு 'துரியோதனன்' என்ற பேரை நான்தான் முன் மொழிந்தேன். என் மகன் என்னைக் கீழ்க்கண்ணால் ஊடுருவிப் பார்த்தான். பேர்களை 'வீட்டோ' பண்ணும் உரிமை அவனிடம் இருந்தது. 'ஆ, துரி என்று கூப்பிடு வோம்' என்று இறுதியில் சொல்லிவிட்டான். பெயரும் அப்படியே நிலைத்துவிட்டது. லாஸ் ஏஞ்சல்ஸில் இருந்து எங்களைப் பார்க்க அடிக்கடி வரும் நண்பர் ஒருவருக்கு அந்தப் பேர் பிடிக்கவில்லை. "ஏன், வேறு பேர் கிடைக்கவில்லையா?" என்று கேட்டார். நான் "இல்லை, முதலில் திருதராட்டினன் என்று வைப்பதாகத்தான் இருந்தோம். ஆனால், அந்தப் பேரில் நாய்க்கு அவ்வளவாக சம்மத மில்லை; அதுதான் துரியோதனன் என்று வைத்திருக்கிறோம். இந்தப் பேர் அதற்கு நன்றாகப் பிடித்துக்கொண்டது" என்று சொல்லிவிட்டேன். பிறகு அந்த நண்பர் வாயே திறக்கவில்லை.

இடக்காக அவருக்குப் பதில் கூறினாலும், துரியோதனன் என்று பேர் வைத்ததற்கு காரணம் இல்லாமல் இல்லை. மகாபார தத்திலே சிறப்பாக பேசப்படும் நட்பு கிருஷ்ணன், அர்ஜுனன் நட்புதான். இரண்டு பேருமே ராஜவம்சம்; நெருங்கிய உறவு. இதிலே என்ன அதிசயம்? உண்மையில், எங்கள் இதிகாசங்களில் கூறியபடி மிகச்சிறந்த நட்புக்கும் விசுவாசத்திற்கும் அன்புக்கும் இலக்கணம் துரியோதனன்தான். அர்ஜுனனுடன் துவந்த யுத்தம்

தொடங்கு முன்பு 'உன் குலத்தை உரைப்பாயாக' என்று சபை நடுவே கேட்டதும் தலைகுனிந்த கர்ணனை கட்டித் தழுவி அந்தக் கணமே அவனை அங்கத தேசத்து அரசனாக அபிஷேகம் செய்த துரியோதனனை மறக்க முடியுமா? சொக்கட்டான் விளையாட்டின் உச்சக்கட்டத்தில் பானுமதியெழுந்ததும் அவள் முந்தானையைக் கர்ணன் பிடித்து இழுக்க, முத்துமாலை அறுந்து சிதறிவிழ, உள்ளே வந்த வணங்காமுடி மன்னன் துரியோதனன் முழங்காலில் இருந்து 'பொறுக்கவா, கோக்கவா' என்று கேட்ட அவனுடைய ஆழ்ந்த நட்பின் அடையாளமாக வைத்த பெயரல்லவா இது? இந்த வியாக்கியானம் எல்லாம் கழிவுநீர் கால்வாய் திருத்தும் லாஸ் ஏஞ்சல்ஸ் நண்பருக்கு விளங்கவா போகிறது என்று நானும் பேசாதிருந்துவிட்டேன்.

துரி சிறு வயதிலே செய்த கூத்தை இங்கே வர்ணிக்க முடியாது. அது வந்த நாளில் இருந்து எங்கள் வீட்டு நடைமுறைகள் எல்லாம் மாறிவிட்டன. எங்கள் எல்லோருடைய செயல்பாடுகளும் அதை மையமாக வைத்துத்தான் நடந்தன. அதற்குப் பால் பருக்குவது, சாப்பாடு ஊட்டுவது, குளிக்க வார்ப்பது என்று எல்லாவற்றையும் போட்டி போட்டுக்கொண்டு செய்தோம். என் மகனுடன் செய்த ஒப்பந்தப்படி துரியின் கழிவு உபாதைகளை அவனே பார்த்துக்கொண்டான். படுக்கப் போகுமுன் பத்திரிகைகளையெல்லாம் பரப்பி தகுந்த பாதுகாப்பு நடவடிக்கைகள் எடுத்துக்கொண்டோம். பனிக் குளிர் அடிக்கும் இரவு நேரங்களில் என் மகன் துரியைக் கூட்டிக்கொண்டு வெளியேவிட்டு நடுக்கத்துடன் காத்துக்கொண்டிருப்பான். அந்தக் காட்சி என் மனதை வெகுவாக உருக்கிவிடும்.

சில வேளைகளில் துரி தவறுதலாக விலையுயர்ந்த கார்பெட்டில் ஒன்றுக்குப் போய்விடும். நாங்கள் அதை அதட்டும்போது அது மிகவும் நொந்துபோகும். அவமானப்பட்டு போய் உடலைக் கூனிக்குறுகி ஒரு மூலையிலே அனுங்கிக்கொண்டே ஒளியப் பார்க்கும். அது புத்திசாலியான நாய் என்றாலும் சிறு பிள்ளைகளுக்கே உரிய விஷமத்தோடு அது செய்த லீலைகளுக்கு அளவில்லை.

முதலில் இருந்தே சில ரூல்ஸை நாங்கள் துரிக்காக ஏற்படுத்திக்கொண்டோம். அதிலே ஒன்று துரிக்கு நாங்கள் சாப்பிடும் உணவு கொடுப்பதில்லை என்பதுதான். காலையிலே இரண்டு கப் பால்; பின்னேரம் ஐந்து மணியளவில் டின்னிலே வரும் நாய் உணவை அளவோடு எடுத்துத் துரியுடைய பிளேட்டில் போட்டு

விடுவோம். அது பாய்ந்தடித்து சாப்பிடாது; வைத்து வைத்து வேண்டியபோது சாப்பிட்டுக்கொள்ளும். ஒரு நாய் தன் சாப் பாட்டிற்காக கெஞ்சுவதோ, வாயைப் பார்த்துக்கொண்டு நிற்பதோ அதனுடைய தன்மானத்திற்கு இழுக்கு என்பது எங்கள் கருத்து.

குட்டி நாயான துரிக்கு குழந்தைப்புத்தி சுபாவம் அதிகம். பதுங்கிப்பதுங்கி வந்து நாங்கள் அணியும் 'சொக்ஸை' திருடிக் கொண்டுபோய் தோட்டத்திலே புதைத்துவிடும். இப்படியாக எங்கள் சொக்ஸ் எல்லாம் அதிதீவிரமாக மறைந்துகொண்டு வந்தன. ஒருநாள் பிடிபட்டுவிட்டது. 'எங்கே?' என்று உலுக்கிக் கேட்டதும் தோட்டத்திலேபோய் பரபரப்பாகத் தோண்டியது. சுந்தரமூர்த்தி நாயனார் பரவையரை 'இம்பிரெஸ்' செய்வதற்காக ஆற்றிலே போட்ட பொற்காசை திருவாரூர் தாமரைக் குளத்தில் எடுத்துக் கொடுத்தாரல்லவா? எங்களுடைய துரியும் எங்களை இம்பிரெஸ் செய்ய எடுத்துக்கொண்ட முயற்சிகளெல்லாம் படு தோல்வியடைந்தன. அதற்குப் பிறகு நாங்கள் எல்லாரும் எங்கள் சொக்ஸை கண்ணும் கருத்துமாக காவாந்து செய்யத் தொடங்கி னோம்.

ஆனால், இதை எதிர்பார்த்த துரி இன்னொருபடி முன்னேறி விட்டது. ஒருநாள் இரவு என் மகனுடைய காலணியை கடித்து வைத்திருந்தது. அன்று நாங்கள் இது எங்களுக்கு ஒப்பான விஷயம் இல்லை என்பதை மிகவும் கஷ்டப்பட்டு துரிக்கு விளங்க வைத் தோம். ஆனால், அடுத்த நாலாம் நாளே என்னுடைய நூற்றி நாற்பது டொலர் சப்பாத்தை இது கடித்து ஓட்டை போட்டு விட்டது. இது ஒரு சீரியஸ் விஷயம் என்பதைத் துரிக்கு எப்படி உணர்த்துவது? அடுத்த நாள் சாப்பாட்டு நேரத்துக்கு துரியி னுடைய பிளேட்டில் உபயோகத்தில் இல்லாத பழைய சப்பாத் துகள், செருப்புகள் எல்லாவற்றையும் போட்டு அதன் முன்னால் வைத்தோம். துரி திடுக்கிட்டு விட்டது. இரண்டு நாள் தொடர்ந்து இப்படியே செய்து கொண்டு வந்தோம். அதுவும் சிவபட்டினி யாகக் கிடந்தது. இந்தச் சம்பவத்திற்குப் பிறகு துரி சப்பாத்தைக் கண்டால் மற்ற பக்கமாக ஓடும்.

துரியை வாங்கும்போது எங்களுக்கு அதனுடைய பெடிகிறி கார்டையும் தந்திருந்தார்கள். பெடிகிறி கார்டு என்பது அந்த நாயுடைய பூர்வாங்கத்தைக் கூறும் அட்டை. அது ஒரு ஒஸ்ட் ரேலியன் செப்பர்ட். அதனுடைய மூதாதையர் ஸ்பெயினில் இருந்து ஓஸ்ரேலியா போய் அங்கேயிருந்து நூறு வருடங்களுக்கு முன்பாக அமெரிக்காவுக்கு வந்தவை. பிறக்கும்போதே ஒட்டிய வாலுடன் பிறக்கும் இந்த நாய்கள் ஒஸ்ட்ரேலியாவில் ஆட்டு

மந்தைகளை சீராக வைத்திருப்பதற்கு ஒருகாலத்தில் பயன்படுத்தப் பட்டவை. நீலநிறக் கண்களும், மடிந்த காதுகளும், மெத்தென்று பத்தையாக இருக்கும் மயிரும் இந்தச் சாதி நாயைச் சட்டென்று இனம் காட்டிவிடும். அறுபது பவுண்ட் எடையும் இரண்டு அடி உயரமும் கொண்ட இது மனிதனுக்குக் கடவுளால் அளிக்கப்பட்ட விசுவாசமான ஒரு தோழன்.

துரியுடைய மேல்முடி சொக்லேட் கலரில் அடர்த்தியாக இருக்கும். முகமும் கீழ்கால்களும் மாத்திரம் தேக்குமர நிறம்; அதன் கழுத்துக்குக் கீழே கொஞ்சம் வெள்ளைப் பிரதேசம். கண்கள் கனிந்து இருக்கும்; அண்ணாந்து பார்க்கும்போது 'என்னை அணை' என்று கெஞ்சுவதுபோலத் தோன்றும். கண்களுக்கு மேலே இரண்டு வட்டங்கள். அது படுத்து நித்திரை கொள்ளும் போதும் கண் விழித்திருக்கிறது போன்ற பிரமையை உண்டு பண்ணும். ஆட்டு மந்தைகளை மேய்க்கும்போது ஆடுகள் இது தூங்கும்போதும் விழித்திருக்கிறது என்று நினைத்து மயங்கி பயபக்தியோடு செயல்படுமாம்.

மேய்ச்சலில் இருக்கும்போது இது மந்தையைச் சுற்றிச் சுற்றி வந்து ஆடுகளின் கால்களை மெல்லக் கடித்து அவற்றை ஒழுங்கு படுத்தும். அந்தப் பழக்கத்தை இது இன்னும் முற்றிலும் மறக்க வில்லை. நாலைந்து பேரோடு இதைக் கூட்டிக்கொண்டு ரோட் டிலே போனால் இது ஆட்களைச் சுற்றிச்சுற்றி வந்து குதிக்காலை மெல்லக் கடித்து ஒழுங்குபண்ணப் பார்க்கும். இன்னொரு பரம் பரை விசேஷமும் இதற்கு உண்டு. ஆட்டு மந்தையின் ஒரு பக்கத்தி லிருந்து இன்னொரு பக்கத்துக்குப் போக வேண்டுமென்றால் இது சுற்றி வந்து போகாது. ஒரு ஆட்டின் மேலேறி அப்படியே ஒவ் வோர் ஆடாகப் பாய்ந்து பாய்ந்து அந்தக் கரை போய் சேர்ந்து விடும். இந்தப் பழக்கம் இன்னமும் இதன் ரத்தத்தில் ஊறி இருக் கிறது. ஒரு பக்கத்தில் இருந்து இன்னொரு பக்கத்துக்குப் போவதற்கு இன்றுகூட இது தன் குலாசாரப்படி எதிர்ப்பட்ட தெல்லாவற்றையும் ஏறிப் பாய்ந்து பாய்ந்துதான் போய்ச்சேரும்.

நான் வளர்த்த நாய்களில் துரி போன்ற அறிவுக் கூர்மை யுள்ள நாயை நான் கண்டது கிடையாது. ஆனாலும் அதற்கு ஒரு வயதுப் பிராயம் முடிவதற்கிடையில் தகுந்த ட்ரெயினரிடம் பயிற்சி கொடுப்பதென்று முடிவு செய்தோம். ட்ரெயினர் சொன்ன வாசகம் எனக்கு இன்னமும் ஞாபகத்தில் இருக்கிறது. "நாய்கள் நல்ல புத்திகூர்மை உடையவை. அவைக்கு ட்ரெயினிங் தேவை யில்லை. ட்ரெயினிங் எல்லாம் உங்களுக்குத்தான்' என்று அந்த

மெக்ஸிகோக்காரன் என்னைச் சுட்டிக்காட்டிக் கூறினான். எவ் வளவு உண்மையான வார்த்தைகள்.

நாலே நாலு வார்த்தைகள்தான் எங்களுக்குக் கற்பித்தான். அதன் பிறகு துரியில் எவ்வளவு மாற்றம். 'கம்' வா என்பது; 'சிட்' இரு என்பது; 'ஸ்டே' நில் என்பது; இவை எல்லாவற்றையும் நானும் துரியும் வெகு சிரத்தையாகக் கற்றுவிட்டோம். வீட்டுப் பாடம்கூட சரியாகச் செய்தோம். ஆனால், 'ஹீல்' என்பது எங்கள் இரண்டு பேரையும் வாட்டி எடுத்துவிட்டது. இடது கையிலே நாயுடைய சங்கிலியைப் பிடித்துக்கொண்டு நாயையும் இடது பக்க மாக நடத்திச் செல்லவேண்டும். செய்து பார்த்தால் தெரியும் வினை. நடக்கும்போது நாய் என்னுடைய குதிக்காலுடனேயே வந்து கொண்டிருக்க வேண்டும். நான் நிற்கும்போது அதுவும் நிற்க வேண்டும்; நடக்கும்போது அதுவும் நடக்கவேண்டும். கொஞ் சம் முந்தியும் போகக்கூடாது. பிந்தியும் வரக்கூடாது. நாயுடைய வேகத்துக்கு ஏற்ப நான் என்னுடைய வேகத்தை மட்டுப்படுத்த பார்ப்பேன். மெக்ஸிகோக்காரன் கத்துவான். நாய்தான் அட்ஜஸ்ட் பண்ண வேண்டும்; நானல்ல. காசையும் கொடுத்து இந்த மெக்ஸி கோக்காரனிடம் இப்படிப் பேச்சு வாங்க வேண்டியிருக்கிறதே என்று நான் என்னை நொந்து கொள்வேன். கடைசியில் ஒரு வாறாக பரீட்சையில் இருவருமே பாஸாகி விட்டோம்.

இதுதவிர மெக்ஸிகோக்காரன் ஒரு விஸிலும் தந்திருந்தான். அந்த விஸிலை ஊதினால் சத்தமே கேட்காது. அந்தச் சத்தம் நாய்க்கு மாத்திரம்தான் கேட்கும். அது எங்கே இருந்தாலும் ஓடி வந்து விடும். அதற்குப் பிறகு துரியுடன் வாக் போவதும், பார்க் கிற்குப் போய் விளையாடுவதும் எனக்கும் என் மகனுக்கும் சொர்க்க வாசலைத் திறந்துவிட்டதுபோல ஆகிவிட்டது. இந்த நாலு வார்த்தைகளும், எங்களுக்கு ஒரு புதிய உலகத்தை அறிமுகப் படுத்திவிட்டது என்றுதான் சொல்லவேண்டும்.

'போ' என்று சொல்வதற்கு மெக்ஸிகோகாரன் ட்ரெயினிங் இல்லை என்றும், நாயை அந்த வார்த்தை குழப்பும் என்றும் கூறியிருந்தான். 'போ' என்ற வார்த்தை உண்மையில் தேவை யில்லை என்பதை நாங்கள் வெகுநாள் கழித்துத்தான் கண்டு கொண்டோம்.

எங்கள் வீட்டிற்கு விருந்தினர் வந்தால் துரி அவசரமாக வந்து அவர்களை ஒருமுறை முகர்ந்து பார்க்கும். பிறகு போய் விடும். அதனுடைய கம்ப்யூட்டர் மூளையில் விருந்தினருடைய மணம் பதிவாகி எஜமானருக்கு இவர்கள் வேண்டியவர்கள் என்ற

செய்தி ஆயுளுக்கும் நிச்சயமாகிவிடும். சுப்பர் மார்க்கட் போனால் துரி எங்களுக்காக வெளியே காத்து நிற்கும். எவ்வளவுதான் அதற்குத் தொந்தரவு வந்தாலும் அசையாது. ஒரேஒருமுறை மாத்திரம் அதற்கு ஒரு சோதனை ஏற்பட்டது.

துரி இப்படி ஒருநாள் வெளியே இருக்கும் சமயம் பார்த்து சடை வைத்துச் சிலுப்பிய பெண் நாய் ஒன்று அதை மயக்கி விட்டது. வேத அத்யயனத்தில் கவனமாயிருந்த ரிஷ்யசிருங்கரைப் போல விஷயானுபவங்கள் தெரியாமலே இது வளர்ந்துவிட்டது. இதற்கு முன் இப்படியான உணர்ச்சிகளை அது அனுபவித்த தில்லை. அந்தச் சடை நாயைக் கண்டதும் அதன் பின்னாலேயே சுற்றிக்கொண்டு போய்விட்டது. நாங்கள் துரியைத் தேடிக்கண்டு பிடித்தபோது எங்களை அந்நியர்போல பார்த்தது. 'ங்‌, ங்‌' என்று அழுதுகொண்டே எங்களுடன் வேண்டாவெறுப்பாக வந்தது. அந்தச் சடைக்கார சிறுக்கி துரியின் மனத்தை அப்படிக் கெடுத்து விட்டது.

அப்போது நான் ஒரு துரோகமான காரியத்தைச் செய்ய வேண்டி வந்தது. கடவுளால் படைக்கப்பட்ட ஒரு ஜீவனின் பால் உணர்ச்சியுடன் விளையாட எனக்கு என்ன உரிமை இருக்கிறது. சுயநலம் கருதி மிருக வைத்தியரிடம் போய் துரிக்கு 'நலம்‌ அடித்து' (பால்நீக்கம்‌ - neutering) வந்தோம். ஆண் நாய்கள் பெண் நாய் களுக்குப் பின் குறிகெட்டு அலையாமல் இருந்து வீட்டை நலமாகக் காப்பதற்காக யாழ்ப்பாணத்தில் தொன்றுதொட்டு கடைப்பிடித்து வந்த உபாயம். நாங்கள் செய்த துரோகம் தெரியாது என் செல்லக் கட்டி துரி எங்களை நக்கியபடியே விசுவாசமாக பின் தொடர்ந்தது என் மனதை மிகவும் கஷ்டப்படுத்தியது.

ஒருநாள் இப்படித்தான் துரியைக் காரிலேயே விட்டுவிட்டு கண்ணாடியையும் உயர போட்டுவிட்டு ஓர் அவசர காரியமாக டிபார்ட்மெண்டல் ஸ்டோர்ஸ் ஒன்றுக்குள் போய்விட்டேன். ஐந்து நிமிடங்களில் வந்து விடுவேன் என்றுதான் நினைத்திருந்தேன். அங்கே கணநாள் காணாத ஒரு நண்பரைக் கண்டு நேரம் போவது தெரியாமல் பேசிக்கொண்டு இருந்து விட்டேன். அவருடைய வற்புறுத்தலுக்கு இணங்கி அவருடன் சேர்ந்து சாப்பிட்டுவிட்டு திரும்பும்போதுதான் துரியினுடைய ஞாபகம் சடுதியாக வந்தது.

அது ஒரு கோடைக்காலம். பதைத்துக்கொண்டு நான் ஓடி வந்தபோது காரைச் சுற்றி இரண்டு மூன்று பேர்; ஒரு பொலீஸ் காரர். பாண் போறணைபோல வேகிக்கொண்டிருக்கும் காரிலே இப்படி வாயில்லாத பிராணியை விட்டுப்போவது எவ்வளவு

பாபமான காரியம் என்பது எனக்குத் தெரியும். தவறுதலாக நடந்து விட்டது என்று பொலீஸ்காரரிடம் காலில் விழாத குறையாக மன்னிப்பு கேட்டுக்கொண்டேன். ஆனால், எந்த முகத்தை வைத்துக்கொண்டு துரியிடம் மன்னிப்பு கேட்பேன்? துரி முகத்தை உயர்த்தி நீர் கசிந்த கண்களால் என்னைப் பார்த்துவிட்டு தலையை என் மடியில் உரசி தன் மன்னிப்பை அறிவித்தது; ஆனால், நான் மாத்திரம் என்னை மன்னிக்கவே இல்லை.

இந்தச் சமயத்தில்தான் துரி தன் வாழ்நாளில் மறக்க முடி யாத ஒரு பாடத்தைக் கற்றது. நாங்களும்தான். எங்கள் வீட்டின் பின்னால் மரங்களடர்ந்த ஒரு தோப்பு இருந்தது. மரங்களென்றால் கவையாகிக் கொம்பாகி வளர்ந்த ஓக் மரங்களும், அமெரிக்கன் ஹைவே போன்று வளைவே இல்லாத சிவப்பு மரங்களும் அந்தத் தோப்பை நிறைத்து இருந்தன. நிமிர்த்தி வைத்த நாதஸ்வரம் போன்ற டக்ளஸ் மரங்களில் வண்ணக் கலர் மரங்கொத்திகள் நேர் நேராய் ஓட்டைகள் துளைத்து அவற்றிலே, வரப்போகும் பனிக் காலத்துக்கு ஓக் விதைகளைச் சேமித்து வைத்திருப்பது பார்ப்பதற்கு அழகாக இருக்கும். தேன் சிட்டுகளும் மரங்கொத்தி களும், கொண்டைக் குருவிகளும் ஹம்மிங் பறவைகளும் அங்கே நிரந்தரமாகக் குடியிருந்தன. அவைகளுடைய சலசலப்பு அதி காலை வேளையிலேயே எங்களையெல்லாம் எழுப்பிவிடும்.

துரிக்கென்று ஒரு சிறிய மரக்கதவு ரப்பர் வளையம்போட்டு எங்கள் வீட்டுச் சுவரிலே பொருத்தியிருந்தோம். துரி வேண்டிய நேரம் போகவும் வரவும் அது வசதியாக இருந்தது. துரி அடிக்கடி வெளியே போய் தன் கீழ் பிரஜைகளாகிய அணில்களுக்கும் தேன் சிட்டுகளுக்கும் மரங்கொத்திகளுக்கும் காட்டும் முகமாக ராஜ நடை நடந்து தன் ராஜ்யத்தைப் பரிபாலனம் செய்து திரும்பும். அவையும் இதைக் கண்டவுடன் 'கீ, கீ' என்று சத்தமிட்டு மரியாதை செய்து ஒதுங்கி நிற்கும். துரி இப்படிப் புதுலாடம் அடித்த குதிரைபோலத் தலையை நிமிர்த்தி நகர்வலம் வரும்போது அந்தந்த மூலைகளில் ஒரொரு சொட்டு சிறுநீர் தெளித்து தன் எல்லை களைத் திரும்பவும் வலியுறுத்தி வைக்கும்.

ஒருநாள் இரவு பதினொரு மணியிருக்கும். என் மகன் ஹைஸ்கூல் சோதனைக்கு விழுந்து விழுந்து படித்துக்கொண்டிருந் தான். நானும் மனைவியும் தொலைக்காட்சி பார்த்தவாறு இருந் தோம். எங்கள் காலடியில் துரி கதகதப்பாக படுத்திருந்தது. திடீ ரென்று ஒரு வாடை வீசியது. நாங்கள் இதற்கு முன்பு அறிந்திராத ஒரு நெடி. நாங்கள் ஆளையாள் பார்ப்பதற்கிடையில் துரி விசுக்கென்று எழும்பி நாய்க் கதவைத் தள்ளிக்கொண்டு வெளியே

பாய்ந்தது. அங்கே வேவு பார்க்க வந்த வரிபோட்ட ஸ்கங் (striped Skunk) ஒன்றைத் துரி துரத்தியபடி போய்க்கொண்டிருந்தது. ஒரு நொடிதான் அந்தக் காட்சியைப் பார்த்தாலும் மனதை விட்டக லாத காட்சியது. அந்த ஸ்கங் ஒன்றரை அடி உயரம்தான் இருக் கும். கறுப்பு நிறத்தில் முதுகிலே மட்டும் வெள்ளைக்கோடு; அத் தோடு குஞ்சம் கட்டியதுபோல அடர்த்தியான வால் அதற்கு.

'இனி ஆத்தாது' என்று தெரிந்ததும் ஸ்கங் பக்கவாட்டில் நின்று கால்களைத் தூக்கி இங்கு இப்படியான ஆபத்து சமயங் களுக்கென்று கடவுளால் கொடுக்கப்பட்ட, பின்னங்கால்களுக் கிடையில் இருக்கும் கண்தெரியாத இரு சுரப்பைகளில் இருந்து ஒரு திரவத்தைப் பீச்சியடித்தது. துரியின் கண்களை நோக்கித்தான் இந்தத் திரவம் வந்தது. துரி எவ்வளவு முயன்றும் அதனால் இதைத் தவிர்க்க முடியவில்லை. துரி புல்தரையிலே விழுந்து உருண்டுஉருண்டு கதறியது.

நாங்கள் அதனிடம் ஓடிவந்தபோது வெளிர் மஞ்சள் கலரிலே இருந்த அந்தத் திரவம் அதன் உடம்பு பூராவும் பரவி விட்டது. 'ஓ, ஓ' என்று ஓலமிட்டு ஊரைக் கூட்டியது. நாங்கள் துரியைக் கிட்ட அணுகாதபடி அந்த நெடி எங்களையும் தாக்கியது. ரப்பரை எரிக்கும்போது வருமே அப்படியாக நாசித்துவாரத்தை அரித்துக்கொண்டு போகும்படியான துர் நெடி அது. துரியை உள்ளே கொண்டு வந்து அது ஓலமிட, ஓலமிட குளிக்க வார்த்து அதன் வேதனையைத் தீர்க்க முயன்றோம். முடியவில்லை. கடைசி யில் தக்காளிப் பழச்சாறு பிழிந்து அதில் அதை முக்கி முக்கி எடுத்தோம். மூன்று நாள் வரை அதன் ரணம் ஆறவில்லை; வீட்டைச் சுற்றி அப்பியிருந்த மணமும் போகவில்லை. தேவாங்கு அதற்குப் பிறகு என்ன நினைத்ததோ தெரியவில்லை. துரியின் ராஜ்யத்தில் அதனுடைய மணம் கமழும் படையெடுப்பு மீண்டும் நடைபெறவேயில்லை.

ஆனால், இந்தச் சமயத்தில்தான் துரி வேறொரு, நிரந்தர மான எதிரியைத் தேடிக்கொண்டது. பின் தோட்டத்திலே பறவை களுக்காக ஒரு தட்டிலே எப்பவும் தண்ணீர் வைத்திருக்கும். பறவை களும் அணில்களும் தேன்சிட்டுகளும் வந்து இந்தத் தண்ணீரைக் குடித்து இளைப்பாறி செல்லும். சில வேளைகளில் இந்தத் தண்ணீர் மண் கலந்து சேற்றுத் தண்ணீர்போல கலங்கி இருக்கும்.

முதலில் நான் இது பற்றிச் சட்டை செய்யவில்லை. ஆனால், நாளாக நாளாக எனக்கு அதிசயமாக இருந்தது. இரவிலே தெளிந்த ஓடைபோல இருக்கும் தண்ணீர் இப்படிச் சகதியாவது எப்படி?

ஒருநாள் தற்செயலாக இதற்கான விடை கிடைத்தது. நடுச்சாமம்போல நாங்கள் பின்னால் வைத்திருக்கும் குப்பை வாளியை அடிக்கும் சத்தம் கேட்டது. நல்ல நிலா எரியும் மோகன மான இரவுவேளை அது. ஒரு றக்கூன் (Raccoon) வந்து குப்பை வாளியை உருட்டி கையை விட்டு எதையோ தேடிக்கொண்டு இருந்தது. கையிலே கிடைத்த மிச்சம் மீதி பழ வகையைக் கொண்டு வந்து தண்ணீரிலே அலம்பி சாப்பிட்டது. ஒரு சிறிய நாய் அளவுக்கு உயரமாக அது இருந்தது. கறுப்பும் வெள்ளையும் கலந்த நிறம். வாலிலேயும், கண்களிலும் மஞ்சளும் வெள்ளையுமான வளையங்கள். இதன் கண்களுக்கு மேலே இருந்த 'கறுப்பு வட்டம்' முகமூடி போட்டதுபோல பார்க்க அழகாக இருந்தது.

இது ஒரு இரவுப்பட்சணி. பழங்கள், தானியங்கள், தவளை, குருவி முட்டை போன்றவற்றைத் தேடியெடுத்துச் சாப்பிடும். ஆனால், இதில் ஒரு விசேஷம். எடுப்பவற்றைத் தண்ணீரில் கழுவித் தான் இது சாப்பிடும். மிருகங்களிலேயே றக்கூனுக்குத்தான் இப்படிச் சுகாதாரத்தில் இவ்வளவு ஈடுபாடு. கரடியைப்போல இந்த றக்கூனும் எல்லாவிதமான சாப்பாடும் ஒருவித தயக்கமு மின்றி சாப்பிடவல்லது.

தானும் தன்பாடுமாக இருந்த துரிக்கு இப்படியாக றக்கூன் வந்து தன்னுடைய ராஜ்யத்தில் தலையிடுவது பிடிக்கவில்லை. அன்றிலிருந்து அதிதீவிரமாக அது தன்னுடைய கடமைகளைக் கவனிக்கத் தொடங்கியது. இரவு நேரங்களில் றக்கூன் ரகசியமாக வந்து குப்பை வாளியைத் தட்டி உணவு தேடுவதும், கிடைப்பதை தண்ணீரில் அலம்பி சாப்பிடுவதும், ஆற்ற முடியாத ஆவேசத் துடன் துரி துரத்திப் போவதும் இப்போது வழக்கமாகி விட்டது. அச்சவாரம் குடுத்து பிடித்த இணுவில் தவில் செட் 'டம்டம்' என்று விடாப்பிடியாக அடிப்பதுபோல நடு இரவு வேளைகளில் தவறாமல் குப்பை வாளி சத்தம் நீட்டுக்கு கேட்கத் தொடங்கியது. அந்த நேரங்களில் துரி பிய்த்துக்கொண்டு நாய்க் கதவு வழியாக ஓடுவதும், நாய்க் கதவு டக்கென்ற சத்தத்துடன் திறப்பதும், மூடு வதும் இப்பவெல்லாம் என் காதுகளுக்குக் கேட்டுக் கேட்டுப் பழக்கமாகி விட்டது.

துரியோதனனுக்கும் வீமனுக்கும் நடந்தது போன்ற இந்தத் துவந்த யுத்தம் முடிவேயின்றி ஒவ்வொரு இரவும் நடைபெற்றது. பகல் நேரங்களில் நிர்ப்பந்தமாக ஒத்தி வைக்கப்பட்டு இரவுநேரங் களில் பழைய மூர்க்கத்துடன் இது தொடர்ந்தது. துரியும் றக் கூனும் அந்த ஆவேசமான இரவு நேரங்களுக்காகவே வாழ்வது

போல எனக்குப்பட்டது. துரி பகல் நேரங்களில் மூசி மூசி நித்திரை கொண்டு இரவு நேரங்களுக்காக தன்னைத் தயார் செய்து கொண்டது.

எங்கள் வீதியில் ஆயிரம் பஸ்கள் ஓடியபடியே இருக்கும். ஆனால், என் மகன் வரும் பள்ளிக்கூட பஸ் சத்தம் மட்டும் துரிக்கு நிதர்சனமாகத் தெரிந்துவிடும். ஓடிப்போய் வாசலில் நின்று அவன் காலுக்குப் பின்னாலேயே போய்க்கொண்டிருக்கும். வெளியே போய் அவனுடன் விளையாடவும், பிறகு அவன் வந்து படிக்கும்போது அவன் காலின் கீழ் படுத்திருக்கவும், காலை நேரங் களில் அவன் காலை நக்கி எழுப்பவும், வாசலிலே விழும் பேப்பரை ஓடி எடுத்துக்கொண்டு வரவும் பழகியிருந்தது.

நண்பனாக, ஆசானாக, விளையாட்டுப் பிள்ளையாக எங்கள் வீட்டை துரி முழுக்க ஆக்கிரமித்த இந்த இனிமையான நேரத்தில்தான் என் மகன், இப்படிச் சடுதியாக எங்களையெல்லாம் விட்டுக் கல்லூரிக்குப் படிக்கச் செல்ல வேண்டி வந்தது. அதற்குப் பிறகு துரி முற்றிலும் ஒரு புதிய துரியாக மாறிவிட்டது. நானும் மனைவியும் எவ்வளவோ முயன்று எங்கள் மகனுடைய இடத்தை ஈடுகட்ட முயன்றோம். முதலில் என் மகன் இரண்டு கிழமைக்கு ஒருமுறை வந்துபோனான்; பிறகு, மாதத்திற்கு ஒருமுறை என் றானது. அதற்குப் பிறகு ஒவ்வொரு செமஸ்டர் முடிவிலும் வந்து போகத் தலைப்பட்டான்.

துரி கொஞ்சம் கொஞ்சமாக இந்தப் புதுச் சூழ்நிலையை ஏற்று அதற்கேற்றமாதிரி தன் வாழ்க்கையை அமைத்துக் கொண்டது. என் மகன் கல்லூரியை முடித்து நல்லதொரு தனியார் கம்பெனியில் வேலையில் சேர்ந்து விட்டான். இப்பொழுது அவன் வேலை பார்க்கும் இடமோ இன்னும் தூரமானது. வீட்டிற்கு வந்து சேர்வதற்கு அரை நாள் எடுக்கும். சில வேளைகளில் டெலி போனில் கூப்பிடும்போது துரியைப் பற்றிக் கேட்பான்; நாங்களும் அவ்வப்போது துரியைப் பற்றிய புதினங்களைச் சொல்லி வைப் போம்.

சூரியன் யாருடைய உத்தரவையும் எதிர்பாராமல் மாலை நேரங்களில் ஒளிவதுபோல சொல்லாமல் கொள்ளாமல் துரியி னுடைய யௌவனப் பிராயத்துச் சேட்டைகளும் மறையத் தொடங்கின. முந்திய வீர்யம் போய் சில மாற்றங்கள் தென் பட்டன. விடியும்போது அதனால் முன்புபோல் துள்ளிக்கொண்டு எழும்ப முடிவதில்லை. கால்களை நிமிர்த்தி வளைத்து மெது வாகத்தான் சோம்பல் முறித்தது. இருந்தாலும் அது தன்

கடமைகளைச் சரிவர செய்வதில் குறியாக விருந்தது. தன்னுடைய ஆட்சிக்குட்பட்ட பிரதேசத்தில் மற்ற பிராணிகளோ, பறவைகளோ ஆக்கிரமிக்காமல் இருப்பதில் மிக்க கவனமாகச் செயல்பட்டது. ஓர் அணிலையோ, குருவியையோ துரத்தியபின் மிகக் கெப்பருடன் நடந்து தன்னுடைய ராஜ்யத்தின் மூலைகளில் போய் ஒவ்வொரு சொட்டு சிறுநீர் பாய்ச்சி சுற்றுலா வந்து கம்பீரமாக படுத்துக் கொள்ளும்.

இந்த நேரங்களில் றக்கூன் துரியை ஒரு புதுவிதமான மூர்க்கத்துடன் தாக்கத் தலைப்பட்டது. அடிக்கடி வந்து தொல்லை கொடுத்தது. துரி அடக்க முடியாத ஆங்காரத்துடன் எழும்பி அதைத் துரத்திவிட்டு மீண்டும் வந்து படுத்துக்கொள்ளும். மறு படியும் றக்கூன் வேண்டுமென்றே வந்து இதைச் சீண்டத் தொடங்கியது. அது வேகத்துடன் மரத்திலேறும் வல்லமை படைத்ததால் துரி தொண்டை வறளக் குரைத்தும் உறுமியும் தன் பாத்தியதையை நிலைநாட்டிவிட்டே திரும்பும்.

ஒருநாள் தருணம் பார்த்து துரியினுடைய பரம எதிரியான றக்கூன் ஒரு வஞ்சகமான சூழ்ச்சி செய்தது. அதிகாலை ஐந்து மணி இருக்கும். ‘டங்டங்’ என்று வாளிச் சத்தம் கேட்டது. துரி வழக்கம்போல் தன் வாசல் வழியாகப் பாய்ந்து ஓடியது. அது அப்படிக் கடக்கும்போது அதன் கதவு டக் என்று சத்தத்துடன் திறந்து மூடிக்கொள்ளும். றக்கூனும் இங்கும் அங்கும் ஓடுவது போல் பாய்ச்சல் காட்டிவிட்டு வழக்கம்போல் மரத்தில் ஏறாமல் வேலியிலே அது செய்துவைத்த ஓர் ஓட்டை வழியாகப் பாய்ந்து போனது. யுத்தத்தின் உத்வேகத்தில் அறிவு மழுங்க துரியும் அதைத் துரத்திக்கொண்டு ரோட்டைக் கடந்து ஓடியது. அந்த நேரம் பார்த்து வேகமாக வந்த ஒரு கார் துரியின் மேல் ஏறிவிட்டது.

நான் ஓடிப்போய் துரியை அள்ளி எடுத்தபோது அதனு டைய மூச்சு இழைபோல ஓடிக்கொண்டிருந்தது. அதன் பனித்த கண்கள் என்னையே பார்த்தபடி இருந்தன. எனது நீண்டகால நண்பனான துரியினுடைய கடைசி சுவாசம் என் கைகளில் மெதுவாக ஊர்ந்து முடிந்தது. துரியோதனன் என்ற தலைவணங்கா மன்னன் அநியாயமாக இடது தொடையில் அடிபட்டு இறந்தது போல துரியும் தனது இடது தொடை நசுக்கப்பட்டு என் மடியில் உயிரை நீத்தது.

என் மகனுக்கு உடனேயே டெலிபோனில் அறிவித்தேன். அன்று பின்னேரமே அவன் வந்துவிட்டான். ஒரு பழைய கம்பளி யில் துரியைச் சுற்றி பின்தோட்டத்தில் ஒரு கிடங்கு தோண்டி

அங்கே புதைத்தோம். கண்களைப் பிறங்கையால் துடைத்தபடி துரியைப் புதைத்த இடத்தில் அதன் ஞாபகமாக என் மகன் ஓர் 'ஓக்' செடியை நட்டு வைத்தான்.

அன்று இரவும் குப்பை வாளிச் சத்தம் கேட்டது. அதைத் தொடர்ந்து தண்ணியில் சளசளவென்று அலம்பும் ஓசை வந்தது. வழக்கமாக நாய்க் கதவு 'படக்' என்று திறக்கும் ஓசையும் அதைத் தொடர்ந்து துரி சறுக்கிச் சறுக்கி ஓடும் சத்தமும் கேட்கும். இனி மேல் துரியின் உயிர்ப்பு என் காதுகளுக்குக் கேட்கப்போவதில்லை.

ஓ! என் இனிய நண்பனே! நீயும் தொடையிலே அடிபட்டு இறக்கக்கூடும் என்கிற சிறு சமுசயமாவது எனக்கு இருந்திருந்தால் துரியோதனன் என்கிற பேரை உன்மீது சுமத்த நான் பிரியப் பட்டிருக்க மாட்டேனே!

◆

ஒரு சாதம்

பாதையை நிறைத்துப் பனி மூடியிருந்தது. கனடாவின் அன்றைய வெப்பநிலை மைனஸ் 20 டிகிரி. டாக்சி மெதுவாக ஊர்ந்து 32ஆம் நம்பர் வீட்டு வாசலில் போய் நின்றது. வீட்டின் பெயர் 'ஒரு சாதம்' என்று போட்டிருந்தது.

ஹோட்டலில் இருந்து அங்கே வர பரமனாதனுக்கு இருபது டொலர் ஆகிவிட்டது. காசைக் கொடுத்துவிட்டு ஓவர் கோட், மப்ளர், தொப்பி, பூட்ஸ் என்ற சம்பிரமங்களுடன் கையிலே பையை யும் தூக்கிக்கொண்டு டாக்சியில் இருந்து பனி சறுக்காத இடமாகக் காலை வைத்துத் தாண்டவம் செய்து ஒரு மாதிரி இறங்கிவிட்டான்.

வீட்டினுள்ளே சிவலிங்கம் ஒரு சாரமும், பனியனுமாக நின்றான். கனடாவில் வீடுகளை அந்த மாதிரிக் கட்டியிருந்தார்கள்; குளிர் அண்டவே முடியாது. பரமனாதன் ஆடைகளை ஒவ்வொன் றாகக் கழற்றி வாசலிலே குவித்தான்; ஓவர் கோர்ட், மப்ளர், தொப்பி, பூட்ஸ், அப்பா! அரைவாசி பாரம் குறைந்துவிட்டது.

சிவலிங்கத்தின் மனைவி பூர்ணிமா வந்தாள். அவளுடைய அழகு அழிவில்லாத அழகுதான். சிவலிங்கமும் பூர்ணிமாவும் பரிமாறிய காதல் கடிதங்களை எல்லாம் அந்தக் காலத்தில் எடிட் செய்ததே பரமனாதன்தான். பதின்மூன்று வருடங்களுக்குப் பிறகு அவர்களைப் பரமனாதன் முதன் முறையாகக் கனடாவில் பார்க்கிறான். சிவலிங்கத்துக்கு இப்போது இரண்டு பெண் குழந் தைகள்; மூத்தவளுக்கு வயது பன்னிரெண்டு இருக்கலாம்; அடுத்த வளுக்கு நாலு.

பரமனாதன் கேட்டான்: "இது என்ன புது விதமான வீட்டுப் பேர்? 'ஒரு சாதம்' என்று வைத்திருக்கிறாய்?"

"அதுவா? இந்தப் பனிக் குளிரில் வீடு தேடி வாறவைக்கு ஒரு பிடி சாதமாவது போட வேணும் என்ற பிடிவாதத்தில் வைத்த பேர்" என்றான் சிவலிங்கம். இதைக் கேட்டுக்கொண்டிருந்த

அவனுடைய மூத்த மகள் 'களுக்' என்று சிரித்துக்கொண்டே உள்ளே ஓடிவிட்டாள்.

'சாதம்' என்ற வார்த்தையைக் கேட்ட பரமனாதனுக்குக் கதையை மாற்றப் பிடிக்கவில்லை. கடந்த பத்து நாட்களாக ஹோட்டலில்தான் அவன் வாசம். ரொட்டியும் வெண்ணெயும் பழங்களுமாகச் சாப்பிட்டு, சாப்பிட்டு அவனுக்கு அலுத்துப் போய் விட்டது. கனடாவின் படுபயங்கரக் குளிருக்கு அவனுடைய வயிறு நிறுத்தாமல் பசித்துக்கொண்டிருந்தது. சாதத்தை அவன் அங்கே கண்ணால்கூட காணவில்லை. "என்ன? சோறு கறி வகைகள் எல்லாம் இங்கே தாராளமாகக் கிடைக்குமா?" என்றான் பரம னாதன். அவன் மனமானது சம்பா அரிசிச் சோற்றையும், மீன் குழம்பு கறியையும் நினைத்துப் பறந்தது.

இதற்கு பூர்ணிமா, "இதென்ன இப்பிடிக் கேக்கிறியள்? இது ஒரு சின்ன யாழ்ப்பாணம்தான்; யாழ்ப்பாணத்தில் கிடைக் காததுகூட இங்கே கிடைக்கும். அப்பப் பாருங்கோ" என்றாள். பரமனாதனுடைய வாய் அப்பவே ஊறத் தொடங்கிவிட்டது.

அப்போதெல்லாம் சிலோனில் பரமனாதனும் சிவலிங்கமும் அடிக்கடி 'கிரின்லாண்ட்ஸில்' சாப்பிடுவார்கள். சிவலிங்கத்தின் காதல் உச்சக்கட்டத்தில் இருந்த காலம் அது. இருவரும் சார்டர்ட் அக்கவுண்டண்ட் சோதனைக்குப் படித்துக்கொண்டிருந்தார்கள். சிவலிங்கம் படிக்கவே மாட்டான்; பெட்டையின் பின்னாலேயே அலைந்து கொண்டிருந்தான். படிப்பைத் தவிர மற்ற எல்லாம் செய்து வந்தான்; படிக்காத புத்தகங்கள் இல்லை; எல்லாம் அறிவு சார்ந்த புத்தகங்கள். அந்தக் காலத்திலேயே அறிவுஜீவி. ஒரு விஷயத்தை ஒருக்கால் சொன்னால் பிடித்துக்கொண்டு விடுவான். அபாரமான ஞாபக சக்தி. அவனோடு வாதம் செய்து வெல்வது நடக்காத காரியம்.

எல்லோரும் அதிசயிக்கும்படி ஒரே முறையில் சோதனை பாஸ் பண்ணிவிட்டான். அவன் முழு மூச்சாகப் படித்தது என்னவோ இரண்டு வாரங்களே! மிகப் பெரிய தனியார் கம்பெனி ஒன்றில் சேர்ந்து கிடுகிடுவென்று மேலுக்கு வந்துவிட்டான். பூர்ணிமாவை, பெற்றோரை எதிர்த்து மணமுடித்தான். அவனு டைய வாழ்க்கையானது இப்படி அந்தரலோக சுகபோகத்தில் சென்றுகொண்டிருந்த போதுதான் 1977 கலவரம் வந்தது. இவனுக்கு ஒரு பிரமாண்டமான வீடு கம்பெனி கொடுத்திருந்தது; அத்துடன் நாலு வேலைக்காரர்கள், தோட்டக்காரன், டிரைவர், காவல்காரன் என்று பலபேர்.

அவனுடைய கம்பெனியிலே பத்தாயிரத்துக்கு மேலான பேர் வேலை செய்தார்கள். அங்கே வேலை செய்த தமிழர்களை விரல் விட்டு எண்ணலாம். எல்லாம் சிங்களவர்கள். கலவரம் வந்தபோது எல்லாவற்றையும் துறந்துவிட்டு 'உயிர் தப்பினால் போதும்' என்று இந்தியாவுக்கு பூர்ணிமாவுடன் ஓடி வந்துவிட்டான்.

அங்கே சிவலிங்கம் பட்ட இன்னல்களை விவரிக்க இயலாது. ஓர் உயர்ந்த பதவியில் சகல சௌகரியங்களுடனும் வாழ்க்கை நடத்திவிட்டு அகதியாக வந்து இம்சைப்படுகிற அவதி சொல்லி விளங்காது. கடைசியில், எவ்வளவோ கஷ்டப்பட்டு, அவனும் பூர்ணிமாவும் கனடாவுக்கு அகதிகளாக வந்து தஞ்சம் புகுந் தார்கள். இத்தனை வருடங்களுக்குப் பிறகு பரமனாதன் முதன் முறையாக அவர்களைப் பார்க்கிறான்.

பூர்ணிமா அவர்களுடன் இருந்து சுவாரஸ்யமாகப் பேசிக் கொண்டிருந்தாள். சாப்பாடு அடுக்குகள் ஒன்றையும் காண வில்லை. முதலில் பரமனாதனுக்குக் கொஞ்சம் பயமாக இருந்தது; பிறகு திகில் பிடித்துவிட்டது. 'சாப்பாடு ஒரு வேளை கிடைக் காதோ?' என்று நெஞ்சு அடிக்கத் தொடங்கிவிட்டது.

பூர்ணிமா சடுதியாகச் சொன்னாள்: "இஞ்சருங்கோ! 241ஐ டெலிபோனில் கூப்பிடுவமா?" பரமனாதன் பாவம், ஒன்றும் புரியாமல் இருவரையும் மாறி மாறிப் பார்த்தான். சிவலிங்கம் சொன்னான். "241 நம்பரை டயல் பண்ணி ஒரு பெரிய பீட்ஸா ரொட்டி ஓடர் பண்ணினால், ஒரு காசுக்கு இரண்டு ரொட்டி கொண்டு வந்து கொடுப்பார்கள்; ஒன்று பெரிசு, மற்றது சிறிசு. சிறிய ரொட்டி இலவசம். "டூ போர் வன் (ஒரு காசுக்கு இரண்டு). பதினைந்து நிமிடங்களுக்கிடையில் வீட்டிற்கே கொண்டு வந்து தருவார்கள். அது பிந்தினால் ரொட்டி இலவசம். அதைத்தான் பூர்ணிமா கேட்கிறா? ஓடர் பண்ணுவமா?"

பரமனாதனுக்கு இடி விழுந்தது. "என்னடா! வந்திறங்கி யவுடன் ஏதோ ஒரு பிடி சாதம் என்றெல்லாம் கதைத்தாய். இப்ப மெல்ல ரொட்டி என்று சொல்கிறாயே!" என்றான்.

"ஓ, ஓ மறந்து விட்டேன். சாதம்தான், சாதம்தான்" என்று கூறிவிட்டு மனைவியைப் பார்த்தான் சிவலிங்கம், பூர்ணிமாவும் புன்சிரிப்புடன் மறுபடியும் டயல் பண்ணத் தொடங்கினாள். சிவ லிங்கம் விஸ்தாரமாகக் கனடாக் கதைகளைச் சொல்லிக்கொண்டி ருந்தபோதே சாப்பாடு வந்துவிட்டது. பரமனாதனுக்குத் தன் கண்களையே நம்ப முடியவில்லை. "ஆஹா! என்ன சாப்பாடு.

சம்பா அரிசிச் சோறு, மீன்குழம்பு, கத்தரிக்காய் பொரியல், மாசுச் சம்பல், முருங்கைக் காய் கூட்டு, இது என்ன கனடாவா, அல்லது யாழ்ப்பாணமா? ருசி, மணம் எல்லாம் தூக்கி அடித்தது. இவ்வளவு சீக்கிரம் வீட்டுக்கே கொண்டு வந்து கொடுத்துவிட்டார்களே?" எல்லோருமாக மேசையில் சுற்றி வர இருந்து சுடச்சுட சாப்பிட்டார்கள். பரமனாதனுக்கு உலகமே மறந்துவிட்டது. அவன் பசிக்காகச் சாப்பிடுகிறவன் அல்ல; நாக்குக்காகச் சாப்பிடும் பேர்வழி! விட்டு வைப்பானா?

பூர்ணிமா சொன்னாள்: "இங்கே புருசன் பெண்சாதி இரண்டு பேருமே அநேகமாக வேலைக்குப் போகினம். அதனாலே இஞ்ச கண குடும்பங்களில் இப்பிடித்தான் ஓடர் பண்ணிச் சாப்பிடுகினம். நல்ல சாப்பாடு, விலையும் பரவாயில்லை."

"நாங்கள் இங்கு வந்த மூட்டம் அகதிகள் உதவிப் பணத்தில் தான் மிகவும் சிக்கனமாக சீவித்தனாங்கள்; பிள்ளைகள் கனடா உணவு பழகிவிட்டார்கள். இப்படி நாங்கள் ஓடர் பண்ணிச் சாப்பிடுவது இப்ப கொஞ்ச நாளாய்த்தான்" என்றான் சிவலிங்கம். சாப்பாடு முடியுந் தறுவாயில் பூர்ணிமா, "உங்கடை ப்ரண்டு வீட்டுப் பேரைப் பற்றிக் கேட்டார். நீங்கள் ஏதோ சொல்லிச் சமாளித்து போட்டியள். இவருக்கு நாங்கள் இஞ்ச வந்து பட்ட பாட்டைக் கட்டாயம் சொல்ல வேணும்" என்றாள். சிவலிங்கத்திற்கு விஸ்தாரமாக கதை சொல்லுவது என்றால் அளவற்ற பிரியம், விடுவானா?

"இஞ்ச எல்லோருக்கும் நடக்கிறதுபோலத்தான் எங்களுக்கும் நடந்தது. ஆனால், எங்கடை கஷ்டம் கொஞ்சம் வித்தியாசமானது; அனுபவித்தால்தான் தெரியும்."

"இருபத்தைந்து வருடங்களுக்கு முன் சிலோனில் நடந்த சம்பவம் இது. அப்ப ஒரு கம்பெனிக்கு கணக்காய்வு (Audit) செய்யப் போயிருந்தேன். அங்கே பொன்னுசாமி என்றொரு கிழவர் நாற்பது வருடமாக வேலை பார்த்து வந்தார். பேரேடுகளைத் தயாரித்து ரயல் பாலன்ஸ் எடுத்து கணக்காய்வாளரிடம் (Auditor) கொடுப்பது அவர் பொறுப்பு. கணக்கெழுதுவதில் அவர் புலி. எந்தக் கஷ்டமான சிக்கல் என்றாலும் அவிழ்த்துவிடுவார்.

"நாற்பது வருட காலமாக வராத ஒரு கஷ்டம் அவருக்கு அப்போது வந்தது. அவருடைய ரயல் பாலன்ஸ் அந்த வருடம் பொருந்தவில்லை; ஒரு சதம் வித்தியாசத்தில் நெட்டிக்கொண்டு நின்றது.

“பொன்னுசாமிக்கு இது ஒரு பெரிய சவால். இதை எப்படி அவர் ஏற்பார்? இரவு பகலாகக் கண் விழித்து முழுக் கணக்கு களையும் இன்னொரு முறை சரி பார்த்தார். அந்த ஒரு சதத்தை அவரால் கண்டுபிடிக்க முடியவில்லை. பெரிய மானப் பிரச்சினை யாக இது உருவெடுத்துவிட்டது. கணக்காய்வும் தள்ளிப்போய்க் கொண்டே வந்தது. ரயல் பாலன்ஸ் சரிவராமல் கணக்குகளை முடிக்கமுடியாதே?”

“ஏர்னஸ்ட் ஹெமிங்வே எழுதிய ஒரு கதை படித்திருப்பாய். ஒரு கிழவன் தன் சிறு வள்ளத்தில் மீன் பிடிக்கப் போனான். தூண்டிலில் போட்டு மீனைப் பிடித்துவிட்டான். ஆனால், அகப் பட்டதோ ஒரு ராட்சச மீன். பலத்த போட்டி. கிழவன் மீனை விடுவதாக இல்லை; மீனும் பிடி கொடுப்பதாக இல்லை. இந்தச் சண்டை நாள் கணக்காக நீடிக்கிறது. ஒன்றில் மீன் சாகவேண்டும் அல்லது கிழவன் சாகவேண்டும். அப்படியான ஒரு நிலை.”

“அது போலத்தான் பொன்னுசாமிக்கும் பேரேட்டுக்கும் நடந்த போராட்டம் முடிவில்லாமலே நீண்டுகொண்டு போனது. ஒரு திங்கள் காலை நான் போகிறேன். பொன்னுசாமி தலைவிரி கோலமாய் என் முன்னே வந்து நிற்கிறார். அவர் கண்கள் எல்லாம் சிவந்து காணப்படுகின்றன. சனி, ஞாயிறு விடுமுறைக்கு அவர் வீட்டுக்கே போகவில்லை. இரவு பகலாகப் பேரேடுகளை மீண்டும் மீண்டும் சரி பார்த்திருக்கிறார்.”

“அவருடைய கண்கள் கீழே பார்த்தபடி இருந்தன. தன் பைக்குள் கையை விட்டு ஒரு சதக் குற்றியை எடுத்து என் மேசை மேல் வைத்தார். ‘தம்பி, இந்த ஒரு சதத்தை வைத்துக் கொள் ளுங்கள். என்னால் இந்த வித்தியாசத்தைக் கண்டுபிடிக்க முடியவே இல்லை. இது எனக்கு ஏற்பட்ட மிகப் பெரிய தோல்வி. என்னை விட்டு விடுங்கள்’ என்றார். பொன்னுசாமியுடைய கஷ்டம் எனக்கு அப்பொழுது முற்றாக விளங்கவில்லை. ஆனால், அதே போன்ற ஒரு சங்கடம் எனக்கும் இங்கே கனடாவில் ஏற்பட்டது.”

“நாங்கள் அகதிகளாக வந்து சீரழிந்த கதை நீண்டு கொண்டே போகும். அதை விட்டுவிடுவோம். என்னுடைய விண் ணப்பத்தை எழுதிக்கொண்டு கம்பெனி கம்பெனியாக ஏறி இறங்கி னேன். நூற்றுக்கணக்கான விண்ணப்பங்களைத் தபாலிலும் அனுப்பினேன். அகதிகள் உதவிப் பணத்தில் சிக்கனமாக வாழ்க்கை நடத்தினோம்.”

“இங்கே பெண்களுக்கு வேலை கிடைப்பது வெகு சுலபம். பூர்ணிமாவுக்கு வேலை கிடைத்துவிட்டது. ஆனால், அவள்

அப்போது கர்ப்பம். அதனால் வேலையை ஏற்றுக்கொள்ள முடிய வில்லை.

"சில பேர் எனக்குக் குறுக்கு மூளை சொல்லித் தந்தார்கள். கனடா அரசாங்கத்தை ஏமாற்றி உதவித்தொகை அதிகரிப்பதற்கு ஆயிரம் வழிகள் இருக்கின்றன; அதில் ஒன்று மனைவியை தற் காலிகமாக நீக்கி வைப்பது. என் மனம் உடன்படவில்லை. சொந்த நாட்டிலிருந்து துரத்தப்பட்டு அகதிகளாக வந்து தஞ்சம் புகுந்த நாட்டை இப்படி ஏமாற்றுவதா?

"கனடாவில் மீண்டும் ஒருமுறை படித்துக் கணக்காளர் தேர்வு எழுதி முடித்தேன். வேலை கிடைப்பது இப்போது இன்னும் கஷ்டமாகிவிட்டது. விஷயம் இதுதான். என்னுடைய படிப்புக்கும் அனுபவத்துக்கும் ஏற்ற வேலை எடுத்த வீச்சே தரமாட்டார்கள். கீழ் மட்டத்தில் சேர்ந்து படிப்படியாகத்தான் உயரவேணும். அப்படிக் கீழ்மட்டத்தில் எடுப்பதற்கும் கம்பெனிகள் பயப்பட்டன.

"நீ சொன்னால் நம்ப மாட்டாய், கடைசியில் எனக்குக் கிடைத்த வேலை வாட்ச்மேன் உத்தியோகம்தான். அதற்கும்கூட எவ்வளவு கஷ்டப்பட்டிருப்பேன் தெரியுமா? ஒரு இந்தியாக்காரர். சுந்தரம் என்று பேர், அவர்தான் எனக்கு அந்த வேலையை எடுத்துக்கொடுத்தார். அதற்கென்று பிரத்தியேகமான பயிற்சிகள் எல்லாம் தந்தார்கள். எங்கள் ஊரில் சைக்கிள் கடை வைத்திருந்த வர்களும், பேப்பர் போட்ட பொடியன்களும் BMW காரில் இங்கே உலா வந்துகொண்டிருந்தார்கள். நான் இவ்வளவு படித்துவிட்டு இப்படியாகக் காவல்கார வேலை செய்யவேண்டி வந்துவிட்டதே! விதியே என்று நொந்து கொண்டேன்.

"எங்கள் கம்பெனி பிரசிடெண்ட் போகும்போதும் வரும் போதும் நான் அவருக்குத் தவறாமல் வணக்கம் சொல்வேன். அவருடைய கவனத்தை எப்படியும் ஈர்க்க வேண்டும் என்பதில் ஆர்வமாகச் செயல்பட்டேன். அவருடைய கடைக்கண் பார்வை பட்டால் என் கஷ்டமெல்லாம் தீர்ந்து விடுமே!

"என் வேலையோ மிகவும் கடுமையானது. முன் பின் எனக்கு அப்படி வேலை செய்து பழக்கமில்லை. இரவு முழுவதும் ரோந்து வந்து மெஷினைப் பஞ்ச் பண்ணியபடியே இருக்க வேண்டும். பனியென்றால் ஓவர் கோட்டையும் பூட்சையும் மேலாடைகளை யும் மீறி குளிர் உள்ளே போய் உயிரைத் தொடும்.

"ஒருநாள் என் வீட்டுக்குப் போய் காலுறையைக் கழற்றிய போது காலுறையெல்லாம் இரத்தம். பூர்ணிமா அழுதுவிட்டாள்.

அன்று இரவு வெகு நேரமாக ஒரு விண்ணப்பம் தயாரித்தேன் எங்கள் கம்பெனி பிரசிடெண்டுக்கு. எப்படியும் ஒரு சின்ன வேலை யாவது போட்டுத் தருமாறு என் தகுதிகளை எல்லாம் காட்டி விளக்கினேன். தருணம் பார்த்திருந்து ஒருநாள் அதை அவர் கையிலும் சேர்த்துவிட்டேன்.

அதன்பிறகு ஒவ்வொரு நாளும், அவர் போகும்போதும் வரும்போதும், அவருடைய முகத்தையே பார்த்தபடி இருப்பேன். ஏதாவது ஒருநாள் அவர் வாயிலிருந்து நல்ல வார்த்தை வருமா என்று பார்த்துப் பார்த்து ஏமாந்தேன்.

"அந்தச் சமயத்தில்தான் James Gleick எழுதிய Chaos என்ற புத்தகம் வெளியாகி எங்கும் பரபரப்பாகப் பேசப்பட்டது. அறிவு ஜீவிகளுக்காக எழுதப்பட்ட புத்தகம் அது என்று உனக்குத் தெரியும்."

நான் சிலோனில் இருந்தபோது புத்தகங்களை வாங்கி வாங்கிக் குவிப்பேன். வாங்கின புத்தகங்களை இரவு பகலாக வாசித்து முடித்துவிடுவேன். இங்கே புத்தகங்களின் விலையோ எக்கச்சக்கம்.

ஒருநாள் பிரசிடெண்ட் கையில் அந்த Chaos புத்தகத்தைப் பார்த்தேன். அடுத்த நாளே புத்தகக் கடையில் போய் நானும் ஒன்று வாங்கிவிட்டேன். விலையோ 12 டொலர். பூர்ணிமா என் னுடன் சண்டை போட்டாள், எங்கள் வரும்படிக்கு அது ஒரு அநாவசியமான செலவு என்று. புத்தகத்தை முதலில் இருந்து கடைசிவரை மூன்று தடவை படித்தேன்; சில பகுதிகளில் கரைத் தும் குடித்துவிட்டேன்.

"அதற்குப் பிறகு அந்தப் புத்தகத்தை வைத்துக்கொண்டு உலாவத் தொடங்கினேன். பிரசிடெண்ட் வரும் சமயம் பார்த்து புத்தக அட்டை தெரியக்கூடியதாகப் பிடித்தபடியே அங்குமிங்கும் அலைந்தேன்.

என்னுடைய யுக்தி ஒருநாள் பலித்தது. அவசரமாய்ப் போன பிரசிடெண்ட் நின்று உற்றுப் பார்த்துவிட்டு 'ஆஹா! James Gleick?' என்றார். அவர் வாய் மூடுமுன் நான் அந்த எழுத்தாளர் கூறிய தத்துவங்கள் பற்றி என் கருத்தை எடுத்து விட்டேன். குளத்தின் நடுவே ஏற்படும் சிறு சலனம் எப்படி விரிந்து விரிந்து கரையை அடைகிறதோ அதே போன்று வளிமண்டலத்தில் ஏற்படும் அணுப் பிரமாணமான சிறு மாற்றம்கூட வானிலையை ஏன் பூதாகரமாகப் பாதிக்கிறது என்பதைப் பற்றி விளக்கினேன். அதனால்தான் கிரகணம், நீர்மட்ட ஏற்ற இறக்கம் பற்றியெல்லாம் கச்சிதமாக

முன்கூட்டியே கூறிவிடும் விஞ்ஞானம், பருவ நிலையை மாத்திரம் முன்னறிவித்தல் செய்வதற்குத் திக்குமுக்காடுகிறது என்பது பற்றிக் கூறினேன்.

"எங்கள் நாட்டில் ஔவையார் என்று ஒரு மிகப்படித்த பெண்புலவர் இருந்தார். அவர் ஒரு அரசனை வாழ்த்தப்போய் 'வரப்புயர' என்று மட்டும் கூறி பேசாமல் இருந்துவிட்டார். அதன் தாற்பரியத்தைப் பின்பு அவரே விளக்கினார்.

'வரப்புயர, நீர் உயரும்
நீர் உயர, நெல் உயரும்
நெல் உயர, குடி உயரும்
குடி உயர, கோல் உயரும்
கோல் உயர, கோன் உயர்வான்'

'ஒருதுளி காரியம் எப்படிப் பிரமாண்டமான தாக்கத்தை உண்டாக்குகிறது என்பதற்கு இது சான்று.' 'இது எனக்கு மிகவும் பிடித்தமான கருத்து' என்று மூச்சுவிடாமல் சொல்லி நிறுத்தினேன். பிரசிடெண்ட் ஆடிவிட்டார். 'அட! மிக நல்ல வியாக்கியானமாய் இருக்கிறதே! குட், குட்' என்று சொல்லிவிட்டு வேகமாய்ப் போய்விட்டார்.

"அடுத்த நாள் எனக்கு ஓர் அதிசயம் காத்திருந்தது. கணக்காளர் பிரிவில் ஒரு அடிமட்ட வேலை எனக்குக் கிடைத்து விட்டது. எனக்குண்டான மகிழ்ச்சிக்கு அளவே இல்லை. என் வேலை என்பது பத்தாம் வகுப்பு படித்தவனை பாலர் வகுப்பில் போட்டதுபோலத்தான். ஆனால், அதை நான் பொருட்படுத்தவில்லை. இரண்டு நாள் வேலையை இரண்டு மணி நேரத்தில் முடித்து விடுவேன். ஓய்வு நேரங்களில் மற்றவர்களுடைய வேலையையும் இழுத்துப் போட்டுக்கொண்டு செய்வேன். இரண்டு மாதத்தில் அந்தப் பிரிவு வேலையெல்லாம் எனக்குத் தண்ணிபட்ட பாடு.

"என்னுடைய செக்ஷனில் எல்லோரிடமும் கம்ப்யூட்டர் இருந்தது; எனக்கு மட்டும் இல்லை. செக்ஷன் தலைவரிடம் பளபளவென்று ஒரு கம்ப்யூட்டர். அந்த வழியால் போகும் போதெல்லாம் அதைத் தொட்டுத் தடவி விட்டுத்தான் போவேன். நேரம் கிடைக்கும்போதெல்லாம் மற்றவர்களுடைய கம்ப்யூட்டரில் வரும் சிறிய பிரச்சினைகளை எல்லாம் தீர்த்து வைப்பேன்.

"இதற்கிடையில், ஐம்பது டொலருக்கு நான் ஒரு பழைய கம்ப்யூட்டர் வாங்கிவிட்டேன். மற்ற கம்ப்யூட்டர்கள் பென்ஸ் கார்

என்றால் இதை 'திருக்கல்வண்டி' என்று சொல்லலாம். அவ்வளவு மெதுவாகப் போகும். கம்பெனியில் சிக்கலான சில வேலைகளை வீட்டில் கொண்டு வந்து இதில் தட்டிச் சரிசெய்துவிடுவேன்.

"அப்போது ஒரு நாள் எங்கள் பகுதி மேலாளர் சில நாள் லீவு போட்டார். அந்தப் பகுதி வேலைகள் எல்லாத்தையும் நான் பார்க்கும்படி வந்தது. விடுவேனா? அதிலும் அந்த கம்ப்யூட்டரில் வேலை செய்யக் கொடுத்து வைக்கவேணுமே? அப்படி வேலை செய்யும்போதுதான் ஒரு நாள் கவனித்தேன்; கம்ப்யூட்டர் பிரிண்ட் பண்ணும்போது ஒரு சதம் தவறியிருந்தது.

"இது பெரிய விஷயமில்லை. ஆனால், இது திருப்பித் திருப்பி நடந்தது. என்ன செய்தும் போகவில்லை. எவ்வளவுதான் வித்தை காட்டினாலும் அந்த ஒரு சத வித்தியாசம் போவதாகத் தெரிய வில்லை.

"கம்ப்யூட்டர் என்பது கணக்குகளைச் சரியாகவும், வேகமாக வும் போடுவதற்கென்றே பிறவியெடுத்தது. இப்படிப் பிழை நடக்க லாமா? 'விடேன், தொடேன்' என்று நான் இந்த ரகஸ்யத்தை உடைக்க முற்பட்டேன்.

"ஒரு நாள் பிரசிடெண்ட் தனியாக இருக்கும் சமயம் பார்த்து அவர் முன்பு போய் நின்றேன். அந்த ஆதிமூலத்துக்குள் என் போன்ற சாதாரண மனிதப் பதர்கள் காலடி எடுத்து வைக்க முடியாது என்றாலும் நான் துணிந்து போய்விட்டேன்.

"முதலிலேயே மன்னிப்புக் கோரி, இப்படி அடிக்கடி வரும் ஒரு சத வித்தியாசத்தைப் பற்றி அவரிடம் விஸ்தரித்தேன். அவர் அதைப் பொறுமையாகக் கேட்டுவிட்டு, புன்சிரிப்புடன் 'அதைப் பார்த்து விட்டாயா? உண்மைதான். நாங்கள் கடந்த ஆறு வருடங் களாக முயன்றும் அந்த ஒரு சதம் உதைப்பதை நீக்க முடிய வில்லை. சில வெளி இடத்து நிபுணர்கள்கூட வந்து பிழையைத் திருத்துவதற்காக எண்பதாயிரம் டாலர் வரை செலவு செய்து விட்டோம். இது தவிர, இது என்ன, ஒருசதம்தானே! இதை ஆர் நுணுக்கமாகப் பார்க்கப் போகிறார்கள். இது வேஸ்ட் என்று முடிவு செய்துவிட்டோம். இதில் கவனத்தைத் திருப்பாதே' என்றார்."

"மகாத்மாகாந்தி இங்கிலாந்து அரசுடன் பேச்சுவார்த்தை நடத்துவதற்காக லண்டன் பயணமானார். எப்போதும்போல சாதாரண இந்தியக் குடிமகன்போல நாலு முழத்துண்டும், மேற் போர்வையும் செருப்புடனும் வெளிக்கிட்டார். அவருடைய உணவுப் பழக்கமோ உலகம் அறிந்தது. பேரிச்சம் பழம், ஆட்டுப்

பால், வெண்ணெய் இப்படி வெகு எளிமையானது. இங்கிலாந்து அரசாங்கம் அவருடைய சாப்பாட்டில் அக்கறை கொண்டு ஒரு ஆட்டையும் கப்பலில் அவருடன் லண்டன் வரவழைத்திருந்தது. அப்போது லண்டன் பேப்பர்களில் இப்படி ஒருசெய்தி வந்ததாம்: 'மகாத்மா காந்தியை அவர் ஏற்றுக்கொண்ட ஏழ்மை நிலையில் வைத்திருப்பதற்கு இங்கிலாந்து அரசு நாளொன்றுக்கு நூற்றுக் கணக்கான பவுண்டு செலவு செய்ய வேண்டி இருக்கிறது.'

"அதுபோலத்தான் இந்தக் கதையும் இருந்தது. நான் தைரியத்தையெல்லாம் வரவழைத்துக்கொண்டு, "ஐயா, எனக்கு ஒருமுறை இதைப் பார்க்க அனுமதி கொடுப்பீர்களா?" என்று கேட்டேன்.

"அவர் சிறிது யோசித்தபடி இருந்தார். அந்த ஒரு நிமிடத்தில் என் மூச்சு ஓடாமல் நின்றது. கடைசியில் என்ன நினைத்தாரோ 'சரி' என்று கூறிவிட்டார்.

"அன்றிரவு என் போராட்டம் ஆரம்பித்தது. கிழவனுக்கும் மீனுக்கும் நடந்தது போன்ற போராட்டம்; பீமனுக்கும் ஜராசந்த னுக்கும் நடந்த துவந்த யுத்தம் போன்று முடிவில்லாத ஒரு யுத்தம்.

"170 பக்கங்கள் கொண்ட ப்ரோகிராம் அது. நுணுக்கமாக, வரிவரியாக அதைச் சோதித்தபடியே வர வேண்டும். மூலை முடுக் கெல்லாம் தடவித்தடவி தேடிக்கொண்டே வருகிறேன். எங்கோ ஒரு மூலையில் அந்தத் தவறு ஒளித்திருந்துகொண்டு என்னைப் பார்த்தபடியே இருக்கிறது.

"என் நண்பர்கள் என்னைப் பார்த்துப் பரிகசிப்பதுண்டு; கம்ப்யூட்டரை இயக்க முன் நான் வழக்கம்போல சொல்லும் ஸ்தோத்திரத்தைச் சொல்லித் துதிக்கிறேன்:

மனிதனை உய்விப்பதற்காக அவதரித்த கம்ப்யூட்டரே!
உனக்கு அநேக கோடி வணக்கங்கள்!
உன்னுடைய விஸ்வரூபத்தின் முன்
நான் சிறுதுளி.
உன் பரிபூரண கடாட்சம்,
என் மீது பாயட்டும்!
சகல கதவுகளையும் திறந்து
உன் ரகஸ்யங்களை என் வசமாக்குவாயாக!
உன் வாசலிலே புக அனுமதி கேட்டு நிற்கிறேன்,
நமஸ்காரம்! நமஸ்காரம்!

"இப்படியாக அதை வணங்கி இயக்குகிறேன். அது கிர்ரென்ற சத்தத்துடன் உயிர் பெறுகிறது. தன் பரந்த உலகத்தை என் முன்னே விரிக்கிறது. ஒவ்வொரு கதவாகத் தட்டி விடையைத் தேடிக்கொண்டே வருகிறேன். விடையும் என் கைக்குள் சிக்காமல் தப்பிக்கொண்டே போகிறது.

"ஒரு நாள் அல்ல, இரண்டு நாள் அல்ல. பல நாட்கள் இப்படியாக பயனின்றி ஓடிவிட்டன. கந்தோரிலிருந்து வந்ததும் நேராகப் போய்க் கம்ப்யூட்டரின் முன் இருந்துவிடுவேன். இரவு இரண்டு மணி, மூன்று மணி வரை வேலை செய்வேன். களைத்துப் போய் அப்படியே படுத்துத் தூங்கியும் இருக்கிறேன். மறுநாளும் இதுபோலவே போய்விடும். ஆனால், அந்த ஒரு சதம் என் கைக்குள் அகப்படாமல் தப்பிக்கொண்டு வந்தது.

"நான் உண்பதில்லை; வடிவாக உறங்குவதில்லை. வேறு ஒன்றிலும் கவனமில்லை. என் புத்தியெல்லாம் இதிலேயே செல வழிந்தது. உன்மத்தம் என்று சொல்வார்களே, அப்படியான ஒரு நிலைதான். கம்ப்யூட்டர் தேவதை என்னை உதாசீனப்படுத்தி அலைக்கழித்துக்கொண்டிருந்தாள்."

இந்த இடத்தில் சிவலிங்கம் கதையை நிற்பாட்டிவிட்டு மனைவி கொண்டு வந்து வைத்த காபியை சிறிது பருகினான்; பிறகு மறுபடியும் தொடர்ந்தான்:

"நாங்கள் கலாசாலையில் படித்தபோது வேதியியல் பேராசிரியர் கூறியது உனக்கு ஞாபகமிருக்கிறதா? பென்சீனுடைய (Ben zene) அணு அடுக்கு முறையைக் கண்டுபிடிக்க விஞ்ஞானிகள் பட்டபாடு. அதிலும் பிரடெரிக் கேகுலே என்ற விஞ்ஞானி ஒன்றல்ல இரண்டல்ல, ஏழு வருடங்கள் இதற்காகப் போராடினார். எப்படித்தான் படம் போட்டாலும் ஆறு கார்பன் அணுக் களையும், ஆறு ஹைட்ரஜன் அணுக்களையும் விகிதமுறை தவறாமல் அவரால் அடுக்க முடியவில்லை. கடைசியிலே ஒரு நாள் மாலை அவர் களைப்புடன் குதிரை வண்டியில் பிரயாணம் செய்து கொண்டிருந்தபோது சிறிது அயர்ந்துவிட்டார். அப்போது அவர் கனவிலே பாம்புகள் தோன்றினவாம். அதிலே ஒரு பாம்பு தன் வாலைப் பிடித்துத் தானே விழுங்கத் தொடங்கியது. இவருக்கு விழிப்பு திடீரென்று வந்து எழுந்துவிட்டார். அணுக்களை வட்ட மாக வரிசைப்படுத்தும் எண்ணம் உதித்தது. அப்படியே செய்து பார்த்தபோது அந்த அணு அமைப்பு சரியாக வந்துவிட்டது.

"இது மாதிரியான சம்பவம்தான் எனக்கும் இங்கே ஏற் பட்டது. ஆறு மாத காலம் இப்படியே விரயமாகக் கழிந்தது.

போராட்டத்திற்கு முடிவே இல்லை. என் மனைவிக்கும் வெறுத்து விட்டது. ஒருநாள் கம்ப்யூட்டரைத் தூக்கி எறிவதற்குக்கூடத் துணிந்துவிட்டாள். ஒரு சரஸ்வதி பூசை நாள். மனைவி மும்முர மாக பூசை அடுக்குகள் செய்கிறாள். கம்ப்யூட்டரில் மூழ்கி இருந்த என்னிடம் வந்து சொல்கிறாள், "இண்டைக்காவது இதை விடுங்கோ! மூளைக்குக் கொஞ்சம் ரெஸ்ட் கொடுத்துப் பாருங்கோ. ஒரு நாள் போனால் என்ன; நாளைக்கு வேலை செய்யலாம் தானே" என்று என்னை இழுத்துக்கொண்டு போய் விட்டாள். நானும் கம்ப்யூட்டரைத் தொடுவதில்லை என்று சத்தியம் செய்து மூடிவிட்டேன். ஆனாலும் என்ன பயன்?"

"சாமிகும்பிடும்போதும் சரி, மனைவியுடன் பேசும்போதும் சரி, குழந்தையுடன் விளையாடும்போதும் சரி என் மனமானது கம்ப்யூட்டருடனேயே ரகஸ்யமாகச் சல்லாபித்துக்கொண்டு இருந்தது.

"அன்றிரவு வழக்கத்துக்கு மாறாக பத்து மணிக்கே படுக்கப் போய்விட்டேன். நித்திரையிலே எனக்கு ஒரு கனவு வந்தது. அப்போது பளீர் என்று என் மூளையிலே ஒரு மின்னலடித்தது. அந்தத் தப்புக்கான விடை அங்கே என் முன்னே குதித்துக் கொண்டு நின்றது. எழும்பி விட்டேன். நேரம் மூன்று மணி காட்டி யது. ப்ரோகிராமை எடுத்துப் பார்த்தேன். பதினேழாவது பக்கம், நாலாவது வரியில் நான் நினைத்த மாதிரியே இருந்தது. என் கண்களை நம்பவே முடியவில்லை.

"ஸ்ரீரங்கநாதர் நீண்டு சயனிப்பதுபோல் அந்தப் பிழை யானது நீளவாட்டில் படுத்துக்கொண்டிருந்தது. இதே பாதையால் முன்னூறு தடவையாவது போயிருப்பேனே! நான் பார்க்க வில்லையே! இன்று என்ன இவ்வளவு துல்லியமாகத் தெரிகிறது. இவ்வளவு காலமும் ஏன் என் கண்கள் இதைக் கவனிக்கவில்லை?

"என் நெஞ்சு படக்படக்கென்று வேகமாக அடிக்கத் தொடங் கியது. வெளியிலேயோ பனி கொட்டுகிறது. மனைவி, குழந்தை போல அமைதியாகத் தூங்கிக்கொண்டு இருக்கிறாள். மெதுவாக ஓவர் கோட்டையும் பூட்ஸையும் எடுத்துக்கொண்டு பூர்ணிமா வுக்கு ஒரு சிறு குறிப்பு எழுதி வைத்துவிட்டு ஓசைப் படாமல் நழுவுகிறேன்.

"அப்போது என்னிடம் காரில்லை. டாக்ஸி ஒன்றை டெலி போனில் கூப்பிட்டு என்னுடைய கந்தோருக்குப் போய் இறங் கினேன். சுந்தரம்தான் காவல் காக்கிறான். செக்கியூரிட்டி கார்டை

கதவிடுக்கில் செருகி கதவைத் திறந்துகொண்டு உள்ளே போகி றேன். 'கம்ப்யூட்டர் தேவதையே! இன்று எனக்கு நீ இணங்கி விடு' என்று வேண்டிக்கொண்டே அதை இயக்குகிறேன்.

"கம்ப்யூட்டர் கிர்ரென்று உயிர்பெற்றுத் தன் வாசல்களை எனக்குத் திறக்கிறது. ஒவ்வொரு வாசலாகத் தட்டிக்கொண்டே செல்கிறேன். அங்கே என் அணங்கு கைகளைப் பரப்பிக்கொண்டு எனக்காகக் காத்திருந்தாள். பதினேழாவது பக்கத்திலே அந்தப் பிழையானது வியாபித்து நிற்கிறது. நிமிடத்தில் அதைச் சரி செய்து விட்டு ஓட்டிப் பார்க்கிறேன். ஒரு சதம் போய்விட்டது; விளம் பரங்களில் சொல்வதுபோல் 'போயே போய்' விட்டது.

"என்னால் என் கண்களை நம்ப முடியவில்லை. இன்னும் ஒரு இருபது தடவை திருப்பித் திருப்பி ஓட்டிப் பார்த்தேன். ஒரு சத வித்தியாசம் மறைந்துவிட்டது. யாரிடமாவது சொல்லிக் கதற வேண்டும்போல இருந்தது. 'சுந்தரம் சுந்தரம்' என்று ஓடினேன். அவனைக் கட்டிப் பிடித்துக்கொண்டு உளறினேன். 'என்ன தம்பி, என்ன ஆச்சு? கம்ப்யூட்டரை உடைச்சுப் பிட்டியா?' என்றான். 'இல்லை, சுந்தரம் ஒரு சதம் ஒன்று இவ்வளவு நாளும் காணாமல் போச்சு. இன்று கிடைத்துவிட்டது' என்று கூறினேன். அவன் ஒன்றும் புரியாமல் விழித்தான்.

"நான் அந்த ப்ரோகிராமை திருப்பித் திருப்பி ஓட வைத்து அதன் லாவண்யத்தை ரசித்தபடியே இருந்தேன். அந்த அழகு கொள்ளை அழகு; அதை எத்தனை தரம் பார்த்தாலும் ஆசை தீராது.

"அந்தச் சமயம் பார்த்து இன்னொரு அதிசயம் நடந்தது. பனிச்சறுக்கு விளையாட்டுக்கு எங்கள் பிரசிடெண்ட் அடிக்கடி போவதுண்டு. அன்று சனிக்கிழமை. அதிகாலையிலேயே அவர் கந்தோருக்கு வந்திருந்தார், தன்னுடைய உபகரணங்களை எடுப் பதற்காக. என்னைக் கண்டதும் திகைத்துவிட்டார்; என்னுடைய குழம்பிய தலையையும், சிவந்த கண்களையும் பார்த்து உண்மை யாகவே அவர் அதிர்ந்துவிட்டார். 'என்ன நடந்தது?' என்று கேட்டார்.

"'அந்த ஒரு சதம், அதைக் கண்டுபிடித்துவிட்டேன்' என்றேன். அதைச் சொன்னபோது எனக்கு நாக்கு குழறியது; கண்களிலே பொலபொலவென்று கண்ணீர். 'எங்கே பார்ப்போம்?' என்றார். ஓட்டிக் காட்டினேன். 'இன்னொருமுறை' என்றார். கம்ப் யூட்டர் மறுபடியும் ஓடி ஓய்ந்தது. 'ஆஹா! போய்விட்டதே. ஆறு

வருடமாக எங்களை அலைக்கழித்தது இன்றோடு ஒழிந்தது; எக்சலண்ட் வேர்க்; காங்கிரஜுலேசன்ஸ்' என்றார்.

"என் மனதில் ஏதோ ஒன்று நெருடியது. 'ஐயா, இதன் உண்மையான தாத்பரியம் உங்களுக்குத் தெரிகிறதா?' என்றேன். 'என்ன' என்று இன்னொருமுறை கேட்டார். 'இந்தப் பிழை நீக்கத்தால் இந்த வருடம் மட்டும் 384,000 டொலர் லாபம் அதிகமாகிறது; போன வருடம் இந்தத் தவறினால் 292,000 டொலர் இழந்துவிட்டோம். அது போனதுதான். அடுத்த வருட பட்ஜட்டின்படி 483,000 டொலர் லாபம் மிகையாக வரும்' என்றேன்.

"தொடர்ந்து அதற்கான கணக்குகளையும் படபடவென்று போட்டுக் காட்டினேன். ஆறுதலாக அமைதியாக எல்லாவற்றையும் கேட்டார். அவர் முகத்தில் அவமானம், அதிர்ச்சி, மகிழ்ச்சி எல்லாம் ஓடியது. போய்விட்டார்.

"அடுத்த நாளே எனக்கு வேலை உயர்வு காத்துக்கொண்டிருந்தது. கம்பெனியில் இருந்த எட்டு நிதி கட்டுப்பாட்டலுவலர்களில் நானும் ஒருவராக நியமிக்கப்பட்டேன். இதுதான் என் சரித்திரம்" என்றான்.

"மிச்சத்தையும் சொல்லுங்கோ" என்றாள் மனைவி.

"இது மனசுக்குக் கொஞ்சம் கஷ்டமான விஷயம். புது வேலையில் உயர்த்தப்பட்ட உடனேயே என் வழக்கப்படி எல்லா வேலைகளையும் இழுத்துப் போட்டு கற்று விட்டேன். கம்ப்யூட்டர் மூலம் வேலைகளை எளிமையாக்கினேன்; நஷ்டத்தைக் குறைத்து லாபத்தை விரிவடையச் செய்தேன்.

"ஒருமுறை ஒரு சோதனையான காலம். கம்ப்யூட்டர் பிரிவு தலைமை அதிகாரி லீவிலே போய்விட்டார். சில அந்தரங்க அறிக்கைகள் தயாராக வேண்டி இருந்தது. கம்ப்யூட்டரில் ஒரு சிக்கல். ஆலோசகர்களைத் தருவிக்க நேரமில்லை. அவர்கள் ஒட்டாவாவில் இருந்து வரவேண்டும். இரண்டு நாட்களாகக் கம்பெனி இயக்குனர்கள் ஓடிஓடி தாங்களாகவே அதை நிவர்த்தி செய்யப் பார்த்தார்கள். முடியவில்லை. கெடு நாளும் நெருங்கிக்கொண்டே வந்தது.

"பிரசிடெண்ட் என்னைத் தனிமையில் அழைத்து, 'இதைப் பார்க்க முடியுமா? இதில் ஏதோ பெரிய சிக்கல், நாளைக்கே ரிப்போர்ட் தயாராக வேண்டும், உங்கள் உதவி மிகவும் அவசியம்' என்றார்.

"அந்தரங்கமான அறிக்கைகள் அவை. என் போன்றவர்கள் அவற்றைப் பார்க்க அனுமதி இல்லை. 'ஆபத்துக்குப் பாவம் இல்லை' என்று என் கையில் அது வந்துவிட்டது. கடவுளாக அனுப்பிய பிரசாதம்.

"பெரும் காப்பியங்கள் எழுதும்போது 'காப்பு' என்று கடவுள் வாழ்த்துப் பாடி பின்பே காப்பியத்தை தொடங்குவார்கள். அதுபோல இந்த ப்ரோகிராமிலும் காப்புபோல ஒன்று இருந்தது. அதற்குப் பிறகே முறையான ப்ரோகிராம் தொடங்கும்.

"நான் ப்ரோகிராமைப் பார்த்தேன். பார்த்தவுடனேயே தெரிந்துவிட்டது. ஆரம்பத்திலேயே பிழை. கணதூரம் போகத் தேவையில்லை. 'ஆஹா!, இதோ' என்று சொல்ல வாய் திறந்து விட்டுச் சடாரென்று மூடிக்கொண்டேன். 'இது கொஞ்சம் சிக்கலாக இருக்கும்போலத் தெரிகிறது. நாளைவரை டைம் கொடுங்கள்' என்று சொல்லி ப்ரோகிராமை பெற்றுக்கொண்டேன்.

"முதல் ஒரு நிமிடத்திலேயே பிழையைத் திருத்தி விட்டேன், மீதி இரவெல்லாம் ப்ரோகிராமை அணு அணுவாக ஆராய்ந்து மனதில் பதித்து வைத்துக்கொண்டேன். இப்படியான சந்தர்ப்பம் இனிமேல் கிடைக்காதல்லவா?

"அந்தச் சம்பவத்திற்குப் பின்புதான் எனக்கு இயக்குநர் பதவி கிடைத்தது. அதற்கு முன்பு அந்த வேலையில் இருந்தவரை நீக்கிவிட்டார்கள். அவர் நல்ல மனிதர். அன்பான சுபாவம். என்னைப்போல அகதியாக வந்து உயர்ந்தவர். அவரை நீக்கி எனக்கு அந்த வேலையைக் கொடுத்தபோது மிகவும் சங்கடமாகி விட்டது."

"இப்பவும் அதே வேலைதானா? இனி எப்ப அடுத்த ப்ரோமஷன்?" என்று பரமனாதன் கேட்டான்.

"சூரபத்மன் ஒரு வரம் வாங்கினான். சாகாத வரம், தெரியு மல்லவா? அவன் செய்த கொடுமைகள் பொறுக்கமுடியாமல் தேவர்கள் முறையிட்டார்கள். முருகப் பெருமானும் மனமிரங்கி வேலாயுதத்தை எறிந்து சூரனை இரு கூறாக்கினார். அவன் ஒருபாதி சேவலும், மறுபாதி மயிலுமாக மாறினான். இறக்க வில்லை; உருவம்தான் மாறினான். முருகப்பெருமான் சேவலைக் கொடியாகத் தன் தலை மேலும், மயிலை வாகனமாகக் காலின் கீழும் வைத்துக்கொண்டார். சூரனுடைய தலையும் (சேவல்) வாலும் (மயில்) என்றைக்கும் ஆடாமல் தன்னுடைய நேரடிக் கண்காணிப்பில் வைத்துக்கொண்டதாக அர்த்தம். கொஞ்சம்

அசந்தால் சூரன் தன் பழைய குணத்தைக் காட்டத் தொடங்கி விடுவான் என்பது முருகனுக்குத்தான் தெரியும்.

"என் நிலைமையும் அதுதான். என்னை நிமிர விடாமல் ஒரு முருகப்பெருமான் எனக்கு மேலே; அதுதான் Finance Director, என் மேல் அவருக்கு எப்பவும் ஒரு பயம். என்னால் தன்னுடைய வேலைக்கு ஆபத்து வந்துவிடுமோ என்று நித்தமும் கலங்கியபடி இருக்கிறார். நான் இதற்கு என்ன செய்யலாம்" என்றான்.

"எனக்கு உன்னைத் தெரியாதா? நான் உன்னை அடுத்த முறை பார்க்கும்போது நீ உன் மேலதிகாரியின் வேலைக்கு வெடி வைத்துவிட்டு பிரசிடெண்ட்டின் வேலையில் கண் வைத்திருப் பாய்" என்றான் பரமனாதன்.

அப்படிச் சொல்லிவிட்டு பரமனாதன் தன் நண்பனைப் பார்த்துப் புன்னகை செய்தான். சிவலிங்கத்தின்மேல் அவனுக்கு ஓர் அளவில்லாத மரியாதையும் அன்பும் சுரந்தது.

"வெறும் கையோடு அகதியாக ஓடி வந்த எங்களை கனடா அரவணைத்து வாழ இடம் கொடுத்தது. இந்த வீட்டை நான் அடிமட்ட வேலையில் சேர்ந்தபோது கடனுக்கு வாங்கினேன். என்னுடைய சம்பளம் பத்து மடங்கு பெருகிவிட்டது. இது என் சொந்த வீடு. நான் மிக்க மகிழ்ச்சியாக இருக்கிறேன்" என்று சிவலிங்கம் கண்கலங்கியபடியே கூறினான்.

அப்போது அவனுடைய இளைய மகள், நாலு வயது இருக்கும்; ஒரு கரடி பொம்மையைத் தலைகீழாக இழுத்தபடி அரை நித்திரையில் வந்து, தகப்பனுடைய மடியில் தாவி ஏறினாள். சிவலிங்கம் அவளைத் தூக்கி அணைத்து வைத்துக்கொண்டு, "என் ஆசை மகளே, உனக்குத்தான் இந்த வீடு" என்றான்.

அப்போது அவனுடைய மூத்த மகள், மேசையில் படித்துக் கொண்டிருந்தவள், ஓடோடி வந்து தகப்பனின் மற்ற மடியில் துள்ளி ஏறி இருந்து கொண்டு, "அப்ப எனக்கு, அப்ப எனக்கு" என்றாள்.

சிவலிங்கம் சொன்னான்: "உனக்கு இல்லாமலா என்ரை மகளே! புத்தம் புது வீடு ஒன்று உனக்குத்தானே வாங்கப் போறேன்."

"அப்ப என்ரை வீட்டுக்கு என்ன பேர் வைக்கப் போறீங்க?" என்றாள் அவள்.

‘பத்து சதம்’ என்று வைச்சால் போச்சு” என்றான் சிவலிங்கம்.

பரமனாதனின் மூளையில் பளீரென்று ஒரு மின்னல் அடித்தது. சிவலிங்கத்தினுடைய வீட்டின் பெயர் ‘ஒரு சதம்’ (ORU SATHAM). பரமனாதன்தான் எப்போதும்போல முட்டாள் தனமாக அவசரப்பட்டு ‘ஒரு சாதம்’ என்று நினைத்துவிட்டான்.

பரமனாதன் நண்பனைப் பார்த்து அர்த்தத்தோடு சிரித்தான். சிவலிங்கமும் பதிலுக்கு புன்முறுவல் பூத்தான்.

◆

கிரகணம்

நான் மணமுடித்து லண்டனுக்கு குடிவந்து ஐந்து வருடங்கள் பறந்துவிட்டன. அப்போதுதான் ஒரு வசந்தகாலத்துக் காலைப்போதில் அபூர்வமாக வரும் சூரியகிரகணத்தைப் பார்ப்பதற்காக என் கணவர் என்னைக் கூப்பிட்டார்.

நான் போகவில்லை; என் கணவர் மிகவும் வற்புறுத்தினார்; முடியவில்லை. சனங்கள் கும்பல் கும்பலாக எதிர் இருக்கும் பார்க் புல்வெளியில் நின்று பாதுகாக்கப்பட்ட கறுப்பு நிறக் கண்ணாடி யின் ஊடாக மேல்நோக்கிப் பார்த்தவண்ணம் இருந்தார்கள்.

நான் பார்க்காத கிரகணமா? ஒருமுறை பார்த்தால் போதாதா? இருபது வருடங்களாக அல்லவா, பாகிஸ்தானில் நடந்த அந்தச் சம்பவத்தை நான் மறக்கமுயன்று வருகிறேன்.

பஸ்மினாவை அப்பா முதன்முதலாக எங்கள் வீட்டுக்குக் கூட்டி வந்தது ஞாபகம் வந்தது. அப்போது பஸ்மினாவுக்கு எட்டுவயது இருக்கும்; என்னிலும் ஒரு வயது குறைவு. எலும்பும் தோலுமாகத்தான் இருந்தாள். கண்கள் மாத்திரம் பச்சை நிறத்தில் பெரிதாக இருந்தன. அவள் உடுத்தியிருந்த உடையில் இருந்து ஒரு கெட்ட நாற்றம் வந்தது. தலைமயிர் சடைப்பிடித்துப் போய் ஒட்டிக்கொண்டு கிடந்தது.

எங்களையும் வீட்டையும் பார்த்துப் பிரமித்துப்போய் நின்றாள் பஸ்மினா. நேரே பார்க்கக் கூசி கீழேயே பார்த்த வண்ணம் இருந்தாள்.

அம்மா செய்த முதல் வேலை அவளுடைய தலைமயிரை ஒட்ட வழித்து வெட்டியதுதான். அடுத்து அவளுக்குக் குளிக்க வார்த்து புது சல்வார் கமிஸ் போட்டுவிட்டாள். எனக்கு அவளைப் பார்க்கப் புதினமாக இருந்தது. அவளுக்கும் அப்படித் தான் இருந்திருக்கவேண்டும்.

அவளுக்கு புஸ்து பாஷைதான் தெரியும்; எனக்கோ தமிழும் ஆங்கிலமும். அவளிடம் கதைக்கப் போனபோதெல்லாம் மற்றப் பக்கம் திரும்பிக்கொண்டாள்.

அப்போது அப்பா மனித உரிமைச் சங்கம் தொடர்பாக பாகிஸ்தானில் 'மர்தான்' என்னும் ஊரில் வேலை பார்த்து வந்தார். போலீசாரின் உதவியோடு நடத்திய திடீர் சோதனையில் ஆறு சிறுமிகள் மீட்கப்பட்டனர். அதில் பஸ்மினாவும் ஒருத்தி. மூன்று வருடங்களாக ஒரு வீட்டிலே பூட்டி வைக்கப்பட்டு மற்றப் பெண்களுடன் சேர்ந்து கம்பளம் நெய்துகொண்டு இருந்தாளாம் அவள்.

அந்தப் பெண்களிலே இவளுடைய கண்களைப் பார்த்து அப்பா மயங்கி எங்கள் வீட்டுக்குக் கூட்டிக்கொண்டு வந்து விட்டார். அவளை மற்றப் பெண்களைப்போல் 'டாருல் அமானில்' கொண்டுபோய் விடுவதற்கு அப்பா விரும்பவில்லை. மறுபடியும் அவள் தகப்பனார் இப்ராஹிமிடம் ஒப்படைக்கவும் தயங்கி னார்கள். இப்ராஹிமுக்கு ஒன்பது பிள்ளைகள். அவர் மறுபடியும் பணத்துக்கு ஆசைப்பட்டு பஸ்மினாவை விற்று விடுவாரோ என்று பயந்தார் எங்கள் அப்பா.

அதனால் அப்பா ஓர் ஒப்பந்தம் செய்தார். அதன்படி இப்ராஹிம் எங்கள்வீட்டு 'மாலியாக' மாறினார். மாதாமாதம் சம்பளம் அவருக்குக் கிடைக்கும். தினமும் வரும்போது பஸ்மினா வைக் கூட்டி வரவேண்டும்; பின்னேரம் போகும்போது கூட்டிப் போகலாம். பஸ்மினா என் ஐந்து வயதுத் தம்பியுடன் விளை யாடுவது என்றுதான் ஏற்பாடு.

இன்னுமொரு அனுகூலம். அப்பா என்னிடம் சொன்னார்: "சுகன்யா, நீ பஸ்மினாவுடன் புஸ்துவிலேயே பேசிப் பழகிக்கொள். நீயும் ஒரு புதிய பாஷை சுலபத்தில் கற்றுவிடலாம்" என்றார். இந்த ஏற்பாடு எவ்வளவு விபரீதமானது என்று பின்னாலேதான் எங்களுக்குத் தெரிந்தது.

பஸ்மினா வந்த புதிதில் எங்கள் வீட்டில் சாப்பிட்டதெல் லாம் வாந்தி எடுத்தாள். அச்சப்படும் கண்களை அகல விரித்து, சைகையினாலேயே பேசினாள்: மிகவும் வெட்கப்பட்டாள். எல்லா பொருள்களையும் ஆச்சரியத்தோடு தொட்டுத் தொட்டுப் பார்த்தாள்.

இரண்டு வாரத்திலேயே பஸ்மினாவில் பெரிய மாற்றம் தெரிந்தது. கண்களில் உயிர் வந்தது. உடம்பின் கலர் பொன்னிற மாக மாறியது. தம்பியிடமும் என்னிடமும் கூச்சத்தை விட்டுப் பேச முற்பட்டாள். புஸ்துவில் அல்ல. தமிழ் அல்லது ஆங்கிலத்தில்.

அவளுடைய திடீர் கண்டுபிடிப்பு புத்தகம்தான்; அடுத்து வீடியோவில் படம் பார்ப்பது. தம்பியுடன் சேர்ந்து அவனுடைய நர்ஸரி ரைம்ஸ் எல்லாம் கரைத்துப் பாடமாக்கி விட்டாள்; படத்தைப் பார்த்துச் சொல்லிக்கொண்டே இருப்பாள். புத்தகத்தில் அப்படி ஒரு மோகம். ஒருமுறை வீடியோவில் படம் பார்த்தால் அவள் நினைவில் ஒவ்வொரு ப்ரேமும் அசையாது நிற்கும். மறப்பதென்பதே கிடையாது.

ஆறு மாதத்தில் ஆங்கிலமும் தமிழும் சரளமாகப் பேசப் பழகிக்கொண்டாள். என்னுடைய புஸ்து இருப்பிடத்தை விட்டுப் புறப்படவே இல்லை. பஸ்மினாவின் அறிவுத்தாகம் எல்லை யில்லாமல் விரிந்துகொண்டே போனது. ஓயாமல் என்னைக் கேள்விகள் கேட்டுத் துளைத்துக்கொண்டே இருப்பாள். ஒரு படம் பார்க்கும்போது விளங்காத சம்பவங்களையும் சொற்களையும் கேட்டுத் தெரிந்து கொள்வாள். தம்பிக்கு வாங்கும் புதுப் புத்தகங் களை ஆவலுடன் வாசித்து முடித்து விடுவாள். தம்பியுடன் சேர்ந்து மெள்ள மெள்ள ஆங்கிலமும் தமிழும் தானாகவே எழுதவும் கற்றுக்கொண்டுவிட்டாள்.

ஒருநாள் நான் பள்ளியில் இருந்து வந்து இவளைத் தேடிப் போனேன். இவள் என்னுடைய ஓர் ஆங்கிலக் கதைப் புத்தகத்தைத் தம்பிக்கு வாசித்துக் காட்டிக்கொண்டு இருந்தாள். அது மாத்திர மல்ல; அதைத் தமிழிலும் தம்பிக்கு அப்பப்ப மொழி பெயர்த்த படியே வந்தாள். எனக்கு ஆச்சரியமான ஆச்சரியம். நான் மெது வாக ஓடி அம்மாவைக் கூட்டி வந்து இந்த அதிசயத்தைக் காட்டி னேன். அம்மாவும் திகைத்து நின்றுவிட்டாள்.

அவள் பஸ்மினாவிடம், "நீ எப்படி இவ்வளவு சீக்கிரம் வாசிக்கவும் எழுதவும் கற்றுக்கொண்டாய்" என்று கேட்டாள். அதற்கு பஸ்மினா தம்பியும் சுகன்யாவும் படிக்கும்போதெல்லாம் பக்கத்திலேயே நிற்பேன்; பார்த்துப் பார்த்துப் பழகிவிட்டது" என்றாள் சர்வ சாதாரணமாக. என்னால் நம்பவே முடியவில்லை.

இந்தச் சம்பவத்திற்குப் பிறகுதான் அப்பா பஸ்மினாவை விரைவிலேயே ஒரு பள்ளியில் சேர்க்க வேண்டிய அவசியத்தை உணர்ந்தார். ஆனால், அதில் ஒரு சிக்கல் இருந்தது. அவளை எந்த வகுப்பில் சேர்ப்பது என்பதுதான் பிரச்சினை. அவள்தான் மாதம் ஒன்றுக்கு ஒவ்வொரு கிளாஸாக மேலே ஏறிக்கொண்டிருந் தாளே !

நான் என்னுடைய புத்தகங்களை அவளுக்குப் படிக்கக் கொடுத்ததோடு பள்ளிக்கூட லைப்ரரியிலிருந்தும் புத்தகங்களை

அள்ளி வரலானேன். அவளும் அசுர வேகத்தோடு அவற்றை வாசித்து முடித்து விடுவாள்.

ஒருநாள் நான் சிறுவர்களுக்கான பைபிளைக் கொண்டு வந்தேன். அதிலே வண்ணப் படங்களுடன் கதைகளை அழகாகச் சொல்லியிருந்தார்கள். அதை வாசித்துவிட்டு அவள் அப்பாவிடம் கேட்டாள்: 'பைபிள் வேதத்தில் கூறியதன்படி கடவுள் ஒளியை முதல் நாள் படைத்தார்; ஆனால், சூரியனையும் சந்திரனையும் நாலாம் நாள்தானே படைத்தார், இது எப்படிச் சாத்தியம்?" என்றாள்.

அப்பா முதலில் கொஞ்சம் ஆடிவிட்டார் என்றுதான் நினைக்கிறேன். ஆனால், பிறகு சமாளித்துக்கொண்டே கூறினார்: "பைபிளைப் பற்றி விமர்சிக்க எங்களுக்கு என்ன தகுதி? பைபிளை விஞ்ஞானக் கண்ணோட்டத்தில் பார்க்கக்கூடாது; அதில் சொல்லி யிருக்கும் தத்துவத்தைத்தான் யோசிக்க வேண்டும். ஒளிதான் ஜீவன். அதனால்தான் ஒளி முதலில் வந்தது; சூரியனுக்கே ஒளியைக் கொடுத்தவர் கடவுள் அல்லவா? அதனால்தான் சூரியனுடைய படைப்பு பின்னால் வந்தது."

பைபிளை நான் எத்தனை தரம் படித்திருப்பேன்? எனக்கு அந்த முரண்பாடு தெரியவில்லையே! பஸ்மினா எப்படி அதை ஒரு கணத்தில் கண்டுகொண்டாள்?

பின்னேரம் ஆனதும் பஸ்மினா வழக்கம்போல் தகப்பன் இப்ராஹிமுடன் வீட்டுக்குப் போய் விடுவாள். தூக்கிலிடப்போகும் கைதிபோலக் கால்களை இழுத்தபடியே விருப்பமின்றிப் போவாள். அவள் போனாலும் அவளுடைய நினைவெல்லாம் எங்கள் வீட்டைச் சுற்றியபடியே இருந்திருக்கும். அவளுடைய புத்தகங் களைவிட்டு அவள் எப்படிப் பிரிவாள்?

அந்தச் சமயத்தில்தான் ஒரு சூரியகிரகணம் பாகிஸ்தானில் தெரியப்போவதாகப் பேப்பர்களில் செய்தி வந்தது. அதைப் பார்ப் பதற்காக நாங்கள் எல்லோரும் ஆர்வத்துடன் வெளிக்கிட்டோம். என் மனம் மட்டும் சங்கடப்பட்டுக்கொண்டே இருந்தது; காரணம் தெரியவில்லை. அப்பாவும் அம்மாவும் தம்பியும் முன் சீட்டில்; நானும் பஸ்மினாவும் காரின் பின் சீட்டில் உட்கார்ந்து 'ரக்ஸ்பாய்' என்னும் சிறு மலையின் உச்சியை நோக்கிப் போய்க்கொண்டிருந் தோம். அங்கே ஏற்கனவே சனங்கள் நிறைந்து விட்டார்கள்.

மறக்க முடியாத நிகழ்ச்சி அது. ஒளிவெள்ளத்தில் மிதந்து கொண்டிருந்த பூமி கண நேரத்தில் இருண்டுவிட்டது. பஸ்மினா

ஒரு குழந்தையின் ஆர்வத்துடனும் ஒரு விஞ்ஞானியின் புத்தி சாதுர்யத்துடனும் கேள்வி மேல் கேள்வியாகக் கேட்டாள். அப்பாவும் பொறுமையாக பதில் சொல்லிக்கொண்டு வந்தார். திரும்பி வரும்போது 'சர்சதா' என்னும் இடத்தில் ஆற்றின் கரையோரமாக இருந்து 'சப்ளி கெபாப்பும்' 'நான்' ரொட்டியும் சாப்பிட்டு, பின்னேரம் ஆறுமணிபோல வீடு திரும்பினோம்.

வீடு வந்து கேட் முன்னால் நின்று ஹார்ன் அடித்தும் மாலி இப்ராஹிம் கதவைத் திறக்கவில்லை. ஐந்து நிமிடம் கழித்து அப்பா கேட் மேல் ஏறிப் பாய்ந்து குதித்து உள்ளே போனார். அங்கு அவருக்கு ஏற்பட்ட அதிர்ச்சி எப்படி இருந்திருக்குமென்று இப்போது யோசித்துப் பார்க்கிறேன்.

இப்ராஹிம் கொலை செய்யப்பட்டு 'சார்போயில்' குப்புறக் கிடந்தார். கத்தியால் மூன்று நான்கு இடங்களில் படுகாயம். அம்மாவும் அப்பாவும் என்னையும் தம்பியையும் பஸ்மினாவையும் அதைப் பார்க்கவிடாமல் மறைத்தார்கள். பஸ்மினா கதறிக்கதறி அழுதாள்; அம்மாவும் அழுதாள்; நானும் அழுதேன், பஸ்மினா அழுவதைப் பார்த்து.

இரண்டு நாட்களாக போலீஸ் வந்து விசாரணை எல்லாம் நடந்தது. மூன்று தலைமுறையாக இப்ராஹிம் குடும்பத்திற்கும், இன்னொரு குடும்பத்திற்கும் இடையில் தொடரும் இரத்தப் பகைதான் (blood feud) இதற்குக் காரணம். சாப்பிட வழியில்லை; ஆனால், கொலை செய்வதற்கு மாத்திரம் தயங்க மாட்டார்கள். கொலை செய்த குடும்பம் பிராயச்சித்தமாக இரத்தக் காசு (blood money) கொடுத்தாலொழிய இந்தச் சண்டை தலைமுறை தலை முறையாகத் தொடர்ந்து கொண்டே இருக்கும். அப்பா இதை எங்களுக்கு அப்போது விளக்கியது ஞாபகம் இருக்கிறது.

இப்பொழுது அப்பாவின் தலையில் பஸ்மினாவுக்கு ஒரு வழிசெய்ய வேண்டிய பொறுப்பு வந்து சேர்ந்தது. அப்பா இப்ராஹிமின் தம்பியைக் கூப்பிட்டுக் கதைத்தார். அப்பா தொடர்ந்து மாதாமாதம் இப்ராஹிமுக்குக் கொடுத்த சம்பளத்தை இப்ராஹிமின் குடும்பத்துக்குக் கொடுப்பதாகவும் பஸ்மினா எங்க ளுடன் நிரந்தரமாக தங்குவதாகவும் ஏற்பாடு செய்யப்பட்டது. இது எல்லோருக்கும் நல்ல தீர்வாகப்பட்டது.

இந்தச் சம்பவத்திற்குப் பிறகுதான் பஸ்மினா அடிக்கடி மயங்கி விழத் தொடங்கினாள். அம்மா அவளை வைத்தியரிடம் அழைத்துச் சென்று பரிசோதனை செய்து மருந்துகள் வாங்கிக்

கொடுத்தாள். பஸ்மினாவும் கிரமமாக அவற்றைச் சாப்பிட்டு குண மாகி வந்தாள். ஆனால், வைத்தியர் அவளுடைய இருதயத்தில் ஒரு பிசகு இருப்பதுபோலப் படுவதாகவும், அவள் கொஞ்சம் பெரியவளானதும் இதை இன்னொருமுறை பரிசோதிக்க வேண் டும் என்றும் கூறினார். அம்மா வழக்கம்போல் இதைப் பெரிது படுத்திக் கவலைப்பட ஆரம்பித்தாள். அப்பாவோ, "அவளுக்குத் தான் இப்ப எல்லாம் சரியாகிவிட்டதே, பயப்படுவதற்கு இனி ஒன்றுமில்லை" என்று கூறி அம்மாவை அடக்கிவிட்டார்.

இப்பொழுது பஸ்மினா எங்கள் குடும்பத்தில் ஒருத்தியாகி விட்டாள். நல்ல வசதியும் நேரத்திற்கு சாப்பாடும் அமைதியும் சேர்ந்து அவள் உடம்பில் ஒரு வனப்பை ஏற்படுத்தியது. கூந்தல் கருகருவென்று வளர்ந்துவிட்டது. கண்களில் அறிவு ஒளி மின் னியது. அவள் வடிவைப் பார்த்துக்கொண்டேயிருக்கலாம்.

நான் பள்ளியில் இருந்து வரும் நேரத்தைப் பார்த்தபடி வாசலிலேயே நிற்பாள் பஸ்மினா. நான் வந்ததும் எங்களுக்குப் பிடித்தமான பீபள் மரத்தின்கீழ் இருந்து விளையாடுவோம். மணிக் கணக்காக விளையாடுவோம். விளையாட்டு என்பதை முதலில் அவள் அறிந்ததே எங்கள் வீட்டில்தான். 'மொனபொலி' அவளுக்கு மிகவும் பிடித்த விளையாட்டு. அதில் அவளைத் தோற்கடிக்கவே முடியாது. அப்பாகூட எத்தனையோ முறை அவளிடம் தோற்றி ருக்கிறார்.

ஒருமுறை இப்படித்தான் நாங்கள் எங்கள் வழக்கப்படி பீபள் மரத்தின் கீழ் விளையாடிக்கொண்டிருந்தபோது பஸ்மினா திடீரென்று என் கையிரண்டையும் பிடித்தாள். அவள் கண்கள் கலங்கியிருந்தன. என்னைப் பார்த்து, "சுகன்யா, நீ என்னை மறக்கமாட்டாயே?" என்று கேட்டாள்.

நான், "உன்னை எப்படி நான் மறப்பேன். உயிர் போகும்வரை மறக்க மாட்டேன்" என்றேன்.

"யாருடைய உயிர்?" என்றாள் அவள்; சொல்லிவிட்டு அழத் தொடங்கினாள்.

அப்போது நான் கூறினேன், "பஸ்மி, நீ எனக்குக்கூடப் பிறக்காத சகோதரி. உன்னை நான் என் உயிராகவல்லவா நினைக்கிறேன்."

பளீரென்று அவள் முகத்திலே ஒரு பிரகாசம் வந்தது. அந்தப் பச்சை நிறக் கண்களிலே நிரந்தரமாகக் குடியிருந்த அச்சம் கொஞ்சம் விலகியதுபோலத்தான் எனக்குப்பட்டது.

எங்களுடைய படுக்கை அறையில் பஸ்மினாவின் கட்டில் கிழக்குப் பார்த்து இருக்கும்; என்னுடையது எதிர்ப்புறம். பஸ்மினாவின் கட்டிலுக்குப் பக்கத்தில் ஒரு சின்னப் பெட்டகம். அதிலே அவள் தன்னுடைய சாமான்களை போட்டு வைத்திருப் பாள்.

ஒருநாள் ஏதோ தேடும்போது தற்செயலாக அவளுடைய பெட்டகத்தைத் திறக்கவேண்டி வந்தது. திறந்த நான் அதிர்ந்து போய்ச் சில நிமிடங்கள் நின்றேன். ஒருவிதமான துர்நாற்றம் வந்த படியே இருந்தது. அந்தப் பெட்டகத்துக்குள் பாதி சாப்பிட்ட கொய்யாக்காய், பத்துப் பதினைந்து காய்ந்துபோன பாண் துண்டுகள், கடலை, முறுக்கு, பிஸ்கட் என்று பலவிதமான உணவுப் பொருட்கள் அடைந்து கிடந்தன. நான் ஓடிப் போய் அம்மாவைக் கூட்டி வந்து காட்டினேன்.

அம்மாவும் நம்ப முடியாமல் கொஞ்ச நேரம் அதைப் பார்த்தபடியே நின்றாள். பஸ்மினா இப்படிச் சாப்பாட்டை யாரா வது வைப்பார்களா? பஸ்மினா அப்போது எங்களுடன் நாலு மாதகாலம் இருந்து விட்டாள். எதற்காகச் சாப்பாடு களவெடுக்க வேண்டும்? போதிய சாப்பாடு அவளுக்குக் கிடைக்கவில்லையா? அல்லது சேர்த்து வைத்து வீட்டுக்குக் களவாக அனுப்புகிறாளா? ஏன் இந்தப் புத்தி?

இதுபற்றி அம்மா தீர யோசித்துவிட்டு பஸ்மினாவை கூப்பிட்டு விசாரித்தாள். பஸ்மினா இதை எதிர்பார்க்கவில்லை. நிலத்தையே பார்த்தபடி கொஞ்சநேரம் இருந்துவிட்டு விம்மி விம்மி அழத்தொடங்கிவிட்டாள். எவ்வளவு கேட்டும் அழுகைதான் பதிலாக வந்தது.

கடைசியில் இதற்கு முற்றுப்புள்ளி வைத்தது அப்பாதான். “பஸ்மினா, பயப்படாதே. நாங்கள் ஒன்றும் செய்ய மாட்டோம். உனக்கு இங்கே சாப்பாடு போதியது கிடைக்கவில்லையா? சொல்” என்றார். அடுத்து பஸ்மினா சொன்ன வாசகங்கள் எங்கள் நெஞ்சை உருக்குவதாய் இருந்தது.

“எனக்கு நினைவு தெரிந்த நாளில் இருந்து நான் நினைப்ப தெல்லாம் சாப்பாட்டைப் பற்றித்தான். இருட்டறையில் பூட்டி வைக்கப்பட்டு ஒரு நாளைக்கு பதினாறு மணிநேரம் வேலை செய்து வந்தேன். ஒருநாளா, இரண்டு நாளா? மூன்று நான்கு வருடங்கள். பகலும் தெரியாது, இரவும் தெரியாது. கைவிரல்கள் எல்லாம் வலியெடுத்துவிடும்; கண்கள் குத்திக்கொண்டே இருக்கும்: சாப்பிடக் கிடைப்பதுவோ உலர்ந்த ரொட்டியும் தேநீரும்தான்.

அதுவும் சீனி போடாத தேநீர். அதுகூட போதியது கிடைக்காது. விடிய சாப்பிட்டுக்கொண்டிருக்கும்போதே மத்தியானச் சாப்பாட்டுக் கவலை வந்துவிடும். சாப்பாடு கிடைக்குமா என்ற கவலை. எவ்வளவு கிடைக்கும் என்ற கவலை. மத்தியானம் மறுபடியும் காய்ந்த ரொட்டித் துண்டும் பருப்பும் கொடுப்பார்கள்; வேலையில் பிழைவிட்டால் அதுவும் கிடையாது. இரவு ஒன்றுமே இல்லை; தேநீர் மாத்திரம்தான்.

"உணவைப் பற்றிய ஸ்மரணைதான் எங்களுக்கு எந்த நேரமும். இந்த ஏக்கம்தான் என்னை உயிரோடு வைத்திருந்தது. உயிர் வாழ்வதற்கு ஏக்கம் மிகவும் முக்கியமானது. அந்த நரகத்தில் இருந்து என்னை மீட்டீர்கள்; ஆனால், பசியிலிருந்து மீட்கவில்லை.

"என் தகப்பனாருடன் நான் இரவு வீட்டுக்குப் போவேன். அங்கே என் தகப்பனாரும், மூன்று அண்ணன்மாரும் காக்காவும் (தகப்பனாரின் தம்பி) இருப்பார்கள். அம்மா சமைத்த உணவை அவர்களுக்குப் போட்டு ஹாஜ்ராவுக்கு அனுப்பி விடுவாள். நானும் மற்ற அக்காமாரும் எங்களில் எல்லாமாக ஆறு பெண் குழந்தைகள்அம்மாவைச் சுற்றி உட்கார்ந்தபடியே காத்துக்கொண்டு இருப்போம். அவர்கள் சாப்பிட்டபிறகு மிஞ்சியிருப்பதை நாங்கள் பங்கு போட்டுக் கொள்வோம். கால் வயிற்றுக்கும் காணாது.

"சில வேளைகளில் எங்கள் தகப்பனார் சாப்பிட உட்காரும்போது யாராவது விருந்தினர்கள் வந்துவிடுவார்கள். அவர்களும் சாப்பிட்டால் எங்களுக்கு மீதமிருக்காது. அன்று நாங்கள் எல்லாம் பட்டினிதான். தண்ணீரைக் குடித்துவிட்டு படுத்து விடுவோம். அவர்கள் சாப்பிடக் குந்தியவுடன் நானும் என் அக்காமாரும் அல்லாவைப் பிரார்த்தித்தபடியே இருப்போம், யாராவது விருந்தினர்கள் அன்று வந்து விடக்கூடாதென்று.

"முதன்முறையாக என் வாழ்க்கையில் இப்பொழுதுதான் நான் பசியில்லாமல் இருக்கிறேன்; நம்ப முடியவில்லை, என்றாலும் எனக்குப் பயமாயிருக்கு. மேசையில் குவித்த சாப்பாட்டைக் காணும் போதெல்லாம் 'நாளைக்குக் கிடைக்குமா?' என்ற பயம் பிடித்துவிடும். எவ்வளவுதான் துரத்தினாலும் இந்தப் பயம் போவதில்லை. எப்படியும் சாப்பாட்டைத் திருடிக்கொண்டு வந்து வைத்து விடுகிறேன். நான் என்ன செய்வேன்" என்று விக்கினாள்.

அம்மா அவளுடைய கண்களைத் துடைத்து, "அதற்கென்ன, நீ செய்தது பிழையில்லை. இன்றிலிருந்து நீ மேசையிலிருந்து திருடத் தேவையில்லை. நானே நிறைய பழங்களும் பிஸ்கட்டும்

கடலையும் முறுக்குமாக உன் பெட்டியை நிறைத்துவிடுகிறேன். நீ வேண்டும்போது சாப்பிடலாம். நீயாகவே வேண்டியதை எடுத்தும் வைத்துக்கொள்ளலாம்; ஆனால், களவெடுக்கத் தேவையில்லை" என்று சொல்லி பஸ்மினாவைத் தேற்றினாள்.

அதன்பிறகு பஸ்மினா உணவு திருடுவதில்லை. அவளுடைய பெட்டியில் எப்பவும் சாப்பாடு நிறைந்தே இருக்கும். இருந்தாலும் பஸ்மினா இறுதி வரை அந்தப் பயத்தில் இருந்து விடுபட்டாளா என்பது ஐயம்தான்.

ஒருநாள் இரவு நாங்கள் எல்லோரும் சாப்பிட்டுக்கொண்டி ருந்தோம். அப்போது பஸ்மினா 'அப்பா' என்றாள். இப்போதெல் லாம் பஸ்மினா என்னுடைய அப்பாவை 'அப்பா' என்றே அழைக்கத் தொடங்கி இருந்தாள். நான் அம்மாவைப் பார்த்தேன். அம்மாவும் என்னைப் பார்த்தாள். சாப்பிடும் நேரங்களில் இப்படி பஸ்மினா அழைத்தால் ஏதோ குண்டு விழப் போகிறது என்றுதான் அர்த்தம். அன்று பகல் முழுவதும் அவள் ஏதோவொரு புத்தகத்தை விழுந்து விழுந்து படித்துக்கொண்டிருந்தாள்.

"அப்பா, தேவர்களும் அசுரர்களும் பாற்கடலைக் கடைந்தபோது மந்தார மலையை மத்தாகவும், வாசுகியை கயிறாகவும் இழுத்தார்கள் அல்லவா? கடைசியில் ஆலகால விஷம் தோன்றியபோது எல்லோரும் அதன் உக்கிரம் தாங்காமல் பயத்தில் ஓடிவிட்டார்கள். அப்பொழுது சிவபெருமான் தேவர்களின் கஷ்டம் நீங்குவதற்காக அந்த விஷத்தைக் கையிலே எடுத்து உண்டார். அந்த விஷமும் சிவபெருமானுடைய கண்டத்தில் நிரந்தரமாகத் தங்கிவிட்டது; அவரும் நீலகண்டன் என்று பெயர் பெற்றார். சகல ஜீவராசிகளும் ரட்சிக்கப்பெற்றன."

"ஆமாம், அப்படித்தான் சொல்லியிருக்கிறது."

"சிவபெருமான் அப்படி உண்ணும்போது ஒரு சிறுதுளி விஷம் தவறி பூமியிலே வந்து விழுந்தது. அதன் பிறகுதான் பாம்புகளுக்கு வாயிலே விஷம் வந்தது, இல்லையா?"

"அதற்கென்ன?"

"அப்படியானால் பாற்கடலை கடைந்தபோது ஆரம்பத்தில் வாசுகி வேதனை தாங்காமல் விஷம் கக்கியது என்று வருகிறதே! அது எப்படி?" என்றாள்.

எங்கள் எல்லோருக்கும் ஒரே அதிர்ச்சி. அப்பா அப்படியே ஸ்தம்பித்து விட்டார். அம்மா சாப்பிட வாயைத் திறந்தவள்

அப்படியே மூடாமல் பஸ்மினாவைப் பார்த்துக்கொண்டே இருந்தாள்.

எனக்கு பஸ்மினா கேட்டதன் அர்த்தம் அப்போது பூரணமாக விளங்கவில்லை. அப்போது அவளுக்கு வயது பத்து இருக்கும். முறையாகப் படித்ததென்பது கிடையாது. ஆனால், அவளுடைய புத்திக் கூர்மையானது கட்டுக்கடங்காத குதிரையைப்போலத் திமிறிக்கொண்டு ஓடியது.

அன்றிரவு அப்பா அம்மாவுக்குத் தனிமையில் சொன்னார்: "நான் என் தொழில்முறையிலும் சரி மற்றும்படியும் சரி, எத்தனையோ குழந்தைகளைப் பார்த்திருக்கிறேன். ஆனால், பஸ்மினா போன்ற ஒரு அறிவுத்தாகமுள்ள குழந்தையை நான் இதுவரை பார்த்ததே இல்லை."

அம்மா, "இது கடவுளாகப் பார்த்து அவளுக்குக் கொடுத்தது. நாங்கள் எங்களால் முடிந்தமட்டும் பஸ்மினாவை ஊக்கப்படுத்த வேண்டும்" என்றாள்.

"மேலைநாடுகளில் exceptionally gifted children என்று ஒரு பிரிவு இருக்கிறது. பஸ்மினா இதிலே அடங்குவாள். இவள் வந்து இங்கே பிறந்து இருக்கிறாளே? அதுவும் ஐந்து வயதிலேயே பெற்றோர் கேவலம் நூற்றிஐம்பது ரூபாய்க்கு கம்பளம் நெய்ய விற்றுவிட்டார்களே! அமெரிக்கா போன்ற நாடுகளில் இதற்கென்று பிரத்தியேகமான பள்ளிகள் எல்லாம் உண்டு. ஸ்பெஷல் ஆசிரியர்களும் பயிற்சிகளும்கூட இருக்கின்றன. என்ன துரதிர்ஷ்டம்." என்றார் அப்பா.

"அப்பா நீங்கள் இவளுக்கு ஏதாவது செய்ய முடியாதா?"

"முயற்சி செய்து பார்ப்போம். அதுவரையில் எங்களால் இயன்ற வசதிகளை இங்கேயே செய்து கொடுப்போம்" என்றார் அப்பா.

இப்பொழுதெல்லாம் அப்பா புத்தகம் புத்தகமாகக் கொண்டு வந்து குவித்தார். ஆங்கிலப் புத்தகமும் தமிழ் புத்தகமுமாக பஸ்மினா வாசித்துத் தள்ளினாள். முழுப்பட்டினி கிடந்த ஒருத்தி ஆவலுடன் சாப்பிடுவதுபோல அவசரஅவசரமாக வாசித்து முடித்தாள். படிப்பதென்றால் நுனிப்புல் மேய்வது போல் அல்ல. ஆழமாகக் கிரகித்துத்தான் படித்தாள். அடிக்கடி அப்பாவுடன் படித்ததைப் பற்றி விவாதம் செய்வதிலிருந்து அதை நான் ஊகிக்கக் கூடியதாக இருந்தது.

அவளுடைய ஞாபகசக்தி அசாதாரணமானது. ஒன்றைப் படித்தால் அது அவளுடைய மனத்தில் படம்போல ஒட்டிக் கொள்ளும். இயற்கை கொடுத்த வரப்பிரசாதம். ஒரு புத்தகத்தை இன்னொரு தடவை படிப்பது என்பதே கிடையாது. தேவை யில்லை. எனக்குத் தெரிந்து சேக்ஸ்பியருடைய 'கிங் லியர்' என்ற கதையை மாத்திரம் இரண்டுதரம் படித்தாள். அவளுக்கு அந்தக் கதையில் அமோகமான பிடிப்பு.

கம்ப்யூட்டர் விஷயமும் அப்படித்தான். அப்பாவுடைய கம்ப்யூட்டரில் அடிக்கடி தான் நினைப்பவற்றை டைப் பண்ணி வைத்துக்கொள்வாள். அவளுடைய கைவிரல்கள், கம்பளம் நெய்த அதே விரல்கள், கம்ப்யூட்டர் விரல் கட்டைகள் மீது அதீத விசையுடன் நர்த்தனமாடும். பள்ளிக்கூடத்து வாசலையே மிதிக்காத அவளுடைய மனத்திலிருந்து சிந்தனைக் கோவைகள் அழகிய ஆங்கிலத்தில் போட்டி போட்டுக்கொண்டு வெளியே வந்தவண்ணம் இருக்கும்.

ஒருமுறை அப்பா ஆபீஸிலிருந்து வரும்போது தமிழ் கம்ப்யூட்டர் ப்ரோகிராம் ஒன்று கொண்டு வந்தார். அதை எங்கள் வீட்டுக் கம்ப்யூட்டரில் மாட்டி எப்படிச் செயல்படுத்துவது என்று எனக்கும் பஸ்மினாவுக்கும் விளக்கினார். இருபது நிமிடங்களில் எங்களுக்கு அது வேலை செய்யும் விதம் புரிந்துவிட்டது.

அப்பா என்னிடம், "எங்கே ஒரு வசனம் தமிழில் டைப் செய் பார்ப்போம்" என்றார். நானும், "இது ஒரு தமிழ் கம்ப்யூட்டர் ப்ரோகிராம்" என்று எழுதிக்காட்டினேன். இதற்கு ஒரு ஐந்து நிமிடங்கள் எடுத்துக்கொண்டேன். தொடர்ந்து பஸ்மினாவை எழுதச் சொன்னார் அப்பா. அவள் எழுதிய வாசகம் கிட்டத் தட்ட பின்வருமாறு இருந்தது:

"மரம் மனிதனுடைய மிகச் சிறந்த நண்பன்; கடவுளுக்குச் சமானம். உலகிலே உயிர் வாழ்வனவற்றில் எல்லாம் மிகவும் பெரியது மரம்தான்; மிக அதிக காலம் உயிர் வாழ்வதுவும் அதுதான்; ஐயாயிரம் வருடங்கள்கூட சில மரங்கள் உயிர் வாழும். மரம் இல்லாவிட்டால் மனிதனுக்கு உணவு ஏது? மனிதனுடைய உயிர் நாடியே மரம்தான். பெய்யும் மழைகூட மரம் கொடுத்த வரம்தானே! ஒரு மரத்தை வெட்டும்போது மனிதன் தன்னையே அழித்துக் கொள்கிறான். மரம்போனால் அவனும் போய் விடுவான்."

இதை ஒரு நிமிடத்தில் ஒரு பிழையுமில்லாமல் எழுதி முடித்தாள். அப்பா என்னைப் பார்த்தார். "பஸ்மினா வேறு எப்படி எழுதுவாள்?" என்பதுபோல இருந்தது அந்தப் பார்வை.

அப்பாவின் வேலை ஒப்பந்தம் முடிய இன்னும் ஆறே மாதங்கள்தான் இருந்தன. அப்பா முழு வேலையாக பஸ்மினாவை தத்து எடுப்பதற்கு வேண்டிய ஆயத்தங்களைச் செய்யலானார். இத்துடன் அமெரிக்காவில் அவளை ஒரு பிரத்தியேகமான பாடசாலையில் சேர்ப்பதற்கும் பல கடிதங்களை எழுதியபடியே இருந்தார்.

ஆனால், இது மிகவும் கடினமான வேலை. பாகிஸ்தானில் ஓர் இளம் முஸ்லிம் பெண்ணைத் தத்து எடுப்பதென்றால் அது அப்படி ஒன்றும் லேசான காரியமல்ல. எத்தனையோ பேரைப் போய்ப் பார்க்க வேண்டும்; பேப்பருக்கு மேல் பேப்பராக நிரப்பிக் கொடுக்க வேண்டும். கடிதத்திற்கு மேல் கடிதம் எழுதி நினைவூட்ட வேண்டும்.

இந்த வேலைகள் ஆமை வேகத்தில் நகர்ந்தன. எனக்கு பஸ்மினாவை விட்டுப் போக வேண்டி வந்து விடுமோ என்ற கவலை பிடித்து ஆட்டத் தொடங்கிவிட்டது.

பஸ்மினாவுக்கு இந்தக் கவலை இல்லை. பகல் முழுக்க அவள் படித்துக்கொண்டிருப்பாள்; அல்லது கம்ப்யூட்டருடன் விளையாடிக்கொண்டிருப்பாள். சில வேளைகளில் தம்பிக்கு நீண்ட நீண்ட கதைகள் சொல்லி விளையாட்டுக் காட்டுவாள்.

அப்படித்தான் ஒருநாள். சனிக்கிழமை. மஸ்பாஹின் தொழுகை அழைப்பு தூரத்திலே கேட்டது. மத்தியான உணவு முடிந்து சற்று ஓய்வாக இருந்த நேரம். ஆனி மாதத்து வெயில் அனலாகக் கொதித்துக்கொண்டு இருந்தது. விளையாட்டுக் களைப்பு. வழக்கமாக நான் அந்த நேரம் தூங்குவதேயில்லை. படுத்தபடி என்னையறியாமல் சிறிது கண்ணயர்ந்து விட்டேன். யாரோ உலுக்குவதுபோல இருந்தது. திடுக்கிட்டு விழித்தேன். ஏதோ இனம் தெரியாத பயம் என்னைச் சூழ்ந்துகொண்டது.

"பஸ்மி, பஸ்மி" என்று கூப்பிட்டுக்கொண்டே வெளியே வந்தேன். பஸ்மினாவைக் காணவில்லை. கம்ப்யூட்டர் அறைக்கு ஓடினேன். அங்கே பஸ்மினா தலையை மேசைமேல் வைத்துச் சுருண்டு போய்க்கிடந்தாள். அவள் அப்படித் தூங்கி நான் கண்டதேயில்லை.

"பஸ்மி" என்று மெள்ளத் தொட்டு எழுப்பினேன். அவள் தலை துவண்டு விழுந்தது. உடம்பெல்லாம் பதற "பஸ்மீ" என்று கத்திக்கொண்டே அம்மாவிடம் நான் உள்ளே ஓடினேன்.

பிறகு நடந்தது எனக்கு முழுவதும் ஞாபகமில்லை. கனவு போல் எல்லாம் நடந்து முடிந்துவிட்டது. என் உயிருக்குயிரான பஸ்மினா சடுதியில் என்னைவிட்டுப் போய் விட்டாள். வந்த மாதிரியே போயும் விட்டாள்.

பஸ்மினாவின் உடலை இஸ்லாம் முறைப்படி அடக்கம் செய் தார்கள். அப்பா அவளுடைய ஜனாஸாவில் எந்தவிதமான குறையும் வைக்கவில்லை. எல்லாம் முடிந்தபிறகு பிற்பாடு என் தம்பிதான் அதை எனக்குச் சுட்டிக்காட்டினான்.

கம்ப்யூட்டர் ஓடிக்கொண்டிருந்தது. பஸ்மினா இறப்பதற்கு சில வினாடிகள் முன்பு எழுதிய வாசகங்கள் அதில் மின்னிக் கொண்டு இருந்தன:

“சூரிய கிரகணம் எனக்குப் பிடிப்பதில்லை. சில நிமிடங்கள் பூமியை அந்தகாரம் சூழ்ந்து கொள்கிறது. சூரியனுக்கும் பூமிக்கு மிடையில் சந்திரன் புகுந்து சூரியனுடைய சக்தி வெள்ளத்தை ஏழரை நிமிடங்கள் தடுத்து விடுகிறது. இது இரவு வருவது போன்ற தல்ல. எங்களுக்கு இரவு நடந்து கொண்டிருக்கும்போது இந்தப் பூமியின் இன்னொரு பகுதியை சூரியனுடைய ஒளிக்கதிர்கள் தாக்கிக்கொண்டிருக்கும். கிரகணத்தின்போதோ, அந்த ஏழரை நிமிடங்கள், சூரியனுடைய உயிரூட்டும் சக்தி பூமியை அடைவதே யில்லை! தடைபட்டுப் போகிறது. பூமி அந்தச் சக்தியை நிரந்தர மாக இழந்து விடுகிறது. அது ஈடு செய்யமுடியாத ஒரு நட்டம்.

உஃகாப் பறவையை எனக்குப் பிடிக்கும். அதன் அழகைப் பார்த்துக்கொண்டே இருக்கலாம். அதன் நீண்ட சிறகுகளும், வளைந்த மூக்கும், கம்பீரமும் வேறு எந்தப் பறவைக்கு வரும்? ஆகாயத்தில் புள்ளிபோல வட்டமிட்டுக்கொண்டு நின்று இரை யைக் கண்டதும் இறாஞ்சிக்கொண்டு சிறகைக் குவித்துக் கீழே விழுந்து, கூரிய நகங்களால் அதைப் பற்றி மேலெழும்பும் லாவகம் இதற்கு மாத்திரமே அமைந்தது. உஃகாப் பறவையும் என்னைப் போலத்தான். அதற்கும் சூரியகிரகணம் பிடிப்பதில்லை. ஏனெனில்...”

நான் கம்ப்யூட்டரை பரபரப்பாகத் தட்டி மேலும் கீழும் தேடிப் பார்த்தேன். பஸ்மினா எழுதிய கடைசி வாசகங்கள் அவைதான்.

விஞ்ஞானிகள் பலரும் சூரியகிரகணத்தைப் பற்றி ஆராய்ந் திருக்கிறார்கள். ஆனால், அவர்களில் ஒருவர்கூட இந்தச் சக்தி யிழப்பைப் பற்றிக் கவலைப்பட்டதாகத் தெரியவில்லையே!

பஸ்மினாவுக்கு என்ன அது பற்றி அவ்வளவு கவலை, அந்த வயதில்? போகட்டும். உஃகாப் பறவைக்கும் சூரிய கிரகணத்துக்கும் என்ன சம்பந்தம்?

நானும் பின்னால் மேற்படிப்பு படித்தபோது இதுபற்றி ஆராய்ச்சி செய்ததுண்டு. எல்லாப் புத்தகங்களையும் துருவித் துருவி படித்துவிட்டேன். பஸ்மினா விட்டுப்போன புதிர் அவிழ்க்காமலே கிடக்கிறது.

சூரிய கிரகணங்கள் வந்து வந்து போய்க்கொண்டிருந்தன. பஸ்மினாவை நான் மறக்கமுடியுமா? சிறுபிள்ளைத்தனமாக நானும் அவளும் அவசரமாக பீபள் மரத்தின் கீழ் செய்துகொண்ட பிரதிக்ஞையின்படி அவளை நான் மறக்காமலிருக்க பஸ்மினா செய்த சூழ்ச்சியா இது?

வாழ்க்கை என்ற நீண்ட பயணத்தில் சூரிய கிரகணத்தின் நிழல்போல பஸ்மினா என்னுடன் சிறிது தூரம் நடந்து வந்தாள்; பிறகு மறைந்துவிட்டாள். பஸ்மினா முடிக்காமல் விட்ட வாசகத்தின் தாத்பரியம் என்ன? இருபது வருடங்களாக எனக்கு நிம்மதியில்லை.

இதற்கு யார் விடை கூறுவார்கள்?

◆

விழுக்காடு

முன்குறிப்பு: நான் ஆப்பிரிக்காவில் ஐ.நா.வுக்காக வேலை செய்தபோது நடந்த கதை இது. ஊரும் பேரும் சம்பவங்களும் முற்றிலும் உண்மையானவை. அதற்கு நான் கொஞ்சம் உப்பு, புளியிட்டு, கடுகு தாளித்து, கறிவேப்பிலை சேர்த்து மணம் கூட்டியிருக்கிறேன். வேறொன்றுமில்லை. தயவுசெய்து கதை முடிந்தபிறகே பின்குறிப்பைப் படிக்கவும்.

அவருடைய பெயர் ஹென்றிகே லோடா. இத்தாலியர். ஐ. நா.வின் பிரதிநிதியாக மேற்கு ஆப்பிரிக்காவிலுள்ள சியராலி யோனுக்கு வந்திருந்தார். நாற்பத்தெட்டு வயதுக்காரர். உயரம் ஐந்தரை அடியும், எடை நூற்றிமுப்பது கிலோவுமாக உருண்டை யாக இருப்பார். கண் புருவங்கள் அடர்த்தியாகவும் வசீகரமாகவும் இருக்கும். அவர் நடந்து வருவதும் உருண்டு வருவதும் ஒன்றுபோலத்தான் தோற்றமளிக்கும்.

அநேக வருடங்களுக்கு முன்பு அவர் ஓர் இத்தாலியப் பெண்ணை மணந்து பத்து வருடங்கள்வரை வாழ்க்கை நடத்தி னார். பிறகு அலுத்துப்போய் அவளை விவாகரத்து செய்துகொண் டார். இப்பொழுது பதினெட்டு வயதில் மகன் ஒருத்தன் கல்லூரி யில் படித்துக்கொண்டிருந்தான். அதற்குப் பின்பு, அவருக்கு பிலிப்பைன்ஸ் நாட்டுக்கு மாற்றல் கிடைத்தபோது அங்கே அவர் ஒரு பிலிப்பினோ பெண்ணை, அவள் தேங்காய்ப்பாலில் செய்யும் கோழிக்கறியில் மோகித்து, மணந்துகொண்டார். அதுவும் இரண்டு வருடம்தான் நீடித்தது; பிறகு அவளையும் கோழியையும் ரத்து செய்துகொண்டார். இப்பொழுது 'ரீ பைண்ட்' செய்த புத்தகம் போல மறுபடியும் தன்னைப் பிரம்மச்சாரியாக புதுப்பித்துக் கொண்டு மாயப்பொய் பல கூட்டும் பெண்களின் சகவாசத்தில் இனிமேல் எதுவரினும் 'விழுவதே' இல்லையென்ற திட சங்கல்பத் துடன் வந்திருந்தார். சியராலியோனில் ஒரு பிரம்மச்சாரி தன் கற்பைக் காப்பது எவ்வளவு கடினம் என்ற விஷயத்தை அவருக்கு யாரும் அப்போது உபதேசம் செய்திருக்கவில்லை.

அவர் பிரதிநிதியாக வேலை ஏற்பது இதுதான் முதல் தடவை. இதற்கு முன் பலநாடுகளில் அவர் உப பிரதிநிதியாக இருந்திருக்கிறார். நல்ல படிப்பாளி: வேலையில் உலக அளவில் பிரக்கியாதி பெற்றவர். சியராலியோனுக்கு வரும்போது அவரிடம் ஒரு விசேஷமான பொறுப்பு ஒப்படைக்கப்பட்டிருந்தது. அதில் பூரண வெற்றி பெறவேண்டும் என்ற வெறியில் அவர் முதல் நாளிலிருந்தே ஆவேசத்தோடு ஈடுபட்டார்.

உலகத்தின் நூற்றி அறுபத்தியேழு நாடுகளின் சுபிட்ச நிலையை எச்.டி.ஐ முறையில் ஐ.நா கணித்ததில், கனடா முதலாவது நாடாகவும், அமெரிக்கா இரண்டாவதாகவும், ஜப்பான் மூன்றாவதாகவும், சியராலியோன் நூற்றி அறுபத்தியாறாவதாகவும் வந்திருந்தன. ஒரு நாட்டின் தராதரத்தை எச்.டி.ஐ என்று சொல்லப்படும் மனிதவள மேம்பாட்டுச் சுட்டெண் (Human Development Index) முறையில் கணிப்பது இந்தக் காலத்திய வழக்கம். இந்தக் கணிப்பில் மனிதனுடைய சராசரி வருமானம், படிப்பறிவு, வாழும் வயது எல்லாம் அடங்கும். சியராலியோனுடைய சுபிட்ச நிலையைத் தனது பதவிக்காலத்தில் ஒரு புள்ளியிலும் புள்ளியளவாவது உயர்த்திவிடவேண்டும் என்ற மேலான குறிக்கோளுடன்தான் லோடா அந்த நாட்டின் லூங்கே விமான நிலையத்தில் வந்து தனது வலதுகாலை வைத்து இறங்கியிருந்தார்.

அவருக்கு ஒரு நல்ல வீடு இ.ஏ.யூ வில்லேஜில் அரசாங்கம் ஒதுக்கியிருந்தது. அது ஒரு பக்கம் 'சியரா' மலையைப் பார்த்த படியும், மறுபக்கம் 'லம்லி' கடற்கரையை அணைத்தபடியும் ஒய்யாரமாக இருந்தது. ஒரு மென்டே சமையல்காரனையும், 'புலேல்லா' காவல்காரனையும், ரிம்னி தோட்டக்காரனையும் அவர் ஏற்பாடு செய்துவிட்டார். இந்த இந்த வேலைகளுக்கு இன்ன இன்ன இனத்தவரைத்தான் ஏற்பாடு செய்ய வேண்டுமென்பது அங்கே தொன்றுதொட்டு வந்த ஒரு மரபு. ஆனால், ஒரு நல்ல ஹவுஸ் மெய்ட் மாத்திரம் அவருக்குக் கிடைக்கவில்லை. வீட்டைச் சுத்தமாக வைத்திருக்கவும், அவருடைய ஆடையணிகளைக் கவனிக்கவும், வேறும் அத்தியாவசிய தேவைகளைப் பார்க்கவும் நம்பிக்கையான ஒரு பெண் வேலையாள் அவருக்குத் தேவைப் பட்டது.

இத்துடன் பல பெண்களை அவர் நேர்முகத் தேர்வுக்கு அழைத்துப் பரீட்சித்துப் பார்த்துவிட்டார். ஒருவராவது அதில் தேறவில்லை. சியராலியோனில் இப்படியான வேலை களுக்கு மிகவும் தேர்ச்சி வாய்ந்த பெண்கள் பலர் அலைந்து

கொண்டிருந்தார்கள். ஆனால், அவர் விரும்பிய குணாதிசயங்கள் கொண்ட பெண் மட்டும் அவருக்கு ஏனோ லேசில் கிடைக்க வில்லை.

அப்பொழுதுதான் அவருடைய அலுவலக செயலதிகாரி அமீனாத்துவை அவருக்கு அறிமுகப்படுத்தினார். அவள் தேர்வுக்கு வந்தபோது ஊழியர்கள் எல்லோருடைய கண்களும் அவளோடு போய்விட்டன. 'சலீர், சலீர்' என்று அவளுடைய பாதங்கள் கேட் காத ஒரு தாளத்துக்கு நடந்துவருவதுபோல இருந்தது. அவள் உடுத்தியிருந்தது சாதாரணமான ஏழை ஆப்பிரிக்கர்கள் அணியும் 'லப்பா' உடைதான். தலைமுடியைச் சிறுசிறு பின்னல்களாக பின்னி வளையம் வைத்துக்கட்டியிருந்தாள். முதுகை நேராக நிறுத்தி, கால்களை எட்டி வைத்து அவள் நடந்தது கறுப்பு தேவதை ஒன்று வழிதவறி வந்துவிட்டதுபோல இருந்தது.

ஆப்பிரிக்கப் பெண்களின் அழகைப் பற்றி ஒன்று சொல்ல வேண்டும். 'மெல்ல நட, மெல்ல நட, மேனி என்னாகும்?' என்ற கவிதைகளுக்கெல்லாம் அங்கே வேலையில்லை. நிலத்திலே 'தாம், தாம்' என்று சத்தம் அதிரத்தான் நடப்பார்கள். சாமத்தியச் சடங்கு நேரத்தில், பூப்பெய்திய பெதும்பைக்குச் சேலையுடுத்தி, சோடித்து, நகை நட்டெல்லாம். போட்டு அலங்காரம் செய்து, தலைநிறையப் பூ வைத்துக் குனியடி என்று தாய்மார் தலையிலே குட்டி மண வறைக்கு அனுப்பி வைக்கும் கற்பின் கருவூலங்களை ஆப்பிரிக் காவில் காணமுடியாது. தேர் வடம்போல உருண்டு திரண்டு வஜ்ரமாகத்தான் அவர்களுக்குக் கைகளும் கால்களும் இருக்கும். முதுகு நிமிர்ந்து, கண்கள் நேராக நோக்கும். பச்சரிசியைக் குத்தி வறுத்தெடுத்ததுபோல பொதுநிறத்துக்கும் மேலான ஒரு கறுப்பு. பார்க்கப் பார்க்கத் தூண்டும் அழகு. அப்படித்தான் இருந்தாள் அமீனாத்து.

ஆனால், அப்பேர்ப்பட்ட 'ஏரோபிக்ஸ்' அழகுகூட லோடா விடம் விலை போகவில்லை. பாவம், போதிய முன் அனுபவம் இல்லையென்று அவளுக்கும் அந்த வேலையை லோடா கொடுக்க மறுத்து விட்டார். சியராலியோனின் ஜனத்தொகையில் வறுமைக் கோட்டின் கீழ் இருக்கும் எண்பது வீதத்தில் அமீனாத்துவின் குடும்பமும் அடங்கும். பதினொரு பேர் கொண்ட அவளுடைய குடும்பம் அவள் ஒருத்தியின் உழைப்பையே நம்பியிருந்தது. இரண்டு மாதகாலமாக அவள் இந்த வேலைக்காக அலைந்து கொண்டிருந்தாள். இந்த வேலையும் கிடைக்காவிட்டால் அவள் குடும்பம் பட்டினி கிடந்து சாகவேண்டியதுதான்.

பிறந்தநாளிலிருந்து இன்றுவரை அவள் கண்டது கஷ்டம் தான். ஒரு மங்கிய விடிவெள்ளியை இன்னமும் தீவிரமாகத் தேடிக் கொண்டிருந்தாள். செக்பீமா என்னும் குக்கிராமத்தில்தான் அவள் பிறந்து வளர்ந்தாள். பரம ஏழையாகப் பிறந்தாலும் அவள் வனப் பில் கோடீசுவரியாக இருந்தாள். அவள் பதின்மூன்று வயதிலேயே மணமுடித்ததற்கான காரணம் அவளுடைய மயக்கும் அழகுதான்.

அறுவடை முடிந்த கையோடு அந்த வருடம் பருவமான பெண் பிள்ளைகளைக் காட்டில் கொண்டுபோய் வைத்துத் தனிக் குடிசை போட்டுச் சில ரகஸ்ய சடங்குகள் செய்வது ஆப்பிரிக்கா வில் வழக்கம். அந்த வருட சடங்குப் பெண்களில் அமீனாத்துவும் ஒருத்தி. சடங்கு முடிந்ததும் ஊர் வழமைப்படி இடுப்பில் மட்டும் லேஞ்சியளவு ஒரு துணியைக் கட்டிக்கொண்டு உடம்பு முழுக்க கசாவா மாவைப் பூசி நிர்வாணமாக ஊரைச் சுற்றியபடி இந்தப் பெண்கள் வரவேண்டும். ஊருக்கு மூத்த பெண்கள் ஆடிக் கொண்டும், அவர்கள் பிரலாபத்தை உரத்துப் பாடிக்கொண்டும் முன்னே செல்ல ஆண்கள் எல்லாம் ஓடி ஒளிந்து கொள்வார்கள். ஊர்வலம் போகும் பெண்ணை. யாராவது ஆண்பிள்ளை பார்த்து விட்டால் உடனேயே அந்தப் பெண்ணை அவன் மணம் முடிக்கவேண்டும் என்பது சம்பிரதாயம்.

அவள் ஊர்வலம் வந்த அடுத்த நாளே ம்பாயோ என்பவன் நாலு ஆடுகளைச் சீதனமாகக் கொடுத்து அவளை மணமுடிக்க வந்து விட்டான். அமீனாத்துவின் தகப்பனார் நாலு ஆடுகளை ஒருமிக்க சேர்த்து அவர் ஆயுசிலேயே பார்த்ததில்லை. அவருடைய மகிழ்ச்சிக்குக் கேட்க வேண்டுமா? அப்படித்தான் அவளுடைய இல்வாழ்க்கை திடீரென்று ஆரம்பித்து ஒரு பிள்ளையும் பிறந்தது. ஆனால், யெங்கிமா ஆற்றைக் கடந்து வேலை தேடிப்போன அவளுடைய புருஷன் மீண்டும் திரும்பி வரவேயில்லை. அமீனாத்து பிள்ளையையும் எடுத்துக்கொண்டு மறுபடியும் பெற்றோருடன் வந்து சேர்ந்துகொண்டாள்.

அதற்குப் பிறகுதான் ஒரு மதுக்கடையில் நடன மாதுவாக அவள் சேர்ந்தாள். மது குடிக்க வரும் ஆடவர்களுடன் நடன மாடுவதுதான் அவள் வேலை. நடனம் அவளுடைய ரத்தத்தில் ஊறியிருந்தது கிடைக்கும் சம்பாவனை அவள் குடும்பத்தைப் பராமரிக்க போதுமானதாக இருந்தது. அப்பொழுதுதான் அவளுக்கு இரண்டாவது பிள்ளை பிறந்தது. ('இது எப்படி?' என்று சமத்காரமான கேள்விகள் எல்லாம் கேட்கக்கூடாது. கற்பு பற்றித் திருக்குறளையும், சிலப்பதிகாரத்தையும் மேற்கோள் காட்டி

வியாக்கியானங்கள் செய்பவர்கள் இல்லாத ஆப்பிரிக்காவில் அப்படித்தான். இப்படியும் நடக்கும்.)

டொங்கா வைரச் சுரங்கத்தில் வேலை செய்ய நூற்றுக் கணக்கான பேர் அவளுடைய கிராமத்தைவிட்டு அள்ளுப்பட்டு போனபோது மதுக்கடை வருமானம் விழுந்தது. அமீனாத்து என்ன செய்வாள்? வறுமையின் கொடுமை தாளாமல் தனது குடும்பத்துடன் தலைநகரமான 'ப்ரீ ரௌனுக்கு' வந்து சேர்ந்தாள். அப்போது அவளுக்கு வயது பத்தொன்பதுதான். ஆனால், இங்கே பார்த்தால் இன்னும் மோசம். சிறு பெண்களெல்லாம் நடன மாதுக்களாகப் போட்டி போட்டுக்கொண்டு ஆடினர். இவளால் அவர்களுக்கு ஈடு கொடுக்க முடியவில்லை. ஒரு நேரச் சாப் பாட்டிற்குக்கூட வழியில்லை என்று வந்துவிட்டது. இந்த நேரத்தில் அவள் ஆத்தாமல் போய்க் கீழிறங்கி வந்து சங்கைகெட்ட 'ஹவுஸ் மெய்ட்' வேலைக்கு மனுப்போட்டாள். இப்படியான ஒரு வேலை யில் சேர்ந்தாலாவது அவளுடைய தரித்திரம் நிரந்தரமாகத் தன்னை விட்டு ஓடிவிடக்கூடும் என்ற அளவில் அப்படிச் செய்து விட்டாள். பசியைத் தீர்ப்பதற்காக இந்த அவமானத்தைக்கூட அவள் தாங்குவதற்குச் சித்தமாக இருந்தாள்.

காலையில் காரில் அலுவலகத்துக்குப் போகும்போதும், மாலையில் திரும்பும்போதும் அந்தப் பெண் அவர் வீட்டு வாசலிலே பழியாய்க் கிடப்பதை லோடா அவதானித்தார். கடந்த நாலு நாட்களாக இது நடந்து வந்தது. கடைசியில் ஒருநாள் கார் சாரதியிடம் சொல்லி காரை நிறுத்தி அவளிடம் என்ன வேண்டும்? என்று கேட்டார். அதற்கு அவள், "மாஸ்டர், எங்கள் நாட்டு வறுமையைத் தீர்ப்பதற்காக வந்த கடவுள் நீங்கள் என்று பேப்பர்கள் எழுதுகின்றன. நானோ ஒரு முறி 'கசாவாவுக்கும்' ஒரு கரண்டி 'பாம்' எண்ணெய்க்கும்கூட வழியில்லாத பரம ஏழை. என்னை நம்பி பத்துப்பேர் பட்டினியுடன் காத்திருக்கிறார்கள். எனக்கு வேலை கிடைத்தால் பதினொரு பேருடைய வறுமை தீரும். மாஸ்டர், எனக்கு இந்த வேலையை ஒருவாரத்திற்குச் சம்பள மின்றி தந்து பாருங்கள். அதற்குப்பிறகு உங்கள் முடிவு" என்றாள்.

லோடாவுக்கு அவளுடைய நேர்மை பிடித்துக்கொண்டது. ஏழையென்றாலும் அவள் குழையாமல் நிமிர்ந்து நின்று கண் களைப் பார்த்துப் பேசியது பிடித்துக்கொண்டது. மிகவும் சொற்ப மான ஆங்கில வார்த்தைகளை உபயோகித்து, சிக்கனமாகத் தான் சொல்ல வேண்டிய கருத்துகளை நிதானமாக நிறுத்தி நிறுத்தி சொன்னது பிடித்துக்கொண்டது. எல்லாவற்றிற்கும் மேலாக

அவளுடைய அறிவான கண்களும் ஆர்வமும் துணிச்சலும் அவருக்கு மெத்தப் பிடித்துக்கொண்டது.

இப்படித்தான் அமீனாத்து அங்கே வேலைக்கு சேர்ந்தாள். ஒருவார காலத்தில் வீட்டையே மாற்றி அமைத்து விட்டாள். வீடு எப்பவும் பளிச்சென்று இருந்தது. லோடாவுடைய பழக்க வழக்கங்களை அவதானித்து அதற்கேற்ற மாதிரி அவருடைய உடைகளைப் பேணி அந்தந்த நேரத்துக்கு அணிவதற்குத் தகுந்த வற்றைத் தேர்ந்தெடுத்து வைத்தாள். ஒருமுறை ஒன்றை சொன் னால் ஆணியடித்ததுபோல அவளுடைய மூளையில் அது பதிந்து விடும். லோடாவுக்கு தான் செய்த முடிவு மிகுந்த சந்தோஷத்தைக் கொடுத்தது. அமீனாத்தும் அவருடைய நல்லெண்ணத்தைக் கவர் வதில் முழுமூச்சுடன் செயல்பட்டாள்.

மனைவி இல்லாவிட்டாலும் லோடாவின் வீட்டு நிர்வாகம் இப்படிச் சீராகப் போய்க்கொண்டிருந்தது. ஆனால், அவர் எதிர் பார்த்ததற்கு மாறாக அலுவலகத்து வேலையில் ஒழுங்கீனங்கள் மலிந்து கிடந்தன. ஓர் அடி ஏறினால் ஒன்பதடி வழுக்கியது. எச்.டி.ஐயை எப்படியும் உயர்த்திவிடவேண்டும் என்ற அவர் ஆசை யில் மண் விழுந்துவிடும்போல இருந்தது. அவருடைய அபி விருத்தித் திட்டங்களில் முதன்மையானவை பெண்கள் நலன் பேணும் திட்டங்களும் வறுமை ஒழிப்புத் திட்டங்களும்தான். இவையெல்லாம் அரசாங்க ஒத்துழைப்புடன் நடக்க வேண்டி யவை. ஆனால், அதிகாரிகளுக்கு இவற்றினால் ஒருவித லாபமும் இல்லையென்றபடியால் கிளித்தட்டு விளையாட்டுபோலக் கோப்பு களை இங்குமங்கும் மாற்றி மாற்றி அனுப்பிக்கொண்டிருந்தார்கள். இறுதியில் ஒரு பயனும் காணவில்லை.

அதிகாரிகளுடன் ஓயாது சண்டை போட்டுவிட்டு வீட்டுக்கு வந்தால் அங்கே நுளம்புகளுடன் இவருடைய போராட்டம் தொட ரும். வீட்டைச் சுற்றி மருந்துகள் அடித்தும், நுளம்பு வலைக்குள் படுத்தும்கூட ஒன்றிரண்டு நுளம்புகள் அவரைப் பிரியமுடன் தேடி வந்துவிடும். சியராலியோன் நுளம்புகள் மலேரியா மருந்துகளுக்கு பயப்படாதவை. மலேரியா மருந்தை மிகக் கிரமமாக சாப்பிட்டும் அவருக்கு ஒருநாள் மலேரியா வந்துவிட்டது. இந்தக் காய்ச்சல் முந்திப்பிந்தி லோடாவுக்கு வந்ததில்லை. அங்கே அது எல்லாருக் கும் அடிக்கடி தடிமன் காய்ச்சல்போல வந்து வந்து போகும். இவரைப் போட்டு இது உலுப்பி எடுத்துவிட்டது. அமீனாத்து இவரைக் கண்ணும் கருத்துமாகப் பார்த்தாள். மலேரியா மருந்தை நேரம் தவறாமல் கொடுத்தாள். குவினைன் மரப்பட்டைகளையும்,

'தோஃறா' இலையையும் போட்டு அவித்த குடிநீரை காலையும் மாலையும் அவருக்கு வலுக்கட்டாயமாகப் புகட்டினாள். அவளுடைய கரிசனம் லோடாவின் மனதை நெகிழ வைத்தது.

உண்மையான ஊழியத்துக்கு எப்பவும் பயன் உண்டு அல்லவா? லோடா அவளுடைய சம்பளத்தை உயர்த்தினார்; சலுகைகளை அதிகரித்தார். அமீனாத்து உச்சி குளிர்ந்துபோனாள். அவளுக்குத் தன் எஜமானரிடம் உண்மையான பக்தியும் அசைக்க முடியாத விசுவாசமும் ஏற்பட்டுவிட்டது. 'லிம்பா' இனத்துப் பெண்களைப்போல் அவள் இனிமேல் லோடாவுக்காக தன் உயிரையும் கொடுப்பதற்குத் தயங்க மாட்டாள்.

லிம்பா இனத்தவர் பொதுவாக அழகுக்கும், விசுவாசத் துக்கும் பேர்போனவர்கள். அதிலும் பெண்கள் முற்றிலும் பழுக்காத நாவல் பழம் போன்ற நிறமும், செதுக்கிய சிலை போன்ற அழகும் கொண்டிருப்பார்கள். முந்திய ஜனாதிபதி பதவியேற்ற சமயம் லிம்பா இனத்தவர் எல்லாம் ஒன்று சேர்ந்து அவருக்கு ஒரு பதினாறு வயது நிரம்பாத யௌவன அழகியைப் பரிசாக அளித்தார்களாம். லோடாவும் இந்த லிம்பா அழகியின் உண்மை யான சேவையில் மகிழ்ந்துபோனார்.

நுளம்பைத் தொடர்ந்து இப்பொழுது ஓர் இலையான் அவர் வாழ்க்கையில் குறுக்கிட்டது. சியராலியோனில் அம்பாரமாகக் காணப்படும் இதற்குப் பேர் 'தும்பு' இலையான். பார்த்தால் மாட்டு இலையான் போன்று பெரிதாகத் தோன்றும். அது ஈரமாயிருக்கும் துணிமணியில் வந்து நைசாக முட்டை இட்டு விட்டுப் போய் விடும். அந்தத் துணியை யாராவது அணிந்தால் அந்த முட்டை சருமத்துக்குள் போய் அங்கேயே பொரித்துவிடும். ஐந்தாறு நாட் களில் ஒரு கொப்புளம் தோன்றி உபாதை கொடுக்கத் தொடங்கும். கொப்புளம் சுண்டைக்காய் அளவு பருமன் ஆனதும் வலியோ தாங்க முடியாமல் போகும். சியராலியோனுக்குப் புதிதாக வருப வர்கள் இந்தத் தும்பு இலையானிடம் தப்பிப்போனது கிடையாது.

ஆனால், ஆப்பிரிக்கர்களுக்கு இது சர்வ சாதாரணம். அவர்கள் ஆயுள் பரியந்தமும் இந்த இலையானுடனேயே குடித் தனம் செய்து பழக்கப்பட்டவர்கள். லோடாவுக்கு இந்தத் தும்பு இலையான் பற்றிய சரித்திரம் ஒன்றும் தெரியாது. அது ஒருநாள் அவர் நடுமுதுகிலே குடிவந்து பெரிய கொப்புளமாகி நமைச்சல் கொடுக்கத் தொடங்கியது. இவர் ஒருநாள் கண்ணாடியைத் தன் பின்புறம் வைத்து முதுகைப் பார்ப்பதைக் கண்ட அமீனாத்து திடுக்கிட்டுவிட்டாள். உடனேயே இவருடைய உத்தரவைக்கூட

எதிர்பாராமல் வாஸ்லைன் கொண்டுவந்து மெதுவாகத் தடவி விட்டாள். சிறிது நேரத்தில் நாவல்பழம்போலப் பழுத்தக் கொப் புளத்தில் புழு நெளிவது அவள் கண்களுக்குத் தெரிந்தது. இரண்டு பெருவிரல்களையும் சேர்த்து நடுமுதுகில் வைத்து அமுக்கியவுடன் குண்டு மணியளவு கொழுத்த புழு ஒன்று வெளியே வந்து விழுந்தது. அவளுக்கு இது சர்வ சாதாரணம். இதுபோல் ஆயிரம் தடவை இதற்கு முன்பு அவள் இதைச் செய்திருக்கிறாள். லோடா தான் பாவம், கொஞ்ச நேரம் 'லொடலொடவென்று' ஆடிப் போய்விட்டார். தாங்க முடியாத முதுகு நோவு கணநேரத்தில் மறைந்துவிட்டது.

அவள் முரட்டுத்தனமாக முதுகிலே அமுக்கிய ஸ்பரிசம் இவர் நெஞ்சிலே போய் இனித்தது. இப்போதெல்லாம் லோடா வுடைய சிந்தனையை அடிக்கடி அமீனாத்து வந்து நிறைக்கத் தொடங்கினாள். ஒரு பதினேழு வயதுப் பெடியனைப்போல அவருடைய இதயம் அல்லாடியது. இது என்னவென்று அவருக்கு வியப்பாக இருந்தது. ஒருநாள் சனிக்கிழமை பகல் நேரம். அன்று ஹமட்டான் காற்று பலமாக வீசியது. ஆகாயம் முழுவதையும் தூசிப்படலம் மறைத்துவிட்டது. பத்தடி தள்ளி நிற்பவரைக்கூட பார்க்க முடியாதபடி வானம் இருண்டுபோய்க் கிடந்தது. அவர் வழக்கம்போல கோல்ப் விளையாடப் போகவில்லை. மேற்கத்திய இசையை ஒலிநாடாவில் ஓட விட்டுச் சுகமாக ரசித்தபடி ஏதோ எழுத்து வேலையில் ஈடுபட்டிருந்தார்.

அமீனாத்து தன் நீளமான கால்களை எட்டி வைத்து வீட்டு வேலைகளைக் கவனித்துக்கொண்டிருந்தாள். இக்கிரிப் பத்தைப் போல் அடர்த்தியாய் வளர்ந்திருந்த சுருள்முடியை இரும்பினால் செய்த சிக்குவாங்கியால் ஒட்ட இழுத்துச் சிறுசிறு பின்னல்களாகப் பின்னி மடித்து லப்பாத் துணியினால் இறுக்கிக் கட்டியிருந்தாள் அவள்; தென்னம்பாளை வெடித்தது போன்ற அவள் பற்களுக்கு 'மாட்ச்சாக' கறுப்புக் கழுத்திலே ஒரு வெண்சங்கு மாலை தொங் கியது. தன்னை மறந்து இசைக்கேற்ப தன் உடலை அசைத்தபடி இயங்கிக்கொண்டிருந்தாள். நடன மாது அல்லவா? நடனம் தானாகவே அவளிடம் ஓடி வந்தது.

லோடா அவளைப் பார்த்துக்கொண்டிருந்தார். புதுக்கப் புதுக்க அவளைப் பார்ப்பது போலிருந்தது அவருக்கு. ஆப்பிரிக்க அழகையெல்லாம் மொத்தமாகக் குத்தகை எடுத்ததுபோல அவள் காணப்பட்டாள். சிறு பிள்ளைபோல அவள் தன்னை மறந்து ஆடையை ஆரவாரமின்றி அசைத்தாடுவது அழகாக இருந்தது. இவர் அவளுடைய கண்களையே பார்த்தார். அவள் துணுக்குறவும்

இல்லை; கீழே பார்க்கவும் இல்லை. திருப்பி இவர் கண்களை நிதானமாகப் பார்த்தாள். நல்லூர் சப்பரம்போல மெள்ள மெள்ள நகர்ந்து, இவர் இருக்கைக்குக் கிட்ட வந்தாள்; சாவதானமாக இவருடைய மேசையை மறுபடியும் சுத்தம் செய்யத் தொடங்கினாள். அப்பொழுது லோடா எட்டி அவளுடைய கையைப் பிடித்தார். அவள் அப்படியே அவர்மேல் சரிந்தாள்.

அவர்களுடைய திருமணம் ஆடம்பரமின்றி ஒரு கிராமத்துச் சர்ச்சில் நடைபெற்றது. வெகு நெருங்கிய சினேகிதர்களும் உறவுக்காரர்களும் மட்டுமே வந்திருந்தனர். அமீனாத்துவின் விருப்பத்திற்கிணங்க லோடா கொழுத்த மாடொன்றை அடித்து ஒரு பெரிய விருந்து கொடுத்தார். 'ஜொலஃப் ரைஸும்,' புகைபோட்ட 'பொங்கா' மீனும், 'பாம்' எண்ணெய்க் குழம்பும் அந்த ஊர் முழுக்க மணத்தது. அந்த விருந்தைப் பற்றியே அவர்கள் ஒருவார காலமாக கதைத்தார்கள். அவளுக்கு அடித்த யோகத்தை நம்ப முடியாதவர்களாக அந்த எளிய கிராமத்து மக்கள் பிரமித்துப் போய் நின்றார்கள். பரம ஏழையான அமீனாத்து தான் ஊதியத்துக்கு வேலை செய்த அதே வீட்டின் இல்லத்தரசியாக பதவியேற்றாள்.

லோடா தன் அந்தஸ்துக்கு ஏற்ப வாழ்வதற்கு அவளை வெகு சீக்கிரமே பழக்கி வைத்தார். அமீனாத்து காரோட்டப் பழகிக்கொண்டாள்; இங்கிலாந்திலிருந்து விதவிதமான மேல்நாட்டு உடைகள் தருவித்து அணிந்துகொண்டாள். அவள் அவற்றைப் போட்டபோது கடைந்தெடுத்த கறுப்பு 'மாடல்' போல இருந்தாள். சீக்கிரத்திலேயே மீன்குஞ்சு நீந்தப் பழகுவதுபோல வெகு இயற்கையாக அவருடைய சமூக அந்தஸ்துக்கு ஏற்ப அவள் தன்னை உயர்த்திக்கொண்டாள். ஆனாலும் அவள் தனது இல்லத்து வேலைகளைத் தானே தொடர்ந்து செய்தாள்; ஒரு வேலைக்காரியை வைப்பதற்கு மட்டும் தீர்க்கமாக மறுத்துவிட்டாள்.

லோடாவினுடைய வாழ்க்கையானது இப்படியாக திடீரென்று கந்தர்வலோக வாழ்க்கையாக மாறிவிட்டது. தன் வாழ்நாளிலேயே இவ்வளவு சந்தோஷமாக இருந்தது அவருக்கு ஞாபகமில்லை. கிஷ்கிந்தையிலே சுக்கிரீவன் மாரிகாலம் முடிந்த பின்பும் ராமகாரியத்தை முற்றிலும் மறந்து அந்தப்புர போகத்தில் மூழ்கிக் கிடந்ததுபோல லோடாவும் தன் அலுவலக காரியங்களை அறவே மறந்தார். அவளோ வாலிபத்தின் உச்சியில் இருந்தாள்; இவருடைய 'பாட்டரியோ' கடைசி மூச்சில் இருந்தது. அவளுடன் சுகித்திருப்பதே மோட்சம் என்ற நிலையில் 'விடுதல் அறியா விருப்பனன்'

ஆகி அவள் காலடியில் உலகத்தைத் தரிசித்தவர் அலுவலகத்தைத் தரிசிக்கத் தவறி விட்டார்.

சியராலியோனின் எச்.டி.ஐயை அணுவளவேனும் உயர்த்தி விடவேண்டும் என்ற அவருடைய ஆரம்ப காலத்து ஆர்வமெல்லாம் போன இடம் தெரியவில்லை. இவரின் கீழ் வேலை பார்த்த அதிகாரிகள் எல்லாம் சங்கீத சீஸனில் முன்வரிசையில் உட்கார்ந்து சிரக்கம்பம் செய்யும் மகா ரசிகர்கள்போல இவர் சொன்னதற்கெல்லாம் தலையை 'ஆட்டு, ஆட்டு' என்று ஆட்டினார்களே ஒழிய காரியத்தில் கவனம் செலுத்தவில்லை. சிறுசிறு குடிசைக் கைத்தொழில்கள் மூலம் கிராமத்துப் பெண்களின் வருவாயை அதிகரிக்கும் அவருடைய சிலாக்கியமான திட்டம் படுதோல்வி அடைந்தது. மூலதனமாக அவர்கள் கொடுத்த உபகரணங்களும் பொருட்களும்கூட திருட்டுப் போயின. குதிரையைத் தண்ணீர் காட்ட இழுத்துப் போகலாம்; குடிக்கப் பண்ண முடியுமா? இப்படியாக லோடா தன் மனதைத் தானே தேற்றிக்கொண்டார்.

அவருடைய பதவிக்காலம் முடிந்து வேறு நாட்டுக்கு மாற்றல் வந்தபோது லோடா திடுக்கிட்டு விழித்துக்கொண்டார். தான் சாதித்தது அவருக்குப் பெருமை தருவதாக இல்லை. ஆனாலும், அலுவலகத்தில் செய்ய முடியாததைத் தன் சொந்த வாழ்க்கையில் சாதித்தது அவருக்குக் கொஞ்சம் சமாதானமாக இருந்தது. சமுதாயத்தின் அடிமட்டத்தில் தரித்திரத்தில் உத்தரித்த ஒரு பெண்ணுக்கு அவர் வாழ்வு கொடுத்திருந்தார் அல்லவா? அவள் இன்று செல்வத்தில் திளைப்பது மட்டுமில்லாமல் அவருடைய இல்லத்துக்கும் அரசியாகிவிட்டாள். அவருக்குப் புன்சிரிப்பு வந்தது. இப்படியான ஓர் அழகி அவர் வீட்டுக்கும், அவருடைய இதயத்துக்கும் ராணியானது அவருடைய அதிர்ஷ்டம்தான. இந்த ஒரு விஷயத்திலாவது சியராலியோனின் எச்.டி.ஐ சிறிது உயர்ந்திருக்குமல்லவா?

புள்ளி விபரங்களைக் கரதலப் பாடமாக உய்த்திருந்த லோடா இங்கேதான் ஒரு மிகப்பெரிய தவறு செய்தார். அந்த வருடம் வெளியான எச்.டி.ஐ விபரங்களைச் சிறிது அவதானித்து நோக்குவாராயின் அவருக்குத் தான் செய்த தவறு புரிந்திருக்கும். அவர் அமீனாத்துவை மணம் புரிந்ததினால் உள்ளபடியாக எச்.டி.ஐ அனுப்பிரமாணமான அளவில் விழுந்துதான் போனது; கூடவில்லை.

காதல் கண்ணை மறைக்கும் என்று சொல்வார்கள். லோடா விஷயத்தில் அது அவர் மூளையையும் மறைத்துவிட்டது.

பின்குறிப்பு : உலகத்து நாடுகளின் தராதரத்தைக் கணிப் பதற்கு எச்.டி.ஐ. முறையை ஐ.நா. கடைப்பிடிக்கிறது. ஒரு பெண் ஊதியத்துக்கு வேலை செய்யும்போது அவளுடைய ஊழியம் எச்.டி.ஐ கணக்கிலே சேர்க்கப்படுகிறது. அதே பெண் தனக்குச் சம்பளம் கொடுக்கும் எஜமானரை மணம் முடித்து அந்த வேலையைச் சம்பளமின்றி செய்ய நேர்கை யில் அவளுடைய உழைப்பு கணக்கிலே சேர்த்துக் கொள்ளப் படுவதில்லை. இதனால் எச்.டி.ஐ விழுக்காடு அடைகிறது. பெண்களுடைய ஊதியமில்லாத உழைப்பைக் கணக்கிலே சேர்க்காததால் ஏற்படும் முரண்பாட்டை இந்தக் கதைச் சுட்டிக்காட்டுகிறது என்று சிலர் சொல்லலாம். அதை நம்பு வதும் நம்பாததும் உங்கள் பொறுப்பு.

◆

பீஃனிக்ஸ் பறவை

நான் திருகோணமலை சர்வதேச விமான நிலையத்திலிருந்து வெளிக்கிட்டு அர்லாண்டா விமான நிலையத்தில் வந்திறங்கினேன். இதற்குமுன் நான் வெளிநாட்டுக்குப் பிரயாணம் செய்தவளல்ல. விமானக்கூடத்தில் இருந்த ஜனத்திரளில் என் மகனுடைய முகத்தைத் தேடியபோது எனக்கு பயம் பிடித்துக் கொண்டது.

ஸ்டாக்ஹோமில் நான் வந்திறங்கிய வருடம் 2018. என் மகன் என்னை விட்டுப் பிரிந்து ஸ்வீடனுக்குப் படிக்கப்போன வருடம் 1998. அப்ப அவனுக்கு வயது 15. என்னால் நம்பவே முடியவில்லை. இருபது வருடங்கள் என் ஒரே மகனைப் பிரிந்து வாழ்ந்திருக்கிறேன். இப்போது அவனுக்கு வயது 35; மணமாகி ஆறு வயதில் ஒரு மகனும் உண்டு.

நான் கண்களை நாலா பக்கமும் சுழட்டித் தேடியபடியே வந்தேன். காணவில்லை. என்னைப் பிரியும்போது அவன் குழந்தை தான்; மீசைகூட அரும்பவில்லை. விடும்போது ஏர்போர்ட்டில் என்னைக் கட்டிப்பிடித்துக் கசக்கி அழுஅழுவென்று அழுதான். என் மனம் என்ன பாடுபட்டது! அப்போது அவர் இருந்தார். இப்ப அவரும் போய்விட்டார். நானும் வேலையிலிருந்து ஓய்வெடுத்துவிட்டேன். என் மகன் எத்தனை தரம் டெலிபோனில் கதைத்தான்; எவ்வளவு கடிதங்கள். “அம்மா! நீங்கள் அங்கையிருந்து என்ன செய்யப் போறியள்; இஞ்ச எங்களோடை வந்திடுங்கோ; உங்களுக்கு ஒரு குறையும் வராமல் பார்ப்போம்” என்று கெஞ்சியபடியே இருந்தான். எனக்கும் வேறு யார் இருக்கிறார்கள்? பிறந்த மண்ணைவிட்டு ஒரேயடியாகப் புறப்பட்டுவிட்டேன்.

ஓர் இளம் கணவனும் மனைவியும் என்னை உற்றுப் பார்த்தபடியே கடந்துபோனார்கள். என் மகனுடைய கண்கள் எப்படி இருக்கும்? குழந்தையாக இருந்தபோது மடியிலே கிடத்தி மணிக்கணக்காக அவன் கண்களையே பார்த்தபடி இருப்பேன். மகாபாரதத்தில் வரும் அர்ஜுன் என்ற பேரையே அவனுக்கும்

வைத்திருந்தேன். என் மகன் என்னிடம், "உள்ள குப்பையெல்லாம் கொண்டு வர வேண்டாம். தேவையானதை மாத்திரம் கொண்டு வாங்கோ, இஞ்ச வைக்கவும் இடமில்லை" என்று பத்துத் தடவை யாவது சொல்லியிருந்தான். அதனாலே வாழ்நாள் முழுக்க சேகரித்ததெல்லாவற்றையும் மனமின்றி துறந்துவிட்டு இரண்டே ரெண்டு சூட்கேசுடன் வந்திறங்கினேன். என்னுடைய துணி மணிகள், புத்தகங்கள், இவர் ஞாபகமாக சில பொருள்கள், அவ்வளவுதான்.

தள்ளுவண்டியைத் தள்ளுவதுகூட கஷ்டமாக எனக்குப் பட்டது. ஒரு சூட்கேஸ் நழுவி நழுவிக் கீழே விழுந்தபடி இருந்தது. எங்கே போனான் இவன்? எனக்குப் பதட்டமாக வந்தது. ஐந்து வருடமாக இவனும் பாவம்; என்ன கஷ்டப்பட்டு விட்டான்? ஸ்வீடன் நாடு மற்ற நாடுகள்போல அல்ல. ஜனத்தொகை விஷயத் தில் சரியான கண்டிப்பு. அவர்கள் ஜனத்தொகை 110 லட்சம். அந்தத் தொகை இந்தத் தானத்தைத் தாண்டாமல் வெகு கவனமாகப் பார்த்துக்கொண்டார்கள். பெரும் போராட்டத்திற்குப் பிறகுதான் எனக்கு நிரந்தர குடியுரிமை கொடுத்தார்களாம்!

'அம்மா' என்ற குரல் கேட்டது. தமிழ்க் குரல்தான். தேனாக அது என் காதில் வந்து விழுந்தது. என் மகன்தான் ஓடோடி வந்து கொண்டிருந்தான். என்ன கண்கள்! ஆறடிக்கும் மேலே உயரமாக வளர்ந்துவிட்டான். புதர்போல கட்டுக்கடங்காமல் இருக்கும் தலைமயிரை அடக்கி வாரி அழகாக விட்டிருந்தான். ஒரு ரீ சேர்ட்டும் ஜீன்ஸும் அணிந்திருந்தான். அவனுக்குக் குளிரே இல்லை. என்னைத் தொட்டுத் தொட்டுப் பார்த்துவிட்டு அப்படியே ஆகாயத்தில் தூக்கிவிட்டான். மெத்தென்று வெல் வெட்போல இருந்த அவனுடைய தேகம் இப்ப வஜ்ரமாக இருந்தது. பின்னாலேயே அவள் நின்றாள். பெயர் ஸ்வென்கா. முதன்முறையாக பார்க்கிறேன். இவனைப்போல அவளும் உயரம் தான். இயற்கையான சிரிப்பு அவளுக்கு இருந்தது. பொன் நிறத்தில் தலைமயிர். அசப்பில் பார்த்தால் சினிமாவில் நடிக்கக் கூடிய அழகோடு தென்பட்டாள். நான் அதிசயப்பட்டது அவளுடைய இடையைப் பார்த்துத்தான். ஒரு கைப்பிடிக்குள் அடங்கும். நீண்ட வழுவழுவென்ற கைகள் என்றாலும் உருண்டு திரண்டு வலுவாக இருந்தன.

'மொர்மோ, மொர்மோ' என்று என் பேரன் கையை இழுத் தான். அவனை ஆசையுடன் தூக்கி முகர்ந்தேன். முகத்தைச் சுழித்தான். 'ஹோர்கன்' என்று பேர் வைத்திருந்தார்கள்; வாயில் வராத பேர்.

நாங்கள் கதைத்துக்கொண்டு நிற்கும்போதே என் மருமகள் சிட்டுப்போல ஓடிப்போய்க் காரை எடுத்து வந்தாள். குதித்து இறங்கி இருபது கிலோ சூட்கேசுகளை பூவைத் தூக்குவதுபோல பட்பட்டென்று ஒற்றைக் கையால் தூக்கிக் காரிலே வைத்தாள்.

ஸ்வென்காதான் ஓட்டினாள். அர்ஜுன் ஒரு பக்கத்தில் இருந்து என் கைகளைப் பிடித்தபடி வந்தான். மற்றப் பக்கத்தில் என் பேரன். என் கண்களில் நீர் பனித்தது. முடிந்துபோன இருபது வருடங்கள் இனி திரும்பவும் வரப் போவதில்லை.

கார் சின்னதாக அடக்கமாக இருந்தது. முற்றிலும் சூரிய சக்தியிலேயே இயங்கிய அது 'குங்ஸ் காடன்' பிரதான ரோட்டிலே போய்க்கொண்டிருந்தது. ஒலி நாடாவில் உலகப் புகழ்பெற்ற 'இங்வார் கார்ல்ஸன்' பாடிய 'ஸ்வாலா, ஸ்வாலா' என்னும் பாடல் பைரவி ராகத்தின் சாயலில் ஒலித்துக்கொண்டிருந்தது. பெட்ரோல், டீசல் வாகனங்கள் போய் இப்ப எவ்வளவோ காலம். சாலையின் இரு மருங்கிலும் அடர்த்தியான மரங்கள். பாதையெல்லாம் வழித்துத் துடைத்ததுபோல நல்ல துப்புரவாக இருந்தது.

நான் வியந்த இன்னொரு காட்சி வழியிலே விளம்பர போர்டுகள் ஒன்றும் இல்லாததுதான். அர்ஜுனிடம் அது பற்றி விசாரித்தேன். அரசாங்கம் விளம்பரங்களையெல்லாம் பத்து வருடங்களாக ஒழித்து விட்டதாக அவன் சொன்னான். அதனால் பொருள்கள் மக்களுக்கு இருபது வீதம் மலிவாகவே கிடைக் கிறதாம். வர்த்தகத் துறை தொடர்ந்து மஞ்சள் பக்கங்கள் மூலம் விளம்பரங்களை இலவசமாகச் செய்வதற்கு அரசு எல்லா வசதி களையும் செய்து கொடுத்திருக்கிறதாம். 'இந்தப் புத்தி ஏன் மனுசனுக்கு முன்பே தோன்றவில்லை' என்று நான் நினைத்துக் கொண்டேன்.

வீடு வந்து சேர்ந்தோம். வீடும் மரச்சோலைகளினூடே ஆடம்பரமின்றி அடக்கமாக இருந்தது. என் மகன் தன் இடுப்பி லிருந்த 'ஐ.டீ. பெல்ட்டிலிருந்து' ஒரு மெல்லிய நீளமான பிளாஸ் டிக் குச்சியை இழுத்தான். கதவிடுக்கில் அதை உரசிக் கதவைத் திறந்துகொண்டான்.

நான் வந்து சேர்ந்த உடனேயே அர்ஜுன் செய்த முதல் காரியம் என் சார்பாக ஒரு ஐ.டீ பெல்ட்டுக்கு விண்ணப்பம் செய்ததுதான். இதுதான் இங்கே எனக்கு அதிசயத்திலும் அதிசயம். இது பற்றிக் கேள்விப்பட்டு இருக்கிறேன்; படித்துமிருக்கிறேன். ஆனால், நேரில் பார்த்தபோதுதான் அதன் உண்மையான தாக்கம்

புரிந்தது. கர்ணனின் கவசகுண்டலம்போல இந்த ஐ.டீ பெல்ட்டை எல்லோரும் கட்டியபடியே திரிவார்கள், படுக்கும் நேரம் தவிர. ஐந்து வயதுக் குழந்தையிலிருந்து அறுபது வயதுக் கிழவர் வரை இதைக் கட்டாமல் ஒருவரும் வெளிக்கிடுவதில்லை.

இங்கே காசு, கிரெடிட் கார்ட் எல்லாம் முற்றாக ஒழிந்து பல வருடங்கள் ஆகிவிட்டன. காசையோ, கிரெடிட் கார்டையோ கண்டால் அதை ஆவலுடன் வாங்கித் தொட்டுத்தொட்டுப் பார்க்கிறார்கள். "எங்கள் நாட்டில் எதற்கும் நாங்கள் கிரெடிட் கார்ட் தான் பாவிக்கிறோம்' என்று சொன்னால் நம்ப மறுக்கிறார்கள். ஒரு மனித உயிர் பிறந்தவுடனேயே அதன் டீ.என்.ஏயையும், கைரேகையையும் ராட்சச கம்ப்யூட்டர்களில் பதிந்து ஒரு ஐ.டீ நம்பர் கொடுத்துவிடுவார்கள். அதன்பிறகு அந்த மனிதன் இறக்கும் வரை அவனைப் பற்றிய சகல விபரங்களும் அந்த நம்பரில் பதிவாகிவிடும்.

என்னுடைய அடையாள அட்டை வந்தபோதுதான் நான் அதன் மகாத்மியத்தை உணர்ந்தேன். எங்கேபோனாலும் என் அடையாளத்தை நிரூபிக்க இதைக் கொடுத்தால் போதும். அவர்கள் அதைக் கம்ப்யூட்டர் முனையில் செருகினால் என்னுடைய சாதகம் பூராவும் தெரிந்துவிடும். வீட்டுக்கதவு, அலுவலகக் கதவு, கார்க் கதவு இப்படி எந்தக் கதவு திறப்பதற்கும் இதைப் ப்ரோகிராம் பண்ணி வைத்துக்கொள்ளலாம். ஒருவர் கார்டை இன்னொருவர் பாவிக்க முடியாது; கைரேகை காட்டிக் கொடுத்துவிடும். ஆனால், இதனுடைய முக்கியமான தாக்கம் என்னவென்றால் இது வந்தபிறகு அநேகமான வங்கிகளை இழுத்து மூடவேண்டி வந்ததுதான்.

பாதைக் கடையிலே ஒரு 'புல்புல்' ஐஸ் கிரீம் வாங்கினாலும் சரி, இரண்டு மாடிக் கட்டடம் வாங்கினாலும் சரி, உங்கள் அட்டையைக் கம்ப்யூட்டர் முனையில் செருக வேண்டியதுதான். உங்கள் கணக்கிலிருந்து அவர்கள் கணக்குக்குப் பணம் மாறிவிடும். வங்கிகள் அனேகமாக வெளிநாட்டினருக்கும் வணிகத்துக்கும் மட்டுமே பயன்பட்டன. தவணைமுறையில் பணம் கட்டுவதற்குக் கூட ஒருமுறை ஆணை கொடுத்துவிட்டால் போதும் மாதாமாதம் பணம் மாறியபடியே இருக்கும்.

இதைவிட இன்னும் இரண்டு விசேஷங்கள் இந்த அடையாள பெல்ட்டில் இருந்தன. எந்தக் காடு, மலை, மேட்டிலிருந்தும் டெலிபோன் பண்ணவும், கிடைக்கவும் வசதி இருந்தது. ஒரு முனையில் முணுத்தாலே போதும். மறுபக்கத்தில் துல்லியமாகக்

கேட்டுவிடும். உலகின் எந்த மூலை முடுக்கிலிருந்தும் தொடர்பு கொள்ளலாம். அடுத்த விசேஷம், இந்தக் கார்டை வைத்து ஒருவர் தன் இருப்பிடத்தைக் கண கச்சிதமாக சாட்டிலைட் மூலம் கணித்துவிடலாம். ஓர் ஐந்து வயதுக் குழந்தையை ஸ்வீடனில் கண்காணாத ஒரு பகுதியில் கொண்டுபோய் விட்டாலும் அது இந்தக் கார்டை வைத்து வீடு தேடி வந்துவிடும். இங்கேயெல்லாம் தொலைந்து போவது என்பது மிகவும் கஷ்டமான காரியம். ட்யூசன் வைத்தால்கூட முடியாது.

இப்பொழுது எங்களுடையதும் முன்னேறிய நாடுதான். ஆனால், இவர்களைப் பார்த்தால் நாங்கள் இன்னும் இருபது வருடம் பின்தங்கிவிட்டதுபோலத்தான் எனக்குப் பட்டது. கண்ணால் பார்ப்பதெல்லாமே புதினமாக இருந்தது. சடுதியாக இந்தச் சூழ்நிலையை என்னால் சரிக்கட்ட முடியவில்லை. என் மகன் என்னுடைய வசதியில் மிகுந்த அக்கறையோடுதான் இருந்தான். இருந்தாலும் சின்னச் சின்ன விஷயங்கள்கூட என்னைத் தடுமாற வைத்தன.

இவர்களுடைய ஆதாரசக்தி சூரியன்தான். ஒரு வீட்டிலே பிடிக்கும் சூரியசக்தி அந்த வீட்டிற்குப் போதுமானதாக இருக்கிறது. தண்ணீர் போதியது இருந்தாலும் சுழல் பாவிப்பு முறைதான்; மீதமான நீர் தோட்டத்துக்குப் போய்விடும். சொட்டு நீர்முறையில் புல்லும் பூச்செடிகளும் மரங்களும் செழிப்பாக இருக்கின்றன. இருந்தாலும் எனக்கு ஒரே தண்ணியைத் திருப்பித் திருப்பிக் குடிக் கிறோம் என்று தெரிந்ததும் முதலில் கொஞ்சம் அருவருப் பாகத்தான் இருந்தது.

என்னை உண்மையில் திடுக்கிட வைத்த விஷயம் குளிக்கும் முறைதான். 'கதிற்றோன்' கதிர் அலைகளில் குளிப்பது எனக்கு சங்கடமாக இருந்தது. என்ன இருந்தாலும் நிறையத் தண்ணீரில் சோசோவென்று குளிர்ந்து, நனைந்து, சோப் போட்டு குளிப்பது போல வருமா? இது குளித்ததுபோலவே இருக்காது. என் பேரன் சொல்கிறான் கதிரியக்கத்தில் குளிப்பது எங்களுக்கு மிகவும் நல்ல தாம்; பாக்டீரியாக் கிருமிகள் உடனுக்குடன் செத்துவிடுகின்றன: சருமம் புது ஊட்டச்சக்தி பெறுகிறது; தண்ணீரும் மிச்சப்படு கிறதாம். ஆனால், குளித்ததுபோலவே இல்லையே?

மற்றது, சாப்பாட்டு முறைகள். சமையல் அடுப்பென்பதே கிடையாது. எல்லாம் கதிரியக்கத்தில் சமைத்ததுதான். அதுவும் கம்ப்யூட்டரில் முதலிலேயே ப்ரோகிராம் பண்ணியபடி. சாப்பாடு சப்பென்றிருக்கிறது. ஆனால், எல்லாம் அளவுடன் செய்த

சத்துள்ள உணவாம். ஆசைக்கு ஒரு கோப்பிகூடப் போட வழி யில்லை. அதுவும் கம்ப்யூட்டர் போட்டதுதான். ஒருமுறை, நல்ல பாலும் சீனியும் போட்டு இஞ்சி கலந்த கடுங்கோப்பியொன்று குடிக்க ஆசையாக இருந்தது. கம்ப்யூட்டரைத் திருப்பித் திருப்பி நாலைந்து தடவை ப்ரோகிராம் பண்ணிப் பார்த்தேன்; சரிவர வில்லை. அலுத்துப் போய் அப்படியே விட்டுவிட்டேன்.

இது எல்லாத்துக்கும் ஈடுகட்டுவதுபோல என் பேரன் இருந்தான். அவன் முகத்தைப் பார்த்துக்கொண்டே இருக்கலாம், ஆசை தீராது. சின்ன வயதில் என் மகன் இருந்ததுபோல அச்சாக இருப்பான். வந்த நாளில் இருந்தே என்னோடு ஒட்டி விட்டான். எப்பவும் அவனுக்கு ஏதாவது கதை சொல்லிக்கொண்டே இருக்க வேண்டும்.

"மொர்மோ, மொர்மோ! சொல்லு மொர்மோ" என்றான் ஒருநாள் என் பேரன். 'ஹோர்கன்' என்ற அவன் பேரை நான் எவ்வளவு முயற்சி செய்து சரியாக உச்சரித்தாலும் சிரித்துவிடு வான். ஆனபடியால் இனிமேல் நான் அவனை 'சொக்கன்' என்றே கூப்பிடுவதாக ரகசிய ஒப்பந்தம் செய்து கொண்டோம். அவனும் சம்மதித்தான். இவன் எனக்குச் சொக்குப் பொடி போட்டுவிட்ட தால் சொக்கன் பொருத்தமாகத்தான் இருந்தது.

அவனுடைய கண்களும் என் மகனுடையதுபோலவே அகன்று இருக்கும். தலைமயிர் தாயினுடையதைப்போல் தங்க நிறம். அவனுடைய சருமம் கடைந்தெடுத்த வெண்ணெய் என்பார்களே அப்படி இருக்கும். பார்க்கும்போதெல்லாம் வாரிக் கொஞ்ச வேண்டும்போல ஆசை தூண்டும். ஆனால், இடம் கொடுக்க மாட்டான். லஞ்சம் கொடுத்தால்தான் உண்டு.

இங்கே பள்ளிகள் வாரத்திற்கு ஒரு முறைதான். மற்ற நேரங் களில் கம்ப்யூட்டர் மூலமாக பாடங்களைப் படித்து விடுவார்கள். கம்ப்யூட்டர் மூலமாகவே ஆசிரியரும் தொடர்பு கொண்டு வீட்டுப் பாடங்களைக் கொடுப்பார். லெமிங் என்ற மிருகம் பற்றி ஒரு ப்ரொஜெக்ட் எழுதவேணும் என்றான் சொக்கன். என்னிடம் அது பற்றிச் சொல்லும்படி தொந்தரவு செய்துகொண்டேயிருந்தான். 'நீ கம்ப்யூட்டரைப் பார், பிறகு புத்தகத்தைப் படி. அதற்குப் பிறகு நான் சொல்லித் தருகிறேன்' என்றேன். 'இல்லை, மொர்மோ! நீ சொல். கதைபோல சொல்; நான் பிறகு எழுதுகிறேன், ப்ளீஸ்' என்றான், கண்களை அகல மருட்டி, இதற்கு மறுப்பு சொல்ல என் இதயம் இடம் கொடுக்குமா?

"லெமிங் ஓர் அப்பாவிப் பிராணி. ஸ்வீடன் நோர்வே போன்ற நாடுகளில் மிகுந்து காணப்படும். ஐந்து அங்குல நீளம் தான் இருக்கும். கட்டைக்கால், உருண்டையான தலை, சாம்பல் நிறம், இப்படியாக பார்ப்பதற்கு 'ஐயோ' என்று இருக்கும். புல், பூண்டு, தாவரம் எல்லாம் சாப்பிடும். எவ்வளவு குட்டிகள் போடும், தெரியுமோ? ஒரு வருடத்திற்குப் பத்துக் குட்டிகள் வரை ஈனும்.

"ஆனால், பாவம் அவற்றிற்குப் பெரிய சோதனை. மூன்று நாலுவருடங்களில் அவற்றினுடைய பெருக்கம் நாடு தாங்காது. சாப்பாடு போதாமல் போய்விடும். அப்ப அவையெல்லாம் கூட்டம் கூட்டமாகச் சேர்ந்துபோய் அப்படியே கடலில் மூழ்கிச் செத்துப் போகும்."

"ஐயோ, பாவம்! மொர்மோ, எல்லாம் செத்துப்போகுமா?" என்றான் ஹோர்கன். அவன் கண்கள் இப்பக் கொஞ்சம் கலங்கி விட்டன.

"கடலுக்குப்போன எல்லாம் செத்துப்போகும். மிஞ்சியிருக் கிறவை மறுபடியும் பெருக ஆரம்பிக்கும். நாலு வருடங்களில் பழையபடி நாடு தாங்காது. அப்படியே அவையும் போய் கடலில் விழுந்துவிடும். இப்படியே இது தொடரும்."

சொக்கன் கொஞ்சநேரம் யோசித்தபடியே இருந்தான். நான் கதையை மாற்ற எண்ணி சொன்னேன். "எங்கள் ஊரில் பெரும் புலவர் ஒருத்தர் இருந்தார். அவருக்கு லெமிங் என்றால் உயிர். அவர் அதைப் பற்றிப் பாடி இருக்கிறார். நீ அதை எழுதினால் ப்ரொஜெக்டில் உனக்குத்தான் அதிக மதிப்பெண் கிடைக்கும்" என்றேன்.

ஆர்வத்தோடு "சீக்கிரம் சொல், மொர்மோ" என்றான்.

ஓ, என் லெமிங்குகளே,
ஆயிரக் கணக்கில்
கூட்டம் சேர்த்து குதித்துக்
குதித்து
எங்கே செல்கிறீர்கள்?
வைத்த சாமானை எடுக்கப் போவதுபோல
வழிமேல் குறிவைத்து
ஓடுகிறீர்களே,
ஏன்?
போகும் வழியில் உள்ள
புல், பூண்டு தாவரம் எல்லாம்
வதம் செய்து விரைகிறீர்களே

என்ன அவசரம்?
அரைநொடியும் ஆறாமல்
வயல்வெளி தாண்டி
ஆற்றையும் குளத்தையும்
நீந்திக் கடந்து
ஓடிக்கொண்டிருக்கிறீர்களே
கொஞ்சம் உங்களை
ஆசுவாசப்படுத்திக் கொள்ளக்கூடாதா?
கடலை நீங்கள் அடைந்ததும்
கால்கள் துவள
நீந்தி நீந்தி
மாய்ந்துகொள்ளப் போகிறீர்களே!
வரும் சந்ததிகளுக்கு
வழிவிடும் தியாகிகளே!
சற்று நில்லுங்கள்
உங்கள் முகங்களை
நான்
இன்னொருமுறை
பார்த்துக் கொள்கிறேன்,
நினைவில் வைக்க.

சொக்கன் யோசித்தபடியே இருந்தான். அவனுடைய சிறிய வதனம் வாடிவிட்டது.

"மொர்மோ, ஏன் இந்த லெமிங்குகள் இப்படிச் சாக வேணும்?"

"இவை அபூர்வமான பிராணிகள். தங்கள் சந்ததிகளுக்கு வழிவிட தங்களையே அழித்துக்கொள்ளுகின்றன. எவ்வளவு தியாக மனப்பான்மை?"

"மொர்மோ, வேறு மிருகங்கள் அல்லது பறவைகள் இப்படி இருக்கா?"

"எனக்குத் தெரிந்தமட்டில் மிருகம் கிடையாது. ஆனால், கிரேக்க புராணங்களில் ஒரு கற்பனைப் பறவை உண்டு; பெயர் பீஃனிக்ஸ். அரேபியாவின் பாலைவனங்களில் இது காணப்படும். ஒரேஒரு பறவைதான்; இதற்குத் துணையும் இல்லை; முட்டையும் இல்லை. ஐந்நூறு வருடங்கள் வரை ஜீவிக்கும். அதற்குப் பிறகு தானே சுள்ளிகள் பொறுக்கி அடுக்கி சூரிய வெப்பத்தில் பற்ற வைத்து அந்தச் சிதையில் விழுந்து தன்னை மாய்த்துச் சாம்பலாகி விடும். அதற்குப் பிறகு அந்தச் சாம்பலில் இருந்து இன்னொரு பீஃனிக்ஸ் பறவை தோன்றி இன்னொரு ஐநூறு வருடங்கள் வாழுமாம்."

"என்ன மொர்மோ, எல்லாம் இப்படிச் செத்துப் போகிற கதை சொல்கிறாயே!" என்று அலுத்துக்கொண்டான்.

"என் குட்டிப் பேரனே, பிறக்கும் உயிர்கள் எல்லாம் ஒரு நாளைக்கு இறக்கத்தானே வேண்டும். அதுவும் இந்த உயிர்கள் எவ்வளவு உயர்ந்தவை. இவை தங்கள் சந்ததி வளர்வதற்காக தங்களையே மாய்த்துக் கொள்கின்றன. பழசு போனால்தான் புதியது வரும்."

என் பேரன் கொஞ்ச நேரம் முகத்தை உம்மென்று வைத்துக் கொண்டிருந்தான். பிறகு "ஹால் காவ்ரன்! நீ பழசு, போ" என்று சொல்லி என் கன்னத்தில் தன் சின்னக் கையால் இடித்துவிட்டு ஓடிப்போனான்.

நான் சொன்ன கதையின் உண்மையைச் சோதிக்கும் படியான ஒரு திடுக்கிடும் சம்பவம் சீக்கிரத்திலேயே நடந்தது. உலகிலேயே மிகவும் முன்னேறிய நாடு ஸ்வீடன். அமெரிக்காவும் ஜப்பானும்கூட சில விஷயங்களில் பத்து வருடங்கள் பின் தங்கி விட்டார்கள் என்றுதான் சொல்லவேண்டும். அதற்குக் கருணை மரணம் (Euthansia) ஓர் உதாரணம். ஆற்றொனாக் கொடுநோயி னால் துன்புறுபவர்களும், தீராத வியாதி வந்தவர்களும், கருணை மரணத்துக்கு விண்ணப்பிக்க ஸ்வீடனில் சலுகை உண்டு. அது எல்லோருக்கும் தெரிந்ததுதான். ஆனால், உலகத்திலே எங்கும் காணாத ஓர் ஆச்சரியமான வழக்கம் கடந்த சில வருடங்களாக அரசாங்கத்தின் முழு ஆதரவோடும் இங்கே நடந்து கொண்டி ருந்தது.

எனக்கு இந்த நாடு பிடித்துவிட்டது. என்ன மாதிரி சுற்றுச் சூழலை பேணுகிறார்கள்? எப்படித் துரிதமாக விஞ்ஞானக் கண்டு பிடிப்புகளைத் தங்கள் மேம்பாட்டுக்கு பயன்படுத்துகிறார்கள்? ஆனாலும், சில விஷயங்களை என்னால் ஜீரணிக்க முடியவில் லையே! பக்கத்து வீட்டிலே ஒரு பிறந்ததின கொண்டாட்டம் நடந்தது. முதன்முறையாக எனக்கும் சேர்த்து ஓர் அழைப்பு வந் திருந்தது. அது என்ன மாதிரி கொண்டாட்டமென்று யாராவது முன்பே எனக்கு எச்சரிக்கை செய்திருக்கலாம். அப்படியானால் நான் போவதைத் தவிர்த்து இருப்பேன்.

ஹென்னிங்ஸன் அவருடைய பெயர். எழுபது வயதுக் கிழவர். அவருக்குத்தான் பிறந்த தினம். இருபதுபேர் மட்டில் வந் திருந்தார்கள். பெரிய கேக்கில் ஏழு மெழுகுவர்த்திகள் கொழுத்தி வைக்கப்பட்டிருந்தன. எல்லோரும் பாட்டுப் பாடி, வழக்கம்போல் கேக் வெட்டி சாப்பிட்டு, அதற்குப் பிறகு அதிவிசேஷமான

சாம்பெய்ன் மது அருந்தி வெண்ணெய்க் கட்டியும் சாப்பிட்டோம். பிற்பாடு ஹென்னிங்ஸன் ஒரு சிற்றுரை ஆற்றினார். அதில் தான் எழுபது ஆண்டுப்பிராயம் அடைந்து விட்டதாகவும், பூரண ஆரோக்கியத்துடன் நிறைந்த வாழ்வு வாழ்ந்ததாகவும், இனிமேல் கருணை மரணத்தைத் தழுவ முடிவு செய்ததாகவும் சொன்னார். எல்லோரும் எழுந்து நின்று கைதட்டி தங்கள் மகிழ்ச்சியைத் தெரிவித்தார்கள். ஒருவர் கண்களிலும் நீரில்லை. அவருடைய சொந்தப் பிள்ளைகள்கூட கவலைப்பட்டதாகத் தெரியவில்லை. எனக்கு அந்தக் காட்சி மனசைப் பிழிந்தது.

வழக்கமாக வந்த விருந்தினர்தான் பரிசுகள் தருவது வழக்கம். இங்கே பிரியாவிடை முகமாக கிழவர்தான் பரிசுகள் கொடுத்தார். ஒவ்வொருவருக்கும் ஒவ்வொன்று பரிசளித்தார். முன்பின் தெரியாத எனக்குக்கூட மூன்றாம் குஸ்ராவ் மன்னர் காலத்திய நாணயம் ஒன்றை தந்தார். விலை மதிப்பில்லாத நாணயம் அது என்று பின்னால் தெரிந்து கொண்டேன். விருந்தின் முடிவில் இரண்டு டாக்டர்கள் வந்து அவரை அழைத்துக் கொண்டு போய்த் தயாராக இருந்த ஒரு வாகனத்தில் ஏற்றிச் சென்றார்கள்.

அன்றிரவு எனக்குத் தூக்கம் வரவில்லை. முழு ஆரோக்கியத்துடனும் புத்தி சுவாதீனத்துடனும் உள்ள ஒருவர் இப்படிப் பட்ட முடிவு எடுப்பது சரிதானா? அரசுகூட இதை ஆதரிக்கிறதே! அரசாங்கத்தின் வாதமோ ஆணித்தரமாக இருந்தது. ஸ்வீடனில் இப்போது சராசரி வயது ஐம்பதுக்கு மேல் போய்விட்டது. இளைஞர் சமுதாயம் வெகுவாகக் குறைந்துவிட்டது. ஆனபடியால் அரசு எழுபது வயதிற்கு மேற்பட்டவர்கள் இப்படி விண்ணப்பம் செய்வதை வரவேற்கிறது. ஒருவர் இறந்தவுடன் அவருடைய எண் கம்ப்யூட்டரிலிருந்து நீக்கப்படுகிறது. உடனே அந்த இடத்தை ஒரு புதிதாகப் பிறக்கும் குழந்தை நிரப்பிவிடுகிறது. ஹென்னிங்ஸன் ஒரு விஞ்ஞானி. அவர் கண்டுபிடித்த சித்தாந்தங்கள் இன்றும் பாடப்புத்தகங்களில் இருக்கிறதாம். அவர் சாகவேண்டி அப்படி என்ன அவசியம்? எனக்கு இது மிகவும் அநியாயமாகப்பட்டது.

எங்கள் இதிகாசங்களில் பிராயோபவேசம் என்று சொல்லி யிருக்கிறது. பாரதப்போர் முடிவில் வில்லுக்கு அதிபதியான விதுரன் என்ன செய்தார்? காட்டிலேபோய் தர்ப்பைமீது படுத்து பிராயோபவேசம் செய்துகொண்டார். ஏன், சந்திர வம்சத்து மன்னர் யயாதி செய்தது என்ன? எவ்வளவு சுகம் அனுபவித்தாலும் யயாதிக்குப் போதவில்லை. கெஞ்சிக் கூத்தாடி மகனிடம்

இளமையைக் கடன் வாங்கிக்கொண்டார். இன்னொரு மூச்சு அனுபவிக்க வேண்டும் என்று ஆசை. பிறகு ஓர் ஆயிரம் வருடங்கள் அனுபவித்தார். அப்படியும் போதவில்லையாம். கடைசியிலே எல்லாவற்றையும் துறந்து காட்டிற்குப் போய் உயிரை விட்டார்.

இரவு இரண்டு மணி. வெளியே பார்த்தேன். சூரியனுடைய கதிர்கள் கீழ்வானத்தில் பரவிக் கிடந்தன. அப்படியே உறங்கி விட்டேன். இந்தச் சம்பவம் பெரிய தாக்கத்தை என்னுள் ஏற்படுத்தி விட்டது. ஆனால், மகனோ, என் மருமகள் ஸ்வென்காவோ இதைப் பெரிதுபடுத்தவில்லை. என் மருமகள்போல ஒரு பெண் இந்த உலகத்தில் கிடைப்பது அபூர்வம். எப்பவும் அவளுக்குச் சிரித்தபடியிருக்கும் கண்கள். ஆனால், சில சில்லறை விஷயங்கள் தான் எனக்குப் பிடிபடுவதில்லை. சொக்கன் பசியென்று ஓடிவந்து சாப்பாடு கேட்பான். ஸ்வென்கா கம்ப்யூட்டர் நம்பரை மட்டுமே சொல்லுவாள். பாவம், அவனே செய்து சாப்பிட வேண்டுமாம். தங்கள் வேலைகளைத் தாங்களே செய்யவேண்டும் என்பதில் மிகவும் பிடிவாதமாக இருந்தாள்.

மூன்றுநாள் சென்று ஹென்னிங்ஸனுடைய சாம்பலை ஒரு மரப்பேழையில் வைத்துக் கொண்டு வந்து பக்கத்து வீட்டில் கொடுத்தார்கள். அதைத் தோட்டத்திலே ஒரு நல்ல இடமாகப் பார்த்து அவர்கள் புதைத்து அதன் மேல் ஒரு 'பேர்ச்' செடியையும் நட்டார்கள். வில்லியம் கிறிஸ்ரர் ஹென்னிங்ஸன் என்ற விஞ்ஞானி தானாகவே 'பேர்ச்' செடிக்கு உரமாகத் தன்னை அர்ப்பணித்துக் கொண்டார்.

எங்களுடைய வீட்டைப்பற்றி நான் ஒன்றுமே சொல்ல வில்லை. ஸ்வீடனில் தொண்ணூறு வீதம் வீடுகள் எங்கள் வீட்டைப்போலவே இருக்கின்றன. நடுவீட்டில் வரவேற்பறையும், சமையல், சாப்பாட்டு அறைகளும் இருக்கும். கீழே அலுவலகம் படிப்பு அறைகளும், ஜிம் (தேகப்பியாசம்) அறையும் இருக்கும். மேலே படுக்கை, குளியல் அறைகள். எல்லோருக்கும் கம்ப்யூட்டர் முனைகள் உண்டு. பலவிதமான வேலைகளும் கம்ப்யூட்டர் மூலமாகவே நடைபெறும்.

ஸ்வென்கா முகம் சுழித்தோ, மனம்வருந்தி அழுதோ நான் கண்டது கிடையாது. முன்பே கூறியபடி அவளுக்கு எப்பவும் மலர்ந்த முகம்தான். தற்செயலாக அவள் ஒருமுறை அழுததை நான் பார்க்க நேரிட்டது. எனக்கு அடிவயிற்றை என்னவோ செய்தது.

ஒருநாள் வழக்கம்போல மூன்றுபேரும் கீழேயுள்ள ஜிம்மில் ஏரோபிக்ஸ் ஒரு மணித்தியாலம்வரை செய்துவிட்டு வந்தார்கள். மரக்காலணிகளுடன் அவர்கள் நடந்து வந்தபோது டக், டக் என்று வடிவாகத்தான் இருந்தது. என் மகனைப் பார்த்தேன். என்ன அழகாக இருக்கிறான். அந்தக் கண்களுடைய ஒளி என்ன சுபாவமாக வீசுகிறது. ஸ்வென்கா 'லியோரார்ட்' உடுப்பில் உயர மாகத் தோன்றினாள். என் கண்ணே பட்டுவிடும்போல இருந்தது. சிறு துளி வியர்வை பிரகாசிக்க அப்ஸரஸ் போலத்தான் வந்தாள். அவளுக்கு ஆறுவயதுப் பையன் இருப்பதாகச் சொன்னால் யாராவது நம்புவார்களா? கன நீர் பற்றி ஆராய்ச்சி செய்கிறாளே என்று எண்ணுவேன்.

இவளுடைய இடை என்ன இப்படி இருக்கிறது. பதினேழு வயதுப் பெண்போல. ஒருநாள் நான் கேட்டுவிட்டேன். அவள் சிரித்துவிட்டு சொன்னதைக் கேட்ட நான்தான் அதிர்ச்சியடைந் தேன். அர்ஜுன்கூட எனக்கு இதுவரை இதைப் பற்றிச் சொல்ல வில்லையே!

என் மகனுக்கு 29 வயது நடக்கும்போது இவர்கள் மணம் செய்து கொண்டார்கள். முதலில் என்னமாதிரி குழந்தைவேணும் என்று தீர்மானித்துக்கொண்டார்களாம். இவள் தங்கநிறத் தலை மயிர் வேண்டும் என்றாள்; அர்ஜுனோ பெரிய நீலக்கண்கள் கொண்ட ஓர் ஆண்மகவு என்றானாம். கருவங்கியிலே போய் தங்கள் கருக்களைக் கொடுத்தார்கள். அவர்கள் லபோரட்டரி யில் கருக்களை இணைத்துக் கம்ப்யூட்டர் மூலம் கணித்து, சிசு எதிர்காலத்தில் எப்படிப் பரிமளிக்கும் என்று கூறிவிடுவார்கள். இவர்கள் போய்ப் பார்த்தபோது கம்ப்யூட்டரில் ஆறு உற்பத்தி நிலை சிசுக்களைக் காட்டினார்களாம். நோய், நொடி இல்லாத ஆரோக்கியமான நிலையில் தங்கத்தலைமயிரும் நீலக்கண்களும் கொண்ட ஓர் ஆண் சிசுவை இவர்கள் தெரிவு செய்தார்களாம்.

அதற்குப் பிறகு இரண்டு மாதம் சிசு லபோரட்டரியிலேயே வளர்ந்தது. பிறகுதான் சங்கடம். செவிலித் தாயைத் தேட வேண்டும். ரஸ்யாவில் இருந்து ஏழைப் பட்டாளம் இதற்காகவே வருவார்கள். ஒரு பிள்ளையை ஐந்து மாதம் வரை சுமப்பதற்குச் சுமை கூலி கேட்பார்கள். ஐந்துமாத முடிவில் பிள்ளையை சிசேரியன் முறையில் வெளியே கொண்டு வந்துவிடுவார்கள். பிறகும் இன்னொரு இரண்டு மாதம் குழந்தை சூட்டுப் பேழையில் வளரும். அதற்குப் பிறகுதான் குழந்தையைக் கையிலே தூக்கிக் கொடுப்பார்கள். அப்படித்தான் ஹோர்கன் பிறந்ததாக அவள் கூறினாள்.

"அப்ப, நீ பெறவே இல்லையா?" என்று கேட்டேன், அதிர்ந்துபோய்.

"ஹோர்கன் உங்கள் மகனுடைய கருவும், என்னுடைய கருவும் சேர்ந்து உண்டான பிள்ளை. முழுக்க முழுக்க எங்கள் பிள்ளை; ரஷ்யக்காரி வெறும் சுமை கூலிக்காரிதான். அவளுக்கு நாங்கள் ஒப்பந்தப்படி ஐந்து மாதங்களுக்கு 20000 யூரோ டொலர் கொடுத்தோம். அவளுக்கு இது பெரிய காசு, இரண்டு வருடத் திற்குப் போதுமானது" என்றாள். ஸ்வென்காவின் உடம்பின் லாவண்யம் எனக்கு அப்போதுதான் முற்றிலும் புரிந்தது.

அன்று ஜிம்மிலிருந்து வந்து கம்ப்யூட்டரில் அன்றைய முக்கிய செய்திகளைப் படித்தாள். இங்கே பத்திரிகைகள் வீட்டுக்கு வருவது கிடையாது. சந்தா கட்டிவிட்டால் வேண்டிய செய்தி களை வீட்டிலேயே பார்த்துக்கொள்ளலாம். தேவையானதை பிரிண்ட் பண்ணியும் வைக்கலாம். எவ்வளவு பேப்பர் மீதமாகிறது?

அடுத்து, கம்ப்யூட்டரில் வந்த ஈமெயில் கடிதங்களைப் படித்துவிட்டு திடீரென்று அழத் தொடங்கிவிட்டாள். அவள் அப்படி அழுது நான் பார்க்கவேயில்லை. அர்ஜுன் ஓடிவந்தான். அவனும் பார்த்துவிட்டு திகைத்துப்போய் சிறிது நேரம் நின்றான். பிறகு ஸ்வென்காவைத் தேற்றினான். அவளுடைய அழுகை அடக்க முடியாமல் நீண்டுகொண்டேபோனது.

விஷயம் இதுதான். இவர்கள் இரண்டாவது பிள்ளை பெறுவதற்குப் போட்ட மனுவை அரசாங்கம் நிராகரித்துவிட்டது. அது ஒரு பெண் குழந்தையாம்; உயரம் ஐந்து அடி எட்டு அங்குலம். கறுப்பு தலைமயிரும், கபிலநிறக் கண்களுமாக இருக்கு மாம். கரு உற்பத்தியான நாளிலிருந்து மூன்று வருடமாகிவிட்ட தாம். "எப்போ இவர்கள் அனுமதி தரப்போகிறார்கள்? இது என்ன அநியாயம்! என் சிநேகிதிகள் எல்லோருக்கும் கிடைத்துவிட்டதே! எனக்கு மட்டும் ஏன் இப்படி? இதைக் கேட்பாரில்லையா?" என்று விம்மி விம்மி அழுதாள்.

அர்ஜுன் அவளைத் தேற்றி எல்லாவற்றையும் விளக்கினான். கம்ப்யூட்டரில் அவர்கள் விண்ணப்பம் இருக்கிறது. ஒவ்வொரு பிறப்பும் இறப்பும் அங்கே பதிவாகிறது கம்ப்யூட்டர் இவற்றைக் கணக்குப் பண்ணிக்கொண்டே வரும், அவர்கள் முறை வந்ததும் அனுமதி தானாகவே கிடைத்துவிடுமென்று ஆறுதல் கூறினான். எனக்கு ஸ்வென்காவைப் பார்க்கப் பாவமாக இருந்தது. அவளுடைய நெஞ்சுக்குள் இப்படியான ஒரு தீராத கவலை இருக்கும் விஷயம் எனக்கு அன்றுவரை தெரியாது.

இது நடந்து பிறகு ஒரு குளிர் காலத்தையும் நான் முற்றிலும் பார்த்துவிட்டேன். குளிர்காலத்தை நினைத்து மிகவும் பயந்து கொண்டே இருந்தேன். ஆனால், தப்பிவிட்டேன். வீட்டைச் சூரிய சக்தியைப் பயன்படுத்தி, தகுந்த வெப்பநிலையில் வைத்திருந் தார்கள். அத்துடன், நான் இப்பவெல்லாம் ஏரோபிக்ஸும் செய்ய பழகிக்கொண்டேன். என்னுடைய குரு வேறு யார்? சொக்கன் தான். நல்ல ஆரோக்கியமாக இருக்க முடிகிறது. சுவாசிக்கும் காற்று மிகவும் சுத்தம். காற்றுச் சூழலைப் பேணுவதற்கு அதிக முக்கியத்துவம் கொடுக்கிறார்கள். இயற்கையோடு ஒட்டிய வாழ்க்கை. எனக்குச் சந்தோஷமாக இருந்தது.

ஒருநாள் கம்ப்யூட்டரில் எனக்கு ஒரு செய்தி வந்தது. நான் ஆச்சரியப்பட்டு விட்டேன். அதுதான் எனக்கு முதன்முறை அப்படிச் செய்தி வருவது. விட்டமின் டீ. சத்துக் காணாது என்றும், புரதச் சத்தைக் குறைக்கும்படியுந்தான் செய்தி. எனக்கு வியப்புத் தாங்கவில்லை. என் மகன்தான் விளக்கினான். "கம்ப்யூட்டர், நாங்கள் சாப்பிடுவதைக் கணித்தபடியே இருக்கிறது. அத்துடன் மாதாமாதம் எங்கள் இரத்தம், சிறுநீர், இரத்த அழுத்தம், இதயத் துடிப்பு முதலிய கணிப்புகளைக் கம்ப்யூட்டரில் பதிவு செய்து கொண்டே வருகிறோமல்லவா? இவற்றையெல்லாம் கம்ப் யூட்டர் கிரகித்து அப்பப்போ நோய் வருவதைத் தடுக்க குறிப்புகள் கொடுத்தவண்ணமே இருக்கும். இங்கேயெல்லாம் வருமுன் தடுப்பதில் அரசாங்கம் மிகவும் எச்சரிக்கையாக செயல்படுகிறது" என்றான்.

ஒருமுறை அர்ஜுன், ஸ்வென்காவையும், என்னையும் கருவங்கிக்கு கூட்டிச் சென்றான். அங்கே சேமித்து வைத்த இவர்களுடைய கருநிலை சிசுக்களை கம்ப்யூட்டரில் போட்டுப் பார்க்க அனுமதி கிடைத்தது. எல்லாமாக பதினேழு பெண் கருக் கள் தயார் நிலையில் இருந்தன. ஸ்வென்கா தான் தெரிவு செய்த பெண் குழந்தைக்கு 'காமாட்சி' என்ற பேரைப் பதிவு செய்திருந் தாள். அது என்னுடைய தாயாருடைய பெயர். என் மனம் நெகிழ்ந் தது. அந்தப் பதினேழு குழந்தைகளிலும் காமாட்சிதான் கண்ணைப் பறிக்கும் அழகியாக இருந்தாள். இருபத்தொரு வயது வரைக்கும் கம்ப்யூட்டரில் அவளுடைய பரிணாம வளர்ச்சியை அவதானித்துக்கொண்டே வந்தோம். விதவிதமான தலை அலங் காரம் செய்து, வெவ்வேறு உடைகளில் அவளைக் கண் குளிரப் பார்த்தோம். டென்னிஸ் போன்ற விளையாட்டுகளில் அவள் வீராங்கனையாக விளங்குவாளாம்; மனிதவியல் போன்ற பாடங் களில் அவளுக்கு இயற்கையான திறமை இருக்குமாம். அப்படியே

கொஞ்ச நேரம் பார்த்துக்கொண்டிருந்தோம். ஸ்வென்காவின் கண்களில் நீர்த் துளி. எனக்கே அழுகையாக வந்தது.

அப்போது ஸ்வென்கா ஒரு செய்தி சொன்னாள். இப்போ தெல்லாம் செவிலித் தாய்மார் மிகவும் மலிவாகக் கிடைக்கிறார் களாம். ரஷ்யா, லட்டின் அமெரிக்கா, அரபு நாடுகளில் இருந் தெல்லாம் பெண்கள் வந்து குவிந்தபடியே இருக்கிறார்கள். சூரிய சக்தியின் உபயோகம் உலகத்தில் வேகமாகப் பரவி விட்டதால் அரபு நாடுகளில் எண்ணெய் விலை போகாமல் வறுமை பீடித்து விட்டதாம். அங்கேயெல்லாம் செவிலிப் பெண்களுக்குப் பஞ்ச மில்லை; ஸ்வீடன் அரசாங்கத்தின் அனுமதியில்தான் பஞ்சமாம்.

அப்போது என் மகன் இன்னொரு ஆச்சரியமான தகவலை யும் சொன்னான். ஸ்வீடனில் அநேகமாக எல்லோரும் செவிலித் தாய் முறையைத்தான் கையாளுகிறார்கள். குழந்தைகளையும் சிசேரியன் முறையில்தான் பிறக்க வைக்கிறார்கள். இதுதான் தாய்க்கும் சேய்க்கும் சிறந்தமுறை என்று கருதப்படுகிறது. இப் பொழுது அமெரிக்கா, ஜப்பான் போன்ற இடங்களில் இருந்துகூட சில பெண்கள் வருகிறார்கள். ஒப்பந்தம் இல்லாமல் இலவச மாகவே பிள்ளையைச் சுமக்க அவர்கள் சம்மதிக்கிறார்களாம். ஆனால், பிள்ளை இயற்கை முறையில்தான் பிறக்க வேண்டுமாம்; சிசேரியன் ஆகாதாம். அவர்களுக்குப் பிள்ளை பெறும் அனுப வத்தை உண்மையிலேயே அனுபவிக்க ஆசை. ஓர் அமெரிக்கப் பெண்மணி தான் நிஜமாகவே பிள்ளை பெற்ற அனுபவத்தைப் புத்தகமாக எழுதி நிறையப் பணம் சம்பாதித்து விட்டாளாம்.

“இந்தியா, சீனா, ஸ்ரீலங்கா போன்ற இடங்களிலிருந்து செவிலித் தாய்மார் கிடைக்க மாட்டார்களா?” என்று கேட்டேன், நான்.

“அவையெல்லாம் முன்னேறிய நாடுகள். அங்கேயிருந் தெல்லாம் மலிவாகக் கிடைக்க மாட்டார்கள்,” என்றான் அர்ஜுன்.

நாங்கள் திரும்பி வரும்போது நான் இதே யோசனையாக இருந்தேன். நான் என் மகனை வயிற்றிலே பத்து மாதம் சுமந்ததை நினைத்துப் பார்த்தேன். அப்போது எனக்கு வயது முப்பது மண முடித்து ஐந்து வருடங்கள். கணக்கில்லாத விரதங்கள் அனுஷ் டித்து, தவமிருந்து 1983ஆம் ஆண்டு ஆடி மாதக் கலவரத்தில் அவனைப் பெற்றேன். அது எவ்வளவு கஷ்டமான காலம்! தெஹி வளை ஆஸ்பத்திரியில் என் மகன் பிறந்த இரண்டாவது நாளே கலவரம் தொடங்கிவிட்டது. அந்த வார்டில் நான் ஒருத்தி

மாத்திரமே தமிழ். பயந்து நடுங்கிக்கொண்டு இருந்தேன். மூன்றாம் நாள் இரவு இரண்டு நர்ஸ்மார் என்னைச் சுட்டிக்காட்டி ஏதோ பேசிக்கொண்டிருந்தார்கள். எனக்கு பயம் பிடித்துவிட்டது. அன்று இரவே ஒருவருக்கும் தெரியாமல் பிள்ளையையும் எடுத்துக் கொண்டு ஓடிவிட்டேன். இன்றுகூட அதை நினைக்கும்போது எனக்குக் குலை நடுங்கும். அன்று அதை எப்படிச் செய்தேனோ தெரியாது?

பத்து மாதம் சுமப்பது என்பது கதையாகி விட்டது. இப் போது ஐந்து மாதம் என்று ஆகிவிட்டது. விஞ்ஞானிகள் இன்னும் தொடர்ந்து வேலை செய்கிறார்கள். இந்த ஐந்து மாதம்கூட மேலும் சுருங்கி மூன்று மாதம்கூட ஆகலாம்; ஒரு வேளை ஒரேயடியாக பிள்ளைப் பேறே தேவையில்லாமல் போகலாம். விஞ்ஞானம் போகிற போக்கில் என்ன நடக்கும் என்று யாரால் கூற முடியும்?

கார் பல வெறுமையான கட்டடங்களைத் தாண்டி போய்க் கொண்டிருந்தது. புதிதாகக் கட்டடங்கள் கட்டுவது எப்பவோ நின்றுபோன ஒரு காரியம். ஆக, செப்பனிடும் வேலைகள்தான் இப்பவெல்லாம் செய்கிறார்கள். பழைய கட்டடங்களை என்ன செய்வது என்று அரசாங்கம் இன்னும் முடிவு எடுக்கவில்லை. முந்தின வங்கிக் கட்டடங்கள், பள்ளிக்கூடங்கள், அலுவலகங்கள் எல்லாம் சீந்துவாரின்றிக் கிடந்தன. ஆஸ்பத்திரிகள்கூட குறைந்து விட்டனவாம். எல்லோரும் வீட்டிலிருந்தே அலுவலக வேலை களைப் பார்க்கிறார்கள்; வாரத்தில் ஒருமுறைதான் போய் வரு கிறார்கள்.

வங்கிகள் பத்திலே ஒன்பது மூடிவிட்டன. காலியான கட்ட டங்களை சமுதாய நலச் சங்கங்களுக்கு விட்டுவிட்டார்கள். அநாதைகளே கிடையாது, ஆனபடியால் அநாதை ஆசிரமங்களும் இல்லை. முன்புபோல கூன், குருடு, செவிடாகவும் ஒருத்தரும் பிறப்பதில்லை; ஜனத்தொகையும்கூடப் போவதில்லை. ஒரே வழி, கட்டடங்களையெல்லாம் இடித்துப் பூங்காக்களாக மாற்று வதுதான்; அதுதான் அரசாங்கம் இது பற்றித் தீவிரமாக சிந்தித்துக் கொண்டு வருகிறதாம். மனிதன் முன்னேற, முன்னேற பிரச்சினை களும் புதிதாகத் தோன்றியவண்ணம் இருக்கின்றன.

ஸ்வென்கா இயற்கையிலேயே ஒரு குதூகலமான பெண். ஆனபடியால் பெண் குழந்தை இல்லாத குறையைப் பெரிது படுத்தி எப்பவும் மனதைப் போட்டு வருத்திக் கொள்பவளல்ல. இருந்தாலும் சில வேளைகளில் இந்தச் சோகம் அவளை மிகவும் பாரத்துடன் தாக்கும். அந்தச் சமயங்களில் ஸ்வென்கா சிறிது ஆடிவிடுவாள். மற்றும்படி தன்னுடைய ஆராய்ச்சியிலும், குடும் பத்தைப் பராமரிப்பதிலுமே கவனமாக இருந்தாள்.

ஆனாலும் ஸ்வென்கா தன் போராட்டத்தைத் தளர்த்த வில்லை; தன்னுடைய விண்ணப்பத்தைப் பற்றி அரசாங்கத்துக்குத் திருப்பித் திருப்பி நினைவூட்டிக்கொண்டே இருந்தாள். ஆறு வருடங்களாகத் தன் கோரிக்கை கவனிப்பாரற்றுக் கிடப்பதை வெகு தயவாக சுட்டிக் காட்டினாள். இப்பொழுது சொக்கனுக்குப் பத்து வயது நிரம்பிவிட்டது. நாங்கள் எல்லோரும் முற்றிலும் நம்பிக்கை இழந்து விட்டோம்; ஆனால், ஸ்வென்கா அயரவில்லை. அப்பொழுதுதான் ஸ்வென்காவுக்கு மாத்திரமல்ல, இன்னும் எத்தனையோ இளம் தம்பதியருக்கும் விமோசனம் அளிக்கும் வகையில் ஒரு புதிய சட்டம் பிறந்தது.

சட்டம் இதுதான்: எழுபது வயதுக்கு மேலான ஒருவர் கருணை மரணத்தைத் தழுவுவாராயின் அவர் தன்னால் ஏற்படும் காலி ஸ்தானத்தைத் தனக்கு நெருங்கிய ரத்த உறவுள்ள ஒருவருக்கு அளிக்கலாம். அவ்வளவுதான். இந்தச் செய்தி அறிக்கையைத் தொலைக்காட்சியில் திருப்பித் திருப்பிக் காட்டினார்கள். இளம் தம்பதியரும், இளைய தலைமுறையினரும் கூட்டம் கூட்டமாக நின்று இந்தச் சட்டத்தை வரவேற்றுக் கொண்டாடினார்கள். சில பார்களிலே இலவச சாம்பெய்ன் வழங்கிக் குடித்து இரவு முழுக்க ஆடி மகிழ்ந்தார்கள். இந்தச் சட்டம் இவ்வளவு பாரதூரமான விளைவுகளை ஏற்படுத்தும் என்று அரசாங்கம்கூட எதிர்பார்க்க வில்லை.

இது நடந்த வருடம் 2022. இந்த வருடத்தில் இன்னொரு முக்கியமான சம்பவம் நிகழ்ந்தது. இருநூறு வருடங்களாகத் தொடர்ந்த முடியாட்சி ஒழிந்து கிறிஸ்டீனா ராணி முடி துறந்ததும் இந்த வருடம்தான். சில வாரங்களில் என்னுடைய பிறந்த நாள் வந்தது. நான் இப்பவெல்லாம் சொக்கனுடன் கொஞ்சம் கொஞ்ச மாக ஸ்வீடிஷ் மொழியில் பேசக் கற்றுக்கொண்டேன். அவன் 'ஹால் காவ்ரன்' என்றால் நானும் திருப்பி 'ஹால் காவ்ரன்' என்று சொல்லிவிடுவேன். எங்களுக்குள் எவ்வளவோ ரகஸ்யங்கள். என் மகன் சிறுவயதில் எப்படி இருந்தானோ அப்படியே இவனும் அச்சாக இருந்தான். சொக்கன்தான் சொன்னான், இன்றைக்கு எனக்குப் 'பெரிய விருந்து' என்று. நான்தான் முட்டாள்போல அதை முற்றிலும் கிரகிக்கத் தவறிவிட்டேன்.

அன்று இரவு எங்கள் வீட்டில் ஓர் இருபது பேர் மட்டில் கூடிவிட்டார்கள். பெரிய வட்டமான கேக். ஏழு மெழுகுவர்த்திகள் அதை அலங்கரித்தன; ரிப்பன் கட்டியபடி பக்கத்திலே ஒரு கத்தி. நான் என்னிடம் இருந்த சேலைகளில் மிகவும் உயர்ந்ததைக் கட்டிக் கொண்டேன். கண்ணாடியில் பார்த்தேன், எழுபது வயதுபோல் தோன்றவே இல்லை. எனக்கு என் கணவருடைய ஞாபகம் வந்து கண் கலங்கியது.

நான் அறைக்குள் காலடி வைத்ததும் எல்லோரும் எழுந்து நின்று கைதட்டி ஆரவாரித்து என்னை வரவேற்றார்கள். கேக்கை வெட்டினேன். விருந்தினர்கள் ஒவ்வொரு துண்டு எடுத்துக் கொண்டார்கள். அதன் பிறகு சாம்பெய்னும், வெண்ணெய்க் கட்டியும் பரிமாறப்பட்டது.

அப்பொழுதுதான் என் மகனுடைய கண்களைப் பார்த் தேன். அந்தக் கண்களின் ஆழத்தை என்னால் என்றும் காணவே முடியாது. சிறுபிள்ளையாக மடியில் கிடத்தி அவன் கண்களையே நான் பார்த்துக்கொண்டிருந்தது எனக்கு ஞாபகத்துக்கு வந்தது. என் அன்பு மகனே, உன் கண்கள் என்ன சொல்கின்றன? என் கால்கள் துவண்டன.

என் சிற்றுரையை வழங்க நான் விருந்தினர்களை நோக்கி மெதுவாக நடந்தேன்.

◆

முழு விலக்கு

கணேசானந்தனுக்குத் தன்னுடைய பெயரைப் பிடித்திருந்தது; ஆனால், அது ஆப்பிரிக்காவுக்கு வரும் வரைக்கும்தான். இங்கே அவனுடைய பெயர் செய்த கூத்தை விவரிக்க முடியாது. போகிற இடமெல்லாம் முழுப் பெயரையும் எழுதும்படி கேட்பார்கள். 'தாமோதிரம்பிள்ளை கணேசானந்தன்' என்று விஸ்தாரமாக இவன் எழுதி முடிப்பதற்கிடையில் அவர்கள் தங்கள் சுருண்ட தலைமுடியைப் பிய்த்துக்கொண்டு நிற்பார்கள். குடும்பப் பெயர், நடுப்பெயர், கிறிஸ்டியன் பெயர், முதற் பெயர் என்று மாறி மாறி ஏதாவது கேட்பார்கள். இவனுக்கும் அலுத்துவிடும். சில வேளைகளில் 'தலையா, பூவா' போட்டு ஒரு பேரை எழுதி வைப்பான். சில சமயங்களில் சண்டை போட்டும் பார்ப்பான். "நான் இந்து; எனக்கு கிறிஸ்டியன் பெயர் கிடையாது" என்று கெஞ்சினாலும் விடமாட்டார்கள். ஏதாவது ஒன்றை எழுதச்சொல்லி நிர்ப்பந்திப்பார்கள்.

ஒருமுறை உச்சக்கோபத்தில் தன்னுடைய முழுப் பெயரையும் இரண்டு வரிகளில் எழுதிவிட்டு, "ஐயா, என்னுடைய எல்லாப் பெயர்களும் இதற்குள்ளே அடக்கம்; உங்களுக்கு எந்தெந்தப் பெயர் தேவையோ அவற்றை இதிலிருந்து பிய்த்து எடுத்துக் கொள்ளுங்கள்" என்று கூறிவிட்டான். கடைசியில், வந்து பல வருடங்களுக்குப் பிறகுதான் இதற்கான ஒரு சுலபமான வழியைக் கண்டுபிடித்தான். 'கணே சா நந்தன்' என்ற பெயரை மூன்று பகுதிகளாக பிரித்து 'கணே சா நந்தன்' என்று அமைத்துக்கொண்டான். அவர்கள் விருப்பப்படியே எல்லாப் பெயர்களும் அதனுள் அடக்கம். இவனுக்கும் தொல்லைவிட்டது.

ஆப்பிரிக்காவிலுள்ள அந்தக் குடிவரவு அலுவலகத்துக்கு இத்துடன் பலமுறை அவன் வந்துவிட்டான். கொடுத்த பாரங்களையெல்லாம் வெகு நேர்த்தியாக பூர்த்தி செய்தான். பெயர்கள் இப்போது தொல்லை கொடுப்பதில்லை. பத்து வருடங்களுக்கு மேலாக தொடர்ந்து ஆப்பிரிக்காவிலேயே தங்கி விட்டதால்

நிரந்தரக் குடியுரிமை விரைவிலேயே கிடைத்துவிடும் என்று எதிர்பார்த்தான். மேலதிகாரியைப் பார்ப்பதற்காக அவன் காத் திருந்தான்.

அலுவலகம் இப்போது கொஞ்சம் சுறுசுறுப்பு அடையத் தொடங்கியிருந்தது. ஒவ்வொருவராக வந்து தங்கள் இருக்கைகளில் அமர்ந்து பைல்களை இழுத்து தூசு தட்டத் தொடங்கினார்கள். தோடம்பழக் கூடைக்காரி ஒருத்தி உள்ளே வந்து மேசை மேசை யாகப்போய் விலைபேசி விற்றபடியே வந்து கொண்டிருந்தாள். எல்லாமே தோல் சீவி வைத்த நேர்த்தியான பழங்கள். தடிமாடு போன்ற ஒருத்தன் வந்து இலவசமாக ஒரு பழத்தைக் கைவிட்டு எடுத்துவிட்டான். கையை நீட்டி அடித்து அதைப் பறித்துவிட்டு இடுப்பிலே கையை வைத்து ஆர்த்த குரலெடுத்து அவனுடைய குலதர்மம் பிசகாமல் அவனை வையத் தொடங்கினாள் அவள். நல்ல நல்ல அசிங்கமான வார்த்தைகளைப் பொறுக்கியெடுத்துத் திட்டினாள். ஒருவரும் கண்டுகொள்ளவில்லை. எல்லாரும் தங்கள் தங்கள் தோடம் பழங்களில் கருமமே கண்ணாயிருந்தனர். பழத்தில் சிறு ஓட்டை துளைத்து, ஒரே உறிஞ்சில் முழுச்சாற்றையும் உள்ளி ழுத்து, கொட்டைகளை 'தூதூ' என்று காலடியில் துப்பி, நிமிடத் தில் மூன்று நான்கு பழங்களைக் கணக்குத் தீர்க்கும் கலையில் அவர்கள் சூரர்கள்.

சங்கீதா ஆப்பிரிக்காவுக்கு வந்து கணேசானந்தனைப் பதிவுத் திருமணம் செய்து இரண்டு வருடங்களாகி விட்டன. ஆனால், இவனுடைய சங்கடம் இன்னும் தீர்ந்தபாடில்லை. நிச்சயமாக குடியுரிமை கிடைக்கும்வரை பிள்ளை பெற்றுக்கொள்வதில்லை என்று சங்கீதா பிரதிக்ஞை செய்திருந்தாள். எத்தனையோ பேர் எத்தனையோ விதமான பிரதிக்ஞை எடுக்கிறார்கள். ஆனால், இவள் மங்கம்மா செய்தது போல் அவசரப்பட்டு இப்படி ஒரு சபதம் செய்துவிட்டாளே! இவனும் எவ்வளவோ சொல்லிப் பார்த்தான். காலை முடக்கி முரண்டு செய்யும் மாடுபோல மறுத்து விட்டாள்.

இவர்களுடைய காதல் யாழ்ப்பாணத்தில் வேம்படியில் அரும்பியது. கணேசானந்தன் அப்பொழுது சென்ட்ரல் கல்லூரி யில் படித்துக்கொண்டிருந்தான். அவனுடைய பள்ளி விட்டதோ இல்லையோ வேம்படி பள்ளி விடும் நேரமாகப் பார்த்துத் துடித்துக் கொண்டு சைக்கிளிலே பாய்ந்து போய்விடுவான். மணிக்கூண்டு வீதி வழியாக அவன் வேகமாக மிதிக்கவும் அவள் வரவும் நேரம் சரியாக இருக்கும். வெள்ளை மலரை அள்ளி வீசியதுபோல வெள்ளைச் சீருடை தேவதையர்கள் வந்து கொண்டிருப்பார்கள்.

அவர்களிலே இவள்தான் உயரம். வாழைத்தார்போலத் திரண்டிருக்கும் கூந்தலை இரட்டைச் சடையாகப் போட்டிருப்பாள். அவளுடைய விசேஷம் கண்கள்தான். சஞ்சலப்படும் கண்கள் என்று சொல்வார்களே, அப்படி ஒரு நிலையில் நில்லாத கண்கள். நிமிர்ந்து ஒருமுறை கண்ணை வீசிவிட்டுப் போய்விடுவாள். அந்தக் காலத்திலேயே விடாமுயற்சிக்குப் பேர்போனவன் கணேசானந்தன். ஒருவருட காலம் இப்படித்தான் கண்ணிலேயே செலவழிந்தது.

புட்டுக்குத் தேங்காய் போட்டதுபோல விட்டுவிட்டு தொடர்ந்த பெருமை கொண்டது இவர்கள் காதல். பல்கலைக் கழகத்தில் இவன் படிக்கப்போன பின்பு காதல் தொடர வழியின்றி தேங்கிவிட்டது. படிப்பை முடித்துவிட்டு வேலை தேடிக்கொண்டிருந்த சமயம்தான் மறுபடி அவளுடைய தரிசனம் கிடைத்தது. கிடுகிடுவென்று வளர்ந்து விட்டாள். கண்கள் முகத்தில் சரி பாதியை அடைத்துக்கொண்டு கிடந்தன. முதல்முறையாக அவளுடன் பேசினான். இரண்டுமுறை பல்கலைக் கழக தேர்வு எழுதியும் சரிவரவில்லையாம். பெற்றோருக்கு மாத்தளைக்கு வேலை மாற்றம் கிடைத்தபடியால் கொழும்பு விடுதி ஒன்றில் தங்கி கம்ப்யூட்டர் படிக்கிறாளாம். கம்ப்யூட்டர் ஒரு பாஷனாக இருந்த காலம் அது.

அந்த நாலு வருடங்கள் கணேசானந்தனுக்கு நிரந்தரமான வேலையில்லை. தொட்டுத்தொட்டுத் தற்காலிகமாக நிறைய வேலைகள் பார்த்தான். சங்கீதா ஒரு வங்கியிலே வேலைக்குச் சேர்ந்துவிட்டாள். அந்தச் சமயம்தான் அவனுக்கு ஒரு நண்பனின் உதவியால் ஆப்பிரிக்காவில் ஒரு வாத்தியார் உத்தியோகம் கிடைத்தது. மூன்று வருட ஒப்பந்தம். நல்ல சம்பளம். சங்கீதாவிடம் தன் காதலை வெளியிடுமுன் நிலையான ஒரு வேலை கிடைக்க வேண்டும் என்ற அவன் பிரார்த்தனை நிறைவேறி விட்டது.

புறப்படுமுன் இவன் போய் சங்கீதாவிடம் விடைபெற்றது ஒரு சுவையான சம்பவம். அதை எத்தனையோ தடவை தனிமையில் நினைத்து நினைத்து அனுபவித்திருக்கிறான். விடுதியிலே? கீழே அவளுக்காகக் காத்துக்கொண்டிருந்தான். மேல் வீட்டிலிருந்து படிகளிலே குதித்துக் குதித்து அவள் சுபாவப்படி இறங்கி வந்தாள், தேவதை ஒன்று வானுலகில் இருந்து இறங்குவதுபோல. இவன் இருப்பதை அவள் காணவில்லை. கீழே இருந்த ஒரு நிலைக் கண்ணாடியின் முன் இளைக்க இளைக்க ஒரு செகண்ட் நின்று தலைமுடியைச் சரி செய்துகொண்டாள். இமையை நீவி விட்டாள். திரும்பியவள் இவனைக் கண்டு வெட்கித்துப்போனாள்.

ஒரு பெண் ஒருவனுக்காகத் தன்னைச் செம்மைப் படுத்துகிறாள் என்ற நினைவு அவனுக்கு எவ்வளவு களிப்பூட்டும்! அன்று தனிமையில் இருவரும் நெடுநேரம் கதைத்துக்கொண்டு இருந்தார்கள். அடுத்த நாள் அவன் வெளிநாடு போவதாக இருந்தான். அன்று எப்படியும் தன் காதல் மாளிகையின் மேல் கதவைத் தட்டுவது என்ற தீர்மானத்தோடுதான் அவன் வந்திருந்தான். மனத்தில் துணிவு இருந்த அளவுக்கு கையில் பலமில்லை. கடைசியில் பிரியும் சமயத்தில், மைமலான அந்த மழைநாளில் ஒரு மூலையில் அவளைத் தள்ளிக்கொண்டு போய் வைத்து, உத்தேசமாக அவள் இதழ்களைத் தேடி ஒரு முத்தம் பதித்துவிட்டான். பெட்டைக்கோழி செட்டைகளைப் படபடவென்று அடிப்பது போல் அவள் இரண்டுகைகளாலும் அவன் கழுத்தைக் கட்டி உதறினாள். அவள் தள்ளினாளா அல்லது அணைத்தாளா என்பது கடைசிவரை அவனுக்குத் தெரியவில்லை.

பிளேனில் பறக்கும்போது அவளுடைய சிந்தனையாகவே இருந்தான். விமானத்தில் யோசித்து வைத்து பதில் எழுதும்படி அவள் ஒரு விடுகதையும் சொல்லியிருந்தாள். அவர்களுடைய காதலுக்கும் அதற்கும் சம்பந்தம் இருக்கிறதாம்.

'ஒரு மரம்; ஆனால், இரண்டு பூ
அந்த மரம் என்ன? பூ என்ன?'

இவனும் யோசித்து யோசித்துப் பார்த்தான்; புரிபடவில்லை. பன்னிரெண்டு வருடம் அவனைக் காக்கவைத்துவிட்டுத்தான் விடையைக் கூறினாள்.

'மரம்: தென்னை மரம்.
பூ: தென்னம்பூ, தேங்காய்பூ'

அவன் ஆப்பிரிக்கா போனபிறகு அவர்கள் காதல் வலுப்பெற்றது கடிதங்கள் மூலமாகத்தான். துணிந்து இவன் தன் காதலை பிரகடனப்படுத்தினான். மூன்று வருட ஒப்பந்தக் காலம் முடிந்து இரண்டு மாத விடுப்பில் வந்தபோது எப்படியும் அவளை மண முடித்து, தன்னுடன் அழைத்துப்போவது என்றுதான் வந்திருந்தான். அந்தச் சமயத்திலேதான் அவன் தன் வாழ்நாளிலேயே மறக்க முடியாத ஒரு மிகப்பெரிய தவறு செய்ய நேரிட்டது.

இவனுக்கென்று கலியாணம் பேச பெரிசாய் ஒருவரும் அங்கே இல்லை. சங்கீதாவின் தகப்பனார் சபாபதி நல்ல மனுஷன். தாயும், தகப்பனும் பரிபூரண சம்மதத்தைத் தந்துவிட்டனர். ஒரே மகளைப் பிரிந்திருப்பது கஷ்டம்தான்; ஆனால், அவர்கள் அதைத்

தாங்குவதற்கும் சித்தமாக இருந்தனர். மடைத்தனமாக காலை இழுத்தது கணேசானந்தன்தான்.

பத்து மணியளவில் இவனை உள்ளே கூப்பிட்டார் அதிகாரி. யன்னல்கள் கண்டுபிடிக்குமுன் கட்டிய கட்டடம் அது. அதைக் கட்டிய கொத்தனாருக்கும் சூரியனுக்கும் ஜென்மப் பகை. கன்னங் கரேலென்று கதிரையை நிறைத்து இருந்த அதிகாரியைப் பார்ப் பதற்குக் கண்களைப் பழக்கப்படுத்த சிறிது நேரம் எடுத்தது. முரசு தெரிய பளிச்சென்று பற்களைக் காட்டி சிரித்தார். முகம் சிநேக மாக இருந்தாலும் கண்கள் தீர்க்கமாகக் கணக்குப் போட்டபடியே இருந்தன.

இந்த அதிகாரியை இதற்கு முன்பும் பல தடவை பார்த்திருக் கிறான்; இருவரும் தங்கள் சேம நலன்களை 'ஹவ்தி பொடி, பொடி பைன், குஸே, குஸே', 'ஹவ்தி பொடி, பொடி பைன், குஸே, குஸே' என்று திருப்பித் திருப்பிச் சொல்லி விசாரித்துக்கொண் டார்கள். இந்தச் சேம விசாரிப்பு ஐந்து நிமிடங்கள் வரை தொடர்ந் தது. 'உங்களுடைய நலம் எப்படி?, பெற்றோர் நலம் எப்படி?, மனைவி நலம் எப்படி?, பிள்ளைகள் நலம் எப்படி?, பக்கத்து வீட்டுக்காரர் எப்படி?' என்று இந்த நலன் விசாரிப்புகள் எட்டு முழ வேட்டிபோல முடிவில்லாமல் நீண்டுகொண்டே போகும்.

அதிகாரி கோப்பிலே ஒரு சிறிய சிக்கல் இருக்கிறது என்றும் அதற்கு தான் விரைவிலேயே சட்ட விலக்கு அளிப்பதாகவும் நிரந்தர குடியுரிமை இரண்டே மாதத்தில் கிடைத்துவிடும் என்றும் உறுதி கூறினார்.

கணேசானந்தன் வீட்டுக்கு வந்து நடந்த விபரத்தை மனைவி யிடம் கூறினான். அவளுக்கும் சப்பென்று ஆகிவிட்டது. இந்த முறை கட்டாயம் கிடைக்கும் என்று அவள் மிக்க எதிர்பார்ப் போடு இருந்தாள்.

அன்றிரவு சங்கீதா 'வ்வூவ்வூவும், ஒக்ரா சூப்பும்' செய்திருந் தாள். இந்த இரண்டு வருடத்திலே அவள் ஆப்பிரிக்கச் சாப்பாட்டு முறைகளை ஓர் ஆவேசத்துடன் கற்றுத் தேர்ந்துவிட்டாள். அவள் ஒரு காரணம் வைத்திருந்தாள். ஆப்பிரிக்காவிலேயே நிரந்தர பிரஜையாக தங்கிவிடுவது என்று முடிவெடுத்த பிறகு எவ்வளவு சீக்கிரம் முடியுமோ அவ்வளவு சீக்கிரம் அவர்களுடைய பழக்க வழக்கங்கள், சாப்பாடு, கலாச்சாரத்துடன் ஒன்றிவிட வேண்டும் என்பது அவள் வாதம். 'உங்களுடைய தேசத்து பழக்கவழக்கங்கள் அவ்வளவு உயர்ந்ததென்றால் ஏன் நாடு விட்டு நாடு வந்தீர்கள்?' என்பதுதான் அவளுடைய கேள்வி.

'வ்வூவ்வூ' என்பது யாழ்ப்பாணத்துக் களி மாதிரி. ஆனால், பத்து மடங்கு பவர்கூட. விஷயம் தெரியாதவர்கள் அவசரப்பட்டு ஒரு விள்ளல் எடுத்து வாயிலே போட்டால் அது தொண்டைக் குழியிலே போய் அங்கேயே தங்கிவிடும். கீழுக்கும் இறங்காது, மேலுக்கும் போகாது. அது வயிற்றில் போய்ச் சேர்வதற்கிடையில் உயிர் பிரிந்துவிடும். இதற்கென்று பிரத்தியேகமான ஒரு சூப். அதுதான் ஓக்ரா சூப்; வழுவழுவென்று இருக்கும். வ்வூவ்வூவை எடுத்து இந்த சூப்பில் தோய்த்து வாயில் போட்டால் அது அப் படியே நழுவிக்கொண்டு போய் வயிற்றிலே விழுந்துவிடும்.

தொடக்கத்தில் இது நல்லாகத்தான் இருந்தது. ஆனால், ஒவ்வொரு நாளும் சாப்பிட முடியுமா? தேவாமிர்தமென்றாலும் ஒரு நாளைக்கு அலுக்கத்தானே செய்யும். ஒருநாள் இவன் நாக் கிலே சனி. "மெய்யே, ஒரு நாளைக்கு புட்டு செய்யுமென், கண நாள் சாப்பிட்டு" என்று சொல்லி விட்டான். அவளுக்கு அது பிடிக்கவில்லை. வெஞ்சினம் கொண்ட வேங்கைபோல சீறினாள். "உங்களுக்குப் புட்டும், முசுட்டை இலை வறையும், விளைமீனும், பலாப்பழமும் வேணுமெண்டால் என்னத்துக்கு சிலோனைவிட்டு வெளிக்கிட்ட நீங்கள். அங்கைபோய் அடி வாங்கிக்கொண்டு குசாலாய் இருக்க வேண்டியதுதானே? இது எங்களுக்குத் தஞ்சம் கொடுத்த நாடு. இவர்களுடைய சாப்பாடுதான் இனிமேல் எங்க ளுடைய சாப்பாடு" என்று அடித்துக் கூறிவிட்டாள். 'அந்தச் சிவபிரானே கேவலம் உதிர்ந்த புட்டுக்காக மண் சுமந்து அரி மர்த்தன பாண்டியனிடம் பொற்பிரம்படி வாங்கினானே! இங்கே நான் கேவலம் சொற்பிரம்படிதானே பெற்றேன்? என்று மல்லாக் காகப் படுத்து மனதைத் தேற்றிக்கொண்டான்.' அதற்குப் பிறகு கணேசானந்தனுக்குப் புட்டு சாப்பிடும் ஆசையே வேரோடு போய் விட்டது.

புட்டும் தேங்காய்ப்பூவும் போன்ற அவனுடைய காதல் வாழ்க்கை இப்படித்தான் எட்டு வருடங்கள் தேங்காய்ப்பூவாக தேய்ந்து போயிற்று. இரண்டாவது ஒப்பந்தத்தை ஏற்றுவிட்டு கணே சானந்தன் பயணச்சீட்டும் விசாவும் ஒழுங்கு பண்ணிய பிறகுதான் அந்த இடி வந்து விழுந்தது. இவள் தன்னை, மறந்து விடும்படியும் தனக்குக் கலியாணமே வேண்டாமென்றும் எழுதிவிட்டாள். எண்பத்திமூன்று கலவரத்தில் சபாபதி அநியாயமாக மனைவி யைப் பறிகொடுத்துவிட்டார். அதிலிருந்து புத்தி பேதலித்தவர் போலப் புசத்திக்கொண்டு திரிந்தார். சங்கீதாவால் அவரை அந்த நிலையில் தனித்துவிட்டு வரமுடியவில்லை. எந்தப் பெண்தான் அப்படிப் பெற்ற தகப்பனை நிர்க்கதியாகவிட்டு வரச் சம்மதிப் பாள்?

சங்கீதா நக்கீரர் பரம்பரையைச் சேர்ந்தவள் என்பதை முதல் தடவையாக கணேசானந்தன் உணர்ந்தது அப்போதுதான். அவளில் அவன் உயிரையே வைத்திருந்தான். அவளும் அப்படித் தான். ஆனால், அவளுடைய பிடிவாத குணம்தான் அவனால் நம்பமுடியாததாக இருந்தது. அந்த எட்டு வருடங்களும் அவளை அசைக்க முடியவில்லை. இரண்டு வருடங்களுக்கு முன்பு அவளுடைய தகப்பனார் இறந்தபோதுதான் கண்ணீரில் தோய்த்து ஒரு கடிதம் எழுதியிருந்தாள். அப்பொழுதுதான் முதன்முறையாக அவனுக்கு அவளுடைய காதலின் ஆழம் தெரிந்தது.

குடியுரிமைக்கும், பிள்ளை பெற்றுக்கொள்வதற்கும் என்ன சம்பந்தம்? இப்படிப் பிடிவாதமாக இருக்கிறாளே? குழந்தைகள் என்றால் அவளுக்கு உயிர். நேரம் போவது தெரியாமல் விளை யாடிக்கொண்டிருப்பாள். ஆனால், குடியுரிமை கிடைப்பதற் கிடையில் கருத்தரிக்காமல் இருக்கவேண்டும் என்பதில் எதற்காக இவ்வளவு எச்சரிக்கை? பன்னிரெண்டு வருடங்கள் பாழாகி விட்டதே என்ற யோசனைகூட இல்லையா அவளுக்கு? என்ன பிடிவாதம்?

மீன்காரி ஒருத்தி அவர்கள் வீட்டுக்கு வாடிக்கையாக வந்து போவாள். தொடை சைஸ் 'கூட்டா' மீன்களைக் கூடையிலே வைத்துத் தூக்கிக்கொண்டு ஒயிலாக நடந்து வருவாள். தலையிலே வைத்த கூடையைக் கையாலே பிடித்துக்கொண்டு வரும் பழக்க மெல்லாம் அங்கே கிடையாது. கரகாட்டக்காரனுடைய கரகம் போலக் கூடை தலையிலே ஒட்டிவைத்ததுபோல இருக்கும். இப்படி மீன்காரிகள், நாப்பது கிலோ கூடையைத் தலையில் சுமந்தபடி, மடித்த வில்லுக்கத்தியை நிமித்தியது போன்ற முதுகிலே ஒரு குழந்தையையும் கட்டிக்கொண்டு, 'கை வீசம்மா கை வீசு' என்று இரண்டு கைகளையும் வீசிக்கொண்டு, ஆப்பிரிக்காவின் சிவப்பு மண் புழுதியைக் கிளப்பியபடி, பரந்து விரிந்த டம்ளா மரங்களின் நிழலை ஆற அமர அனுபவித்தபடி வரும் இந்த அதிசயத்தை உலகத்திலேயே ஆப்பிரிக்காவில் மட்டும்தான் பார்க்கலாம்.

கூட்டா மீன்குழம்பு நல்ல ருசியாக இருக்கும். பெரிய பெரிய துண்டங்களாக வெட்டித்தான் அதைக் குழம்பு வைப்பார்கள். ஆப்பிரிக்காவில் ஒரு மிளகாய் இருக்கிறது. பெயர் ஸ்மோல்பெப்பே. உருண்டையாக, சிவப்பாக பார்த்தால் வெகு சாதுவாக இருக்கும். காரம் நாலரைக்கட்டைக்குத் தூக்கும். 'பாம்' எண்ணெயோ ரத்தச் சிவப்பாக இருக்கும். பதமாக வெட்டிய மரவள்ளி இலையையும் மீன் துண்டங்களையும் இந்த

எண்ணெயில் மிதக்கவிட்டு, மிளகாயையும் வதக்கிப்போட்டு, கொறுக்காப்புளியும் சேர்த்து, ஒரு குழம்பு வைத்தால் அந்த வாசனையே ஊரைக் கூட்டிவிடும்.

சங்கீதாவுக்கு மீன் என்றால் பிடிக்கும்; அதிலும் மீன்காரியுடன் பேரம் பேசுவது இன்னொரு சுவையான விஷயம். பேரம் என்றால் சங்கீதத்தில் வரும் நிரவல்போல சூடுபிடித்துக்கொண்டே போகும். அடிமட்ட விலை தரைதட்டியவுடன் மீன்காரி ஆத்தாமல் 'யூ லவ் மீ' என்று ஓலமிடுவாள். அவளுடைய பாஷையில் 'நீ என்னைக் காதலிக்கிறாயல்லவா! இப்படி என்னைப்படுத்தலாமா?' என்று பொருள். அப்படி அவள் சரணாகதி அடைந்த பிறகுதான் பேரம் முடிவுபெறும்

சங்கீதா மீன்காரிக்கு 'யூ லவ் மீ' என்றே பெயர் வைத்து விட்டாள். இவர்களுடைய மீன் பேரச் சண்டையை ஆர்வத்தோடு அவதானித்தபடி இருக்கும் அவள் முதுகோடு ஒட்டிக்கொண்டிருக்கும் குழந்தை. அது சிணுங்கி சங்கீதா கண்டதில்லை. கன்னங்கரேல் என்று உருண்டையாக இருக்கும் இரண்டு கண்களும் இரண்டு வெள்ளி மணிகள்போல மினுங்கும். சங்கீதா அந்தக் குழந்தைக்கும் ஒரு பெயர் வைத்திருந்தாள். கரிக்குருவி.

கணேசானந்தன் பள்ளியில் இருந்து வந்ததும் சங்கீதா படபடவென்று வாய்ப்பாடு ஒப்பிப்பதுபோல அன்றையச் சங்கதிகளைச் சொல்லுவாள். அதிலே கரிக்குருவியைப் பற்றியும் ஓர் அத்தியாயம் கட்டாயம் இருக்கும். அப்பொழுதெல்லாம் கணேசானந்தன், இப்படிக் குழந்தைமேலே ஆசையுள்ளவள் எப்படித்தான் இந்த விஷயத்தில் மட்டும் இவ்வளவு உஷாராக இருக்கிறாளோ! என்று நினைத்துக்கொள்வான்.

கரிக்குருவி உண்மையிலேயே யூ லவ் மீயின் குழந்தையல்ல; அவளுடைய தங்கை ஔனைஸாவின் பிள்ளை. ஔனைஸாவுக்கு வயது பதினைந்துதான்; ஒட்டு மாங்கன்றுபோல இருப்பாள்; இன்னும் பள்ளியிலே படிக்கிறாள். பள்ளிக்குப் போகும்போதும் வரும்போதும் மன்ஸாரே என்ற மன்மதனின் மோகத்தில் விழுந்து அவனுடன் சரசமாடி செய்துகொண்ட கந்தர்வ திருமணத்தின் பெறுபேறுதான் கரிக்குருவி. கரிக்குருவி பிறந்தபோது ஔனைஸாவின் பெற்றோர்களுக்கு அளவற்ற சந்தோசமாம்.

களவாய்ப் போட்ட சீட்டுக்காசைத் தைலாப் பெட்டியில் வைத்துக் காப்பதுபோல விரதம் காக்கும் கற்புக்கரசிகளை ஆப்பிரிக்காவில் காணமுடியாது. ஒரு பெண் பருவமடைந்ததும் எவ்வளவு சீக்கிரம் முடியுமோ அவ்வளவு சீக்கிரம் அவள் தன்

கருவளத்தை உலகுக்குக் காட்டிவிட வேண்டும். ஒருபிள்ளை பெற்றுவிட்டால் அவள் அந்தஸ்து உயர்ந்துவிடும். அவளை முடிப் பதற்கு ஆடவர்கள் போட்டி போடுவார்கள். ஒரு பெண்ணின் உண்மையான விலைமதிப்பு அவளுடைய பிள்ளைபெறும் தகுதியை வைத்துத்தான் அங்கே நிர்ணயிக்கப்படுகிறது.

அது ஒரு பெண்வழிச் சமுதாயமானபடியால் அங்கே யெல்லாம் ஓர் ஆணைப்பார்த்து உனக்கு எத்தனை பிள்ளைகள்? என்று மறந்து போயும் கேட்கக்கூடாது. அடிக்க வந்து விடு வார்கள். அவர்களுக்கே அது தெரியாது. கணேசானந்தன் படிப் பிக்கும் பள்ளியிலே இப்படித்தான் அடிக்கடி பெண் பிள்ளைகள் மூன்று, நான்கு மாசங்களுக்கு மறைந்து விடுவார்கள். கேட்டால் பிரசவம் என்று வெகு சாதாரணமாகச் சொல்லிவிட்டு இவன் தலையைக் குனிவதைப் பார்த்துச் சிரிப்பார்கள்.

ஆனால், யூ லவ் மீக்கு ஏற்கனவே ஏழு பிள்ளைகள். அவளுக்குக் கரிக்குருவியும் வந்து சேர்ந்ததில் கொஞ்சம் கஷ்டம் தான். யாராவது இந்தப் பிள்ளையைக் கேட்டால் கொடுத்து விடுவேன் என்று பயமுறுத்திக்கொண்டிருந்தாள். அவளுடைய தங்கை படிப்பை முடிக்கும்வரை கரிக்குருவியை யூ லவ் மீதான் வளர்த்தெடுக்க வேண்டுமாம்.

கணேசானந்தன் தன் மனைவிக்கும் ஆசிரியையாக ஒரு சிறிய பள்ளியிலே வேலை பிடித்துக்கொடுத்திருந்தான். வங்கியிலே வேலை செய்தவள் இப்படி வந்து ஒரு ஓட்டைப் பள்ளியிலே வேலை பார்க்கவேண்டி வந்துவிட்டதே என்று இவனுக்கு ஆதங்கம்தான். ஆனால், சங்கீதா மிகவும் மகிழ்ச்சியுடனேதான் அந்த வேலையை ஏற்றுக்கொண்டாள். இவளுடைய பாடங்கள் சுகாதாரமும் ஆங்கிலமும். அந்தச் சின்னச் சின்ன முகங்களைப் பார்த்துக்கொண்டே பாடம் சொல்லிக் கொடுப்பதில் தான் பட்ட கஷ்டங்களை எல்லாம் மறந்துவிடுவாள். பள்ளி முடிந்ததும் இந்தப் பாலர்களெல்லாம் தங்கள் தங்கள் கதிரைகளைத் தூக்கித் தலைமேல் வைத்துக்கொண்டு, புத்தகங்களையும் முதுகில் கட்டியபடி, சிட்டுகள்போலக் கூவிக்கொண்டு வீட்டுக்குப் பறந்து போகும்போது இவள் வயிற்றை என்னவோ செய்யும்.

கணேசானந்தன் திருநீலகண்ட நாயனாருடைய திண் டாட்டத்தில் இருந்தான். பரத்தையிடம் இவர் போய் வந்தது தெரிந்ததும் எம்மைத் தொடாதீர்; திருநீலகண்டம்மீது ஆணை என்று சாபம் இட்டுவிட்டாள் மனைவி. கணேசானந்தன் என்ன நாயனாரா தொடாமல் இருக்க? பன்னிரெண்டு வருடம்

காத்திருந்து அடைந்த மனைவியைப் பக்கத்திலே வைத்துக் கொண்டு பிரமச்சரியம் கடைப்பிடிப்பது எவ்வளவு கொடூரம்?

குடிவரவு அலுவலகத்துப் பதிகம் அதிகாரி கூறியதுபோல இரண்டு மாதத்திலேயே குடியுரிமை பத்திரம் கிடைத்துவிட்டது. திருவானைக்காவில் பாடியவுடன் கோயில் கதவு திறந்து கொண் டது அல்லவா? குடியுரிமைச் சீட்டு இவன் கையிலே இருந்தது. இனிமேல் எந்தக் கதவுதான் அவனுக்குச் சாத்தியிருக்கும்: இரண்டு வருடங்கள் இப்படியாக அநியாயமாகப் பலிபோய்விட்டதே! அவை எப்படிப்பட்ட மகத்தான இரண்டு வருடங்கள் என்பதைப் பின்னாலேதான் கணேசானந்தன் உணர்ந்து கொள்வான்.

திருவானைக்காவுக்கு டிக்கெட் கிடைத்ததும் கணேசானந் தன் முற்றிலும் மாறிவிட்டான். அடையா நெடுங்கதவையே ஜபித்துக்கொண்டிருந்தான். ஒரே நினைப்புதான். மற்றதெல்லாம் மறந்துவிட்டான். பள்ளிக்கூடத்தை மறந்தான்; பிள்ளைகளை மறந்தான்; ஹிஸ்டரி பாடத்தை மறந்தான். இராவணனுடைய நிலைதான் அவனுக்கும்.

'கரனையும் மறந்தான்; தங்கை மூக்கினைக் கடிந்து நின்றான் உரனையும் மறந்தான்; உற்ற பழியையும் மறந்தான்; வெற்றி அரணையும் கொண்ட காமன் அம்பினால், முன்னைப்பெற்ற வரனையும் மறந்தான்; கேட்ட மங்கையை மறந்திலாதான்?'

கம்பரைப் படிக்காத ஆப்பிரிக்கப் பிரின்ஸிபாலுக்கு இது எல்லாம் எங்கே விளங்கப் போகிறது? பள்ளிக்கூடம் விட்டதும் கணேசானந்தன் கோடடித்ததுபோல நேராக வீட்டுக்கு ஓடியதன் மர்மம் அவருக்குப் புரியவில்லை. ஒருமுறை அவசரமாக நேர அட்டவணை போட வேண்டியிருந்தது. இவன் கவலைப்படாமல் வீட்டுக்கு ஓடிவிட்டான். நேர அட்டவணை போடுவதில் கணே சானந்தனை அடிக்க ஆளில்லை. இந்தத் திறமையை வைத்துத் தான் அவன் கடகடவென்று ஆப்பிரிக்காவில் முன்னுக்கு வந்தவன். இவனுடைய பிரின்ஸிபாலுக்கு இந்த ஒரு விஷயம் மாத்திரம் ஓடாது. India man has magic என்று அடிக்கடி சொல்லிக் கொள்வார். இருமுறை அவர் அட்டவணை போட்ட விண் ணாணத்தை இப்பவும் சொல்லிச் சொல்லிச் சிரிப்பார்கள். அந்த அட்டவணையின்படி ஒரு கிளாஸில் மூன்று வாத்திமார்கள் ஒரே சமயத்தில் படிப்பிக்க வந்துவிட்டார்களாம். அதை கணேசானந் தன்தான் பிறகு ஒருமாதிரி சரிக் கட்டினானாம்.

கணேசானந்தனின் பிரயாசை கடைசியில் ஒருநாள் பலித்தது. ஆறே மாத காலத்தில் சங்கீதாவிடம் அவன் ஆவலுடன்

எதிர்பார்த்த மாற்றம் தெரியத் தொடங்கியது. முன்பு விரும்பிச் சாப்பிட்டதெல்லாவற்றையும் இப்பத் தூக்கி எறிந்தாள். மீன்குழம்பு என்றால் பிடிப்பதில்லை; யூ லவ் மீயை தூரத்தில் பார்த்தாலே ஓடி ஒளிந்துகொள்வாள்.

ஒரு நல்ல நாளில் தன் மனைவியைக் கூட்டிக்கொண்டு நர்ஸிங்ஹோமுக்கு 'செக்கப்பிற்கு' போனான் கணேசானந்தன். பிரசவத்தை அங்கேயே வைப்பதென்று நினைத்திருந்தான். ஆப்பிரிக்காவில் வசதிகள் அமோகமாக இருக்கும் என்று எதிர் பார்க்கமுடியாது. வெளிநாடுகளில் படித்த டாக்டர்களும் நர்ஸ் மார்களும்தான் அங்கே வேலை செய்தார்கள். ஆனாலும், போதிய உபகரணங்களும் மருந்துகளும் இல்லாவிட்டால்? என்ற கவலை அவனுக்கிருந்தது.

சங்கீதா இவன் பக்கத்தில் இருந்து நெளிந்தாள். இவன் திரும்பிப் பார்த்தான். இவனுக்காகப் பன்னிரெண்டு வருடங்கள் தவம் செய்தவளல்லவா? எந்தப் பெண்தான் இப்படியான தியாகத்தைச் செய்ய முன்வருவாள்? நினைக்கும்போதெல்லாம் இவனுக்கு அவள்மேல் அன்பு சுரந்தது.

மெய்கண்டான் காலண்டர் பொய் சொல்லாது. இப்ப அவளுக்கு மூன்று மாதம் தள்ளிப்போய்விட்டது. அடிக்கடி வாந்தி வேறு வருகிறது என்கிறாள். மாங்காய் பிஞ்சையும் கோலா நட்டை யும் ஆர்வத்தோடு சப்பியபடியே இருக்கிறாள். நடக்க அவளுக்குத் தெரியாது. துள்ளித்தான் திரிவாள்; இப்போது அடிக்கடி சோர்ந்துபோய் காணப்படுகிறாள்; தூக்கம் வருவதில்லை; தலை சுற்றி மயக்கம் வருகிறது என்று சொல்கிறாள். பாடசாலைக்குக்கூட இரண்டு நாளாக போகவில்லை.

அவளுடைய வயிற்றைப் பார்த்தான். அது ஆலிலை அளவுக்குச் சிறுத்து வழுவழென்று இருந்தது. இந்தச் சிறிய வயிற்றி லிருந்து எப்படி இன்னொரு உயிர் வரும்? சடையைப் பார்த்தான். அது எப்போதும்போல் இப்பவும் கருநாகமாக கைப்பிடிக்குள் அடங்காமல் இருந்தது. காதோர மயிர் கற்றைகளை ஆப்பிரிக் கர்கள் செய்வதுபோல எலிவாலாகப் பின்னி நுனியில் நீளமாக மணிகள் கோத்துக் கட்டியிருந்தாள். அதுவும் பார்க்க ஓர் அழகாகத்தான் இருந்தது. குனிந்து அவள் காதருகே, "உம்மைப் பார்க்க ஒரு சின்னப் பெட்டைபோல இருக்கு" என்று கண்ணைச் சிமிட்டிக்கொண்டு சொன்னான். அவள் கீழ் கண்ணால் பார்த்த படி தலையை வெடுக்கென்று திருப்ப அந்த மணிகள் கினுகினு வென்று ஆடின.

அந்த நேரம் பார்த்து டாக்டர் கையிலே கன ரிப்போர்டு களுடன் அவசரமாக வந்தார். கணேசானந்தன் எதிர்பார்த்தது போல கன்கிராட்ஜுலேசன்ஸ் என்று அவர் கூறவில்லை. சிறிது நேரம் இவர்களையே பார்த்தபடி இருந்தார். பிறகு மறுபடியும் ரிப்போர்டுகளைச் சரிபார்த்துக்கொண்டார். இன்னொரு முறை இவர்கள் முகத்தை நோக்கி யோசித்தபடியே மெதுவாக நீங்கள் எதிர்பார்ப்பதுபோல இல்லை என்றார். கணேசானந்தன் அதிர்ச்சி யடைந்தவனாக 'என்ன? கர்ப்பம் இல்லை என்றால் வேறு ஏதாவது வருத்தமா?' என்றான்.

அவர் சிறிது மௌனம் சாதித்துவிட்டு 'இல்லை இல்லை. உங்கள் மனைவிக்கு மாதவிடாய் முற்றிலும் நின்றுவிட்டது. அதாவது menopause' என்றார்.

விக்கித்துப்போய் இவர்கள் ஆளையாள் பார்த்துக் கொண் டார்கள். 'என்ன டாக்டர், உண்மையாகவா? என் மனைவிக்கு 39 வயதுதான் ஆகிறது' என்றான்.

"ஆசியப் பெண்களுக்குப் பொதுவாக 40,45 வயதிலேயே முழுவிலக்கு வந்துவிடுகிறது. அவர்கள் பூப்பெய்திய காலத்தி லிருந்து அநேகமாக முப்பது வருடங்கள் கருவளம் தொடரும். உங்கள் மனைவி எத்தனையாவது வயதில் பருவமடைந்தார்?" என்றார்.

கணேசானந்தன் தன் மனைவியைப் பார்த்தான் அவள் கண்களிலே இப்போது நீர் கட்டிவிட்டது சன்னமான குரலில் 'பத்து' என்றாள்.

"அதுதான் சொன்னேன், முப்பது வருடங்கள் உங்கள் மனைவி கருவளம் உள்ளவராக இருந்திருக்கிறார். இனிமேல் கருத்தரிக்கும் சாத்தியக்கூறு இல்லை" என்றார் டாக்டர்.

முதன்முறையாக அவன் மனைவி டாக்டரிடம் பேசினாள். இதற்கு மருந்துகள் ஒன்றும் இல்லையா, டாக்டர்? நாங்கள் மணம்முடித்து இரண்டே வருடங்கள்தான் ஆகின்றன.

அப்பொழுது டாக்டர் சொன்னார்: "இதற்கு மருந்துகளே இல்லை, அம்மா. ஒரு பெண் பிறக்கும்போதே அவளுக்கு எத்தனை கருமுட்டைகள் என்று அவளுடைய கர்ப்பப்பையில் நிர்ணயிக்கப் பட்டு விடுகிறது. என்னதான் தலைகீழாக நின்றாலும் அதை மாற்ற முடியாது."

அவனால் தன் மனைவியின் முகத்தைப் பார்க்கவே முடிய வில்லை. திரும்பி வரும்போது வழிநெடுக விம்மிக்கொண்டே

வந்தாள். திடீரென்று அவள் அரற்றினாள்: "ஐயோ! பிரம்மா எல்லாருக்கும் தலையிலே எழுதுவான்; எனக்கு மட்டும் கர்ப்பப் பையில் எழுதி விட்டானே!" என்று இரண்டு கைகளையும் தலையிலே வைத்துக் கோவென்று கதறினாள்.

ஒருநாள் கணேசானந்தன் நித்திரையாய் இருந்தபோது இவள் அவனை உலுக்கி எழுப்பினாள். அவன் எழும்பிப் பார்த்தபோது இவள் தலைவிரி கோலமாக அழுதபடி இருந்தாள். 'பன்னிரெண்டு வருடங்களாகப் படித்தேன்; பரீட்சை எழுதவில்லையே! பன்னி ரெண்டு வருடங்களாகச் சமைத்தேன்; சாப்பிடவில்லையே! நான் என்ன செய்ய?' என்று தலையிலே அடிக்கத் தொடங்கி விட்டாள்.

இப்படி அடிக்கடி இவள் தலையிலே அடிக்கத் தொடங் கியதும் கணேசானந்தனுக்கு என்ன செய்வதென்று தெரியவில்லை. திடீர், திடீர் என்று சன்னதம் வந்ததுபோல இவள் நடக்கிறாளே! இது சாதாரண உடல் மாற்றம்; இதைப்போய் பெரிசு படுத்த லாமா? இப்படியே கட்டுக்கடங்காமல் போனால் டாக்டரிடம் போய் யோசனை கேட்க வேண்டியதுதான் என்று முடிவு செய்து கொண்டான்.

சில காலம் இப்படியே போய்விட்டது. அவள் பேருக்கு மறுபடியும் பள்ளிக்கூடம் போய் வரத் தொடங்கினாள். ஆனால், சிற்சில வேளைகளில் அவளுடைய நிலைகுத்திய பார்வையும், அசாதாரணமான செய்கையும் இவனைக்கூட அச்சப்பட வைத்தன.

ஒருநாள் அதிகாலை மூன்று மணியிருக்கும். கணேசானந்தன் திடீர் என்று விழிப்பு வந்து எழுந்தான். பக்கத்திலே தடவிப் பார்த்தான். இவளைக் காணவில்லை. தேடிப்போன இவன் கண்ட காட்சி அதிர்ச்சி தருவதாக இருந்தது. சமையலறைக்கும் வரவேற் பறைக்கும் இடையில் உள்ள ஓடையில் இவள் சுவரிலே தலையைச் சாய்த்து உட்கார்ந்திருந்தாள். இவள் உடல் எல்லாம் வேர்த்து தெப்பமாகியிருந்தது.

இவன் ஒன்றுமே பேசவில்லை. பக்கத்திலேபோய் அமர்ந்து கொண்டான். அவள் தலையை வருடினான். சடுதியாக திரும்பி அவனைப் பார்த்து நெஞ்சு சட்டையைப் பிடித்துக்கொண்டு சொன்னாள்: "நீங்கள் என்ன பாவம் செய்தீர்கள்? பன்னிரெண்டு வருடங்கள் எனக்காக காத்திருந்தீர்களே? இதற்காகத்தானா? உங்கள் பிள்ளையை என் வயிற்றில் சுமக்க வேண்டும் என்று தவம் செய்தேனே! என் அசட்டுப் பிடிவாதத்தினால் எல்லாத் தையும் இழந்துவிட்டேனே!"

"ச்சி, கண்ணைத் துடையும். ஏதோ உலகம் கவிழ்ந்தது போல... இது என்ன?"

"குதிரைபோனபின் லாயத்தைப் பூட்டி என்ன பயன்? நான் இப்பொழுது என்ன? பெண்ணா? இல்லை, ஆணா? அல்லது பேடியா? பெண்மை இல்லாத ஒரு பெண்ணை எப்படி அழைப் பது? இனி நான் ஒரு எண்ணிக்கைக்கு மாத்திரமே. என்னால் ஒரு பிரயோசனமும் கிடையாது."

"இது என்ன விசர்க்கதை எல்லாருக்கும் வருகிறதுதானே! சங்ககாலக் கணக்கின்படி இது ஏழாவது வாசல்; அதாவது 'பேரிளம்பெண்'. இனிமேல்தான் வாழ்க்கையின் ருசியே தெரியப் போகிறது" என்றான் அவன், முகத்தில் வலுக்கட்டாயமாக வர வழைத்த புன்சிரிப்புடன்.

"உங்களுக்கு எங்கே விளங்கப் போகுது நீங்களும் ஓர் ஆண்தானே! இது கடவுள் எனக்குக் கொடுத்த தண்டனை. எனக்கு வேணும். கடவுளுடைய பிரசாதத்தை என் ஆணவத்தி னால் வேண்டுமென்ற இரண்டு வருடங்கள் தள்ளி வைத்தேன். கருவளம் இருந்தபோது நான் அதை மதிக்கவில்லை. ஆப்பிரிக் கர்கள் அதை எப்படிப் போற்றுகிறார்கள்! இல்லாவிட்டால் எங்கள் நாட்டு சிறுமைகள் தாங்க முடியாமல் புகலிடம் தேடிக் கேட்டு வந்த இந்த நாட்டில் எங்களுக்கும் பிறக்கும் பிள்ளை முழு ஆப்பிரிக்கனாக இருக்க வேண்டுமென்று பிடிவாதமாக இருந்தேன். ஆனால், ஒன்றை மறந்து விட்டேனே?"

"என்ன?"

"பிள்ளை பிறந்து ஆண் என்றால் அரவிந்தன் என்றும் பெண் என்றால் 'அபிராமி' என்றும் அகர வரிசையில் பேர் வைப்பதாகத் தீர்மானம் பண்ணினோமே? அது எவ்வளவு பிழை? நாங்கள் மனத்தளவில் மாறவில்லையென்றுதானே அர்த்தம்."

கணேசானந்தனுக்கு ஒன்றும் சொல்லத் தோன்றவில்லை. அவள் சொல்வதில் ஞாயம் இருப்பதாகப்பட்டது.

"பெண் எவ்வளவு கேவலமாகப் படைக்கப்பட்டிருக்கிறாள். முதலில் பருவம் அடையும் தொல்லை; பிறகு மாதா மாதம் வரும் உபத்திரவம். கர்ப்பம் அடையும்போது ஒன்பது மாதம் அவள் பிள்ளையை சுமக்கிறாள். அதைத் தொடர்ந்து அவள் படும் பிரசவ வேதனை. ஆனால், இது எல்லாவற்றிலும் கேவலமானது அவளுக்கு ஏற்படும் பெண்மை நீக்கம்தான். இந்த அவஸ்தை யெல்லாம் ஆணுக்கில்லையே!"

இப்படியான நேரங்களில் கணேசானந்தன் கூற முயற்சிப்ப
தில்லை. அது வியர்த்தம். ஆற்றோட்டத்துடன்தான் போய் அடுத்த
கரையை அடைய வேண்டும் என்பது அவன் சித்தாந்தம். ஆனால்,
அவனுடைய மனைவி கூறியதும் முற்றிலும் உண்மைதான் என்று
அவனுக்குப்பட்டது. ஒரு பசுஞ்சோலை கருகி அவன் கண்
முன்னே பாலைவனமாகிக்கொண்டிருந்தது; பருவத் தோப்
பொன்று மூப்பை நோக்கி அடியெடுத்து வைத்தது. ஒளவையார்
ஒரு பெண் புலவரல்லவா?

அவருக்குக்கூடவா இந்தக் கொடுமை தென்படவில்லை?
'கொடிது, கொடிது வறுமை கொடிது' என்றுதானே அவர்
பாடினார். ஒரு பிராயத்தில் பெண்ணுக்கு ஏற்படும் இந்த அநீதி
பற்றியல்லவா அவர் பாடியிருக்க வேண்டும்?

உள்ளிழுத்த தலையை ஆமை மெல்ல மெல்ல வெளியே
விடுவதுபோல் சங்கீதாவும் மெதுவாக வெளியே வரலானாள்.
பள்ளிக்குப் புதுத் தென்புடன் வந்துபோனாள். தன் உடைகளிலும்
ஒப்பனைகளிலும் முன்புபோல் கவனம் செலுத்தினாள். இடைக்
கிடை அந்த வீட்டில் அவளுடைய குபீர் சிரிப்பு மறுபடியும்
ஒலிக்கத் தொடங்கியது.

கோப்பி என்றால் ஐரிஷ் கோப்பி, துருக்கி கோப்பி, இந்தியா
கோப்பி என்று இப்படிப் பலவகை உண்டு. ஆனால், முட்டை
கோப்பி என்பது இந்த உலகத்திலேயே யாழ்ப்பாணத்தில்தான்
அகப்படும். இந்த அதிகாலை வேளையில் கடந்த ஐந்து நிமிடங்
களாக சங்கீதா அதைத்தான் போட்டு இந்த அடி அடித்துக்
கொண்டிருந்தாள். தாய்மார்கள், சாமத்தியப்பட்ட பெண்களுக்கும்,
புதுமணப் பெண்கள் தங்கள் கணவன்மாருக்கும் தவறாமல்
கொடுத்துவந்த பாரம்பரியமான காயகல்பம் இது. சங்கீதா
இவ்வளவு கர்மசிரத்தையாக முட்டைக் கோப்பி போடுவது
அவனுக்கு அதிசயமாயிருந்தது. ஆனால், இதைவிட அதிசயம்
அன்று பள்ளியிலிருந்து திரும்பி வந்தபோது அவனுக்கு அங்கே
காத்திருந்தது. அவன் வீட்டிலிருந்து ஓர் ஆப்பிரிக்கப்பாடல்
மெல்லிய குரலில் ஒலித்தது.

ராலம் தாங் கீ
ரா ஆ லம்
ரெல் பாபா கோட் தாங் கீ
வட் ஈ டூ பாஃர் மீ
ஐகோ ரெல்
தாங் கி

“கடவுளே நன்றி, என்னை மீட்டதற்கு நன்றி” என்ற கிறியோல் பாடலை முணுமுணுத்தபடி சங்கீதா சமையல் வேலையில் மும்முரமாக ஈடுபட்டிருந்தாள். அதிலே இன்னொரு விசேஷம், இவள் முதுகிலே ஒட்டிக்கொண்டு லப்பாத் துணியினால் வரிந்து கட்டப்பட்டிருந்தது ஓர் ஆப்பிரிக்கக் குழந்தை, அது வேறு யாருமில்லை, கரிக்குருவிதான். கறுத்த உருண்டையான கண்கள் அதற்கு. அந்தக் கண்களை விர்த்தி தலையை இரண்டு பக்கமும் ஆட்டி அசைந்து கொண்டிருந்தது.

சங்கீதா கால்களைத் தரையில் தேய்த்துத் தேய்த்து உடம்பை அசைத்து பாட்டிற்கேற்ப ஆடிக்கொண்டிருந்தாள். பரத நாட்டியத்திற்கு பரம சத்துரு ஆப்பிரிக்க நடனம். பரத முனிவர் பரதநாட்டிய சாஸ்திரம் எழுதும்போது இடையின் கீழ்ப்பகுதி அசையாமல் நேராக நிற்க வேண்டும் என்பதை ‘அண்டர்லைன்’ பண்ணி எழுதி இருந்தார். ஆப்பிரிக்க நடனம் அப்படியல்ல. இடைக்குமேல் உடம்பு நேராக நிமிர்ந்து நிற்கும்: வேலையெல்லாம் பிருஷ்டத்துக்குத்தான். பெண்டுலம்போல அது இடமும் வலமும் அசைந்து மனசை அலங்கோலப்படுத்தும்,

சங்கீதா அப்படித்தான் தன்னை மறந்து ஆடிக்கொண்டிருந்தாள். இந்த மாதிரி குதூகலத்தைக் கணேசானந்தன் அவளிடம் கண்டு பல மாதங்களாகிவிட்டன. அன்றிரவு அவர்கள் படுக்கைக்குச் சென்றபோது கரிக்குருவியைப் படுக்கையின் நடுவே அவள் கிடத்தியிருந்தாள், அப்ப, என்ன பேர் வைத்திருக்கிறீர்? அபிராமியா? என்றான் அவன், கண்களைச் சிமிட்டிக்கொண்டே. “ச்சி, இல்லை; அய்சாத்து, என்ன இனிமை பாருங்கோ! அசல் ஆப்பிரிக்க பேர்.”

“ஆஹா இதுவும் அகர வரிசைதான்; அப்ப இன்னும் பதினொரு பேருக்கு இடமிருக்கு.”

“ஏன், மெய்யெழுத்தையும் சேர்ப்பதுதானே! ‘அய்சாத்து’ என்றால் ஆப்பிரிக்க பாஷையில் என்ன பொருள் தெரியுமா?” என்றாள் சங்கீதா. அவள் கண்கள் என்றுமில்லாதபடி வெட்டிக் கொண்டு இருந்தன.

“நீயே சொல்” என்றான் அவன், அவள் கண்களை அள்ளியபடியே.

“நம்பிக்கை” என்றாள் சங்கீதா, மந்தகாசமாகச் சிரித்தபடி.

சிறிது நேர மௌனத்திற்குப் பிறகு அவன் சொன்னான்: "கடவுள் பெண்மைக்குத்தான் ஓர் எல்லை வைக்கமுடியும்; ஆனால், தாய்மையை எடுக்க முடியாதல்லவா?"

இப்படிச் சொல்லிக்கொண்டே அவளை மெல்ல தன் பக்கம் இழுத்தான். அவள் சிணுங்கிக்கொண்டே நெருங்கினாள்.

அவள் முகத்திலே பெண்மை வந்து கவிழ்ந்தது.

◆

முடிச்சு

கிரேக்க புராணங்களில் கூறியுள்ள கோர்டியன் முடிச்சு என்பது ப்ரிகியா தேசத்து அரசன் கோர்டியஸினால் போடப்பட்ட முடிச்சாகும். கோர்டியன் அரசனாவதற்கு முன்பு சாதாரண குடியானவனாக இருந்தவன். ஒருநாள் அவன் தன் வண்டியை ஓட்டிக்கொண்டு முதன் முறையாக ப்ரிகியா நகரத்துக்குள் நுழைந்தபோது தெய்வ வாய்மொழிப் பிரகாரம் அவனை அரசனாக அந்தக் காட்டு மக்கள் ஏற்றுக் கொண்டனர். தன் நன்றிக் கடனாக சீயஸ் என்ற கடவுளுக்கு அந்த வண்டியை கோர்டியஸ் அர்ப்பணித்து வண்டியின் நுகத்தடியைச் சேர்த்து ஒரு முடிச்சுப் போட்டான். அந்த முடிச்சானது கடுஞ்சிக்கல்கள் கொண்ட ஒரு நூதனமான முடிச்சு. அந்த முடிச்சினை அவிழ்ப்பார் ஆசியாவுக்கு மகுடாதிபதியாவார் என்பது தொன்று தொட்டு வந்த வாக்கு. ஆண்டாண்டு காலமாக அந்த முடிச்சை அவிழ்க்க பலரும் முனைந்து தோற்றுப் போயினர். மாவீரன் அலெக்சாந்தர் இதனைக் கேள்வியுற்று அந்த முடிச்சின் முன்னால் வந்து நின்றான்; நிதானமாகப் பார்த்தான்; தன் உடைவாளை உருவி ஓங்கி ஓரே வீச்சில் முடிச்சை இரு கூறாக்கினான்.

– மைக்கிரோசொப்ட் – என் காத்தா

நான் எட்டாம் வகுப்பு படித்துக்கொண்டிருந்தபோது கந்தையா வாத்தியார் கொடுத்த கணக்கு இதுதான்: “இரண்டு மரங்களுக்கிடையிலிருக்கும் தூரம் பத்து மைல். ஒரு மரத்திலிருந்து ஒரு மனிதன் மணிக்கு ஐந்து மைல் வேகத்தில் மற்ற மரத்தை நோக்கி நடக்கிறான். அதே நேரத்தில் மற்ற மரத்தில் இருந்து புறப்பட்ட நாய் ஒன்று மணிக்கு இருபது மைல் வேகத்தில் மனிதனை நோக்கி ஓடுகிறது. நாய் மனிதனிடம் வந்து சேர்ந்ததும் திரும்பவும் தான் புறப்பட்ட மரத்தை நோக்கிப் போகிறது. மரம் வந்ததும் திரும்பவும் மனிதனை நோக்கி ஓடுகிறது. இப்படியே மாறி மாறி அது ஓடிக்கொண்டேயிருக்கிறது. கடைசியில்

மனிதனும் நாயும் மற்ற மரத்தடியில் வந்து சேருகிறார்கள். நாய் ஓடிய தூரம் எவ்வளவு?"

கந்தையா வாத்தியார் இதைச் செய்பவருக்கு ஒரு ரூபா கொடுப்பதாக அறிவித்திருந்தார். கடந்த இரண்டு வாரங் களாக நேரமும், தூரமும் கணக்குகளை உச்சந்தலையில் அடித்தடித்து உள்ளே இறக்கியிருந்தார். ஆனால், இந்த நாய்க் கணக்கு என்னை நாயாய் அலைத்து விட்டது. இரண்டு நாளாக இதைத் தூக்கிக்கொண்டு திரிந்தேன். அப்பத்தான் இந்த மண்டையன் வந்தான். சூல்கொண்ட தேங்காய்போல அவனுக்குப் பெரிய தலை, தலை முழுக்க அவனுக்கு மூளை என்று பரவலாக ஒரு பேச்சுமிருந்தது. இரண்டு கால்களையும் பரப்பி வைத்து, கைகளைப் பின்னால் கட்டிக்கொண்டு என்ன கணக்கு?" என்றான். நான் சொன்னேன். யோசிப்பதுபோல் கொஞ்சம் கண்ணை மூடி 'இன்னொருக்கால் சொல்' என்று அதிகாரம் செய்தான், நானும் சிவனே என்று இன்னொரு முறை கூறினேன். அவன் 'ஆ! விடை நாப்பதுமைல்' என்றான். நான் "எப்டி, எப்டி?" என்று பறந்தேன். மண்டையன் ஏளனமான ஒரு சிரிப்பை உதிர்த்துவிட்டுச் சொன்னான்: 'பத்து மைல் தூரத்தை மனிதன் இரண்டு மணிநேரத்தில் கடக்கிறான். நாயின் வேகமோ மணிக்கு இருபது மைல்; இரண்டு மணியில் நாய் நாற்பது மைல் தூரத்தைக் கடக்கும்.'

நான் வாயைப் பிளந்துகொண்டு சிறிது நேரம் திகைத்துப் போய் நின்றேன். இந்தச் சிறிய கணக்கை என்னாலே செய்ய முடியவில்லையே? அந்த நேரம் கந்தையா வாத்தியார் சொன்னது ஞாபகத்துக்கு வந்தது. 'எந்தவொரு சிக்கலான கணக்குக்கும் இலகுவான ஒரு பாதை இருக்கிறது; உன் விவேகத்தால் அந்தப் பாதையை நீ கண்டுபிடிக்க வேண்டும்.'

கணக்கிலே நான் படு புலியென்றாலும் இப்படிப் பலதரம் புல்லை சாப்பிட வேண்டி வந்திருக்கிறது. ஒவ்வொரு முறையும் எனக்கு நானே தேறுதல் கூறிக்கொள்வேன். கலாசாலையில் முதல் வருடம் படிக்கும்போதும் இப்படித்தான் ஒரு கணக்கு என் காலை வாரிவிட்டது.

"ஒரு காதலன் தன் காதலியோடு ஆற்றின் ஓட்டத்துக்கு எதிராக படகிலே போகிறான். ஆற்றின் வேகம் மணிக்குப் பத்து

மைல்; படகின் வேகமோ மணிக்கு ஐந்து மைல். காதலரை வருடிய தென்றல் காற்று காதலன் போட்டிருந்த தொப்பியை நீரிலே தள்ளி விடுகிறது. (ஏன் இவன் காதல் செய்வதற்கு தொப்பி போட்டுக் கொண்டு போனான், முட்டாள்) காதல் வேகத்தில் இவன் அதைக் கவனிக்கவில்லை. அரை மணிநேரம் கழித்து பதைபதைத்து தொப்பியைத் தேடுகிறான். காணவில்லை. படாரென்று படகைத் திருப்பிக்கொண்டு (கருமி, கருமி) வந்த வழியே போகிறான். எவ்வளவு மணி நேரத்தில் அவன் தொப்பியை மீட்பான்?"

இந்தக் கணக்கிலேயும் நான் அதே தவறைத்தான் செய்தேன். மூளையைக் கசக்கி விடையைத் தேடினேன். ஆற்றிலே போட்டு விட்டு குளத்திலே தேடினால் விடைகிடைத்து விடுமா? அடுத்த நாள் எங்கள் பேராசிரியர் கணக்கை விளக்கியபோதுதான் 'அடே' என்று எனக்குப் பட்டது; அவமானமாகப் போய்விட்டது. விடை: அரை மணி நேரம்தான் (இந்த விடை வந்த காரணத்தை இங்கே விளக்கினால் இதுவே ஒரு கணக்குப் புத்தகமாகிவிடும். மேலே தொடருவோம்.)

சாதாரண மனிதர்களுக்குத்தான் இப்படியென்றில்லை. ஒரு விஞ்ஞானிக்கு நடந்ததைப் பார்ப்போம்... பாரிஸ் நகரில் ஜோர்ஜ் உர்பெய்ன் என்று ஒரு தலைசிறந்த விஞ்ஞானி இருந்தார். இவர் பல வருடங்களாக மூளை யைச் செலவழித்தும், பணத்தை இறைத்தும் மிக அரிதான நாலு தனிமங்களைப் பொடிசெய்து குழம்பாக்கி பிறகு அவற்றை விஞ்ஞான முறைப்படி வேறுபடுத்தி தனிமங் களைக் கண்டுபிடிக்கும் அபூர்வ வித்தையைத் தெரிந்து வைத்திருந்தார். இவர் இந்தக் குழம்பைத் தூக்கி நளாயினி போல தலையிலே வைத்துக்கொண்டு ஒவ்வொரு விஞ்ஞானியாகத் தேடிச் சென்றார். இந்தக் குழம்பைத் தனிப்படுத்தி தனிமங்களின் பெயரைச் சொல்லும்படி இவர் மற்ற விஞ்ஞானிகளுக்குச் சவால் விட்டார்.

ஹென்றி க்வியின் மொஸ்லே என்ற ஆங்கிலேய விஞ்ஞானி மாத்திரம் யாருமே எதிர்பாராத விதமாக ஒரு காரியம் செய்தார். அந்தக் குழம்பின் எலக்ட் ரான்களைப் பாய்ச்சி அதிலிருந்து புறப்பட்ட எக்ஸ் ரே அலைகளின் நீளத்தைக் கணித்து அந்த நாலு தனிமங் களின் பெயர்களையும் கடகடவென்று இரண்டே நிமிடத்தில் கூறிவிட்டாராம். இருபத்தியாறு வயதுகூட நிரம்பாத இளைஞர் மொஸ்லே. உர்பெய்ன் ஆடி

விட்டார்; இத்தனை வருடத்து ஆராய்ச்சிகள் எல்லாம் வியர்த்தமானதில் அவருக்குத் தாங்கமுடியாத வருத்தம் தான். எனினும் விஞ்ஞானத்துக்கு ஒரு புது வழி கிடைத்து விட்டதே என்று மகிழ்ந்துபோனாராம்.

சாதாரண விஞ்ஞானிகளை விடுவோம்; கடவுளருக்கு வருவோம். நாரதருடைய கையிலே ஒரு அழகிய மாம் பழம் இருந்தது. விநாயகர் அந்தப் பழம் வேணுமென்று தாம் தாம் என்று குதித்தார்; முருகன் தனக்குத்தான் வேணுமென்று அடம்பிடித்தார். நாரதர் சொன்னார்: 'யார் முதலில் உலகத்தைச் சுற்றி வருகிறார்களோ அவர் களுக்குத்தான் பழம்.' முருகன் யோசிக்கவில்லை. அந்தக் கணமே மயில் வாகனத்தை ஸ்டார்ட் பண்ணி அதி வேகமாக உலகத்தை வலம்வரப் புறப்பட்டார். பிள்ளை யார் டொங்கு, டொங்கு என்று எலியிடம் ஓடினார். எலி அவரை ஏற்றிக்கொண்டு இரண்டு அடி வைப்பதற் கிடையில் மூசுமூசு என்று மூச்சு வாங்கியது. அப்படியே நசுங்கி நிலத்தோடு படுத்துவிட்டது. "என்ன நின்று விட்டாயா? இப்ப முருகன் ஆப்பிரிக்காவின் மேல் போய்க்கொண்டிருக்கிறானே! நான் இங்கே வாசற்படி கூடத் தாண்டவில்லை" என்று பெருமூச்சு விட்டார். 'ஸ்வாமி, நீங்கள் கொஞ்சம் ஓவர் வெயிட்; காரட் ஜூஸ் மட்டும் இனிச் சாப்பிட்டுப் பாருங்கள்', என்றது எலி. விநாயகருக்குக் கோபம் பொத்துக்கொண்டு வந்தது. உடனே வேறு ஒரு யுக்தி பண்ணினார். 'அம்மையும், அப்பணுமல்லவோ உலகம்; நான் அவர்களை வலம் வந்தாலே போதுமானது' என்று நினைத்து அம்மையப் பனை வலம்வந்து மாம்பழத்தைக் கையிலே வாங்கும் தருணம் முருகன் மயலிலே வீச்சாக வந்து சடன் பிரேக் போட்டு நின்றார். விநாயகர் அவ்வளவுக்கும் நிற்பாரா, என்ன? தும்பிக்கையை எட்டிப் பழத்தைப் பறித்துக் கொண்டு மெல்ல நகர்ந்து விட்டார்.

நான் இப்படியான ஒரு சிக்கலில் மாட்டிக்கொண்டு பெரும் அவஸ்தைப்பட்டுக்கொண்டு இருந்தேன். நான் ஹாவார்டில் படித்துக்கொண்டிருந்தபோது எங்கள் பேராசிரியர் அடிக்கடி கூறுவார். 'பூட்டுச் செய்தவன் சாவியும் செய்திருப்பான்' என்று சாவியைத்தான் நான் தேடிக்கொண்டிருந்தேன்.

மனக்கண்ணினால் ஐந்தாம் வகுப்பில் இருந்து பட்டப் படிப்பு வரை நான் படித்தது எல்லாவற்றையும் அலசிப் பார்த்து

விட்டேன். இதிகாசங்களையும் புராணங்களையும் தேடியாகி விட்டது. கணிதவியலையும் பொருளியலையும் ஆராயவும் தவறவில்லை.

மனிதர்கள் இரண்டுவிதமானவர்கள். முதலாவது ரகம், சாதாரணமான நேரங்களில் சாதாரண வேலை செய்வார்கள், கழுத்தைப் பிடிக்கும் நெருக்கடி சமயம் சுடர்விட்டு பிரகாசிப் பார்கள். இரண்டாவது ரகம், சாதாரண நேரங்களில் அசாதாரண திறமையுடன் செயல்படுவார்கள், ஆனால், நெருக்கடியான சந்தர்ப்பங்களில் தலையைத் தொங்கப்போட்டுக்கொண்டு செய்வதறியாமல் திகைப்பார்கள்.

இதில் இரண்டாவது ரகம் இதிகாசத்தில் கர்ணன். வில் வித்தையில் கர்ணன் அர்ஜுனனைவிட ஒரு இழை மேல் என்றே சொல்லலாம். ஆனால், உக்கிரமான போர் நடந்து கொண்டிருக் கும் சமயங்களில், பாவம் கர்ணன் செய்வதறியாது தடுமாறி நின்று போய் விடுவான். இந்தக் கால உதாரணம் வேண்டுமென்றால் டென்னிஸ் வீரன் கோரன் இவானி செவிக்கை சொல்லலாம். இவனுடைய சர்வீஸ் 135 மைல் வேகத்தில் போகும். கண் வெட்டு வதற்கிடையில் மளமளவென்று புள்ளிகளைக் குவித்து விடுவான். ஆனாலும் என்ன பயன்? வெற்றித் தேவதை அணைக்கவரும் நேரத்தில், பாவம் இவனுக்குக் கை கால்கள் சோர்ந்துவிடும். சர்வீஸ் பொத், பொத் என்று விழும். எதிராளி தட்டிக்கொண்டு போய்விடுவான். இவன் விளையாட்டைப் பார்க்கும் போதெல் லாம் எனக்கு அழுகையாக வரும்.

நான் முதலாவது ரகம். அசாதாரண நெருக்கடிகளுக்குத் தீர்வு காண்பதுதான் என் விசேஷத் திறமை. அதற்காகவே படித்துப் பட்டம் பெற்றவன். சூறாவளி என்றால் அதற்கு ஒரு மையம் இருக்கும்; மகா விருட்சம் என்றால் அதற்கு ஓர் ஆணி வேர் இருக்கும். எந்தவிதமான சங்கடத்துக்கும் ஓர் உயிர் மையம் இருக்கும். அதைத்தான் தேடிக்கொண்டிருந்தேன்.

மறுபடியும் பேராசிரியர் சொன்னது ஞாபகத்திற்கு வந்தது. ஒரு பெரிய பாழடைந்த பத்து மாடிக் கட்டடம். இதை உடைத் தெறிய உத்தரவு வந்துவிட்டது. நாங்கள் தகர்ப்பு விற்பன்னர்களைக் கூட்டி இந்தக் காரியத்தை ஒப்படைக்கிறோம். இது சாதாரண காரியமில்லை. ஒரு கட்டடத்தைக் கட்டுவதிலும் பார்க்க மிகவும் சிரமமானது. அவர்கள் இந்தக் கட்டட வரைபடத்தை முதலில் ஆராய்ச்சி செய்து கட்டடத்தைத் தாங்கும் ஆதார மையங்களில் வெடிமருந்துகளைப் பொருத்துவார்கள். அது வெடித்ததும்

கட்டடம் ஆடாமல், அசங்காமல் சொன்னபடி கேட்டு அதே இடத்தில் வேறு சேதம் விளைவிக்காமல் பொத்தென்று வந்து விழும். உன்னுடைய வில்லங்கங்களை ஒட்டுமொத்தமாகத் தீர்க்க வேண்டுமானால் பிரச்சினையின் உயிர்நாடியைக் கண்டுபிடிக்க வேணும். அல்லாவிடின் மலேரியாக் காய்ச்சல்காரனுக்கு மாத விடாய் நிற்க மருந்து கொடுத்ததுபோல அனர்த்தம்தான் விழையும்.

விஷயம் இதுதான். மிகவும் பெரிய ஒரு கம்பெனியின் மானேஜிங் டைரக்டராக நான் இரண்டு வருட காலத்திற்கு முன்பாக பதவி உயர்வு பெற்றிருந்தேன். எனக்கு வயது முப்பத் தைந்து; எனக்கு முன்பு இருந்தவர் வயதானவர்; திடீரென்று மாரடைப்பில் இறந்துபோனார். கம்பெனி இயக்குநர்கள் என் பேரில் முழு நம்பிக்கை வைத்து இந்தப் பெரிய பொறுப்பை என்னிடம் ஒப்படைத்திருந்தனர். எல்லாம் நல்லாய்த்தான் போய்க் கொண்டிருந்தது. ஆனால், திடீரென்று சனிதிசை பிடித்து ஆட்டத் தொடங்கியது.

விற்பனைகள் சரியத் தொடங்கின. தொழிலாளர்கள் அதிருப்தி காட்டி முணுமுணுக்க ஆரம்பித்தார்கள். முன்பிருந்த மானேஜிங் டைரக்டரின் மருமகன், ஜெயந்தன் என்பவன் கம்பெனிக்கு எதிராக நாசகார வேலைகள் பார்க்கிறானாம். இவன் என்னுடைய பதவியில் கண்வைத்து ஆவலாக எதிர்பார்த்து இருந்தவன் சில இயக்குநர்களையும் தன்கைக்குள் போட்டுக் கொண்டிருக்கிறானாம். பங்கு மார்க்கெட்டில் கம்பெனியின் பங்குகள் சரியத் தொடங்கின. ஆனால், இது எல்லாத்தையும்விட மோசம் கிட்டடியில் வந்த செய்திதான்.

கம்பெனியின் முழுமூச்சு ஏற்றுமதிதான். அமெரிக்கா, பிரான்ஸ் போன்ற நாடுகளுக்கு ஏற்றுமதி செய்யும் சரக்கு மாத் திரம் எழுபது வீதம். சமீப காலங்களில் வந்த ஓடர்களை முற்றிலும் நிறைவேற்ற முடியாமல் கம்பெனி தத்தளித்தது. எதிராளிக் கம்பெனி ஒன்று இந்த ஓடரில் ஒருபகுதியைத் தன் வசமாக்க முயற்சிகள் செய்து வந்தது. இது அவர்களுக்குப் போனால் வேறு வினையே வேண்டாம்; கம்பெனியை இழுத்து மூட வேண்டியது தான்.

தலைக்குமேலே தண்ணி போய்விட்டது. இனி என்ன செய்யலாம் என்று மூக்கைப் பிடித்துக்கொண்டு யோசித்த போதுதான் திருவண்ணாமலை ஞாபகம் வந்தது. அங்கே ஒரு மகாயோகி இருக்கிறார். எனக்கு இப்படியான இக்கட்டுகள் வரும் போது அவரிடம்தான் ஓடுவேன். இதே மாதிரி இரண்டு முறை முன்பு போயிருக்கிறேன். அவர் அறிவுரை, ஆசியென்றெல்லாம் வழங்க மாட்டார்; உங்கள் சிந்திக்கும் திறனைத் தூண்டி விடுவார்.

அடுத்த நாளே திருவண்ணாமலை போய்விட்டேன். இரண்டு நாளாக யோகியாரை எங்குதேடியும் காணக் கிடைக்க வில்லை. கடைசியில் யாரோ சொன்னார்கள் யோகியார் பதினாறு கால் மண்டபத்தில் இருப்பதாக. யோகியாரிடம் ஓடி னேன். அவர் சிரித்தபடியே இருந்தார். அந்தச் சிரிப்பிலே எத்தனையோ அர்த்தங்கள் எனக்குத் தெரிந்தன. ஸ்வாமியைப் பார்த்தவுடன் எனக்கு வந்த காரியம் எல்லாம் மறந்து விட்டது; அது மாத்திரமல்ல, என் கஷ்டமெல்லாம் அர்த்தம் இல்லாத தாகவும் பட்டது. என் கண்கள் பனித்துவிட்டன. ஸ்வாமி என்னையே பார்த்தபடி இருந்தார்.

"ஆதிமூலத்தை அறிந்து விட்டாயா?" என்றார்.

"ஸ்வாமி, அதைத்தான் தேடிக்கொண்டிருக்கிறேன்; நீங்கள் தான் காட்ட வேணும்" என்றேன்.

"மடையா, நான் என்னத்தைக் காட்டுவது? நீதான் தேடிப் பிடிக்க வேணும்" என்றார்.

"ஸ்வாமி, எனக்கு சமீபத்தில் பதவி உயர்வு கிடைத்தது."

"என்ன, சாயுஜ்யபதவியா" என்றார், ஸ்வாமி சிரித்தபடி.

"இல்லை, இது சாதாரண பதவிதான், மிக நல்லாக முன்னேறி வந்த கம்பெனி காரணமின்றி பட படவென்று சரியத் தொடங்கிவிட்டது. நாலா பக்கத்திலும் இருந்து எனக்குத் தொல்லைகள். தலை நிமிர்த்தவே முடியவில்லை; மீளும் வழியும் தெரியவில்லை" என்றேன்.

"நாலா பக்கமும் பிரச்சினைகள் இல்லை; பிரச்சினையின் மூலம் ஒன்றுதான். நீதான் நாலு பக்கமும் பார்க்கிறாய். ஸ்பெயின் நாட்டில் நடக்கும் மாட்டுச் சண்டை பற்றி கேள்விப் பட்டிருக் கிறாயா?"

"சொல்லுங்கள், ஸ்வாமி"

"மேரடோர் என்பவன் எருதுடன் சண்டை போட்டு அதைக் கொல்வதற்காக ஏற்படுத்தப்பட்ட வீரன். எருதுக்கும் இவனுக்கும் ஒரு நீண்ட போர் நடக்கும். இறுதியில் எருது களைத்து, தலையைத் தாழ்த்தி சோர்ந்துபோய், ஆனால், கடைசி மூச்சின் ஆங்காரத்தோடு சண்டை போடும். எருது தலை குனிந்திருக்கும் அந்தக் கணத்தில் மேரடோர் என்பவன் தன் நீண்ட வாளை உருவி மாட்டின் தோள் பட்டைகளின் இடையே உள்ள ஒரு நுண்ணிய துவாரத்தில் வாளை நுழைத்து அதன் ஆதார நாடியைச்

சோதித்து விடுவான். இந்த நேரம்தான் மகத்தான உண்மையான நேரம். எருது அந்தக் கணமே விழுந்து இறந்து விடும்."

"ஸ்வாமி, எனக்கு எல்லாம் புரிகிறது. ஆனால், அந்த ஆதாரநாடி எங்கே இருக்கிறது என்று தெரியவில்லையே? திசை தெரியாத பறவைபோல அல்லவா சுற்றிச் சுற்றி வந்துகொண்டிருக் கிறேன்! ஒரு வழி காட்ட முடியாதா?"

ஸ்வாமி யாரோ பக்தர்கள் கொடுத்துவிட்டுப்போன ஒரு சீப்பு வாழைப்பழத்தில் இருந்து இரண்டு பழங்களைப் பிய்த்தார். "இந்தா, இதைக்கொண்டு போ. இரண்டு நாளைக்கு இதுதான் உனக்குச் சாப்பாடு. கொஞ்சம், பால் வேண்டுமானால் மட்டும் பருகலாம். மூன்றாம் நாள் காலை இங்கிருந்து போய்விடு" என்றார். நானும் பழத்தை எடுத்துக்கொண்டு என்னுடைய மடத்தை நோக்கிப் புறப்பட்டேன்.

அடுத்த நாள் காலை. ஒரு பழமும் ஒரு அண்டா பாலும் சாப்பிட்ட பிறகு பசியும் ஆறவில்லை; பிரச்சினையும் தீரவில்லை. நான் படித்ததெல்லாவற்றையும் மறுபடி அசைபோட்டுப் பார்த் தேன். பீட்டர் ட்ரக்கர் கூறியதையும், கென்னத் கல்பிரெய்த் சொன்ன சித்தாந்தங்களையும், பிரடெரிக் டெய்லர் எழுதி வைத்ததையும் நினைவுகூர்ந்து பார்த்தேன். மனமானது சுழன்று சுழன்று வந்ததே ஒழிய ஒரு பிடியும் கிடைக்கவில்லை.

சிந்திப்பது மூன்று வகைப்படும். ஒன்று செக்கு மாட்டு வகை; ஒன்றையே திருப்பித் திருப்பி அசை போடுவது. இது பிரயோசனமில்லாமல் நீண்டுகொண்டே போகும். இரண்டாவது தொடர் சங்கிலி சிந்தனை முறை. இது ஒன்றைத் தொடர்ந்து இன்னொன்றாக தர்க்க ரீதியாக வருவது. மூன்றாவது பரவல் சிந்தனை. அறிவியலுக்கு ஆதாரமான பல சித்தாந்தங்களைப் பரவல் சிந்தனை மூலம்தான் விஞ்ஞானிகள் கண்டுபிடித்தார்கள். ஆகாய விமானத்தைக் கண்டுபிடித்த ரைட் சகோதரர்களாகட்டும், பெனிசிலினைக் கண்டுபிடித்த அலெக்சாந்தர் பிளெமிங் ஆகட்டும் பரவல் சிந்தனை மூலம்தான் தங்கள் மகா கண்டுபிடிப்புகளை உலகத்திற்கு அளித்தார்கள்.

இத்தாலி மகாவிஞ்ஞானி கலீலியோ ஒரு நல்ல கிறிஸ்துவர். அவர் தன் சித்தாந்தங்களை வெளியிட்டபோது அவை அன்றைய கிறிஸ்துவ நம்பிக்கைகளுக்கு முரணாக இருந்தன. இருந்தும் அவர் தன் கருத்துகளை அவசரமாகப் பகிரங்கப்படுத்திவிட்டார். தேவா லயத்து மதகுருக்களுக்கு அவர் கூறியது சங்கடமாக இருந்தது. வேறு என்ன? அவர் பூமி, சூரியனைச் சுற்றி வருகிறது என்று

அபத்தமாக உளறினால் அவர்களுக்குக் கோபம் வராமல் என்ன செய்யும்? அவருக்கு அறுபத்தொன்பது வயது நடக்கும்போது தேவாலயத்தினர் அவரைச் சிறையில் இட்டனர்; சொன்னதை மறுதலிக்கும்படி வற்புறுத்தினர். கலீலியோ பூமி சூரியனைச் சுற்றவில்லை, பூமி சூரியனைச் சுற்றவில்லை" என்று உரத்துச் சொல்லிவிட்டு மனதிற்குள், தனக்கும் பூமிக்கும் மட்டுமே கேட்கும் படி, என்றாலும் 'சுற்றுகிறது' என்று கூறினாராம்.

உலகத்தின் இன்றைய முன்னேற்றத்திற்கு காரணம் கலீலியோ போன்ற விஞ்ஞானிகளின் பரவல் சிந்தனைகள் மூலம் பிறந்த அருமையான கண்டுபிடிப்புகள்தான். நான் தேடிக்கொண்டிருக்கும் விடையும் இப்படியான சிந்தனைகளில்தான் தங்கியிருக்கிறது என்று எனக்குப்பட்டது. மனதைக் குவித்து 'ஏகாக்கிரக சிந்தனை' என்று சொல்வார்களே அப்படி நேர்ப்படுத்தினேன்.

மறுபடியும் யோசித்துப் பார்த்தேன். தொழிற்சாலையில் போதிய ஓடர்கள் வந்து குவிகின்றன; உற்பத்தி வேகமும் குறைந்த தாகத் தெரியவில்லை. விற்பனைகள் சரிவதின் காரணமென்ன? ஜெயந்தன் செய்யும் நாச வேலைகளாக இருக்குமா? அவன் இப்போதெல்லாம் ஒவ்வொரு நாளும் கம்பெனியிலிருந்து ஒரு பெண்ணாகக் கூட்டிக்கொண்டு திரிகிறானே, இதற்கு நேரம் இருக்குமா?

ஜெயந்தனுடன் நேர் மோதலைத்தான் தவிர்த்து வந்தேன். ஒருமுறை கேட்டுவிட்டேன்: "ஜெயந்தன், நீ என்ன இப்படி ஒரு நாளைக்கு ஒரு பெண்ணுடன் சுற்றுகிறாயே! இது உனக்கும் நல்லதல்ல: பெண்ணுக்கும் நல்லதல்ல; கம்பெனிக்கும் நல்லதல்ல?"

அதற்கு அவன் கூறிய பதில் விசித்திரமாக இருந்தது. "எனக்கு பதின்மூன்று வயதாகியதிலிருந்து நான் இப்படி ஒரு விரதம் காத்து வருகிறேன். எப்பவும் கன்னிப் பெண்கள் பாது காப்பில் இருக்கவேண்டுமென்பதுதான் அது. எனக்குக் கிடைக்கும் அந்தப் பாதுகாப்பை இப்படிச் சடுதியாக துறக்கச் சொல்கிறாயே. இது நியாயமா? நீ அதற்குப் பொறுப்பேற்பாயா?" என்றான். நான் அவனுக்குப் பைத்தியம் முற்றிப் போய்விட்டது என்று நினைத்துப் பேசாமல் இருந்துவிட்டேன்.

உண்மையிலேயே இவன் பைத்தியக்காரத்தனமான வேலைகள் செய்வானோ? தொழிலாளர்களுக்கு வேண்டிய சலுகைகளெல்லாம் செய்து கொடுத்திருக்கிறோமே! சக தொழி லாளருடன் ஒப்பிடும்போது இவர்களுடைய சம்பளமும் வருமானமும் மிகக் கூடுதலாகவல்லவா இருக்கிறது! இருந்தும்

அவர்களுடைய அதிருப்தியைத் தூண்டிவிடுவதற்கு இவன் காரணமாக இருப்பானோ?

திருப்பித் திருப்பிச் செக்குமாடுபோலத்தான் சிந்தனை சுழன்றுகொண்டே வந்தது. இரண்டு நாள் இரண்டு யுகம்போல சென்றது. மிஞ்சியது பசியும் களைப்பும்தான். மூன்றாம் நாள் அதிகாலையே எழும்பிவிட்டேன். நான் வந்தது வியர்த்தம் போலத்தான் பட்டது. பிரச்சினை அப்படியே கொழுக்கட்டை போல் முழுசாக இருந்தது. நல்ல பசி. சாப்பிட்டுவிட்டுத் திரும்பு வோம் என்ற முடிவோடு புறப்பட்டேன்.

பாதையோரத்தில் அந்தக் கிழவி சுடச்சுட தோசை வார்த்து விற்றுக்கொண்டிருந்தாள். நான்போனபோது அங்கே ஒரு சிறுமி மாத்திரம் தோசை வாங்கிப்போக வந்திருந்தாள். கிழவி தோசையை ஒரு பெட்டியில் அடுக்கிவிட்டு அதை மூட முயற்சி செய்து பார்த்தாள். வாழை இலை நேராக நட்டுக்கொண்டு நின்றது. அப்போ அந்தச் சிறுபெண் ‘பாட்டி, வாழை இலையை மடித்துவிடு, மடித்துவிடு’ என்று மணியடிப்பதுபோல சொல்லிக் கொண்டிருந்தாள். அதைக் கேட்டுக்கொண்டிருந்த எனக்கு மூளை யிலே ஒரு மின்பொறி தட்டியது. ‘அப்படியும் இருக்குமா?’ என்று மனசு போட்டு அடித்துக்கொண்டது.

அவசர அவசரமாகச் சாப்பிட்டுவிட்டு உடனேயே புறப் பட்டேன். வழிநெடுக சிந்தனை தொடர்ந்தது. ஒரு பெரிய கேள்விக்கு சிறிய விடை கொடுப்பதும் ஒரு சிறிய கேள்விக்கு பெரிய விடையொன்று தருவதும் சில வேளைகளில் நடப்பது தான். மிகவும் படித்து இறுமாந்த ஔவைக் கிழவி ஒரு மாடு மேய்க்கும் சிறுவனிடம் தோற்கவில்லையா? கிழவி, சிறுவன்தானே என்று பாராமல் அவனுடைய கேள்விக்கு ஆழ்ந்து யோசித்திருந் தால் சரியான விடை கூறியிருப்பாள் அல்லவோ? ஔவையார் பழத்தை எடுத்து ‘பூ, பூ’ என்று ஊதியபோது சிறுவன், ‘என்ன பாட்டி! பழம் சுடுகிறதா?’ என்று கேட்டுச் சிரித்த அந்தத் தருணத்தில் ஔவையாருடைய மனம் என்ன பாடு பட்டிருக்கும்? ஒரு கணத்திலும் கணம் சிந்திக்கத் தவறியதன் விளைவல்லவா இது?

தொழிற்சாலையை வந்து அடைந்ததும் முதல் வேலையாக கணக்கு வழக்குகளைச் சரி பார்த்தேன். நான் நினைத்தது சரிதான். ஓடர்கள் எல்லாம் உரியகாலத்தில் தொழிற்சாலையில் முடிக்கப் பட்டுவிட்டன. ஏற்றுமதியில்தான் பிரச்சினை. துறைமுகத்திலே தேக்கம்; துறைமுகத்துக்கு எடுத்துப்போகும் வாகனங்களின்

பற்றாக்குறை; ஆனபடியால் தொழிற்சாலை கிடங்கிலும் ஏற்றுமதிப் பொருட்கள் குவிந்து கிடந்தன.

எங்கள் தொழிற்சாலையில், நாங்கள் உற்பத்தி செய்தது உயர்ந்த ரக சமையல் பாத்திரங்கள். சமையல் பாத்திரங்கள் என்றால் சாதாரண வீட்டுச் சமையல் பாத்திரங்கள் அல்ல. இவையோ மிகப்பெரிய ஹோட்டல்களிலும், சமையல் விடுதிகளும் பாவிக்கும் உறுதியான எஃகுப் பாத்திரங்கள்; செப்பு அடித்தகடு வைத்த பென்னம்பெரிய பாத்திரங்கள். நாலு பருமன்களில் ஒன்பது ரக பாத்திரங்களை நாங்கள் செய்து கொண்டிருந்தோம். இதற்காகத் தயாரித்த விசேஷமான பெரிய அட்டைப் பெட்டி களில் அவற்றைப் போட்டு அடைத்து ஏற்றுமதி செய்வதுதான் வழக்கம்.

இந்தப் பாத்திரங்களின் கைப்பிடிகள் பெரிதாக மேலே நீட்டிக்கொண்டு நிற்கும். முதல் வேலையாக கம்பெனி வரைபட வல்லுநரைக் கூப்பிட்டு இந்தப் பாத்திரங்களின் கைப்பிடிகளை மடித்துவிடக் கூடியதாகச் செய்ய முடியுமா என்று கேட்டேன். அவர் சிறிது நேரம் யோசித்தார். அவருடைய சிந்தனையும் என் னுடையதுபோல ஒரே நேர்க்கோட்டில் போயிருக்க வேணும். ஒரு புன்சிரிப்பை உதிர்த்துவிட்டு ஒன்றும் பேசாமலே போய்விட்டார். அடுத்த நாள் அவர் கொண்டு வந்த புது டிசைனில் ஒரு பாத்திரத்தைச் செய்து பார்த்தோம். அது நல்லாகவே வந்திருந்தது.

அதிர்ஷ்டவசமாக 'பேக்கிங்' பெட்டிகளில் ஒரு சிறு மாற்றம் தான் செய்ய வேண்டியதாக இருந்தது. அறுநூறு கன அடியில் முன்பெல்லாம் நூறு பாத்திரங்கள் அடைத்து அனுப்ப முடிந்தது. இந்தப் புது டிசைன்படி நூற்றி நாற்பத்திமூன்று பாத்திரங்கள் அடைக்கக் கூடியதாக இருந்தது. எங்கள் வாடிக்கைக்காரர்கள் இந்தப் புது டிசைனை வரவேற்றார்கள்.

என்னுடைய ஊகம் சரிதான். உற்பத்தி குறையவில்லை யென்றாலும் ஏற்றுமதியில்தான் பிரச்சினை. தொழிற்சாலையில் இருந்து கப்பலுக்குப் போவதில் சுணக்கம்; துறைமுகத்தில் கப்பலில் ஏற்றுமதி செய்வதில் தடங்கல். பாத்திரங்களின் கைப்பிடியை மடக்குவதால் இப்போது முந்திய கனஅளவில் கூடிய பாத்திரங் களை அனுப்பக்கூடியதாக இருந்தது.

எங்கள் புது டிசைனை நடைமுறைக்குக் கொண்டுவந்தேன். கிடுகிடுவென்று துறைமுகத்தில் தேங்கியிருந்த பெட்டிகள் குறையத் தொடங்கின. தொழிற்சாலை சூடுபிடித்தது. ஆறே மாதத்தில் தேங்கி நின்ற பொருட்கள் எல்லாம் கப்பலேறிவிட்டன. ஓடர்கள்

வரவர அவை உற்பத்தியாக்கப்பட்டு அதே வேகத்துடன் பேக் செய்யப்பட்டு அனுப்பப்பட்டன. ஏற்றுமதியின் வேகம் பார்த்து புது ஓடர்களும் வந்து குவிந்தன.

இதற்கிடையில் தொழிற்சாலை போனஸ் முறையிலும் சிறு மாற்றம் கொண்டுவரப்பட்டது. முன்பெல்லாம் உற்பத்தியில் போனஸ் கொடுக்கப்பட்டது. இப்போதோ ஏற்றுமதி அல்லது விற்பனை என்ற அடிப்படையில் கூடிய விகிதத்தில் போனஸ் வழங்கப்பட்டது. விளைவு? தொழிலாளரிடம் கூடிய ஒற்றுமை இருந்தது; எல்லோரும் ஒரே நோக்கத்தோடு பாடுபட்டார்கள்; தேக்கம் என்பதே அரிதாகி விட்டது.

எங்கள் வரைபட வல்லுநரின் பெயர் சின்னபாரதி. அவருடைய தகப்பனார் பாரதியின் ரசிகராக இருந்திருக்கக் கூடும். அவர் அதிசயித்துப்போனார். அவர் முப்பது வருடமாக அங்கே வேலை பார்த்து வருகிறார். அவர் கேட்டார்: "இத்தனை வருட காலமும் ஏன் ஒருவரும் இது பற்றிச் சிந்திக்கவில்லை?"

அதற்கு நான், "சில பேர் சில விஷயங்களை ஓர் இக்கட்டான சமயம் வரும்போதுதான் கண்டுகொள்கிறார்கள். இப்படியான கஷ்டம் எங்களுக்கு முன்பு வந்ததில்லையே" என்றேன்.

ஆனால், எனக்கு இன்னுமொரு வேலை இருந்தது. இழந்து போன ஓடர்களை மீட்பதற்கும், புது ஓடர்களைத் தொடர்ந்து ஸ்திரப்படுத்துவதற்கும், வாடிக்கைக்காரர்களின் நன்மதிப்பைப் பெறுவதற்கும் ஒரு புதுவித அணுகுமுறை தேவைப்பட்டது. ஜெயந்தன் அதற்கு மிகவும் தகுந்த ஆளாகப் பட்டார். அமெரிக்கா, ஐரோப்பா போன்ற நாடுகளில் சுற்றுப் பயணம் செய்து கம்பெனிக்கு ஒரு புதுமுகத்தைத் தயார் பண்ணவேண்டிய பொறுப்பை அவரிடம் கொடுக்க முடிவு செய்தேன்.

சின்னபாரதி இதைக் கேள்விப்பட்டதும் அசந்து விட்டார். அவர் அனுபவஸ்தர்; நம்பகமானவர். அவருடைய அறிவுரைகளை நான் அவ்வப்போது கேட்பதுண்டு. அவர் சொன்னார்: "ஜெயந்த னுடைய அசைந்தாடும் நெஞ்சில் எனக்கு அசைக்க முடியாத நம்பிக்கை இருக்கிறது. அவனிடம் இப்படியொரு பொறுப்பை ஒப்படைக்கலாமா? அரபுக் குதிரை போல் நிமிர்ந்து திரியும் வெள்ளைக்கார மோகினிகளின் கண் வீச்சிலே இவனுடைய புத்தி சிதறிவிடுமே! இது இன்னும் சீரழிவையல்லவோ கொண்டு வரும்."

ஆனால், என்னுடைய உள்மனதுக்கு நான் செய்வது சரிபோல பட்டது. துணிந்து இந்தக் காரியத்தை ஜெயந்தனிடம் ஒப்படைத்தேன். ஜெயந்தனுக்கு அளவற்ற மகிழ்ச்சி. அவருக்கு

இப்படியாக கம்பெனி செலவில் உலகம் சுற்றுவது மிகவும் பிடித்த காரியமாகப் போய்விட்டது. இதுதவிர இன்னுமொரு முக்கியமான காரணமும் இருந்தது.

அவருடைய மாதச் சம்பளத்தை தவிர அவர் பிடிக்கும் ஓடர்களின் பிரகாரம் அவருக்கு ஒரு ஸ்பெஷல் போனஸ் இப் போதெல்லாம் வழங்கப்பட்டது. ஜெயந்தன் ஒரு வருடத்தில் பத்து மாதங்கள் வெளியே தங்கினார். ஓடர்கள் வந்து குவிந்த வண்ணமே இருந்தன. தொழிற்சாலையில் தொழிலாளர்கள் வெகு மும்முரமாக வேலையில் ஈடுபட்டார்கள். அவர்களுக்கு வேறு விஷயங்களுக்கு நேரமே இல்லை. ஏற்றுமதி போனஸ் மூலம் அவர்கள் வரும்படி நல்லாக விரிவடைந்திருந்தது.

என்னுடைய கல்யாண குணங்களில் சிரேட்டமானது அடக்கம். என் எதிரிகள் என்னை 'மகா மேதாவி என்றும் அறிவு ஜீவி' என்றும் திட்டும் போதெல்லாம் நான் மறுப்பதில்லை; பேசாமல் இருந்துவிடுவேன். ஆனபடியால் என்னுடைய தனித் திறமையால் கம்பெனியை அதலபாதாளத்தில் இருந்து மீட்டு விட்டேன் என்று நான் சொல்லிக்கொள்ள மாட்டேன். அது தற் பெருமைபோல் தோன்றும்.

ஆறு மாதத்தில் கம்பெனி இழந்த விற்பனைகள் எல்லாம் மீட்டுவிட்டது. நடப்பு வருடத்து விற்பனை முந்திய வருடத்து விற்பனையிலும் பார்க்க இருபது சதவீதம் அதிகரித்துவிட்டது. மூன்று வருடங்களில் கம்பெனியின் விற்பனை இரண்டு மடங்காகி விட்டது. லாபம் எழுபது வீதம் கூடிவிட்டது. பங்கு விலைகள் கிடுகிடுவென்று ஏறிவிட்டன. இயக்குநர்கள் எல்லாம் ஒன்றுகூடி என் திறமையைச் சிலாகித்தார்கள். கம்பெனியை இன்னும் விஸ்தரிப்பது பற்றிப் பேசிக்கொண்டார்கள். தொழிற்சாலையை விரிவு செய்யவும், புது மெசின்கள் வாங்கவும் ஆலோசனைகள் தர வெளிநாட்டு நிபுணர்கள் தருவிக்கப்பட்டார்கள்.

இப்படியாக என்னுடைய வாழ்க்கைத் தேர் அந்தர லோகத்தில் பவனி வந்தது. அரம்பையர், சாமரம் வீசி பன்னீர் தெளித்தனர். தேவதூதர்கள் துந்தும் முழங்கினார்கள்; தேவ தூதிகள் தும்புரு (அது என்ன தும்புரு?) வாசித்தார்கள். இந்த மயக்கத்தில் வெள்ளை முயல் போன்ற மேகக்கூட்டங்களில், சஞ்சரித்துக்கொண்டிருந்தபோதுதான் நான் எதிர்பார்க்காத சம்பவம் ஒன்று நடந்தது.

அரசாங்கம் திடீர் என்று கொண்டுவந்த ஒரு புதிய சட்டத்தி னால் கம்பெனியின் ஏற்றுமதிகள் பெரும்பாலும் பாதிக்கப்பட்டன. எங்களுக்குக் கிடைத்த சில சலுகைகள் நீக்கப்பட்டன.

பார்த்துக்கொண்டிருக்கும்போதே கம்பெனி கடகடவென்று கவிழத் தொடங்கியது. இந்தச் சமயத்தில் நான் கற்ற வித்தை ஒன்றும் பயன் தரவில்லை. தலைக்குமேல். தண்ணி போனபின் எனக்கு மறுபடியும் திருவண்ணாமலை ஞாபகம்தான் வந்தது. ஓடோடியும் சென்றேன்.

அங்கே யோகியார் என்னை எதிர்பார்த்து இருந்ததுபோல புன்சிரிப்புடன் வரவேற்றார். இந்தமுறை எனக்கு வாழைப் பழம்கூட இல்லை; வெறும் தண்ணிதான். யோகியார் நான் சொன்ன எல்லாவற்றையும் பொறுமையுடன் கேட்டார். பிறகு என் கண்களைப் பார்த்தபடி பேசத் தொடங்கினார்.

அது இன்னொரு கதை.

கடிதத்திலே ஆர்வமுள்ள வாசகர்களுக்கு மாத்திரம்: பிரஸ்தாபிக்கப்பட்ட கணக்குக்கு விடை.

ஆற்றை உறைய வைக்க வேண்டும். அதன்பிறகு படகின் வேகம் மணிக்கு பதினைந்து மைல். தொப்பி விழுந்தபோது அது ஆற்றில் அப்படியே இருக்கும். அரை மணியில் ஏழரை மைல் போனபடகு திரும்பவும் அதே தூரத்தைக் கடக்க அரை மணி ஆகும்.

◆

ஞானம்

அமெரிக்காவின் நாஷனல் சயன்ஸ் பவுண்டேஷனின் ஆதரவில் நாங்கள் இருவரும் மேற்கு ஆப்பிரிக்காவின் சியரா லியோனுக்கு வந்திருந்தோம். எங்கள் பி.எச்.டி. படிப்பில் இது ஒரு முக்கியமான கட்டம். அபூர்வ குரங்கு ஜாதியான கொலபஸ் பற்றிய ஆராய்ச்சிக்காகக் கடந்த ஐந்து வருடங்களாக பி.எச்.டி மாணவர்கள் ஆப்பிரிக்காவுக்கு வந்து போய்க்கொண்டிருந்தார்கள். இம்முறை நானும் டேமியனும் இந்த ஆராய்ச்சிக்காகத் தெரிவு செய்யப்பட்டிருந்தோம். டார்வினின் சித்தாந்தப்படி குரங்குகள் எங்கள் மூதாதையரல்லவா? அந்தக் கோட்பாட்டில் உள்ள ஓட்டைகள் சிலவற்றை இந்த ஆராய்ச்சி நிரப்பும் என்று நாங்கள் நம்பினோம். இது என்னுடைய இரண்டாவது வருடம் டேமி யனுக்கு இதுதான் முதல் தடவை.

கலவரத்தின் உச்சத்தில் மடியைப் பிடித்தபடி ஐரோப்பா, அமெரிக்காவென்று அகதிகளாக தெறித்து ஓடி, நிலைமை சீரடைந்த சமயங்களில் திரும்பவும் யாழ்ப்பாண மண்ணில் மிதித்து, தமது மூத்த தலைமுறையினரைப் பார்த்து அதிசயித்து, ஆராய்ந்து, மூக்கின்மேல் விரலை வைத்து வியந்து இது என்ன கோணாக் கோணாக் காய்? என்று கேட்டு, இதுதான் கோத்தை வித்த புளியங்காய் என்று பதிலடிபட்டு, மூக்கின்மேல் வைத்த விரலை எடுத்து, ஆராய்ச்சிக்கான குறிப்புகளை மூட்டை கட்டிக் கொண்டு சலியாது திரும்புபவர்கள்போல, நாங்களும் எங்களுக்குக் கிடைத்த நிதியுதவியில் சகல ஆராய்ச்சிகளையும் இரண்டே மாதங்களிலே பூர்த்தி செய்து எங்கள் பூர்வீக குடியினரின் மூலஸ் தானத்து ரகஸ்யங்களை 'உலகத்துக்கு ஆசை பற்றி அறைய' வந்திருந்தோம்.

டேமியன் அமெரிக்கனாக இருந்தாலும் உயரத்தில் சராசரி தான். மெலிந்த தேகம். புத்திக்கூர்மையான கண்கள். எதையும் ஆராய்ந்து அறியும் வேட்கை இயல்பாகவே அவனுக்கு இருந்தது. கால்கள் ஒரு இடத்தில் நிற்காது. எப்பவும் சாகசமாக எதையும்

சாதிப்பதற்குத் தருணம் பார்த்திருப்பான். கற்பாறைகளை வெறும் கையால் பிடித்து ஏறும் வித்தையில் கெட்டிக்காரன். அதற்கேற்ற உடல்வாகு அவனுக்கு இருந்தது. பெண்களும் ஆண்களும் சமமாக பங்கேற்கும் விளையாட்டு இந்த உலகத்திலேயே இது ஒன்றுதான். இதற்கு உடல் அமைப்பு சிறியதாகவும், கைவலிமை பெரியதாகவும் இருக்க வேண்டும். இந்தத் தகுதி டேமியனுக்கு இருந்தது. செங்குத் தான பாறைகளில் வெறும் கைகளை மூலாதாரமாகப் பற்றி இவன் கிறுகிறுவென்று ஏறும்போது பார்ப்பவர்கள் நெஞ்சம் துணுக் குறும். இரண்டு மாதகாலம் ஆப்பிரிக்கக் காட்டில் வேலை செய்வதற்கு அளவில்லாத ஆர்வத்தை அள்ளிக்கொண்டு இவன் என்னோடு வந்திருந்தான்.

இந்த இரண்டுமாத காலமும் நாங்கள் நடுக்காட்டில் கடை பரப்பி கொலபஸ் குரங்குகளின் பூர்வீகத்தையும், சமுதாய வாழ்க்கை விபரங்களையும் அவதானித்து குறிப்புகள் சேகரிக்க வேண்டும். புலம்பெயர்வு, உணவுமுறை, குடும்பம், குட்டிகளைப் பராமரித்தல் எல்லாம் இவற்றில் அடங்கும். இறுதியில் அந்தப் பிராந்தியத்தில் உள்ள கொலபஸ் குரங்குகளைக் கைப்பற்றி PIT முறையில் அடையாள எண்ணிட்டு அவைகளைப் பற்றிய குறிப்புகளை கம்ப்யூட்டரில் பதிந்துகொண்டு காட்டிலேயே அவை களைத் திருப்பி விட்டுவிட வேண்டும். அடுத்த வருட தொடர் ஆராய்ச்சியில் இந்தக் குரங்குகளின் புலம்பெயர்வு, பழக்கவழக்க மாற்றங்கள் எல்லாம் இலகுவில் தெளிவாகி விடும்.

PIT என்றால் Passive Integrated Transponders. குரங்குகளைப் பிடித்ததும் இஞ்செக்ஷன் மூலம் குண்டூசி தலையளவு பருமனுள்ள துகளை அந்தக் குரங்குகளின் தோலின் கீழே செலுத்திவிட வேண்டும். எங்கள் ஊர்களில் மாடுகளைச் சாய்த்துப் போட்டு, கொல்லனுடைய உலையில் பழுக்கக் காய்ச்சிய இரும்பினால் நாமம் சுடுவதுபோல இதுவும் ஒரு அடையாள நம்பர் முறைதான். ஆனால், இந்த முறையில் குரங்கு சூடுபட்டு துடிக்கத் தேவை யில்லை. அந்தக் குரங்கின் நம்பர் அந்தத் துகளில் இருக்கும். இதற்கென்று இருக்கும் எலக்ட்ரோனிக் கருவியை அந்தக் குரங்குக்குக்கிட்ட கொண்டு வந்ததும் அந்த நம்பர் பளிச்சென்று தெரியும். குரங்குக்கு ஒரு நோவும் இல்லாமல் அந்தத் துகள் அதன் உடம்பில் ஆயுள் பரியந்தமும் இருக்கும். அந்த நம்பரில் குரங்கு பற்றிய விபரங்களெல்லாம் கலிபோர்னியாவில் உள்ள ஒரு கல்லூரி கம்ப்யூட்டரில் பதிவாகிக்கொண்டிருக்கும்.

நாங்கள் காட்டிலேயே வாழ்ந்து எங்கள் வேலைகளைக் கண்ணும் கருத்துமாகப் பல வாரங்கள் தொடர்ந்தோம். ஒரு

விக்கினமும் இன்றி ஆராய்ச்சிகள் நன்றாக நடைபெற்று முடியுந் தறுவாயில் இருந்தன. எங்கள் குடிசையிலே எங்கே பார்த்தாலும் கத்தை கத்தையாகக் குறிப்புகளும் டயரிகளும் புத்தகங்களும் கோப்புகளுமாகக் கிடந்தன. இனிமேல் எல்லாக் குறிப்புகளையும் சீர்படுத்தி கலிபோர்னியாவில் போய் ஆய்வைத் தொடர வேண்டி யதுதான். குரங்குகளைப் பிடிக்கவேண்டிய தருணம் இறுதியில் வந்தது. தலைக் குடிமகனிடம் போய் முந்திய வருடம்போல குரங்குகளைப் பிடிக்க வேண்டிய உதவிகள் செய்யுமாறு கேட்டுக் கொள்வதென்று தீர்மானித்தோம். அங்கேதான் எங்களுக்கு ஒரு வில்லங்கம் காத்திருந்தது.

நாங்கள் அவரைப் பார்க்கப் போனபோது அவர் முன் விறாந்தையில் இருந்த ஒரு வலை 'ஏணையில்' (hammock) ஒய்யாரமாக சாய்ந்துகொண்டு இருந்தார். கறுப்பு மலையை உருட்டிவிட்டதுபோல இருந்தது அந்தக் காட்சி. வண்ணப்பூக்கள் போட்ட நீண்ட வெள்ளை அங்கியும், அதே கலர் தொப்பியும் அணிந்திருந்தார். அவருடைய வாய் ஓயாது கோலா நட்டை சப்பியபடியே இருந்தது. மேலே கூரையில் இரண்டு கோழிகள் காலில் கட்டப்பட்டு தலை கீழாக தொங்கிக்கொண்டு இருந்தன. அவை அடிக்கடி செட்டைகளை அடிக்கும்போது மெல்லிய காற்று வந்து அவருடைய பிரமாண்டமான உடம்பை ஆற்றியது. கோழிகள் களைப்படைந்து ஓய்வெடுக்கும்போது இவர் தன் கையிலிருக்கும் பாம் ஓலை விசிறியால் விசிறிக்கொண்டார். அப்போது அவர் முகத்திலே அப்பிக்கொண்டிருந்த இலையான்கள் எல்லாம் ஒன்றுகூடி எழுந்து ஒரு வட்டம் அடித்துவிட்டு திரும்ப வும் வந்து தங்கள் தங்கள் சீட்களில் உட்கார்ந்து கொண்டன.

ஆரவாரத்துடன் எங்களை வரவேற்றவர் முன்பென்றும் இல்லாத மாதிரி பற்கள் தெரிய அட்டகாசமாகச் சிரித்தபடியே குரங்குகள் பிடிக்கும் செலவிற்குப் பேரம் பேசத் தொடங்கினார். அந்தக் கால அரசர்களிடம் அஸ்வசாஸ்திரம் தெரிந்த விற்பன்னர் கள் பக்கத்திலேயே இருப்பார்களாம். அதுபோல இவரிடமும் குரங்கு சாஸ்திர நிபுணர் ஒருவர் நீண்ட நெடுமரமாக ஒரு பக்கத் திலே நின்றுகொண்டு அவ்வப்போது தன் ஞானக் கண்ணைத் திறப்பதும் மூடுவதுமாக இருந்தார். கத்தி படாத தாடையைச் சொறிந்து சொறிந்து ஒன்றிரண்டு ஞானமுத்துகளை உதிர்த்தார். மற்றப் பக்கத்திலே அடைப்பைக்காரன்போல ஒருத்தர் அவ்வப் போது கோலாநட் சப்ளை செய்தவண்ணம் இருந்தார். இவர் முகத்திலே, காவடி எடுப்பவர்கள் செடில் குத்தியதுபோல கன்னங் களிலும் நெற்றியிலும் கண்களுக்குக் கீழேயும், உதட்டின் மேலேயும்,

நாடியிலும் மீன் செதிள் போன்ற மென்டே இனத்துச் சின்னங்கள் விழுப்புண்களாகப் பரவிக் கிடந்து அழகூட்டின.

ஒரு குரங்கு பிடிப்பதற்குக் காசு இருநூறு லியோன் வரை தயங்காமல் கேட்டார் தலைக்குடிமகன். இவர்கள் இருவரும் ஒரே கரண்டில் வேலை செய்வது போல் வேகமாக ஆமோதித்து தலை யாட்டினார்கள். இதுபோன வருடத்திலும் பார்க்க பத்து மடங்கு அதிகம். நாங்கள் என்ன, குரங்கைப் பிடித்து மூட்டை கட்டி அமெரிக்காவுக்கு ஏற்றுமதி செய்யப் போகிறோமா? பிடிப்பதற்குத் தானே பணம்; மறுபடியும் காட்டிலே விட்டுவிடத்தானே போகிறோம்!

கடைசி விலை நாற்பது லியோன் என்று நான் சொன்னதும் தலைக்குடிமகன் ஆவென்று வாயைப் பிளந்தார். அங்கே முப்பத்திரண்டு பற்களும், அறுபத்திநாலு சானல்களும் தெரிந்தன, நீண்ட நேர மந்திராலோசனைக்குப் பிறகு ஒருவாறு தலைக்குடி மகன் இறங்கி வந்தார். நூறு லியோனுக்குப் பேரம் பூர்த்தியானது. பட்ஜெட் இடிக்கத் தொடங்கிவிட்டது; என்றாலும் வேறு வழி யென்ன? பாதி சவாரியில் இறங்க முடியுமா? நாங்கள் அவர் கேட்ட அக்கிரமமான விலையைக் கொடுப்பதற்குச் சம்மதித்தோம்.

ஆப்பிரிக்கக் காட்டில் இரண்டு மாதங்கள் ஓடிவிட்டன. ஆரம்பகாலத்து ஆர்வமெல்லாம் மறைந்து எங்கள் முகங்கள் களையிழந்து காணப்பட்டன. நுளம்புகள் கடித்து புண்பட்ட எங்கள் உடம்பு திட்டுத் திட்டாகத் தடித்து தடுக்குப்பாய்போல ஆகியிருந்தது. பசளையில்லாமல் பயிரிட்ட பாவக்காய்போல முறுகி, புஃல்லாபிரட் என்று சிறப்பு நாம தேயம் பெற்ற ரொட்டி யையும், அவித்த கடலையையும், வறுத்த சோளத்தையும் சாப் பிட்டு, சாப்பிட்டு வாய் மரத்துவிட்டது. கடைசி மாவிலே பிடித்த கொழுக்கட்டைபோல மொக்கட்டி, நெக்கட்டியான படுக்கையிலே ஒரு கண் நித்திரைகூட வர மறுத்தது. படுக்கை நொந்ததடி என்ற பாடல் வரிகளின் அர்த்தம் மூளையில் இறங்கியது. குலையீனா வாழைக் குருத்துகள் போன்ற இளம் ஆப்பிரிக்கப் பெண்கள் காலையும் மாலையும் தண்ணீருக்கும், விறகுக்குமாக அலைந்து திரிந்து தலைச்சுமையோடு அசைந்து நடந்து வரும் அழகை காத்திருந்து பார்ப்பதுகூட எங்களுக்கு இப்பவெல்லாம் அலுத்து விட்டது.

இப்படியாக மனமுடைந்திருந்த ஒருநாள் அதிகாலை தலைக்குடிமகனிடம் இருந்து நாங்கள் எதிர்பார்த்த செய்தி வந்தது. சிறுவர்களும் பெரியவர்களுமாக தாரை தப்பட்டைகளைத் தட்டிய

படியே குரங்கு கூட்டத்தைத் துரத்தி வந்து ஒரு பெரும்மரத்திலே ஏற்றி விட்டார்கள். நாங்கள் அங்கே ஓடி வந்தபோது பக்கத்திலே வளர்ந்திருந்த சிறுமரங்களையும் செடிகளையும் தறித்து வெறுமை யாக்கிக் கொண்டிருந்தார்கள். குரங்குகள் பாவம் 'கீயாமாயா' என்று கத்தியபடி கீழேயும் மேலேயும் போய் அலறத் தொடங்கின. பேச வழியில்லை என்று தெரிந்ததும் அலறல் அழுகையாக மாறத் தொடங்கியது. மரத்தின் கீழே வலைபரப்பி தயார் நிலையில் இருந்தது. குரங்கு சாஸ்திர விற்பன்னரும் அடைப்பைக்காரரும் ஓடியாடி மேற்பார்வை செய்துகொண்டிருந்தார்கள்.

அந்தக் காட்சி ஓர் அபூர்வமான காட்சி. வாழ்நாளிலே காணக் கிடைக்காத காட்சி. சின்னதும் பெரிதுமாக எத்தனை நிறத்தில் எத்தனை விதமான குரங்குகள். திகிலுடன் கிளைக்குக் கிளை பாய்ந்து 'கீகீ' என்று கோஷமிட்டு அவை செய்த கூத்தை விவரிக்க ஏலாது. தவ்வல் குட்டிகள் தாயின் மடியை இறுக்கிப் பிடிக்க தாய் குரங்குகள் தடுமாறியபடி கிளைக்குக் கிளை தாவி தப்புவதற்கு வழி தேடின. சின்ன விரல் சைஸ் கிளைகளின் நுனியில் குரங்குகள் தொங்கியபடி ஊஞ்சல் ஆடின. மனம் என்ன ஆகுமோ? என்று பயந்து துணுக்குற்றது. 'என்னை விரைந்தேற்றுக் கொள்ளாத வேந்துண்டோ, உண்டோ குரங்கேற்றுக் கொள்ளாத கொம்பு?' என்ற கம்பர் கூற்றின் உட்கருத்து எனக்குப் புலனாகியது.

ஆனால், நாங்கள் எதிர்பார்த்தபடி குரங்குகள் பொத் பொத்தென்று எங்கள் கைகளில் வந்து குதிப்பதாய்த் தெரிய வில்லை. அப்பொழுது அடைப்பைக்காரர் பெரிய கோடாரி யொன்றை எடுத்து மரத்தை 'டம், டம்' என்று அடிக்கத் தொடங் கினார். அனுபவமில்லாத ஒரு குரங்கு மரத்தை யாரோ வெட்டு கிறார் களென்று பயந்து அவசரமாக குதித்தது. அதைத் தொடர்ந்து வெள்ளையும் சிவப்புமாக குரங்குகள் குதிக்கத் தொடங்கின. அந்தக் காட்சி வெள்ளை மலர்களையும் சிவப்பு மலர்களையும் தேவர்கள் ஆகாயத்திலிருந்து கொட்டுவதுபோல இருந்தது. "ஸ்வீட் ஜீசஸ் என்று கத்தியபடி டேமியன் செய்வதறி யாது அங்குமிங்கும் ஓடினான். அளவுக்கு மீறிய பரபரப்பான சமயங்களில் டேமியன் இப்படிக் கத்துவது வழக்கம். குரங்குகள் குதிக்க குதிக்க ஆப்பிரிக்கச் சிறுவர்கள் 'பொக்கு பிளென்டி லெவ்வாம், லெவ்வாம்!' என்று கூவியபடி கோழிக்குஞ்சை அமுக்குவது போல் பக்கென்று அவற்றைப் பிடித்துக்கொண்டு ஓடியோடிப்போய் மூங்கில் கூட்டிலே அடைத்துவிட்டு வந்தார்கள்.

கொலபஸ் குரங்குகளில் இரண்டு விதம் இருந்தது. ஒன்று சிவப்பு வகை; மற்றது கழுத்திலே வெள்ளை வளையம் போட்டது.

தவறுதலாக வலையில் பிடிபட்ட சாதாரண குரங்குகளை நாங்கள் திரும்பவும் கொண்டுபோய் காட்டிலே விட்டுவிட்டோம். ஒன் றிரண்டு கொழுத்த குரங்குகளை அவர்கள் சாப்பாட்டுக்காக வைத்துக்கொண்டார்கள். குரங்கு இறைச்சியை ஆப்பிரிக்காவின் மென்டே இனம் விரும்பிச் சாப்பிடும். நாங்கள் எதிர்பார்த்ததற்கும் மேலான வெற்றி. ஆஹா, என்ன நிம்மதி! இனி எங்கள் வேலைகள் இரண்டு நாளிலேயே சுலபமாக முடிந்துவிடும்.

டேமியனுக்குச் சந்தோஷம் தலைகால் புரியவில்லை. அதைக் காட்டும் முகமாக 'பாம்' மரங்களில் ஏறி ஏறி இறங்கினான். அவனுக்கு பாம் மரங்களில் ஏறுவதும், எஸ்கலேட்டரில் மேலே போவதும் ஒன்றுதான் மரத்தின் உச்சிக்குப் போனதும் முட்டி களில் வடிந்திருக்கும் பாம் வைனை ஒரு மிடறு குடித்து ருசி பார்த்துவிட்டுப்போன வீச்சில் இறங்கிவிடுவான். கற்பாறைகளை வெறும் கையால் பிடித்து ஏறுபவனுக்கு பாம் மரம் ஏறுவது ஒரு காரியமா ? வேலைகள் தலைக்குமேல் இருக்கும்போது இவன் இப்படிச் சிறுபிள்ளைத்தனமாக விளையாடிக்கொண்டிருந்தது, எனக்கு எரிச்சலாக இருந்தது. அவனுடைய மரம் ஏறும் வித்தைக்கு விரைவிலேயே ஓர் உபயோகம் வரப்போகும் விஷயம் எனக்கு அப்போது தெரியவில்லை.

ஆப்பிரிக்கக் காடுகளின் உட்பகுதிகளில் கட்டியிருக்கும் சில குடிசைகளின் பக்கம் அந்நிய மனிதர்கள் அணுக முடியாது. களி மண்ணும் வைக்கோலும் சேர்த்துப் பிசைந்த ஒரு கலவையால் கட்டிய குடிசைகள் அவை. வைக்கோல் கூரை. இந்தக் குடிசை களில்தான் ஆப்பிரிக்கச் சிறுவர்களுக்கான சில ரகஸ்ய சடங்குகள் நடைபெறும். மிகவும் ரகஸ்யமாக நடக்கும் இந்தச் சடங்கின் பின்தான் ஒரு சிறுவன் மனிதன் ஆகிறான் என்பது இங்கே ஐதீகம். அந்தச் சடங்கிற்காகப் போடப்பட்ட பழைய குடிசை ஒன்றிலே பெரியவர்கள் ஓர் ஆந்தையையும் இரண்டு குஞ்சுகளையும் கண்டு விட்டார்கள். ஆந்தை என்றால் ஆப்பிரிக்காவில் பேய் பறவை என்று பேர். எங்கே கண்டாலும் அதை அந்தக் கணமே கொன்று விட வேண்டும். துப்பும் பாம்பைக்கூட சட்டை செய்யாமல் கிட்டப்போய் வெறும் கையினால் பிடித்துவிடும் ஆப்பிரிக்கர்கள் ஆந்தையைக் கண்டால் ஒரு கட்டை தூரம் ஓடிவிடுவார்கள்.

ஆந்தை அவர்களுக்குக் கெடுதல் விளைவிக்கிறது என்று முழு மூச்சுடன் நம்பினார்கள். ஒருமுறை ஆந்தையினால் அந்தக் கிராமத்தில் பேதி வந்து அரைவாசிப் பேர் இறந்துபோனார்களாம். இன்னொரு தடவை உரிய நேரத்துக்கு மழை வராமல் பயிர்கள்

எல்லாம் அழிந்து விட்டனவாம். முழுக் கிராமமும் ஒன்றுகூடி இது பற்றி நீண்ட நேரம் விவாதம் செய்தது. முடிவாக குடிசையுடனேயே சேர்த்து ஆந்தையையும் குஞ்சுகளையும் கொளுத்தி விடுவது என்று தீர்மானமாகியது.

இந்தச் செய்திகள் அவ்வப்போது எங்களுக்கு மெண்டே சிறுவர்கள் மூலம் வந்து கொண்டிருந்தன. எனக்குத் தெரிந்த கொஞ்சம் மெண்டே பாஷையை வைத்து அவர்கள் கூறுவதைப் புரிந்துகொண்டேன். இதை நான் டேமியனுக்குச் சொன்னதும் அவன் ஸ்வீட் ஜீஸஸ் என்று தலையிலே கைவைத்துக் கத்தினான். ஆந்தைகளைப் பற்றி அவனுடைய ஞானம் அபாரமானது. தீவிர ஆராய்ச்சிகள் செய்து சயன்ஸ் பத்திரிகைகளில் கட்டுரைகள் எல்லாம் எழுதியிருக்கிறான். அவனால் இந்த அநீதியை ஜீரணிக்க முடியாமல் இருந்தது. எப்படியும் அந்த ஆந்தைகளைக் காப் பாற்றுவது என்று அவன் மனதிலே தீர்மானித்துக்கொண்டான்; இதற்கு அவன் என் தயவையோ, கட்டளையையோ எதிர்பார்க்க வில்லை.

கடவுளால் படைக்கப்பட்ட அத்தனை ஜீவராசிகளிலும் மிகவும் அற்புதமானது ஆந்தை என்பது அவன் கருத்து. முதலாவ தாக, பறவை இனத்திலே அது ஒன்றுதான் இரவு பட்சிணி. வௌ வால் பறவையல்ல, மிருகம். ஆகவே அதைக் கணக்கிலே சேர்க்கக் கூடாது. இரண்டாவதாக கண்களைத் திருப்பாமல் கழுத்தை மட்டும் நூற்றியம்பது டிகிரி திருப்பித் தன் இரையைத் தேடும் வல்லமை படைத்தது. வேறொரு மிருகத்துக்கோ பறவைக்கோ இந்தச் சலுகை கிடையாது. கண்கள் பெரிதாக இரவிலே பார்ப் பதற்கு ஏதுவாக இருக்கும். காதுகள் இரண்டும் ஒன்று மேல் பார்த்தும் மற்றது கீழ் பார்த்தும் இருட்டிலே திசையறிவதற்கு ஏற்றமாதிரி அமைந்திருந்தன. அது மாத்திரமல்ல, உடம்பின் ஒவ்வொரு பகுதியும் ஒலியை வாங்கி திசையறிவதற்குத் தகுந்தமாதிரி இதற்கு அமைக்கப்பட்டிருந்தது.

இது பறக்கும் விசித்திரத்தை விஞ்ஞானிகள் இன்னும் முற்றிலும் கற்றுத் தேறவில்லை. மற்றப் பறவைகள் பறக்கும்போது சடசடவென்று செட்டைகளை அடித்துப் பறக்கும். இரவு வேளை களில் இப்படி ஆரவாரம் செய்து பறந்தால் இதனுடைய இரை ஓடி மறைந்துகொள்ளும் அபாயம் உள்ளது. ஆகவே, இது பட்டம் பறப்பதுபோல் ஒருவித சத்தமும் போடாமல் விசுக்கென்று இறாஞ்சி விழுந்து இரையைப் பிடித்துவிடும். கும்மிருட்டிலே காதுகளின் ஒலியை மட்டுமே வைத்து எங்கோ புதருக்குள் ஓடும்

எலியை வந்து லபக்கென்று பிடித்துவிடும் அற்புதம் வேறு எந்தப் பறவையிடமும் கிடையாது.

ஆனால், இதனிலும் விசித்திரம் அது சாப்பிடும் முறைதான். பிடிக்கும் இரையை அது அப்படியே முழுசாக விழுங்கிவிடும். மற்றப் பறவையினம்போல இரையைக் கால் நகங்களிலே கௌவிப் பிடித்து அலகினால் கொத்திக் கிழித்துச் சாப்பிட இதற்குத் தெரியாது. சில பெரிய ஆந்தைகள் ஒரு சிறிய முயற்குட்டியைக்கூட அப்படியே முழுசாக தூக்கி விழுங்கி விடுமாம். உண்ட சிறிது நேரத்தில் உணவு செரித்தபின் வேண்டாத எலும்புகளையும் கழிவு களையும் அப்படியே துப்பிவிடும்.

இதிலே அதிசயம் என்னவென்றால் ஆப்பிரிக்க ஆந்தைகள் விவசாயத்திற்குச் செய்யும் தொண்டு அளப்பரியது. மனிதன் பாடு பட்டு விளைவித்த தானியங்களைச் சேதமாக்கும் சுண்டெலிகள், எலிகள், பெருச்சாளிகள் போன்ற எல்லாவற்றையும் ஆந்தைகள் தேடிப்பிடித்து சாப்பிட்டுவிடும். ஆந்தைகளினால் மனிதனுக்கு நன்மையே ஒழிய ஒருவித தீங்கும் கிடையாது. டேமியன் செய்த ஆராய்ச்சியின் பிரகாரம் ஆந்தைகள் இல்லாவிட்டால் ஆப்பிரிக் காவின் உணவுப் பற்றாக்குறை இருபது சதவீதம் அதிகரித்து விடுமாம்.

இதுதான் டேமியனுக்குப் பொறுக்க முடியாததாக இருந்தது. அவனை என்னால் தடுக்க முடியாது. ஆகவே உதவி செய்வதாகத் தீர்மானித்தேன். இந்தக் காரியத்தில் அவன் பிடிபட்டால் என்ன நடக்கும் என்று என்னால் நிச்சயமாக சொல்ல முடியாது. ஆனால், எங்களுடைய ஐந்து வருட கொலபஸ் ஆராய்ச்சி மட்டும் தொடர முடியாமல் ஸ்தம்பித்து போகும் என்பதில் எனக்கு ஒருவித சந்தேகமும் இல்லை.

அன்றிரவு நடுநிசியளவில் டேமியன் கையுறைகளையும், முதுகுப் பையையும் மாட்டி, வளையம் வைத்த லைட்டையும் தலையிலே பொருத்திக்கொண்டு துணிச்சலுடன் புறப்பட்டான். நான் வேவு பார்த்துக்கொண்டு வெளியிலேயே காவல் இருந்தேன். ரகஸ்ய சடங்கு குடிசையை அடைந்ததும் டேமியன் தலையில் மாட்டிய லைட்டை இயக்கினான். அதிர்ஷ்டவசமாக தாய் ஆந்தையும் குஞ்சுகளும் அங்கேயே இருந்தன. திடீரென லைட்டைக் கண்டு திகைத்திருந்த தாய் ஆந்தையை முதலில் பிடிப்பதில் டேமியனுக்கு ஒருவித சிரமமும் இருக்கவில்லை. பிறகு இரண்டு குஞ்சுகளையும் பிடித்து முதுகுப் பையிலே போட்டுக் கொண்டான். பட்டுப்போன பாம் மரம் ஒன்று சிறிது

தூரத்திலேயே இருந்தது. டேமியன் அந்த மரத்தில் சறுசறுவென்று ஏறி ஆந்தையையும் குஞ்சுகளையும் வெகு கவனமாக ஒரு மரங் கொத்திப் பொந்தில் வைத்துவிட்டு இறங்கி விட்டான். போன சுவடு தெரியாமல் இருவரும் வெகுசாதுவாக திரும்பி வந்து படுத்து விட்டோம்.

அடுத்த நாள் அதிகாலையிலேயே சத்தம் கேட்டு விழித்துக் கொண்டோம். ஆரவாரம் காதைப் பிளக்க வெளியே வந்து பார்த்தோம். தலைக்குடிமகனை கயிற்றுப் பல்லக்கில் தூக்கியபடி பல்லக்கு காவிகள் ஓட்டமும் நடையுமாகச் சென்று கொண்டி ருந்தனர். மலைபோன்ற உடம்பை நிமிர்த்தி வைத்து இடமும் வலமும் பார்த்தபடி போனார் தலைக்குடிமகன்.

சூரன்போர் திருவிழாவில் சூரன், சிங்கமுகன், பானுகோபன் என்று மாறிமாறி வரும். உடம்பு ஒன்று; தலைமாத்திரம்தான் மாறும். சகடையில் வைத்து தள்ளிவரும்போது புன்னாலைக் கட்டுவன் தச்சனார் பின்னாலிருந்து சூரனுடைய காதுகளை இறுக்கிப் பிடித்து இடமும் வலமும் ஆட்டியபடியே இருப்பார். அதற்கேற்றபடி கைவாளும் மேலும் கீழும் ஆடும். நாங்கள் சூப்புத்தடியை நக்கியவாறு பயத்துடன் இந்த வைபவத்தைப் பார்த்துக்கொண்டு இருப்போம். அப்ப பானுகோபன், பானு கோபன் என்று சத்தம் கேட்கும். சூரனுடைய மகன் பதுமகோம ளைக்குப் பிறந்தவன், சிறுபிள்ளையாக இருந்தபோது கோபத்தில் சூரியனையே பிடித்து தொட்டில் காலுடன் கட்டியவன், தலையை இரண்டு பக்கமும் ஆட்டியபடி வருவான். நாங்கள் பயத்துடன் பெரியவர்கள் கையைப் பிடித்துக்கொள்வோம்.

அதுபோலத்தான் தலைக்குடிமகன் வந்து கொண்டிருந்தார். அறுத்துக்கொண்டோடிய மாடுகள்போல முன்னுக்கும் பின்னுக்கு மாக சனங்கள் தலைதெறிக்க ஓடிக்கொண்டிருந்தார்கள். ஆரவாரம் காதைப் பிளந்தது. பெரியவர்களும் சிறுவர்களும் பெண்களுமாகக் கூட்டம். எங்கள் ஊரில் சொக்கப்பானை எரிப்பது போல் அந்தக் குடிசை எரிந்து கொண்டிருந்தது. தலைக் குடிமகன் இந்தச் சொக்கப்பானை வைபவத்தை நேரிலே மேற்பார்வை செய்துகொண்டிருந்தார். அவருக்குப் பின்னால் அடைப்பைக்காரரும், பல்லக்கு காவிகளும் மிகவும் பவ்யமாக நின்று கொண்டிருந்தனர். நாங்களும் ஒன்றும் அறியாத பூனைகள்போல போய் அந்த ஆரவாரத்தில் கலந்து கொண்டோம்.

திரும்பி வரும்போது இந்த மூட நம்பிக்கையைப் பற்றி டேமியன் தாங்கியபடியே வந்தான். முழுக்க முழுக்க மனிதனுக்கு

நன்மையே செய்யும் ஒரு பறவையைக் கெட்ட சகுனமாகக் கருதுவது எவ்வளவு மடமை என்றெல்லாம் உரத்துப் பேசியபடியே எங்கள் குடிசைக்குக் கிட்ட வந்தான். அப்படி வந்தவன் சடுதியில் வாயைத் திறந்தபடியே மூடாது 'ஆ'வென்று சிறிதுநேரம் வைத்துக் கொண்டிருந்தான். கண்கள் நிலைகுத்தி நின்றன, பிறகு 'ஸ்வீட் ஜீஸஸ்' என்றான். நாங்கள் பாடுபட்டு கட்டிய மூங்கில் கூடு திறந்து கிடந்தது. கொலபஸ் குரங்குகள் எல்லாம் மாயமாய் மறைந்துவிட்டன.

நான்மாடக்கூடலில் நரியைப் பரியாக்கிய அற்புதம் இங்கேயும் நடக்கிறதா? கூட்டிலே அடைத்து வைத்த குரங்குகள் மறைந்த மாயம் என்ன? ஒன்றையொன்று சாப்பிட்டு விட்டனவா? பூமியிலே புதைந்து விட்டனவா? காற்றிலே கரைந்து விட்டனவா? கறையான் தின்றதோ, கள்வன் கவர்ந்து சென்றானோ? என்று தர்பார் ராகத்தில் வாய்விட்டு அழுதோம். குரங்குகளைக் காண வில்லை; காரணமும் தெரியவில்லை. டேமியன் கூட்டுக் கதவை சரியாக கட்டவில்லை என்பது என் வாதம். குரங்குகளே கதவைத் திறந்து விட்டன என்பது அவனுடைய கட்சி.

குனிந்த தலையுடன் இருவருமாக தலைக்குடிமகனிடம் போய் எங்களுக்கு நேர்ந்த கதியை முறையிட்டோம். அவருடைய உதட்டிலே புன்சிரிப்பு குரங்கு சாஸ்திர விற்பன்னரை நோக்கி அவர் பார்வை திரும்பியது. அவர் ஓடோடி வந்து தலைக்குடிமகன் பக்கத்திலே நின்று கொண்டார். இப்போது இரண்டாவது எபிஸோட் தொடங்கியது. அவருடைய கவலையெல்லாம் இன் னொரு தடவை குரங்கு பிடிக்கும்போது எவ்வளவு வருமானம் அதிகரிக்கும் என்று கணிப்பதிலேயே இருந்தது. முந்திப் பேசிய வில்லைப்படி இன்னொரு முறை குரங்கு கூட்டத்தைப் பிடிப் பதற்குச் சம்மதம் தந்தார். எவ்வளவு கெஞ்சியும் அவர் விலையைக் குறைக்கவில்லை. பட்டம் பிய்த்துக்கொண்டு போவதுபோல எங்கள் பட்ஜெட் தறிகெட்டுப் போவதை செய்வதறியாது பார்த்துக்கொண்டு நின்றோம்.

டேமியன் உலகம் கவிழ்ந்ததுபோல இருந்தான். ஆந்தை யினால் கிராமத்துக்கு ஏற்பட வேண்டிய கெடுதல் எங்களுக்கு வந்துவிட்டது என்று அவன் நினைத்தான். எனக்கு இது அதிசய மாக இருந்தது. நான் 'எங்கள் கவனக்குறைவால் ஏற்பட்ட நஷ்டத்திற்கு ஆந்தை என்ன செய்யும்? ஆந்தை இறக்கவில்லை; ஆனால், அது இறந்து விட்டதென்று கிராம மக்கள் நம்புகிறார்கள். அவர்களுக்கு நஷ்டத்திற்குப் பதிலாக இப்போது இரட்டிப்பு லாபம்

அல்லவா கிடைக்கிறது? அவர்களைப் பொறுத்தமட்டில் ஆந்தை அவர்களுக்கு ஒரு அதிர்ஷ்ட தேவதைதான்' என்றேன். டேமியன் ஒன்றுமே பேசவில்லை. துண்டு விழும் கணக்கை எப்படிச் சமாளிப்பது என்ற விசாரத்தில் மூழ்கிக் கிடந்தான். அவனைப் பார்க்கப் பரிதாபமாக இருந்தது.

அன்றிரவு பாதுகாப்பான மரப்பொந்திலிருந்து ஆந்தை யுடைய அற்புதமான கூவல் 'க்கூம், க்கூம்' என்று 'டேமியனுக்கு நன்றி கூறுவதுபோல' கேட்டது. அப்படியான ஒரு சோகமான இனிமையை நான் என் வாழ்நாளில் கேட்டதேயில்லை. மனிதர் களின் அறியாமையை நினைத்து அதனுடைய சோக கீதம் இருந் திருக்கலாம்; அல்லது ஆப்பிரிக்காவின் உணவு உற்பத்தியில் தனக் கிருக்கும் பங்கைப் பறை சாற்றுவதாகவும் இருந்திருக்கலாம். அந்தத் தாலாட்டில் எப்பொழுது தூங்கினேன் என்பது எனக்கு நினைவு இல்லை.

◆

சிலம்பு செல்லப்பா

'சிலம்பு' செல்லப்பா என்று முகத்துக்கு முன்னாலும், அலம்பல் செல்லப்பா என்று முதுகுக்குப் பின்னாலும் அழைக்கப் படும் செல்லப்பாவை நான் முதன் முதலில் நாலு வருடங்களுக்கு முன்புதான் சந்தித்தேன். மறக்க முடியாத சந்திப்பு அது. பல வருடங்களாக வெளிநாடுகளிலேயே உத்தியோகம் பார்த்துவந்த நான், ஒரு ப்ரொஜெக்ட் விஷயமாக ஓர் ஆறுமாத காலம் கொழும் பில் வேலை பார்க்க வேண்டி வந்தது. அந்தச் சமயத்தில்தான் என் பழைய நண்பர் சண்முகத்தின் தரிசனமும் அவர் மூலம் செல்லப்பாவின் நட்பும் எனக்குக் கிட்டின.

ஆறு மாதங்களுக்கு ஒரு தனிவீடு எடுத்து இருப்பது எனக்கு தோதுப்படவில்லை. ஒரு வாரத்திற்கு மேல் ஹோட்டல் சாப்பாடும் தாங்காது. காலி ரோடும், சென்ற லோரன்ஸ் வீதியும் சேரும் சந்திப்பில் நின்றபடி ஒரு மாலை நேரம் இதுபற்றி நான் தீவிரமாக யோசித்துக்கொண்டிருந்தபோதுதான் என் குருகுலவாச நண்ப ரான சண்முகம் தென்பட்டார். அந்தக் காலத்திலேயே என்னைத் தம்பி என்று பாசத்தோடு அழைத்தவர்; இருபது வருடம் ஆகியும் வெகு சுலபமாக என்னை அடையாளம் கண்டுகொண்டு விட்டார்.

அதன் விளைவுதான் என்னுடைய சமறி வாழ்க்கை. விடாப்பிடியாக கையைப் பிடித்து அழைத்து வந்துவிட்டார் சண்முகம். அவருடைய உடம்பைப்போலவே அவருக்குத் தாராள மான மனசு. அவர்தான் எனக்குச் சிலம்பு செல்லப்பாவை அறிமுகம் செய்து வைத்தவர். சிலம்பு என்ற அடைமொழி வந்த விருத்தாந்தத்தை நான் இங்கே விளக்கத் தேவையில்லை. அந்த மகத்தான காரியத்தை நீங்களே ஏற்கனவே செய்து முடித்திருப் பீர்கள். சிலப்பதிகாரத்திற்கு நடமாடும் authority செல்லப்பாதான். இளங்கோ அடிகள் உயிரோடு இருந்திருந்தால் அவரே வந்து இவரிடம் சில ஐயங்களை தீர்த்துக்கொண்டிருப்பார்.

செல்லப்பாவுக்கு வயது 45க்கு மேலே இருக்கும். நித்தமும் ஏகாதசி விரதம் அனுட்டிப்பவர் போன்ற மெலிந்த தோற்றம். நாலு நாள் தாடி. வெள்ளை மயிரும் கறுப்பு மயிரும் சரிசமமாக பங்குபோட்டு அவர் தாடையிலே படர்ந்திருக்கும். உணர்ச்சிவசப் படும் மெல்லிய நீண்ட மூக்கு, ஆழ்ந்து யோசிக்கும் கண்கள். வெற்றிலைப் பிரியர். நாறப்பாக்கு, பிஞ்சுப் பாக்கு, களிப்பாக்கு என்று அலங்காரமாக அடுக்கி வைத்து, தன் கையால் சீவி, வாய்க்கு ஓய்வு கொடுக்காமல் மென்றுகொண்டேயிருப்பார். பேசத் தொடங்கினார் என்றால் பாத்திரம் அலம்புவதுபோல நீட்டுக்கு பேசிக்கொண்டே போவார். அவருக்கு வேண்டாதவர்கள் 'பிரேக் இல்லாத சைக்கிள்' என்று அவரை வர்ணித்தால் அதை நீங்கள் கண்டுகொள்ளக்கூடாது.

தமிழ் தினசரி ஒன்றில் கடந்த பதினைந்து வருடங்களாக வேலை பார்த்து வந்தார். அவர் பத்திரிகையில் தொடர்ந்து எழுதிய சிலம்பின் சிறப்புக் கட்டுரைகள் புத்தகமாக வந்திருந்தது. இலக்கியத்தில் இடைவிடாத ஆர்வம். தானும் தன் வெற்றிலையு மென்று இருப்பார். சிலப்பதிகாரத்தில் அவருடைய ஈடுபாட்டை கேள்விப்பட்ட உடனேயே பள்ளி நாட்கள் தொட்டு எனக்கு இருந்து வந்த ஒரு சந்தேகத்தை கேட்டுவிடுவதென்று தீர்மானித்துக் கொண்டேன். சாப்பிடும்போதுதான் இதற்குச் சரியான வசதி. பல விவாதங்களும் போர்களும் சிரிப்புகளும் அதே சாப்பாட்டு மேசையைச் சுற்றியே அங்கே நடைபெற்றன. நான் உண்மையில் என்னுடைய ஐயத்தைக் கிளப்பியதன் காரணம் அவருடைய ஆழ்ந்த புலமையைச் சோதிப்பதற்காகவும் இருக்கலாம்.

"சிலப்பதிகாரத்தில், புகார்க் காண்டத்தில் வரும் மங்கல வாழ்த்துப் பாடல், 'திங்களைப் போற்றுதும்! திங்களைப் போற் றுதும்' என்று தொடங்குகிறது. அதற்குப் பிறகுதான் 'ஞாயிறு போற்றுதும்' என்று வருகிறது. இது என்ன நியாயம்? உயிர்களுக் கெல்லாம் ஆதாரம் சூரியன் அல்லவா? சூரியன் இல்லாவிடில் சந்திரன் ஏது? சந்திரனை முன் வைத்து, சூரியனை பின் வைத்தது சரியா?" என்பதுதான் என் ஐயம்.

செல்லப்பா சிறிது நேரம் என்னையே உற்றுப் பார்த்தார். அவர் என்னுடைய கேள்விக்கு அவகாசம் வேண்டி நேரத்தைக் கடத்தவில்லை. இவர் என்னைச் சோதிக்கிறாரோ? என்பதுபோலத் தான் அந்தப் பார்வை இருந்தது. அதை நிச்சயம் செய்துகொண்டு செல்லப்பா கதைக்கத் தொடங்கினார்.

"சிலப்பதிகாரத்தைப் படிக்கும்போது அவசரம்கூடாது. அதில் சொல்லாத விஷயங்களே இல்லை. இந்தக் கேள்விக்குப் பதில் பின்னால் அந்திமாலைச் சிறப்புச்செய் காதையில் வருகிறது.

"நீங்கள் ஒரு நண்பர் வீட்டுக்குப் போகும்போது அவர் குழந்தைக்கு பிஸ்கட் வாங்கிப் போகிறீர்கள் அல்லவா? குழந் தைக்குச் செய்வது பெற்றோருக்குச் செய்வதுபோல. பெருங்காப்பி யங்கள் பாடும்போது விநாயகருக்குத்தானே முதல் வணக்கம்; மற்றக் கடவுளருக்குப் பின்னால்தான். பிள்ளையை வணங்கினால் பெற்றோரை வணங்கியதற்குச் சமம்.

"சூரியன் கடலிலே மறைந்துவிட்டான். பூமாதேவி தன் ஆசை நாயகனைக் காணாது வருந்துகிறாள். கதிர்கள் எல்லாம் பரப்பி என்னை ஆள்பவனைத் திடீரென்று காணவில்லையே! நிலவுக்கதிர்களை விரித்து ஒளிசெய்யும் என் செல்வன் சந்திரனையும் காண்கிலேனே! என்று நிலமடந்தை புலம்புகிறாள்.

"பூமியை அரசியாகவும், சூரியனை அரசனாகவும், சந்திரனை அவர்கள் செல்வனாகவும் கண்ட புலவருடைய கற்பனை இது.

விரிகதிர் பரப்பி, உலகம் முழுதாண்ட
ஒருதனித் திகிரி உரவோன் காணேன்;
அங்கண் வானத்து, அணிநிலா விரிக்கும்
திங்கள் அம் செல்வன் யாண்டுளன் கொல்?

"இந்தக் கண்ணோட்டத்தில் பார்த்தால் 'திங்களைப் போற்றுதும்' முதலடியாக வந்தது பெரிய குற்றமாகத் தெரியாது. எமக்கு முன் வந்து பாடிவைத்துப்போன முனிவர்கள் தியானத்தில் இருந்துவிட்டு பாடியவை இவை. ஒவ்வொரு வார்த்தையையும் ஆழ்ந்து சிந்தித்த பின்தான் அவர்கள் பாடலை இயற்றினார்கள்" என்றார்.

செல்லப்பாவின் புலமையில் எனக்கு ஏற்பட்ட சந்தேகத் துக்கு நான் எனக்குள் மன்னிப்புக் கேட்டுக்கொண்டேன்.

'சமறி' வாழ்க்கை எனக்குப் புதுமையாகவும் வசதியாகவும் இருந்தது. சமைத்துப்போட ஒரு சமையல்காரர் இருந்தார்; வீட்டைக் கூட்டிச் சுத்தமாக வைப்பதற்கு ஒரு மனுசி வந்து போகும்; ஞாயிறு தோறும் சலவைக்காரர் வருவார். எல்லாமாக அந்தச் சமறியில் எட்டுப் பேர் குடியிருந்தார்கள். மாதமுடிவில் கணக்குப்பண்ணி செலவை எட்டில் ஒரு பங்காகப் பிரித்துக் கொள்வோம். எல்லோருமே மணமுடித்த பேர்வழிகள். சிலர் மனைவியை இழந்தவர்கள்; சிலர் ஓய்வெடுத்தவர்கள்; சிலர் பிள்ளைகளின் படிப்புக்காகக் குடும்பத்தைப் பிரிந்து வந்தவர்கள்.

அங்கே பிரதானமாக மூன்று குரூப்கள் இருந்தன. கடுதாசி விளையாடி, தண்ணி அடிப்பதை தலையாய பொழுதுபோக்காகக் கொண்டது ஒன்று அடுத்து, அலுவலகத்தில் ஓவர்டைம் செய்து வீட்டிலே வந்து நித்திரைகொண்டு தீர்க்கும் கும்பல். இது தொல்லையில்லாத, சத்தமேயில்லாத குரூப். மூன்றாவது குழுவில் தான் செல்லப்பாவும், சண்முகமும் நானும் அடங்குவோம். படங்கள் பார்ப்பது, சஞ்சிகைகள், புத்தகங்கள் படிப்பது, இலக்கிய சர்ச்சை இப்படியாக எங்கள் பொழுது போகும்.

அடுத்து வந்த ஞாயிறு ஒன்றில் சமையலறை அல்லோல கல்லோலப்பட்டது. சண்முகம் சமையற்காரனை அனுப்பிவிட்டுத் தானே கருவாட்டுக்கறி சமைப்பதற்கான ஏற்பாடுகளைச் செய்து கொண்டிருந்தார். இப்படி அடிக்கடி அங்கே சமையலறை ஆட்சி மாறும். சுதுமலையாருடைய முறைப்படி கருவாட்டுக்கறி வைப் பதில் இவர் ஒரு விண்ணர். கருவாட்டை நீளநீளமாக வெட்டி எண்ணெய்ச் சட்டியில் போட்டுத் தீய்ச்சுக் கொண்டிருந்தார்.

கல்லோயா சாராயம் ஒரு பெக் அடித்திருந்ததினால் ஒரு சாண் உயரத்தில் மிதந்து கொண்டிருந்தார். எனக்கு கணநாளாக கேட்கவேணும் என்றிருந்த 'அந்த விஷயத்தை'க் கேட்பதற்கு இது நல்ல சந்தர்ப்பம்போலப் பட்டது.

நாங்கள் படிக்கும்போது நாகலிங்க மாஸ்டர்தான் எங்களுக்கு ஆங்கிலம் எடுத்தவர். நேற்றுத்தான் சிவதனுசை முறித்த வர் போன்ற தோற்றம். விலத்தி, விலத்தித்தான் நடப்பார். எங்கள் கிளாஸில் தங்கரத்தினம் என்று ஒரு பெட்டை. நெருப்பில் சுட்ட ராசவள்ளிக் கிழங்குபோல் சிவப்பாய் இருப்பாள். எந்த நேரமும் பசலை நோய் வாட்டும் கண்கள். சண்முகத்துக்கு அப்பக் காதல் செய்யும் வயசு. சும்மா இருப்பாரா? இரவும் பகலும் கண் விழித்து அவளுக்கு ஒரு காதல் வாசகம் எழுதினார். சமயம் வரும்போது கொடுப்பதற்காக Tale of Two Cities புத்தகத்தின் கடைசி ஒற்றையில் ஒளித்து வைத்திருந்தார். அன்றைக்கென்று பார்த்து இவருடைய புத்தகத்தை வாங்கிப் பாடம் எடுத்தார் நாகலிங்க மாஸ்டர். இவருடைய காதலின் ஆழத்தையும் ஆங்கில விசாலத்தையும் காட்டுவதற்காகத் தீட்டப்பட்ட அந்தக் கடிதம் சமய சந்தர்ப்பம் தெரியாமல் மாஸ்டரின் காலடியில் விழுந்தது.

My dear Thangarathinam,

When your father and mother went to see saparam *(சப்பரம்)* tonight I will come to your house.

இவ்வளவுதான் கடிதத்தின் வாசகம். மாஸ்டருக்குக் கோபம் கட்டுக்கடங்காமல் வந்துவிட்டது. நுனியிலே சுட்டுப் பதப்படுத்தப் பட்ட துவரந்தடியை எடுத்து விளாசத் தொடங்கினார். அவர் அடிக்கும்போது, "இங்கிலீஸில் எழுதுவியா? இங்கிலீஸில் எழுது வியா?" என்று சொல்லிச் சொல்லித்தான் அடித்தார். பார்க்க பாவமாயிருந்தது. பெட்டைக்கு முன்னால் அடி வாங்குவது எவ்வளவு அவமானம்! அந்தப் பள்ளிக்கூடத்தில் இந்த Tale of Two Lovers கொஞ்ச காலமாக மூலை முடுக்கெல்லாம் இழுபறிப் பட்டது.

அந்த விவகாரத்தின் முடிவு என்ன? அதைப் பற்றித்தான் கேட்பதற்கு நான் 'சுழன்று, சுழன்று' வந்து கொண்டிருந்தேன். நான் துணிவை வரவழைத்து அவரைக் கேட்டபோது, "தம்பி, சிவப்புப் பெட்டையளை நம்பக்கூடாது; அவள் சும்மா எனக்குப் போக்குக் காட்டினவள். பிறகு ஒரு சப்–இன்ஸ்பெக்டரை முடிச்சுக் கொண்டு ஓடிப்போட்டாள்" என்று கதைக்கு முத்தாய்ப்பு வைத்தார்.

யாழ்ப்பாணத்தில் சமையலறையை ஆண்பிள்ளைகள் அண்ட முடியாது. சண்முகம் என்னவென்றால் கை தேர்ந்த பரி சாரகனைப்போலச் சமைத்து வைத்திருந்தார். அந்த மணத்துடன் அரைப்பானைச் சோறு சாப்பிடலாம். கருவாட்டைப் பல்லிலே கடித்து இழுத்து ரசித்தபோது நாலாவது பரிமாணத்துக்கு ஆளைத் தூக்கிப்போனது. எங்கே இப்படி வைக்கக் கற்றுக்கொண்டார்? என்று கேட்கத் தோன்றியது. சித்திரக்கூட மலையில் இலக்கு மணன் தன்னந்தனியாக கட்டிய பர்ணசாலையைப் பார்த்த ராமன் என்று கற்றனை நீ இதுபோல்? என்று கட்டி அணைத்து அழுதார் அல்லவா? அதுபோல் சண்முகத்தைக் கட்டி அணைக்கத்தான் தோன்றியது. அவர் பலூன்போல மிதந்து கொண்டிருந்தபடியால் அந்த எண்ணத்தை நான் கைவிட வேண்டி வந்தது.

சாப்பிடும்போது வழக்கம்போல செல்லப்பா வந்து கலந்து கொண்டார். சாப்பாடோ நல்ல உறைப்பு. சண்முகம் சிறிது தலையை ஆட்டியபடி, கண்களிலே நீர் ஓட, சாப்பிட்டுக்கொண்டி ருந்தார். தங்கரத்தினத்தின் ஞாபகம் வந்ததோ? என்னவோ? அப்படிச் சாப்பிட்டவர் சடுதியாக செல்லப்பாவின் பக்கம் திரும்பினார்.

சண்முகத்துக்குச் சிலப்பதிகாரப் புத்தகத்தின் அட்டைக்கூட எப்படி இருக்கும் என்று தெரியாது: ஆனால், எங்கள் வாக்கு

வாதங்களில் உற்சாகமாக ஆலவட்டம் பிடித்து, 'சிரித்துக் கொடுத்து கதைக்குச் சுவை சேர்ப்பதுதான் அவருடைய பங்கு. சண்முகம் வாய் திறந்தால் அநேகமாக அது செல்லப்பாவைச் சீண்டுவதற்காகத்தான் இருக்கும். கருவாட்டைக் கடிச்சு இழுத்துக் கொண்டு செல்லப்பாவை நோக்கி ஒரு கேள்விக் கணை தொடுத் தார், சண்முகம். நான் சுவாரஸ்யமாகப் பார்த்துக்கொண்டிருந் தேன்.

"ஏன் ஐஸே! சிலப்பதிகாரத்தில் கோவலன், கண்ணகியெல் லாம் கருவாடு சாப்பிட்டிருப்பினமோ?" என்று துருவினார்.

செல்லப்பா சிரித்துவிட்டு பேசாமல் இருந்து விடுவார் என்றுதான் நான் நினைத்தேன். ஆனால், அவர் வாயிலிருந்த கடைசி கருவாட்டுத்துண்டைச் சப்பி விழுங்கிவிட்டு, தாடையைத் தடவி, புருவத்தை நெரித்து, சண்முகம் கேட்ட கேள்விக்கு சீரியஸாக பதில் சொல்லத் தொடங்கினார். கதை கேட்பதற்கு அவருக்கு முன்னால் ஆட்கள் இருந்தால் அவர் அவ்வளவு சுலபத்தில் அந்த சான்ஸை இழக்க சம்மதிப்பாரா?

"அரச வம்சத்தினர் முறையாக வேட்டையாடியதை உண்பது தர்மம் என்று வால்மீகியே கூறியிருக்கிறார். சிலப்பதிகாரம், வணிக குலத்தின் சிறப்பைச் சித்திரிக்க எழுந்த முதல் நூல். இதிலே கானல் வரியிலே கடற்கரையில் காயப்போட்ட கருவாட்டைப் பறவைகள் கொத்தாமல் அழகிய பெண்கள் காத்துக்கொண்டு நின்றார்கள் என்று வருகிறது. கருவாட்டை விருப்பமுடன் திண்பவர்கள் அப்போது நிறைய இருந்திருக்கிறார்கள். ஆனால், கோவலன் உண்டானா என்பது தெரியவில்லை? அவன் மதுரைக்குப் போய் கொலைபடுமுன் கண்ணகி கையால் உண்ட கடைசி உணவைப் பற்றிச் சிலப்பதிகாரம் அழகுடன் வர்ணிக்கிறது.

"குமரி வாழையின் குருத்தகம் விரித்து கண்ணகியானவள் கோவலனுக்கு உணவு பரிமாறுகிறாள். என்ன சாப்பாடு?

கோளிப் பாகல், கொழுங்கனித் திரள்காய்
வாள்வரிக் கொடுங்காய், மாதுளம் பசுங்காய்
மாவின் கனியொடு, வாழைத் திங்கனி

இவற்றுடன் சோறும் சமைத்து, பால் நெய் மோருடன் கோவலனுக்குக் கடைசி முறையாக உணவு பரிமாறுகிறாள், கண்ணகி. அந்தச் சாப்பாடு செரிக்குமுன்பே அவன் இறக்கப் போவது அவளுக்கு அப்போது தெரியாது."

உருக்கமாக செல்லப்பா வர்ணித்ததைக் கேட்டபோது அவர் புலமையை வியக்காமல் இருக்க முடியவில்லை. அத்துடன் நின்றிருந்தால் எவ்வளவு நன்றாக இருந்திருக்கும்? ஆனால், அதற்கு அடுத்து வந்த ஞாயிற்றுக்கிழமைகளில் ஒருநாள் தெரியாமல் போய் ஒரு கேள்வியைக் கேட்டு நான் எல்லாவற்றையும் கெடுத்து விட்டேன்.

சண்முகம் என்னோடு ஒரே பள்ளியில், ஒரே வகுப்பில், ஒரு வருடம் படித்தவர். 'கற்க கசடறக் கற்க' என்பதற்கிணங்க ஆறஅமரப் படிக்கவேண்டும் என்ற அசைக்க முடியாத ஆசை யுள்ளவர். அந்த லட்சியத்தைச் சாதிப்பதற்காக ஒவ்வொரு வகுப் பிலும் இரண்டு மூன்று வருடம் தங்கி தன் அறிவை விருத்தி செய்தவர். அவர் எட்டாம் வகுப்பில் வாங்கு தேய்ச்சுக் கொண்டி ருந்தபோது நான் அவரை எட்டிப் பிடித்துவிட்டேன். அப்பவே அவர் இளந்தாரி, என்னைத் தம்பி என்றுதான் அழைப்பார். வஞ்சகமில்லாத அவருடைய உடம்பு வத்தகப்பழம்போலப் பொதுக், பொதுக் என்று இருக்கும். எந்தக் கிளாஸுக்குப் போனாலும் கடைசி வாங்கு ஆட்சியுரிமை அவருக்குத்தான்.

அவருடைய முகம் பக்கீஸ் பெட்டி வடிவத்தில் சதுரமாக இருந்ததால் அவர் சப்பட்டை சண்முகம் என்று ஆசையாக அழைக்கப்பட்டார். இலவசமாகக் கிடைக்கும் கோயில் தளிகைக்கு உயிரையும் கொடுப்பார். சின்னப்பொடியன்கூட சேட்டைவிடும் அளவுக்கு நல்ல மனிதர்.

அவருடைய உயரத்தையும், அகலத்தையும் பார்த்து உதை பந்தாட்ட அணியில் அவரைச் சேர்த்துக்கொண்டார்கள். எங்களுக்குப் பெருமை. எட்டாம் வகுப்பில் இருந்து எடுபட்டவர் இவர் ஒருவரே. Right Full back - ஆக பதவியேற்றார். பந்து வரும் போதெல்லாம் ஓங்கி, ஓங்கி அடிப்பார். காலில் பந்து பட்டுதோ எட்டுமூலைக் கொடிபோல விண் கூவிக்கொண்டு பறந்து அடுத்த கோல் போஸ்டுக்குக் கிட்டப் போய் விழும். ஆனால், பத்துக்கு ஒன்பது தடவை மிஸ் பண்ணிவிடுவார்.

அந்தக் காலத்தில் இப்படித் தவறி விடுவதை 'ஓலம் விடுதல்' என்று சொல்லுவார்கள். அது தமிழ் வார்த்தையா, ஆங்கில வார்த்தையா என்பது எனக்கு இன்றுவரை தெரியாது. ஒருநாள் முற்றவெளியில் நடந்த ஒரு முக்கிய மாட்ச்சில் இப்படி இவர் காலைத் தூக்கி ஆடி அளவுக்கு அதிகமாக ஓலம் விட்டு எங்க ளுக்குத் தோல்வியைத் தேடித் தந்தார்.

அடுத்த நாள் காலை எங்கள் தமிழ் மாஸ்டர் வகுப்புக்குள் நுழைந்தார். அவருடைய சொண்டுகள் சிறியவை. அவருடைய எடுப்பான பற்களை மூடத் தைரியமில்லாதவை. அறமிஞ்சி கோபம் வந்தாலொழிய அடிக்க மாட்டார். அவர் வந்ததுமே என்றுமில்லாத வழக்கமாக பின்வரும் கந்தப்புராணப் பாடலைக் கரும்பலகையில் எழுதினார்.

நண்ணுதற் கினியாய் ஓலம்
ஞான நாயகனே ஓலம்
பண்ணவற் கிறையே ஓலம்
பரஞ்சுடர் முதலே ஓலம்

இதை எழுதிவிட்டு என்ன, சண்முகம் சரிதானே? என்று கேட்டார். கிளாஸ் முழுக்க 'கொல்' என்று சிரித்தது. கொஞ்ச நாளாக அவர் 'ஓம் சண்முகம்' என்று அழைக்கப்பட்டதாக ஞாபகம். காலப்போக்கில் இந்தச் சங்கதி மறந்து அவர் பழையபடி 'சப்பட்டை' சண்முகமானார்.

இது தவிர, மறக்கமுடியாத உற்ற நண்பராக நான் அவரைக் கருதுவதற்கு இன்னொரு காரணமும் இருந்தது. அவர்தான் முதன்முதலாக எனக்கு 'எப்படிச் சோதனைக்குப் படிப்பது?' என்ற தேவரகஸ்யத்தை உபதேசித்தவர். ஒரு பெரிய அண்டாவில் சுடுநீர் நிரப்பி அதற்குள்ளே காலை வைத்து இரவு ஒரு மணி, இரண்டு மணி என்று படிப்பாராம். இந்தச் சூட்சுமத்தை எனக்கு மட்டுமே அவர் கூறியிருந்தார். ஆனால், இந்த வழியைப் பின்பற்றி அவர் அடைந்த வெற்றி வாகைகளை கணக்கெடுத்த நான் அதிக நாள் தொடர்ந்து இந்த முறையை அனுசரிக்கவில்லை என்றே நினைக்கிறேன்.

இப்படியாகப் பல விதங்களில் குருவாகவும் நண்பனாகவும் இருந்த சண்முகம் எனக்குச் சமறி வாழ்க்கையின் நெளிவு சுளிவு களை நுணுக்கமாகக் கற்றுத் தந்தார். 'சமறி வாழ்க்கையின் அனுகூலங்கள் தெரியாமல் இவ்வளவு நாளும் என் வாழ்க்கையை வீணாக்கிவிட்டேனே' என்று வருத்தப்பட்டேன். அது சொர்க்கத் துக்கு அடுத்தபடி தின்னவேலி சூத்திரக்கிணறு சுத்துவதுபோல எல்லாம் ஒரு கிரமத்துடன்தான் அங்கே நடக்கும். பிச்சுப்பிடுங்கல் இல்லை; அதிகாலைகளில் மனைவியின் சுப்ரபாதம் போன்ற நச்சரிப்பு கிடையாது. தேடிச்சோறு நிதம் தின்று, பல சின்னஞ் சிறுகதைகள் பேசிச் சோம்பலை வளர்ப்பதற்கு இதைவிட சொர்க்கம் பூலோகத்திலே இல்லையென்று அடித்துச் சொல்ல லாம்.

இந்த மாதிரி அமைதியாகப் போகும் வாழ்க்கை, சனிக் கிழமை காலை வேளைகளில் திசை மாறிவிடும். 'சனி நீராடு' என்று ஔவையார் எழுதிவைத்தது யாழ்ப்பாணத் தமிழருக் கென்பது உலகறிந்த விஷயம். இந்த நாட்களில்தான் யாழ்ப் பாணத்துக் கோழிகளின் எண்ணிக்கை கணிசமாகக் குறையும். சைக்கிள் கரியரில் உமலைக் கட்டியபடி பெரியகடைக்குக் கணவாய் வாங்கப் போகும் ஜனக்கூட்டங்களும் இந்த நாட்களில் தான். சமறி குடும்பத்தினர் எல்லாம் வழிய, வழிய எண்ணெய் வைத்து முழுகி தங்கள் பாரம்பரிய தர்மத்தை நிலைநாட்டுவதும் இந்தச் சனிக்கிழமைகளில்தான்.

எல்லோரும் இப்படி எண்ணெய் தேய்த்து, சுவற விட்டுத் தப்பு தப்பு என்று தப்பி நிற்கும்போது பார்த்தால் ஏதோ மல்யுத்த விளையாட்டுக்குத் தயார் செய்வதுபோலத் தோன்றும். அதிலும் சண்முகம் சப்பாத்திக்கு தட்டுவதுபோல 'தப்தப்' என்று தப்பாமல் தட்டியவாறே இருப்பார். செல்லப்பா தப்பல் பிரியர் அல்ல; அவருடைய சித்தாந்தம் சூடுபறக்கத் தேய்ப்பது. ஆகவே அவர் இந்த நாட்களில் தேய்த்துத் தேய்த்துக் கால் இஞ்சி கட்டையாகி விடுவார்.

சண்முகம், அச்சரக்கூட்டை அரக்கிவிட்டு, வயிற்றிலுள்ள சுருக்கங்களை இழுத்து நெளிவெடுத்து எண்ணெய் தேய்ப்பது பார்க்க அம்சமாக இருக்கும். முன்னொரு காலத்தில் ஒரு பிரமாண்டமான யாவாரி நல்லூரில் இருந்தாராம். அவருடைய வயிற்று மடிப்புகளைக் கலைத்து எண்ணெய் பூச இரண்டு பேரை வேலைக்கு அமர்த்தியிருந்தாராம். ஒருமுறை அவருடைய வயிற்று மடிப்பைக் கலைத்தபோது தேரை ஒன்று துள்ளிப் பாய்ந்ததாம், அப்படித்தான், சண்முகம் மடிப்புகளை விரித்து விடும்போது நான் கண்களை ஆவலோடு மேயவிட்டுக் காத்துக்கொண்டிருப்பேன். ஆனால், இந்த அற்புதமான மத்தியான ஆர்ப்பாட்டங்கள் என் னுடைய ஒரு மடைத்தனமான கேள்வியால் ஒருநாள் சரிந்து வீழ்ந்தன.

சாலிவாகனன் என்று ஒரு பிராமணச் சிறுவன். சிக்கலான வழக்குகளுக்குத் தீர்ப்புக் கூறுவதில் வெகு சமர்த்தன். அரசன் கைவிட்ட ஒரு கேஸை எடுத்து அதிசாமர்த்தியமாக தீர்ப்பு வழங்கி அரசனுடைய கோபத்துக்கு ஆளாகியவன்.

சாகக் கிடந்த ஒரு வைசியன் தன் நாலு பிள்ளைகளையும் அழைத்து, தான் இறந்த பிறகு தன் திரவியம் எல்லாவற்றையும்

தன்னுடைய கட்டில் காலின் கீழ் வைத்திருக்கும் குறிப்பின்படி பகிர்ந்துகொள்ளும்படி கூறி இறந்துவிட்டான். ஒரு கட்டில் காலின் கீழ் உமியும், ஒரு காலின் கீழ் மண்ணும், மற்றதின் கீழ் சாணமும், கடைசிக் காலின் கீழ் ஒரு பொற்காசும் இருந்ததைக் கண்டார்கள். இந்தக் குறிப்பின்படி மன்னன்கூடத் தீர்ப்பு கூற முடியவில்லை. ஆனால், சாலிவாகனன் அந்தக் குறிப்புகளைச் சரியாக உணர்ந்து முதல் பிள்ளைக்கு நெல்தானியமும், மற்றவனுக்கு நிலமும், அடுத்த வனுக்கு மாடுகளும், கடைசிப் பிள்ளைக்குத் தங்க நகைகளுமாகப் பிரித்துக் கொடுக்கும்படி தீர்ப்பு வழங்கினானாம். இப்படி நீதி வழுவாத மூதாதையரைக்கொண்ட நாட்டின் வழி வந்த பாண்டியன் நெடுஞ்செழியன் செய்த காரியம் அட்டூழியமாகப் பட்டது. இதைச் சொல்லப்போய்த்தான் எனக்கு ஒரு பெரிய சோதனை ஏற்பட்டது.

"பாண்டிய மன்னன் ஊடலில் இருக்கும் தேவியைத் தணிப்பதற்காக அவளுடைய அந்தப்புரம் நோக்கி வேகமாகப் போகிறான். அந்த நேரம் பார்த்து பொற்கொல்லன் வந்து சிலம்பு திருடிய கள்வனைப் பற்றிய விபரம் சொல்கிறான். அதற்கு அரசன், தன் அவசரத்தில் நிதானம் இழந்து 'கொன்று அச்சிலம்பு கொணர்க ஈங்கு' என்று கூறிவிடுகிறான். ஓர் அரசனுடைய தலை யாய கடமை நீதி வழுவாது ஆட்சி புரிவது. இங்கே அந்த நீதித் துறை அமைச்சையையே வெறும் ஊர்க்காவலரிடம் கொடுத்து விடுகிறான்.

"இரண்டாவதாக, கோவலனிடமிருந்து ஊர்க்காவலர் பிடுங்கி வந்த சிலம்பை அரசியாருடைய சிலம்புடன் ஒப்பிட்டுப் பார்த்திருக்கலாம்: அரசன் செய்யவில்லை. ஓசையை ஒத்துப் பார்த்திருக்கலாம், அதுவுமில்லை. சிலம்பின் மூட்டுவாயைத் திறந்து உள்ளிருக்கும் பரல்கள் முத்தா, மாணிக்கமா என்றாவது ஆராய்ந்திருக்கலாம்; அதையும் செய்யவில்லை.

"சரி, கடைசியில் நடந்ததைப் பார்ப்போம். விரித்த குழலும், கையில் தனிச்சிலம்புமாக பாண்டியன் சபையில் நுழைகிறாள், கண்ணகி. அந்தச் சமயத்திலாவது அரசன் நிதானமாகக் கோவல னிடமிருந்து கைப்பற்றிய சிலம்பைத் தன் அதிகாரிகளிடம் கொடுத்து விசாரித்திருக்கலாம், இல்லையா? மாறாக, இருந்த ஒரே evidenceஐயும் கண்ணகியிடம் கொடுக்க அவள் சபை நடுவே அதை உடைத்து வீசுகிறாள். இதுதான் நீதி வழுவா நெறிமுறையா?" என்று நான் மூச்சு விடாமல் ஆவேசத்துடன் சொல்லி நிறுத்தி னேன்.

செல்லப்பாவுக்குக் கோபம் வந்து நான் இதற்கு முன்பு கண்டதில்லை. சண்முகம் எவ்வளவு சீண்டினாலும் சிரித்துவிட்டுப் போகும் அவர் என்மீது எரிகொள்ளிபோல் பாய்ந்தார்.

"என்ன, நான் கடந்த இருபது வருடங்களாக இதைத்தான் படிக்கிறேன்; எழுதுகிறேன்; சிந்திக்கிறேன். நேற்று வந்த உமக்கு அவ்வளவு தெரியுமா? அரையும், குறையுமாய்ப் படித்துவிட்டு ஆகாயத்தில் குதிக்கிறீரே? சிலப்பதிகாரத்தின் சாரம் ஒருவர் தன் ஆயுளில் படித்து அறியக் கூடியதோ?

"வழக்குரை காதையில் சொல்லியுள்ள கடைசிச் செய்யுளை படித்துப் பாரும். தீர விசாரிக்காமல் அவசரத்தில் செய்த காரியம் பாண்டியன் மனதை நெருடிக்கொண்டே இருந்தது. தான் செய்தது பெருங்குற்றம் என்பதை அவன் ஏற்கனவே உள்ளூர உணர்ந் திருந்தான். காதல் மயக்கத்தில் ஒரு கணம் அறிவிழந்து விட்டான். அது எவ்வளவு பாரதூரமான நிகழ்ச்சியாக உருவெடுத்துவிட்டது. 'ஒரு பெண் விரித்த கூந்தலும், நீர்வழிந்த கண்களுமாக, கையில் தனிச் சிலம்புடன் வந்திருக்கிறாள்' என்றதுமே பாண்டியனுக்குத் தான் நீதி தவறியதும், தன் முடிவு காலம் நெருங்கியதும் தெரிந்து விடுகிறது. அவன் பிராயச்சித்தமாகத் தன் உயிரைக் கொடுத்தான்; கோப்பெருந்தேவியைப் பலி கொடுத்தான்; மதுரை மாநகரத்தையே தீக்கிரையாகக் கொடுத்தான்.

"மெய்யிற் பொடியும், விரித்த கருங்குழலும்
கையில் தனிச்சிலம்பும் கண்ணீரும் – வையக்கோன்
கண்டளவே தோற்றான், அக்காரிகைதன் சொற் செவியில்
உண்டளவே தோற்றான் உயிர்."

"இன்ன குற்றத்திற்கு இன்ன தண்டனை என்று வரைமுறை உண்டு. பாண்டியன் அனுபவித்த தண்டனையோ மகா கொடியது. இதிலும் பார்க்க வேறு என்ன ஐயா வேண்டும்?" இப்படிக் கோபா வேசமாகச் சொல்லிக்கொண்டே கையை துவாலையில் வேகமாகத் துடைத்துக்கொண்டார். பிறகு துணியை மேசைமீது விசுக்கென்று வீசிவிட்டுப் போய்விட்டார்.

எனக்கு நாதாளி முள் குத்தியதுபோலச் சுருக்கென்றது. ஏண்டா இப்படிக் கேட்டோம்? சாதுவான இந்த மனுசன் சாரைப் பாம்புபோல என்மேல் சீறி விட்டாரே! என்று வருத்தப்பட்டேன்.

சண்முகத்துக்குத் தெரியாத பூர்வாங்கமே கிடையாது. மனைவியையும், மகளையும் பிரிந்து செல்லப்பா சமறியில் வாழும் காரணத்தை அவர் ஒருநாள் எனக்கு விளக்கினார்.

அப்ப செல்லப்பாவின் மகளுக்குப் பதினான்கு வயதிருக்கு மாம். ஒரே மகள். சில்லறைக் காசைக் கிலுக்கியதுபோல எப்பவும்

சிரித்தபடியே இருப்பாள். இவரை எட்டியெட்டி கொஞ்சுவாள். அவள்மேல் இவரும் அளவு கடந்த பாசம் வைத்திருந்தார். ஒரு முறை கொழும்பிலிருந்து விடுப்பில்போய் இவர் நின்றபோதுதான் அது நடந்தது. அவர்கள் வீட்டு வேலியில் ஓஸோன் ஓட்டைபோல ஓர் ஓட்டை. அந்தப் பொட்டு வழியாக அடிக்கடி போவதும் வருவதுமாக இருந்த இவருடைய மகள் பக்கத்து வீட்டுப் பொடிய னோடு சிரித்துப் பேசிக்கொண்டிருந்தபோது கையும் களவுமாகப் பிடிப்பட்டுவிட்டாள். ஆத்திரத்தில் மதிகெட்டுப்போன செல்லப்பா அவள் கன்னத்தில் அஞ்சு விரலும் பதிய அறைந்து விட்டார். அவள் திடுக்கிட்டுவிட்டாள். பிறந்த நாளிலிருந்து அவளை அணைப்பதற்கு மட்டுமே தொட்ட கை அது. அவளால் நம்பவே முடியவில்லை. பட்சமுள்ள அப்பா, பட்சமுள்ள அப்பா என்று கிழமை தவறாமல் கடிதம் எழுதியவள் பிறகு எழுதவே யில்லை; கதைக்கவுமில்லை. அவர் கொழும்பில் வீடு பார்த்த பிறகும் வர மறுத்து விட்டாள். தீர விசாரிக்காமல் அவசரப்பட்டு ஒரு குழந்தையின் நட்பை விகாரப்படுத்தியதற்காகச் செல்லப்பா தன்னைப் பெரிதும் வருத்திக்கொண்டார்.

சிலப்பதிகாரத்தை மட்டுமே நெஞ்சிலே சுமக்கிறார் என்று நான் நினைத்திருந்த செல்லப்பா இப்படி ஒரு பாரத்தையும் தாங்கு கிறார் என்ற விஷயம் எனக்கு அதிர்ச்சியாக இருந்தது. கன்னத் திலே ஒரு தட்டு தட்டியதற்காக ஐந்து வருடங்களாகியும் அவள் கதைக்கவில்லை. எவ்வளவு பெரிய தண்டனை! அப்போதுதான் இனிமேல் எங்கள் சம்பாஷனைகளில் சிலப்பதிகாரம் தவறியும் புகுந்து விடாமல் பார்க்க வேண்டுமென்று நான் சங்கல்பம் செய்துகொண்டேன்.

யேசு ஆனவர் கடைசி உணவு அருந்தியபின் தன் பிரதம சீடரான பீட்டரைப் பார்த்து, “என் அன்புக்குரியவனே, இன்றிரவு சேவல் கூவுமுன் நீ என்னை மூன்றுதரம் மறுதலிப்பாய்” என்று கூறினார். பீட்டர், “அது நடக்காத காரியம்” என்று சங்கல்பம் செய்து கொண்டார். ஆனால், யேசுபிரான் உரைத்த பிரகாரம் பீட்டர் மூன்றுதரம் மறுதலிக்க வேண்டி வந்தது அல்லவா?

அதுமாதிரி இந்த விஷயத்திலும் நான் எடுத்த சங்கல்பம் விரைவிலேயே தவிடு பொடியாகியது. ஆனால், குற்றவாளி நான் அல்ல.

இந்தச் சொற்ப காலத்தில் கிடைத்த அற்புதமான சிநே கிதத்தை அநியாயமாக இழப்பது எனக்கு வருத்தமாக இருந்தது. அவர் செய்த குற்றத்திற்கு அவருக்குக் கிடைத்த தண்டனை

அதீதமானதுதான். ஆனால், நான் செய்த மகாபாபம் என்ன? என்னை அறியாமல் ஒரு மெல்லிய நரம்பை உரசிவிட்டேன் போலத் தோன்றியது. அந்தச் சம்பவத்திற்குப் பிறகு செல்லப்பா திண்ணையில், காயப்போட்ட தேங்காய் மூடிபோல எட்டிப் போய் விட்டார். என்னுடன் முகம் கொடுத்துப் பேசவுமில்லை; பழகவு மில்லை. முன்புபோல் சத்தம்போட்டு எங்களோடு கதைப்பதற்கும் சிரிப்பதற்கும். ஏதோவொன்று அவரைத் தடுத்து வந்தது...

என்னுடைய பயணச்சீட்டு வந்துவிட்டது, இன்னும் சில நாட்களே இருந்தன. ஒரு மத்தியான வேளை நாங்கள் மூவரும் மேசையில் வந்து அமர்ந்தோம். மற்றவர்கள் சாப்பிட்டுவிட்டுச் சிறு தூக்கம் போட போய்விட்டார்கள். நாங்கள் சாப்பிட்டு முடி யுந்தறுவாயில் சமையல்காரன் தயிர் கொண்டு வந்து வைத்தான். தயிர் இல்லாவிட்டால் எனக்குச் சாப்பிட்டது போலவே இருக் காது. எல்லோருக்கும் அது தெரிந்த விஷயம். செல்லப்பா ஒரு சிறங்கை தயிர் அள்ளிச் சாப்பிட்டுவிட்டு ‘ஆஹ்’ என்றார்.

வழக்கமாகச் சட்டியில்தான் தயிர் வரும். ஆனால், அன்று சுப்பர்மார்க்கெட்டில் வாங்கிய பிளாஸ்டிக் பெட்டியில் வந்திருந் தது. ‘என்ன இண்டைக்கு இப்பிடித் தயிர்?’ என்றேன். அதற்கு வேலைக்காரன் ‘இல்லை ஐயா, இது ரண்டுரூவாதான்கூட. பிளாஸ்டிக் பெட்டி பார்க்க வடிவாயிருக்கு இப்ப எல்லாரும் இதுதான் வாங்கினம்’ என்றான்.

நான் அன்று தயிரைத் தொடவில்லை. பிளாஸ்டிக் பெட்டி களில் வரும் உணவை நான் தொடுவதில்லை என்ற விஷயம் சண்முகத்துக்குத் தெரியாது. அவருக்கு மனசு வருத்தமாகிவிட்டது. “என்ன தம்பி, இதில ஏதாவது கெடுதலா?” என்றார்.

“இல்லை, முன்னேற வேண்டிய நாங்கள் இப்படிப் பின்னாலே போய்க்கொண்டிருக்கிறோமே! சட்டியில வாற தயிர் என்ன வடிவு? எவ்வளவு ருசி: இப்ப என்ன அவசரத்துக்கு பிளாஸ் டிக்குக்கு மாற வேண்டும்? சட்டியென்றால் தயிரிலே மிதக்கும் உபரித்தண்ணியை அது உறிஞ்சுவிடும். அதைச் செய்யும் ஏழைக் குயவனுக்கு வேலை கிடைக்கிறது. அதே சட்டியைத் திருப்பித் திருப்பிப் பாவிக்கலாம்; உடைந்துபோனால் மண்ணுடன் சேர்ந்து போகும்; சுற்றுச் சூழலுக்கு ஒருவித கெடுதலும் இல்லை.

“ஆனால், பிளாஸ்டிக் என்று வரும்போது விலை கூடுகிறது. பாவித்து விட்டு எறிந்து விடுகிறோம்; திருப்பிப் பாவிக்க முடியாது. இதனால் எவ்வளவு கெடுதல் தெரியுமா? இந்த பிளாஸ்டிக்

சாகாவரம் பெற்றது. நூறு வருடங்கள் வரை உயிர் வாழும். இதை அழிப்பது மகா கஷ்டம். மண்ணோடு முற்றும் கலக்க நானூறு வருடங்கள் வரை பிடிக்குமாம். இதை எரித்தால் வரும் நச்சுப் புகை காற்றுமண்டலத்தில் சேர்ந்து நாசம் விளைவிக்கும். எங்களுக்கு ஏனப்பா இந்த அவசரம்?"

"பிளாஸ்டிக்கில் இவ்வளவு கெடுதலா? எனக்குத் தெரியவே இல்லை, தம்பி?" என்றார் சண்முகம்.

"பூமாதேவி பொறுமையானவள். பிறந்த நாளிலிருந்து அவளுக்கு நாங்கள் ஏதாவது ஆக்கினைகள் செய்துகொண்டே இருக்கிறோம். நாம் போகுமுன் ஏதாவதொரு நல்ல காரியம் திருப்பிச் செய்ய வேண்டாமா? அவள் 'செமிக்க முடியாதபடி' நாள் ஒன்றுக்கு கோடிக்கணக்கான பிளாஸ்டிக் பைகளையும் பெட்டிகளையும் அவள்மீது திணித்தபடியே இருக்கிறோமே! எவ்வளவு நாளைக்குத்தான் அவள் பொறுக்க முடியும்?"

"அப்பக் கடலில் போடமுடியாதா?"

"அங்கேதான் வந்தது வினை. இந்த பிளாஸ்டிக் சாமான் களில் முக்கால்வாசி கடைசியில் போய்ச் சேருவது கடலில்தான். சூரிய வெளிச்சத்துக்கு மின்னும் இந்த பிளாஸ்டிக் பைகளை கணவாய் என்று நினைத்து கடல் ஆமைகள் விழுங்கிவிடும். அது தொண்டையில் சிக்கி எத்தனையோ கடல் ஆமைகள் மரணம். அதைச் சாப்பிடும் மீன்களுக்கும் அதே கதிதான். நாரை, பெலிகன் போன்ற பறவைகளும் இதிலிருந்து தப்புவதில்லை.

"முந்தியெல்லாம் நாங்கள் சாக்கு, உமல், கடகப் பெட்டி என்று பயன்படுத்துவோம். திருப்பித் திருப்பி அவற்றைப் பாவித்து முடிந்தவுடன் தூக்கி எறிந்து விடுவோம். இவையெல்லாம் சுற்றுச் சூழலுக்கு ஒருவித கெடுதலுமின்றி மண்ணோடு கலந்துவிடும். ஐம்பது வருடத்துக்கு முன்பு இந்த பிளாஸ்டிக் அரக்கனின் கொடுமையில்லையே?"

"அப்ப பிளாஸ்டிக்கே தேவையில்லையென்று சொல்லு நீரோ?"

"அப்படியில்லை. ஆனால், தவிர்க்க முடியாதென்றால் சுழல்பாவிப்பு (recycling) முறையையாவது கடைப்பிடிக்கலாமே? அதாவது, ஒருமுறை பாவித்துவிட்டு தூக்கி எறியாமல் நாலு முறையாவது திருப்பித் திருப்பிப் பாவிக்கலாமே? பூமாதேவியின் பாரம் நாலு மடங்கு குறைந்துவிடுமே?"

நாங்கள் இப்படிக் காரசாரமாக கதைத்துக் கொண்டிருந்த போது, செல்லப்பா ஒன்றுமே சொல்லாமல், வெற்றிலையைக் குதப்பியவாறு அவதானித்தபடியே வந்தார். அவர் சம்பாஷணை யில் தலையை நுழைக்கவில்லை. அப்பப் பார்த்து இந்த வம்பு, சண்முகம், அவரை எங்கள் சண்டையில் இழுக்கும் முயற்சியாக, "ஏன் செல்லப்பா, சிலப்பதிகாரத்தில் இந்தச் சுழல்பாவிப்பு முறை சொல்லியிருக்கோ?' என்று நோண்டினார்.

உடனே செல்லப்பா தியானத்தில் இருந்து திடுக்கிட்டு விழித்து 'சிலப்பதிகாரத்தில் சொல்லாததே இல்லை; என்ன சுழல்பாவிப்பு முறைதானே? அதாவது ஒரே பொருளைத் திருப்பித் திருப்பிப் பாவிப்பது, அப்படித்தானே!' என்றார்.

"ஓமோம்" என்றார் சண்முகம்.

நான் அப்ப மூன்றாம் வகுப்பு என்று ஞாபகம். எங்கள் கணக்கு வாத்தியாரை எல்லாரும் K.P என்றுதான் கூப்பிடு வார்கள். அவருடைய பெயர் ஒருவருக்கும் தெரியாது. கிட்ணன் அவருடைய பெயர். 'குறுக்கால போவான்' என்று சொன்னதை நான் கணகாலம் நம்பிக்கொண்டு இருந்தேன். 'கேப்பி' கணக்கு கேட்கும்போதே ஆரவாரத்துடன் மோதிரத்தைக் கழட்டி மற்றக் கை விரலில் போட்டு ஆயத்தங்கள் செய்வார். எங்கள் கண்கள் அவருடைய கைகளின் அசைவையே ஆராய்ந்து கொண்டிருக்கும் அவர் குட்டினால் ஒரு பட்டை தண்ணி நிக்கும் என்று அந்தக் காலத்திலேயே புகழ்கொடி நாட்டினவர்.

"எட்டும் அஞ்சும் எவ்வளவு? என்று கேட்டுவிட்டு மோதிரத்தைத் தடவிக்கொண்டு நிற்பார். எங்கள் கண்கள் அலை பாயும். எட்டும் அஞ்சோ? எட்டும் அஞ்சோ? என்று மூச்சு விடு வதற்கு அவகாசம் எடுத்துக்கொண்டு, கைவிரல்களை ரகஸ்யமாக விரித்து, விடை பத்துக்குமேல் வரும் போலிருக்கே என்று விசனப் பட்டு, கால்விரல்களையும் துணைக்குக் கூப்பிட்டு, ஒரு கண்ணை விரல்களிலேயும், மறு கண்ணை வாத்தியாரின் மோதிரத்திலேயும் அலையவிட்டு, தவித்து...

ஆனால், மூச்சு விடுவதற்குக்கூட அவகாசம் எடுக்காமல், இமைவெட்டும் நேரத்தில் சாவதானமாகக் கதையைச் சொல்ல ஆரம்பித்தார் செல்லப்பா. அதுதான் அவருடைய விசேஷம். யோசிப்பதற்கு என்று நேரம் எடுப்பதே கிடையாது.

"கோவலனும் கண்ணகியும் கவுந்தியடிகளும் சூரியனுடைய வெப்பத்தைத் தவிர்க்க இரவு நேரத்தில் மதுரையை நோக்கி

நடக்கிறார்கள். விடிந்ததும், கோவலன் மட்டும் தண்ணீர் வேண்டி ஒரு நீர் நிலையைத் தேடிச் செல்கிறான். அப்போது மாதவியிட மிருந்து ஓர் ஓலையைக் கொண்டுவந்து கோவலனிடம் தருகின் றான், கௌசிகன். மாதவியிடமிருந்து வந்த அந்த ஓலையைத் தவிப்புடன் வாங்குகிறான் கோவலன்.

"அடிகளே, உம்முன்னே நான் பணிகின்றேன். என் சொற்கள் தெளிவற்றதாயினும் என்னில் மனமிரங்க வேண்டும். முதுமைப் பிராயம் அடைந்த இருவருக்குத் தொண்டு செய்ய மறந்தது பிழையன்றோ? உயர்குடிப் பிறந்த மனையாட்டியுடன் நள்ளிரவில் ஊரைவிட்டுப் போயினதும் பிழையன்றோ? என் தவறு யாதென்று தெரியாது நெஞ்சம் செயலிழந்தேன்; பொய்மையின்றி உண்மை காண்பவரே, உம்மை போற்றுகின்றேன்.

"அடிகள் முன்னர் யான் அடி வீழ்ந்தேன்;
வடியாக்கிளவி மனக்கொளல் வேண்டும்;
குரவர் பணி அன்றியும் குலப்பிறப்பு ஆட்டியோடு
இரவிடைக் கழிதற்கு, என் பிழைப்பு அறியாது;
கையறு நெஞ்சம் கடியல் வேண்டும்;
பொய்தீர் காட்சிப் புரையோய், போற்றி!

"கோவலன் ஓலையைப் படிக்கின்றான்; மாதவியிடம் அவனுடைய மனம் அலைக்கழிகின்றது. பெற்றோர்களை நினைந்து வருந்துகிறான். பிறகு கௌசிகனைப் பார்த்து 'இந்த ஓலையில் உள்ள வாசகம் என் பெற்றோருக்கு நான் எழுதியதுபோலவும் பொருந்துகிறது; ஆகவே இதை எடுத்துப்போய் என் பெற்றோரிடம் சேர்த்து அவர்கள் துயரைத் தீர்ப்பாயாக' என்று கூறி அதே ஓலையைத் திருப்பிக் கௌசிகனிடமே கொடுக்கின்றான்."

"அப்பப் பார்த்தீரா, 1800 வருடங்களுக்கு முன்னாலேயே சுழல்பாவிப்பு முறை வழக்கத்தில் இருந்திருக்கிறது" என்று சொல்லிவிட்டு செல்லப்பா கெக்கட்டம் விட்டுச் சிரிக்கத் தொடங்கினார். அதைத் தொடர்ந்து நானும் பலமாகச் சிரித்தேன். சிறிது நேரம் திகைத்தபடி இருவரையும் மாறி மாறிப் பார்த்துவிட்டு சண்முகமும் எங்கள் சிரிப்பில் கலந்துகொண்டார்.

ஆனால், நாங்கள் ஒவ்வொருவரும் வெவ்வேறு காரணங்களுக்காகச் சிரித்தோம்.

அப்படித்தான் எனக்குத் தோன்றியது.

◆

வம்ச விருத்தி

பாகிஸ்தானின் வடமலைப் பிராந்தியத்தில் அவர்கள் வெகு நேரமாகப் பயணம் செய்தார்கள். அஸ்காரி முன்னாலே சென்றார்; அவரைத் தொடர்ந்து அவருடைய ஒரே மகன் அலி, பன்னிரெண்டு வயதுகூட நிரம்பாதவன், போய்க்கொண்டிருந்தான். மூன்று துப்பாக்கிகளும், ஒரு கைத்துப்பாக்கியும் அவர்களிடம் இருந்தன. இவர்களுடன் முபாஸர் என்ற வேலைக்காரன் அவர்கள் குடிப்பதற்குத் தண்ணீரும், சாப்பிடுவதற்கு ரொட்டியும், பழங்களும் ஒரு கூடையில் வைத்துக் காவியபடியே பின்னாலே வந்தான்.

அந்த வேட்டைக்கு அன்று விடிகாலை மூன்று மணிக்கே அவர்கள் புறப்பட்டுவிட்டார்கள். பன்னிரெண்டு மணி நேரம் அவர்கள் நடக்க வேண்டும். வெயில் தலைமேல் வருமுன்னரே அவர்கள் மலையடிவாரத்திற்கு வந்துவிட்டார்கள். பாறைகள் குத்துக்குத்தாக நின்றன. செங்குத்தான அந்தப் பாறைகளில் துவக்குகளையும் மாட்டிக்கொண்டு ஏறுவதென்பது எல்லோராலும் இயலாத காரியம்.

அஸ்காரி நிதானமாகவும் லாகவமாகவும் பாறைகளில் கால்வைத்து ஏறினார். அலி ஆர்வத்தோடு வேகமாகப் பின் தொடர்ந்தான். அஸ்காரியின் பார்வை மாத்திரம் அங்குமிங்கும் அலைபாய்ந்தபடியே இருந்தது. இது அலியினுடைய முதல் வேட்டை. அவனுடைய எதிர்காலமே அந்த வேட்டையில் அடங்கியிருந்தது. அல்லாவின் கடாட்சம் இருந்தால் அலி திரும்பும்போது ஆண் மகனாகத் திரும்புவான். ஓர் அணிலையோ, முயலையோ காட்டுக் கோழியையோகூட சுடலாம்; பிழையில்லை. ஆனால், அஸ்காரியின் பேராசை அலி ஒரு மலை ஆட்டை வேட்டையாட வேண்டுமென்பதுதான்.

அஸ்காரி ஆசையுடன் ஒருமுறை தன் மகனைப் பார்த்துக் கொண்டார். சிறுவனாக இருந்தாலும் அவன் புஜங்கள் திடகாத்திரமாக இருக்கின்றன. இவனைத் தவம் செய்தல்லவோ

அவர் பெற்றுக்கொண்டார். எத்தனை கஷ்டங்களை அவர் அனுப விக்க வேண்டியிருந்தது. அவருடைய முதல் மனைவி நூர்ஜஹான் பிழியப் பிழிய அழுதுவிட்டாள். பன்னிரெண்டு வருட காலம் அவருடன் வாழ்ந்தவள் ஆயிற்றே! அவளைத் துறந்துவிட்டு அவ்வளவு சுலபத்தில் இரண்டாவது மனைவியை எடுத்துவிட முடியுமா?

தனிமையில் இருக்கும்போது நூர்ஜஹானிடம், "நீ ஏன் கலங்குகிறாய்? நான் உன்மீது வைத்திருக்கும் அன்பின் ஆழம் உனக்குத் தெரியாதா? ஆண் வாரிசு வேண்டுமென்றல்லவோ இந்தக் காரியத்தைச் செய்யத் துணிந்தேன்" என்று அவள் மோவாயைப்பிடித்துக் கூறினார். பதிலாக நூர்ஜஹானுடைய கண்களில் மெல்லிய நீர்ப்படலம் கோத்து நின்றது.

முந்திய காலம்போல வேண்டியபோது இருக்கும் மனைவி யைத் தள்ளி வைத்துவிட்டுப் புது மனைவியை இப்போதெல்லாம் தேடிக்கொள்ள இயலாது. முதல் மனைவியின் சம்மதத்தைப் பெறவேண்டும். அஸ்காரி வேறு வழியின்றித்தான் இப்படி நூர்ஜஹானிடம் கெஞ்சவேண்டி இருந்தது.

அஸ்காரியின் தகப்பனாருக்கு இறக்கும்வரை அந்த பயம் இருந்தது, தனக்குப் பிறகு தன்னுடைய வம்சம் அழிந்து விடுமோ என்று. ஏனெனில் அவருடைய தகப்பனாருக்கு அவர் ஒரே ஆண் பிள்ளை. பாட்டனாருக்கும் அப்படித்தான். அவர்கள் வம்சத்தில் பல பெண்கள் பிறந்தாலும் ஆண் வாரிசு ஒன்றுதான். மூன்று தலைமுறைகளாக, எத்தனை பெண்கள் இருந்தாலும் ஓர் ஆண் பிள்ளைக்கு ஈடுவருமா?

அஸ்காரிக்கு இருபது வயது இருக்கும்போதே நிக்காஹ் ஏற்பாடுகள் தொடங்கிவிட்டன. பக்கத்து ஊரிலே நல்ல வசதியான இடத்தில் இருந்துதான் நூர்ஜஹான் வந்தாள். அவள் மயக்கும் அழகியில்லை. ஆனால், யௌவனப் பிராயத்தில் எந்தப் பெண்தான் கண்ணுக்கு அழகாகத் தெரியமாட்டாள்.

பஃராத் அன்று அவளைப் பல்லக்கில் கொண்டுவந்து இறக்கினார்கள். ஊர் முழுக்க அங்கே கூடி நின்றது. பின்னாலேயே நாலு வண்டிகளில் அவள் வீட்டுச் சீதனமும் வந்தது. பதினைந்து சால்வார் கமிஸ், தங்க நகைகள், வெள்ளிக் கொலுசுகள், சமையல் பாத்திரங்கள், கட்டில், மெத்தை, வீட்டுத் தளபாடங்கள் இது வெல்லாம் தவிர இன்னுமொரு விசேஷமான சாமானும் இருந்தது. அது ஒரு ட்ரான்ஸிஸ்டர் ரேடியோதான். அந்தக் காலத்தில் அது

ஒருவரிடமும் கிடையாது. அவள் கொண்டுவந்த சாமான்கள் எல்லாவற்றையும் பரப்பி வைத்தபோது ஊரில் எல்லாரும் வந்து அதிசயமாகப் பார்த்துப் பார்த்து அது பற்றியே பேசிக்கொண்டு போனார்கள். நூர்ஜஹானுக்கு எவ்வளவு பெருமை இருந்தது.

முதல் வருடமே அவர்களுக்கு ஒரு பெண் குழந்தை பிறந்தது. அஸ்காரிக்குப் பெரிய ஏமாற்றம்; ஆனால், அவர் அதைக்காட்ட வில்லை. இரண்டாவதும் பெண். அடுத்தடுத்து நாலு பெண் குழந்தைகள் பிறந்தன. ஊரிலே எல்லாரும் ஒரு மாதிரி இவரை இளப்பமாகப் பார்ப்பதுபோலப் பட்டது. அப்பொழுதுதான் அஸ்காரி ஹக்கீமை தேடி ஓடினார். மருந்துகள் பொட்டலம் பொட்டலமாக வாங்கி மனைவிக்குக் கொடுத்துப் பார்த்தார். சரிப்படவில்லை. ஐந்தாவது பெண்ணும் பொட்டலம்போல பிறந்தபோது இவர் நூர்ஜஹானைப் பிரசவ அறை என்றுகூடப் பார்க்காமல் அடித்துவிட்டார்.

அஸ்காரியின் தகப்பனார் பயந்ததுபோலவே நடந்தது. அவர் ஆண் வாரிசுவைப் பார்க்காமலே இறந்துபோனார். அஸ்காரி தன்னுடைய சந்ததி தனக்கு அஸ்தமனமாகி விடுமோ என்று நிறைய கவலைப்படத் தொடங்கினார்.

அந்த நேரம் பார்த்துத்தான் ஜிர்காவில் தன்னுடைய பிரச் சினையைக் கிளப்பினார் அஸ்காரி. இரண்டாவது மனைவியை எடுப்பது தவிர அவருக்கு வேறு வழி ஒன்றும் தோன்றவில்லை. நூர்ஜஹான் பாவம், அவள், கண்களில் நீருடன் தன்னுடைய கையெழுத்தைப் போட்டுத் தந்தாள். ஆனால், சம்மதம் வாங்கிய பிறகு பார்த்தால் இவள் இன்னுமொருமுறை கர்ப்பம். நாள் தவறி னாலும் வருடாவருடம் இவள் கர்ப்பமாவது மட்டும் தவறியது கிடையாது. அஸ்காரி அவசரப்படாமல் பொறுத்திருந்து பார்த் தார். ஆனால், ஆறாவதும் பெண் குழந்தையாகத்தான் பிறந்தது.

முல்லா இமானுல்லா பரம ஏழை. ஆனால், அல்லாவின் பரிபூரண அருளால் குழந்தைச் செல்வத்துக்கு மட்டும் குறை வில்லை. அவருக்குப் பதினொரு குழந்தைகள். இரண்டு நேரம் சாப்பிடுவதற்கும், உடுப்பதற்கும் வசதி இருந்தது. அவருடைய மூத்த பெண்ணை ஒருநாள் அவர் தலைநிமிர்ந்து பார்த்தபோது திடுக்கிட்டுவிட்டார். அவள் இப்படிக் கிடுகிடென்று வளர்ந்து விடுவாள் என்று யார் எதிர்பார்த்தார்கள்?

முல்லா நேரம் தவறாமல் தொழுகை செய்வார். அதற்குச் சாட்சியாக அவருடைய நெற்றியிலே கொட்டைப் பாக்கு அளவில் ஒரு தழும்பு இருக்கும். அதைப்பார்த்தவர்கள் அவருக்கு

அதிமரியாதை செலுத்தித் தள்ளிப் போவார்கள். குரல் வளம் அவருக்கு இந்த வயதிலும் கணீரென்றுதான் இருந்தது. அவருடைய தொழுகை அழைப்பு அடுத்த கிராமம் வரை கேட்கும்.

முல்லாவினுடைய மூத்த மகள் மெஹ்ருன்னிஸாவுக்குப் பதினேழு வயது நடக்கும்போது அஸ்காரி வந்து இரண்டாந்தார மாகப் பெண் கேட்டார். இமானுல்லா மெய்மறந்துவிட்டார். அல்லாவின் கருணையை நினைத்து நினைத்து வியந்தார். இம்முறை பல்லக்கில் மெஹ்ருன்னிஸா வந்து இறங்கியபோது அவள் பின்னால் வந்த டொங்காவில் ஓட்டை சட்டி பானை களும், உடைந்த கட்டிலும்தான் வந்தது. ஏழை முல்லாவிடம் வேறு என்ன இருக்கும்; திமுதிமுவென்று பார்க்கவந்த ஊர் சனங்கள் ஏமாந்துபோய்த் திரும்பினர்.

ஆனால், அஸ்காரி ஏமாறவில்லை. அளக்கமுடியாத சௌந் தர்யத்தை மெஹ்ருன்னிஸா அள்ளிக்கொண்டு வந்திருந்தாள். அஸ்காரி ஆசை மேலிட்டு அணுகியபோது அவளுடைய அழகு இன்னும் பிரகாசித்தது. முதல் நாளிலிருந்தே அவருக்கு அவளிடம் மையல் ஏற்பட்டுவிட்டது. அவருக்கோ வயது முப்பத்தைந்து தாண்டிவிட்டது. மெஹ்ருன்னிஸாவுக்கு இன்னும் பதினேழு முடியவில்லை. மையல்வராமல் என்ன செய்யும்?

முல்லாவின் மகள் என்றாலும் மெஹ்ருன்னிஸாவுக்கு, இயற்கை அளித்த அழகை கணவனை அடிமைகொள்ள எப்படி யெல்லாம் பிரயோகிக்க வேண்டும் என்று தெரிந்திருந்தது. அஸ் காரியை முதல் நாள், முதல் கணத்திலிருந்தே தன்வசமாக்கி விட்டாள். அவருடைய முதல் மனைவி இவ்வளவு காலமாக அறியாத நுணுக்கங்களெல்லாம் மெஹ்ருன்னிஸாவுக்கு அத்துப் படி. ஒரு பெண்ணிடம் இத்தனை விசேஷங்கள் இருப்பது அஸ்காரிக்குத் தெரியாமல் போய்விட்டது. நூர்ஜஹான் இவ்வளவு காலமும் தன்னை ஏமாற்றிவிட்டாள் என்று நினைத்துக் கொண்டார்.

அஸ்காரிக்கு மெஹ்ருன்னிஸாவிடம் பிடித்தது அவ ளுடைய சூட்சுமமான குறிப்பறியும் தன்மையும், குக்கிராமத்துப் பெண்களுக்கு இயற்கையாகவே உள்ள புத்தி சாதுர்யமும்தான். பிரியமுடன் அஸ்காரி வரும்போதெல்லாம் அவள் எதேச்சையாகத் தன் தலைத்திரையை நழுவ விடுவாள். அதை அவள் எப்படிச் செய்கிறாள் என்பது கடைசிவரை கண்டுபிடிக்க முடியாத ஒரு ரகஸ்யமாக போய்விட்டது.

அவள் கர்ப்பமானவுடன் அவளுக்கு விருப்பமான அல்வாவை ரஹ்மான் கடையில் வாங்கி ரகஸ்யமாக ஓடோடி வருவார். தனிமையில் இருக்கும்போது அதைக் கிள்ளி அவள் வாயில் ஊட்டுவார். அவள் காதுகளில் செல்லமாகக் காதல் வார்த்தைகளில் கொஞ்சுவார். அந்தக் கொஞ்சல்கள் கணகாலம் நீடிக்கவில்லை. அவளுக்கும் பெண் குழந்தைதான் பிறந்தது. மரியம் என்று பேர் வைத்தார்கள், அஸ்காரி பேயறைந்தவர்போல நடந்துகொண்டார். யாரையும் பார்க்கப் பிடிக்கவில்லை. அடிக்கடி ஆற்றங்கரையிலே போய் விச்ராந்தியாக உட்கார்ந்துகொண்டு தீவிரமாக யோசித்தார்.

அஸ்காரி தன்னைச் சுற்றிலும் ஒருமுறை பார்த்துக் கொண்டார். திடீரென்று ஒற்றையடிப் பாதை மறைந்து இப்போது காட்டுப் பாதையாக மாறிவிட்டது. அலி ஒரு பாறையில் ஏறி நின்று சுற்றிவரவும் பார்த்தான். அவன் சிறுவன்தானே! அவன் நினைத்ததுபோல் மலை ஆடுகள் கூட்டம் கூட்டமாக அந்தப் பிராந்தியத்தை நிறைத்துத் திரியவில்லை. இதுவரை அவர்கள் கண்டதெல்லாம் ஒரு காட்டுக் கோழியும் முயலும்தான். மலை ஆடு எப்படி இருக்கும் என்றுகூட அலிக்குத் தெரியாது.

சாம்பலும் பழுப்பும் கலந்த நிறமாக பாறைகளுடன் கரைந்து தான் அவை காணப்படும். கூட்டம் கூட்டமாக ஒரு காலத்தில் திரிந்த அந்த ஆடுகளின் எண்ணிக்கை இப்போது வெகுவாகக் குறைந்துவிட்டது. உயரம் இரண்டரை அடிதான் இருந்தாலும் நேரான கொம்புகளுடன் அவை கம்பீரமாக இருக்கும்.

அவைகளின் கால் அமைப்பு ஒரு பாறையில் இருந்து இன்னொரு பாறைக்குத் தாவுவதற்கு ஏற்றமாதிரி அமைந்திருக்கும். ஒவ்வொரு பாறையாக அவை அனாயாசமாகத் தாண்டும்போது பார்த்தால் பறப்பதுபோலவே இருக்கும்; கீழே நிலத்தை அடையும் போது முன்னங்கால்களை ஒருங்கே குவித்து வைத்துத்தான் இறங்கும்; சறுக்கி விழுந்ததென்பது கிடையாது. கண்களை அலைய விட்டபடியே மேயும்; ஒரு சிறிய அசுகை அவற்றைக் காற்றிலே தூக்கி எழுப்பிவிடும். அந்தரத்திலேயே செங்குத்தாகத் திரும்பும் வல்லமை படைத்தவை. மனிதனுடைய விவேகத்துக்கும் சக்திக்கும் சவாலாகக் கடவுளால் படைக்கப்பட்ட ஜீவன் அவை.

மலை ஆடுகள் பாகிஸ்தானின் வடமலைப் பிரதேசங்களில் பல்லாயிரம் ஆண்டு காலமாக உயிர் வாழ்ந்தவை. வரவர அவற்றின் இனம் இயற்கையின் சீற்றத்தாலும் மனிதனுடைய ஆக்கிரமிப்பாலும் குறுகிவிட்டது. இந்த மாதிரி மலை ஆடுகள்

உலகின் வேறெந்தப் பரப்பிலும் கிடையாது. இவை வேரோடு மறைந்துவிடும் அபாயத்தை உணர்ந்த பாகிஸ்தானின் அரசு இந்த ஆடுகளை இடருற்ற உயிரினம் என்று அறிவித்திருந்தது. இவற்றைப் பிடிப்பதோ, வேட்டையாடுவதோ சட்டத்திற்குப் புறம்பானது.

ஆனால், இப்படியான அறிவிப்புகள் மூலை முடுக்கிலுள்ள கிராமங்களுக்கு வடிகட்டி வர கணகாலம் ஆகும். அப்படியே தெரிய வந்தாலும் கிராமத்து மக்கள் அதைச் சட்டை செய்யப் போவதில்லை. அந்த ஆடுகளோ, தம்மைப் பாதுகாக்க விசேஷமான சட்டம் போட்ட விஷயம் தெரியாதபடியால், இன்னமும் பயந்தபடியே அந்த மலைப் பிராந்தியங்களின் செடிகளை மென்றபடி திரிந்து கொண்டிருந்தன.

அஸ்காரி ஆசையுடன் மெஹ்ருனை இன்னொருமுறை நினைத்துக்கொண்டார். அவளுடைய நினைவே அவருக்கு உற்சாகமூட்டியது. இவளை மணமுடித்து முதல் பிரசவம் பெண் குழந்தையாக இருக்கக் கண்டு அவர் மனம் என்ன பாடுபட்டது. இவளைத் தள்ளி வைக்கக்கூட நினைத்தாரே! அப்போதுதான் ஹஜ் யாத்திரை போவதென்ற தீர்மானத்துக்கு அவர் வந்தார்.

அந்த வருடம் ஹஜ் யாத்திரைக்காக 60,000 பேருக்கு பாகிஸ்தான் அரசு அனுமதி வழங்க முடிவு செய்திருந்தது. அஸ்காரியின் பெயரும் அந்தப் பட்டியலில் இருந்தது. அவருடைய பிரார்த்தனை எல்லாம் ஓர் ஆண் குழந்தை பிறக்க வேண்டுமென்பதுதான். அவர் உயிராக நேசிக்கும் மெஹ்ருன்னிஸாவும் இப்படித் தன்னை ஏமாற்றுவாள் என்று அவர் கனவிலும் நினைக்கவில்லை. இப்ப மொலுமொலுவென்று ஏழு பெண் குழந்தைகள் அவர் வீட்டை அடைத்துக் கிடந்தனர். முதல் மனைவியிடம் பிறந்த மூத்த மகள் ரஸீமா பூப்பெய்திவிட்டாள். தலையில் முக்காடு போட்டுத்தான் அவள் இப்போதெல்லாம் காணப்படுகிறாள். தன் சந்ததியை வளர்க்க வேண்டும் என்ற ஆசையில் மண் விழுந்துவிடுமோ என்று அவர் பெருமூச்சு விட்டார்.

மெஹ்ருன்னிடம் இவருக்கு அளவு கடந்த மோகம். கடைசல் உடம்புபோல வழுவழுவென்றிருப்பாள். ஒரு வீச்சில் என்ன வெல்லாமோ சொல்கிற கண். இவர் காதல் மேலிட்டு நிற்கும் வேளைகளில் என்ன மாதிரி ஊகமாக இவரிடம் வந்து சேர்ந்து கொள்வாள். முல்லாவின் மகளாக இருந்து கொண்டு இந்தச் செப்படி வித்தையெல்லாம் எங்கே கற்றாள்? அவளை எப்படித் தள்ளி வைக்க முடியும்! மூன்றாவது மனைவி ஆண் மகவு தருவாள் என்பது என்ன நிச்சயம்?

ஹஜ்யாத்திரை மேற்கொண்டபோது அல்லாவின் அளப் பரிய கருணையால் தனக்கு ஒரு விடிவு காலம் கிட்டும் என்று எதிர்பார்த்தார். தையல் போடாத இரண்டு ஒற்றைத் துணிகளை உடுத்திக்கொண்டு அல்லாவின் சன்னிதியில் நின்றபோது அந்த ஜனவெள்ளத்தில் இவர் தன்னை ஒரு துளியாகத்தான் உணர்ந்தார். இடது தோளை மூடிக்கொண்டு வலதுகையின் துணியை இடுக்கிக் கொண்டு தல்பியாவை ஓதியபடி இடம்வரத் தொடங்கினார்:

லப்பய்க்க அல்லாஹும்மா லப்பய்க்க
லப்பய்க்க லா ஸரிக்க
லக லப்பய்க்க

ஓ அல்லாவே சரணம்
உன் அடிமை நான் இங்கே
உனக்கு சமானம் யார்
அல்லாவே
நான் இங்கே

அஸ்காரியின் கண்களில் நீர் பனித்தது. சஃபா மலைக்கும் மர்வா மலைக்கும் இடையில் 'சாய்' செய்யத் தொடங்கியபோது அவர் கண்களில் கண்ணீர் கொட்டியது. ஏழுதரம் மாறி மாறி ஓடினார். பச்சைக் குழந்தை இஸ்மாயில் தன் சின்னக் கால்களை உதைத்துக்கொண்டு தண்ணீருக்காகக் கதறியபோது நடுப் பாலைவனத்தில் தண்ணீர் ஊற்றைத் தோற்றுவித்தாய் அல்லவா? என் கண்ணீர் உனக்குத் தெரியவில்லையா? குழந்தை இஸ்மாயி லின் சந்ததி பெருகியதுபோல என் வம்சம் விருத்தியாக ஒரு வழி செய்ய மாட்டாயா?'

குர்பானை முடித்துத் தலைமயிரையும் ஒட்டமழித்த பிறகு அவர் மனதிலே இத்தனை காலமும் அழுத்திய பாரம் இறங்கியது போல இருந்தது. திரும்ப ஊருக்கு வந்தபோது வழக்கம்போல ஹஜ்விருந்துகள் பல நாட்கள் தொடர்ந்தன. அவர் கொண்டுவந்த பவித்திரமான 'ஸம் ஸம்' தண்ணீரை வடக்குப் பார்த்தபடி எல்லோரும் ஓரொரு சொட்டு வாயிலே விட்டுக்கொண்டார்கள்.

மெஹ்ருன்னிஸாவைத் தனிமையில் அணுகுவதற்கு அவருக்கு மூன்று நாட்கள் எடுத்தன. என்ன வசீகரமாக இருந் தாள். அவளுடைய புன்னகை ஒரு புதுவிதமான அர்த்தத்தோடு விகசித்தது. இவர் அவளுக்காகக் கொண்டுவந்த தங்கச் சங்கிலியை அவள் கழுத்திலே கட்டிவிட்டார். 'மரியமின் அம்மாவே, மரியமின் அம்மாவே' என்று கூப்பிடும் இவர் தனிமையில் இருக்கும்போது 'மெ ...ஹ்...ரூ...ன்' என்று செல்லமாக அவள் காதுகளில் கூவினார்.

இம்முறை நிச்சயமாக பையன்தான் என்று இவர் உள்ளுணர் வுக்குப் பட்டது.

'வாழ்ந்தால் அலிபோல் வாழ், இறந்தால் ஹுசைன் போல் இற' என்ற வாசகம் அவருக்கு மிகவும் பிடிக்கும். ஆனபடியால் பிறக்கும் குழந்தைக்கு அலி என்று பெயர் வைப்பதாகவே தன் மனத்திற்குள்ளே முடிவு செய்தார். அவருடைய மனைவியின் விருப்பம் வேறுவிதமாக இருக்குமென்பது அப்போது அவருக்குத் தெரியாது.

இரண்டுநாளாக அவர் மனைவி பிரசவ வலியிலே துடித்தாள். மூன்றாம் நாள் இரவு ஓர் ஆண்மகவைப் பெற்றாள். பொன்னாங்காணி தண்டுபோலச் சிவப்பு நிறம்; கருநீலக் கண்கள்; தலை நிறைய சுருள் மயிர். அப்படியான ஓர் அழகை அவர் ஆயுசிலேயே பார்த்ததில்லை.

பிள்ளையினுடைய அழகைப் பார்த்து அவர் மனைவி யூசுப் என்று பேர் வைக்கலாம் என்று யோசனை சொன்னாள். யூசுப் பையும் மிஞ்சிய ஓர் அழகான ஆண்மகனை இந்த மண்ணுலகம் பார்த்திருக்க முடியுமா; யூசுப் என்ற அடிமை ஸுலைகாவுடைய விருந்து மண்டபத்திற்குள் காலடி எடுத்து வைத்தபோது ஸுலைகா வுடைய அரசவை சேடியர் பழங்கள் நறுக்கிக்கொண்டிருந்தனராம். அவனுடைய பேரழகைப் பார்த்து மயங்கி கைவிரல்களை வெட்டிக்கொண்டனராம். அப்படியான ஒரு பேரழகுடன் பிறந்த பிள்ளைக்கு யூசுப் என்று பேர் வைப்பதுதான் பொருத்தம். அதனால் இருவரும் யோசித்து யூசுப் அலி என்று பேர் வைப்பதாக முடிவு செய்தனர்.

அஸ்காரியின் மகிழ்ச்சிக்கு அளவேயில்லை. ஹுஜ்ராவில் சனம் நிறைந்துவிட்டது. துப்பாக்கியை நூறு ரவுண்டு, இருநூறு ரவுண்டு என்று சுட்டு ஊர் முழுக்கப் பிரகடனம் செய்தார்கள். வண்ணக் கலர் ரவைத் துப்பாக்கிகளை வெடித்து வானத்தை மத்தாப்புபோல அலங்கரித்து ஆரவாரித்தார்கள். ஒரு கொழுத்த எருமை மாட்டை வெட்டி விருந்து போட்டார் அஸ்காரி. அவர் இனிமேல் ஜிர்கா கூட்டங்களுக்குத் தலைநிமிர்ந்து போகலாம்.

அலி பிறந்த அன்று முன்கூட்டியே 'டாராவில்' சொல்லி வைத்து வாங்கிய பளபளவென்று மின்னும் புதிய கைத்துப்பாக்கி ஒன்று அலியினுடைய சின்னஞ்சிறு தலையணையின் கீழ் வைக்கப்பட்டது. இனிமேல் அவன் தலையணையின் கீழ் அந்தத் துப்பாக்கி அவன் இறக்கும்வரை இருக்கும்.

அலி கிடுகிடுவென்று வளர்ந்து வந்தான். ‘கண்ணை இமை காப்பது’ என்று சொல்வார்களே அதுமாதிரித்தான் அவனைப் பார்த்தார்கள். ஏழு பெண் குழந்தைகள் பிறந்த வீட்டில் ஓர் ஆண் குழந்தை வேறு எப்படி வளரும்? வீடு முழுக்க அவனிடம் உயிரையே வைத்திருந்தது. இரண்டு வயது வரையில் அவனுடைய கால்கள் நிலத்தில் படவே இல்லை. ஒருத்தியின் இடுப்பிலிருந்து மற்றவளின் இடுப்புக்கு மாறியபடியே இருப்பான். அவனுடைய தளிர் ஸ்பரிசம் பட எல்லோரும் தவம் கிடந்தார்கள். சொந்த தாய்க்குக்கூட அவனை வைத்துக் கொஞ்ச முடியவில்லை.

இவனுடைய ராஜ்யம்தான் நடந்துகொண்டிருந்தது. இவன் பேச்சுக்கு மறு பேச்சில்லை. எல்லோரும் தனக்குச் சேவகம் செய்ய வேண்டும் என்று எதிர்பார்த்தான். அழகும் ஆணவமும் சேர்ந்த ஒரு பையனாக வளர்ந்து வந்தான். ஏழு வயது வரையில் தாய் தமக்கையருடன் வீட்டிலேயே இருந்தான். பிறகு அவர்கள் வழக்கப் படி ஹுஜ்ராவுக்கு தகப்பனுடன் மாறிவிட்டான். அன்றிலிருந்து தாயையும் தமக்கையரையும் உதாசீனம் செய்துவிட்டுத் தகப்பனுட னேயே சுற்றத் தொடங்கினான். பள்ளிக்கூடம் என்று பேருக்குத் தான் போனான். அவன் கவனம் முழுக்க ஆற்றில் மீன் பிடிப் பதிலும், சிறு பிராணிகளுக்குப் பொறி வைப்பதிலுமாகப் போய்க் கொண்டிருந்தது. அஸ்காரியுடன் சேர்ந்து துவக்குகளையும், பிஸ்டல்களையும் சுத்தப்படுத்துவதும், வேட்டைக்குப் போவதும் அவனுக்கு மிகவும் பிடித்தமான விஷயங்கள்.

இவனுடைய அதிகாரத்திற்குத் தாய்மாரும் தமக்கையரும் நடுங்குவார்கள். ஒருநாள் ஹுஜ்ராவில் விருந்தினர் வந்திருந் தார்கள். ஷெனானா வீட்டிற்குப் போய்ச் சீக்கிரம் சாப்பாடு அனுப்பும்படி அதிகாரம் செய்துவிட்டு வந்தான். அப்படியும் சாப்பாடு வரவில்லை. இன்னொருமுறை போய் அதட்டிப் பார்த் தான். அப்ப இவனுடைய பெரியம்மாவின் இரண்டாவது மகள் நுஸ்ரத், அவளுக்கு பதினாறு வயதிருக்கும், எரிச்சல் தாங்காமல் “நீ சும்மா போய் உன் வேலையைப் பார், சாப்பாடு ரெடியானதும் தானே வரும்” என்று சொல்லிவிட்டாள். இவனுக்குச் சொல்ல முடியாத கோபம் வந்துவிட்டது. அப்படி யாரும் இதற்கு முன்பு இவனிடம் கதைத்ததில்லை. தன்னுடைய சின்னக் காலைத் தூக்கி அவளுடைய முழங்காலைப் பார்த்து ஓர் உதைவிட்டான். அவள் ‘உஃப் மோஃரே” என்று காலைப் பிடித்தபடியே இருந்துவிட்டாள். இவனுடைய தாயார் துப்பட்டாவை எடுத்து வாய்க்குள்ளே திணித்துச் சிரிப்பை அடக்கிக்கொண்டாள். பெரிய தாயார்

மட்டும் தன்னுடைய தலைச்சீலையை நன்றாக முன்னுக்கு இழுத்துவிட்டு மற்றப்பக்கம் திரும்பிக்கொண்டாள்.

அதற்குப் பிறகு அலிக்கு வேண்டிய மரியாதை கிடைத்தது. எட்டு, ஒன்பது வயதிலிலேயே எல்லாவிதமான துப்பாக்கிகளையும் கழட்டி சுத்தம் செய்து திருப்பிப் பூட்டியும் விடுவான். பத்து வயதிலேயே துப்பாக்கியைத் தூக்கிப் பிடித்துக் குறிபார்த்துச் சுடப் பழகிக்கொண்டான். துப்பாக்கி சம்பந்தப்பட்ட எல்லா விஷயங் களும் அவனுக்குத் தண்ணிபட்ட பாடு. ஒரு புதுத் துப்பாக்கி பற்றிப் பெரியவர்களுக்கிடையில் சர்ச்சை வந்தால் அதைத் தீர்த்து வைப்பது அலிதான்.

அந்தக் கிராமமும் மற்றக் கிராமங்கள்போல ஒரு சடங்கு வைத்திருந்தது. ஒரு சிறுவன் முதல்முறையாக காட்டுக்குப் போய் ஒரு மிருகத்தையோ பறவையையோ வேட்டையாடி வரும்போது தான் உண்மையான ஆண்மகன் ஆவான். இந்த வேட்டையை வைத்து அவரவரின் தகுதியை ஊர் கணித்துவிடும்.

அஸ்காரி அவருடைய வாழ்நாளில் அறுபது, எழுபது வேட்டைகளுக்குப் போயிருப்பார். காட்டுக்கோழி, வாத்து, மான், முயல், காட்டுப்பன்றி என்றுதான் வழக்கமான வேட்டை. ஆனால், இவை எல்லாவற்றிற்கும் சிகரம் வைத்ததுபோலத்தான் மலை ஆட்டு வேட்டை இருக்கும். அஸ்காரி இரண்டே இரண்டு முறைதான் மலை ஆட்டு வேட்டையில் வெற்றி பெற்றிருக்கிறார். அதைக் கொல்லுவதென்பது லேசுப்பட்ட காரியம் அல்ல. யாராவது வெற்றியுடன் திரும்புவார்களாகில் அன்று கிராமம் முழுக்க திமிலோகப்படும். வேட்டை பிரதாபத்தைச் சகலரும் சுற்றி இருந்து கேட்பார்கள். அந்த இறைச்சியின் ருசியே ஒரு தனி ரகம்தான்.

அஸ்காரி தன் கையிலே இருந்த இரண்டு துப்பாக்கிகளில் ஒன்றை அலியிடம் கொடுத்தார். அது பரம்பரையாக அவருடைய பாட்டனார் காலத்தில் இருந்து வந்த துப்பாக்கி. அதற்குப் பின்னே ஒரு பெரிய கதை இருந்தது. அந்தத் துப்பாக்கிக்குத் தொண்ணூறு வயசு. அது 'டாராவில்' ஒரிஜினல் லீ என்ஃபீல்டு துப்பாக்கியைப் பார்த்துச் செய்தது.

ஒருமுறை ஒரு வெள்ளைக்காரன்கூட அதைப்பார்த்து அது ஒரிஜினல்தான் என்று ஏமாந்துவிட்டான்.

அவருடைய பாட்டனார் 'பட்டான் கிளர்ச்சியில்' பங்கு பெற்று பிரிட்டிஷ் சாம்ராஜ்யத்திற்கு எதிராகச் சண்டை

போட்டவர். அப்போது அவருக்கு வயது பதினெட்டுத்தான். கர்ஸன் துரை 35,000 துருப்புகளை அனுப்பி அவர்கள் புரட்சியை முறியடித்தபோது அப்கானிஸ்தானுக்குத் தப்பியோடி பத்து வருட காலம் தலைமறைவாக இருந்தவர். அதற்குப் பிறகுதான் திரும்பி வந்து 'டாராவில்' இதை வாங்கினாராம்.

பாட்டனார் காலத்திலே பல வேட்டைகளுக்கு இந்தத் துப்பாக்கி போயிருக்கிறது. அவருக்குப் பிறகு அஸ்காரியின் தகப்பனார் அப்துல்லா இப்ராஹிமிடம் இது வந்து சேர்ந்தது. அஸ்காரியுடைய காலம்முடிந்த பிறகு அலிக்குப் போய்ச் சேரும். இது ஓர் அதிர்ஷ்டமான துப்பாக்கி. இதில் குறி வைத்தால் அது தப்பாது. இது பல உயிரைக் குடித்திருந்தாலும் ஒரே ஒரு மனித உயிரைத்தான் இன்று வரை எடுத்திருக்கிறது.

இந்தச் சம்பவம் அஸ்காரி பிறக்க வெகு நாள் முன்பே நடந்தது. மற்றவர்கள் சொல்லித்தான் இவருக்குத் தெரியும். இவருடைய தகப்பனார் இப்ராஹிம் பல தடவை ஹஜ் யாத்திரை போனவர். நல்ல உயரமான மீசையுடன் கம்பீரமாய் இருப்பார். அவருடைய உடம்பு ஈரத் துணியை முறுக்கி எடுத்ததுபோல இறுகிப்போய் இருக்கும்.

இப்ராஹிமின் நிக்காஹ் ஓர் அதிசயமான முறையில் நடந்தது. சிறுவயது முதல் கொண்டே ஜமால் அகமதின் மகள் டுரிஷாவாரையே இப்ராஹிம் நிக்காஹ் செய்வதாக ஏற்பாடு செய்யப்பட்டு இருந்தது. ஒருநாள் இவர் வீட்டுக்கு வந்த ஒரு கிழட்டு விருந்தாளி ஜமால் அகமதின் இரண்டாவது மகள் ஸபுன்னிஸாவை வர்ணிக்கக் கேட்டார். அன்றிலிருந்து இவருக்கு அவள் மேல் மோகம் ஏற்பட்டுவிட்டது. இவர் எவ்வளவு முயற்சி செய்தும் இவரால் அவளை மறக்க முடியவில்லை. கண்ணாலேயே பார்க்காத ஒரு பெண்ணிடம் காதல் ஏற்படக்கூடுமோ?

அக்பர் பாதுஷாவுடைய அந்தப்புரத்தில் எத்தனையோ ராணிகள் காத்துக் கிடந்தனர். ஒருமுறை வழிப்போக்கன் ஒருவன் ரூபமதி என்னும் பெண்ணின் லாவண்யத்தை வர்ணித்துப் பாடிய பாட்டொன்றைக் கேட்டார். அப்படியே அவளுடைய அழகின் வர்ணனையில் மதிமயங்கி உருகிவிட்டார். அதன் பிறகு அக்பர் அவளுடைய சிந்தனையாகவே இருந்தார். ராஜ்யபாரத்தில் கவனம் செல்லவே இல்லை. நேரே பார்க்காமல் ஒரு பாட்டு வர்ணனை யைக் கேட்டு உன்மத்தமாவது சாத்தியம்தான். அக்பர் பிறகு அந்தப் பெண்ணுக்காக சைன்யத்தையெல்லாம் திரட்டிப் படை யெடுத்துப் போனது சரித்திரம்.

இப்ராஹிம் படை எடுக்காவிட்டாலும் மனதினாலே பலமுறை படையெடுத்துவிட்டார். ஆனால், ஸபுன்னிஸாவை வர்ணித்தவன் ஒரு கடைந்தெடுத்த முட்டாள். அவள் அழகு வர்ணனைக்கு அப்பாற்பட்டது. இவர் அவளை மணமுடிக்க பட்ட கஷ்டமெல்லாம் அவளை மணமுடித்த அன்று இரவு அவள் முகத்திரையை நீக்கியபோது பஞ்சாய்ப் பறந்துவிட்டது. இவர் வாயிலிருந்து 'ஆ' என்று ஒரு சன்னமான ஒலி இவரையும் அறியாமல் எழும்பியது. ஓர் அக்பர் பாதுஷா இன்று இருந்திருந் தால் இவளுக்காக ஒன்பது மடங்கு சைன்யத்தையெல்லாம் திரட்டியிருப்பாரே என்று இப்ராஹிம் நினைத்தார்.

இவர் மனைவியின் அழகு மதியை மயக்கி ஆளை கிறங்க வைக்கும் அழகு. மணமுடித்த நாளில் இருந்து இவருக்கு அவள் மேல் அளவுகடந்த பிரேமை. இந்த அழகு ஏற்படுத்திய விபரீதம் ஒருநாள் அந்த ஊரிலே கொலையாகப் போய் விழுந்தது.

ஸபுன்னிஸாவின் பிரசித்தமான அழகை ஊர் முழுக்க கேள்விப்பட்டிருந்தது. ஆனால், பெண்களைத் தவிர வேறொருவர் பார்த்தது கிடையாது. அதற்கும் சந்தர்ப்பம் வந்தது.

அந்தக் குக்கிராமத்தில் இருந்த ஒரேயொரு பால் கடை அஹமத் மிர்ஸாவுடையதுதான். அவனிடம் எட்டு எருமை மாடுகளும் பத்துப் பதினைந்து ஆடுகளும் இருந்தன. பால் சப்ளை தட்டுப்படும் சமயத்தில் மற்றவர்களிடம் பால் வாங்கி சமாளித்து வந்தான். அப்படித்தான் ஒருநாள் பால் சப்ளை அவசரமாகத் தேவைப்பட்டதால் ஒரு மத்தியானம் போல இப்ராஹிம் வீடு தேடிப் போனான். அந்தச் சமயத்தில் ஒருவரும் அப்படி வீடு தேடி வருவது கிடையாது. இப்ராஹிம் அந்த நேரங்களில் கரும்புத் தோட்டத்தில் இருப்பார் என்பது ஊர் அறிந்த சேதி.

அஹமத் மிர்ஸா வீடு தேடி வந்தபோது ஸபுன்னிஸா எருமை மாட்டடியில் வேலையாக இருந்தாள். வேலையில் கண்ணாயிருந் தவள் தலைத்திரை நழுவியதைக் கவனிக்கவில்லை. அஹமத் மிர்ஸா பிழையான வழியில் போகிறவன் அல்ல. ஐந்து நேரத் தொழுகை தவறாமல் செய்து வருபவன். அப்படிப்பட்டவன் மாபெரும் தவறு ஒன்றை அன்று செய்துவிட்டான்.

அவளைப் பார்த்த கண்களை அவனால் அகற்ற முடிய வில்லை. வைத்த கண் வாங்காமல் அப்படியே கொஞ்சநேரம் நின்றான். கொக்கி போட்டதுபோல ஏதோ ஒன்று அவனைப் பிடித்து இழுத்து நிறுத்தி வைத்தது; புத்தி அடியோடு

மழுங்கிவிட்டது. வெற்றிக்களிப்பில் துரியோதனன் மதி மயங்கி ஒற்றை ஆடையோடு இருந்த திரௌபதியைச் சபைக்கு இழுத்து வரச் சொல்லி அவள் பார்க்க தனது இடது தொடையைக் கையினால் தட்டவில்லையா? அது மாதிரி ஒரு கணம் உன்மத்தனாகி விட்டான்.

அதற்குப் பிறகு மகா பாபமான ஒரு காரியத்தைச் செய்தான் மிர்ஸா. கண்வெட்டாமல் அவளையே பார்த்தபடி சீப்பை எடுத்துத் தன்தலையை வாரினான். இது கிராமங்களில் பாரதூரமான ஓர் அசிங்கமான சைகை. இப்படியான நடத்தைக்கு மன்னிப்பே கிடையாது. இதுபோல கீழ்த்தரமாக நடக்கும் ஆணுக்குக் கிடைக்கும் தண்டனையும் எல்லோருக்கும் தெரிந்தது தான்.

சிறிது நேரம் சென்றது. ஸபுன்னிஸாவுக்கு இது ஒன்றும் தெரியாது. அவள் பாட்டுக்கு தன் வேலையிலேயே கண்ணாயிருந்தாள். திடுக்கிட்டு நிமிர்ந்தவள் இவனைப் பார்த்துவிட்டு அரண்டுபோய் வீட்டுக்கு உள்ளே ஓடிவிட்டாள்.

அன்று பின்னேரம் இப்ராஹிம் இதைக் கேள்விப்பட்டார். அவர் இருதயத்தை யாரோ திருகிப் பிழிந்ததுபோல ஆகிவிட்டது. அவர் செய்யவேண்டியதைச் செய்தே ஆகவேண்டும். வேறு வழியே இல்லை.

இப்ராஹிம், மிர்ஸாவைத் தேடிப் போனபோது மிர்ஸா கடையில்தான் இருந்தான். கடையிலே இன்னும் இரண்டு வாடிக்கைக்காரர்களும் இருந்தார்கள். இப்ராஹிமின் கையில் துப்பாக்கியைக் கண்டதும் மிர்ஸாவின் கண்கள் மிரண்டன. இப்ராஹிம் அவர்களது வம்சத்து சொத்தாகிய லீ என்ஃபீல்டு துப்பாக்கியைத் தூக்கிப்பிடித்துக் குறி பார்த்துச் சுட்டார். குறி தவறவில்லை. மிர்ஸா அந்த இடத்திலேயே சுருண்டு விழுந்து மரணமானான். போன கையோடு இப்ராஹிம் திரும்பி வந்து துப்பாக்கியைச் சுவரில் சாத்திவிட்டு ஒன்றுமே நடக்காததுபோல சும்மா இருந்தபோதுதான் ஸபுன்னிஸா விம்மி விம்மி அழத் தொடங்கினாள்.

அன்றிரவே ஜிர்கா அவசர அவசரமாகக் கூடியது. இப்ராஹிம் சுட்டதை ஒருத்தரும் ஆட்சேபிக்கவே முடியாது; அது செய்ய வேண்டியதுதான். ஆனால், இது ஒரு பெரிய 'பரம்பரை ரத்தச் சண்டையாக' மாறிவிடக்கூடாது என்றுதான் பயப்பட்டார்கள். மிர்ஸாவுக்கு ஒரு மனைவியும் இரண்டு குழந்தைகளும். அவள் எங்கே போவாள்? மிர்ஸா பகுதியினர் 'ரத்தப் பணம்'

கேட்டார்கள். ஜிர்காவில், மிர்ஸாவுடைய குடும்பத்துக்கு, இப்ராஹிம் நாலு எருமை மாடுகளும் அந்த வருடத்திய கரும்பு சாகுபடியில் பாதியும் கொடுக்க வேண்டும் என்று தீர்ப்பாகியது.

அஸ்காரியின் நிக்காஹ் கண காலம் தள்ளிப் போனதுக்கும் காரணம் அவருடைய தாயார் ஸபுன்னிஸாதான். தன் தாயைப் போன்ற அழகான பெண்தான் தனக்கு மனைவியாக வேண்டும் என்று அஸ்காரி கேட்டுக் கொண்டிருந்தார். அது அவ்வளவு இலகுவான காரியமா என்ன? அஸ்காரியின் தாயார் இப்போது இல்லையென்றாலும் அந்த மாதிரி ஓர் அழகை அஸ்காரி பிறகு இந்தப் பிரபஞ்சத்தில் காணவேயில்லை.

அஸ்காரி திரும்பிப் பார்த்தார். அலியும் முபாஸரும் கொஞ்சம் தளர்ந்துவிட்டார்கள். விரைந்து வருமாறு சைகை காட்டிவிட்டு மேலும் தொடர்ந்தார். இப்போதெல்லாம் மலை ஆடுகளைக் காண்பதுவே அரிதாகிவிட்டது. மலையின் உச்சியில் ஒன்றோ, இரண்டோ தனித்துக் காணப்படும். மனிதவாடை பட்டதும் மாயமாய் மறைந்துவிடும். மாய மானைப்போல அது துரிதமாகப் பறந்து பார்த்துக்கொண்டிருக்கும் போதே காற்றிலே ஐக்கியமாகிவிடும்.

அதிர்ஷ்டம் இருந்தால் இன்று அலியின் முதல் வேட்டை ஒரு மலை ஆடாக இருக்கும். அலி பன்னிரெண்டு வயதுப் பையனாக இருந்தாலும் அவனுடைய தோள்கள் துப்பாக்கியைத் தாங்கும் வலுவுடன்தான் இருந்தன. நெற்றியில் சிறிது வியர்வை அரும்பத் தடுமாற்றமில்லாமல் ஒவ்வொரு பாறையாக லாகவமாகப் பாய்ந்து குருவிபோல வந்து கொண்டிருந்தான் அலி. மலை ஆட்டுக்கு இவன் பெரிய சவாலாகத்தான் இருப்பான்.

வேட்டைக்காரர்களுக்குக் கண்களின் சக்தி வெகுதூரம் வரை இருக்கும். நாலாபக்கமும் கண்களைத் துழாவியபடியே வந்து கொண்டிருந்தார்கள். முயல், காட்டுக் கோழி எல்லாம் சுடும் தூரத்தில் இருந்தும் அவர்கள் அவற்றைத் தாண்டி வந்துவிட் டார்கள். பாறைகளின் உச்சியில் தனிமையில் நின்று வேவு பார்க்கும் மலை ஆடு மட்டும் அவர்களுக்குத் தென்படவே இல்லை.

நேரம் பதினோரு மணியாகிக்கொண்டு வந்தது. இவர்கள் மூவருக்கும் களைப்பு மேலிட்டுவிட்டது. பாறைகளில் இருந்து சூடு மெதுவாக மேலே எழும்பிக்கொண்டிருந்தது. 'கொஞ்சம் இளைப்பாறலாமா?' என்று அஸ்காரி நினைத்தபோதுதான்

வெகுதூரத்தில் பாறையின் உச்சியில் நிழலாகப் பாறையோடு ஓர் ஆடு தன் சாதகத்தை முடிக்க வந்தவர்கள் எதிரில் வருவது தெரியாமல் செடியொன்றை நிமிண்டிக்கொண்டு நிற்பது தெரிந்தது.

அஸ்காரியின் இதயம் 'படக், படக்' என்று அடிக்கத் தொடங்கியது. அவருடைய வாழ்நாளிலேயே அந்த இதயம் இப்படி வீச்சோடு துடித்ததில்லை. மலை ஆடு நிமிர்ந்து இரண்டு பக்கமும் பார்த்துவிட்டு மறுபடியும் தன் வேலைக்குத் திரும்பி நிமிண்டத் தொடங்கியது.

அஸ்காரி காற்றின் திசை பார்த்து அலியையும், முபாஸரையும் தன் பின்னால் வேகமாக வரும்படி சைகை காட்டினார், அலியும் முபாஸரும் நிலத்தோடு அமுங்கிப் போய் மெதுவாக முன்னேறினார்கள். மலை ஆட்டை நோக்கிச் சாவு ஊர்ந்துகொண்டிருந்தது. அந்த ஆடு அந்தச் சிறிய செடியில் மனதைப் பறிகொடுத்து அதைக் கடித்து இழுத்துக்கொண்டிருந்தது.

அலி ஒரு புதர் மறைவில் குந்தி முழங்காலில் உட்கார்ந்துகொண்டான். நிதானமாகத் துப்பாக்கியை நிமிர்த்தித் தோள்மீது தாங்கக் கொடுத்து குறி வைத்தான். சிறு பையன் ஆனாலும் வேட்டைக்காரன் பிள்ளையாதலால் அவன் கைகள் கான்கிரீட் போல ஆடாமல் அசையாமல் நின்றன.

கடைசி முறையாக அந்த ஆடு செடியைவிட்டு நிமிர்ந்து தன்னைச் சுற்றியுள்ள இந்த உலகத்தை ஒருமுறை பார்த்துக்கொண்டது. அஸ்காரி கண்சாடை காட்டினார். அலி ஆற அமர அவசரப்படாமல் விசையை நிதானமாக அமுக்கினான். படீரென்ற ஒலி காடு முழுக்க பரவியது. 'டும், டும்' என்று பாறைகள் எதிரொலித்தன. மலை ஆடு ஆறடி உயரத்துக்கு எம்பிப்போய் தூர விழுந்தது.

அஸ்காரி மகனைப் பார்த்தார். மகன் தகப்பனைப் பார்த்தான். இரண்டு பேரும் கைகளை உயர்த்தி 'கூஹாய்' என்று கத்திக்கொண்டே ஆட்டை நோக்கி ஓடினார்கள். முபாஸரும் கூடையைப் புதரடியில் போட்டுவிட்டுக் கத்தியை எடுத்துக்கொண்டு அவர்களைப் பின்தொடர்ந்தான்.

அன்று அவர்கள் கிராமத்தில் ஒரே கொண்டாட்டமாக இருக்கும். இந்தச் செய்தி மற்றக் கிராமங்களுக்கும் பரவிவிடும். அலியின் பிரதாபத்தைக் கேட்பதற்கு எல்லோரும் வந்து கூடுவார்கள். மலை ஆட்டு விருந்து இரவு முழுக்கத் தொடரும். அந்த இறைச்சியின் ருசி பற்றி எல்லோரும் சிலாகிப்பார்கள்.

அவன் ஒரு முழு ஆண்மகனாகிவிட்டான். அல்லாவின் கருணை யால் அவர்கள் வம்சம் இனி இடையூறின்றித் தொடரும்.

அவர்கள் கிராமத்தை நோக்கி வேகமாக நடந்தார்கள். மைமலாவதற்கு முன்பே அவர்கள் போய்ச் சேர்ந்துவிட வேண்டும். அலியின் முகத்தில் பெருமிதம். முபாஸர் ஆட்டைத் தூக்கியபடி பின்னாலே இளைக்க இளைக்க வந்துகொண்டிருந்தான்.

இந்த உலகின் பரப்பிலே, பாகிஸ்தானின் வடமலைப் பகுதிகளில் மட்டுமே இந்த மலை ஆடுகள் உலவி வந்தன. அவற்றின் உலக எண்ணிக்கை நேற்று வரை 84 ஆக இருந்தது. இன்று அது 83ஆக சுருங்கிவிட்டது.

அலியும் தகப்பனும் தங்கள் வெற்றியைக் கொண்டாட கிராமத்தை நோக்கி எட்டி நடைபோட்டனர்.

◆

பருத்திப் பூ

'என் ராஜ்யத்திலுள்ள நாடு அநேக மலைகளாலும், அடர்ந்த காடுகளாலும், நீர்த்தேக்கங்களாலும் சூழப்பட்டு கவலைதரும் நெருக்கத்திலிருக்கிறது. இப்படியான காட்டில் பெய்யும் மழையில் ஒரு துளியேனும் ஆற்றின் வழியேகி மனிதனுக்கு பயன்தராத வகையில் சமுத்திரத்தை அடைவது மகாபாபமாகும்.'

இலங்கை அரசன் பராக்கிரமபாகு (கி.பி. 1153–1186)
சூளவம்சம்: அதிகாரம் LXVIII, செய்யுள்-II.

அவருடைய நித்திரை திடீரென்று கலைந்தது. குழாயிலிருந்து தண்ணீர் சொட்டும் சத்தம் நிதர்சனமாகக் கேட்டது. தண்ணீர்க் குழாயைத் திறந்தால் வடிவாகப் பூட்டும்படி ஆயிரம் தடவை சொல்லியிருப்பார். யார் கேட்கிறார்கள்? அவர் ஆழ்ந்த நித்திரை யாக இருக்கும்போது 'புக்காறா' விமானத்திலிருந்து குண்டு விழுந் தாலும் அவருக்குக் கேட்காது. ஆனால், ஒரு சொட்டுத் தண்ணீர் அநாதையாக விழும் அந்தச் சத்தத்தை மாத்திரம் அவரால் தாங்கமுடியாது. அவருடைய மனைவிக்கும் மகளுக்கும் இதுதான் பெரிய ஆச்சரியம்.

இதில் என்ன ஆச்சரியம்! தண்ணீர்தான் அவருடைய உயிர்மூச்சு. தண்ணீரென்றாலும் பொன்னென்றாலும் குணசிங்கத் துக்கு ஒன்றுதான். சுடானிலுள்ள கெஸீரா நீர்ப்பாசனத் துறையில் நீர்வள நிபுணராக அவர் கடந்த பன்னிரெண்டு வருடங்களாக வேலை பார்க்கிறார். உயர்ந்த பதவி. ஒவ்வொரு சொட்டு நீர்க்கும் ஆலாய்ப் பறக்கும் அந்த நாட்டில் தண்ணீர் பங்கீட்டைக் கவனிப்பது என்ன சாதாரண காரியமா?

பொறுப்பான அந்த வேலையைச் சரிவரச் செய்யும் யோக்கி யதை அவரைத் தவிர வேறு யாருக்கு இருக்கிறது? ஆறேயில்லாத யாழ்ப்பாணத்தில் பிறந்து வளர்ந்தவர். உரும்பிராய் வாழைத் தோட்டத்தில்தான் அவருடைய ஆரம்ப தீட்சை. ஆயிரம் கன்று

தோட்டம் அது. அவருடைய அப்பா பட்டையைப் பிடிக்க, சித்தப்பா துலா மிதிக்க, இவர் படபடவென்று பாத்தி கட்டிக் கொண்டே வருவார். தண்ணீர் வரவர வேகமாக ஈடுகொடுத்துக் கொண்டு வரவேண்டும். கொஞ்சம் சுணங்கினாலும் கிணற்று நீர் வற்றிவிடும்; நூறு வாழைக் கன்றுகள் அன்று தண்ணி யில்லாமலே போக வேண்டியிருக்கும்.

பாத்தி பிடித்த கைகளில் இன்று சுடானின் பொருளாதார ஏற்ற இறக்கம் இருந்தது. எகிப்து நாட்டுடன் செய்த ஒப்பந்தப் பிரகாரம் நைல் நதியில் பிரவகித்து வரும் நீரில் 20,000 கோடி கன மீட்டர் தண்ணீரை மட்டும் வைத்துக்கொண்டு மிகுதியை எகிப்து நாட்டுக்கு விட்டுவிட வேண்டும். சேமித்த நீரை சாதுர்ய மாக அந்தந்தப் பகுதியிலுள்ள விவசாயிகளுக்கு பருத்தி, கோதுமை, சோளம் என்று பயிருக்குத் தக்கபடி தரவேண்டும். உயிர்நாடியான இந்த வேலையை குணசிங்கம் சூட்சுமமான விதிமுறைகளை வகுத்து வெற்றிகரமாகச் செய்து வந்தார். சிறுகக் கொடுத்து பெரிய வளம் சேர்க்கும் கலையில் குணசிங்கத்தை அடிக்க ஆளில்லை.

ஐந்துமணி அடித்தபோது படுக்கையை விட்டு எழுந்தார். மனைவியும் மகளும் இன்னும் ஆழ்ந்த தூக்கத்திலேயே இருந் தார்கள். சோம்பலை ஆராதிப்பவர்கள் அவர்கள். எனவே ஆச்சரியப்படுவதற்கில்லை. பரபரவென்று குளியல் வேலைகளைக் கவனிக்க முற்பட்டார். அந்த அதிகாலையிலேயே வெயில் சூடு ஏறத் தொடங்கிவிட்டது. இன்னும் சிறிது நேரத்தில் பைப்பில் சூடு தண்ணீர் மட்டும்தான் வரும். வீட்டின் மேலேயுள்ள தண்ணித் தொட்டி சூடாகத் தொடங்கிவிட்டால் பிறகு பச்சைத் தண்ணீரைக் காணவே முடியாது

காலைநேரத்து அனுட்டானாதிகள் என்றால் அவருக்கு ஒரு ஒழுங்கின்படிதான் நடக்க வேண்டும். வழக்கம்போல ஷேவ் எடுக்கும்போது ஒரு பேணியில் தண்ணிபிடித்து வைத்துச் செய் வார். பைப்பைத் திறந்துபோட்டு அது பாட்டுக்கு தண்ணி ஓட ஷேவ்செய்ய மாட்டார். இந்த முறையில் தண்ணீர் எவ்வளவு மிச்சப்படுகிறது என்பதற்கு கணக்கெல்லாம் வைத்திருக்கிறார். பூவிசிறல் குளியல் மிகவும் பிரியம் என்றாலும் தவிர்த்துவிடுவார். இரண்டு வாளியிலே தண்ணியைச் செட்டாகப் பிடித்து வைத்துக் குளியலை முடித்துக்கொள்வார். அவருடைய மனைவிக்கு இது ஒரு வெட்கக் கேடு. இவருடைய முகத்துக்கு முன்னாலேகூட சில சமயங்களில் சிரித்திருக்கிறாள்.

சுடான் வழக்கப்படி அவர் காலைவேளையில் வீட்டில் ஒன்றுமே சாப்பிடுவதில்லை. ஏழு மணிக்கெல்லாம் அலுவலகத்துக்குபோய்ச் சேர்ந்துவிடும் முதல் ஆள் அவர்தான். பத்து மணிக்குத்தான் காலை உணவு. அப்துல்லாய் அவருடைய பஃத்துரை எடுத்து வருவான். இப்ப பல வருடங்களாக அவருக்கு ஃபூல்தான் காலை உணவு. இட்லியும் வடையும்போல இதுவும் ஒரு இன்றியமையாத தேவையாகி விட்டது. இரண்டு கப் சாயும், ஃபூலும் சாப்பிட்ட பிறகு மறுபடியும் அவர் தன்னுடைய வேலைகளில் மூழ்கிவிடுவார்.

இப்ப சில காலமாக அவருக்கு ஒரு சமுசயம். உலோபி கருமி என்றெல்லாம் மற்றவர்கள் நினைப்பதை அவர் பெரிதும் பொருட்படுத்தவில்லை. முதுகுக்குப் பின்னால் அவர்கள் உள்ளூர நகைப்பதைத்தான் அவரால் தாங்க முடியவில்லை. சிக்கனமாக இருப்பதற்கும் கருமித்தனத்துக்கும் அவர்களுக்கு வித்தியாசம் தெரியவில்லையா? பொதுச் சொத்தை சீரழியாமல் பார்ப்பதுகூட கருமித்தனமா? கோடிக்கணக்கான கன மீட்டர் தண்ணீரை அவர் பங்கீடு செய்கிறார். ஆனால், ஓர் ஏழைக் கிழவிக்குக் கொஞ்சம் தண்ணீர் விட்டதற்கு அவரை விசாரணை வரைக்கும் இழுத்து விட்டார்களே!

இங்கிலாந்திலிருந்து சுடானுக்கு வேலை பார்க்க வந்த இருபத்திநாலு என்ஜினியர்களில் குணசிங்கமும் ஒருவர். அவர் ஒருவரைத் தவிர மற்ற எல்லோரும் வெள்ளைக்காரர்கள். ஒப்பந்தப் பிரகாரம் ஒவ்வொருவராக கெஸீராத் திட்டத்தில் தங்கள் வேலைகளை முடித்துத் திரும்பவும் இங்கிலாந்து போய்விட்டார்கள். குணசிங்கம் மாத்திரம் எஞ்சி நின்றார். அவர் அவசரப்பட்டு திரும்பிப் போகாததற்கு இரண்டு காரணங்கள். முதலாவதாக, இந்தத் தண்ணீர்ப் பங்கீட்டு வேலை அவருக்கு நிறைய ஆத்ம திருப்தியைக் கொடுத்தது. இரண்டாவது, அவருடைய ஒரே மகள் காயத்திரி ஒரு நல்ல பள்ளிக்கூடத்தில் படித்துக்கொண்டிருந்தாள். அவளுக்கு இப்ப பதினாலு வயது; அடுத்த வருடம் அவள் இறுதி யாண்டு சோதனை எடுத்து முடிந்ததும் அவளுடைய மேற்படிப்பு விஷயமாக சுடானைவிட்டு ஒரேயடியாகப் போய்விடுவது என்று தீர்மானித்திருந்தார்.

உலகத்திலேயே மிகவும் பிரமாண்டமான நீர்ப் பாசனத் திட்டம் அது. நீல நைல் நதியும் வெள்ளை நைல் நதியும் சந்திக்கும் அந்த முக்கோணப் பிரதேசத்தில் 25 லட்சம் ஏக்கர் பரப்புகளைக்கொண்டது அந்தத் திட்டம். ஓர் எல்லையில் இருந்து

மறுஎல்லைக்கு ஜீப்பில் போவதற்கு அவருக்கு ஒருமுறை இரண்டு நாள் பிடித்தது. அன்னியச் செலவாணி கொண்டு வருவதில் முன்னிற்கும் கெஸீராவில் எண்பது வீதம் உற்பத்தி பருத்திதான்; மீதியில் சோளமும் கோதுமையும் வேர்க்கடலையும், காய்கறி வகையும் பயிரிடப்பட்டன.

சுடான் போன்ற பாலைவனப் பிரதேசத்தில் மழையை நம்பி பிரயோசனமில்லை. நைல் அவர்களுடைய ஜீவநதி. ஓர் இளங்கோ அடிகள் இங்கே இருந்திருந்தால் ‘உழவருடைய ஏரியின் ஓசையும், மதகிலே நீர் வடியும் ஒலியும், வரப்புகளை மீறிப் பாயும் நீரின் சலசலப்பும், மக்களின் மகிழ்ச்சி ஆரவாரமும் பின்னணியாகக் கொண்டு நடந்தாய் வாழி, நைல் நதி’ என்றல்லவோ பாடியிருப் பார்? ஆஹா அதுதான் எவ்வளவு பொருத்தமாக இருந்திருக்கும். நைல் நதியில்லாவிட்டால் சர்வதேச அரங்கில் அவர்களை நிமிர்த்தி உட்கார வைத்திருக்கும் இந்த நீர்ப்பாசனத் திட்டமும் இல்லை; குணசிங்கம் போன்ற உலக அளவில் புகழ்பெற்ற நிபுணர்களும் இருந்திருக்க மாட்டார்கள்.

அலுவலகத்துக்கு அணியும் ஆடையை அணிந்து வெளியே வந்தார் குணசிங்கம். வெயில் சுள்ளெனப் பாயத் தொடங்கி விட்டது! சுடானியர்கள் அணியும் ஜிலேபியா என்னும் நீண்ட வெள்ளை அங்கியைத்தான் இப்போதெல்லாம் அவர் அணிந்து கொள்வார். அது அவருக்கு வசதியாக இருந்தாலும் அவருடைய குள்ளமான உருவத்துக்குப் பொருத்தமாக இல்லை. அவருடைய குரல் வேறு கீச்சென்று இருக்கும். உரத்துக் கத்தக்கூட அவருக்கு யாரும் பயிற்சி கொடுத்ததில்லை. கத்தினாலும் குருவி கத்தியது போலிருக்கும். மற்றவர்களுக்கு கைவராத இப்படியான அதிமுக்கிய வேலையை அவர் திறம்படச் செய்தபோதிலும் அலுவலகத்தில் யாரும் அவரை மதிக்காததற்கு இது ஒரு காரணமாக இருக்கலாம்.

வெளியே வந்து பார்த்தபோது கஃபீர் வாசலிலே குர்ஆன் ஓதியபடி இருந்தான். வழக்கம்போல இவர் குளித்த தண்ணீரைப் பிடித்து பூமரங்களுக்கும், செடிகளுக்கும் பாய்ச்சியிருந்தான். ரோஜாச் செடிகளுடன் போட்டி போட்டு பருத்திச் செடி வைத் தது இவர் ஒருவர்தான். மண்ணில் மலரும் பூக்களிலேயே மிகவும் உன்னதமானதும் எளிமையானதும், ஆரவாரமில்லாததும் இந்தப் பருத்திதான் என்பது இவர் கருத்து. சிறுவனாக இருந்தபோது கத்தரித்தோட்டத்து வெருளியைக் கண்டால் அதைவிட்டுப் போகவே மனம் வராது அவருக்கு. அதுபோல இந்தப் பருத்தி எங்கே பூத்திருந்தாலும் அவர் அதன் அழகைப் பார்த்துக் கொண்டே மணிக்கணக்காக இருப்பார்.

அவருக்குப் பருத்தியைப் பிடித்ததற்கான காரணம் அதுவும் அவரைப்போல மிகவும் சிக்கனமான ஒரு செடி. குறைய எடுத்து நிறையத் தருவது அது. அளவோடு பருகும் தண்ணீர் அவ்வளவை யும் வெண்ணிறப் பூக்களாக மாற்றிவிடும். சூரியனுக்கும் மண்ணுக்கும் ஏற்பட்ட முப்பரிமாண ஒப்பந்தத்தில் பிறந்த இந்தப் பருத்திப் பூ ஐயாயிரம் வருடங்களாக அல்லவா மனிதனுடைய மானத்தைக் காத்து வந்திருக்கிறது!

மற்றவர்கள் இவரை அபூர்வப் பிறவி என்று கருதுவதற்கு இன்னொரு காரணமும் இருந்தது. இவர் வேலைக்குப் போய் வருவது ஒரு வோக்ஸ் வாகன் காரில். அதுவும் இருபது வயதுப் பிராயம் கடந்த கார். சுடானில் டொயோரா, நிஸான், ஹொண்டா போன்ற ஜப்பான் கார்கள் வண்ண வண்ணக் கலர்களில் ரோட்டு களை அடைத்துக்கொண்டு ஓடும். மிகவும் உயர் அதிகாரிகள் என்றால் பென்ஸ் கார்தான். அப்படிப்பட்ட நாட்டிலே இவர் ஒருத்தர்தான் இப்படியாக ஒரு குருவிக்கூடு காரை வைத்திருந்தார். இவருக்குப் பின்னால் வந்த இளம் என்ஜினியர்கள்கூட விதம் விதமான புது கார்களில் வந்து போய்க்கொண்டிருந்தார்கள். அவர்களுடைய பணம் எல்லாம் நேர்வழியில் வந்ததுதான் என்று நினைக்கும் அளவுக்கு இவர் ஓர் அப்பாவி.

இவருடைய கார் என்ஜினில் எண்ணெய் வெகு தீவிரமாக ஓரிடத்தில் ஒழுகிக்கொண்டிருக்கும். வரையாது கொடுக்கும் வள்ளல்போல இந்த என்ஜின் குறையாது ஒழுகும் வரம் பெற்றது. கஃபீர் கீழே குனிந்து மிகவும் லாகவமாக ஒழுக்குக்கு வைத்திருந்த டின்னை எடுத்தான். இவர் காரைப் பின்னுக்கு எடுத்துத் திருப்பி னார். ஜெட்டா வீதியில் உள்ள எல்லோருக்கும் இவருடைய கார் ‘டுப், டுப்’ என்று கட்டியம் கூறிக்கொண்டு புறப்பட்டது கேட்டது. அவர்கள் தங்கள் கடிகாரங்களைச் சரிபார்த்துக்கொண்டார்கள்.

கல்லுக்கட்டி வளர்த்த புடலங்காய்போல நெடுஞ்சாலை வளைவே இல்லாமல் நேராகப் போய்க்கொண்டிருந்தது. ஒட்டகங்கள் வரிசை வரிசையாக ‘ஒம்டுர்மான்’ சந்தையை நோக்கி நடைபோட்டன. பாதையோரங்களில் குவித்துக் குவித்து வெள்ளரிப் பழங்களை அடுக்கிவைத்து ‘தஹ்திர், தஹ்திர்’ என்று வியாபாரிகள் கத்திக்கொண்டு இருந்தார்கள். இவ்வளவு வெள்ளரிப் பழங்கள் சாப்பிடுவதற்கு இங்கே ஜனத்தொகை இருக்கிறதா? அவருக்கே ஆச்சரியமாக இருந்தது.

நீல உடையும், தாவணி போன்ற வெள்ளைத் தோஃப்பும் அணிந்த யுவதிகள் கூட்டமாகப் பள்ளிகளுக்குச் சென்று

கொண்டிருந்தனர். தாவணியின் ஒரு முனையை இடது அக்குளிலே செருகி மீதியைச் சுற்றிக் கொண்டுவந்து தலையை மூடி தொங்க விட்டிருந்தனர். அசப்பிலே பார்த்தால் அவருடைய ஊர்ப்பெண்களைப்போலவே இருந்தார்கள். இதுவும் ஒரு அழகாகத்தான் இருந்தது. அவருடைய மகளும் இப்ப எழும்பி சோம்பல்முறித்து கொட்டாவி கொண்டாடி பள்ளிக்கு ஆயத்தம் செய்து கொண்டிருப்பாள். இவருடைய விசாரணை பாதகமாக முடிந்தால் அவளுடைய படிப்பு இந்நாட்டிலே தடைபட்டுப் போகும். இன்னும் ஒரே வருடம்தான் அவளுக்கு இருந்தது.

அவருடைய மனைவியைப்பற்றி ஒன்றும் சொல்ல முடியாது. அது பேசி வைத்த கல்யாணம்தான். ஆனபடியால் காதல் பிரவாக மாகக் கொட்டும் என்று எதிர்பார்க்க இயலாது. போன ஆனி மாசத்து பௌர்ணமியில் இருந்து சாவித்திரி விரதம் அனுஷ்டிக்கத் தொடங்கியிருக்கிறாள். வைதவ்யம் வராதிருக்க அவள் கண்டு பிடித்த சுருக்கு வழி. எதற்காக இந்தத் திடீர் மாற்றம்? வாரத்தில் இரண்டு நாள் 'ஒம்டுர்மான்' கடைகளை சேத்திராடனம் செய்து ஒன்றுக்கும் உதவாத பித்தளைப் பாத்திரங்களையும், வெள்ளிக் கொலுசுகளையும் வாங்கிக் குவிப்பதை மட்டும் அவள் நிறுத்தவில்லை.

அவருடைய காரைப்பற்றிக் கூறும்போது 'ஓட்டைக்கார்' என்ற அடைமொழியையும் சேர்த்தே சொல்கிறாள். பொடி வைத்துப் பேசுவதை ஸ்பெஷல் சப்ஜெக்டாக எடுத்திருப்பாள் போலும். இப்பவெல்லாம் அவருடன் சேர்ந்து வெளியே வரு வதற்குக்கூட கூசுகிறாள்போலப் பட்டது. அவளுக்கு அவமான மாக இருக்கிறதோ?

அலுவலகம் அமைதியாகத் தூங்கிக்கொண்டு இருந்தது. இவரைக் கண்டதும் வழக்கம்போல ஓடிப் போய் சாய் கொண்டு வந்து வைத்துவிட்டான் அப்துல்லாய். அவருக்காக ஏற்படுத்தப் பட்ட 'மெர்ஸால்,' விசுவாசமான ஒரே வேலைக்காரன். உப யோகித்த கடித உறைகளைப் பின்பக்கமாகத் திருப்பி அளவான துண்டுகளாக வெட்டி அவர் மேசையிலே வைத்திருந்தான். அவருடைய சிறு குறிப்புகளுக்கு அவற்றை அவர் விருப்பத்தோடு பயன்படுத்துவார். ஒரு சிறு காகிதம்கூட விரயமாவதை அவர் சகிக்க மாட்டார். அப்துல்லாய்கூட இப்பவெல்லாம் அவரை அலட்சியப்படுத்துவதுபோலப் பட்டது. எல்லாம் அந்த விசாரணை வந்த பிறகுதான். ஒரு சின்ன விஷயம். அதை இப்படி ஈவுளியில் ஈர் பிடித்ததுபோல் கெட்டியாகப் பிடித்துக்

கொண்டார்களே! விசாரணைக் குழுவினருடைய அறிக்கை அன்றுதான் போர்ட் மீட்டிங்கில் விவாதிக்கப்படப் போகிறதாம்.

தண்ணீர் பங்கீட்டைச் சரியாகச் செய்தாலும் கடந்த நாலு வருடங்களாக அவருக்கு ஓர் ஆசை. தன்னுடைய சொட்டுநீர் பிரயோக முறையை எப்படியும் அறிமுகப்படுத்திவிட வேண்டு மென்று முயன்றார். சுடான் போன்ற தண்ணீர் பற்றாக்குறை நாட்டில் சொட்டுநீர் பிரயோகம் எவ்வளவு அவசியம் என்று வாதாடினார். அவருடைய கரைச்சல் தாங்காமல் ஓர் இரண்டா யிரம் ஏக்கர் நிலத்தைச் சொட்டுநீர் முறைக்கு மாற்றினார்கள். பத்தில் ஒரு பங்கு தண்ணீரில் இரட்டிப்பு மடங்கு விளைச்சல் காட்ட முடியும் என்று நிரூபித்தார். எல்லோரும் அவரைப் பாராட்டினார்கள். ஆனால், ஆயிரக்கணக்கான பேருக்கு வேலை போய்விடும் என்று இந்தத் திட்டத்தைக் கிடப்பில் போட்டு விட்டார்கள்.

சொட்டுநீர் முறையின் சிலாக்கியத்தை இவர் உணர்த்தியது உண்மைதான். ஆனால், அதே ஸ்மரணையாக, விடாப்பிடியாக, அதை நிமிண்டிக்கொண்டிருப்பது சேர்மனுக்கு பிடிக்கவில்லை. தண்ணீர் விநியோகம் பற்றித் தலையிலே தூக்கிவைத்துக் காவடி ஆடுவதும் அவருக்கு வெறுப்பைக் கூட்டியது. இதன் காரணமாக கடந்த இரண்டு வருடங்களாக தண்ணீர் விநியோகப் பிரிவில் இவருடைய பங்கு வெகுவாகக் குறைக்கப்பட்டுவிட்டது. அந்த அவமானத்தைப் பல்லைக் கடித்துக்கொண்டு பொறுத்துக் கொண்டார்.

புதிதாக வாய்க்கால் போடும் பிரிவுக்கு குணசிங்கத்தை மாற்றினார்கள். அந்த வருடத்து வாய்க்கால் ஐம்பது மைலும் அவர் பொறுப்பில் விடப்பட்டது. அப்போதுதான் இவ்வளவு காலமும் மிகவும் கவனமாகவும் பொறுப்பாகவும் வேலை பார்த்த குணசிங்கம் ஒரு பெரிய தவறு செய்ய நேர்ந்தது. கருமமே கண் ணான அவருக்கு இப்படியான ஒரு சோதனை ஏற்பட்டிருக்கவே கூடாது.

புதிய வாய்க்கால் வேலை மும்முரமாக நடந்து கொண்டி ருந்தபோது இவர் கண்ட ஒரு காட்சி இவரைப் பெரிதும் நெகிழ வைத்தது. பொட்டல் காட்டில் அந்தக் கிழவி ஒரு குடிசையில் தரித்திரத்தை மட்டும் துணையாக வைத்து வாழ்ந்துகொண்டிருந் தாள். ஒவ்வொரு நாளும் இரண்டு மைல் தூரம் நடந்துபோய்த் தண்ணீர் பிடித்து வந்தாள். அந்தத் தள்ளாத வயதில் தன்னந்தனியாக அந்தக் கிழவி தண்ணீருக்காகப் படும் இன்னல் இவர் மனதைத் தாக்கியது.

தெற்கே நடக்கும் போரின் உக்கிரம் தாங்காமல் குடி பெயர்ந் தவள் இந்தக் கிழவி. எல்லாவற்றையும் இழந்து நூற்றுக்கணக்கான மைல்கள் கால்நடையாகவே நடந்து வந்தவள். சொந்தபந்தம் எல்லோரையும் சண்டைக்கு பலிகொடுத்த இந்த ஜூபா இனத்துக் கிழவி இப்படித் தனித்துப் போய்ச் சாவோடு போராடிக்கொண்டு இருந்தாள்.

சுடான் கடைகளில் அமோகமாக விற்பனையாவது 'பாமியா' என்ற வெயிலில் உலர்த்திய வெண்டைக்காய். அதைப் பொடிசெய்து கூழ்போலக் காய்ச்சி குடிப்பார்கள். அப்படியாக இந்த உலர்ந்த வெண்டைக்காய்போல இருந்தாள் இந்தக் கிழவி. கறுத்து மெலிந்த தேகம்; நெடிய உருவம். வயது ஐம்பதும் இருக்க லாம்; ஐந்நூறும் இருக்கலாம், அவள் முகம் எல்லாம் கெஸீரா ரயில்பாதை வரைபடம்போல கோடுகள். அவளைப் பார்த்ததுமே குணசிங்கத்தின் மனசை என்னவோ செய்தது. அவருக்குத் தன்னுடைய ஊர் ஞாபகம் வந்திருக்கலாம். கிழவியை எடுத்த வீச்சே 'எஃத்திராம்' (பாட்டி) என்று அழைக்கத் தொடங்கினார்.

அவளுடைய கதையைக் கேட்டதும் அவர் உருகிவிட்டார். அப்பொழுதுதான் அவர் ஒரு முடிவு எடுத்தார். அது அவருடைய மனச்சாட்சிக்கு சரியான முடிவு என்று பட்டது. அவர்கள் போட்டு வந்த புதிய கால்வாயை வரைபடத்திலிருந்து சிறிது மாறு படுத்தி கிழவியினுடைய குடிசைக்கு அண்மையாகப் போகுமாறு பண்ணினார். இந்த மாற்றத்தினால் கிழவிக்குத் தண்ணீர் வேண்டிய அளவு சுலபமாகக் கிடைத்தது.

கால்வாய் வேலைகள் முடிந்த பிற்பாடு அவர் கையைப் பிடித்துக்கொண்டு நன்றி கூறியது இன்னொரு மறக்கமுடியாத நிகழ்ச்சி. அவர் மனதை அது தொட்டுவிட்டது. கிழவியின் கண் களிலே இப்படி அருவிபோல தண்ணீர் கொட்டும் என்று அவர் எதிர்பார்க்கவில்லை. பூர்வஜென்மக் கணக்கைத் தீர்த்தது போன்ற ஒரு நிம்மதி அவருக்கு ஏற்பட்டது.

ஆனால், அப்பொழுதுதான் ஒரு புதுப்பிரச்சினை முளைத்தது. இவருடைய கால்வாய் வெட்டும் பட்ஜெட் பதினாறு வீதம் கூரையைப் பிய்த்துக்கொண்டு மேலே போய்விட்டது. அதற்கான காரணத்தை காட்டும்படி இவருக்குக் கடிதம் வந்தது. இப்படி அடிக்கடி கடிதம் வருவதும் பதில் எழுதுவதும் சாதாரணம்தான். ஆனால், இவர் எழுதிய பதில்தான் அசா தாரணம். இவர் நேர்மையாக விளக்கம் கொடுத்து பதிலை எழுதினார். அதிகாரிகள் திகைத்துவிட்டார்கள். இப்படியான

பதிலை ஒருவருமே எதிர்பார்க்கவில்லை. கெஸீரா நிர்வாகத்தின் சரித்திரத்திலேயே காணாத விசாரணைக் குழு ஒன்று அப்போது அமைக்கப்பட்டது. இவருடைய அத்துமீறிய செயலைத் தீர்க்கமாக விசாரித்து அறிக்கை கொடுப்பதென்று தீர்மானமாகியது.

இவருடன் வேலை செய்த மற்ற என்ஜினியர்கள் இவருக்கு ஆலோசனை வழங்கினார்கள். வரைபடத்திலுள்ள சில பிழைகளால் மேற்படி தவறு ஏற்பட்டதென்று காட்டும்படி சிலர் சொன்னார்கள். இன்னும் சிலர், பாதையிலே எதிர்பாராதவிதமாக குறுக்கிட்ட கற்பாறைகளின் விளைவாக கால்வாயை நகர்த்த வேண்டி வந்ததென்று எழுதும்படி கூறினார்கள். இவர் மறுத்து விட்டார்.

விசாரணையில் கேட்டார்கள். இவர் நெஞ்சை நிமிர்த்தி, கண்களை நேராகப் பார்த்துச் சொன்னார்:

"ஐயா, தண்ணீருக்காக இரண்டு மைல் போகும் கொடுமையை என் கண்களாலே பார்த்தேன். தள்ளாத வயதுக் கிழவி. உங்கள் அம்மாவாகக்கூட இருக்கலாம். என்னால் அந்தக் கிழவி படும் கஷ்டத்தை பார்க்க முடியவில்லை. அதுதான் நான் கால்வாய் பாதையைச் சிறிது மாற்றி அமைக்கவேண்டி வந்தது. இது பாரதூரமான குற்றமா? இன்று அந்தக் கிழவி போட்டிருக்கும் பருத்தித் தோட்டத்தைப் பார்க்கும்போது என் கண்கள் குளிருகின்றன. கிழவியுடைய புன்னகைபோல பருத்திப் பூத்து நிறைந்திருக்கின்றது. கடவுளால் கைவிடப்பட்ட கதியில்லாத ஏழைக்கு இந்தக் கால்வாய் வாழ்வு கொடுத்துவிட்டது."

அவருடைய தலைவிதியை நிர்ணயிக்கும் நேரம் நெருங்கிக் கொண்டு இருந்தது. மணி ஒன்பது. சபை அங்கத்தினர்கள் ஒவ்வொருவராக வந்துகொண்டிருந்தனர். எல்லோருமே அவருக்குத் தெரிந்தவர்கள்தான். இன்று அவரைக் கண்டுகொள்ளாத மாதிரி பரபரப்பாகப் போய்க்கொண்டிருந்தனர். அவருக்கு 'எஃத்திராமை' பார்க்கவேண்டும் போல் தோன்றியது. இனிமேல் இப்படி ஒரு சந்தர்ப்பம் கிடைக்காதென்று அவர் உள்ளுணர்வு கூறியது.

குணசிங்கம் காரில் ஏறியதை யாரும் பார்க்கவில்லை. அவர் நடக்கும்போது நடப்பதுபோலவே தெரியாது. காரில் ஏறியதும் அதை ஸ்டார்ட் பண்ணியதும் கண வேகத்தில் நடந்தன. ஆனால், அது ஒரு அமைதியான வேகம். 'டுப், டுப்' என்று அவருடைய கார் உயிர்பெற்றதும்தான் பல கண்கள் தன்னைப் பார்ப்பதை அவர் உணர்ந்தார். அந்த நேரத்தில் குணசிங்கம் காரை எடுத்துக் கொண்டு போவது அவர்களுக்கு அதிசயமாக இருந்தது, காரை

நேராக எஃத்திராமின் குடிசையை நோக்கிவிட்டார். அவளைப் பார்ப்பதினால் சிலவேளை அவருடைய மனப்பாரம் சிறிது குறையக்கூடும்.

எஃத்திராம் குணசிங்கத்தைக் கண்டவுடன் மகிழ்ச்சியால் பூரித்துப்போனாள். பருத்திச் செடி வளர்ந்து கொத்துக் கொத்தாக வெடித்து நின்றது. ஆயிரம் யுவதிகள் தலை நிறைய வெள்ளைப் பூ வைத்துக் குனிந்து நிற்பதுபோல் பருத்திச் செடிகள் மொலு மொலுவென்று பார்த்த இடமெங்கும் நிறைந்து கிடந்தன. இரண்டு வருடங்களுக்கு முன்பு அது பொட்டல் காடாக இருந்தது என்று சொன்னால் யாராவது நம்புவார்களா! காற்று சுழன்று வீசிய போது அங்கு நிலவிய வெப்பம் தணிய பருத்திச் செடிகள் சிறிது ஆடின. வெள்ளிக்கிழமை காலை வேளையில் தலையில் முழுகி விட்டு குமரிகள் தலையைச் சிலுப்பியது போன்ற அந்தக் காட்சியைப் பார்ப்பதற்கு குணசிங்கம் ஆயிரம் மைல்கள்கூட நடந்து போவதற்குத் தயாராக இருந்தார்.

கிழவியின் முகம் ஒரு யௌவனப் பெண்ணின் குதூகலத்துடன் காட்சியளித்தது. “என்ன வால்டிஹ்! உன் முகம் இப்படி சோர்ந்துபோய் இருக்கிறதே?” என்றபடி எஃத்திராம், கெனானா சர்க்கரை நிறையப் போட்ட ‘கெக்கடே’ பானத்தைக் கொண்டு வந்து தந்தாள். கிழவி அவரை அதற்கு முன்பு வால்டிஹ் (அருமை மகனே) என்று அழைத்தது கிடையாது. அத்த வார்த்தை அவரை என்னவோ செய்துவிட்டது. பாரவண்டி இழுக்கிற மாடு வாயிலே நுரை தள்ளும்போது அந்த நுரையை வழித்து மாட்டின் முதுகிலே தேய்த்து விடுவார்கள். மாடு அப்போது ஒரு சிலிர்ப்புச் சிலிர்க்கும். அந்த மாதிரி குணசிங்கத்தின் உடம்பெல்லாம் சிலிர்த்தது. நிறைய அழவேண்டும்போலப் பட்டது. மறுபடியும் தனிமையை நாடியது அவருடைய மனம். அவசரமாக கிழவியிடம் விடை பெற்றுக் கொண்டு திரும்பினார்.

அவர்கள் பதினாறு வீதம் பட்ஜெட்டில் இடிக்கிறது என்று கூறியது அவருக்குச் சிரிப்பாக வந்தது. அது என்ன அவ்வளவு பெரிய நஷ்டமா? நாலு வருடங்களுக்கு முன்பு என்ன நடந்தது?

உலகம் எங்கணும் பகிஷ்கரிக்கப்பட்ட கிருமிநாசினியை இவர்கள் தவறுதலாக ஓடர் பண்ணிவிட்டார்கள். ஒரு வருடத்துக்கு தேவையான கிருமிநாசினி. ஆனால், கப்பலில் வந்து இறங்கிய பிற்பாடுதான் அவை உலக முழுவதிலும் புறக்கணிக்கப் பட்ட விஷயம் இவர்களுக்குத் தெரிய வந்தது. சுற்றுச் சூழலை மிகவும் கொடூரமாகத் தாக்கும் விஷம் கொண்ட நாசினி அது.

இரண்டு லட்சம் டொலர் பெறுமதியான சரக்கு. அவ்வளவை யும் தள்ளி வைக்க வேண்டி வந்து விட்டது. அதுமாத்திரமல்ல, அவற்றை அப்படியே அழிக்கவும் உத்தரவு வந்து விட்டது, எப்படி அழிப்பது?

பாற்கடலைக் கடைந்தபோது ஆலகால விஷம் வெளிவந்தது. அந்த விஷத்தைத் தக்க வைப்பதற்கும் இடமில்லை; அழிப்பதற்கும் வழியில்லை. அப்பொழுது சிவபெருமான் கருணை கூர்ந்து அந்த விஷத்தை எடுத்து விழுங்கி சகல ஜீவராசிகளையும் இரட்சித்தார் அல்லவா? அதுபோலத்தான் இதுவும். இக்கட்டான நிலை. மேலும் எவ்வளவோ பணம் செலவு செய்து அந்த விஷத்தை அப்புறப்படுத்தினார்கள். அந்த நஷ்டத்தை எந்தக் கணக்கில் கட்டினார்கள்.

அதுதான் போகட்டும். சென்ற வருடம் விமான மூலம் கிருமிநாசினி அடிக்கும் ஒப்பந்தம் ஒரு பெல்ஜியம் கம்பெனிக்குக் கிடைத்தது. அந்த கம்பெனி ஒப்பந்தப்படி நாளுக்கு நாலு விமானங் களில் கிருமிநாசினியைத் தெளித்தபடியே வந்தார்கள். ஆனால், ஒருநாள் ஒரு விபரீதம் நடந்துவிட்டது. அன்று போட்ட முறைப் படி ஹவாஷா 189க்கு மருந்து தெளிக்க வேண்டும். தவறுதலாக விமானிக்கு ஹவாஷா 198 என்று செய்தி போய்விட்டது. ஹவாஷா 198இல் பயிர் செய்த விவசாயிகளுக்கு இந்த விஷயம் தெரியாது. அவர்கள் பாட்டுக்கு வழக்கம்போல தங்கள் வேலைகளைப் பார்த்துக்கொண்டு இருந்தார்கள். விமானி பத்தடி உயரத்துக்கு விமானத்தை இறக்கி மருந்தை அடித்துக்கொண்டு வந்தபோதுதான் அந்தச் சம்பவம் நடந்தது. சும்மா பருத்திக் காட்டுக்குள் படுத்துக் கொண்டிருந்த ஒட்டகம் ஒன்று சத்தம் கேட்டு அவசரமாய் எழும்பியது. இதை விமானி எதிர்பார்க்கவில்லை. விமானம் ஒட்டகத்தில் மோதி தீப்பிடித்தது. விமானியும் ஒட்டகமும் ஸ்தலத்திலேயே மரணம். இழப்பீடாக லட்சக்கணக்கில் அல்லவா கொடுக்கவேண்டி வந்தது? விசாரணை எங்கே நடந்தது? அந்தத் தவறான செய்தி அனுப்பிய அதிகாரிக்கு ஒன்றுமே நடக்க வில்லையே!

இவர் அலுவலகத்துக்குத் திரும்பி வந்தபோது எல்லோ ருடைய கண்களும் இவரைத் தேடியபடியே இருந்தன. இவருக்கு முடிவு ஏற்கனவே தெரிந்துதான் இருந்தது. என்றாலும் மனதை ஏதோ செய்தது. வயிறு எம்பிவந்து தொண்டைக் குழியை அடைத்துக்கொண்டது. சபை இவரைக் கூப்பிட்டனுப்பியது. உடல் சகலமும் சுருங்கிவிட்டது. துவண்டுபோன கால்களை

நிமிர்த்தி வைத்து இவர் உள்ளேபோனபோது சேர்மன் இவரைப் பார்த்துப் பேசினார்:

"போர்டின் முடிவை அறிவிக்கும் வருத்தமான பணியை என்னிடம் ஒப்படைத்திருக்கிறார்கள்" என்று தொடங்கினார். அவருடைய வாய் அசைவு மாத்திரம் இவருக்குத் தெரிந்தது. உதடுகள் விரிந்து விரிந்து பெருத்துப்போய் முழு அறையையும் அடைத்தது. ஒரு சத்தமும் கேட்கவில்லை. சிறிது நேரம் சென்றது. எல்லோரும் இவரையே பார்த்தார்கள். இறுக்கமான மௌனம் நிலவியது. சேர்மன் இன்னொரு முறை கேட்டார். "நீங்கள் ஏதாவது சொல்ல விரும்புகிறீர்களா?"

"ஐயா, நான் சொல்ல என்ன இருக்கிறது? என்னுடைய வாழ்வில் பெரும்பகுதியை இந்தக் கூட்டுத் தாபனத்துக்காக அர்ப் பணித்தேன். நீங்கள் பதினொரு பேர் சேர்ந்து ஒரு முடிவை எடுத்திருக்கிறீர்கள். அந்த முடிவு சரியானதாகத்தான் இருக்கும். இதே வேலையை என்னிடம் இன்னொருமுறை ஒப்படைத்தால் கூட நான் எடுத்த முடிவில் ஒருவித மாற்றமும் செய்யமாட்டேன். நான் என் பணியைக் கடந்த பலவருடங்களாகத் திறம்படவே செய்து வந்திருக்கிறேன். நான் ஏமாற்றவில்லை; கையாடவில்லை; பொய் பேசவில்லை. நான் செய்ததெல்லாம் ஓர் ஏழைக் கிழவிக்கு தண்ணீர் வழங்கியதுதான். தண்ணீரை வகுத்துக் கொடுப்பதுதான் என் வேலையென்று நம்பினேன். அது மகா குற்றம் என்றால் அந்த மகத்தான குற்றத்தை நான் தொடர்ந்து செய்யவே விரும்புகிறேன். நான் கொடுத்த ஒவ்வொரு சொட்டு நீரும் இன்று பருத்திப்பூவாக வெடித்திருப்பதைக் காணும்போது என் கஷ்ட மெல்லாம்...." என்று சொல்லும்போதே அவர் நா தழுதழுத்தது. குரல் கம்மியது. அப்படியே சபையை விட்டு வெளியேறினார்.

வெயில் அகோரமாக அடித்தது. அவருடைய மனத்தின் வெப்பமும் உக்கிரமாக அவரை வாட்டியது. அலுவலகத்தில் பாதியில் நின்றுபோன வேலைகளை முடித்துவிட்டு குணசிங்கம் தன் மேசையைத் துப்புரவு செய்தார். ஒன்றிரண்டு பேர் அவரிடம் வந்து அனுதாபம் தெரிவித்தார்கள். தன்னுடைய சொந்தப் பொருள்களையெல்லாம் சேகரித்து அவர் கயிறு கொண்டு கட்டியபோது அப்துல்லாய் ஒரு விசுவாசமான நாய்க்குட்டிபோல அவற்றைத் தூக்கிக்கொண்டு அவர் பின்னே வந்தான். அவன் பக்குவமாக வெட்டிவைத்த கடித உறைத் துண்டுகளையும் மறக் காமல் காரில் வைத்தான். 'மா ஸலாமா' என்று விடைகூறியபோது அவன் கண்கள் கலங்கியிருந்தன. குணசிங்கம் தரையைப் பார்த்த படி காரிலே ஏறி உட்கார்ந்து வீட்டை நோக்கிப் புறப்பட்டார்.

நாஸாவில் (NASA) ஏவுகணை ஒன்று புறப்படுவதற்குத் தயார் நிலையில் இருந்தபோது ஆந்தையொன்று அங்கே கூடு கட்டியிருப்பதை விஞ்ஞானிகள் தற்செயலாகக் கண்டார்கள். ஆந்தையை அப்புறப்படுத்தி இன்னொரு முறை ஏவுகணையைத் தயார் செய்வதென்றால் இன்னும் பல நாட்கள் ஆகலாம்; லட்சக் கணக்கான டாலர்கள் நட்டமேற்படும். ஆந்தையைப் பாராட் டாமல் ஏவுகணையை ஏவினாலோ ஒரு பாபமும் அறியாத ஆந்தை உயிர் இழக்க நேரிடும். ஆனால், அந்த விஞ்ஞானிகள் தயக்கமில்லாமல் அவ்வளவு பெரிய நட்டத்தை ஏற்று அந்த ஆந்தையின் உயிரைக் காப்பாற்றினார்களாம். இங்கே என்ன வென்றால் ஓர் ஏழைக்கிழவிக்குத் தண்ணீர் வழங்கியதை பாபச் செயல் என்று தீர்மானித்து விட்டார்களே!

அர்ஜுனன் சரக்கூடம் போட்டதுபோலப் புழுதிப் படலம் எழும்பி சூரியனை மறைத்து ரத்தச் சிவப்பாக்கி விட்டது. புயல் வரும்போன்ற அறிகுறி தென்பட்டது. காரை வேகமாக இயக்கி னார். ஆமையை விரட்டியடித்து அறுபது மைல் வேகம் ஓட வைக்க முடியுமா? இவருடைய கார் என்னவோ அதற்கு வசதி யான ஸ்பீடிலேயே போய்க்கொண்டிருந்தது. அகோரமான மண்புயல் உருவாகியது. சுழன்று சுழன்று ஆக்ரோஷத்துடன் வீசிய காற்று கெட்டியான மண்படலம் ஒன்றை ஆகாயத்திலே தூக்கி எறிந்து முழு உலகத்தையுமே கண நேரத்தில் மூடிவிட்டது. வாகனங்கள் எல்லாம் மெல்ல மெல்ல ஊர்ந்து இறுதியில் ஒரே யடியாக ஸ்தம்பித்து நின்றுவிட்டன. அவருடைய வாய் கந்தசஷ்டி கவசத்தை முணுமுணுக்கத் தொடங்கியது.

இதற்கு முன்பு எத்தனையோ தடவை மணற்புயல் பார்த் திருந்தாலும் ஒவ்வொரு முறையும் அவருடைய மனத்தை பயம் வந்து கவ்விக்கொள்ளும். குணசிங்கம் லைட்டை போட்டுவிட்டு காரை ஓர் ஓரத்திலே நிற்பாட்டினார். இவருக்குப் பக்கத்தில் ஒரு ஒட்டக ஓட்டியும் ஒட்டகத்தை நிறுத்திவிட்டு தன்னுடைய தலையிலே சுற்றியிருந்த ஈமாஹ் துணியை எடுத்து வாயையும் மூக்கையும் காதுகளையும் மூடிக்கொண்டு ஒட்டகத்தின் கீழே குந்திக்கொண்டான். ஒட்டகத்திற்கு அந்தக் கவலை இல்லை. வசந்த மண்டபத்தில் இருப்பதுபோல சாவதானமாக இளைப் பாறியது. நீண்ட தடித்த இமைகளால் கண்களை இறுக்கிக் கொண்டும், மூக்குத்துவாரங்களைச் சவ்வுகளினால் மூடிக் கொண்டும் மணற்புயலை நன்றாக அனுபவித்தது.

குணசிங்கத்தின் மனதிலே அடித்த சூறாவளிபோல் புயல் நீண்ட நேரம் தொடர்ந்தது. பன்னிரெண்டு வருடத்து விசுவாச மான சேவைக்கு ஒரு முடிவு வந்துவிட்டது. அவருடைய மனதிலே கொந்தளிக்கும் புயலுடன் ஒப்பிட்டுப் பார்க்கும்போது இது

சாதாரண புயல்தான். பருத்தியில் அவர் கொண்ட மோகத்துக்கும் தண்ணீரில் அவர் வைத்திருக்கும் பக்திக்கும் இப்படியாக ஒரு புயல் வந்து முற்றுப்புள்ளி வைப்பதும் நியாயம்தான்.

கார் முழுக்க புழுதி மயமாக மாறிவிட்டது. ஒன்றுமே தெரிய வில்லை. கந்தசஷ்டி கவசத்தில் 'மெத்த மெத்தாக வேலாயுதனார், சித்தி பெற்றடியேன் சிறப்புடன் வாழ்க' என்ற அடிகள் வந்ததும் புயலின் சீற்றம் குறைந்தது. வாகனங்கள் ஒவ்வொன்றாக மறு படியும் ஊரத் தொடங்கின. இவர் வெளியே இறங்கி கார் கண் ணாடிகளைத் துடைத்துவிட்டு காரை மறுபடியும் எடுத்தார். கச்சான் காற்றில் சிக்கிய கிடுகு வேலிபோல ஒரு சில நிமிடங்களில் மரக்கிளைகள், கொப்புகள், கூரைகள், குப்பைகள் என்று வீதியெல்லாம் மாறிய விந்தையை நினைத்துப் பார்த்தார்.

அன்று வழக்கத்திலும் பார்க்க ஒரு மணி நேரம் முன்பாகவே வீட்டுக்கு வந்துவிட்டார். கஃபீரை காணவில்லை. தானே கேட்டை திறந்து காரை உள்ளே செலுத்தி பார்க் பண்ணிவிட்டு தகரப் பேணியை எடுத்துக் காரின் கீழே எண்ணெய் சொட்டும் இடத்தில் சரி பார்த்து வைத்தார்.

வீட்டுக் கதவைத் திறப்பு போட்டுத் திறந்து உள்ளே தள்ளி னார். புயலுக்காக வைக்கும் மண் நிரப்பிய சாக்கு, கதவு நீக்கலை அடைத்துக்கொண்டு கிடந்தது. மெதுவாக காலை நுழைத்து அதை நகர்த்தி உள்ளே வந்து கதிரையில் அமர்ந்தார். கைகளை முழங் காலில் வைத்து நாரியை நிமிர்த்தி அண்ணாந்து பார்த்தார். மனைவியையும் மகளையும் காணவில்லை.

பாத்ரூமில் சத்தம் கேட்டது; தண்ணீர் ஓடும் சப்தம். தாய் மகளுக்கு தலையில் ஹென்னா போட்டுக்கொண்டிருக்க வேண்டும். தலை கழுவும் ஆரவாரம் தொடர்ந்தது.

"கெதியாய் கழுவடி, அப்பா வந்து கத்தப் போறார்."

"எரியுது அம்மா! மெள்ளப் போடுங்கோ."

தண்ணீர் சளசளவென்று கொட்டிக்கொண்டிருந்தது. அந்தச் சத்தத்தை அவரால் தாங்க முடியவில்லை.

ஜன்னல் வழியே எட்டிப் பார்த்தார். புயலினுடைய அக்கிரமத்தினால் மணல் குளித்து அவருடைய பருத்திச் செடிகள் சோர்ந்துபோய் நின்றன. அதிலே ஒரே ஒரு செடி மாத்திரம் அவசரப்பட்டு பூத்திருந்தது. அவர் பார்க்கும்போதே பஞ்சுத்துகள் ஒன்று காற்றுக்குப் பிய்த்துக்கொண்டு மேலேமேலே போய்க் கொண்டிருந்தது.

◆

வடக்கு வீதி

அலமேலு என்று யாழ்ப்பாணத்தில் ஒருவரும் பெயர் வைப்பதில்லை. அது காரணமாயிருக்கலாம். அவருக்கு அந்தப் பெயரில் அப்படி ஒரு மோகம். இறுக்கிப் பிடித்துக் கட்டிய இரட்டைப் பின்னல்களோடு அவள் காணப்படுவாள். அன்ன நடை என்று சொல்வதுண்டு; பிடி நடை என்றும் வர்ணிப்ப துண்டு. ஆனால், அலமேலுவின் நடை என்றால் மத்து கடைவது போன்ற ஓர் அழகு. இடைக்குக் கீழே நேராக இருக்க மேலுக்கு மாத்திரம் இடமும் வலமும் அசைந்து கொடிபோல வருவாள். அந்த நேரங்களில் சோதிநாதன் மாஸ்ரர் மனசை என்னவோ செய்யும்.

மனசைத் தொடுவது ஒன்று; ஆனால், துளைப்பது என்பது வேறு. இப்பக் கொஞ்ச காலமாக இந்த எண்ணம் அவர் மனசைத் துளைத்து வேதனை செய்தது. தலையிடி வந்து போவதுபோல இதுவும் விரைவில் போய்விடும் என்றுதான் எதிர்பார்த்தார். போவதற்குப் பதிலாக அது நன்றாக வேரூன்றி நின்றுவிட்டது. அவருக்கு எரிச்சல் எரிச்சலாக வந்தது.

சோதிநாதன் மாஸ்ரர் பயத்தங்கொடிபோல நெடுக வளர்ந் திருந்தாலும் முதுகு கூனாமல் நிமிர்ந்துதான் நடப்பார். நெற்றியிலே பளிச்சென்று திருநீறு. மார்பிலே அங்கங்கே வெள்ளி மயிர்கள் குடியிருக்கும். ஏதாவது தீவிரமாக யோசனை செய்வதென்றால் அவர் மஸாய் வீரன்போல ஒற்றைக்காலில் நின்றுதான் அதைச் செய்து முடிப்பார். நிற்கும் காலில் பச்சை முடிச்சுகள் ஆலம் விழுதுகள்போல கீழும் மேலுமாக ஓடித்திரியும்.

அவருடைய வாடகை அறையில் நாற்பது வருடத்திய பத்திரிகை நறுக்குகள் இடத்தை அடைத்துக் கிடந்தன. அவ்வப் போது வெளியாகிய அவருடைய கட்டுரைகளும் அதில் அடக்கம். இவற்றையெல்லாம் ஒருநாளைக்குத் தரம் பிரித்து அடுக்கி வைக்கவேண்டும் என்று அவருக்கு ஆசைதான். ஆனால், அந்தச்

சிறு அறையில் அது நடக்கிற காரியமா? இவ்வளவு காலமும் சிலந்தியுடனும், கரப்பான் பூச்சியுடனும், சொடுகுடனும் வாழ்ந்து பழகிவிட்டார். அவற்றைவிட்டுப் பிரிவதும் அவருக்குக் கஷ்டமாக இருந்திருக்கலாம்.

அவர் வெகு சிரத்தை எடுத்து அந்த அறையை அப்படி அழுக்குப்பட வைத்திருந்தார். என்றாலும்கூட, வெளியே போகும் போது நன்றாகக் கஞ்சிபோட்டு சலவை செய்த உடுப்பை அணிந்து கைகளை 15 டிகிரி கோணத்தில் விரித்துக்கொண்டுதான் நடப்பார். பார்ப்பவர்களுக்கு உடனே மரியாதை செய்யத்தோன்றும். அப்பழுக்கில்லாத மனிதர் என்றுதான் எல்லோரும் அவரை நினைத்திருந்தார்கள்.

குறையே இல்லாத சோதிநாதன் மாஸ்ரரில் இரண்டே இரண்டு குறைகளை மட்டும் சொல்லலாம். கட்டுரை எழுதத் தொடங்கினால் அவருக்கு நிறுத்தத் தெரியாது. எழுதிக்கொண்டே போவார். பேப்பர் முடியவேண்டும் அல்லது மை முடியவேண்டும். இரண்டாவது, காலையிலே வரும் பேப்பரை யாராவது அவர் படிக்குமுன் கலைத்துவிட்டால் அவருக்குக் கெட்ட கோபம் வந்து விடும். மற்றும்படிக்கு சாந்த சொரூபமானவர்.

இப்படிப்பட்ட சோதிநாதன் மாஸ்ரர் நித்திரை கொள்ள முடியாமல் தவித்தார். காரணம் அவருடைய மனதை ஒரு சிறுபெண் ஆழமாக காலைவிட்டு கலக்கிக் கொண்டிருந்ததுதான்.

பூமியின் முகத்தை மூடி அந்தகாரம் சூழ்ந்திருந்தது. அந்த அதிகாலையிலேயே அவர் எழுந்துவிட்டார். கிணற்றடியில் போய் தண்ணீர் பிடித்துவந்து கேத்திலில் சூடாக்கித் தேநீர் போட்டு அருந்தினார். நேற்றுவரை மொட்டாக இருந்த நந்தியாவட்டை இன்று பூத்திருந்தது. அதிலே இரண்டு பூவைப்பிடுங்கி வந்து சாமி படத்துக்கு வைத்து அரைமணி நேரம் தியானம் பண்ணினார். அப்பவும் மனம் அமைதியடையவில்லை.

வெளியே வந்து பார்த்தபோது சிவசம்பு வீட்டுப்பகுதி இன்னும் தூக்கத்திலேயே இருந்தது. வழக்கமாக அவர்களும் இந்நேரம் எழும்பி தங்கள் காரியங்களைத் தொடங்கியிருப் பார்கள். அலமேலுவின் பள்ளிக்கூட ஆரவாரங்கள் இன்னும் ஆரம்பமாகவில்லை.

அவளோ மொட்டவிழும் பிராயத்துப் பெண். ஒருவித பிரயத்தனமும் இன்றி இவர் மனதில் புகுந்து இவரை இம்சைப் படுத்தினாள். இந்த வெட்கக்கேட்டை யாரிடம் போய்ச் சொல்லி

அழுவார். ஒரு பக்கத்தில் பிறவிப் பயனை அடைந்துவிட்டது போல அவருடைய உள்மனது துள்ளியது. அதே சமயத்தில் பரம்பரை பரம்பரையாகச் சேர்த்துவைத்த கோழைத்தனமும் வெளியே வந்து அவரை வெருட்டியது. சோதிநாதன் மாஸ்ரர் ஒரு முடிவும் எடுக்க முடியாமல் சிறு பிள்ளைபோல தத்தளித்தார்.

கோயில் வீதிகளில் இரவுக்கிரவாகவே புதுக்கடைகள் எல்லாம் முளைத்துவிடும். இந்தக் கடைகளைப் பிரதானமாக மொய்ப்பது பெண்களும் குழந்தைகளும்தான். பெண்களுக்குப் பாத்திரக் கடைகள், வளையல் கடைகள் என்று ஏராளமாக இருக்கும். சிறுவர்களுக்கு விளையாட்டுச் சாமான்கள் வைத் திருக்கும் கடைகளில்தான் மோகம் அதிகம். ஆனால், அவற்றை வாங்கும் பண வசதி எல்லாருக்கும் கிடைப்பதில்லை. ஆகவே அவர்கள் ஐந்து சதம், பத்து சதம் என்று கைகளிலே வைத்துக் கொண்டு இங்கும் அங்குமாக அலைவார்கள். கடலை, பம்பாய் மிட்டாய், ஐஸ், பழம் இதில் எதை வாங்குவது, எதை விடுவது. இதுதான் அவர்களது முக்கிய ஏக்கம். அந்தச் சிறுவர்கள் குழம்பிப்போய் ஒரு முடிவும் எடுக்கமுடியாமல் தவித்துப்போய் நிற்பார்கள்.

அந்த வீடு அதி பயங்கரமான பாதுகாப்புகளுடன் இருந்தது. அதன் சொந்தக்காரர்தான் சிவசம்பு. அவருடைய தாத்தா 'கள்ள யாவாரம்' செய்து கட்டிய வீடு. சுற்றிலும் இருக்கும் மதில் சுவர் களில் விதம்விதமான கண்ணாடித் துண்டுகள் பதித்திருந்தன. உள்ளே இரும்புக் கிராதிகள் காரண காரியமில்லாமல் கண்ட இடத்திலும் போடப்பட்டுக் கிடந்தன. நடுநடுவே வலைக் கம்பிகள் வேறு. முழுக்க முழுக்கக் கள்ளனை மனதிலே நிறுத்திக் கட்டிய வீடு.

கள்ளனுக்கு அடுத்தபடி சூரியன். என்னதான் உக்கிரமாக வெயில் எரித்தாலும் ஒரு சின்ன ஒளிக்கீற்றுகூட உள்ளே போக முடியாதபடிக்கு ஒரு தந்திரத்துடனும் சூட்சுமத்துடனும் அது கட்டப்பட்டிருந்தது. நடுப்பகலில்கூட விளக்கை ஏற்றினால்தான் நடமாட முடியும். இந்த வீட்டிலேதான் ஒரு அறையில் சோதிநாதன் வாடகைக்கு இருந்தார்.

சிவசம்புவுக்கு மாஸ்ரரைப் பிடிக்காது. ஏன் இந்த உலகத் திலேயே சிவசம்பு ஒரு 'கறுவம்' வைத்திருந்தார். கைகளைப் பின்னுக்குக் கட்டியபடி ஆகாயத்தைப் பார்த்துக்கொண்டுதான் நடப்பார். சிறுநீர் பாயும் தூரத்துக்குகூட அவரை நம்புவதற்கு அந்த ஊரில் ஆள் கிடையாது. அவர் வேலை முடிந்து வீட்டுக்குப்

பத்தடி தூரத்தில் வரும்போதே சேட்டைக் கழற்றி விடுவார். அவர் மனைவி வாசலிலே காத்திருப்பாள். கொஞ்சம் வெற்றிலை போட்டு, கொஞ்சம் பவுடர் பூசி, கொஞ்சம் கர்ப்பமாக பிரசாதம் வாங்குவதுபோல மிகவும் பவ்வியமாக அந்தச் சேட்டைக் கையிலே வாங்கி அவரை அவசரமாக உள்ளே கூட்டிக்கொண்டு போவாள். பார்ப்பவர்கள் மிகவும் அன்னியோன்யமான தம்பதிகள் என்றுகூட நினைக்கலாம்.

ஆனால், உள்ளேபோன சிறிது நேரத்திலேயே பல விநோத மான ஓசைகள் கிளம்பும். சிவசம்பு தன் மனைவியின் இடுப்பிலே ஓங்கி உதைக்கும் சத்தம் கேட்கும். பிறகு அவளுடைய கர்ப்பப் பிறப்புகளின் ஓலம். அவளுடைய ஓலம். ஊமையர்களின் வருடாந்தக் கூட்டம்போல வசனமில்லாத ஒலிகள். தினம் தினம் இது தவறாமல் நடக்கும். இருந்தாலும் இந்த மனுசி ஒரு நாளாவது வாசலில் நின்று அவரை வரவேற்கத் தவறியது கிடையாது.

அவர்களுடைய மூத்த பிறப்புதான் அலமேலு. வீட்டுச் சூழ்நிலையைத் தவிர்ப்பதற்காக அடிக்கடி மாஸ்ரரின் அறைக்கு ஓடி வரத்தொடங்கினாள். அப்படித்தான் அவருக்கும் அவள் மேல் ஒரு பரிவு ஏற்பட்டது. அந்தப் பரிவுதான் இன்று வேறு உருவம் எடுத்து அவரை மிரட்டிக்கொண்டு இருந்தது.

சோதிநாதனுக்கு கணக்குத்தான் பாடம். ஆனால், தமிழிலும் நல்ல புலமை பெற்றவர். அவர் ஓய்வுபெற்ற பிறகு பழந்தமிழ் இலக்கியங்களைத் தேடிப் படிப்பதில் மிக்க ஆர்வமாய் இருந்தார்.

முதன்முதலில் அலமேலு அவரிடம் தமிழ்ப்பாடத்தில் சந்தேகம் கேட்டுத்தான் வந்தாள். அவர் பாடம் சொல்லிக் கொடுக்கும் விதம் அவளுக்கு நல்லாய்ப் பிடித்துக்கொண்டு விட்டது. எந்தப் பாடமாயிருந்தாலும் கதைகளும், உதாரணங் களுமாக உணர்ச்சி வயப்பட்டுவிடுவார். கணக்குப் பாடம் எடுக்கும்போது யாராவது கண்ணீர்விட்டு உருகுவார்களா? சோதி நாதன் செய்வார்.

அலமேலுவின் உடம்பு முழுக்கச் சந்தேகங்கள் பொங்கும். அவளுடைய பல சந்தேகங்களைச் சோதிநாதன் தீர்த்துவைத் தாலும் பதிலுக்கு அலமேலுவும் அவருடைய ஒரு பெரிய சந்தேகத்தை ஒருநாள் தீர்த்துவைத்தாள். ஆனால், அந்த விஷயம் அவளுக்கே தெரியாது.

விளக்கின் ஒளியில் அவள் மேசையில் இருந்து எழுதிக் கொண்டிருந்தாள். அவளுடைய கைவிரல்கள் குவிந்து போய்

பென்சிலை இறுக்கிப் பிடித்திருந்தன. 'கைவழி நயனம்' என்பதுபோல அவளுடைய வாய் கோணியபடி கைபோன பக்கம் இழுத்துக்கொண்டுபோனது. வெகு சிரமப்பட்டு தன்னுடைய பென்சில் இலகுவில் தர மறுத்த வார்த்தைகளை அவள் பலவந்த மாகப் பிடுங்கிக்கொண்டிருப்பதுபோலப் பட்டது.

தமிழ் பாடல்களில் 'பந்தார் விரலி' என்ற தொடர் அடிக்கடி வரும். அதற்கு அர்த்தம் 'பந்துபொருந்திய விரல்கள்' என்று சொல்வார்கள். சோதிநாதனின் மனக்கண்ணில் சங்க காலத்துப் பெண்கள் நிரையாக வந்து போவார்கள். அவர்கள் கைவிரல்கள் எல்லாம் நகச்சுத்து வந்து எலுமிச்சம்பழம் செருகியதுபோல உருண்டு திரண்டுபோய் இருக்கும்.

அலமேலு கைகளைக் குவித்து எழுதும்போதுதான் அவருக்கு உண்மையான அர்த்தம் புரிந்தது. ஒரு சிறந்த கண் ணாடிப் பந்துபோல அது இருந்தது. பல்லியின் வயிற்றில் குட்டி தெரிவதுபோல அவள் கைவிரல்களில் ஓடும் ரத்தம்கூட அவருக்குத் தெரிந்தது. பந்துபோன்ற அந்தக் கைவிரல் குவியலை எடுத்து முத்தமிட வேண்டும்போலப் பட்டது.

ஆனால், அப்போதுகூட அவருக்கு அந்த வித்தியாசமான எண்ணம் தோன்றவில்லை.

அவருடைய மனைவி இறந்தபோது அவருக்கு நாற்பத் தைந்து வயது. அந்த மரணம் இடி விழுந்ததுபோல வந்தது. இரண்டு வருடம் கழித்து அவருடைய மகளுக்கு நல்ல இடத்தில் சடங்கு பேசி வந்தார்கள். அது கடவுள் செயல்தான் என்று அவருக்குப்பட்டது. இப்படியான சம்பந்தத்தை அவர் கனவிலும் நினைத்திருக்க முடியாது. பையன் அவுஸ்திரேலியாவில் வதிவிடம் பெற்று நல்ல வேலையில் இருந்தான். இருந்த ஒரே வீட்டையும் விற்று கலியாணத்தைச் சிறப்பாகச் செய்து மகளை அனுப்பி வைத்தார்.

அவருடைய மகன் கதை வேறு. ஒரு நாள் விடிய எழும்பிப் பார்த்தால் ஆளைக் காணவில்லை. இயக்கத்தில் சேர்ந்துவிட்ட தாகச் சொன்னார்கள். ஒரு கடிதம்கூட தனக்கு எழுதிவைக்க வில்லையே என்று அவருக்குக் கவலை. ஒரு நாளைக்கு அவனைப் பார்ப்போம் என்ற நம்பிக்கை கணகாலம் இருந்தது. பிறகு அதுவும் போய்விட்டது.

அவுஸ்திரேலியா போன கையோடு மகள் அடிக்கடி கடிதம் போட்டபடி இருந்தாள். பிறகு சில காலமாக வருடத்திற்கு ஒரு

கடிதம் என்று ஆகிவிட்டது. தனித்து விடப்பட்ட மரமாய் அடி மண்ணுக்குள் போய்ப் புதைந்துகொண்டார்.

சிகாடா பூச்சி பதினேழு வருடம் மண்ணுக்கு அடியில் புதையுண்டு கிடந்து பின்னர் வெளியே வந்து இனச்சேர்க்கையில் ஈடுபட்டு இறந்துபோகுமாம். குஞ்சுகள் மீண்டும் மண்ணுக்குள் போய்ப் புதைந்துகொள்ளும். இப்படிப் பதினேழு வருடங்கள் தவம் செய்தபிறகு இந்தக் குஞ்சுகளும் பெரிசாகி வெளியே வருமாம், சாவைத் தேடி.

அவர் மனைவி இறந்து பதினேழு வருடங்களாக இவர் செய்த தவம் ஒருநாள் திடீரென்று முறிவதற்கு இருந்தது. ஒளிந் திருந்து எய்த பாணம்போல இவரைத் தாக்குவதற்குத் தருணம் பார்த்திருந்தது. ஆனால், இது அவருக்கு அப்பத் தெரியவில்லை.

வீட்டை விற்ற நாளில் இருந்து அவர் சிவசம்பு வீட்டில் ஓர் அறையில் வாடகைக்கு இருந்தார். பனங்கட்டிக் குட்டான் போலச் சின்ன வயசாக இருக்கும்போதே அலமேலு அடிக்கடி தத்தித்தத்தி அவருடைய அறைக்கு வருவாள். கொஞ்சம் வளர்ந்து கண்கள் மேசைக்குமேல் தெரியும் வயசில் ஓசைப்படாமல் வந்து இவர் எழுதுவதையே கண்வெட்டாமல் பார்த்துக்கொண்டு நிற்பாள். இவர் கதிரையிலே ஏற்றிவிடுவார். சிறிது நேரத்தில் சறுக்கி இறங்கிப் போய்விடுவாள். அவள் வளர வளர அவளில் பல மாற்றங்கள் தென்பட்டன. இவர்தான் அவற்றைக் கவனிக்கத் தவறிவிட்டார்.

இப்பொழுதெல்லாம் அவள் கிட்ட வரும் சமயங்களில் இரண்டு நாள் தண்ணீரில் ஊறவைத்த பயறுபோல ஒரு விதமான பச்சை வாசனை வருகிறது. அவளுடைய குரல் உடைந்து ரஹஸ்யம் பேசுவதுபோல இருக்கிறது. எவ்வளவுதான் உரத்துப் பேசினாலும் கசகசவென்றுதான் கேட்கிறது.

அவர் அறியாமல் இந்த விஷயங்கள் நடந்து முடிந்து விட்டன. நேற்றுப் பார்த்தபோது மொட்டாக இருந்த நந்தியா வட்டை இன்று பூத்துப்போய்க் கிடக்கிறது. இரவுக்கிரவாகவே ஓர் இரவுக்குள் நடந்த இந்த அதிசயம்போலத்தான் இதுவும் இருந்தது.

சங்க காலத்துத் தமிழில் 'டீன் ஏஜ்' பெண்ணை 'மடந்தை' என்று சொன்னார்கள். ஆனால், மடந்தை என்ற சொல் அலமேலு வின் அழகைப் பூரணமாகக் கொண்டுவரவில்லை என்று இவருக்குப்பட்டது. அவளைப் பார்க்கும் போதெல்லாம் 'முற்றா

முகிழ்முலை' என்ற பாடல் வரிகள்தான் அவர் ஞாபகத்துக்கு வரும். ஒரு டீன் ஏஜ் பெண்ணை இந்தச் சொற்றொடர் முற்றிலும் வர்ணிக்கிறது என்று அவர் நினைத்தார். ஆனால், அப்போதுகூட அவருக்கு அந்த எண்ணம் வந்தது கிடையாது.

ஒரு நாள் பைதகரஸ் என்ற கிரேக்க ஞானி 2500 வருடங்களுக்கு முன்பு கண்டுபிடித்த சித்தாந்தத்தை அலமேலுவுக்கு விளக்கிக்கொண்டிருந்தார். இரவு நேரம், விளக்கின் ஒளி அவள் முகத்தில் பட்டுபட்டு விழுந்துகொண்டிருந்தது. உறைந்த மழை போல கேசங்கள் அவள் கன்னத்தில் வழிந்து கிடந்தன. கண்களைக் கையகலத்துக்குப் பெரிதாக்கி அவர் சொல்லுவதையே அலமேலு கவனித்துக்கொண்டிருந்தாள்.

முதலில் அந்த மகா ஞானியின் வாழ்க்கையைப் பற்றிச் சொன்னார். இந்தப் பிரபஞ்சத்தின் சாகசங்கள் எல்லாம் ஓர் ஒழுங்கோடும் எண்ணங்களின் அடிப்படையிலும் நடப்பதை விளக்கினார். பிறகு அந்த ஞானி எப்படி முக்கோணங்களையும், சதுரங்களையும் உபாசித்தார் என்பதையும், அவற்றில் இருந்து அவர் சிருஷ்டித்த சித்தாந்தத்தின் மகிமையையும் கூறினார்.

ஒரு செங்கோண முக்கோணத்தில், அதன் கர்ணத்தின் வர்க்கமானது மற்ற இரண்டு பக்கங்களினதும் தனித்தனி வர்க்கங்களின் கூட்டுத்தொகைக்குச் சமமாகும்.

அலமேலு மேற்படி சித்தாந்தத்தை வரி பிசகாமல் திருப்பித் திருப்பி மனனம் செய்தாள். இந்தப் பழம்பெரும் சித்தாந்தத்தின் அருமையைச் சோதிநாதன் உற்சாகத்துடன் விளக்கி அதை மூன்று வெவ்வேறு வழிகளில் நிரூபித்துக் காட்டினார்.

அலமேலு வைத்தகண் வாங்காமல் அவரையே பார்த்துக்கொண்டிருந்தாள். அவர் வாயிலிருந்து விழும் வார்த்தைகளைக் கையேந்தி பிடித்துக்கொண்டிருந்தாள். அவள் கண்களின் ரப்பைகள் துடித்தன. இந்தச் சித்தாந்தத்தை இவ்வளவு எளிதாக, இவ்வளவு உணர்ச்சிபூர்வமாக யாரும் இதற்கு முன்பு அவளுக்கு விளக்கியது கிடையாது. சோதிநாதனின் இமையோரத்தில் சில நீர்த்துளிகள் சேர்ந்திருப்பதை அவள் அப்போதுதான் கவனித்தாள்.

மேளக்கச்சேரி என்றால் இங்கே நாதஸ்வரத்துக்கு இரண்டாவது இடம்தான். சுற்றுவட்டார ஊர்களிலிருந்தெல்லாம் தவில் வித்துவான்கள் வந்திருப்பார்கள். இந்தத் தவில் சமாவைக்

கேட்பதற்குச் சனங்கள் பொறுமையோடு இடம்பிடித்து மூன்று நான்கு மணித்தியாலங்கள்கூட சலிக்காமல் காத்திருப்பார்கள்.

தனியாவர்த்தனம் வழக்கமாக மேல் வீதியில்தான் நடக்கும் ஐந்து, ஆறு கூட்டம் என்று தவில் வாத்தியக்காரர்கள் சுற்றிவர நின்றுகொண்டே வாசிக்கும்போது பக்தர்கள் தங்களை மறந்து ரசிப்பார்கள். இந்த ஆவர்த்தனம் முதலில் பெரிசாகத் தொடங்கி ஒவ்வொரு சுற்றும் வரவர சிறுத்துக்கொண்டே போகும். விறு விறுப்பும் கூடும். கடைசியில் தீர்மானம் வைக்கும்போது சில பேருக்கு ஆவேசம் வந்துவிடும்; சிலருக்குக் கண்ணீர் வந்துவிடும்.

இருபத்தைந்து நூற்றாண்டுகள் கடந்து கண்கள் கலங்க, திரும்பவும் எண்கள் மயமான இந்த உலகத்துக்கு வந்த போதுதான் சோதிநாதன் மறுபடியும் அலமேலுவைக் கண்டார்.

நேர்வடிவான தாடையைக் கைகளில் ஏந்தி முழங்கையில் முட்டுக்கொடுத்து அவரையே பார்த்தபடி இருந்தாள் அலமேலு. சீரில்லாத பல் வரிசை பளிச்சென்றது. அந்தக் கணத்தில் ஏதோ ஒன்று அவரைப் பற்றி இழுத்தது. பதினேழு வருடங்கள் தூங்கிய சிகாடா பூச்சி அப்போது வெளியே வந்துவிட்டது.

அவளுடைய கன்னங்கள் சதுரமாகவும், அந்த மோவாய் முக்கோணமாகவும் இருந்தது. விடியவிடிய சந்திரவதனத்தைப் பாடிய தமிழ்ப் புலவர்கள் இந்த அழகைப் பாட மறந்துவிட் டார்கள். சதுரங்களும், முக்கோணமாகவும் பைதகரஸுக்காகவே படைக்கப்பட்ட இந்த முகம் விளக்கின் வெளிச்சத்தில் ஒரு பிரமையாக அவருக்குத் தெரிந்தது.

அன்று படுக்கப்போனபோது அவருடைய நித்திரை எதிர்த்திசையில் போய்விட்டது. மறுபடியும் யௌவனமாகி விட்டார். ஒரு நீண்ட பயணத்தின் ஆரம்பத்தில் நிற்பதுபோல குறுகுறுப்பாக மனம் துள்ளியது.

அவர் உதடுகளிலும் இன்னும் கொடுக்கப்படாத முத்தங்கள் பல இருந்தன. அவர் விரல் நுனிகளில் இன்னும் தொட்டுப் பார்க்கவேண்டிய சமாச்சாரங்கள் நிறைய இருப்பதுபோலப் பட்டது. அவர் வயிற்றுக்குள்ளே இவ்வளவு காலமும் அடக்கி வைத்திருந்த ஆசைகள் இப்போது வெளியே வரத் துடித்தன. எல்லாத்தையும் அவிச்சு, வடித்துப் பார்த்தால் மிஞ்சியது ஒன்றுதான். அலமேலுவை அவரால் மறக்க முடியவில்லை. அவர் வாழ்ந்த வாழ்க்கையின் உண்மையான காரணம் அவளிடத்தில் தான் இருப்பதுபோல அவருக்குப்பட்டது.

அவள் வாயிலே எச்சில் குமிழ்கள் செய்து ஊதிய காலத் திலே இருந்து அவளை அவருக்குத் தெரியும். ஆனால், இதற்குமுன் இப்படி நூதனமான அனுபவம் அவருக்கு ஏற்பட்டதில்லை. அந்தச் சிறு பெண்ணின் மனதில் என்ன இருந்ததென்றும் தெரிய வில்லை. இரண்டு பேருக்கும் சேர்த்து அவரிடம் போதிய காதல் இருந்தது. இவ்வளவு காதலை வைத்துக்கொண்டு என்ன செய்வது என்று திகைத்தார்.

மூன்று நாட்களாக அவர் வெளியே வரவில்லை. அழுக்குத் திரைச்சீலையும் தண்ணிப்பானையும், வட்டம் வட்டமாக நீர்பட்டத் தலையணையுமாக அவர் உள்ளே அடைந்து கிடந்தார். அப்படியாவது அவர் அடிவயிற்றில் மூண்ட ஆசைத்தீயை அடக்கி விடலாம் என்று எண்ணினார்.

மூன்றாம் இரவு நடுநிசியில் அவருக்கு ஒரு ஞானோதயம் ஏற்பட்டது. கட்டை அறுத்துக்கொண்டு ஓடித்திரியும் காளை மாட்டை அடக்கி இழுத்துக்கொண்டு வருவதுபோல் மனதைத் திரும்பவும் இழுத்துப் பிடித்து அடக்கிவிட்டார். வயதுக்கு ஒவ்வாத சிந்தனைகளை நினைத்து நாணமாக வந்தது. ஓவென்று ஓடிய நதி சமநிலைக்கு வந்து அவர் அடிமனதில் ஒரு நிம்மதி பிறந்தது.

சோதிநாதன் மாஸ்ரர் அன்று வைகறையிலேயே எழுந்து விட்டார். எழும்பும்போதே உள்ளம் மகிழ்ச்சியாகவும் லேசாகவும் இருந்தது. முதல் நாளிரவு பெய்த மழை அவர் மனத்தில் இருந்த எண்ணங்களை அடிச்சுக் கொண்டு போனதுபோல மனம் வெளிச்சுப்போய் இருந்தது.

கிணற்றடியில் போய் முகம் கழுவிக்கொண்டு தேநீர் வைப்பதற்கு ஒரு வாளி தண்ணீர் பிடித்துக்கொண்டிருந்தார். துலாக்கொடி சரசரவென்று வழுக்கிக்கொண்டு வந்தது. அவர் வேட்டியை மடித்துக் கட்டிக்கொண்டு வாளியை எடுக்கப் போகும் போதுதான் அது நடந்தது.

அலமேலு வந்துகொண்டிருந்தாள், மத்து கடைவதுபோல அசைந்து. அவளுடைய தலைமயிர்க் கற்றைகள் கலைந்திருந்தன. அவை சூரிய ஒளிபட்டுத் தங்க நிறத்துடன் ஜொலித்தன. கண்கள் இன்னும் தூக்கம் கலையாமல் அரை மூடியில் இருந்தன. பாவாடையும் சட்டையும் உடுத்தியிருந்தாள். மேற்சட்டை அவசரத் தில் போட்டதுபோல ஒரு பக்கத்துக்கு தூக்கிக்கொண்டு நின்றது. பொங்கலுக்குப் பிடித்த அடுப்புக் கட்டிபோல அவள் புஜங்கள்

வழவழவென்றும், இறுக்கமாகவும் இருந்தன. அருகில் வந்ததும் அவளுக்கே உரிய பெண் வாசனை சொட்டு நீலம் தண்ணீரில் பரவுவதுபோல மெல்லப் பரவியது.

சோதிநாதன் மாஸ்ரர் கவிகள் பாட மறந்த சதுரமான முகத்தையும், முக்கோண வடிவமான தாடைகளையும் பார்த்தார். இன்றுதான் முதல்முதல் பார்ப்பதுபோல அவரால் கண்களை எடுக்க முடியவில்லை. பிறந்த நாளிலிருந்து அவரில் விடுபட்டுப் போன ஒரு துண்டு மீண்டும் சேர்ந்துகொண்டதுபோல ஓர் உணர்வு. இவ்வளவு காலமும் அவர் வாழ்ந்ததின் அர்த்தம் அவர் முன்னே நின்றுகொண்டிருந்தது. அவள் புஜத்தை எட்டி ஒரு கையால் தொட்டுத் தடவினார்.

அலமேலு பதறிவிட்டாள். 'ஐயோ! அங்கிள், என்ன செய்யுது?' என்று சொல்லியபடி அவரைப்பிடித்து இரண்டு கைகளாலும் அணைத்துக்கொண்டுபோய் துணி துவைக்கும் கல்லிலே உட்கார வைத்தாள். தன்னுடைய இரண்டு கைகளையும் மார்புக்கு பக்கத்தில் வைத்துக்கொண்டு அவர் மூன்றாக மடிந்துபோய் உட்கார்ந்தார். அவருக்கு வசதியாக அவளுடைய கால் பெருவிரல்கள் அவருக்கு முன்பாக இருந்தன. அவற்றை முதன்முதல் பார்ப்பதுபோல உற்றுப் பார்த்தபடியே இருந்தார். அந்த நேரத்தில் அப்படி இருப்பதுதான் அவருக்குச் சரிபோலப் பட்டது.

சுவாமி புறப்பாடு ஆரம்பிக்கும்போது இரவு ஒரு மணி ஆகிவிடும். தெற்குவீதி தாண்டி மேல்வீதியில் நீண்ட மேளச்சமா முடித்து வடக்கு வீதிக்கு சுவாமி வரும்போது அதிகாலை நாலு மணி ஆகிவிடும். எல்லோருக்கும் நித்திரை கண்ணுக்குள் வந்து விடும். பக்தர்கள் எல்லாம் மெல்ல மெல்ல கழன்று விடுவார்கள். அப்போது எண்ணிப் பதினைந்தே பேர் இருப்பார்கள். அதில் தவில்காரர், நாயனம், பந்தம் பிடிப்பவர், எண்ணெய் ஊற்றுபவர், குருக்கள் என்று எல்லோருமே அடக்கம். இப்படிச் சுவாமி இருப்பிடத்துக்குப் போக முடியாமல் தவியாய்த் தவிப்பார்.

இதைத் தவிர்க்க ஒரு தந்திரம் செய்வார்கள். கோயில் முன்றிலில் சதிராடிய தேவடியாள்கள் இப்ப வந்து வடக்கு வீதியில் ஒருகும்மி அடிப்பார்கள். அவர்கள் பாதி நித்திரையில் எழுந்து வந்து சுவாமிக்காக இப்படித் தூக்கக் கலக்கத்தில் குனிந்து, குனிந்து உடலை வருத்திக் கும்மி அடிப்பார்கள். தலைமயிர் கலைந் திருக்கும்; கண்மை கரைந்திருக்கும்; நித்திரையின் மணம் அங்கே நிறைந்திருக்கும். பக்தர்கள் எல்லாம் தங்கள் தங்கள் சயனத்தைத்

தள்ளி வைத்துவிட்டு இந்த நித்திரைக் கும்மியை ரசிப்பதற்காக நிற்பார்கள். கும்மி முடிந்ததும் கூட்டம் கலையப் பார்க்கும். அதற்குமுன் சுவாமியைத் தரதரவென்று இழுத்துக்கொண்டு போய் இருப்பிடத்தில் சேர்த்து விடுவார்கள்.

திருவிழா என்றால் வடக்குவீதியைத் தாண்டிவிட்டால் நேராக இருப்பிடம்தான்.

சோதிநாதன் இப்போது வடக்குவீதியில் இருந்தார். நித்திரை கும்மியில் சிறு சபலம். இனிமேல் நேராக இருப்பிடம்தான்.

◆

எலுமிச்சை

கதைகளுக்கு முன்னுரை எழுதுவது எனக்குப் பிடிக்காது. அதென்ன கட்டியம் கூறுவதுபோல என்று கிண்டல் செய்வேன். கதையென்றால் சொல்ல வந்த விஷயத் தைக் கதையிலேயே சொல்லிவிட வேண்டியதுதானே! இது என்ன முன்னுரை? அறிவுரை?

ஆனால், இந்த முன்னுரை எழுதுவதில் ஒரு காரிய மிருக்கிறது கு. அழகிரிசாமி எழுதிய 'குமாரபுரம் ஸ்டேஷன்' என்ற கதையை நீங்கள் படித்திருப்பீர்கள். அதில் ஒரு பாத் திரம் மூலமாக 'நாங்கள் ஒன்றை மனதில் நினைத்து செய்யும் செயல் எப்படி எங்களை அறியாமல் இன்னொரு காரியத் துக்கு உதவுகிறது' என்று சொல்லியிருக்கிறது. நான் சிறுவ னாக இருந்தபோது நடந்த இந்த உண்மைச் சம்பவமும் அப்படித்தான். இனி, சற்று தள்ளி நில்லுங்கள். கதை வருகிறது.

செடியாக இருந்த அந்த எலுமிச்சை இப்பொழுது மரமாக வளர்ந்துவிட்டது. அம்மா அதைக் கவலையோடு பார்த்துக் கொண்டிருந்தாள். சதிருக்கு வந்த தேவடியாள் கையைக் காலை விசுக்கி ஆடுவதுபோல அந்த மரம் கிளையெல்லாம் வீசி வளர்ந்து விட்டது. ஆனால், பேச்சுக்கு ஒரு பூ இல்லை; ஒரு காய் கிடை யாது. ஓவென்ற மலட்டு மரம்.

அம்மாவும் செய்யாத வித்தையில்லை; பார்க்காத வைத்திய மில்லை. மண்ணை வெட்டி, கொத்தி பசளையெல்லாம் போட்டு அலுத்துவிட்டது. அது அசையவில்லை. வடக்கு வீதிக்கு வந்த மஞ்சவனப்பதி தேர்போல தன்பாட்டுக்கு நின்றது.

இப்படித்தான் முன்பு ஒரு கறிவேப்பிலைச் செடி. அம்மா அதைக் கண்ணும் கருத்துமாக வளர்த்து வந்தாள். ஒரு சாண் உயரத்துக்கு வளர்ந்த பிறகு ஒருநாள் சொல்லாமல் கொள்ளாமல் செத்துவிட்டது. அம்மாவும் 'விடேன், தொடேன்' என்று ஒன்பது தரம் ஒன்றன்பின் ஒன்றாய் செடிகளை நட்டு தன்கையால் தண்ணி

ஊற்றி வளர்த்துப் பார்த்தாள், சரிவரவில்லை. கடைசியில் செல்லாச்சிக் கிழவி சொன்ன மந்திரம்தான் பலித்தது.

சூதகமாய் இருக்கிற நேரம் பார்த்து, பலபலவென்று விடியும் முன் ஒட்டுப்போடாத ஒற்றைத்துணி உடுத்தி, கிழக்குப் பார்த்து செடியை நட்டால் அது பிய்த்துக்கொண்டு வளர்ந்துவிடும் என்பதுதான் அது.

அம்மாவும் அப்படியே செய்து பார்த்தாள். என்ன ஆச்சரியம்! பார்த்துக்கொண்டிருக்கும்போதே மரம் வளர்ந்து விட்டது. வளர்த்தியென்றால் அப்படி ஒரு வளர்த்தி. ஊர்ச்சனம் எல்லாம் கறிவேப்பிலை கேட்டு வரத் தொடங்கிவிட்டார்கள். கையாலே பறித்துக் கொடுத்தது போய் கொத்தடி வைத்து ஒடித்துக் கொடுக்க வேண்டி வந்துவிட்டது. அவ்வளவு உயரம்.

காலை, பகல் இரவு என்றுகூட ஆட்கள் கறிவேப்பிலை கேட்டு வரத்தொடங்கினார்கள். அம்மாவும் சலிக்காமல் கொடுத்து வந்தாள். 'இது புண்ணியம் ஆச்சே!' என்று அடிக்கடி சொல்லிக் கொள்வாள்.

அந்த நேரம் பார்த்துத்தான் நாங்கள் நாய் வளர்க்கத் தொடங்கினோம். 'வீட்டுக்காரர், நாயைப் பிடியுங்கோ' என்று படலையில் இருந்து கூக்குரல் அடிக்கடி கேட்கத் தொடங்கியது.

நாயென்றால் ஏதோ சந்திரகுலம், சூரியகுலத் தோன்ற லில்லை. சாதாரண ஊர் நாய்தான். நான் பள்ளிக்கூடத்திலிருந்து வரும்போது வழியிலே பொறுக்கியது. என்னுடைய கையையும் முகத்தையும் நக்கி என்னை அது ஆட்கொண்டுவிட்டது.

வீட்டிலே அம்மா முதலில் அடிபிடியென்று சத்தம் போட்டாள். பிறகு அது பால் குடித்த வேகத்தைப் பார்த்து அவள் மனது மாறிவிட்டது. பலூன் மாதிரி ஊதிப்போன வயிற்றைத் தூக்கிக்கொண்டு அது தள்ளாடித் தள்ளாடி நடந்தபோது அம்மாகூடச் சிரித்துவிட்டாள். இப்படித்தான் இந்த நாய்க்குட்டி எங்கள் வீட்டுச் சங்கதியானது.

குட்டியாயிருக்கும்போது அது செய்த வீர சாகஸங்களை வைத்து வீரன் என்று பெயர் வைத்தோம். அதுவும் கறிவேப்பிலை மரம்போல கிடுகிடென்று வளரத்தொடங்கியது. சாப்பாடு என்றால் வீரனுக்கு இதுதான் என்ற வரைமுறை கிடையாது. முருங்கைக்காய்ச் சக்கையிலிருந்து சோறு, பருப்பு, பனங்காய் நார் என்று சாதி வித்தியாசம் பாராமல் சாப்பிட்டு பரிபூரண சந்தோச மாக இருந்தது.

என்னுடைய வாய் அசைந்தால் என் பின்னாலேயே சுற்றிக்கொண்டிருக்கும். அதற்கும் கொடுத்தபடியே சாப்பிட வேண்டும். கடைசியில் வெறும் கையைக்காட்டி, தொடையில் தட்டினால்தான் தன் வழியில் போகும். பள்ளிக்கூடத்து பாணில் இதற்கு ஓர் அளவுகடந்த பாசம். பள்ளி மணி அடித்ததும் காதல் வயப்பட்ட கன்னிப்பெண்போல உள்ளுக்கும், வாசலுக்குமாய் பறந்து திரியும். நான் வந்தேனோ இல்லையோ என் மீது பாய்ந்து பாணையும் சம்பலையும் பறித்துக்கொண்டு போய்விடும்.

வீரனின் முதுகில் நான் சவாரி செய்யும் அளவுக்கு குதிரை போல வளர்ந்துவிட்டது. நான் அதோடு இருக்கும்போது பெரிய வர்கள்கூட பயபக்தியோடு தூரதேசமாய் செல்வார்கள். எனக்குக் கர்வம் தலைக்கு மேலேறிவிடும்.

அதற்கு வயசு வந்தபோது பக்கத்து வீட்டுக் கண்ணகியைச் சேர்த்துக்கொண்டது. ஒருநாள் இரவு களவியல் நடத்த கண்ணகி வந்துவிட்டது. கண்ணகி என்றால் கற்பின் திருவுருவம் என்று அவசரப்பட்டு நினைத்து விடக்கூடாது. எங்கள் ஊரில் அரைவாசி ஆண்நாய்கள் அதற்குப் பின்னால்தான். அதனுடைய கருநீலச் சடையையும், மதுரையை எரித்த கண்களையும் வைத்து அப்படிப் பேர் வைத்திருப்பார்கள் போலும். கண்ணகியின் பின்னாலேயே வீரன் ஓடத்தொடங்கியது. குரைத்துக் குரைத்து துரத்தும் ஒலி. பிறகு. பிறகு 'பொதக்' என்று ஒரு சத்தம். அதற்குப்பின் மௌனம். மௌனம் என்றால் ஆயிரம் பேருடைய மௌனம்.

அப்ப அம்மா கூவினாள், 'இஞ்சருங்கோ, நாய் கிணத்துக்கை விழுந்திட்டுதுபோல கிடக்கு.' நாங்கள் அரிக்கன் விளக்கை எடுத்துக்கொண்டு அடித்துப்பிடித்து கிணற்றடிக்கு ஓடினோம். உண்மைதான். கிணற்றுக்குள்ளே இருந்து 'சதக் புதக்' என்ற சத்தம் வந்துகொண்டிருந்தது. அவசரமாக ஒரு கயிற்றிலே அரிக்கன் விளக் கைக் கட்டி கீழே இறக்கிப் பார்த்தோம். ஒரு மண்ணும் தெரிய வில்லை.

இந்தக் கலவரத்தில் ஊர் அரைவாசி கிணற்றடியில் கூடி விட்டது. பக்கத்துவீட்டு சிவப்பிரகாரசம் பத்துப் பற்றறி போட்ட ரோர்ச் லைட்டை கொண்டு வந்தார். பெரிய எழுத்து நல்லதங் காளை தினமும் பெரிய குரலில் படித்து தொண்டையை வளமாக வைத்திருப்பவர். ரோர்ச்சை அடித்துப்பார்த்தால் வீரன்தான் கிணற்றைச் சுற்றி சுற்றி ஓயாமல் நீந்திக்கொண்டிருந்தது. அவர் ஒருவரிடமே ரோர்ச் லைட் இருந்தபடியாலும், உரத்த குரல் வளத்தில் அவருக்கு நிகர் எவரும் இல்லை என்றபடியாலும் நாய் மீட்புப் பணிக்கு அவரே அக்கிராசனராகத் தேர்ந்தெடுக்கப் பட்டார்.

வாளியும் கயிறுமாக நாய் எடுப்பதற்கு நாங்கள் செய்த முயற்சிகள் தோல்வி அடைந்தன. அடுத்ததாக, பனைநாரில் செய்த பட்டை கிணற்றில் இறக்கப்பட்டது. நாய் இந்த விசித்திரமான ஏற்பாட்டை 'இந்தா', என்று வந்து மணந்து பார்த்துவிட்டுத் திரும்பிவிடும். பட்டையில் ஏறினால் உயிர் தப்பிவிடலாம் என்று ஒருமுறை அதற்குப் பட்டதுபோலும், ஏறிவிட்டது. நாங்கள் எல்லாம் கூக்குரல் இட்டு அதைப் பதனமாக இழுத்தெடுக்கும் போது அது என்ன நினைத்ததோ மனதை மாற்றிக்கொண்டு மறு படியும் பாய்ந்துவிட்டது.

கடைசியில் தொட்டில் யோசனையைச் சொன்னது பாவாடை சண்முகம்தான். இவர் படு அப்பாவி. ஒருமுறை கிணற் றடியில் மனைவியின் உள்பாவாடையைத் தோய்க்கும்போது கையும் களவுமாகப் பிடிப்பட்டுவிட்டார். அன்றிலிருந்து அவர் பிரக்கியாதி இப்படிப் பரவிவிட்டது. இந்த ஒரு குற்றத்தைத் தவிர அவர் அவ்வப்போது அருமையான யோசனைகளைத் தரவல்லவர்.

எங்கள் ஊரில் எதற்குக் குறைவிருந்தாலும் தொட்டிலுக்குக் குறைவில்லை. மழையோ, வெய்யிலோ குழந்தை விளைச்சல் அமோகமாக இருக்கும். 'நீ, நான்' என்று தொட்டில்கள் வந்து விட்டன. நாலு மூலையிலும் கயிறு கட்டி வெகு கவனமாகத் தொட்டிலை இறக்கினோம். தொட்டில் தண்ணீரில் அமுங்கிய படியே இருந்தது. சிவப்பிரகாசம் ரோர்ச் லைட்டை கண்வெட் டாமல் அடித்துக்கொண்டிருந்தார். நாய் தொட்டில் பக்கம் நீந்தி வந்தபோது சொல்லி வைச்சதுபோல நாலுபேரும் கயிற்றை இழுத்துவிட்டார்கள். நாய் தொட்டிலில் வசமாய் மாட்டிவிட்டது.

வெளியே வந்ததுதான் தாமதம், நான் அதை ஆசை தீரக் கட்டிப்பிடித்தேன். அது ஒரு சிலுப்புச் சிலுப்பி தண்ணியைச் சிதறடித்தது. பிறகு ஒரே பாய்ச்சல்.

இந்தச் சம்பவத்திற்குப் பிறகு வீரன் கண்ணகியைக் கண் ணெடுத்தும் பார்க்கவில்லை. எதிர் வீட்டு வண்டார்குழலியிடம் அதற்கு மையல் ஏற்பட்டுவிட்டதும் ஒரு காரணமாக இருக்கலாம். (எங்கள் ஊரில் தமிழ்ப்பற்று கரைபுரண்டு ஓடிய காலகட்டம் இது. பற்பன்கூட தன் அணில் குஞ்சுகளுக்கு பரிமேலழகர், லோபாமுத்திரை என்று பெயர் வைத்திருந்ததாக ஞாபகம்)

எங்களுக்கு கணக்குப் பாடம் எடுப்பது கந்தையா வாத்தி யார்தான். இவர் ஒரு தீவிரவாதி. இவர் பாடம் நடத்தும்போது நாங்கள் எல்லாம் கைவிரல்களை ஒன்றுகூடத் தவறாமல் மேசை மேலே வைத்திருக்க வேண்டும். மனக்கணிதம் என்றால் மனதால்

சொல்லவேண்டும். கையால் சொல்லக்கூடாது என்பது இவருடைய அற்புதமான சித்தாந்தம்.

பதின்நான்கிலிருந்து ஒன்பது போனால் மிச்சம் எவ்வளவு. இதுதான் கேள்வி. நாங்கள் உயிரைக் கொடுத்து இதற்கு விடை தேடிக்கொண்டிருந்தோம். அப்பொழுதுதான் வீரன் வந்து என் காலை நக்கியது. அதுமாத்திரமல்ல, விரகதாபக் கதாநாயகியைப் போல கொஞ்சம் முக்கல், முனகலையும் சேர்த்துக்கொண்டது.

கந்தையா வாத்தியார் எவ்வளவுதான் சுத்த வீரர் என்றாலும் அவருக்கும் நாய்க்கும் ஒரு சொந்தம் இருந்தது. அவர் வேட்டியைத் தூக்கினால் கணுக்காலில் இருந்து முழங்கால்வரை எல்லாம் நாய்க்கடி தழும்புகள்தான். இது புன்னாலைக்கட்டுவன் நாய், இது பெரிய கடை நாய், இது சித்தங்கேணி என்று வகைவகையான தழும்புகளைப் பொறாமைப்படும்படி காட்டுவார்.

நாயைக் கண்டதும் அவர் அஞ்சும் கெட்டு அறிவும் கெட்டு, 'ஆர், ஆர் அந்த நாயைப் பிடி; கொண்டுபோ, கொண்டுபோ, என்று கத்தத் தொடங்கிவிட்டார். ஒரு கால் நிலத்திலும், மறுகால் கதிரையிலுமாக எந்தத் திசையிலும் பாய்வதற்கு ஏதுவாக யுத்த சன்னத்தமாக நின்றார். நானும் இதுதான் சாட்டு என்று நாயை இழுத்துக்கொண்டு வீட்டுக்கு வந்துவிட்டேன். வாத்தியாரைப் பயங்காட்ட என்னிடம் ஓர் அஸ்திரம் இருக்கிறது என்பதில் எனக்கு அளவுகடந்த மகிழ்ச்சி. அந்த மகிழ்ச்சி வெள்ளத்தில் அமுங்கி பள்ளிக்கூடத்திற்குத் திரும்பிப்போக வசதியாக மறந்து விட்டேன்.

அதற்குப் பிறகுதான் அம்மா வீரனை பள்ளிநாட்களில் நான் திரும்பி வரும்வரை கட்டி வைக்கத் தொடங்கினாள். ஆனால், இரவு நேரங்களில் வீட்டைக் காக்கும் டியூட்டி இருப்பதால் அது சுதந்திரமாக உலாவந்து காவல் வேலைகளைக் கவனித்தது.

அன்று சனிக்கிழமை, தலை முழுக வார்க்கும் நாள். வீடு முழுக்க தடபுடல் பட்டது. உச்சியிலிருந்து உள்ளங்கால் வரை எண்ணெய் தேய்த்து என்னைத் தயார்நிலையில் வைத்திருந் தார்கள். அடுத்த கட்டம் அரைத்துக் களியாக்கிய சீயக்காயைப் பிரட்டுவதுதான்.

அம்மா எலுமிச்சை மரத்தை பார்த்தபடியே நின்றாள். அம்மாவின் முகத்துக்கு கவலை தோதுப்படாது. அவளுடைய கண்களில் என்றுமில்லாத சோகம் கப்பியிருந்தது. ஐந்து சதத்திற்கு பத்து எலுமிச்சம்பழம் சந்தையிலே விற்ற காலமது. ஆனாலும்

அம்மாவுக்கு அந்த மரத்தில் அப்படி ஒரு மோகம். அதை எப்படியும் காய்க்க வைத்துவிட வேண்டும் என்ற பிடிவாதம்.

அதற்கு முதல் நாள்தான் செம்பட்டையன் வந்து மண்ணைப் பிரட்டிக் கொத்தி, தண்ணியும் பாய்ச்சி விட்டிருந் தான். மலட்டு மரங்களுக்கே உரித்தான ஒருவித அலட்டலோடு அது நின்றுகொண்டிருந்தது. அம்மாவுக்குச் சலிப்பாக வந்தது. இடுப்பிலே கையை வைத்து யோசித்துக்கொண்டிருந்தாள்.

அம்மாவின் நிறமே எலுமிச்சம்பழ நிறந்தான். அவள் அப்படி அண்ணாந்து பார்க்கும்போது நெற்றியில் இட்ட குங்குமத்தின் ஒரு துளி மூக்கிலே ஒட்டிக்கொண்டு இருந்தது. அது ஒரு சிவப்புக்கல் மூக்குத்திபோல அழகாகத் தெரிந்தது. அம்மா அந்தக் கணம் என்ன நினைத்தாளோ, கனத்த பெருமூச்சொன்று வெளியே வந்தது.

அம்மா அப்படிக் கவலைப்பட்டிருக்கத் தேவையில்லை. அந்த மரத்தின் விதியை மாற்றப் போகும் ஒரு சம்பவம் சீக்கிரமே அங்கே நடப்பதற்கு இருந்தது. அப்போது அது அம்மாவுக்கும் தெரியவில்லை; எனக்கும் தெரியவில்லை; மரத்துக்கும் தெரியவில்லை.

எனக்குக் கண்ணில் எண்ணெய் வழிந்து எரிந்துகொண்டி ருந்தது. நான் அம்மாவின் கையைப் பிடித்து இழுத்தபடியே இருந் தேன். அம்மா இருந்த இடத்தைவிட்டு அசையவில்லை; அந்த மரத்தைப் பார்த்தபடியே இருந்தாள்.

அப்போதுதான் அது நடந்தது. எங்கள் வேலைக்காரப் பெட்டை இளைக்க இளைக்க ஓடி வந்தாள். ‘அம்மா, வாருங்கோ, வாருங்கோ; சுறுக்கா வாருங்கோ. விதானையாரை நாய் கடிச் சிட்டுது’ என்று கூக்குரலிட்டாள்.

எங்கள் ஊரில் நாய் கடிப்பது என்பது சர்வ சாதாரணம். நுளம்புக்கடி, மூட்டைக்கடி போலத்தான் இதுவும். எனக்கு எட்டு வயது முடிவதற்கிடையில் நான் மூன்றுதரம் நாயிடம் கடி வாங்கி யிருக்கிறேன். ஆனால், இதை எங்கள் வகுப்பில் சொல்லுவதற்கு வெட்கம். என்னோடு படிக்கும் கூட்டாளிகள் பற்பனும், கிட்ண னும் இரணை வாழைப்பழம்போல ஒட்டிக்கொண்டு திரிவார்கள். பற்பன் கறுத்து மெலிந்துபோய் இருப்பான்; கிட்ணனோ இரண்டு ஆட்டில் ஊட்டிய குட்டிபோல தளதளவென்று இருப்பான். இந்தக் கிட்ணனுக்கு எட்டுத் தடவையும், பற்பனுக்குப் பதினாலு தடவையும் நாய் கடிச்சிருக்கு. நாங்கள் எங்கள் விழுப்புண்களை ஆளுக்கு ஆள் காட்டி மகிழ்ந்திருக்கிறோம்.

நாய்க்கடிக்கு வைத்தியமும் அப்படித்தான். நவசியாரிடம்தான் போவோம். அவர் மந்திரித்துக்கொண்டே பச்சிலைச் சாறை தலையிலே தேய்த்து நடு உச்சி மயிரையும் மூன்றுதரம் இழுத்துவிட்டு, பச்சிலையையும் கடிவாயில் கட்டிவிடுவார், அவ்வளவுதான்.

என்னைப்போல ஒரு மகா சாது உலகத்தைப் பிரட்டிப் போட்டாலும் கிடைக்காது. மற்றவர் சோலிக்குபோனதில்லை. அப்படிப்பட்ட என்னை மடக்க கண்ணகி ஒரு தந்திரம் செய்தது.

வழக்கம்போல மருந்துச் சிரட்டையை எடுத்துக்கொண்டு முலைப்பால் வாங்கிவர கிளம்பினேன். அழகம்மாக்கா வீட்டுக்குத் தான் முதலில் போனேன். அங்கே பால் தீர்ந்துவிட்டது. உடனே வடிவக்கா வீட்டுக்குத் திரும்பினேன். அது வற்றாத ஊற்று. இருபத்துநாலு மணி நேரமும் பால் பொங்கியபடி இருக்கும். என் தலையைத் தூரத்தில் கண்டவுடனேயே ரவிக்கையைத் தளர்த்தி வாசலுக்கு வந்துவிட்டா, வடிவக்கா.

சிரட்டை நிறைய சுடு பால் தளும்ப ஏந்திக்கொண்டு மெள்ளத் திரும்பும்போது கண்ணகி கண்டுவிட்டது. ஒருவித புளகாங்கிதத்தோடு என்னைத் துரத்தத் தொடங்கியது.

கண்ணகிக்கு சிறுவர்களின் பிருட்டச் சதையில் அப்படி ஓர் ஈடுபாடு. அதுவும் எனக்காக இவ்வளவு நாளும் விரதம் காத்திருந்தது. நான் சிரட்டையைக் கடாசிவிட்டு ஓடிப்போய் வேலியில் பாய்ந்து ஏறுமுன் எட்டிக் கடித்துவிட்டது. நான் அழுதுகொண்டே அம்மாவிடம் ஓடிப்போனேன். அம்மா களிசானை இழுத்துப் பார்த்துவிட்டு, 'ஐயோ! மூன்று பல்லு பதிஞ்சிருக்கு' என்று ஓலமிட்டாள். நான் பட்ட அவஸ்தையெல்லாம் அந்தக்கணம் பஞ்சாய்ப் பறந்துவிட்டது. மூன்று பல் என்றதும் பற்பனைப் பார்த்துப் புளுகுவதற்கு என்னிடம் ஓர் அபூர்வ விஷயம் கிடைத்ததென்பதில் என்மனம் குதிபோட்டது.

வீரன் கிராமத்து நாய்க்குரிய சகல லட்சணங்களையும் கொண்டிருந்தது. கிடைத்ததைச் சாப்பிட்டு, தானுண்டு தன் வாசலுண்டு என்று கிடக்கும். தூங்குகிற நேரத்தில் தூங்கி விழிக்கிற நேரத்தில் விழித்து காவல் கடமைகளைச் சரிவரச் செய்யும் தன் குல ஆசாரம் தவறாமல். அவ்வப்போது தெருச் சண்டைகளில் கலந்துகொள்ளும். மற்றும்படி, ஆட்களைக் கடித்ததென்பது அதன் பயோடேட்டாவில் கிடையாது.

இப்படிப்பட்ட வீரன் விதானையாரைப் போய்க் கடித்துவிட்டது. இப்ப இரண்டு நாளாய் அது சுரத்தில்லாமல்தான்

இருந்தது. சும்மாட்டுத் துணிபோல சுருண்டு சுருண்டுபோய் கிடந்தது. மயிலை நிறக் கண்கள் மஞ்சளாகிவிட்டன. பெரிய சிரமத்தோடு தன் பாரிய உடம்பைச் சுமக்க முடியாமல் சுமந்து கொண்டுதான் அது நடந்தது.

பள்ளிக்கூடத்தில் என் யோசனை முழுக்க வீரனைப் பற்றியே இருந்தது. ரத்தினேஸ்வரி அக்காவுக்கு அது தெரியாது. ஒரு சதக் காசுபோல வட்டமான முகம். அவ என்றால் இடைத் தொடர் குற்றியலுகரம் பற்றி இடைவிடாது உருவேற்றிக்கொண்டி ருந்தார். 'என் சொல்லை ஒருபோதும் தட்டாதே! என் வாசக் கட்டி! எதற்காக விதானையாரைப் போய் கடித்தது. அதற்கு ஏதாவது நடந்துவிடுமோ?' என்று ஒரே பயமாக இருந்தது. அப் பொழுதே ஓடிப்போய் வீரனைக் கட்டிப்பிடித்து முத்தம் கொடுக்கவேண்டும்போல பட்டது.

நான் பயப்பட்டது சரிதான். நான் திரும்பி வந்தபோது எங்கள் வீட்டுப் படலையில் ஒரு சிறு கூட்டம் கூடியிருந்தது எனக்குத் துணுக்கென்றது. எங்களுடைய ஐயா, நவசியர், சிவப் பிரகாசம், வல்லியர், சிவக்கொழுந்து என்று முக்கியமானவர்கள் எல்லாம் சேர்ந்துவிட்டார்கள். அம்மா காத்திருந்து என்னுடைய கையைப் பிடித்துத் திண்ணைக் குந்தில் தூக்கிவிட்டாள்.

நாய்க்கு விசர் பிடித்துவிட்டதாம். அது கடித்தால் ஆட்கள் சாவது நிச்சயமாம். என்னைக் கிட்டப் போக வேண்டாம் என்று அச்சுறுத்தி வைத்தார்கள்.

அப்போதுதான் நான் வீரனைப் பார்த்தேன். அது வேலி யோரத்தில் நின்றுகொண்டிருந்தது. தலை தோளுக்குக் கீழே தொங் கியது. இரைத்து, இரைத்துக் குலைத்தது. வால் கால்களுக் கிடையில் சுருண்டுவிட்டது. நாக்கைத் தொங்கப் போட்டபடி நிலை குத்தாமல் பார்த்தது. வீரன்போலவே இல்லை. நாலு நாளில் குருக்கடித்த வாழைபோல உருத்தெரியாமல் மாறிவிட்டது.

ஊர் முழுக்க இந்தப் புதினம் பரவிவிட்டது. அப்பொழுது பறவைக்காவடி எடுத்ததுபோல பறந்துவந்தார் பற்பனின் அப்பா. இவர் பாட்டு வாத்தியார். சங்கீத ஞானம் கொஞ்சம் முன்னே பின்னே இருந்தாலும் வீட்டுக்கு வீடு 'வரவீணாவை' பிரபலப் படுத்தி வரலாறு படைத்தவர். ஆரபி ராகத்தில் அளவில்லாத பக்தி. எப்பவும் அதை வெளியே விடாமல் வாய்க்குள் வைத்து முணுமுணுத்துக்கொண்டு இருப்பார். ஏகப்பட்ட குஷி பிறந்து விட்டால் மட்டும் வாயால் பாடுவார். சொல்லாமல் கொள்ளாமல்

மேல் ஸ்தாயிக்குப் போய் அங்கேயே நின்று அவஸ்தைப்படுவார். கீழே இறங்கமாட்டார்.

இவ்வளவு கீர்த்தி இருந்தாலும் மிகவும் இரக்க சுபாவம் கொண்டவர். 'நாய்க்கு விசரில்லை; பாவம், ஏதோ வருத்தம்' என்று முதன்முதலாக துணிந்து நாயின் கட்சியைப் பேசியவர் இவர்தான்.

இப்பக் கூட்டம் இரண்டாகப் பிரிந்துவிட்டது. வாதப் பிரதி வாதங்கள் சூடு பிடித்தன. நாயைக் கொன்றுவிட வேண்டு மென்பது ஒரு கட்சி. இன்னும் கொஞ்சநாள் வைத்துப் பார்க்க வேண்டுமென்பது அடுத்த கட்சி. ஒருவரும் விட்டுக் கொடுப்பதா யில்லை. அந்தக் காலத்தில் நாங்கள் மூன்றாவது அம்பயருக்கு எங்கே போவது?

அப்பொழுதுதான் எடுப்பான குரலில் நவசியர் பேசத் தொடங்கினார். இப்படியான சங்கதிகளில் எங்கள் ஊருக்கு அவர்தான் 'வேதநூலறிந்த மேதகு முனிவர்'. திருப்பித் திருப்பி ஒத்திகை பார்த்த பட்டாளத்து வீரர் நடைபோல அவருடைய சொற்கள் ஒரு நிதானத்துடன் தாளம் தவறாமல் வந்து விழுந்து கொண்டிருந்தன.

'இஞ்ச கேளுங்கோ! நான் சொல்லுறதை வடிவாய்க் கேளுங்கோ! நாய் தண்ணியைக் காட்டினால் குலைத்தபடியே இருக்கு; குடிக்குதில்லை. நாக்கு தொங்கிப்போயிருக்கு; தண்ணி கொட்டினபடியே கிடக்கு. நாய்க்கு விசர்தான்; ஐமிச்சமே இல்லை!' என்று அடித்துக் கூறிவிட்டார். விசாரணைக் கூட்டம் முடிவு பெற்றது. மன்னர் பேச்சுக்கு மறு பேச்சுண்டோ?

இப்படியாக எங்கள் வீட்டு நாயின் எதிர்காலத்தை நாயை ஒரு வார்த்தைகூடக் கேட்காமல் தீர்மானித்தது எனக்குத் தர்ம மாகப் படவில்லை.

வேலைக்காரப் பெட்டை தோன்றினாள். அவள் அப்படித் தான் சாமி வரம் தர வருவதுபோல திடுதிப்பென்று தோன்று வாள். தன் கன்னத்தில் விரலை வைத்து தலையைச் சிறு அசைப்பு அசைத்து என்னைப் பார்த்தாள். 'நாயை அடிக்க செல்லத்தம்பி வரப்போறான்' என்று மொய் அறிவிப்பு செய்வதுபோலச் சாதாரணமாகச் சொல்லிவிட்டு மறைந்துவிட்டாள் பாதகத்தி.

கிராமங்களில் ஒவ்வொருவருக்கு ஒவ்வொரு பேர் வந்து விடுகிறது. இது எப்படி என்ற பூர்வீகம் யாருக்கும் தெரியாது. மாட்டுக்குச் சரி, குதிரைக்குச் சரி லாடம் அடிப்பதென்றால் சின்னையன்தான்; தென்னை மரத்திலேறி பருவம் தாண்டாத

ஆட்டுச் செவிப் பதம் இளநீர் வெட்டுவதென்றால் அதற்கு மாணிக்கன்தான். அந்தக் கலையில் அவனை மிஞ்ச ஆள் இல்லை. விசர் நாயை அடிப்பது என்றால் அது செல்லத்தம்பிதான். அவனுக்கு அப்படி ஒரு கீர்த்தி.

இவர்கள் எல்லாம் எந்தப் பயிற்சி மையத்தில் கற்றுத் தேர்ந்தார்கள். நாய் அடிப்பதில் ஒருவன் கியாதி பெறுவதென்றால் எத்தனை நாயைக் கொன்றிருக்க வேண்டும்?

செல்லத்தம்பி பின்னுக்கு கைகளைக் கட்டியபடி நிலம் அதிராமல் நடந்துவந்தான். அவன் புஜத்தின் தசைகள் திரண்டு திரண்டு கிடந்தன. தோளிலே போட்ட துண்டு முதுகிலே இருந்த வாள் வெட்டுக் காயத்தை முற்றிலும் மறைக்க முடியாமல் கிடந்தது.

வீரனை இப்பப் பிடித்துக் கட்டிவிட்டார்கள். கழுத்திலே இரண்டு சுருக்கு கயிறு; ஒன்று ஒரு மரத்தில் கட்டப்பட்டிருந்தது. மற்றது ஒரு வேலிக் கதியாலில். வீரன் கால்களைப் பரப்பிக் கொண்டு நடுவிலே அசையமுடியாமல் நின்றது. ஏதோ அனர்த்தம் நடக்கப் போகிறது என்று அதன் உள்ளுணர்வுக்குத் தெரிந்திருக்க வேண்டும். ஒரு சத்தம் இல்லை; முனகல் இல்லை. சுற்றியிருந்த அந்த முகங்களில் ஒரு சிநேகமான முகத்தை அது தேடியிருக்க வேண்டும். மஞ்சள் பழுத்த அந்தக் கண்கள் பரிதாபகரமாக என்னை ஒரு கணம் பார்த்து மீண்டன.

சுயம்வரத்துக்கு ஆள்விட்டு அழைத்ததுபோல கூட்டம் சேர்ந்துவிட்டது. ஊர் இளந்தாரிகள் எல்லாம் நெருக்கி அடித் தார்கள். நாய் அடி என்பது ஒவ்வொரு நாளும் பார்க்கக் கிடைக்கிற சங்கதியா? செல்லத்தம்பி மேல் துண்டை ஒரு மரக் கிளையில் மாட்டிவிட்டு வேட்டியை மடித்துக் கட்டினான். இரும்புப் பூண்போட்ட உலக்கையை யாரோ அவன் கையில் கொடுத்தார்கள். அதை ஒற்றைக் கையால் பின்னால் பிடித்தபடி வியூகத்தை உடைத்துக்கொண்டு நாய் இருந்த திக்கில் பராக்குப் பார்த்தபடி மெல்ல அடிவைத்து நடந்தான்.

எனக்கு அந்த நேரம் பச்சாதாப உணர்விலும் பார்க்க இந்த நாய் அடி எப்படி இருக்கும் என்ற ஆவல் ஒரு கணம் தோன்றி யதை நினைத்து வெட்கமாக இருந்தது.

கிட்டவந்த செல்லத்தம்பி காலை அகட்டி வைத்து வாகாக நின்றுகொண்டு கண் இமைக்கும் நேரத்தில் உலக்கையைச் சுழற்றி நாயின் மண்டையில் ஒரு போடு போட்டான். 'ங்கா' என்ற

ஈனமான கதறல் ஊர் முழுவதும் கேட்டது. நாய் சுருண்டுபோய் விழுந்தது.

நான் கொஞ்சம் கிட்டவந்து பார்த்தபோது அதன் தலையிலே ஒரு சொட்டு ரத்தம் சிந்தியிருந்தது. கபாலம் வெடித்து வெள்ளைக் களிபோல மூளை ஓடிக்கொண்டிருந்தது. கண்கள் அகலமாகத் திறந்துபோய் கிடந்தன. நாயின் பற்கள் ஆவென்று என்னைப் பார்த்துச் சிரித்தன. என்னுடைய இருதயம் மெதுவாகக் கிளம்பி தொண்டைக் குழியை வந்து அடைத்துக்கொண்டது.

செல்லத்தம்பி நாய் அடித்த கதை அட்ட திக்குகளிலும் பரவிவிட்டது. அந்தப் பரிதாபத்தையே எல்லோரும் கதைத் தார்கள். அவன் உலக்கையை எடுத்த விதத்தையும், விசுக்கிய தையும், ஒரேயடியில் நாயை வீழ்த்தியதையும் சொல்லிச் சொல்லி மாய்ந்துபோனார்கள்.

ஆட்கள் எல்லாம்போன பிறகு அம்மாவைப் பார்த்து ஐயா, "என்ன செய்வம்?" என்று கேட்டார். அம்மா கண்ணைத் துடைத்தபடி, "அந்த எலுமிச்சை மரத்தடியில் தாட்டு விடுங்கோ" என்றாள்.

நாயை அடித்துக் கொன்றுவிட்டாலும் ஊரில் விதானை யாருக்கு என்ன நடக்குமோ என்ற பயம் இருந்துகொண்டுதானிருந் தது. ஊர்ச்சனங்கள் எல்லாம் அடிக்கடி போய் 'இன்னும் இருக் கிறாரா' என்று நோட்டம் பார்த்து வந்தார்கள். விசர் பிடிக்க பதினாலு நாள் ஆகும் என்று மெல்லிய குரலில் பேசிக்கொண் டார்கள். விதானையா என்னவென்றால் பச்சிலையைக் கட்டிக் கொண்டு பேசாமல் இருந்துவிட்டார். வண்டி கட்டி பெரியாஸ் பத்திரிக்கு போகும்படி சிலர் வற்புறுத்தியும் அவர் தலையைப் பலமாக ஆட்டிவிட்டார்.

சனியோட சனியெட்டு, ஞாயிறு ஒன்பது என்று பதினாலு நாள் கழிந்துவிட்டது. ஒன்றுமே நடக்கவில்லை. விதானையார் என்றால் மழைக்கு வெடித்த மரவள்ளிபோல விளைந்துபோய் இருந்தார். காயம் ஆறின இடம்கூடத் தெரியவில்லை. முன்புபோல அவர் தன் காரியங்களைக் கவனிக்க ஆரம்பித்தார்.

இப்படித்தான் நான் எனது பால்ய காலத்து அத்தியந்த நண்பனை மூடசனங்களின் அறியாமையால் இழக்கவேண்டி நேர்ந்தது. அதனுடைய ஓவென்ற அவலக்குரல் எனக்குப் பல இரவுகள் தொடர்ந்து கேட்டன. அதை இழுத்துக்கொண்டுபோன போது மஞ்சள் கண்களால் அது என்னை இரந்து பார்த்தது

திருப்பித் திருப்பி ஞாபகத்துக்கு வரும். இனி என்ன? அது திரும்பவா போகிறது?

இந்த அநியாயக் கதையில் சொல்லுவதற்கு இன்னும் ஒன்று மிச்சமிருக்கிறது.

அந்த வருடம் அம்மாவின் எலுமிச்சை மரம் இலை தெரியாமல் பூத்துக் குலுங்கியது. கொத்துக் கொத்தாய்க் காய்த்தது. காலை நேரங்களில் நிலம் முழுவதும் வெளிர் மஞ்சள் பந்துகளாக எலுமிச்சம் பழங்கள் பரவிக் கிடந்தன. பேய்க் காய்ச்சல் என்று சொல்வார்களே, அப்படி. அம்மா விழுந்து விழுந்து பொறுக்கி னாள். அள்ள அள்ள வந்துகொண்டே இருந்தது. ஆசைதீர ஒரு பெரியசாடி நிறைய ஊறுகாய் போட்டாள், அம்மா.

எல்லோரும் வட்டமாக இருந்து சாப்பிடும்போது அம்மா ஊறுகாயைப் பரிமாறினாள். கையில் எடுக்கும்போதே மணம் தூக்கியது. நடு நாக்கில் புளித்து உள்ளே செல்லும்போது காரமாக தொண்டையில் உரசியது. ஐயாவுக்கு, அம்மாவை லேசிலே பாராட்ட மனம் வராது. அன்று என்னவோ ஐயா, "ஊறுகாய் அருமையாய் விழுந்திருக்கு" என்றார். எல்லோரும் சப்புக்கொட்டி அதை ரசித்துச் சாப்பிட்டார்கள்.

ஒருவருக்காவது வீரனுடைய ஞாபகம் வரவில்லை.

◆

குந்தியின் தந்திரம்

வானத்திலே இருந்து மின்னல் ஒன்று ஓசையில்லாமல் இறங்கியதுபோல குந்திதேவியின் சிந்தனையிலே இந்த யோசனை பளிச்சென்று பூத்தது. இது அவளுக்கே ஆச்சரியமாக இருந்தது. இந்த அபூர்வமான யோசனை ஏன் அவளுக்கு முன்பே உதிக்க வில்லை. இத்தனை காலமும் அவளை ஆட்டிவைத்த சிக்கலுக்கு இவ்வளவு இலகுவான தீர்வா என்று அதிசயமாக இருந்தது.

சாலிவாகன தடாகத்தின் அருகில் குந்தி தன் குமாரர் களோடு ஒரு வருடம்வரை தங்கியிருந்தாள். இங்கேதான் பீமன் இடும்பனைக் கொன்றான். அவனுடைய தங்கை இடும்பியோ பீமனுடைய யௌவன உடல்வாகைக் கண்டு மயங்கி காதல் கொண்டுவிட்டாள். குந்தியிடமே வந்து தன் காதலை பிரகடனம் செய்து பீமனை யாசித்தாள். பீமன் என்றால் தரையைப் பார்த்துக் காலால் கற்களை உருட்டியவாறிருந்தான். யுதிஷ்டிரனுக்கு விஷயம் புரிந்துவிட்டது. தடை சொல்லாமல் அவர்களுடைய விவாகத் துக்கு சம்மதம் தெரிவித்துவிட்டான். அப்போதுகூட குந்திதேவிக்கு இந்த உபாயம் தோன்றவில்லையே!

இந்த ஏகசக்கிரபுரத்து வாழ்க்கையும் அவர்களுக்கு அலுத்து விட்டது. அதிலும் மறைவாக வாசம் செய்யும்போது ஒரே இடத்தில் இருப்பது புத்திசாலித்தனமாகாது. ராஜகுமாரர்களாகப் பிறந்துவிட்டு பிராமண வேஷம் தரித்து, பிட்சை பாத்திரம் ஏந்தி எவ்வளவு காலத்துக்குத்தான் அவர்கள் நகரத்தைச் சுற்றி வலம் வருவார்கள். குந்தியின் குமாரர்கள் எல்லாம் உற்சாகம் இழந்து காணப்பட்டனர்.

அதிலும் பீமனைப் பார்க்கப் பரிதாபமாக இருந்தது. பகாசுரன் இருக்குமட்டும் பீமன் அவனை வதம் செய்வதிலேயே குறியாய் இருந்தான். இப்போது பகாசுரனும் இறந்துவிட்டான்; பிட்சையும் குறைந்துகொண்டே வந்தது. உணவு பற்றாமல் பீமன் மெலிந்து வருவதைப் பார்க்க குந்திக்கு வருத்தமாக இருந்தது.

அதிர்ஷ்டவசமாக இந்தச் சமயத்தில் பாஞ்சால தேசத்து அரசன் துருபதன் தன்மகள் திரௌபதிக்கு சுயம்வரம் நிச்சயித்து விட்டதால் பிராமணர்கள் எல்லாம் கூட்டம் கூட்டமாக அங்கே போய்க்கொண்டிருந்தார்கள். ஐந்து தூண்களைப்போல இருந்த குந்தியின் குமாரர்கள் இந்தச் சுயம்வரத்தில் கலந்துகொள்ள ஆசைப்பட்டார்கள். ஆனால், இதை எப்படிக் குந்தியிடம் சொல்வார்கள்?

லௌகீகம் அறிந்த குந்திதேவி தன் நுண்ணிய மதியினால் இதை உணர்ந்துகொண்டாள். காம்பிலிய நகரத்துக்குச் செல்லு வதற்கு அனுமதி தந்துவிட்டாள். பாண்டு குமாரர்களுக்கு உற்சாகம் கரைகொள்ளவில்லை. எல்லோருமாக பலநாள் பயணித்துச் சுயம்வர நகரத்துக்கு வந்து சேர்ந்தார்கள். அங்கே ஒரு குயவனுடைய யாகையில் இடம் செய்துகொண்டு தங்கி னார்கள்.

சுயம்வரம் நாளன்று பாஞ்சால தேசம் கோலாகலமான அலங்காரங்களுடன் காட்சியளித்தது. ஆடவரும் பெண்டிரும் பட்டாடைகள் புனைந்து, தங்கள் தங்கள் வீட்டுப் பண்டிகைபோல மகிழ்ச்சியுடன் காணப்பட்டனர். குந்தியினுடைய ஐந்து குமாரர் களும் பிராமண வேடம் பூண்டு சுயம்வர மண்டபத்துக்குச் சென்று விட்டார்கள். குயவனும், மனைவியும்கூட போய்விட்டார்கள். குந்திமாத்திரம் வீட்டிலே தனியாக இருந்தாள்.

அவள் மனம் சஞ்சலத்தில் மீண்டும் உழன்றது. வெகு காலமாக மனதிலே கனன்றுகொண்டிருந்த தீ இப்பொழுது சுவாலைவிட்டு எழும்பியது. அவளுடைய தீராத விசனத்துக்கு விரைவிலேயே விமோசனம் கிடைக்கக்கூடும்! தன் குமாரர்களின் பௌருஷத்தில் வைத்த நம்பிக்கை வீண்போகாமல் அவர்கள் வெற்றி வீரர்களாகத் திரும்புவார்களென்று காத்திருந்தாள்.

என்னதான் பிராமண வேடம் போட்டாலும் சத்திரிய சின்னங்களை முற்றாக மறைக்க முடியுமா! சிங்கம் போன்ற நடையும், நிமிர்ந்த செஞ்சும், தரை பார்க்காத தலையும் அவர்கள் ராஜவம்சத்தைச் சேர்ந்தவர்கள் என்று கட்டியம் கூறிவிடுமே! தோள்களில் நாண் உறைந்த காய்ப்புகளையும், பெரு விரல்களின் தடிப்புகளையும் எங்கே கொண்டுபோய் மறைப்பது? குந்தி மறுபடியும் விசாரத்தில் ஆழ்ந்தாள்.

அர்ஜுனனுடைய வீர்யம் உலகப் பிரசித்தமானது. மன்மதன் கரும்புவில்லை எடுப்பதுபோல் அர்ஜுனன் தனுசை அநாயாசமாக வளைத்து, நாண் ஏற்றி, ஐந்து சரங்களையும்

செலுத்தி மத்சயத்தை வெட்டி விடுவான் என்பதில் அவளுக்கு ஐயமேயில்லை. சுயம்வரத்திற்குக் காத்திருக்கும் திரௌபதி நெருப்பிலே பிறந்தவள். துருபதராஜன் செய்த பெரும் தவத்தினால் அர்ஜுனனை மணப்பதற்கென்றே அவதரித்தவள். தேவர்களுடைய அந்த வாக்கு பொய்யாகிப் போய்விடுமா? அங்கே வந்து கூடியிருக்கும் அரசர்கள் ஒரு பிராமணன் திரௌபதியை அபகரிப்பதை சும்மா பார்த்துக்கொண்டிருப்பார்களா? பீமன் தன் தோள் வலிமையைக் காட்டாமல் வரமாட்டானே!

இப்பொழுதெல்லாம் பீமனை நேரிலே பார்க்க அவள் கண்கள் கூசுகின்றன. நாணம் வந்து விடுகிறது. ஏதோ பெரும் குற்றம் புரிந்ததுபோல அவள் மனம் படபடக்கிறது.

அரக்கு மாளிகையில் இருந்து அவர்கள் தப்பி சுரங்க வழியாக வெளியேறி விட்டார்கள். பீமன் குந்தியை முதுகிலும், நகுல சகாதேவர்களை இடையிலும், யுதிஷ்டிரனையும், அர்ஜுனனையும் தோளிலும் வைத்துக்கொண்டு புயல்போல வேகமாக நடக்கிறான். எங்கே துரியோதனனுடைய ஒற்றர்கள் பார்த்து விடுவார்களோ என்ற கவலை வேறு. விதுரன் முன்னெச்சரிக்கையாக ஏற்பாடு செய்திருந்த படகுக்காரன் மூலம் கங்கையைக் கடந்து தென்திசையாக செல்கிறான். எண்பது யோசனை தூரம் கடந்தாகிவிட்டது. பயங்கரமான காடு. களைப்பே அறியாத பீமனுக்கு அப்போது களைப்பு மேலிட்டு விடுகிறது. சிறிது இளைப்பாறலாம் என்று பார்க்கிறான். பீமனுடைய வலிமையில் நம்பிக்கை வைத்து அவனுடைய தாயும் சகோதரர்களும் நிச்சிந்தையாக உறங்கிக்கொண்டு இருக்கிறார்கள்.

பீமன் தன் பிதாவை மனத்தினால் தியானித்தான். வாயு தேவன் அப்போது மென்தென்றலாக உருவெடுத்து வந்து பீமனை ஒரு குழந்தையை அணைப்பதுபோல வாஞ்சையுடன் அணைத்துக் கொண்டான். பீமனுடைய தேகம் பரவசமானது. ஒருவித புத்துணர்ச்சி வந்து புதுப்பலத்துடன் பிரகாசித்தான்.

வாயுதேவன் தான் வந்தகாரியம் முடிந்து திரும்பும்போது குந்திதேவியைப் பார்த்தான். அவள் அழகுற ஒரு மரத்தடியில் தன்னை மறந்து சயனித்துக்கொண்டிருந்தாள். அவளுடைய குறையாத சௌந்தர்யத்தில் தடுமாறிய வாயு அடக்கம் இழந்து அவளை இறுகத் தழுவிவிட்டான். எல்லாம் ஒரு கணம்தான். குந்திக்கும் பழைய ஞாபகம் வந்து ஒரு நொடிப்பொழுது அந்த ஸ்பரிச இன்பத்தில் தன்னை இழந்துவிட்டாள். வாயுதேவன் மறைந்துவிட்டான்.

கண்களைத் திறந்தபோது அவள் முன்னால் பீமன் நின்று கொண்டிருந்தான். அவனுடைய முகத்தில் என்றுமில்லாத ஓர் அருவருப்பு. குந்திதேவிக்கு அவன் முகத்தை நிமிர்ந்து பார்க்கக்கூட கூச்சமாக இருந்தது. தலையைக் குனிந்து ரகஸ்யமாகத் தன்னைக் கடிந்துகொண்டாள்.

சொந்த மகனையே நேருக்கு நேர் பார்க்க முடியாதபடிக்கு அவமானமாக இருந்தது. மனதிலே பெரும் சுமையொன்று ஏறி உட்கார்ந்துகொண்டது. துரியோதனாதியரும், சிசுபாலனும் மற்ற அரசர்களும் அவளைத் தூற்றுவதை அவள் அறியமாட்டாளா? முறையற்ற முறையிலே கர்ப்பம் சுமந்தவள் என்று அவளை தூஷிக் கிறார்களே! முறைகேடாக பிறந்த குமாரர்களுக்கு எப்படி ராஜ்யம் சித்திக்கும் என்று குதர்க்கம் பேசுகிறார்களே! திருதராட்டினன் பிறந்த முறையை மறந்துவிட்டார்களா?

இந்த அற்புதமான யோசனையைப் பரீட்சித்துப் பார்க்கும் நேரம் நெருங்கிவிட்டது. சிறு பெண்ணாயிருந்தபோது துர்வாச முனிவர் உபதேசித்த மந்திரத்தைப் பரீட்சித்து சூரியனிடம் ஒரு மகவைப் பெற்றவள். நெஞ்சைக் கல்லாக்கிக்கொண்டு கவச குண்டலத்தோடு ஜொலித்த அந்தக் குழந்தையை ஒரு பேழையிலே வைத்து ஆற்றிலே அனுப்பியவள். அந்த ரகஸ்யம் அவள் மனத்தின் அடியிலே மிகவும் பாதுகாப்பாகப் பூட்டப்பட்டுக் கிடந்தது. அப்படித்தான் இந்த சோதனையும் அவள் மனத்தின் ஆழத்தில் புதைந்துபோய்விடும்.

பாண்டுவுடன் குந்தியும் மாத்ரியும் வனத்திலே வாழ்ந்த காலம். ஒரு ரிஷியும் அவர் பத்தினியும் காட்டிலே மான் உருவம் கொண்டு விளையாடிக்கொண்டிருந்தார்கள். இதை அறியாத பாண்டு அம்பை எய்து ரிஷியைக் கொன்றுவிட்டார். அந்த ரிஷி இறக்குமுன் பாண்டு தன் மனைவியுடன் சேர்ந்தால் அக்கணமே அவருக்கு மரணம் சம்பவிக்கும் என்று சபித்துவிட்டார்.

பாண்டு மனம் உடைந்துபோனார். திரும்பவும் நகரத்துக்குப் போகாமல் வனத்திலேயே மீதி நாட்களையும் தவத்திலே கழிப்பது என்று தீர்மானிக்கிறார். இப்படியே காலம் போகிறது. மூன்று வருடங்கள் ஓடி விடுகின்றன.

திடீரென்று பாண்டுவுக்குத் தான் புத்திரபாக்கியம் இல்லாமல் இறந்து விடுவோமென்று வருத்தம் ஏற்படுகிறது. சந்ததியைச் சிருஷ்டிக்காமல் இறப்பவன் நரகத்துக்குப் போவான் என்ற வாக்கு பாண்டுவை இரவும் பகலுமாக வதைக்கிறது. இந்த வேதனையில் பாண்டு பலநாட்களாக வருந்துகிறான். இறுதியில்

ஒருநாள் குந்தியிடம் தன் யோசனையை வைக்கிறான். ஒரு ரிஷி மூலம் தனக்கு ஒரு மகவைப் பெற்றுத் தரும்படி வேண்டுகிறான். குந்தி நிர்த்தாட்சண்யமாக மறுத்துவிடுகிறாள். பாண்டு திரும்பத் திரும்ப யாசிக்கிறான். அப்படியும் குந்தியின் மனத்தை அவனால் தளர்த்த முடியவில்லை.

ஒருநாள் பாண்டு படும் வேதனையைக் குந்தி பார்த்தாள். அவனுடைய துயரத்தை அவளால் தாங்க முடியவில்லை. இறுகியிருந்த அவளுடைய மனது இளகிவிட்டது. பல வருடங்களுக்கு முன்பு துர்வாசர் தனக்கு உபதேசித்த மந்திரத்தைப் பற்றி பாண்டுவிடம் கூறினாள். பாண்டுவின் மனம் மீண்டும் துளிர்த்தது.

பாண்டுவின் ஆலோசனைப்படி தர்மதேவனை வேண்டி குந்தி ஒரு மகவைப் பெற்றாள். தர்மம் மறு உருவம் எடுத்து வந்ததுபோல வந்து பிறந்தவன்தான் யுதிஷ்டிரன். பாண்டுவின் மகிழ்ச்சியைச் சொல்ல முடியாது.

ஒரு வருடம் கழிந்தது; பாண்டுவுக்கு மீண்டும் ஆசை. குந்தியினால் மறுக்க முடியவில்லை. இம்முறை வாயு பகவானை வேண்டினாள். வலிமைக்கு ஓர் எல்லையல்லவா வாயு? அப்படிப் பிறந்தவன்தான் பீமன். தர்மதேவனிடம் குந்தி பக்தியுடன் நடந்து கொண்டாள் என்றால் வாயுவின் பலம் காரணமாக அவனை பயத்துடன்தான் சேர்ந்துகொண்டாள்.

ஆனால், பாண்டுவுக்கு இன்னும் ஆசை அடங்கவில்லை. இந்தமுறை குந்தி இந்திரனை நினைத்துக்கொண்டாள். அகலிகை மேல் காதல் கொண்டவன் இந்திரன்! தேவர்களுக்கெல்லாம் அரசன். குந்திக்குப் பெருமையாக இருந்தது. அவனிடம் அளவில்லாத காதலுடன் நெருங்கினாள். அப்படிப் பிறந்தவன்தான் அர்ஜூனன். கண்ணைப் பறிக்கும் வனப்புடன் ஜொலித்தான் அவன்.

கண்டவர்கள் எல்லாம் காதல்கொள்ளும் லட்சணம் கொண்டவன் அர்ஜூனன். அதற்குச் சமமான வீரமும் பராக்கிரமும் படைத்தவன். யுதிஷ்டிரனுக்கு வலது கரம் பீமன் என்றால் அவனுடைய இடது கரம் அர்ஜூனன். வஞ்சகமாக இழந்த ராஜ்யத்தை மீட்பதற்கு யுதிஷ்டிரன் இவர்களுடைய பராக்கிரமத்தைதான் நம்பியிருந்தான்.

அர்ஜூனன் பிறந்த பிறகுகூட பாண்டுவின் ஆசை தணியவில்லை. மீண்டும் குந்தியை வற்புறுத்தினான். ஆனால், குந்தி பிடிவாதமாக மறுத்துவிட்டாள். தேவேந்திரனுடன் கூடிய பிறகு

அவளுக்கு வேறு தேவர்களை வரிப்பதில் நாட்டமில்லை. அவளே வலிந்து சென்று துர்வாசருடைய மந்திரத்தை மாத்ரிக்கு உபதேசித் தாள். அந்த மந்திரத்தின் மகிமையில் மாத்ரிக்கும், அஸ்வினி குமாரர்களுக்கும் பிறந்தவர்கள்தான் இந்த நகுலனும், சகா தேவனும்.

அழகு என்று பார்த்தால் சகாதேவனுடைய அழகு யாருக்கு வரும்? எல்லோருக்கும் இளையவன். அவன் நிறமும் தாமரை போன்ற கண்களும் எவரையும் மயக்கிவிடும். அதிலும் மகாபுத்தி சாலி, வாக்குவல்லவன். உண்மையைச் சொல்வதற்கு அஞ்ச மாட்டான்.

இந்தச் சகாதேவன் சிறுவனாக இருந்தபோது என்ன கேள்வி கேட்டுவிட்டான்?

சதஸ்சிருங்க வனத்தில் குந்தியும் மாத்ரியும் ஐந்து புதல்வர் களுடன் கழித்த அந்த மகிழ்ச்சியான காலம். சிறுவர்கள் ரிஷி களிடம் பாடம் கற்று வந்தார்கள். அப்பொழுது ஒருநாள் சகா தேவன் அழுதுகொண்டே ஓடி வந்தான். குந்தி அவனை அள்ளி மடியில் இருத்தி, "குழந்தாய்! என்ன நடந்தது?" என்று கேட்கிறாள்.

அதற்குச் சிறுவன் சகாதேவன் சொல்கிறான்: "தாயே! என்னால் இந்த ரிஷி குமாரர்களின் பரிகாசத்தை இனிமேலும் தாங்க முடியாது. என் தந்தை யார்? என் உடன் பிறந்தவர்களின் தந்தையர் யார்? யுதிஷ்டிரனுடைய பிதா தர்மதேவன் என்று சொல்கிறார்கள். பீமனுக்கு வாயுதேவனாம். அர்ஜுனனுக்கு இந்திரனாம். எங்கள் பிதாவோ அஸ்வினி குமாரர்கள். ரிஷி குமாரர்களுக்கோ ஒரேயொரு தந்தைதான். எங்களுக்கோ பல தந்தைகள்! என்னால் இந்த அவமானத்தை எப்படித் தாங்க முடியும்? எப்பொழுது பார்த்தாலும் அவர்கள் என்னை இம்சித்த படியே இருக்கிறார்கள்."

குந்தியினால் பதில் சொல்ல முடியவில்லை. அவள் முகம் தரை பார்த்தது. கண்களில் நீர் கோத்துவிட்டது. அன்று தொடங்கிய இழுக்கு இன்றுவரை இழுத்துக்கொண்டே போகிறது. ரிஷி குமாரர்கள் மாத்திரமா? எல்லோரும்தான் அவளைத் தூற்றுகிறார்கள்.

அவளுடைய துயரம் எல்லாம் இந்தச் சுயம்வரத்தில் நிச்சயமாக தீர்ந்துவிடும். அதற்குப் பிறகு குந்தியை யாரும் நூதனப்

பிறவிபோலப் பார்க்க மாட்டார்கள். இழித்துக் கூறார்கள், பாண்டு இருக்கும்போதே பிற புருஷர்களை வரித்தவள் என்று வசைபாட மாட்டார்கள்.

தூரத்திலே கேட்ட அந்தச் சத்தம் ஓங்கி வளர்ந்து வாசல் வரைக்கும் வந்துவிட்டது. அதைத் தொடர்ந்து பெரிய ஆர வாரமும், சனங்களின் சிரிப்பொலியும் கேட்டது. குந்தி தான் செய்ய வேண்டியதை இன்னொருமுறை மனதிலே நன்கு தீர் மானித்துக்கொண்டாள். சோதனைக்கான சமயம் வந்துவிட்டது. வாசல் பக்கம் போகாமல் குந்தி நன்றாக உள்ளேபோய் உட்கார்ந்து கொண்டாள்.

வாசலில் இப்போது காலடிச்சத்தம் வெகு துல்லியமாகக் கேட்டது. காதுகளைக் கூர்மையாக்கி கவனித்தபோது வளையல் குலுங்கும் ஓசையும் கேட்டதுபோல இருந்தது.

யுதிஷ்டிரன்தான் பேசினான். வாசலில் இருந்து கொண்டே மகிழ்ச்சி பொங்க உரத்த குரலில் கூறினான்.

"தாயே! பிட்சை கொண்டு வந்திருக்கிறோம்"

குந்திதேவி உடனேயே பதில் கூறவில்லை. இந்தத் தருணத் திற்காக அவள் எவ்வளவு வருடங்கள் காத்திருந்தாள்!

சிறு பெண்ணாக இருந்தபோது குந்தி சூரியனை வேண்டி கர்ப்பம் திறந்து கர்ணனைப் பெற்றாள். உலகறிய சுயம்வர மண்ட பத்தில் பாண்டுவுக்கு மாலையிட்டாள். சதஸ்சிருங்க வனத்தில் பாண்டுவின் ஆணைப்படி மூன்று தேவர்களை வரித்து பிள்ளை களைப் பெற்றாள்; எல்லாமாக அவளுக்கு ஐந்து புருஷர்கள்.

மனதைத் திடப்படுத்திக்கொண்டு குந்தி யுதிஷ்டிரனுக்குப் பதில் கூறினாள்.

"என் குமாரர்களே! பிட்சை கொண்டு வந்திருக்கிறீர்களா? வழக்கம்போல ஐவரும் பங்கு போட்டுக்கொள்ளுங்கள்."

தாயாருடைய வாக்கை தேவவாக்காக எடுத்துக்கொள்ளும் பாண்டவர் ஐவரும் திரௌபதியைத் தங்கள் மனைவியாக ஏற்றுக் கொண்டனர்.

குந்தி தன் மனதிற்குள்ளே மெல்ல நகைத்துக்கொண்டாள். இனிமேல் யாரும் அவளை ஓர் அவச்சொல் சொல்லப் போவதில்லை. நிம்மதியான பெருமூச்சு ஒன்று அவளிடமிருந்து வெளியே வந்தது.

பி.கு.: நான் காலையில் எழுவதற்கு ஐந்து நிமிடங்கள் முன்பே என் மனமானது எழுந்துவிடும். எழுந்து எனக்காகக் காத்திருக்கும். இந்த மனம் கேட்கும் ஆயிரம் கேள்விகளுக்கு நான் பதில் சொல்லியாக வேண்டும். இது அன்றாடம் நடக்கும் சங்கதி.

இப்படியான ஒரு காலை வேளையில் என் மனம் கேட்ட கேள்விகளில் எனது கற்பனை விரிந்தது. அதில் பிறந்தது தான் இந்தக் கதை. பாரதம் அறிந்த பெரியவர்கள் மன்னிப் பார்களாக.

◆

வசியம்

சிவசம்புவை எனக்கு நன்றாக ஞாபகமிருக்கிறது. நான் சிறுவனாக இருந்தபோது எங்கள் கொழும்பு வீட்டுக்கு அப்பா வைப் பார்க்க அடிக்கடி வருவார். மெலிந்த உயரமான உருவம்; முன்னத்தம் பல்லிலே கதியால் போட மறந்ததுபோல ஒரு பெரிய ஓட்டை. கரைபோட்ட வேட்டிதான் எப்பவும் கட்டிக்கொண்டிருப் பார். தலைமுடி கோரைப்புல்போல நட்டுக்கொண்டு நிற்கும். முகம் என்றால் பார்க்க வெகு சாதாரணம்தான்.

ஆனால், அவர் கதைக்கத் தொடங்கினால் அந்த முகத்திலே ஏற்படும் மாறுதல் அதிசயிக்க வைக்கும். ஒரு ரோஜா மலர் பார்த்துக்கொண்டிருக்கும்போதே பூப்பதுபோல அவருடைய முகம் விகசித்துக்கொண்டே வரும். அபூர்வமான ஒரு புது மனிதராக அவர் மாறிவிடுவார். அவர் குரல் வளமும், சொற்களை உச்சரிக் கும் விதமும் எவரையும் வசீகரித்துவிடும். இப்படியாக ஒரு பரிணாம அழகை நான் வேறு யாரிடமும் பார்த்ததில்லை.

எங்கள் வீட்டின் முன் வளவில் வீதியை ஒட்டியபடி ஒரு வேப்பமரம் இருந்தது. நான் எப்பவும் அந்த மரத்தின் கீழ் இருந்து விளையாடிக்கொண்டிருப்பேன். ஐந்து தலைமுறையாக அந்த மரம் அங்கே இருப்பதாக அம்மா சொல்லுவாள். அவ்வளவு பிரமாண்ட மான மரம். அதன் கொப்புகளெல்லாம் வளைந்து நாலாபக்கமும் கிளைபரப்பி அடர்ந்து ஆகாயத்தை நிறைத்துக்கொண்டிருக்கும். நான் அண்ணாந்து பார்க்கும் சமயங்களில் சூரியகிரணங்கள் மிகவும் சிரமப்பட்டு இந்த இலைகளைத் துளைத்து பொட்டுப் பொட்டாகக் கீழே விழுந்து கண்களைக் கூசச்செய்யும்.

சிவசம்பு என்னைப் பார்க்காமல் ஒருபோதும் திரும்ப மாட்டார். 'சண்டைக்கு வாறியா? திறப்பு தாறியா?' என்று சொல்லிக்கொண்டே வந்து என் விளையாட்டிலேயே கலந்து கொள்வார். என்னுடைய மந்திரசக்தியின் மகிமையில் அவர் ஒருவருக்கே பூரண நம்பிக்கை இருந்தது. நான் வேப்பமரப் பொந்திலே ஒளித்து வைத்திருக்கும் என்னுடைய மந்திரக்

கோலினால் உயிர் கொடுத்த கிளிகளும் குயில்களும் காக்கைகளும் கரிக்குருவிகளும் நாகணவாய்களும் அந்த மரத்தை நிறைத்திருந்தன. இதை நான் அவரிடம் கூறும்போதெல்லாம் அவர் என்னிடம் மிகுந்த பயபக்தியுடன் நடந்துகொள்வார்.

அவகாசமான சமயங்களில் எனக்கு அவர் கதைகள் சொல்லுவதுமுண்டு. எல்லாம் மந்திரதந்திரக் கதைகள்தான். ஏழு கடல் தாண்டி ராஜகுமாரியை ஒளித்து வைத்திருக்கும் ராட்ச சனைப்பற்றியும், ஆயிரம்தலை நாகத்தைப் பற்றியும், ஒரு பனை உயரமான ஒற்றைக்கண் அசுரனைப் பற்றியும் நிறையக் கதைகள் வைத்திருக்கிறார். அமாவாசை இருட்டிலே தனியாகப் போகும் போது பேய்கள் செய்யும் சேஷ்டைகளைத் தான் எப்படித் தந்தி ரோபாயங்கள் செய்து முறியடிப்பார் என்றெல்லாம் சொல்லுவார்.

அநேக மந்திரவாதிகளையும் பேயோட்டிகளையும் அவர் நேருக்கு நேர் பார்த்திருக்கிறாராம். மந்திரவாதிகள் இவரை மதிப்பதற்குக் காரணம் இவர் ஒரு சக்தி வாய்ந்த பேயை வாலாயம் செய்து வைத்திருப்பதுதான் என்றும் சொல்லுவார். கடும் வெயிலில் சைக்கிளில் செல்லும்போது அவர் குடையே பிடிப்ப தில்லை. அவர் வாலாயம் செய்த பேய்கள் இவர் சால்வையைத் தலைக்குமேல் செவ்வக வடிவமாகப் பிடித்தபடியே வருமாம். இவற்றையெல்லாம் அவர் சொல்லும்போது நான் அடக்கமுடியாத ஆவலுடனும் திகைப்புடனும் வாய் மூடாமல் கேட்டுக் கொண்டிருப்பேன்.

சுருதியை விட்டு விலகிச் செல்லும் பாடகர் திரும்பத் திரும்ப வந்து சுருதியில் சேர்ந்துகொள்வதுபோல சிவசம்புவும் அடிக்கடி வந்து அப்பாவைச் சந்தித்தார். கடைசியில் ஒருநாள் அப்பாவிடம் நிரந்தரமாக வேலைக்குச் சேர்ந்துவிட்டார். தன்னுடைய வாக்கு சாதுர்யத்தினால் அவர் அம்மாவையும் சீக்கிரமே வளைத்துப் போட்டுக்கொண்டார். சமையல் கட்டு வரைக்கும் தங்கு தடை யின்றிப் போய்வருவார். அப்பா வழக்கறிஞர் என்றபடியால் அவருடைய கட்சிக்காரர்களின் கேஸ் விஷயங்களை இவர் கவனித்துக்கொண்டார். அவர் செய்த வேலை என்னவென்று திட்டவட்டமாக எனக்குச் சொல்லத் தெரியாது. ஆனால், ஓர் எழுத்தருக்கும், வேலைக்காரனுக்கும் இடைப்பட்ட இடத்தை அவர் நிரப்பினார் என்றே நினைக்கிறேன். அப்பாவின் கட்சிக் காரர்கள் செருப்புடன் உள்ளே நுழைவார்கள். ஆனால், இவருடைய செருப்பு எப்பவும் வெளியேதான் காட்சியளிக்கும்.

நாலுமணிப்பூ இரண்டு மணிக்கே பூத்ததுபோல் ஒருநாள் அதிகாலை எங்கள் வீடு ஓர் அவசரத்துடன் விடிந்தது. ஏதோ கல்யாண வீட்டு ஆரவாரம்போல அது திமிலோகப்பட்டுக் கொண்டிருந்தது. என் நாலு வயதுத் தங்கை கண்கள் பொங்க புன்சிரிப்போடு இருந்தாள். அவள்தான் நாயகி; சந்தோஷம் தாங்க முடியாமல் நெளிந்தாள்.

அவள் கழுத்திலே போட்டிருந்த தங்கச் சங்கிலியைக் காண வில்லை. இரவோடு இரவாக யாரோ திருடன் வந்து களவாடி விட்டான் என்று அம்மா சத்தமாகக் கூவிக்கொண்டிருந்தாள். சன்னல்களும் கதவுகளும் கூரை முகடுகளும் அப்படி அப்படியே தான் இருந்தன. கள்ளன் எப்படி வந்து போயிருப்பான் என்ற விடை தெரியாமல் எல்லோரும் தவியாய்த் தவித்தார்கள்.

என் தங்கை போட்டிருந்தது சின்ன விரல் சைஸில் மொத்த மான சங்கிலி. அதில் ஒரு குண்டுப் பதக்கம் வேறு, மாட்டுக்குச் சங்கிலி போட்டு மணி கட்டியதுபோல இவள் இந்தப் பெரிய சங்கிலியின் பாரம் தாங்காமல் குனிந்துகொண்டுதான் நடப்பாள். சங்கிலி இல்லாமல் அவள் கழுத்து லேசாகவும் வடிவாகவும் இருந்தது. அவளுடைய கடைக்கண் புன்சிரிப்புக்கு அதுவும் ஒரு காரணமாக இருக்கலாம்.

தான் ஒரு பிரபல வழக்கறிஞரின் மனைவி என்பது ஞாபகம் வந்தவுடன் அம்மா என் தங்கையை முறையாக குறுக்கு விசாரணை செய்ய ஆரம்பித்தாள். என் தங்கையோ கமுக்கமாக இருந்தாள். அம்மா அவளை உலுக்கியதும் இது விளையாட் டில்லை என்ற விஷயம் முதன் முறையாக உறைத்தது. ஒற்றைக் கையால் கண்ணைக் கசக்கிக்கொண்டே என்னைப் பார்த்து பதில் சொல்ல ஆரம்பித்தாள். அவளுடைய புன்சிரிப்பு இப்போது போய்விட்டது. பதில்கள் ஒன்றுக்கொன்று முரணாக வந்தன.

அந்த நேரம் பார்த்து அப்பா அவள் சகாயத்திற்கு வந்தார். அம்மாவின் குறுக்கு விசாரணை குறுக்காலே தறிக்கப்பட்டது. என் தங்கையோ ஓவென்று அழுதுகொண்டு அப்பாவிடம் ஓடினாள். அம்மா அவளைப் படுக்கையில் போட்டபோது கழுத்திலே சங்கிலி இருந்ததைத் தன் கண்ணாலே பார்த்ததாகக் கூறினாள். சிறிது நேரம் கழித்து அம்மாவுக்கும் தான் சொல்வதில் கொஞ்சம் ஐமிச்சம் வந்துவிட்டது.

அம்மாவின் சந்தேகம் இப்பொழுது வேலைக்காரர்களின் மேல் திரும்பியது. அப்பாவோ வீட்டையும் தோட்டத்தையும்

மூலை முடுக்கு விடாமல் தேடும்படி உத்தரவு போட்டிருந்தார். வேலைக்காரர்கள் தங்கள் பேர்களைக் காப்பாற்றிக்கொள்ள வீட்டைத் தலைகீழாகக் குலுக்கித் தேடினார்கள். ஓர் இழவும் கிடைக்கவில்லை; நான் எப்பவோ தொலைத்த பொன்வண்டு நெருப்புப் பெட்டிதான் கிடைத்தது.

அப்பொழுதுதான் சிவசம்பு மந்திரவாதியைக் கூப்பிட வேண்டும் என்ற சிலாக்கியமான யோசனையை முன்வைத்தார். அப்பாவுக்கு இப்படியான விஷயங்களில் நம்பிக்கை இல்லை. தீர்க்கமாக மறுத்துவிட்டார். பொங்கல் பானையைச் சுண்டிப் பார்த்தும், முட்டையைத் தூக்கிப் பார்த்தும் வாங்கும் அம்மாவோ சிவசம்புவின் மகுடியில் மயங்கி இருந்தார். இந்த மந்திரவாதி இதற்குமுன் செய்த மகத்தான காரியங்கள் எல்லாவற்றையும் பக்கத்தில் நின்று பார்த்ததுபோல சிவசம்பு விஸ்தரித்தார். மந்திரவாதியின் updated biodata வை சமர்ப்பித்தும் அப்பாவிடம் பருப்பு வேகவில்லை.

விரதம் இருந்து பூஜை முடித்து குத்து விளக்கின் ஒளியில் வெற்றிலையில் மைதடவிப் பார்க்கும்போது இஷ்ட தெய்வம் வந்து களவெடுத்த ஆளைக் காட்டிக் கொடுத்துவிடும் என்ற சங்கதியை சிவசம்பு எனக்கு ஏற்கனவே கூறியிருந்தார். ஆனால், மந்திர வாதியை வீட்டுக்குத் தருவிக்கும் இப்படியான ஓர் அருமையான சந்தர்ப்பம் அப்பாவுடைய முரட்டுப் பிடிவாதத்தால் முடங்கிப் போனது.

அடுத்த நாள். எங்கள் வீட்டில்தான் அவசரத்துக்கு வெற்றிலை கிடைக்காதே! நான் வேப்பமரத்தின் கீழ் இருந்து பூவரசம் இலையில் அம்மாவுக்குத் தெரியாமல் மறைத்துக்கொண்டு வந்த தங்கச்சியின் பொட்டுச்சிரட்டை மையைப் பூசி, சங்கிலியை மீட்பதற்கு தகுந்த மந்திரங்களை ஓதியபடி இருந்தேன். அந்த நேரம் பார்த்து அம்மா வந்து சலவைக் கூடையில் தங்கச்சியின் உடுப் போடு சங்கிலி மாட்டியிருந்த விவகாரத்தை பறையடித்துச் சொல்லிவிட்டார். நான் வாலாயம் செய்து வைத்த தேவதையின் சக்தியை சிவசம்புக்குக் காட்டவேண்டிய அருமையான சந்தர்ப்பம் இப்படித்தான் ஓர் இழையில் தவறிப்போனது.

அப்பா ஒரு பேர்போன வழக்கறிஞர். இந்த இந்த வழக்கு களைத்தான் எடுப்பதென்ற கொள்கையில்லை. எல்லாவிதமான வழக்குகளையும் எடுத்துத் திறமையாக வாதாடி வென்றுவிடுவார். கூர்மையான அறிவும், சாதுர்யமான குறுக்கு விசாரணையும்தான் காரணமென்று அம்மா சொல்லுவாள்.

ஓர் ஓடிப்போன கேஸ். அந்தப்பெண் வழக்காட வந்தபோது கோர்ட்டே ஸ்தம்பித்துவிட்டதாம். அவ்வளவு அழகு. அவள் நடந்து வந்தபோது வழக்கு மண்டபமே ஒளிவிட்டு பிரகாசித்த தாம். அவளுடைய சிரிப்பு இதயத்திலே இருந்து முளைத்து வெளியே வந்து விரியும் பூப்போல இருக்கும் என்று அப்பா வர்ணித்தார். நீதிபதி அவளையே பார்த்துக்கொண்டிருந்ததில் வழக்கை கவனிக்கவில்லையாம். அந்த வழக்கிலும் அப்பாவுக்கே வெற்றி. அம்மா எரிச்சலுடன் இந்தக் கதையைச் 'சரி, சரி காணும்' என்று அரைவாசியில் நிறுத்தியதாக ஞாபகம்.

அப்பாவுடைய உண்மையான திறமைக்குச் சவாலாக ஒரு வழக்கு விரைவிலேயே வந்தது. சிவசம்பு மூலமாகவே வரும் என்பதை மட்டும் யாரும் அப்போது கனவிலேகூட நினைத்திருக்க வில்லை.

என் அப்பா எப்பவும் சிரித்தபடியே இருப்பார். அது அவர் சுபாவம். சோகமாக அவர் இருந்த நேரங்கள் மிகவும் குறைவு. அவரைச் சுற்றிவர ஆட்கள் இருக்க வேண்டும். சவடாலாகப் பேசி முசுப்பாத்தி கதைகள் சொல்லி ஆனந்தமாகப் பொழுது போக்குவது அவருக்கு நிறையப் பிடித்த கலை.

அம்மா அப்படியல்ல. சூட்சுமமான புத்தி கொண்டவள். ஒருவர் பேசும்போதே அவர் அடுத்து என்ன சொல்லப் போகிறார் என்பதை ஊகித்துவிடுவாள். அங்கசாஸ்திரம் (body language) என்பது என்னவென்று தெரியாமலே அதைப்பற்றிய எல்லா விபரங்களும் அறிந்து வைத்திருந்தாள். சிவசம்புவுடைய வாக்கு சாதுர்யத்தில் மயங்கியிருந்தாலும் தொடக்கத்திலிருந்து அம்மா வுக்கு அவரைப் பற்றி நல்ல அபிப்பிராயம் இல்லை. அவர் கால் களை ஒடுக்கிக்கொண்டு நிற்கும் விதம், நிலம் படாமல் எவ்வி நடக்கும் தோரணை, முழங்கால்களை முட்டிக்கொண்டு உட்காரு வது எல்லாம் அம்மா அவர் மேல் கொண்டிருந்த எண்ணத்தை வலுவாக்கின.

வேப்பம்பூ உதிர்ந்து நிலம் எல்லாம் மெத்தைபோல ஆகி யிருந்தது. நாங்கள் நடக்கும்போது அந்தச் சின்னச் சின்னப் பூக்க ளெல்லாம் கால்களில் ஒட்டிக்கொள்ளும். அம்மா நாலு இடங் களில் பாய் விரித்து வேப்பம் பூக்களைச் சேகரித்துக்கொண்டு இருந்தாள், வடகம் செய்வதற்கு. பூ மணம் காற்றிலே பரவி இனிய போதை தந்து கொண்டிருந்தது.

என் தங்கைக்கு மந்திரவித்தை காட்டிக்கொண்டு இருந்தேன். பள்ளிக்கூடத்தில் இருந்து வரும்போது எப்பவும் என் பெட்டியில்

சிறு உணவு மிச்சம் வைத்துக்கொண்டு வருவேன். என் குருவிகளுக்கும் அணில்களுக்கும் போட. அணில்களுக்கு சாப்பாடு கொடுத்தபோது அவை என் கைகளுக்கு அருகிலேயே வந்து சாப்பிட்டன; சில சமயம் என் கைகளிலே ஏறிக்கூட விளையாடும்.

பால் காவடியில் கட்டிய மணிகள் கிணுங்குவதுபோல பறவைகளின் சப்த ஜாலங்கள் மரத்தை நிறைத்திருந்தன. மைனாக்களும் கலகலவென்று தங்கள் தங்களுக்கு விதித்த ஸ்வரங்களை எழுப்பின. இந்தப் பறவைகள் தங்களுக்குள்ளே மட்டும் கதைக்கின்றனவா அல்லது மற்றப் பறவைகளுடனும் பேசிக்கொள்கின்றனவா? மனிதனுக்கு ஏற்பட்ட சாபம் போல் இவற்றுக்கும் மொழிப் பிரச்சினை உண்டா? இந்த மைனாக்களுக்குத்தான் எத்தனை வார்த்தைகள்! சற்று உன்னிப்பாகக் கேட்டால் அவை கதைப்பது புரிவதுபோலவே இருக்கும்.

அப்பாவின் அலுவலக அறையின் முன்பு வழக்கமாகக் காணப்படும் சிவசம்புவின் செருப்பு அன்றைக்கு இருக்கவில்லை. நான் அதைப்பற்றி யோசித்த அந்தக்கணமே வாசல் கதவைத் திறந்துகொண்டு அவர் விசுக்கென்று வெளிப்பட்டார். அவருக்குப் பின்னால் ஒரு வயதான சிங்கள மனுசியும் இளம் பெண்ணும் வந்தார்கள். அந்தப் பெண்ணுடைய சடை மேகத்தைப்போல கறுத்து விரிந்துபோய் அவள் தோள்களைத் தொட்டபடி இருந்தது. செக்கச்சிவப்பாக இருந்தாள். மாமிச பட்சணியா, தாவர பட்சணியா என்று தீர்மானிக்க முடியாதபடி கழுத்தில் கிடந்த சங்கிலியை மென்றபடி காணப்பட்டாள். சிவசம்பு என்னைச் சட்டை செய்யாமல் அவர்களுக்கு முன்னாலே அடியழித்துக் கொண்டு போனார். இவர் வாசலிலே செருப்பைக் கழற்றி விட்டபோது அவர்களும் கழற்றினார்கள்.

அன்றிரவு அப்பா அந்த வழக்கு விஷயமாக அம்மாவிடம் சொன்னார். அந்த மனுசியின் கணவன் இறந்து விட்டானாம். அவர்களுடைய சொத்தில் பங்கு கேட்டு எல்லோரும் சண்டை போடுகிறார்களாம். அதை மீட்பதற்குத்தான் அவள் தன் மகளுடன் வந்திருந்தாள். சொத்தை எப்படியும் மீட்காவிட்டால் அவர்கள் நடுத்தெருவில்தானாம்.

இப்படி அவர்கள் அடுத்தடுத்து கேஸ் விஷயமாக வந்தார்கள். சிவசம்புவும் நிலபாவாடை விரித்து அவர்களைக் கூட்டிக் கொண்டு வந்தார்; போனார். அம்மாவுக்கு இந்த விஷயம் நெருடியது. இவர் ஏன் இந்த வழக்கில் இவ்வளவு கரிசனை எடுக்கிறார். அவை சொந்த பந்தமும் இல்லை; இவர் தமிழ்;

அவர்கள் சுத்தமான சிங்களம். சமையலறை வரைக்கும் படை யெடுத்து அம்மாவிடம் தேநீர் வாங்கிவந்து அவர்களுக்குத் தன் கையால் கொடுக்கிறாரே!

வெகு சீக்கிரத்திலேயே இந்த மர்மத்துக்கு விடை கிடைத்தது. ஒருநாள் சிவசம்புவின் மனைவி அம்மாவைத் தேடி வந்தார். கறுப்பு உருவம். மூக்கிற்குப் பொருத்தமில்லாமல் பெரிய மூக்குத்தி. அந்த மூக்குத்தியிலும், அதைச் சுற்றியிருந்த தோல் பிரதேசத்திலும் அழுக்கு கணிசமான அளவுக்கு சேர்ந்திருந்தது. புழுதி படிந்த செருப்பைப் போட்டுக்கொண்டு எனக்கு முன்னாலே அவர் உயரமாக நின்றுகொண்டிருந்தார்.

நான் என்னுடைய மந்திர வித்தையை அரைகுறையாக நிறுத்தி மந்திரக்கோலை அவர் அறியாதவாறு மரப்பொந்தில் ஒளித்துவிட்டு அவரைப் பின்பக்கமாக அம்மாவிடம் அழைத்துப் போனேன். மந்திரக்கோலை ஒரு நாளைக்கு ஒருமுறைதான் பாவிக்கலாம். மரப்பொந்தில் திருப்பி வைத்துவிட்டால் அதனுடைய சக்தி போய்விடும். இனி அடுத்த நாள்வரை நான் காத்திருக்க வேண்டும்.

அந்த மூக்குத்தி மாமி அழுதழுது கதைகள் சொல்லிக் கொண்டிருந்தபோது அம்மாவும் அது தனக்கு ஏற்கனவே தெரியும் என்ற தோரணையில் கேட்டுக்கொண்டிருந்தாள். மாமிக்கு கண் எல்லாம் சிவந்து முகம் வீங்கியிருந்தது. அம்மா மாமியைத் தேற்றி அப்பாவிடம் கதைப்பதாக உறுதிமொழி கூறி அனுப்பி வைத்தாள். நான் திரும்பவும் கேட் வரைக்கும் கூட்டிக்கொண்டுபோய் விட்டேன். மாமி என் தலையைத் தடவிவிட்டு வீச்சாக நடந்து போனார். அப்படிப் போகும்போது அந்த உடம்பில் இருந்து புறப்பட்ட ஒரு மண்ணெண்ணெய் வாசனையும் கூடவே போனது.

அப்பா வந்ததும் வராததுமாக அம்மா இந்த விஷயத்தைச் சாங்கோபாங்கமாக விவரித்தாள். இந்த உரையாடல்களில் மூக்குத்தி மாமி சொல்லாத பல விஷயங்களும் அம்மாவின் ஞானக்கண்ணால் விரிவுபடுத்தி அலசப்பட்டன. அப்பா அதிர்ந்து விட்டார். இருந்தாலும் அவருடைய முகம் அதைக் காட்டவில்லை.

அம்மா சொன்னதின் சாராம்சம் இதுதான். சிவசம்பு இப்போது வீட்டுக்கே போவதில்லை; காசும் கொடுப்பதில்லை யாம். அந்தச் சிங்கள மனுசியின் வீட்டிலேயே பழியாய்க் கிடக்கிறாராம். அந்த மனுசியின் மகளோடு சிநேகமாம். அந்தப் பெண்ணுக்கோ இவருடைய வயதில் அரைவாசிதான் இருக்கும்.

ஆனால், இந்த மன்மதனிடத்தில் மனதைப் பறிகொடுத்து விட்டாளாம்.

அம்மா இந்த விஷயத்தில் பல ஆராய்ச்சிகளை ஏற்கனவே செய்து முடித்திருந்தாள். இந்தப் பெட்டைக்கும் அந்த மனு சனுக்கும் எப்படி இவ்வளவு தீவிரமான காதல் முளைத்தது, இதில் ஏதோ மர்மம் இருக்கிறது. அவர் சமையலறையில் வந்து அவர் களுக்காக தேநீர் எடுத்து போகும்போது வசியமருந்து போட்டி ருப்பார் என்பது அம்மாவுடைய அசைக்க முடியாத ஊகம். மந்திரம், மாந்திரீகத்தில் சிவசம்புவுக்கு உள்ள ஈடுபாடு பற்றி அம்மாவுக்கு ஏற்கனவே தெரியும். அப்பா வழக்கம்போல ஒரு சிரிப்புடன் அந்த விஷயத்தை dismiss பண்ணிவிட்டார்.

அம்மாவின் தொடர்ந்த வற்புறுத்தலுக்குப் பிறகு சிவசம்பு வுடன் இந்த விஷயத்தையெல்லாம் கதைப்பதற்கு அப்பா ஒப்புக் கொண்டார். இன்னொருவருடைய சொந்த விவகாரத்தில் தலையிட அப்பாவுக்கு ஒரு தயக்கம் இருந்தது. அம்மாவுக்காக வேண்டா வெறுப்பாகச் சம்மதித்தார் என்றே நினைக்கிறேன். அப்பா இப்படிப் பயப்பட்டிருக்கத் தேவையில்லை. அவர் கதைக்க வேண்டிய அவசியம் வரவேயில்லை !

வேப்பம்பழக் காலம் வந்துவிட்டால் சொல்லவே வேண் டாம். விதம் விதமான பறவைகளும் அணில்களும் குருவிகளும் மரத்தை வந்து மொய்த்துவிடும். இருப்புப் பறவைகள் தவிர வரத்துப் பறவைகளும் உரிமை கொண்டாடி எங்கிருந்தோ எல்லாம் வந்துவிடும். அவற்றில்தான் எத்தனை ஜாதிகள், எத்தனை வண்ணங்கள், எத்தனை உருவங்கள், எத்தனை ஒலிகள். கலவன் பாடசாலைக் குழந்தைகள்போல அந்தப் பறவைகளின் கலகல வென்ற ஆரவாரத்தில் அந்த மரம் ஒரு தொனிக்கூடமாக மாறிவிடும்.

இந்தக் காலங்களில் வரும் விடுமுறை நாட்களை நிறைய அனுபவிக்கவேண்டும் என்ற ஆசையில் நான் அதிகாலையிலேயே எழும்பிவிடுவேன். கட்டிப் பிடிக்கலாம் போன்று ஆர்வத்தைத் தூண்டும் மோகனமான வைகறையில் பறவைகளுக்குத் தப்பிய வேப்பம்பழங்கள் கீழே விழுந்தபடியே இருக்கும். அந்தக் கீச்சல்களுக்கிடையிலும் நான் ஒருநாள் என்னுடைய மந்திரக்கோல் தியானத்தில் இருந்தபோது தோட்டக்காரன் வந்ததையோ, அவனு டைய முகம் பேயைக்கண்டதுபோல வெளுத்துப்போய் இருந்த தையோ கவனிக்கவில்லை.

தோட்டக்காரன் சொன்ன சேதியைக் கேட்டதும் அப்பா அவனையே சிறிது நேரம் பார்த்துக்கொண்டிருந்தார். ஒன்றுமே பேசவில்லை. அவர் கையிலே இருந்த பத்திரிகை கீழே பொத்தென்று விழுந்தது. முழுசாக ஒருநிமிடம் கழிந்த பிறகுதான் தோட்டக்காரனை இன்னொருமுறை நடந்ததைக் கூறும்படி சொன்னார். அம்மா வார்த்தைகள் இல்லாத ஒரு ஒலியில் ஓவென்று சத்தமிட்டுக் கண்ணீர் விட்டபடி இருந்தாள்.

சிவசம்பு முதல்நாள் இரவு தன்னுடைய மனைவி அம்மாவிடம் வந்து புலம்பியதை அறிந்துவிட்டார். அதிலேயிருந்து சண்டை தொடங்கி கடுமையாகிவிட்டது. உச்சக்கட்டத்தில் ஆத்திரத்தில் கண்தெரியாமல் கைக்கெட்டிய பாண் வெட்டும் கத்தியை எடுத்து மனைவியைக் குத்திவிட்டார். படாத இடத்தில் பட்டு மனைவி இறந்துவிட்டார். சிவசம்பு இப்போது காவல் நிலையத்தில் வைக்கப்பட்டிருக்கிறாராம்.

இந்த வழக்கை அப்பா எடுக்கக்கூடாதென்று அம்மா பிடிவாதமாக இருந்தாள். சிவசம்பு தன்னுடைய மனைவிக்குச் செய்த துரோகம் அம்மாவினால் பொறுக்க முடியாததாக இருந்தது. அப்பாவின் கணிப்பு வேறுமாதிரி. ஆத்திரத்தில் அறி விழந்து செய்துவிட்டார்; வேண்டுமென்று செய்யவில்லை. தூக்கு நிச்சயம், தன்னிடம் விசுவாசமாக வேலை செய்தவரை இப்படிச் சடாரென்று கைவிடுவது மகா பாபம் என்று எண்ணியிருக்கக் கூடும்.

ஆனால், நான் இதுவெல்லாம் அவசியமில்லை என்றே நினைத்தேன். சிவசம்பு வாலாயம் செய்து வைத்திருக்கும் பேய்களின் வல்லமை பற்றி என்னைத்தவிர வேறு யாருக்கும் தெரியாது. அந்தப் பேய்கள் பெரும் சக்தி வாய்ந்தவை. விரைவிலேயே சிறைக் கதவுகளைத் தகர்த்து அவரை வெளியே கொண்டு வந்துவிடும் என்று எதிர்பார்த்தேன்.

இந்த வழக்கு யாரும் எதிர்பாராத ஒரு பரபரப்பை சனங்களிடையே ஏற்படுத்தியது. இனக்கலவரம் முதலாம் ஆட்டம் முடிந்து கொஞ்சம் ஓய்ந்திருந்த நேரம். ஒரு நடுத்தர வயது ஆம்பிள்ளை இருபது வயது சிங்களப் பெண்ணைக் காதலிப்பதும், அவளுக்காக சொந்த மனைவியையே கொல்வதும் நாளாந்தம் நடக்கிற காரியமா? பத்திரிகைகள் எல்லாம் போட்டி போட்டுக் கொண்டு கொட்டை எழுத்துகளில் தலைப்புகள் எழுதின.

அப்பா இதை எதிர்பார்க்கவில்லை. அவருக்குப் புதுசாக புகழ் சம்பாதிக்க வேண்டிய அவசியமில்லை. ஆனால், பேப்பர்கள்

இப்படி எழுதியதும் வேறு வழியில்லை என்று ஆகிவிட்டது. எப்படியும் வழக்கை வென்று தன் புகழைக் காப்பாற்ற வேண்டிய நிர்ப்பந்தத்தில் இருந்தார். அரசாங்க தரப்பிற்கு இது ஒரு open and shut case. ஏதாவது ஓர் அற்புதம் நிகழ்ந்தால் ஒழிய அப்பா இந்த வழக்கில் வெற்றிபெறும் சாத்தியமே இல்லை.

இந்த அவலங்கள் போதாதென்று தோட்டக்காரன் இன்னொரு கெட்டசேதி கொண்டுவந்தான். இவன் தோட்ட வேலை செய்வதிலும் பார்க்க கெட்ட சேதிகள் சேகரிப்பதிலேயே காலத்தைச் செலவு செய்தான். நான் சமயம் வரும்போது அம்மாவைக் கேட்கலாம் என்று நினைத்துக்கொண்டேன்.

அன்று நான் படுத்தபோது இந்தக் கவலையே என்னைப் பிடித்து ஆட்டியது. நித்திரை வராமல் நெடுநேரம் உழன்றேன். எப்போது உறங்கினேனோ தெரியாது. ஆழ்கடலின் நிசப்தம் போல் கனவுகள் இல்லாத அற்புதமான துயில். திடீரென்று விழிப்பு ஏற்பட்டது. நடுச்சாமம் இருக்கும். அப்பா இன்னும் கண்விழித்து வழக்கு சம்பந்தமாகப் படித்துக்கொண்டிருந்தார். அம்மா, பாவம்! விழித்திருந்தாள், அப்பாவையே பார்த்தபடி.

“அம்மா! எங்கடை ரோட்டை அகலமாக்க வேப்பமரத்தை வெட்டப்போகினமாம், உண்மையா?” என்றேன்.

என்னுடைய குரல் கம்மிப்போய் இருந்தது. அம்மா கொஞ்ச நேரம் பதிலே பேசவில்லை. என் முதுகைத் தடவியபடியே இருந்தாள். பிறகு அம்மா சொன்ன பதில் விசித்திரமாக இருந்தது.

“தினை விதைத்தவன் தினை அறுப்பான்; வினை விதைத்தவன் வினை அறுப்பான். மரம் வைத்தவன் மரத்தையும் வெட்டுவான்” என்றாள். பதில் எனக்குச் சொன்னதுபோலப் படவில்லை சிவசம்பு மாமாவுக்குக் கூறியதுபோலவே நான் உணர்ந்தேன்.

சிவசம்புவின் பேய்களுக்குச் சிறைக்கம்பியை உடைக்கும் வல்லமை இல்லையென்ற உண்மை எனக்கு மெதுவாக உறைக்கத் தொடங்கியது. வேப்பம் பொந்துக்குள் மறைத்து வைத்த என் மந்திரக்கோலின் மகிமைகளை இப்போதெல்லாம் என் தங்கச்சி கூட நம்புவதாகத் தெரியவில்லை. சிவசம்பு வெளியே வந்தால் எவ்வளவு நல்லாயிருக்கும் என்று நான் அடிக்கடி நினைத்துக் கொண்டேன்.

வழக்கு முடிவு நெருங்கிக்கொண்டு வந்தது. எங்கள் வீடு என்றுமில்லாத ஒருவித இறுக்கத்தில் இருந்தது. அப்பா அடிக்கடி

இந்த வழக்கை எடுத்த முட்டாள்தனத்தை நினைத்து நொந்து கொண்டார். இதை எடுத்த நாளிலிருந்து மற்ற வழக்குகளெல்லாம் தள்ளி வைக்கப்பட்டன. வருமானம் சரிந்துவிட்டது. இதில் தோற்றால் அவர் இனி தலை நிமிர்த்தவே முடியாது. அப்பா வுடைய எதிரிகள் இந்த நாளை ஆவலுடன் எதிர்பார்த் திருந்தார்கள்.

இந்த நாட்களில் அம்மாவைப் பார்க்க பரிதாபமாக இருக்கும். அப்பா படும் கஷ்டத்தை அம்மாவால் தாங்க முடிய வில்லை. அதே சமயம் அழுக்கு மூக்குத்தியுடன் ஆடை குலைந்த அவசரத்தில் வந்த சிவசம்புவின் மனைவியையும் அம்மா அடிக்கடி நினைத்துக்கொள்வாள். அப்போதெல்லாம் அம்மா தன் உள் மனதில் என்ன பிரார்த்தித்துக்கொண்டாளோ! யார் அறிவார்?

ஆனால், கோர்ட்டில் நடந்தது எல்லோரையும் அதிசயிக்க வைத்தது. இதை அப்பாவோ, அம்மாவோ கொஞ்சமும் எதிர் பார்க்கவில்லை. அப்பா அதை அம்மாவிடம் விவரித்தபோது எனக்குச் சிவசம்புவில் இருந்த அசைக்க முடியாத நம்பிக்கை மீண்டும் வலுத்தது.

அன்று தீர்ப்புக் கூறும் நாள். சிவசம்பு என்றுமில்லாத விதமாக தன்னை விசேஷமாக அலங்கரித்து வந்திருந்தார். மாப் பிள்ளைக் கோலம்; பட்டு வேட்டி, உத்தரீயம். நெற்றியிலே திருநீறு, குங்குமப்பொட்டு என்று கலாதியாக இருந்தார். பார்த்தால் பத்து வயது குறைந்தே காணப்பட்டார். கண்களில் நம்பிக்கையும், முகத்திலே மாறாத புன்னகையுமாகத் தோற்றமளித்தார்.

அப்பாவுக்கு அவரைப் பார்த்ததும் கதி கலங்கிவிட்டது. இவ்வளவு நம்பிக்கையுடன் இந்த மனுசர் வந்திருக்கிறாரே! ஆயிரம் ஓட்டைகள் உள்ள கேஸ் இது. இவர் என்ன மண்ணுக்கு இப்படிக் கோயிலில் சதிர் கச்சேரி பார்க்கப் போவதுபோல வந்திருக்கிறார் என்று நினைத்துக்கொண்டார்.

அரசாங்கத் தரப்பு வக்கீல் தன் வாதங்களை ஒவ்வொன்றாக வைத்துக்கொண்டு வந்தார். கடற்கரையில் தேடிப் பொறுக்கி ஒவ்வொரு சங்காகக் கோத்து இறுக்கிக் கட்டிய மாலையாக அது இருந்தது. அவ்வளவு நெருக்கமாகவும், இடைவெளியே இல்லா மலும் நேர்த்தியாக வாய்த்திருந்தது.

அப்பா வாதாடும்போது ஒவ்வொரு சாட்சியாக உடைத்துக் கொண்டே வந்தார். எல்லா வாதமும் கடைசியில் வந்து கொலை செய்ய பயன்பட்ட கத்தியிலேயே தொங்கி நின்றது. அங்கேதான்

அப்பாவின் வாதம் எதிர்பாராத வகையில் திசை திரும்பியது. எதிர்க் கட்சிக்காரர்கள் திகைத்துப் போய்விட்டார்கள்.

கத்தியிலேயே சிவசம்புவின் மனைவியின் ரத்த வகை இருந்தது; சிவசம்புவின் ரத்த வகையும் இருந்தது. இது தவிர ஒரு மூன்றாவது குரூப் ரத்தமும் கண்டுபிடிக்கப்பட்டது. இதை எதிர்க் கட்சி தெரிந்திருந்தும் சாமர்த்தியமாக மறைத்துவிட்டது. அப்பா இந்த ஓட்டையைக் குரங்குப் பிடியாகப் பிடித்து விஸ்தரித்து விட்டார். இந்த வாதம் எதிர்த்தரப்பு சோடனையில் ஓர் ஆழமான சமுசயத்தை உண்டு பண்ணிவிட்டது.

தீர்ப்பு வழங்கிய நீதிபதி குற்றம் போதிய அளவுக்கு நிரூ பிக்கப்படவில்லை என்று கூறி சிவசம்புவை விடுதலை செய்தார். அப்பொழுதுதான் ஒருவரும் எதிர்பாராத அந்த ஆச்சரியம் நடந்தது.

சிரித்துக்கொண்டே வெளியே வந்த சிவசம்பு தன் நண்பர்களையும் உறவினர்களையும் போய்க் கட்டிக்கொண்டார். அவர் முகத்திலே இருந்த புன்னகை மாறவேயில்லை. "எப்படி, நான் சொன்னதுபோலத்தான் நடந்தது! பார்த்தீங்களா?" என்பது போல் இருந்தது அவர் பார்வை. அப்பா இவையெல்லாவற்றையும் பார்த்துப் பொருமிக்கொண்டு ஒரு பக்கமாக நின்றார்.

ஆரவாரமெல்லாம் முடிந்த பிறகு சிவசம்பு சாவகாசமாக அப்பாவிடம் வந்தார். "பார்த்தீங்களா ஐயா! நான் சொன்னன்! என்னை ஒருவரும் அசைக்க முடியாது!" என்றார்.

இந்த வழக்குக்காக அப்பா இரவிரவாகக் கண்விழித்துத் தயார் செய்திருந்தார். ஒரு சாட்சிகூட சாதகமாக இல்லை; ஒரு தடயமாவது வழி கொடுக்கவில்லை. தன்னுடைய மற்றக் கேஸ்கள் எல்லாவற்றையும் தூக்கி மேலே போட்டுவிட்டு இதற்காக பாடு பட்டு வேலை செய்திருந்தார். சல்லிக் காசுகூட வாங்கியதில்லை. கடைசி நிமிடம் வரை சிவசம்பு தூக்கிலே தொங்குவது நிச்சயமாக இருந்தது. இவர் என்ன சொல்கிறார்?

அப்பா ஸ்தம்பித்து நின்றார். அவர் வசம் இருந்த திகைப்பு எல்லாம் தீர்ந்துவிட்டது.

"ஐயா, பார்த்தீங்களா! இதைப் பாருங்கோ!" என்று தன் நெற்றிப் பொட்டைக் காட்டினார்.

சிதம்பரத்தம்பூவை அரைச்சு வைத்ததுபோல கருஞ்சிவப்பில் ஒரு பொட்டு.

"இது வசியப் பொட்டு ஐயா! என்னை அசைக்க முடியாது! நீதிவான் இதைப்பார்த்து மயங்கித்தான் தீர்ப்பு சொன்னவர்; எனக்கு இது முந்தியே தெரியும், ஐயா!" என்றார்.

அம்மா இதைக்கேட்டுவிட்டு ஆழமான சோகத்தோடு காணப்பட்டாள். "இனி விடுங்கோ! வழக்கை வென்று விட்டீங்கள் தானே!" என்றாள், அம்மா.

பள்ளிக்கூட பஸ் சந்தியிலே என்னை இறக்கிவிட்டது. நான் கட்டாடி பொதி சுமப்பதுபோல் என் புத்தகங்களைக் காவியபடி வீட்டை நோக்கி அடியெடுத்து வைத்தேன். எனக்கு முன்னால் நாலைந்து பள்ளிக்கூட மாணவிகள் சீருடையில் போய்க்கொண்டிருந்தனர். எல்லோரும் சடை நுனியில் ஒழுங்காக நீல ரிப்பன் கட்டியிருந்தார்கள். குழந்தைகளும் இல்லை; பெண்களும் இல்லை. கிலுகிலுவென்று எதற்கெடுத்தாலும் சிரிக்கும் இடைப்பட்ட வயது.

பாம்புக் குட்டிகள்போல ஒருவரோடு ஒருவர் பின்னிக் கொண்டு நடந்தனர். ஒருத்தி ஏதோ சொல்ல மற்றவர்கள் விழுந்து விழுந்து சிரித்தார்கள். ஒருத்தி தோளை இன்னொருத்தி இடித்தாள். மறுபடியும் சிரிப்பு. நாளையே பிறக்காதுபோல அந்தச் சந்தோஷம் இருந்தது.

என்னுடைய மனது அவர்களுடைய குதூகலத்தில் கலந்து கொள்ளவில்லை. புத்தகம் என்றுமில்லாமல் கனத்தது! மனசும் அப்படித்தான்!

விளக்குத் திரியைத் தூண்டியதுபோல திடீரென்று என் கண்கள் பிரகாசமடைந்தன. மேகங்கள் இடம் மாறியிருந்தன. சூரியன் ஆடைகளை அவிழ்த்தெறிந்துவிட்டு வெட்கமில்லாமல் வெளிச்சத்தை வீசிக்கொண்டிருந்தான்.

அப்போதுதான் கவனித்தேன். ஏதோ வெறிச்சென்றிருந்தது. என்னுடைய வேப்பமரத்தைக் காணவில்லை. அது இருந்த இடம் வெட்டவெளியாய்க் கிடந்தது.

ராமனுடைய பாணம் வாலியைத் துளைத்தபோது அவன் ஆச்சாமரம்போல விழுந்து கிடந்தான் என்று கவி வர்ணிக்கிறார். ஆச்சாமரமே விழுந்து கிடந்தால் அதை எப்படி வர்ணிப்பது?

எப்பேர்ப்பட்ட மரம் அது! ஐந்து தலைமுறையாக நின்று நிழல் தந்த மரம் இப்படிக் கேட்பாரற்று நீட்டிலும் விழுந்திருந்தது. விண்ணையும் மண்ணையும் தொட்டுக் கடவுளுடைய அற்புதத் துக்குச் சாட்சியாக இருந்த மரம் இப்படி அநாதையாகக் கிடந்தது.

மரத்தை வெட்டிய இடத்தில் இருந்து பால் கசிந்தவண்ணம் இருந்தது. அதை நேற்றுவரை நம்பியிருந்த காக்கைகளும் கிளி களும் மைனாக்களும் அணில்களும் போகும் திசை தெரியாமல் சுற்றிச் சுற்றி வந்துகொண்டிருந்தன. கருஞ்சிட்டு ஒன்று இறக் கையை அடித்து அடித்துப் பறந்து ஏதோ சேதி சொல்லப் பார்த்தது. என்ன நியாயம் இது? இவர்கள் இந்த மரத்தை வைத்தார்களா, வெட்டுவதற்கு. அம்மா சொன்னாளே, மரம் வைத்தவன் வெட்டுவான் என்று.

நான் புத்தகப்பையைக் கீழே வைத்துவிட்டு மெல்லப்போய் என்னுடைய மரத்தைத் தொட்டேன். என்ன மணம்! என்ன சுகமான ஸ்பரிசம். அது கொடுத்த நிழலும், அதனுடைய ரகஸ்ய மான பொந்தும் மறைந்துவிட்டன. அந்தப் பறவைகளின் ஒலிகள் எனக்குக் கேட்கப்போவதில்லை. என்னுடைய அணில்களை நான் பார்க்கப் போவதில்லை. என் மீந்துபோன மதிய உணவு அவற்றுக்குக் கிடைக்கப் போவதில்லை. என் நெஞ்சை ஏதோ அடைத்து மூச்சு முட்டியது.

அப்போதுதான் கவனித்தேன். அப்பா வெளி விறாந்தையில் தனியாளாக இருந்தார். அவர் அப்படி இருந்து நான் கண்ட தில்லை. அப்படியான ஒரு சோகத்தையும் அவர் முகத்திலே நான் இதுக்கு முன்பு பார்த்ததில்லை.

"சின்னவனே!" என்று அப்பா என்னைக் கையைத் தூக்கிக் கூப்பிட்டார். கதிரையில் சாய்ந்துபோய் ஆயாசமாக இருந்தார். கழுத்திலே கட்டியிருந்த இரட்டைவால் தளர்த்தியிருந்தது.

நான் காலைத் தேய்த்துத் தேய்த்து மெதுவாகப் போனேன். கீழே பார்த்தபடியே வெகு நேரம் நின்றேன். கண்களில் தேம்பிய நீர் வழிந்து விடாமல் இருக்க இமைகளை மூடாமலே வைத்துக் கொண்டேன். அப்பா என்னை இரண்டு கைகளாலும் தூக்கி மடிமேல் இருத்தினார். என் தலையைத் தடவி, "படிக்கிறாயா?" என்று கேட்டார். நான் தலையை ஆட்டினேன்.

வழக்கம்போல் அவர் என்னைக் கீழே இறக்கி விடவில்லை. எனக்கும் ஓடுவதற்கு ஓர் இடமும் இல்லை. அவருடைய கதகதப்பான மடியிலேயே இருந்தேன். நாங்கள் இருவரும் எங்கள் எங்கள் துக்கங்களில் மெய்மறந்துபோய் இருந்தோம்.

◆

பூமாதேவி

இங்கே என்னடா என்றால் சமையலறைக் கேத்தில்கூட என்னை விசிலடித்துக் கூப்பிடுகிறது! அவ்வளவு மரியாதை!

என்னுடைய அப்பா மிகவும் கண்டிப்பானவர். நான் சிறுவனாய் இருந்தபோது அவர் வீட்டில் இருக்கும் சமயங்களில் எல்லாம் மெல்ல மெல்ல அடிவைத்துத்தான் நடக்க வேண்டும். உரத்துப் பேசக்கூடாது; குஷியான சமயங்களில் பாடுவதற்கும் ஏலாது, ஏன் விசிலடிக்கக்கூட முடியாது. அப்படிப்பட்ட பாரம் பரியத்தில் வளர்ந்தவன் நான். ஆனால், இங்கே..!

நான் அமெரிக்காவுக்கு வந்து மிக வேகமாக முன்னேறியது இந்தத் தேநீர் போடும் துறையில்தான். இந்த அதிகாலையில் என் மகளுக்காகத் தேநீர் போட்டுக்கொண்டிருந்தேன். நேற்று எனக்கும் மகளுக்கும் கொஞ்சம் சண்டை. அதைச் சமாளிப்பதும் ஒரு நோக்கம். என் மகள் குளியலறையில் இருந்து வெளியே வந்தாள். நான் மற்றப்பக்கம் முகத்தைத் தூக்கி வைத்துக்கொண்டு நின்றேன். கைகளைக் குவித்து என் முதுகிலே ஒரு பொய் அடி வைத்தாள், பெருத்த சத்தத்தோடு. சண்டை முற்றுப்பெற்றது என்று இதற்கு அர்த்தம். திரும்பிப் பார்த்தபோது நெளிந்துகொண்டே ஓடினாள்.

சண்டைக்குப் பெரிதாய் ஒரு காரணமும் இல்லை. அவவுடைய 'போய் பிரண்டின்' பிறந்த நாளை நான் மறந்துவிட் டேனாம். எப்படி இருக்கிறது சங்கதி? தன் மகளுடைய நண்பர் களின் பிறந்த தினங்களை எல்லாம் மனனம் செய்வதுதான் ஒரு தகப்பனாருடைய தலையாய கடமையா? வேலை நிமித்தமாக மகள் நியூஜேர்ஸியில் தங்கி இருக்கிறாள். நான் நியூயோர்க்கிலிருந்து அவளைப் பார்ப்பதற்காக விழுந்தடித்து நேற்றுத்தான் வந்திருந் தேன். இன்று என்னவென்றால் தன் நண்பனைப் பார்ப்பதற்கு அவ ஓகஸ்டாவுக்குப் போகிறாளாம். இதற்கிடையில் நான் இந்தச் சரித்திரப் பிரசித்தமான தேதியை மறந்துவிட்டேன் என்ற குற்றச் சாட்டு வேறு. மருட்டு விழிகளை இன்னும் கொஞ்சம் அகலத்

திறந்து, ஒரே சமயத்தில் கெஞ்சலாகவும், றாங்கியாகவும் இந்தத் தூரப் பயணத்திற்கு என்னையும் தனக்குத் துணையாக வரும்படி அழைக்கிறாள். பிறந்தநாளுக்கு வருவதாக வாக்குக் கொடுத் திருக்கிறாளாம். ஒப்பந்தங்களைக் காப்பாற்ற வேண்டுமென்று சிறுவதிலேயே நான் அவளுக்குக் கற்றுக் கொடுத்த பாடம்தானே!

அமெரிக்காவில் காரில் ஏறியவுடன் சீட் பெல்ட்டைக் கட்டுவது ஒரு முக்கியச் சடங்கு. இத்தனை வருடங்களாகியும் நான் இந்தக் கலையில் பரிபூரண தேர்ச்சி பெறவில்லை. இதற்குச் சாமர்த்தியமும் தந்திரமும் சரிசமமான அளவில் தேவைப்படும். அதிலும் இந்த விவகாரம் காருக்கு கார் மாறுபடும். சீட் பெல்ட் இப்படித்தான் இருக்கும் என்கிற உத்திரவாதமும் இல்லை. ஆனபடியால் எங்கள் செயல்முறைகளை நாங்கள் காருக்குத் தகுந்தபடி மாற்றியமைக்க வேண்டும்.

நண்பர் ஒருவருடைய கார் கொஞ்சம் அவசரபுத்தி கொண் டது. சீட்டில் ஏறி உட்கார்ந்த உடனேயே அது தன்பாட்டுக்கு வந்து உங்களை ஆரத்தழுவிக் கட்டிவிடும். ஒருமுறை தெரியாமல் தலையைக் கொடுத்து அது என்னைக் கொஞ்ச நேரம் மூச்சுத் திணற வைத்துவிட்டது. இன்னொரு சாதி சீட்பெல்ட், அதைக் கட்டும் வரைக்கும் 'கீ, கீ' என்று இரைந்து கத்திக்கொண்டே இருக்கும். கட்டி முடிக்கும் வரைக்கும் காரை நகர்த்த முடியாது.

என்னுடைய மகளின் காரில் சாதாரண சீட் பெல்ட்தான். வில்லங்கம் என்னவென்றால் குளிருக்கு எதிர்ப்பைக் காட்ட அணிந்திருந்த ஸ்வெட்டர், மப்ளர், ஓவர்கோட் என்ற கூட்டத் துடன் ஒரே சமயத்தில் ஏறி காரிலே அமர்வது ஒரு பிரமப்பிரயத் தனமான காரியம். அப்பொழுதே கார் நிறைந்துவிடும். சிரமம் என்னவென்றால் வலது பக்கம் திரும்பி சீட்பெல்ட்டின் நுனியைக் கண்டுபிடித்து இழுத்தால் அதை மாட்டும் ஓட்டை மறைந்து போகும். இவ்வளவு நேரமும் இங்கேதான் இருந்தது, சனியன்! இப்போது காணவில்லை! மறுபடியும் ஓட்டையைக் கண்டுபிடித்து சீட்பெல்ட்டைத் தேடினால் மாட்டுக்கன்று அறுத்துக்கொண்டு ஓடுவதுபோல நுனி இழுத்துக்கொண்டு போய்விடும். பழையபடி Zero point இல் இருந்து தொடங்க வேண்டும். கடைசியில் ஒரு வழியாகப் பெல்ட்டைக் கட்டிமுடித்து காலை நீட்டிச் சாயும் போது பாதி தூரத்தைக் கடந்துவிட்டிருப்போம்.

ஆனால், என் மகளைப் பார்க்க வேண்டும். அர்ஜுனன் பாணம் எடுப்பதும், விடுப்பதும் தெரியாது; எதிரிகளின் தலைகள் உருளுவதுதான் தெரியுமாம். அதுபோலத்தான். அவள்

சீட்பெல்ட்டை இழுப்பதுவோ, அணிவதுவோ கண்ணுக்குத் தெரியாது. 'க்ளிக்' என்று ஒரு சத்தம் கேட்கும், அவ்வளவுதான். இந்த அதிசயத்தை நான் பொறாமையுடன் கண்வெட்டாமல் பார்த்துக்கொண்டிருப்பேன்.

இவள் கார் ஓட்டும் அழகு தனியானது. நாலு வயதில் என் கைவிரல்களை இறுக்கிப் பிடித்தபடி மிரள மிரள வந்தவளா? நம்ப முடியவில்லை! நெற்றியில் விழுந்திருக்கும் இரண்டொரு கேசங்களைத் தவிர அவள் உடம்பில் வேறு ஆபரணம் ஒன்று மில்லை. இந்த வயதிலேயே தனியார் கம்பெனி ஒன்றில் உயர் பதவி வகிக்கிறாள். மிகப்பெரிய அதிகாரிகளையெல்லாம் முதற்பெயர் சொல்லி அழைக்கிறாள். நூற்றுக்கணக்கான தொலை பேசி எண்கள் அவள் ஞாபகத்தில் இருக்கின்றன. கடுகதியாகக் காரில் செல்லும்போதே செல்லில் விளிக்கிறாள். ஸ்டிக்கர் பொட்டை ஒட்டுவதுபோல ஒற்றைக் கையால் நம்பர்களை ஒத்திக் கொள்கிறாள். காரின் நாலு மூலைகளிலுமிருந்தும் ஒலிக்கும் மேற்கத்திய இசைக்கு மனதைப் பறிகொடுக்கிறாள். என்னுடைய ஆரம்பகால வாழ்க்கை இந்த அமெரிக்காவில் இப்படியா இருந்தது?

அந்தக் கம்பெனியில் நான் சேர்ந்தபோது எனக்காக ஒதுக்கப் பட்ட இடம் 'பேஸ்மென்டில்' ஒரு நகல் எடுக்கும் மெசினுக்கும், கோப்பி (percolator)க்கும் இடையில் இருந்தது. மேலே அலுவலக அறை, வரவேற்பறை எல்லாம். கீழே நிலவறையில்தான் ஏற்றுமதி சம்பந்தமான வேலைகளும் கணக்குவழக்குகளும் ஒப்பேறின. கோப்பிக் கடையை மொய்க்கும் கூட்டம், நகல் மெசின் சிரம முறைப்படி எழுப்பும் விசை ஒலிகள் எல்லாம் ஒரே கோலாகலம் தான். இது தவிர, நகல் எடுக்கும் மெசின் அவ்வப்போது ஒருவித வாசனையை என்பக்கமாக வீசிக்கொண்டே இருக்கும்.

கடைந்தெடுத்த முட்டாள்கள் அமெரிக்காவிலும் சரிசமமான அளவில் உற்பத்தியாகும் விஷயம் எனக்குக் கணகாலமாகத் தெரி யாது. நான் இங்கே இருப்பவர்கள் எல்லோரும் அதிபுத்திசாலிகள் என்றுதான் எண்ணியிருந்தேன். உண்மை என்னவென்றால் எங்கள் ஊர் 'ஆனாப் படிச்ச சுவானாதர்கள்' இங்கேயும் இருந்தார்கள்.

எனக்குப் பக்கத்தில் கம்ப்யூட்டரைத் தட்டிக்கொண்டிருந் தவள் அமெரிக்காவின் பள்ளிக்கூட எல்லையைத் தாண்ட முடியாமல் highschool drop out என்று சொல்கிற பெருமையைப் பெற்றவள். சிற்றின்பத்துக்காகவே கடவுளால் படைக்கப்பட்ட உடம்பு; கலிபோர்னியா திராட்சை போன்ற கண்கள். ஒன்றில்

நடனமாடியபடியே வருவாள், அல்லது முகத்தை உம்மென்று தூக்கிவைத்துக்கொண்டிருப்பாள். பெண்டுலம் போன்று அவள் மூட் இந்த எல்லைக்கும் அந்த எல்லைக்குமாக ஊசலாடிக் கொண்டே இருக்கும்.

அவளுடைய வாழ்க்கையின் இரண்டு பிரதான அம்சங்கள் காதலும், விரக தாபமும்தான். இவளுக்காகவே டெலிபோன்கள் அடித்து அடித்து ஓய்ந்து போகும். அவளுக்கு ஒரே சமயத்தில் நாலு காதலர்கள் இருப்பார்கள். ஒருநாளைக்கு ஒருவர் என்று மிகச்சில சமயங்களில் ஒருவரும் அகப்படாவிட்டால் உலகம் கவிழ்ந்ததுபோலச் சோக காவியமாக மாறிவிடுவாள்; மற்ற நேரங்களில் காற்றில் மிதந்தபடி தன் கையால் கோப்பி ஊற்றி எல்லோருக்கும் தருவாள்.

கம்பெனி அதிபருக்கு இந்தக் கோப்பியில் ஓர் அளவுகடந்த மோகம். 'தாம் தாம்' என்று நிலம் அதிரக் கீழ்த் தளத்திற்கு ஒரு நாளைக்கு நூறு தடவை வருவான், கோப்பி குடிப்பதற்கு. அவன் அகராதியில் மூன்று வார்த்தைகள் மிகவும் பிரசித்தி வாய்ந்தவை. அவன் என்ன வசனம் பேசினாலும் இந்த வார்த்தைகளில் ஒன்றாவது அங்கே வந்து சேர்ந்துகொள்ளும். அந்த மூன்றும் இடுப்புக்குக் கீழே சம்பந்தப்பட்டவை. அவற்றை நீக்கிவிட்டு அவனை யாராவது பேசச்சொன்னால் பாவம் தத்தளித்து விடுவான். ஒரு கோப்பி வேண்டுமென்றாலும் அந்த வார்த்தை யிலேதான் கேட்பான். ஒரு கோப்பு தொலைந்துபோனாலும் அந்த வார்த்தையிலேயே திட்டுவான். இவன் எல்லாம் வீட்டிலே எப்படி மனைவி, பிள்ளைகளோடு சம்பாஷிப்பான்?

மூடர்களில் மூடன், அதிமூடன் என இரண்டு வகைகள் உண்டு அல்லவா? இவன் இரண்டாவது ரகத்தைச் சேர்ந்தவன். எங்கள் இதிகாசங்களை எல்லாம் ஆராய்ச்சி செய்ததில் மூடர் களுக்கெல்லாம் மூடன் கம்சன்தான் என்பது என் கணிப்பு. அல்லாவிடில் தன் தங்கையின் வயிற்றில் பிறக்கும் எட்டாவது குழந்தைதான் தனக்கு யமனாவான் என்று தெரிந்திருந்தும் தேவகியையும், வாசுதேவரையும் ஒரே சிறை அறையில் பூட்டி வைத்திருப்பானா? எங்கள் கம்பெனி அதிபர் இந்தக் கம்சனிலும் பார்க்க ஒரு ஸ்தாயி மேலே என்றுதான் சொல்ல வேண்டும்.

தங்கத் தாம்பாளத்தைத் தட்டுவதுபோல் தன் நெஞ்சிலே விரல்களால் விளையாடியபடியே பேசுவான். ஒரு விஷயத்தைச் சொல்லவந்தால் படு விஸ்தாரமாகப் பிரட்டிப் பிரட்டிச் சொல்லு வான். சிலருக்கு வயிற்றுப்போக்கு இருப்பதுபோல் இவனுக்கு

வாய்ப்போக்கு. விளக்கி முடிந்த பிறகு பார்த்தால் எருமை கலக்கிய குட்டைபோல விஷயம் தெள்ளத் தெளிவாகத் தெரியும்.

எங்கள் நாட்டில் urgent, ordinary, rush என்று எழுதி வைத் திருக்கும் கோப்புகளைப் பார்த்திருப்பீர்கள். ஆனால், குப்பைக் கூடைகளில் இரண்டு விதமான கூடைகளை இவன் வைத் திருப்பதை இங்கேதான் கண்டேன். ஒரு கூடையில் ordinary என்று எழுதியிருந்தது. இன்னொன்றில் urgent என்று எழுதியிருந்தது. குப்பையில்கூட urgent என்று தரம் பிரித்து வைத்திருப்பவனை என்ன செய்ய முடியும்?

'நான் செய்த ஊழ்வினை காரணமாக இப்படி வந்து மாட்டிக்கொண்டேனே' என்று வருந்தாத நாட்களில்லை. ஆனால், இந்த அலுவலக அவலங்களும், இடிபாடுகளும் எதிர்வரும் சனிக்கிழமைகளில் மாயமாக மறைந்துபோகும். ஒவ்வொரு சனிக் கிழமை காலை பத்து மணிக்கு நானும் என் நாலு வயது மகளும் கைகோத்தபடி கதைத்துக்கொண்டே சலவைத் துணிகளைப் பையில்போட்டுச் சுமந்தபடி சலவைக்கூடத்துக்குப் போய் வருவோம். இந்தச் சனிக்கிழமை நேரங்களை நான் ஆவலுடன் எதிர்பார்த்திருந்தேன். என் மகளும் அப்படியேதான். அந்தப் பத்துநிமிட நடைக்கிடையில் ஆயிரம் கேள்விகள் கேட்பாள். நானும் அவளுக்குப் புரிகிறதோ, இல்லையோ எனக்குத் தெரிந்த வரைக்கும் சரியான பதில்களைச் சொல்லிச் சமாளிப்பேன்.

அந்தச் சலவைக்கூடத்தில் ஏறக்குறைய முப்பது மெசின்கள் இருந்தன. நாங்கள் எங்கள் குலதெய்வமான Maytag 22 என்ற மெசினில்தான் எங்களுடைய உடுப்புகளைக் கழுவுவோம். நாலு காசுக் குற்றிகளைத் துளையில் போட்டுத் தள்ளியவுடன் அந்த ராட்சச மெசின்கள் 'உஸ், உஸ்' என்று மெதுவாகத் தொடங்கிப் பின் வேகமாகச் சுழலுவது பார்க்க வேடிக்கையாக இருக்கும். நாற்பது நிமிடம் இப்படி அலசோ அலசென்று அலசிவிட்டு ஓய்ந்து போகும். நாங்கள் காத்திருந்து துணிகளை எடுத்து உலரியில் போட்டு மேலும் இருபது நிமிடங்கள் ஓடவிடுவோம். துணிகள் பளபளவென்ற மினுக்கத்துடனும் ஒரு மிருதுத்தன்மையுடனும் சுகந்தமான வாசனையைப் பரப்பியபடி வந்துவிழும். இந்த மறக்க முடியாத காத்திருப்பு நேரங்களில் மகளிடம் என் அன்னி யோன்யம் மிக நெருக்கமாக இருக்கும்.

அங்கேயிருக்கும் தானியங்கி யந்திரத்தில் காசு போட்டு விதவிதமான இனிப்பு வகைகளை எடுக்கப் பழகிக்கொண்டாள். ஒவ்வொரு முறையும் அது வந்து விழும்போது சப்பாத்து நுனியில்

நின்று தன் சின்னக் கைகளைத்தட்டி மகிழ்ச்சியைக் காட்டுவாள். எவ்வளவு தரம்தான் இப்படிச் செய்தாலும் அவளுக்கு அலுப்ப தில்லை. அதுவும் ஒரு வழக்கமான சடங்காகிவிட்டது.

என்னுடைய மகளின் குணவிசேஷங்களில் ஒன்று கண்ணீர் எப்பவும் தளும்பிக் கரையை உடைக்க ரெடியாக இருப்பதுதான். என்ன சின்ன விஷயமாக இருந்தாலும் அவள் வாய் திறந்து சொல்லுமுன் கண்ணீர் அணையை உடைத்து பிரவாகமாகப் பொங்கும். ஒருநாள் நாங்கள் அந்தக்கூடத்துக்கு வந்தபோது Maytag 22இல் ஒரு கிழவி சலவைக்குப் போட்டுவிட்டு ஏதோ பின்னல் வேலையில் இருந்தாள். அடிக்கடி பின்னலை நிற்பாட்டி விட்டு இந்த மெசினை அவள் பார்ப்பதும், அது பயபக்தியுடன் வேலை செய்வதுமாயிருந்தது. இந்தக் காட்சியை என் மகளால் தாங்க முடியவில்லை.

"அப்பா! அப்பா! ஆரோ எங்கட மெசினை பிடிச்சிட்டி னம்" என்று அழுதாள். அந்தக் கிழவியை ஒரு குரோதத்துடன் பார்த்தாள்.

என்பாடு பெரிய பாடாகப் போய்விட்டது. அந்த மெசினை நாங்கள் ஏதோ குத்தகைக்கு வாங்கிவிட்டதாக அவள் அவ்வளவு நாளும் நினைத்திருந்தாள். நான் விளக்கிய பிறகுதான் அதை ஒரு மாதிரி ஒப்புக்கொண்டாள் என்றாலும் அந்தக் கிழவியை அவளுக்குத் துண்டாய் பிடிக்கவில்லை.

ஆனால், என் வாழ்நாளிலேயே என் மகளை மிகவும் குதூகலத்தில் ஆழ்த்திய சம்பவம் ஒன்று விரைவிலேயே நடந்தது. அப்படியான சந்தோஷத்தை நான் அவள் முகத்தில் அதற்கு முன்பும் பின்பும் கண்டதில்லை.

வழக்கம்போல ஒரு சனிக்கிழமை காலை நாங்கள் சலவையை முடித்துவிட்டு வந்து மனைவியிடம் துணிகளைக் கணக்குக் கொடுத்துவிட்டு கைகட்டி நின்றோம். என் மனைவிக்குக் கண்பார்வை இருபதுக்கு இருபது. முதல் வேலையாக என் மனைவி, "எங்கை, இந்த சொக்ஸ் சோடியில் ஒன்றைக் காணேல் லையே?" என்றாள். மகளுடைய கால் சொக்ஸ் ஒன்று மறைந்து விட்டது. மனைவிகளை இதற்காகத்தானே கடவுள் படைத்திருக் கிறார்! அவ்வளவுதான். என் மகளுக்கு சுவிட்ச் போட்டதுபோல கண்ணீர் கொட்டத் தொடங்கியது. நிற்கவேயில்லை. மெசினி லிருந்து எடுக்கும்போது எங்கேயோ தவறிவிட்டது. கால் காசு பெறாத சமாச்சாரம் அது. உயிரைக் கொடுத்ததுபோல என் மகள் விக்கினாள். நான் எவ்வளவு தேற்றியும் நிற்கவில்லை.

அடுத்த சனிக்கிழமை எங்களுக்கு அந்தச் சலவைக்கூடத்தில் ஓர் அதிசயம் காத்திருந்தது. அங்கேயிருந்த விளம்பரப் பலகையில் என் மகளுடைய ஒரு கால் சொக்ஸ் தொங்கிக்கொண்டிருந்தது. அதற்குக் கீழே 'என்னுடைய சோடியை யாராவது கண்டீர்களா!' என்று எழுதியிருந்தது. அதைக் கண்டதும் என் மகள் குதி குதி என்று குதித்தாள். அந்தச் சின்ன விஷயம் அவள் முகத்தில் எவ்வளவு மகிழ்ச்சியைத் தோற்றுவித்தது! என்னால் ஆச்சரியப் படாமல் இருக்க முடியவில்லை.

இப்படியான ஒரு சனிக்கிழமை சேத்திராடனத்தின் போது தான் Maytag 22க்கு நாங்கள் 'பூமாதேவி' என்று பெயரைச் சூட்டினோம். அந்தமுறை கொண்டுவந்த உடுப்புகள் அளவு கூடிவிட்டது. மெசினை நிறைத்தபிறகு இன்னும் கொஞ்சம் மீதி இருந்தது. அதை நான் திருப்பி எடுத்துப்போய் அடுத்தமுறை கொண்டு வருவது என்று தீர்மானித்தேன். என்னுடைய மகளோ 'இன்னுமொருமுறை போடுவோம்' என்று அடம் பிடித்தாள். அப்போது எங்களிடையே பெரிய வாக்குவாதம் நடந்தது.

"நாங்கள் சலவையில் பாவிக்கும் கழிவுநீர் எங்கோ பூமியில் போய்ச் சேருகிறது. இதனால் சுற்றுச்சூழலுக்கு அவலம் ஏற்படு கிறது. ஒரு முழு மெசினை ஓட்டினால் அதற்குக் காரணம் இருக் கிறது. ஆனால், அரை மெசினை ஓட்டிச் சுற்றுச்சூழலைக் கெடுப்பது தவிர்க்கக் கூடியது. மிகப் பெரிய சுயநலம்."

"பூமாதேவி மிகவும் நல்லவள். நாங்கள் அவளுக்கு இழைக்கும் ஆக்கினைகள் எல்லாவற்றையும் மறந்து எங்களுக்கு அள்ளி அள்ளித் தருகிறாள். அவளுடைய குணங்களில் மிகச் சிறந்தது இந்த மறதிதான். நாங்கள் திருப்பித் திருப்பிச் செய்யும் கொடுமைகளை மறந்து ஒரு தாயின் அரவணைப்போடு எங்களுக்கு நன்மையே செய்கிறாள். இப்படிப்பட்ட தாய்க்குத் தேவைக்கு மேல் கேடு விளைவிக்கக்கூடாது. இல்லையா?" என்றேன். புரிந்ததோ, இல்லையோ நான் சொன்னதற்குத் தலையைப் பெரிதாக ஆட்டிச் சம்மதம் தெரிவித்தாள். பூமியைப் போல எங்கள் வசதிக்காக மாசுபடும் அந்த மெசினுக்கும் 'பூமாதேவி' என்று பேர் சூட்டினோம். அதற்குப் பிறகு எங்கள் வீட்டில் கொஞ்ச காலமாக யார் எதை மறந்தாலும் 'பூமாதேவி, பூமாதேவி' என்று சொல்லி பகடி பண்ணுவது வழக்க மாகிவிட்டது.

இப்படியான ஒரு நாளில்தான் நான் என்னுடைய சின்ன மகளுக்கு 'ஒப்பந்தம்' பற்றியும் அதை மீறாமல் இருப்பதன்

முக்கியத்துவம் பற்றியும் போதிக்கவேண்டி வந்தது. பூமாதேவியின் முன் சலவையை முடிப்பதற்காக நாங்கள் காத்திருந்த அந்த நாற்பது நிமிடங்களில்தான் இது நடந்தது.

என் சின்ன மகளுக்கோ அன்று பெரும் கவலை; முகம் நீண்டுபோயிருந்தது. அதுவும் ஒரு வடிவுதான். விஷயம் இதுதான். கீழ்வீட்டுப் பையனுக்கு அன்று பிறந்த நாள் விழா. என்னுடைய மகள் விழாவுக்கு வருவதாக வாக்களித்திருந்தாள். ஆனால், அதிலே எதிர்பாராத ஒரு கஷ்டம் சேர்ந்துகொண்டது. எனது நண்பர் ஒருவர் அன்று பின்னேரம் நாய்க்குட்டி ஒன்று தருவதாகச் சொல்லியிருந்தார். இதைக் கேள்விப்பட்டதும் மகள் பிறந்தநாள் விழாவுக்குப் போகாமல் எங்களுடன் நாய்குட்டியைப் பெறத் தானும் வரவேண்டும் என்று அடம்பிடித்தாள். விம்மி விம்மி அழுகை கரை முட்டிக்கொண்டு நின்றது. அப்பொழுதுதான், கடகடவென்று சத்தம் போடும் சலவை யந்திரங்களுக்கும், உலர்த்தி களுக்கும் நடுவே இருந்துகொண்டு என்மகளுக்கு உன்னதமான சலவைக்காரர் ஒருவருடைய கதையைச் சொன்னேன்.

திருக்குறிப்பு நாயனார் என்று ஒருவர். சிவபக்தர்களுடைய துணிகளைச் சலவை செய்வதே அவர் தொண்டு. கிழ வேதியர் ஒருவருடைய ஆடையைச் சலவை செய்வதற்கு ஒப்புக்கொண் டார். அந்தக் கிழவனார், “எனக்கு ஒரேயொரு கந்தைதான் உள்ளது. இதை நீ தோய்த்து, உலர்த்தி, அந்திபடுமுன் தர வேண்டும்” என்று கேட்டுக்கொண்டார். நாயனாரும் இதற்கு உடன்பட்டு கந்தையைப் பெற்றுத் தோய்த்து காயப்போட்டார். அப்பொழுது பார்த்து ‘திசையடங்கி வெளியடைத்து’ மழை பிடித்துக்கொண்டது, நிற்கவேயில்லை. இரவாகிவிட்டது. கிழவர் தன்னுடைய ஆடையைக் கேட்டு குளிரில் வெடவெடவென்று நடுங்கிக்கொண்டிருந்தார். ஒப்பந்தம் என்னவென்றால் தோய்த்து, உலர்த்தி தரவேண்டுமென்பதுதான். தோய்ப்பது இவர் கடமை, ஆனால், உலர்த்துவது சூரியனுடைய வேலை அல்லவோ? என்றாலும் வாக்குக் கொடுத்து விட்டாரே!

அந்தக்காலத்தில் இப்போதுபோல் சலவை யந்திரங்களும் இல்லை; உலர்த்திகளும் கிடையாது. என்ன செய்வார்? பாவம். தன் தலையைத் தூணிலே முட்டி சிவபிரானிடம் இரந்தார். அப்போது சிவபெருமான் வந்து சங்கடத்தைத் தீர்த்து வைத்தார் என்பதுதான் கதை.

மகளுக்குக் கதை நன்றாகப் பிடித்துக்கொண்டது. மறு பேச்சு பேசாமல் பிறந்தநாள் விழாவுக்குப் போனாள். அந்தச் சிறுவயதில்

சொல்லிய கதையில் அடங்கிய கருத்தை இன்றுவரை அவள் மறக்கவில்லை. கொடுத்த வாக்கை எப்படியும் காப்பாற்றிவிடுவாள்.

நான் வேலை பார்த்து வந்த கட்டடத்தில் கணப்பு வசதிகள் மிகக் குறைவு. அதிலும் அது பூமிக்குக் கீழே உள்ள அறை; குளிரின் ஆதிக்கம் தாங்கமுடியாது. அடுத்த கெடுவுக்குள் முடிக்க வேண்டிய வேலைகள் என்முன் வந்து குவிந்தவண்ணமே இருக்கும். நான் கிரிசாம்பாள் பரம்பரை. ஆகவே எதிர்த்துக் கதைக்கும் திராணி இல்லை. விரகதேவதையின் மிச்ச சொச்சங்களும் என் மேசையிலே வந்து விழும். நான் வேலைகளை முடிக்க சில சமயங்களில் இரவு பதினொரு மணியாகிவிடும். அகதியாக வந்து சேர்ந்த அந்த ஆரம்ப நாட்களில் குளிரைத் தாங்கும் உடைகளை அணியும் வசதியும் இருக்கவில்லை; அதற்கேற்ற அறிவும் இல்லை.

'கையது கொண்டு மெய்யது பொத்தி
காலது கொண்டு மேலது தழுவி பேழையில்
இருக்கும் பாம்பென உயிர்க்கும் ஏழையான்'

ஆக வேதனைப்படுவேன். என் வரவையே கண் விழித்துக் காத்திருக்கும் மனைவியை நினைப்பேன். இப்படி நாடுவிட்டு நாடு வந்து படும் இன்னல்களையும் சிறுமைகளையும் எண்ணிக் கண்ணீர் வரும் நேரங்களிலெல்லாம் என்னுடைய சின்ன வயது மகளை நினைத்துக்கொள்வேன். இந்தச் சமயங்களில் பல்லைக் கடித்துக்கொண்டும், மூக்கைப் பிடித்துக்கொண்டும், விரகதேவதை தாபம் மேலிட்ட நாட்களில் கண்களை மூடிக்கொண்டும், என் காலத்தைக் கழித்து வந்தேன்.

அப்போதுதான் ஒருநாள் கடவுள் கண்விழித்தார்.

என் தகுதிக்கு ஏற்ற வேலை ஒன்று முற்றிலும் எதிர் பாராமல் எனக்குக் கிடைத்துவிட்டது. அதுமாத்திரமல்ல ஊரும், வீடும்கூட மாற்றலாகியது. எங்கள் வாழ்க்கையின் திசையும் திரும்பியது.

ஆனால், பெரிய சோகம் என்னவென்றால் புதிய வீட்டில் சலவை மெசின் இருந்தது. அத்துடன் அந்த அற்புதமான சனிக் கிழமை காலை வேளைகள் மறைந்து போயின. என் மகளுடன் தனித்திருந்து சம்பாஷிக்கும் அந்த மகத்தான தருணங்களும் அருகிவிட்டன. அமெரிக்க வாழ்க்கையில் அந்த முதல் ஒன்பது மாதங்கள் இப்படியாக என் மனதில் மறக்க முடியாததாகப் பதிந்துவிட்டன. என் மகளும் மெல்ல மெல்ல விலகித் தன் உலகத்தில் வாழத் தலைப்பட்டாள்.

'எக்ஸிட் *241*, எக்ஸிட் *241*' என்று மனனம் செய்தவாறே வந்தேன். இந்த எக்ஸிட்டில் திரும்பினால் நல்ல கோப்பியும், அருமையான 'டோநட்டும்' கிடைக்கும். அமெரிக்காவில், காரிலே ஒரு பயணிக்கு மேல் இருந்தால் அவர்கள் போவதற்கென்று பிரத்தியேகமான பாதை இருக்கும். அதிலேபோனால் விசையாகப் போய்ச் சேர்ந்துவிடலாம். நளனுடைய தேர்போல எங்கள் கார் இந்தப் பாதையில் வாயுவேகம் மனோ வேகமாகச் சென்றுகொண் டிருந்தது. 'எக்ஸிட் *241*' என்று நான் கத்துவதற்கிடையில் கார் அந்த இடத்தைக் கடந்துவிட்டது. 'மேலாடை வீழ்ந்த தெடு வென்றான், அவ்வளவில் நாலாறு காதம் கடந்ததே' என்பது போலக் காரும் கடந்து போய்விட்டது.

எனக்கு ஏமாற்றமாகிவிட்டது. ஒரு திருப்பத்தை விட்டால் மீண்டும் திரும்ப வருவது இடியாப்பக் கூந்தலின் ஒரு நுனியைப் பிடித்து மற்ற நுனிக்கு வருவதுபோல. அவ்வளவு கஷ்டம். இந்த டோநட் பிரபலமானது. வாயில் போட்டால் உடனுக்குடன் கரைந்து போகும். ஐம்பது மைல் தூரத்தில் இருந்துகூட ஆட்கள் வருவார்களாம்! அவ்வளவு பிரக்கியாதி பெற்றது.

மகள் என் பக்கம் திரும்பி 'sorry அப்பா' என்றாள். இனி என்ன செய்வது? அடுத்து வந்த திருப்பத்தில் மறக்காமல் காரைத் திருப்பினாள். சீஸ் பேகரும், காப்பியும் ஓடர் பண்ணினோம். எனக்கோ பசி. மகள் 'அப்பா! அப்பா!' என்று கத்துவதற்கு முன்பாக நான் உறிஞ்சியால் சுடு கோப்பியை உள்ளே இழுத்து விட்டேன். வாய் வெந்துபோனது. இப்படி எத்தனை முறை எனக்கு நடந்துவிட்டது? அப்படியும் புத்தி வரவில்லையே! திருப்பித் திருப்பி மறந்துவிடுகிறேனே! வேகமான அந்த உண வகத்தில் இப்படியாக நாக்கை வேக வைத்துக்கொண்டு வெளி யேறினேன். என் மகள் பிளாஸ்டிக் குவளைகளை சிவப்பு குப்பைத் தொட்டியிலும், மற்றவற்றை வெள்ளைத் தொட்டியிலும் போட்டு விட்டு வந்தாள். என் அவஸ்தையைப் பார்த்துச் செல்லமாக என்னை இடித்துவிட்டு இதழ் விரிக்காமல் சிரித்தாள்.

பிள்ளைத் தமிழில் செங்கீரைப் பருவம், சப்பாணிப் பருவம், அம்புலிப் பருவம், அம்மானைப் பருவம் என்று வரும் அல்லவா? அதுபோல இந்த அமெரிக்காவிலும் பல பருவங்கள் வந்து வந்து போகும். அவளுடைய முதல் பருவம் 'பாபி டோல்' பருவம்தான். ஒரு காலத்தில் இந்தப் பாவைகள் வீட்டிலே 'நீக்கமற நிறைந்து' கிடந்தன. இந்தப் பேதைப் பருவம் மிகவும் சந்தோஷமானது. ஒரு தனி உலகம். மணிக்கணக்காக இவற்றை வைத்து விளை யாடிக்கொண்டிருப்பாள்.

பதினொரு வயது என்று நினைக்கிறேன். அப்பொழுதுதான் முதன்முதலாக நாலுநாள் 'காம்பிங்' போனாள். எங்களை விட்டு இதற்குமுன் ஒருநாள்கூடப் பிரிந்து இருந்ததில்லை. ஆவலோடு எதிர்பார்த்து இருந்தவள் அந்த நாள் வந்ததும் தயக்கம் காட்ட ஆரம்பித்துவிட்டாள். நாங்கள் தேற்றி அனுப்பி வைத்தோம். நாலாம் நாள் இரவு திரும்பி வந்ததும் எங்களைக் கட்டிக்கொண் டாள். அந்த நாலு நாள் கதைகளையும் இரண்டு நாட்களாகச் சொன்னபடியே இருந்தாள். அந்தக் குழந்தை அனுபவித்த பிரிவுத் துயரும், பிறகு திரும்பியவுடன் அடைந்த குதூகலமும் மறக்க முடியாததாக இருந்தது.

சங்கீதப் பித்து தலைக்கேறியது இதற்குப் பிறகுதான். 'டீன் ஏஜ்' என்ற மடந்தைப் பருவம். 'பொப் மார்லி' என்ற பாடகன் அப்ப பிரபலம். அவனுடைய ஒலிப்பேழைகளை எல்லாம் வாங்கிச் சேர்த்தாள். வீட்டிலே அவனுடைய பாடல்கள் ஐந்தரைக்கட்டை சுருதியில் அதிர்ந்துகொண்டிருக்கும். 'விரிந்த சடையும் வெறும் மேனியுமாக' அவனுடைய பிரும்மாண்டமான படங்கள் அவளு டைய அறையை முழுக்க முழுக்க அலங்கரித்தன. டெலிபோன் வாயைப் பொத்திக்கொண்டு, நாங்கள் அந்த இடத்தைவிட்டு அகலும் வரை காத்திருக்கும் வழக்கம் இந்த வயதில்தான் அவளிடம் ஆரம்பமாகியது.

நான் சாடையாகக் கண்ணயர்ந்துவிட்டேன். கார் ஒரு பெற் றோல்கூடத்தில் நின்றுகொண்டிருந்தது. அது தானியங்கி பெற்றோல்கூடம். காரில் பெற்றோல் நிறைந்ததும் தானாகவே நின்றுவிடும். மறக்காமல் 'லெட்' இல்லாத பெற்றோலையே போட்டாள். கடன் அட்டையைக் கொடுத்து கணக்கைச் சரி செய்தாள். முன்பின் தெரியாத அந்த இளம் ஊழியர் ஏதோ சொன்னான். இவள் விழுந்து விழுந்து கண் பொங்கச் சிரித்தாள். 'நல்ல நாளாகட்டும்' என்று சொல்லி அவன் அட்டையைத் திருப்பி னான். இவள் 'உமக்கும் அப்படியே' என்று கூறி வாங்கிக் கொண்டாள். அந்தக் கணத்தில் இவள் முற்றிலும் ஓர் அமெரிக்கப் பெண்ணாக மாறிவிட்டதுபோல் எனக்குக் காட்சியளித்தாள்.

ஒருமுறை சற்று வளர்ந்து, அமெரிக்கக் கலாச்சாரம் கொஞ்சம் உரஞ்சுப்பட்ட பிறகு, பகவான் கிருஷ்ணருடைய கதையைச் சொல்லிக்கொண்டிருந்தேன். பலராமனுடைய பிறப்பைப் பற்றி வர்ணிக்கும்போது கொஞ்சம் தடங்கல் வந்து விட்டது பலராமன் வாசுகியினுடைய வயிற்றிலே உண்டாகி, மாயையினால் ரோகிணியின் கருப்பைக்கு மாறிய வரலாற்றில்தான்

சிக்கல். நான் 'வாசுகிதான் பலராமனுடைய உயிரியல் அன்னை; ரோகிணி வெறும் கர்ப்பப்பையில் காவிய தாய்தான்' என்று கூறினேன். அவளுக்கு அர்த்தமாகவில்லை. சிறிது யோசித்துவிட்டு ஏதோ புரிந்துகொண்டவள் போல் 'ஓ, surrogate mother' என்றாள். எங்கள் புராணங்களைக்கூட அமெரிக்கன் நடைமுறையில் விளக்கினால்தான் புரியும் என்ற நிலை வந்தபோது நான் என் மகளைக் கொஞ்சம் கொஞ்சமாக இழந்துகொண்டு வருவதுபோல எனக்குப்பட்டது.

ஒப்பந்தத்தைக் காப்பாற்றுவதற்காக 400 மைல் தூரம் போக ஒப்புக்கொண்டிருக்கிறாள். கார் இப்போது பொஸ்டன் நகரத்தை நெருங்கிக்கொண்டிருந்தது. இங்கேதான் நான் என்னுடைய அமெரிக்க வாழ்க்கையின் முதல் ஒன்பது மாதங்களைக் கழித்தேன். இங்கேதான் நிலவறையின் குளிரில் நடுங்கிக்கொண்டே அமெரிக்காவின் தொழில்முறை அரிவரிகளைக் கற்றுக்கொண் டேன். இங்கேதான் என்னுடைய மறக்க முடியாத இன்பமான சனிக்கிழமை காலைகள் வந்து வந்து போயின; மகளுடைய பிஞ்சு விரல்களைப் பிடித்தபடி சலவைக்கூட யாத்திரை போனேன். அகலத் திறந்த அவள் விழிகளைப் பார்த்தபடி பூமித்தாய் பற்றியும், நாயன்மார் பற்றியும், நாங்கள் விட்டு ஓடிவந்த எங்கள் அருமை யாழ்ப்பாணத்தின் பாரம்பரியம் பற்றியும் கதைகள் பேசினோம்.

அப்போது திடீரென்று நாங்கள் போய்வந்த, எங்கள் இருதயத்துக்கு மிகவும் நெருங்கிய, சலவைக்கூடம் தென்பட்டது. நான் ஒரு சிறு பையனின் ஆர்வத்தோடு, "அங்கை பார்! பூமாதேவி" என்று கத்தினேன்.

என் மகளுக்கு நான் கத்தியது அர்த்தமாகவில்லை. தலையை அவள் திருப்பக்கூட இல்லை. "என்னப்பா பூமாதேவி? What do you mean?" என்றாள்.

சலவைக்கூடம் அப்படியேதான் இருந்தது. விளம்பரப் பலகை கொஞ்சம் மங்கலாகிவிட்டதுபோலப் பட்டது. அங்கே இப்போது முப்பது சலவை மெசின்களும், முப்பது உலர்த்திகளும் வேகமாகச் சுழன்று இந்த மனிதப்பிறவிகளின் உய்வுக்காக பூமாதேவியை மேலும் கொஞ்சம் மாசுபடுத்திக்கொண்டிருக்கும்.

கார் விரைந்துகொண்டிருந்தது.

"என்னப்பா, Suddenly you are quiet?" என்றாள் என் மகள்.

மனித மனத்தின் விசித்திரத்தைப் பற்றி யார் என்ன சொல்வது? நான் ஆழ்ந்த சிந்தனையில் இருந்தேன்.

எங்கள் ஊரில் ஒரு கிழவி, செல்லாச்சி என்று பேர். கணக் கெடுக்க முடியாத வயது. தொண்டுக்கிழம் என்று சொல்வார்களே, அந்தப் பருவம்.

சிலவேளைகளில் என்ன நினைத்துக்கொள்வாளோ 'முக்கித் தக்கி' எழும்பி அலமாரியைத் திறப்பாள். பிறகு அதற்குள்ளே இருக்கும் தைலாப் பெட்டியை எடுத்து பூட்டை நீக்கி மூடியைத் திறப்பாள். பிறகு அவளுக்கு எதற்காக பெட்டியைத் திறந்தோம் என்பது மறந்துவிடும். அப்படியே கொஞ்சநேரம் இருந்து யோசித்துவிட்டு மறுபடியும் பூட்டிவைப்பாள்.

ஆனால், நாற்பது வருடங்களுக்கு முந்தி வேலாயுதபிள்ளை இருபது ரூபா அவளிடம் கடன் வாங்கி ஏமாற்றியதை இன்னும் மறக்கவில்லை. சொல்லிச் சொல்லித் திட்டியபடியே இருப்பாள்.

மகள் மறுபடியும் "என்னப்பா?" என்றாள்.

"ஒன்றுமில்லை" என்றேன்.

அந்தக் கார், ஒருவருக்கு மேற்பட்ட பயணிகள் போவதற்காக ஏற்படுத்தப்பட்ட பிரத்தியேகமான, வளைவேயில்லாத நெடுஞ் சாலையில், நளனுடைய தேர்போன்று வாயுவேகம் மனோ வேகமாக, அமெரிக்காவின் நிர்ணயிக்கப்பட்ட உச்ச வரம்பு வேக எல்லையையும் தாண்டி, கட்டடங்கள், வாகனங்கள், மரங்கள், மனிதர்கள், பழைய ஞாபகங்கள் என எல்லாவற்றையும் பின்னே தள்ளிவிட்டு, ஒரு குறிப்பிட்ட இலக்கை நோக்கி விரைந்துகொண்டி ருந்தது.

◆

யதேச்சை

மகா சமுத்திரத்தில் மிதக்கும் இரண்டு சிறு மரத்துண்டுகள் தற்செயலாக ஒரு கணம் தொட்டு மீண்டும் பிரிவதுபோல யதேச்சையாகச் சில சம்பவங்கள் நடந்துவிடுகின்றன. இவை சமயங்களில் பாரதூரமான விளைவுகளுக்கும் காரணமாகிவிடு கின்றன. இவற்றின் பெறுபேறுகளை முன்கூட்டியே சொல்லும் வல்லமை யாருக்கு இருக்கிறது?

தொண்டுக்கிழவி கையை முண்டுகொடுத்து எழும்புவது போல மெதுவாகத்தான் அன்று விடிந்தது. அது ஒரு வெள்ளிக் கிழமை. பங்குனி மாதத்தின் முற்பகுதி. அப்கானிஸ்தானின் தெற்கு மலைச்சிகரங்கள் வெள்ளி முடிதரித்து கண்ணைப் பறித்துக் கொண்டிருந்தன. அனாதி காலமாக 'அறக் கூஸியா' என்று அழைக்கப்பட்டு அலெக்ஸாந்தரால் கண்டஹார் என்று நாமம் சூட்டப்பெற்ற அந்த நகரம் சலசலத்துக்கொண்டிருந்தது. ஷார் வாலி மைதானத்தை நோக்கிச் சனங்கள் எல்லாம் ஒருவித பதட்டத்துடன் சஞ்சரித்துக்கொண்டிருந்தார்கள். தாலிபான் படை யினர் அங்கங்கே முச்சந்திகளிலும், நாற்சந்திகளிலும் நின்றவாறு வாகனங்களையும் பயணிகளையும் பாதசாரிகளையும் பரிசோதித்து மைதானத்துக்கு அனுப்பிக்கொண்டிருந்தார்கள். சனக்கூட்டம் சேரச்சேர அந்த இரைச்சல் ஓவென்று எழுந்துகொண்டிருந்தது. இந்த ஆரவாரங்களுக்கெல்லாம் பரபரப்பான ஒரு காரணம் இல்லாமலில்லை.

ரஷ்ய துருப்புகள் படு தோல்வியடைந்த பிறகும் நாஜி புல்லாவின் ஆட்சி சிறிது காலம் நீடித்தது. ஒருநாள் அவரும் கீழிறக்கப்பட்டுக் குரங்கு, அப்பம் பிரித்தக் கதையாக அப்கானிஸ் தான் துண்டு துண்டாகப் பங்கு போடப்பட்டது. அப்போது நடந்த மாணவர் புரட்சியில் சில இடங்கள் தாலிபான் வீரர்கள் வசம் சிக்கின. அப்படிச் சிக்கிய நகரங்களில் ஒன்றுதான் கண்ட ஹார்.

தாலிபான் வீரர்களுக்கு ஓர் அதிசயமான கட்டளை. அதை நிறைவேற்றுவதில் அவர்கள் கண்ணும் கருத்துமாக இருந்தார்கள். குறைந்தபட்சம் நாலு விரற்கடை நீளம் தாடி உள்ளவர்களே அந்த மைதானத்துக்குள் அனுமதிக்கப்பட்டார்கள். நீளமான தாடி வாய்த்தவர்கள் கைகளை வீசிக்கொண்டே உல்லாசமாக உள்ளே போனார்கள். கொஞ்சம் குறைந்த தாடிக்காரர்கள் தாலிபான் வீரர்களால் மேலும் கீழும் ஆராயப்பட்டனர். இன்னும் சிலர் தங்கள் குறுந்தாடிகளின் வீரப்பிரதாபங்களை எவ்வளவோ எடுத்துரைத்தும் நிர்த்தாட்சண்யமாக விரட்டி அடிக்கப்பட்டனர்.

அனுமதி மறுக்கப்பட்டவர்கள் திரும்ப மனமில்லாமல் துடக்கு வீட்டுக்கு வந்தவர்கள்போல எட்டத்தில் நின்று எட்டி யெட்டிப் பார்த்தார்கள். மாடு மேய்க்கும் சிறுவர்கள் தங்கள் காரியத்தை மறந்துவிட்டு இந்த விசேஷத்தில் மனதைப் பறி கொடுத்து அங்கேயே நின்றார்கள். இன்னும் சில சவலைப் பிள்ளைகள் 'வெக்கத்தைக் காட்டிக்கொண்டு' அங்கங்கே அரைப் புள்ளிகளாகவும், கால் புள்ளிகளாகவும் சிதறிக் கிடந்தனர்.

இந்தச் சந்தடிகளில் அகப்படாது வெகுதூரத்தில் இருந்த ஒரு வீட்டின் தாழ்வாரத்திலே நின்று அந்தக் கிழவர் வெளியே செல்வதற்குச் சாவதானமாக தன்னை ஆயத்தம் செய்துகொண்டிருந்தார். இன்று நடக்கப்போகும் விழாவில் அவர்தான் நாயகன்; சிலர் அவரை எதிர் நாயகன் என்றும் சொல்லக்கூடும். கிழவனாருக்கு வயது அறுபதைத் தாண்டிவிட்டது என்றாலும் என்ன கம்பீரமான உருவம்!

நாற்சார் வீடு ரஷ்யக் குண்டுவீச்சின் அனுக்கிரகத்தால் ஒரு சார் வீடாக மாறியிருந்தது. பழைய காலத்து மன்னர்கள் கட்டியது போலச் சற்சதுர ஓட்டைகள் அங்கங்கே துப்பாக்கியால் சுடுவதற்கு வாகாக விடப்பட்டிருந்தன. முற்றத்தை ஒட்டியபடி இருக்கும் குடிசைதான் பெண்களின் ராச்சியம். கிழவரின் ஆட்சி தாழ்வாரத்தோடு முடிந்துபோகும்.

இப்படியான வீடுகளில் இன்ன பிராயத்தினருக்கு இன்ன வேலை என்று ஒரு வரைமுறையிருக்கும். இருபதுபேர் கொண்ட கூட்டுக்குடும்பம் அது. கிழவி வாசலிலே குந்தியிருந்து தயிர்க் கட்டிகளை உருட்டி உருட்டி வெய்யிலில் காயவைத்துக்கொண்டிருந்தாள். நல்ல கற்களாய் பொறுக்கி வைத்து 'உறக்ஷா, உறக்ஷா' என்று காகங்களைக் கலைத்தபடியே இருந்தாள். கிழவிக்கு ஒரு கண் குருடு. அண்டங்காக்கா ஒன்று தலையைச் சாய்த்துக் கொண்டு அடிக்கடி வந்து கிழவியை ஏய்க்கப் பார்த்தது. கிழவி

விடுவதாக இல்லை; ஒற்றைக் கண்ணும் கருத்துமாக இருந்தாள். இது பார்க்க வேடிக்கையாக இருந்தது.

இந்த நேரத்திலே வழக்கமாக வீட்டிலே உள்ள ஆண்கள் வயல்வெளிக்கும், சிறுபிள்ளைகள் சுள்ளி பொறுக்கவும் போய் விடுவார்கள். அந்த வீட்டுப் பெண்களுக்கோ தாங்கள் பெற்றுப் போட்ட பிள்ளைகளைப் பார்க்கவே நேரம் சரியாக இருக்கும். யௌவன வயதிலே விதவையான பெண்களுக்கென்று விதிக்கப் பட்ட தொன்றுதொட்ட வேலைகள் ரஸீமாவுக்காகக் காத்திருக் கும். நாள்தோறும் சூரியன் முதுகிலே அடிக்கும்வரை துணிகளைக் கைவலிக்க அடித்து அடித்து துவைத்துக்கொண்டிருப்பாள். அது முடிந்ததும் தலை நிமிர்த்த முடியாத சமையல் வேலைகளில் மூழ்கிவிடுவாள்.

ஆனால், இன்று அவளுக்கு இன்னுமொரு முக்கிய வேலை இருந்தது. சாக்குப்பையில் கட்டிக் கூரையில் தொங்கவிட்டிருக்கும் 'லாண்டி' இறைச்சியில் கிழவருக்கு மனம் லயித்துவிட்டது. குளிர் காலம் முடிகிறது காரணமாயிருக்கலாம்; அல்லது விசேஷமான இந்த நாளைக் கொண்டாடுவதற்காகவும் இருக்கலாம்.

உப்புப்போட்டு வெயிலில் காயவைத்து முறுகிப்போன இறைச்சிக் கீலங்களை ஒவ்வொன்றாக எடுத்து ஒரு கனமான தடியினால் அடித்து அடித்து மெதுவாக்கிக்கொண்டிருந்தாள். பெரிய சட்டியில் 'ஷோர்வா' என்று சொல்லப்படும் சூப் காய்ச்சும் போது இந்த இறைச்சித் துண்டுகளும் போடப்படும். சூப் கொதித்த பிறகு இறைச்சியைத் தனியாக எடுத்து வைத்துக்கொண்டு சட்டி யிலே சோளரொட்டியைப் போட்டு நனைய வைத்து ஆண்கள் எல்லாரும் சுற்றிவர இருந்து சாப்பிடுவார்கள். அதற்குப் பிறகு இறைச்சித் துண்டுகளைப் பங்குபோட்டுக்கொண்டு சுவைப் பார்கள்.

பெண்கள் சாப்பாடு பிறகுதான். அல்லாவின் கடாட்சம் இருந்தால் இன்று ரஸீமாவுக்கு ஒரு கீலம் இறைச்சி கிடைக்கக் கூடும்.

கிழவி எறிந்த கல்லிலே காகம் ஒன்று எவ்விப்பறந்தது. கிழவி கல்லாலே எறியும் போதெல்லாம் ரஸீமாவின் நெஞ்சிலே பட்டது போல இருந்தது. ஆணையும் பெண்ணையும் நிறுத்தி வைத்து கல்லாலே எறிந்து கொல்வார்களாம். தாலிபான் ஆட்சியில் அப்படித்தான் என்று பேசிக்கொள்கிறார்கள். அதோடு ஒப்பிடும் போது இன்று நடக்கும் நாடகம் எவ்வளவோ மேல் என்று அவளுக்குத் தோன்றியது.

ஒரு நிக்காஹ் வீட்டிற்குப் போவதுபோல அவ்வளவு நிதான மாகக் கிழவர் தன்னை அலங்கரித்துக்கொண்டார். நீண்ட வெண் தாடியை நீவிவிட்டு, வெள்ளைச் சல்வாரைப் போட்டு இடைக் கயிற்றை இறுக்கி முடிச்சுப்போட்டார். ஸ்வத்துவில் இருந்து அவர் வரவழைத்த பச்சைக்கரை போர்வையை எடுத்து வலது தோளில் போட்டு இடது கக்கத்தில் இடுக்கிக்கொண்டார். ஷாம்ளா துணியை நாலு சுற்றுச்சுற்றி தலைப்பாகை கட்டி குஞ்சம்போல மீதித்துணியை இடது தோள்மேல் தொங்கவிட்டார். விசிறி மடிப்பு உயரமாகவும் கலாதியாகவும் இருக்கவேணும் என்பதில் கிழவருக்கு மிகுந்த கவனம். 'கலையாத கம்பீரத்துக்குக் குலையாத விசிறி மடிப்பு' என்ற புஷ்து பழமொழியை நன்றாக அறிந்தவர் அவர்.

ரஸீமா இவருடைய எடுப்புச்சாய்ப்புகளைத் தலையை மூடி யிருந்த சாதர் துணியின் இடுக்கு வழியாக ஓர் அருவருப்புடன் பார்த்துக்கொண்டிருந்தாள். அவள் மனதிலே அடித்த பிரளயத்தை அவள் கண்கள் காட்டவில்லை. அவளுடைய மாமனாரின் இந்த அட்டகாசமான அலங்காரம் அவளுக்கு எரிச்சலாக இருந்தது.

வீட்டில் உள்ள மற்றப்பெண்களும் பிள்ளைகளும் ஓர் அதிசயமான எதிர்பார்ப்புடன் இவரை வழியனுப்பி வைக்க வந் தார்கள். சுவரிலே மாட்டியிருந்த துப்பாக்கியை எடுத்துக்கொண் டார். பல்லுத் தீட்ட கரியிருக்கும் வீடுகளிலெல்லாம் துப்பாக்கியும் இருக்கும். பரம தரித்திரன் என்றாலும் அன்றாட பாவிப்புக்கு ஒரு துப்பாக்கி அவனிடம் இல்லாமலிருக்காது. இந்தத் துப் பாக்கியே ஒரு பால் மாட்டை விற்று அவர் வாங்கியதுதான். கிழவனார் அதைத் தூக்கிக்கொண்டு வெளியே போகக் காலடி வைத்தார். ரஸீமாவின் மனம் வேதனையில் வெடித்துவிடும்போல் பொங்கியது. கையிலே இருந்த கனமான தடியினால் 'லாண்டி' இறைச்சியைப் பலம்கொண்ட மட்டும் அடிக்கத் தொடங்கினாள்.

அந்தத் திடல் இப்படியான நெரிசல் கூட்டத்தை இதற்கு முன் கண்டதில்லை. இதுமாதிரி விவகாரமும் அங்கே நடந்த தில்லை. சனங்களின் பதட்டத்துக்கும், ஆவலுக்கும் ஈடு கொடுக்கக் கூடியதாக அந்த மைதானம் அமைந்திருக்கவில்லை. ரஸ்ய விமானங்கள் விளைவித்த அழிவுகளை, தாலிபான் தேசப்பிதாக்கள் மேலும் விருத்தியாக்கியிருந்தனர். கட்டடங்களும் சுவர்களும் சுற்றிவர அரை இடிபாடுகளுடன் நின்றன. நடுவிலே பஷ்கனா மரம் ஒன்று மெலிந்துபோய் நின்றுகொண்டிருந்தது. ஒலிபெருக்கிக் காரர்கள் ஒலி பெருக்கியின் வாய்களை மரங்களிலும் சுவர்களிலும் பஸ்களின் கூரைகளிலும் கட்டி வைத்துச் சரிபார்த்தார்கள்.

சனங்கள் மத்தியில் கலகம் மூளாதவாறு காருண்யத்தோடு பார்த்துக்கொண்டார்கள் படைவீரர்கள். இந்தக் காரியத்தை அவர்கள் திமிசுக்கட்டை பூட்ஸ் ஒலியாலும், கனமான துப்பாக்கியின் அடிப்பாகத்தாலும் நிறைவேற்றிக்கொண்டிருந்தார்கள். எந்தத் திசையிலிருந்து மரணக் கைதியைக்கொண்டு வருவார்கள், எங்கே நிறுத்துவார்கள் என்ற விபரம் ஒருவருக்கும் தெரியாததால் சனக் கூட்டம் தங்கள் இருப்பிடங்களை அடிக்கடி மாற்றிக்கொண்டிருந்தது.

அப்போது புழுதி அப்பிய லொறியொன்று வந்து சடக்கென்று நின்றது. நீண்ட தாடிகளோடு மூன்று தாலிபான் நீதிபதிகள் இறங்கினார்கள். ஒருவருக்கு வெண்தாடி, அடுத்தவருக்கு வெள்ளையும் கறுப்பும் கலந்த தாடி, அதற்கடுத்தவருக்கோ முற்றிலும் கறுப்பு நிறத்தாடி. இப்படியாக ஏறுமுகத்தில் இந்தத் தாடிச் சங்கதி இருந்தது. அவரவர்களுக்கு நியமித்த இடங்களில் போய் அமர்ந்துகொண்டார்கள். மூத்தவராய் தெரிந்தவர் எழுந்து ஒலி பெருக்கியில் பேசத்தொடங்கினார்.

“பிஸ்மில்லா அல் ரஹ்மான் அல் ரஹீம். படுபாதகமான ஒரு கொலையைச் செய்த காசிம் அலேமி என்பவருக்குத் தண்டனை கொடுப்பதற்காக நாங்கள் இங்கே கூடியிருக்கிறோம். தாலிபான் நீதிமன்றம் அவருக்கு மரண தண்டனை விதித்திருக்கிறது.” அவர் கையை உயரத் தூக்கிக் காட்டியதும் இரண்டு தாலிபான் வீரர்கள் பலியாட்டைக் கொண்டுவருவதுபோல் மரணக்கைதியை இழுத்து வந்தனர்.

காசிம் அலேமி ஓர் அழகன். நிமிர்ந்த முதுகு, சிவந்த தேகம், நேரான தாடி, நீலநிறக்கண்கள். இன்று அவனை இழுத்து வந்தபோது அவன் உடம்பு கூனிக்குறுகி உருக்குலைந்துபோய்க் கிடந்தது. இளைத்து எலும்புகள் தெரிந்தன. கைகள் பின்னுக்குக் கட்டப்பட்ட நிலையில் பரிதாபமாகக் காணப்பட்டான்.

கைகளைத்தான் கட்டமுடியுமேயன்றி அவன் மனதைக் கட்ட முடியவில்லை. விட்டகுறை தொட்டகுறை போலத்தான் அவர்களுடைய சிநேகம் இருந்தது. அந்தச் சிறு வயதிலேயே ரஸீமாவுக்கு அவனிடத்தில் ஒரு தீராத பிரேமை. சுள்ளி பொறுக்கும் சாட்டில் அவனுடனேயே சுற்றிக்கொண்டிருந்தாள். விபரம் தெரியாத அந்தப் பிராயத்தில் அவர்களுக்குள் பேசி எத்தனையோ முடிவுகள் எடுத்துக்கொண்டார்கள். விளையாடுவதை விட்டுவிட்டு காசிம் சில சமயம் ரஸீமாவை உற்றுப்பார்த்தபடியே இருப்பான். அப்போதே அவளுக்கு ஒரு சிறு அசைப்பில் கன காரியம் சொல்கிற கண்கள்.

அவள் மொட்டவிழ்ந்ததும், காரியங்கள் கிறுகிறுவென்று ஒப்பேறின. காசிம் சிறுவன்தானே. அவனை யாரும் கணக்கில் சேர்த்துக்கொள்ளவில்லை. அஹமத் அப்பொழுதே ஒரு முழு ஆம்பிளை. அஹமத்துக்கு ரஸீமாவை மணமுடித்து வைக்கும் போது அவளுக்கு வயது பதின்மூன்றுதான். அஹமத்துக்கு ஒரு தம்பி இருந்தான், நியாஸி என்று பேர். நியாஸிக்கு அப்போது மூன்று வயது. ரஸீமாவுக்கும் நியாஸிக்கும் இடையில் பத்து வயசு வித்தியாசம். மணமுடித்த புதிதில் ரஸீமாவுடைய பொழுது நியாஸியைத் தூக்கிவைத்து விளையாட்டுக் காட்டிக்கொண்டிருப் பதிலேயே கழிந்தது.

இரண்டு வருடம் போனபிறகு அவள் தலையிலே ஒரு பெரிய இடி வந்து விழுந்தது. அவள் கணவன் அஹமத் கண்ணி வெடி ஒன்றிலே சிக்கி இறந்துவிட்டான். போர்க் காலத்தில் ரஷ்ய விமானங்கள் வீசிய கண்ணிவெடிகள் முழுவதையும் அகற்ற அறுபது வருடம்வரை எடுக்கும் என்று கணக்கு சொல்லிக் கொண்டார்கள். மாதத்திற்கு ஒருவராவது கண்ணிவெடிக்கு பலி யாவது வழக்கம். இந்தமுறை கொசுவத்திச் சுருள்போலக் கிடந்த வெடி ஒன்றில் அஹமத் மாட்டிவிட்டான்.

அவர்கள் வழக்கப்படி இனி அவள் நியாஸிக்குத்தான் வாழ்க்கைப்படவேண்டும். விதவையான ரஸீமா, ஐந்து வயதான நியாஸியை இடுப்பிலே தூக்கி வைத்துக்கொண்டு திரிந்தாள். ஊர்ப்பெண்கள் எல்லாம் "என்னடி, உன்ர புருஷன் இடுப்பையே விட்டு இறங்கமாட்டாரோ?" என்று கேலி செய்வார்கள். 'வடலி வளர்த்து கள்ளுக் குடிப்பதுபோல' நியாஸியை வளர்த்து சீக்கிரத் திலே அவள் தனக்கு ஒரு மணவாளனைத் தயார் செய்துகொண்டு விடவேண்டும்.

சொட்டுச் சொட்டாகப் பால் கறந்து பாத்திரம் நிறைவது போல நியாஸிக்குப் பதினெட்டு வயது முட்டிக்கொண்டு வந்து நின்றது. அடுத்த அறுவடையோடு அவளுக்கும் நியாஸிக்கும் நிக்காஹ் என்று பெரியவர்கள் பேசிக்கொண்டார்கள். அப் பொழுது அவள் பெண்மையின் உச்சக்கொப்பில் இருந்தாள்.

இரவானதும் வேலைக்களைப்பில் இமைகள் கனத்துவிடும். நீண்ட கழுத்து தண்ணீர் பானைக்கும், 'தண்டூர்' அடுப்புக்கும் இடையில் ஊர்ந்து வந்து படுத்தால் அவளுக்கு நித்திரை வராது. ஆசுஆசென்று வெப்பமான மூச்சுக்காற்று வந்தபடி இருக்கும். போர்வையை உதறிவிட்டு 'வெளிக்கு' போகும் சாக்கில் அரவ மில்லாமல் வெளியிலே வருவாள். அண்ணாந்து ஆகாயத்தைப்

பார்த்தபடியே நிற்பாள். சந்திரன் எவ்வளவுதான் உக்கிரமாகக் காய்ந்தாலும் ஏன் சுடுவதில்லை என்று குழம்புவாள். மனம் அமைதியிழந்து ரணம் வடியும். அவளுடைய திரேகம் எதையோ தேடித்தவிக்கிறது என்று புரிந்துகொள்வாள். அந்த நேரங்களில் காசிம் அவள் மனதிலே வந்து தொந்தரவு கொடுக்கத் தொடங்கினான்.

அப்போதுதான் ஒருநாள் அது நடந்தது.

காதல் வேகமாக வளருவது நகரங்களில்தான் என்று சொல்லிக்கொள்கிறார்கள். அது சுத்தப்பொய். உண்மையில் குடிசைகளிலும் குக்கிராமங்களிலும் காடுகளிலும் வனாந்தரங் களிலும்தான் காதல் கண்கடை தெரியாத வேகத்தில் வளர்கிறது.

நகரங்களிலே என்றால் கண்ணால் பார்த்துக் கைகளால் பேசி ஆற அமரப் பழகுவதற்கு அவகாசம் கிடைக்கும். ஆனால், அந்த வரப்பிரசாதம் ஏழை கிராமவாசிகளுக்குக் கிடைப்பதில்லை. ஒரு சந்தர்ப்பத்தை நழுவவிட்டால் அதேமாதிரி ஒரு சமயத்துக்கு இன்னொரு இருபது வருடங்கள்வரை காத்திருக்க வேண்டி நேரலாம்.

சமுத்திரத்திலே மிதக்கும் இரண்டு சிறு மரத்துண்டுகள் எதேச்சையாக ஒருகணம் முட்டி மறுபடியும் பிரிவதுபோல மிகவும் தற்செயலாகத்தான் அது நடந்தது.

வாசல்படியில் காலை வைத்துக்கொண்டு நின்றது பனிக் காலம். அவசர அவசரமாகப் பனிக்காலத்துக்கு வேண்டிய உணவு வகைகளைச் சேகரிப்பதிலேயே அந்தக் கிராமம் மும்முரமாக இருந்தது. பெண்களை வெளியே வேலைக்கு அனுப்பும் வழக்கம் அவர்களிடம் கிடையாது. ஆனால், இந்த அவசர நாட்களிலே மாத்திரம் வயல்வெளிக்குப் பெண்கள் போய்வருவார்கள். சோளக் காட்டில் இன்னும் கொஞ்ச வேலை இருந்தது.

அந்தச் சிறுமி மட்டும் ரஸீமாவுக்குத் துணையாக வந்து கொண்டிருந்தாள். தாலிபான் சட்டம் ஒன்பது வயதுப்பிராயம் தாண்டிய பெண்கள் பள்ளிக்கூடத்திற்குப் போகக்கூடாது என்று சொன்னது. அந்த வாய்ப்பைப் பயன்படுத்திய முதல் சிறுமி அவள் தான். வேலை முடிந்து மற்றவர்களெல்லாம் முன்னே போய்விட் டார்கள். பத்துமணி நேரம் உழைத்ததற்குக் கூலியாக ஒரு கடகம் சோளக்கட்டு அந்தச் சிறுமியின் தலைமேல் இருந்தது. சிறுமி களுக்கே இயல்பாக இருக்கும் சுறுசுறுப்புடன் அவள் முன்னா லேயே வீட்டுக்கு ஓடிவிட்டாள்.

ரஸீமாவின் மனம் என்றுமில்லாத குதூகலத்தில் இருந்தது. காரணம் தெரியவில்லை. இரண்டு பக்கமும் பார்த்துவிட்டு முகத்தை மறைத்திருந்த சாதர் துணியை எடுத்துவிட்டாள். இளைத்துப்போன காற்று அவள் முகத்தை வந்து மெத்துமெத் தென்று தட்டியது. காற்றும் சூரியனும் அவளுக்கு அன்னிய மானவை. ஆண்டவன் கொடுத்த அந்தச் செல்வத்தை அவள் அனுபவித்ததில்லை. முகத்தை ஆகாயத்தை நோக்கி உயர்த்தி மடிந்துபோகும் சூரியனுடைய செல்லக்கதிர்கள் அவளை மெல்ல ஸ்பரிசிக்க, சில்லென்ற காற்று முகத்தை வருட, தன்னிலையில் இல்லாமல் ஒரு ரகஸ்ய உலகில் அவள் சஞ்சரித்துக்கொண்டிருந் தாள்.

நாள் முழுக்க குகைக்கிணற்றில் வேலை செய்துவிட்டு களைப்போடு மேலே வந்த காசிம் அலேமி இந்த அதிசயக் காட்சியைக் கண்டான். குக்குறுப்பான் குருவியைப்போல மிதந்து கொண்டிருந்த ரஸீமா அவனைக் காணவில்லை.

அவன் அவளுடைய பால்யதோழன். பதினொரு வயதில் முக்காடு போட்டபோது அவள் பார்வையிலிருந்து மறைந்தவன். வாலிபனானதும் முஜாஹிதீன் இயக்கத்தில் சேர்ந்து ரஷ்யப் படைகளை விரட்டியடித்துப் போர் முடிவில் திரும்பியவன்.

காசிம் அவள் முன்னே திடுதிப்பென்று தோன்றினான். பொங்கி வரும் பாலில் தண்ணீர் தெளித்தவுடன் கப்பென்று பால் அடங்குவதுபோல ஓர் அமைதி. பாதாளக்கிணற்றுக்குப் பக்கத்தில் இருந்த மறைவுக்கு அவள் கையை மெல்லப்பற்றி அழைத்து வந்தான். மறுக்காமல் பின்னே வந்தாள் அவள்.

ஆகாயத்தில் பறவைகள் சோபன சமிக்ஞைகள் எழுப்பின. பனிக்காலத்தில் சமைந்துபோய் இருந்த சிற்றாறு சூரியனைக் கண்டு வெட்கத்தைவிட்டு கிளர்த்தெழுந்ததுபோல அவள் தேகம் சிலிர்த்தது. ஆயிரம் மடைகளை ஒரே நேரத்தில் திறந்துவிட்டது போல வெள்ளம் பொங்கியது.

அழகை எப்படியும் அமுக்கிவிடவேண்டும் என்ற தீவிர கொள்கையில் பாரம்பரியமாகச் சிருஷ்டிக்கப்பட்டவை அந்த முரட்டு உடைகள். மலைப்பாம்புபோல அவள் உடலை ஈவிரக்க மில்லாமல் சுற்றிக் கிடந்தன. பனங்குருத்து ஓலைபோல மடித்து மடித்து ஒன்றன்மேல் ஒன்றாகச் செய்த சால்வார் கமிஸ் அது. சிறிய உடலை மூட இவ்வளவு துணிக்குவியலா? அவனுக்கே பிரமிப்பாக இருந்தது.

வானம் வழிவிட்டது. காற்று கைகட்டி ஒதுங்கியது. அந்த மோகனமான நிசப்தத்தைக் கலைக்க ஒரு வார்த்தைதானும் அங்கே பேசப்படவில்லை. மேகக்கூட்டத்தைப் பார்த்தபடி கிடந்தாள் அவள். அவன் தழுவிய அந்தக் கணத்தில் முகில் குடம் ஒன்று உடைந்தது. அந்த மழையில் இருவரும் நனைந்தார்கள்.

இருட்டு முழங்கால் அளவுக்கு வந்துவிட்டது. வீட்டுக்கு எப்படி வந்தாளென்பது அவளுக்கு ஞாபகமில்லை. எல்லோரும் சோளத்தைச் சுட்டு எடுப்பதில் மும்முரமாய் இருந்தனர். முகத் திரையை நன்றாக முன்னுக்கு இழுத்துவிட்டாள். உள்ளத்தின் பிரகாசம் கண் வழியாகத் தெரியாமல் இருக்க கண்களை மூடிக் கொண்டாள். ஆயிரம் தீப்பந்தங்களைக் கொளுத்தி வைத்து ஒரேயடியாக ஊதி அணைத்துவிட்டதுபோல அது இருந்தது.

ரஸீமாவின் மாமனார் வெள்ளைத்தாடி பிரகாசிக்க இப்போது களத்தில் பிரவேசித்தார். அவர் கையிலே ஒரு AK47 துப்பாக்கி இருந்தது. கிழவனாருடைய கண்கள் ஒரு கணம் காசிமின் கண்களை எரித்துவிடுவதுபோலப் பார்த்தன. பதினெட்டே வயதான அவருடைய மகன் நியாஸியைக் கொன்ற வனை, ஒரு குரோதத்தோடு பார்த்து மனதிலே பதிந்துகொண்டார்.

காசிமின் கண்களைக் கறுப்புத்துணியினால் இறுக்கிக் கட்டினார்கள். தாலிபான் வீரன் ஒருவன் அவனை மரத்தினருகே கொண்டுபோய் நிறுத்தினான். பின்கைகள் கட்டப்பட்ட நிலையில், கண்களும் மறைக்கப்பட்டு செய்வதறியாது சிறிது நேரம் நின்றான்; பிறகு கர்ப்பநிலைக்கு வந்து குந்தியவாக்கில் இருந்துகொண்டான்.

கிழவனார் துப்பாக்கியின் விசையைத் தானியங்கி நிலையி லிருந்து ஒவ்வொரு தோட்டாவாகச் சுடும் நிலைக்கு மாற்றினார். தாலிபான் நீதிபதிகள் அவருடைய துப்பாக்கியை வாங்கி மேலும் கீழுமாகச் சோதித்தார்கள். மூன்று துப்பாக்கி ரவைகளைக் கிழவர் துப்பாக்கியினுள் போட்டார். காசிமின் உயிரை மூன்று தோட்டாக்களில் எடுப்பதற்கு அவருக்கு அனுமதியிருந்தது.

இப்போது சனத்திரள் கட்டுக்கடங்காமல் போகத் தொடங் கியது. இந்த ஆலாபனைகளை எல்லாம் சகிக்கும் பொறுமையில் அவர்கள் இல்லை. 'சுடு, சுடு, சுடு, கொலைகாரனைச் சுடு' என்ற ஓசை மெதுவாக எழும்பியது. வர வர இந்த ஒலி கடல் அலை போல வளர்ந்து பெரும் இரைச்சலாக மாறியது.

கடவுளுக்கும் காற்றுக்கும் மட்டுமே தெரிந்திருந்த அந்த ரகஸ்யம் இன்னும் ஒருவனுக்கும் தெரிந்திருந்தது. அவள் தூக்கி

வளர்த்த நியாஸி, பதினெட்டு வயது நிரம்பியவன், அவனுக்கு எப்படியோ இது தெரிந்து போய்விட்டது.

மறுநாள் நியாஸிக்கும், காசிமுக்கும் இடையில் வாக்கு வாதம் ஏற்பட்டு கைகலப்பில் முடிந்தது. அதுகூடத் தற்செயலாகத் தான் நடந்தது. இரண்டு தரப்பும் முன்கூட்டியே ஆயத்தம் செய்து இந்தச் சண்டையில் இறங்கவில்லை. வழக்கம்போலக் கூடிய கூட்டத்தில் வாய்க்கால் தகராறில்தான் இது ஆரம்பமாகியது.

ஊர் முன்னிலையில் நடந்த இந்த விவகாரத்தில் ரஸீமா வின் பெயரே பிரஸ்தாபிக்கப்படவில்லை. சண்டைக்கான உண்மைக் காரணம் இப்படி மறைக்கப்பட்டுவிட்டது. வார்த் தைகள் முற்றி வசவுகள் வெடித்தன. நியாஸிதான் வேண்டுமென்றே சண்டையைத் தொடங்கினதாகப் பலரும் அபிப்பிராயப்பட் டார்கள். சண்டையின் உச்சக்கட்டத்தில் நியாஸியைத் துப்பாக்கி யால் சுட்டுக்கொன்றுவிட்டான், காசிம்.

தாலிபான் நீதிபதிகள் நடத்திய விசாரணையில் குற்றத்தை முற்றாக ஒப்புக்கொண்டான் காசிம். அவனுக்கு மரண தண்டனை விதிக்கப்பட்டது. ரஸீமாவின் விவகாரம் வெளியே தெரிய வந்திருந் தால் தாலிபான் சட்டப்படி இருவரும் கல்லால் எறிந்து கொல்லப் பட்டிருப்பார்கள். உயிர்போனாலும் அவன் ரஸீமாவைக் காட்டிக் கொடுக்கமாட்டான். ஒரு முஜாஹிதீன் போராளி செய்யக்கூடிய காரியமா அது?

"அல்லாவின் கருணை அளப்பரியது. குற்றம் செய்வது மனித இயல்பு. மன்னிப்பது அல்லாவின் செயல். கொலையாளியை மன்னிப்பது இப்போது உங்கள் கையில் இருக்கிறது. நீங்கள் அவரை மன்னிப்பீர்களா?" என்றார் நீதிபதி.

அப்பொழுது கிழவனார் தாடியைத் தடவிவிட்டுக்கொண்டு நடுமைதானத்துக்கு வந்தார். வலது கையைத் தூக்கி நெஞ்சிலே வைத்துக்கொண்டு, ஒலிபெருக்கியில் இப்படி அறிவித்தார்: "ஈவிரக்க மில்லாமல் கொலை செய்யப்பட்ட நியாஸியின் தந்தை நான். இந்தப் பாபியை நான் ஒருபோதும் மன்னிக்க மாட்டேன். மன்னிக்க மாட்டேன், மன்னிக்க மாட்டேன்."

ஆயிரக்கணக்கானவர்களின் நெஞ்சங்கள் 'பட்பட்' என்று அடிக்கும் சத்தத்தைத் தவிர வேறு ஒன்றும் கேட்கவில்லை. ஒரு பத்தடி தூரத்தில் கிழவனார் துப்பாக்கியைத் தூக்கி வைத்துக் குறி பார்த்தார். அந்த நிசப்தம் பயங்கரமாக இருந்தது.

கண்கட்டிய நிலையில் திசை அறியாத காசிம் சனங்கள் இருந்த பக்கம் தலையைத் திருப்பி தீனமான குரலில் கத்தினான். "ஓ! ஹாஜி சாஹிப்! ஹாஜி சாஹிப்! என்னை மன்னித்து விடுங்கள்!" கிழவரின் மனம் கல்லாக இருந்தது.

அவர் துப்பாக்கியை நிதானமாக நிமிர்த்தித் துளையின் மூலம் பார்த்தார். 'ங'ப்போல அவன் வளைந்திருந்தான். வலது கண்ணுக்கும், காதுக்கும் இடையிலான பிரதேசத்தில் குறி வைத் தார். துப்பாக்கியை ஆடாமல் பிடித்துக்கொண்டு விசையின்மேல் விரலை வைத்தார்.

சனங்களின் கூச்சல் அறவே நின்றுவிட்டது. மூச்சை உள்ளே எடுத்தவர்கள் வெளியே விடவில்லை; வெளியே விட்டவர்கள் உள்ளே இழுக்கவில்லை. கிழவனார் விசையை இழுத்தார். 'பஸ்க்' என்று ஒரு சத்தம் மட்டுமே கேட்டது. தோட்டா பறந்ததோ, தாக்கியதோ யார் கண்ணுக்கும் புலப்படவில்லை. என்ன நடந்த தென்று விளங்காமல் ஒருவரை ஒருவர் பார்த்தனர். அந்தத் தோட்டா பொய்த்தோட்டா போலப்பட்டது. சத்தம் கேட்டதே ஒழிய ஒரு சேதமும் விளைவிக்கவில்லை. கிழவனாரும் சனங்களும் நீதிபதிகளும் இதை உணரச் சிறிதுநேரம் பிடித்தது.

இப்போது கிழவனார் இரண்டாவது தடவையாகக் குறி பார்க்கத் தொடங்கினார். காசிம் தலையை மேலும் கீழும் அசைத்த படி பைத்தியக்காரன்போலக் கத்திக்கொண்டிருந்தான். அவ்வள விற்கும் திடமாக இருந்த கிழவனார் முகத்தில் லேசாக பயப் பிராந்தி அரும்பியது. சனங்களின் எதிர்பார்ப்பு வேறு. அந்த நிசப்தம் அவரைத் தடுமாற வைத்தது. கிழவனார் பார்த்தார். முதுகுத்தண்டு பெரிய பரப்பாகத் தெரிந்தது. அதிலே குறிவைத்து வீழ்த்திவிட்டால் பிறகு நிதானமாக மூன்றாவது குண்டைத் தலை யிலே சுட்டுக் காரியத்தை முடித்துவிடலாம்.

முதுகைக் குறிபார்த்துச் சுட்ட அந்தவேளை காசிம் தலையைப் பலமாக சாய்த்தபடி ஒரு துள்ளுத்துள்ளினான். குண்டு அவனுடைய தோள்பட்டையைச் சிராய்த்துக்கொண்டுபோனது. மெல்லிய ரத்தக்கசிவு ஏற்பட்டது.

'செத்துக்கொண்டிருக்கிறோம்' என்ற நினைப்பில் காசிம் குந்தியிருந்த வாக்கிலேயே துள்ளித் துள்ளிப் பாய்ந்தான். தலை யறுத்த கோழிபோல இவன் நாலாபக்கமும் குதித்தான். எல்லோரும் கொஞ்சநேரம் இதை ஆடாமல் அசையாமல் பார்த்துக்கொண்டிருந்தார்கள். இவன் இப்படியே நகர்ந்து நகர்ந்து

சனத்திரளுக்குப் பக்கத்திலே வந்து விழுந்தான். சனங்கள் அப்போது அவனைச் சூழ்ந்துகொண்டார்கள்.

கிழவர் பாடு திண்டாட்டமாகிவிட்டது. "சுடாதே! சுடாதே! அல்லா மன்னித்துவிட்டார், சுடாதே!" என்று கத்தத் தொடங்கி னான் ஒருத்தன். அதைத்தொடர்ந்து மற்றவர்களும் கூச்சல் போட் டார்கள். கிழவர் கொஞ்சநேரம் செய்வதறியாது நின்றார். மூன்றா வது தோட்டாவை நிலத்தை நோக்கிச்சுட்டார். சுட்டுவிட்டுத் துப் பாக்கியைத் தூக்கிப்பிடித்தபடியே நடக்கத் தொடங்கினார். அவர் மனதிலே இருந்த பெரிய பாரம் தோட்டா கிளப்பிய புழுதிபோல பறந்துபோனது.

சனங்கள் கலையத் தொடங்கினார்கள். அல்லாவின் அற் புதத்தை வியந்து கதைத்தபடியே அவர்கள் ஷுஹர் தொழுகைக்குப் புறப்பட்டார்கள். மூன்று தோட்டாக்களுக்குத் தப்பிய காசிம், அல்லாவினால் மன்னிக்கப்பட்டுவிட்டான். மாட்டுக்காரச் சிறுவர் கள் உதிர்ந்த தோட்டாக்களைப் புழுதியில் விழுந்து விழுந்து தேடி னர். சனங்கள் கலைந்தபிறகும் துப்பாக்கியின் புகை மணம் நெடு நேரமாக அந்த இடத்திலேயே படிந்து நின்றது.

ரஸீமாவின் வீடு வெறிச்சென்று இருந்தது. ஆண்கள் எல் லோரும் மைதானத்துக்குப் போய்விட்டார்கள். பெண்கள் வேலை யில் மும்முரமாக இருப்பதுபோல் ஒருவருக்கொருவர் போக்குக் காட்டியபடி இருந்தார்கள். ரஸீமா தலைத்துணியை இழுத்து விட்டுக்கொண்டு தன் வேலைகளைக் கவனித்துக்கொண்டி ருந்தாள். அவள் கைகள் 'குரூத்' பலகையை ஓர் ஆவேசத்துடன் தேய்த்துக்கொண்டிருந்தாலும் அவள் காதுகள் மட்டும் கூர்மையாக இருந்தன.

மைதானத்தின் நடுவே கண்கட்டப்பட்டு நிற்கும் காசிமின் ரகஸ்யம் அவள் ஒருத்திக்கே தெரியும். ஒரு நாள் சிலகணங்களை அவளோடு பாதாளக் கிணற்றின் மறைவில் கழித்தவன்; இன்னும் சில வினாடிகளில் இறந்துவிடுவான்.

அவ்வப்போது ஒலிபெருக்கி அவளுக்குக் கேட்டுக்கொண்டி ருந்தது. தாலிபானுடைய பேச்சுரை கேட்டது. பிறகு மாமனா ருடைய கம்பீரமான குரல். அதைத்தொடர்ந்து தீனமான குரலில் காசிம் உயிருக்கு மன்றாடுவது போன்ற மெல்லிய ஒலியும் காற்றில் வந்தது. அவளுக்குத் தொண்டையை அடைத்துக்கொண்டது. கிழவர் அவனை மன்னித்துவிட மாட்டாரா என்று மனம் பதறியது.

வேட்டுச் சத்தங்களை ரஸீமா எண்ணியபடியே வந்தாள். முதலாவது வேட்டு மிகச் சன்னமாக ஒலித்தது; அதைத் தொடர்ந்து இரண்டாவது சத்தம் பலமாகக் கேட்டது. பிறகு சனங்களின் ஆரவாரம் ஓவென்று காற்றிலே வந்தது. கடைசியில் மூன்றாவது வேட்டு.

ரஸீமா துப்பட்டாவை வாய்க்குள் அடைத்துக்கொண்டு விம்மத் தொடங்கினாள். அவள் உடம்பு முழுக்கக் குலுங்கியது. அடக்க அடக்க துக்கம் கொப்பளித்துக்கொண்டு வந்தது. எல்லாமே முடிந்துவிட்டது.

லாண்டி இறைச்சி இப்போது கொதிநிலையை அடைந் திருந்தது. அவளுடைய மனக்கொந்தளிப்பை அறிந்திருந்ததுபோல ஒரு வேகத்தோடு அது பொங்கிப்பொங்கிக் கொதித்தது. நிற்க வில்லை.

ரஸீமாவின் விக்கலும் நிற்கவில்லை. கொலைபட்டு இறந்து போன கொழுந்தனை நினைத்து அழுகிறாள் என்று சிலர் நினைத்துக்கொண்டார்கள். கணவன் ஞாபகம் வந்துவிட்டது போலும் என்று இன்னும் சிலர் நினைத்தார்கள்.

காசிம் மரணதண்டனையில் இருந்து தப்பிய விஷயம் அவளுக்குத் தெரியாது. அந்தரங்கமான இடத்தில் அவன் பதித்த நகக்குறி காயும் முன்பு இறந்துவிட்டான் என்ற எண்ணத்தை அவளால் தாங்கமுடியவில்லை. அடக்கி அடக்கி விம்மிக்கொண்டி ருந்தாள்.

அந்த ஒலி வெகுநேரமாகக் கேட்டுக்கொண்டிருந்தது.

சமுத்திரத்திலே மிதக்கும் இரண்டு மரத்துண்டுகள் ஒன்றை யொன்று ஒரு கணம் தொட்டு மீண்டும் பிரிவதுபோல அவளு டைய வாழ்விலே அவனைச் சந்திக்கும் சந்தர்ப்பம் இனிமேலும் ஒருமுறை வரக்கூடும். இன்னொரு பதினைந்து ஆண்டுகள் அதற் காக அவள் காத்திருக்கவேண்டி நேரிடலாம்.

அது ஒரு பெரிய காரியமாக இருக்காது.

◆

கம்ப்யூட்டர்

அதனுடைய பார்வை எனக்குத் துண்டாய்ப் பிடிக்கவில்லை. அது இருந்த விதமும், தோற்றமும் வெறுப்பைக் கூட்டியது. மேசைமேல் சவடாலாகப் பரப்பிக்கொண்டு கல்லுளிமங்கன்போல சப்பளிந்துபோய் இருந்தது.

'ஆணா? பெண்ணா?' என்றுகூடச் சரியாகத் தெரியவில்லை. கம்ப்யூட்டர்களில் ஆண், பெண் பேதம் இருப்பது எனக்குக் கண நாளாகத் தெரியாது. அதைக் கண்டுபிடிப்பதற்கு என்ன குறுக்கு வழி என்பதையும் அப்போது யாரும் சொல்லித் தந்திருக்கவில்லை.

சில நிபுணர்கள் பார்த்த வாக்கிலேயே சொல்லிவிடுவார் களாம். பெண்ணென்றால் வழிக்குக்கொண்டுவர கணநாள் ஆகும். பிகு செய்துகொண்டே இருக்குமாம். ஆனால், அணைந்துவிட் டால் உயிர் உள்ளவரை விசுவாசமாக செயல்படும். ஆண் அப்படி யில்லையாம். ஆரம்பத்தில் அளவுக்கதிகமாக ஒத்துழைக்கும்; நாள் போகப்போக காலை வாரிவிட்டு விடுமாம்.

முன்பின் தெரியாத விவகாரத்தில் இப்படி வந்து மாட்டிக் கொண்டோமே என்று நொந்துகொண்டேன். ஒரு திடீர் உந்துத லால்தான் கம்ப்யூட்டர் ஒன்று வாங்குவதாக முதல்நாள் இரவு எங்கள் வீட்டில் முடிவாகியது. என் ஒன்பது வயது மகன் அரவிந்தன் தன்னுடைய சிநேகிதர்கள் எல்லாரிடமும் கம்ப்யூட்டர் இருப்பதாக அளந்தான். என் ஆசை மனைவியோ ஆர்மோனியப் பெட்டிபோல இதையும் வளைத்துவிடலாம் என்று ஆர்வமான கனவுகளுடன் காத்திருந்தாள்.

இது என்ன வெண்டைக்காயா, நுனியை முறித்துப்பார்த்து வாங்க? கம்ப்யூட்டர் முந்திப்பிந்தி வாங்கியும் அனுபவமில்லை. கடைக்காரனுடைய முகலாவண்யம் கதைப்பதற்கு ஆசையூட்டு வதாகவும் இல்லை. வீர்யம் நிறைந்தவன்போலக் காணப்பட்டான். அவன் தலையில் இருக்கவேண்டிய முடியெல்லாம் மூக்கு வழி யாகவும் காது வழியாகவும் வந்துகொண்டிருந்தது. எனக்கு அவன்

சொன்ன விளக்கங்களும், கேட்ட கேள்விகளும் தலைகால் புரிய வில்லை. நான் நியூயோர்க்கில் பட்டபாடு இங்கேயும் படவேண்டி வந்துவிட்டதே என்று யோசித்தேன்.

அமெரிக்காவுக்கு நான் முதன்முதலாகப் போனபோது வாய்விட்டுக் கேளாத நண்பர் ஒருத்தர் தூண்டில் ஒன்று வாங்கி வரும்படி கூறியிருந்தார். தூண்டிலில் மீனைப்பிடிப்பது தலையிலா, வாலிலா என்பது போன்ற அடிப்படை விஷயம்கூட எனக்குத் தெரியாது. நண்பருக்கு 'சரி' என்று வாக்குக் கொடுத்துவிட்டேன். அமெரிக்காவில் தூண்டில் வாங்குவதற்காக ஒரு கடைக்குப்போன போதுதான் எனக்குப் பிரச்சினையின் பிரமாண்டம் வெளிச்ச மானது.

கடையென்றால் அது சாதாரணக் கடையல்ல. ஒரு கிரிக்கட் மைதானம் அளவில் மிகப்பெரிய சமாச்சாரம். இதிலே விசேஷம் என்னவென்றால் இந்தக் கடையிலே தூண்டில் மட்டும்தான் விற்பனை செய்தார்கள். மீன்பிடி சாதனங்களுக்கென்றே ஏற் படுத்தப்பட்ட பிரத்தியேகமான நிலையம். எத்தனையோ விதமான உபகரணங்கள்; முன்பின் பார்த்திராத வினோதமான தூண்டில்கள் சிறிதும் பெரிதுமாகக் கடையை நிறைத்துக் கிடந்தன. நான் அங்கு மிங்கும் அண்ணாந்து பார்த்துக்கொண்டு அநாதையாகத் திரிந்த போது, ஏங்க வைக்கும் வனப்புள்ள பணிப்பெண் ஒருத்தி தென் பட்டாள். குதி உயர் காலணியில் நறுக் நறுக்கென்று அவள் கத்தரிக்கோல் வெட்டுவதுபோல நடந்து வந்து, "உங்களுக்கு ஏதும் உதவி தேவையா?" என்று மழலையில் கேட்டாள். நான் வந்த விஷயத்தை விளக்கினேன்.

அவளுடைய முதல் கேள்வி, "உங்களுக்கு எப்படி வேண்டும்? வலது கைத் தூண்டிலா? அல்லது இடது கையா?" என்றாள். "ஆஹா! அப்படியா சங்கதி?" என்று நான், "வலது கை" என்று பதில் சொன்னதும், இரண்டாவது கேள்வி எழுந்தது. "ஆற்றி லேயா? கடலிலேயா?" என்றாள். 'இது என்னடா வில்லங்கம்?' என்று நான் யோசிப்பதற்கிடையில் அடுத்த கேள்வி வந்து விழுந் தது. "ஆழ்கடலா? கரை ஓரத்திலா?" என்றாள். 'தூண்டிலிலே இத்தனை விசயங்கள் இருக்கா?' என்று நான் தியானத்தில் இருந்த போது மிகவும் முக்கியமான ஒரு கேள்விக் கணையை வீசினாள். "சிறுவனா? இளைஞனா? அல்லது முழு மனிதனா?" என்றாள். நான் என்னுடைய நண்பருடைய உடல்வாகை மனத்தினால் அள வெடுக்க முயற்சிசெய்து கொண்டிருந்தேன்.

இப்படியாக அவள் கேள்விக்கு மேல் கேள்வியாக கேட் டாள். "நின்றுகொண்டு பிடிப்பதற்கா? இருந்து பிடிப்பதற்கா?

படகில் போய் பிடிப்பதற்கா? படுத்திருந்து பிடிப்பதற்கா?" என்றாள் (மரியாதை கருதி 'சிறுநீர் பெய்துகொண்டு பிடிப் பதற்கா?' என்பதைக் கேட்கவில்லை என்று நினைக்கிறேன்.) "சிறிய மீனா? பெரிய மீனா? என்ன எடை தாங்கும் தூண்டில் தேவை?" இதுமாதிரியாக 'இம்மென்னும் முன்னே எழுநூறும் எண்ணூறும், அம்மென்றால் ஆயிரம்' கேள்விகள் வந்து விழுந்தன. தலை சுற்றி விட்டது. 'டிக்கட் வேண்டாம் கையை விடு' என்று ஆகிவிட்டது. (யாழ்ப்பாணம் வெலிங்டன் தியேட்டரில் கவுண்டர் ஓட்டைக்குள் கையை நீட்டினால் டிக்கட் கொடுப்பவர் கையைக் கெட்டியாகப் பிடித்துக்கொள்வார். பின்னுக்கு சனம் நெருக்கியபடியே இருக் கும். டிக்கட் கேட்டவருடைய கையோ முறிந்துபோகும் நிலை. அப்போது இவர் 'டிக்கட் வேண்டாம் கையைவிடு' என்று கத்து வது வழக்கம்). கட்டுச்சோறு கட்டிக்கொண்டு வந்திருக்கவேண்டும் என்று பட்டது எனக்கு. அடுத்த முறை வரும்போது இவளுடைய கேள்விகளுக்கெல்லாம் பதிலை ஒரு புத்தகமாக அடித்துக்கொண்டு வருவது என்று மனத்திற்குள் தீர்மானித்துக்கொண்டேன்.

இப்படியாகச் சந்தி பிரிக்காத பாடல்போலத் தலை சுற்றியது விவகாரம். மறுபடியும் நான் அந்தக் கடைக்கு கம்ப்யூட்டரைக் கொத்துக்கொத்தாக ஆராய்ச்சி செய்து வித்துவான் பட்டம்பெற்ற ஒரு நண்பரோடு படையெடுத்தேன். நண்பர் கம்ப்யூட்டருக்குத் தலபுராணம் எழுதியவர். விடுவாரா? இப்போது வட்டியும் முதலு மாக அவர்களைப்போட்டு குடை குடையென்று குடைந்தார். அவர்களுடைய சம்பாஷணை முற்றிலும் ஒரு புதிய பாஷையில் நடைபெற்றது. எனக்கு ஒன்றுமே புரியவில்லை. இரண்டு பேருடைய வாயையும் மாறி மாறிப் பார்த்தேன். 'ஹார்ட் ட்ரைவ், ப்ளொப்பி, மெகா பைட், சொப்ட்வேர், இண்டர்பேஸ், யூபிஎஸ் என்ற வார்த்தைகள் எல்லாம் எனக்குச் சிதம்பர சக்கரமாக இருந்தது.

ஒருமுறை கவி காளமேகம் பெயர் தெரியாத ஓர் ஊரில், பாஷை தெரியாத திம்மி என்கிற தாசியுடன் இரவைக் கழிக்க வேண்டி வந்ததாம். இரவு முழுக்க தாசி 'ஏமிரோ வோரி', 'எந் துண்டி வஸ்தி' என்றெல்லாம் இவரிடம் சரசம் செய்தாள். அவள் சொன்னது இவருக்குப் புரியவில்லை. 'எமன் கையில் பட்டபாடு பட்டேன்' என்கிறார் காளமேகம்.

'எமிரோ வோரி' என்பாள் எந்துண்டி வஸ்தி' என்பாள்
தாம் இராச் சொன்ன வெல்லாம் தலைகடை தெரிந்ததில்லை

போம் இராச் சூழும் சோலைப் பொருகொண்டைத் திம்மி கையில்

நாம் இராப் பட்ட பாடு நமன் கையில் பாடுதானே.

அந்தக் கஷ்டம்தான் எனக்கு நினைவுக்கு வந்தது. அவர்களுடைய கதையில் அடிக்கடி 'ராம், ராம்' என்ற வார்த்தை அடிபட்டது. நான் மேலே இருப்பது 'ராம்' என்றும் கீழே இருப்பது 'லட்சுமணன்' என்றும் எனக்கே உரிய சாதுர்யத்துடன் ஊகித்துக் கொண்டேன்.

இவர்கள் இந்தச் சந்தடியில் இருக்கும்போதே நான் எனக்குத் தோதாக ஒருவரைக் கண்டுபிடித்தேன். அவருடைய கெமிஸ்ரி எனக்குச் சரிவரும்போல் தோன்றியது. விஷயம் தெரிந்தவர்போலக் காணப்பட்டார். அவரிடம் போய் மெல்லப் பேச்சுக் கொடுத்தேன்.

'கம்ப்யூட்டர் வாங்கும்போது நாங்கள் என்ன பாவிப்புக்கு அதை வாங்குகிறோம் என்பதை நிச்சயிக்கவேண்டும்' என்றார். 'ஒரு நெல்லு மூட்டை மாத்திரம் கொண்டுபோவதற்கு ஒரு திருக்கல் வண்டி போதும்; நூறு மூட்டை என்றால் ஒரு லொறி தேவைப்படும். குடும்பத்தோடு சுகமாகப் பயணம் செய்ய கார் வசதியாக இருக்கும். இல்லை, விசையாகப் போவதுதான் நோக்கம் என்றால் ரேஸிங்கார்தான் வாங்கவேண்டும்' என்றார். இது என்னை யோசிக்க வைத்ததோடு குட்டையை மேலும் குழப்பிவிட்டது.

இதுதவிர ராட்சச கம்ப்யூட்டர்களும், தனித்தியங்கும் கம்ப்யூட்டர்களும் இருந்தன. மேசையில் வைப்பது மடியில் வைப்பது (இது பெண்ணாகத்தான் இருக்க வேண்டும்), கக்கத்தில் வைப்பது இப்படியாகப் பல. தலையில் வைப்பது இன்னமும் வரவில்லை என்றே நினைக்கிறேன். அது வந்துவிட்டால், பெண்கள் தலையில் மல்லிகைப்பூ வைப்பதற்குப் பதிலாக இதை வைத்துக்கொண்டு போனாலும் ஆச்சரியப்படுவதற்கில்லை.

கடைசியில் நண்பருடைய ஆக்ஞைப்படி '486 கம்ப்யூட்டர்' வாங்குவதென்று தீர்மானமாகியது. கம்ப்யூட்டர் என்றால் அதை மாத்திரம் தூக்கிக்கொண்டு வர முடியுமா? அதற்கென்று சில உபகரணங்கள் இருக்கின்றன. நான் கணக்குப்போடும்போது அதை மனதில் எடுக்கவில்லை. மௌஸ், மௌஸ் பாட், டிஸ்குகள், பேப்பர், ரிப்பன் என்று ஊர்ப்பட்ட சாமான்கள். பில் போடும் போது கணக்கு எக்கச்சக்கமாகிவிட்டது. பொங்கல் பானை வாங்கும்போது அதற்கென்று திருகணி, இஞ்சி இலை, கரும்பு

என்று வாங்குவதில்லையா? அப்படித்தான் இதுவும் என்று என்னைத் தேற்றிக்கொண்டேன்.

நாங்கள் எல்லாவற்றையும் காரிலே ஏற்றித் திரும்பி வரும்போது நண்பர் '486 கம்ப்யூட்டர், 486 கம்ப்யூட்டர்' என்று உச்சாடனம் செய்தவாறே அதன் வீரப்பிரதாபங்களைப் பற்றி ஒரு பரணி பாடினார். எங்கள் ஊர் சிவக்கொழுந்து 1008 வேட்டி வாங்க வண்டி கட்டி பெரியகடைக்குப் போனதைப்போல் நானும் 'எனக்கு 486 கம்ப்யூட்டர்கள் கிடைக்கப் போகிறது' என்று மடத் தனமாக ஒரு கணம் கணக்குப் போட்டதை எண்ணி வெட்கி னேன்.

ஆலத்தி எடுக்க நிற்பதுபோல ஆவலோடு வாசலில் காத் திருந்தாள் என் மனைவி, மேகலா. அவளுக்குப் பக்கத்தில் என் மகன். நிறை பொங்கல் பானையை இறக்குவதுபோல மெத்த மெதுவாகக் கம்ப்யூட்டரை இறக்கி உள்ளே கொண்டுபோய் ராகு காலம் தவிர்த்த நல்ல வேளையில் ஒரு மேசையில் இருத்தினோம். முதல் வேலையாக சாமிக்கு தீபம் காட்டிவிட்டு வந்து கணிப் பொறியின் நெற்றியில் ஒரு குங்குமப் பொட்டு வைத்தாள் என் மனைவி. கைவியளத்துக்கு அரவிந்தன் அதில் 'ஓம் ஸ்ரீராம்' எழுதி னான். இப்படி ஒவ்வொருத்தரும் ஒரு பரபரப்புடன் கம்ப்யூட்டரை இயக்கிப் பார்த்தோம்; தட்டிப் பார்த்தோம்; தடவிப் பார்த்தோம். அதன் புது மணத்தை நுகர்ந்தோம். அது 'கிர்ர், கிர்ர்' என்று உயிர் பெறும் அதிசயத்தை வாய் திறந்து பார்த்து ரசித்தோம். அன்றுமுதல் அந்தக் கம்ப்யூட்டர் எங்கள் குடும்பத்தில் ஒன்றாகி விட்டது.

முதல் நாளே நான் ஒரு பெரிய உண்மையைக் கண்டு பிடித்தேன். கணிப்பொறி என்பது ஒரு ராட்சச வேலைக்காரன். சொல்லும் வேலைகளை எல்லாம் கச்சிதமாகச் செய்யும், ஆனால், தவறான கட்டளைகள் பிறப்பித்து விட்டாலோ தானே எஜமானன் ஆகிவிடும். பிறகு நீங்கள் அதற்கு அடிமைதான். இன்னொன்று. பயந்து பயந்து இதை அணுகினால் அது எட்ட எட்டப் போய் விடும். எனது ஒன்பது வயது மகன் மீன் குஞ்சு நீந்துவதுபோல உற்சாகமாக அதனோடு ஒட்டிப் பழகிவிட்டான். கணிப்பொறியை அவனுக்கு நிரம்பவும் பிடித்துக்கொண்டது. அதுவும் தன்னுடைய ரகஸ்யக் கதவுகளை அவனுக்குத் தங்கு தடையின்றி திறந்துவிடத் தயாராகிவிட்டது.

எல்லோருக்கும் அவசரமாகச் செய்வதற்கு அதில் கன வேலை இருந்தது. என் மனைவிக்கு வீட்டுக் கணக்குகளும், சீட்டுக்

கணக்குகளும் காத்திருந்தன. அரவிந்தனுக்குப் பள்ளிக்கூடத்தில் கொஞ்சம் பயிற்சி ஏற்கனவே இருந்தது. படங்கள் கீறவும், கேம்ஸ் விளையாடுவதற்கும் அவன் பறந்தான்.

அரவிந்தனுடைய நண்பர்கள் இப்பவெல்லாம் அடிக்கடி வந்து போகத் தொடங்கினார்கள். கம்ப்யூட்டருடன் அவர்கள் பொழுது முக்காலும் கழிந்தது. புது கேம்ஸ்களை பண்டமாற்று செய்து பாவித்தார்கள். கைதேர்ந்த நிபுணர்கள்போல் புதிய தலைமுறை கணிப்பொறி பற்றி நீண்ட விவாதங்களும், பட்டி மன்றமும் நடத்தினார்கள்.

என் மனைவியின் பொழுதுபோக்கு திசை மாறிவிட்டது. சீட்டுக் கணக்கு விவரங்களை எல்லாம் கணிப்பொறியில் நுணுக்க மாகப் பதித்து வந்தாள். அடிக்கடி அவளுக்குத் தொலைபேசி வரும். ஒருமுறை சிநேகிதி ஒருத்தி என்னவோ கேட்க 'கொஞ்சம் இரு; எனக்கு ஞாபகத்தில் இல்லை. கம்ப்யூட்டரைப் பார்த்துச் சொல்லுறன்' என்று இவள் பெருமையாகச் சொன்னாள்.

புதிசாய் பிறந்த குழந்தை வீட்டை அடியோடு மாற்றுவது போல இந்தக் கணிப்பொறி எங்கள் வாழ்க்கையில் பெரிய திருப் பத்தைக் கொண்டுவந்தது. நாங்கள் ஒருவருடன் ஒருவர் கம்ப் யூட்டர் பரிபாஷையிலேயே பேசப் பழகிக்கொண்டோம். பள்ளிக்கு எடுத்துப்போக மகனுக்குச் சாப்பாடு தரும்போது அவன் 'அம்மா give me a Mega Byte' என்று கத்துவான்.

மனைவியிடம் இது வேறுவிதமாக வெளிப்படும் 'மேகலா' என்ற பெயரை அவள் இப்போதெல்லாம் 'Mega' என்றே எழுது கிறாள். காரணம் தெரியாமல் இதயத்தில் சந்தோசம் பொங்கும் அந்த நேரங்களில் என் விரல்கள் சில்லென்று குளிர்ந்திருக்கும் அவள் இடையைப் போய்த் தொட்டுவிடும். நெளிப்பு காட்டிக் கொண்டே மெல்ல விலகிவிடுவாள். எட்டத்தில் நின்று 'Press any key to Enter' என்று சொல்லிவிட்டு ஓடுவதற்குத் தயாராக நிற்பாள். நான் எட்டிப் பிடித்து, "If you want to Escape, Press here" என்று என் உதட்டைத் தொட்டுக் காட்டுவேன். இந்த நேரங்களில் எல்லாம் ஒரு புதிய அன்னியோன்னியம் எங்கள் குடும்பத்துள் வந்து பரவியதுபோல எனக்குப்பட்டது.

சமயங்களில் 'அரவிந்தா! அரவிந்தா! இஞ்ச வா!' என்று யானை ஆதிமூலத்தைக் கூப்பிட்டதுபோல ஓலமிடுவாள் என் மனைவி. 'கம்ப்யூட்டர் இந்தக் கூட்டலை தப்பு தப்பாய் போட்டி ருக்கு. இதை ஒருக்கா பார்' என்பாள். என்னுடைய மகனும் 'என்னம்மா, நீங்கள் சும்மா, சும்மா கூப்பிட்டு ட்ரபிள்

கொடுக்கிறீங்கள்' என்று நடப்பு விட்டுக்கொண்டே போய் அந்தச் சில்லரைத் தகராறை சரிசெய்துவிட்டு வருவான். இப்படியாக அந்தக் கணிப்பொறியின் வருகைக்குப் பிறகு எங்கள் வீடு ஒரு விஞ்ஞானத் துள்ளல் துள்ளி வேகமாக முன்னேறிக்கொண்டி ருந்தது.

கன நாளாக ஒரு சிறுகதை என் மனதிலே ஊறப்போட்டுக் கிடந்தது. இப்போது முட்டியில் கள்ளுப் பொங்குவதுபோல அது பொங்கிக்கொண்டு வந்தது. இனியும் எழுதாமல் தாவரிக்க ஏலாது என்ற நிலைமை.

இரண்டு காதலர்களைப் பற்றியது அந்தக் கதை. காதலிக்கு மாற்றல் கிடைத்து இன்னொரு ஊருக்குப் போய் விடுகிறாள். தொலை தூரத்துக்குப் போனாலும் அவளுடைய காதல் கடிதம் மூலமும், தொலைபேசி மூலமும் சூடு குறையாமல் வளருகிறது. புது ஊரில் காதலிக்கு இன்னொருவனிடத்தில் மையல் ஏற்படு கிறது. பழைய காதலன் அவளை நம்பி, தபால் நிலையத்துக்கும், தொலைபேசி அலுவலகத்துக்குமாக காசை விரயம் செய்து கொண்டு இருக்கிறான். அவர்களுடைய தொலைதூரக்காதல் தொலைந்துவிடும் அபாயத்தில் இருந்தது. கதைக்கும் நான் 'தொலை' என்றே தலைப்பு கொடுத்திருந்தேன்.

சிறுகதையாகத் தொடங்கி நெடுங்கதையாக அது வளர்ந்து விட்டது. ஆறாயிரம் வார்த்தைகளுக்கிடையில் அதை மடக்கி வைத்திருந்தேன். நான் நினைத்ததிலும் பார்க்கக் கதை நல்லாக வந்திருந்தது. காதல் வர்ணனை ஒரு புதுப்புயலைக் கிளப்பிவிடும் என்று எதிர்பார்த்தேன்.

இதிலே ஒரு வசதி என்னவென்றால் கணிப்பொறியில் காகிதம் மிச்சப்படுகிறது. சுற்றுச்சூழலுக்கும் எவ்வளவோ நன்மை. கையினால் எழுதுவதுபோல அடித்து அடித்து எழுதி, திருத்தங்கள் செய்து காகிதத்தை விரயமாக்கத் தேவையில்லை. எல்லா திருத்தங்களையும் கம்ப்யூட்டரில் ஒரேயடியாகச் செய்துவிடலாம். எத்தனை மரங்கள் நிம்மதிப் பெருமூச்சுவிடும்!

ஒருநாள் ஒரே மூச்சில் எட்டு பக்கங்களை அடித்து முடித் திருந்தேன். வேண்டிய திருத்தங்களை கணிப்பொறியிலேயே செய்து கொண்டேன். எழுதி, எழுதி, அடித்து அடித்துக் கை முறியும் அவசியம் இப்போதெல்லாம் இல்லை. வேலையை முடித்து கைகளைத் தூக்கி, நாரியை நிமிர்த்தியபோது மின்சாரம் நின்று விட்டது. அடித்த அவ்வளவும் பாழாகி என்னுடைய ஆர்வம்

கசங்கிப்போனது. முதலில் இருந்து திரும்பவும் இன்னொரு முறை அடிக்கவேண்டும்.

அடுத்த நாள் நண்பர் வந்தபோது இதைச்சொல்லி அழு தேன். எனக்குச் சாதகத்தில் நம்பிக்கை இல்லை. கும்ப ராசிக்காரர் எல்லாம் அப்படித்தான். இருந்தும் என்னுடைய சாதகத்தில் 'கம்ப்யூட்டர் தத்து' இருப்பதாக சுதுமலை சாத்திரியார் சொன்னது என்னைக் கொஞ்சம் கவலைப்பட வைத்தது. அப்போது நண்பர் எனக்கு இரண்டு புத்திமதிகள் சொன்னார்.

ஒன்று, தலைபோகிற காரியம் என்றாலும் ஒவ்வொரு ஐந்து நிமிடமும் டைப்செய்ததை சேமித்து வைக்கவேண்டும். இரண்டு, எங்கள் ஒவ்வொருவருக்கும் வெவ்வேறு டைரக்டரி உண்டாக்கி அதிலே எங்கள் வேலைகளைச் சேமித்து வைத்துக்கொள்ள வேண்டும் என்றார். இதை எப்படிச் செய்ய வேண்டுமென்பதையும் விபரமாக விளக்கினார்.

அன்றிலிருந்து பொயிலைக் கன்றுக்குப் பாத்தி கட்டுவது போல கணிப்பொறி தளத்தை மூன்று பகுதிகளாகப் பிரித்து ஒரு பகுதியில் நானும், இன்னொரு பகுதியில் மனைவியும், மீதியில் அரவிந்தனுமாகப் பயிர் செய்தோம். எங்கள் படைப்புகளை இந்த வரப்புக்குள் வைத்துக்கொண்டோம். இதற்குப் பிறகு ஓர் ஒழுங்கு முறை வந்தது. ஆரம்பத்தில் எனக்குக் கம்ப்யூட்டருடன் ஏற்பட்ட பிணக்கு நீங்கி ஓர் இணக்கம் ஏற்பட்டது.

அது தன்னிடமுள்ள சூட்சுமத்தை எல்லாம் மெல்ல மெல்ல அவிழ்த்துவிடத் தொடங்கியது. என்னுடைய வேலையை வெகு சுலபமாக்கியது. அந்த மாயா விநோதங்களில் நான் என்னுடைய மனதைப் பறிகொடுத்தேன்.

உருக்கி எடுத்த இரும்பினால் செய்த 'ரெமிங்டன்' தட்டெழுத்துப் பொறியில் நான் ஆரம்பகாலத் தீட்சை பெற்றவன். அதைத் தூக்க இரண்டுபேரும், வைக்க நாலுபேரும் வேணும். நகல் எடுக்கும் மெசின்கள் வருவதற்கு முன்னரான ஒரு காலம் அது. ஏழு கார்பன்தாள் வைத்து, கைகளை தலை உயரத்துக்குத் தூக்கி, மூச்சைப்பிடித்துத் 'தேடிக் குத்தி' டைப் செய்வதில் நான் ஒரு விண்ணன் என்று பேர் வாங்கியவன். இப்படி ஓர் ஆழ்ந்த பரவசத்தோடு நான் தட்டெழுத்து லீலைகள் செய்யும்போது அம்மி பொளிவதுபோல ஒரு விதமான சத்தம் வரும் என்று சொல் வார்கள்.

என்னுடைய மகன் அப்படியல்ல. அவனுடைய விரல்கள் பட்டுத்துணியில் படுவதுபோல மெல்லப்பட்டு நகரும். விசைக்

கட்டைகளில் அவன் விரல்கள் வண்ணத்துப்பூச்சி பறப்பதுபோல தொட்டுத் தொட்டுப் பறந்தபடியே இருக்கும். எழுத்துகள் திரை யிலே மின்னி மின்னி கை கோத்துக்கொண்டு வரும்போது பார்க்க கொள்ளை அழகாக இருக்கும்.

இதில் பல ரகஸ்ய பாதைகளை என் மகனே கண்டுபிடித்துக் கொடுத்தான். நான் முன்பே அவற்றை அறிந்திருந்ததுபோல ஓர் அலட்சியத்துடன் ஏற்றுக்கொண்டேன். எப்படி நகல் எடுப்பது, கத்தரித்து ஒட்டுவது, தேடுவது, அழிப்பது, எழுத்துகளைப் பெரி தாக்குவது, சிறிதாக்குவது போன்ற நுணுக்கங்களை எல்லாம் தெரிந்துகொண்டேன்.

சொற்பிழைகளைக் கண்டுபிடிக்கவும், ழ, ள மயக்கங்களை நீக்கவும் சீக்கிரத்தில் பழகிக்கொண்டேன். ஆனால், என்னை ஆச்சரியத்தில் அடித்தது ஒரு வார்த்தையைத் தேடிக் கண்டுபிடிப் பதும், பிறகு அதை மாற்றுவதும்தான். கதாநாயகனுடைய பேர் 'சந்திரன்' என்று இருந்தது. அதை 'ரமே' என்று மாற்ற முடிவு செய்தேன். கணிப்பொறியில் அந்தக் கட்டளையைக் கொடுத்ததும் அது முப்பத்தாறு பக்கங்களையும் தேடித்துருவி 'சந்திரன்' என்று பேர் வரும் இடங்களில் எல்லாம் 'ரமே' என்று ஒரு கணத்தில் மாற்றிவிட்டது.

இதிலும் பார்க்க இன்னோர் அதிசயம் காத்துக்கிடந்தது. கதை ஆறாயிரம் வார்த்தைகளுக்கு மேல் நீடிக்கக்கூடாது. கணிப் பொறியில் கட்டளை கொடுத்ததும் அது நொடியில் வார்த்தை களை எண்ணிக்கூறிவிடும். அது மாத்திரமல்ல, எத்தனை பக்கம், எத்தனை வரிகள், எத்தனை பாராக்கள் என்று கச்சிதமாகச் சொல்லிவிடும். இது எனக்கு நல்ல வசதியாக இருந்தது.

இருதுபர்ணன் என்ற அரசன் தமயந்தியுடைய இரண்டாம் சுயம்வரத்தில் கலந்துகொள்ள தேரில் விரைகிறான். தேரை நளன் ஓட்டியபடியால் அது மின்னல் வேகத்தில் போய்க்கொண்டிருக் கிறது. தேர் ஒரு தரையைக் கடக்கும்போது அங்கே தான்றிக் காய்கள் கூடைக்கூடையாகக் காய்த்திருப்பதைக் கண்டார்கள். அப்போது இருதுபர்ணன் தலையைத் திருப்பி ஒரு பார்வை பார்த்துவிட்டு 'பத்தாயிரம் கோடி காய்கள்' என்று சரிகணக்காகச் சொன்னானாம். அவன் ஒரு பார்வையில் எண்ணும் 'அட்ச இருதயம்' என்ற கலையைப் படித்து இருந்தான். இந்தக் கம்ப்யூட்ட ரும் அப்படித்தான் அட்ச இருதயக் கலையில் கைதேர்ந்ததாக இருந்தது.

ஆனால், இதையெல்லாத்தையும் சாப்பிடக்கூடிய ஓர் அதிசயத்தை அது எனக்காக அந்தரங்கமாக வைத்திருந்தது. அப் போது நான் அதனுடைய வஞ்சகத்தையும் சூழ்ச்சியையும் கண்டு கொள்ளவில்லை.

நான் அந்த நெடுங்கதையை எழுதி முடிக்கும்போது இரவு இரண்டு மணி இருக்கும். திருத்தங்களுக்கு மேலாக திருத்தங்கள் செய்து கதை ஓர் அபூர்வ அழகுடன் வந்திருந்தது. இப்படியான கதைகள் ஆயிரம் வருடத்திற்கு ஒரு முறையே பிறக்கும் என்று சொல்வார்கள். மனைவியைப் பார்த்தேன். அவள் அயர்ந்து தூங்கிக்கொண்டிருந்தாள். மகன், பால் வடியும் முகத்தைக் காட்டியபடி ஏதோ கனவில் மிதந்துகொண்டிருந்தான். இப் பொழுது அச்சடித்தால், பிரிண்டர், 'கர்க் கர்க்' என்று ஊரையே கூட்டிவிடும். நாளை காலை அதைச் செய்யலாம் என்று நினைத்து கணிப்பொறியை மூடிவிட்டு படுத்துக்கொண்டேன். ஆஹா! என்ன மடத்தனமான முடிவு அது?

அடுத்தநாள் அதிகாலையில் எழும்பி கணிப்பொறிக்கும், பிரிண்டருக்கும் இணைப்புக் கொடுத்தேன். கம்ப்யூட்டரை எழுப்பி னேன். நல்ல பாம்பை உசுப்பி விடுவதுபோல 'ஸ், ஸ்' என்று அது உயிர்த்தது. அந்தச் சத்தத்தை கேட்டுக்கொண்டு இருப்பதே ஒரு தனி ஆனந்தம். கதை சேமித்துவைத்த பைலைக் கூப்பிட்டேன். அது பேசாமல் கம்மென்று இருந்தது. இன்னொரு முறை விளித் தேன். அதற்குக் கோபம் வந்துவிட்டது. 'அப்படி ஒரு கோப்பே இல்லை!' என்று ஒரே போடாகப் போட்டது. இந்தக் கம்ப்யூட்ட ரில் ஒரு சனியன் என்னவென்றால் சொன்னதையே திருப்பித் திருப்பிச் சொல்லிக்கொண்டிருக்கும்.

ஒருவரும் இல்லாத நேரமாகப் பார்த்து ஒரு நண்பர் வந்து நூறு ரூபா உங்களிடம் கடனாக வாங்குகிறார். அடுத்த நாள் உங்களைப் பார்த்ததேயில்லை என்கிறார். உங்களுக்கு எப்படி இருக்கும்? அப்படித்தான் எனக்கும் இருந்தது.

முப்பத்தாறு பக்கத்தையும் சாப்பிட்டு ஏப்பம் விட்டுவிட்டு ஒன்றும் தெரியாத அப்பாவிபோல என்னைப் பார்த்தது. எனக்குச் சாட்சிக்குக்கூட ஒருவருமில்லை. துருவித் துருவித் தேடினேன். என்னுடைய யுக்தி ஒன்றும் பலிக்கவில்லை. அந்தக் கோப்பு இருந்த சிலமன்கூட இல்லை. எனக்கு அழுகை வந்துவிடும்போல் இருந்தது. 'தொலை' என்ற தலைப்பில் நான் கணிப்பொறியில் எழுதிய முதல் கதை உண்மையிலேயே தொலைந்து போய்விட்டது.

ஓர் ஏழைப்புலவர், அவருடைய பரம்பரைச் சொத்து ஒரு பாக்குவெட்டி. உயிருக்கு அடுத்தபடி அவருக்கு அதுதான் எல்லாம். விறகு வெட்ட, கறி நறுக்க, பாக்குச் சீவ என்று எல்லாத் துக்கும் அதைத்தான் நம்பியிருந்தார். ஒருநாள் அதைக் காண வில்லை. புலவருக்குக் கையும் ஓடவில்லை. காலும் ஓடவில்லை. தேடு தேடு என்ற தேடினார்.

விறகு தறிக்க, கறி நறுக்க, வெண் சோற்றுப்புக்கு அடகு வைக்க,

பிறகு பிளவு கிடைத்ததென்றால் நாலாறாகப் பிளக்க,
பறகு பறகென்றே சொறியப் பதமாயிருந்த பாக்கு வெட்டி
இறகு முளைத்துப் பறந்ததுவோ? எடுத்தீராயிற் கொடுப்பீரே!

இந்தக் கதிதான் எனக்கும். பக்குவமாகப் பணியாரம் செய்து பனை நார்ப்பெட்டியில் மூடி மாடாவில் மறைத்து வைத்ததுபோல இவ்வளவு கவனமாக இந்தக் கதையைக் கோப்பிலே செருகி வைத் தேனே! எங்கே போனது. இறக்கை முளைத்துப் பறந்துவிட்டதோ?

பனி மூடிய அந்த அதிகாலையிலும் நான் நண்பரைத் தேடிக் கொண்டு ஓடினேன். ஆத்திரத்தோடு நண்பர் அவுக்கென எழும்பி 'இரண்டில் ஒன்று பார்ப்பது' என்று பாய்ந்து வந்தார். அந்தரங்க மந்திர வித்தையெல்லாம் செய்து பார்த்தார். அது அசையவில்லை. குழையடிப்பது ஒன்றுதான் பாக்கி. எல்லாத்தையும் விழுங்கிவிட்டு ஒரு கெப்பரோடு இருந்தது. இறுதியில் பெண் கம்ப்யூட்டர் என்றும் பார்க்காமல் நண்பர் 'குலுக்கல் முறையில்' தன் சாமர்த்தி யத்தைக் காட்டினார். அது அப்போது ஓர் அசிங்கமான பார்வையை அவர் பக்கம் வீசியது.

நான் அந்தச் சம்பவத்திற்குப் பிறகு கணிப்பொறியை நிமிர்ந் தும் பார்ப்பதில்லை. அதைப் பார்த்தால் கொன்றுவிட வேண்டும் என்ற கடமை உணர்வு எனக்கு வந்துவிடும். முகத்தை மறுபக்கம் திருப்பிக்கொண்டு போய்விடுவேன். அது செய்த நம்பிக்கைத் துரோகத்தை என்னால் மன்னிக்கவே முடியாது. பவித்திரமான எங்கள் குடும்ப சந்தோஷத்திலும், அன்னியோன்னியத்திலும் இப்படியாக ஒரு கீறல் விழுந்துவிட்டதே என்று எனக்கு வேதனை யாக இருந்தது.

தொன்றுதொட்டு வந்த பாரம்பரியப்படி கதையைத் திரும்பவும் கையினால் எழுதுவதென்று தீர்மானித்தேன். ஆனால், ஆச்சரியம் என்னவென்றால் கதை 'வர மாட்டேன்' என்றது. கம்ப்யூட்டரைப் படைப்பதற்கு முன்பாகவே கடவுள் கைகளைப்

படைத்திருக்கிறார் என்பது என் நம்பிக்கை. இருந்தும் எனக்குக் கையினால் எழுத முடியவில்லை. கம்ப்யூட்டர்தான் தேவைப் பட்டது. அது இப்படிக் காலை வாரியும் எனக்குப் புத்திவர வில்லை.

முந்திய கதை முற்றிலும் மறந்துவிட்டது. எழுத எழுத கரு மாறிக்கொண்டே போனது. என்ன எழுதுகிறோம் என்று எனக்கே புரியவில்லை. இப்படியாக என்னுடைய எழுத்து ஊழியம், கடவுளின் காருண்யத்தாலும், வாசகர்கள் முற்பிறவியில் செய்த நற்பயனாலும், அவசரத்தில் இழுத்த 'ஸிப்'போல தடைப்பட்டு அந்தரத்தில் நின்றுபோனது.

இந்தக் கஷ்டகாலத்திலும் என் மகன் அதனுடன் மிகவும் வாஞ்சையாகப் பழகினான். மணிக்கணக்காக விளையாடிக் கொண்டிருப்பான். நீல நிற பானையும், சிவப்பு நிறக்குதிரையும் வரைவான். பள்ளியில் கொடுக்கும் வீட்டு வேலைகளைக் கணிப் பொறியில் செய்வான். கதை சொல்லும்போது 'ம்' சொல்லுவது போல, கம்ப்யூட்டரும் 'ங்ம், ங்ம்' என்று அடிக்கடி சொல்லிக் கொண்டே இருக்கும். அவன் ஏதாவது தப்பாச் செய்யும்போது தான் அப்படி எச்சரிக்கும். என் மகன் அந்த நேரங்களில் 'கோவிக் காதே, கோவிக்காதே' என்று சொல்லி அதைச் சமாளிப்பான்.

ஒரு நாள் நான் வழக்கம்போல தொலைக்காட்சி பார்த்துக் கொண்டிருந்தேன். மகன் கணிப்பொறியுடன் சல்லாபம் செய்து கொண்டிருந்தான். விளையாடுவதும், அடிக்கடி சிரிப்பதுமாக சமவயது நண்பர்கள் இருவர் பழகுவதுபோல இருந்தது இந்தக் காட்சி.

தொலைக்காட்சி கதாநாயகியின் தொப்புள் பிரதேசத்தில் மெய்மறந்து இருந்த நான் திரும்பி மகனுடைய கம்ப்யூட்டர் திரையைப் பார்த்ததும் திடுக்கிட்டேன். என் கண்களை என்னால் நம்ப முடியவில்லை. நீத்துப் பூசணிக்காய்போலக் கொழுத்து, திரை முழுக்க அடைத்துக்கொண்டு கிடந்தது என்னுடைய கதை. குண்டு குண்டான எழுத்து; தடித்த தலைப்பு அதேதான் என்னுடைய கதைதான்.

நான் இரண்டு தரம் வாயைத் திறந்து திறந்து மூடினேன். காற்றுதான் வந்தது. 'விட்டிர்ராதே! விட்டிர்ராதே! பிடி' என்று கத்தினேன். ஏதோ கன்றுக்குட்டி ஒன்று அறுத்துக்கொண்டு ஓடுகிறதுபோலவும் 'தும்பைப் பிடி, பிடி' என்று நான் கத்துகிறது போலவும் அது இருந்தது.

என்னுடைய மகன் குவளை மலர்போன்ற கரு நீலக் கண் களை இன்னும் அகல விரித்து என்னைப் பார்த்தான். அவனுடைய கை 'மௌஸை' அழுத்திப் பிடித்தபடியே இருந்தது. நான் பாய்ந்து கிட்டப் போய்விட்டேன்.

"இந்த பைல் இஞ்ச எப்பிடி வந்தது?" என்றேன்.

"எனக்கு ஒண்டும் தெரியாது. நான் என்ரை டைரக்டரியில் தேடிக்கொண்டே வந்தேன். இது வந்திருக்கு. இது உங்கடையா?" என்றான்.

எனக்கு அப்படியே அவனை எடுத்துக் கொஞ்சவேண்டும் போல இருந்தது. நான் இன்னொரு தரம் பார்த்தேன். இவ்வளவு நாளும் என் கதையை தன் வயிற்றிலே வைத்திருந்து இரைமீட்டுத் தந்திருந்தது இந்தக் கம்ப்யூட்டர்.

பெற்றோரை ஏமாற்றிக் களவாக ஓடிவந்த காதலியைக் கண்டதுபோல ஆசைதீரப் பார்த்துக்கொண்டே இருந்தேன். ஆனந் தத்தில் என் கண்ணில் நீர் தளும்பி நின்றது. 'வந்துவிட்டாயா! வந்துவிட்டாயா!" என்று மனத்திற்குள் சொல்லிக்கொண்டேன்.

நான் கம்ப்யூட்டரைப் பார்த்தேன். அதுவும் பார்த்தது. அதன் பார்வையில் இப்போது கொஞ்சம் நட்பு தெரிந்தது.

◆

ரீ

வத்ஸலாவை நான் வைத்திருப்பதாக ஒரு கொடூரமான வதந்தி அந்தக் காலத்தில் பரவியிருந்தது. பொறாமைக்காரர்களும் பொறுக்கிகளும், வயிறெரிபவர்களும் செய்த வேலை அது. அந்த வதந்தி அவ்வளவும் உண்மையே.

பத்து வயதுப் பையனுக்கு இதுவெல்லாம் தேவையா என்று சிலர் புத்திமதிகள் சொன்னார்கள். இதைப் பற்பனுக்கும் சிவராச னுக்கும் அல்லவா சொல்லியிருக்கவேண்டும்!

ஒரு பெண் கொஞ்சம் சிவப்பாக இருந்துவிட்டால், கொஞ் சம் கண்களுக்கு மை பூசியிருந்தால், கொஞ்சம் ஒற்றைப் பின்னலை இறுக்கி வாரி மஞ்சள் ரிப்பன் கட்டியிருந்தால் உடனே இப்படி யான கழிசடை எண்ணங்கள் தோன்றவேண்டுமா? அவளை வளைக்க என்ன பாடெல்லாம் பட்டிருப்பார்கள்!

இவர்களுக்கெல்லாம் நான் செய்த தியாகத்தைப்பற்றி என்ன தெரியும்? வார்ச்சட்டை போடுவதையே நிறுத்திவிட்டேன். என் அப்பா என்றால் மகா தீர்க்கதரிசி. நாலு வருடங்களுக்குப் பிறகு என்ன நடக்கும் என்பதை முன்னதாகவே கணித்துக்கூறிவிடுவார். நான் வளர வளரப் போடுவதற்கென்று இரண்டு அங்குலம் இடம் விட்டு தொளதொளவென்று வைத்த வார்ச்சட்டையை நான் போட மறுத்துவிட்டேன். ஒரேயடியாக முடியாது என்று சொல்லி விட்டேன். நான் சொன்னால் சொன்னதுதான்.

இதுமட்டுமா? பத்து வருடங்களாக செய்யாத ஒரு காரியத் தையும் நான் வத்ஸலாவுக்காகத் துணிந்து செய்தேன். காலை வேளைகளில் அம்மா என் கன்னத்தை நசுக்கிப்பிடித்து கன்ன உச்சி வாரிவிடுவாள் அல்லவா? அதைக்கூட தடை செய்துவிட் டேன். என் சொந்தக்கையால் தலையை மேவி இழுத்துவிடத் தொடங்கியிருந்தேன்.

இதுவெல்லாம் பற்பனுக்கும் சிவராமனுக்கும் எங்கே தெரிந்திருக்கப்போகிறது! அது மாத்திரமா? வத்ஸலா எங்கள் வளவுக்குள்தான் ஒரு குடிசையில் வசித்து வந்தாள். தேசவழமை என்று ஒன்று இருப்பது இவர்களுக்குத் தெரியாதா? எனக்கில்லாத உரித்தா?

வத்ஸலா குடும்பம் வந்தேறு குடிகள். பஞ்சத்தில் அடிபட்டு வந்தவர்கள். எங்கள் வளவின் ஒரு மூலையிலேயே குடிசை போட்டுக்கொண்டு இருந்தார்கள். வத்ஸலாவுடைய அப்பா முன்னொரு காலத்தில் வண்டியோட்டிப் பிழைத்தாராம். ஓர் உடைந்த வண்டியும், தட்டுமுட்டுச் சாமான்களுமாக வந்து சேர்ந்த வர்கள்.

இலந்தப்பழம் பொறுக்கும்போதுதான் அவள் எனக்குப் பரிச்சயமானாள். அவளுடைய பாவாடை நிறைய பழங்கள் சேர்ந் ததும் ஒரு சருவச்சட்டியில் தண்ணீர் ஊற்றி அவற்றைப் போடு வோம். ஆர்க்கிமெடிஸ் கண்டுபிடிக்கத் தவறிய ஒரு சித்தாந்தத்தை நான் வெகு கவனத்துடன் அவளுக்கு விளக்குவேன். புழு அரித்த பழங்கள் எல்லாம் மிதக்கும்; நல்ல பழங்களே கீழே போய்விடும் என்பதுதான் அது. அவள் கண்கள் அகலமாக விரியும். இதற்கு முன் இப்படியான அந்தரங்கங்களை யாரும் அவளுடன் பகிர்ந்து கொண்டது கிடையாது.

அந்த வயதிலும் நான் தயாள குணம் படைத்தவன். பார்த்துப் பார்க்க மாட்டேன். மிதக்கும் பழங்கள் எல்லாவற்றையும் வத்ஸலாவிடம் கொடுத்துவிடுவேன். அவளுக்கு உற்சாகம் தாங் காது. அப்படியான ஒரு சமயத்தில்தான் அவள் எனக்கு ஒரு ரகஸ்யம் சொன்னாள்.

அவளுடைய மாடு வரப்போகிறதாம். வண்டி இழுத்து ஓய்வு பெற்ற மாடு அது. பராமரிப்பது கஷ்டம் என்றபடியால் இப்ப நாலுமாதமாக அதை 'எருக்கட்ட' விட்டிருந்தார்களாம். அந்த மாடு திரும்பி வரப்போகிறதென்பதில்தான் அவளுக்கு எவ்வளவு சந்தோஷம். அதிகாலையில் விரிந்த நந்தியாவட்டைப்பூப் போல அவளுடைய முகம் மலர்ந்திருந்தது.

'எருக்கட்ட' விடுவதென்றால் இப்படி ஒன்றுக்கும் உதவாத மாட்டைக் கொண்டுபோய் வயலில் விட்டுவிடுவார்கள். அதுவும் அங்கேயிருக்கும் புல்பூண்டை சாப்பிட்டு உயிரைப் பிடித்து வைத் திருக்கும். பிரதியுபகாரமாக தன்னுடைய சாணியைத் தாராள மாகத் தந்து வயலுக்கு எரு சேர்க்கும். வயலில் நடவு முடிந்ததும்

மாட்டை வீட்டுக்குத் திருப்பி விடுவார்கள். இந்த ஏற்பாடு retired மாடுகளுக்கு மிகவும் வசதியாக இருந்தது.

ஒரு மாட்டுடன் அன்னியோன்யமாகப் பழகும் சந்தர்ப்பம் எனக்கு இதற்குமுன்பு கிடைத்ததில்லை. அதுவும் வத்ஸலாவி னுடைய மாடு. என் மனம் குதிபோட்டது.

ஆனால், அந்தச் சாதாரண ஆசைக்குக்கூட பல வில்லங் கங்கள் ஏற்படலாம் என்பது என் சிற்றறிவுக்கு அப்போது எட்ட வில்லை.

சிவக்கொழுந்து மாமா எங்கள் வீட்டுக்கு எதிர் வீட்டில் இருந்தார். பரம்பரைப் பாட்டு வாத்தியார். வெளிக்குந்தில இருந்து பாடிக்கொண்டே இருப்பார். அவர் பாடும் நேரங்களில் நாங்கள் தவறாமல் அங்கே இருப்போம். ஏதோ ஒன்று எங்களை அங்கே இழுத்துவிடும்.

பத்து வயதுகூட நிரம்பாத எங்களுக்குச் சங்கீதத்தைப் பற்றி என்ன தெரியும்? ஆனால், இருந்த இடத்தைவிட்டு அசையாமல் நின்று கேட்டுக்கொண்டே இருப்போம். அந்த இசையில் ஏதோ ஒரு மாய சக்தி இருந்தது. பிரும்மாண்டமான கடல் பறவை ஒன்று செட்டைகளை விரித்து வட்டமடித்துச் சிறுகச்சிறுக கீழே இறங்குவதுபோல அந்த ராகம் கேட்பதற்கு வெகு சுகமாக இருக்கும்.

அது மெதுவாகத்தான் ஆரம்பமாகும். ஒரு கையகலத்து அருவிபோல கொஞ்சமாக ஊற்றெடுக்கும். பிறகு விரிந்து விரிந்து கிளைவிட்டுப் பெருகும்; எதிர்பாராதவிதமாக வளையும், குதிக்கும், பிரவகிக்கும். ராகம் வடிந்து சமநிலைக்கு வரும்போது மூச்செடுக்க வெளியே வரும் திமிங்கிலம்போல நாங்களும் எங்களை ஆசுவாசப் படுத்திக்கொள்வோம்.

இசை முடிந்ததென்றாலும் கோவில் மணியின் கார்வை போல அந்த நாதம் மனதிலே கொஞ்ச நேரத்துக்கு ஓடிக் கொண்டே இருக்கும்.

மாமா கண்ணைத் திறப்பார்.

"ஏன் மாமா, அப்படியே மனதில் சந்தோஷம் பொங்குதே? இது என்ன ராகம், மாமா?"

"இது மார்க ஹிந்தோளம்; அடி முடியைக் கண்டுபிடிக்க முடியாதபடிக்கு ஓர் அபூர்வமான ராகம். ஆயுள் முழுக்க சாதகம் செய்தாலும் இந்த ராகத்தில் மறைந்து கிடக்கும் சூட்சுமங்களை ஆழம் காணமுடியாது. எனக்குப் பிடித்த ராகம்."

வத்ஸலாவின் கையைப்பிடித்து இழுத்துக்கொண்டே போவேன். லேசாக இருக்கும். அவள் நடந்து வந்ததாகவே தெரியாது; மிதந்ததுபோலப் படும். மனது எதற்காகவோ ஆனந்தத்தில் துள்ளும்.

எங்கள் கிராமத்தில் ஒரு விசேஷம், இரண்டு நாளைக்கு மழை தொடர்ந்து பெய்தாலும் ஒரு சொட்டுத் தண்ணியும் நிலத்தில் தேங்கி நிற்காது. மண் உறிஞ்சி எடுத்துவிடும். கால் பதித்து நடக்கும்போது மெத்தென்று குளிர்ந்திருக்கும். வெள்ளம் ஓடி மண்ணெல்லாம் வார் வாராகி வரிக்குதிரைக் கோடுபோல ரம்மியமாக இருக்கும். சின்னச்சின்னக் காளான்களெல்லாம் சூரியனைப் பார்ப்பதற்குக் குதித்துக்கொண்டு வெளியே வந்து குடை பிடித்து நிற்கும். ரத்தச்சிவப்பான தம்பலப் பூச்சிகளும் 'பார், பார்' என்று வந்துவிடும்.

அப்படியான ஒரு சுகமான நாளில்தான் மாடு வந்து சேர்ந்தது. நாங்கள் எதிர்பார்க்கவில்லை. ஒருவருக்கும் தெரியாமல் வத்ஸலா என் வீட்டுக்கு வந்து ஜன்னல் வழியாக 'ஸ்க், 'ஸ்க்' என்று கூப்பிட்டாள். நானும் மாட்டைப் பார்க்க ஆவலுடன் ஓடினேன்.

மாடு என்றால் ஏதோ காராம்பசுவின் அண்ணனாக இருக்கும் என்றுதான் நினைத்தேன். ஆனால், நான் கண்ட காட்சி என்னைத் தூக்கி அடித்தது.

எலும்பும் தோலுமாக ஒரு மாடு. தலையை நிமிர்த்தி வைக்கக் கூடத் திராணி இல்லாமல் கீழே தொங்கப் போட்டுக்கொண்டு நின்றது. கழுத்திலே உள்ள தொங்கு சதை நிலத்தில் முட்டியது. முதுகு நிறையப் புண்கள். அதில் மொய்க்கும் ஈக்களைக்கூட விரட்ட அதன் வாலில் தென்பு இல்லை. பொட்டுப்பொட்டாக மயிர் எல்லாம் உதிர்ந்துவிட்டது. வயோதிகத்துக்கும் மாட்டுக்கும் நடந்த சண்டையில் வயோதிகம் வென்றுவிட்டது.

பொத்துப் பொத்தென்று சாணம்போட்டு ஒரு கலன் மூத்திரம் பெய்ததேயொழிய, வேறு ஒன்றும் பெரிதாகச் சாதிக்காமல் நின்றுகொண்டிருந்தது.

பேயறைந்ததுபோலக் கிடந்த என் முகத்தை வத்ஸலா கண்டிருக்கவேண்டும்.

"என்னடா, உனக்குப் பிடிக்கேல்லியா?"

"இல்லை, இல்லை, மாடு நல்லாகத்தான் இருக்கு. என்னடி பேர்?"

"ராமா என்று பேர். ராமு!....ராமு!"

இப்படிச் சொல்லிக்கொண்டே அதன் தொங்கு சதையைத் தடவிவிட்டாள், வத்ஸலா. அப்போது மாடு தலையை உயர்த்தி அவள் முகத்தோடு வந்து செல்லமாக உரசிக்கொண்டது.

அந்த ஒரு கணத்திலேயே வத்ஸலாவின் இதயத்திற்குள் புகுவதற்கு இலகுவான வழி மாட்டின் வாலைக் கெட்டியாகப் பிடிப்பதுதான் என்பது எனக்குப் புரிந்துவிட்டது.

"வத்ஸு, இங்கை பார். ராமுவின் கண்கள் என்ன வடிவாக இருக்கு!"

ராமு தலையைப் படபடவென்று ஆட்டியது. கழுத்து சலங்கை டங்டங்கென்று சத்தம்போட்டது. மாடு சோனியா யிருக்கலாம், ஆனால், புத்தி இன்னும் முற்றிலும் மழுங்கவில்லை என்பதை நான் கண்டுகொண்டேன்.

"அம்மா!"

"அம்மா!"

"என்னடா? நீ இன்னும் தூங்கவில்லையா?"

"அம்மா, அம்பாளுக்கு என்ன வாகனம்?"

"சிங்கம்"

"முருகனுக்கு?"

"அது உனக்குத் தெரியும்தானே! மயில்"

"சிவபெருமானுக்கு என்ன வாகனம்?"

"ரிஷபம், காளைமாடு"

"அம்மா!"

"என்னடா! இனி காணும். நித்திரை கொள்."

"இல்லை, அம்மா! முருகனுக்கு மயில். அது சரிதான், அவர் உலகத்தைச் சுற்றிப்பார்க்க. அம்பாளுக்கு சிங்கம். அதுவும் சரி. யமனுக்கு எருமைக்கடா. அதுவும் பொருத்தம்தான். சிவபெரு மானுக்குக் காளைமாடு, இது சரியாயில்லையே!"

"அதுவந்து, மாட்டுக்கும் மனிதனுக்கும் பெரிய தொந்தம் இருக்கு. பசுமாடு பால் தரும்; சாணத்தால் வீடு மெழுகலாம்; வறட்டி தட்டலாம், காளை மாடு என்றால் ஏரிலே பூட்டலாம். வண்டியில் கட்டி இழுக்கலாம். அதனுடைய தோலைக்கூட செருப் பாக உபயோகப்படுத்தலாம். மாடு அவ்வளவு உதவி மனிதனுக்கு. அதுதான் சிவபெருமான் அதற்கு நன்றி சொல்லும் முகமாக இப்படித் தனக்கு வாகனமாகும் பதவியைக் கொடுத்திருக்கிறார். எத்தனை பெரிய பேறு!"

"அம்மா!"

"இடிக்காதை, சும்மா படடா"

அம்மா சொன்ன கதை எனக்குச் சரியாகப்படவில்லை. ஒருபக்கக் கொம்புக்கு சிவப்புச் சாயமும், மறுபக்கத்துக்கு நீலமும் அடித்திருந்தார்கள். சிவபெருமானுடைய மாட்டுக்கும் அப்படி இருக்குமா? அடுத்த நாள் வத்ஸலாவிடம் இதைப்பற்றிக் கேட்க வேண்டுமென்று நினைத்துக்கொண்டேன்.

தொங்கு சதையும், பாளமாகப் பிளந்த முதுகுப் புண் ணுடனும் அந்த மாடு என் கனவில் வந்தது. தலையைத் தலையை ஆட்டியது. என்னைப் பரிதாபமாகப் பார்த்து முறையிட்டது. நான் விழித்துப் பார்த்தபோது பாய் எல்லாம் நனைந்து இருந்தது. மெல்ல நகர்ந்து அம்மாவை அணைத்துக்கொண்டேன்.

ராமு ஒரு சாதுவான மாடு. அதுவும் ஒரு காலத்தில் நல்ல கம்பீரமாகத்தான் இருந்ததாம். ஆனால், centre of gravity பற்றி அதற்கு ஓர் இளவும் தெரியாது. ஒருநாள் வண்டி நிறைய செங்கல் அடுக்கி இழுத்து வந்தபோது வண்டி குடை சாய்ந்துவிட்டதாம். ஒரு காலில் நல்ல அடி. அன்று படுத்ததுதான். அதற்குப் பிறகு ராமு வண்டி இழுக்கவேயில்லையாம்.

அடுத்தவேளைச் சாப்பாட்டுக்கு என்ன செய்வது என்ற கவலை இல்லாமல் ராமு தள்ளாடியபடியே நிற்கும். அதற்குத் தீனி தேடுவது எங்களுக்கு வேலையாகிவிட்டது. இதற்கு வத்ஸலா வின் பெற்றோர் அவ்வளவு கவலைப்பட்டதாகத் தெரியவில்லை. மாடு காற்றைக்குடித்துச் சீவிக்கும் என்று அவர்கள் கருதியிருக்க லாம்.

நாங்கள் கிரமமாக ராமுவுக்கு புல்லும், பலாவிலையும், களவாக ஒடித்த குழையையும் போட்டு வளர்த்தோம். இதைத் தவிர supplementary சத்துணவாக கழுநீர்த்தண்ணியும் கொடுத்து வந்தோம். தவிடு, பிண்ணாக்கு என்பதெல்லாம் உயர்ந்த ரக மாடு

களுக்கென்று ஏற்பட்டது. ராமு போன்ற ஏழை மாடுகளுக்கு அது கிடைக்க வழியே இல்லை.

எங்கள் வாழ்நாளில் கணிசமான ஒரு பகுதி இப்படி ராமுவுடன் கழிந்தது. முதலில் எனக்குப் பயமாகத்தான் இருந்தது. 'தொட்டுப்பார், தொட்டுப்பார்' என்று வத்ஸலாதான் உற்சாகப்படுத்தினாள். நான் தொட்ட இடத்தில் அதன் உடம்பு சுழி வந்தது; என் விரலும் கூசியது.

ஆசு ஆசென்று அது கழுநீர் குடித்து முடிக்கும்வரை காத்திருந்து பார்ப்போம். ரயில் எஞ்சின்போல் மூச்சு விட்டுக்கொண்டே குடிக்கும். அவரசத்தில் சில நேரங்களில் மூக்கை உள்ளே நுழைத்ததும் தண்ணீரில் குமிழ்கள் மேலே வந்துவிடும். தலையைப் பலமாக ஆட்டும்போது திவலைகள் எல்லாம் எங்கள்மேல் தெறிக்கும்.

ஆனால், ராமு மிகவும் சிரமப்பட்டது படுப்பதற்கும், எழுந்திருப்பதற்கும்தான். படுப்பது என்று தீர்மானித்துவிட்டால் மெல்ல மெல்ல முன்னங்கால்களை மடித்துத் தன் உடம்பையே கீழே கீழே இறக்கும். தரையில் இருந்து இரண்டு சாண் உயரம் இருக்கும் போதே அதன் பெலன் எல்லாம் தீர்ந்துபோய்விடும். அப்படியே பொத்தென்று உடம்பைக் கீழேபோட்டு சரிந்து விழுந்துவிடும்.

எழுந்து நிற்பதென்றால் இன்னும்கூட உபத்திரவம். சரி கணக்காக ஐந்து நிமிடங்கள் எடுத்துக்கொள்ளும்.

ராமு வேகமாக மெலிந்துகொண்டே வந்தது. முதுகுப் புண்களும் ஆறுவதாகத் தெரியவில்லை. அதை அவிழ்த்துவிட்டு எங்கள் வளவிலேயே கதியால் ஓரங்களில் கிடைக்கும் புல்லைச் சாப்பிடவிட்டோம். அதன் பின்னாலேயே மினக்கெட்டோம். எங்கள் முயற்சியை எப்படியும் முறியடித்து விடவேண்டும் என்று ராமு பாடுபடுவதாக எங்களுக்குத் தோன்றியது.

"வத்ஸு, உனக்குத் தெரியுமாடி? சிவபெருமானுடைய வாகனம் ரிஷபம், காளைமாடு என்று."

"தெரியும்டா, கடவுளுடைய வாகனம் கடவுளுக்குச் சமானம்டா. என்ன செய்யிறது. எவ்வளவுதான் சாப்பாடு போட்டாலும் ராமு இப்படி மெலிந்துகொண்டே போகுது. என்னடா செய்வம்?"

அப்போது ஒரு யோசனை தோன்றியது. அபூர்வமான கெட்ட யோசனைகள் எனக்குப் படபடவென்று வரும். இரவு

நேரத்தில் மாட்டை ரகசியமாக அவிழ்த்துவிட்டு ஊரை மேய விடுவதென்று சதியாக முடிவுசெய்தோம்.

இரண்டு நாள்வரை இந்தச் சதியை யாருமே கண்டுகொள்ள வில்லை. மூன்றாவது நாள் மாடு திரும்பிவந்துவிட்டது. பனை மட்டையால் யாரோ மாட்டைப்போட்டு வெளுத்திருந்தார்கள். காகங்கள் இளைப்பாறுவதற்காகப் படைக்கப்பட்ட முதுகில் தோல் எல்லாம் உரிந்து சதை வெளியே தொங்கியது. என்ன கோலம்! பழைய புண்களுடன் இப்பொழுது புதுப்புண்களும் சேர்ந்து கொண்டன.

இன்னும் பல யோசனைகள் என் கைவசம் இருந்தன. ஆனால், அம்மாவின் திடீர் தலையீடு எல்லாவற்றையும் கெடுத்து விட்டது.

நான் மாட்டு வேலை செய்வதையும் வத்ஸலாவுக்காகச் சொந்தக்கையால் சாணம் அள்ளிப்போடுவதையும் அம்மா ஒரு நாள் கண்டுவிட்டாள். அம்மாவுக்கு வந்த கோபத்தைப் பார்க்க வேண்டும். அன்று வீட்டிலே எனக்கு நல்ல சாத்துப்படி கிடைத் தது.

"பெரிய கடையில் இருந்து வந்து பார்த்துவிட்டு போயிருக் கிறாங்கள். கசாப்புக்குப் போற மாட்டுக்கு சாணம் அள்ளுறியா?"

அம்மா பிடரியில் அடித்துவிட்டாள். அடி பரவாயில்லை. தாங்கக்கூடியதுதான். ஆனால், வத்ஸலா? கசாப்புக்கடை விஷயம் தெரியவந்தால் அவள் மனம் என்ன பாடுபடும்!

"மாமா, என் அப்பா கேட்கும்போது காம்போதி, தோடி, மோகனம் என்றெல்லாம் பாடுவீர்களே! ஆனால், உங்களுக்காகப் பாடும்போது இதே ராகத்தை நீங்கள் திருப்பித் திருப்பிப் பாடுறீங்கள்? வேறு ராகம் பாடமாட்டீங்களா?"

மாமா என்னைக் கொஞ்சநேரம் அப்படியே பார்த்துக் கொண்டிருந்தார்.

"காம்போதி, தோடிபோல இது பணக்கார ராகம் இல்லை. இது என் போன்றவர்களுக்காக ஏற்பட்டது. மார்க ஹிந்தோளம். லேசில் இதை வசப்படுத்த முடியாது. மிக்க பிரயாசைப்பட வேண்டும். இது கைவசமாகிவிட்டால் சங்கீத தேவதையே அடிமை என்றுதான் அர்த்தம்."

மாமா பாடினார். அந்த ராகத்தின் எடுப்பும், விரிவும், விஸ்தாரங்களும் புதியவைகளாக இருந்தன. மலர்ச்சரங்கள்

ஒன்றன்மேல் ஒன்று விழுவதுபோல அந்த ராகத்தின் சோபை பெருகிக்கொண்டே போனது.

"மாமா, இந்த ராகத்தில் அப்படி என்ன விசேஷம்?"

"அப்பிடிக் கேள், இதன் ஆரோகணத்தில் ஏழு ஸ்வரங்கள். பார் இப்படிப் போகும்."

ஸ ரி க ம ப த நி ஸ

"அவரோகணத்தில் ஸ்வரங்கள் இப்படி திரும்பும்."

ஸ் நி த ப ம க ஸ

"கவனித்தாயா? திரும்பி வரும்போது ரி கிடையாது. அது தான் விசேஷம்."

"அது சரி, மாமா நேற்று இதே ராகம் வேறு மாதிரி இருந் ததே! இண்டைக்கு இப்பிடி இருக்குதே! இது ஏன் மாமா?"

"அதுதான் trade mark. மோனலிசா சித்திரத்தை யார் எங்கிருந்து பார்த்தாலும் அது அவர்களையே பார்ப்பதுபோல இருக்கும். மனோரஞ்சிதப்பூ நினைத்த வாசத்தைக் கொடுக்கும். அதுபோலத்தான் இந்த ராகமும். குதூகலமான நேரங்களில் இந்த ராகத்தைப் பாடும்போது சந்தோஷமாக இருக்கும். வேறு சமயங் களில் மனதுக்கு வெகு சாந்தமாக இருக்கும். இன்னும் சில நேரங் களில் சோகமாக இருக்கும். அதுதான் இதன் தனித்தன்மை."

அன்று மாமாவுடன் வெகுநேரம் இருந்தோம். ராக ஆலாபனை முடிந்ததும் அந்தத் தெலுங்குக் கீர்த்தனையை வரி வரியாகப் பாடி விளக்கம் கூறினார். நாங்கள் இருவரும் மெய் மறந்து கேட்டுக்கொண்டிருந்தோம்.

"வாடி, வத்ஸு" என்று அவளை இழுத்துக்கொண்டு திரும்பி னேன். அன்று அவளுக்கு எப்படியும் ராமுவைப்பற்றிச் சொல்லி விடவேண்டும் என்றுதான் நினைத்திருந்தேன். ஆனால், வத்ஸலா வுடைய முகத்தை நேருக்கு நேர் பார்த்ததும் இருந்த தைரியம் எல்லாம் ஓடிவிட்டது. அதுவும் அன்று எங்கள் மனம் ஒருநாளும் அனுபவித்திராத ஒரு வித பூரணமான அமைதியில் அல்லவா கிடந்தது!

எங்கள் பள்ளிக்கூடத்தில் படிக்கும் பெண்கள் தொகை வெகு குறைவு. எங்கள் வகுப்பிலேயே மூன்று கந்தசாமிகளும், இரண்டு பெண்களும் இருந்தார்கள் என்றால் பார்த்துக்கொள் ளுங்கள். அதிலே ஒருத்தி வத்ஸலா, மற்றது பத்மாவதி. ஒல்லியாய்,

உயரமாய் தலைக்கு வழியவழிய எண்ணெய் வைத்துக்கொண்டு வருவாள்.

வத்ஸலா அப்படியில்லை, வீட்டில் தரித்திரம் பிடுங்கி னாலும் பள்ளிக்கு வரும்போது பளிச்சென்று இருப்பாள். கிழிசல் இல்லாத பாவாடை உடுத்திக்கொண்டு கலகலவென்று சுபாவ மாகப் பேசுவாள். அவள் என்னோடு கதைத்தால் பற்பனும் சிவராசனும் வயிறெரிந்து சாவார்கள்.

வத்ஸலாவிடம் ஒரு தையல்பெட்டி இருந்தது. அதற்குள் தையல் சாமான்கள் வைத்திருந்தாளா என்பது பரம ரகஸ்யம். ஆனால், அது ஓர் அட்சய பாத்திரம். அதைத் திறந்து வத்ஸலா ஒரு புளியங்காயை எடுத்து என் கைக்குள் அமுக்கும்போது சொன் னாள், “ராமு படுத்தபடியே இருக்கு, இரண்டு நாளாய்ச் சாப்பிட வில்லை. ஒருக்கால் வந்து பாரடா.” அதற்கிடையில் அவள் கண் களில் நீர் கோத்துவிட்டது.

அன்று பின்னேரமே போனேன். நான் என்ன மாட்டு வைத்தியரா? மாட்டை மேலேயும் கீழேயும் பார்த்தேன். மாட்டின் அந்திமம் நெருங்கிவிட்டது என்பது என் சிற்றறிவுக்குக்கூடத் தெரிந்துவிட்டது. பாம்புபோலச் சிமிக்கிடாமல் வந்து என் முதுகைத் தொட்டாள். திரும்பிப் பார்த்தேன். உடம்பு குலுங்க மேலுதட்டைக் கடித்தபடி வத்ஸலா நின்றுகொண்டிருந்தாள்.

ஆனால், எங்களுக்குத் தெரியாமல் வத்ஸலாவின் தகப்ப னார் ஒரு காரியம் பண்ணினார். தரித்திரத்தில் இருப்பவர்களுக்குக் கடவுள் தந்திர புத்தியையும் கொடுத்திருப்பார் போலும். மாடு இறந்துவிட்டால் தோல் விலைக்குத்தான் போகும். உயிரோடு இருக்கும்போது விற்றுவிட்டால் ராத்தலுக்கு இவ்வளவு என்று கொடுத்துவிடுவார்கள் என்பது அவருக்குத் தெரியும்.

அடுத்த நாள் அதிகாலையிலேயே மாடு போய்விட்டது. வத்ஸலாவைப் பார்க்கமுடியவில்லை. அவளுடைய உற்சாகம் மறைந்துவிட்டது. மாட்டை எருக்கட்ட கொண்டுபோய்விட்டார் கள். எப்படியும் திரும்ப வந்துவிடும் என்றுதான் அவள் நினைத்துக் கொண்டிருந்தாள். எனக்குத் தெரிந்த உண்மையை நான் கூற வில்லை.

“ஏண்டா, ராமுவுக்குத் தினம்தினம் தவிடு, பிண்ணாக்கு எல்லாம் வைப்பார்களா?”

“வைப்பார்கள், வைக்காமல்?”

"இல்லையடா, ராமு கிழடாகிவிட்டது. எழுந்து நிற்பதற்குக் கூட அது சிரமப்படும். நல்லாய்ப் பார்ப்பாங்களா?"

"பார்ப்பாங்கள்"

"ஏண்டா, முதுகிலே எல்லாம் புண் இருக்குமே; இப்ப காய்ந்திருக்குமா? பாவமடா!"

வத்ஸலா ராங்கியான பெண், என்னதான் வறுமையில் வாடி னாலும் அவள் தன் ஏழ்மையை வெளியே காட்டியதே இல்லை. சிரிக்கும்போது முத்துப்பல்வரிசை பளிச்சிடும். இரண்டு கைகளை யும் இடுப்பிலே வைத்துக்கொண்டு அவள் நின்றால் ஏதோ நடனத்துக்குத் தயாராக நிற்பதுபோலத் தோன்றும்.

அந்த வத்ஸலா கொஞ்சம் கொஞ்சமாக மறைந்துகொண்டு வந்தாள். மாடு 'வரும், வரும்' என்று வாசலைப் பார்த்துக் கொண்டே இருந்தாள். எத்தனையோ தடவை சொல்லிவிடலாமா என்று பார்த்தேன். அவ்வளவு தைரியம் எனக்கு வரவில்லை.

மழை சோவென்று அடித்துக் கால் வைக்கும் இடமெல்லாம் மெத்தென்று இருந்தது. வாரடித்து நிலமெல்லாம் சிவப்பு நிறமாக வும் வெள்ளை நிறமாகவும் கோடுபோட்டுக் கிடந்தது. தம்பலப் பூச்சிகளெல்லாம் வந்துவிட்டன. காளான்கள் குடை விரித்து விட்டன. வத்ஸலா தினம்தினம் கழுநீர்த் தண்ணியை வைத்துக் கொண்டு வாசலிலே காத்திருந்தாள். மாடு இன்னமும் திரும்ப வில்லை.

மழைக்காலங்களில் இசையை அனுபவிப்பது வித்தியாசமா இருக்கும். வெள்ளைப்படுதாவில் சைத்திரிகன் லாவகமாக தூரி கையை இழுத்ததுபோல அந்த நாதமானது வெகுதூரம் வரை கேட்கும். மாமாவின் கண்டத்தில் இருந்து புறப்பட்ட இசை நாலு திசைகளையும் சென்று நிரப்பி ஒருவித பிரயத்தனமுமில்லாமல் உயிர்நிலையைத் தொட்டுத் தொட்டுப் பரவசப்படுத்தியது.

மார்க ஹிந்தோளம்தான். ஒரு சிறு புள்ளியிலிருந்து கோலம் போடுவதுபோல அந்த ராகம் விரிந்து விரிந்துகொண்டு போனது. அப்படி நுட்பமான சங்கதிகளை நான் ஆயுளில் கேட்டதே கிடை யாது. மனதை உருக்கும் சோகம் கவ்வியது. ராகம் மேல் ஸ்தாயிக்குப்போய்த் தொட்டபோது வயிற்றை என்னவோ செய்தது.

வத்ஸலாவின் கண்கள் பளபளத்தன. இன்னும் கொஞ்சம் போனால் அழுதுவிடுவாள்போல இருந்தது.

ராக ஆலாபனையை முடித்துவிட்டு சிவக்கொழுந்து மாமா பாடத்தொடங்கினார்.

"சலமேலரா சாஹேத ராமா

சலமேலரா"

இசை தரும் மயக்கத்தை அனுபவிப்பது ஒன்று; அர்த்தத்தை அறிந்து ரசிப்பது வேறு. இசையின் சூட்சுமத்தை உணர்ந்து அனுப விப்பது இன்னொரு வகை. இந்த மூன்றும் கலந்த நிலையில் ஏற்படும் பரவசம் ஒரு தனி அல்லவா?

மாமாவின் உடல் மெல்ல மெல்ல அசைந்தது. ஒரு பச்சைக் குழந்தையை அணைப்பதுபோல ராகத்தோடு சேர்ந்த அவருடைய திரேகம் ஆடிக்கொண்டிருந்தது.

"சலமேலரா சாஹேத ராமா

சலமேலரா"

"ஹே! ராமா, அயோத்தி மன்னா! ஏன் இந்த உதாசீனம்? என்னால் இனியும் உன் பிரிவைத் தாங்கமுடியாது..."

நூற்றைம்பது வருடங்களுக்கு முன்னால் இந்தத் தியாகராஜர் எங்களுக்காகவே பாடி வைத்துவிட்டுப்போனது போல இருந்தது.

சில நிமிடங்களில் மாமாவின் உடம்பு வெடவெடன்று நடுங் கியது. கண்களில் தாரை தாரையாக நீர் கொட்டியது.

பாட்டை உன்னிப்பாகக் கேட்டுக்கொண்டே வந்தேன்.

ஆரோகணத்தின்போது ஏழு ஸ்வரங்களும் இருந்தன.

அவரோகனத்தின் போதும் அதே ஸ்வரங்கள்தான் திரும்பி கீழே வந்தன.

ரிஷபம் மட்டும் திரும்பவில்லை.

◆

உடும்பு

எனக்கு ஒரு ஒன்றுவிட்ட அக்கா இருந்தாள். வெகு காலத்திற்கு முன்பு சொற்ப நாட்களே அவளுடன் நான் பழக நேர்ந்தாலும் என்னால் அவளை மறக்கமுடியாது. கொஞ்ச காலம் சென்ற பிறகு அவர்கள் எங்கோ நாங்கள் எங்கோ என்று பிரிந்து விட்டோம். பிறகு அவள் என்ன ஆனாள் என்று எனக்குத் தெரிய வழியே கிடைக்கவில்லை.

சமீபத்தில் ஒருநாள் புறநானூறு படிக்கும்போது, 'உடும்புரித் தன்ன வென்பெழு மருங்கிற் கடும்பின் கடும்பசி' என்ற வரிகள் வந்ததும் அவள் ஞாபகம் எனக்குப் பழையபடி வந்தது.

மோந்ததும் வாடிவிடுமாம் அனிச்சம்பூ. அப்படித்தான் சரசக்காவுடைய மனமும் மெல்லியது. இரக்க சுபாவம் கொண்ட வள். சிறு துன்பத்தைக்கூட அவளால் சகிக்கமுடியாது. பூனைக் குட்டியோ, நாய்க்குட்டியோ கண்ணில் பட்டால் எடுத்து வைத்துக் கொஞ்சுவாள். பிச்சைக்காரர்கள் வந்தால் கைநிறைய அள்ளிப் போட்டு தாயிடம் பேச்சு வாங்குவாள்.

எவ்வளவுக்கு இரக்க சுபாவம் இருந்ததோ அவ்வளவுக்கு பிடிவாத குணமும் கொண்டவள். உடும்புப்பிடி என்று சொல்வார் களே, அப்படி ஒருவராலும் அவளை அசைக்க இயலாது.

அப்படிப்பட்டவள் காதல் வயப்பட்டதும் என்ன மாதிரி மாறிவிட்டாள்!

அவர்கள் வீட்டில் எல்லோரும் மாமிசபட்சணிகள்தான். சரசக்கா மாத்திரம் மரக்கறி உணவுதான் சாப்பிடுவாள். எப்படித் தான் மரக்கறி உணவுக்கு மாறினாள் என்ற பூர்வீகம் யாருக்கும் தெரியாது. ஆனால், அவளை மாமிசபட்சணியாக்க அவளுடைய தாயார் செய்த மிரட்டலுக்கெல்லாம் அவள் மசிந்து கொடுக்க வில்லை. அரக்கியர் நடுவே தவம் கிடந்த அசோகவனத்துச் சீதை போலப் பிடிவாதமாக இருந்துவிட்டாள்.

சரசக்காவுடைய முகம்கூட இப்ப மறந்துவிட்டது. நினைவில் இருப்பதெல்லாம் அவளுடைய மூக்குதான். செதுக்கி வைத்தது போல அழகாக இருக்கும். எறும்புகூட போகமுடியாதபடி சிறிய துவாரங்கள். சிரித்த கண்கள், அவளை எப்பவும் ஈரமாக்கிக் கனிந்துபோய் இருக்கும்.

ஒருநாள் நாங்கள் 'கொக்கான்' விளையாடிக்கொண்டிருந்தோம். அந்த விளையாட்டில் அவளை விழுத்த முடியாது. கொக்கானுக்கென்றே பிறந்தவள்போல ஒருவித ஆவேசத்துடன்தான் விளையாடுவாள்.

கொக்கான் விளையாடுவதற்கென்று அக்கா நல்ல வழவழப்பான கற்களைப் பொறுக்கி வைத்திருப்பாள். கோவிலுக்கு நேர்ந்து விட்ட சேவல் 'வதக், வதக்' என்று கொத்துவதுபோல அக்கா விளையாடும்போது கற்களை கொத்திக் கொத்தி எடுத்துவிடுவாள். கற்கள் பரவிக்கிடந்தால் முழங்கால் நுனியில் இருந்து கைகளை ஒரு வீசுக்கு வீசி அவற்றை அள்ளிவிடுவாள். சவுக்கை சொடுக்குவதுபோல அவள் விரல்கள் வேகமாகப் பாயும்.

அப்போது என்னுடைய முறை. 'புட்டுத்தள்ளும்' முறை. வழவழப்பான கல் ஒன்றை எடுத்துக் கூரை முகடு வரைக்கும் மேலே எறிந்துவிட்டு கைவிரல்களைக் குவித்துப்பிடித்து ஏந்தினேன். அப்பாடா, ஒரு தத்து கழிந்தது! ஏந்திவிட்டு சரசக்காவைப் பார்த்தால் அவளைக் காணவில்லை. மாயமாக மறைந்துவிட்டாள்.

இந்தப் பெண்களுக்கே சத்தம் செய்யாமல் ஓடுவதற்கு வராது. நாங்கள் 'கண்ணாரே கரையாரே' ஒளிந்துப்பிடித்து விளையாடும்போது அவளுடைய வளையலும், கால் கொலுசும் 'சிலுங் சிலுங்' என்று காட்டிக்கொடுத்துவிடும். எப்பொழுது விளையாடினாலும் அதில் வெற்றி எனக்குத்தான். எப்படி இவள் திடீரென்று மாயமாய்ப் போனாள்? சிமிக்கிடாமல் மறைந்து விட்டாளே!

நான் திரும்பிப் பார்த்தேன். இந்த அக்கா இப்படி மாயமாக மறைந்ததற்கான காரணம் அங்கே சைக்கிளில் வந்துகொண்டிருந்தது. சிங்கப்பூர் மச்சான்தான். அவளுடைய சொந்த மச்சான். பளபளவென்று மினுங்கிய சைக்கிளில் வந்துகொண்டிருந்தான். நாலு கண்ணாடிகள் பூட்டிய கைப்பிடி வண்ண வளையங்கள் போட்ட சில்லுகள். குதிரை மீது ஆரோகணித்து வரும் ராஜகுமாரன்போல வந்துகொண்டிருந்தான்.

சிங்கப்பூர் மச்சான் என்று பெரிசாகப் பேரே ஒழிய அவனுக்குச் சிங்கப்பூர் எந்தப்பக்கம் என்றுகூடத் தெரியாது.

தகப்பன் சிங்கப்பூரில் வேலைசெய்து பென்சன் எடுத்தவர். ஊரிலே வந்து நாலு காணி வாங்கி, வட்டிக்குப் பணம் கொடுத்து வசதியாக வாழ்ந்துகொண்டிருந்தார். இந்த வட்டிக்காசில் குளுகுளுவென்று வளர்ந்து வாலிபம் குன்றாமல் இருந்தான், இந்த மச்சான். சைக்கிளை கை முறியுமட்டும் துடைத்துப் பளபளவென்று வைத்திருப்பதுதான் இவனுடைய முக்கிய தொழில். சரசக்கா பருவ மடைந்தபின் இந்தச் சைக்கிள் அடிக்கடி இந்தப் பக்கம் வரத் தொடங்கியது.

மாயமாக மறைந்த அக்கா ஜன்னல் வழியாகவும், கதவிடுக்கு வழியாகவும் தன் தரிசனத்தைத் தந்துகொண்டிருந்தாள். பாவாடை சுருக்குகளை நேராக்கினாள். சங்கிலியை மென்று, சரிசெய்தாள். சிங்கப்பூர் மச்சான் என்றால் சின்னம்மாவுடன் மிகவும் அவசர மானதும், பாரதூரமானதுமான பல விஷயங்களை அலசிக் கொண்டிருந்தான். அவன் கண்கள் மட்டும் டென்னிஸ் போட்டி பார்ப்பவருடைய கண்கள்போல அங்குமிங்கும் அலைந்தபடி இருந்தன.

சின்னம்மாவுக்கு எப்படியும் சிங்கப்பூர் மச்சானை மடக்கி விடவேண்டும் என்ற ஆசை இருந்தது. அது பால்குடி மறவாத எனக்குக்கூட அப்பட்டமாகத் தெரிந்தது. இது ஊரிலே குமரி களைக் கட்டிக்காத்துக்கொண்டிருக்கும் மற்ற அம்மாக்களுக்கு தெரியாமலிருக்குமா? அவர்கள் வழிப்பறிக் கொள்ளைக்காரர் போல சிங்கப்பூரின் வரவுக்காக வீதிகளிலே காத்துக்கிடந்தனர்.

சின்னம்மாவிடம் ஓர் அழகான சொற்பிரயோகம் இருந்தது. ‘மானம் கெட்ட தேவடியா மானம் கெட்ட தேவடியா’ என்று அடிக்கடி வைவாள். என் யுகத்தில் மானம் கெடாத தேவடியா சிலரும் அந்தத் தெருவில் உலா வந்தார்கள் என்றுதான் பட்டது. சண்டையென்று வந்தால் சின்னம்மா சிலிர்த்துப் போவாள். அர்த்தம் தெரியாத அழகான வசவுகளை எல்லாம் நான் இவளிடம்தான் கற்றுக்கொண்டேன்.

மச்சான் மற்ற அம்மாக்களுக்குத் தப்பி அங்கு வரும் போதெல்லாம் சின்னம்மா விழுந்து விழுந்து உபசாரம் செய்தாள். அவன் சொன்ன ஜோக்குகளுக்கெல்லாம் சிரித்தாள்; சொல்லாமல் விட்ட ஜோக்குகளுக்கு ஏங்குவது போல் இருந்தாள். எனக்கு எரிச்சல் எரிச்சலாக வரும்.

கிராமங்களில் காதலுக்கு அன்றன்று தூபம் போடத் தேவை யில்லை. ஒரு பொறி கிடைத்தால் காணும். தன்பாட்டுக்கு காதலர் களின் கற்பனையில் விரிந்து சுவாலையாகப் பற்றிக்கொள்ளும்.

பார்த்துக்கொண்டிருக்கும்போதே அக்காவின் முகத்தில் மெருகு ஏறிக்கொண்டு வந்தது. என்னுடன் மும்முரமாக கொக் கான் விளையாடிக்கொண்டிருக்கும் சமயங்களில் அவளுடைய யோசனை பத்து யோசனை தூரம் சென்றுவிடும். கண்கள் எதையோ தேடத் தொடங்கியிருந்தன. குரலிலே புது உற்சாகம் வந்து சேர்ந்து கொண்டது. மாமரத்தின் கீழ் இருந்து அக்கா அடிக்கடி 'நேற்றந்தி நேரத்திலே, நீராடும் துறைதனிலே' என்று இனிமையான குரலில் பாடத்தொடங்கியிருந்தாள். அவள் குரலில் இருந்த குதூகலம் வீடுமுழுவதையும் வந்து நிறைக்கும்.

இந்தக் காதல் இப்படி அவர்கள் குல ஆசாரம் பிசகாமல் வளர்ந்து கொண்டிருந்ததே தவிர இதுவரை அவர்கள் ஒரு வார்த்தைதானும் பேசவில்லை.

அதற்கும் ஒருநாள் ஒரு சந்தர்ப்பம் வந்தது.

கல்கியின் 'சிவகாமியின் சபதம்' தொடர் முடிந்து புத்தகமாக வந்துவிட்டது. சரசக்கா அதைப் படிக்கவேண்டும் என்ற அடங் காத ஆசையோடு தவித்தாள். மச்சானிடம் கேட்கும்படி என்னைத் தூண்டிவிட்டாள். நான், "நீ போய்க்கேள், நான் என்னத்துக்கு?" என்று அக்காவை அவன் முன்னால் ஒருநாள் தள்ளிவிட்டேன். இவளும் அடிப்பானைச் சோற்றைச் சுரண்டி எடுப்பதுபோலத் துணிச்சலை வரவழைத்துக்கொண்டு 'சிவகாமியின் சபதம்' என்று புத்தகத்தின் பெயரை முணுமுணுத்துவிட்டாள்.

சிங்கப்பூர் சைக்கிளில் ஏறி பாரிஜாத மலருக்காக அலைவது போல எங்கெல்லாமோ அலைந்தது. கடைசியில் இணுவில் வாசக சாலையில் ஒரு புத்தகத்தைக் கண்டுபிடித்துக் கொண்டுவந்து கொடுத்தது. அதற்குப் பிறகும் எத்தனையோ புத்தகங்கள். இந்தச் சாக்கில் இருவரும் கொஞ்சம் கொஞ்சம் மூச்சுக் காற்றை வேகமாக விட்டபடி பேசிக்கொண்டார்கள்.

இவர்கள் கைகளையும் தங்கள் தங்களுக்கே வைத்துக்கொண் டார்கள் என்று சொல்வதற்கில்லை. வயது அப்படி. அவர்கள் விரல்கள் அடிக்கடி அவர்களையும் மீறி அளைந்தன. நந்தியா வட்டை மரம் சிலிர்த்துப்போய் மற்றப்பக்கம் திரும்பிக்கொள்ளும்.

சரசக்காவின் பக்தி திடீரென்று பத்து டிகிரி கூடியது. அடிக் கடி தலையிலே பூ வைத்துக்கொண்டு கோவிலுக்குப்போனாள். இந்த மாமிசபட்சணிகள் நடுவில் விரதம் காத்தாள். சின்னம்மா கைப்படாமல் தானாகவே பொங்கிய பால் சோற்றை என்னுடன் பகிர்ந்துகொண்டு உண்டாள். அவளே சிருஷ்டித்த ஓர் உலகில்

ஒரு தேவதைபோல பவித்திரமாக இருந்தாள். ஏதோ ஒரு சம்பவம் நடப்பதற்கு நாங்கள் எல்லோரும் காத்துக்கொண்டிருந்ததுபோல எனக்குப்பட்டது.

இந்தச் சமயத்தில்தான் இந்தக் காதலை இன்னும் ஓர் அங்குலம் முன்னால் நகர்த்தும் முகமாக சின்னம்மா ஓர் அருமை யான யோசனையை முன் வைத்தாள்.

சிங்கப்பூரில் இருந்து வந்தவர்களுடைய சாப்பாட்டு முறை கள் கொஞ்சம் வித்தியாசமாக இருக்கும். அவர்கள் சாப்பாட்டு பிரியர்கள். உடும்புக்கறி என்றால் உயிரையும் கொடுப்பார்கள். மச்சானுக்கு உடும்புக்கறி வைத்துக் கொடுப்பதென்று முடிவாகி யது. உரும்பிராய் தண்ணீர் குடித்தவர்களும், உடும்புக்கறி சாப் பிட்டவர்களும் திரும்பவும் அதை ருசிக்க வருவார்கள் என்பது எங்கள் ஊரில் தொன்றுதொட்டு வந்த ஐதீகம்.

இதிலே சில சங்கடங்கள் இருந்தன. எங்கள் ஊரிலே உடும்பு களுக்குக் குறைவில்லை. எங்கள் வளவிலேயே அவை நிறைந்து கிடந்தன. ஆனால், அவற்றைப் பிடிப்பதற்கு ஸ்பெஷல் பயிற்சி வேண்டும். சில நாளில் அகப்படும்; சில நாளில் அகப்படாது. சனிக்கிழமை விருந்துக்கு வெள்ளிக்கிழமை இரவே அவை அகப் பட்டு ஒத்துழைக்கும் என்பது என்ன நிச்சயம்?

இந்த இடத்திலேயாவது சரசக்காவின் அப்பா, அதாவது என்னுடைய சித்தப்பா, பற்றி ஓர் அறிமுகம் செய்யாவிட்டால் அது பரம துரோகம் ஆகும். அவர் அந்த வீட்டில் இருப்பதும் தெரியாது, போவதும் தெரியாது. வாட்டசாட்டமான உடம்பு மகா சாது. அப்படியான சாதுக்களை கடவுள் படைப்பதை இப்போதெல்லாம் நிறுத்திவிட்டார். வீட்டின் நிர்வாகம் முழுக்க சின்னம்மாவின் கைகளில்தான். அதைப்பற்றிச் சித்தப்பா கவலைப் படவில்லை. அவர் வாயில் பொயிலை குதப்புவதைத் தடை செய்யாதவரையில் மிகவும் சந்தோஷமாகவே காணப்படுவார். யாராவது அவரிடம் கேள்வி கேட்டால், கேட்டவரை உற்சாகப் படுத்தும் முகமாக அவர் காலடியிலேயே பளிச்சென்று துப்பி விட்டுப் பேசத் தொடங்குவார்.

சித்தப்பா நாற்பத்திரண்டு வயதைச் செலவழித்துவிட்டு மீதியை வைத்துக்கொண்டு காத்திருந்தார். அப்படியும் நடக்கும் போது கமக்கட்டில் கொப்புளம் போட்டதுபோல கைகளை அகலித்து, காற்றிலே வழிசெய்துகொண்டுதான் நடப்பார். நாளுக்கு மூன்று தரமாவது அவருக்குக் குளிக்க வேணும். எப்பவும் கிணற்றடியில் துலாக்கொடியைப் பிடித்தபடி மயான காண்டத்து

அரிச்சந்திரன்போலக் காணப்படுவார். அவருடைய வாகான உடம்புக்கு அதுதான் காரணமென்று சிலர் சொல்வார்கள். கிணற்றடியில் இருந்த கமுகு மரத்தில் முதுகைத் தேய்த்துத் தேய்த்துக் கமுகு மரம் வழவழப்பாகவும், செழிப்பாகவும் இருந்தது.

ஒரு காலத்தில் இவர் உடும்பு பிடிப்பதில் மன்னராக இருந்தவராம். இவரிடம் இந்தக் கலையைக் கற்றவர்கள் பலர் இப்பக் கொடிகட்டிப் பறக்கிறார்கள். ஆனால், ஒருமுறை இவருக்கு ஏற்பட்ட அனுபவத்திற்குப் பிறகு இவர் உடும்புகளுக்கு விடுதலை கொடுத்துவிட்டார்.

இப்படித்தான் இவர் ஒருநாள் தன் வேலையாகப் போகும் போது ஓர் உடும்பும் இவரைக்கடந்து தன் சோலியாய்ப் போனது. இப்படியாகக் காலடியில் வந்த சந்தர்ப்பத்தை யாராவது தவற விடுவார்களா? உடனேயே ஒரு கூப்பாடு போட்டு அங்கே உள்ள குஞ்சுகுருமான்கள் எல்லோரையும் சேகரித்துவிட்டார். ஊர் எல்லாம் சுற்றி வளைத்து உடும்பை துரத்தியது. பாவம் உடும்பு, என்ன செய்யும்? வகையறியாமல், தனக்கு மரம் ஏறலாம் என்பதை யும் மறந்து, அங்கே வசமாக வளர்ந்திருந்த ஒரு கறையான் புற்றுக் குள் போய் ஒளிந்துகொண்டது. இனி என்ன? உடும்பு கைக்குக் கிடைப்பது நிச்சயம். தமிழ் சினிமா கதாநாயகனின் தங்கை கற் பழிக்கப்படுவது எவ்வளவு நிச்சயமோ அவ்வளவு நிச்சயம்.

சித்தப்பாவிடம் எடுத்த காரியத்தை நிறுத்தும் பழக்கம் கிடை யாது. அத்தோடு, உடும்புக்கறி தின்னும் ஆவேசமும் இப்போது சேர்ந்துகொண்டது. விடுவாரா?

அந்தப் புற்றைச் சுற்றியுள்ள ஓட்டைகள் எல்லாவற்றையும் அடைத்தார்கள். இரண்டைத்தவிர. சித்தப்பா, எப்பவும் வசதியாக வைத்திருக்கும் தனது மேல் வேட்டியை உருவி ஒரு பொந்தின்மேல் மூடினார். மற்ற ஓட்டையின் வாயில் ஒரு வாளி நிறைய அவசர மாகக் கரைத்த வெங்காய நீரை ஊற்றினார்கள். ஊற்றிவிட்டு எல்லோரும் பொந்தின் வாயையே ஆவலோடு பார்த்துக் கொண்டிருந்தார்கள். அப்பொழுது ஓர் அதிசயம் நடந்தது.

ஓட்டை வாயில் மூடியிருந்த துணி மெல்ல அசைந்தது. சித்தப்பா பாய்ந்து வேட்டியை அப்படியே கமுக்கென்று பிடித்து இழுக்கத் தொடங்கினார். இழுத்தால் அது இழுக்க இழுக்க வந்து கொண்டே இருந்தது. மாவிட்டபுரம் தேர்வடம்போல. இவ்வளவு நீட்டுக்கு உடும்பு இருக்குமா? அப்பொழுது சமயோசித புத்தியுள்ள யாரோ கத்தினார்கள். “ஐயோ, பாம்பு! பாம்பு!” சித்தப்பா கீழ் வேட்டியும் போனது தெரியாமல் எடுத்தார் ஓட்டம்,

கோவணத்துடன். இந்தச் சித்தப்பா அதற்குப் பிறகு இரண்டு நாள் படுக்கையில் கிடந்தாராம்.

இப்படியான பாரதூரமான காரியத்தைச் சித்தப்பாவிடம் நம்பிக் கொடுக்க முடியாததால் இந்த வேலையைக் கிட்ணனிடம் கொடுத்தார்கள். சனிக்கிழமை விருந்துக்கு எப்படியும் ஓர் உடும்பு பிடித்துத் தந்துவிடவேண்டும் என்பது ஒப்பந்தம். இந்தக் கிட்ணன் வல்லாளகண்டன். ஒரு கூடையையும், இரண்டு முழம் கயிறையும், ஒரு தடியையும் வைத்துக் காரியத்தைச் சாதித்து விடுவான். ஆனால், பேசியபடியே ஐம்பது சதக்காசு கொடுத்து விட வேண்டும்.

அடுத்த நாள் காலை அவன் சொல்லி வைத்தபடி ஒரு நல்ல சைசான உடும்போடு வந்துவிட்டான். இனிமேல்தான் பிரச் சினையே ஆரம்பமாகப்போகிறது. உடும்பு பிடிப்பது லேசு. ஆனால், அதை ஆக்குவதில் சில வில்லங்கங்கள் இருந்தன.

முதலாவதாக உடும்பை உயிரோடு உரிக்கவேண்டும். அப்படி இல்லையென்றால் அந்த இறைச்சியில் நஞ்சு கலந்துவிடுமாம். இரண்டாவது, இறைச்சியில் ஒரு சிறு எலும்புத்துண்டுகூட சேராமல் பார்த்துக்கொள்ளவேண்டும். எலும்பு தொண்டையில் குத்தினால் பெரும் கலகம் ஏற்பட்டுவிடும். மூன்றாவது, இறைச்சியை வெட்டிய உடனேயே கணங்காமல் சட்டியில் போட்டுவிட வேண்டும். இந்தச் சங்கடங்களையெல்லாம் உணர்ந்து நாங்கள் முன்னெச்சரிக்கையாக முதலிலேயே பேசிப் பறைந்து ஒரு தயார் நிலையில் நின்றோம்.

கிட்ணன் மாமரத்தில் ஓர் ஆறடி உயரத்துக்கு ஓர் ஆணி அடித்தான். உடும்பின் கழுத்தில் சணல் கயிறால் ஒரு சுருக்குப் போட்டு அதைக் காலண்டர் மாட்டுவதுபோல அந்த ஆணியிலே உயிருடன் மாட்டித் தொங்கவிட்டான். பிறகு ஒரு மெல்லிய கத்தியை இடுப்பில் இருந்து உருவி அது பார்த்துக்கொண்டு இருக்கும்போதே அதன் தோலை வாழைப்பூ சீவுவதுபோல சீவத் தொடங்கினான். உடும்பும் இதை எதிர்பார்த்ததுபோல பூரணமான ஒத்துழைப்பைக் கொடுத்தது.

சின்னம்மா சமையலறையில் சட்டியை அடுப்பில் வைத்து ஆயத்தங்கள் செய்தாள். அக்கா வாசலில் நின்றாள். நான் கிட்ண னுக்குப் பக்கத்தில் நின்றுகொண்டிருந்தேன்.

கிட்ணன் இறைச்சித் துண்டுகளை வெட்டி ஒரு பூவரசம் இலையில் வைத்துத் தருவான். நான் அதைத் தூக்கிக்கொண்டு

ஓடிப்போய் அக்காவிடம் கொடுப்பேன். அக்கா அதை எடுத்துப் போய் சின்னம்மாவிடம் தருவாள். அவள் அதைச் சட்டியில் போடுவாள். இப்படியாக ஒரு assembly line முறையில் இறைச்சி தடங்கல் இன்றி சட்டியில் போய்ச் சேர்ந்துகொண்டிருந்தது.

கிட்ணன் இறைச்சியை வெட்டும்போது உடும்பின் கண்கள் மாத்திரம் இரண்டு பக்கமும் அசைந்துகொண்டிருந்தன. நான் நாலாவது முறை ஓடிப்போய்த் திரும்பியபோது அந்த அசைவும் நின்றுவிட்டது. உடும்பு செத்துவிட்டது. மிகவும் செத்துவிட்டது.

சமையலறையில் தேங்காய் கூட்டு, மிளகாய் கூட்டு, மசாலா கூட்டு எல்லாம் தயாராக இருந்தன. குழம்பு கறியா, பிரட்டல் கறியா என்ற சர்ச்சை கொஞ்சநேரம் நடந்தது. இறுதியில் பிரட்டல் என்றே முடிவானது.

கறி முதல் கொதி கொதித்ததும் ஒரு மணம் பரவியது. வயிற்றைக் குமட்டும் மணம். சரசக்கா 'ஓங்' என்று வயிற்றைப் பிடித்தபடி வாசற்படிக்கு ஓடிவிட்டாள். சின்னம்மா மாத்திரம் முந்தானையால் மூக்கைப் பொத்தியபடி சமையல் காரியங்களில் மும்முரமாக இருந்தாள்.

கிட்ணன் உடும்புத்தோலைச் சுருட்டிக்கொண்டு புறப்பட்ட போது பேசியபடி ஐம்பது சதம் கொடுத்து அனுப்பினார்கள். அந்தச்சமயம் பார்த்து மச்சான் வந்து இறங்கினார். மத்தியான வெயிலில் பளிச்சென்று மின்னும் சில்க் சட்டை போட்டுக் கொண்டு வந்திருந்தார். வாஸ்லைன் வைத்து இழுத்தத் தலைமுடி அழகாகப் படிந்துபோய் இருந்தது. வாசலடிக்கு வந்த அக்கா இந்தக் காட்சியைக் கண்டு வாயூறி நின்றாள்.

சிங்கப்பூர் மச்சான் வசதியான குடும்பத்தில் இருந்து வந்தவர். இவர்களோ சாதியில் மிகவும் தாழ்ந்த சாதி, ஏழை சாதி. தங்கள் வசதிக்கு ஏற்ப மச்சானுக்குப் பாய் விரித்துப் பணிவிடை செய்தார்கள். பனை ஓலை விசிறியால் விசிறினார்கள். துர்வாச முனிவருக்கு குந்திதேவி செய்ததுபோல குற்றமற்ற சேவை. சுடு சோறும் உடும்புப் பிரட்டலும்தான். சின்னம்மாதான் பரிமாறி னாள். அக்கா கதவிடுக்கில் பார்த்தபடியே நின்றாள். நான் அவளுக்குப் பக்கத்தில் துணையாக நின்றேன். நான் அவ்வளவு கிட்டத்தில் நின்றதற்கு இன்னொரு காரணமும் இருந்தது. நான் ஓடியோடிக் கொண்டுபோய்க் கொடுத்த இறைச்சியில் ஒரு சின்ன எலும்புத்துண்டு மாட்டுப்பட்டுப்போய் இருந்தது. இந்த எலும்புத் துண்டு செய்யப்போகும் உற்பாதத்தை எதிர்பார்த்து ஆவலுடன் காத்திருந்தேன்.

சிங்கப்பூர் மச்சானுக்கு உடும்பு இறைச்சி சாப்பிடுவதற்குச் சொல்லியும் கொடுக்க வேண்டுமா? நாலுதரம் போட்டு சாப் பிட்டார். பிறகு ரசத்தை ஊற்றிப் பிசைந்தும், உறிஞ்சியும் நக்கியும் சாப்பாட்டை முடித்துக்கொண்டார். அவருடைய சில்க் சட்டை யில் தெறித்த கறித்துளிகளை வீரப்பதக்கம்போல அணிந்து கொண்டு எழுந்தார். இறுதியில், 'ஆஹா! ஆஹா!' என்று திருவாய் மலர்ந்தார். சிறு சாரலில் நனைந்ததுபோல அக்காவின் முகம் குளிர்ந்தது. அப்படியே மெய்மறந்துபோய் நின்றாள்.

இந்தச் சந்தோஷம் எல்லாம் அன்று பின்னேரம் வரைக்கும்தான்.

எப்படித்தான் ரகஸ்யமாக வைத்திருந்தாலும் சிங்கப்பூர் மச்சானுக்கு உடும்பு இறைச்சி விருந்து வைத்த கதை சின்னாச்சிக் கிழவிக்கு எட்டிவிட்டது. அவள் வந்து "எடி பாதகத்தி உடும்பு இறைச்சி உறவைக் கெடுக்கும் என்று உனக்குத் தெரியாதா? எல்லாத்தையும் கெடுத்துவிட்டியே" என்று ஒப்பாரி வைத்தாள். இரண்டு தலைமுறையாக உடும்பு இறைச்சி விருந்து செய்த அனர்த் தங்களை மயிர்க்கூச்செறிய விவரித்தாள். இந்த அதிர்ச்சியில் தாயும் மகளும் இருந்தபோது நாலு வெற்றிலையை உருவி மடியிலே செருகிக்கொண்டு போய்விட்டாள்.

சின்னம்மாவுக்கும், சரசக்காவுக்கும் திக்கென்றது. சின்னாச்சிக் கிழவியின் தீர்க்க தரிசனத்தை முற்றிலும் தள்ளிவைக்க அவர்களால் முடியவில்லை. சிங்கப்பூர் குடும்பத்துக்கும் இவர்களுக் கும் ஏணி வைத்தாலும் எட்டாது. நல்ல இடத்தில் மகளைக் கரை சேர்க்கவேண்டும் என்ற அளவில் சின்னம்மா யோசிக்காமல் இப்படிச் செய்துவிட்டாள். இதை முதலில் அல்லவோ யோசித்து இருக்கவேண்டும்?

செலுலர் வராத காலமது. இருந்தாலும் சிங்கப்பூரின் தகப்ப னார் சிவப்பிரகாசத்திற்கு இந்தச் செய்தி ஐம்பது மைல் வேகத்தில் போய்ச் சேர்ந்துவிட்டது. அந்த நேரம் பார்த்து, பக்கத்து வீட்டுக் காரரிடம் கந்தர்மடத்துக் கள்ளின் குணாதிசயங்கள் பற்றி ஒரு கருத்துரை ஆற்றிக்கொண்டிருந்தார். அவருக்கும் கோபம் ரௌத் திரகாரமாகப் பற்றிக்கொண்டு வந்தது. பல் நீக்கல் வழியாகக் காற்று வேகமாக வீச பத்து வீடு கேட்க சத்தம் போட்டார். கால் களின் இடுக்கிலே கையை நீளத்துக்கு விட்டு சொறிந்துகொண் டார். அப்படியும் ஆத்திரம் தீராமல் ஆகாயத்தை முறைத்துக் கொண்டு காத்திருந்தார்.

சின்னமுத்து கொட்டியதுபோல அவர் வீடு நிறையக் குழந்தைகள். பெரியமுத்து போட்டதுபோல அவருக்கு ஒரு பெண்சாதி. சிங்கப்பூர்தான் மூத்த மகன். இப்படிக் கிலுசைகெட்டுத் திரியிறானே இந்தப் பாவி என்று அவர் ரத்தம் ஓவர்டைம் செய்து கொதித்தது.

சிங்கப்பூர் வீடு வந்ததும் முதல் முப்பத்துமூன்று செகண்டுகள் ஒருவித அசம்பாவிதமும் இன்றி அமைதியாகக் கழிந்தது. அடுத்த கணம் பிரளயம் வெடித்தது. சிவப்பிரகாசம் ஓவென்று கத்தினார். எண்ணெயில் போட்ட பனங்காய் பணியாரம்போல மேலும் கீழும் துள்ளினார். காலால் உதைத்தார்; கையால் அடித்தார். கிடுகு வேலியில் பாய்ந்தார். வெயிலுக்கு ஒதுங்கிய ஓணான்கள் எல்லாம் பறித்துக்கொண்டு ஓடின. கிளுவந்தடியை முறித்துக் கொண்டு வந்தபோது மற்றவர்கள் அவரைப் பிடித்துவிட்டார்கள். இவ்வளவுக்கும் சிங்கப்பூர் மந்த நாவுள்ளவன்போல வாயைத் திறக்கவேயில்லை.

ஊர் முழுக்கக்கூடி இந்தக் காட்சியை மூச்சு விடுவதை ஒத்திப்போட்டுப் பார்த்துக்கொண்டிருந்தது. இப்படித்தான் முதலாம் பாகம், இரண்டாம் அத்தியாயம் முடிவடைந்தது.

காலம் தாழ்த்தாமல் சிங்கப்பூர் மச்சானுக்குப் பல இடங்களிலும் பேச்சுக்கால் நடந்தது. சிவப்பிரகாசம் ஒரு வெறியோடு இந்தக் காரியத்தில் இறங்கினார். சம்பளம் குடுத்து வைத்ததுபோல் அங்கு நடக்கும் விசேஷங்களை நாளாந்தம் நாலைந்து பேராவது வந்து சின்னம்மாவிடம் ஒப்பித்துப் போனார்கள்.

சின்னம்மா, அக்காவை ஒரு விரோதத்தோடு பார்க்கத் தொடங்கினாள், அக்கா இன்னும் கடுமையான விரதங்களை அனுட்டிக்கத் தொடங்கினாள். வீட்டிலே தினமும் மீனும் இறைச்சியும் காய்ச்சினாலும் இவள் தவறாமல் கோவிலுக்குப் போய் வந்தாள். சமையல் பாத்திரங்கள், அடுப்புகூட வேறாகிவிட்டது. நோன்பு இருந்தாள். நெய் மணக்க பால்சோறு பொங்கிப் படைத்தாள். ‘பாற்சோறு மூட நெய்பெய்து முழங்கை வழிவாரக் கூடியிருந்து’ நாங்கள் சாப்பிட்டோம். ஒன்றுமே நடக்காத மாதிரி கொஞ்ச காலம் எங்களை இப்படி ஏமாற்றிக்கொண்டோம்.

வாரங்கள் பல ஓடிவிட்டன. சரசக்காவைப் பார்க்க முடியவில்லை. வாசலையே பார்த்தபடி தன் வாழ்நாளைக் கழித்தாள். வெயிலில் எறிந்த கீரைத்தண்டுபோல அவள் முகம் வதங்கிவிட்டது. அனிச்சம்பூ மனம்கொண்ட அக்கா உடும்பு மாமிசம் சாப்பிடும் இந்தக் கோழையிடம் மனதைப் பறிகொடுத்து இப்படி

உருகிக்கொண்டுபோனாள். என்னதான் நான் அக்காவிடம் ஒட்டிப் பழகினாலும் அவளுடைய உள்மனதில் என்ன இருந்த தென்று எனக்குத் தெரியவில்லை. இறுக்க ஒட்டிய கடித உறை போல எந்தப் பக்கத்தில் இருந்தும் அவள் மனதைத் திறக்க முடியாமல் இருந்தது.

இந்தச் சமயத்தில் நாங்கள் எதிர்பார்த்தது நடந்தது. ஒரு நாள் மச்சானுக்கு 'எழுத்து' முடிந்துவிட்டது. துள்ளித் திரிந்து என்னுடன் எப்பவும் சண்டை போடும் அக்கா மறைந்துபோனாள். அடிக்கடி ஏக்கப் பெருமூச்சு விட்டபடியே இருந்தாள். கொக்கான் விளையாட்டிலும், தாயம் விளையாட்டிலும்கூட என்னிடம் தோற் றாள்.

மாமரத்திலே ஆணி அடித்து அதிலே கட்டிய சணல்கயிறு இன்னமும் தொங்கிக்கொண்டு இருந்தது. நானும் அக்காவும் எங்கள் எங்கள் கல்லிலே உட்கார்ந்து பலப்பல கதைகள் பேசி னோம். கிணற்றிலே வளர்க்கும் பால் ஆமை ஆணா பெண்ணா என்பதைப்பற்றி விவாதித்தோம். அணில் பிள்ளையின் சத்தம் கேட்கும் போதெல்லாம் தகரத்தை அடித்து மாங்காய்களைக் காப் பாற்றினோம். அசோகமாலா கதை அக்காவுக்கு நிறையப் பிடிக்கும். அதை எனக்குத் திருப்பித் திருப்பிக் கூறுவாள். அந்த நேரங்களில் எல்லாம் சரசக்காவிடம் மச்சானைப்பற்றிக் கேட்க வேண்டும் என்று வாயைப் பலமுறை உன்னுவேன். ஆனால், முடியவில்லை. அவள் மெல்லிய குரலில் பாடத்தொடங்கினாள்.

நேற்றந்தி நேரத்திலே
நீராடும் துறைதனிலே
நெருங்கி எனை ஜாடைகாட்டி
அழைத்தவர் யாரோ?

இந்த வரிகளை மறுபடியும் மறுபடியும் பாடினாள். கண்கள் பளபளத்தன. கடைசி வரியில் அவள் குரல் உடைந்துவிட்டது.

பாதி கிழிந்துபோன கவிதை எவ்வளவு அழகானது. மீதி யிலே என்ன சொல்லியிருக்கும் என்பது தெரியாது. அதை எப்படி வேண்டுமானாலும் கற்பனையில் பூர்த்தி செய்து கொள்ளலாம் அல்லவா! இது ஏன் அக்காவுக்குத் தெரியவில்லை? தண்ணீரைக் குவித்து வைக்க அல்லவா முயற்சிசெய்து கொண்டிருந்தாள்! பெரும்யாகம் செய்து கிட்டிய அவிர்பாகத்தை யாரும் கழுதைக்கு வீசுவார்களா? என் அக்காவின் வாசனையைக் கெடுத்து பழந்துணி போல வீசிவிட்டார்களே என்று எனக்குத் துக்கமாக வந்தது.

அன்று அம்மன் கோவில் திருவிழா. எல்லோரும் திருவிழாவுக்குப் போய்விட்டார்கள். நான்தான் அக்காவுக்கு காவல். மாமரக்கிளையில் சந்திர ஒளிபட்டு சிதறி விழுந்தது. விளக்கை மாடத்தில் வைத்துவிட்டு நாங்கள் திண்ணையில் இருந்து வாண வேடிக்கையையும், மத்தாப்பு வெடிகளையும் அண் ணாந்து பார்த்துக்கொண்டிருந்தோம். மத்தாப்பு உயரத்தில்போய் வெடித்து விரியும் போதெல்லாம் அக்காவின் முகம் ஒருகணம் பிரகாசமாகி மறையும். அன்னியோன்யமாக நாங்கள் இதற்கு முன்பு இருந்ததில்லை. மோகனமான அந்த இரவில் அவள் முகம் பார்க்க சோகமாகவும், பாவமாகவும் இருந்தது.

சரசரவென்று ஓர் உடும்பு எங்களைத் தாண்டி ஓடியது. இப்படியான சந்தர்ப்பம் இனிமேல் கிடைக்காது. கணகாலமாகக் கேட்க நினைத்ததைத் துணிந்து அக்காவிடம் கேட்கத் தீர்மானித் தேன்.

"அக்கா, இந்த மச்சான் இப்பிடி செய்திருக்கக்கூடாது."

விநாடி முள்போல நெஞ்சு படக்படக்கென்று அடித்துக் கொண்டது. முதல்தரமாக இப்போதுதான் நான் என் மனதில் கிடந்ததை வெளியில் சொன்னேன்.

"போடா, பரவாயில்லை. உடும்புகளுக்கெல்லாம் நல்ல காலம்" என்று சொல்லிவிட்டு ஒரு சிரிப்பு சிரித்தாள். சத்த மில்லாத சிரிப்பு. அவள் முகத்தில் கொஞ்சமும் கவலை தென்பட வில்லை. உண்மையில் பார்த்தால் ஒரு நிம்மதிதான் தெரிந்தது.

◆

மனுதர்மம்

இலங்கை அரசனின் பட்டத்து ராணி அந்த நந்தவனத்தில் உலாவிக்கொண்டு இருந்தாள். மயக்கம் தரும் இந்த மாலை நேரங் களில் வழக்கமாக அவள் அங்கேதான் இருப்பாள். அரசன் அவளுக்காகக் கட்டிய தடாகத்தில் மிதக்கும் வாத்துகளைப் பார்த்துக்கொண்டிருப்பதில் அப்படி ஒரு சந்தோஷம். கார்த்திகை நட்சத்திரங்கள்போல கூட்டமாக தாய் வாத்தும், குஞ்சுகளும் மிதந்துகொண்டிருந்தன. அவை நீர்ப்பூக்களில் மறைவதும் வெளி வருவதுமாக விளையாடிக்கொண்டிருந்த காட்சியைப் பார்த்துக் கொண்டேயிருக்கலாம்.

கடந்த இருபது வருடங்களாக அந்தி நேரங்களை ராணி அவளுடைய அந்தப்புர நந்தவனத்தில் இதுமாதிரித்தான் கழித்து வந்திருக்கிறாள். ராணியின் சௌந்தர்யம் அன்று பார்த்ததுபோல் இன்றும் கண்ணைப்பறிக்கும் மெருகுடன்தான் இருந்தது. ஆனால், அந்த அழகுடன் சேர்ந்து இப்பொழுது ஓர் அசாதாரண ஒளியும் அவள் முகத்திலே படர்ந்திருந்தது. அரசன் அவளுக்காக இன் னொரு படை திரட்டினாலும் அதிசயப்பட முடியாது. இப்படி யான வனப்பும் முகக்காந்தியும் சோபையும் விரதம் காக்கும் உயர்குடிப் பெண்களிடத்தேதான் காணப்படும்.

சாலையிலே புத்த தேரிணிகள் கைகளில் பிட்சை பாத் திரங்களுடன் விஹாரையை நோக்கித் திரும்பிக்கொண்டிருந்தனர். அவர்களுடைய அமைதியான உடையையும், முகத்தில் தெரியும் சாந்தியையும் பார்க்கும்போது ராணியின் மனத்தை என்னவோ செய்யும். சங்கமித்திரை கொண்டுவந்து நட்ட அரசமரத்துக்கிளை இப்போது பெரும் மரமாக வியாபித்து வளர்ந்திருந்தது. அதுபோல அவள் ஸ்தாபித்த சங்கமும் கிளைவிட்டுப் பரவி மக்களிடையே தர்மத்தை வளர்த்துக்கொண்டிருந்தது. ராணிக்குத் தேரிணியாகி விடவேண்டும் என்ற ஆசை மறுபடியும் ஒரு கணம் தலை தூக்கியது.

அரசன் அவளிடத்தே கொண்டிருக்கும் காதலின் பிரவாகம் இன்றுவரை எள்ளளவேனும் குறையவில்லை. மாறாக அவனுடைய பிரேமையானது நாளுக்கு நாள் அதிகரிக்கவே செய்தது. ஆயிரம் மகளிர் அந்தப்புரத்தில் இருந்தாலும் அவன் தனது பட்டத்து ராணியிடம் கொண்டுள்ள அன்பின் ஆழத்தை அளக்க முடியாது. ஆனால், அரசனுடைய கவனம் எல்லாம் சமீப காலங்களில் நீதி சாஸ்திரங்களிலேயே லயித்து இருந்தது. அசோகன் ஸ்தாபித்த நீதி பரிபாலன முறைகளையும், எல்லாளன் அனுசரித்த தர்ம நெறிகளையும் சாஸ்திரம் அறிந்த விற்பன்னர் களோடு தர்க்கித்தான்; தரும நூல்கள் பதினெட்டில் ஒன்றான மனுநீதியை பண்டிதர்களிடம் நுணுக்கமாகக் கற்றுத் தேர்ந்தான்.

ஓர் அரசனுக்கு இருக்கவேண்டிய காருண்யத்துக்கு ஆதர்ச மாகச் சிபிச் சக்கரவர்த்தி அவனுக்கு விளங்கினார். பருந்திடம் உயிர் தப்புவதற்காக அந்தப் புறா பறந்துவந்து சக்கரவர்த்தியின் கால்களில் விழுந்து அடைக்கலம் கேட்டதாம். அப்பொழுது பருந்து அரசனை நோக்கி ‘அரசே, மாமிசம் புசிப்பது என் இயல்பு; புறாவை விடும், நான் பசியாற வேண்டும்’ என்று சொன்னது. அடைக்கலம் கொடுத்த புறாவை அரசன் எப்படி நிர்க்கதியாக விடமுடியும்? ‘உனக்கு மாமிசம்தானே வேண்டும், இதோ!’ என்று தன் உடலின் தசையை எடைக்கு எடை அரிந்து கொடுத்தானாம் சிபிச்சக்கரவர்த்தி.

தருமத்திற்கெல்லாம் தருமமாக விளங்கிய சிபிச்சக்கரவர்த்தி யின் காருண்யத்தையும், எல்லாளனுடைய நீதி பரிபாலனத்தையும் ஆதர்சமாக ஏற்றுக்கொண்ட அரசன், தொன்றுதொட்டு வழங்கிய நீதி வழுவா நெறிமுறைகளை திரும்பவும் ஸ்தாபிக்க அமாத்தியர் களைக் கலந்து ஆலோசித்தான். பொத்தாதேவி தாரையைப் போன்ற அறிவாளி; தர்ம நூல்களை அறிந்தவள். அவளிடத்திலும் அரசன் அவ்வப்போது ஆலோசனைகள் கேட்டான்.

ஆராய்ச்சி மணியை அரண்மனை வாசலிலே தொங்கவிட்டு எல்லோருக்கும் நீதி பாரபட்சமின்றிக் கிடைக்க வழிவகுத்தவன் எல்லாளன். ஒருமுறை அவனுடைய தேர் வேகமாகச் சென்றபோது தற்செயலாக புத்தவிஹாரையின் ஸ்தூபம் ஒன்றை இடித்துப் பதினைந்து செங்கல்கள் உதிர்ந்துவிட்டன. எல்லாளன் பதறிப் போய் அந்தப் பாவத்தின் பாரம் தாங்கமுடியாமல் தன்னையே பலி கொடுக்கத் தயாராகிவிட்டான். புத்த தேரர்கள் அவனைத் தேற்றியபின் பதினையாயிரம் செங்கல்கள் பதித்துப் புதிய நிர்மாண வேலைகள் செய்து பிராயச்சித்தம் செய்துகொண்டானாம்.

இன்னொருமுறை ஒரு கிழவி வெயிலிலே அரிசியைக் காய வைத்திருக்கிறாள். அப்போது நேரமில்லாத நேரத்தில் மழை பெய்து கிழவியுடைய அரிசி எல்லாம் நனைந்துவிட்டது. கிழவி அழுதுகொண்டே வந்து ஆராய்ச்சி மணியைப் பிடித்து இழுத் தாள், 'நல்ல அரசனுடைய ஆட்சியில் காலம் தவறி மழை பெய் யுமா? என்னுடைய அரிசி எல்லாம் நனைந்துவிட்டதே! எனக்கு உண்பதற்கு எதுவும் இல்லையே' என்று வருந்தி முறையிட்டாள்.

எல்லாளன் 'மழையின் குற்றம் மன்னன் குற்றமன்று' என்று கூறி கிழவியைத் திருப்பி அனுப்பியிருக்கலாம். அல்லாவிடின், கிழவிக்கு வேண்டிய தானியவகை கொடுத்து அவள் துயரைத் தீர்த்தும் இருக்கலாம். ஆனால், எல்லாளன் கிழவியின் துயரத்தின் ஆழத்தை அறிய 'பசி என்றால் அது எப்படி இருக்கும்?' என்று தானாக உணருவதற்காக நாட்கணக்கில் உண்ணாவிரதம் இருந்து தன்னை வருத்திக்கொண்டானாம்.

எல்லாளன் வகுத்த இந்த நீதி முறையில் பிறழாது அரசன் பரிபாலனம் செய்து வந்தான். ராணியிடம் இந்த நீதி முறைகளைப் பற்றியும், அவை போதிசத்துவருடைய தர்மோபதேசங்களுக்கு உடன்பட்டதாக இருக்க வேண்டிய அவசியத்தைப் பற்றியும் எடுத்துக் கூறுவான். அரசனுடைய கணிப்பில் நீதி சாஸ்திரத்தில் இரண்டு அங்கங்கள் இருந்தன. ஒன்று, ஒருவன் குற்றம் இழைத் தானா, இல்லையா என்பதைத் தீர்மானிப்பது. அடுத்தது, அந்தக் குற்றத்திற்கு என்ன தண்டனை என்பதை நிர்ணயிப்பது. அரச னுடைய கருத்தின்படி ஒருவன் குற்றவாளியா அல்லவா என்பதைத் தீர்மானிப்பது வெகு இலகுவானது. ஆனால், குற்றத் திற்கு ஏற்ற தண்டனை வழங்குவதில்தான் அரசனுடைய தர்மம் நிலைக்கிறது என்று அவன் நம்பினான்.

கொலை செய்தவனைக் கழுவேற்றிக் கொல்வதும், ராஜ துரோகியை யானையின் காலில் இடறுவிப்பதும், அரச கட்ட ளையை மீறியவனைச் சுண்ணாம்புக் காளவாயில் போடுவதும் அரசனுக்குச் சரியாகப் படவில்லை. கருணையின் வடிவான போதிசத்துவருக்கு ஏற்புடையதான நீதி சாஸ்திரங்களைக் கடைப் பிடிப்பதில் அரசன் வெகு தீவிரமாக இருந்தான். அரசனுடைய இந்தப் போக்கு மந்திரி பிரதானிகளுக்கு அதிசயமாக இருந்தது.

'தசரதன் ஆணைப்படி ராமன் வனாந்தரம் ஏகிவிட்டான்' என்று கைகேயி கூறியதும் பரதன் அதிசயப்பட்டு 'ராமன் என்ன குற்றம் செய்தான்? பிறர் பொருளை அபகரித்தானா? நிரபராதி களைத் தண்டித்தானா? அன்றி பிறர் மனைவியைக் காமத்துடன்

பார்த்தானா ?' என்று கேட்கிறான். இப்படிக் கடுமையான குற்றங் களுக்குத்தான் வனாந்தர சிட்சை என்று தொன்றுதொட்டு இருந் தது. மனுதர்மத்தை அணைத்து நின்ற இந்தத் தண்டனைகள் எப் பொழுது இப்படிக் கொடூரமாக மாறின என்ற தர்ம விசாரத்தில் அரசன் அடிக்கடி மூழ்கிவிடுவான்.

ராணி பொத்தாதேவி தன் தங்க ஆசனத்தில் சாவதானமாக அமர்ந்துகொண்டு சேடிப்பெண்ணைக் கண் நிமிர்ந்து பார்த்தாள். அந்தச் சைகை அர்த்தமாகியதுபோல ராணியின் தாதி தன் கையிலிருந்த இரண்டு வெற்றிலைப் பெட்டிகளையும் அரசியின் முன்னே வைத்தாள். ஒன்று முற்றிலும் வெள்ளியினால் செய்தது; நிறைந்த வேலைப்பாடுகளைக்கொண்டது. அதுதான் பொத்தா தேவியுடையது. மற்றது தங்கத்தால் இழைத்து மின்னிக்கொண்டி ருந்தது. அரசனுக்கு மாத்திரம் பிரத்தியேகமானது.

அரசனுடைய வெற்றிலையை பொத்தாதேவியே மடித்துக் கொடுப்பாள். தன்னுடையதையும் தானே செய்துகொள்வாள். எது காரணம் கொண்டும் இதைமாத்திரம் சேடிப்பெண்கள் செய் வதை அவள் அனுமதிக்கமாட்டாள். அது மாத்திரமல்ல, எதற்காக ராணி இரண்டு வெற்றிலைப் பெட்டிகள் வைத்திருக்கிறாள் என்ற விஷயமும் ஒருவரும் அறியாத பரம ரகஸ்யமாகப் பாதுகாக்கப் பட்டு வந்தது.

பொத்தாதேவி, பதினாறு வயது நிரம்பு முன்பேயே அந்த நாட்டு சேனாதிபதியை மணந்துகொண்டவள். அப்போது அரச னாயிருந்தவன் சுப்பராஜன் என்பவன். அவன் அதற்கு முன்பு சாதாரண வேலைக்காரனாக இருந்தவன். அவனும் அப்போது அரசையாண்ட மன்னனும் ஒரே முகச்சாயல் கொண்டவர்கள். ஒருநாள் அரசன் விளையாட்டுக்காக வேலைக்காரனுக்கு ராஜ வேஷம் போட்டு தான் வேலைக்காரனுடைய உடையை அணிந்து வேடிக்கை பார்த்தான். மந்திரி பிரதானிகள் வேலைக்காரனை வணங்குவதைப் பார்த்து எள்ளி நகையாடினான், உண்மையான மன்னன். இதுதான் தருணமென்று நயவஞ்சகமாக அரசனைச் சிரச்சேதம் செய்துவிட்டு ராஜ்யத்தை அபகரித்துக்கொண்டான், வேலைக்காரனான சுப்பராஜன்.

அரசனாகிவிட்டாலும் அன்றிலிருந்து சுப்பராஜனுக்குத் தன்னைக் கொல்ல சதி நடக்கிறதென்று ஒரு பயம் இருந்து கொண்டே வந்தது. ஒருமுறை குறிசொல்பவனிடம் தன் எதிர் காலம் பற்றிக் கேட்டான். அதற்கு அவன் 'அரசே! தங்களுக்கு ஓர் எதிரி ஏற்கனவே பிறந்திருக்கிறான்; வசபன் என்று பெயர்.

அவன் தங்களைக் கொன்று இந்த ராஜ்யத்தை உங்களிடமிருந்து அபகரிப்பான்' என்று கூறிவிட்டான்.

அன்றிலிருந்து சுப்பராஜனுக்கு நித்திரை கெட்டது. சேனாதி பதியைக் கூப்பிட்டு வசபன் என்னும் பேர் உள்ள எல்லோரையும் சிறைப்பிடித்துச் சிரச்சேதம் செய்யும்படி உத்தரவிட்டான். சேனாதி பதியும் அப்படியே சேவகர்களை நாட்டின் நாலு திசைகளிலும் அனுப்பி வசபன் என்ற பேர் உள்ளவர்களை எல்லாம் பிடித்துச் சிரத்சேதம் செய்தான்.

இந்த நேரம் பார்த்து வடக்கே கிராமத்தில் இருந்து சேனாதி பதியின் சொந்த மருமகன், வசபன் என்று பெயர் கொண்டவன், வந்து சேர்ந்தான். அவனுக்கு அரசனுடைய விநோதமான கட்டளை பற்றிய விஷயம் ஒன்றுமே தெரியாது. பதினெட்டு வயது நிரம்பிய அழகிய யுவன் அவன். சேனாதிபதியின் தயவில் அரசனு டைய படையில் சேர்வதற்காக வந்திருந்தான்.

சேனாதிபதிக்கு தர்ம சங்கடமாகிவிட்டது. மனைவியுடன் கூடி ஆலோசித்தான். அடுத்த நாள் அதிகாலையில் மருமகனைக் கூட்டிக்கொண்டுபோய் அரசனிடம் ஒப்படைத்துச் சிரச்சேதம் செய்துவிடுவது என்று முடிவாகியது.

பேசிவைத்தபடி அடுத்தநாள் அதிகாலையில் சேனாதிபதியும் வசபனும் அரண்மனையை நோக்கிப் புறப்பட்டார்கள். பொத்தா தேவிக்கு இந்தக் காட்சி வயிற்றைப் பிசைந்தது. எனினும் வழக்கம் போல மடித்த வெற்றிலைச் சுருளைக் கணவனிடம் கொடுத்து இருவரையும் வழியனுப்பி வைத்தாள்.

சேனாதிபதி வெற்றிலைப் பிரியர். அன்றாட காரியங்களைத் தாம்பூலம் தரிக்காமல் அவர் தொடங்குவதேயில்லை. அரண்மனை வாசலில் வெற்றிலைச் சுருளை விரித்தார். அதிலே எல்லாம் இருந் தது. ஆனால், சுண்ணாம்பு இல்லை. ஒருநாளும் மறக்காத பொத்தாதேவி அன்று சுண்ணாம்பை மறந்துவிட்டாள். சுண் ணாம்பு இல்லாத வெற்றிலையில் சுகமில்லை. அந்தக்கணம் அவருக்கு வெற்றிலை போட்டே ஆகவேண்டுமென்று இருந்தது. அவர் வசபனை வீட்டுக்கு அனுப்பி சுண்ணாம்பு எடுத்துவரச் சொன்னார்.

அங்கே பொத்தாதேவி வசபனை எதிர்பார்த்து நின்றாள். அவளுக்கு மனது பொறுக்கவில்லை. தன்னுடைய கணவனின் துரோக எண்ணத்தை வசபனிடம் கூறிவிட்டாள். தான்

வேண்டுமென்றே சுண்ணாம்பை வைக்கவில்லையென்றும், அவனை உடனேயே தப்பி ஓடிவிடும்படியும் கூறினாள். அது மாத்திரமல்ல, ஒரு துணியிலே அவனுக்கு ஆயிரம் பொற் கழஞ்சுகளையும் முடிந்து கொடுத்தாள்.

முன்பின் பார்த்திராத தன்னிடம் இவ்வளவு கருணை காட்டிய பொத்தாதேவியை வசபன் முதன் முறையாகத் தலை நிமிர்ந்து பார்த்தான். தேவலோகத்து அப்சரஸ்போல அவள் இருந்தாள். அவனால் நம்ப முடியவில்லை. கண்களிலே அவனுக்கு நீர் துளிர்த்தது. பொத்தாதேவி, அவளும் இளம்பெண்தானே! அவள் கண்களிலும் நீர். அப்படியே அள்ளிப் பிடித்து அவள் உதட்டிலே முத்தமிட்டுவிட்டான். பிறகு திரும்பிக்கூடப் பாராமல் ஓடிப்போனான்.

பொத்தாதேவி அந்தச் சிந்தனைகளில் இருந்து விடுபட்டு வெற்றிலையை எடுத்து வாயினுள் போட்டுச் சுவைக்கத் தொடங்கி னாள். சேடிப் பெண்கள் விளக்குகளை எடுத்துக்கொண்டு குறுக்கும் நெடுக்குமாகச் சென்று தீபங்களை ஏற்றினார்கள். அந்த மங்கிய வெளிச்சத்தில் சாயைகள் போவதும் வருவதுமாக இருந்தது. அவள் மன ஓட்டத்துடன் ஒத்துப்போனது.

தெருவிலேயும் சந்தடி குறைந்துவிட்டது. வண்டியில் மாடுகள் மந்தகதியில் அசைந்தாடிக்கொண்டு சென்றன. ரத ஓட்டம் முற்றிலும் நின்றுவிட்டது. மனித அரவம் இன்னும் அடங்கவில்லை.

இன்னும் மன்னரைக் காணவில்லை. இவ்வளவு நேரங் கழித்து அவர் அந்தப்புரத்திற்கு வந்ததேயில்லை. இன்று அரண் மனையில் அப்படி என்ன முக்கியமான காரியமாயிருக்கும்? ஏதாவது விசேஷமான வழக்காக இருக்கலாம்? மன்னர் இப்பொழு தெல்லாம் இப்படியான வழக்குகளுக்குத்தான் தன் நேரத்தை எல்லாம் செலவிடுகிறார்.

இரண்டு பௌர்ணமிகளுக்கு முன்பும் இப்படித்தான் ஒரு வழக்கு. அரசன் வழங்கிய தீர்ப்பைப் பற்றிப் பண்டிதரும் பாமரரும் ஒன்றாகச் சிலாகித்துப் பேசினார்கள். நெடுஞ்சாலை ஓரத்திலே தன்னிச்சையாக ஓங்கி வளர்ந்து நின்ற விருட்சத்தை ஒரு துஷ்டன் வெட்டிச் சாய்த்துவிட்டான். அரசன் அனுமதியின்றி மரங்களை வெட்டுவது மகா பாபமான செயல். அதுவும் சாலையோரங்களில், மனிதனுடைய வசதிக்காக வைத்த மரங்களை வெட்டுவது மிகவும் பாரதூரமான குற்றமாகும்.

மரங்களைப் பேணுவது அசோகனுடைய காலத்திலிருந்து கடைப்பிடிக்கப்பட்டு வந்த வழக்கம். அவனுடைய பிரதானமான கல்வெட்டுகள் எல்லாம் 'மனிதர்களுடைய வசதிக்கும், பிராணி களுடைய நலத்துக்குமாக அரசன் ஆணையால் நெடுஞ்சாலை ஓரங்களில் கிணறுகள் வெட்டப்பட்டன' 'மரங்கள் வைக்கப் பட்டன' என்று கூறும். அப்படியிருக்க இந்த மூடன் கருணையே இல்லாமல் இப்படி மரத்தை வெட்டிவிட்டானே!

வழக்கமாக இந்தக் குற்றத்திற்கு தண்டனை ஐம்பது கசையடி. ஆனால், மன்னருடைய தீர்ப்பு எல்லோரையும் ஆச்சரியத்தில் அடித்தது. அதே சாலையில் நூறு மரங்களை நடும்படி குற்ற வாளிக்கு ஆணை பிறப்பித்தார் அரசர். அந்தத் தீர்ப்பிலே உள்ள மதி நுட்பத்தையும், அதனால் ஏற்படும் நன்மையையும் பற்றி எல்லோரும் பேசிப்பேசி மகிழ்ந்தார்கள்.

'நாட்டிலே உள்ள வழக்குகளுக்கெல்லாம் தீர்ப்பு வழங்கும் மன்னர் என்னுடைய குற்றத்திற்கு என்ன தண்டனை கொடுக்கக் கூடும்' என்று பொத்தாதேவி தன்னையே அடிக்கடி கேட்டுக் கொள்வாள். மனுநீதி சாஸ்திரத்தில் அவளுக்கு மன்னிப்பு இருக்கிறதா?

இரண்டு வருடங்களாக வசபன் காடுகளிலே ஒளிந்து திரிந்து படை திரட்டினான். இந்தக் காலங்களில் எல்லாம் பொத்தாதேவி அவனை ஒருகணம் தானும் மறந்தாளில்லை. அவனைப் பற்றிய செய்திகள் அடிக்கடி வந்தவண்ணமாகவே இருந்தன. விதியின் உந்துதலால் அப்பொழுது பொத்தாதேவி தனது இரண்டாவது குற்றத்தைச் செய்யும்படி நேரிட்டது.

ஒரு தேசாந்திரி வடக்கு நோக்கிப் போய்க்கொண்டிருந்தார். பொத்தாதேவி அவர் கையில் ஒரு வெற்றிலைச் சுருளைக் கொடுத்து வசபனைக் கண்டால் அவன் கையில் அதைத் தரும்படி வேண்டிக்கொண்டாள். அவருக்கு ஆச்சரியம்! வெற்றிலைச் சுருள் அவ்வளவு நாளைக்குத் தாங்குமா! ஆனால், அந்த தேசாந்திரி ஒன்றுமே கேட்கவில்லை. 'அப்படியே' என்று கூறிச் சுருளை வாங்கிப் போய்விட்டார்.

பொத்தாதேவி எதிர்பார்த்தபடி ஒருநாள் வசபன் திடுதிப் பென்று திரும்பி வந்துவிட்டான். சுண்ணாம்பு இல்லாமல் அவள் அனுப்பிய வெற்றிலையின் சூசகமான செய்தியை அவன் உணர்ந்துகொண்டான். கடம்ப மரங்களின் மறைவில் அவளைச் சந்தித்தான் வசபன். ஆசை தூண்ட அடக்கம் இழந்து அவளைத் தழுவினான்; பொத்தாதேவி அவன் வசம் ஆனாள்.

வெகு சீக்கிரத்திலேயே வசபன் பெரும்படையுடன் வந்து சுப்பராஜன் படைகளை முறியடித்து ராஜ்யத்தைக் கைப்பற்றிக் கொண்டான். வசபனுக்கு எதிராக அவளுடைய கணவன் போர்க் களத்தில் சேனாதிபதியாக மிகவும் சௌகரியத்துடன் போர் புரிந் தான். இருந்தும் சமரிலே படுகாயம்பட்டு உயிர் நீத்தான்.

வசபன் அரசனானவுடன் முதற்காரியமாக பொத்தா தேவியை மணந்து ராணியாக்கிக்கொண்டான். அவனுடைய ராஜ் யத்தில் மக்கள் எல்லாம் மிக மகிழ்ச்சியாக இருந்தார்கள். அளவற்ற கருணையுடன் அவன் செய்த ராஜ்ய பரிபாலனத்தில் மனிதர்களும் மரங்களும் மிருகங்களும் பட்சிகளும்கூட சந்தோஷமாக இருந்த தாகப் பேசிக்கொண்டார்கள்.

ஏதோ ஒரு பெரிய குற்றத்திற்கு பிராயச்சித்தம் செய்வது போல வசபன் ஸ்தூபங்களைக் கட்டினான். கோட்டைச் சுவர் களை உயர்த்தி நாலு வாசல்களிலும் புத்த விஹாரங்களை ஸ்தாபித் தான். பன்னிரெண்டு மிகப்பெரும் வாவிகளைக் கட்டி வாய்க் கால்கள் வெட்டினான். விஷேச தினங்களிலும், விழாக்களின் போதும் முப்பத்திரண்டு இடங்களில் பால் சோறும் தேனும் கொடுக்க ஆக்ஞை பிறப்பித்தான். மக்கள் இவனுடைய நீதி வழுவாத ஆட்சி நீடிக்கவேண்டும் என்று புத்த பகவானை வேண்டிக்கொண்டார்கள்.

சேடி ஒருத்தி ஓடிவந்து அன்று நடந்த அதிசயமான வழக்கைப் பற்றி ராணியிடம் கூறினாள். ராணி 'அது என்ன வழக்கு? விபரமாகச் சொல்?' என்றாள். 'இது ஒரு குடியானவத் தம்பதிகளுக்கிடையில் ஏற்பட்ட தகராறு. மனைவி கணவன் மீது வழக்குத் தொடுத்திருக்கிறாள்!' என்றாள். அப்படி அவள் சொல்லிக்கொண்டு இருக்கும்போதே மன்னர் வந்துவிட்டார். சேடிகள் மறைந்துகொண்டார்கள்.

அரசனை எழுந்து வரவேற்றாள் ராணி. அரசனின் முகத்தில் என்றும் இல்லாத ஒரு பரவசம் நிறைந்திருந்தது. மிகவும் கஷ்ட மான காரியத்தைச் சாதித்தபின் மனதில் பரிபூரணமான சாந்தி யுடன் கூடிய ஒரு ஒளி ஏற்படுமே, அதுதான்.

"ஸ்வாமி! இன்றைய வழக்கைப் பற்றியே எங்கும் பேச்சாக இருக்கிறது. என்ன நடந்தது? கூறுங்கள்" என்றாள்.

'இன்று நடந்தது ஒரு சிறிய விவகாரம்தான். ஆனால், இதன் தீர்ப்பு மிகவும் பாரதூரமானது. ஒரு முரட்டுக் குடியானவனிடம் ஒரு மாடு இருந்தது. இந்த மாட்டை நம்பித்தான் அவர்கள் ஜீவனம் நடந்தது. மனைவி பால், தயிர், மோர் என்று விற்று வந்தாள்."

"இந்த மாடு கொஞ்சம் முரண்டு பிடித்தது. இந்த மூர்க்கன் அதை அடிக்கடி அடித்துத் துன்புறுத்துவான். மனைவி எவ்வளவு சொல்லியும் கேட்பதில்லை. இன்று காலை அந்த வாயில்லாப் பிராணியைப் போட்டு அடித்திருக்கிறான். இவளுக்குப் பொறுக்க முடியவில்லை. ஓடிப்போய்த் தடுத்தபோது அந்த மூடன் இவளை யும் சேர்த்து அடித்திருக்கிறான். அப்பொழுதுதான் இவள் நேராக வந்து ஆராய்ச்சி மணியை இழுத்திருக்கிறாள்."

"அதிசயமாக இருக்கிறதே! என்ன தீர்ப்பு வழங்கினீர்கள்?"

"அதிலேதான் பிரச்சினை. பசுவதை என்பது மிகவும் கொடூர மானது. வழக்கமாக இப்படியான குற்றத்திற்கு தண்டனை ஒரு நாழிகை நேரம் சுண்ணாம்புக் காளவாயில் அவனைப் போடுவது தான்."

"அதுதான் தீர்ப்பா?"

"இல்லை; அப்படிச் செய்தால் யாருக்கு என்ன பிர யோசனம்?"

"எங்கள் நீதி சாஸ்திரங்கள் குற்றத்துக்கு தண்டனை கொடுப் பதைவிட, குற்றம் இழைத்தவன் பச்சாதாபப்பட்டு திருந்துவதையே வலியுறுத்துகின்றன. போதிசத்துவர் போதித்ததும், எல்லாளன் கடைப்பிடித்ததும் அதுதான்!"

"இந்தத் துன்மார்க்கன் வாட்டசாட்டமாக இருப்பான். வெகு போஜனப் பிரியன். இவனுக்கு நான் இவனுடைய மனைவி கையாலேயே தண்டனை வழங்கிவிட்டேன்."

"ஐயையோ! புதுவிதமாக இருக்கிறதே! என்ன தண்டனை?"

"ஒரு மண்டல காலத்துக்கு இவன் பால், தயிர், மோர், நெய் ஒன்றும் உணவுடன் சேர்த்துக்கொள்ள முடியாது. அதுதான் தண்டனை. அதை நிறைவேற்றும் பொறுப்பையும் அவனுடைய மனைவியிடமே விட்டுவிட்டேன்."

"அது எப்படி முடியும்? இந்த மூர்க்கன் அவளைப்போட்டு வற்புறுத்தி களவாகவோ, பலாத்காரமாகவோ உண்டுவிடுவானே?"

"அதுதான் இல்லை, தேவி. நீ அந்தப் பெண்ணினுடைய முகத்தைப் பார்த்திருக்க வேண்டும்... பதிவிரதை அவள்... அப்படி யான ஒரு சாந்தி அவள் முகத்தில் வீசியது. உயிர்போனாலும் அவள் இதை மீறமாட்டாள். நிறைவேற்றியே தீருவாள்."

"கணவன் இதை எப்படி ஏற்றுக்கொண்டான்?"

"அதுவா, அவன் முகம் பேயறைந்ததுபோல ஆகிவிட்டது. சுண்ணாம்புக் காளவாயில் போடுவார்கள் என்று நினைத்து வந்தவன் தீர்ப்பைக் கேட்டதும் நடுநடுங்கிவிட்டான். ஒரு வேளைச் சாப்பாட்டுக்குக்கூட அவனால் தயிர், நெய், மோர் இன்றி இருக்க முடியாது. ஒரு மண்டலம் தாங்குவானா?"

"ஸ்வாமி, இதனால் இம்சைப்பட்ட பசுவின் துக்கம் எப்படித் தீர்ந்துபோகும்?"

"அங்கேதான் இருக்கிறது, கணவனுடைய சாப்பாட்டில் மீதமாகும் பணத்தில் மாட்டுக்கு நல்ல தீவனம் வாங்கிக் கொடுத்து அதன் கஷ்டத்தை நிவர்த்தி செய்ய வேண்டும் என்பதுதான் தீர்ப்பு. அது மாத்திரமல்ல, இந்தத் தடியன் இந்தத் தண்டனையில் ஒரு சுற்று இளைத்துவிடுவான். அடுத்தமுறை இவன் அடிக்கும்போது அடி பலமாக விழாது" என்று சொல்லிவிட்டு மன்னன் நகைத் தான். எட்டத்தில் நின்ற சேடிப்பெண்களும் சிரித்தார்கள்.

ராணியினுடைய முகம் இப்போது மாறிவிட்டது. பௌர்ணமி போன்று இருந்த முகம் இப்படித் திடீரென்று கறுத்து சிந்தனையில் ஆழ்ந்தது.

"என் இதய ராணியே! என்ன சிந்தனை?" என்றான் அரசன்.

"அரசே! மிகப் பிரியமான ஒன்றைத் தவிர்ப்பதுகூடக் கடுமை யான தண்டனைதான் என்று கூறுகிறீர்கள் நியாயம்தான்! அது பிராயச்சித்தம் ஆக முடியுமா?"

"ராணி, குற்றம் செய்த ஒருவனை யானையின் காலில் இடறு விப்பதும், கழுவில் ஏற்றுவதும், ஆற்று நீரில் போடுவதும் மாத் திரம் என்ன நியாயம் ஆகும்? போதிசத்துவரின் போதனைகளுக்கு எதிரானதல்லவோ? குற்றம் இழைக்கப்பட்டவனுக்கு அதனால் என்ன பரிகாரம்?"

ராணி சிறிது நேரம் பேசாமலிருந்தாள்.

"ஸ்வாமி, உங்களுடைய நீதி பரிபாலனத்தை இந்த உலகமே போற்றுகிறது. கணவனுக்குத் துரோகம் இழைத்த பெண்ணுக்கு என்ன தண்டனை?" என்றாள். அவள் குரல் நடுங்கியது. தரை பார்த்த கண்களில் நீர் கோத்து நின்றது.

அப்பொழுது அரசன் அவளுடைய கைகளை எடுத்துக் கொண்டான். "பிரியமானவளே! என்னுடைய மனம் இன்று மிகவும் குதூகலத்தில் இருக்கிறது. காரணம் தெரியாமல் சந்தோஷம் பொங்குகிறது. இந்த நேரத்தில் கவலை தரும் எந்த

விஷயத்தையும் நான் ஏற்கமாட்டேன். நீ இழைத்தது துரோகம் அல்ல; மிகவும் காருண்யமான செயல். அநியாயமாக சம்பவிக்க இருந்த ஓர் உயிர்ப்பலியை நீ தடுத்திருக்கிறாய். இது எப்படிக் குற்றம் ஆகும்? இதைத் தடுக்காவிட்டால் அல்லவோ நீ கொலை காரியாக மாறியிருப்பாய்! ஆத்மாவின் குரலைக் கேட்கும் எந்தப் பெண்ணும் செய்யக்கூடிய காரியம்தான் இது. அதற்குத் தண்டனை என் இதயத்துள் சிறைவாசம்தான்" என்று சொல்லிக் கொண்டு அவளை இறுக அணைத்தான்.

சேடிப் பெண்கள் மெதுவாக அந்த இடத்தைவிட்டு அகன்று போனார்கள்.

"ராணி இருபது வருடங்களாக நீ எனக்கு வெற்றிலை மடித்துத் தருகிறாய். என் வாழ்க்கையில் இந்த வெற்றிலையை நான் என்றுமே மறக்கமுடியாது. இன்று நான் உனக்குத் தாம்பூலம் மடித்துத் தருவேன்" என்று சொல்லிக்கொண்டே தங்கத்தினால் இழைத்த அந்த வெற்றிலைப் பெட்டியை தன் பக்கம் இழுத்தான்.

ஏதோ பாம்பைக் கண்டு அரண்டதுபோல, "வேண்டாம்! வேண்டாம்!" என்று தடுத்தாள் ராணி.

"இது என்ன ராணி? இரண்டு வெற்றிலைப் பெட்டி, ஒன்று வெள்ளி உனக்கு; மற்றது தங்கம் எனக்கு. ஏன் இந்தப் பாகுபாடு?" இப்படிச் சொல்லிக்கொண்டே அரசியினுடைய வெள்ளிப் பெட்டியை மெல்லத் திறந்தான். திறந்தவன் அப்படியே ஆச்சரியப் பட்டு நின்றுவிட்டான்.

"ஸ்வாமி, நான் சுண்ணாம்பு போடுவதே இல்லை."

"என்ன? எத்தனை காலமாக?"

"இருபது வருடங்கள்" என்றாள் ராணி, கீழே பார்த்தபடி.

ஒரு தபஸ்வினியின் ஒளி அவள் கண்களில் வீசியது. கண்களில் நீர் கோத்தபோது அது இன்னும் பிரகாசமாக ஜொலித் தது.

நீதி வழுவாது பரிபாலனம் செய்யும் அரசனுக்கு அந்தக் கணம் எல்லாம் புரிந்தது.

◆

விசா

இரண்டாவது முறையும் அவருக்கு விசா மறுத்துவிட்டார்கள். எவ்வளவு பெரிய அதிர்ச்சி! இந்தத் தடவை அவர் எவ்வளவோ கவனமாகத்தான் விண்ணப்பப் பாரங்களைப் பூர்த்தி செய்தார். சுயசரிதை எழுதுவதுபோல நீண்ட பதில்களைக் கொடுத்திருந்தார். இருந்தும் இப்படி நடந்துவிட்டதே!

முதன்முறை அவர் விண்ணப்பம் அனுப்பியபோது மிகவும் யோக்கியமாகத்தான் நடந்துகொண்டார். அப்போதெல்லாம் இப்படியான கெடுபிடிகள் இல்லை. விண்ணப்பத்தை நீட்டிய வுடன் அமெரிக்க விசாவைத் தட்டிலே வைத்துத் தந்து விடுவார்கள் என்றுதான் எதிர்பார்த்தார்.

ஆனால், நடந்தது வேறு. எதற்காகப் பயணம் என்ற கேள்விக்கு 'வண்ணத்துப்பூச்சிகளைப் பார்க்க' என்று யாராவது எழுதுவார்களா? அங்கேதான் வந்தது வினை. இவருடைய பதிலைப் படித்த அதிகாரிகள் முதலில் திடுக்கிட்டார்கள். பிறகு ஆசை தீரச் சிரித்துவிட்டு அனுமதி மறுத்துவிட்டார்கள்.

பத்து வருடம் கழித்து இரண்டாவது முறை விண்ணப்பித்த போது கோணேஸ்வரன் மிகவும் கவனமாக இருந்தார். வண்ணத் துப்பூச்சியின் வாடைகூட வீசாமல் பார்த்துக்கொண்டார். தன் னுடைய மருமகனைப் பார்க்கப் போவதாகவும், உல்லாசப் பயணம் என்றும் கதைவிட்டார். கண்ணாடிக் கதவுக்கு இந்தப் பக்கம் இருந்து பயபக்தியுடன் விசா அதிகாரி கேட்ட கேள்வி களுக்கு பதில் கூறினார். நெளிய வேண்டிய இடத்தில் நெளிந்து குழைய வேண்டிய இடத்தில் குழைந்தார். கடன் வாங்கி நிரப்பி வங்கிக் கணக்கையும், வீட்டுப் பத்திரத்தையும் காட்டினார். இருந்தும் கல் நெஞ்சுக்காரர்கள், விசா மறுத்துவிட்டார்கள்.

இவருடன் 'பி' வகுப்பில் படிப்பிக்கும் சித்திரசேனனுடைய வேலையாயிருக்கும் என்று சிலர் அபிப்பிராயப்பட்டார்கள்.

கள்ளப் பெட்டிசன் எழுதுவதில் இவர் சூரர். முகஸ்துதியில் முனை வர் பட்டம் பெற்றவர். குதியங்காலில் நடந்துகொண்டே பல குடிகளைக் கெடுத்தவர். என்ன காரணத்தினாலோ கோணேஸ் வரனைத் தன் பிரதம எதிரியாக நியமனம் செய்து கொண்டி ருந்தார். 'அவர் செய்த வேலைதான் இது; மறுபரிசீலனைக்கு எழுதிப்போடுங்கள்' என்று சிலர் வற்புறுத்தினார்கள்.

கோணேஸ்வரன் மறுத்துவிட்டார். அவரோடு பிறந்து, அவரோடு வளர்ந்து, அவரோடு பரீட்சை எழுதிய கோழைத்தனம் அப்போது அவருக்குக் கைக்கொடுத்தது. அதிகாரிகள் இன்னும் என்ன குடைவார்களோ என்ற பயம். பொறுமையைக் கடைப் பிடிக்கத் தீர்மானித்தார்.

கோணேஸ்வரனுக்குக் கம்ப்யூட்டர் என்றொரு சனியன் இருப்பது அப்போது மறந்துவிட்டது. அமெரிக்க தூதரகத்தில் அவருடைய முதல் விசா விண்ணப்பம் கம்ப்யூட்டரில் சகல வசதி களுடனும் குடியிருந்தது. அந்த விண்ணப்பத்துடன் அவருடைய இரண்டாவது விண்ணப்பத்தை, சாதக பொருத்தம் பார்ப்பது போல் இந்தக் கம்ப்யூட்டர் ஆராய்ந்தது. பச்சைக் குழந்தைக்குக் கூட சமுசயம் ஏற்படும்படி விவகாரத்தைப் புட்டுபுட்டு வைத்தது. பிறகு என்ன? விசா நிராகரித்துவிட்டார்கள்.

புராணகாலத்து முனிவர் சாபம் கொடுத்ததும் தலை சுக்கு நூறாக வெடிக்குமாம். அப்படித்தான் கோணேஸ்வரனுடைய தலை வெடித்தது. இன்னும் எத்தனை வருடங்கள் பொறுமை யாகக் காத்திருக்க வேண்டுமோ?

ஒரு துணிச்சலுடன் மூன்றாவது தடவையாக முயற்சி செய்தார். இந்த முறை அவர் உண்மையான காரணத்தை மறைக்க வில்லை. அமெரிக்காவில் உள்ள ஓர் அபூர்வமான வண்ணத்துப் பூச்சியைப் பார்க்க விரும்புவதாகக் கூறினார். தான் வண்ணத்துப் பூச்சிகள் பற்றி எழுதிய ஆராய்ச்சிக் கட்டுரைகளையும், அமெரிக்க பேராசிரியர் எழுதிய கடிதங்களையும் சமர்ப்பித்தார். அதிகாரிகள் மனம் இளகிவிட்டது. இருபது வருட காலமாக ஒருவர் விசா எடுக்க திருப்பித்திருப்பி முயற்சி செய்வதாயிருந்தால் அதில் அவருக்கு எவ்வளவு ஈடுபாடு இருக்க வேண்டும்? இறுதியில் விசா தருவதாகச் சொல்லிவிட்டார்கள்.

கோணேஸ்வரனுக்கு விசா எடுப்பது தொழில் அல்ல. உயர் கணிதம் பாடம் சொல்லித் தருவதுதான் வேலை. பள்ளிக்கூடப் பிள்ளைகள் இவரைக் 'கொஸ் தீற்றா' கோணேஸ்வரன் என்றுதான்

செல்லமாக அழைப்பார்கள். அந்த வகுப்பில் முப்பது மாண வர்கள் இவரிடம் படித்தார்கள். அத்தனை மாணவரும் கடைந் தெடுத்த மேதாவிகள். இவர் தொண்டைத் தண்ணி வத்த கத்திக் கொண்டிருக்கும்போது அவர்கள் ஒருவித சலனமுமின்றி கேட்டுக் கொண்டிருப்பார்கள். அவர்களுக்குப் புரிந்ததா, இல்லையா என்பது பரம ரகஸ்யமாகவே காக்கப்பட்டு வந்தது.

அதற்கு முதல் நாள்தான் 'சைன் தீற்றா' என்றால் என்ன வென்று ஒரு பாட்டம் பிரசங்க மழை பெய்திருந்தார். மறுநாள் வந்து விளக்கம் கேட்டால் எல்லோருமே ஒரு புது வார்த்தையைக் கேட்பதுபோல திருதிருவென்று முழிக்கிறார்கள். பிறகு இன்னொரு முறை 'சைன் தீற்றா' பற்றி அழுதுவிட்டு கொஸ் தீற்றாவின் சூட்சு மங்களை விளக்க ஆரம்பித்தார். பாடம் அரைவாசி ஒப்பேறிக் கொண்டிருக்கும்போதுதான் அந்த அதிசயம் அங்கே நிகழ்ந்தது.

திரௌபதி பாரிஜாதமலரைக் கண்டு மயங்கினாள் அல்லவா? பொன்மயமான மாயமானிடம் சீதை மனதைப் பறிகொடுக்கவில்லையா? அதுபோல ஒரு வண்ணத்துப்பூச்சி அபூர்வமான நிறம். இதற்கு முன்பு கண்டிராத வண்ணம். தாயிடம் இருந்து பறித்துக்கொண்டு ஓடும் குழந்தையைப்போல நேராக இவருடைய வகுப்பறைக்கு வந்தது. ஓர் அற்புத நர்த்தனம் செய்துவிட்டு திரும்பவும் ஜன்னல் வழியாகப் பறந்துவிட்டது.

கோணேஸ்வரன் நித்திரையில் நடப்பவரைப்போல மிதந்து கொண்டு ஒரு கையில் சோக்கட்டியும், மற்றக் கையில் துடைப் பானுமாக அப்படியே வெளியே போய்விட்டார். போனவர் அன்று வகுப்புக்குத் திரும்பி வரவேயில்லை. மாணவர்களுடைய 'கொஸ் தீற்றா' தீட்சை இப்படித்தான் அரைவாசியில் அஸ்தமனம் ஆனது.

அடுத்த நாள் இந்தச் செய்தி பள்ளிக்கூடம் முற்றிலும் பரவி விட்டது. தலைமை ஆசிரியர் விளக்கம் கேட்டார். அவரோ கொடுங்கோல் மன்னர். என்ன நடக்குமோ என்று எல்லோரும் பயந்துபோய் இருந்தார்கள். ஆனால், கோணேஸ்வரனோ அந்த வண்ணத்துப்பூச்சியின் அழகை வர்ணித்ததுமல்லாமல் அதைப் பிடிப்பதற்கு இரண்டு நாள் லீவும் கேட்டாராம். அன்றிலிருந்து தலைமை ஆசிரியர் கோணேஸ்வரனுடைய முட்டாள்தனத்தை குறைவாக மதிப்பிடுவதை நிறுத்திவிட்டார். இப்படித்தான் சாதாரண கோணேஸ்வரன், 'கொஸ் தீற்றா' கோணேஸ்வரன் ஆனது.

கோணேஸ்வரன் இயற்கை உபாசகர். எங்கேயாவது வாழைக் குலை தள்ளியிருப்பதைக் கண்டால் அப்படியே லயித்துப்போய் நின்றுவிடுவார். இந்தச் சாதுவான வாழை இப்படிப் பெரிய குலையை எப்படித் தந்தது என்று வியப்பார். வானம் மப்பும் மந்தாரமுமாகி ஒரு துளி தெறித்து விழும்போது பரவசமாகிப் போவார். அதிகாலை நேரங்களில் பெயர் தெரியாத மஞ்சள் குருவி தலையை ஒருபக்கம் சாய்த்து ஒலி எழுப்பும்போது அதில் தன்னை இழந்து விடுவார்.

குழந்தையாய் இருந்தபோது அவருடைய அம்மா வண்ணத்துப்பூச்சியைக் காட்டித்தான் சோறு ஊட்டினாராம். வண்ணத்துப்பூச்சியில் அப்படி ஒரு மோகம். மூன்று வயதான போதே அவற்றுடன் ஓடியாடி விளையாடத் தொடங்கினார். எட்டு வயதிலே வலைகட்டி அவற்றைப் பிடிக்கவும், தோராக்ஸ் பகுதியில் பத்து செகண்ட் அழுத்தி பாடம் செய்யவும் கற்றுக் கொண்டார். இருபது வயது ஆனபோது விஞ்ஞான முறைப்படி ஆயிரம் வண்ணத்துப்பூச்சிகளைச் சேகரித்துவிட்டார்.

கோணேஸ்வரனுக்கு ஊரிலே நல்ல பேர் இருந்தது. பார்ப் பதற்குக் கொஞ்சம் முன்னே பின்னே இருந்தாலும், வண்ணத்துப் பூச்சிகளின் பின்னால் அலைவதைத் தவிர வேறு ஒரு பாவமும் அறியாதவர். அவரை எப்படியும் மாப்பிள்ளையாக்கி விடவேண் டும் என்று அந்த ஊரில் இரண்டொருவர் மிகவும் பிரயாசைப் பட்டனர்.

யாமினியின் தகப்பனார் கொஞ்சம் வசதி படைத்தவர். தமிழ் பக்தர். அதை நிலைநாட்ட இரவிலே பிறந்த தன் பெண் குழந்தைக்கு யாமினி என்று பெயர் வைத்திருந்தார். படிப்பதைத் தவிர, சமையல், ஆர்மோனியம், தையல் என்று சகல கலைகளிலும் தன் மகளைத் தேற்றியிருந்தார். பெண்ணும் ஒழுங்காக வாரப் பத்திரிகைகளையும், மாத நாவல்களையும் கரைத்துக் குடித்துத் தன் அறிவை விருத்திசெய்து கல்யாணத்துக்காக கப்புக்காலைப் பிடித்தபடி காத்திருந்தாள்.

கோணேஸ்வரன் உயர் கணிதத்தில் உயர் மதிப்பெண் பெற் றிருந்தாலும், வண்ணத்துப்பூச்சிகளை வகைப்படுத்துவதில் நிபுண ராக இருந்தாலும், அன்றாட வாழ்க்கையில் அரிவரியைக்கூடத் தாண்டவில்லை என்பதற்கு அவருக்கு நடந்த விவாகச் சடங்கை உதாரணம் சொல்வார்கள்.

இந்தச் சடங்கில் மோதிரம் எடுப்பது என்று ஒன்று. தண்ணீர்க் குடத்தில் ஐயர் மோதிரத்தைப் போடுவார். இது

மணமக்கள் கையைத் தடவிப் பார்ப்பதற்காக பண்டுதொட்டு பெரி யோரால் ஏற்பாடு செய்யப்பட்ட ஒரு சதியான வழக்கம். அது மூன்று வயதுப் பிள்ளைக்குக்கூடத் தெரியும். வண்ணத்துப்பூச்சி களில் மனதைப் பறிகொடுத்திருந்த கோணேஸ்வரனுக்கு இது தெரி யாமல் போய்விட்டது. மணப்பெண் இந்தச் சாக்கில் குடத்துக்குள் அவர் கையைத் தடவுவதுபோல் தடவ இவரோ அவசரப்பட்டு மோதிரத்தை எடுத்து வெளியே நீட்டினாராம். யாமினிக்கு அப்பவே நாடி விழுந்துவிட்டது.

கல்யாணமான புதிதில் யாமினிக்கு ஒரே ஆச்சரியம். இப்படிக்கூட வண்ணத்துப்பூச்சியில் மோகம்கொண்ட ஆண்மகன் இருப்பாரா? வீடு முழுக்க வண்ணத்துப்பூச்சி அட்டைப்பெட்டி களும் புத்தகங்களும்தான். ஆனாலும் அவள் புத்திசாலிப் பெண். வெகு சீக்கிரத்திலேயே கணவனுடைய அன்பை அடைவது எப்படி என்று ஊகித்துக்கொண்டாள்.

யாமினிக்கு வேகம் அதிகம்; இரவு வேளையில் பிறந்தவள் அல்லவா? அந்த வேகத்துக்கு ஈடுகொடுக்க முடியாமல் கோணேஸ் வரன் திகைத்தார். பெற்றோர்களால் ராசிப்பொருத்தம் மாத்திரம் பார்த்து முடிவு செய்யப்பட்ட பல விவாகங்கள் படும்பாடு இங்கேயும் பட்டது.

அன்று முழுக்க கோணேஸ்வரன் ஒரு முடிச்சை அவிழ்க்க பெரும் பாடு பட்டுக்கொண்டிருந்தார். ஓர் அபூர்வமான வண்ணத்துப்பூச்சியை அவர் பிடித்திருந்தார். இதற்கு முன்பு அவர் கண்டிராதது. பல புத்தகங்களைப் புரட்டியும் அதன் பூர்வீகத்தை அவரால் தெரிந்துகொள்ள முடியவில்லை. அவருடைய சிக்கலுக்கு விடை அவர் மனைவியிடமே இருப்பது தெரியாமல் இப்படியாக இரண்டு நாட்கள் அநியாயமாக வீணாக்கிவிட்டார்.

இரவு மணி பன்னிரெண்டைத் தாண்டிவிட்டது. இவருடைய ஆராய்ச்சி இன்னும் முடிந்தபாடில்லை. யாமினியும் தூங்கவில்லை. இவரை எதிர்பார்த்துக் காத்திருந்தாள். கோணேஸ்வரன் இறுதியில் புத்தகங்களை மூடிவிட்டு படுக்கை அறைக்குத் திரும்பினார். அங்கே இவருக்காக ஓர் அதிரவைக்கும் காட்சி காத்திருந்தது.

தானாகக் கனிந்த கறுத்தக் கொழும்பான் மாம்பழம்போல யாமினி அன்று ஒருவித வாசனையுடனும் விரும்பத்தக்கதாகவும் இருந்தாள். மஞ்சள் வண்ணச்சேலை, நெற்றியிலே அகலமான சிவப்புப் பொட்டு வைத்து, மேகம்போலக் கறுத்த அளக பாரத்தை விரித்துப் போட்டிருந்தாள். இவரைக் கண்டதும் கதகளி ஆடு

பவரைப்போல இரு கைகளையும் அகல விரித்தபடி இவரிடம் வந்தாள்.

அந்தக் கணம் இவர் மூளையில் ஒரு சிறு பொறி தட்டியது. மஞ்சள், கரும்சிவப்பு, கறுப்பு வண்ணத்தில் தாய்லாந்தில் ஒரு வண்ணத்துப்பூச்சி பற்றிப் படித்தது ஞாபகத்துக்கு வந்தது. போட்டது போட்டபடி விட்டுவிட்டு புத்தக அலமாரியை நோக்கிப் பறந்தார்.

அன்று அவர் படுக்கைக்குத் திரும்பியபோது இரவு மூன்று மணி. சிக்கலான ஒரு விடுகதைக்கு விடை கண்டுபிடித்த குழந்தையின் சந்தோஷம் அவர் முகத்தில் தெரிந்தது. மஞ்சள் சேலை விரிந்துபோய் அவள் அயர்ந்திருந்தாள். ஆனால், கோணேஸ்வர னுக்கு அன்று தான் செய்த கொடுமையின் உக்கிரம் கடைசிவரை தெரியவே இல்லை.

கோணேஸ்வரனுக்கு வயது ஐம்பதைத் தாண்டியிருந்தாலும், விசா கிடைத்தபோது ஒரு சிறு பிள்ளைபோலத் துள்ளிக் குதித் தார். யாமினிக்கு எதற்காகவோ நெஞ்சம் துணுக்குற்றது. வண் ணத்துப்பூச்சி ஆராய்ச்சிக்காக இந்தியா, ஆப்பிரிக்கா என்றெல் லாம் காசை அநியாயமாகச் செலவழித்துக்கொண்டு போயிருக் கிறார். ஆனால், இது அமெரிக்கா! கொஞ்ச நஞ்ச தூரமா? அவளுக்குச் சம்மதமே இல்லை. ஆனாலும் கணவருடைய மகிழ்ச்சியில் தண்ணீரை ஊற்ற மனது வரவில்லை. இத்தனை வருடங்கள் அரும்பாடுபட்டு கிடைத்த விசா அல்லவா?

அமெரிக்க விசா எடுப்பதிலும் பார்க்க சிரமமான காரியம் ஒன்றிருந்தது. அது அந்தப் பயணத்திற்கு வேண்டிய ஆயத்தங்கள் செய்வதுதான். அது குளிர்காலம். குளிர்காலம் முடிவதற்கிடையில் போனால்தான் monarch என்று சொல்லப்படும் அரச வண்ணத்துப் பூச்சிகளைப் பார்க்க முடியும். அந்த வண்ணத்துப்பூச்சிக்காக அல்லவோ இவ்வளவு காலமும் பிரயாசைப்பட்டவர்!

கையுறை, காலுறை என்று எல்லாம் சேகரித்துவிட்டார். ஆனால், மேலங்கிக்கு எங்கே போவது? நண்பர் ஒருவர் சொன்ன யோசனைப்படி ஒரு பழங்காலத்து கனவான் வீட்டுக்கு மேலங்கி யாசிக்க கிளம்பினார். அங்கே அவர் பார்த்த ஓவர்கோட்டை இதற்குமுன் ஆறடி உயரமான ஒரு குஸ்திப் பயில்வான் அணிந் திருக்க வேண்டும். கோணேஸ்வரன் அதை அணிந்து அளவு பார்த்தபோது பூச்சி வாசனை அடித்தது. தொளதொளவென்று இருந்தது; தரையைத் தடவியது. பரவாயில்லை, 'அம்மணத்துக்கு கோமணம் மேல்' என்று துணிந்து அதை ஏற்றுக்கொண்டார்.

கோணேஸ்வரன் எங்கே புறப்பட்டாலும் அவருக்கு முன் சீட்டில் சனியன் வந்து உட்கார்ந்துவிடுவது வழக்கம். இங்கே அவர் பறக்கும் பிளேனில் அது பக்கத்து சீட்டில் இருந்தது. அந்த அம்மாள் ஜன்னல் ஓரமாயிருந்த இருக்கையில் தாராளமான உடம்போடு, மிகத்தாராளமாக உட்கார்ந்திருந்தாள். அவளுடைய பாரதூரமான மார்புகள் ஜன்னல் காட்சிகளையெல்லாம் முற்றிலும் மறைத்துவிட்டன. தலையிலே வண்ணநிறத் துணியினால் தலைப்பா கட்டியிருந்தாள். அவளுடைய வீட்டுத் தளபாடச் சாமான்கள் எல்லாம் மேலுக்கும், கீழுக்குமாகப் பரவிக் கிடந்தன. நிரந்தரமாகக் குடிபெயர்ந்துவிட்டவள் போலக் கால்களை நீட்டி, கைகளை அகலித்து கோலோச்சிக்கொண்டிருந்தாள். கோணேஸ்வரன் பக்கத்து இருக்கையில் சுருண்டுபோய்க் குடங்கிக் கொண்டார்.

பொன்நிறக் கூந்தல் விமானப் பணிப்பெண்கள் மேலுக்கும் கீழுக்குமாக மிதந்துகொண்டிருந்தனர். கோணேஸ்வரனுடைய மனமும் மிதந்துகொண்டிருந்தது. அவர் வாய் இன்னும் சில மணி நேரங்கள் என்று முணுமுணுத்தது.

அவர் வாழ்நாளின் ஆதர்ஸம் வெகுவிரைவில் கைகூடி விடும். நந்தனார் சிதம்பர தரிசனத்துக்குத் தவித்ததுபோல இவரும் எவ்வளவு பாடுபட்டிருப்பார்! தில்லை நடராஜரைத் தரிசிக்க வேண்டும் என்ற பேரவாவில், 'நாளைப்போவேன்,' 'நாளைப் போவேன்' என்று சொல்லித்திரிந்து எத்தனை பழிப்புக்கும் ஏளனத் துக்கும் ஆளானார். சிதம்பரம் போக வேண்டும் என்ற உத்வேகம் அல்லவோ அவரை உயிருடன் வைத்திருந்தது!

குடிவரவில் மூன்றாம் வாய்ப்பாட்டை ஒப்படைப்பதுபோல அவர் பிசகில்லாமல் ஒத்திகை பார்த்தபடியே சொல்லிவிட்டார் என்றாலும் வண்ணத்துப்பூச்சியைப் பார்க்கவந்த இந்தப் பெரிய வரை அந்த அதிகாரி கொஞ்சம் அதிசயத்துடன்தான் பார்த்தார். கடைசியில் குடிவரவு அட்டையை அவருடைய கடவுச்சீட்டின் கடைசி ஒற்றையிலே இணைத்து இவரிடமே திருப்பித் தந்து விட்டார்.

இன்னும் ஒரு தத்து இருந்தது. அதுதான் சுங்க அதிகாரி. இந்தச் சுங்க அதிகாரிகள் உலகம் முழுவதிலும் ஒரே மாதிரியாகத் தான் இருப்பார்கள் போலும், அந்த அதிகாரியினுடைய முகம் சிரித்து பலவருடங்கள் ஆனதுபோல் தென்பட்டது. இவரிடம் கேள்விமேல் கேள்வியாகக் கேட்டார்; சூட்கேஸை குடைந்தார். கடைசியில் இவர் Lectureக்காக கொண்டுபோயிருந்த ஒரு சாம்பிள்

வண்ணத்துப்பூச்சி அவர் கையில் சிக்கிவிட்டது. இந்தச் சுங்க அதிகாரி செய்த அநியாயத்தை யாரிடம் சொல்லி அழுவது? நியூகினியில் இருந்து கிடைத்த ஓர் அரிதான வண்ணத்துப்பூச்சி, 'சொர்க்கம்' என்று பெயர். அபூர்வத்திலும் அபூர்வமானது. முழங்காலில் நின்று மன்றாடிப் பார்த்துவிட்டார். 'நான் ஒரு Lepidoperist. ஒரு demonstrationக்காக கொண்டுவந்தேன்' என்று கெஞ்சினார். அந்த அதிகாரி இடது கையினால் அதை நாக்கிளிப் பூச்சியைத் தூக்குவதுபோலத் தூக்கிக் குப்பைக் கூடையில் போட்டு விட்டார்! இது என்ன நியாயம்? அவருடைய நெஞ்சு பதை பதைத்தது.

இங்கே கணேசனுக்கும் நெஞ்சு பதைபதைத்தது. சான்பிரான் ஸிஸ்கோ விமான நிலையத்தில் வரவேற்பு முனையில் அவன் காத்திருந்தான். யாமினி இருபது பக்கக் கடிதத்தில் கோணேஸ்வர னுடைய அங்க லாவண்யங்களை விவரித்து எழுதியிருந்தாள். ஆனால், அவர் இப்படி மாறுவேடத்தில் வருவார் என்று அவன் எதிர்பார்க்கவில்லை. மேலங்கியும் தொப்பியும் மப்ளருமாக அவரைக்கண்டு கணேசன் பயந்துவிட்டான். அந்த ஓவர்கோட்டை போட்டுக்கொண்டு நடப்பதற்கு ஒரு தந்திரம் செய்யவேண்டும். அது நாலு சைஸ் மிகை. அதற்குள் ஐந்தாறு அடி வைத்தபின்தான் அதன் எல்லையைக் கடக்கலாம். இப்படி இவர் இந்த ஓவர் கோட்டை அணிந்து அதை ஏமாற்றியவாறு நடந்தும் ஓடியும் வரும் அதிசயத்தை வாய்திறந்து பார்த்துக்கொண்டிருந்தான் கணேசன்.

கணேசன் இவரை அடையாளம் கண்டதும் அவருடைய கஷ்டங்கள் எல்லாம் மாயமாக மறைந்துவிட்டன. இவருடைய தூரத்துச் சொந்தம். இவர் 'தம்பி' என்று அழைத்தாலும் கணேசன் இவரை 'அங்கிள்' என்றே கூப்பிட்டான். இருபது மணிநேரம் தொடர்ந்து பயணம் செய்து வந்தாலும் கோணேஸ்வரன் அன்ற லர்ந்த செம்பருத்திப் பூப்போல உற்சாகமாகத்தான் காணப்பட் டார். தன் மனோரதம் விரைவில் ஈடேறப்போகிறதென்ற மகிழ்ச்சி யில் அரச வண்ணத்துப்பூச்சிகளின் நினைவாகவே இருந்தார். கணேசனோ விமான நிலையத்தில் காரை நிறுத்திய இடம் மறந்து போய் அரை மணி நேரமாக அதைத் தேடிக்கொண்டிருந்தான்.

"தம்பி, இந்த அரச வண்ணத்துப்பூச்சிகள் 3000 கிலோ மீட்டர் அலாஸ்காவில் இருந்து பறந்து கலிபோர்னியாவுக்கு குளிர் கால ஆரம்பத்தில் வந்துவிடும். மில்க்வீட் மரங்களின் இலையைச் சாப்பிட்டு, சுகித்துக் குளிர்காலத்தைக் கழித்துவிட்டு வசந்த

ஆரம்பத்தில் திரும்பவும் 3000 கிலோ மீட்டர் பறந்து அலாஸ்கா போய்விடும். அங்கே முட்டையிட்டு, பொரித்து மறுபடியும் இலையுதிர் காலத்தின் முடிவில் தன் குடும்பத்துடன் கலிபோர்னியாவுக்குத் திரும்ப வந்துவிடும். என்ன அதிசயம்! அதே வனத்தில், அதே மரத்தில், அதே கிளைக்கு வந்துவிடும். நம்ப முடிகிறதா? இங்கே நாங்கள் சற்றுமுன் காரை எங்கே பார்க் பண்ணினோம் என்பதையே மறந்துவிட்டு தேடுகிறோம்!"

கணேசன் இந்த அதிசய மனிதரைப் பார்த்தான். பத்தாயிரம் மைல் கடந்து ஒரு வண்ணத்துப்பூச்சியைக் காணவந்தவரல்லவா? இவரைக் கிறுக்கு என்பதா, மேதை என்பதா!

அடுத்த நாள் அவர்கள் புறப்பட்டார்கள். சான்பிரான்சிஸ் கோவிலிருந்து அறுபது மைல் தூரம் தெற்கே போகவேண்டும். 'இயற்கைப் பாலம்' என்று அழைக்கப்படும் வண்ணத்துப்பூச்சிகள் வனம் அது. வலையும் கையுமாக அவர் திரிந்து சேகரித்த அத்தனை வண்ணத்துப்பூச்சிகளும் இந்த ஒரு வண்ணத்துப்பூச்சியின் முன்பு தங்கள் மவுசை இழந்துவிடும். இதுவரை ஆறாயிரம் வண்ணத்துப்பூச்சிகளை அவர் சேகரித்திருப்பார். இவையெல்லாவற்றுக்கும் அரசனல்லவோ இந்த monarch வண்ணத்துப்பூச்சி.

அண்ணாந்து பார்த்தபோது முதலில் அவருக்கு ஒன்றும் தெரியவில்லை. பிறகுதான் கவனித்தார். அந்த மரங்கள் முழுவதும் வண்ணத்துப்பூச்சிகள் வியாபித்துக் கிடந்தன. மரத்தின் இலைகளே தெரியவில்லை. ஒன்றல்ல, இரண்டல்ல அந்த வனத்தில் இருந்த ஆயிரக்கணக்கான மரங்களிலும் அவை படர்ந்திருந்தன. சிவப்பும் கருமையும் கலந்த பெரிய வடிவமான அரச வண்ணத்துப்பூச்சிகள். ஒரு லட்சம் அல்ல; ஒரு கோடியாகக்கூட இருக்கலாம். ஓரே இடத்தில் ஒரு கோடி வண்ணத்துப்பூச்சிகளைக் காண்பதென்பது நினைத்துக்கூடப் பார்க்கக்கூடிய காரியமா? இதுவல்லவோ அவற்றின் புண்ணிய ஷேத்திரம்!

கோணேஸ்வரனுக்கு உடல் சிலிர்த்தது. எவ்வளவுதான் தயாராக வந்திருந்தாலும் அவரால் இவ்வளவு இன்பத்தைத் தாங்கிக்கொள்ள முடியவில்லை. அப்படியே ஒரு பரவசநிலை வந்துவிட்டது. கண்களில் நீர் அரும்பத் தொடங்கியது. சற்றும் சலிக்காமல், கழுத்தை வளைத்து அண்ணாந்து அவற்றின் அழகை அள்ளிப் பருகியபடியே இருந்தார்.

'தம்பி, தம்பி' என்றபடியே கணேசனின் கைகளைப் பிடித்துக் கொண்டார். கணேசன் மெதுவாக அவரை அழைத்துப்போய் அங்கேயிருந்த மரத்திலான இருக்கை ஒன்றில் அமர்த்தினான்.

இப்பொழுது இரண்டொரு வெள்ளைக்காரர்கள் இவர்களை அதிசயத்தோடு கவனிக்கத் தொடங்கிவிட்டார்கள். கணேசனுக்கு ஒரு மாதிரியாக இருந்தது.

கோணேஸ்வரனுக்கு இப்போது மேல்மூச்சு, கீழ்மூச்சு வாங்கியது. "தம்பி! இது ஒரு புண்ணிய பூமி. இதில் காலணியுடன் நிற்கக்கூட எனக்குக் கூசுகிறது. பத்தாயிரம் மைல் தூரம் நான் பறந்து வந்தது இந்த வண்ணத்துப்பூச்சிகளைப் பார்க்க அல்லவோ, என்ன அழகு! இதற்காக எத்தனை கஷ்டப்பட்டேன்; எவ்வளவு அவமானம்; எவ்வளவு சிறுமைகள். இந்தக் கண்கொள்ளாத காட்சியைப் பார்ப்பதற்கு நான் இன்னொரு பிறவி எடுப்பதற்கும் தயார்" என்றபடி மெதுவாக விம்மத் தொடங்கினார்.

"அங்கிள், கொஞ்சம் இருங்கோ, நான் ஒரு கோக் வாங்கி வர்றன்" என்றுவிட்டு கணேசன் புறப்பட்டான். அவன் உண்மையில் போன காரணம் அவர் பக்கத்தில் நிற்க அவனுக்கு என்னவோ மாதிரி இருந்ததுதான்.

'இந்த விசாவுக்கு என்ன பாடுபடுத்திவிட்டார்கள். எவ்வளவு கேள்விகள்? எத்தனை அலைச்சல்கள்? எத்தனை வருடங்கள் காத்திருக்க வைத்தார்கள்? இந்த வண்ணத்துப்பூச்சிகள் அலாஸ்காவில் இருந்து புறப்பட்டு மெக்ஸிகோ வரை பறக்கின்றனவே! இவைக்கெல்லாம் விசா யார் கேட்கிறார்கள்? இவைக்குள்ள சுதந்திரம்கூட இந்த மனிதனுக்குக் கிடையாதா? வாஸ்கொடகாமாவுக்கும், கொலம்பஸுக்கும் யார் விசா கொடுத்தார்கள்? அவர் உலகை விரித்தது இப்படி நாட்டுக்கு நாடு இரும்பு வலை போடுவதற்கா? இயற்கை அளித்த இந்த மகா அற்புதத்தைப் பார்ப்பதற்கு விசா கேட்பது எவ்வளவு அநியாயம்? இமயமலையும் சகாரா பாலைவனமும் நயாகரா வீழ்ச்சியும் அமேசன் காடுகளும் உலகத்துச் சொத்தல்லவா? இந்தப் புண்ணிய ஸ்தலங்களைத் தரிசிக்க விசா கேட்பது எவ்வளவு கொடுமை?'

இவர் அண்ணாந்து அந்த வண்ணத்துப்பூச்சிகளின் வண்ண மாயங்களில் ஆழ்ந்துபோய் இருந்தபோது ஓர் அதிசயம் நிகழ்ந்தது.

உச்சியில் இருந்த வண்ணத்துப்பூச்சி ஒன்று இவரை நோக்கி செங்குத்தாகக் கீழே இறங்கியது. படபடவென்று தன் சிறிய இறகுகளை அடித்து வந்து அவருடைய இடது கண் நுதலில் மெல்லத் தொட்டுவிட்டு மீண்டும் பறந்துபோய் மறைந்தது.

கோணேஸ்வரனுடைய உடம்பு புல்லரித்தது. 'ஆஹா! என்ன ஒரு ஸ்பரிசம். என்னைத்தேடி வந்து முத்தம் கொடுத்துவிட்டுப் போகிறதே! ஐயோ! யாருக்கும் தலை வணங்காத அரச

வண்ணத்துப்பூச்சியல்லவா! என்னைத்தேடி வந்ததா?' என்று நினைந்து நினைந்து உருகினார்.

இந்தப் பரவசத்தில், அந்தக் குளிரிலும், அவர் உள்ளாடைகள் எல்லாம் ஈரமாகி உடம்போடு ஒட்டிக்கொண்டன. இப்படி அவர் மகிழ்ச்சியிலும் வேர்வையிலும் நனைந்து போய் இருக்கும்போது கணேசன் தூரத்தில் குளிர்பானத்துடன் வந்துகொண்டிருந்தான்.

இவர் ஒரு மிடறு பானம் அருந்திவிட்டுச் சொன்னார். "தம்பி, 180 நாடுகளுக்கும் போக விசா வேண்டும். ஆனால், ஒரு இடத்துக்கு மட்டும் விசா தேவையில்லை. அது என்ன தெரியுமா?"

கணேசன் பதில் கூறாமல் அவரையே பார்த்தான். அவர் கைகளை மேலே தூக்கிக் காட்டினார். பின்பு சொன்னார். "அங்கே போவதற்கு மட்டும் விசா தேவையில்லை; அதுவரையில் பெரிய ஆறுதல்."

கையெழுத்து மறையும் நேரமாகிவிட்டது. ஆனால், நேரம் நாலு மணிதான். இந்தக் குளிர்காலங்களில் சூரியன்கூட அவசரப் படுவான். கோணேஸ்வரன் யோகத்தில் இருந்து சிறிது கலைந்தார்.

"அங்கிள், போவமா? இவ்வளவு தூரம் இதைப் பார்க்க வந்திருக்கிறீர்கள். ஆனால், உங்கள் collection க்கு ஒரு butterflyயும் பிடிக்காமல் போறீங்களே!"

கோணேஸ்வரன் சிறிது ஆழ்ந்த யோசனையில் இருந்தார். "தம்பி, உலகத்திலேயுள்ள விதவிதமான வண்ணத்துப்பூச்சிகளை எல்லாம் நான் சேகரித்துவிட்டேன். அவையெல்லாவற்றுக்கும் இதுதான் அரசன். எப்படி நான் இதைப் பிடிப்பேன். கோயிலிலே வந்து இந்தக் காரியத்தைச் செய்ய முடியுமா? இது பெரிய அபசார மல்லவோ! என்னுடைய சேகரிப்பு இதைப் பிடிக்காமல் விடுவத னால்தான் பூர்த்தியடையும்" என்றவாறு தள்ளாடியபடியே எழுந்தார்.

அவருக்கு அந்த இடத்தைவிட்டு நகர விருப்பமேயில்லை. கணேசன் அவர் கைகளைப் பிடித்து வந்து மெல்ல காரிலே ஏற்றி னான். காரில் ஏறும்போது அவருக்குப் பழையபடி நந்தனாரின் சரித்திரம் கண்முன்னே தோன்றியது. அவ்வளவு கஷ்டங்களுக் கிடையிலும் பிடிவாதமாக நடந்துவந்து தில்லை நடராஜரைத் தரிசித்த நந்தனாரின் உணர்ச்சி எப்படி இருந்திருக்கும் என்று நினைத்துப் பார்த்தார். அந்தக் கணத்தில் அவர் தேகம் இன்னொரு முறை கட்டுமீறி நடுங்கியது.

நடுப்பகலில் மின்னலடிப்பதுபோல, அவர் நினைவில் அவருடைய தமிழ் பண்டிதர் வந்தார். ஒளியால் இறப்பது விட்டில். ஓசையால் இறப்பது அசுணப் பறவை. சுவையால் இறப்பது மீன்; நாற்றத்தால் வண்டு. ஸ்பரிசத்தால் இறப்பது? ஸ்பரிசம், ஸ்பரிசம்? எவ்வளவோ ஞாபகப்படுத்திப் பார்த்தார், அவருக்கு மறந்துபோய் விட்டது.

கார் இப்போது வேகமாக அந்த நெடுஞ்சாலையில் போய்க் கொண்டிருந்தது. வயிறு முட்ட பால் குடித்த, கண் திறக்காத நாய்க்குட்டிபோலப் பரிபூரண நிம்மதியோடு இவர் அயர்ந்து போய்க் கிடந்தார். தொளதொளவென்ற ஓவர்கோட்டைச் சுற்றி காருடைய சீட் பெல்ட் அவரை இறுக்கிக் கட்டிப் போட்டிருந்தது. மானம்பூ திருவிழாவில் வெட்டப்பட்ட வாழைமரம்போல கைகால்களை விசிறி அலங்கோலமாகக் கிடந்தார்.

கணேசனுக்கு என்னவோபோல இருந்தது. அந்தக் காருக் குள்ளே பெரிய மௌனம் ஒன்று அவன் நெஞ்சிலே ஏறி உட் கார்ந்து அமுக்கியது. அந்த மௌனத்தைக் கீறிக்கொண்டு அவன் பேசியபோது வார்த்தைகள் அரைவாசி காற்றிலே கரைந்து விட்டன.

"அங்கிள், நாளைக்கு lecture இருக்கு, slides எல்லாம் தயாராக வைத்திருக்கிறீங்களா?" அவரிடம் பதில் இல்லை.

"அங்கிள்! அங்கிள்!"

மௌனம்.

விசா இல்லாத ஓர் உலகத்துக்கு அவர் போய்விட்டது தெரி யாமல் கணேசன் திருப்பித் திருப்பி அவரை அழைத்துக்கொண்டி ருந்தான்.

◆

ஒட்டகம்

சோமாலியாப் பெண்கள் அப்படித்தான். உலகத்தை பிரட்டிப் போட்டாலும் மாறமாட்டார்கள். அவசரமில்லாத நடை. ஒரு காலை ஊன்றி, மறு காலை நிதானமாக வைத்து நடப்பார்கள்.

மைமுனும் அப்படித்தான் நடந்துகொண்டிருந்தாள். கபில நிறம். நீள்வட்ட முகம். உயர்ந்த கழுத்து. ஒட்டகம்போல நடை. உரசி உரசி வந்துகொண்டிருந்தாள்.

அவள் மொட்டாக்கு இட்டிருந்தாள். அந்தத் துணி தலையை முற்றிலும் மறைத்து மார்பு வழியாக வந்து முதுகிலே சென்று மறைந்தது. அவள் தலைமயிரைப் பற்றி அறியும் ஆவலை யும் அது தூண்டிவிட்டது.

அவள் முதுகிலே வெறுமையான தண்ணீர் குடம் ஒன்று தொங்கியது. காட்டுப் புல்லினாலும் நாரினாலும் இறுக்கிப் பின்னிச் செய்தது. பள்ளிப் பிள்ளைகளைப்போல அவள் அதை முதுகிலே கட்டிக்கொண்டிருந்தாள். அது முதுகோடு ஒட்டிக் கொண்டு அவளுக்கு வழித்துணையாக வந்துகொண்டிருந்தது.

அவள் எட்டு மைல் தூரம் போய்த் தண்ணீர் பிடித்து வர வேண்டும். போக வர பதினாறு மைல்கள். ஏதோ மேய்ச்சலுக்குப் போவதுபோல நித்திய நியமமாக அவள் அதைச் செய்துகொண்டி ருந்தாள். இன்று அவள் வேண்டுமென்றே கொஞ்சம் தாமதமாக வந்திருந்தாள். அவள் சிநேகிதிகள் முன்பே போய்விட்டார்கள்.

வழிநெடுக அகாஸியா முள்மரங்கள். ஆள் உயர கத்தாளை கள்; உயரமற்ற புதர் மரங்கள். பயந்த சுபாவம் கொண்ட பற்றைகள். மைமுன் தன் பாதையை அந்த வழியில்லாத காட்டில் இலகுவாகக் கண்டுபிடித்து நடந்துகொண்டிருந்தாள்.

வழக்கம்போல் அதிகாலையில் ஹைனாவின் கூவல் அவளை எழுப்பிவிட்டது.

களிமண்ணினாலும் மெல்லிய மரத்தடிகளினாலும் கட்டிய வீடு அது. புல்லினால் வேய்ந்த கூரை. குளிரைத்தடுக்கும் வல்லமை இல்லாதது. அந்தக் காலைக் குளிரில் ஒட்டகத்தின் ரோமத்தில் செய்த சௌகரியக் குறைவான பாயில் கண்களை விழிக்காமல் சுருண்டு படுப்பதற்கு அவளுக்கு மிகுந்த ஆசையாக இருக்கும்.

ஆனால், ஹைனா முதலாவது எதிரி என்றால் அவளுடைய தாயார் இரண்டாவது எதிரி. மைமுன் எழும்பும்வரை அவள் தாயார் காயம்பட்ட விலங்குபோலக் கத்தியபடியே இருப்பாள். இந்தக் காலை நேரத்துச் சுகத்தைத் தினமும் இப்படிக் கெடுப்பது மைமுனுக்கு மகா கொடூரமாகப்பட்டது. தண்ணீருக்காக இந்த அலைச்சல் படவேண்டி இருந்தது. அவள் தாயாருக்குக்கூட அவள் படும் இம்சை புரியவில்லை. இதில் மைமுனுக்கு நிறைய வருத்தம்.

அவள் தகப்பனார் நூர் அந்த ஊர்க் குடித்தலைவர், நபதூன். அவரிடம் ஆடுகள், மாடுகள், ஒட்டகங்கள் என்று எல்லாம் இருந்தன. பொதி சுமப்பதற்குக் கழுதைகள்கூட நிறைய இருந்தன. பளபளவென்று விடியுமுன்பாகவே அவையெல்லாம் மேய்ச்சலுக்குப் போய்விடும். ஒரு கழுதையை அனுப்பி தண்ணீர்ப் பானைகளை நிரப்பி வந்தால் அவளுக்கு வேலை மிச்சம். அப்படித்தான் சால்மா வீட்டில் செய்கிறார்கள். கழுதைகளை அனுப்பி வைக்கும்படி அவள் தாயார் அடிக்கடி கேட்டுக்கொள் வாள். ஆனால், மைமுனின் தகப்பனார் மிகக் கவனமாக அதை மறந்துவிடுவார்.

அவருக்கு இரண்டு மனைவிகள். அவருடைய மேய்ச்சல் வட்டம் ஐம்பது மைல் தூரம் இருக்கும். அந்த எல்லைக்கு மந்தை மேய்ச்சலுக்குப் போகும்போது அவர் அங்கேயே இரண்டாவது மனைவியோடு தங்கிவிடுவார். இப்படி வருடத்துக்கு இரண்டு மாதங்களாவது காணாமல் போய்விடுவார்.

மதியம் இரண்டு மணி ஆகிவிட்டதென்றால் நூர் அகாஸியா மரத்தைத் தேடி வந்துவிடுவார். அங்கே அவருடைய கூட்டாளிகள் காத்திருப்பார்கள். 'ச்சாட்' என்று சொல்லப்படும் போதை இலையைக் கொடுப்பிலே எல்லோரும் இறுக்கிக் கொள்வார்கள். அந்தச் சாறு தொண்டையிலே இறங்க இறங்க அவர்கள் மேலே மேலே போய் மிதப்பார்கள்.

இந்த நேரத்தில் சோமாலியாவில் எல்லா ஆண்களும் அப்படித்தான் இருப்பார்கள். பின் மதியத்தில் தொடங்கி இரவு படுக்கப்போகும் வரைக்கும் இது தொடரும். உள் சுவாசம், வெளி

சுவாசம் என்று விட்டபடி கைகால்களைப் பரப்பி அவர்கள் இந்தப் போதை சாம்ராஜ்யத்தில் தங்களை மறந்து சஞ்சரிப்பார்கள்.

ஐ.நா. சிறகம் இப்படித்தான் ஒரு சாயங்கால வேளையில் அவர்களிடம் வந்தது. நூரும் ஊர் மூப்பர்களும் அப்போது ச்சாட் போதையில் இருந்தார்கள். ஐ.நா. ஊழியர்கள் ஒவ்வொரு கிராமமாக வந்து அவர்கள் தேவைகளை விசாரித்துக்கொண்டிருந் தார்கள். சிலர் ஆழ்கிணறு தோண்டித் தரும்படி வேண்டினர். சிலர் வாய்க்கால் கேட்டனர். சிலர் பம்புசெட் என்றார்கள். இவர் களுடைய முறை வந்தது. பெண்கள் ஆழ்கிணறு வேண்டுமென்று கெஞ்சினர். ஆனால், ஊர்ப்பெரியவர்கள் கூடி மசூதி ஒன்று கட்டித் தரும்படி கேட்டார்கள். அவ்வளவு பணவசதி இந்தக் கிராமத்துக்கு ஒதுக்கப்படவில்லை. 'நீ மசூதியைக் கட்டித்தா, மீதியை அல்லா பார்த்துக்கொள்வார்' என்று ஊர் மக்கள் சார்பாக நூர் அடித்துச் சொல்லிவிட்டார். வாழ்க்கையில் அவர் செய்த மிகச் சிறந்த பிழை இதுதான்.

அந்த ஊழியர்கள் நெடுஞ்சாண்கிடையாக விழுந்து இவர்கள் சொல்வதை ஏற்பார்கள் என்று நினைத்தார். அவர்கள் என்றால் பக்கத்து கிராமத்துக்குப் போய்விட்டார்கள். அங்கே தூர்ந்து கிடந்த கிணற்றைப் பழுதுபார்த்து இன்னும் ஆழமாக்கி னார்கள். வருடம் முழுவதும் நீர் சுரக்கிறது. தினம் தினம் எட்டு மைல் தூரம் அவள் தண்ணீருக்காக அங்கேதான் போகிறாள்.

சூரியன் மேலே மேலே வந்துகொண்டிருந்தான். மைமுன் தனக்குத் தெரிந்த ஒரு குறுக்குப் பாதையில் இறங்கினாள். அங்கே பார்த்த இடமெல்லாம் ச்சாட் பயிரிட்டிருந்தார்கள். வேப்பம் செடிகள்போல அவை கூர்மையாகவும் செழிப்பாகவும் வளர்ந்திருந் தன. ஆடுகள் மேயாமலிருக்க முள்வேலி போட்டிருந்தார்கள். ஆடுகள் மேய்ந்தால் அவை வேறு போதையில் துள்ளித் திரிந்து கலகம் விளைவிக்கும்.

வழியிலே ஒட்டகம் ஒன்று முன்னம் கால்கள் இரண்டையும் மடித்து, தொழுகையில் இருப்பதுபோல படுத்திருந்தது. உணவும் உடையும் உறைவிடமும் தருவது. அதனுடைய கழுத்து ஆடாமல் அசையாமல் மிதந்துகொண்டு நின்றது. அண்ணாந்து பார்த்தாள். நதி நகர்வதுபோல கண்ணுக்குத் தெரியாமல் ஓர் உருண்டை அதனுடைய கழுத்தில் மேலே ஏறிக்கொண்டிருந்தது. பெண் ஒட்டகம். இடது செவியின் நுனி வெட்டப்பட்டு இருந்தது. அதற்கு முன் நின்று மரியாதை செய்ய வேண்டும்போலத் தோன்றியது. அப்படியே நின்று செய்தாள்.

அந்த மரத்தைக் கடக்கும்போது அவளுடைய இதயம் கொஞ்சம் வேகமாக அடித்துக்கொள்ளும். அது ஒரு குர்ரா மரம். பெரிய நிழல் தரும் மரம். ஒட்டகத்தின் தடித்த உதடுகளுக்கு எட்டாத உயரத்தில் அது படர்ந்திருந்தது. கணகாலமாக இந்த இடத்தில் ஒரு தாயின் எலும்புக் கூடும், ஒரு குழந்தையின் எலும்புக் கூடும் கிடந்தன. தாயின் எலும்புக்கூட்டை இப்பொழுதெல்லாம் காணவில்லை. பிள்ளையின் எலும்புக்கூடு மாத்திரம் எஞ்சிக் கிடந்தது.

இந்த எலும்புக்கூடுகளின் கதை ஊரில் எல்லோருக்கும் தெரிந்திருந்தது. நாலு வருடத்திற்கு முன்பு மழை இல்லை; பயங்கர மான வறட்சி. தண்ணீர் நிலைகள் எல்லாம் வற்றிவிட்டன. இந்தத் தாயும் கைக்குழந்தையும் குடிக்கத் தண்ணீர் தேடி அலைந்தார்கள். பத்து மைலுக்கப்பால் ஓர் ஆழ்கிணறு இருந்தது. அதிலே தண்ணீர் கிடைக்கலாம் என்று அவ்வளவு தூரம் நடந்து வந்தார்கள். அங்கே வந்து பார்த்தால் அதிலேயும் தண்ணீர் இல்லை. என்ன செய்வ தென்று தெரியாமல் வந்த வழியே திரும்பினார்கள். மேலிட்டு இந்தக் குர்ரா மரத்தின் நிழலில் தங்கினார்கள்.

யார் முதலில் இறந்தது என்று தெரியவில்லை. முதலில் குழந்தை போயிருக்கலாம். அழுது அழுது தாய் பிறகு உயிரை விட்டிருப்பாள். ஒருவேளை தாய் முதலில் இறந்து பிறகு பிள்ளை செத்திருக்கலாம். அந்தக் குழந்தை தாயைப் பிடித்து இழுத்து, இழுத்து அழுது களைத்துப்போய் இறந்திருக்கலாம்.

மைமுன் கிட்டவந்து அந்தக் குழந்தையின் எலும்புக் கூட்டைப் பார்த்தாள். பெண் குழந்தையா, ஆண் குழந்தையா என்று தெரியவில்லை. உள்ளங்கையில் அடங்கும் அந்தச் சிறிய மண்டை ஓட்டில் ஒரு சிறிய துணி ஒட்டிக்கொண்டு இருந்தது. அது பூப்போட்ட துணிபோலத் தெரிந்தது. அது பெண்குழந்தை யாக இருக்கலாம் என்று ஊகித்துக்கொண்டாள்.

இப்ப சில நாட்களாக அவளுக்குத் தனிமை தேவைப் பட்டது. அதுதான் அமீனாவை முன்னாலே போகவிட்டு இவள் பின்னாலே வந்துகொண்டிருந்தாள். தனிமையில் சிந்திப்பதற்கு அவளிடம் நிறைய சங்கதிகள் இருந்தன. இந்த யோசனையில் பெரும் இடத்தை அலிசாலா பிடித்துக்கொண்டிருந்தான். அவனுடைய முகம் அவளுக்கு அடிக்கடி தோன்றியது. பதினைந்து வயதுப் பிராயத்தவளுக்கு இது புதுமையாக இருந்தது.

மைமுன் என்றால் வசப்படுத்தியவள் என்று அர்த்தம். இப்படி அவள் தன் எதிர்காலத்தை வசப்படுத்தும் எண்ணத்தில்

தனிமையில் நடந்துகொண்டிருந்தாள். அதேநேரத்தில் மைமுனின் தகப்பனார் அவளுடைய தலைவிதியை நிர்ணயிக்கும் ஒரு காரியத்தில் இறங்கியிருந்தார். அது அவளுக்குத் தெரியாது.

பளபளவென்று மின்னும் நாள் அது. தூரத்திலே ஒரு ஒட்டகக் கூட்டம். அவன் வந்து கொண்டிருந்தான். வெள்ளையாக ஈமாத் துணியில் ஒரு தலைப்பா. கையிலே ஒட்டகக்குச்சி. ஒட்டகக் கயிற்றை முன் எடுத்துத் தோள்பட்டையில் மாட்டிக்கொண்டிருந் தான். ஒட்டகத்துக்கு முன்பு மெதுவாக நடந்து வந்து கொண்டிருந் தான். ஒட்டகத்தின் நீண்ட கழுத்தும் அந்தத் தலையும் மேலும் கீழுமாக அசைந்துகொண்டிருந்தது. அந்தக் காட்சி மிகவும் அழகாக இருந்தது.

சோமாலியாவில் மனிதர்களைப் பார்க்கிலும் ஒட்டக எண்ணிக்கை அதிகம். பொதி சுமப்பதற்குத்தான் ஒட்டகம். அதன் பின்னே செல்வார்கள்; அல்லது முன்னே போவார்கள். பயணம் செய்வது என்பது கிடையாது. அலிசாலாவும் அப்படித்தான் அதன் முன்னே மிக்க மரியாதையுடன் நடந்து வந்து கொண்டி ருந்தான்.

அவனுடைய முகம் தெரிந்தது. தயக்கமான கண்கள்; இன்னும் தயக்கமான தாடியும் மீசையும் முளைப்பதா, வேண் டாமா என்ற தயக்கம். எதையோ சொல்ல விரும்புவது போன்ற முகம். ஒல்லியாக இருந்தான். அவன் அருகில் வந்ததும் இவள் நடப்பதை நிறுத்திவிட்டு அவனையே பார்த்துக்கொண்டிருந்தாள். அவளுடைய இருதயம் ஓர் அலகு வேகம் கூடியது.

அது விவகாரமான ஒட்டகம். அவர்கள் சம்பாஷணையில் குறுக்கிடாமல் நின்றது. ஒருநூறு வருடங்கள் அப்படியே நிற்கப் போவது போன்ற ஆயத்தங்களுடன் கால்களை அகட்டி வைத்துக் கழுத்தை உயர்த்தி நின்றது.

"அஸ்ஸலாம் அலைக்கும்."

"அலைக்கும் ஸலாம்."

"சமாதானம் உண்டாகட்டும்"

"சமாதானம் உண்டாகட்டும்."

"நான் உன்னைப் பார்க்கிறேன்"

"நான் உன்னைப் பார்க்கிறேன்"

"புதினங்கள் உண்டா?"

"புதினங்கள் அநேகம்"

"இன்று தாமதமாக வந்துவிட்டாயே!"

"அதற்கு நான் என்ன செய்ய; சூரியன் தாமதமாக அல்லவோ இன்று எழுந்திருந்தான், கவனிக்கவில்லையா?"

"உண்மைதான், சூரியனும் சோம்பலாகிக்கொண்டு வருகிறான் உன்னைப்போல"

"நான் ஒன்றும் சோம்பலில்லை பார், எவ்வளவு தூரம் போய் வருகிறேன். ஒரு ஹான் தண்ணீர் சுமக்கிறேன். உன்னைப்போல ஒட்டகத்துக்கு முன்னே கைவீசிக்கொண்டு நடக்கிறேனா?"

முகம் பார்த்து பதில் சொன்னாள். வலது கையை இடது இடுப்பில் வைத்து ஒரு காலில் சரிந்து நின்றாள். மற்றக்கை மொட்டாக்குத் துணியை நளினமாகப் பிடித்தபடி இருந்தது.

அப்பொழுது அவள் மந்தையில் எதையோ பார்த்து அருண்டாள். அவள் கண்களில் ஒரு புதுவிதமான இரக்கம் தெரிந்தது.

"மறுபடியும் அந்த ஒட்டகக் குட்டியைக் கட்டிப்போட்டு விட்டாயே!"

அந்த மந்தையிலே ஒரு சின்ன ஒட்டகம். அடிக்கடி மந்தையை விட்டு ஓடிவிடும். அதன் முன்னங்கால்களை இணைத்து இடைவெளி விட்டு ஒரு கட்டு. அந்தக்குட்டி கால்களை தடக் தடக் என்று சிரமத்துடன் எடுத்து வைத்து மந்தையுடன் சேர்ந்துகொண்டிருந்தது.

"நான் என்ன செய்ய. அது பொல்லாத குட்டி எப்பவும் ஓடிக்கொண்டே இருக்கிறது. அதைப் பார்ப்பதற்கு எனக்கு நேரம் போதாது. இன்னொரு ஆள் தேவை, நீ வந்துவிடு."

"அதைப் பிறகு பார்க்கலாம். இப்ப அவிழ்த்து விடு."

அவள் குரல் சிணுங்கலாகவும் இருந்தது; அதிகாரமாகவும் இருந்தது. அலிசாலாவின் மனது இளகிவிட்டது. உனக்காகச் செய்கிறேன் என்று சைகையால் காட்டியபடி அதன் கால்களை அவிழ்த்துவிட்டான். அந்தக் குட்டி கால்களை உதறித் துள்ளித் தன் சந்தோஷத்தைக் காட்டிக்கொண்டது.

அவள் அறியாச் சிறுமியாய் இருந்த காலத்தில் ஒட்டகக் கூட்டத்தோடு திரிவாள். பொதி ஏற்றும்போது அவர்கள் பாடுவார்கள். ஒவ்வொரு பொதிக்கும் ஒவ்வொரு பாட்டு. ஒட்டகத்தை ஏமாற்றும் பாட்டு, சிறுமிகளின் பாட்டு.

ஒட்டகமே ஒட்டகமே
என் ஆசை ஒட்டகமே
இந்த விறகுக்கட்டை மாத்திரம் சுமந்து வருவாயா
உனக்கு நிறைய புல்லுக்கட்டு தருவேன்.

ஒட்டகமே ஒட்டகமே
என் ஆசை ஒட்டகமே
இந்தக் கூரைமுகட்டை மாத்திரம் சுமந்து வருவாயா
உனக்கு நிறையத் தண்ணீர் தருவேன்.

ஒட்டகமே ஒட்டகமே
என் ஆசை ஒட்டகமே
என் படுக்கைகளை மாத்திரம் சுமந்து வருவாயா
உனக்கு முதுகு தேய்த்து விடுவேன்.

ஒட்டகமே ஒட்டகமே
என் ஆசை ஒட்டகமே
என் ராசகுமாரனை மாத்திரம் சுமந்து வருவாயா
உனக்குக் கட்டி முத்தம் தருவேன்.

இந்தக் கடைசி வரிகள் அவளாகவே சேர்த்துக்கொண்டது. அடிக்கடி அவள் இந்தப் பாடலை பாடுவாள். தனிமையில் இருக்கும்போது கடைசி வரிகளை உரத்துச் சொல்லுவாள். அது அவள் காதுகளுக்குக் கேட்க இனிமையாக இருக்கும்.

அலிசாலா வேறு பிரிவைச் சேர்ந்தவன். அவன் வந்து பெண் கேட்டால் அவள் தகப்பனார் நிச்சயமாக சம்மதிப்பார். வேறு பிரிவில் பெண் எடுப்பது அவர்கள் வழக்கம். அந்த இனம் பகைமையை விடுத்து சிநேகமாகிவிடும் என்ற நம்பிக்கை. இவனுடைய பெயர் வீட்டிலே அடிக்கடி பேசப்படுகிறது. இவர்கள் 'பறவை தின்னிகள்' என்ற ஒரு குறை மாத்திரம் இருந்தது. இருபது ஒட்டகங்கள் சீர்கொண்டு அலிசாலா வருவதில் சிரமம் இருக்காது என்று எதிர்பார்த்தார்கள்.

கிணற்றடியில் ஒரே பெண்கள் கூட்டம். பச்சைப் பசேல் என்று மரங்கள். பார்ப்பதற்கு கவனப் பூங்கா போன்று குளுமை யாக இருந்தது. கிணற்றுக் கட்டிலே அமீனா சாய்ந்தபடி காணப் பட்டாள். தொடையிலே ஒருகை தொட்டுக்கொண்டு இருந்தது. மற்றக் காலை ஒய்யாரமாக விசிறியபடி இருந்தாள்.

மைமுன் முக்காட்டை எடுத்துவிட்டாள். அவளுடைய சிகை வசீகரத் தன்மையுடன் இருந்தது. கைகளை விட்டு அவற்றைக் கலைத்து காற்றை வெளியே விட்டாள். தண்ணீரை முகத்தில்

அடித்து ஆசை தீரப் பருகிக்கொண்டாள். அவள் கண்கள் பிரகாசமாகின.

இரு சிநேகிதிகளும் முகத்தைத் திருப்பிக்கொண்டார்கள். ஒன்றுமே பேசவில்லை. தண்ணீர்க் குடத்தை எடுத்து முதுகிலே மாட்டுவதற்கு மட்டும் அமீனா உதவி செய்தாள். இருவரும் புறப் பட்டார்கள். குடத்திலிருந்து தண்ணீர் கொஞ்சம் கசிவதுபோல மைமுனுக்குப் பட்டது. அடுத்த நாள் மறக்காமல் பானைக்கு அலஸீ பிசின் தடவவேண்டும் என்று நினைத்துக்கொண்டாள்.

வறுமையில் வாடிய இரண்டு தங்க நரிகள் நிலத்தை மணந்த படி அவர்களைத் தாண்டி ஓடின. ஒரு மஞ்சள் குருவி 'உய்க், உய்க்' என்று சத்தம் செய்தது. மைமுனுக்குத் திடீரென்று சிறுநீர் கழிப்பதற்குப் பேரவா பிறந்தது. நெளிந்தபடி அமீனாவை ஒரு அரைக்கண் பார்வை பார்த்தாள். அவளும் மைமுனின் உடல் மொழியைப் புரிந்துகொண்டு தலையை அசைத்தாள்.

தண்ணீர்ப் பானையை மெதுவாக இறக்கி வைத்தார்கள். இரண்டு கற்களை எடுத்து உரசி சத்தம் செய்தபடியே பற்றை மறைவில் ஒதுங்கினார்கள். மைமுன் காலை அகட்டி குந்திய சிறிது நேரத்திலே ஒருவித உற்சாகத்துடன் நீர் பிரிந்தது. பாம்பு சீறுவது போன்ற சத்தத்துடன் அது நிலத்தை அடைந்தது. மைமுனுக்குப் பெரும் சுமை ஒன்று இறங்கிய சுகம். அந்த நேரத்தில் அலிசாலா வின் நிச்சயமற்ற கண்கள் நினைவுக்கு வந்தன. அவனைத் தீவிர மாகக் காதலிக்கலாமா என்ற எண்ணம் அவளுக்கு மறுபடியும் தோன்றி மறைந்தது.

"உன்னுடைய ஆள் அங்கே சுற்றிக்கொண்டு இருந்தானே," இப்படிச் சொல்லி அமீனா அவர்களுக்கிடையே இறுகிப்போன காற்றை மெல்ல உடைத்தாள். பிறகு சிநேகிதிகள் இருவரும் கலகல வென்று பேசத்தொடங்கினார்கள். அவர்கள் அன்னியோன்யம் தானாகவே பற்றிக்கொண்டது. அமீனா அவளுடைய வழக்கமான புலம்பலைத் தொடங்கினாள்.

"இவனை நம்பி இராதே. இவன் உனக்கு மஹர் கொண்டு வரப்போவதில்லை. வேறு ஆளைப் பார். இவன் பெண்கேட்டு வரும்போது உனக்கு நாற்பது வயது தாண்டி விடும். அதற்குப் பிறகு உனக்கு எப்படிப் பிள்ளை பிறக்கப் போகிறது."

"பிள்ளை கிடக்கட்டும். ஒரு நாளைப்போல் ஒட்டகம் செய்யாத வேலையெல்லாம் செய்கிறேன். என்னைப்போய் சோம்பல் என்று சொல்கிறானே."

மைமுனுடைய தாயார் இருபது வருடங்களில் பதினொரு பிள்ளைகளைப் பெற்றவள். ஒட்டகங்களில்கூட பத்துப் பத்துக் குட்டிகள் ஈன்றதும் அவற்றின் இடது காது நுனியை அடை யாளமாக வெட்டி விடுவார்கள். அந்த ஒட்டகம் அதற்குப் பிறகு இளைப்பாற அனுமதிக்கப்படும். அந்தச் சலுகைகூட பெண்களுக்கு இல்லை. அவர்கள் சாகுமட்டும் பெற்றுக்கொண்டே இருக்க வேண்டும்.

மைமுன் உதடுகளை விரிக்காமல் கறுப்புப் புன்னகை ஒன்றை உதிர்த்தாள்.

"அமீனா, என் இனிய சிநேகிதியே! நான் என்ன செய்யப் போகிறேன் என்று உனக்குத் தெரியுமா? என்னை அவ்வளவு சுலபத்தில் அடிமைப்படுத்த முடியாது," இப்படிச் சொல்லிக் கொண்டே அவள் அருகில் வந்து அமீனாவின் காதுகளில் ஏதோ ரகஸ்யம் சொன்னாள். இருவரும் ஒரு சதியாலோசனையை முடித்த திருப்தியோடு விழுந்து விழுந்து சிரித்தார்கள். கண்ணில் நீர் பொங்கச் சிரித்தார்கள். தண்ணீர்க்குடம் குலுங்கச் சிரித் தார்கள். வீடு வரும்வரை இப்படிச் சிரித்துக்கொண்டே வந் தார்கள்.

வீட்டிலே இன்னும் நிறைய வேலைகள். தண்ணீர்க்குடத்தை இறக்கி வைத்தாள். அவளுடைய தாயார் வழக்கம்போல சந்தைக்குப் போய்விட்டாள். காட்டிலே போய் விறகு பொறுக்கி இரவுச் சமையல் செய்யவேண்டும். பிறகு மீதமிருக்கும் ஒட்டகப் பாலை சந்தைக்கு எடுத்துப்போகவேண்டும்.

இரவுச் சமையலை விரைவாக முடித்தாள். பாலிலே உதிர்ந்த சோளத்தைப் போட்டுக் காய்ச்சினாள். நம்பிக்கை ஊட்டும் நறு மணத்துடன் அது பொங்கியது.

சுரைக்குடுவையை எடுத்துக்கொண்டு வெளியே வந்தாள். ஒட்டகம் அவளுக்காகப் பொறுமையுடன் நின்றுகொண்டிருந்தது. இடது காலில் நின்று வலது காலை மடித்து முழங்காலில் ஊன்றிக் கொண்டாள். உறுதியான வடிவம் கொண்ட வலது தொடைக்கும் மெலிந்த வயிற்றுக்கும் இடையில் குடுவையை வைத்தாள். அது அங்கே கச்சிதமாகப் பொருந்தி நின்றது. பாலைக் கறக்கத் தொடங்கினாள். சரி கணக்காக அது குடுவையைப் போய் ஒரு வித கதகதப்புடன் நிறைத்தது. முழங்கையை நக்கியபடி குடுவையை எடுத்துக்கொண்டு சந்தைக்கு விரைந்தாள்.

ஊரடங்கி நிசப்தமானபோது அவள் படுக்கச் சென்றாள். அடுத்தநாள் அதிகாலையை நினைக்கும்போது அவளுக்குப் பயமாக இருந்தது. இந்த ஹைனாவும் அவளுடைய அம்மாவும் அவளுக்கு விரோதம் செய்கிறார்கள். விடியுமுன்பாகவே அவளை எழுப்பிவிடுவார்கள். ஆசை தீர நித்திரைகொள்ளும் சுகம் எப்படி இருக்கும் என்று அவளுக்குத் தெரியாது. அந்த அதிகாலை நித் திரைக்காக அவள் எதுவும் செய்யத் தயாராயிருந்தாள். இந்தச் சிந்தனைகளுக்கிடையில் அவள் இமைகள் ஒன்றையொன்று தீண்டின.

அடுத்த நாள் அவளுடைய விடியற்கால அவலங்கள் ஒரு முடிவுக்கு வந்தன.

ஹைனாவின் தொந்திரவு இல்லை. அம்மாவும் மௌனமாகி விட்டாள். தூரத்தில் மேய்ப்பர்களின் மேய்ச்சல் ஓசைகள் மாத் திரம் கேட்டன. இவ்வளவு அழகான விடியலை அவள் கண்ட தில்லை.

பக்கத்து ஊரில் இருந்து பெருங்கூட்டம் ஒன்று வந்திருந்தது. பளபளவென்று விடியும்போதே வந்துவிட்டது. நூரும் ஊர்ப் பெரியவர்களும் கிராமத்து எல்லையிலே நின்று அவர்களை வர வேற்றார்கள். அவர்கள் வழக்கப்படி வேரோடுபிடுங்கிய சோளப் பயிர்களை கைகளிலே தூக்கி அசைத்து அசைத்து அவர்களை அழைத்துக்கொண்டு வந்தார்கள். ஒரு சைன்யம் திரண்டு வருவது போல அது இருந்தது.

மைமுனைப் பெண்கேட்டு வந்திருந்தது அந்தக் கூட்டம். ஒருநாள் பயணத் தொலைவில் இருந்து வந்திருந்தார்கள். அந்த ஊர் நபதூன் அவர். ஐம்பது வயதுக்காரர். மூன்றாம் தாரமாக மைமுனை மணக்கச் சம்மதம் தெரிவித்திருந்தார். ஐம்பது ஒட்டகங் களை சீர் கொடுப்பதாகப் பேசிக்கொண்டார்கள். ஊர் முழுக்க இந்த அதிசயத்தைப் பார்க்க திரண்டு வந்திருந்தது.

மைமுனின் தாயார் தட்டையாக மறுத்துவிட்டாள். இவ் வளவு தூரத்தில் மகளைக் கட்டிக்கொடுத்தால் பின்பு அவளைப் பார்ப்பது என்பது நடக்காத காரியம். அலிசாலா பெண்கேட்டு வருவான் என்று எதிர்பார்த்தாள். மைமுன் அவனிலே எத்தனை ஆசை வைத்திருந்தாள் என்பது அவளுக்குத் தெரியும்.

நூர் அப்போது ச்சாட் போதையில் இல்லை. இறையச்சம் உடையவர். ஐம்பது ஒட்டகங்களுக்காக மகளை விற்பதா என்று தயங்கினார். தாயும் தகப்பனுமாக மகளிடம் வந்தார்கள். சிக்கல்

இல்லாத சொற்களைத் தெரிவு செய்து அவளிடம் யோசனை கேட்டார்கள். எப்பவும் மைமுனிடம் அதிசயிக்க வைக்கும் சில நிமிடங்கள் கைவசம் இருக்கும். அவள் தயங்காமல் சம்மதம் தெரிவித்துவிட்டாள். பிடிவாதமாகக்கூட இருந்தாள். அவர்களுக்கு ஆச்சரியம் தாங்கமுடியவில்லை.

நிக்காஹ் முடிந்த கையோடு மைமுன் தன் கணவன் வீட்டுக்குப் புறப்பட்டாள். அவர்கள் கொண்டு வந்திருந்த ஒட்டகங் களும் கழுதைகளும் பயணத்திற்குத் தயாராக இருந்தன.

அந்தச் சமயம் பார்த்து அவளுடைய பிராண சிநேகிதி அமீனா வந்து சேர்ந்தாள். அவள் காதுகளில் மைமுன் ரகஸ்யம் பேசிவிட்டு வீடு வந்து சேரும்வரை சிரித்தது ஞாபகத்துக்கு வந்தது. 'இவள் உண்மையாக அல்லவோ சொல்லியிருக்கிறாள் பாவி' என்று அமீனா நினைத்துக்கொண்டாள்.

"நான் ஓர் ஐம்பது வயதுக் கிழவனை மணக்கப் போகிறேன். அவனுக்கு மூன்றாவது மனைவியாக. அவன் ச்சாட் சாப்பிடு பவனாக இருக்கவேண்டும். அந்த மயக்கத்தில் அவன் என்னை அதிகம் அணுகமாட்டான். மிஞ்சிப்போனால் இரண்டு குழந்தை களுடன் தப்பி விடுவேன்." இப்படிச் சொல்லிவிட்டு அவள் ஓவென்று சிரித்தாள். பரிகாசம் என்றுதான் முதலில் அமீனா நினைத்திருந்தாள். அப்படியில்லை. இவள் உண்மையாகத்தான் கூறியிருக்கிறாள்.

அமீனாவுக்குச் சொல்லாத இன்னொரு காரணமும் இருந்தது. அதுவும் சீக்கிரத்திலேயே தெரியவரும்.

புறப்படும் சமயம் திடீரென்று மைமுன் அழத் தொடங்கி னாள். காரணம் தெரியவில்லை. 'ஹூயா, 'ஹூயா' என்று அழைத்து தாயாரைக் கட்டிக்கொண்டு விக்கி விக்கி அழுதாள்.

"அடி, பாவிப்பெண்ணே! எதற்காக இப்படி அழுகிறாய். சொல்லித் தொலை. உன் விருப்பப்படித்தானே ஒரு முழு நாள் பிரயாண தூரத்தில் இருக்கும் இந்தச் சின்ன ஊரில் உன்னைக் கட்டிக்கொடுக்கச் சம்மதித்தோம். நீ இங்கே ராசாத்தி மாதிரி இருந்திருக்கலாமே! பாதகத்தி, இப்பப் போய் அழுகிறாயே!'

மைமுனால் அப்பவும் அழுகையை அடக்க முடியவில்லை. மாலை மாலையாகக் கண்ணீர் வழிந்தது. விம்மியபடியே சொன் னாள்.

"உண்மையான காரணத்தைச் சொல்லட்டுமா, ஹூயா."

"கூறுகெட்டவளே, சொல்லடி, இப்பிடிக் குடியைக் கெடுத்துவிட்டாயே!"

"ஹுயா, அந்த ஊரில் தண்ணீர் கொட்டி கொட்டி வருமாம். வருடம் முழுக்க வற்றாதாம். தினம் தினம் பதினாறு மைல் தூரம் நடக்கத் தேவையில்லை."

இதைச் சொல்லிவிட்டு மைமுன் தன் தாயின் முகத்தை ஏக்கத்தோடு பார்த்தாள். பார்த்துவிட்டு இன்னொருமுறை அழத் தொடங்கினாள்.

(இந்தக் காட்சி இங்கே முடிந்துவிட்டது)

மைமுனின் தகப்பனாருக்கு முதலில் கொஞ்சம் அதிர்ச்சி யாகத்தான் இருந்தது. ஆனாலும் தேற்றிக்கொண்டார். ஒருநாள் பயணம்தானே, மகளை அடிக்கடி பார்க்கலாம் என்று நினைத்தார். ஆனால், அப்போது அவருக்குத் தெரியவில்லை. அதுதான் அவளைப் பார்ப்பது கடைசித் தடவை என்று.

விரைவில் அவரது மனைவி இறந்துபோவாள். ச்சாட் போதையில் உடல்நிலை கெட்டு மனம் குலைந்து எஞ்சியிருக்கும் நாட்களை அவர் மற்றவர்கள் தயவில் கழிக்க நேரிடும். அந்த நேரங்களில் எல்லாம் அவர் மைமுனின் சிந்தனையாகவே இருப்பார்.

ஒருவரும் பார்க்கவில்லை என்ற அந்தரங்கமான சமயத்தில் அவள் அகாஸியா மரத்தின் கீழ் கல்லிலே குந்தியிருந்தது ஞாபகத் துக்கு வரும். ஓர் உடைந்துபோன கண்ணாடித் துண்டில் முகத்தைப் பார்த்துத் தலையை வாரியதையும், அவளாகவே இட்டுக்கட்டிய குழந்தைகள் பாட்டை அவள் குரல் மெல்லியதாக முணுமுணுத்ததும் நினைவுக்கு வரும்.

ஒட்டகமே ஒட்டகமே
என் ஆசை ஒட்டகமே
என் ராசகுமாரனை மாத்திரம் சுமந்து வருவாயா
உனக்குக் கட்டி முத்தம் தருவேன்.

அலிசாலாவில் அவள் எவ்வளவு காதல் வைத்திருந்திருப் பாள். அவ்வளவையும் ஒரு கணத்தில் தூக்கி எறிந்துவிட்டாளே. அதிகாலையில் தண்ணீருக்குப் போய் வருவதை அவள் எவ்வளவு தூரம் வெறுத்திருக்க வேண்டும்.

ஒருவேளை ஐ.நா. சிறகம் கேட்டபோது கிணறு வேண்டும் என்று கூறியிருந்தால் மைமுன் அலிசாலாவை மணமுடித்து அவருடைய ஊரிலேயே தங்கி இருந்திருக்கக் கூடும். வெகு காலத்திற்குப் பிறகு அவர் மனதில் இந்தச் சிந்தனைகள் எல்லாம் திருப்பித் திருப்பி ஓடும்.

ஆனால், அப்போது அவருக்கு அது தெரியவில்லை.

◆

மகாராஜாவின் ரயில் வண்டி

ஒரு விபத்துபோலத்தான் அது நடந்தது.

செல்வநாயகம் மாஸ்ரர் வீட்டில் தங்க வேண்டிய நான் ஒரு சிறு அசௌகரியம் காரணமாக இப்படி ஜோர்ஜ் மாஸ்ரர் வீட்டில் தங்க நேரிட்டது. எனக்கு அவரை முன்பின் தெரியாது. அந்த இரண்டு இரவுகளும் ஒரு பகலும் எனது வாழ்க்கையில் மிகவும் முக்கியமானவையாக மாறும். எனது பதினாலு வயது வாழ்க்கையில் நான் கண்டிராத, கேட்டிராத சில விஷயங்கள் எனக்குப் புலப்படும். இன்னும் சில அதிர்ச்சிகளுக்கும் நான் தயாராக நேரிடும்.

ஜோர்ஜ் மாஸ்ரர் பூர்வீகத்தில் கேரளாவில் இருந்து வந்தவர். அவர் கழுத்தினால் மட்டுமே கழற்றக்கூடிய, மூன்று பொத்தான் வைத்த, முழங்கை முட்டும் சட்டையை அணிந்திருந்தார். அவருடைய முகம் பள்ளி ஆசிரியருக்கு ஏற்றதாக இல்லை. வாய்க் கோடு மேலே வளைந்து எப்போதும் சிரிக்க ஆரம்பித்தவர் போலவே காட்சியளித்தார்.

மிஸஸ் ஜோர்ஜைப் பார்த்தவுடன் கண்டிப்பானவர் என்பது தெரிந்துவிடும். பொட்டு இடாத நெற்றி கடும் வெள்ளையாக இருந்தது. யௌவனத்தில் இருந்து பாதி தூரம்வரை வந்திருந் தாலும் அவருடைய கண்கள் மூக்குக்குக் கீழே தென்படுவதைப் பார்த்துப் பழக்கப்படாதவை. கறுப்புக் கரை வைத்த வெள்ளைச் சேலை அணிந்திருந்தார். சேலையின் ஒவ்வொரு மடிப்பும் கண கச்சிதமாக உரிய இடத்தை விட்டு நகராமல் அப்படியே நின்றது. நான் அங்குபோனபோது இருவரும் மகளை எதிர்பார்த்துக் கொண்டு வாசலில் நின்றனர்.

மூன்று பெண்கள் தூரத்தில் வந்தார்கள். எல்லோரும் ஒரே மாதிரியான சீருடை போன்ற ஒன்றை அணிந்திருந்தார்கள். இருந்தும் அவர்களில் இந்தப் பெண் அவள் உயரத்தினால், நீண்ட தூரம் முன்பாகவே தெரிந்தாள். அவள் அசையும்போது

இடைக்கிடை அவள் இடை தெரிந்தது; மீதி மறைந்தது. கிட்ட வந்தபோது அவள் கண்கள் தெரிந்தன. அவை அபூர்வமாக ஓர் இலுப்பைக் கொட்டையைப் பிளந்ததுபோல இரு பக்கமும் கூராக இருந்தன. கழுத்திலோ காதிலோ வேறு அங்கத்திலோ ஒருவித நகையுமில்லை. ஆனால், மூக்கிற்குக் கீழே, மேல் உதட்டில் ஒரு மரு இருந்தது. இது அவள் உதடுகள் அசையும்போதெல்லாம் அசைந்து எங்கள் பார்வையை அவள் பக்கம் திருப்பியது. அப்படியே அவள் உடம்பை அவதானிக்கும் ஆர்வத்தையும் கூட்டியது. இது ஒரு நூதனமான தந்திரமாகவே எனக்குப்பட்டது.

ரொஸலின் என்று அவளை எனக்கு அறிமுகப்படுத்தினார் கள். அலுப்பாக, கண்களை நிமிர்த்திப் பார்த்தாள். அந்த முகம் பதின்மூன்று வயதாக இருந்தது. ஆனால், உடல் அதை ஒத்துக் கொள்ளாமல் இன்னும் அதிக வயதுக்கு ஆசைப்பட்டது.

என்னுடைய முதலாவது அதிர்ச்சி அந்த வீடுதான். அது எனக்குப் பரிச்சயமற்ற பெரும் வசதிகள் கொண்டது. என்னிலும் உயரமான ஒரு மணிக்கூடு, ஒவ்வொரு மணிக்கும் அந்தத் தானத்தை ஞாபகம் வைத்து அடித்தது. விட்டுவிட்டுச் சத்தம் போடும், நான் முன்பு தொட்டு அறியாத ஒரு குளிர்பெட்டி இருந்தது. தொங்கும் சங்கிலியைப் பிடித்து இழுத்தால் பெரும் சத்தத்தோடு தண்ணீர் பாய்ந்து வரும் கழிவறை இருந்தது. வாழ்நாள் முழுக்கப் பராமரித்தாலும் ஒரு பூப் பூக்காத செடிகளைத் தொட்டிகளில் வைத்து வளர்த்தார்கள்.

எனக்கு ஒதுக்கப்பட்ட அறை அவசரமாகத் தயாரிக்கப் பட்டது. அலமாரியும் மேசையும் ஒரு பக்கத்தை அடைத்தன. நிறையப் புத்தகங்களும் வெற்றுப் பெட்டிகளும் ஒன்றன்மேல் ஒன்றாக அடுக்கி வைக்கப்பட்டிருந்தன. அலமாரிக்குள் அனுமதி கிடைக்காத உடுப்புகள் வெளியே காத்திருந்தன. படுக்கையில் மடிப்பு கலையாத வெள்ளை விரிப்பும், அநீதியாக இரண்டு தலை யணைகளும் கிடந்தன. அந்த அறையைத் தொட்டுக்கொண்டு மூன்று கதவுகள் கொண்ட ஒரு குளியலறை இருந்தது. மூன்று பேர் மூன்று வாசல்கள் வழியாக அதற்குள் வரமுடியும். ஆன படியால் மிகக் கவனமாக உள் பூட்டுகளைப் போடவும், பிறகு ஞாபகமாகத் திறக்கவும் தெரிந்திருக்க வேண்டும். குளியல் தொட்டி வெள்ளை நிறத்தில் இருந்து பழுப்பு நிறமாக மாறுகிறதா அல்லது பழுப்பு நிறத்தில் இருந்து வெள்ளை நிறமாக மாறுகிறதா என்பதைச் சொல்ல முடியவில்லை. அதில் நீண்டமுடி ஒன்று தண்ணீரில் நனைந்து நெளிந்துபோய்க் கிடந்தது. இன்னும் பல

பெண் சின்னங்களும், அந்தரங்க உள்ளாடைகளும் ஒளிவில்லாமல் தொங்கின.

இரண்டாவது அதிர்ச்சி முத்தம் கொடுக்கும் காட்சி. அந்தப் பெண் அடிக்கடி முத்தம் கொடுத்தாள். சும்மா போகிற தாயை இழுத்து அவள் கன்னத்திலே முத்தம் பதித்துவிட்டுப்போனாள். சிலவேளை பின்னுக்கிருந்து வந்து அவளைக் கட்டிப்பிடித்து ஆச்சரியப்பட வைத்தாள். சிலமுறை கன்னத்தில் தந்தாள்; சில முறை நெற்றியில் கொடுத்தாள். தாயும் அப்படியே செய்தாள். சில நேரங்களில் அப்படிக் கொடுக்கும்போது என்னைச் சாய்வான கண்களால் பார்த்தாள். அந்தச் சமயங்களில் நான் என்ன செய்ய வேண்டுமென்பது எனக்குத் தெரியவில்லை.

நான் முதல் முறையாக அந்நியர் வீட்டிலே தங்கியிருந்தேன். அதிலும் அவர்கள் கத்தோலிக்கர்கள். அவர்கள் பழக்க வழக்கங்கள் அப்படியாயிருக்கலாம் என்று யோசித்தேன். ஆனாலும் கூச்சமாக இருந்தது. என் கண்களை இது சாதாரணமான நிகழ்ச்சி என்று நினைக்கும் தோரணையில் வைக்கப் பழக்கிக்கொண்டேன்.

சாப்பாடு மேசையில் பரிமாறப்பட்டதும் நான் அவசரமாகக் கையை வைத்துவிட்டேன். பிறகு பிரார்த்தனை தொடங்கியபோது அதை இழுத்துக்கொண்டேன். கடைசியில் 'ஆமென்' என்று சொன்னபோது நான் கலந்துகொள்ளத் தவறிவிட்டேன். அதற்கு இந்தப் பெண் என்னை ஒரு மாதிரியாகப் பார்த்தாள்.

அன்று இரவு நடந்ததும் விநோதமானச் சம்பவமே. பழக்கப் படாத அறை; பழக்கப்படாத கட்டில், பழக்கப்படாத ஒலிகள். வெகு நேரமாக நித்திரை வரவில்லை.

மெல்ல என்னுடைய கதவு திறக்கும் ஒலி. ஒரு மெழுகு வர்த்தியைப் பிடித்தபடி இந்தப் பெண் மெல்ல நடந்து வந்தாள். வந்தவள் என் பக்கம் திரும்பிப் பாராமல் நேராகப் பெட்டிகள் அடுக்கி வைத்திருக்கும் திசையில்போய் நின்றுகொண்டு அமெரிக் காவின் சுதந்திரச் சிலைபோல மெழுகுவர்த்தியை உயர்த்திப் பிடித் தாள். நான் திடீரென்று எழுந்து உட்கார்ந்தேன்.

'பயந்திட்டியா?' இதுதான் அவள் என்னுடன் பேசிய முதல் வார்த்தை. நானும் அவள் பக்கத்தில் நின்று என்னவென்று பார்த் தேன். அந்த மரப்பெட்டிக்குள் ஐந்து பூனைக்குட்டிகள் ஒன்றன் மேல் ஒன்றாக மெத்துமெத்தென்று கண்களை மூடிக் கிடந்தன. ஒவ்வொன்றாகக் கையிலே எடுத்துப் பூங்கொத்தை ஆராய்வது போலப் பார்த்தாள். அவள் கைச்சூடு ஆறும் முன்பு நானும் தொட்டுப் பார்த்தேன். புது அனுபவமாக இருந்தது.

"மூன்று நாட்கள் முன்புதான் குட்டிபோட்டது. இரண்டு இடம் மாறிவிட்டது. தாய்ப் பூனை இந்த ஜன்னல் வழியாக வரும், போகும். பார்த்துக்கொள்" என்றாள். அதற்கு நான் மறுமொழி சொல்லவில்லை. காரணம் நான் அப்போது அவளுடைய முதலாவது கேள்விக்கு எழுத்துக்கூட்டிப் பதில் தயாரித்துக்கொண்டிருந்ததுதான்.

சற்றுநேரம் என்னையே பார்த்துக்கொண்டு நின்றவள், எனக்கு மிகவும் பரிச்சயமானவள்போல ரகஸ்யக் குரலில், "இந்தப் பூனை, குட்டியாக இருந்தபோது ஆணாக இருந்தது, திடீரென்று ஒருநாள் பெண்ணாக மாறிக் குட்டி போட்டுவிட்டது" என்றாள். பிறகு இன்னும் குரலை இறக்கி, "இந்தக் கறுப்புக் குட்டிக்கு மாத்திரம் நான் பெயர் வைத்துவிட்டேன். அரிஸ்டோட்டல்" என்றாள்.

"ஏன் அரிஸ்டோட்டல்?"

"பார்ப்பதற்கு அப்படியே அரிஸ்டோட்டல் போலவே இருக்கிறது. இல்லையா?"

இவ்வளவுக்கும் அவள் என் பக்கத்தில் நெருக்கமாக நின்றாள். அவளுடைய துயில் உடைகள் சிறு ஒளியில் மெல்லிய இழை கொண்டதாக மாறியிருந்தன. கேசம் வெப்பத்தைக் கொடுத்தது. அவளிலே இருந்து வந்த இரவு வாசனை முற்றிலும் புதியதாக இருந்தது. என் விரல்கள் அவளுடைய அங்கங்களின் எந்த ஒரு பகுதியையும் சுலபமாகத் தொடக்கூடிய தொலைவில் இருந்தன. ஆள்காட்டி விரலை எடுத்துத் தன் வாயில் சிலுவைபோல வைத்து சைகை காட்டியபடி மெதுவாக நகர்ந்து கதவைத் திறந்துபோனாள். அவள்போன திசையில் கழுத்தை மடித்து வைத்துப் படுத்தபடி கணநேரம் காத்திருந்தேன்.

காலை உணவு வெகு அவசரத்தில் நடந்தது. அவர்கள் எல்லோரும் மிக நேர்த்தியாக உடுத்தியிருந்தார்கள். மிஸஸ் ஜோர்ஜிடம் இருந்து ஒரு மெல்லிய மயக்கும் வாசனைத் திரவிய நெடி வந்தது. இரவு ஒன்றுமே நடக்காததுபோல ஒரு பூனையாகவே மாறிப்போய் ரொஸலின் உட்கார்ந்திருந்தாள். மயில் தோகை போன்ற உடையும், கறுப்புக் காலணியும், நீண்ட வெள்ளை சொக்ஸும் அணிந்திருந்தாள்.

அவள் வேண்டுமென்றே சாவதானமாக உணவருந்தினாள். மேசையில் நாம் இருவருமே மிஞ்சினோம். ஒருவருமில்லாத அந்தச் சமயத்திற்குக் காத்திருந்தவள்போலத் திடீரென்று என் பக்கம்

திரும்பி, ரகஸ்யத்திற்காக வரவழைத்த குரலில், “என் அப்பாவிடம் ஒரு ரயில் வண்டி இருக்கிறது” என்றாள்.

“ரயில் வண்டியா?” என்றேன்.

“ரயில் வண்டிதான். பதினாலு பெட்டிகள்.”

“பதினாலு பெட்டிகளா?”

“இதுதான் திருவனந்தபுரத்துக்கும் கன்னியாகுமரிக்கும் இடையில் ஓடும் ரயில் வண்டி. காலையில் ஆறுமணிக்குப் புறப் பட்டு மறுபடியும் இரவு திரும்பி வந்துவிடும்.”

“ரயில் வண்டியை ஏன் உங்க அப்பா வாங்கினார்?”

“வாங்கவில்லை, ஸ்டுபிட். திருவனந்தபுரம் மகாராஜா இந்த லைனை என்னுடைய தாத்தாவுக்கு அவருடைய சேவையை மெச்சி பரிசாகக் கொடுத்தாராம். அவருக்குப் பிறகு அப்பாவுக்குக் கிடைத்தது. அவருக்குப் பிறகு அது எனக்குத்தான்.”

அவளுக்குப் பிறகு அது யாருக்குச் சொந்தமாகும் என்று தீர்மானமாவதற்கிடையில் ஜோர்ஜ் மாஸ்ரர் திரும்பிவிட்டார். அப்படியே அவசரமாக எல்லோரும் மாதா கோயிலுக்குப் புறப் பட்டதில் அந்தச் சம்பாஷணை தொடர முடியாமல் அந்தரத்தில் நின்றது.

ஒரு பதினாலு வயதுப் பையன் எவ்வளவு நேரத்துக்குத் தனக்கு ஒதுக்கப்பட்ட அறைக்குள் அடைந்துகொண்டு வாசிக்க ஒன்றுமில்லாமல் டேவிஸ் என்ற ஆங்கிலேயர் எழுதிய Heat புத்த கத்தைப் படித்துக்கொண்டிருக்க முடியும். அவர்கள் திரும்பி வந்த சத்தம் கேட்டு வெகு நேரமாகிவிட்டது. துணிவை வரவழைத்துக் கொண்டு மெதுவாக என் அறைக்கதவை நீக்கி எட்டிப் பார்த் தேன். ஒருவருமில்லை.

வெளி வராந்தாவுக்கு நான் வந்தபோது அடியில் ஈரமான ஒரு நீளமான கடதாசிப் பைக்குள் அவள் கையை நுழைத்து ஏதோ ஒன்றை எடுத்து வாய்க்குள் போட்டு மென்றுகொண்டிருந் தாள். அவளுடைய கை புற்றுக்குள் பாம்பு நுழைவதுபோல உள்ளே போவதும் வருவதுமாக இருந்தது. பெயர் தெரியாத உருண்டையான ஒன்று அவள் வாய்க்குள் விழுந்தது.

பையை என்னிடம் நீட்டினாள். அவள் முடிச்சு மணிக் கட்டு என் முகத்துக்கு நேராக வழுவழுவென்று இருந்தது. அநாம தேயமான உணவுப் பண்டங்களை நான் உண்பதில்லை.

வேண்டாம் என்று தலை அசைத்தேன். ஐஸ் கட்டி வேணுமா என்று திடீரென்று கேட்டாள். என் பதிலுக்குக் காத்திராமல் தானாகவே சென்று குளிர்பெட்டிக் கதவைத் திறந்து ஆகாய நீலத்தில் சிறு சிறு சதுரங்கள் கொண்ட ஒரு பிளாஸ்டிக் பெட்டியைத் தூக்கிக்கொண்டு வந்தாள். வில்லை வளைப்பது போல அதை வளைத்தபோது ஐஸ்கட்டிகள் விடுபட்டுத் துள்ளி மேலே பாய்ந்தன. அவள் அவற்றை ஒவ்வொன்றாகப் பிடித்து வாயிலே போட்டாள். தன் கையினால் ஏந்தி தண்ணீர் சொட்ட எனக்கும் ஒன்று தந்தாள். பிறகு நறுக்கென்று கடித்தாள்.

திரும்பி இரண்டு பக்கமும் பார்த்து, குளிர்பெட்டி கேட்காத தூரத்தில் இருக்கிறது என்பதை நிச்சயித்துக்கொண்டு, மெதுவாகப் பேசினாள். "இந்தத் தண்ணி கேரளாவில் இருந்து வந்தது. அரை மணியில் ஐஸ்கட்டி போட்டுவிடும். இங்கே இருக்கிற தண்ணி சரியான ஸ்லோ. இரண்டு நாள் எடுக்கும்" என்றாள்.

நானும் அவளைப்போல நறுக்கென்று கடித்தேன். பற்கள் எல்லாம் கூசி சிரசில் அடித்தன. தண்ணீர், பல் நீக்கலால் வழிந்து வெளியே வந்தது. என்னையே சிரிப்பாகப் பார்த்துக்கொண்டி ருந்தவள், "உனக்கு ஐஸ்கட்டி சாப்பிட வராது" என்றாள்.

அவளைப் பார்த்தேன். ஓர் ஆணைப்போல ஆடை தரித் திருந்தாள். சரி நடுவில் தைத்து வைத்த கால் சட்டை போன்ற பாவாடை. அவள் மேலாடை இரண்டு நாடாக்கள் வைத்துப் பொருத்தப்பட்டு, தோள்களையும், கழுத்துக் குழிகளையும் மறைப் பதற்கு முயற்சி எடுக்காததாக இருந்தது. அவளுடைய தோள் எலும்புகள் இரண்டு பக்கமும் குத்திக்கொண்டு நின்றன.

அப்பொழுது பார்த்து ஜிவ்வென்று இலையான் ஒன்று பறந்து வந்து அவளையே சுற்றியது. தானாகவே பிரகாசம் வீசும் பச்சை இலையான். உருண்டைக் கண்கள். தோள் மூட்டில் இருக்க முயற்சித்தபோது உதறினாள். நான் பொறுக்க முடியாமல் கையை வீசினேன். நட்டுவைத்த கத்தி போன்ற தோள்மூட்டில் கை பட்டதும் தராசுபோல அது ஒரு பக்கம் கீழேபோனது.

மறுபடியும், மிகக்கூர்மையான கண்கள் மட்டுமே கண்டு பிடிக்கக் கூடிய உள் வளைந்த அவளுடைய முழங்கால்களில் அது போய் இருந்தது. நான் மீண்டும் கையை ஓங்கியதும் சிரிக்கத் தொடங்கினாள். சுற்று முடிவடையாத சக்கரம்போல அது நீண்டு கொண்டேபோனது. மனது பொங்க நானும் சிரித்தேன். அந்தக் கணம் கடவுள் எப்படியும் அதற்கு ஒரு தடை கொண்டுவந்து

விடுவார் என்று எனக்கு பயம் பிடித்தது. அப்படியே நடந்தது. வேலைக்காரப் பெண் வந்து அம்மா கூப்பிடுவதாக அறிவித்தாள்.

அந்த ஞாயிறு நாலு மணிக்கு நடந்த தேநீர் வைபவமும் மறக்கமுடியாதது. பெரிய ஆலாபனையுடன் இது வெளித் தோட்டத்தில் ஆரம்பமானது. மஞ்சளும் பச்சையும் கலந்த பெரிய பழங்களைத் தாங்கி நின்ற ஒரு பப்பாளி மரத்தின் கீழ் இது நடந்தது. தூரத்தில் இரண்டு பனை மரங்களில் கட்டிய நீளமான மூங்கில்களில் இருந்து வயர் இறங்கி வந்து ஜோர்ஜ் மாஸ்ரருடைய பிரத்தியேகமான வாசிப்பு அறை ரேடியோவுக்குப்போனது.

மிஸஸ் ஜோர்ஜ் எல்லோருக்கும் அளவாகத் தேநீரைக் கோப்பைகளில் ஊற்றித் தந்தார். மெல்லிய சீனி தூவிய நீள்சதுர பிஸ்கட்டுகள், ஒரு பீங்கான் தட்டில் வைத்து வழங்கப்பட்டன. அவை கடித்த உடன் கரைந்துபோகும் தன்மையாக இருந்தன.

திடீரென்று ஜோர்ஜ் மாஸ்ரர் மகளைப் பார்த்து கிதார் வாசிக்கும்படிப் பணித்தார். 'ஓ, டாடி' என்று அவள் அலுத்து விட்டு, அதைத் தூக்கிவந்தாள். கால்மேல் கால் போட்டுக் கிடங்கு போலப் பதிந்து கிடக்கும் பிரம்பு நாற்காலியில் அசௌகரியம் தோன்ற உட்கார்ந்து, கிதாரை மீட்டிக்கொண்டு பாடினாள். அவளுடைய ஸ்கர்ட் மேற்பக்கமாக நகர்ந்து சூரியன் படாமல் காப்பாற்றப்பட்ட உள் தொடையின் வெள்ளையான பாகத்தைக் கண் பார்வைக்குக் கொண்டுவந்தது. 'என் கண்களில் நட்சத்திரம் விழ அனுமதிக்காதே' என்று தொடங்கியது அந்த நீண்ட பாடல். Love blooms at night, in day light it dies *(காதல் இரவில் மலர்கிறது; பகலில் மடிந்துவிடுகிறது)* என்ற வரிகள் எனக்காகச் சேர்க்கப் பட்டதுபோலத் தோன்றின. இசைக்கு முற்றிலும் பொருத்தமில்லாத ஒரு புறாவின் குரலில் அவள் பாடியது ஒரு விதத் தடையையும் காணாமல் நேராக என் மனதில் போய் இறங்கியது.

இப்படி ஓர் அன்னியோன்யமான குடும்பத்தை நான் என் வாழ்நாளில் கண்டதில்லை. மிஸஸ் ஜோர்ஜ் குறுக்கே போட்ட தாவணியைப் பனை ஓலை விசிறி மடிப்புபோல அடுக்கித் தோள் பட்டையில் ஒரு வெள்ளி புரூச்சினால் குத்தியிருந்தார். ரொஸலி னுடைய கண்கள் முன்பு பார்த்ததிலும் பார்க்க நீளமாகத் தெரிந் தன. முகத்தில் இன்னும் பிரகாசம் கூடியிருந்தது. ஜோர்ஜ் மாஸ்ரர் கைகளை உரசியபடி எதிர் வரப்போகும் நல்ல உணவுகளைப் பற்றிய சிந்தனையில் உற்சாகமாகப் பேசினார். அவர்கள் செய்த தைப்போல நானும் உணவு மேசையைச் சுற்றி அமர்ந்துகொண் டேன். "ஜெபம் செய்வோம்" என்று அவர் ஆரம்பித்தார்.

“எங்கள் ஆண்டவராகிய யேசு கிறிஸ்துவே, உமது அளவற்ற கிருபையினால் நேற்றையைப்போல இன்றும் எங்களுக்குக் கிடைத்த ரொட்டிக்காக இங்கு பிரசன்னமாயிருக்கும் நாங்கள் நன்றி செலுத்துகிறோம். அதேபோல இந்த ரொட்டிக்கு வழியில் லாதவர்களுக்கும் வழிகாட்டும். பாரம் இழுப்பவர்களுக்கு இளைப் பாறுதல் தருபவரே, எங்கள் பாரங்களை லேசானதாக்கும். எங்க ளுடன் இன்று சேர்ந்திருக்கும் சிறிய நண்பரை ரட்சிப்பீராக. அவர் எதிர்பார்ப்புகள் எல்லாம் சித்தியடையட்டும். உம்முடைய மகிமையை நாம் ஏற்றெடுத்துச்செல்ல ஆசீர்வதியும். ஆமென்.”

சரியான இடத்தில் நானும் ‘ஆமென்’ என்று சொன்னேன். முதன்முறையாக என்னையும் ஜெபத்தில் சேர்த்தது எனக்குப் பெரும் மகிழ்ச்சியைத் தந்தது. நான் ஆமென் சொன்னபோது குறும்பாகப் பார்த்துவிட்டு அவள் கண்களை இழுக்காமல் அந்த இடத்திலேயே வைத்துக்கொண்டாள்.

ஆனால், இப்படி அருமையாக ஆரம்பித்த இரவு மிக மோச மானதாக முடிந்தது.

சாப்பாட்டு மேசையைச் சுற்றி இருக்கும் நேரங்களில் சம் பாஷணை மிக முக்கியம். அது முழுக்க சுத்தமான ஆங்கிலத்தி லேயே நடந்தது. ஒரு வார்த்தை தமிழோ, மலையாளமோ மருந் துக்கும் இல்லை. அவளோ ஆற்றிலும் வேகமாகக் கதைப்பாள். என்னுடையதோ இருட்டில் நடப்பதுபோல தயங்கித் தயங்கி வரும். ஆகவே வார்த்தை சிக்கனத்தைப் பேணவேண்டிய கட் டாயம் எனக்கு. அப்படியும் பேசும் பட்சத்தில் வார்த்தைகளுக்கு முன்பாக மூச்சுக்காற்றுகள் வந்து விழுந்தன.

இன்னுமொன்று. பீங்கான் தட்டையே பார்த்துக்கொண்டு சாப்பிடுவது இங்கே தடுக்கப்பட்டிருந்தது. சாப்பாட்டு வகைகள் மேசையில் பரவியிருந்தபடியால் “இதைத் தயவுசெய்து பாஸ் பண் ணுங்கள்,” “அந்த ரொட்டியை இந்தப் பக்கம் நகர்த்துங்கள்” என்று சொல்லியபடியே சாப்பிடுவார்கள். இதுவும் எனக்குப் புதுமையே.

அவியல் என்ற புதுவிதமான பதார்த்தத்தின் சுவையில் நான் மூழ்கியிருந்தேன். அப்போது ஜோர்ஜ் மாஸ்ரர் ஏதோ ஆங்கிலத் தில் கேட்டார். அதற்கு அவள் சிறு குரலில் பதில் சொன்னாள். அந்த வார்த்தைகளின் முக்கியத்துவம் முன்பே தெரிந்திருக்காத தால் நான் காதுகொடுத்துக் கவனிக்கத் தவறிவிட்டேன்.

திடீரென்று தட்டையான வெள்ளைக்கூரை அதிரும்படி ஜோர்ஜ் மாஸ்ரர் கத்தினார். நான் நடுங்கிவிட்டேன். கிளாஸில்

தண்ணீர் நடனமாடியது. அவள் சற்று முன்பு குறும்பாக வீசிய கண்களைத் தாழ்த்தி, பிளேட்டைப் பார்த்தபடியே இருந்தாள். கண் ரப்பைகளில் ஒன்றிரண்டு முத்துகள் சேர்ந்து ஜொலித்தன.

மிஸஸ் ஜோர்ஜ் நிலைமையைச் சமாளிக்கக் கண்களால் சாடை காட்டிப் பார்த்தாள். முடியவில்லை. அப்படியும் ஜோர்ஜ் மாஸ்ரர் முகத்தில் கோபம் சீறியது. சாந்தம் வருவதற்குப் பல மணி நேரங்கள் எடுத்தன.

அன்றிரவு நான் வெகுநேரம் புரண்டுகொண்டிருந்தேன். காற்றின் சிறு அசைவுக்கும் கதவு திறக்கிறதா என்பதை உன்னிப்பாகக் கவனித்தேன். திறக்கவில்லை.

எப்படியோ அயர்ந்து பின்னிரவில் திடீரென்று விழிப்பு ஏற்பட்டது. கண்ணுக்கு இருட்டு இன்னும் பழக்கமாகவில்லை. காதுகளைக் கூர்மையாக வைத்துக்கொண்டேன். ஒரு கிசுகிசுப் பான பெண்குரல் “கொஞ்சம் முயற்சி செய்யுங்கள், ப்ளீஸ்” என்றது. ஆண்குரல் ஏதோ முனகியது. மறுபடியும் நிசப்தம். சிறிது நேரம் கழித்து அதே பெண்குரல் “சரி, விடுங்கள்” என்றது எரிச்ச லுடன். பிறகு வெகு நேரம் காத்திருந்தும் ஒன்றும் கேட்கவில்லை.

சொன்னபடி அதிகாலையிலேயே செல்வநாயகம் மாஸ்ரர் வந்துவிட்டார். பதிவு வேலைகளைச் சீக்கிரமாகவே கவனித்து எனக்கு செபரட்டினம் விடுதியில் இடம் பிடித்துத் தந்தார். எல்லோரும் அது சிறந்த விடுதி என்று ஒத்துக்கொண்டார்கள். எனக்கு ஒதுக்கப்பட்ட அறைக்கு இன்னும் இரண்டு மாணவர்கள் வருவார்கள் என்றார். உடனேயே ஒரு அந்நிய நாட்டு சைனியம் போல நான் எல்லைகளைப் பிடித்து வைத்துக்கொண்டேன்.

நான் பெட்டியை எடுக்க திரும்பவும் ஜோர்ஜ் மாஸ்ரர் வீட்டுக்குப்போனபோது அது திறந்திருந்தது. ஒரு வேலைக்காரப் பெண் வெளி மேடையில் ஒரு பெரிய மீனை வைத்து வெட்டிக் கொண்டிருந்தாள். அதன் கண்கள் பெரிதாக ஒரு பக்கமாகச் சாய்ந்து என்னையே பார்த்தன. ஆனால், அவள் என் பக்கம் திரும்பவில்லை.

என் அறைக்கதவு கொஞ்சம் நீக்கலாகத் திறந்திருந்தது. என்றாலும் நான் அங்கே பழகிக்கொண்ட முறையில் ஆள் காட்டி விரலை மடித்து டக்டக் என்று இருமுறை தட்டிவிட்டு உள்ளே நுழைந்தேன். படுக்கை அப்படியே கிடந்தது. என்னுடைய பெட்டி யும் புத்தகப் பையும் வைத்த இடத்திலேயே இருந்தன. அவற்றைத் தூக்கிய பிறகு இன்னொருமுறை அறையைச் சுற்றிப் பார்த்தேன்.

என் வாழ்நாளில் இனிமேல் எனக்கு இங்கே வரும் சந்தர்ப்பம் கிடைக்காது என்பது தெரிந்தது.

திடீரென்று ஒரு ஞாபகம் வந்து மரப்பெட்டியை எட்டிப் பார்த்தேன். நாலு குட்டிகளே இருந்தன. தாய்ப் பூனை மறுபடியும் குட்டிகளைக் காவத் தொடங்கிவிட்டது. கறுப்புக் குட்டி போய் விட்டது. மற்ற நாலும் தங்கள் முறைக்காகக் காத்திருந்தன. அவை மெத்தென்றும் வெதுவெதுப்புடனும் இருந்தன. ரொஸலின் என்று சொல்லியபடியே ஒவ்வொரு அட்சரத்துக்கும் ஒரு குட்டியைத் தொட்டு வைத்தேன்.

திரும்பும் வழியிலே அவள் பேசிய முதல் வார்த்தை ஞாபகம் வந்தது. 'பயந்திட்டியா?' எப்படி யோசித்தும் கடைசி வார்த்தை நினைவுக்கு வர மறுத்தது.

மழைவிட்ட பிறகும் மரத்தின் இலைகள் தலைமேலே விழுந்துகொண்டிருந்தன. பிரமாண்டமான தூண்களைக் கட்டி எழுப்பிய அந்தப் பள்ளிக்கூடத்திலும் அதைச் சுற்றியிருந்த கிராமங் களிலும் அதற்கப்பால் இருந்த நகரங்களிலும் வாழும் அவ்வளவு சனங்களிலும் எனக்கு, என் ஒருவனுக்கு மட்டுமே அந்தக் கறுப்புப் பூனைக்குட்டியின் பெயர் அரிஸ்டோட்டல் என்பது தெரியும். அந்த எண்ணம் மகிழ்ச்சியைத் தந்தது.

அவளைப்பற்றி அறியும் ஆசையிருந்தது. ஆனால், எனக் கிருந்த கூச்சத்தினால் நான் ஒருவரிடமும் விசாரிக்கவில்லை. யாரிடம் கேட்பது என்பதையும் அறியேன். நான் மிகவும் சிரமப் பட்டு இடம்பிடித்த யாழ்ப்பாணம் அமெரிக்கன் மிஸன் பள்ளிக் கூடத்தில் அவள் படிக்கவில்லை என்பதை விரைவில் கண்டு பிடித்துவிட்டேன். ரொஸலின் என்ற அவளுடைய அற்புதமான பெயரை Rosalin என்று எழுதுவதா அல்லது Rosalyn என்று எழுதுவதா என்ற மிகச் சாதாரண விஷயத்தைக்கூட நான் அறியத் தவறிவிட்டேன்.

வெகுகாலம் சென்று அவள் கேரளாவில் இருந்து கோடை விடுமுறையைக் கழிக்க வந்திருந்தாள் என்றும், பிறகு படிப்பைத் தொடருவதற்குத் திரும்பப் போய்விட்டாள் என்றும் ஊகித்துக் கொண்டேன். வழக்கம்போல மிகவும் பிந்தியே இந்த ஊகத்தையும் செய்தேன்.

நான் புதிதாகச் சேர்ந்த அந்தப் பள்ளிக்கூடத்தில் வேதியியல் ஆசிரியன் வில்லியம்ஸின் கொடுங்கோலாட்சி நடந்துகொண்டிருந் தது. மெண்டலேவ் என்ற ரஸ்யன் செய்த சதியில் நாங்கள்

தனிமங்களின் பட்டியலை மனப்பாடம் செய்யவேண்டும் என்று அடம்பிடித்தான். அப்பொழுது 112 தனிமங்கள் இல்லை; 92தான். இருந்தும் அவற்றை என்னால் மனனம் செய்ய முடியவில்லை. எடையில் குறைந்தது ஹைட்ரஜன் என்பதோ, கூடியது யூரேனியம் என்பதோ ஞாபகத்தில் இருந்து வழுக்கியபடியே இருந்தது. முன்பாகவே பெயர் வைத்துப் பின்னால் கண்டுபிடிக்கப்பட்டது ஜெர்மேனியம் என்பது என் நினைவுக்கு வர மறுத்தது. இப்படி இரண்டு வருடங்கள் அவன் முழு அதிருப்தியாளனாகவே இருந்தான். இரக்கப்பட்டோ, அல்லது பெருந்தன்மையாக மறந்தோ எனக்கு E க்கு மேலான ஒரு மதிப்பெண்ணை இவன் தர முயற்சிக்கவில்லை. இந்தக் கொடுமைகளின் உச்சத்தினால் இரண்டொரு முறை நான் படுக்குமுன் ரொஸலினை நினைக்காமல் இருந்ததுகூட உண்டு.

இது நடந்து மிகப் பல வருடங்கள் ஓடிவிட்டன. பல தேசங்கள் சுற்றிவிட்டேன். பல வரைபடங்களைப் பாடமாக்கினேன். பல முகங்களை ரசித்தேன். பல காற்றுகளைச் சுவாசித்தேன். பல கதவுகளைத் திறந்தேன்.

ஆனாலும் சில சமயங்களில் கடித்தவுடன் கரையும், மெல்லிய சீனி தூவி மொரமொரவென்று ருசிக்கும், ஒன்பது சிறு துளைகள் கொண்ட நீள்சதுர பிஸ்கட்டைச் சாப்பிடும்போது ஒரு கித்தாரின் மணம் வருவதை என்னால் தவிர்க்க முடியாமல் இருக்கிறது.

◆

நாளை

அந்த இடம் ஒரு கணத்தில் பரபரப்பானது.

'எழுந்திரு, எழுந்திரு' என்று பெரியவன் அவசரப்படுத்தினான். சின்னவன் சோர்வினால் கண்ணயர்ந்திருந்தான். அவனை அந்நிலையில் விட்டு விட்டு ஓடுவதற்கு இவனுக்கு மனம் வர வில்லை.

தூரத்தில் வாகனங்கள் நிரையாக வருவதாக ஒருவன் கூறினான். அவனை நெருக்கி விசாரித்தபோது அவன் தான் பார்க்க வில்லையென்றும் இன்னொருத்தன்தான் பார்த்ததாகவும் சொன்னான். சனங்கள் ஒவ்வொரு திசையில் ஓட ஆரம்பித்தனர். தங்களுக்கு வேண்டிய மாதிரி வரிசை செய்து நின்றார்கள்; பிறகு ஆர்வமிழந்து வரிசையைக் குலைத்தார்கள்.

மறுபடியும் குரல் எழும்பியது. யார் முதலில் கண்டது? உண்மையில் வாகனங்கள் வருகின்றனவா? பொய் சொல்லுவதற்கு இது நல்ல சமயமல்ல! எந்தத் திசையில் இருந்து வாகனங்கள் வருகின்றன? நன்றாகப் பார்த்துச்சொல்லுங்கள்.

அந்தத் தொக்கையான மனுஷி நாலு பிள்ளையையும் இழுத்துக்கொண்டு முன்னேறினாள். அவள் கைகளில் பெரிய பாத்திரங்கள் இருந்தன. அவள் எல்லாவற்றையும் முன்கூட்டியே யோசித்துப் போதிய ஏற்பாடுகளுடன் வந்திருந்தாள்.

பெரிய பட்டாளம்போனதுபோல அவள்போன பின் பின்னால் நல்ல இடைவெளி தோன்றியது. அந்த இடைவெளியை நோக்கி ஓடுமுன் அது விரைவில் மூடிக்கொண்டது.

அப்போது ஹெலிகொப்டர்கள் சுழன்று சுழன்று பறந்தன. அவற்றிலே பொருத்தியிருந்த துப்பாக்கிகள் மௌனமாக அசைந்தன. காற்றாடி சுழலும்போது 'சாவு, சாவு' என்று சொல்வது போலத் தோன்றியது. பெரியவன் தன் பெற்றோரை ஒரு கணம் நினைத்துக்கொண்டான். இப்பொழுது எல்லோருக்கும் வாகனங்கள் வந்துவிட்டன என்பது நிச்சயமாகத் தெரிந்தது.

அவன் அணிந்திருந்த தொளதொள ஓவர்கோட்டைப் பற்றியபடி சின்னவன் ஓடினான். எங்கே அவன் தன்னை விட்டுப் போய்விடுவானோ என்ற பயம் அவன் முகத்தில் தெரிந்தது. அவன் மூக்குக்குக் கீழே சளி காய்ந்துபோய் இருந்தது. அது மூன்று நாளாக அவன் சருமத்துடன் ஒட்டிக்கொண்டுவிட்டது.

பெரியவன் கையிலே ஒரு நெளிந்துபோன டின் இருந்தது. அதை அவன் கெட்டியாகப் பிடித்திருந்தான். டின்னிலிருந்த ஓட்டைகளையும் அவன் அடைத்திருந்தான். அவனுக்கு வயது பதினொன்றுக்கு மேலே இருக்காது. சின்னவனுக்கு ஆறு வயது சொல்லலாம். அந்த இரண்டு சிறுவர்களும் சனக்கூட்டத்தில் பெரிய அலையில் எத்துண்ட இரண்டு சிறிய இலைகள்போல அங்குமிங்கும் தத்தளித்தார்கள்.

கடைசியில் பெரிய தடித்த உருவம் ஒன்று வந்தது. கீழோ ரிடம் அதிகாரம் செய்து பழக்கப்பட்ட முகம். கறுப்பு நிறத்தில் அளவுக்கதிகமான ஓவர்கோட், பெல்ட், தொப்பியுடன் அவன் இருந்தான். கையிலே சிறு தடியை வைத்து உருட்டிக்கொண்டிருந் தான். தடித்த குரலில் அடிக்கடி ஏதோ கூறினான். அவன் என்ன சொன்னான் என்பது புரியவில்லை. ஆனால், அந்தப் பெரிய கூட்டம் அவனுடைய சொல்லுக்குக் கட்டுப்பட்டது.

இருந்தாற்போல ஒரு சன வெள்ளம் வந்து அடித்தது. அந்த அலையில் பெரியவன் தன் கைப்பிடியைச் சிறிது தளர்த்திவிட் டான். சனக்கூட்டம் தள்ளிக்கொண்டேபோனது. சின்னவன் 'அண்ணா, அண்ணா' என்று கத்தும் சத்தம் கேட்டும் அவனால் திரும்ப முடியவில்லை. சனத்திரள் அப்படியே அவனை இழுத்துக் கொண்டு போய்விட்டது. இப்பொழுது சின்னவனுடைய அலறல் அவனுக்குக் கேட்கவில்லை.

சின்னவன் அதே இடத்தில் நிற்காமல் அழுதபடியே அண்ணனைத் தேடி ஓடினான். இருவரும் இப்படித் தேடிக் கொண்டே எதிர்த் திசையில் சென்றார்கள். அப்பொழுது ஓர் அதிகாரி வந்து இவனுடைய கையைப் பிடித்து இழுத்து ஒரு கூடாரத்தின் முன்பு நிறுத்தினார். இவன் அங்கேயே அழுதபடி ஓர் அரை மணிநேரம் காத்திருந்தான்.

இறுதியில் அந்த அதிகாரி அவன் அண்ணனுடன் வந்தார். இவன் ஓடிப்போய் அண்ணனைக் கட்டிக்கொண்டான். அவன் தலைமயிரை இழுத்துக் கொஞ்சினான். தலையிலே சன்னம் பட்ட தழும்பு தெரிந்தது. அதில் மயிர் முளைக்காமல் பெரிய வட்டமாக இருந்தது. பெரியவன் கண்களில் கண்ணீர். அதை ஒருவரும்

அறியாதவாறு தன் புஜத்தினால் மெல்லத் துடைத்துக்கொண் டான்.

ஒழுங்கில்லாமல் பல புது வரிசைகள் இப்போது உண் டாகின. பெரியவன் ஓடிப்போய் ஒரு வரிசையிலே நின்றுகொண் டான். அடிக்கடி பின்னுக்குத் திரும்பிப் பார்த்தான். வரிசையிலே புது ஆட்கள் சேரச்சேர இவனுக்கு நிம்மதியாக இருந்தது. எல் லோரும் பெரியவர்களாக இருந்தார்கள். இவன் அவர்களுடைய இடுப்பு அளவுக்குத்தான் இருந்தான். அவர்கள் ஆவேசமாக இடி படும்போது இவன் இடையிலே நசிபடாமல் இருக்க முயற்சித்தான்.

அவன் அடிக்கடி திரும்பிச் சின்னவனை எச்சரிக்கை செய் தான். சின்னவன் வரிசையில் நிற்காமல் வேலி ஓரத்தில் குந்திக் கொண்டிருந்தான். அங்கே வேறு சிறுவர்களும், சில கிழவர்களும் படுத்துக்கிடந்தார்கள். சின்னவன் கிழவர்களை எல்லாம் சுற்றி வந்து மேற்பார்வை பார்த்தான்.

ஒரு சிறுமி துணிப்பொம்மை ஒன்றை அணைத்துக்கொண்டி ருந்தாள். அந்தப் பொம்மைக்குச் சிவப்புத் தலைமயிரும் பெரிய கறுத்த விழிகளும் இருந்தன. இவன் கிட்டப்போய் அதை ஆசை யோடு பார்த்தான். அந்தப் பெண்ணுக்கு அது பிடிக்கவில்லை. பொம்மையைத் தூக்கிக்கொண்டு விலகி ஓடிவிட்டாள். இவனுக்கு ஏமாற்றமாக இருந்தது.

வரிசை இப்பொழுது நகரத் தொடங்கியிருந்தது. இன்றைக்குக் கட்டாயம் இறைச்சி கிடைக்கும் என்று சின்னவ னிடம் சொல்லியிருந்தான். இப்பொழுது ஒரு வாரமாக இதைச் சொல்லி ஏமாற்றியாயிற்று. இனி அவன் தாங்கமாட்டான். இன்றைக்குக் கிடைத்தால் நல்லாக இருக்கும் என்று பெரியவன் யோசித்துக்கொண்டான்.

வரிசையின் முடிவு எங்கே என்று திரும்பிப் பார்த்தான். அது தெரியவில்லை. நீண்டுகொண்டே போனது. சந்தோஷமாக இருந்தது. அவனுக்கு முன்னால் இருபதுபேர் மட்டுமே இருந் தார்கள். அவனது முறை விரைவில் வந்துவிடும்.

மெல்லிய பனிக்காற்று வீசத்தொடங்கியது. அது பெருக் காமல் இருந்தால் சரி. சூரியன் விடுப்பில் போய்விட்டதுபோல அன்று வெளியே வரவே இல்லை. ஓட்டை விழுந்த காலணிகள் எதிர்ப்புச் சக்தியை இழந்துவிட்டன. இறுக்கிப் பிடித்த ஓவர் கோட்டை ஊடுருவி குளிர் அவன் வயிற்றைக் குறிவைத்தது.

அவன் தாயாரின் தோற்றமுள்ள ஒரு மனுஷி தலையிலே ஸ்கார்ப் கட்டியிருந்தாள். பெரிய கூடைகளிலே இருந்து ரொட்டியை எடுத்து விநியோகம் செய்தாள். அவள் கைவிரல் களின் நகப்பூச்சுகூட அவன் தாயாரையே நினைவூட்டியது. அவள், பக்கத்திலே நின்றவனுடன் நாகரிகமான அங்க அசைவுகளுடன் பேசினாள். அவளை அவனுக்கு மிகவும் பிடித்திருந்தது. பக்கத்துக் காரன், வேலையிலே மிக்க கவனத்துடன் சுடச்சுட சூப் அள்ளி ஊற்றிக்கொண்டிருந்தான். ரொட்டியை வாங்கிய பிறகு சூப்பை டின்னிலோ, பிளேட்டிலோ பெற்றுக்கொண்டார்கள். சிலர் உடனேயே அதை ருசித்தபடி நகர்ந்தார்கள்.

பெரியவன் ஒரு ரொட்டியை வாங்கி ஓவர்கோட்டின் உள் பாக்கட்டில் வைத்துக்கொண்டு டின்னை நீட்டினான். பதிவு அட்டையைக் கேட்டான் ஒரு மீசை வைத்தவன். இவன் கொடுத் தான். "ஏய், இங்கே வா! இங்கே வா! எப்படி உள்ளே வந்தாய்? இது இங்கே செல்லாதே" என்றான். இவன் சூப் வாங்கும் இடத் துக்கு நகர்ந்துவிட்டான். மீசைக்காரன் அட்டையைத் திருப்பிக் கொடுத்துவிட்டு, "இனிமேல் இங்கே வராதே" என்றான்.

பெரியவனின் கண்கள் சூப் கொடுப்பவன் மேலேயே இருந் தது. அவன் அள்ளி ஊற்றும்போது இறைச்சித் துண்டுகள் இருக் கின்றனவா என்று கூர்மையாக அவதானித்தான்.

இவனுக்கு முன்னால் நின்ற பெரியவர், "நண்பரே! ஆழத்தில் இருந்து கலக்கி ஊற்று" என்றார். அவனும் அப்படியே செய்தான். இவன் முறை வந்தது. இவனும், "நண்பரே! அடியில் நல்லாய் கலக்கி ஊற்றுங்கள்" என்றான். அந்த நல்ல மனிதனும், "உன் விருப்பப்படியே, சிறிய நண்பரே!" என்று சொல்லியபடி ஆழ மாகக் கலக்கி வார்த்தான். பேணி நிறைந்தது. பெரியவன் நன்றி கூறிவிட்டு உற்சாகமாகத் துள்ளி ஓடினான்.

ரொட்டியை மூன்று பகுதிகளாகப் பிரித்தான். ஒரு பகுதியைக் கோட்டில் மறைத்து வைத்தான். மறுபகுதியைத் தம்பி யிடம் தந்து மற்றதைத் தான் எடுத்துக்கொண்டான். அவசரமாக சூப்பிலே ரொட்டியைத் தோய்த்துச் சாப்பிட்டார்கள். சூப்பிலே ஓர் இறைச்சியும் இல்லை.

"அண்ணா! நீ என்னை ஏமாற்றிவிட்டாய். இறைச்சி இன்றைக்குக் கிடைக்கும் என்று சொன்னாயே? ஐந்து மைல் தூரம் நடந்தது இதற்குத்தானா? என் கால் எல்லாம் வலிக்கிறது" என்றான். "பொறுத்துக்கொள் தம்பி. ஏதோ பொல்லாத காலம்; நாளைக்குக் கட்டாயம் கிடைக்கும்; பயப்படாதே" என்றான்.

இன்னும் இரண்டு மணி நேரமே சூரிய ஒளி இருக்கும். விரைவிலே திரும்பவேண்டும். கம்பி வலை ஓட்டையிலே முதலில் தம்பி புகுந்து வெளியே வந்தான். அந்த ஓவர்கோட்டை இவன் கழற்றி ஓட்டை வழியாகத் தம்பியிடம் எறிந்தான். பின்பு சுலபமாக இவனும் வெளியே வந்துவிட்டான்.

நெடுஞ்சாலையில் நூறு மீட்டருக்கு இரண்டு ராணுவ வீரர் வீதம் காவல் நின்றார்கள். தானியங்கித் துப்பாக்கிகளுடன் அவர்கள் நேராக நின்றதை இந்தச் சிறுவர்கள் ஆர்வத்தோடு பார்த்தார்கள். அவர்கள் உடுப்பும் தோரணையும் ஒருவித பயத்தைத் தோற்றுவித்தது. அதிலே ஒருவன் சிவப்பாக, நெடுப்பாக இருந்தான். மற்றவன் ஏதோ யோசனையில் சிகரெட் பிடித்துக்கொண்டிருந்தான்.

அந்த ராணுவ வீரர்களை அணுகினார்கள். இவர்கள் வெகு சமீபமாக வருமட்டும் அந்த வீரர்கள் கவனிக்கவில்லை. இவர்களைக் கண்டதும் ஒருவன் துள்ளி எழுந்தான். சிறுவர்கள் பயந்து போனார்கள். அந்த ராணுவ வீரன் பேசியது இவர்களுக்குப் புரியவில்லை. அந்த பாஷை சுத்தமாகவும், எஜமானத்தனம் கொண்டதாகவும் இருந்தது. இராணுவத்துக்கு ஏற்ற பாஷையாகவும் பட்டது.

பெரியவன் இரண்டு விரல்களை உதட்டிலே வைத்து சிகரெட் என்று சைகையில் சொன்னான். இராணுவ வீரன் என்ன நினைத்தானோ, ஒரு புது சிகரெட்டை எடுத்து நிலத்திலே வீசினான். சிறுவன் அதை எடுத்துக்கொண்டு ஓடினான்.

ஒரு புதருக்குப் பக்கத்தில் அவர்கள் தங்கிச் சிறிது இளைப்பாறினார்கள். பெரியவன் சிகரெட்டைப் பற்ற வைத்து இழுத்தான். சின்னவன் தனக்கும் வேண்டும் என்றான். அதற்கு, “நீயும் என்னைப்போல பெரியவன் ஆனதும் பிடிக்கலாம். இப்ப நல்ல பிள்ளையாம்” என்று ஆறுதல் கூறினான். சின்னவன் அந்த நியாயத்தை ஏற்றுக்கொண்டான்.

ஒரு நீண்ட தடியை எடுத்துத் துப்பாக்கிப்போல பிடித்தபடி சின்னவன் நேராக நடைபோட்டான். இருட்டும்போது அவர்கள் கராஜ் கிட்ட வந்துவிட்டார்கள். சின்னவன் கையை நீட்டி, “அதோ, அதோ” என்று காட்டினான். அந்த நாய் மறுபடி வந்து நின்றது. மெலிந்து எலும்பும் தோலுமாய் இருந்தது. அதுவும் அகதி நாய்தான். பதிவு கார்ட் இல்லாத நாய். நிலத்தை முகர்ந்து பார்த்தபடி தயங்கித் தயங்கி வந்தது.

"அண்ணா, அந்த நாய்க்கு ஒரு பேர் வைப்போமா?" என்றான் சின்னவன். "வேண்டாம். பேர் வைத்தால் அதுவும் எங்கள் குடும்பம் ஆகிவிடும்." பையில் இருந்த ரொட்டியை எடுத்துச் சரிபாதியாகப் பிய்த்து ஒரு பகுதியை அந்த நாயிடம் கொடுத்தான். அது அந்த ரொட்டியைத் தூக்கிக்கொண்டு நொண்டி நொண்டி ஓடியது.

கராஜ் வெளியே பெரிய பூட்டுப்போட்டுப் பாதுகாப்பாக இருந்தது. பெரியவன் பின்பக்கம் போய் பலகையை நீக்கினான். இரண்டு பேரும் உள்ளே நுழைந்த பிறகு பலகையை நேராக்கினார்கள்.

உள்ளே கந்தலும், வியர்வையுமாக ஒரே வாடை. இருட்டில் கண்கள் பழகுவதற்குச் சிறிது நேரம் எடுத்தது. பெரிய அட்டைப் பெட்டிகளை இழுத்துப் பழைய கம்பளிகளைப் போட்டு சரி யாக்கிய பின்பு சிறியவன் அலுப்பு மேலிடப் படுத்துக்கொண்டான். பெரியவன் மீதியான ரொட்டித் துண்டைப் பத்திரப்படுத்தி வைத்துக்கொண்டான். அடுத்த நாள் அதிகாலை சிறியவன் பசியில் அழும்போது அது பயன்படும்.

பெரியவன் பெட்டி விளிம்பில் சாய்ந்தபடி இருந்தான். சின்னவன் தூங்கிவிட்டான்போலும். திடீரென்று அவன் எழும்பி சிணுங்கியபடி ஊர்ந்து ஊர்ந்து வந்தான். அண்ணனைக் கட்டிக் கொண்டான். "அண்ணா, அண்ணா! நீ என்னைவிட்டுப் போக மாட்டியே, போகமாட்டியே!" என்று அழுதான்.

பெரியவன் அவனை இறுக்க அணைத்தான். "இல்லை, என் கூடப்பிறந்தவனே, உன்னை விட்டு ஒரு நாளும் போகமாட்டேன்" என்றான். அந்தக் குரலில் இருந்த உறுதி சின்னவனுக்கு நம்பிக்கை தருவதாக இருந்தது.

பெரியவன் அப்படியே வெகுநேரம் தூங்காமல் இருந்தான். அடுத்த நாளுக்கு வேண்டிய ஆலோசனைகள் அவனுக்கு நிறைய இருந்தன. நாளைக்கு 'கஞ்ச்' முகாமுக்குப் போகலாம் என்று தீர்மானித்தான். அது பெரிய முகாம். பத்து மைல் தூரத்தில் இருந்தது. அங்கே கட்டாயம் இறைச்சி கிடைக்கும்.

அப்படித்தான் அவன் கேள்விப்பட்டிருந்தான்.

◆

தொடக்கம்

இருபத்தியொன்பதாவது மாடியில் இருப்பதில் சில வசதிகள் இருந்தன. மற்ற கட்டடங்கள் உயரம் குறைந்தவை. என் னுடைய அலுவலகம் உச்சியில் இருந்தது. சுற்றிவரக் கண்ணாடி ஜன்னல்கள். உலகத்தை ராஜ்யம் ஆளுவது போன்ற ஒரு பிரமையை அது கொடுக்கும்.

நிலம் நித்திரை கொள்வதில்லை என்று சொல்வார்கள். ஆனால், வானம் விழித்திருப்பதில்லை. இரவு நேரங்களில் வேலை செய்ய நேரிடும்போது மிகவும் ரம்மியமாக இருக்கும். விளக்குகளை அணைத்துவிட்டு, இருளின் நடுவில் மௌனமாக இருந்து பார்க் கும்போது நட்சத்திரங்களிடையே மிதப்பதுபோலத் தோன்றும். மழைக்காலங்களில் என்னவென்றால் மின்னலும் இடி முழக்கமும் அதிசயமாகக் கீழேயிருந்து மேலே வரும்.

பறவைக் கூட்டங்களைப் பார்ப்பது இன்னொன்று. சம உயரத்தில் இருந்தே அவற்றைத் தரிசிக்கலாம். சில பறவைகள் திறந்திருக்கும் ஜன்னல் வழியாக மிகவும் சுதந்திரமாக உள்ளே நுழையும். இறக்கைகளைத் தொய்ய விட்டு ஒரு சுற்று வந்து மீண்டும் செட்டையடித்துத் திரும்பிவிடும். அவை அப்படி அடிக்கடி வந்து போவது அந்த இடம் தங்களுக்குச் சொந்தமானது என்பதை உறுதிப்படுத்தவே என்று நான் எண்ணிக்கொள்வேன். அந்த எண்ணம் எனக்கு மகிழ்ச்சியாகவே இருக்கும்.

இது தவிர வேறு சில காட்சிகளையும் காணலாம். எதிரில் இருக்கும் கட்டடத்தின் இருபதாவது மாடியில் இருவர் வேலை செய்தனர். ஓர் ஆணும் ஒரு பெண்ணும். அவர்கள் ஒருவர்மீது ஒருவர் ஆசைப்பட்டவர்களாகத் தெரிந்தார்கள்.

அவள் அடிக்கடி ஏடுகளை எடுத்துக்கொண்டு வருவாள். அவன் அவற்றைப் பார்ப்பான். அவளையும் பார்ப்பான். விலக்கப் பட்ட அங்கங்களில் விழிவைப்பார்கள்; தடுக்கப்பட்ட இடங் களைத் தடவுவார்கள். அங்குமிங்கும் பார்த்துவிட்டு அவதியாக உதடுகளை உரசிக்கொள்வார்கள்.

பிறகு அவள் பைல் கட்டுகளைத் தூக்கிக்கொண்டு ஒன்றும் தெரியாதமாதிரி வெளியே போவாள். இவன் பெருமூச்சு விட்டுக் கொண்டு அவளுடைய அடுத்த வரவுக்காகக் காத்திருப்பான். வேலை சலிக்கும்போது இந்த இளம் காதலர்களைப் பார்த்துக் கொஞ்சம் பரவசப்படலாம்.

ஆனால், அதற்கு இப்போது அவகாசம் இல்லை. இன்று நடக்க இருக்கும் ஒரு முக்கியமான கூட்டத்தில் மிகவும் பாரதூர மான முடிவுகளைச் சொல்லும் அறிக்கையைச் சமர்ப்பிக்க வேண்டும். பதினொரு பக்கங்கள் கொண்ட இந்த அறிக்கை தக்க ஆதாரங்களும், ஆணித்தரமான முடிவுகளும் கொண்டது. இதை அறிமுகப்படுத்தும் ஆரம்ப உரை எப்படி இருக்கவேண்டும் என்ற சிந்தனையில் இருந்தேன்.

கடந்த ஆறுமாத காலமாக இந்த ஆலோசகர் பணி என்னை அலைக்கழித்தது. நேற்றுத்தான் முடிந்தது. நானும் என்னுடைய பெண் உதவியாளர் கொஸாமரும் நேரம்போவது தெரியாமல் வேலை செய்தோம். கட்டுரையைச் செவ்வையாக்கி, சுத்தம் செய்து முடிக்கும்போது இரவு பத்து மணியாகிவிட்டது.

பிரசங்கத்துக்கு வேண்டிய வரைபடங்கள், ஸ்லைடுகள் மற்றும் உபகரணங்கள் எல்லாவற்றையும் அடுக்கியாகிவிட்டது. நகல்களையும், பிற்சேர்க்கைகளையும் ஒழுங்குபடுத்தி அவரவர் இருக்கைகளின் முன்பு கொஸாமர் வைத்துவிட்டாள். எல்லா சொற்பொழிவாளர்களுக்கும் ஏற்படும் ஆரம்பத் தயக்கம் எனக்கும் இருந்தது. அந்த யோசனையில் மூழ்கியிருந்தேன்.

மூன்றாவது முறையாகத் தொலைபேசி ஒலித்தது. இந்தத் தடவையும் என்னுடைய ஐந்து வயது மகள்தான் பேசினாள். அண்ணன் மேல் மீண்டும் புகார் கொடுத்தாள். அது மிகவும் நீண்ட பட்டியலைக்கொண்டிருந்தது. ஓர் ஏழு வயதுப் பையனால் அரைமணி நேரத்துக்கிடையில் இவ்வளவு உற்பாதங்களை உற்பத்தி செய்ய முடியுமா என்று அது என்னை யோசிக்கவைத்தது.

என் மனைவி வேலைக்குப் போய்விட்டாள். பிள்ளைகள் இரண்டு பேருக்கும் பள்ளி விடுமுறை. அவர்களுக்கு விலக்கு தீர்ப்பது இன்று என் வேலையாகிவிட்டது. பணிப்பெண்ணை அழைத்து என் கஷ்டத்தைத் தெரிவித்து, பிள்ளைகளை இன்னும் கண்டிப்புடன் பார்த்துக்கொள்ளும்படி கூறினேன்.

அப்போது பார்த்து கொஸாமர் உள்ளே எட்டிப்பார்த்தாள். சமயமறிந்து வந்துவிடுவாள். புன்சிரிப்புத் தேவதை. அவள் முகம் சுளித்தோ, மூக்கைச் சுருக்கியோ நான் பார்த்ததில்லை.

ஆப்பிரிக்காவில் secretary பறவை என்று ஒரு பறவை இருக்கிறது. அதன் கொண்டையில் இரண்டு பென்சில் செருகி வைத்ததுபோல இருக்கும். அது நடக்கும்போது தலையை நிமிர்த்தி ஒருவிதச் செருக்குடன் நடக்கும்.

கொஸாமரைப் பார்த்தபோது அந்தப் பறவையைப்போலவே இருந்தாள். விநோதமான உடையணிந்து இன்னும் விநோதமான தலை அலங்காரம் செய்து வந்திருந்தாள். இரண்டு முள்ளம்பன்றி முட்கள் அவள் கொண்டையில் நீட்டிக்கொண்டு நின்றன. ஒரு சாயலில் யப்பானியப் பெண்ணின் பாவனையாகவும் தோன்றியது. மிக உயரமாகவும் ஒல்லியாகவும் காட்சியளித்தாள். பாதங்களைச் சிறுசிறு அடிகளாக வைத்து விரைந்து நடந்தாள்.

"கொஸாமர், என் இனியவளே! எனக்கு ஓர் உதவி செய் வாயா?"

"சொல்லுங்கள், காத்திருக்கிறேன்" என்றாள்.

"என் பிள்ளைகளிடம் இருந்து இனிமேலும் தொலைபேசி வந்தால் நீ இரண்டே இரண்டு கேள்விகள் கேட்கவேண்டும். ஒன்று, வீடு எரிகிறதா? இரண்டு, யாராவது காலை முறித்துக் கொண்டார்களா? இரண்டுக்கும் இல்லை என்று பதில் வந்தால் தொலைபேசியைத் துண்டித்துவிடு. எனக்கு இனிமேலும் தொந் தரவு தரவேண்டாம்."

அவள் முறுவலித்தபடியே சரி என்றாள். சுழல் கதிரைபோல ஒற்றைக்காலில் சுழன்று திரும்பினாள். குதி உயர் காலணியில் இப்படி லாகவமாக இவள் சுழன்று திரும்புவாள். ஒருமுறைதானும் தடுக்கி விழுந்ததில்லை.

கடந்த இரண்டு மணித்தியாலங்களாக ஒரு தொலைபேசியும் வரவில்லை. ஆனபடியால் வீடு பத்திரமாக இருக்கிறது. கால்களும் சேமமாக இருக்கின்றன என்று நம்பலாம்.

உலகில் உள்ள கம்பெனிகள் எல்லாம் ஒரு பொருளை அல்லது சேவையை வாங்கி பிறகு விற்கும் அல்லது உற்பத்தி செய்து விற்கும். ஆனால், இந்த நிறுவனம் அதற்கு விதிவிலக்கு. இது ஒரு படி மேலேபோய் அந்தக் கம்பெனிகளையே வாங்கி விற்கும் தொழிலைச் செய்தது.

இதற்கு வேண்டிய மூலதனத்தில் முக்கியமானது அயோக் கியத்தனம். இதன் அடித்தளமே தர்ம விரோதமாகச் செயல் படுவதுதான். இது தவிர வஞ்சகம், சூழ்ச்சி போன்ற குணாம்சங் களும் வரவேற்கத்தக்கவை.

மீதியான மூலதனம் வாடிக்கையாளர்களிடம் இருந்தே கிடைக்கும். மனிதனுக்கு மிக இயல்பான மௌடீகம்தான் இதற்கு ஆதாரம். மக்களிடையே மௌடீகம் ஏராளமாக இருந்ததால் வியாபாரமும் ஏராளமாகப் பெருகியது.

முறைகேடான வழியில் பணம் சம்பாதித்தவர்களுக்கு இது சொர்க்கம். அவர்கள் பணம் எல்லாம் வெள்ளாவி வைத்து (money laundering) வெளியே வந்தது. மீண்டும் புரண்டது. இப்படி இந்த நிறுவனம் கொடிகட்டிப் பறந்தது.

ஆனால், சமீபத்தில் ஒரு மதலைக் கம்பெனியை வாங்கிய போது ஒரு சிறிய தவறு நேர்ந்துவிட்டது. அது இந்த நிறுவனத்தை அதல பாதாளத்துக்கு இழுத்துச் சென்றது.

கருங்குழி (black hole) என்று சொல்வார்களே, அதுதான். போட்ட முதலீடெல்லாம் போனஇடம் தெரியவில்லை. இருந்த தையும் அடித்துக்கொண்டுபோனது இந்தப் பால்குடி மறவாத கம்பெனி.

ஆனைக்கும் அடி சறுக்கும் என்ற கதைதான். இதை எப்படிச் சொல்லப் போகிறேன். நம்பமாட்டார்கள். ஒரு தகுந்த மேற்கோள் காட்டி என் பேச்சை ஆரம்பித்தால் நன்றாயிருக்கும். ஆப்பிரிக்காவில் ஒரு பழமொழி வழக்கில் இருக்கிறது. 'எலி பிடிக்கப் போகிறவன் எலியைப்போலவே சிந்திக்க வேண்டும்' என்று.

இன்று வரும் சபையினர் எல்லாம் தகுதி வாய்ந்தவர்கள். இருபது பேருக்கு மேலிருக்கும் அந்தக் கூட்டத்தில் சிலரிடம் நான் மிகுந்த எச்சரிக்கையாக இருக்கவேண்டும். மீதிப்பேர் தலை யாட்டிக்கொண்டு பின்னே போகும் பேர்வழிகள்தான்.

இன்று காலை வந்திருந்த குரல் அஞ்சல் தகவல்களில் முக்கியமானது அலிசாலா பின் ஒஸ்மான் கூட்டத்திற்கு வருகிறார் என்பதுதான். இவருடைய கேள்விகளில் பள்ளம் இருக்கும். விழுந்துவிடாமல் சமாளிக்க வேண்டும்.

இவர் ஓர் அராபியர். சொந்தமாக ஜெட் விமானம் வைத் திருக்கிறார். சாட்டிலைட்போல உலகை வலம் வருவார். கண்கள் அம்புலன்ஸ் விளக்குகள்போலப் பளிச்சிடும். எந்த நேரமும் இவர் கைகளும், முகமும் வேர்த்துக் கொட்டியபடியே இருக்கும். மிகக் கோபமான மூக்கு. இன்னும் கோபமான உதடுகள். இவர் மூச்சை விடும்போது பத்தாயிரம் டொலர் சம்பாதித்துவிடுவார். திரும்பி உள்ளே இழுக்கும் போது இன்னொரு பத்தாயிரம் டொலர்

சம்பாதித்துவிடுவார் என்று சொல்வார்கள். இவர் யாருக்காகவும் காத்திருந்தார் என்று சரித்திரம் இல்லை.

இரவு நேரமானதும் பற்பல பறவைகளும் மரத்திலே வந்து ஒதுங்குவதுபோல வயோதிகம் வந்ததும் பலவிதமான நோய்களும் உடம்பிலே வந்து தங்கிவிடும். மிசேல் பூனே வயோதிகர். பெயர் தெரிந்ததும், தெரியாததுமான பல வியாதிகள் அவர் கைவசம் இருந்தன. உருளைக்கிழங்குகளை எடுத்துவிட்ட உருளைக்கிழங்கு சாக்குபோல அவர் உடம்பு சுருங்கி இருக்கும். தேகம் பூராவும் சர்க்கரை. அதனால் அவர் தான் குடிக்கும் கோப்பியில் சர்க்கரை சேர்த்துக்கொள்வதில்லை. ஆனால், அவருடைய மூளை வெகு சுறுசுறுப்பாக இயங்கக்கூடியது. ஒட்டைச்சிவிங்கி இரை மீட்பது போல மிக நிதானமாகவும் ஆறுதலாகவும் பேசுவார். இவர் ஒரு வசனம் பேசி முடிக்குமுன் மெதுவாக நகர்ந்து சிறுநீர் கழித்து விட்டு மீண்டும் வந்து உட்கார்ந்துவிடலாம்.

குளோரியா பாண்ஸ் என்ற பெண்மணி பாரிய யாக்கைக்கு உடைமையானவர். என்ன காரணமோ அவரைக் காணும்போதெல் லாம் 'யாப்பருங்கலக்காரிகை' எனக்கு ஞாபகத்துக்கு வரும். எவ்வளவு சிரமப்பட்டுத் தயாரித்த ஆண்டறிக்கையையும் ஒரு கேள்வியில் தூக்கி எறியும்படி செய்துவிடுவார்.

ஓலாண்டோ இரண்டாயிரம் டொலருக்குக் குறைந்த ஆடை களை அணிவதில்லையென்ற விரதம் பூண்டவர். ஆடம்பரப் பிரியர். முன் தலைமயிர் உதிர்ந்துப் பிடரி மயிர் சிலும்பி நிற்கும். 'வேரி மயிர் பொங்க.' இவர் ஆங்கிலத்தை அட்சரம் அட்சரமாக உச்சரிப்பார். யோசனையான ஆள். ஒரு மணி பேச வேண்டியதை ஒரு நிமிடத்தில் சொல்லிவிடுவார். ஒரு வசனத்தை ஒரு வார்த் தையில் வடிப்பார். அவர் பேச்சு புதிராக இருக்கும். யாராவது பின்னால் வந்து அரும்பதவுரை, பொழிப்புரை, தெளிவுரை, விளக்க வுரை, விசேடவுரையென்று செய்தால்தான் உண்டு.

'உண்மை எப்போதும் வெல்லும், உன் பக்கம் திறமையான வக்கீல் இருந்தால்' என்பது தெரிந்ததே. ஆனபடியால் நல்ல வாதத் திறமையோடு இந்த அறிக்கையை அவர்கள் முன்பு வைக்க வேண்டும். அப்பொழுதுதான் வெற்றி கைகூடும்.

காற்றுக் கூடுதலாக இருந்தாலும் வறட்சியாக இருந்தது. நீள மாயிருந்த கண்ணாடி ஜன்னலைச் சாத்திவிட்டு தண்ணீர் குடிக்கக் கிளம்பினேன். எங்காவது நடந்துபோனால் ஆறுதலாக இருக்கும். மூளைக்கும் கொஞ்சம் இடைவெளி தேவைப்பட்டது.

தண்ணீர் ஊற்றுப்பக்கம் போனேன். இந்த ஊற்று இடது கைப் பழக்கக்காரர்களுக்காகச் செய்யப்பட்டு இருக்கவேண்டும். அதனுடைய குமிழ் இடது பக்கம் இருந்தது. வலது கைக்காரனான எனக்கு அது வசதியாக இல்லை.

இடது பெருவிரலால் தம் பிடித்து அமுக்கியபோது தண்ணீர் சீறிக்கொண்டு மேலெழுந்தது. அதற்கு லாகவமாக வாயைத் திறந்து பருகவேண்டும். மூன்றங்குலம் வாயைத் திறந்து முப்பத்தியேழு பாகைக் கோணத்தில் பிடிக்கவேண்டும். இதற்கு நீண்ட பயிற்சியும், நிதானமான யோசனையும் அவசியம். மிகவும் சங்கடமான அப்பி யாசம். வாய், முகம், தலைமயிர், கழுத்து என்று எல்லா அங்கங் களையும் நனைத்த பிறகுதான் தாகசாந்தி செய்யலாம்.

எவ்வளவு முயன்றும் இந்தக் கலை எனக்குக் கைவரவே இல்லை. இதில் தேறுவதற்கிடையில் எண்சீர்க் கழி நெடில் ஆசிரிய விருத்தப்பாவை இயற்றப் பழகிவிடலாம்போல பட்டது.

அறைக்குத் திரும்பினேன். ஆனால், அங்கே எனக்கு வேறு விதமான ஒரு சம்பவம் நடப்பதற்குக் காத்திருந்தது.

கதவை இழுத்துச் சாத்திவிட்டு மறுபடியும் என் அறிக் கையை விரித்துப் பாயிரம் பாடும் முயற்சியில் இறங்கினேன். அப்பொழுது படீரென்று ஒரு சத்தம். நான் பார்த்துக்கொண்டி ருக்கும்போதே அந்தப் பறவை ஐம்பது மைல் வேகத்தில் வந்து என் ஜன்னல் கதவில் மோதி விழுந்தது. பூ இதழ்கள் உதிர்வது போல அதன் இறகுகள் உதிர்ந்தன. அது மோதிய இடத்தில் கண்ணாடியில் வட்டமாக, வெண்மையான அடையாளம் பதிந்தது.

ஜன்னலைத் திறந்து மாடத்தில் இறங்கினேன். பறவைகள் பறந்துதான் நான் பார்த்திருக்கிறேன். படுத்துப் பார்த்ததில்லை. இந்தப் பறவை படுத்திருந்தது. அதைக் கையில் எடுத்தேன். சிறு துடிப்பிருந்தது. உடம்பின் சூடு இன்னும் தணியவில்லை. மிருது வாக இருந்தது. காம்பில்லாத ஒரு பூவைத் தூக்குவதுபோல லேசான கனம் கனத்தது.

அந்தச் சத்தம் கேட்டு கொஸாமர் வந்துவிட்டாள். அவள் கண்களில் அச்சமும் வருத்தமும் தெரிந்தது. மெதுவாகக் கிட்ட வந்து தொட்டுப் பார்த்தாள்.

"இறந்துவிட்டதா?"

மெல்ல தலையசைத்தேன். பறவையின் துடிப்பு அடங்கி உஷ்ணம் ஆறத் தொடங்கியிருந்தது. அது என்ன குற்றம் செய்தது?

யாருக்கும் ஒரு தீங்கிழைக்கவில்லையே! மூடியிருந்த ஜன்னலைக் காற்றுவெளி என்று நினைத்து வந்து மோதிவிட்டது.

"இது என்ன பறவை என்று தெரியுமா?"

"இந்த ஊர்ப்பறவை அல்ல. வரத்துப் பறவை. கழுத்தைப் பார். பகட்டான நிறம். ஆண் பறவைதான். பெண் என்றால் நிறம் மங்கலாயிருக்கும். இதற்கு முன்பு ஒருமுறை இந்தப் பறவை யைப் பார்த்திருக்கிறேன். திறந்திருந்த ஜன்னல் வழியாக இது என் அறைக்கு வந்திருந்தது. சிறகுகளை விரித்து அடித்து ஒரு வட்டம் போட்டது. என்னுடைய நண்பன் இது. இப்படி இதற்குத் துரோகம் செய்துவிட்டேன்."

"துரோகமா? என்ன துரோகம்?"

"சற்று முன்புதான் சாளரத்தைச் சாத்தினேன். பறவை தவறுதலாக எங்களிடம் வந்துவிட்டது என்று நாங்கள் நினைக் கிறோம். உண்மையில் நாங்கள் அல்லவோ அதன் பாதையில் கட்டடங்கள் எழுப்பியிருக்கிறோம்."

"சரி, இனி என்ன செய்வது? உங்களுக்கு நேரமாகிறது. நீங்கள் கூட்டத்திற்குப் புறப்படுங்கள். நான் இதை கிளீனரிடம் சேர்ப்பித்து விடுகிறேன்."

நான் அதற்கு உடன்படவில்லை. அந்நியமான ஊருக்கு வந்துவிட்ட அகதிப் பறவை அது. ஒரு பாவமும் அறியாதது. தனித்துப் போய் இறந்து கிடக்கிறது.

அதைக் கைக்குட்டையில் ஏந்தி எடுத்துக்கொண்டு இருபத்தி யொன்பது மாடிகள் கீழே போய் அடக்கம் செய்யும்போதுதான் அதைப் பார்த்தேன். நீல நிறமான அதன் வலது காலில் ஒரு வளையம். அலுமினியத்தில் செய்த அந்த வளையம் பளபளத்தது. இதை எப்படி நான் முன்பே பார்ப்பதற்குத் தவறினேன். என் மனம் Bingo ஆட்டத்தில் கடைசிக் கட்டத்திற்குக் காத்திருப்பது போல படபடவென்று அடித்துக்கொண்டது. அந்த வளையத்தை மெள்ளக் கழற்றி வைத்துக்கொண்டேன்.

கொஸாமர் என்னுடைய பேச்சுக்கு வேண்டிய வரைபடங் களை அரங்கத்துக்கு எடுத்துச் சென்றுவிட்டாள். என் வரவை எல்லோரும் எதிர்பார்த்து இருப்பதாகவும் அறிவித்தாள். காலணிக் குள் குறுணிக்கல் புகுந்துவிட்டதுபோல கால் மாறியபடியே நின்றாள். அவஸ்தைப்பட்டாள். விரைவில் செல்லவேண்டும் என்று என்னை அவதிப்படுத்தினாள்.

ஆனால், அதற்கு முன் எனக்கு ஒரு சிறுவேலை பாக்கி இருந்தது.

வளையத்தை எடுத்து உற்றுப் பார்த்தேன். 'மொஸ்கோ பறவை மையம், செயல் எண் Z 453891' என்று எழுதியிருந்தது. கம்ப்யூட்டரில் மைய விரிவலையை விரித்தேன். அந்த வளையத்தில் எழுதியிருந்தபடி மொஸ்கோ மையத்தைத் தேடினேன். கிடைக்கவில்லை.

பறவைகளின் தாய் தரவுத்தளம் கோர்னெல் பல்கலைக் கழகத்தில் இருந்தது. அதில் என் முயற்சியைத் தொடங்கினேன். பல வாசல்கள் திறந்தன. மூடின. வழி விசாரித்தபடி மொஸ்கோ மையத்துக்கு வந்து கதவைத் தட்டினேன். பதிவு இலக்கம் என்ற கேள்விக்குத் தயங்காமல் Z 453891 என்று பதிந்தேன்.

அப்பொழுது அந்தப் பறவையின் ஜாதகம் விரிந்தது. Saker Falcon. ஐந்து வருடங்களுக்கு முன்பு அந்த வளையம் மாட்டப் பட்டிருந்தது. சில வருடங்களுக்கு முன்பு அராபியாவில் காணப் பட்டது. பலமுறை மொஸ்கோவுக்கும், ஆப்பிரிக்காவுக்கும் இடை யில் பிரயாணம் செய்திருந்தது. குளிர்கால ஆரம்பத்தில் வந்து அது முடிய போய்விடும். இன்று என் கையில் மரணமடைந்து கிடந்தது.

வலையை மடித்தேன். வளையத்தை மேசையில் வைத்தேன். இந்தப் பறவை இன்ன நாள், இன்ன தேதி, இந்த இடத்தில் மரண மடைந்தது என்று குறிப்பு எழுதினேன். என் குறிப்புடன் அந்த வளையத்தை மொஸ்கோ மையத்துக்கு அனுப்பிவிடும்படி கொஸா மரைக் கேட்டுக்கொண்டேன்.

என் கட்டுரையைக் கையில் எடுத்தேன். பேச்சிற்கு அத்தி யாவசியமான மற்ற உபகரணங்களையும் சேகரித்துக்கொண்டேன். அந்த நீண்ட கட்டடத்தின் ஒரு தொங்கலில் இருந்து மறு தொங்கலில் அமைந்திருந்த கலந்தாய்வுக்கூடத்திற்கு விரைந்தேன்.

பேச்சை எப்படித் தொடங்குவது என்பதை நான் இன்னும் தீர்மானிக்கவில்லை. அதற்கு நேரமுமில்லை. இனியும் தாமதிக்க முடியாது.

நான் கதவை முழங்கைகளினால் தள்ளித் திறந்துகொண்டு உள்ளே நுழைந்தேன். எதிர்பார்த்தபடி அங்கே இருபது பேர்களுக்கு மேலே கூடியிருந்தனர். என்னைக் கண்டதும் அங்கிருந்தோர் தங்கள் அதிருப்தியைத் தங்கள்தங்கள் தகுதிக்கு ஏற்றவாறு வெளிப் படுத்தினர்.

சில நாற்காலிகள் நகர்ந்தன. சிலர் அசைந்து கொடுத்தனர். பாதி குடித்த கோப்பிக் கோப்பைகள் மேசையிலே ஆடின. சிகரெட் பிடிக்கக்கூடாது என்ற அறிவித்தலையும் மீறி யாரோ புகைத்திருந்தார்கள். அந்த மணம் அறையிலே சூழ்ந்திருந்தது.

என் தாமதத்திற்கு மன்னிப்பு கேட்பேனென்று சிலர் எதிர் பார்த்தார்கள். 'சீமாட்டிகளே, சீமான்களே' என்று வழக்கமான சம்பிரதாயத்துடன் பேச்சை ஆரம்பிப்பேன் என்று சிலர் நினைத்த னர். இன்னும் சிலர் காலை வணக்கம் கூறுவேன் என்று காத்திருந்தார்கள்.

மாறாக நான் ஒன்றுமே செய்யவில்லை. பேச்சு மேடையில் அஞ்சலி செய்வதுபோல சில விநாடிகள் அசையாது நின்றேன். விரித்த சிறகுடன் வேகமாக வந்து கண்ணாடியில் மோதி இறந்து போன அந்தப் பறவையே என் ஞாபகத்திற்கு வந்தது.

என் உரையைத் தொடக்கினேன்.

"ஒரு பறவை இன்று வழி தவறிவிட்டது. சில நிமிடங்கள் முன்பு. வெறும் வெளி என்று நினைத்து அது என் ஜன்னல் கண்ணாடியில் வந்து ஐம்பது மைல் வேகத்தில் மோதியது. அக்கணமே உயிர் பிரிந்துவிட்டது.

அதை இப்போதுதான் அடக்கம் செய்துவிட்டு வரு கிறேன்.

வளைந்த மூக்கும் வெள்ளைத் தலையும் கொண்ட பறவை. சாம்பல் நிறமான செட்டைகள் யாரையும் வசீகரிக்கும் தன்மை உடையவை. இந்தக் கைகளில் விரிந்து அனாதரவாகக் கிடந்தது. அதன் உடம்புச் சூடு ஆறுமுன்பே அது அடக்கம் செய்யப்பட்டு விட்டது.

இந்த நிறுவனத்தின் தோட்டத்தில், ஓர் அடி ஆழத்தில், அது உறங்குகிறது. ரோஜாப் பதியனுக்கும், அந்தூரியத்திற்கும் இடையில் மரண வாசகம் எழுதாத ஒரு கல்லறையில் அது கிடக்கிறது.

இந்தப் பறவையை Saker Falcon என்பார்கள். ருஸ்யாவின் வடகிழக்கு மூலையில் இருந்து குளிர்கால ஆரம்பத்தில் இது புலம் பெயரும். தெற்கு ஆப்பிரிக்கா வரைக்கும் பறந்து வந்து வசந்தம் வரும் வேளைகளில் திரும்பிவிடும்.

ஐயாயிரம் மைல்கள் இதற்கு ஒரு பொருட்டல்ல. சூரியனை யும் நட்சத்திரங்களையும் வைத்துத் திசையறிந்து செல்லும். சரி கணக்காக வந்து கணக்காகத் திரும்பிவிடும்.

அப்பேர்ப்பட்ட வல்லமை படைத்த பறவை இன்று ஒரு சிறிய தவறு செய்தது. திரும்ப வேண்டிய ஒரு சிறு திருப்பத்தில் திரும்ப மறந்துவிட்டது. அதனால் அது இறக்க நேரிட்டது. இனி அது தனக்குச் சொந்தமான ருஸ்யா நாட்டின் வடபகுதிக்குத் திரும்பவே போவதில்லை."

தொடக்க உரையை முடித்துவிட்டு அறிக்கையைக் கையில் எடுத்தேன். சபையோரின் முகங்களைப் பார்த்தேன். அந்த முகங் களை மறைத்த இருள் விலகுவதுபோல பட்டது. நான் என்ன சொல்ல வருகிறேன் என்பது அவர்களுக்கு விளங்கியதுபோலவும் இருந்தது. நான் என்னுடைய உரையை இனிமேல் படிக்கவேண்டிய அவசியமே இல்லை. அப்படித்தான் நினைக்கிறேன்.

◆

ஆயுள்

(இந்தக் கதையில் ஓர் ஆண் பாத்திரம் உண்டு. பெண் பாத்திரமும் இருக்கிறது. ஆனால், இது காதல் கதை அல்ல. இன் னொரு பாத்திரமும் வரும். அதைப் பற்றிய கதை. ஏமாற வேண் டாம் என்பதற்காக முன்கூட்டியே செய்த எச்சரிக்கை இது.)

பெயர்	ஆயுள்
மே இலையான்	ஒரு நாள்
பழ இலையான்	ஒரு மாதம்
வண்ணத்துப்பூச்சி	ஒன்றரை வருடம்
தவளை	இரண்டு வருடம்
நாய்	15 வருடம்
சிங்கம்	30 வருடம்
ஒட்டைச்சிவிங்கி	36 வருடம்
மனிதன்	65 வருடம்
கிளி	70 வருடம்
கடல் ஆமை	100 வருடம்

அவனை யாத்திரிகன் என்று சொல்ல முடியாது. யாத்திரி கன் என்றால் அவனுடைய பயணத்துக்கு ஓர் இலக்கிருக்கும். இது இலக்கில்லாத பயணம். அவன் தேசாந்திரி. தேசம் தேசமாகச் சுற்றி வருபவன். அவன் பயணங்களுக்கு ஓர் ஒழுங்குமுறை கிடை யாது. நியமம் இல்லை. அவன் சந்தோசம் அதில்தான் இருந்தது. காற்றிலே எத்தப்படும் கடுதாசிபோல கால்கள்போன போக்கில் அவன் பயணம் நிர்ணயமானது.

அவன் ஒரு வீதி மனிதன். நடத்தல் அவனுக்கு விருப்ப மானது. நடந்துகொண்டே இருப்பான். தூரம் என்பது ஒரு பொருட்டில்லை. நிற்கும்போதுதான் அவனுக்கு ஆயாசம் ஏற்படும். மறுபடியும் நடக்கத் தொடங்கிவிடுவான்.

அவனுடைய அம்மா சொல்லுவாள், ஒருநாள் அவன் தள்ளு வண்டியில் இருந்து தானாகவே இறங்கிக்கொண்டானாம். அதைத்

தள்ளியபடியே சிறிது தூரம் நடந்தான். அவளுக்கு ஆச்சரியம். கால்களைக் கண்டுபிடித்த அந்தக் கணத்துக்குப் பிறகு அவன் தள்ளுவண்டியில் திரும்ப ஏறவேயில்லையாம்.

வாகனங்களில் ஆட்கள் பிரயாணம் செய்வது அவனுக்கு வியப்பளிக்கும். பள்ளிக்கூடத்திற்கு நடந்துதான் போனான்; வந்தான். விளையாட்டுகளில்கூட அவனுக்கு விருப்பம் இருந்த தில்லை. ஓடுவதுகூடப் பிடிக்காது. அது கால்களை மறுதலிப்பது போல என்பான். கால்களை அழுத்தமாகப் பூமியில் பதித்து நடக்கவேண்டும் என்பதுதான் அவன் விருப்பம். அப்படித்தான் செய்தான்.

பள்ளிக்கூட ஆசிரியர் ஒருநாள் கேட்டார், "உனக்கு எதிர் காலத்தில் என்னவாக விருப்பம்?" என்று. "நான் இறக்க விரும்பு கிறேன். இறந்து மறுபடியும் சிலந்தியாகப் பிறக்க வேண்டும்" என்றான். ஆசிரியர் திகைத்துவிட்டார். ஏன் என்ற கேள்விக்கு அவன் இப்படிப் பதில் கூறினான்.

"வனவிலங்குகளை எனக்குப் பிடிக்கும். அவை சுதந்திரமாக நடந்து திரியும். இரை தேடும், இனப்பெருக்கம் செய்யும், தூங்கும், பயங்கொள்ளும். என்ன உவப்பான வாழ்க்கை!"

"பறவைகளுடைய பரப்பு இன்னும் பெரியது. எல்லை கிடை யாது. சிறகடித்துப் பறக்கும், பாடும், பல வர்ணங்களில் மயக்க வைக்கும். அவற்றினுடைய சாகஸத்தைப் பார்த்தபடியே இருக்க லாம். அவை எனக்கு மிகவும் பிடிக்கும்."

"ஆனால், சிலந்தி. அது வித்தியாசமானது. தன் வாய் நீரில் நூல் செய்து தொங்கும் ஒரே ஜீவன். அந்த நூலில் ஊஞ்சலாடிய படியே பொறுமையோடு காத்திருக்கும். அது உணவைத் தேடிப் போவதில்லை. உணவு அதைத் தேடி வரும். என்ன உன்னதமான வாழ்க்கை. அதுதான் எனக்கு மிகமிகப் பிடிக்கும்."

வாலிபனானதும் அவன் புறப்பட்டான். நாலு வருடங்களாக நடந்துகொண்டிருந்தான். கிரேக்கத்தில் இருந்து வெளிக்கிடும் போது மூன்று மொழிகள் அவனுக்குத் தெரிந்திருந்தன. எகிப்து, பாரசீகம், அப்கானிஸ்தான் என்று பல தேசங்களை அவன் கடந்து விட்டான். இப்போது பன்னிரெண்டு மொழிகள் கைவந்தன. இனி எதிர்ப்படும் மொழிகளை இன்னும் சுலபமாக அவன் கற்றுக் கொள்வான். அவன் கால்கள் நகர்ந்துகொண்டேயிருக்கும். இன்று இருக்கும் பூமியில் அவன் மறுநாள் இருக்கப் போவதில்லை.

அவன் முதுகில் ஒரு மூட்டை இருந்தது. மிக அத்தியா வசியமான பொருட்கள் மட்டுமே அந்தப் பொதியில் இருந்தன. கம்பளிப் போர்வை, அங்கி, நித்திரைப் பை, சமையல் சாமான் என்று. ஒரு பிளாஸ்டிக் குடுவையில் தண்ணீர் பிடித்து வைத் திருந்தான். அந்த மூட்டையில் அது தொங்கிக்கொண்டு ஆடியது. சூரியஒளி படும்போது அது பளிச் பளிச்சென்று அடித்தது.

இந்துகுஷ் மலைச்சிகரங்களை அணைத்தபடி கிடக்கும் ரம்பூர் பள்ளத்தாக்கைப்பற்றி அவன் நிறையவே கேள்விப்பட்டிருக் கிறான். அநாதி காலமாக இங்கே பழங்குடியினர் அந்நிய குறுக் கீடுகள் இல்லாமல் வாழ்ந்து வந்திருக்கிறார்கள். அலெக்ஸாந்தர் படையெடுத்து வந்தபோது இந்தப் பள்ளத்தாக்கைப் பார்த்துப் பிரமித்து நின்றானாம். அவனுடைய படைவீரர்களில் சிலர் திரும்ப மறுத்து இங்கேயே தங்கிவிட்டதாகவும் கதைகள் இருந்தன.

பன்னிரெண்டாயிரம் அடி உயரத்தில் அது ஒரு தொட்டில் போல மிதந்துகொண்டிருந்தது. மலைச்சிகரங்களில் வெண்ணிற மேகங்கள் அலை அலையாகப் படிந்திருந்தன. பெரும் இரைச்சலுக் கிடையில் தோன்றும் மோனம்போல இடைக்கிடை பச்சைப் பிரதேசம் காணப்பட்டது. பனிக்காலம் வருமுன் இந்தப் பசும் புற்கள் தங்கள் கடைசி முகத்தைக் காட்டிக்கொண்டிருந்தன. இந்தச் சூழ்நிலையின் எழில் அவன் மனதைச் சொக்க வைத்தது.

மதங்கள் பிறக்க முந்திய ஒரு காலம். ஆதிமனிதன் இயற்கை யுடன் ஒன்றி வாழ்ந்துகொண்டிருந்தான். விலங்குகள் சில, வீட்டு மிருகங்கள் ஆகின. பூமி அணைத்தது. ஆகாயம் காத்தது. நதி ஓடியது. பனி பெய்தது. காற்று வீசியது. ஊழி முதலாக வரும் இந்த நியதியில் ஒரு மாற்றமுமில்லை. இந்த மலைவாசிகள் அப்படித்தான் வாழ்ந்துகொண்டிருந்தார்கள்.

பனிதான் நிரந்தரமானது. தண்ணீர் பனியின் மாறு வேடம் தான். சிலுசிலுவென்று தண்ணீர் ஓடிக்கொண்டிருந்தது. பனி உருகி வழிந்த நீர். அவன் குனிந்து அந்த பிளாஸ்டிக் குடுவையில் அதை நிரப்பினான். திவலைகள் சிதறின.

சூரிய ஒளியில் அவை தகதகவென்று பிரகாசித்தன. வாயிலே ஊற்றியபோது குளிர்ந்து அவன் களைப்பை நீக்கியது.

இளம்பெண்கள் சிலர் சிரித்தபடி ஒருவரை ஒருவர் இடித்துக் கொண்டும் கைகளைப் பின்னிக்கொண்டும் வந்தார்கள். இவன் செய்த காரியத்தை வியப்புடன் நோக்கினர். அந்நியர்கள் அங்கே வருவதில்லை. ஆனபடியால் அந்நியர்களைப் பற்றிய பயமும்

அவர்களுக்கில்லை. அவனுடைய கண்களும் உடையும் கேசமும் அவர்களுக்குப் புதினமாக இருந்தது. ஆனால், அவன் செய்த காரியம்தான் இன்னும் விநோதமாகப்பட்டது.

அவன் கையிலே வைத்திருந்த பிளாஸ்டிக் குடுவையைக் கண் கொட்டாமல் பார்த்தார்கள். அவர்கள் அதை முன்பின் பார்த்ததில்லை. சுரைக்குடுவையைப் பார்த்திருக்கிறார்கள்; தோல் பையைப் பார்த்திருக்கிறார்கள். ஆனால், இப்படி ஓர் அதிசயத்தைக் கண்டதில்லை.

தண்ணீர் மொள்ளும்போது உள்ளே அது தண்ணீரைக் காட்டியது. சூரிய ஒளியில் நீர் தளும்பும்போது ஜாலம் செய்தது.

அவர்கள் கைநீட்டி ஜாடை செய்து அந்தக் குடுவையை யாசித்தார்கள். அவன் நீட்டினான். ஒருவர் மாறி ஒருவர் தண்ணீரைப் பருகினார்கள். பருகிவிட்டு குடுவையைப் பார்த்தார்கள். அங்கே நீர் குறைந்திருந்தது. கலகலவென்று சிரித்தபடியே குடுவையைத் திருப்பிக் கொடுத்துவிட்டு அவர்கள் போய்விட்டார்கள்.

அதில் ஒருத்தி சாத்தியமில்லாத முகத்தைக் கொண்டிருந்தாள். மலைப்பனி போன்ற உடம்பு. மேடிட்ட மேலுதடுகள். பிராயம் பதினாலுகூட இருக்காது. மை பூசாத கண்களால் உதாசீனமான பார்வை பார்த்தாள். உலகத்திலேயே அற்பமான உடைமைகள் கொண்ட இந்த ஆதிவாசிப் பெண் இவன் பார்வையை அலட்சியப்படுத்திவிட்டு தன்பாட்டுக்குப் போய்க்கொண்டிருந்தாள்.

என்ன விசித்திரம்! இவன் மனது அவள் பின்னால் சென்றது.

(இங்கே காதல் தொடங்கிவிட்டது என்று நீங்கள் நினைக்கலாம். இதிலே காதல் வளராது. ஏமாற்றம்தான் வளரும். இது இரண்டாவது எச்சரிக்கை. இனியும் தொடரவேண்டிய அவசியமில்லை.)

தன் வழக்கத்துக்கு விரோதமாக அவன் அந்தக் கிராமத்தில் தங்கிவிட்டான். அசாதாரணமான பனிச்சிகரங்களின் வனப்பும், ஆயிரமாயிரம் ஆண்டுகள் ஒருவித மாற்றமுமில்லாமல் இயற்கையுடன் ஒன்றி வாழும் அந்தப் பழங்குடியினரிடம் ஏற்பட்ட லயிப்பும்தான் முக்கியக் காரணம்.

ஹொன்ஸாகூல் இன்னொரு காரணம். அதுதான் அவளுடைய பெயர்.

ஆண்கள் ஆட்டுமந்தைகளைப் பார்த்தார்கள். பெண்கள் வயலில் வேலை செய்தார்கள். தேனடைகளில் தேன் எடுத் தார்கள். அவர்கள் ஆசை அடங்கியவை. தேவைகள் சுருங்கியவை. ஆனால், கேளிக்கைகளுக்கு மாத்திரம் குறைவில்லை. விழாக் காலங்களில் ஆட்டமும் பாட்டுமாக சிறுபிள்ளைகளின் உற்சாகத் தோடு கலந்துகொண்டார்கள்.

வேகமும் யந்திர வாழ்க்கையும் அவனுக்குப் பிடிக்காது. இந்த மலைவாசிகள் இயற்கையைப் பலவந்தம் செய்யாமல் வாழ்ந்துகொண்டிருந்தார்கள். இங்கே சத்துருக்கள் இல்லை; ஆகவே சமரும் இல்லை. ஆலைகள் இல்லை; அதனால் ஆற்றில் கழிவுகள் இல்லை; ஆகாயத்தை மறைக்கும் நச்சுப் புகையும் இல்லை. உண்மையான பூமியின் மணம் இங்கே அவனுக்குக் கிடைத்தது. எல்லாமே மண்ணில் மறைந்தது; துளிர்த்தது; கிளை விட்டது; மீண்டும் மறைந்தது.

இறந்தவர்களைக்கூட இங்கே எரிப்பதில்லை; புதைப்பது மில்லை. சின்ன மரப்பெட்டிகளில் வைத்து மரண பீடத்தில் ஏற்றி விடுவார்கள். அது அப்படியே மழையில் நனைந்து, வெயிலில் உலர்ந்து இயற்கையாகிக் காற்றில் கலந்துவிடும். அதுவும் அவனுக்குப் பிடித்திருந்தது.

இலையுதிர் காலத்தின் ஆரம்பத்தில் மெல்லிய குளிர் பரவி யிருந்த ஒருநாள் 'உச்சோ' விழாவின் மும்முரத்தில் அவன் மறு படியும் அவளைக் கண்டான். மலையிலிருந்து இடையர்கள் ஆட்டுப்பால் வெண்ணெய்க் கட்டிகளைக் கூடை கூடையாகச் சுமந்து வந்து மரக் குதிரை மேடையில் அர்ப்பணம் செய்தார்கள். சிலர் நாணல் குழல் வாத்தியத்துக்கு நாட்டியமாடினார்கள். ஆண்களின் இந்த ஆட்டத்தில் கலக்காமல் பெண்கள் கூட்டம் சற்றுத் தள்ளி நின்று வேடிக்கை பார்த்துக்கொண்டிருந்தது.

கறுப்புத் தேவதைபோல அவள் இருந்தாள். ஆட்டு மயிரில் செய்த கறுப்புக் கம்பளி உடையால்கூட அவள் அழகை மறைக்க முடியவில்லை. தலைமுடியில் கிரீடம்போல பல வண்ண இறகுகளைச் செருகியிருந்தாள். கருமணியும் செம்மணியுமாகப் பல மாலைகள் அவள் கழுத்தைச் சுற்றியிருந்தன. உதடுகள் கர்வ மாக இருந்தன. கால்களைச் சாய வைத்து, உயரம் குறைந்த தோழியின் தோள்பட்டையில் தன் முகவாயை வைத்து, உடல் பாரத்தைச் சமன் செய்து நின்றாள்.

சித்திரம்போல் அசையாது அப்படியே கணநேரம் நின்றாள். அவளைப் பார்க்கும்தோறும் அவளுடன் எப்படியாவது பேசிவிட

வேண்டும் என்ற ஆர்வம் அவனுள் அதிகரித்தது. அவனுக்குத் தெரிந்த சொற்ப கலாசுமுன் பாஷை போதுமானதென்று அவனுக்குப்பட்டது. தருணம் பார்த்திருந்தான்.

பாஷாலி என்பது மாதவிலக்குக் குடிசை. அது ஆற்றின் ஓரத்தில் கிராமத்தை விட்டுத் தள்ளி இருந்தது. ஆண்கள் அணுக முடியாத இடம். மூன்று நாட்கள் காத்திருந்தான். ஒருநாள் அதி காலையில் மரப்பாவைகளை அணைத்தபடி அவள் பாஷாலியி லிருந்து வெளியே வந்தபோது இவன் திடுமென எதிர்கொண்டான்.

முடிவு பெறாத நித்திரைகள் அவள் கண் மடல்களை அழுத்தின. அவள் ஆச்சரியம் காட்டவில்லை. மாறாக இவன்தான் அவளுக்கும் சேர்த்து ஆச்சரியப்பட வேண்டியிருந்தது.

சில விநாடிகள் நகர்ந்தன. நிசப்தம் அங்கே கடுமையாகியது. மனதுக்குள் ஒவ்வொரு வார்த்தையாகப் பொறுக்கி அடுக்கினான். சிந்தனை நேராகச் சிறிது நேரம் சென்றது.

"பனிப்பெண்ணே, நான் உன்னை மணக்க ஆசை கொண் டிருக்கிறேன். உன் வார்த்தையைச் சொல்வாய்" என்றான்.

"போய்விடு. உன் அம்மாவிடம் போ" என்றாள்.

இவன் திடுக்கிட்டுவிட்டான். அவள் சொன்ன வார்த்தை களை இன்னொருமுறை அடுக்கிப் பார்த்தான். அப்படித்தான் வந்தது. அவள் பேசிய சொற்கள் இவனுடைய மொழிப்பயிற்சிக் குள் அடங்கித்தான் இருந்தன. கலாஷ் பெண்கள் வசவு மொழியில் வல்லவர்கள் என்பதும் சடுதியில் ஞாபகத்துக்கு வந்தது. அவள் இன்னொரு விசை தன்னை வசையமாட்டாளா என்று ஆசைப் பட்டான்.

தயங்காமல் இரண்டாவது முயற்சியில் இறங்கினான்.

"மலைவாசியே, நான் அந்நியன் என்று யோசிக்காதே. நான் உன்னை நேசமாகக் காப்பாற்றுவேன்."

அவள் அப்போது ஒரு காரியம் செய்தாள். அவனை வயிற்றில் இருந்து கால் பாதம்வரை உன்னிப்பாக நோக்கினாள். அவள் பார்வையே அவனுக்குக் கூச்சம் தந்தது.

"உன் கால்கள் இறுக்கமாகத்தான் இருக்கின்றன. உன் கைகளைக் கீழே விட்டு சொறிந்துகொள் என்றாள்."

இம்முறை அவனுக்குத் தன் மொழி ஞானத்தில் சந்தேகம் ஏற்படவில்லை. அடுத்து என்ன செய்யலாம் என்று அவன்

தீர்மானிப்பதற்குள் அவள் அவசரமில்லாத நடையில் அவனைத் தாண்டிப்போனாள்.

சூட்டோடு சூடாக அவளுடைய தகப்பனாரிடம் போவதற்கு முடிவு செய்தான். தெம்பு முறிந்துபோன கிழவர் அவர். இரண்டு நாடியுடனும் ஒரு முற்றுப்பெறாத தாடியுடனும் இருந்தார். அவரிடம் தன் விருத்தாந்தத்தைக் கூறிச் சம்மதம் கேட்டான். அவர் யோசனைகளுக்கு அப்பாற்பட்டுக் காணப்பட்டார். சீரில்லாத பற்களைக் காட்டி தன் இசைவைத் தெரிவித்தார். ஆனால், அதிலும் ஒரு சிக்கல் இருந்தது. அவர்கள் வழக்கப்படி இந்த ஏற்பாட்டிற்கு ஹொன்ஸாகூலும் சம்மதிக்க வேண்டும் என்று சொல்லிவிட்டார்.

அவன் கால்கள் மறுபடியும் பரபரத்தன. மழைக்காலம் விரைவில் வரப்போகும் அறிகுறிகள் தெரிந்தன. தேசாந்திரிக்கு எதிரி மழை. குளிர்காலத்திற்கு வேண்டிய கம்பளி உடைகள் அவனிடத்தில் இருந்தன. வெயில்காலத்துக்கு வெறும் உடம்பும், மர நிழலும் போதுமானது. ஆனால், மழைக்காலம் வந்து விட்டால் தேசாந்திரி சஞ்சரிப்பது கஷ்டமாகிவிடும்.

பெரிய மழைத்துளி ஒன்று மேகத்தில் இருந்து பிரிந்து புவியீர்ப்பில் அசைக்கமுடியாத நம்பிக்கை வைத்துக் கீழ் நோக்கி வந்தது. இவன் புஜத்தில் விழுந்தது. பரபரப்பானான்.

கலாஷ் பெண்கள் மணம் முடித்தாலும் பள்ளத்தாக்கை விட்டு வெளியே வரமாட்டார்கள் என்று அவள் தகப்பனார் கூறியிருந்தார். அவன் மனம் ஒரு முடிவும் எடுக்க முடியாமல் தத்தளித்தது.

புறப்படுமுன் மறுபடியும் அவளை ஒரு முன்மதிய நேரத்தில் சந்தித்தான். அவன் மூச்சுக்காற்று படும் தூரத்தில் அவள் நின்றாள். அவள் கண் ரப்பை மயிர்களைக்கூட இவன் எண்ணக் கூடியதாக இருந்தது. வந்த நாளில் இருந்து சேர்த்து வைத்திருந்த ஒரு புன்னகையை வெளியே விட்டான்.

அவனுடைய பிளாஸ்டிக் குடுவையில் நீர் நிரம்பியிருந்தது. அதை அவளிடம் நீட்டினான். மறுப்பு பேசாமல் அவள் அதை ஆசையுடன் வாங்கி அருந்தினாள். குழந்தை பால் குடிப்பதுபோல கண்மூடி அதைச் சுவைத்துச் சுவைத்துக் குடித்தாள். அந்தக் குவளையின் பளபளப்பிலும் நேர்த்தியிலும் மனதைப் பறிகொடுத்தாள்.

"மலை மங்கையே! இதை நீயே வைத்துக்கொள், என் ஞாபகமாக. நான் போகிறேன். திரும்பி வரும்போது உன்னை மணப்பேன். ஆனால், இங்கேயே உன்னோடு தங்கிவிடுவேன்" என்றான்.

அப்போது வசவில்லாத ஒரு வாய்மொழி முதன்முறையாக அவளிடமிருந்து வெளியே வந்தது.

"நிச்சயமாக" என்றாள் அவள்.

"நிச்சயம்."

"திறமான நிச்சயம்."

"திறமான நிச்சயம்."

அவன் மூட்டையைக் காவிக்கொண்டு திரும்பிப் போகும் போது கால்களை நிலத்திலே பதித்து வைத்தான். ஆனால், அவை பதியவில்லை. தன்னையே கேட்டுக்கொண்டான். இவள் என்ன பதில் சொன்னாளா அல்லது கேள்வி கேட்டாளா? 'திறமான நிச்சயம்' என்று சொல்கிறாளே! அவன் தனக்குள்ளே இன்னொரு முறை சிரித்துக்கொண்டான்.

[முன்பே சொன்னேன். நீங்கள் நம்பவில்லை. இது காதல் கதை அல்ல. இவ்வளவு தூரம் வந்துவிட்டீர்கள். மேலும் வரு வதற்குப் பிரியமில்லாவிட்டால் இங்கேயே இறங்கிக் கொள்ளலாம்.]

ஹொன்ஸாகூல் அந்தக் குடுவையை மாடாவில் வைத்தாள். அதையே பார்த்துக்கொண்டிருந்தாள். காற்றைப்போல திசையில் லாமல் சுற்றிக்கொண்டிருக்கும் அவன் வருவான் என்ற நம்பிக்கை அவளுக்குக் குறைந்துகொண்டு வந்தது.

நிச்சயம் வருவேன் என்று கூறியவன் இரண்டு உச்சோ விழாக்கள் கண்டும் திரும்பவில்லை. இதற்கிடையில் ஹொன்ஸா கூலை மணக்கப் பல மலை மேய்ப்பர்கள் ஆர்வம் காட்டினார்கள். அவர்கள் வழக்கப்படி ஹொன்ஸாகூல் அதில் ஒருவனைத் தெரிவு செய்யவேண்டும். அப்படியே தாழ்ந்த கண்களும், தகுதியில் குறைந்த மீசையும் கொண்ட ஒருவனை அவள் மணந்துகொண் டாள். அந்த மணம் ஓர் ஆறுமாத காலமே நீடித்தது. ஒரு பனிக்காலத்தின் ஆரம்பத்தில் தன் மணத்தை முறித்துக்கொண்டு தனிக்குடிசை ஒன்றுக்கு வந்து சேர்ந்தாள், ஹொன்ஸாகூல்.

காலம் கரைந்தது. ஆறுகள் கடினமாகின, ஓடின, மறுபடியும் உறைந்தன. ஒருநாள் அவளுடைய தகப்பனார் இறந்தார். அவருடைய சடலம் மரணபீடம் ஏறியது.

இன்னும் பத்து வருடங்கள் பறந்தன. ஒரு காலத்தில் அவளை மணமுடித்து சொற்ப சுகம் தந்த கணவனும் இறந்து போனான். அவனுடைய சடலமும் மரணபீடம் ஏறியது.

அவள் காத்திருந்தாள். கறுப்புக் கம்பளி உடை நைந்து தொங்க கல்லும் மண்ணும் மரச்சுள்ளிகளும் சேர்த்துக்கட்டிய அந்த இருண்ட குடிசையில் கிடந்தாள். அவன் விட்டுச்சென்ற அந்தக் குடுவை அந்த மாடத்தில் வைத்த இடத்திலேயே பல வருடங்களாகியும் அசையாமல் அப்படியே கிடந்தது.

இன்னும் பல மரணிப்புகள் நிகழ்ந்தன.

தட்சணாயணத்தில் ஒரு சில நாட்கள் சூரியனுடைய முதல் வெளிச்சம் கல் நீக்கல் வழியாக வந்து சரி கணக்காக அந்தக் குடுவையின் மீது விழும். அந்த ஒளியில் அது பிரகாசிக்கும்.

மறுபடியும் உத்தராயணத்தில் ஒரு சில நாட்கள் சூரிய னுடைய ஒளி தெறிக்கும். அவள் அப்போது அவனை நினைத்துக் கொள்வாள்.

ஒருநாள் அவளும் இறந்துபோனாள்.

நூறு வருடங்கள் கழிந்தன. உலகத்து ஜீவராசிகள் அத்தனை யும் மடிந்து மண்ணோடு மண்ணாகி மறைந்து போயின.

அவற்றின் இடத்தை முற்றிலும் புது ஜீவராசிகள் நிரப்பின.

மரண பீடத்தில் கிடந்த பிணங்கள் எல்லாம் எலும்பும் ஓடுமாக மாறின. மழையிலே நனைந்து, காற்றிலே காய்ந்து எத்துண்டு மறைந்தன.

ஹொன்ஸாகூலின் குடிசையும் சிதிலமானது. தட்சணா யணத்திலும், உத்தராயணத்திலும் ஓரிரு நாட்கள் ஒளிபட்டு வாழ்ந்த அந்தக் குடுவையும் இல்லை. அதுவும் எங்கோ மண்ணில் புதைந்துவிட்டது.

அதனுடைய ஆயுள் நானூறு வருடம். ஒரு நூறு வருடம் தான் இப்போது கழிந்திருந்தது. ஹொன்ஸாகூலின் காத்திருப்புக்குச் சாட்சியாக இருந்த அந்தப் பாத்திரம் மட்டும் அந்தச் சூழலில் இன்னும் அழியாமல் கிடந்தது. அது மண்ணோடு மண்ணாகி முற்றிலும் அழிந்துபோவதற்கு இன்னும் முன்னூறு ஆண்டுகள் இருந்தன.

அது மாத்திரம் நிச்சயம்.

திறமான நிச்சயம்.

◆

விருந்தாளி

கொஞ்சம் தண்ணீர் கொண்டுவரட்டும், உங்கள் கால்களைக் கழுவி, மரத்தடியில் சாய்ந்துகொண்டிருங்கள்.

நீங்கள் உங்கள் இருதயங்களைத் திடப்படுத்தக் கொஞ்சம் அப்பம் கொண்டு வருகிறேன்; அப்புறம் நீங்கள் உங்கள் வழியே போகலாம்.

மாட்டு மந்தைக்கு ஓடி, ஒரு நல்ல இளங்கன்றைப் பிடித்து வேலைக்காரன் கையிலே கொடுத்தான்; அவன் அதைச் சீக்கிரத்தில் சமைத்தான்.

வெண்ணெயையும் பாலையும் சமைப்பித்த கன்றையும் எடுத்து வந்து அவர்கள் முன்பாக வைத்து அவர்கள் அருகே நின்றுகொண்டிருந்தான்; அவர்கள் புசித்தார்கள்.

ஆதியாகமம்: 18

ஆப்பிரிக்காவில் இருந்தபோது எனக்கு ஒரு விநோதமான சம்பவம் நேர்ந்தது. நான் வசித்தது செக்பீமா எனப்படும் ஒரு குக்கிராமத்தில். இங்கே எனக்காக மரத்திலான ஒரு வீட்டை ஒதுக்கியிருந்தார்கள். அத்தியாவசியமான தேவைகள் மாத்திரம் கொண்ட அடக்கமான வீடு அது. கூரைகூட மரத்தினால் ஆனதுதான். இந்த முழுவீடும் பெரிய மரத்தாங்கிகளில் ஏறி உட்கார்ந்திருந்தது.

இதன் சமையலறையும் வெளிவீடும் ஆப்பிரிக்க விதிகளின் படி சற்று தூரத்தில் இருந்தன. என்னுடைய சமையல்காரன், தோட்டக்காரன், வேலைக்காரன் எல்லோரும் இங்கே வசித்தார்கள். இதைத் தவிர ஒரு வாகன ஓட்டியும், மூன்று காவல்காரர்களும் வந்து வந்து போனார்கள். இப்படி அந்தக் கிராமத்தின் அரைவாசி ஜனத்தொகை என் ஒருவனைப் பராமரிப்பதையே

முக்கியத் தொழிலாக ஏற்றுக்கொண்டிருந்தது. என்னுடைய வருகையினால் அந்தக் கிராமத்துப் பொருளாதாரமும் ஒரு சுற்றுப் பருத்திருந்தது என்றுதான் நினைக்கவேண்டும்.

என் வீட்டுக்குச் சிறிது தள்ளி ஒரு பள்ளிக்கூடம் இருந்தது. காலையும் மாலையும், சிறுவர்களும் சிறுமிகளும் சொக்கலட் கலர் சீருடையில் கூட்டம் கூட்டமாகப் போவதைக் காணலாம். ஆசிரி யர்கள் இங்கே கடுமையான தண்டனைகளை வழங்கினாலும் இந்தப் பாலர்கள் எப்போதும் மலர்ந்த முகத்துடனேயே இருப் பார்கள்.

என்னைக் காணும்போதெல்லாம் ஓடிவந்து 'இந்தியாமான்' 'இந்தியாமான்' என்று கத்திக் கையசைத்துவிட்டுப் போவார்கள். நானும் பதிலுக்குச் சிரித்தபடி 'ஆப்பிரிகாமான்' என்று சொல்லிக் கையை ஆட்டுவேன். இங்கே கறுப்பாக இல்லாத எவரும் வெள்ளையர்; வெள்ளையர் அல்லாதவர் 'இந்தியாமான்'தான்.

சில நேரங்களில், துணிவு பெற்ற சில சிறுவர்கள் வீட்டி னுள்ளே புகுந்துவிடுவார்கள். என்னிடம் நிலைக்கண்ணாடி என்ற தகுதி பெறாத நீண்ட கண்ணாடி ஒன்று இருந்தது. தயங்கித் தயங்கி வரும் சிறுவர்கள் கண்ணாடியில் தங்கள் பிம்பங்களைப் பார்ப்பார்கள். பின்னால் நிற்பவர்கள் முன்னால் வந்தவர்களை முட்டுவார்கள். பிம்பங்கள் கொடுக்கும் சக்தி கண்ணாடியில் தீர்ந்துவிடுமுன் பார்த்துவிட வேண்டும் என்பதுபோல இடித்துத் தள்ளுவார்கள். தங்கள் முறை வந்ததும் பல்லை இளித்துச் சரி பார்ப்பார்கள். இரண்டு பல்போன சிறுவன் கையினால் வாயைப் பொத்திச் சிரிப்பை அடக்கியபடி விலகி ஓடுவான். 'கண்ணாடி சீக்கிரத்தில் மங்கப் போகிறது; நாளைக்கு வாருங்கள்' என்று நான் சொல்லும் வரைக்கும் அவர்கள் போகவே மாட்டார்கள்.

என் வீட்டுக்குக் குழாய் வசதி கிடையாது. மழைக்காலங் களில் வரும் தண்ணீரைச் சேமிக்கும் விதமாக மேலே தொட்டிகள் கட்டி வைத்திருந்தார்கள். இந்த ஊர்ப் பெண்கள் நிமிர்ந்த நடை யுடன் காலையிலும் மாலையிலும், தண்ணீருக்கும் விறகுக்குமாக அலைவதைக் காணலாம். ஆப்பிரிக்க பெண்களின் அறுபது சதவீதம் உழைப்பு இதற்குச் செலவாகிறது என்று சொல்லும் புள்ளி விபரங்கள் உண்மையென்றுதான் பட்டது.

ஒருநாள் ஒரு பிழை செய்தேன். சும்மா ஜீப்பில் வரும்போது பெரிய டிரம் ஒன்றில் தண்ணீர் பிடித்து வந்து இந்தக் கிராமத்து மக்களுக்குக் கொடுத்தேன். அன்று அந்தத் தண்ணீரைப் பங்கு போடுவதில் பெரும் போர் நிகழ்ந்தது. இரண்டு பெண்கள்

தலைமயிரைப் பிடித்துக்கொண்டு வீதியிலே புரண்டு வன விலங்குகள்போல அடித்துக்கொண்டார்கள். அதற்குப் பிறகு இலவசமாகப் புண்ணியம் சம்பாதிக்கும் காரியத்தை நான் நிறுத்திவிட்டேன்.

ஜெர்மன் கம்பெனி ஒன்று இந்தக் கிராமத்து வழியாக பெரிய ரோடு போட்டது. அதை அரசாங்கத் தரப்பில் மேற்பார்வையிடுவதற்கு நான் நியமிக்கப்பட்டிருந்தேன். ரோட்டு வேலைகள் மழைக் காலங்களில் நின்றுவிடும். மற்ற நேரங்களில் இரவும் பகலுமாகத் தொடரும். நான் வேலையும் வீடும் என்று நேரத்தைக் கழித்தவாறு இருந்தேன்.

என்னை இந்த நேரங்களில் மிகவும் வாட்டியது தனிமை தான். எவ்வளவுதான் வேலை, புத்தகங்கள், இசை என்று மூழ்கி யிருந்தாலும் இந்தத் தனிமை என்பது மனிதனைச் சில வேளை களில் பெரிதும் வதைத்துவிடும்.

இந்த வேதனைகளில் இருந்து எனக்குச் சில சமயங்களில் விடுதலை கிடைக்கும். எதிர்த்து இருந்த மலை உச்சியில் ஓர் ஐரிஷ் பாதிரியார் இருந்தார். அந்தப் பக்கத்தில் மிகவும் பிரபல மானவர். நிறையப் படித்தவர். நீண்ட வெண் தாடியோடு அந்தக் கிராமத்து மக்களுக்கு அவ்வப்போது கருணையோடு பல சேவைகள் செய்பவர்.

அவருடைய இருப்பிடத்துக்கு நான் சில சமயம் போவேன். அநேகமான சனிக்கிழமை மாலை வேளைகளை இவர் என்னுடன் கழிப்பார். நீலநிற மோட்டார் சைக்கிளில் 'டுப் டுப்' என்று ஒலி யெழுப்பியபடி அவர் வரும்போது ஊர்ச் சிறுவர்கள் எல்லாம் பின்னாலேயே ஓடிவரும் காட்சி மறக்கமுடியாதது.

இவர் வரும் நாட்களில் என் பொழுது இனிதே போகும். பைபிளை மனப்பாடம் செய்த இவர் பழைய ஏற்பாட்டில் இருந்து அடிக்கடி அழகான கதைகளை எடுத்துச் சொல்வார். ஆனாலும் தமிழிலே பேசவேண்டும் என்ற என் ஆவல் வரவர அதிகரித்த படியே இருந்தது.

இவர் வருகையில் எனக்கு ஒரு சிறிய சங்கடம் இருந்தது. இவருக்கு வைனில் மோகம் அதிகம். அதுவும் சாதாரண வைன் அல்ல. தேர்ந்தெடுத்த சுவை கூடிய வைன். சுவை நுட்பமான நாக்கு கொண்டவர். ஒவ்வொரு வைனையும் சுவைத்து அதன் நிறை குறைகளை விளக்குவார். இதன் காரணமாக அவர் வரும் சமயங்களில் எப்படியும் பட்டணத்தில் இருந்து வருபவர்களிடம் சொல்லி நல்ல வைன் வாங்கி வைத்திருப்பேன்.

இப்படி ஒரேயொரு நண்பரை அறிந்த அந்த தேசத்தில் ஒருநாள் நான் அலுவலகத்தில் இருந்து திரும்பும்போது ஓர் அதிசயம் காத்திருந்தது.

என்னுடைய சமையல்காரனின் மனைவி கால்களை மடக்கி உட்கார்ந்திருந்தாள். அவளுடைய சிறிய மகளின் தலை அவள் முழங்கால்களுக்கு இடையில் கெட்டியாகப் பிடிக்கப்பட்டிருந்தது. அந்தச் சிறு பெண்ணின் முகம் கோணலாகிப்போக அவள் தலை மயிரை இழுத்து அந்தத் தாய் சிறுசிறு புழுக்கள்போலப் பின்னிக் கொண்டு இருந்தாள். என்னைக் கண்டதும் அந்தச் சிறுமி பறித்துக் கொண்டு 'ஹொரேமா பீகாமா', 'ஹொரேமா பீகாமா' என்று கத்தியபடியே ஓடிவந்தாள். என்னுடைய ஜீப் அந்த நேரம் என் வீட்டுக்குப் போகும் பாதையில் திரும்பிக்கொண்டிருந்தது. ஜீப்பை நிறுத்தி விசாரித்தபோது எனக்கு ஒரு விருந்தாளி வந்திருக்கிறார் என்ற விவரம் தெரியவந்தது.

எனக்கு ஆச்சரியம். நான் வேகமாக வந்து பார்த்தால் வீட்டு முன் விறாந்தையில் ஒருவர் முதுகில் மாட்டிய பையுடன் நின்று கொண்டிருந்தார். அவருக்கு இரு பக்கத்திலும் என்னுடைய காவல் காரர்கள் துவாரபாலகர்களாக அவர் தப்பியோட எத்தனிப்பார் என்பதுபோல அவரைக் காவல் காத்துக்கொண்டிருந்தார்கள்.

என்னைக் கண்டதும் அவர் கையெடுத்துக்கும்பிட்டு வணக்கம் தெரிவித்தார். அவருடைய காலில் இருந்து தலை வரை புழுதி படிந்திருந்தது. தலை மயிர், சிறு தாடி எல்லாம் செம்மண் நிறமாக மாறியிருந்தது. அவர் நெடுந்தூரத்தில் இருந்து வந்திருக்க வேண்டும். சொக்ஸ் அணியாத பாதத்தில் மாட்டியிருந்த காலணி கள் ஓட்டை விழுந்து அவருடைய பெருவிரல் பருமனைக் காட்டு வதாக இருந்தன.

"உங்களைப் பற்றி நிறையக் கேள்விப்பட்டிருக்கிறேன். இன்று தான் சந்திக்க முடிந்தது" என்றார்.

காலணிகளை வெளியே கழற்றி வைத்து, பாதங்களைக் கழுவியதும் அவருக்கு ஒரு புத்துணர்ச்சி பிறந்ததுபோல தெரிந்தது. உள்ளே வந்து சாய்ந்து உட்கார்ந்தார். பிறகு எங்கள் சம்பாஷணை வெகுநேரம் தொடர்ந்தது. எல்லா விஷயத்திலும் அவர் அனுபவப் பட்டவராகத் தெரிந்தார். என்றாலும் தாமதமாகவும், அடக்க மாகவும் பேசினார். மிகவும் சிரமப்பட்டு அவரிடம் நான் கறந்த விருத்தாந்தம் இதுதான்.

அவருடைய பெயர் ஜெகன். சிலோனை விட்டுப் புறப் பட்டுக் கப்பலில் சேர்ந்தபோது அவருக்கு வயது இருபது. அதற்குப் பிறகு வந்த இனக் கலவரங்களால் அவர் திரும்பிப் போவதற்கு வாய்ப்பே கிடைக்கவில்லை. அவருக்கு இருந்த ஒரே ஒரு சகோதர ரும் தகப்பனாரும் போரில் இறந்துவிட்டார்கள். தாயைத் தேடும் முயற்சியில் தோற்றுவிட்டார். தாயார் இருக்கிறாரா இல்லையா என்பதுகூட அவருக்குத் தெரியாது.

ஐந்து வருடங்களுக்கு முன்பு கப்பல் வேலையை விட்டு விட்டார். இவ்வளவு காலமும் சேமித்த பணத்தை வைத்து இவரும் இத்தாலிய நண்பர் ஒருவரும் ஒரு கம்பெனி ஆரம்பித்தார்கள். ஆப்பிரிக்க மரங்களை வெட்டி ஏற்றுமதி செய்வது. நன்றாகத் தொடங்கிய வியாபாரம் படு தோல்வியில் முடிந்தது. கடன் தலைக்கு மேல் போய்விட்டது. கையிலே ஒன்றும் மிச்சமில்லை.

இப்பொழுது பக்கத்து நாடான லைபீரியாவில் இருக்கும் ஒரு நண்பரைத் தேடிப் போய்க்கொண்டிருக்கிறார். அங்கே போய் ஏதாவது பிஸினஸ் செய்து முன்னுக்கு வந்துவிடலாம் என்ற நம்பிக்கை. நல்ல தொடர்புகள் கிடைத்தால் ஒரு சில வருடங்களில் லட்சங்கள் சம்பாதித்துவிடலாம் என்றார். விசா இல்லாதபடியால் கள்ள வழியில் போவதற்கு ஏற்பாடுகள் செய்திருந்தார். கடைசி பஸ் தவறிவிட்டது. ஒருநாள் இரவு தங்கிப் போவதற்காக என் னிடம் வந்திருந்தார்.

முந்திபிந்தி எனக்கு விருந்தாளிகள் வந்தது கிடையாது. அழகான தமிழில் பேசினார். அவர் பேசுவதைக் கேட்டுக் கொண்டே இருக்க வேண்டும்போலப் பட்டது.

எனக்கு ஒரு வேலைக்காரன் இருந்தான். அவனுடைய பெயர் சனூசி. நான் சொல்லும் வேலைகளைக் காட்டிலும் சொல் லாத வேலைகளைச் செய்வதிலே விசேஷ பிரியம் காட்டுவான். இருபது வயதான இவனுக்கு இரண்டு மனைவிகள். வாரத்துக்கு ஒரு கடிதம் எனக்கு எழுதுவான். இடது பக்கத்தில் பெரிய உருண் டையான எழுத்துகளில் தொடங்கி வலது பக்கத்தில் குறுணி யாக முடிப்பான். எல்லாம் சம்பள உயர்வு கேட்டுத்தான். காரணம் கேட்டால் ஒரு புஃலா பெண்ணைக் காதலிப்பதாகச் சிரித்தபடி சொல்கிறான். ஒருமுறை என் வீட்டில் தீப்பிடித்தபோதும் இதே மாதிரித்தான் சிரித்தான். என்னுடைய முடிவுகள் இவனுக்குத் திருப்தி தருவதில்லை. விரைவில் என்னைப் பணி நீக்கம் செய்து விடுவான் என்று எதிர்பார்த்திருந்தேன்.

அப்படிப்பட்ட சனூசிக்கு அன்று என்ன செய்வதென்றே தெரியவில்லை. இங்கும் ஓடினான்; அங்கும் ஓடினான். ஒரு

விருந்தாளியைச் சமாளித்த முன் அனுபவம் இல்லாததால் இன்னது செய்யவேண்டும் அல்லது செய்யாமல் விட வேண்டும் என்பது தெரியாமல் தடுமாறினான். கைகளினால் எனக்குச் சைகை காட்டினான். கண்களினால் பேசினான். ஆனால், நான் இவையொன்றையும் கவனிக்கவில்லை.

எனக்கு வந்த முதல் விருந்தாளியின் பேச்சில் மயங்கிப் போய் இருந்தேன். அவருக்கு வயது முப்பத்தைந்து இருக்கலாம். அவர் ரசனையும் என் ரசனையும் ஒன்றுபோலவே பட்டது. ஆனால், உற்சாகமில்லாத, எதையோ இழந்துவிட்ட குரலில் பேசினார்.

அங்கே கம்பெனி ஜெனரேட்டர் ஒரு நாளைக்கு நாலு மணி நேரம்தான் வேலைசெய்யும். மாலை ஆறுமணிக்குத் தொடங்கி னால் இரவு பத்துமணியளவில் நின்றுவிடும். அன்று, என்னுடைய விருந்தாளியைக் கௌரவிக்கும் முகமாக இரவு ஒரு மணிவரை அது வேலை செய்தது. நாங்கள் இருவரும் நேரம் போவது தெரி யாமல் பேசிக்கொண்டிருந்தோம்.

அந்தக் காலத்தில் என்னிடம் இரண்டு பெரிய உருளைகள் கொண்ட ரேப் ரிக்கார்டர் ஒன்று இருந்தது. இரண்டு பேர் அதைப் பிடித்துத் தூக்கவேண்டும். அவ்வளவு பெரியது. காருகுறிச்சி சபைகளில் வாசித்த நாதஸ்வர இசையை நான் ஒலிப்பதிவு செய்து வைத்திருந்தேன். சபையின் ஆரவாரம், கைதட்டல்கள் எல்லாம் அதில் பதிவாகியிருந்தன. அப்படிப்பட்ட இசையைக் கேட்கும் போது கிடைத்த நிஜத்தன்மையில் நான் என்னை மறப்பது சுலப மாகவிருக்கும்.

அன்று அந்த இசைப் பதிவில் 'சக்கனிராஜ' வரும் பகுதி யைப் போட்டேன். கண்களை மூடிக்கொண்டு அவர் அதை ரசித் தார். இன்னொரு தடவை கேட்க விரும்பினார். மீண்டும் போட் டேன்.

அந்த ஆப்பிரிக்கக் காட்டில், ஒரு நடு நிசியில், மின் விளக்கு கள் எரியும் ஒரேயொரு தனி வீட்டில், எங்கள் இருவருக்காகவும் காருகுறிச்சி இன்னொரு முறை கரகரப் பிரியாவை வாசித்தார். அந்த வாசிப்பு முன்பு வாசித்ததிலும் பார்க்க இன்னும் மெருகு கூடியிருந்தது. நண்பரின் கண்களில் பெரிய உருண்டையாக நீர் ஒன்று திரண்டு பட்டென்று விழுந்தது.

பிறகு பேச்சு இலக்கியத்துக்குத் திரும்பியது. ஓர் உருதுக் கவிதையை நான் சொன்னேன்.

நீ அங்கே
நான் இங்கே
பெண்ணே!
இரவு நகர்கிறது
வீணாக.

இந்தக் கவிதையை வெகுவாக ரசித்தவர் திடீரென்று மௌனமாகிவிட்டார். இவருடைய கடல் பிரயாணங்களில், தாய்லாந்திலோ, துருக்கியிலோ சந்தித்து இவருக்காகக் காத்திருக்கும் ஒரு பெண்ணின் ஞாபகம் வந்திருக்கலாம். மழைக்கால மேகம் போல அவருடைய முகம் கறுத்துவிட்டது.

என் சமையல்காரனுடைய பெயர் கமாறா. அவனுக்குத் தேக பலத்தில் இருக்கும் நம்பிக்கை செய்முறையில் இல்லை. எல்லா சமையல் வேலைகளையும் பலத்தினால் சாதிக்கப் பார்ப்பான். ஊறுகாய் போத்தல் மூடியைக் கள்ளன் இரவில் வந்து அபகரித்துவிடுவான் என்பதுபோல இறுக்கப் பூட்டி விடுவான். ஒரு யானை பலத்தைச் சேகரித்தால் ஒழிய இதைத் திறக்க முடியாது. ஐந்து நிமிடத்தில் ஒரு தேங்காயைக் கையினால் உடைத்து, கத்தியினால் சுரண்டி சம்பல் போட்டு விடுவான். இவனுக்காக நான் வாங்கிவந்த துருவலை இன்னும் தொடாமல் துருப்பிடித்துப் போய்க் கிடந்தது.

அன்று உணவு பரிமாறியபோது இரவு மணி பதினொன்றாகி விட்டது. கமாறாவுக்கு எங்கள் சமையல்களில் உபயோகிக்கும் பலசரக்கு பற்றிய அறிவு கொஞ்சமும் கிடையாது. ஆனால், என்னுடைய அயராத உழைப்பாலும், இடைவிடாத முயற்சியாலும் பெருஞ்சீரகத்துக்கும், பெருங்காயத்துக்கும் அவனுக்கு வித்தியாசம் தெரிந்திருந்தது. வெள்ளைப்பூண்டு எங்கே போடவேண்டும், வெந்தயம் எங்கே தூவவேண்டும் என்பதையும் மனப்பாடம் செய்துவிட்டான். ஆனால், கடுகுக்கும் மிளகுக்கும் உள்ள வேறுபாடு மாத்திரம் என்ன செய்தும் அவனுக்குத் தெரியவில்லை. நான் ஊரை விடுமுன் இதை எப்படியாவது அவனுடைய மண்டைக்குள் ஏற்றிவிட வேண்டும் என்ற தீர்மானத்தில் இருந்தேன்.

அன்று கமாறாவுக்கு என்ன நடந்ததோ, எங்கிருந்து ரோஷம் வந்ததோ தெரியவில்லை. அபாரமாகச் சமைத்திருந்தான். சுடச்சுட அப்பம் சுட்டு அடுக்கியிருந்தான். வெந்தயக் குழம்பு அளவான வெந்தயம் போடப்பட்டு மிளகாய்ச் சிவப்பில் நல்ல மணம் வீசியது. ஆப்பிரிக்க முறைப்படி வைத்த இறைச்சிக்கறி துண்டு

துண்டாக எண்ணெய்யில் மிதந்தது. ஆனால், சம்பலின் மகிமை யைக் கூற இயலாது. அளந்தெடுத்துக் கலந்ததுபோல உறைப்பும் புளிப்பும் உப்புச்சுவையும் கூடித் தன்னிகரற்று விளங்கியது.

வந்த விருந்தாளி கடந்த பதினைந்து வருடங்களாகத் தான் இப்படியான உணவை உண்டதில்லை என்று சொன்னார். அவர் கண்களில் நீர் சுரந்தது. அதைத் துடைக்கக்கூட கை எடுக்காமல் ஆவலாக உண்பதில் கருத்தாகவிருந்தார். அவர் புசிப்பதையே கண்வெட்டாமல் பார்த்துக்கொண்டிருந்தேன்.

அப்பொழுது ஒரு சம்பவம் நடந்தது.

சனூசியைப் பார்த்து வைன் கொண்டுவரும்படி சைகை செய்தேன். அவன் காலைத் தேய்த்தபடி நின்றான். கீழே பார்த் தான்; மேலே பார்த்தான். ஆனால், அசைய மறுத்துவிட்டான். இன்னொருமுறை சமிக்ஞை கொடுத்தேன். அவன் பொறுக்காமல் உள்ளே போய் ஒரு வைன் போத்தலைத் தூக்கிக்கொண்டு வந்து பட்டென்று வைத்தான். அது நான் சொன்ன உயர்ரக வைன் இல்லை; சாதாரண வைன். அதைத் திருப்பி அனுப்பிவிட்டு சனூசியை முறைத்துப் பார்த்தேன். அப்பொழுது அவன் அரை மனதுடன் அசைந்தசைந்து போய் நான் குறிப்பிட்ட வைனைக் கொண்டுவந்தான். அது டேவிட் பாதிரியாருக்காக நான் பிரத்தி யேகமாகப் பட்டணத்திலிருந்து அதிக விலை கொடுத்து வர வழைத்த சிவப்பு வைன். பத்து வருடம் வயதாக்கப்பட்ட கபர்னெ சாவினொன். சனூசியின் புத்தியில் எனக்கு வந்த விருந்தாளி இந்த உயர்ந்த ரக வைனுக்குத் தகுதியற்றவர் என்று பட்டிருக்க வேண்டும்.

ஆனால், நான் அந்த வைனை விருந்தாளிக்காகக் கொண்டு வரச் சொல்லவில்லை. எனக்கு அதை அருந்தவேண்டும்போல இருந்தது. அன்று என் மனம் அளவில்லாத சந்தோஷத்தில் மிதந் தது. இந்த நிலையில் அனுபவிக்கக்கூடியது அந்த வைன் ஒன்று மட்டுமே என்று எனக்குப்பட்டது.

அதைத் திறந்து நானும் நண்பரும் பருகினோம். ஓர் இசை யின் உச்சம்போல, கவிதையின் தொடக்கம்போல் அது இருந்தது. ஊற்றுப்போல நாக்கிலே பட்டு ஒரு காற்றுப்போல மறைந்தது. அது கொடுத்த சுவை மாத்திரம் நாக்கிலேயே தங்கியது; நாசி யிலேயே நின்றது.

என் நண்பர் கிறங்கிப்போய்விட்டார். ஒரு வார்த்தை தானும் பேசவில்லை. எப்பொழுது தூங்கினோம் என்பதும் ஞாபகத்தில் இல்லை.

திடீரென்று விழிப்பு ஏற்பட்டபோதுதான் என் வீட்டில் ஒரு விருந்தாளி தங்கியிருக்கும் ஞாபகம் வந்தது. மணியைப் பார்த்தேன். ஒன்பது மணியை நெருங்கிக்கொண்டிருந்தது. என்னுடைய விருந்தாளி காலை எட்டு மணி பஸ்ஸை பிடிக்கவேண்டும் என்று சொல்லியிருந்தார்.

அவசரமாகப் படுக்கை அறையிலிருந்து வெளியே வந்தேன். அவர் சாப்பாட்டு மேசையில் குனிந்தபடி இருந்தார். காலை உணவை முடித்ததற்கான அறிகுறிகள் தென்பட்டன. தலையைப் பிடித்தபடி பெரும் யோசனையில் ஆழ்ந்துபோய் இருந்தார். கமாறாவும், சனூசியும் இவரைப் பார்த்தவாறு செய்வதறியாது எட்டத்தில் நின்றனர்.

அவர் புழுதி எல்லாம் போக சுத்தமாகக் குளித்திருந்தார். தலை வாரி ஒழுங்காக இருந்தது. ஆனால், உடுப்பு அதே உடுப்பு தான். என்னிடம் சொல்லிவிட்டுப் போவதற்காகக் காத்திருந்தார். அதைப் பார்க்க என் மனது கரைந்தது. ஒரு புது வாழ்க்கையைத் தொடங்க முன்பின் அறியாத ஒரு நாட்டுக்கு இன்னும் சில நிமிடங்களில் புறப்படுவதற்கு இருந்தார். பஸ் கட்டணத்திற்குக்கூட காசு இருக்குமோ தெரியவில்லை. அதைக் கேட்பதற்கும் எனக்குக் கூச்சமாக இருந்தது.

என்னிலும் வயது கூடியவர் என்னைக் கண்டதும் எழுந்து நின்றார். "உங்களிடம் சொல்லிவிட்டுப் போவதற்காகக் காத்திருந்தேன். நீங்கள் செய்த உதவியை என்றும் நினைவில் வைத்திருப்பேன். எத்தனையோ வருடங்களுக்குப் பிறகு எங்கள் ஊர் சாப்பாடு உங்கள் புண்ணியத்தில் கிடைத்தது; மிகவும் நன்றி" என்றார். அவர் நாக்குத் தழுதழுத்தது.

"அநியாயமாக உங்களைத் தாமதிக்க வைத்துவிட்டேன். பஸ்ஸை தவற விட்டுவிட்டீர்களே!" என்றேன். "அதனாலென்ன, பத்து மணி பஸ்ஸை பிடித்துவிடலாம்" என்றார்.

பனி உருகியதுபோல காற்று பளிங்குத்தன்மையோடு இருந்தது. முதுகுப் பையைக் காவியவாறு என்னுடைய விருந்தாளி படிகளில் இறங்கினார். சனூசியிடமும் கமாறாவிடமும் சொல்லிக் கொண்டார். இன்னொருமுறை என் கைகளைப் பாசமுடன் குலுக்கி விடைபெற்றார். ஒருவித ஏக்கத்துடனும் விருப்பமின்மையுடனும் ஓர் ஆதிவாசி மனிதன்போலத் தோள்களை ஒடுக்கி முன்னே குனிந்து நடக்கத் தொடங்கினார். நான் வாசலில் நின்று பார்த்துக்கொண்டிருந்தேன். எனக்குப் பக்கத்தில் கமாறாவும் சனூசியும் நின்றார்கள்.

சிறிது தூரம் சென்றவர் எதையோ நினைத்துக்கொண்டது போல திடீரென்று திரும்பி வந்தார். என் மனம் பதைத்தது. நான் நினைத்தது சரியென்று தோன்றியது. பஸ் கட்டணத்தை அவர் கேட்காமலே கொடுத்திருக்கலாம். இந்த நல்ல மனிதரின் மனம் வேதனைப்பட அனுமதித்துவிட்டோமே என்று நொந்து கொண்டேன்.

என்னிடம் மிகக் கிட்ட வந்தவர் சொன்னார். "இதுதான் உங்களைப் பார்ப்பது கடைசித் தடவை என்று எண்ணுகிறேன். இனிமேல் இதைச் சொல்வதற்கு சந்தர்ப்பமும் கிடைக்காது. பல வருடங்களுக்குப் பிறகு உங்கள் தயவில் ஓர் உயர்ரக வைனைப் பருக முடிந்தது. முகம் தெரியாத எனக்கு நீங்கள் செய்த இந்த மரியாதை மிக அதிகமானது. என் நிதி நிலைமையில் இப்படியான வைனை நான் இனிமேல் அருந்துவது சாத்தியமில்லை. சாகும் வரை இதை மறக்கமாட்டேன்" என்றார்.

நான் திகைத்துவிட்டேன். தன் உலகத்து உடமைகளையெல்லாம் ஒரு முதுகுப் பையில் காவி வந்த இவருக்கு வயதாகிய வைனின் சுவை நுட்பம் தெரிந்திருந்தது. ஏதோ பதில் கூறுவதற்காக வாயைத் திறந்தேன். அதைக் கேட்காமல் அவர் குதிக்காலில் திரும்பிவிட்டார்.

அந்தச் சனிக்கிழமை காலை, அவர் முழுச் சூரியனை நோக்கி, பெருவிரல்கள் தெரியும் காலணிகளைப் போட்டுக் கொண்டு நடந்துபோனார். அந்த உருவம் கறுப்பாகும் வரை நாங்கள் அங்கே நின்றோம்.

நான் பின்னும் ஐந்து ஆண்டுகள் ஆப்பிரிக்காவில் வசித்தேன். அந்த வருடங்களில் என்னைத் தேடி ஒரு விருந்தாளிகூட வந்ததில்லை. என் ஆப்பிரிக்கச் சரித்திரத்தில் என்னிடம் வந்த ஒரேயொரு விருந்தாளி அவர்தான்.

ஜெகன் என்ற பெயரில் வந்த இந்த விருந்தாளி, தன் முழுப் பெயரையும் சொல்ல மறந்துவிட்டவர், ஓர் இரவு மறக்க முடியாத சந்தோஷத்தை எனக்குத் தந்தவர், லட்சாதிபதியாகும் கனவுகளுடன் கள்ள வழியாக அயல் நாடு சென்றவர், அதற்குப் பிறகு என்ன ஆனார் என்பது கடைசிவரை எனக்குத் தெரியாமலே போய்விட்டது.

◆

மாற்று

ஆப்பிரிக்கப் பாதை கண்டுபிடித்த சில மாதங்களில் இது நடந்தது. இந்த இருண்ட கண்டத்தில் என்னவும் நடக்கலாம் என்று என்னை மிகவும் தயாரித்திருந்தார்கள். எப்படிப்பட்ட தயாரிப்புகளும் சில வேளைகளில் பற்றாமல் போய்விடும். ஆனாலும் நான் போதிய தைரியம் இருப்பதுபோலக் காட்டுவது என்ற தீர்மானத்தில் இருந்தேன்.

நாலுநாள் வயது கொண்ட பாம்புக் குட்டிகள்போல அவள் தன்னுடைய கேசத்தைத் தனித்தனியாக சுருட்டியும் பின்னியும் விட்டிருந்தாள். அவள் சாயும்போது அவையும் சாய்ந்தன; நிமிரும் போது அவையும் நிமிர்ந்தன. பாம்புக் குட்டிப் பின்னல்கள் அவள் தோளைத் தொடப் பயந்ததுபோல ஒரு மரியாதையான தூரத்தில் நின்றன. நீளமான கறுப்பு உதடுகளை மெல்லத் திறந்து 'வணக்கம்' என்று சுத்தத் தமிழில் உச்சரித்து எனக்குத் திகைப்பூட்டினாள். என் இரண்டு கன்னங்களிலும் பறவை தொட்டதுபோல சின்னச் சின்ன முத்தம் சரிசமமாக வைத்து உள்ளே அழைத்துச் சென்றாள். இது எல்லாம் என் நண்பனுடைய சதி என்பதை நான் பின்னால் தெரிந்துகொண்டேன்.

என் முழங்கால்கள் ஆடுவதை மறைப்பதற்கு என் தயாரிப்பு கள் உதவவில்லை. அதிகமான துணிச்சலை வரவழைத்துக் கொண்டு அவளிடம் பேச்சுக் கொடுத்தேன். என்னுடைய வயது தான் அவளுக்கு இருக்கும். அவள் பேச்சு சுபாவமாகவும் சிநேக மாகவும் இருந்தது.

"பாம்புக்குட்டி கேசப் பெண்ணழகியே, குடிப்பதற்கு ஏதாவது பானம் இருக்கிறதா?" என்று கேட்டேன்.

"என்னிடம் பல பானங்கள் உண்டு. எது வேண்டும்?" என்றாள். ஆனால், அவள் பானம் எதுவும் தயாரிக்கும் அறிகுறிகள் தென்படவில்லை. ஆயிரம் வருடங்கள் என்னுடன் பழகியவள் போல சர்வ சாதாரணமாக என் முன்னே மண்டியிட்டு, பின்

கால்களை மடித்து உட்கார்ந்தாள். என்னை உற்றுப்பார்த்துக் கொண்டே தலையைப் பின்னால் எறிந்தாள். அவள் கண்களின் ஆழம் என்னைத் திக்குமுக்காட வைத்தது.

"வசதியின்மைக்குப் பழக்கப்பட்டவள் நான்" என்றாள் திடீரென்று. ஒவ்வொரு நிமிடத்தையும் நிறைத்து இவள் ஏதாவது செய்தபடியே இருந்தாள். இப்பொழுது இவள் தன் உடம்பை மூன்றாக மடித்து விட்டாள். என் முழங்கால்களை மிருதுவாகத் தொட்டாள்; அப்படியும் நடுக்கம் தணியாமல் இன்னும் அதிக மாகியது.

பஞ்சி முறித்தபடி எழும்பி நின்றாள். ஒரு வீச்சில் சுழன்று திரும்பியபோது அவளுடைய மேலங்கி கழன்றுவிட்டது. முகத்தில் அடித்தது அந்த வயிறுதான்; சுண்டிவிட்டதுபோல இருந்தது. இதில் எறும்பு ஊர்ந்தால் ஊதலாம்; கிள்ளிப் பிடிக்க முடியாது. அப்படி இறுக்கமாக இருந்தது.

தொலைபேசிகள் தூங்குவதில்லை. ஆப்பிரிக்காவின் அகாஸியா மரங்களால் மறைக்கப்பட்ட அந்த விடுதியில் ஒரு தொலைபேசி இருந்தது. அதனுடைய ஒலி ஏணி 1–10 என்று இருக்கும். இந்த டெலிபோன் ஒலியை நாலில் பொருத்தியிருந் தார்கள். காதுக்கு இனிமையான ஒலி தருவதற்கு இது பழக்கப் பட்டிருந்தது. பனிக்குளிர் அடிக்கும் காலத்தில் கணப்பை மூட்டி விட்டு பத்து அடி தூரத்தில் போர்வையால் மூடிக்கொண்டு இருக் கும்போது கிடைக்கும் சுகம்போல இந்த டெலிபோன் அடிப்பது காதுக்கு இதமாக இருக்கும்.

இந்தியா, இலங்கை, அமெரிக்கா, கனடா, ஜெர்மனி, பிரான்ஸ், இங்கிலாந்து என்று டெலிபோன்கள் இரவு நேரங்களில் நலமானதும், துக்கமானதுமான செய்திகளைச் சுமந்தபடியே வரும். எங்கள் எதிர் காலங்களை நிர்ணயிக்கும் இந்தக் கருவியைச் சுற்றி இருந்து நானும், விடுதி நண்பர்களும் மணிக்கணக்காக சம்பாஷிப் போம்.

ஒருநாள் நடு நிசி என்னைத் தேடி ஒரு செய்தி வந்தது. எனக்கு ஒரு தேசம் கிடைத்துவிட்டது. ஜெர்மனி என்று சொன் னார்கள். அன்று முழுக்க நான் தூங்கவில்லை. சந்திர மண்டலத் தின் இருண்ட பகுதியில் இருந்து பேசுவதுபோல அப்பாவின் குரல் அடைத்துப்போய் ஒலித்தது. அம்மா வளையல் இல்லாத கைகளைத் தூக்கி ஆட்டி விடை கொடுத்தாள். பின்னாத நீண்ட கூந்தலுடன் மகேஸ்வரி தோன்றினாள். தன் கைக்குட்டை எங்கே என்று விசாரித்தாள்.

என் நினைவுகள் முன்னும் பின்னும் சுழன்றன. அவற்றிலே கணிசமான பகுதியைப் பாம்பு கேசப் பெண் பறித்துக்கொண் டாள்.

அன்று இருள் ஒருவிதமான சுவாலை வீசிக்கொண்டு பிரிந்தது. ஆகாயத்தில் இருந்து கஞ்சத்தனமாக மழை நீர் விழுந்து கொண்டிருந்தது. சில விழுமுன் ஆவியாகித் திரும்பவும் பிறந்த வீட்டுக்குப் போயின.

விமானம் ஒருமணி நேரம் தாமதம் என்று சொன்னார்கள். இளம்பெண் ஒருத்தி திடீரென்று திரும்பினாள். பாம்பு கேசக்காரி போல உயரமாக இருந்தாலும் முகம் வேறாகத் தெரிந்தது. ஒரு மந்திரவித்தைபோல அந்தப் பெண் திடீரென்று தோன்றலாம் என்று மனது அங்கலாய்த்தது. இந்த ஆசை வந்த பிறகு இருக்கை களில் அமர்ந்தவர்களையும், தடுப்புக்கு அப்பாலிருந்து வரும் பயணிகளையும் பார்க்கக் கூடுமான வசதியான ஓர் இருக்கைக்கு மாறினேன்.

வெள்ளைச் சீருடை அணிந்த இருவர் தடுப்பைக் கடந்து வந்தார்கள். தங்களுக்குள் ஏதோ பேசிக்கொண்டே பயணிகளை உற்றுப் பார்க்கும் வேலையைச் செய்தார்கள். என்னிடம் ஞானக் கண் இருந்தது; ஞானப் பல் இருந்தது; ஆனால், ஞானக் காது மாத்திரம் இல்லை. அவர்கள் ரகஸ்யக் குரலில் பேசியது எனக்குக் கேட்காமல் போய்விட்டது. நான் அவசரமாகக் கண்களைத் தாழ்த்திப் பயண அட்டையைச் சரிபார்த்தேன். சிறிது நேரம் கடத்திவிட்டு மறுபடியும் திரும்பிச்சென்றார்கள்.

கறுப்பும், சிவப்பும், மஞ்சளுமான ஜெர்மன் கொடி வர்ணத்தைத் தன் உடம்பிலே பூசிக்கொண்ட லுவ்தான்ஸா விமானம் தரையைத்தொட்டது. ஐயாயிரம் மைல் தூரம் பறந்து வந்த களைப்பு அதற்கு. ஓர் ஐயாயிரம் மூச்சை அடக்கிவைத்து ஒரேயடியாக வெளியே விட்டு நிதானமாக ஊர்ந்து வந்து நின்றது. மூடிய நடைபாதை வண்டி நகர்ந்துபோய் விமானத்தின் கதவுடன் தொட்டு வழிசெய்தது. ஓடுதரை விளக்குகள் மறுபடியும் அணைந்தன.

எங்களிடம் இருந்த அரிக்கன் விளக்கை எனக்கு நினைவு தெரிந்த நாள் முதல் அப்பாதான் கொளுத்துவார். பின்னேரங் களில் மைமலாகுமுன் அதைக் கிலுக்கிப் பார்ப்பார். அது கொடுக்கும் சத்தத்தில் இருந்து எவ்வளவு எண்ணெய் உள்ளே இருக்கிறது என்று ஊகித்துவிடலாம். அந்த லாம்பின் சிமிலியைப்

பத்து நிமிட காலம் பழந்துணியினால் துடைப்பார். அளவாக மண்ணெண்ணெய் ஊற்றி, திரியைத் தூண்டி, கத்தரிக்கோலால் சமன் செய்து வெட்டி விடுவார். இந்தச் சிறந்த வேலை வேறு ஒருவருக்கும் பங்கு போட்டுக் கொடுக்கமுடியாதது.

என் அப்பாவுக்கு இரவில் நீண்ட கனவுகள் வரும். நித்திரை முடிந்து அவர் எழும்பிய பிறகும் அவை தொடரும். என்னை வெளிநாட்டுக்கு அனுப்பும் கனவும் இப்படித்தான் பல நாட்கள் வளர்ந்தது. விரோதித்தனம் காட்டாமல் சாதுவாகப் பறந்த விமானத்திலிருந்து குண்டுகள் விழத்தொடங்கின. எங்களைச் சுற்றி சாவுகள் நிறைந்தன. நான் பிரியும் காலம் வந்துவிட்டது. அன்று அப்பாவின் நேரடியான கண்காணிப்பில் சிமிலி துடைக்கும் வேலை எனக்குக் கிடைத்தது. நான் அடைந்த மகிழ்ச்சிக்கு அளவே யில்லை.

நான் பயணப்படுவதற்கான நாள் நெருங்கியபோது அப்பா வின் வாஞ்சை அதிகமாகியது. அதை எப்படியும் காட்டிவிட வேண்டுமென்று துடித்தார். 'தம்பி' என்று அழைப்பார், பிறகு நாக்கு மந்தமாகி பேசமாட்டார். ஏதாவது சொல்ல வருவார், பிறகு சொல்லாமல் விட்டுவிடுவார். அலிஸின் அதிசய உலகத்தில் வரும் மூஞ்சூறுபோல அப்பா முடிக்காமல் விட்ட கதைகளும் வசனங்களும் பலவாக இருந்தன. அவை எல்லாம் அவர் படுக்கும் மரக்கட்டிலுக்கும் கூரைக்கும் இடையில் இன்றுவரை அந்தரத்தில் சுற்றிக்கொண்டே இருப்பதுபோல எனக்கு அடிக்கடி தோன்றும்.

எங்கள் குடும்பத்து வேலைகள் சரி சமமாகப் பங்குபோட்டுக் கொடுக்கப்பட்டிருக்கும். அம்மா தோசை பிரட்டுவாள்; அக்கா தலைக்கு சீயக்காய் பிரட்டுவாள்; அப்பா காசு பிரட்டுவார். அப்படித்தான் அப்பா பயண முகவருக்குக் காசு கட்டி என்னை அனுப்பிவைத்தார்.

இந்தப் பயண முகவரை இன்னும் நம்ப முடியாமல் இருக் கிறது. மிகவும் ஒடுங்கிய வாசல்களுக்குள் போகப் படைக்கப்பட்ட வர்போல ஒடுங்கிய உடம்போடு இருந்தார். பொய் இயற்கையாக வந்தபடியால் தொழிலை விருத்தி செய்வது இவருக்குச் சுலபமாக இருந்தது. எங்கள் சீனியர் குலசிங்கம் பதினொரு மாதங்களாக இந்த இருண்ட விடுதியில் தங்கியிருக்கிறான். என்னைக் கட்டிப் பிடித்து வழியனுப்பி வைத்தான். தனக்கு ஒரு நாடு படைக்கப் பட்டுவிட்டது; ஆனால், அதனுடைய பெயர்தான் இன்னும் தெரியவில்லை என்று அடிக்கடி சொல்லிக்கொள்வான்.

மகேஸ்வரி எந்த இடத்துக்கு வந்தாலும் அங்கே அவளுடைய வனப்பு தொற்று வியாதிபோல பரவிவிடும். இருப்பதற்கு முன் இரண்டு பக்கமும் பார்த்துவிட்டு நீண்ட தலைமுடியை இழுத்து இழுத்து பிருட்டத்தின் கீழ் வைத்து மெத்தையாக மடித்து அதற்கு மேல்தான் இருப்பாள். மலர்வதற்கு இன்னும் இரண்டு நாள் அவகாசம் உடைய மல்லிகை மொட்டுகளைத்தான் அவள் கோத்து கூந்தலில் அணிந்திருப்பாள். அந்த மல்லிகை விரிந்து நான் பார்த்த தில்லை. விரிய முதல் வரும் ஓர் இளைய மணம்தான் அவள் கூந்தலிலிருந்து வரும்.

ஒட்டகத்தின் கண் இமைகள் அடர்த்தியாக இருப்பது பாலைவனத்து மணல் வீச்சைத் தடுப்பதற்காக என்று கேள்விப் பட்டிருக்கிறேன். இந்தப் பெண்ணின் இமைகளும் அப்படித்தான் அடர்ந்து, கறுத்துப் படபடவென்று அடித்தன. வேண்டாத ஆட வர்களின் பார்வையை அவள் அப்படித்தான் துரத்தினாள் போலும்.

நான் பயணம் புறப்படும்போது அந்தக் கண்களால் சாடை செய்தாள். ஒருவரும் அறியாமல் வந்து ஒரு கடிதம் கொடுத்து அதை பிளேன் புறப்பட்ட பிறகு படிக்கச்சொல்லி என்னிடம் உத்திரவாதம் பெற்றுக்கொண்டாள்.

அந்தக் கடிதம் ஓர் உறையில்கூடப் போட்டுச் சிறப்பு செய்யப் படவில்லை. அப்பியாசக் கொப்பியின் கடைசி ஒற்றையை அவசர மாகக் கிழித்து அதில் எழுதியிருந்தாள். நாலாக மடித்து மிகவும் பாதுகாக்கப்பட்டு, அவளுடைய கை வியர்வையில் நனைந்து, பல எதிர்பார்ப்புகளை எனக்குள் ஏற்படுத்தி என் சட்டைப்பையில் கிடந்தது.

டெஸ்டிமோனாவின் கைக்குட்டை களவுபோனதுபோல இவளுடையதும் களவுபோயிருந்தது. எடுத்தது நான்தான். பயணம் புறப்படும்வரை அவள் அது பற்றி ஒன்றும் சொல்லவில்லை. நான் பிரிந்தபோது இதற்கு முன்பு உபயோகப்படுத்தாத ஒரு புன்ன கையை வைத்திருந்து எனக்காக வீசினாள். உள்ளங்கையைக்கூட மறைக்க முடியாத சிறிய கைக்குட்டை அது; மூலையிலே சிவப்புப் பூ போட்டது. இருபது கைக்குட்டைகளா அவளிடம் இருக்கிறது? இருப்பது ஒன்றுதான். எப்படித் தெரியாமல் போகும். அது பற்றிக் கடிதத்தில் நிச்சயம் எழுதியிருப்பாள் என்று எதிர்பார்த்தேன்.

அப்பாவின் கையெழுத்து தென்கொரிய தேசியகீதம்போல வாசிப்புக்கு அப்பாற்பட்டதாக இருக்கும். அம்மாவினுடையது கால், கொம்பு, விசிறி, சுழி ஒன்றுக்கும் தரவேண்டிய மரியாதை

தராமல் ஒரு கோபத்தோடு எழுதியமாதிரி நட்டுக்கொண்டு நிற்கும். என்னுடைய மகேஸ்வரியின் எழுத்து அப்படியல்ல. மலர் முகைபோல அவளுடைய அட்சரங்கள் தனித்தனியாகவும், குண்டு குண்டாகவும் இருக்கும்.

அந்தக் கடிதத்தைப் படிக்கும்போது என்னுடைய சொண்டைவிட கண் வேகமாகப் பறந்தது. எங்கே கடைசி வரியில் 'அன்பான தங்கை' என்று முடித்துவிடுவாளோ என்ற பயம் பிடித்து ஆட்டியது. ஒரு கிழவியின் கடிதத்திற்கான சகல தகுதி களுடன், புத்திமதிகளால் மிகவும் கனத்துப்போய் அது காணப் பட்டது. நல்லாய் படிக்கவேண்டுமாம். விரைவில் உத்தியோகம் பார்க்கவேண்டுமாம். இவ்வளவு நம்பிக்கையோடு அனுப்பி வைக்கும் பெற்றோரை ஏமாற்றக்கூடாதாம்.

மேல் நாடுகளில் கெட்டுப்போவதற்குப் பல சந்தர்ப்பங்கள் உண்டாம். இந்த வகையாக கஸ்தூரிபாய் எழுதுவதுபோல எழுதி யிருந்தாள்.

அந்த வரிகளையெல்லாம் துடைத்தும், துளைத்தும், முகர்ந்தும் பார்த்தேன். எங்கேயாவது காதல் ஒளிந்திருக்கிறதா என்ற ஆசையில். அப்பொழுதுதான் கடைசி வரியில் ஒரு கதவு திறந்தது. மத்தாப்பு வெடித்து விரிந்தது. போனால் போகிறது என்று 'முத்தங்கள் முன்னூறு' என்று முடித்திருந்தாள். இவள் எப்படி முன்னூறு முத்தங்கள் என்று சொல்லலாம். ஒரு சின்ன விரலைக்கூட அவள் தொடுவதற்கு அனுமதித்ததில்லை. முன்னூறு முத்தங்களாம்! இதிலே என்ன கஞ்சத்தனம். உண்மையிலேயே சொண்டுகள் வற்றக் கொடுக்கப்போகிறாளா? ஓர் எழுத்துத்தானே. ஒரு மூவாயிரம், மூன்று லட்சம், மூன்று கோடி என்றால் என்ன குறைந்தா விடப்போகிறது? ஏதோ நான் கல்குலேட்டர் வைத்து எண்ணிப் பார்த்துவிடுவேன் என்று பயந்ததுபோல 'முன்னூறு' என்று எழுதி முடித்திருந்தாள்.

என் அம்மாவின் வாசனை மறந்துகொண்டு வந்தது. அதை ஞாபகத்தில் கொண்டுவருவதும் சிரமமாயிருந்தது. ஒருநாள் அரை யிருட்டில் ஒலிம்பிக் வட்டம்போல அவள் தன் தங்க வளையல் களை நிலத்தில் பரப்பிவிட்டு ஏதோ ஆலோசனையில் இருந்தாள். அந்த வளையல்கள் வெகு சீக்கிரத்தில் என்னுடைய பயணச் சீட்டு செலவுகளுக்கு மாற்றப்படும் என்பது எனக்குத் தெரியாது. வளையல்கள் இல்லாத கைகள் முற்றிலும் மாறி என் அம்மாவை அந்நியப்படுத்தின. எனக்கு எப்படி இவ்வளவு துணிச்சல் வந்தது. பயண முகவர் தயாரித்த பாஸ்போட்டில் நடுங்கியபடி பிளேன்

ஏறியதும், அப்பா முகத்தைத் துடைத்ததும், அம்மாவின் வளையல் இல்லாத கை அசைந்ததும், அக்காவின் அழுது வீங்கிய கண்கள் துடித்ததும் எவ்வளவு சீக்கிரத்தில் மறந்துபோனது.

என் சிந்தனை என்னை அறியாமல் சானல் மாறி ஆப்பிரிக்க பெண்ணின் வசம் வந்து நின்றது.

காய்ந்த சருகிலே நெருப்பு பற்றுவதுபோல சில பேரைக் கண்டதும் ஆயிரம் காலமாக அறிந்ததுபோல ஓர் உணர்வு வரும். இதற்குத் தேசமோ, நிறமோ, மொழியோ தடையில்லை. அவளுடைய அனுபோகம் என் பயத்தைத் துரத்தியது. உடல் கூச்சத்தைத் துறந்தது. இந்தக் கணத்துக்காகவே நான் படைக்கப்பட்டதுபோல உணர்ந்தேன். இதற்குச் சாட்சி அவளுடைய ஸ்பரிசத்துக்கு முன்போ, பின்போ எனக்கு ஒருவித குற்ற உணர்வும் தோன்றாதது தான்.

குலசிங்கத்தின் விசா இன்னும் தயாராகவில்லை. எனக்கும் அப்படியே என்று தினமும் செய்தி கொண்டுவந்தான். எனக்கு வயிறு கலங்கிக்கொண்டிருந்தது. இந்த நாட்டு சிறைச்சாலை பற்றி நான் மிகவும் தெரிந்து வைத்திருந்தேன். அங்குபோனவர்கள் மீள்வது அரிது. இதற்கு முன் வந்த குரூப்பில் ஒருவன் பிடிபட்டு இன்னும் அங்கேயே இருந்தான். அவன் ஒருவரையும் காட்டிக் கொடுக்கவில்லை என்று சொன்னார்கள். ஆபத்தின் ஆழம் தெரிந்திருந்தது. ஆனாலும் ஒருநாள் தவறினால் இன்னொரு இரவு கிடைக்கக் கூடும் என்ற அற்ப ஆசையும் இருந்தது.

இந்த நேரத்தில் அந்தப் பெண் வேறொரு ஆடவனுடன் இருப்பாள் என்பது எனக்கு நிச்சயமாகத் தெரிந்தது. என் வசம் இருந்த அந்த சொற்ப நிமிடங்களில் அவள் தன்னை ஒன்றும் மிச்சம் விடாமல் என்னிடம் ஒப்படைத்துவிட்டாள். அதில் ஒரு வித சந்தேகமும் இல்லை. ஒருவேளை அவள் வந்துவிடக்கூடுமோ என்று அடிக்கடி பார்த்தவாறே இருந்தேன்.

வேரோடு என்னை இழுத்து மாரோடு அணைத்து ‘என் இனிப்புக்குவியலே’ என்று என்ன காரணத்தோடோ அழைத்தாள். ஒரு சொட்டும் மிச்சம்விடக்கூடாது என்பதுபோல என் வசம் இருந்த அத்தனை முத்தங்களையும் என்னைக் கேட்காமலே துடைத்து எடுத்துக்கொண்டாள். அவள் மிகச் சிறந்த நடிப்புக் காரியாக இருக்கவேண்டும்; அல்லது அவளுடைய பாலைவனத்து மனதில் ஈரளிப்பு எங்காவது ஒளிந்திருக்கவேண்டும்.

வீங்கியிருக்கும் மேலுதடை அவள் எதிர்பாராத ஒரு தருணத்தில் தனியாகக் கவ்வி நீண்டநேரம் சுவைத்தேன். அவளை

ஆச்சரியப்படுத்துவது கடினம். புறங்கையால் துடைத்தபடி அலட்சியத்தோடு திரும்பிச் சென்றாள்.

அந்த இதழ்களை நான் மற்றவர்களுக்காக விட்டுவிட்டு வந்துவிட்டேன்.

எங்கள் பயண முகவரின் கையாள் ஓர் இத்தாலியன். அவன் எங்களைக் கண்காணிக்க இரவு பத்து மணிக்குப் பிறகு, இரண்டு கதவு வைத்த காரில், ரகஸ்யமாக வருவான். தாட்சண்யம் இல்லாமல் எங்களிடம் கடுமையாக நடந்துகொள்வான். பேய்க்குச் சாப்பாடு போடும்போது நீண்ட அகப்பை தேவை என்று சொல்வார்கள். அப்படியே இவன் வரும்போதும் நாங்கள் தூர அகன்று விடுவோம்.

இவனுடைய பெயர் அந்திரிய தாமனினி. அந்தப் பெயரிலே இரண்டு எழுத்துகள் மௌனமாக உட்கார்ந்திருந்தன. இது ஏன் என்று எனக்கு விளங்கவில்லை. தேசம் இல்லாமல், முகம் இழந்து திரியும் எங்களைப்போல அந்த இரண்டு அட்சரங்களும் ஒலியைக் கொடுக்கும் சக்தி பெறவில்லையென்றே நினைக்கிறேன்.

நாங்கள் பதினொரு பேர் விடுதியில் இருந்தோம். இதில் சோமாலியாப் பையன் ஒருவனும் அடக்கம். அவனுக்குப் பதினைந்து வயதிருக்கும். கோயில் சுவர் கலரில் கோடுகள் போட்ட நீளமான அங்கி ஒன்றை அணிந்திருப்பான். கர்வ மானவன். ஐந்துநேர தொழுகையும் தவறாமல் செய்வான். பறவை இறைச்சி தொடமாட்டான்; அதைச் சாப்பிடும் எங்களை ஏளன மாகப் பார்ப்பான். இத்தாலியன் வரும் நாட்களில் மலர்ந்து போவான். இத்தாலிய பாஷை அவனுக்குச் சரளமாக வரும். இவன் தயவினால்தான் நாங்கள் எப்போது பிளேன் வரும், எந்த நாட்டை எமக்குத் தரப்போகிறார்கள் போன்ற மேலதிக விபரங் களை அறியக் காத்திருப்போம். ஆனால், அவனிடத்தில் விரும்பத்தகாத பழக்கம் ஒன்றிருந்தது.

'கிட்டத்தட்ட' என்ற வார்த்தையை அளவுக்கு அதிகமாக உபயோகித்தான். இன்று எத்தனை பேர் போவார்கள் என்று கேட்டால் 'கிட்டத்தட்ட இரண்டு' என்று பதில் கூறுவான்.

நெருப்புடன் எனக்கு நெருக்கமான சிநேகம் இருந்தது. கணப்பு கொழுந்து சுவாலைகளைப் பார்த்துக்கொண்டே இருக்கப் பிடிக்கும். கறுப்பும் நீலமும் மஞ்சளும் சிவப்பும் கலந்த இந்தத் தீ நொடிக்கொரு தடவை தன் உருவத்தை மாற்றிவிடும். காற்றுக்கும் சாம்பலுக்கும் இடையில் இருக்கும் ஒருகணத்தில் வாழ்ந்து முடிந்து

விடுகிறது. என் வாழ்க்கையைத் தீர்மானிக்கும் இந்த நொடிப் பொழுதில் விமானப் பணிப்பெண் பயணிகளை அழைக்கும் வாசகத்துக்காகக் காத்திருந்தேன்.

அந்த வெள்ளை உடை அதிகாரிகள் மறுபடியும் என்னை நோக்கி வந்ததுபோலத் தோன்றியது. மிருகங்கள் சண்டைக்குத் தயாராகும்போது தலையைக் கீழே இறக்கி முன்னேறுவதுபோல இவர்களும் சிரசைக் கவிழ்த்து வந்தார்கள். என் இருதயம் விலா எலும்பைத் தொட்டுக்கொண்டு அடிக்கத் தொடங்கியது. கம்ப் யூட்டரில் undo விசையைத் தட்டுவதுபோல என் மனதும் விசை களைத் தேடின. கட்டுக்கடங்காமல் வியர்வை பெருகி நான் கண் களைக் கீழே இறக்கினேன். அப்படியும் நாலு கறுப்பு சப்பாத்துகள், லேஸ்கள் சரி அளவில் கட்டப்பட்டு, என்னைக் குறிவைத்து வருவது தெரிந்தது. வெளிக்காற்றை சுவாசிக்கும் அவகாசம் கிடைத்த அந்தக் கடைசி நிமிடத்தில் என் கண்முன்னே அப்பாவோ, அம்மாவோ, அக்காவோ காட்சியளிக்கவில்லை; மகேஸ்வரியும் தோன்றவில்லை. பாம்பு கேசப் பெண்தான் தோன்றினாள்.

◆

அம்மாவின் பாவாடை

அம்மாவிடம் ஒரு பாவாடை இருந்தது. எப்பொழுது பார்த்தாலும் அம்மா அதற்கு நாடா போட்டபடியே இருப்பாள். அது சாதாரண நாடா அல்ல; அம்மா அசட்டையாக இருக்கும் சமயங்களில் பாவாடையின் மடிப்புக்குள் போய் ஒளிந்து கொள்ளும். அம்மா நாடாவை இன்னொருமுறை போடுவாள். இது அடிக்கடி நடக்கவே நாடாவில் நெடுகலும் இருக்கிறமாதிரி ஒரு மடிப்பு ஊசியை அம்மா குத்திவைத்துவிட்டாள். நாடா உள்ளே போவதும், அம்மா மடிப்பு ஊசியைப் பிடித்து, ஒரு நாக்கிளிப் புழுபோல நீட்டியும் சுருக்கியும் அங்குலம் அங்குலமாக அதை வெளியே எடுப்பதும் வழக்கமாகிவிட்டது.

வெகு காலம் கழித்தபிறகு எனக்கு ஒரு விஷயம் பிடிபட்டது. உண்மையில் அம்மாவிடம் இரண்டு பாவாடைகள் இருந்தன. அவையிரண்டும் தண்ணீரில் அடிக்கடி அலசித் தோய்க்கப்பட்டு வயோதிகம் அடைந்தவை. எல்லாம் ஒரே மாதிரி, ஒரே வயதில், ஒரே உயரத்தில், ஒரே பழுப்பில் இருக்கும். ஆனால், இரண்டு பாவாடைக்கும் அம்மாவிடம் இருந்தது ஒரே நாடாதான். அதைத் தான் அடிக்கடி மாற்றி மாற்றிப் போட்டிருக்கிறாள்.

அம்மா கொஞ்சம் வசதியான குடும்பத்தில் இருந்து வந்தவள். கல்யாணமாகி வரும்போதே இரண்டு பாவாடை புதி தாகத் தைத்துக்கொண்டு வந்திருந்தாள். நாடா போட்ட பாவாடை. எங்கள் கிராமத்துப் பெண்கள் பாவாடை கட்டும் வசதி இல்லாதவர்கள். ஒரு சிலர் கல்யாணம், திருவிழா போன்ற விசேஷங்களுக்குக் கட்டுவதற்கு ஒரு பாவாடை மாத்திரம் வைத்திருப்பார்கள். மணியக்காரர் பெண்சாதியிடமும், அம்மா விடமும் மாத்திரம் இரண்டு பாவாடைகள் இருந்ததாகப் பேச்சு அடிபடும். வீட்டிலும் வெளியிலும் அவர்கள் பாவாடை அணியும் தகுதி கொண்டவர்கள். அம்மாவின் முகத்தில் எப்பொழுது பார்த் தாலும் இந்தப் பாவாடைப் பெருமை தெரியும்.

என்னுடைய அப்பாவின் முகம் பின்னேரத்து வெயில்போல கதகதவென்று இருக்கும். குடிப்பழக்கமோ, பீடி சுருட்டுப் பழக்கமோ, சீட்டாடும் பழக்கமோ அவரிடம் கிடையாது. இன்னும் சொல்லப்போனால் வேலைக்குப் போகும் பழக்கம்கூட கிடை யாது. அம்மாவுக்கு வாழ்க்கைப்பட்ட நாளில் இருந்து அவர் மறு வார்த்தை பேசி நான் பார்த்ததில்லை. அற்புதமான சாது.

கைரேகை பார்ப்பதில் நிபுணர். அவரைப் பார்ப்பதற்காக வெளியூரிலிருந்துகூட ஆட்கள் வருவார்கள். சப்பணக்கால் கட்டிக் கொண்டு வெகுநேரமாக அந்த அந்நியக் கைகளைப் பிடித்துக் கொண்டிருப்பார். அவருடைய வியாக்கியானங்களுக்குச் சம்பா வனை கிடைத்து நான் பார்த்ததில்லை. அம்மாவின் வயலில் இருந்து வரும் நெல்லு மூட்டையையும் தேங்காயையும் வாழைக் குலையையும் வைத்துத்தான் அவள் சமாளித்தாள் என்று நினைக் கிறேன். அந்தக் காலங்களில் என் கண்களுக்குத் தெரியாமல் வறுமையை மறைப்பதில் அம்மா மிகவும் சிரமப்பட்டாள்.

மனிதர்களிடம் சாதாரணமாகக் காணப்படாத ஓர் ஒயிலுடன் அம்மா கிணற்றடியில் முழுகிவிட்டு நடந்து வருவாள். அவள் கடந்த பிறகும் அவளுடைய வாசனை அங்கே நிற்கும். பிஞ்சாகும் வாய்ப்பை இழந்த கொய்யாப் பூக்கள் வழிநெடுகிலும் கிடக்கும். அம்மாவின் கால்களில் அவை ஒட்டிக்கொள்ளும். தோள்களில் வழிந்த நீண்ட கேசத்தில் தண்ணீர் சொட்டும். அவள் நடந்துபோன தடத்தில் சற்றுநேரம் காற்று மினுமினுக்கும். அப்படியே போய்க் கொடியிலே பாவாடையை உதறிவிட்டுக் காயப் போடுவாள். இது தினசரி நடக்கும்.

பின்னால் நடக்கப்போகும் ஒரு சம்பவத்தில் இருந்து அம்மா வுக்கு இந்தப் பாவாடை எவ்வளவு முக்கியமானது என்று எனக்குத் தெரியவரும். இது அந்தஸ்துக்கு அறிகுறி. அவளுடைய பிறந்த வீட்டுச் செல்வச் செழிப்பு தீர்ந்துகொண்டு வந்தது. இந்தப் பாவாடை போனால் இன்னொன்று கிடைப்பது தூரமான நம்பிக்கை என்ற நிலையில் அம்மா இதை உயிரிலும் மேலாக நேசித்தாள்.

அம்மாவின் கண்களில் முடிவு பெறாத அழுகைகள் நிறைந்து கிடக்கும். அவள் சிரிக்கும்போது அது முற்றிலும் மாறிவிடும். அவளுடைய சிரிப்பு தனியாக எடுத்து வைத்த சாமிப் படையல் போல சந்தோஷம் பொங்க வெளிப்படும். முன் எச்சரிக்கை இல்லாமல் வந்ததினால் அது பெரிதாக நாலு பேர் கேட்கக்கூடிய

விதமாக இருக்கும். தான் சிரித்துச் சிந்திய அழகு யார் கண்ணிலும் பட்டுவிடப்போகிறது என்பதுபோல அந்தச் சிரிப்பைத் திருப்பி வாங்க அவசரப்படுவாள். கலகலவென்று ஒரு பள்ளி மாணவி போல வெடித்துச் சிரித்துவிட்டு சில வினாடிகளில் ஏதோ பார தூரமான குற்றம் செய்ததுபோல வாயைப் பொத்திக்கொள்வாள்.

சீதனமாகக் கொண்டுவந்த ஒரு மரப்பெட்டி அம்மாவிடம் இருந்தது. அதைச் சீனப்பெட்டி என்று அழைப்பாள். சீன அரசர் களும் அரசிகளும் சேடிகளுமாக அதன் முகப்பை அலங்கரித் தார்கள். சில விசேஷமான தினங்களில் மாத்திரம் அந்தப் பெட்டியை அம்மா திறப்பாள். அந்தச் சமயத்திற்குக் காத்திருந்து நான் போய் முன்னால் குந்துவேன். 'வெளிச்சத்தை மறைக்காதே' என்றபடி அம்மா அந்தப் பெட்டியை ஆராய்வாள். அவள் கொண்டுவந்த திரவியம் எல்லாம் அதற்குள்தான். முன்பு திறந்த நாளில் இருந்து பாதுகாக்கப்பட்ட நகைகளையும் உத்தரீயத்தையும் வெள்ளிக் கொலுசையும் பல மணிநேரம் கைகளில் எடுத்துப் பார்த்தபடியே இருப்பாள். உத்தரீயத்தை நான் தொடவும், கழுத் திலே போட்டுப் பார்க்கவும் அனுமதிப்பாள். பெட்டி நகைகள் வரவரக் குறைந்துகொண்டு வந்தது அப்பட்டமாகத் தெரியும். அதன்முன் இருக்கும் நேரங்களில் அம்மாவின் முகத்தை ஒரு மேகம் வந்து மறைத்துவிடும்.

அம்மா எந்த நேரம் என்ன செய்வாள் என்று சொல்ல முடியாது. சின்ன வயதாயிருந்தபோது என்னதான் சாப்பிட்டாலும் என்னுடைய உடம்பு நோஞ்சான் உடம்பு. பக்கத்து வீட்டு கனகம்மாக்காவின் மகன் கொழுகொழுவென்று இருப்பான். அவன் எப்பொழுது வந்து விளையாடினாலும் கடைசியில் என்னை அடித்த பிறகுதான் விளையாட்டு ஓயும். அம்மா வந்து அவனைத் திட்டி அனுப்புவதுதான் வழக்கம்.

அன்றும் அப்படித்தான். விவகாரம் பெரிதாக ஒன்று மில்லை. என் அப்பாவின் பெயரை அவன் மறந்துவிட்டதில் ஆரம்பித்தது. என்னை அடித்துவிட்டான். நான் பதிலுக்கு அவனை 'தூமையன்' என்று ஏசினேன். அப்போதுதான் அது நடந்தது. கலிவரின் பயணங்களில் வரும் ஒரு ராட்சத பறவை போல அம்மா எங்கிருந்துதான் பறந்து வந்தாளோ தெரியாது. வழக்கத்துக்கு விரோதமாக அவனை விரட்டாமல் என் சொண் டில் விரல்களால் சுண்டிவிட்டாள். 'இப்படி இனிமேல் சொல்லு வியா?' என்று திருப்பித் திருப்பிக் கேட்டு பூவரசம் கிளையால் அடித்தாள். எனக்கு வலி தாங்க முடியவில்லை.

முதல் முறையாக அம்மாவிடம் எனக்குக் கோபம் ஏற்பட்டது. மூச்சுக்காற்று போன திசையில் நடந்து போனேன். என் உடம்பிலே அங்கங்கே பொன்னிறமான கொப்புளங்கள் கிளம்பியிருந்தன. சாயந்திர வெயிலிலே அவை மினுமினுத்தன. கிளுவை மரங்களுக்கிடையில் ஒரு தவளை தொண்டையை உப்பி உப்பி சுருக்கியது. உலகத்துக் காற்றை எல்லாம் எப்படியும் விழுங்கிவிட வேண்டும் என்று ஆயத்தம் செய்வதுபோல கால்களை அகட்டி உட்கார்ந்திருந்தது. என்னைப் பார்த்ததும் தன் பின் பாதியை எனக்குக் காட்டி தனது அதிருப்தியைத் தெரிவித்தது. என் நட்பை அது பொருட்படுத்தவில்லை.

இவ்வளவு காலமும் அம்மாவை ஒரு சிறந்த தாயாக வளர்த்திருந்தேன். அம்மாவின் சிந்தனை சத்தம் எனக்குத் துல்லியமாகக் கேட்கும். என் கொப்புளங்களைப் பெரிதாக்கினால் அம்மாவின் யோசிப்புகள் என் பக்கம் திரும்பக்கூடும் என்று நம்பினேன். அம்மாவின் பக்கவாட்டு முகத்தையும், மேல் உதடுகளில் வெண் டைக்காய் மயிர்போல வளர்ந்திருக்கும் ரோமத்தையும் தடவ வேண்டும்போல பட்டது. சூரிய வெளிச்சத்தைக் காற்று அடித்துத் தள்ளும்வரை என் கால்கள் வீட்டுப் பக்கம் திரும்பவில்லை.

கண்களை மூடிக்கொண்டு இரவு நேர ஒலிகளை இனம் கண்டுபிடிப்பது எனக்கு விருப்பமானது. எங்கள் வீட்டில் நாங்களும் எலிகளுமாகக் குடியிருந்தோம். எங்கள் உணவு முடிந்தபிறகு எலிகளின் சாப்பாட்டு நேரம் ஆரம்பமாகும். எங்கள் பசிக்கு எப்படியோ தவறிய உணவுகளை அவை சத்தமாக உண்ணும். அம்மா மெதுவாக வந்து கன்னத்தில் காய்ந்துபோன கண்ணீர்த் தடத்தைத் தடவிப் பார்த்தாள். அம்மா என்னைக் கட்டிப்பிடித்தாள். ஒரு சின்ன இடைவெளி விட்டாலும் அது பெரிய அபராதம் ஆகிவிடும் என்பதுபோல என்னை இறுக்கியபடி விம்மினாள். பகல் முழுக்க காய்ந்த பாவாடையிலும் சேலையிலும் சூரியன் கொஞ்சம் மீதம் இருந்தது. மூச்சுவிட எனக்குக் கஷ்டமாயிருந்தது. என்றாலும் அது உவப்பாகி அந்த அறை முழுக்கப் பரவச அணுக்கள் நிறைந்தன.

அம்மாவுக்கு இருந்த முக்கியமான கவலைகளில் ஒன்று என்னைப் பற்றியது. எங்கள் வாழ்க்கை அம்மாவின் சம்மதம் இல்லாமல் முட்டுப்பட்டதாக மாறியிருந்தது. அதை என்னிட மிருந்து மறைப்பதில்தான் அவ்வளவு கஷ்டம். அம்மாவின் தங்கை என் சின்னம்மா நல்ல இடத்தில் வாழ்க்கைப்பட்டு இருந்தாள். அங்கே போகும்போதுதான் எனக்குச் சோதனை ஏற்படும்.

நாங்களும் வசதியான குடும்பத்தில் இருந்து வருகிறோம் என்ற பிரமையைக் கொடுப்பதற்கு நான் பழக்கப்பட்டிருந்தேன்.

சின்னம்மாவிடம் பல பார்வைகள் இருந்தன. பூச்சிகளுக் காக ஒதுக்கப்பட்ட ஒரு பார்வையை எனக்காக வைத்திருந்தாள். ஒருநாள் வயதான வேர்வை அவளிடமிருந்து வீசும். மெலிந்தும், நெடுப்பாகவும் இருப்பாள். ஏதோ அவசரமாகச் சொல்ல வந்து மறந்துவிட்டதுபோல வாய். அவள் போடும் ரவிக்கைகள் அவள் தோள்களில் சறுக்கியபடியே இருக்கும். அங்கே போகும்போதெல் லாம் அவள் உடுத்தியிருக்கும் சேலையின் சரிகையும் தங்க வளை யல்களும் எங்கள் வறுமையை இன்னும் பிரகாசப்படுத்துவதுபோல எனக்குத் தோன்றும்.

அவர்களிடம் முட்டை வடிவ நிலைக்கண்ணாடி இருந்தது. நடுவிலே ஒன்றும், வள்ளி தெய்வானைபோல பக்கத்திலே இரண்டு மாக. சின்னம்மா தன் முகத்தையும் முதுகையும் கன்னத்தையும் காதையும் ஒரே சமயத்தில் பார்க்கக்கூடிய விதமாக, மீளாத ஆச்சரி யத்தை எனக்கு ஊட்டுவதாக, அது படைக்கப்பட்டிருந்தது. அன்று துணியினால் மூடி, என் பரிசோதனைகளுக்கு அப்பாற்பட்டுக் கிடந்தது.

சின்னம்மா வீட்டில் கதிரை இருந்தது. அவள் தந்த பனங் காய் பணியாரத்தில் பங்குனி மாதத்தின் ருசி தெரிந்தது. கிளாஸ் விளிம்புகளில் விடாது இலையான்கள் மொய்த்தன. கால்கள் எட்டாத கதிரையில் இருந்துகொண்டு இரண்டு கைகளாலும் கிளாஸைப் பிடித்து அப்போது பிரபலமான 'சுப்பிரமணியம்' சோடாவைக் குடிக்கும்போது 'வழிச்சு துடைச்சு குடிக்கக்கூடாது' என்று அம்மா பலமுறை எச்சரித்தது ஞாபகத்துக்கு வரும். அம்மா வின் கண்பாஷை அடிக்கடி என் பக்கம் கடுமையாகத் திரும்பும். சோடாவைக் குடிப்பதும், அளவு பார்ப்பதும், மீதம் வைப்பதுமாக மனது அவஸ்தைப்படும். மிச்சம் விடவேண்டும் என்ற ஏக்கத்தில் சோடா குடிக்கும் அந்த அற்புதமான சந்தோஷமும் அற்பமாகி விடும்.

கடைசியில், உயிரை விடுவதுபோல இலையான் மூத்திரம் அளவுக்கு ஒருசொட்டு பானத்தை நான் கிளாஸில் மிச்சம் விடுவேன்.

வழக்கமாக என் கால்களைத் தொட்டுக்கொண்டு வரும் ரோடு அன்று என்னை ஸ்பரிசிக்க மறுத்துவிட்டது. அப்படியும் வீடு வந்து சேரும் வரைக்கும் அந்த நினைவு அகலவில்லை. அளவுக்கு அதிகமாகக் கொஞ்சம் மிச்சம் விட்டுவிட்டோமோ என்று மட்டும் மனது போட்டு அடித்துக்கொண்டே இருந்தது.

என்னுடைய கால்கள் சிலந்தியின் கால்கள்போல மெலிந்தும், அகன்றும், பல திசைகளில் ஒரே சமயத்தில் போகும் வல்லமையும் கொண்டு இருக்கின்றன என்று அம்மா அடிக்கடி சொல்வாள். என்னை எப்படியும் தேற்றிவிட வேண்டும் என்று அவள் ஆலோசித்தக் காலங்களில்தான் என் வாழ்க்கையில் ஒரு முசுட்டை மரம் வந்து குறுக்கிட்டது. இது எங்கள் வீட்டில் இருந்தாலும் பரவாயில்லை. பக்கத்து அன்னம்மாக்கா வீட்டிலிருந்து தன் சதித்தனத்தை என்மீது காட்டியது. அன்னம்மாக்கா படிக்காத தேவாரம் இல்லை, பிடிக்காத விரதம் இல்லை. ஆனாலும் வாடா மல்லிகைபோல அவளுக்கு வாடாத உடம்பு. கந்தசஷ்டி விரதத்தின்போது ஆறுநாளும் இரவு மாத்திரம் பாலும் பழமும் சாப்பிடுவதாகச் சொல்லுவாள். ஆனால், பழம் என்றால் ஒரு முழு பலாப்பழம் என்ற விஷயம் என்னிடமிருந்து மறைக்கப்பட்டிருந்தது.

இந்த அன்னம்மாக்கா தயவால் அம்மா அடிக்கடி முசுட்டை இலை வறை வைப்பாள். அடிமட்டம் வைத்து அளந்ததுபோல இலையைச் சின்னச் சின்ன சைஸில் வெட்டி, தேங்காய்பூ போட்டு, அரை அவியல் அவித்து, உப்பு வெங்காயம் மிளகாய் என்று அளவாகக் கறிகூட்டி, வெகு நேரம் பாடுபட்டு அம்மா சமையல் செய்வாள். அதனுடைய ருசி வேப்பங்காய்க்கும் குரும்பட்டிக்கும் இடைப்பட்ட ஒரு சுவையாக இருக்கும். உலகத்துச் சிறுவர்களை எல்லாம் பழி தீர்ப்பதற்காக ஒரு தீர்க்கதரிசியினால் கண்டுபிடிக்கப் பட்ட வறை இது.

வறை முழுக்க சாப்பிடவேண்டும் என்று நான் நிர்ப்பந்திக்கப்படுவேன். என்னை ஊக்குவிப்பதற்காக அம்மா அகப்பையின் தலையைப் பிடித்து அடிக்காம்பைக் கண்முன்னே காட்டிக்கொண்டிருப்பாள். சோற்றின் நடுவே முசுட்டை இலையும் தன் தொழிலைச் செய்யக் காத்துக்கொண்டிருக்கும். எண்ணி நாற்பது நாட்கள் சாப்பிட்டால் நோஞ்சான் உடம்பு தேறி, தேகம் பொன்னிறமாகிவிடும் என்று பலமான நம்பிக்கை தருவாள். அந்த அகப்பையும் எனக்கு முன்னால் தலைகீழாகப் படம் விரித்த பாம்பு போல ஆடிக்கொண்டிருக்கும். சோற்றை உருட்டி அதன் நடுவிலே வறையை மறைத்துவைத்து விழுங்குவேன். அப்படியும் நாக்கை ஏமாற்ற முடியவில்லை. அந்த ருசி பல வருடங்களாக என் நாக்கில் வசித்தது.

முசுட்டை வறை எனக்கு எதிரி என்றால் அதிலும் மோசமான ஒரு எதிரியை அம்மா தினமும் சந்திக்கவேண்டி இருந்தது. அந்த எதிரியை சப்ளை பண்ணியதும் இந்த அன்னம்மாக்காதான்.

இவ வளர்த்த மாடு மிகவும் சுதந்திர புத்தி கொண்டது. கொஞ்சம் அசந்தாலும் எங்கள் வீட்டு வளவுக்குள் புகுந்துவிடும். உடலை வருத்தி அம்மா போட்ட கீரைப்பாத்தியை, சூரனுடைய தலை போல முளைக்க முளைக்க, இந்த மாடுதான் சாப்பிட்டுக்கொண்டு வந்தது.

இந்த மாட்டின் ஆக்கினையால் யார் வந்து கேட்டைத் திறக்கும் சத்தம் கேட்டாலும் 'படலையை இறுக்கிச் சாத்துங்கோ' என்று அம்மா உள்ளே இருந்தபடியே எட்டிக்கூடப் பார்க்காமல் சத்தம் கொடுப்பாள். இந்த மாடும் பொறுமையாக மனிதர்களின் அஜாக்கிரதையில் நம்பிக்கை வைத்துக் காத்திருக்கும்.

அம்மா அருமை அருமையாக வளர்த்த கீரை தகதக வென்று வளர்ந்து வயதுக்கு வரும் சமயம் ஒருமுறை மாடு புகுந்து விட்டது. கீரைப் பாத்தியை துவம்சம் செய்தது. கீரையைக் கொத்துக் கொத்தாக இழுத்து மண்ணை உதறி உதறிச் சாப்பிட்டு முடித்தது.

கீரைப்பாத்தி வெறும் துவக்கம்தான். அதை முடித்து விட்டுப் பிரதான சாப்பாட்டை நிறைவேற்றும் நோக்கத்தோடு திரும்பியது. சூரியனால் பழுப்பேறிப்போய், கீழ்க்கரையோரம் கிழிந்து, நுரை வராத சோப்பினால் கழுவித் துவைத்து உலர்த்தப் பட்டு, நாவுக்குத் தோதான உஷ்ணத்தில், மொரமொர வென்று ஆசை காட்டிக்கொண்டு, நாடாவில்லாமல் கிடந்தது அம்மாவின் பாவாடை. அந்த மாடு கடிகாரமுள் சுழலும் திசையில் சுழன்று, எட்டி ஒரு வாய் வைத்துவிட்டது. கரையோரப் பகுதிகளை முடித்துவிட்டு, தொடைப் பகுதிக்கு வரும்போதுதான் அம்மா கண்டாள். மெய் எழுத்துகள் எல்லாவற்றையும் உதறிவிட்டு, உயிர் எழுத்துகளால் மட்டுமே ஆன ஓர் ஒலியை அவள் கண்டம் அப்போது எழுப்பியது. மூர்ச்சை தெளிந்த பிறகு 'ஐயோ! என்ரை பாவாடை!' என்று பாய்ந்து வந்து உருவினாள். மாடு விடவில்லை. அம்மா இழுக்க, அதுவும் இழுத்தது. இழுத்தபடியே படலையை நோக்கி ஓடியது. அம்மா, முழங்கால் அரைய இழுபட்டாள்.

படலையைக் கடக்கும்போது மாடு பாவாடையைப் போட்டு விட்டது.

பாவாடையை நிலத்திலே பரப்பியபடி அம்மா குந்தியிருந் தாள். தொடையும் தொடை சார்ந்த இடத்திலும் ஒரு குழந்தை புகுந்து போகும் அளவுக்குப் பெரிய ஓட்டை. வெகு நேரம் அதைப் பார்த்தபடியே இருந்தாள். அவளுடைய வாய் 'தூமையன், தூமையன்' என்று சொல்லி முணுமுணுத்தது. கண்ணிலே இருந்து

உருண்டு இறங்கிய கண்ணீர் கீழே போகத் தைரியமின்றிக் கன்னத்தின் நடுவிலேயே நின்று விட்டது.

அந்தச் சம்பவத்திற்குப் பிறகு எனக்கு அந்த வார்த்தையின் அர்த்தம் புரிந்ததுபோலப் பட்டது. அம்மா மூசி மூசி பாவாடையை இழுத்தபடி நின்ற காட்சி என் மனதைவிட்டு அகலவே இல்லை. எங்கள் சிறிய கிராமத்தில் ஒரு பாவாடை மட்டுமே வைத்திருக்கும் ஏழைப் பெண்களில் ஒருத்தியாக அம்மா கீழே இறக்கப்பட்டுவிட்டாள்.

இப்பொழுதும் நினைத்துப் பார்க்கிறேன். அதற்குப் பிறகு அம்மா பள்ளி மாணவிபோல கலகலவென்று வெடித்துச் சிரித்தது எனக்கு ஞாபகத்தில் இல்லை.

◆

செங்கல்

ஒரு செங்கல்லை நான் தேடித் திரிந்தேன். என்னுடைய போதாத காலம், நான் போய்த் தேடின கடைகளில் எல்லாம் இந்தச் செங்கல் கிடைக்கவில்லை. களைப்பு மேலிட, ஒவ்வொரு கடையாக ஏறி இறங்கினேன். எல்லோரும் இல்லையென்றே கைவிரித்தார்கள். ஓர் உருண்டையான செங்கல்லுக்கு இவ்வளவு கஷ்டமா என்று நான் வியந்தேன்.

ஒரு கடைக்காரன் மாத்திரம் என்மேல் கருணைகொண்டு, அன்பு ததும்ப 'தீர்ந்துவிட்டது' என்றான். அவன் எனக்காக மிகவும் இரக்கப்பட்டான். அவன் மனது நொந்துபோய் இருந்தது. என்னை வெறுங்கையோடு அனுப்ப அவன் விரும்பவில்லை. அவனுடைய துக்கத்தைப் பார்த்தபோது இந்த நல்ல மனிதனைத் துயரத்தில் ஆழ்த்திவிட்டேனே என்று எனக்குக் கவலையாக இருந்தது.

உடலுக்கும் குரலுக்கும் தொடர்பில்லாத இன்னொருத்தன் என்னுடைய பெயர், விலாசம், தொலைபேசி எண் எல்லாவற் றையும் குறித்து வைத்துக்கொண்டான். அவனுடைய முதற்பார் வையிலேயே வெறுப்பு முழுச் சம்மதத்துடன் வெளிவந்தது. செங்கல் வந்ததும் எனக்கு அறிவிப்பதாக உறுதி கூறினான். அவனுடைய வாக்கில் எனக்கு நம்பிக்கை ஏற்படவில்லை.

நான் களைத்து இளைத்து வீடு திரும்பும் சமயம் இன்னொரு கடை எனக்கு நம்பிக்கை தரும் விதமாக நடந்துகொண்டது. அந்தக் கடைக்காரர் என்னுடைய கேள்வியில் ஆச்சரியம் காட்டவில்லை. அத்துடன் அவர் 'ஆம், இல்லை' என்றும் பதில் கூறவில்லை. மாறாக 'எத்தனை கல் வேண்டும்?' என்று விசாரித்தார். அதனுடைய விட்டம், பருமன், நிறம், பருவம் போன்ற நுணுக்க மான விபரங்களைக் கேட்டு, கம்ப்யூட்டரில் பதிந்துகொண்டார். ஆனால், அந்தக் கடைக்காரரும் அதற்குப் பிறகு என்னுடன் தொடர்புகொள்ளவேயில்லை.

இவர்களில் ஒருவராவது 'எதற்காக?' என்ற கேள்வியை எழுப்பவில்லை. இதிலிருந்து நான் அவர்களைக் குறைவாக மதிப் பிடுவதாக எண்ணிவிடக்கூடாது. அவர்களுடைய அறியாமையும் ஆர்வமின்மையும்தான் இதற்குக் காரணங்கள் என்று நினைக் கிறேன்.

ஒருநாள் திராட்சைப்பழங்கள் சாப்பிட்டுக்கொண்டு இருந் தேன். அவை பலவிதத்தில் பல உருவத்தில் இருந்தன. காம்பு ஒடிபடாத, நசுக்கப்படாத, வயதுக்கு வந்து வழுவழுப்பாக இருக்கும் ஒரு பழத்தை எடுத்துத் தனியாக வைத்துக்கொண்டேன். கடைசியாகச் சாப்பிட.

அந்த நேரத்தில்தான் எனக்கு அந்த யோசனை உதித்தது. ஓர் உருண்டையான செங்கல் எங்கே கிடைக்கும் என்று. ஒரு யோசனை என் மூளையில் உதித்தால் அது லேசில் போகாது. அதைப் பற்றியே சிந்தித்துக்கொண்டு இருப்பேன். உருண்டையான வீடொன்று கட்டுவதற்குத்தான் இந்த உருண்டையான செங் கல்லைத் தேடிக்கொண்டிருந்தேன்.

மிகப்பெரிய ஒரு வெள்ளைத்தாளை எடுத்து மேசையிலே விரித்து வைத்துக்கொண்டேன். அதிலே வீட்டின் வரைபடத்தைக் கீறத்தொடங்கினேன். முதலில் எல்லைகளைக் குறித்து வைத்தபின் கதவு, ஜன்னல் போன்றவற்றிற்கு அடையாளங்களை இட்டேன்.

இதிலே பல சிக்கல்கள் வந்தன. உருண்டையான வீட்டிற்கு இதற்கு முன் யாரும் வரைபடம் போட்டதாகத் தெரியவில்லை. சதுரமான வீட்டிற்குக்கூட நான் படம் வரைந்தது கிடையாது. என் மூளைக்கு எட்டியவரை சமையலறை, குளியலறை, படுக்கை யறை, வரவேற்பறை என்று இடங்களை ஒதுக்கினேன். மகனுக்கும் மகளுக்கும் சரிசமமான அளவில் குட்டி அறைகள் தயார் செய் தேன். இது எல்லாம் வரைந்து முடிக்கும்போது இரவு நடுநிசியைத் தாண்டிவிட்டது.

இந்த வரைபடத்தைப் பார்ப்பதற்கு என் பிள்ளைகள் ஆவலாக இருந்தார்கள். அவர்களுடைய அறைகளைப் பார்த்த போது என் சின்னப் பெண்ணுக்கு அழுகை வந்துவிட்டது. மிகச் சிறியதென்றாள். ஒரு எலிக்குஞ்சுக்குக்கூட அது போதாதென்றாள். மகனும் முகத்தைச் சிறுக்க வைத்துக்கொண்டான்.

இதுதான் வீடு கட்டுவதில் உள்ள சிரமம். சமையலறையில் கொஞ்சம் பிய்த்து எடுத்து மகளுடைய அறையுடன் ஒட்டவைத் தேன். மகளுக்கு நிரம்ப சந்தோஷம். மகனுக்காக வீட்டையே

கொஞ்சம் பெரிசாக்கினேன். இப்பொழுது சமையலறை சுண்டைக் காய் அளவுக்குச் சுருங்கிவிட்டது.

மகனும் மகளும் போட்டி போட்டுக்கொண்டு தங்கள் தங்கள் அறைகளின் குணாதிசயங்களை வர்ணிக்கத் தொடங்கினார்கள். பச்சை வர்ணம் தன் அறைக்கு வேண்டும் என்று மகள் அபிப்பிராயப்பட்டாள். அப்படியே செய்தேன். கடும் மஞ்சள் வேண்டும் என்றான் மகன். அதற்கும் சம்மதித்தேன். அப்பொழுது தான் மகள் ஒரு சந்தேகத்தைக் கிளப்பினாள். இப்படியான சமயங் களில் அவளுடைய புத்தி கூர்மையுடன் வேலை செய்யும்.

உருண்டையான வீட்டிலே கதவு மேலேதான் வரும். எப்படி வீட்டினுள் ஏறுவது, இறங்குவது என்பதுதான் அவள் கவலை. என் மகன் ஏணி ஒன்றை வைக்கலாம் என்று சொன்னான். அது நல்லதாகப்பட்டது. ஆனால், உருண்டையான ஏணிக்கு நாங்கள் எங்கே போவது? செங்கல்லுக்கே இந்தப் பாடு படவேண்டி இருக் கிறது. ஆகவே அந்த யோசனையும் கைவிடப்பட்டது.

கடைசியாக என் மகளே அதற்கு ஒரு தீர்வும் சொன்னாள். எனக்கும் அது சிலாக்கியமாகத்தான் பட்டது.

"அப்பா! அப்பா! நான் ராப்புன்ஸேல் மாதிரி தலைமயிரைத் தொங்கவிட்டுக்கொண்டிருப்பேன். நீங்கள் ராசகுமாரன் மாதிரி அதிலே பிடித்து ஏறி வரலாம். ஆனால், அந்தப் பாட்டை மட்டும் பாடியே ஆகவேண்டும்" என்றாள்.

"ராப்புன்ஸேல்! ராப்புன்ஸேல்!

தங்கக் கூந்தலைத் தொங்கவிடு!"

இப்படிப் பாடிக்கொண்டு என் மகள் தன் சின்ன இடையை அசைத்து அசைத்து ஆட்டினாள். இதில் அவள் மிகவும் ஆர்வ மாய் இருந்தாள். தன் வார்குழலிலும் மிகவும் மதிப்பு வைத்திருந்தது தெரிந்தது. மறுப்புச் சொன்னால் கண்ணீர் முட்டியை உடைத்து விடும்போலப்பட்டது.

என் மகனுக்கு இது பிடிக்கவில்லை. வட்ட முகத்தை இப்போது நீள்வடிவமாக்கி வைத்திருந்தான். அவன் எதிர்ப்புக்குப் பல காரணங்கள். அவன் தங்கச்சிக்குக் குட்டையான தலைமயிர். இது எப்பொழுது வளர்ந்து ராப்புன்ஸேல் அளவுக்கு நீள் கூந்த லாக மாறும்? இரண்டாவது, தன் தங்கையின் தலைமயிரைப் பிடித்து ஏறுவது வீரத்தனமாகத் தோன்றினாலும், உள்ளுக்குள் அவனுக்கு அவமானமாகவும் அசிங்கமாகவும் இருந்தது.

மூன்றாவது வாதம் முதல் இரண்டையும் அடித்துக்கொண்டு போனது. அவன் தங்கையும் அவர்களுடன் வெளியே போயிருந் தால் யார் மயிரைப் பிடித்து ஏறுவது? ஆகவே இந்த யோசனையும் வந்த வேகத்திலேயே திருப்பி அனுப்பப்பட்டது.

அடுத்து எனக்கு வந்த ஒரு சந்தேகத்தைக் கிளப்பினேன். உருண்டையான வீடு உருண்டோடும் தன்மை உடையது. அதைப் புதைத்து வைத்தால் அதன் உருண்டைத் தன்மை கெட்டுவிடும். தண்ணீரில் மிதக்கவிடலாம் என்றான் மகன். பலூன்போல பறக்க விடலாம் என்றாள் மகள். இரண்டுமே சரியாகப் படவில்லை. இதிலே சதியான ஒரு திட்டம் ஒளிந்திருந்தது. இந்த யோசனைப் படி நாளுக்குநாள் வீட்டின் இடம் மாறிக்கொண்டே இருக்கும். பள்ளிக்கூட பஸ்ஸை தவற விடுவதற்கு வசதியாக இவர்கள் இருவரும் ஆலோசனை கூறுகிறார்கள் என்றே எனக்குப்பட்டது.

அட்டதிக்கு யானைகள் உருண்டையான பூமியைத் தாங்கி நிற்பதாக இந்தியப் புராணங்கள் கூறுகின்றன என்றான் மகன். இவன் புராணங்களில் நிபுணன். அதற்கு அடுத்தபடி சாத்தியமான காரியத்தை நாங்கள் ஆராய்ந்தோம். யானைத் துருத்திகளை நாலு மூலைகளிலும் வைத்துக் காற்றை எழுப்பினால் அந்தப் பலத்தில் வீடு மிதக்கும் என்றுபட்டது. உருண்டையான வீட்டில் நாலு மூலைகள் எப்படி வரும் என்று கேட்கக்கூடாது. அதைக் கற்பனை செய்ய வேண்டியதுதான். பூமியிலே சரி குறுக்காக ஓடும் பூமத்திய ரேகையை நாங்கள் கற்பனை பண்ணவில்லையா? அப்படித்தான்.

இந்த ராட்சத ஊதிகள் என் மூளையில் அதிகப் பிரயத்தனம் செய்யாமல் தானாகவே உற்பத்தியான யோசனை. இதைக் கேட்டதும் என்னுடைய இரண்டு குழந்தைகளும் கைகளைத் தட்டி ஆரவாரித்தார்கள். என் மகன் சின்னக் கால்களால் மரத்தரையில் எம்பியெம்பிக் குதித்தான். மகளோ, நயனங்கள் விரிய நர்த்தன மாடினாள். மின்சாரத்தை மிச்சப்படுத்த இவர்கள் இரைச்சலை அவசரம் அடக்கியாக வேண்டும்.

ஆனால், நேரம் கடந்த முயற்சி.

அப்பொழுது பார்த்து என் மனைவி வேலையிலிருந்து திரும்பியிருந்தாள். அவசரமாக எட்டிப் பார்த்தாள். அவள் முகத்தைக் கண்டதும் அந்த அறை 'ப்ஸக்' என்று சத்தமின்மையை அடைந்தது.

என் மனைவியின் புத்தி நுட்பத்திற்கு ஈடு இணையில்லை. அல்லாவிட்டால் அவள் என்னை மணக்க சம்மதித்திருக்க

மாட்டாள். உருண்டையான வீட்டை அவள் விரும்பவில்லை. அந்த அதிருப்தியை அவள் பலவிதங்களில் வெளிப்படுத்தினாள். என்னுடைய பிள்ளைகளுடன் நான் கூட்டு சேர்ந்துகொண்டு சதி செய்வதாக நம்பினாள். நான் பார்க்காத சமயங்களில் அவர்களைக் கண்களாலும் சைகைகளாலும் மிரட்டினாள். அவள் சொல்ல விரும்பிய அல்லது மறுத்த விஷயங்கள் சிறு குறிப்புகளாகக் குளிர் பெட்டியில் ஒட்டப்பட்டுக் காட்சியளித்தன.

இந்த வீட்டின் இடையீட்டால் என் மனைவியின் இன விருத்தி ஆசைகள் எல்லாம் அணைந்துவிட்டன. விரோதமூட்டும் சமிக்ஞைகளைப் பரிமாறினாள். நங்கூரம் அறுத்த கப்பல்போலத் தனியனாகி நின்றாள்.

நான் என் மனைவியைத் திருப்திப்படுத்த பலவிதங்களிலும் முயற்சி செய்தேன். எத்தனை விதமான தியாகங்களை இவளுக்காக நான் செய்யவேண்டி வந்தது. வீட்டிலே, மூலைக்கு மூலை அவள் ஆசையோடு வளர்க்கும் மணிச்செடிகளின் இலைக் காம்புகளை நான் இப்பொழுதெல்லாம் கிள்ளுவதில்லை. காது குடைவதற்கு மாற்று ஏற்பாடுகள் செய்திருந்தேன். மனைவி கொடுக்கும் பள்ளிக் காசில் பிள்ளைகளிடம் கடன் கேட்பதை முற்றிலும் தவிர்த்து விட்டேன். குறைந்த பகலும், நீண்ட இரவும் கொண்ட ஞாயிற்றுக் கிழமை அதிகாலை வேளைகளில் முட்டை அப்பம் கேட்டு தொந்தரவு செய்வதில்லை. பிரியாணி, கோழி வறுவல் லெவலுக்கு இறங்கி வந்துவிட்டேன். அது மாத்திரமா? பேருந்துகளில் பயணம் செய்யும்போது அந்நிய பெண்களின் ஓவர்கோட்டுகளில் சிகரெட் நுனியால் ஓட்டை போடுவதையும் முற்றுமுழுதாக நிறுத்தி விட்டேன்.

இப்படிப் பலவிதங்களில் என் மனைவியை வசீகரிக்கப் பார்த்தேன். என்னுடைய முயற்சிகள் தோல்வியில் முடிந்தன. நான் செய்த தியாகங்கள் எல்லாவற்றையும் அவள் உணர்ந்ததாகக்கூடத் தெரியவில்லை. மாறாக, இருக்கும் பலமெல்லாவற்றையும் திரட்டி முகத்தைக் கோபமாக வைத்திருப்பதிலேயே செலவழித்தாள்.

ஒருநாள் என் நண்பனை அவளுக்கு அறிமுகப்படுத்தினேன். நாற்றம் வீசாத, காதிலே கடுக்கன் போடாத, மூக்கிலோ, சொண்டிலோ வளையம் மாட்டாத, இன்னும் பலவித அங்கங்களிலும் ஓட்டையோ, பழுதோ இல்லாத ஒருவனை என் நண்பன் என்று அறிமுகம் செய்து பார்த்தேன். அப்படியும் அவளுக்கு என்மீது மதிப்பு திரும்பவில்லை.

நித்திரை வராத நோயாளிகளுக்காகப் படைக்கப்பட்ட இரவு அது. மயிர் வளர்வதுபோல கண்ணுக்குத் தெரியாமல் அவள் விரோதம் வளர்ந்தது. வைகறைப் பிரியும் நேரத்தில் ஒருவித சத்தமும் இன்றி திடீரென்று என்முன்னே தோன்றினாள். அவள் கையிலே பிரயாணப் பை. லோண்டரியில் போய் நம்பரைக் கொடுத்தவுடன் உங்களுடைய உலர் சலவை ஆடைகள் தானாக அசைந்து சத்தமின்றி உங்கள்முன் வந்து நிற்குமே, அப்படி ஒரு பேச்சுமில்லாமல் எனக்கு முன்னே வந்து கண் கவிழ்த்து நின்றாள்.

நான்தான் பேச்சுக் கொடுத்தேன். எல்லாம் இந்த வீட்டால் வந்த பிரச்சினைதான். அவளுக்கு விருப்பமான ஆகாயச் சிவப்பில் வெளிச்சுவர்களை எல்லாம் வர்ணம் அடிப்பதாகச் சத்தியப் பிரமாணம் செய்தேன். அது மாத்திரமல்ல, பேயின் கைவிரல்கள் போலப் படரும் ஐவி செடிகளை வீட்டின் வெளியே மாத்திரமல்ல, உள்ளேயும் வளர்க்கலாம். படுக்கை அறை, பாத்திர அறையென்று எங்கே வேண்டுமென்றாலும் அவை படரலாம்; படமெடுக்கலாம் என்று வாக்குக் கொடுத்தேன். அப்பொழுது அவள் ஆர்வக்குறை வுடன் சம்மதித்தாள். வீடு கட்டுவதற்கல்ல; மனம் மாறி வீட்டிலே என்னுடன் தங்குவதற்கு.

வீட்டு வேலைத்திட்டங்கள் எல்லாம் ஒருவாறு ஒப்பேறி விட்டன. என்ன என்ன வர்ணங்கள் எங்கேயெங்கே பூசுவது, தரைவிரிப்புகளின் தாரதம்மியம், திரைச்சீலைகளின் தகைமை எல்லாம் ஆராயப்பட்டு அங்கீகரிக்கப்பட்டன. சுவரிலே மாட்டு வதற்கு முன்னெச்சரிக்கையாக வளைந்த ஓவியங்கள், வளைந்த முகக்கண்ணாடிகள், வளைந்த மணிக்கூடுகள் என்று எல்லாம் தயாராகிவிட்டன.

எனக்குப் பல நண்பர்கள் இருந்தார்கள். அதனிலும்கூட விரோதிகளும் இருந்தார்கள். இவர்கள் எல்லாம் போட்டி போட்டுக்கொண்டு எனக்கு யோசனைகள் வழங்கினார்கள். வீட்டு வேலைகள் சரிவர நடைபெற வேண்டும் என்ற ஆவல்தான் காரணம் என்றார்கள். நலம் அடித்த நாய், ஆலோசகர் வேலைக்கு மனுப்போட்டதாம். எனக்கு இந்த ஆலோசனைகள் பிடிப்ப தில்லை. நான் என் சொந்த சம்பாத்தியத்தில் ஆலோசிக்கவே விரும்பினேன்.

இந்த நிலையில்தான் உருண்டையான செங்கல் வேட்டை யில் நான் இன்னும் தீவிரமாக இறங்கினேன். பேப்பர்களில் விளம்பரம் செய்தேன். வணிகர்களிடமும் வழிப்போக்கர்களிடமும் ஆதரவு தேடினேன். தபால் மூலம் பிரபலமான கம்பெனிகளுக்

கெல்லாம் எழுதிப்போட்டேன். வையவிரிவலையில் விளம்பரம் கொடுத்தேன். ஒரு தீவிரவாதித் தன்மையுடன் இந்தத் தேடலில் என் நேரத்தைச் செலவழித்தேன்.

நாள் போகப்போக இந்த விஷயத்தில் கட்டுக்கட்டாகக் கடிதங்கள் வரத் தொடங்கின. குரல் அஞ்சலில் பலவிதமான குரல்கள் இரவும் பகலும் ஒலித்தன. ஆண் குரல்கள், பெண் குரல்கள், கீச்சுக் குரல்கள், முரட்டுக் குரல்கள், அப்பாவிக் குரல்கள் மேலதிக விபரங்களுக்காகக் காத்திருக்கும் மேதாவிக் குரல்கள் இப்படிப் பலவிதம். மின் அஞ்சல்கள் பாரமிறக்க பாரமிறக்க, ஊற்றெடுப்பதுபோல நிறைந்துகொண்டே வந்தன. கொள்கலத்தை மணிக்கொரு தடவை காலி செய்ய வேண்டியிருந்தது. தொலை நகலில் தகவல்கள் வளையம் வளையமாக வந்து விழுந்தன. எல்லா பதில்களும் 'இல்லை, இல்லை' என்றே இருந்தன.

இப்பொழுது எனக்கு ஒரு பயம் பிடித்தது. தொலை நகல்கள் வரும்போது தயக்கம் வருகிறது. மின் அஞ்சலைத் திறக்கும்போது ஒருவித பீதி என்னைப் பீடித்துவிடுகிறது. கடிதம் என்றாலோ சொல்லத் தேவையில்லை. கைகள் நடுங்குகின்றன. 'ஆம், இருக் கிறது' என்று பதில் வந்துவிடுமோ என்று பயந்தபடியே இருக் கிறேன். அப்படி வந்துவிட்டால் அடுத்து என்ன செய்வது என்ற யோசனையும் வருகிறது.

ஜன்னல் கம்பியைப் பிடித்தபடியே நின்றேன். தூரத்தில் ஒரு மலை தெரிந்தது. அது வெகு நேரமாக அங்கே இருந்தது. இயற்கைக் காட்சிகளையும், தூர தரிசனங்களையும் அது மறைத் தது. நாளை காலை முதல்வேலையாக அதை நகர்த்திவிட வேண்டும்.

◆

கடன்

சீனவெடி வெடிக்குமுன் காதைப் பொத்திக்கொள்ளும் சிறுவன்போல இவருக்கும் தற்காப்பு எச்சரிக்கை அதிகம். அதிகாலையிலேயே எழுந்து தயாராகிவிட்டார். அவருடைய மகன் வரைந்து கொடுத்த படம் பையிலே இருந்தது. இரண்டுநாள் முன்பாகவே வந்து ஒத்திகை பார்த்துக்கொண்டார். எந்த பஸ் பிடிப்பது, எங்கே இறங்குவது எல்லாம் மனப்பாடம். அதுதான் ஐந்து நிமிடம் முன்பாகவே வந்து காத்துக் கிடந்தார்.

அங்கே இன்னும் பலரும் இருந்தார்கள். வரவேற்புப்பெண் முகத்தில் புன்னகையை ஒட்டி வைத்திருந்தாள், ஸ்டிக்கர் பொட்டு போல. அவள் தோள்கள் முன்னறிவித்தல் இல்லாமல் திடீரென்று கழுத்தின் கீழே ஆரம்பமாகின. இவர் கேட்ட கேள்விக்கு சாட்டி லைட் தொலைபேசிபோலச் சிறிது நேரம் கழித்தே பதில் கூறினாள்.

இரண்டு பேரை இப்போது உள்ளே அழைத்துவிட்டார்கள். இவர் உள்ளங்கைகளை அடிக்கடித் துடைத்தபடிக் காத்திருந்தார்.

இவருக்குத் தெரியாமல் ஒரு சதி நடந்ததை இவர் அறிய வில்லை. இந்தச் சதி நேற்றிரவு நடந்தது. அதில் அமெரிக்க அரசாங் கத்துக்கும் ஒரு கை இருந்தது. ஆனால், அவருக்குத் தெரியாது. பொறுமையாகக் காத்திருந்தார்.

காத்திருப்பது என்பது பரம சுகமானது. இவர் நன்றாகக் காத்திருப்பார். அபூர்வமான பொறுமைசாலி. தயிர் கட்டியாகும் வரை காத்திருக்கும் பொறுமைசாலி.

அமெரிக்காவுக்கு முதல்முறை வருகிறவர்கள் பலவிதமான உற்பாதங்களைச் சந்திக்கத் தயாராக இருக்கவேண்டும். இதில் முக்கியமானது வெற்றி என்று சொல்வார்கள். இவருடைய மகன் சாந்தன் இங்கே வந்து பத்து வருடங்கள் ஆகிவிட்டன. அவனுடைய வாழ்க்கை வெற்றிகரமாக நடைபெற்றாலும் மற்ற வர்கள்போல அவன் தலைகால் தெரியாமல் நடக்கவில்லை. மிகவும் அடக்கமாக இருந்தான். எளிய வாழ்க்கை. இவருடைய

இருப்பிட வசதிகளிலிருந்து சாப்பாடு வரைக்கும் மிகக் கவன மாகவே இவரைச் சந்தோசப்படுத்தப் பார்த்தான்.

எவ்வளவுதான் செய்தாலும் இந்த வயதில் அவருக்குப் பெரிய உபத்திரவம் அவருடைய நாவினால்தான் ஏற்பட்டது. இங்கே வரும்போது அவர் அதைப்பற்றி அதிகம் யோசிக்கவில்லை. நாவடக்கம் என்று பெரியவர்கள் சொன்னது இதுதானோ என்று சந்தேகம்கூட ஏற்பட்டது.

வயோதிகம் வந்ததும் கண் மங்கலாகிறது; காதும் மந்த மாகிறது. உடல் சுகம் தணிந்துவிடுகிறது. மணக்கும் சுவையும் மடிந்துவிடுகிறது. ஆனால், இந்த நாவிருக்கிறதே இதன் ஆசை மட்டும் அணைவதில்லை. பிறந்ததிலிருந்து இந்த நாவானது ருசி தேடிப் பறக்கிறது. வயோதிகம் நெருங்க நெருங்க இதன் வேகமும் அதிகரிக்கிறது.

திருப்பிச் சூடாக்கிய தோசைபோல ருசியெல்லாம் கெட்டு விட்டது. நாக்கின் சுவை மொட்டுகள் கூராகிவிட்டன. தயிர் பச்சடி கேட்கிறது. ஊறுகாய் தேடி வாய் ஊறுகிறது. கோப்பியின் ருசிகூட இங்கே அவருக்கு மட்டமாகிவிட்டது. இந்த நாவை அடக்குவது எவ்வளவு கஷ்டமான காரியம்.

சாமர்த்தியச் சடங்கும், முட்டைக் கோப்பியும் இப்ப உலகம் முழுவதும் பிரபலமாகிவிட்டது. இந்த முட்டைக் கோப்பிக்கு இங்கே என்ன பாடுபட வேண்டியிருக்கிறது. தங்கம்மா இருந் திருந்தால் எப்படியெல்லாம் முட்டைக்கோப்பி போடுவாள். தங்க நிறத்தில் அதிகாலையில் கொண்டுவருவாள். இந்த முப்பது வருடங் களில் எத்தனை ஆயிரம் முட்டைகளை அடித்து அடித்து ஓய்ந் திருப்பாள்.

நேற்றிரவு முழுக்க நித்திரை இல்லை. தங்கம்மாவை மறந்து கொண்டிருப்பதிலேயே நேரம் கழிந்தது. இந்த மறதியும் ஒரு நோய்தான். அந்திமத்தின் இன்னொரு கொடுமை இது. தண்ணீரை எடுப்பார், ஆனால், அதைக் குடித்தது ஞாபகத்தில் இராது. மருந்து சாப்பிட்டாரா இல்லையா என்பது அடிக்கடி மறந்துபோகும். அவருடைய மூளையிலேயே ஓரவஞ்சகம் நடக்கிறது. தலைவிரிந்த கோலத்தில், வீதியோரத்தில் கிடத்திவிட்டு வந்த மனைவியின் ஞாபகம் மட்டும் அடிக்கடி வருகிறது. இந்த விசித்திரத்தை என்ன வென்பது!

இந்த மறதியால் ஒருமுறை மிக மோசமான தவறு வேறு நேர்ந்துவிட்டது.

அவசியமான சில பொருட்கள் வாங்க ஒருநாள் சுப்பர் மார்க்கட் போனார். ஒருவித அவசரமும் காட்டாமல் சாமான் களை ஆராய்ந்து, பொறுக்கி, வண்டியைத் தள்ளிக்கொண்டு கீழும் மேலுமாக உட்பாதைகளில் அலைவது இவருக்குப் பிடிக் கும். அன்று இரண்டு பள்ளி மாணவிகள் இவருக்கு முன்னால் போய்க்கொண்டிருந்தார்கள். மிஞ்சிப்போனால் பதின்மூன்று பதினாலு வயதுதான் இருக்கும். இறுக்கமான வெள்ளை ரீ சேர்ட்டும் ஜீன்ஸும் அணிந்திருந்தார்கள். ஒருத்திக்குச் சாம்பல் முடி; மற்றவளுக்குச் சிவப்புத் தலை. சுத்தமாக வைரஸ் நீக்கப்பட்ட மென் தகடுபோல தகதகவென்று இருந்தார்கள். இருவரும் பிணைந்தபடி அசைந்தார்கள்.

ஒருத்தி சொன்னாள், 'நீ அந்தப் பையனை விட்டுவிடு. நான் உனக்கும் ஒரு லொறிக்காரனை சிநேகம் செய்து வைப்பேன். மண மானவன். தொட்டதுக்கெல்லாம் உன்னுடன் சண்டை போட மாட்டான்.' மற்றவள், மிகவும் கடுமையாக முகத்தை வைத்துக் கொண்டு, 'கொஞ்சம் பொறு, என் அம்மாவைக் கேட்டுச் சொல் கிறேன்' என்றாள். பிறகு இருவரும் விழுந்து விழுந்து சிரித்தார்கள். ஒருவரை ஒருவர் புஜங்களால் இடித்தார்கள். தள்ளுவண்டி இரண்டு பக்கமும் தள்ளாடியது.

அவர்களுடைய மெய்மறந்த நிலையைக் கெடுப்பதுபோல இவர் அவர்களைத் தாண்டிப்போனார். இவருடைய தோள் பட்டை சிவப்புத் தலை அழகியின் கூந்தல் கொத்தில் உரசி விட்டது. அவள் அடங்கிய குரலில் 'old fool' என்றாள். பிறகு மறுபடியும் சிரிப்பு.

கிழவன் என்றது மனதைப் பாதிக்கவில்லை. ஆனால், 'முட் டாள் கிழவன்' என்று அவள் கூறியது இவர் மனதில் தைத்தது. நீண்ட வரிசையைத் தேடி நின்றார். பிறகு வழி நெடுக இதே சிந்தனை. வீடு வந்து சேர்ந்தபோதுதான் அவள் கூறியது எவ்வளவு சரியானது என்று அவருக்கு உறைத்தது.

அது தானாகவே பூட்டிக்கொள்ளும் கதவு. திறப்பை மறந்து உள்ளே விட்டிருந்தார். மகனுடைய தொலைபேசி எண் ஞாபகத் தில் இல்லை. வேறு யாரை உதவிக்கு அழைக்கலாம் என்ற அறிவும் கிடையாது. வசந்தத்தை முற்றிலும் பிரிய மனமில்லாத குளிர் காற்று. ஆகாயம் சிவந்துகொண்டு வந்தது. சுப்பர் மார்க்கட் சாமான்களை அடைகாத்தபடி வாசல் படியிலே ஆறுமணி நேரம் கிடந்தார். சாந்தன் வரும்போது ஏறக்குறைய விறைப்பு நிலைதான்.

அதன் பிறகு மிக அவசியமென்றால் ஒழிய இவர் வெளியே வரமாட்டார். அப்படி வருவதாயின் ஒன்பதுமுறை ஒத்திகை பார்த்து, பையிலே திறப்பை நிச்சயப்படுத்தி, தொட்டுப் பார்த்து தான் வெளியே அடி வைப்பார்.

சூரியனே இல்லாத நாட்களில் திசை அறிவது எப்படி? இங்கே இருக்கும் சாலைகள் மிக நேராகவும், நேர்த்தியாகவும் இருக்கும். ஒன்றையொன்று செங்குத்தாகக் குறுக்கறுத்து ஓடும். அதனால் அவற்றின் நேர்மையின்மை மறைக்கப்பட்டு விடுகிறது. அநேக நாட்களில் இவர் அடைவிடமும், போக விரும்பிய இடமும் வேறு வேறாக இருக்கும்.

வழி தவறி யாரிடமாவது உதவி கேட்டால் 'வடக்காலே மூன்று கட்டடம் போ, பிறகு கிழக்காலே இரண்டு கட்டடம்' என்று பாதை விபரம் சொல்கிறார்கள். திசைகள் இல்லாத ஊரில் இது எப்படிச் சாத்தியம். அடிக்கடி தொலைந்து போகாமல் இருப்பதற்கு. வீட்டு நம்பரையும், வீதி விபரங்களையும் சட்டைப் பையிலேயே காவிக்கொண்டு திரிகிறார். வரைபடங்களை மனப்பாடம் செய்வதை இவருடைய மருமகள் புன்னகையுடன் பார்க்கிறாள்.

பிரசவ காலத்திற்கு முன்பே ஒரு சின்ன அறையைத் தயார் செய்வதில் மகனும் மருமகளும் முனைப்பாக இருந்தார்கள். இட நெருக்கடி கூடுகிறது. சிறு ஜாடைகளில் இவருடைய மனைவியைப் போலவே இருந்தாள் கிருத்திகா. மலேசியப் பெண். சாந்தனை அவள் மணமுடித்தபோது ஊரில் போர் விளைவுகள் உச்ச நிலையில் இருந்தன. இவரால் வரமுடியவில்லை. புகைப்படத்தில் பார்த்ததுபோலவே இருக்கிறாள். துள்ளும் கண்கள்.

சில வேளைகளில் மூளையில் ஏற்படும் குறுக்குத் தொடர்பு களால் 'தங்கம்' என்று அவளை அழைத்துவிடுவார். அவளும் ஒரு தினுசாகக் கண்களைச் சாய்த்துச் சிரித்துக்கொண்டே 'என்ன மாமா?' என்பாள். ஒரு திரவத்தின் இழைவுடன் அவள் அசைவுகள் இருக்கும்.

தங்கமும் அப்படித்தான். அவளைத்தான் வீதி ஓரத்தில் விட்டு விட்டுத் திரும்பித் திரும்பிப் பார்த்தபடி வந்தார். புதைக்க வும் இல்லை; எரிக்கவும் இல்லை. இன்றுவரை அது சாந்தனுக்குத் தெரியாது.

பெற்று வளர்த்த கடனை அடைப்பதற்கு அவன் சிறிதும் தயக்கம் காட்டவில்லை. நிலவறையில் இவருக்கு நிறைய வசதிகள்.

கோடையில் குளிர்ச்சியாக இருந்தது. குளிர்காலத்தில் வெது வெதுப்பாக இருந்தது. ஆனால், இரவு நேரங்களில் யாரோ இவரை அடிக்கடி அமுக்குவதுபோல இருக்கும். இது தவிர இன்னுமொன் றும் நடந்து விடுகிறது. சிலவேளைகளில், மிகச்சில வேளைகளில், இவர் அறியாமல் இவருடைய உடுப்பு நனைந்துவிடுகிறது.

கால்களைச் சிறு சங்கிலியால் பிணைத்த மறியல்காரர்போல இவர் கால்களை நகர்த்தி நகர்த்தித் தன் வேலைகளைச் செய்து கொண்டிருப்பார். அது சனிக்கிழமை காலையாக இருக்கும். கிருத்திகா சலவை வேலைகள் பார்க்க நிலவறைக்கு வருவாள். 'இதென்ன மாமா மணம்?' என்று குழந்தைத்தனமாக மூக்கைச் சுருக்குவாள். இவர் படும் கஷ்டத்திலும் பார்க்க அதை மறைக்கும் காரியம் இவருக்குப் பெரிசாக இருந்தது.

மகன் வேலைபார்க்கும் அலுவலகம் வெகு தூரத்தில் இருந் தது. அவன் அதிகாலையிலேயே போய்விடுவான். அடுத்து மரு மகள் செல்வாள். அநேகமாக இவர் எழும்பி மேலே வரும்போது கிருத்திகா பூசிய செண்டின் நறுமணம்தான் அறையில் நிறைந்து இருக்கும். அவர்கள் இருக்கமாட்டார்கள். காலை ஆகாரம் தானாகவே செய்து இவர் தனிமையில் உண்பார்.

ஆனால், இவர் ஆவலுடன் எதிர்பார்ப்பது இரவு நேரங் களைத்தான். சாந்தனுடனும் கிருத்திகாவுடனும் சேர்ந்து உண்பது இவருக்குப் பரம சந்தோஷம். சாந்தன் வரும்போதே 'அப்பா' என்று அழைத்தபடிதான் வருவான். உணவு மேசையில், அன்று அலுவலகத்தில் நடந்த அத்தனை சம்பவங்களையும் ஒவ்வொன் றாக விவரிப்பான். கதைகளை ஜோடனையாகவும், விஸ்தார மாகவும் வர்ணிப்பதில் அவன் சலிப்பதில்லை. சிரிப்புகளுக்கிடை யில் இருவரும் கனிவுடன் பரிமாறுவார்கள். இவர் மிகவும் எதிர்பார்க்கும் பொழுது அது.

ஆனால், அநேகமாக அவர்கள் வரமாட்டார்கள். இரவு ஒன்பது மணி தவறினால் இவரைச் சாப்பிட்டுவிடும்படி மகன் கூறியிருந்தான். இப்படியாக வாரத்தில் பல தடவைகள் இவர் தனிமையில் சாப்பிட்டுவிட்டுப் படுக்கச் செல்வார். சில வேளை களில் இரண்டு மூன்று நாட்கள்கூட அவர்களைக் காணாமலே இவர் கழித்ததுண்டு.

உணவு விஷயங்களில் கிருத்திகா மிகவும் புத்திசாலி. இவருடைய உணவு சிறு பெட்டிகளில் அடைத்து ஆழ்குளிரில் உறைந்துபோய் இருக்கும். அதன் மூடிகளில் திங்கள், செவ்வாய்

என்று கிழமை நாட்கள் மணிமணியான கையெழுத்தில் இருக்கும். அந்த நாளைக்கு அந்தப் பெட்டியை நுண்அலை அடுப்பில் போட்டால் இவருடைய சாப்பாடு தயார்.

இப்படி விபரமாக எழுதிவைத்த பெட்டிதான் ஒருமுறை பாரதூரமான சம்சயத்தை ஏற்படுத்தியது.

சாந்தனுடைய வீட்டுக்கு அண்மையில் நெடுஞ்சாலையும், சோலையுமாக மாறிமாறி இருக்கும். காலநிலை அனுமதிக்கும் வேளைகளில் வீட்டுக்குச் சமீபத்தில் இருக்கும் சோலைக்குப் போவார். மனிதப் பாதைகள் வளைந்து செல்லும். கிளை இல் லாமல் நேராக வளர்ந்த பிரமாண்டமான ஓக் மரங்களையும், புசுபுசுவென்று ரோமம்கொண்ட அணில்களையும் பார்த்துக் கொண்டிருப்பார்.

திருப்பித் தாக்கத் தெரியாத இந்த அணில்கள் மிக வேக மாகச் செயல்படும். ஓடியோடி ஓக் மர விதைகளை அவைகளின் சிற்றறிவுக்குத் தோன்றிய இடங்களில் சாமர்த்தியமாக ஒளித்து வைக்கும். இரண்டாயிரம் விதைகளை மாலை வருவதற்கிடையில் சேகரித்துவிட வேண்டும் என்று அவைகளின் சுப்பர்வைஸர் கட்டளையிட்டதுபோல அவதியுடன் வேலை செய்யும். குளிர் காலம் வரும்போது இவற்றை மீண்டும் கண்டு பிடித்துவிடலாம் என்ற அசையாத நம்பிக்கை இருந்தது.

இங்குதான் ஒருநாள் இவர் ஆறுமுகத்தைச் சந்தித்தார். அவருடன் ஒரு சிறுமி இரும்புக்கூட்டுப் பற்கள் பிரகாசிக்க நின்று கொண்டிருந்தாள். அறிமுகத்தின் பின் இவருடைய ஊர்க்காரர் என்று தெரிந்தது. இவரைப்போலவே அவரும் மகனுடன் வந்து நாலு வருடங்களாக இருக்கிறார். இவருக்கு இருக்கும் பலவித உபாதைகள் அவருக்கும் இருந்தன. இருவரும் தங்கள் பிரச்சினை களை ஒருவித உவப்போடு பரிமாறிக்கொண்டனர்.

அப்போதுதான் இவர் ஒரு விஷயத்தைக் கண்டுபிடித்தார். பச்சை அட்டையின் மகிமை. அதில் ஓர் அங்கீகாரம் இருந்தது; உதவிப் பணம் கிடைக்கும். முகம் மழிக்கக்கூட மற்றவர் தயவை எதிர்பார்க்கத் தேவையில்லை. மருத்துவச் செலவை அரசாங்கம் ஏற்றுக்கொள்ளும்.

ஆறுமுகம் தனியாகக் குடிபோவதற்குத் தீர்மானித்திருந்தார். இவரும் வந்தால் ஒருவருக்கொருவர் துணையாக இருந்துகொள்ள லாம் என்றார். முக்கியமாகத் தனிமை இராது. தங்கள் தங்கள் உபாதைகளை சுதந்திரமாக அனுபவிக்கலாம்; சிறுமைகள் இல்லை.

அப்படித்தான் இரண்டு விருத்தாப்பியர்கள் கையடித்துச் சத்தியப் பிரமாணம் செய்துகொண்டார்கள்.

சொந்த நாட்டிலே இவர் பெரிய அதிகாரியாக இருந்தவர். அங்கே ஆட்களைக் காத்திருக்க வைத்தே பழக்கமானவர். இங்கேயென்றால் காத்திருப்பதற்காக ஆலாய்ப் பறந்தார். எங்கே வந்த காரியம் சீக்கிரம் முடிந்துவிடுமோ என்று பயந்தபடியே இருந்தார். சுப்பர் மார்க்கட் போனால் மிக நீளமான வரிசையைத் தெரிவு செய்து அங்கே போய் நின்றுகொள்வார்.

இவருடைய மகன் சொல்கிறான், இவர் அடிக்கடி தனக்குள் கதைத்துக் கொள்கிறாராம். சொன்னதையே திருப்பித் திருப்பிச் சொல்கிறார் என்று குற்றம்வேறு சாட்டுகிறான். சாப்பிடும்போது கடைவாயில் சோற்றுப் பருக்கை ஒட்டியிருப்பதைச் சுட்டிக்காட்டு கிறான். இவர் அதைத் தட்டி விடுவதற்குத்தான் இருந்தார். அதற்குள் அவனுக்கு அவசரம்.

இந்தக் கரைச்சலால்தான் ரீ.வி பார்ப்பதை நிறுத்திவிட்டார். இவர் பார்த்துக்கொண்டிருக்கும்போதே கிருத்திகா வந்து சத்தத் தைக் குறைத்துவிட்டுப் போய்விடுகிறாள். பக்கத்து வீட்டாரிடம் பேச்சு வாங்காமல் இருக்கவேண்டும் என்ற ஆர்வம்தான் காரணம். சத்தம் வராத சலனப்படம் இப்போது ஓடும். வாயசைவையும் முகட்டையும் சிறிது நேரம் பார்த்துவிட்டு அணைத்துவிடுவார்.

சிறுகச் சிறுக அவர் செயல்பாடுகள் தளர்ந்தன. பாரம் தூக்குவதற்கு ஆயத்தப்படுத்துவதுபோல மிகச் சாதாரண காரியத் துக்கும் பலத்தைச் சேகரிக்கவேண்டி வந்தது. சட்டையிலே பொத் தான்கள் போடுவதற்கு மிகவும் சிரமப்பட்டார். சப்பாத்திலே நாடா கட்டுவதென்றால் நாக்கு வறண்டுவிடுகிறது. கையெழுத்து போடுவதற்குச் சரியாக ஐந்து நிமிடம் எடுத்துகொண்டார்.

தேகசாஸ்திர நிபுணர் ஆலோசனைப்படி இவருக்காகச் செய்த பிரத்தியேகக் கட்டில் ஒன்று இருந்தது. மிருதுவான, ஆனால், வளைந்து கொடுக்காமல் உறுதியாக இருக்கும் படுக்கை. தோட்டத்தில் தண்ணீர் விசிறிகள் அந்த நேரத்துக்கு வந்து அந்த நேரத்துக்குத் தணிந்து விடுவதுபோல நிலவறை விளக்குகளும் தாமாகவே ஒளிர்ந்து தாமாகவே அணைந்துபோயின. இரவு நேரங் களில் தொலைபேசியின் குரல் ஒலிகள் அமுக்கப்பட்டன. காசு கொடுத்து வாங்கிய சில்லிடாத தண்ணீர் இவருக்காகப் பக்கத்தில் காத்திருந்தது. இப்படி எல்லா சௌகரியங்களையும் மகன் செய்திருந்தான்.

ஆனால், இரவு நேரங்களில் திடீரென்று விழிப்பு ஏற்படும் போது நாலு ஒடுங்கிய சுவர்கள் பதுங்குகுழி சுவர்கள்போல நெருங்கி வந்தன. பேசுவதற்கு ஒரு துணை இல்லை. அப்பொழுது தான் இவர் தனக்குள் பேச ஆரம்பித்தார். உண்மையிலே இவர் தங்கம்மாவுடன்தான் பேசினார்.

அங்கே சண்டைதான் நிரந்தரம்; இடைக்கிடை சமாதானம் மூளும். இவருடைய வயதுக்காரர்கள் எல்லோரும் போய்விட்டார் கள். வீட்டு நாய், மாதாகோவில் மணி, ஒற்றைப் பனைமரம் எல்லாம் தாண்டி இவர் உயிர் வாழ்ந்தார்.

பிளாஸ்டிக் வாளிகள் பாவிப்பதற்குச் சட்டம் அனுமதித்தது. ஆனால், பிடிகள் இரும்பில் இருக்கக்கூடாது. தங்கம்மா கயிற்றி னால் பிடி செய்து போட்டிருந்தாள். விமானங்களின் இரைச்சல் மேலே. தண்ணீர் கொண்டுவரும்போதுதான் விழுந்தாள். சிவப்புச் சேலை உடுத்தியிருந்தாள் என்று நினைத்தார். உண்மையில் வெள்ளைச்சேலைதான் இப்படிச் சிவப்பாக மாறியிருந்தது.

எல்லோரும் ஓடும்போது இவர்களும் ஓடினார்கள். ஒரு மூட்டைகூடக் கட்ட நேரமில்லை. கால் மைல் தூரம்கூடக் கடக்க வில்லை. அவளுடைய கால் இழுத்தது. சரிந்துவிட்டாள். நீண்ட தூரம் காவி வந்த மூட்டைகளைச் சிலர் போட்டுவிட்டு ஓடி னார்கள். அதைப் பின்னால் வந்த சிலர் தூக்கினார்கள். பிறகு அவர்களும் போட்டுவிட்டு ஓடினார்கள்.

தங்கம்மாவைத் தூக்குவதற்கு ஒருவரும் வரவில்லை. வீதியிலே கிடந்த அவளைத் தாண்டி ஓடிக்கொண்டேயிருந்தார்கள். உடம்பு குளிர்ந்து வெகுநேரமாகியும் செய்வதறியாது கூட இருந்தார். பிறகு இவரும் ஓடினார். திரும்பிப் பார்த்தபோது ஒரு சிறுவன் அவளுடைய செருப்புகளைத் திருடிக்கொண்டிருந்தான்.

இங்கேயும் ஒரு திருட்டு நடந்தது. இந்தப் பச்சை அட்டை விண்ணப்பம் பூர்த்தியாகும் தருணத்தில் இது சம்பவித்தது. இன்னும் சில விநாடிகளில் இவருக்கு அது தெரியவரும்.

இதற்காக இவர் மிகவும் கடுமையாக உழைத்தார். பல பாரங் களை நடுங்க நடுங்க நிரப்பினார். எவ்வளவோ காலம் இவரைக் காத்திருக்க வைத்து கடைசியில் இப்பொழுதுதான் நேர்முகக் கடிதம் வந்தது. இன்றைய செவ்வியில் தேறிவிட்டால் இன்னும் சில வாரங்களில் இவருக்குப் பச்சை அட்டை கிடைத்துவிடும்.

முக்கால் மணி நேரம் கடந்துவிட்டது. இதில் ஏதோ சூது நடந்திருக்கிறது. மெதுவாகப் புன்னகைப் பெண்ணிடம் போனார்.

அவள் சொன்ன சேதி இவரைத் திடுக்கிட வைத்தது. இத்தனை நேரமும் இவர் கண்ணில் படாத மணிக்கூட்டைச் சுட்டிக்காட்டினாள். அது 11.30 காட்டியது. இவருடையது 10.30 காட்டியது. இவர் வரும்போதே இவருக்குக் குறித்த நேரம் கடந்துவிட்டது. இவர் மிகத் தாமதமாக வந்திருப்பதாக அந்தப் பெண் குற்றம் சாட்டினாள். இவரால் நம்பமுடியவில்லை.

அவள் விளக்க முற்பட்டாள். அதை உணரும் சக்தி இவரிடம் இல்லை. தன்மேலேயே கோபம் கோபமாக வந்தது. தன் மகனோ, மருமகளோ இது பற்றி மூச்சுவிடாதது இன்னும் அதிர்ச்சியாக இருந்தது. எல்லோரும் சேர்ந்து தன்னை ஏமாற்றுவதாக இவருக்குப்பட்டது. அதற்கு ஓர் அரசாங்கமும் துணை போனதை இவரால் தாங்கமுடியவில்லை.

'இன்று பார்க்க முடியாதா?' என்று பணிவுடன் விசாரித்தார். அதற்கு அவள் கையை விரித்துவிட்டாள். அங்கே காத்திருப்போரைச் சுட்டிக் காட்டினாள். இவருடைய பேரை இன்னொரு பதிவில் திரும்பவும் கூப்பிடுவதாக உறுதி கூறினாள்.

"அதற்கு எவ்வளவு காலம் எடுக்கும்?"

"விரைவிலேயே கூப்பிடுவோம்; ஆறு மாதத்திற்குள் கூப்பிடுவோம்" என்றாள்.

ஆறுமுகம் சொன்னது ஞாபகத்துக்கு வந்தது. அமெரிக்காவில் பனிக்காலம் தொடங்கும்போது ஒக்டோபரில் வரும் நாலாவது ஞாயிற்றுக்கிழமை நேரத்தை, ஒரு மணித்தியாலம் பின்னுக்குத் தள்ளிவைத்துவிடுவார்கள். மறுபடியும் ஏப்ரல் மாதத்தில் வரும் முதல் ஞாயிறு அதிகாலை இரண்டு மணிக்கு, ஒரு மணித்தியாலம் முன்னுக்குத் தள்ளிவைத்துவிடுவார்கள். இதுக்கு அது சரியாகிவிடும்.

நண்பர் சொன்னபோது இவர் அவ்வளவு சுவாரஸ்யம் காட்டவில்லை. இது ஏப்ரல் மாதத்து முதலாவது திங்கள்கிழமை. கடந்த இரவு இவரைக் கேட்காமல் இவரிடமிருந்து ஒரு மணிநேரம் திருடி விட்டார்கள். ஒரு முழு நாடே தனக்கு எதிராகச் சதிசெய்து தன்னை ஏமாற்றிவிட்டதாக இவருக்குத் தோன்றியது.

நேற்றிரவு இவர் நித்திரையாக இருந்தபோது அமெரிக்காவில் உள்ள அத்தனை அணுசக்தி மணிக்கூடுகளும் தங்கள் மணிகளைத் தாங்களாகவே ஒரு மணித்தியாலம் முன்னுக்குத் தள்ளி வைத்துக் கொண்டன. லட்சக்கணக்கான கம்ப்யூட்டர்களில் தகவல்கள் பறந்தன. இன்னும் சில 'ஒரு மணி முன்னே தள்ளி வைக்கவும்'

என்று செய்திகள் பரப்பின. வானொலிகளும் தொலைக்காட்சி களும் இரவிரவாகத் தொடர்ந்து இதையே செய்தன. ஆனால், இவர் அந்தச் செய்திகளை அறியவில்லை.

அமெரிக்கா பெரிய கடனாளியாகிவிட்டது. இவரிடம் இருந்து எடுத்த ஒரு மணித்தியாலத்தை அது திருப்பிக் கொடுக் கவே இல்லை. அதற்குச் சந்தர்ப்பமும் வரவில்லை. ஏனென்றால் அடுத்த ஒக்டோபர் மாதம் நாலாவது ஞாயிற்றுக்கிழமை வரு முன்னரேயே இவர் காலமாகிவிட்டார். ஒரு குளிர்காலம் ஆரம்ப மாவதற்கு முன்னரான பொழுதில் நிலவறையில் இவருடைய உடல் விறைத்த நிலையில் காணப்பட்டது. இரண்டு நாள் கழித்து இவர் மகன் அந்தச் சடலத்தைக் கண்டான். குளிர்பெட்டியில் 'திங்கள்', 'செவ்வாய்' என்று குறிய எழுத்துகளில் எழுதிய சிறு பெட்டிகள் தொடாமல் கிடந்ததுதான் காரணம்.

◆

பூர்வீகம்

பிரான்ஸ் தேசத்தில் ஓர் ஒதுக்குப்புறமான கிராமத்தில் இந்தப் பட்டறையை ஒழுங்கு செய்திருந்தார்கள். அது ஆறு நாள் பட்டறை. நாற்பது நாடுகளில் இருந்து பிரதிநிதிகள் வந்து கலந்து கொண்டார்கள். வேறென்ன, உலகத்தைப் புனருத்தாரணம் செய்யும் நோக்கம்தான்.

எங்கள் விடுதி ஓர் ஏரியைப் பார்த்தவாறு இருந்தது. இந்த ஒரு காரணத்திற்காக அங்கே கட்டணம் அதிகம் என்று சொன் னார்கள். பட்டறையில் கலந்துகொள்ள வந்தவர்களில் நாங்கள் நாலுபேர் அங்கே தங்கி இருந்தோம்.

காலை உணவின்போது முதன்முறையாக 'ஹலோ' சொல்லிக்கொண்டோம். பொஸ்னியாவில் இருந்து ஓர் இளைஞன் வந்திருந்தான். இவன் வகிக்கும் பொறுப்புக்கு மிகவும் இளமை யாகத் தோற்றமளித்தான். முந்தைய சோவியத் யூனியனின் நகரமான கியேவ் (Kiev) லிருந்து வந்தது ஒரு பெண்மணி. அனா என்று பெயர். அவளுக்கு முப்பது வயதிருக்கும். மிகவும் பெண்மை யுடன், கவர்ச்சியாக இருந்தாள்.

மற்றவர் கனடாக்காரர். வயதானவர். பப்புவ நியுகினியில் ஆதிவாசிகளுக்குக் குடிநீர் வழங்கும் காரியத்தில் ஈடுபட்டிருந்தார்.

பட்டறை வேலையில் இடுப்பு ஒடிந்தது. காலையில் தொடங்கினால் இரவுதான் முடியும். களைத்து வந்து படுக்கையில் விழத்தான் நேரம் சரியாக இருக்கும். பட்டறை என்ற சொல்லுக்கு ஏற்ப இரும்பை நெருப்பில் வாட்டுவதுபோல இவர்களும் எங்களை வாட்டி எடுத்து விட்டார்கள்.

கடைசி நாளும் முடிந்துவிட்டது; ஓர் இரவுதான் மிச்சம். ஏரியைப் பார்த்திருக்கும் உணவகத்தில் நாங்கள் நாலு பேரும் உணவருந்துவது என்று முடிவானது. நாங்கள் கியேவ் பெண்மணி அனாவுக்காகக் காத்திருந்தோம்.

இந்தக் கியேவ் பெண்மணியைப் பற்றி, இவள் வருமுன் கொஞ்சம் அறிமுகம் செய்து வைத்தால் நல்லது. ஏனென்றால், இவள்தான் கதாநாயகி. உங்களுக்கும் ஆசுவாசமாக இருக்கும். எனக்கும் வேலை லேசாகிவிடும்.

முதல் நாளே நான் கவனித்தேன். இவள் அழகு, இதயத்தை நிறுத்தும் அழகில்லை. ஆனால், வசீகரம் மிகுந்தது. மிகவும் பச்சை நிறத்தில் கண்கள். நிறம், பனிப் பிரதேசத்து வெள்ளை என்று கூற முடியாது. ஒரு மேலாக்கப்பட்ட வெள்ளை என்று சொல்ல லாம். உயர்ரக சீமாட்டிகள் இவளுடைய கலரை அடைவதற்குக் கொலைசெய்யவும் தயங்க மாட்டார்கள் என்று சொன்னால் புரிந்துகொள்வீர்கள். ஆங்கிலம், ரஸ்யன், பிரெஞ்சு எல்லாம் சரளமாகப் பேசினாள். அவளுடைய பிரெஞ்சு மிக அழகாக இருக்கும். இவளுடைய உதவியை நாங்கள் அடிக்கடி நாடவேண்டி வந்தது இதனால்தான்.

இரண்டாம் நாளே இது எனக்கு நடந்தது. இது கிராமத்து வங்கி. வசதிகள் இல்லாதது. ஆங்கில அறிவு மருந்துக்கும் கிடை யாது. அங்கே பயணக் காசோலை மாற்றச் சென்றபோது இவளைச் சந்தித்தேன். ATM மெசினில் காசு மாற்றிக்கொண்டி ருந்தாள்.

இந்த ATM மெசினை நான் நம்புவது கிடையாது. அது அட்டையைச் சாப்பிடும் தன்மை கொண்டது. ஒருமுறை அப்படி செய்தும் விட்டது. ஆனால், இவள் துணிச்சலானவள். காசை மாற்றி கார்டையும் மீட்டுவிட்டாள்.

ஒரு புன்னகையைப் பரிமாறிக்கொண்டோம். 'புன்னகை பூத்தது' என்று ஒரு பிரயோகம் இருப்பது உங்களுக்குத் தெரியும். சிரிக்கும்போது உண்மையிலேயே ஒரு புன்னகை இவள் இதழ்களில் மலர்ந்து வெளியே வருவது போலிருக்கும்.

இந்தப் பட்டறை முடிவதற்கிடையில் இவளுடன் மிகவும் அன்னியோன்யமான ஒரு சம்பவம் நடக்கப்போவது எனக்கு அப்போது தெரியாது. ஆகவே மிகவும் சாதாரணமாக ஒதுக்குப் புறமான கிராமத்தில் காசு மாற்றும் சிரமத்தைப் பற்றிப் பேசிக் கொண்டோம். பிறகு வங்கி ஊழியரிடம் எனக்குப் பரிந்துரைத்து என் பயண ஓலைகளை மாற்ற உதவி செய்தாள். நன்றியை எதிர்பாராது விறுக்கென்று திரும்பி மறைந்துவிட்டாள்.

பட்டறை நேரங்களில் எப்பவும் ஒருகும்பல் அவளைச் சுற்றி கலகலவென்று இருக்கும். பொஸ்னிய இளைஞன் அவளிடம்

மனதைப் பறிகொடுத்திருந்தான். அவள் பார்வையில் சிக்கு வதற்கும், அவளோடு தனிமையில் பேசுவதற்கும் அவன் சமயம் பார்த்திருந்தது அப்பட்டமாகத் தெரிந்தது.

நாலாவது நாள் பட்டறையில் ஒரு சம்பவம் நடந்தது. கியேவ் பெண்களின் வாழ்க்கை விபரங்களை அனா வரைபடங்கள் மூலம் விளக்கிக்கொண்டிருந்தாள். லேசர் வழிகாட்டியால் ஒவ்வொரு படத்தையும், புள்ளி விபரத்தையும் வியாக்கியானம் செய்தாள். வந்த கேள்விகளுக்கெல்லாம் சமத்காரமாகப் பதில் கூறிச் சமாளித் தாள். அந்த நேரம் பார்த்து அரங்கத்தில் வெப்பம் மிகுந்ததால் சிலர் தங்கள் மேலங்கிகளைக் கழற்றினார்கள்.

இவளும் கழற்றினாள்.

சபை அதிர்ந்தது. இப்படியும் ஒரு பெண் தன் அழகை அநியாயமாக மூடி மறைப்பாளா என்றுதான் பலருக்கும் பட்டி ருக்கவேண்டும். அதற்குப் பிறகு அவளுடைய பேச்சையோ, புள்ளி விபரத்தையோ யாரும் கிரகித்ததாக எனக்குத் தெரியவில்லை.

இரவு எட்டு மணியாகியும் சூரியன் மறைவதற்குத் தயங்கிக் கொண்டிருந்தான். காலில் சக்கரம் வைத்த இரண்டு இளம் பெண்கள் விளையாடிக்கொண்டிருந்தார்கள். நீர் யானைபோல கொழுத்த பத்துப் பன்னிரெண்டு மாடுகள் அசைந்தசைந்து நடந்தன. அவற்றின் கழுத்திலே ஒற்றை மணிகள் தொங்கின. அவை ஒவ்வொன்றும் ஒவ்வொரு ஸ்வரம். மனிதன் கைப்பட்டு அசுத்தமாகாத அபூர்வமான இசை ஒன்று அப்போது தோன்றியது. மனது சந்தோஷித்தது.

நாங்கள் வைன் ஓடர் பண்ணி சுவைத்துக்கொண்டிருக் கும்போது அனா வந்து சேர்ந்தாள். மாலை வேளைக்கான நீண்ட உடையில் இருந்தாள். வந்த உடனேயே அன்றைய இரவு நிகழ்ச்சி களுக்கும் பிரஞ்சு பாஷை பரிவர்த்தனைகளுக்கும் அவள் பொறுப்பேற்றுக்கொண்டாள்.

இந்த பிரான்ஸ் நாட்டில் எந்த ஒரு மூலை உணவகத்திலும் மூன்று மணித்தியாலத்திற்குக் குறைந்த நேரத்தில் உணவருந்த முடியாது. இது எங்களுக்குத் தெரிந்திருக்கிறது. ஆகவே, அனா எல்லோருக்குமாகத் தானே நேரகாலத்துக்கு ஓடர் பண்ணினாள்.

மெல்லிய நீண்ட கிளாஸில் பரிமாறிய வைன் உள்ளே இறங்க இறங்க, எங்கள் இறுக்கம் தளர்ந்து அன்னியோன்யம் கூடியது. அனாவின் சிரிப்பு அலை அடிக்கடி எழும்பி ஏரி அலை களுக்கு மேல் தவழ்ந்துபோனது.

என்னுடைய முழுப்பெயரையும் கேட்டுவிட்டு, "ஓ, நீங்கள் தமிழரா?" என்றாள் ஆச்சரியமான குரலில். 'மன்னிக்க வேண்டும், இனிமேல் அந்தத் தவறைச் செய்யமாட்டேன்' என்றேன். அவள் சிரித்துக்கொண்டே 'தமிழ் மிகவும் கஷ்டமான பாஷையாச்சே! எப்படிச் சமாளிக்கிறீர்கள்?' என்றாள்.

"என்ன செய்வது, கஷ்டம்தான். ஆனால், எங்கள் ஊரில் ஒரு நூதனமான வழக்கம் உண்டு. தாய்மாரே தங்கள் பிள்ளை களுக்குப் பாலுடன், பாஷையையும் புகட்டிவிடுவார்கள். அது மாத்திரமில்லை. பிறந்தவுடன் ஒரு தடித்த அகராதியையும் கையிலே தந்துவிடுவார்கள்" என்றேன்.

"என் தாயார் மிகவும் கண்டிப்பானவள். இப்படி முன்பின் தெரியாத ஆண்களுடன் நான் வைன் அருந்துவதைப் பார்த்தால் என் கதி அதோகதிதான்" என்று கூறிவிட்டுக் கலகலவென்று சிரித்தாள். பல தலைகள் இப்போது எங்கள் பக்கம் திரும்பின. நடன இசை ஆரம்பமானது. பொஸ்னிய இளைஞன் தைரியத்தை வரவழைத்துக்கொண்டு "நடனம் ஆடலாமா?" என்றான். இவளும் யோசிக்காமல் சரியென்று உடனே எழுந்துவிட்டாள்.

நடன மேடையில் ஒருவரும் இல்லை. இவர்கள் மட்டுமே ஆடினார்கள். பல நாள் பிரிந்திருந்து கூடின காதலர்கள்போல ஒருத்தரை ஒருத்தர் ஆரத்தழுவி ஆடினார்கள். இவளுடைய மார்பு அவன் மேல் அழுத்தமாகப் பதிந்திருந்தது. இசையில் மெல்லிய சோகம் கலந்திருந்தது. மெய்மறந்து ஆடும் இவர்களை நாங்களும் மெய்மறந்து பார்த்துக்கொண்டிருந்தோம்.

நடன மேடையில் நின்றவாறே அவள் தன் தலைமயிரை விரித்து விட்டாள். அப்படி விரித்த பிறகு அவள் அழகு முற்றிலும் புதிதாக்கப்பட்டது. கண்களில் மயக்கும் தன்மை கூடியது. சிறிய தள்ளாட்டமும் தெரிந்தது. கலகலவென்று சிரிக்கும் குரல்கூட இப்போது கொஞ்சம் மாறிவிட்டது.

முதல் தடவையாகப் பெரியவர் பேசினார். "இங்கே நாங்கள் ஒரு விபத்துபோலக் கூடியிருக்கிறோம். பொஸ்னியாவில் வேலை செய்பவரும் சோமாலியா அகதிகள் காப்பாளரும் கியேவ் பெண் சேவகியும் பப்புவ நியூகினி குடிநீர் நிபுணரும் ஒன்றாகக் கூடியிருப் பது ஓர் அதிசயம் அல்லவா? எங்கேயோ பிறந்து, எங்கேயோ வளர்ந்து இன்று எந்த நாட்டிலேயோ போய் சேவை செய்கிறோம். இந்தப் பொன்னான தருணத்துக்காக வைன் அருந்துவோம்" என்றார்.

"எங்கள் பூர்வீகத்துக்காக" என்று வைன் கிளாஸைத் தூக்கிப் பிடித்தார். நாங்களும் கிளாஸை உயர்த்தி வைனைச் சுவைத்தோம்.

அப்பொழுது அனா சொன்னாள். "அமெரிக்காக்காரன் பிலிப்பைன் நாட்டில் போய் வதிவிடம் கேட்கிறான். ஜெர்மன் காரன் கனடா செல்கிறான். இந்தியன் அவுஸ்திரேலியா போகி றான். பூர்வீகம் தேடுவதை இனி விட்டுவிடவேண்டும். இன்னும் நூறு வருடங்களில் எல்லோரும் ஒரே இனம்தான்" என்றாள். "ஒரே இனத்துக்கு" என்று வைன் கிளாஸைத் தூக்கிப் பிடித்தாள். நாங்கள் அதற்காகவும் ஒரு மிடறு குடித்து வைத்தோம்.

இப்பொழுது எங்கள் உணவின் பிரதான அம்சம் வந்தது. இந்த பிரெஞ்சுக்காரர்கள் உணவுக் கலையை நன்றாக அறிந்து வைத்திருக்கிறார்கள். உணவின் அலங்காரமும், ருசியின் நேர்த்தி மையும் உலகை மறக்கச் செய்தன. ஏரிக்கரைக் காற்று வீச, சிவப்பு வைன் மெல்லியபோதை தர, எங்கள் மனது முன்பின் அறியாத ஒருவித சந்தோஷத்தில் மிதந்துகொண்டிருந்தது.

அதற்குப் பிறகு சம்பாஷணை கைதவறி ஓடியது. மாவுத் தர்கள் பற்றி ஓர் ஆராய்ச்சி நடந்தது. பிறகு புயல் மையங்கள் பற்றித் திரும்பியது. கடைசியில் சோப் உறைகள் பற்றிய தீவிரமான விவாதத்தில் இறங்கி நின்றது.

திடீரென்று அனா மறுபடியும் பேசினாள். "என்னுடைய அம்மா மிகவும் கண்டிப்பானவள். என் கற்பைக் காப்பதில் தன் னுடைய வாழ்நாளில் அரைவாசியை அவள் செலவழித்தாள். என் நண்பிகள் ஆண் சிநேகிதர்களுடன் வெளியே போய்க் கேளிக் கைகளில் ஈடுபடும்போது நான் கோப்பைகளைத் துடைத்துக் கொண்டு வீட்டிலேயே இருந்தேன். நேரத்தை எவ்வளவு வீணாக்கிவிட்டேன்."

பொஸ்னியாக்காரனும் கொஞ்சம் குடி மயக்கத்தில் இருந் தான். அந்தத் துணிவில் அவன், "அனா, கவலையை விடு. நான் உதவி செய்கிறேன். You can make up for the lost time" என்றான். எல்லாரும் சிரித்தார்கள். அனாவின் சிரிப்பு கலகலவென்று மேலோங்கி நின்றது. அது இயற்கையாக இல்லை. ஏதோ சோகத்தை மறைப்பதற்கான முயற்சி என்று பட்டது.

அனா அக்கம் பக்கம் பார்த்துவிட்டு ரகஸ்யக் குரலில் "உங்களுக்கு இது தெரியுமா?" என்று கேட்டபடியே மேசையில் குனிந்தாள்.

நாங்கள் எல்லாம் ஆர்வத்துடன் எங்கள் கழுத்துகளை வளைத்து அவள் பக்கம் நீட்டித் தலைகள் மேசையில் பட காத் திருந்தோம். அவளோ கலகலவென்று சிரிக்கத் தொடங்கினாள். "தனக்குத் தேவையில்லாத விஷயத்தைத் தெரிவதற்கு மனிதன் எவ்வளவு தாழ்ந்துபோகவும் தயங்கமாட்டான்" என்றாள். எங்களுக்கு வெட்கமாகிவிட்டது.

உலகத்தில் வேறெங்கும் காணப்படாத, பிரான்ஸ் தேசத் திற்கே உரித்தான, தலைகீழ் 'புடிங்' வந்தது. வேகவைத்த ஆப்பிள் தான் இதில் பிரதான அம்சம். தித்திப்புக்குக் கீழ்ப்பட்ட ஓர் அபூர்வமான சுவை. அனாவின் நிலைமையில் கொஞ்சம் தடு மாற்றம் தெரிந்தது. சிறிது ஆடியபடியே சேவகனைக் கூப்பிட்டு இன்னொரு வைன் கொண்டுவரும்படி ஆணையிட்டாள். அவன் திரும்பியதும் ஓர் ஆங்கில வசை மொழியைப் பின்னால் வீசினாள். கியேவில் இருந்து வந்த அனா என்னும் இந்த அழகிய பெண்மணி, நாகரிகத்தின் எல்லையிலிருந்து மெதுவாக வழுக்கிக்கொண்டி ருந்தாள். அவள் உடம்பு மெல்ல நடுங்கியது. வார்த்தைகள் தடுமாறின.

நாங்கள் ஒருவரை ஒருவர் பார்த்துக்கொண்டோம். பொஸ்னிய இளைஞன் கிலி பிடித்ததுபோல உட்கார்ந்திருந்தான். பெரியவர் இப்படி இக்கட்டான நிலைமையை முன்பொருபோதும் அனுபவித்திருக்கமாட்டார். அவஸ்தையாகக் காணப்பட்டார்.

இன்னும் வைன் வேண்டும், என்று சிறுபிள்ளைபோல அடம் பிடித்தாள். எங்களுக்கு மிகப்பெரிய பங்கை ஊற்றிக் கொண்டு, அவளுக்கு ஒரு சொட்டு கிளாஸில் வார்த்துக் கொடுத் தோம். அசிங்கமாகத் திட்டியபடியே அவள் எழுந்து நின்றாள். இரண்டு பக்கமும் அவள் உடல் ஆடியது.

இப்பொழுது உணவகத்தில் பல தலைகள் எங்கள் பக்கம் திரும்பியிருந்தன. "என்னுடைய அம்மா மிகவும் கண்டிப்பானவள். நான் உங்களுக்குச் சொல்கிறேன். மிகக் கவலையாகச் சொல் கிறேன். என்னுடைய நீண்ட கன்னிமையைக் கலைக்க ஆள் தேவை. உங்களில் யார் தயாராக இருக்கிறீர்கள்" என்று நேராக உரத்த குரலில் கேட்டாள்.

பெரியவர் தரையைப் பார்த்தபடி ஸ்தம்பித்துவிட்டார். நிலைமை விபரீதமாகப் போய்க்கொண்டிருந்தது. அவள் ஆடியபடி பையை மாட்டிக்கொண்டு, அறை திறப்பையும் எடுத்தாள்.

நானும், வாலிபனும் ஒரே நேரத்தில் எழும்பி அவளைப் பிடித்தபடி மூன்றாம் மாடிக்கு அழைத்துச் சென்றோம். சில இடங்களில் அவள் இடறி விழ நாங்கள் அவளைக் காவவேண்டி

வந்தது. அறையைத் திறந்து அவளைப் படுக்கையில் கிடத்தினோம். மெல்லிய தோலினால் சிறப்பாகச் செய்யப்பட்ட அவளுடைய காலணிகளைக் கழற்றிக் கீழே போட்டோம்.

அன்றைய அதிர்ச்சிகள் எல்லாம் தீர்ந்துவிட்டன என்று நினைத்து மெதுவாகத் திரும்ப எத்தனித்தோம்.

"நன்றி, கோழைகளே!" என்றாள். படுக்கையில் சாய்ந்தபடி எங்களைக் கூர்ந்து பார்த்தாள். தன் வலது கையை மார்புக்குள் விட்டு இடது மார்பை எடுத்து எறிந்தாள். பிறகு வலது மார்பைப் பிடுங்கி என் மூஞ்சியில் வீசினாள். பஞ்சுப்பொதிபோல ஒன்று பறந்து வந்து என் முகத்தில் லேசாக உரசிக் கீழே விழுந்தது.

அடுத்த நாள் காலை நான் வேண்டுமென்றே மிகவும் பிந்தித் தான் விழித்தேன். அவர்கள் எல்லோரும் தனித்தனியாக தங்கள் விமானங்களைப் பிடிப்பதற்குப் போய்விட்டதாகப் பணிப்பெண் அரைகுறை ஆங்கிலத்தில் கூறினாள். என்னுடைய விமானத்துக்கு இன்னும் நேரம் இருந்தது. அவசரமில்லாமல் என் கணக்கைத் தீர்த்துவிட்டு விமான நிலையம் போவதற்கு ஆயத்தம் செய்தேன்.

இந்தக் கதை இங்கே முடிந்திருக்க வேண்டும். ஆறுமாதம் சென்ற பிறகு நடந்த ஒரு சம்பவத்தால் இன்னொரு பத்தி எழுத வேண்டிய அவசியம் ஏற்பட்டிருக்கிறது.

எங்கள் நிறுவனத்தின் மாதாந்த புதினப் பத்திரிகையை அசிரத்தையாக ஒருநாள் தட்டிக்கொண்டிருந்தேன். அதிலே அனாவின் படம் வெளியாகி இருந்தது. அதற்குக் கீழே இப்படி போட்டிருந்தார்கள்.

பெண்கள் மறுவாழ்வுக்காக இடையறாது பாடுபட்ட கியேவ் பெண்மணி, பத்து வருட காலமாக கான்ஸருடன் போராடி இறுதி யில் காலமானார். அவருடைய பெயர் அன்னலட்சுமி சேரகோவ்.

இறகு தடவியதுபோல் அவள் மார்பு என் முகத்தில் பட்ட ஸ்பரிசம் நினைவுக்கு வந்தது. வேறொன்றும் அப்போது என் ஞாபகத்துக்கு வரவில்லை.

◆

கறுப்பு அணில்

ஒரு நாள் தற்செயலாகத்தான் அது ஆரம்பமானது.

வேலை முடிந்து மாலை பஸ் தரிப்பில் இறங்கி வீட்டுக்கு வரும் வழியில், அவன் ஒரு கார் பாதுகாப்பு நிலையத்தைக் கடப் பான். பட்டனை அமுக்கி டிக்கட்டை இழுத்துக் கார்கள் உள்ளே நுழைவதையும், திரும்பும்போது காவலனிடம் காரோட்டிகள் கட்டணம் செலுத்துவதையும் பார்த்திருக்கிறான். சாரதி கண்ணாடிக் கதவைத் திறந்து காசைக் கொடுப்பான். மீதி சில்லறை வழங்கப்பட்டதும் மஞ்சளும் கறுப்பும் பூசிய தடுப்பு மரம் மறு படியும் உயர, கார் வெளியே சென்றுவிடும்.

அன்று அந்த நிலையத்தைத் தாண்டும்போது தடுப்பு மரத் துக்குக் கீழே சில்லறைக் காசுகள் சிதறிக் கிடந்தன. அவன் அதைப் பொறுக்கி பக்கட்டுக்குள் வைத்துக்கொண்டான். ஆயிரம் கார்கள் போகும் இடத்தில் ஒரு சிலர் சில்லறைகளைத் தவறவிட்டு விடு வார்கள். பரம லோபிகளைத் தவிர மற்றவர்கள் சீட் பெல்ட்டைத் தளர்த்தி, கதவைத் திறந்து, கீழே இறங்கி அவற்றைப் பொறுக்க மாட்டார்கள்.

இந்தச் சில்லறையைத்தான் கொண்டுபோய், அவன் தன் அறையில் காலியான, ஒரு வாய் அகலமான போத்தலில் போட்டு வைத்துக்கொண்டான்.

அதற்குப் பிறகு அதுவே வழக்கமாகிவிட்டது. அந்த நிலை யத்தைத் தாண்டும்போது அவன் குனிந்து சில்லறைகளைத் தேடுவான். எல்லாமே 25, 10, 5 , 1 சதக்குற்றிகளாக இருக்கும். அபூர்வமாக டொலர் குற்றிகளும் கிடைக்கும். அவற்றை அவன் தவறாமல் அந்தப் போத்தலில் போட்டு மூடியையும் திருகி விடுவான்.

இவன் வேலையில் சேர்ந்த அந்த முதல்நாள் லோரா என்ன டிரஸ்ஸில் வந்தாள் என்று கேட்டால் மிகச் சரியாகப் பதில் சொல்லிவிடுவான். கறுப்பு நீள ஸ்கர்ட், கறுப்பு தொளதொள

பிளவுஸ். அதற்குமேல் ஒரு ரத்தச் சிவப்பு ஸ்வெட்டர், பெரிய பட்டன்கள் வைத்து முன்புறமாகத் திறக்கும் வசதியுடன் இருந்தது. தலைமயிர் இவ்வளவு குவியலாகப் பொன் நிறமாக இருந்ததை அவன் முதன்முதலாகப் பார்த்தது அப்போதுதான்.

அன்றைய வேலை நிரல்களை அவள் நின்றபடி டிக் செய்து இரண்டு இடங்களில் முத்திரை குத்தி அவர்களிடம் நீட்டினாள். இவனுடைய முறை வந்தபோது இவன் முகத்தை அவள் பார்க்க வில்லை. பார்க்க முயலவுமில்லை. இவனுடைய பாரத்தில் முத்திரையை அளவுக்கு அதிகமான பலத்துடன் குத்தி அதை மேசைமீது தள்ளிவிட்டாள். அது மேசையின் விளிம்பைத் தாண்டி வேகம் குறையாமல் போகும்போது இவன் ஒரு பறவையைப் பிடிப்பதுபோலப் பிடித்தான். மற்றவர்களுடையதைப்போல அந்த நிரலைக் கையிலே கொடுக்கலாம் என்ற சாதாரண அறிவு அவளுக்குத் தோன்றவில்லை என்பதில் அவனுக்கு வருத்தம்.

தன் பெயர் தெரியாமல் அவள் பாரத்தை மாற்றிக் கொடுத்துவிடலாம் என்ற பயத்தில் இவன் 'என்னுடைய பெயர் லோகிதாசன். இன்றைக்குத்தான் புதிதாக வேலைக்குச் சேர்ந்திருக்கிறேன்' என்று முனகினான். இடைக்கு மேலே உள்ள பாகத்தை மட்டும் இவனுக்கு எதிரான திசையில் திருப்பி வைத்து அலட்சியமாக அடுத்த தாளில் முத்திரை பதிப்பதில் அவள் சிரத்தையானாள்.

அவளுடைய நீண்ட வெண்மையான கழுத்திலிருந்து எப்படிப்பட்ட ஒலி வரும் என்று ஊகிப்பதில் அவனுக்கு அன்று இரவு முழுக்க செலவழிந்தது. அந்தக் கவலை அடுத்த நாள் காலையே தீர்ந்தது. லோரா பக்கத்தில் இருந்தவளிடம் சோகமாக ஒரு முறைப்பாட்டை வைத்துக்கொண்டிருந்தாள். அவளுடைய பெரிய மஞ்சள் பூப் போட்ட கவுனை சலவைக்காரன் பாழாக்கி விட்டானாம். இந்த அழகான பெண்ணின் மனது இப்படி நொந்து போனதே, என்று இவனுக்குக் கோபமாக வந்தது. ஒரு கன்றுக் குட்டி பார்ப்பதுபோல அவளைப் பார்த்தான். அவளுக்குத் தேறுதல் சொல்வதற்கு அவனிடம் போதிய ஆங்கில வார்த்தைகள் அப்போது சேர்ந்திருக்கவில்லை.

அவளுடைய அலங்காரம் அன்று முற்றிலும் மாறியிருந்தது. ஆழமான கழுத்துடன், இறுக்கமான மஞ்சள் பிளவுஸில் வந்திருந் தாள்.

வேப்பம்பழ சைஸ் செயற்கை முத்துகளால் செய்த மாலை ஒன்று அவள் தனங்களுக்கிடையில் சிக்கிக் கிடந்தது. இதைப்

போடுவதற்கு அவள் மிகுந்த சிரமப்பட்டிருக்கவேண்டும். இதைக் கழற்றும்போது இன்னும் சிரமமிருக்கிறது. ஒன்றிரண்டு முத்துகள் அறுந்து விழுவதற்கான சாத்தியக்கூறுகள் நிறைய இருந்தன.

எந்த ஏரியா அவனுக்கு ஒதுக்கப்பட்டிருக்கிறது என்று கேட்டாள். இவன் 'சாவிக்னோன்' என்று கூறினான். மிகவும் செலவு வைக்கக் கூடிய ஓர் அபூர்வமான ஒப்பனைக்காரியால் செதுக்கப்பட்ட மெல்லிய புருவங்களை உயர்த்திச் சுழித்தபடி, அந்த வார்த்தையின் சரியான உச்சரிப்பைக் கூறினாள். மேலும் பேப்பரை இழுத்து மிகக் கச்சிதமாக இரண்டுதரம் குத்தினாள். அன்றைக்கும் அவனுடைய முகத்தை அவள் பார்க்கவில்லை.

சாதாரண ஊழியன் என்ற முறையில் அவன் அதிபரைச் சந்திக்க முடியாது. காலாண்டுக் கூட்டங்களில் அவருடைய சொற்பொழிவைக்கேட்டிருக்கிறான். 'தூசி எங்கள் எதிரி' என்று பேச்சைத் தொடங்குவார். முக்கோணத் தாடையுடன், அடர்ந்த புருவங்களுடன், மிக நேர்த்தியாக வாரிய சிகையுடன் சிவப்பு நிறத்தில் அவர் இருப்பார். உலர் சலவை செய்த அவருடைய உயர்தர ஆடையின் மடிப்புகள் அவர் அசையும்போது அலையாக எழும்பி அதே இடத்தில் விழும். அவர் பேசத் தொடங்கும்போது அவருடைய குரல்கூட சுத்திகரிக்கப்பட்ட பின்பே வெளியே வரும். அவனுக்கு எங்கே தான் விடும் சுவாசக்காற்றின் மிச்சத்தை அவர் சுவாசித்துவிடுவாரோ என்ற பயத்தில் மூச்சுமுட்டும்.

மிகப் பாரமான தூசி உறிஞ்சிகளை மெலிந்த தோள்களில் காவியபடி அவன் ஆயிரம் மாடிப்படிகள் ஏறி இறங்கினான். ஆயிரம் கம்பளங்களை உறிஞ்சி எடுத்தான். மெல்லிய மருந்து நெடி கொண்ட கிருமி நாசினிகளால் கழிவறைகளைக் கழுவினான். உரஞ்சி, உரஞ்சி துடைத்த அவை தானாகவே ஒளிவிட்டன. கண்ணாடிக் கதவுகளையும் சாளரங்களையும் விண்டெக்ஸ் மாய சக்தியால் பளபளப்பாக்கினான். அவற்றில் தெரியும் முகங்கள் சொந்தக்காரர்களின் முகங்களிலும் பார்க்கப் பிரகாசம் கூடியவையாக இருந்தன. விரிப்புகள் வெள்ளை நிறத்தில் நறுமணம் பரப்பி ஒரு சுருக்கு விழாமல் உறுதியாகப் படுக்கைகளை மூடின. புரூஸ் லஸ்ரர் மினுக்கிப் போட்டுத் துடைத்து வழுவழுப்பாக்கிய மேசைகளும் கதிரைகளும் சோபாக் கைப்பிடிகளும் தூசிகள் எப்படி இருக்கும் என்பதை மறக்கவைத்தன.

வெள்ளை வெளேரென்று சுத்தமான தூசிகள் அகற்றப்பட்ட ஒரு சுகந்தமான உலகத்தைத் தயாரிப்பதில் அவன் தீவிரமாக ஈடுபட்டிருந்தான்.

அலுவலகங்களைச் சுத்தப்படுத்துவதற்கும் வீடுகளைச் சுத்தப் படுத்துவதற்கும் பல வேறுபாடுகள் இருந்தன. அலுவலகங்கள் பெரிசாக இருந்தாலும் வேலையைச் சீக்கிரமாக முடித்துவிடலாம். கையைக் காலை நீட்டி வேலை செய்யத் தாராளமாக இடம் இருக்கும். தரையோடு ஒட்டிய கம்பளங்கள், மேசைகள், கதிரைகள் என்று துப்புரவு செய்வது சுலபம்.

வீடுகள் என்றால் நெருக்கமான சூழ்நிலை. கார்ப்பட்டுகளில் கால்கள் புதையும். படுக்கை விரிப்புகளை மாற்றவேண்டும். அலங் காரப் பொருட்களைத் தூசி தட்டிக் குசினிகளைப் பளபளப்பாக்க வேண்டும். இந்த வீட்டு எசமானிகளைச் சமாளிப்பது மகா கஷ்டம். முறைப்பாடுகள் வந்தபடியே இருக்கும்.

என்றாலும், அவனுக்கு வீடுகள்தான் பிடிக்கும். அவனும், அவனுடைய சகாவும் வேலையைப் படுக்கை அறை, இருக்கும் அறை, நிலவறை, கழிவறை, குசினி என்று பிரித்துக்கொள்வார்கள். துப்புரவு செய்யும்போதே அந்த வீட்டில் வாழ்பவர்கள் பற்றியும், அவர்களுடைய குணாதிசயங்கள் பற்றியும் அவனுடைய கற்பனைகள் விரியும்.

வேலை முடிந்த சில நேரங்களில், முற்றிலும் தூசி நீக்கிய, கைப்பிடிகள் மினுக்கிய, வெள்ளை வெளேரென்ற மிருதுவான சோபாவில் அவன் சாய்ந்ததும் கனவுகள் உண்டாகும். அவனுடைய வீடு வெண்நீல வர்ணத்திலும், திரைச்சீலைகள் விடியல் நிறத்திலும் இருக்கும். அலுவலகத்தில் இருந்து அவன் களைத்து வந்து கதவைத் திறந்ததும் நல்ல வாசனை வரும். பிரபல இத்தாலியன் டிசைனர் Georgio Armani உருவாக்கிய, ஒரு வயதேயான ஆட்டுக்குட்டியின் மெல்லிய சருமத்தினால் தயாரித்த கதகதப்பான மேலங்கியைக் கழற்றிவிட்டு, கணுக்கால்கள் புதையும் கார்ப்பட்டில் நடந்துபோய், அமர்ந்ததும் அரையடி கீழே பதியும் சோபாவில் கால்களை நீட்டி உட்காருவான். கணப்பு அடுப்பில் புகை தராமல் சிறு மணத்துடன் எரியும் பேர்ச் விறகுகளை மெல்லத் தள்ளிவிடு வான். இரண்டு கைகளை அகட்டி விரித்தாலும் விளிம்புகளைத் தொடமுடியாத அகலமான தட்டைக் கண்ணாடி ரீ.வியில் 55வது சானலைத் திருப்பி வைப்பான்.

அன்று அவன் வீடு திரும்பும்போது இரவு பத்து மணிக்கு மேல் ஆகிவிட்டது. 14 மணி நேரம் தொடர்ந்து வேலை. அதில் இரண்டு மணி நேர சம்பளத்தை லோரா வெட்டிவிட்டாள். மெல்லிய பனிப்புயல் தொடங்கிவிட்டது. குளிர் காலத்துக்குப் பொருத்தமில்லாத சப்பாத்துகளை அவன் முடிச்சுப்போட்டு

நீட்டிய லேஸ்களால் கட்டியிருந்தான். பனித்தூள்கள் உள்ளே போய்க் கால்கள் ஈரமாகிவிட்டன.

அந்த வீட்டின் நிலவறையை அமைத்தவன் மிகவும் விவேகமானவனாக இருந்திருக்கவேண்டும். இருட்டிலே வந்து அவன் துழாவி சாவியைப் போட்டுக் கதவைத் திறப்பான். அதற்குப் பிறகு பத்தடி தூரம் தடவித் தடவிப் போய் ஸ்விட்சைக் கண்டுபிடித்துப் போடுவான். எலிகளை மிதிக்காமல் தந்திரமாக நடக்க பழகிக்கொண்டான். சிறுவயதில் பிறந்தநாள் விழாக்களில் கண்ணைக் கட்டிவிட்டு, கழுதையின் படத்துக்கு வாலைச் சரியான இடத்தில் பொருத்திய பயிற்சி அப்போது அவனுக்கு மிகவும் உதவியது.

அவனுக்குக் கடிதங்கள் வருவதில்லை. மாதம் ஒருமுறை வரும் அம்மாவின் கடிதம் நீல உறையில், பென்சிலால் விலாசம் எழுதப்பட்டு, மூன்று நாட்களாக உடைக்கப்படாமல் கிடந்தது. அன்றைக்கு அதைத் திறப்பதாக இருந்தான். அதில் இருக்கும் தகவல்களைத் தாங்கிக்கொள்ளும் பலத்தை அவன் இன்னும் சேகரிக்கவில்லை.

ஒரு ரீ.விகூட இல்லாத அவனுடைய அறை பிணக்கிடங்கு போலக் குளிர்ந்துபோய்க் கிடந்தது. தெருவிலே இலவசமாகப் பொறுக்கிய ஒரு பச்சைக் குளிர்பெட்டி அறையின் நடுவில் இருந்தது. மடகஸ்கார் கறைபடிந்த சாரம் அவன் கழற்றிவிட்ட இடத்திலேயே சுருண்டுபோய்க் கிடந்தது. அவன் இல்லாத நேரத்தில் மாயக்குள்ளர்கள் வந்து அறையைச் சுத்தம்செய்து நறுமணம் பரப்பி வைக்கவில்லை. ‘தூசி எங்கள் எதிரி’ என்று கறுப்பு எழுத்தில் எழுதிய மஞ்சள்வானில் துப்புரவுப் பணியாளர்கள் வந்து சுத்தம் செய்யவும் இல்லை. தரையில் விரித்த மெத்தை அவன் காலையில் விட்டமாதிரியே ஓர் எஸ்கிமோவின் இக்ளூ போலத் தடித்த போர்வையில் ஒரு துளை கொண்டதாக அவனுடைய உடம்பு திரும்பவும் நுழைவதை எதிர்பார்த்துக் கிடந்தது.

பிரிட்ஜின் கதவைத் திறந்து பார்த்தான். முந்தாநாள் சாப்பிட்டு மீதம் வைத்த பீட்ஸா துண்டு ஒன்றிருந்தது. ஹைனக்கான் பியர் கான் ஒன்று விசேட தினமொன்றில் குடிப்பதற்காகக் காத்துக் கிடந்தது. வேறு ஒன்றுமே இல்லை.

மறுபடியும் பனி கொட்டத் தொடங்கிவிட்டது. அவனுக்குப் பசித்தது. இன்னும் ஒருமுறை சப்பாத்து அணிந்து, கோட்டை

மாட்டி, தொப்பி போட்டு, மப்ளரைக் கட்டி வெளியே போகும் சக்தி அவனுக்கில்லை. பீட்ஸாவைச் சாப்பிடுவோம் என்று யோசித்தான். ஆனால், அதை நிறைவேற்ற முடியவில்லை. அதை அவன் உண்ணும் முன்பே நித்திரையால் கவரப்பட்டு விரிப்புகள் இழுத்து மூடப்படாத அந்தப் படுக்கையில் விழுந்து அப்படியே தூங்கிவிட்டான்.

அவனுடைய பக்கத்து வீட்டில் குடியிருந்தது ஒரு வசதியான சீனக் குடும்பம். பெரிய வீடு. இரண்டு இருக்கும் அறைகள்; இரண்டு கார்கள்; இரண்டு பிள்ளைகள்; இரண்டு நாய்கள். எல்லாமே பணக்காரருக்கான அறிகுறி. பத்து கியர் வைத்த சைக் கிளில் பையன் ஓடித் திரிந்தான்; அவள் பதினேழு வயது பள்ளி மாணவிபோலக் காணப்பட்டாள்.

மாலை வேளைகளில் அந்த நாய்கள் அவளுடன் உலாத்தப் போகும். அந்தத் தருணங்களை எதிர்பார்த்து அவன் பல நாட்கள், பல மணி நேரங்கள் காத்திருப்பான். ஒருநாள் அவள் பெயரைக் கேட்கவேண்டும் என்று நினைத்தான். அன்றும் அவள் நாய் களுடன் உலாத்தச் சென்றபோது இவனும் அவள் திரும்பி வரும் பாதையை ஊகித்து அதற்கு எதிராகப்போனான்.

பனித் திவலைகளைத் தாங்கும் இமைகளும் நுனி சிவந்த நாக்கும், தோளில் தொட அனுமதி மறுத்து உச்சியில் சுருட்டி வைத்த முடியும், சிறிய மூக்கை நோக்கி மேடாக வளைந்து, பார்த்த கணத்தே காமத்தைத் தூண்டும் சொண்டுமாக அந்தப் பெண், சடை நாய்கள் முன்னே போகப் பின்னால் செல்லமாக அசைந்து வந்தாள். பக்கத்து வீட்டில் அவன் குடியிருக்கிறான். ஒரு 'ஹாய்' சொல்லுவாள் என்று எதிர்பார்த்தான். அவளுக்கு அந்த எண்ணம் இருக்கவில்லை. நாய்களுக்கு இருந்ததாகவும் தெரியவில்லை. மென்மையான கறுப்புத் தோல் பூட்ஸ்கள் பனியிலே புதைய, மறைந்துபோனாள்.

இந்த நாட்டில் அவனுக்கு முகமன் கூறுவதற்கு யாருமே யில்லை. அவனுடன் வேலை செய்யும் டானியல், உயரமாக, உறுதி யான உறுப்புகளுடன் துப்புரவுப் பணிக்கே படைக்கப்பட்டவன் போல இருப்பான். கயானா நாட்டுக்காரன். அவனைப்போலவே கள்ளமாக வந்தவன்; அவனைப்போலவே தனிமையானவன். அவனைப்போலவே வசதிகள் குறைந்த ஒடுக்கமான நிலவறையில், வீட்டுக்கு உடைமைக்காரன் உஷ்ணத்தைக் கூட்டி வைக்கப்போகும் நல்ல தருணத்துக்காக ஏங்கி இருப்பவன்.

கறுப்பு எழுத்துகள் பொறித்த மஞ்சள் நிற வாகனத்தில் அன்று சாமான்களை ஏற்றும்போது டானியல் 'ஹாய்' என்றான். இவன் வாய் திறக்கவில்லை. "என்ன அந்த நெட்டைக் கொக்கு இன்றைக்கும் உன்னை ஏசினாளா?"

"இல்லை, மூன்று நிமிடம் ஆகிவிட்டது. இதுவரை தப்பி விட்டேன்."

"ஒரு நாளைக்குச் சொல்லிவிடு."

"என்னத்தைச் சொல்ல?"

"நான் என்ன பாம்பா? நீ மெக்ஸிக்கோ தேசியக்கொடி கழுகா? எப்பப் பார்த்தாலும் என்னைக் கொத்துகிறாயே! அப்படிச் சொல்லு. அவளுடைய மூதாதையர்கள் மெக்ஸிக்கோவிலிருந்து வந்தவர்கள். விளங்கிக்கொள்வாள்."

"எனக்கு அவ்வளவு தைரியமிருந்தால் உள்ளாடைகளை நான் மாற்றவே தேவையில்லை." அவன் முகம் இருண்டு கண்கள் ஈரமாகத்தொடங்கின. அதற்குப் பிறகு வேலை முடியும்வரை அவர்கள் பேசவேயில்லை.

அன்றைக்குப் பனிக்காலத்து அயனம் (solstice) என்று அறிந்திருந்தான். வடபாதி உலகத்தின் மிக நீண்ட இரவு, குறைந்த பகல். அவன் நீண்ட நித்திரையில் இருந்தபோது வானம் சோம்ப லாக இருக்கவில்லை. இரவு முழுக்கப் பனி பெய்துகொண்டே இருந்தது. ஜன்னல் வழியே பார்த்தபோது கார்கள் எல்லாம் வெள்ளித்தொப்பிகள் அணிந்திருந்தன. தரை உயர்ந்துகொண்டே வந்தது.

பிரகாசம் கண்ணை அடித்தது. அவனுக்கும் உலகத்துக்கும் இருந்த ஒரே தொடர்பு அந்த ஜன்னல்தான். அதுவும் அரைவாசி பனியில் மூழ்கி இன்னும் சிறிது நேரத்தில் கல்லறைபோல ஆகிவிடும்.

அந்தப் பச்சைக் குளிர்பெட்டி உர்ரென்று இடைக்கிடை உயிர் பெறும்போது சத்தம் போட்டது. ஓர் அத்தியந்த நண்ப னுடைய மூச்சுப்போல அது அவனுக்கு ஆசுவாசமாக இருக்கும். மிகத் தனிமையாகப்பட்டால் அதனுடன் பேசிக்கொள்வான். அது சொல்லும் பதில்கள் அநேக சமயங்களில் அவனுக்குப் புரியாது.

விடிந்ததும் வேலைக்குப் போவதா, விடுவதா என்பதை அவனால் தீர்மானிக்க முடியவில்லை. பாதைகள் சீரானால் ஒழிய பஸ்கள் ஓடாது. லோரா வேலை பாரங்களையும் முத்திரை

குத்திகளையும் வைத்துக்கொண்டிருப்பாள். அன்று அவனுடைய சீட்டை மிகவும் சந்தோசத்தோடு கிழிக்கத் தயாராவாள். ஒரு பிங்க் கலர் தாளில் அவனுடைய பேரை எழுதி, வேலை நீக்கும் காரணத்தைக் குறித்து, தேதியையும் போட்டு அவனிடம் நீட்டு வாள். அப்பொழுதுகூட அவனுடைய முகத்தைப் பார்க்க மாட்டாள்.

மாலைவரை அவன் அசையவில்லை. பனிப்பொழிவும் அசையவில்லை. ஒரு பனிச்சிறையில் அகப்பட்டதுபோல அவனுக்கு மூச்சு முட்டியது. வாய்விட்டுக் கத்தவேண்டும் அல்லது கூரையைப் பிய்க்கவேண்டும் என்று தோன்றியது. அந்த மாலை குப்பைப் பைகளுக்கான மாலை. அந்த வீதியிலே குப்பைப் பைகள் எல்லாம் நிரையாக அடுக்கப்பட்டிருந்தன. எல்லா வீட்டு முகப்பு களிலும் அந்தந்த வீட்டுத் தராதரத்தைக் காட்டுவதுபோல நாலு, ஐந்து, மூன்று என்று குப்பைப் பைகள் கட்டப்பட்டுக் கிடந்தன. அடுத்த நாள் அதிகாலையிலேயே அவை மறைந்துவிடும்.

இவை அந்தஸ்தைக் குறிப்பவை. அவனுடைய வீட்டின் முன் ஒரு பை மாத்திரமே கிடந்து, வீட்டுக்காரருடைய வறுமை யைப் பறை சாற்றியது. பக்கத்துச் சீனக்காரர் வீட்டில் வழக்கம் போல ஆறு கறுப்பு, தடித்த பொலிதீன் பைகள் சிவப்பு நாடாவி னால் கட்டி இறுக்கப்பட்டுக் கிடந்தன. அதைப் பார்க்கப் பார்க்க எரிச்சலாக வந்தது.

அதற்கு முன்பு வராத ஓர் எண்ணம் அவனுக்குத் தோன்றியது. ஆறு கறுப்பு பொலிதீன் பைகளை நிரப்புவது மாதிரி அப்படி என்ன குப்பை அவர்கள் சேர்க்கிறார்கள். அப்பொழுது இரவு பதினொரு மணியாகிவிட்டது. வீதியில் நடமாட்டம் குறைந்துபோய் இருந்தது. பனிப்பொழிவு நின்றுவிட்டது; ஆனால், சந்திர ஒளியில் பனி நிலம் பகல்போல ஜொலித்தது.

இவன் தன்னுடைய கறுப்பு ஓவர்கோட்டை அணிந்து வெளியேபோய் ஒரு குப்பைப் பையை உள்ளே தூக்கி வந்தான். அந்தப் பையை நடு அறையில் வைத்து அதற்கு மேல் ஏறி நின்றான். ஓங்கி உதைத்தான். துள்ளி மிதித்தான். அதன் பக்கங் களெல்லாம் பிரிந்து கொட்டத் தொடங்கியது. முட்டைக்கோசின் மணமும், அழுகிய தோடம் பழத்தோலின் நெடியும் அறையை நிறைத்தது. பிரசவ காலத்துக்கு முன்பாகவே கர்ப்பிணியின் பன்னீர்குடம் உடைந்ததுபோலக் குப்பை நாலு பக்கமும் சிதறியது.

பெரும் ஓட்டத்திற்குப் பிறகு இரையைப் பிடித்த விலங்கு மாதிரி அவனுடைய மூச்சுப் பெரிதாக வந்தது. வியர்வை பெருக்கெடுத்தது. மறுபடியும் பையைக் கட்டி அதே இடத்தில்

வைத்துவிட்டுத் திரும்பியபோது அவனுடைய கையிலே எப்படியோ ஒரு பழைய கழித்துவிட்ட நீல ரிப்பன் காணப்பட்டது. அது சரசரவென்று ஒரு சிறு பாம்பைப்போலக் குளிர்ந்தும் மிருது வாகவும் இருந்தது. அவளுடைய சருமமும் அப்படித்தான் இருக்கும் என்று அவன் மனம் ஊகித்தது.

அயனம் முடிந்து நாலு நாள் ஆகியும் அவளைக் காண வில்லை; நாய்களையும் தவறவிட்டுவிட்டான். இந்த நாய்கள் ஒரே ஜாதியில், ஒரே வயதுடையவை. இரண்டுமே ஓவல்டின் கலரில் சிறிது சடைவைத்துப் பழுப்பு நிறக் கண்களுடன் இருந்தன. அவற்றின் கழுத்துப்பட்டைகள் பதப்படுத்தப்பட்ட தோலினால் கறுப்பாகச் செய்யப்பட்டிருந்தன. வேண்டிய தூரம் நீளக்கூடியதும், சுருங்கக்கூடியதுமான தடித்த நைலோன் நாடாவின் நுனியில் அவை பிணைக்கப்பட்டிருந்தன. அதன் அடுத்த நுனி அவள் கையில் இருந்தது. அந்த நாய்கள் ஏற்கனவே பழக்கப்பட்ட சாலை யில் துள்ளிக்கொண்டு முன்னால் பாய்ந்தும் ஓடியும் நின்றும் பனித்தரைக்கு மேலாகத் தெரியும் ஒரு சில செடிகளை மோந்து பார்த்தும் விளையாடின.

அந்தச் சீனப்பெண்ணின் முகம் மஞ்சள் நிறத்தில் இருந்தது. சூரிய ஒளியில் இருந்து பல வருடங்கள் மறைத்து வைக்கப்பட்ட தில் கிடைத்த வர்ணம் இது. அவளுடைய கீற்றுக் கண்கள் இயற்கையாகவே பச்சையாக இருந்தன. உதடுகள் ரத்தச் சிவப்பு. இப்படியாக பச்சை, சிவப்பு, மஞ்சள் ஆகிய மூன்று சிக்னல் விளக்கு வர்ணங்களுடனும் இருந்த அவள் அவனுக்கு வேண்டிய சமிக்ஞையைத் தருவதற்காகக் காத்திருந்தான்.

அம்மாவுக்கு அனுப்புவதற்காக அவன் சேமித்து வைத்திருந்த காசை ஏற்கனவே எடுத்துவிட்டான். அதிலே குளிரில் இருந்து பாதுகாப்பதற்கு உத்திரவாதமளித்த அந்தப் புதிய ஓவர்கோட்டை வாங்கியிருந்தான். அதை அணிந்தபோது என்றும் இல்லாதமாதிரி அவனுடைய உடம்பு கதகதப்பு நிலையை அடைந்தது. அவளைக் கண்டதும் ஓவர்கோட்டைத் தாடைவரை இழுத்துவிட்டு, மூக்கும் கண்களும் வாயும் மாத்திரம் தெரியும் விதமாக நின்றுகொண்டு, தற்செயலானதுபோல 'ஹாய்' என்று சொன்னான். அவளும் பதிலுக்குப் போதிய இடைவெளிகூட விடாமல் 'ஹாய்' என்று திருப்பிக் கூறினாள். அப்படியே நாய்கள் வேகமாக இழுக்க பென்ஹர் குதிரைகள் ஓட்டிச் சென்றதுபோல நிமிடத்தில் மறைந்து போனாள். அவள் போனபிறகு அந்த நடைபாதை அநியாயத் துக்குச் சும்மா கிடந்ததை அவனால் தாங்கிக்கொள்ள முடிய வில்லை.

தீவிரமாக யோசித்துப் பார்த்தான். அவள் சீன மொழியில் நாய்களுடன் பேசியிருக்கலாம் என்றும் பட்டது.

அவனுடைய அம்மாவின் நீல உறைக் கடிதம் அன்றும் பிரிக்கப்படவில்லை. மண்ணெண்ணெய் விளக்கில் மணிக்கணக் காகக் குனிந்திருந்து, வயலட் கலர் பென்சிலால் அடிக்கடி நாக்கைத் தொட்டு, அதை எழுதியிருப்பாள். மாதாமாதம் பயணக் கடன் தீர்க்க அவன் அனுப்பும் காசு அந்த மாதம் கிடைக்க வில்லை என்று புலம்பியிருப்பாள். பக்கத்து வீட்டு பத்மனாபன் பணம் கிரமமாக அனுப்பி அவர்கள் காணியை மீட்டுவிட்டதைப் புளகாங்கிதத்தோடு அறிவித்திருப்பாள். இப்பவெல்லாம் தென்னையிலிருந்து தேங்காய் விழுவதில்லை; வானத்தில் இருந்து மழை விழுவதில்லை; ஆகாயத்தில் இருந்து குண்டுகள் விழு கின்றன என்றும் எழுதியிருப்பாள்.

கடைசி பாராவில் தன்னுடைய வியாதி பற்றிய குறிப்பு களைக் குணுக்கி, வியாதி உச்ச நிலையை அடையக் கிட்டத்தட்ட எவ்வளவு காலம் எடுக்கும் என்பதை ஆதாரங்களோடு விளக்கி யிருப்பாள். எந்த விரதம் முடிந்தது, எது ஆரம்பமாகிவிட்டது போன்ற விபரங்களையும் ஞாபகமாகக் குறிப்பிட்டிருப்பாள்.

வேலைக்குப் போகத் தேவையில்லை. விடுமுறை. ஒருநாள் சம்பளத்தை வெட்டும் சந்தோசம் லோராவுக்குக் கிடையாது. பனிப்பிரதேசம் சூரிய ஒளியில் பளீரென்று கண்ணாடி வழியாகத் தெரிந்தது. அன்று காலையில் இருந்து அதையே பார்த்தவாறு இருந்தான்.

புசுபுசுவென்று சடை வைத்துக் கொழுத்த கறுப்பு அணில் ஒன்று எங்கிருந்தோ தோன்றியது. பனிக்குள் கால்கள் புதையப் புதைய மீட்டுக்கொண்டு விரைந்தது; தெரியாத இடத்துக்கு அவசரப்பட்டு வந்துவிட்டதுபோலத் திகைத்து இரண்டு கால் களிலும் நின்றது. கண்களில் மிரட்சியுடன் முன்னங்கால்களால் பனியை அகற்றியது. பின் தன் செய்கையின் அசட்டுத்தனத்தை யாராவது கவனிக்கிறார்களோ என்று அங்குமிங்கும் பயத்துடன் பார்த்தது. பிறகு சறுக்கிக்கொண்டுபோனது. வெகுதூரத்துக்கு வெள்ளிப் பனியில் கறுப்புப் புள்ளி பாய்ந்து பாய்ந்து மறைந்து போனது.

அந்தக் காட்சி அவனை என்னவோ செய்தது. திடீரென்று கதிரையைத் தள்ளிவிட்டு எழுந்தான். அவனுடைய பச்சை நிறக் குளிர்பெட்டியின் மேல் அந்த மூடி திருகிய போத்தல் இருந்தது. அதை முக்கால்வாசி நிறைத்து, அவன் கார் தரிப்பு நிலையத்தில் மஞ்சளும் கறுப்பும் பூசிய தடுப்புக் கம்புக்குக் கீழே பொறுக்கிய

சில்லறைக் காசுகள் கிடந்தன. அவற்றைத் திறந்து உடனேயே எண்ணிப்பார்க்க வேண்டும் என்ற ஆவல் ஏற்பட்டது.

இரண்டு நாள் பழசான தினசரி பேப்பரைத் தரையிலே விரித்து, போத்தல் காசுகளை அதிலே கொட்டினான். கொட்டி விட்டு அவற்றை வகைப்படுத்தி எண்ணத் தொடங்கினான்.

கனடாவுக்கு வந்த நாளில் இருந்து அவனை அலைக்கழித்த விஷயம் ஒன்றிருந்தது. பத்து சதக் குற்றி சிறிய வெள்ளி வட்டமாக இருக்கும். ஐந்து சதக் குற்றியோ பெரிய வெள்ளி வட்டமாக இருந்தது. இது கனடிய அரசாங்கம் விட்ட பாரதூரமான பிழை என்ற கருத்து அவனுக்கிருந்தது. பெரிய வட்டமான குற்றி, சிறிய வட்டத்திலும் பார்க்க உண்மையில் மதிப்பு குறைந்தது என்பதை அவனுடைய மனது ஏற்க சரியாக ஒரு வருடம் பிடித்தது. 25 சதக் குற்றிகள் மிகையாக இருந்தன. மீதி எல்லாம் 10, 5, 1 சதக் குற்றிகளே. லூனி என்று சொல்லப்படும் ஒரு டொலர்கூட இரண்டு இருந்தன. ரூனி, அதாவது இரண்டு டொலர் குற்றி ஒன்றும் இருந்தது. ஆறுமாதக் கடும் உழைப்பில் அவனிடம் 48.19 டொலர் சேர்ந்திருந்தது.

மனதினால் ஒரு கணக்குப் போட்டுப் பார்த்தான். இன்னும் சரியாக எண்பத்தி மூன்று வருடங்களில் ஒரு ரொயோட்டா கார் இரண்டாம் கையாக வாங்கும் அளவுக்கு அவனிடம் காசு சேர்ந்துவிடும்.

அந்த எண்ணத்தில் அவனுடைய மனது பூரித்தது. இந்தச் சந்தோசத்தை எப்படியும் கொண்டாடிவிடவேண்டும் என்ற ஆசையேற்பட்டது. நேராக நடந்து பழைய நீல ரிப்பன் பாதி ஒட்டிவைத்திருக்கும், பச்சைக் குளிர்பெட்டியின் கதவைத் திறந்தான். அங்கே நடுநாயகமாக அவன் ஒரு விசேட தினத்துக் காகப் பாதுகாத்து வந்த ஹைனக்கான் பியர் கான் இருந்தது. அதைக் கையிலே எடுத்துக்கொண்டு கதவைச் சத்தத்துடன் சாத்தினான்.

மூன்று கால்கள் மட்டுமே விசுவாசமாக உழைக்கும் அந்த நாற்காலியில் அவன் சாய்ந்திருந்து, ஆள்காட்டி விரலை வளைத்து பியர் கானைத் திறந்து, அதை ஒரு கிளாஸில் ஊற்றிக் குடிக்கும் பொறுமைகூட இன்றி, வலது கையால் தூக்கி உயரப்பிடித்து வாய்வைத்து இரண்டு கடவாய்களிலும் ஒழுகக் குடித்தான். அப்பொழுது அவனது இடதுகை 55 ஆவது சானலைத் தேடியது.

◆

பட்டம்

கறுப்பு எக்ஸ் குறி போட்டு, மஞ்சள் தொப்பி அணிந்த கிழவர் பள்ளிக்கூடப் பிள்ளைகள் ரோட்டைக் கடக்க உதவுவதற் காகக் காத்திருந்தார். அவர் கையில் இருந்த சிவப்பு அட்டை கைப்பிடியில் வெள்ளை வர்ணத்தில் STOP என்று எழுதியிருந்தது. கிழவர் தன்னுடைய சம்பளம் வாங்காத உத்தியோகத்தில் தீவிர மாக இருந்தார். சில பெண்குழந்தைகள் பொறுமை இல்லாமல் அவர் கைகளைப் பறித்துக்கொண்டு சீறிப்போய் சாலையைக் கடந்தன.

கிழவருடைய கண்படாத தூரத்தில், ஆனால் சிறுமிகள் கலவரப்பட்டு பார்க்கும்படி வசதியான தொலைவில், அவன் தன்னை நிறுத்திக்கொண்டான். வெள்ளை பனியனும் சாரமு மாகத் தன் தொழிலுக்கு உகந்த உடையில் காட்சியளித்தான். பத்து வருடங்களாக அவன் காவாலியாகக் காலம் கழித்து விட்டான். இவனுக்கு அந்த ஊரில் ஒரு தனிமதிப்பு இருந்தது. பெற்றோரும் பிள்ளைகளும் இவனைப் பார்த்தாலும், பார்க்காத மாதிரி இருக்கப் பழகிக்கொண்டார்கள்.

ஓரமாக இருக்கும் பள்ளிக்கூடங்களையும் கல்லூரிகளையும் அவனுக்குப் பிடிக்கும். பள்ளிக்கூடம் என்றால் சீருடை அணிந்து வந்து போகும் சிறுமிகள். கறுப்புச் சப்பாத்து, வெள்ளைக் கால் மேசு, வெள்ளைச் சீருடை, மஞ்சள் ரிப்பன் என்று மலர் வனத்தை உலுக்கிவிட்டதுபோல இருக்கவேண்டும்.

கல்லூரிகள் என்றால், பருவப் பெண்கள் வண்ண வண்ண மாக உடுத்தி, புத்தகங்களை மேலே பிடித்து, கண்களைக் கீழே போட்டு நடந்துவரவேண்டும். எக்கிய இடையும், சின்ன நடையு மாக இருந்தால் இன்னும் நல்லாக இருக்கும். கும்பல் கும்பலாக வருவதில் ஒரு கவர்ச்சி இருந்தது. தனியாக வரும்போது இன் னொரு அழகு.

சிறு பெண்கள், பாடசாலையில் இருந்து வெளியே வரும் போது அவனைக் கண்டதும் புத்தகப் பையைத்தூக்கி முகத்தை

மறைத்துக்கொண்டு ஓடப் பழகியிருந்தார்கள். அவர்கள் எதிர் பாராத தருணத்தில், திடீரென்று அவர்கள் முன் தோன்றி தன்னுடைய காவாலி என்ற பேருக்கு அவமானம் ஏற்படாமல் நடந்துகொள்ள வேண்டுமென்பதுதான் அவன் ஆசை.

அவனை ஊரில் எல்லோருக்கும் தெரிந்திருந்தது. அவனுடைய பிரபலம் காவல் நிலையம் வரைக்கும் போய் விட்டது. இரண்டுமுறை பொலீஸில் பிடித்தும் போய்விட்டார்கள். முழங்காலில் இரண்டு உதை வாங்கியதோடு திரும்பிவிட்டான். பெண்கள் பள்ளிக்கூடம் விடும்போதுதான் அவனுடைய வியா பாரம் மும்முரமாக நடக்கும். ஆனாலும் அவன் தன் ஸ்தலத்தை அடிக்கடி மாற்ற வேண்டும்; அல்லாவிடில் அபாயம் உண்டு.

சாதுவாகக் காணப்படும் பெண்களையே அவன் குறிவைப் பான். அங்குமிங்கும் பார்த்துவிட்டு, அவர்கள்முன் திடுதிப்பாக தோன்றி தன் காரியத்தைச் செய்வான். சில அப்பாவிப் பெண் களுக்கு முதலில் அவன் என்ன செய்கிறான் என்று பிடிபடவே நேரம் எடுக்கும். அவனுடைய நோக்கம் ஆரோக்கியம் ஆனதல்ல என்று தெரிந்ததும் அவர்கள் reaction வெவ்வேறுமாதிரி இருக்கும்.

சிலர் 'வீ' என்று கத்துவார்கள்; சிலர் பிரமை பிடித்து நிற் பார்கள்; சிலர் திரும்பி ஓடுவார்கள்; இன்னும் சிலர் புத்தகங்களைத் தூக்கி முகத்தை அரைவாசி மறைத்துக்கொள்வார்கள்.

ஆனால், அன்று நடந்தது எதிர்பாராதது. இத்தனை வருட சேர்விஸில் அப்படிப் பார்த்ததில்லை. மரங்களிலே இருந்து சின்னச் சின்னப் பூக்கள் உதிர்ந்தன. அந்தப் பெண் பாதையைக் கடக்குமுன் தங்கள் பூக்கள் எல்லாவற்றையும் கொட்டிவிட வேண்டும் என்பதுபோல அவை அவசரப்பட்டு வேலை செய்தன. அவளைப் பார்த்தால் மிக சாதுவாகத்தான் தெரிந்தாள். முகத்திலே வெக்கமான செம்மை. இதற்கு முன்பு பார்த்திராத ஒரு புதியவள். தலையைக் குனிந்தவளும், கண்களைத் தாழ்த்தியவளுமாக வந்து கொண்டிருந்தாள். அங்கேதான் அவன் ஏமாந்துபோனான்.

இவள் ஓடவில்லை; அசையவில்லை. சிறிது நேரம் அவனையே பார்த்திருந்துவிட்டு ரோட்டைக் கடந்தாள். இடது பக்கம் பார்க்கவில்லை; வலது பக்கம் பார்க்கவில்லை; அவனிடம் நேராக வந்தாள். கண்கள் அவனைவிட்டு அசையவில்லை. அவளுடைய கண்களும் அவனுடைய கண்களும் ஒன்றுடன் ஒன்று பூட்டிக்கொண்டு விட்டன. அவன் மெதுவாக சாரத்தை இறக்கினான். உடம்பு அவன் தோலுக்குள் சுருங்கிப்போனது. ஓடுவோமா என்று ஒரு கணம் யோசித்தான்.

அவனுக்கு வந்த கோபத்தில் மனது இலக்கணம் பிசகாத சுத்தத் தமிழில் திட்டியது. 'இவள் சிறுபெண்ணாக இருக்கிறாள். அதுவும் மாணவி, என்ன துணிச்சல் இருந்தால் என்னிடம் இப்படி நேராக வருவாள்.' கிட்ட வந்த அவள், அவனைத் துளைப்பது போலப் பார்த்தாள். குனிந்து செருப்பை எடுப்பாளோ என்று ஒரு விநாடி அவன் திகைத்தான். ஆனால், அப்படி அசம்பாவிதம் ஒன்றும் நேரவில்லை.

அவனைப் பார்த்து ஒரு கேள்வி கேட்டாள். "அடுத்த ஷோ எப்ப இருக்கும்? என்னுடைய தங்கையும் பார்க்க வேண்டும்."

அவனுடைய காவாலி இமேஜ் இப்படித்தான் உடைந்தது.

அன்றிரவு அவன் ஊரைவிட்டு ஓடிவிட்டான். ஊரில் அந்தக் கதையை எல்லோரும் வியப்பாகப் பேசிக்கொண்டார்கள். ஒருவருக்கும் என்ன நடந்ததென்று முழுதாகத் தெரியவில்லை. மஞ்சள் தொப்பி கிழவரும், விரிந்த கண் சிறுமிகளும் மிகவும் சந்தோஷப்பட்டனர்.

ஆனால், எதிர்பாராத காரியம் ஒன்றும் நடந்தது. அந்தப் பெண்ணைப் பற்றி பல அவதூறுகள் கிளம்பின. வதந்திகள் என்றால் வேகமாகப் பரவும் தன்மை கொண்டவை. அவளுடைய தகப்பனாருக்கு என்ன செய்வதென்றே தெரியவில்லை. வாழ்க் கையில் மிகச் சுலபமான வழிகளைத் தேர்ந்தெடுத்துப் பழகியவர். அவளைக் கல்லூரியிலிருந்து விலக்கிக்கொண்டு வேறு ஊருக்கு மாற்றலாகிப் போய்விட்டார்.

காவாலி ரவுனுக்குப் போனான். தன்னுடைய ரவுடித் தனத்தை வைத்துப் பிழைத்துக்கொள்ளலாம் என்று நினைத்துக் கொண்டான். ரவுனிலே இவனைவிட சேர்விஸ் கூடியவர்கள் இருந்தார்கள். புதிதாக வந்த இவனை அவர்கள் மதிக்கவில்லை. இவனுடைய பழைய பெருமைகளும் அவர்களுக்குத் தெரிய வில்லை.

சிலகாலம் இரவிரவாகச் சுவர்களில் நோட்டீஸ் ஒட்டும் வேலை பார்த்தான். நேர்மையாக இருந்தான். அப்படியும் நிரந்தர வருவாய் இல்லை. பழையபடி ரவுடித்தனத்துக்குத் திரும்பி விடுவோமோ என்று பலமுறை நினைத்தான். அவனுடைய யோசிப்புகள் நாலு திசையிலும் நீண்டன.

அந்த நேரங்களில் அந்தப் பெண் தோன்றினாள். கோப மில்லாத கண்கள்; சிரிப்பில்லாத உதடுகள். ஆனால், அவளை மறக்க முடியவில்லை. புத்தக ஒற்றையை மடித்துவிட்டு விட்ட

இடத்திலிருந்து தொடர்வதுபோல அவளுடைய நினைவுகள் தொடர்ச்சியாக வந்தன. அந்தப் பெண்ணும் கல்லூரிப் படிப்பை முடிக்காமல் பாதியிலேயே விட்டுப்போனதாகக் கேள்விப் பட்டிருந்தான். அவனுக்கு வருத்தமாக இருந்தது. அந்தத் துணிச்ச லான பெண்ணுக்கு என்ன ஆகியிருக்கும் என்று அடிக்கடி தன்னையே கேட்டுக்கொண்டான். அவளுக்காக, சுத்தப்படுத்திய சில முத்தங்களை அவன் தனியாக எடுத்து வைத்தான்.

அப்பொழுது அவனுக்குத் தியேட்டரில் டிக்கட் கிழிக்கும் உத்தியோகம் கிடைத்தது. அந்த வேலையை நிரந்தரமாக வைத்துக் கொண்டான். யாராவது இளம் பெண்கள் தியேட்டருக்கு வந்தால் அவர்களுடைய உதடுகளையும் கண்களையும் உற்று நோக்குவான். ஒரு விநாடி மட்டுமே பார்த்த அவளுடைய உயரமோ, நிறமோ, சடையோ அவனுக்கு ஞாபகமில்லை. ஆனால், படபடக்கும் கரிய கண்களையும், மெல்லிய கறுப்பு வரைந்த உதடுகளையும் அவன் ஒரு கணமேனும் மறந்ததில்லை.

இப்படியாகப் பல வருடங்கள் ஓடிவிட்டன.

ஒருநாள் ஓர் இளம் கணவனும் மனைவியும் ஸ்கூட்டரில் வந்தார்கள். அந்தப் பெண் இறங்கி வந்தபோது ஒலிம்பிக் பந்தத் தைத் தூக்கி வருவதுபோல மிதந்துகொண்டு வந்தாள். தாராள மயமாக்கப்பட்ட தலைமயிர்; ஒரு ஜெட் விமானத்தின் புகைபோல அவளுடைய கேசம் நேராகவும் நீளமாகவும் இருந்தது. பாதி விழிகளினால்தான் அவளைப் பார்த்தான். முழு விழிகளால் அவளுடைய பிரகாசத்தைத் தாங்கமுடியாது என்று அவனுக்குப் பட்டது.

தியேட்டரில் டிக்கட் முடிந்துவிட்டது. இது தெரிந்ததும் அந்தப் பெண்ணின் வதனம் சுருங்கிவிட்டது. அவளுடைய முகம் வாடக்கூடிய விதமாக ஒரு சம்பவம் நடக்கக்கூடாது என்று இவனுடைய மனது ஏனோ பிரார்த்தித்தது. அவள் கணவனின் முகத்தையே பார்த்தாள். வாய் திறந்து ஒன்றுமே சொல்லாமல் அவன் செய்யப்போவதை அவதானித்தாள்.

கணவன் மிகவும் தயக்கமாகப் போய் பிளாக்கில் இரண்டு டிக்கட் வாங்கி வந்தான். அப்பொழுது அந்தப் பெண் திரும்பி னாள். அந்த முகம் நெஞ்சைத் தொட்டது. அந்நியமான முகமாகத் தெரியவில்லை. பல இரவுகள் அவனுக்கு அறிமுகமான முகம். கண் மடல்கள் படபடப்புக் குறைந்து ஒளி தீட்டியிருந்தன. ஈரமாகி இளமையாக இருந்த இதழ்கள் இப்போது முற்றிவிட்டன.

வயதாக்கப்பட்ட அவன் முத்தங்கள் வீணாகிப் போயின என்று பட்டது.

டிக்கட்டைக் கிழித்துக் கொடுத்தபோது ஒருவரும் அவனுடைய விரல்களின் நடுக்கத்தைக் காணவில்லை. கணவனுடன் உள்ளே சென்ற பெண் திடீரென்று திரும்பி வந்தாள். அவனுடைய கண்களை அவள் கவரவுமில்லை; தவிர்க்கவுமில்லை. கறுப்பு நூல் பூசிய விளிம்பு அதரங்களைத் திறந்து, "அடுத்த ஷோ எத்தனை மணிக்கு?" என்று மிகச் சாதாரணமாகக் கேட்டாள். அவள் சொற்கள் செல்லமாகவும் நெருக்கமாகவும் வந்தன. உதடுகள் பளபளவென்று சும்மாவிருந்தாலும் கண்கள் பெரிதாகச் சிரித்துக் கொடுத்தன.

அவனிடம் இருந்த வார்த்தைகளை எல்லாம் அவள் களவாடி விட்டாள். சிறிது நேரம் கழித்துத்தான் அவனுக்கு வாய் திறந்தது. இவ்வளவு காலமும் பூட்டிவைத்த எண்ணங்கள் சிந்திவிடுமுன் கேட்டான். கையிலே இருந்த பாதி டிக்கட்டை பார்த்தபடி, "பெண்ணே, உன்னுடைய பட்டப் படிப்பை முடித்து விட்டாயா?"

"எங்கே முடிந்தது? என் பட்டப் படிப்பு அன்றைக்குப் போனதுதான்" என்றாள். பிறகு ஏதோ யோசித்ததுபோல "உனக்கு என்ன நடந்தது?" என்று கேட்டாள்.

"உனக்குப் பட்டம் கிடைக்கவில்லை; இருந்த பட்டமும் எனக்கு அன்றோடு போய்விட்டது" என்றான்.

மனைவியைத் தவறிய புதுக் கணவன் வேகமாகத் திரும்பி வந்தான். அவளைச் சந்தேகமாகப் பார்த்தபடி கையைப் பிடித்து உள்ளே இழுத்துச் சென்றான்.

◆

ஐவேசு

இத்துடன் மூன்றாவது தடவையாக நான் என் சாமான்களைத் தொலைத்துவிட்டேன். சிலகாலமாகத் தொலைப் பதில் மிகவும் தேர்ச்சி பெற்றிருந்தேன். இதுவே இப்ப நல்ல பழக்கத்தில் வந்துவிட்டது. பயிற்சி பலன் தரும்.

ஒரு சுற்றுலா பயணிக்கான தகுதிகள் எனக்கு இல்லை. அடிக்கடி சாமான்களைத் தொலைத்தபடி இருப்பேன். இதன் காரணமாக என்னைச் சுற்றி இருப்பவர்கள் மிக சுறுசுறுப்பாக இயங்குவார்கள். நான் மறந்துபோய் வைக்கும் அல்லது எடுத்து விடும் பொருள்களைக் கண்காணிப்பதில் இவர்கள் நேரம் செலவழியும்.

இளம் வெயிலில் சுட்டெடுத்ததுபோலச் சிவந்த தோல் கொண்ட ஜெர்மன்காரன் ஒருத்தன் எனக்குச் சகாவாக வாய்த் திருந்தான். அவன் பருத்த உடம்போடு அசைந்தசைந்து நடந்தான். அவன் கட்டியிருக்கும் பெல்ட் தெரியாமல் அவனுடைய உடம்பு சதை வழிந்து மறைத்தது.

நான் தொலைத்தது தலை போகிற சமாச்சாரம். இதைத் தேடுவதில் இவன் எனக்கு ஒரு சகாயமும் செய்வதாகத் தெரிய வில்லை. இவன் என்னுடைய உற்ற தோழன் இல்லை. ஏர்க்காலில் எருது பூட்டுவதுபோல இந்தச் சுற்றுலாக்காரார்கள் என்னைக் கலந்தாலோசிக்காமல் இவனை என்னுடன் சோடி சேர்த்திருந் தார்கள்.

நான் எவ்வளவுக்கு எவ்வளவு தொலைப்பதில் பலவானாக இருந்தேனோ அவ்வளவுக்கு என் மனைவி எச்சரிக்கை உணர்வு மிகுந்தவளாக இருந்தாள். அலுவலகத்தில் என் வெளிநாட்டுப் பயணம் நிச்சயமானதும் என்னுடைய பயணத்துக்கான ஏற்பாடு களை ஒருவாரம் முன்பாகவே செய்யத் தொடங்கிவிடுவாள். என்னுடைய சூட்கேஸ் இந்த நாட்களில் மூன்று நான்கு தடவை திரும்பித் திரும்பி அடுக்கப்படும்.

ஊறுகாய் போத்தலை முதலில் பிளாஸ்டிக் பையில் போட்டு, பிறகு பேப்பரில் இறுக்கச் சுற்றி, அதன்பின் ஒரு துணியில் சுருட்டி அடுக்குவாள். இந்த முறையில் ஒரு மாற்றமும் செய்ய முடியாது. டின் உணவுகளைத் தனித்தனியாகத் துணிகளில் சுருட்டுவாள். அது உடையும் தன்மை அல்லவே. அதற்கும் காரணம் இருந்தது. சும்மா அடுக்கினால் அவை உராய்ந்து லேபிள்கள் கழன்றுவிடும். அதற்குப் பிறகு உள்ளே என்ன இருக் கிறது என்று தெரியாமல் திண்டாட்டமாகிவிடும். அதற்கான முன் எச்சரிக்கைதான்.

நான் பயணப்படும் நாட்டைப் பற்றிய புத்தகங்கள், சுற்றுலா விபரங்கள் எல்லாவற்றையும் ஒரேமூச்சில் படித்துவிடுவாள். அத்துடன் எனக்காகக் குறிப்புகள் தயாரிப்பாள். அந்த நாட்டின் வரைபடம், பார்க்கவேண்டிய இடங்கள், என்னென்ன செய்ய வேண்டும், என்ன செய்யாமல் விடவேண்டும், அவர்கள் பணம் மாற்று விகிதம், தங்கவேண்டிய ஹோட்டல் போன்ற விபரங்கள் இதில் இருக்கும்.

அதிலே முக்கியமானது அவள் போடும் பட்டியல். நான் என்னென்ன சாமான்கள் வாங்கி வரவேண்டும் என்ற விபரம் கொண்டது. இந்தப் பட்டியலைக் கருணை இல்லாமல் போட்டி ருப்பாள். கட்டில், மெத்தை தளபாடங்களிலிருந்து கருகுமணி வரை இதில் அடங்கும். நான் புறப்பட்ட நாளிலிருந்து இவற்றைச் சேகரிப்பதற்குத்தான் எனக்கு நேரம் சரியாக இருக்கும்.

பட்டியல் போடுவதில்கூட ஓர் ஒழுங்கும் கண்ணியமும் இருந்தது. இதில் ஒரு நுட்பமான தந்திரத்தன்மை மறைந்திருப்பது சாதாரண கண்களுக்குத் தெரியாது.

விலை உயர்ந்த சாமான்கள் முதலில் இருக்கும். கருகுமணி போன்றவை கடைசி கடைசியாக இடம்பெறும். இதன் காரணம் சொல்லித் தெரியவேண்டியதில்லை.

இந்தப் பட்டியலைத்தான் நான் இப்பொழுது தொலைத் திருந்தேன். ஒரு விதத்தில் அது சந்தோசமாக இருந்தது. ஆனால், என் மனைவியின் முகம் போகும் போக்கை நினைத்ததும் மனது சங்கடப்பட்டது.

சிலருடைய கையிலே பணம் தங்காது. ஏதாவது ஒரு பொருளை வாங்கியபடியே இருக்கவேண்டும். அதன் உபயோகத் தைப் பற்றி ஆலோசிப்பது கிடையாது. காசு கையிலே இருக்கும் மட்டும் நெருப்புபோல தகிக்கும். அதைக் கொடுத்து பொருள் வாங்கினால்தான் மனம் ஆறும்.

என் மனைவியிடமும் இந்த நோய் இருந்தது. வாங்கும் நோய். எங்கேயாவது ஒரு கம்பளத்தையோ, ஜாடியையோ, வண்ண வேலைப்பாடுகள் செய்த மரப்பெட்டியையோ, படிகக் கண்ணாடி யையோ பார்த்துவிட்டால் அதை வாங்கி சொந்தமாக்கிக்கொள்ள வேண்டும் என்ற ஆசை வந்துவிடும். அதனால் ஒரு சதத்துக்கும் உபயோகம் இல்லை. ஓர் அலங்காரப் பொருளாக, காற்று வெளியை அடைத்துக்கொண்டு, தூசு தட்டுபவருக்கு வேலை கொடுத்தவாறு இருக்கும். ஒருமுறை ஓர் அபூர்வமான சீன பீங்கான் ஜாடி ஒரு கடையிலே இருந்தது. அதைக் கண்டது தொடக்கம், அதை வாங்கிச் சொந்தமாக்கிவிட வேண்டும் என்ற ஆசை என் மனைவியிடம் வளர்ந்தது; அதனுடைய வேலைப் பாடும் தொன்மையும் பார்ப்பவர் மனதை மயக்கும். கடைக்காரன் அதுமாதிரி இன்னொரு ஜாடி கிடைப்பது அரிது என்றான். மோகம் இன்னும் தலைக்கு மேல் ஏறிவிட்டது. உடனேயே பணமும் ஜாடியும் கைமாறின.

அதை வாங்கி இரண்டு வருடங்களுக்குப் பிறகு ஓர் ஆச்சரி யம். அதே மாதிரி அச்சான இன்னொரு ஜாடி அதற்கு முன்பே வாங்கப்பட்டு பெட்டியில் பத்திரமாக இருந்தது. வாங்கிய பிறகு பெட்டியைக்கூடத் திறக்கவில்லை. அதைத் திறந்த பிறகுதான் அபூர்வமான ஜாடிகள் இரண்டு எங்களிடம் இருப்பது தெரிய வந்தது.

இந்தச் சம்பவத்துக்குப் பிறகு என் மனைவியின் வாங்கும் வேகத்தில் தடங்கல் ஏற்பட்டிருக்கும் என்று நீங்கள் ஊகிக்கலாம். அப்படியெல்லாம் ஓர் அசம்பாவிதமும் நடக்கவில்லை.

உயர்ந்த படிகத்தில் செய்த வைன் கிண்ணங்கள் பல உயரங் களில், பல தினுசுகளில், பல ஜொலிப்புகளில், அதிக விலைக்கு வாங்கப்பட்டு, கண்ணாடிப் பெட்டிகளில் அடைக்கப்பட்டு எங்கள் வீட்டில் காட்சி அளிக்கும். அபூர்வமான நேரங்களில்கூட அவை வெளியே வந்து தங்கள் தொழிலைச் செய்ய அனுமதிக்கப்படுவ தில்லை.

பட்டியலைப் பற்றிய சிந்தனை அறுபட்டது. எங்கள் சுற்றுலா பஸ் புகழ்பெற்ற காஃகன் பள்ளத்தாக்கின் விளிம்பை அடைந்துவிட்டது. அங்கே எங்களுக்கான வழிகாட்டி கழுதை களுடன் காத்திருந்தான். எல்லா வழிகாட்டிகளையும்போல இவனும் தாடியுடனும் குல்லாவுடனும் இருப்பான் என்று எதிர் பார்த்தேன். மாறாக அவன் ஓர் இளைஞனாக இருந்தான்.

விசாரித்ததில் ஒன்று புரிந்தது. வழக்கமான வழிகாட்டி இவனுடைய தகப்பனார்தானாம். அவருக்குக் கட்டாயம் தாடியும் தொப்பியும் இருந்திருக்கும். அவருக்கு உடல்நலம் சரியில்லை என்ற படியால் எங்களுக்குத் தற்காலிக வழிகாட்டியாக இவன் வந்திருந் தான்.

வயதில் குறைந்தவனாகிய இவனிடம் அசட்டைத்தனம் நிரம்பியிருந்தது. இவனையும் கழுதையையும் ஒப்புநோக்கியபோது கழுதை இவனிலும் பார்க்க புத்திசாலித்தனம் கொண்டதாகத் தோன்றியது. இவனிடம் என் உயிரையும் உடமைகளையும் ஒப்பு விக்க மிகவும் தயக்கமாக இருந்தது.

அவன் கழுதையின் இரண்டு பக்கமும் சாமான்களைச் சரியான அளவு விகிதத்தில் தொங்கவிட்டான். நானும் கால் களைத் தொங்க விட்டுக்கொண்டு, ஓர் உல்லாசப் பயணிக்கான உல்லாசத்தோடு பயத்தை மறைத்தவாறு, பயணத்தை ஆரம் பித்தேன்.

என் வாழ்நாளில் நான் ஏறிய மிகவும் உயரமான வாகனம் சைக்கிள்தான். இதுவும் சைக்கிள் மாதிரித்தான் இருக்கும் என்று நினைத்தேன். முற்றிலும் தப்பு. அந்தக் கழுதையிலே ஆரோ கணித்துப் போகும்போது மிகவும் உயரமான இடத்தில் இருப்பது போலவும், அந்தப் பனி மலைக்குன்றுகள் எல்லாம் எனக்குச் சொந்தமாகிவிட்டதுபோலவும் ஓர் எண்ணம் தோன்றியது. கழுதைக்கு என்ன தோன்றியதோ யான் அறியேன்.

ஜெர்மன்காரன் ஏறிய கழுதை இன்னும் சிறியது. கட்டை யான கால்கள். நாய்கள் படுக்குமுன் நாலு தரம் சுற்றிப்பார்த்து படுப்பதுபோல இவனும் நாலு தரம் கழுதையைச் சுற்றிவிட்டு ஏறினான். இவன் ஏறி உட்கார்ந்ததும் கழுதையின் கால்கள் இன்னும் இரண்டு அங்குலம் பனிச் சேற்றுக்குள் புதைந்து கொண்டன. அவனுடைய கால்கள் சேற்றைத் தொட்டும் தொடா மலும் இழுபட்டன.

கழுதையைப் பற்றி என்ன குறையும் சொல்லலாம். ஆனால், அது வேகமாக நடக்கும் என்று மட்டும் யாரும் குற்றம்சாட்ட முடியாது. தன்னிலும் பார்க்க இரண்டு மடங்கு பாரத்தை அது முணுமுணுக்காமல் காவும். ஐம்பது மைலோ, ஐந்நூறு மைலோ அதற்கு ஒரு பொருட்டில்லை. நில் என்று சொல்லும்வரை அவசர மற்ற ஒரு நடையில் நடந்துகொண்டே இருக்கும். இரண்டு கால் பிராணி நடக்கும்போது கண் பார்த்து கால் வைக்கலாம். நாலு கால் பிராணி, பின்னங்காலை வைக்கும்போது எங்கே வைக்கிறது

என்று தெரிய நியாயமில்லை. எதிர்காலம் தெரியாத இந்தச் சோகமுகம் கொண்ட கழுதையிலே சவாரிப்பது என்னைச் சங்கடப்படுத்தியது.

எங்கள் வழிகாட்டி முன்னே சென்றான். உச்சி மலைக்காற்று மெலிந்துபோய் இருந்தது. நாலா பக்கமும் பனி மலைச் சிகரங்கள். வந்த பாதை மறைந்துவிட்டது; போகும் வழியும் தெரியவில்லை. அந்த பயத்திலும் பனிமலைக் குன்றுகள் மகோன்னதமான அழகு டன் தோன்றியதை மறக்க முடியவில்லை. இதற்கென்று ஓடர் பண்ணியதுபோல ஆகாயம் வெண்ணிறத்திலும் வெளிர் நீலத் திலும் கலந்து கண்ணைப் பறித்தது.

வழிகாட்டி இப்பொழுது தனக்குள் பேசிக்கொள்ளத் தொடங்கினான். இரண்டு விதமான குரல்களில் பேசினான். சில வேளைகளில் கடுமையாகப் பேசினான்; அதற்குப் பதில் மன்றாடும் குரலில் வந்தது.

இவன் பின்னால் நாங்கள் வெகு கவனமாக ஒரு பேச்சு மூச்சின்றி தொடர்ந்தோம். எங்களுக்குள் பேசாமல் வருவதற்குக் கூச்சமாக இருந்தது. நாங்களும் எங்களுக்குள் ஏதாவது பேச வேண்டும் போலப்பட்டது. அவன் அப்படித்தான் எதிர்பார்த் தான்.

போகப்போக இவனை நம்பி இவன் பின்னால் புறப்பட்டது உயர்ந்த முட்டாள்தனமாகப் பட்டது. வரும் ஆபத்துகளை இவன் முன்கூட்டியே எச்சரிக்கை செய்ய வல்லவன் அல்லன். ஆபத்து வந்த பிறகு அது வந்துவிட்டது என்று சொல்லி எங்களுக்கு ஆறுதல் தருபவன்.

இந்தக் கழுதை இந்தப் பனிப் புதைசேற்றைக் கடக்குமா என்று கேட்டால் தாராளமாக என்று கூறுவான். கழுதை முரண்டு பிடித்து நின்றதும் இனிமேல் போகாது என்று உற்சாகப்படுத்து வான்.

இனிமேல் உலகத்தின் எந்த மூலையில், எப்படிப்பட்ட மகோன்னதமான பள்ளத்தாக்கு இருந்தாலும், அதை நான் பார்க்கப் போவதில்லை என்று சபதம் எடுத்தபோது இரண்டு இடங்களில் என் உயிர் மயிரிழையில் தப்பியிருந்தது. பார்த்தது போதும் என்று திரும்பும்போதுதான் அந்தச் சம்பவம் நடந்தது.

நாங்கள் அந்தப் பிரதேசத்தைச் சுற்றிச்சுற்றி வந்தோம். தேவதாரு மரங்கள் தலையிலே பனிப்பூக்களைச் சூடியிருந்தன. அதிலே ஒரு மரம் என் வலது புறத்தில் இருமுறை தோன்றி

மறைந்தது. கழுதைகளின் சுவாசச் சத்தம் அதிகமாகியது. அவற்றின் தடமும் ஒன்றுக்குமேல் ஒன்றாக ஒரு சைனியம்போன தோற்றத்தை உண்டுபண்ணியது.

வழிகாட்டி வழி தவறக்கூடும் என்று நான் எதிர்பார்க்கவில்லை. எங்கு பார்த்தாலும் ஒரே மாதிரி தெரியும் பனிதேசத்தில் நாங்கள் தடுமாறலாம். வழிகாட்டி தவறலாமா?

அப்பொழுதுதான் ஓர் ஆதிவாசி மேய்ப்பரின் குடிசை தென்பட்டது. இப்படியான பனி தேசத்தில், இந்த உயரத்தில்கூட மனிதர்கள் வசிக்கிறார்கள் என்று நினைத்தபோது மனதில் ஓர் அதிர்ச்சிதான் ஏற்பட்டது. அதிர்ச்சியுடன் ஒரு சந்தோசமும் வந்தது.

தாடியோடு ஒரு கிழவர். கருணையான முகம். அப்படி ஒரு கருணை முகத்தை நான் அதற்குப் பிறகு காணவில்லை. இரு குழந்தைகள். சிறுவனுக்கு வயது பத்திருக்கும்; சிறுமியின் வயது எட்டு இருக்கலாம். குடிசையின் உள்ளே ஒரு முது பெண்மணி. கிழவனாரின் மனைவி என்று ஊகிப்பதில் சிரமமில்லை. அவள் முகத்தில் மாத்திரம் வயதான கோடுகள் காணப்பட்டன. அந்தக் குழந்தைகளுக்குப் பெற்றோராகும் தகுதி உடையவர்கள் அங்கு காணப்படவில்லை.

இந்த எளிய மேய்ப்பர்களிடம் ஒன்றுமேயில்லை. அவர்கள் உடைமைகள் எல்லாம் ஒரு கழுதைச் சுமையில் அடங்கும். இவர்களை நம்பி ஓர் ஆட்டு மந்தை இருந்தது. அந்த மந்தையை நம்பி இவர்கள் இருந்தார்கள்.

வழிகாட்டி கிழவனாருடன் பேசினான். தனக்குள்ளே இவ்வளவு பேசுபவன் பிறரைக் கண்டால் விடுவானா? அவர்கள் பேச்சு வெகு நேரம் நீடித்தது.

இந்தச் சிறுபிள்ளைகளுக்கு நாங்கள் என்ன செய்தோம்? எங்களைக் கண்டதும் அவர்கள் முகத்தில் அப்படியொரு பூரிப்பு. நாங்கள் அவர்களுக்கு ஒன்றுமே கொண்டுவரவில்லை. ஒரு சூயிங்கம்கூட இல்லாமல் போய்விட்டது. ஆனால், அந்த முகங்களில் வேற்று மனிதரைக் கண்ட மகிழ்ச்சி பொங்கி வீசியது.

அவர்களுடைய கேசம் செம்மண் கலரில் இருந்தது. முகத்தைத் தவிர உடம்பு முழுக்க போர்த்தி ஆடை அணிந்திருந்தார்கள். பச்சை, நீலம், சிவப்பு, மஞ்சள் போன்ற வண்ணங்கள் கண்ணைப் பறித்தன. அவர்கள் கன்னங்கள் எல்லாம் குங்குமம் பூசியதுபோல சிவந்துபோய்க் கிடந்தன. சொக்கலட் உருகி

ஒட்டியதுபோல கன்னத்தில் ஊத்தை அப்பியிருந்தது. அந்த ஊத்தை சுரண்டி எடுக்கக்கூடிய மாதிரி திட்டாகக் காணப்பட்டது. தண்ணீரில் கை வைக்க முடியாத ஊரில் இந்தக் குழந்தைகள், ஆறுமாதத்திற்கு ஒரு முறையாவது குளிப்பார்களா என்பது சந்தேகமே.

நாங்கள் வழி தவறிவிட்டோம்; சரியான வழியைக் காட்ட வும் என்பதை அவர்கள் மொழியில் கேட்பதற்கு அரை மணி நேரம் பிடிக்குமா? வழிகாட்டியும் கிழவனாரும் சூடான விவாதத் தில் இருந்தனர். வழிகாட்டி இடது கையைத் தூக்கிக் காட்டி மலைகளை ஏதோ குற்றம் சாட்டினான். கிழவர் அதை ஏற்க வில்லை. தன் தரப்புக்கு மறைந்துபோன பனிமலைப் பாதையைக் காட்டிப் பேசினார். வழிகாட்டிக்கு இன்னும் கோபம் வந்து விட்டது. மலைகளை அநியாயமாகத் திட்டித் தீர்த்தான்.

குழந்தைகளுக்கு இந்த விவாதத்தில் அக்கறை இல்லை. அவர்கள் கிட்டவந்தபோது ஒருவிதமான துர்நெடி வீசியது. அந்தப் பெண் குழந்தையின் கண் இமைகளில் வைரத்துண்டுகள் ஒட்டி யிருந்தன. அவர்கள் பார்த்த முதல் அந்நிய மனிதர்கள் நாங் களாகத்தான் இருக்கவேண்டும். கண்கள் மலர எங்களை அண் ணாந்து பார்த்தபடியே இருந்தனர்.

திடீரென்று விவாதம் முடிந்தது. ஆட்டுப்பால் அருந்தித் தான் போகவேண்டும் என்று கிழவர் பிடிவாதம் பிடித்தார். இதை வழிகாட்டி மொழிபெயர்க்கு முன்னமேயே ஜெர்மன்காரன் அவசர மாகக் கீழே குதித்து ஆட்டுப்பாலுக்காக ஏங்கிக் காத்திருக்கத் தொடங்கினான்.

அந்தக் கிழவி சுறுசுறுப்பாக ஆட்டைப் பிடித்துப் பால் கறந்தாள். நாங்கள் குளிர் பெட்டியில் பால் வைத்து எடுப்பது போல அவள் ஆட்டிலேயிருந்து சாதாரணமாகப் பால் எடுத்தாள். எங்களை உபசரிப்பதில் அவர்கள் மிகுந்த அக்கறை காட்டி னார்கள். குழந்தைகளுடைய பரபரப்பிலிருந்து ஏதோ விசேஷ ஏற்பாடுகள் நடக்கின்றன என்று ஊகிக்கக்கூடியதாக இருந்தது.

பால் சூடாக்கப்பட்டது. ஆனால், தகுந்த கோப்பைகளில் அதைப் பரிமாறுவதில் சில சிரமங்கள் இருந்தன. கிழவியின் கண் அசைப்பில் கிழவர் உள்ளே போய்ப் பெட்டியைத் திறந்தார். குழந்தைகளுடைய கண்கள் ஆச்சரியத்தில் மலர்ந்தன. அப் பொழுதுதான் புரிந்தது இந்த இரண்டு அந்நியர்களுக்காக விசேஷமான கோப்பைகள் வெளியே வந்திருக்கின்றன என்று.

அவை, பாட்டன் வழிச் சொத்தாக வருடக்கணக்கில் ஒரு பெட்டி யில் பூட்டப்பட்டு மூதாதைத் தன்மையுடன் காணப்பட்டன.

வழிகாட்டிக்குப் பால் ஒரு தகரக் குவளையில் வந்தது. சிறுவன் கொண்டுவந்து வைத்தான். எனக்கும் ஜெர்மன்காரனுக் கும் விளிம்புகள் உடைந்து, கோடுகள் விழுந்து மிகவும் பொக்கிஷ மாகப் பாதுகாக்கப்பட்ட சீனக் கோப்பைகளில் வந்தது. சிறுவன் இந்தக் கோப்பைகளைத் தொட அனுமதிக்கப்படவில்லை. சிறுமி அகல விரிந்த கண்களோடு இந்தக் கோப்பைகளையே பார்த்தாள். கிழவனார் மாத்திரம் இதைத் தன் கையால் பக்குவமாக எடுத்து வந்து தந்தார்.

முன்பின் தெரியாத எங்களுக்குப் பன்னிரெண்டாயிரம் அடி உயரத்தில், இந்த மறக்க முடியாத விருந்துபசாரம் நடைபெற்றது. உலகத்தோடு தொடர்பு அறுபட்டு, வறுமைக் கோட்டின்கீழ் வாழும் அந்தச் சிறு குடும்பம் இந்த விருந்தைச் செய்தது. ஜெர்மன் காரன் கையில் அந்தக் கோப்பை மிகவும் சிறியதாகத் தோன்றி யது.

கோப்பையை மிகக் கவனமாகக் கையாண்டு குடித்ததில், நான் ஆட்டுப்பாலின் சுவையை அறியத் தவறிவிட்டேன்.

முன்பின் தெரியாத அந்தக் கிழவனாரிடம் சொல்லிக் கொண்டு விடைபெறுவதற்குத் தயக்கமாக இருந்தது. அந்தச் சிறுவ னும் சிறுமியும்கூட, எங்கள் பிரிவைத் தாங்க முடியாது போன்ற சோகத்தோடு முகத்தை வைத்துக்கொண்டிருந்தார்கள். இவ்வளவுக் கும் நாங்கள் ஒன்றுமே செய்யவில்லை, அவர்களுடைய ஆட்டுப் பாலைக் குடித்ததைத் தவிர.

விடைபெற்று வெளியே வந்தபோது கழுதை தயாராக நின்றது. அதனுடைய சோகமான முகத்தில் ஒருவித மாற்றமும் இல்லை. அதிலே தந்திரமாக ஏறுவதற்குத் தயார் செய்தபடி இன் னொருமுறை திரும்பிப் பார்த்தேன்.

நான் திரும்பிப் பார்த்தபோது, முகத்திலே கோடுகள் பதித்த அந்த மூதாட்டி நாங்கள் ஆட்டுப்பால் அருந்திய கோப்பைகளை அந்தச் சிறுபெண்ணிடமிருந்து பறித்துக்கொண்டு அவசரமாக உள்ளேபோனாள். விளிம்புகள் உடைந்த அந்தக் கோப்பைகள் சுத்தப்படுத்தப்பட்டு மறுபடியும் பெட்டிக்குள் வைத்து பாதுகாக்கப் படும், இன்னும் இரண்டு அந்நியர்கள் வழி தவறும்வரை.

பின் குறிப்பு :

கதை சொல்லும் உற்சாகத்தில் ஒரு தகவலை உங்களுக்குச் சொல்ல மறந்து விட்டேன். நான் வந்த வேலையை முடித்து விட்டுத் திரும்புவதற்காக விமான நிலையம் சென்றிருந்தேன். விமான டிக்கட்டை கொடுத்துவிட்டு சூட்கேஸைத் தூக்கி பீடத்தில் வைப்பதற்குக் குனிந்தேன். அப்போது டிக்கெட் அட்டைக்குள் மிகவும் பத்திரமாக வைத்திருந்த என் மனைவியின் பட்டியல் கீழே விழுந்தது. அதுவரை பட்டியல் தொலைந்துவிட்டது என்று மனைவியிடம் சொல்லிச் சமாளிக்கலாம் என்று நினைத்திருந்தேன். ஆனால், இனிமேல் அப்படிச் சொல்லமுடியாது.

◆

எதிரி

கணகாலமாகத் தனக்கு ஓர் எதிரி இருப்பது அவருக்குத் தெரியாது. இவ்வளவு கால முயற்சிக்குப் பிறகு இப்போதுதான் ஒரு நம்பகமான எதிரி வாய்த்திருந்தது. அந்த எதிரியும் ஒரு பாம் பாக இருக்கும் என்று அவர் எதிர்பார்க்கவில்லை.

கடந்த ஆறுமாத காலமாக இது நடந்து வந்திருக்கிறது. அவருக்குத் தெரியாமல், ஒருநாள் மாலை கோழிகளை எல்லாம் அடைத்து மூடும் சமயத்தில் தற்செயலாகப் பார்த்தார். இரண்டு முட்டைகள் கேட்பாரற்றுக் கிடந்தன. நாளை காலை பார்க்கலாம் என்று கூட்டை அடைத்து மூடி விட்டார் ம்வாங்கி.

மறுநாள் பார்த்தால் முட்டைகளைக் காணவில்லை. எமிலி யிடம் கேட்டுப் பார்த்தார். அவள் அந்தப் பக்கமே போகவில்லை யென்று சொல்லிவிட்டாள். பக்கத்துக் குடிசைகளில் விசாரித்தார். அவர்களுக்கும் தெரியவில்லை.

நாலு சந்தை நாட்களுக்குப் பிறகு இன்னொருமுறை இது நடந்தது. அப்பொழுது சாடையாக மழை பெய்து தரை ஈரமாகி யிருந்தது. பாம்பு தரையில் ஊர்ந்துபோன தடம் அப்படியே தெரிந் தது. அந்தக் கணமே இது பாம்பின் வேலையென்பதை ம்வாங்கி கண்டுகொண்டார். அதை எப்படியாவது கொன்றுவிடவேண்டும் என்று தீர்மானித்தார்.

பாம்பைப் பிடிப்பதோ அடிப்பதோ அவருக்கு உகந்த காரிய மல்ல. கோழி வளர்ப்பதுகூட அவர் தொழில் அல்ல. எல்லாம் தற்செயலாக நடந்ததுதான்.

அவர் மெத்தப் படித்த படிப்பாளி. நைரோபியிலிருந்து முப்பது மைல் தூரத்தில் இருக்கும் ஒரு கிறிஸ்தவப் பள்ளியில் படித்தவர். அந்தக் கர்வம் அவருக்கு இருந்தது. சீனியர் சேர்டி பிக்கட் செகண்ட் டிவிஷன். அவருடைய படிப்புக்கும் அறிவுக்கும் இது ஏற்ற தொழில் அல்ல என்பது அவருக்கு நன்றாகவே தெரிந் திருந்தது.

அந்த சேர்டிபிக்கட்டைத் தூக்கிக்கொண்டு அவர் எத்தனையோ கம்பெனிகள் ஏறி இறங்கினார். தன் தகுதிகளைக் கொஞ்சம் மிகைப்படவே கூறினார். இருந்தாலும் குதிரை பாய வில்லை. அவருடைய பெருமையை யாரும் உணர்ந்ததாகவும் தெரியவில்லை. கடைசியில் அவருக்குக் கிடைத்தது என்னவோ பால் டிப்போவில் படியளக்கும் வேலைதான்.

சிலகாலம் இந்த வேலை சிரமமில்லாமல் போய்க்கொண்டி ருந்தது. அதிகாலையிலிருந்தே வேலை தொடங்கிவிடும். ஒரு திறப்பு திருப்பும் நேரம் கூட உட்காரமுடியாது. நின்று கொண்டே வேலை செய்ய வேண்டும்.

ஆறு மணியிலிருந்து வருகின்ற பாலை எல்லாம் நிறுத்து நிறுத்து பெரும் அண்டாக்களில் ஊற்றுவர். கிழவர்கள், குமரிகள், சிறுவர்கள் என்று வரிசை நீண்டுபோய் இருக்கும். அது போதா தென்று மறுபக்கத்தில் பால் வாங்குதற்காக இன்னொரு வரிசை நிற்கும். இரண்டு வரிசைகளையும் ஒரே சமயத்தில் சமாளிக்க வேண்டும்.

இந்தச் சமயத்தில்தான், சீனியர் சேர்டிபிக்கட் செகண்ட் டிவிஷன் மூளையைப் பாவிக்கும் சந்தர்ப்பம் ம்வாங்கிக்குக் கிடைத் தது.

அதற்குக் காரணம் எமிலி ஒகினாவாதான். அதிகாலையில் அவள் வந்துவிடுவாள். பால் வாங்குவதற்காகக் கையிலே ஒரு கைக்குழந்தையையும் தூக்கிக்கொண்டு, உயரமாகவும் அடர்த்தி யாகவும் இருப்பாள். அவள் அசைந்துவரும் காட்சி இவர் மனசை என்னவோ செய்யும்.

அவள் தலைமயிரை எப்படிப் போட்டாலும் ஒரு கவர்ச்சி தான். கலைத்துவிட்டாலும் விரித்துவிட்டாலும் பின்னிவிட்டா லும், முன்னே விட்டாலும் கோபுரம் செய்தாலும் கோத்துக்கட்டி னாலும் எல்லாவற்றிலும் ஓர் அழகு இருக்கும்.

களவு செய்யத் தூண்டியதும் அந்த அழகுதான்.

ம்வாங்கியை நேர்மையானவர் என்று யாரும் புகழ முடி யாது. பள்ளிக்கூடத்தில் படிக்கும்போதே கால்பந்து விளையாடி உடம்பை வாட்டசாட்டமாக வைத்திருந்தார். கோல் போடுவதில் மன்னர். கால்களால் போட்ட கோலுக்கு சமமாகக் கைகளாலும் போட்டிருக்கிறார்.

எமிலி வந்த நேரங்களில் ஒரு லிட்டருக்கு இரண்டு லிட்டர் பால் தாராளமாக வழங்கினார். ஊரார் வீட்டுப் பாலை இப்படி வாரிவாரி வழங்கி ஒருநாள் பிடிபட்டு வீட்டுக்கு அனுப்பப்பட்டு விட்டார். அப்போதுதான் அவருக்குக் கோழிப்பண்ணை வைக்கும் எண்ணம் உதித்தது.

கோழிகளைப் பற்றி அவருக்கு முந்திபிந்தித் தெரியாது. கோழிகளும் அவர் பெருமையில் மெய் சிலிர்த்துப்போய் இருக்க வில்லை. சீனியர் சேர்டிபிக்கட் செகண்ட் டிவிஷனுக்கு ஏற்ற தொழில் இல்லை என்பதும் அவருக்குத் தெரிந்திருந்தது. பிறரிடம் கைகட்டி நிற்காமல் சுதந்திரமாக இருக்கலாம். சொந்தச் சம்பாத்தியத்தில் முன்னுக்கு வந்துவிடலாம் என்பதெல்லாம் காரணங்கள்.

ஆனால், உண்மையான காரணம் வேறு. இவர் கோழிப் பண்ணை வைத்துக் கிராமத்திலேயே தங்கிவிட்டால், எமிலியும் கூடவே வந்து விடுவதாகச் சொல்லியிருந்தாள். அந்த உற்சாகத்தில் அவர் கண்கள் கொஞ்சம் மூடிவிட்டது என்னவோ உண்மைதான்.

அவரிடம் வேலை பார்த்த கிழவன் இஞ்சரேகோவுக்கு கோழி வளர்ப்புப் பற்றிக் கொஞ்சம் தெரியும். இவரும் கூடமாட வேலை செய்தார். தீனி வைத்தார். தண்ணி காட்டினார். மரத் தூளை சுமந்து வந்து பரப்பினார். பெருக்கினார். உடல் முறியப் பாடுபட்டார். ஆற்றுக்கு அந்தக்கரை கள்ளத் தொடர்பு வைத்த வன் நீச்சல் பழகித்தானே ஆகவேண்டும்.

கடந்த ஆறு மாத காலமாக எல்லாம் சுமுகமாகவே போய்க் கொண்டிருந்தது, அந்தப் பாம்பு வரும்வரை.

அது மிகவும் தந்திரம் வாய்ந்த பாம்பு. எவ்வளவுதான் கம்பி வலை ஓட்டைகளைச் சரி பண்ணி வைத்தாலும் சுலபமாக உள்ளே புகுந்துவிடுகிறது. எப்படி வருகிறது எப்படிப் போகிறது என்பது மர்மமாகவே இருந்தது.

ம்வாங்கியும் கிழவனும் விழுந்து விழுந்து உழைத்தார்கள், பாம்புக்குத் தீனி போடுவதற்காக, அந்தப் பாம்பும் மினுமினு வென்று ஒருவர் பொறாமைப்படும் வழவழப்போடு வளர்ந்து கொண்டு வந்தது. அடிக்கடி முட்டைகளையும், அவ்வப்போது உடம்பில் புரதச் சத்துக் குறைவது போன்று தோன்றும் சமயங் களில், பதமான கோழிக் குஞ்சுகளையும் சாப்பிட்டு உடம்பைத் தேற்றிக்கொண்டிருந்தது.

தண்ணீர்ப்பாங்கான இடங்களில் வளரும் பீவர் (Fever) மரம் மஞ்சளாக, வழவழப்பாக பார்ப்பதற்கு லட்சணமாக இருக்கும். அதன் வலுவான கொம்புகளில் ஒன்றை ம்வாங்கி வெட்டி வைத்துக் கொண்டார். அது கெட்டியாகவும் கைக்கு லாவக மாகவும் வீசுவதற்கு ஏதுவாகவும் வளைந்துகொடுக்கும் தன்மை யுடையதாகவும் இருந்தது. பாம்பை வெல்லுவதற்கு இதைவிடத் தகுந்த ஆயுதம் இல்லையென்பது அவருக்குத் தெரியும்.

இந்த ஆயுதம் எப்பவும் அவர் படுக்கையின் அருகிலேயே இருந்தது. அடிக்கடி அதை எடுத்து, காற்றிலே வீசிப் பயிற்சி பண்ணிக் கொள்வார். அதைத் தடவுவார். அதற்கு ஆறுதல் சொல் வார். இப்படியாகச் சமர் புரிவதற்கு எப்பவும் ஒரு தயார் நிலையில் இருந்தார்.

அந்த வழவழப்பான தடியை அவர் இப்படி வெறும் ஆராதனை செய்ததில் எமிலிக்கு உடன்பாடு இருந்ததாகச் சொல்ல முடியாது. அவளுடைய இரண்டு வயசுக் குழந்தை அடிக்கடி அவள் கண்ணிலே படாமல் வெளியே போய் விளையாடத் தொடங்கியிருந்தது. எங்கே அந்தப் பாம்பு கடித்துவிடுமோ என்று பயந்தபடியே இருந்தாள்.

ஆனால், நடுஇரவு நேரங்களில் ம்வாங்கி ஒரு கையில் ரோர்ச் சுடனும், மறுகையில் பீவர் மரத்துக் கம்புடனும் மூங்கில் கட்டிலை விட்டு மெதுவாக இறங்கிக் கள்ளன்போல் அடிமேல் அடிவைத்துப் போய் பாம்பை யுத்தத்திற்கு அழைப்பது அவளுக்குப் பிடிக்க வில்லை. இருட்டிலே தவறிப்போய் பாம்பின் மேல் காலை வைத்து விட்டால், என்ன ஆகும் என்ற பயம் அவளைப் பிடித்து வதைத்தது.

ம்வாங்கி அவள் சொல்லைக் கேட்கப்போவதில்லை. இப்ப வெல்லாம் அவருக்குக் கோழியின் மேல் உள்ள கவனம் போய் விட்டது; பாம்பைப் பற்றிய நினைப்பாகவே இருந்தார். அதை எப்படியும் கொன்றுவிடவேண்டும் என்ற ஆவேசம் அவருக்கு நாளுக்கு நாள் அதிகரித்து வந்தது.

இவ்வளவுக்கும் அவர் தன் பரம விரோதியான பாம்பை ஒருமுறை கூடப் பார்த்ததில்லை. அந்தப் பாம்புக்குக்கூட தன் புரவலரை ஒரு நாளாவது பார்க்க வேண்டும் என்ற எண்ணம் தோன்றியதில்லை. ம்வாங்கிக்குத் தெரிந்ததெல்லாம் அது வந்து போகும் தடங்கள்தான். அத்துடன் முட்டைகளின் எண்ணிக் கையும் கணிசமாகக் குறைந்துகொண்டே வந்தது.

ஒருநாள் இந்த எதிரிகள் நேருக்குநேர் சந்தித்துக் கொண்
டார்கள். எதிர்பாராமல்தான் இது நடந்தது.

முதலில் கண்டது பக்கத்து வீட்டு யோசப்தான். அவன்தான்
ம்வாங்கியைச் சத்தம் போட்டு அழைத்தான். இப்படி ஒரு வேலை
யும் செய்யாமல், அன்றாடம் வேட்டைக்குப் போகமால், தினம்
தினம் கிடைக்கும் முட்டை வருவாயில் அந்தப் பாம்புக்கு அலுப்பு
ஏற்பட்டிருக்கலாம். மெதுவாக வெளியில் வந்து அந்த இளம்
வெயிலில் ஆறிக்கொண்டிருந்தது. இலவசமென்றாலும் உண்ட
களைப்பு அதற்கும் இருக்கத்தானே செய்யும்.

அதைக் கண்டதும் ம்வாங்கி சிறிதுநேரம் மெய்சிலிர்த்துப்
போய் நின்றார். என்ன அழகான காட்சி. என்ன அலட்சியமான
பார்வை. நாளைக்குப் பேசிக்கொள்ளலாம் என்பதுபோல.
விர்ரென்று வீட்டினுள்ளே புகுந்து பீவர் மரத்துக் கம்பைத் தூக்கி,
மஸாய் வீரன்போல் தலைக்குமேல் பிடித்தபடி பாய்ந்து வந்தார்.

பாம்பு பார்த்துவிட்டது. இவருடைய எண்ணம் ஆரோக்கிய
மானதல்ல என்பது அதற்கு எப்படியோ தெரிந்துவிட்டது.

உஸ்ஸென்று நிமிர்ந்தது. அதனுடைய மணிக் கண்கள்
பளபளத்தன. சிறிய தலையில் அவை பெரிதாகத் தெரிந்தன.
செக்கச் சிவந்த பிளவு நாக்கை வெளியேவிட்டுக் காற்றைச் சோதித்
தது. படத்தை விரித்துத் தன் சுயரூபத்தைக் காட்டியது. பிறகு
என்ன நினைத்ததோ, உடலைச் சுருக்கி செங்கல் குவியலுக்குள்
புகுந்துகொண்டது. ஒரு சமமான எதிரிக்குக் கொடுக்கவேண்டிய
மரியாதையை அது செய்யத் தவறியது.

ம்வாங்கியும் பெரிய தவறு செய்தார். அந்தப் பாம்பிடம்
மிகவும் அநாகரிகமாக நடந்துகொண்டார். அது நிராயுதபாணி
யாக நின்றது. இவர் தடியைச் சுழற்றியபடி வெறிகொண்டவரைப்
போல் செங்கல் குவியலைச் சுற்றி நாலுதரம் ஓடினார். பாம்பு
அவசரமில்லாமல் ஒரு பக்கத்தால் வழிந்து, கத்தாளைப் புதர்களுக்
குள் போய் மறுகணம் மறைந்துவிட்டது.

ம்வாங்கி இப்படி ஓடியதற்குக் காரணம் அந்தப் பிராந்தியத்
தில் மலிந்திருக்கும் துப்பும் பாம்பாக அது இருக்குமோ என்று
நினைத்ததுதான். துப்பும் பாம்பை அடிப்பதற்கு சாமர்த்தியம்
வேண்டும். அது பத்தடி தூரம் வரைக்கும் கண்ணைக் குறி
வைத்துத் துப்பும். விஷம் பட்டால் கண்பார்வை போய்விடும்.
அதுதான் வால்பக்கம் இருந்து அடிப்பதற்காக வசதி பார்த்தார்.
ஆனால், பிறகுதான் இது துப்பும் பாம்பு அல்ல என்று அவருக்குத்
தெரிந்தது.

இப்படியாக முதல்நாள் போர் ம்வாங்கிக்கு முற்றிலும் தோல்வியில் முடிந்தது.

பாம்புக்கு இந்தச் சம்பவம் பிடிக்கவில்லை. அது தானும் தன்பாடுமாக இருந்த பாம்பு. தனக்கும் கோழிகளுக்கும் இடையில் இருக்கும் ஒப்பந்தத்தில் இன்னொருவர் அத்துமீறிப் புகுந்துவிட்ட தாக அது நினைத்தது. அதைச் செய்கையில் காட்டுவதற்குத் தருணம் பார்த்திருந்தது.

அடுத்த நாள் காலையில் ம்வாங்கி வெளியே வந்து பார்த்த போது முட்டையைக் குடித்துவிட்டு சக்கையை வாசலிலே உமிழ்ந்து விட்டிருந்தது. எத்தனை முட்டை களவுபோனது என்று அவர் இனிமேல் தன்னுடைய சுருட்டை மயிரைப் பிடித்து இழுத்துக் குழம்பத் தேவையில்லை. அவ்வப்போது அதிகாலையில் வந்து attendance கொடுப்பது போல முட்டைக் கோதைத் துப்பி கணக்குக் கொடுத்துவிட்டுப் போனது.

ம்வாங்கி தன் முயற்சியில் இன்னும் தீவிரமானார்.

அன்று அவருக்கு வெகு நேரமாகத் தூக்கம் வரவில்லை. பாம்பைப் பற்றிய சிந்தனையாகவே இருந்தது. காற்றுப் புக முடியாத அந்தச் சிறு அறையில் மாட்டுத்தோல் போர்த்திய கட்டி லில் அவர் படுத்துக் கிடந்தார்.

பக்கத்திலே எமிலி. அந்த இருட்டிலும் அவள் மார்புகள் சீராக ஏறி இறங்குவது தெரிந்தது. அவள் பக்கமிருந்து மெல்லிய தாக வெப்பவாடை வீசியது.

ஒரு நாளைப்போல 'சுக்குமாவிக்கி' சாப்பிடுவோரிடம் வெளிப்படும் அந்த வாசனை வீச்சம் அவளிடம் கொஞ்சம் அதிக மாகவே இருந்தது. அது அவரை என்னவோ செய்தது. இருட்டிலே துளாவினார். அவளுடைய லாஸாவின் நுனியைக் கைகளினால் தடவிக் கண்டுபிடித்து சுருக்கை இழுப்பதற்குக் கொஞ்ச நேரம் ஆனது.

'வாச்சா, வாச்சா' என்று முனகியபடி திரும்பி அவருக்கு வசதியான நிலையில் படுத்துக்கொண்டாள். அவளுடைய கை யதேச்சையாக அவர் தொடையின் மேல் வந்து விழுந்தது.

அவருக்குப் பிடித்தது இதுதான். மறுப்பு சொல்லமாட்டாள். அடிக்கடி 'தாராள மனசுப் பொம்பிளை எப்பவும் பிள்ளத்தாய்ச்சி' என்று சொல்லிச் செல்லமாக அவரைக் கடிந்துகொள்வாள். ஆனால், மறுக்கமாட்டாள்.

எமிலியின் மகனுக்கு இப்போது இரண்டு வயதாகிறது. அவனுக்கு நாலு வயதாகும்போது தங்கள் திருமணத்தை நடத்த அவர்கள் திட்டமிட்டிருந்தார்கள். எமிலிக்கு ஆடம்பரமாக மணச்சடங்கு நடத்த வேண்டும் என்ற விருப்பம் இருந்தது. தேவதைபோல வெள்ளை ஆடை உடுத்தி, முகத்திரையிட்டு, நீண்ட சில்க் கையுறை அணிந்து இசைக்கேற்ப நடந்துவர வேண்டுமென்பது அவள் ஆசை. அவளுடைய மகன் மலர்ச்செண்டு ஏந்தி ஊர்வலத்தின் முன் நடப்பதை அடிக்கடி கற்பனை செய்து பார்ப்பாள்.

ஒரு கணிசமான அளவு சேமிப்பு எமிலியிடம் இருந்தது. ம்வாங்கியும் கொஞ்சம் சேமித்தால் விரைவில் திருமணத்தை நடத்திவிடலாம். ஆனால், இந்தப் பாம்பு அதற்குத் துணை புரிவதாகத் தெரியவில்லை.

அப்பொழுதுதான் ம்வாங்கியின் மூளையில் ஒரு மின்னலடித்தது. அந்தப் பாம்பு பதினாலு அடி நீளம் இருந்தது. என்ன வேகமாக மறைந்தது. கண்மணிகள் எவ்வளவு பெரிது. வழவழப்பான கறுப்பு. ஆப்பிரிக்காவின் கறுப்பு மம்பா அல்லவா அது?

இந்தப் பாம்பு மரம் ஏறக்கூடியது. மரத்தின் வழியாக ஏறி கூரை வழியாக அல்லவா இது உள்ளே வருகிறது. கதவு ஓட்டைகளையும் வலைப் பின்னல்களையும் மாய்ந்து மாய்ந்து அடைத்து என்ன பிரயோசனம்!

மறுபடியும் ரோர்ச்சை எடுத்துக்கொண்டு போர் ஆயத்தங்களோடு நடு இரவில் புறப்பட்டார். அந்தப் பாம்பு அவருக்குப் பெரும் சவாலாகத்தான் இருந்தது.

தனக்குத் தெரிந்த பலவித சிகிச்சைகளையும் அவர் செய்து பார்த்து விட்டார். வளைந்த மரக்கிளைகளை எல்லாம் வெட்டிச் சாய்த்தார். சுற்றிவர மண்ணெண்ணெய் ஊற்றி வைத்தார். தார் பூசினார். தகரத்தை அடித்தார். இரவிரவாக விளக்குகளை எரிய விட்டார். அவருடைய சீனியர் சேர்டிபிக்கட் செகண்ட் டிவிஷன் மூளைக்கு எட்டிய அற்புதமான யோசனைகள் எல்லாவற்றையும் செயல்படுத்தினார்.

பாம்பு மசியவில்லை. எல்லாவிதத் தந்திரோபாயங்களையும் அது கற்றுத் தேர்ந்திருந்தது. குதிரையைத் தொலைத்தவன் குட்டையிலும் தேடுவான்; கூரை முகட்டிலும் தேடுவான். அவனுக்குத் தெரியும் அவன் கஷ்டம், ம்வாங்கி எல்லா வித்தைகளையும் செய்து களைத்துவிட்டார்.

முள்ளம்பன்றியை மடியிலே கட்டிக்கொண்டு முதுகு சொறியப் பயணம் போன கதையாக யோசப்பை மறந்துவிட்டார் ம்வாங்கி. பக்கத்து வீட்டுக்காரர். பாம்புகளின் பூர்வீகம் அறிந்தவர். கடைசி முயற்சியாக யோசப் சொன்ன யோசனையைச் செய்து பார்க்கலாம் என்ற முடிவுக்கு வந்தார்.

எமிலியிடம் அவருக்கு ஒரு வருடத்திற்குப் போதிய காதல் இருந்தது. ஆனால், அவருக்குப் பிடிக்காதது அவளுடைய பிடி வாதம்தான். சிறு குழந்தையைப்போல எவ்வளவு முரண்டு பிடிக்கிறாள்!

வீட்டிலே பிறந்த மேனியாகத் திரியக்கூடாது என்று வந்த நாளிலிருந்தே ஒரு சட்டம் போட்டுவிட்டாள். அதிலே அவருக்கு பெரிய சங்கடம்தான். ஆனாலும் அவள் வீட்டிலே இருக்கும் நேரங்களில் எவ்வளவு கஷ்டத்திலும் அதைக் கடைப்பிடித்து வந்தார்.

மற்றது இன்னும் கொடூரமானது. அவர்கள் சமையலறையில் ஒரு சிறுமேடை இருக்கும். வசதியானது. இவர்களுக்காவே கட்டி யது போலிருந்தது. எவ்வளவுதான் அவசரமாக இருந்தாலும் அவளை அந்த மேடையிலே கூப்பிட்டால் வரவே மாட்டாள். அப்படி ஒரு பிடிவாதம். போகிறது.

திடீரென்று அவள் அந்த வீட்டிலிருக்கப் பயந்தாள். அவள் மிகவும் பயப்படுவது மகனைப் பற்றித்தான். கறுப்பு மம்பாவின் விஷம் பொல்லாதது. கடித்த சில விநாடிகளில் உயிர் பிரிந்துவிடும். ம்வாங்கி இந்தப் பாம்பு விஷயத்தில் மிகவும் மெத்தனமாக நடப்பது போல் அவளுக்குப் பட்டது.

எமிலியின் அவசரத்திற்கு ஏற்றபடி ம்வாங்கி வேகமாகச் செயல்படவில்லை. அதுதான் அவளுக்குக் கோபம். சமையலறை யில் நிலம் அதிர்ந்தது. துக்கம் அனுட்டிக்கும் அரைக் கம்பத்துக் கொடிபோல, அவள் கண்கள் பாதி மூடியிருந்தன. உதடுகள் துடித் தன. கால்களைக் கத்தரிக்கோல் போல விரித்துப் போட்டிருந்தாள். அவள் கைகள் மரெண்டாக் கீரையை மளமளவென்று நறுக்கிய படி இருந்தன.

ம்வாங்கி அவசரத்தில் அவளுடைய மரிந்தா அங்கியை அணிந்திருந்தார். அதிலே பெரிய பூக்கள் போட்டிருந்தன. நுனிக் காலில் நடந்துவந்து மெதுவாக அவள் பக்கத்தில் உட்கார்ந்தார். அவள் கையைப் பற்றினார். அவள் திமிறினாள்.

"விலை போகாத பெண்ணே! என் வாசனைத் திரவியமே! உன் கண்களை என்மேல் திருப்பு. சூடாய் இருக்கும் தண்ணீர் ஆறித்தானே ஆகவேண்டும். ஒருநாள் இந்தப் பாம்பை நான் கொன்றுவிடுவேன். கொஞ்சம் பொறுமையாக இரு" என்றார் ம்வாங்கி, மன்றாடும் குரலில்.

"என் மகன் தங்கவேண்டும் என்று விரும்புகிறேன். அவன் இரவு படுக்கப்போகும்போது நான் பார்க்கிறேன். அடுத்தநாள் காலை அவன் கண் விழிப்பதை நான் காணவேண்டுமே என என் மனம் பயந்து நடுங்குகிறது. வெள்ளம் கணுக்கால்வரை வந்த தும் வாரி இறைக்க வேண்டாமா? ஒரு பாம்பை அடிக்க இவ்வளவு நாடகமா? உலகத்து உடைமைக்காரரிடம் என் மகனை ஒப்படைத்துவிட்டேன். என் சொற்கள் எல்லாம் தீர்ந்துவிட்டன. கபிஸா. என் வந்தனங்கள்."

அவளுடைய வார்த்தைகள் வேகமாக வந்து விழுந்தன. நீதிபதியின் சுத்தியலைப் போல. ம்வாங்கி அவள் காதுகளை வருடினார். அவள் முனகும் சமயமாகப் பார்த்து பலவந்தமாக இழுத்து அணைத்தார். அவள் தோள்கள் விறைப்புடன் அடி பணிய மறுத்தன. அவள் மேல் உதடு தடிமனாகவும், யாமசோமா இறைச்சி போல சுவையாகவும் இருந்தது.

தலையை ஒரு பக்கம் சாய்த்து அவரைப் பார்த்தாள். மூக்கைச் சுருக்கி பிகு செய்தாள். திரும்பமுடியாத ஒரு எல்லைக்குத் தான் தள்ளப்பட்டதை உணர்ந்தாள். சாப்பாட்டின் கடைசி வாய் போல ம்வாங்கி அவளை ருசித்தார்.

யோசப் சொன்ன யோசனை சிக்கனமானது. இலகுவானது. நாலு 'பிங்பாங்' பந்துகள் வாங்கி முட்டைகளுடன் கலந்து வைத்து விடுவது. பிளாஸ்டிக்கில் செய்த அந்தப் பந்துகள் முட்டை போலவே இருக்கும். பாம்பு பந்தை விழுங்கிவிடும். இது உத்திர வாதமானது; கிராமங்களில் இதுதான் பாம்பு பிடிக்கும் முறை என்றெல்லாம் யோசப் அளந்தான். பாம்பு ஏமாந்துவிடும் என்று அடித்துக் கூறினான்.

அன்று இரவும் ம்வாங்கி மூன்று தடவை எழும்பி பாம்பு வேட்டைக்குப் போய் வந்திருந்தார். அதனால் நேரம் போனது அவருக்குத் தெரியவில்லை. பளபளவென்று விடிந்த பிறகே எழும்பினார். எமிலி மகனையும் தூக்கிக்கொண்டு வேலைக்குப் போயிருந்தாள்.

கூதல் காற்று அடித்தது. ஜகரண்டா மரம் நிலம் தெரியாமல் பூக்களைச் சொரிந்திருந்தது. எங்கும் ஊதா மயம். வழக்கம் போல கோழிப் பண்ணையைச் சுற்றி வந்தார். ஏதோ வித்தியாசமாகத் தெரிந்தது. உள்ளே போய்ப் பார்த்தார். இரண்டு பந்துகள் குறைந்து போய்க் காணப்பட்டன. அவருடைய நெஞ்சு வேகமாக அடிக்கத் தொடங்கியது.

பரபரப்புடன் வெளியே வந்து மண்ணிலே தேடினார். பாம்பின் தடம் என்று தான் ஊகித்த இடமெல்லாம் தொடர்ந்து போய்ப் பார்த்தார். அந்தப் பாம்பு அவ்வளவு சுலபமாக ஏமாந் திருக்கும் என்று அவருக்குத் தோன்றவில்லை.

பீவர் மரத்தைத் தாண்டி யானைப் புற்கள் தொடங்கும் இடத்தில் அதைக் கண்டார். அந்தப் பாம்பு செத்துப் போய்க் கிடந்தது. மிகவும் செத்துப்போனது. கறுப்பாக நீண்டுபோய் மினு மினுத்தது. அதன் மிகச் சிறிய வாய் பிரிந்துபோய்க் கிடந்தது. தலையை நிலத்தில் அடித்து அடித்து ரத்தம் கசிந்திருந்தது. எறும்புகள் மொய்த்திருந்தன. அதனுடைய தொண்டைக்குக் கீழ் இரண்டு பந்துகள் மாட்டிப்போய் பம்மிக்கொண்டு இருப்பது தெரிந்தது.

எவ்வளவு நீளம்! உடம்பில் ஒரு காயமும் இல்லை. தலை மாத்திரம் சிதைந்துபோய் கிடந்தது. வால் கொஞ்சமாக அசைந்து கொடுத்தது.

பாம்பைப் பார்க்க பக்கத்துக் குடிசைகளில் இருந்தெல்லாம் ஆட்கள் வந்துவிட்டார்கள். பாம்பின் வால் அசைந்ததைப் பார்த்து ஆளுக்கொரு போடு போட்டார்கள்.

சிறுவர்கள் பாடு கொண்டாட்டம்தான். ம்வாங்கியை மலரமலரப் பார்த்தார்கள். பிறகு பாடத்தொடங்கினார்கள்.

ம்வாங்கி அனயூவா நியோகா
சீயோ சீயோ முவாகா
ம்வாங்கி பெரிய வீரர்தான்
பாம்பை அடித்த சூரர்தான்

இதற்கிடையில் ஒக்கிலா எங்கிருந்தோ ஓடிவந்து சேர்ந்தான். மரண ஊர்வலங்கள் அவன் இல்லாமல் நடைபெறுவதில்லை. பாம்பைத் தூக்கி மாலையாகக் கழுத்திலே போட்டுக்கொண்டான். அப்படிப் போட்டும் பாம்பினுடைய தலையும் வாலும் நிலத்திலே அரைபட்டது. ஒக்கிலா கைகளை விரித்து முழங்கால்களை மடித்து மரண நடனம் ஆடியபடியே புறப்பட்டான். சிறுவர்கள்

பின்தொடர்ந்தார்கள். பழைய பெட்டிகளிலும் டின்களிலும் மேளம் அடித்தபடியே அந்த ஊர்வலம் குடிசைகளைச் சுற்றிச்சுற்றி வந்தது.

பெரியவர்கள் ம்வாங்கியைப் பாராட்டிவிட்டு சென்றார்கள். சிலர் அவருடைய சாமர்த்தியத்தை அளவுக்கு மீறி மெச்சினார்கள். தன் இயல்புப்படி முட்டை குடிக்கவந்த பாம்பு சூழ்ச்சியில் அகப் பட்டு ஒக்கிலாவின் கழுத்தில் அப்படியும் இப்படியும் அசைந்து நிலத்தில் அசிங்கமாக இழுபட்டுக்கொண்டு போனது.

அந்தப் பாம்பின் நீள உடம்பு திரும்பத்திரும்ப நினைவில் வந்தது. இரு சமமான எதிரிகளுக்கிடையில் நடந்த இந்தத் தர்ம யுத்தத்தில் கபடமும் நயவஞ்சகமும் எப்படியோ புகுந்துவிட்டது. இந்த வெற்றியில் என்ன பெருமிதம்? தோல்வியில் கிடைக்கும் அமைதிகூட இல்லையே என்று பட்டது.

ம்வாங்கி வெளிவாசலில் அப்படியே குந்திப்போய் இருந்தார். வெகுநேரம் இருந்தார். எமிலியும் மகனும் திரும்பியபோதுகூட அப்படியேதான் இருந்தார். எமிலி தன் மகனைத் தொப்பென்று கீழே போட்டுவிட்டு வேகமாக அவரிடம் வந்தாள். சம வயதுடைய இரண்டு பப்பாளி பழங்கள் போல அவள் மார்புகள் குலுங்கின.

அவளுடைய முகத்தை அவரால் நேராகப் பார்க்க முடிய வில்லை. அவசரமாக எழுந்து நின்றார். வலுவானதும் வளைந்து கொடுக்கக் கூடியதுமான பீவர் மரத்துக் கம்பைத் தூக்கித் தூர வீசி எறிந்தார். எறிந்துவிட்டு வீட்டுக்குள் போவதற்குத் தலையைக் குனிந்தார் ம்வாங்கி, சீனியர் சேர்டிபிக்கட் செகண்ட் கிளாஸ்.

◆

ஐந்தாவது கதிரை

ஆந்தை பகலில் வெளியே வந்தால் அதிலே ஒரு விசேஷம் இருக்கும். அப்படித்தான் தங்கராசா இன்று வெளியே புறப்பட்ட தும். பத்மாவதியைச் சமாதானப்படுத்துவதற்கான இன்னொரு முயற்சி. ஒரு சதுரமைல் பரப்பைக்கொண்ட அந்த மா அங் காடியில் கிடைக்காத பொருட்களே இல்லை. விநோதங்களுக்கும் களியாட்டங்களுக்கும் குறைவில்லை. ஒவ்வொரு தடவையும் பத்மாவதியை இங்கே கூட்டிவரும்போது அவள் சிறு பெண்ணாக மாறி பரவசமாகிவிடுவாள்.

எல்லாம் ஒரு கதிரையால் வந்த கஷ்டம்தான். உப்பு பெறாத சமாச்சாரம். இன்றைக்கு இவ்வளவு பெரியதாக வளர்ந்து விட்டது. அவள் பிடித்த பிடிவாதமாக இருக்கிறாள். இதிலே விட்டுக்கொடுத்தால் அவ்வளவுதான். இனி அவரை ஒரு சதக்காசுக்கும் மதிக்க மாட்டாள்.

இந்தக் கதிரை காஷ்மீரத்தில் செய்யப்பட்டு, ஏற்றுமதியாகி கனடாவில் விற்பனையானது. கம்பளத்துக்கு அடுத்தபடி காஷ் மீரில் பேர்போனது இந்த வால்நட் மரம்தான். பதப்படுத்தப்பட்ட மரத்தில் செய்த இந்தக் கதிரை சாதாரணமானதில்லை. ஒரு ராஜ பரம்பரையை உத்தேசித்தும், அசௌகரியத்தை மனதில் கொண்டும் படைக்கப்பட்டது. நுணுக்கமான மரவேலைப்பாடுகள் கைப்பிடிகளிலும் கால்களிலும் முதுகு தாங்கியிலும் காணப் பட்டன. இளநீல வர்ண வெல்வெட்டில் மெத்தைகள் அலங் கரித்தன. ஏறியிருந்தால் கால்கள் கீழே தொங்கும். அந்தக் கதிரைதான் வாங்க வேண்டுமென்று அடம் பிடித்தாள் இந்தப் பத்மாவதி.

அவர்கள் வீட்டிலே நாலு கதிரைகள்தான் இருந்தன. மெத்தை வைத்து, மண்புழு கலரில் ஊத்தை தெரியாமல் இருப் பதற்கும், நீண்டகால பாவனைக்குமாக வாங்கப்பட்டவை. ஒன்று இணை சோபா, மற்றவை துணைசோபாக்கள். இவர்கள்

மனக்கணக்கு தாண்டி ஓர் உபரி விருந்தாளி வந்துவிட்டால், அவர் இருப்பதற்கு சமையல் கட்டிலிருந்து கதிரை எடுத்து வரவேண்டும்; அவமானம். அதுதான் அவள் இந்தக் கதிரையில் மிகவும் ஆர்வமாய் இருந்தாள். அதனுடைய விலைகூட அவளுடைய ஒரு வாரச் சம்பளத்திலும் குறைவுதான் என்று குத்திக்காட்டினாள்.

தங்கராசாவும் பிடிவாதமாக இருந்தார். சண்டை என்று வந்தால் இறுதியில் சரணடையும் பெருமை அவருக்குத்தான். ஆனால், இம்முறை அவர் விட்டுக்கொடுப்பதாய் இல்லை. தன் கைவசமிருந்த யுக்திகள் சகலத்தையும் கையாண்டு தன் அதிகாரத்தை நிலைநாட்டவே தீர்மானித்திருந்தார்.

ஆனால், பத்மாவதி இவரைவிட பெரிய சூழ்ச்சிக்காரியாக இருந்தாள். அவள் தன்னிடமிருந்த மிகச் சிறந்த படைக்கலத்தைப் பிரயோகிப்பதற்குத் தருணம் பார்த்திருந்தாள். அதைச் செய்தால் அவர் நிர்மூலமாகிவிடுவார் என்பது அவளுக்குத் தெரியும். அவள் துணிச்சல்காரி. செய்தாலும் செய்வாள்.

அவளுக்கு அப்போது பதினாலு வயது இருக்கும். பள்ளிக் கூடத்துக்கு வெள்ளைச் சீருடையில் போய்விட்டுத் திரும்பிக் கொண்டிருந்தாள். அவளோடு பல மாணவிகள் வந்துகொண்டிருந்தார்கள். எல்லோரும் ஒரே சைஸ் பெண்கள். அப்போது ஒரு வண்டிக்காரன் வண்டியில் சிமென்ட் மூட்டை ஏற்றிவிட்டு ஓர் ஒடிசலான மாட்டைபோட்டு அடித்துக்கொண்டிருந்தான். அது கால்களைப் பரப்பிவைத்து மூச்சிரைக்க நுரை தள்ளி நின்றது.

பேசிக்கொண்டுபோனவள் திடீரென்று திரும்பி வண்டிக் காரனிடம் வந்து அவன் திகைத்தபடி பார்க்க அவனுடைய துவரங்கம்பைப் பிடுங்கினாள். நடுவீதியில் முறித்து எறிந்தாள். பிறகு வந்தமாதிரியே போய் சிநேகிதிகளுடன் கலந்துகொண்டாள். இவ்வளவும் செய்ய சரியாக அவளுக்கு இருபது விநாடிகள் எடுத்துக்கொண்டன. சிநேகிதிகளுடன் சேர்ந்தபிறகு அவள் ஒரு தரம்தானும் வண்டிக்காரனைத் திரும்பிப் பார்க்கவில்லை.

இது அவள் சுபாவம். தங்கராசா இவளிடம் மனதைப் பறிகொடுத்ததற்கும் இந்தத் துணிச்சல்தான் காரணம். அகதியாக கனடாவில் வந்து இறங்கிய பிறகு அவர் செய்த முதல் வேலை முகவர் மூலம் அவளையும் எடுப்பித்ததுதான்.

அவர்கள் கல்யாணம் கோயிலில் கோலாகலமாக நடந்தது. பிளாஸ்டிக் வாழைமரம், அசல் அம்மிக்கல், இருந்து வாசிக்கும் நாயனக்காரர், நின்று வாசிக்கும் நாயனக்காரர் (இவருக்கு

சார்ஜ்கூட), யாளி வைத்த மணவறை, வானத்தில் பறந்து வந்த வாழையிலை, ஆழ்குளிரில் இருந்து எழுப்பிய மாவிலைகள், பால் ரொட்டி, பயத்தம் பணியாரம் போன்ற அபூர்வமான பல காரங்கள் எல்லாம் தவறாமல் பங்கேற்றன. வீடியோ புகழ் ஜகன்னாத குருக்கள் கல்யாணத்தைச் சிறப்பாக நடத்திவைத்தார்.

சேலை கட்டுவதில் அவள் தேர்ச்சி பெற்றவள் அல்ல. சிரத்தையில்லாமல் உடுத்திக் கவனமின்றித் தாவணியை விசிறி யிருப்பாள். இந்தச் சேலையில் சிலபேருக்கு உடல் அழகு பிரமாத மாக வெளிப்படும். இன்னும் சிலருக்கு அழகு அமுங்கி வெகு சாதாரணமாகிவிடும். இவள் இரண்டாவது வகை. மிகச் சாதாரண மான உடல்வாகுபோன்ற தோற்றம். தவிட்டு நிறமாக இருந்தாள்.

கண்கள் ஏமாற்றும் என்பதை முதன்முதலில் தங்கராசா அனுபவித்தது அப்போதுதான். நாணம், பயம் என்பது அவளுக்குத் துளியும் கிடையாது. போலியில்லாமல் மிக இயல்பாக இருந்தாள். இதுதான் அவருக்குப் பிடித்தது. பிடிக்காததும் இதுதான்.

அன்று இரவு தங்கராசாவுக்குப் பல ஆச்சரியங்கள் காத் திருந்தன. அவள் புஜங்கள் ஒரு மல்யுத்த வீராங்கனையுடையது போல இறுக்கமாகவும், மினுமினுப்பாகவும் இருந்தன. திடீரென்று தோன்றிய மார்புகள் மிக உருண்டையாகவும், முதலையின் அடிப் பாகம்போல வெண்மையாகவும் காணப்பட்டன. ஒரு மரம் ஏறியின் வயிறுபோல அவள் வயிறு ஒட்டியிருந்தது. பெண் மையைப் பற்றி அவர் இரவிரவாகச் சிந்தித்து வைத்திருந்த சித்திரம் எல்லாம் உடைந்துவிட்டது. அது அவருக்கு மிகவும் உவகை தருவதாக இருந்தது.

அவள் முயங்கும்போது முழுமூச்சோடு முயங்குவாள். தன்னை மறந்த நிலை. உலகை மறந்த சுகம். கைகளும் கால்களும் மாறுபட்டு யாருடைய கால்கள், யாருடைய கைகள் என்று தெரியாத குழப்பமான நிலை. கண்களை மூடி அனுபவிப்பாள்.

அந்த நேரங்களில் எல்லாம் இவருக்குத் தோன்றும் இந்த மனித உடம்பு பிணையலுக்கு ஏற்றது இல்லையென்று. இந்தக் கையும் காலும் வேண்டாத இடங்களில் வந்து இடைஞ்சல் கொடுத்தபடியே இருக்கும். பாம்பின் உடம்பு ஒன்றுதான்கூடலை மனதில் வைத்துப் படைத்த ஒரே உடம்பு. சுருண்டு, பிணைந்து, நெளிந்து தேக சம்பந்தம்கொள்ள இந்த அற்ப மானுட உடல் சாத்தியமற்றது என்று ஆதங்கப்படுவார்.

அநேக நாட்களில் இந்த வேகத்தில் ஒரு விபரீதம் நடந்துவிடும். அவளுடைய கால் சங்கிலிகள் இரண்டும் ஒன்றுடன் ஒன்று மாட்டிக்கொள்ளும். பாதி இரவில் இது அடிக்கடி நடந்து விடுவது அவருக்கு வேடிக்கையாக இருக்கும். ஆனந்தமாகவும் இருக்கும். அவள் பரிதாபமாக 'ஐயோ, கொழுவிப் போச்சு! இதைக் கழட்டி விடுங்கோ' என்று மன்றாடுவாள். இவர் அந்தத் தவிப்பைக் கொஞ்சம் நீடிக்கவிட்டு ரசிப்பார். ஓரங்களில் வெளிறிப்போய் இருக்கும் அந்தப் பாதங்களைத் தடவியபடியே கால் சங்கிலிகளைக் கழற்றுவார். வெகுநேரம் கழற்றுவார்.

இதெல்லாம் ஆரம்ப காலங்களில். பிறகு பிறகு புத்தி வந்து இரவு வேலைகளை முடித்துவிட்டு சயனத்திற்கு வரும்போது கால் சங்கிலியைக் கழற்றி வைத்துவிடுவாள். அதற்குப் பிறகு அதுவே ஒரு சைகை ஆயிற்று. சில நாட்களில் அவளே கொலுசைக் கழற்றி வைத்துவிட்டு சிரித்துக்கொண்டு வருவாள். அவருக்குப் புரிந்து விடும். தயாராக இருப்பார். இன்னும் சில நாட்களில் கொலுசைக் கழற்றாமல் 'சிலுங் சிலுங்' என்று நடந்து வந்து படுக்கையில் தொப்பென்று விழுந்துவிடுவாள். அன்று விடுமுறை.

மகள் பிறந்த பிறகும் இது தொடர்ந்தது. அதுவே ஒரு சங்கேத வார்த்தையாக உருவெடுத்தது.

அதுவும் பழைய கதை. இப்ப அவள் கால் கொலுசைக் கழற்றுவதே இல்லை. அவள் மனதில் என்ன நடக்கிறது என்று யாருக்குத் தெரியும். வெங்காயம் வெட்டுவதுபோல முகத்தை மறுபக்கம் திருப்பி வைத்துக்கொண்டுதான் பேசினாள். அவரை இப்பொழுதெல்லாம் அவள் அண்டுவதற்கே கூசுவதுபோலப் பட்டது.

இங்கு வந்த பிறகு அவள் குதிக்கால் வெடிப்பில் ஒட்டி யிருந்த செம்பாட்டு மண் முற்றிலும் மறைவதற்குச் சரியாக ஆறுமாதம் எடுத்தது. ஆனால், அவள் அடியோடு மாறுவதற்கு ஆறுவாரம்கூட எடுக்கவில்லை. கனடா அவளுக்குச் சொர்க்க லோகமாகப்பட்டது. மற்றவர்களைப்போல அல்லாமல் குளிரை அலட்சியப்படுத்தினாள். வாழ்நாள் முழுக்க அங்கேயே பிறந்து வளர்ந்ததுபோல ஒருவித தடங்கலும் இன்றி உற்சாகத்தோடு அந்த நீரோட்டத்தில் கலந்து ஐக்கியமானாள்.

தங்கராசா இன்னமும் பழக்க தோஷத்தில் உலர் சலவை சேட்டை உதறிப்போட்டும், காலணிகளை அதிகாலை வேளை களில் கவிழ்த்துப் பார்த்தும் போட்டுக்கொண்டு இருக்கையில் பத்மாவதி லீவாய் ஜீன்ஸும், வாசகம் எழுதிய ரீ சேர்ட்டும்

அணிந்து, சீராக வெட்டிய குட்டை மயிர் காதைத் தொட, தானாகவே சுவாசிக்கும் நைக்கி காலணியில் சுப்பர் மார்க்கட்டில் சாமான் வாங்கிவிட்டு கடன் அட்டையில் கணக்கு தீர்த்துக் கொண்டிருந்தாள்.

கனடா வந்து ஒரு வருட பயிற்சிக்குப் பிறகு இவருக்கு கம்ப்யூட்டர் நிரல் எழுதும் வேலை கிடைத்தது. இவர் திறமையான வேலைக்காரர். இவர் நிரல்களைப் பூச்சி அரிப்பதில்லை. ஒருக்கால் எழுதினால் எழுதினதுதான். அதைச் சரி பார்க்கவேண்டிய அவசியமேயிராது. ஆனாலும் இவர் மேசைக்கு வரும் கோப்புகள் நத்தை வேகத்தில்தான் நகர்ந்தன. அதனால் ஒருநாள் வேலை போய்விட்டது.

வேலை போனபின் வீட்டிலேயே சுவாசித்துக்கொண்டு இருந்தார். அதுவரையில் சாதாரண தவறுகளையே செய்து பழகி யிருந்தவர் பத்மாவதி தந்த துணிச்சலில் ஒரு மாபெரும் தவறைச் செய்ய நேரிட்டது. ஒரு தொழிற்சாலையில் வேலை ஒன்று காலி யாகவிருந்தது. அவளை அதில் சேர அனுமதித்தார். அப்பொழுது அவர் கையை விட்டுப்போன ஆட்சியை அவர் இன்னமும் திருப்பிக் கைப்பற்றவில்லை. அவருக்கு வேலை கிடைத்தபிறகும் அது அவளிடமே தங்கிவிட்டது.

பத்மாவதி வேலை செய்யும் இடத்தில் பல தென் அமெரிக்க பெண்கள் வேலை பார்த்தார்கள். அவர்கள் எல்லோரும் இவளுடன் நல்ல சிநேகம். இவளுடைய உடை, கலர், தோற்றம், தலைமயிர் இவற்றைப் பார்த்தவர்கள் இவளைக் கொலம்பியன் என்றோ, கொஸ்டாரிக்கன் என்றோதான் நினைத்தார்கள். அவர் களைப்போல உடுக்கவும் நிற்கவும் நடக்கவும் பல் குத்தவும் பழகிக்கொண்டாள். பஸ் தரிப்பு நிலையங்களில் யாராவது அவளிடம் ஸ்பானிஷ் பாஷையில் பேசிவிட்டால் பரவசமாகி விடுவாள்.

பதினாலு வயதில் அவளுக்கு மகள் இருப்பதைச் சொன் னால் யாரும் நம்ப மறுக்கிறார்கள். ஒருநாள் 'பாலே' வகுப்பில் சந்தித்த ஓர் அம்மா 'இது உங்கடை தங்கச்சியா?' என்று கேட்டு விட்டாள். பத்மாவதி அன்று முழுக்க மிதந்தபடியே இருந்தாள். கணவரிடம் இதைத் திருப்பித் திருப்பிச் சொன்னபோது அவருடைய பயம் இன்னும் அதிகரித்தது.

சங்கேத பாஷை நாட்களில் அவர்களுக்கிடையே எவ்வளவு புரிதல் இருந்தது. 'பத்மாவதி' என்று முழுப்பெயரும் கூறி அழைத் தால் அவர் கோபமாக இருக்கிறார் என்று அர்த்தமாகும்.

பிரியமாக இருக்கும்போது 'பத்து' என்று அழைப்பார். பிறர் முன்னிலையில் 'பத்மா' என்றே கூப்பிட்டு பழக்கம். ஆனால், படுக்கை அறையில் மாத்திரம் விஷயம் வேறு. 'பத்தூஉ', 'பத்தூஉ' என்று அளபெடைத்தொடரில் அழகு குறையாமல் அழைப்பார்.

அதெல்லாம் மறந்து இப்போது பல வருடங்கள் ஆகி விட்டன.

கடைசியில் இந்தக் கதிரைப் போராட்டத்தில் வந்து நின்றது. இதில் அவர் வெகுதீவிரமாக இருந்தார். அவர் அறியாமல் அவள் கதிரை வாங்கினால் அதைத் துண்டுதுண்டாக உடைத்துவிடுவ தாக சபதம் எடுத்திருந்தார். இது இறுதிப் போராட்டம். இதில் தோற்றால் அவள் அவரைச் சுத்தமாக மட்டம்தட்டி வீட்டின் நிலவறையில் பழைய தளபாடங்களுடன் போட்டுவிடுவாள் என்பது அவருக்கு நிச்சயமாயிருந்தது.

மகளும் இவளுடன் கூட்டுச் சேர்ந்துகொண்டாள். வாய்க்கு ருசியான உணவு சாப்பிட்டு வருடக்கணக்காகிறது. தோசை, இட்லி, வடை, அப்பம் போன்ற சமாச்சாரங்களுக்கு ஒரேயடியாக விடுதலை கொடுத்துவிட்டாள். பேர்கர் என்ற பேயும், பிஸா என்ற பிசாசும் வீட்டிலே தலை விரித்து ஆடின. தினம் இந்தச் சாப்பாடு சிவப்பு பூப்போட்ட பிளாஸ்டிக் மேசை விரிப்பில் பரப்பப்பட்டு, பழைய புதினப் பேப்பரால் மூடப்பட்டு கிடக்கும். அதன் மணம் வயிற்றைக் குமட்டும். ஒருநாள் இட்லி வேண்டுமென்று கேட்டதற்கு அவள் இப்படி வெடித்தாள் :

"புளித்த மாவில் அவித்த இட்லி சாப்பிட்டு, புளித்த மாவில் சுட்ட தோசை சாப்பிட்டு, புளித்த மாவில் சுட்ட வடை சாப்பிட்டு, புளித்த மாவில் செய்த அப்பம் சாப்பிட்டு பழகிய உங்களுக்குப் புளித்துப்போன சிந்தனைதான் இருக்கும். நான் சும்மாவா இருக் கிறன். நாலு மணிக்கு எழும்புறன். சமைச்சுப் போடுறன். வீட்டைப் பார்க்கிறன். உங்களைப்போல சமமாய் வேலைக்குப் போய் உழைச்சுக்கொண்டு வாறன். ஒரு குமரைக் கட்டி வளர்க்கிறன். நீங்கள் பியர் குடித்துவிட்டு கால் விரியக் கிடக்கிறியள். ஆறு மாதமாய் குக்கர் வேலை செய்யவில்லை. நீங்கள் என்றால் போய் ரிமோட் கொன்ரோல் வாங்கிறியள். நான் ஒரு நாளைக்க என்ன செய்வன் என்று எனக்கே தெரியாது."

அவள் அப்படி அரற்றியதற்குக் காரணம் இருந்தது. சமைய லறையில் பத்மாவதியின் சமையலடுப்பில் மூன்று எரிவாய்கள் எரியவில்லை. ஆறுமாதமாக ஒரு எரிவாயை வைத்து சமாளித்து வந்தாள். எவ்வளவு சொல்லியும் அதை மாற்றவேண்டும் என்ற

எண்ணம் தங்கராசாவுக்கு வரவில்லை. அவளுக்கு அதுதான் எரிச்சல் எரிச்சலாக வந்தது.

அந்த எரிச்சலைச் சமாளிப்பதும் அன்றைய சுற்றுலாவின் பிரதான அம்சம். அவள் முன்னால் நடந்துகொண்டிருந்தாள். பின்னுக்கு இருந்து பார்க்கும்போது அசல் அப்படியே ஒரு கொஸ் டாரிக்கன் பெண்போலவே இருக்கிறாள். அவளிடம் எவ்வளவுக் குக் கவர்ச்சி இருந்ததோ அவ்வளவுக்கு இப்போதெல்லாம் கடுமை யும் சேர்ந்து கொண்டது. வீடு அவர்கள் பெயரில் இருக்கிறது. வீட்டுக் கடனை இவர் அடைத்து வருகிறார். இந்தத் தேசத்து சட்டங்கள் மனைவிகளுக்கு அனுகூலம். இவளிடம் எச்சரிக்கை யாக இருக்கவேண்டும் என்று மனது கட்டளையிட்டது.

எதிர்வருவோர் இவளை இரண்டுதரம் பார்த்துவிட்டு நகர்ந் தார்கள். ஜீன்ஸும், முடிச்சுப்போட்ட மேற்சட்டையும் அணிந்திருந் தாள். வார் இழுத்துக்கட்டிய மத்தளம்போல வயிறு ஒடுங்கி இருந் தது. இவரை விட்டுப் போவதற்கு அவசரம் காட்டுவதுபோல அவள் நடந்துகொண்டிருந்தாள். ஒரு சோற்றுப் பிராணிபோல இவர் அவள் பின்னாலே விட்டுவிடுவாளோ என்ற அச்சத்துடன் வயிற்றைத் தூக்கிக்கொண்டு ஓடினார்.

ஒரு சைனாக்காரன் பச்சை குத்திக்கொண்டிருந்தான். வாட்ட சாட்டமான வெள்ளைக்காரன் ஒருத்தனுடைய முறுக் கேறிய புஜத்தில் டிராகன் ஒன்றை வரைந்தான். இந்த அதிசயத் தைக் கண் கொட்டாமல் இருவரும் நின்று பார்த்தார்கள். நீண்ட புடலங்காய்போல வலுவோடு இருக்கும் இவள் புஜங்களை மெள்ள கையினால் வருடி இறுக்கிக்கொண்டார். அது இரவுக் கான சமிக்ஞை என்பது அவளுக்குத் தெரியும்.

அழகு சாதனக் கடைக்கு அவளைக் கூட்டிப்போனபோது அவள் முகம் பிரகாசமானது. அவள் கேட்ட கண் மை, முகச் சாந்து, நக வர்ணங்கள் எல்லாம் வாங்கிக் கொடுத்தார். உதடு களுக்கு, கடும் ஆராய்ச்சிக்குப் பிறகு அவள் தெரிவு செய்த பள பளக்கும் கபில நிறத்துக்கும் கறுப்புக்கும் இடைப்பட்ட பெயர் தெரியாத ஒரு வர்ணத்தை வாங்கித் தந்தார். உடனேயே அதைப் பூசிக்கொண்டாள். ஒரு சிறு பூச்சில் அவளுடைய உதடுகள் குவிந்து மிகக் கவர்ச்சிகரமாக மாறின.

இந்தச் சந்தோசத்தை அவர் கலையவிட விரும்பவில்லை. உணவகம் ஒன்றைக் கடந்தார்கள். அவளுக்கு 'சன்டே' மிகவும் பிரியமானது. வேண்டுமா என்று கேட்டார். அவள் சிணுக்கமாகித் தலையசைத்தாள். அவ்வளவுதான். இலச்சினை மோதிரம்

கிடைத்த வந்தியத்தேவன்போல ஒருவித உற்சாகத்துடன் புறப் பட்டார். மூன்று குவியல் ஐஸ்கிரீம், உருகிய சொக்லட், பிஸ்கட், பாலாடை, மேலே மகுடமாக சிவந்த செர்ரி பழம் இவற்றுடன் திரும்பினார். ஓர் அரை ஆள் உயரத்துக்கு அது இருந்தது. தன் சொக்லட் நிற உதடுகளை நாக்கினால் தடவியபடி அவள் சாப்பிடத் தொடங்கினாள்.

திரும்பும்போது மெல்லிய குளிர் காற்றின் உராய்வுத் தன்மை அதிகமாயிருந்தது. எதிர்ச்சாரியில் கார்கள் விரைந்தன. சில படகுகளை இழுத்துக்கொண்டும், வீடுகளைத் தொடுத்துக்கொண் டும் ஓடின. இன்னும் சில சைக்கிள்களைத் தாங்கிக்கொண்டு பறந்தன. இனிமையான விடுமுறையின் அதிர்வு எங்கும் சூழ்ந் திருந்தது. தங்கராசா மனதில் எதிர்பார்ப்புகள் அதிகரித்தன.

இவ்வளவு செய்தும் அன்றிரவு அவருக்குப் பெரிய ஏமாற்றமே காத்திருந்தது. வெறும் ஐஸ்கிரீமைக் காட்டி அவளை மயக்கமுடியாது என்று அப்போது கண்டுகொண்டார். ஒரு கிருமி நோய்க்காரர்போல அவரை ஒதுக்கினாள். திமிறியபடி தள்ளித் தள்ளிப் போனாள். சவுக்கால் அடிக்கப்பட்டதுபோல தங்கராசா டிவியின் முன்னால் விழுந்தார். படுக்கை அறைக்கு அன்று அவர் திரும்பவே இல்லை.

அடுத்தநாள் காலை பத்மாவதி பதினாலு காலி பியர் டின்களை வரவேற்பறை முழுக்கவும் தேடித்தேடிப் பொறுக்கி னாள்.

கடந்த இரண்டு வாரமாக அந்த வீட்டில் ஒரு மௌனம் சூழ்ந்து போய் கிடந்தது. ரகஸ்யமானதும், சதித்திட்டம் கொண் டதுமான ஒரு யுத்தம் அங்கே உருவானது. புறங்கை வீச்சில் வீங்கின உதடுகளைச் சாமர்த்தியமாக உதட்டுச் சாயத்தினால் மறைத்திருத்தாள். தங்கராசா தன் வாழ்க்கையில் மறக்கமுடியாத ஒரு பாடத்தை, மற்றவர்களிடம் பகிரமுடியாத ஒரு அவமானத்தை, அவருக்குத் திருப்பித் தருவதற்கு சமயம் பார்த்திருந்தாள்.

நாமகள் மகா வித்தியாலயத்தில் படித்த பெண், ஒரு சொட்டு ஆங்கில வாசனையும் அறியாதவள், சித்திரக்கதை புத்தகத்தைத் தாண்டி வராதவள், back space விசையை ஒடித்துவிட்டு கம்ப் யூட்டர் நிரல் எழுதும் வல்லமை படைத்த தங்கராசாவுக்கு இப்படி ஒரு சவாலாக வந்து வாய்த்திருந்தாள்.

தங்கராசா தான் பேராபத்தில் இருப்பதை உணர்ந்தார். போரின் விளைவுகள் அவருக்குச் சாதகமில்லை என்பதும்

தெரிந்தது. எப்பாடு பட்டும் அவளைக் கனியவைத்து வழிக்குக் கொண்டுவர வேண்டும் என்று நினைத்துக்கொண்டார். அதற்கான முயற்சிகளில் கம்ப்யூட்டர் நிரல் எழுதும் ஒரு தர்க்கத்துடனும் திட்டத்துடனும் அவர் இறங்கினார்.

அன்று இரவு உணவு சாப்பிடும்போது இது தொடங்கியது. காதல் நாட்களில் செய்த சைகைகள், சங்கேத பாஷைகள் எல்லாம் பரிமாறப்பட்டன. மகளுக்குப் புரியாதவாறு ஒரு முழு சம்பாஷணை அந்த உணவு மேசையில் நடந்து ஒப்பேறியது.

அவள் பாத்திரம் அலம்பும்போது இவர் பூனைபோல அடி வைத்துப்போய் பின்னே நின்றுகொண்டார். கைகள் கட்டிப் போட்ட நிலையில் பின்னாலிருந்து அவள் இடையை ஸ்பரிசித் தார். அவள் மறுப்புசொல்ல முடியாமலும் தடுக்க இயலாமலும் நெளிந்தாள். இவருக்கு இருப்புக் கொள்ளவில்லை.

அவள் ஒருவித அவசரமுமில்லாமல் தன் வேலைகளை முடித்தாள். அது வேண்டுமென்றே நேரம் கடத்துவதுபோலத்தான் இருந்தது. ஈரப்பதன் எந்திரத்தை இசையவைத்தாள். பிறகு பூட்டுகள் சரிபார்க்கும் சத்தம். இப்பொழுது படிகள். அலாரம் சிஸ்டத்தில் ரகஸ்ய எண்கள் பதியும் ஒலி. விளக்குகள் அணைந் தன. இதோ வந்துவிட்டாள்.

மெதுவாகக் கதவு திறக்கிறது. இன்றும் கால் கொலுசைக் கழற்றி வைக்கவில்லை. சத்தம் வரக்கூடாதென்று வெகு பிரயத் தனம் நடக்கிறது. கால்களைப் பக்கவாட்டில் நுழைத்து நகர்த்தி நகர்த்தி வருகிறாள். இவர் துடிதுடிப்பானார்.

அவ்வளவு அவசரம் அவருக்கு. அவள் மேலங்கியைப் பிடித்து இழுத்தார். “வேண்டாம், இன்றைக்கு வேண்டாம். நீங்கள் கோவிப்பியள்” என்று அவள் கத்தினாள். அவர் கேட்பதாயில்லை. ஓர் உத்வேகம் வந்துவிட்டது. அவசரத்தில் அவர் இழுத்தபோது பட்டன்கள் தெறித்தன. அப்படியும் அவள் ஒரு பொக்கிஷத்தை காப்பதுபோல சட்டை விளிம்புகளை இழுத்துப்பிடித்தபடி எதிர்ப்புக்காட்டினாள்.

இப்பொழுது அவர் எல்லை கடந்துவிட்டார். ஆவேசம் வந்து வலிந்து இழுத்தார். அது பிரிந்தது. தளும்பல் குறைவில்லாத மார்புகள்.

ஆனால், அவர் கண்ட காட்சி அவரைத் திடுக்கிட வைத்தது.

அவளுடைய இரண்டு மார்புகளிலும் பச்சை குத்தியிருந்தது. அந்த சைனாக்காரனின் டிராகன்கள் வாயை ஆவென்று விரித்துக் கொண்டு உறுமின. ஒரு பென்சில்கூட இடையில் புக முடியாத நெருக்கமான மார்புகள், தன்னுடைய சொந்தப் பாவனைக்காகப் படைக்கப்பட்டவை என்று நினைத்திருந்தவை, யாரோ ஊர் பேர் தெரியாத நடைபாதை சைத்திரீகன் வரைந்த ஓவியங்களின் கனம் தாங்காமல் ஆடின.

இருண்ட வனத்திலே பதுங்கியிருந்த மிருகம் ஒன்று தாக்கியதுபோல உணர்ந்தார். மெல்ல பலமிழந்து சரிந்தார்.

அவள் மறுபடியும் கைகளினால் சட்டையை இழுத்து மூடிக்கொண்டாள். கடைவாயில் ஒரு சிரிப்பு தோன்றி அதே கணத்தில் மறைந்தது. இவர் கவனிக்கவில்லை.

இதுதான் அவர்களுடைய கடைசி சமர். இந்த வெற்றிதான் அவளுடைய கடைசி வெற்றி. இதற்குப் பிறகு அந்த வீட்டில் கதிரை வாங்கும் கதை எழும்பவே இல்லை. அவர்தான் இப்ப ஐந்தாவது கதிரை.

◆

தில்லை அம்பலப் பிள்ளையார் கோயில்

எங்கள் வேலைக்காரச் சிறுமி ஓடிவிட்டாள்.

நான் சிறுவனாயிருந்தபோது நடந்த மறக்க முடியாத சம்பவங்களில் இதுவும் ஒன்று. இப்படி அவள் அடிக்கடி ஓடி னாள். அவளுக்கு அது பழகிவிட்டது. எங்களுக்கும் பழகிக் கொண்டே வந்தது.

எங்கள் தகப்பனார் எங்களிலும் பார்க்க ஏழ்மையான ஒரு கிராமத்துக்குப் போய், எங்களிலும் பார்க்க ஏழ்மையான ஒரு வீட்டில் அவளைப் பிடித்து வந்திருந்தார். இங்கிலீஸ்காரன் எங்களை ஆண்டுகொண்டிருந்த அந்தக் காலத்திலேயே அவளுக்கு விலையாக ஆறாம் ஜோர்ஜ் மன்னர் படம் போட்ட ரூபாத் தாள்களில் அறுபது எண்ணிக் கொடுத்திருந்தார். மாதம் இரண்டு ரூபா வீதம் சம்பளம் பிடிப்பதாக ஏற்பாடு. இவள் மூன்றாவது தடவையாக இப்படி ஓடியபோது அந்தக் காசு அரைவாசிகூடக் கழிந்திருக்கவில்லை.

ஐயா வழக்கம்போல தனது படைகளை ஏவிவிட்டார். சின்ன மாமா பெரிய கடைப்பக்கம் புறப்பட்டார். அவரிடம் ஒரு மோட்டார் சைக்கிள் இருந்தது. இடிமுழக்கத் துண்டுகளைக் கட்டியிழுப்பதுபோலச் சத்தம் போட்டுக்கொண்டே வருவார். இப்படியான ஒரு காரியத்துக்காகவே காத்திருந்தவர்போல அதில் கம்பீரமாக ஏறி, தேவைக்கு அதிகமான வேகத்தில் வெளிக்கிட்டார். இன்னும் மற்றவர்கள் அவரவர் தகுதிக்கும் ஆற்றலுக்கும் ஏற்றவகையில் திசைமானியில் இருக்கும் அத்தனை திசைகளிலும் கிளம்பினார்கள். சீதையைத் தேடி வானர சேனை புறப்பட்டது மாதிரி இருந்தது.

அம்மாவின் கையிலே பிறந்து மூன்று மாதமேயான குழந்தை ஒரு ராட்சதத்தனமான கறுத்த புழுபோல நெளிந்துகொண்டி ருந்தது. பேர் என்னவோ தில்லை நாயகி என்று வைத்திருந்தார்கள்.

அதற்குக் காரணம் இருந்தது. தில்லை அம்பலப் பிள்ளையாருக்கு நேர்ந்து பிறந்த பிள்ளை. பிரசவம் சுகமாயிருந்தால் வெள்ளியில் தொட்டிலும் பிள்ளையும் செய்து தருவதாகப் பிரார்த்தனை. அந்த நேர்த்திக் கடனைத்தான் இன்னும் இரண்டு நாளில் சென்று நாங்கள் நிறைவேற்றுவதாக இருந்தோம்.

அதற்கு, பதின்மூன்று வயதுகூட தாண்டாத இந்த வேலைக் காரியால் ஆபத்து வந்திருந்தது. அவளைச் சுற்றித்தான் எங்களு டைய வீடு சுழன்றுகொண்டிருந்தது. அம்மாவின் வேலைகள், ஐயாவின் ஆணைகள், சின்ன மாமியின் மேற்பார்வைகள், என்னுடைய ஆக்கினைகள் என்று பலதை அவள் சமாளித்தாள். அபார ஞாபக சக்தி அவளுக்கு. எது தொலைந்தாலும் அவள்தான் எடுத்துத் தந்தாள்; எடுத்ததைத் தொலையாமல் பாதுகாத்தாள். வீட்டைப் பெருக்கினாள்; தண்ணீர் இறைத்தாள்; உணவு சமைத்து, துணிதுவைத்து, பாத்திரம் கழுவினாள். இன்னும் நேரம் எஞ்சி யிருந்தால் அடுப்படியில், நெருப்புத் தணல் அணைந்துபோன விறகு அடுப்புக்குப் பக்கத்தில், படுத்துக்கொண்டாள்.

எனக்குப் பெரிய சங்கடம் இருந்தது. இவளை எப்படியாவது பிடித்து வராவிட்டால் எங்கள் கோயில் பயணம் தள்ளி வைக்கப் பட்டுவிடும். இந்தச் செய்தியை ஐயா ஏற்கனவே அறிவித்திருந்தார். இது எனக்குப் பெரிய அசௌகரியத்தை பள்ளிக்கூடத்தில் ஏற்படுத்தும்.

என்னுடைய தம்பி கவலைகளுக்கு அப்பாற்பட்டவன். இரண்டு மார்பிள்களை வைத்து விளையாடிக்கொண்டிருந்தான். அதில் ஒரு மார்பிள் அபூர்வமாக இருந்தது. ஆகாய நீலத்தில், வெள்ளைப் பூ வைத்து. அவற்றை உருட்டியும், எறிந்து பிடித்தும் விளையாடினான். அந்த மார்பிள்களை நான் அபகரிப்பதற்குப் பலமுறை முயன்று தோல்வியுற்றிருந்தேன். எனக்கு எரிச்சலாக வந்தது.

"அண்ணா வா, மார்பிள் விளையாடுவோம்" என்றான். இவனுக்கு அது விளையாட வராது. ஆனாலும் ஆசைப்படுவதை நிறுத்த மாட்டான்.

"நீ சின்னவன். உனக்கு மார்பிள் ஏன்? அண்ணாவுக்குத் தா, நல்ல பிள்ளை" என்றேன்.

அவன் காதுகளைப் பொத்தியபடி, "ஐயோ அண்ணா! அதை மட்டும் கேட்காதே, அதை மட்டும் கேட்காதே" என்று கெஞ்சினான். பரோபகார சிந்தை அந்தச் சமயம் என்னிடம்

வழிந்து ஓடியபடியால் நான் அவனைப் போகட்டும் என்று விட்டு விட்டேன்.

அம்மா காலை மடித்து, தலையிலே கை வைத்தபடி உட் கார்ந்திருந்தாள். பக்கத்திலே ஒரு தடுக்கில் கறுப்புப் புழு கிடந்தது. அதற்கு அருகில் போனால் வேப்பெண்ணெய் மணம் வரும். அம்மாவின் சமீபமாகப் போக இது நல்ல சமயம் அல்ல என்று எனக்குத் தோன்றியது. என் கவலை முழுக்க பொன்னியில் இருந் தது. ஒருவரும் அறியாமல் தில்லை அம்பலப் பிள்ளையாருக்கு அவள் விரைவில் பிடிபடவேண்டும் என்று என் கணக்கில் ஒரு நேர்த்திக்கடன் வைத்தேன்.

என் பிரார்த்தனைகள் தவறாமல் பலித்த காலம் அது. அன்றிரவே பொன்னியைப் பிடித்துவிட்டார்கள். சின்ன மாமா தான் இதைச் சாதித்தார். பெரியகடைத் தெருக்களில் அலைந்து கொண்டிருந்தாளாம். கையிலே காசு இல்லாமல் அவள் அவ்வளவு தூரத்தையும் எப்படி நடந்து கடந்தாள் என்பதை வியந்து வியந்து பேசினார்கள்.

அம்மாவுக்கு உள்ளூர சரியான சந்தோசம். ஆனால், அதை வெளியே காட்டவில்லை. பொன்னியைத் திட்டியபடியே இருந் தாள். அவள் ஒருவார்த்தை பேசவில்லை. சூடாக்கிய உலோகம் போல அவள் தேகத்திலிருந்து ஒரு விதமான நெடி வந்துகொண்டி ருந்தது. தலைமயிர் அவிழ்ந்து குலைய, முழங்கால்கள் கண்களை மறைக்க, கைகளைக் கட்டி குறுகிப்போய் உட்கார்ந்திருந்தாள். அவளிடம் உயிர் இருப்பது இருபது விநாடிக்கு ஒருமுறை வந்த கேவலில் மட்டும் தெரிந்தது.

எப்படி ஓடினாள் 'யார் சொல்லிப்போனாள்' எவர் ஆசை காட்டியது என்றெல்லாம் துருவினார்கள். அவள் வாய் திறக்க வில்லை.

"பசிக்குதா சாப்பிடுவியா?" என்று அம்மா கேட்டதற்கு மட்டும் தலையை ஆட்டினாள். அம்மா போட்டுக் கொடுக்கச் சாப்பிட்டாள். ஒரு பெரிய வெண்கல கும்பா நிறைய சோறும் கறியும் போட்டுப் பிசைந்து பிசைந்து உண்டாள். அவ்வளவு உணவையும் ஒரே அமர்வில், ஒரே தரத்தில் ஒருவர் சாப்பிட்டதைத் தன் சீவியத்தில் தான் பார்க்கவில்லை என்று அம்மா வாய்விட்டுச் சொன்னாள். நானும் அப்படித்தான் நினைத்தேன்.

ஐயா சாப்பிட்டபின் சுருட்டு புகைத்தபடி சின்ன மாமா விடம் பேசினார். அடுத்து வரும் திங்கட்கிழமை தில்லை அம்பலப்

பிள்ளையார் கோயிலுக்குப் போவதாக முடிவு செய்யப்பட்டது. சின்னத்தம்பியின் காருக்குச் சொல்லும்படியும் ஐயா நினைவூட்டினார். திங்கட்கிழமை பள்ளிக்கு மட்டம் போடலாம் என்பதில் எனக்கு இரட்டிப்பு மகிழ்ச்சி. அதற்குப்பின் வந்த பல இரவுகள் எனக்குத் தூக்கமின்றிக் கழிந்தன.

எல்லோரும் இவ்வளவு சீக்கிரம் எழுந்துவிடுவார்கள் என்று எனக்குத் தெரியாது. நான் விழித்தபோது நடுச்சாமம்போல இருந்தது. தம்பியைப் பார்த்தால் அவன் எனக்கு முன்பாகவே எழுந்து, குளித்து வெளிக்கிட்டுத் தயாராக இருந்தான். இவனை விடக் கூடாது என்று பட்டது.

மெதுவாக அவனுடைய பழைய சட்டையில் தேடிப் பார்த்தேன். மார்பிள்களை ஞாபகமாக எடுத்துவிட்டான். அவனுடைய புதுச் சட்டையில் அவை கர்ண கடூரமாகக் கிலுங்கி ஒலி செய்து கொண்டு இருந்தன.

அன்பொழுக 'தம்பீ!' என்று கூப்பிட்டேன். நான் கேட்கப் போவதை எப்படியோ முன்கூட்டியே உணர்ந்து, "ஐயோ அண்ணா!" என்று அவன் காதுகளைப் பொத்தினான்.

அம்மாவிடம் ஒரு பிரயோசனமும் இல்லை. அங்கே கறுப்புப் புழுவுக்குப் பாலாபிஷேகம் நடந்துகொண்டிருந்தது. என்னைக் கண்டதும், "பழிகாரா, இன்னும் நீ உடுக்கவில்லையா? கார் வரப்போகுது. ஓடு, ஓடு" என்றாள்.

பொன்னியைச் சுற்றிப் பல பாத்திரங்களும் சாமான்களும் இருந்தன. வெண்கல அண்டா, சருவச்சட்டி, புதுப்பானை, அரிசி, சர்க்கரை, பருப்பு என்று. ஓர் உலோபி காசு எண்ணுவதுபோல அவள் அவற்றைத் திருப்பித் திருப்பி எண்ணிக்கொண்டிருந்தாள். அவள்கூட பச்சைத் தாவணியும், வேறு யாருக்கோ அளவெடுத்துத் தைத்ததுபோல கைவேலை செய்யப்பட்ட மேலாடையும் அணிந் திருந்தாள். நாடா வைத்து இடையிலே இறுக்கிக் கட்டிய சீத்தைப் பாவாடை, கஞ்சி போட்டு மொடமொடவென்று, அவள் உதவி இல்லாமல் தனியாக நிற்கும் வல்லமை கொண்டதாகப் பட்டது. கரும்பழுப்பு நிறத்தில் அவள் முகம் இயல்பைவிட ஆழமாக மினு மினுத்தது. என்னைக் கண்டதும் அண்டரண்டப் பட்சி செட்டை விரிப்பதுபோலக் கைகளை அகட்டி வீசி வீசித் துரத்தினாள். அவளுடைய கணக்கைப் பிறகு தீர்க்கலாம் என்று குறித்து வைத்துக்கொண்டேன்.

அந்தக் காலத்தில் எங்கள் ஊரில் வாடகைக்கு இரண்டு கார்கள் கிடைக்கும். சின்னத்தம்பியின் காருக்கு ஐயா சொன்னதில் எனக்குப் பரம சந்தோஷம். அது ஒஸ்டின் செவன் பெட்டி வடிவக் கார். பல மாதங்களாக அதன் மகிமைகளை எங்கள் ஊர் பேசிக்கொண்டிருந்தது. ஆனால், அதைப் பார்க்கும் பாக்கியம் எனக்கு முதன்முதல் அப்போதுதான் கிடைக்கப்போகிறது.

கார் வந்து நிற்கும் சத்தம் கேட்டு படலைக்கு ஓடினேன். எனக்கு முன்பாகவே அங்கே காரைச் சுற்றிக் கூட்டம் சேர்ந்து விட்டது. சின்னத்தம்பி மிகுந்த மதிப்புக் கொடுக்கக்கூடிய ஒரு விளிம்புவைத்த தொப்பியை அணிந்திருந்தார். என்னுடைய எதிர் பார்ப்புக்கு ஒத்துவராததாக ஒரு வேடிக்கைத் தன்மையுடன் அது இருந்தாலும், ஒரு ஒஸ்டின் செவன் பெட்டி வடிவக் கார் சாரதிக்கு அது பொருத்தமானதாகவே காணப்பட்டது. கழுத்திலே தலை இருக்கும்வரை அவர் அதைக் கழற்றுவதில்லை என்று பேசிக் கொண்டார்கள். அவர் குளிக்கும்போதும், சயனிக்கும்போதும் என்ன சாகசம் செய்து அதைக் காப்பாற்றுவாரோ தெரியாது. நான் பார்த்தபோது வெளியே நின்று காரிலே சாய்ந்து பீடி பிடித்துக்கொண்டிருந்தார். நான் எப்பொழுதாவது கார் ஓட்டினால் அப்படி ஒரு தொப்பி அணிந்து, சாய்ந்து நின்று பீடி குடிக்க வேண்டும் என்று உடனேயே தீர்மானம் செய்தேன்.

காரைப் பார்த்ததும் எனக்கு மெய்சிலிர்த்தது. கோபத்துடன் உறுமியபடி ஆயத்தமாக எழுந்த ஒரு பெண் சிங்கம்போல அது நின்றது. முன்புறம் நிமிர்ந்து வளைந்த மட்கார்டுகளில் இரண்டு பெரிய லைட்டுகள் ஒளியைப் பாய்ச்சத் தயாராக இருந்தன. கால்வைத்து ஏறுவதற்கு ஏதுவாக இரண்டு கரையிலும் வுட்போர்ட் இருந்தது. சுருட்டி விடும் எஞ்சின் மூடிகள். கவனக் குறைவாகப் படைத்ததுபோல ஹோர்ன் என்னும் ஒலிப்பான் பந்துபோல உருண்டை வடிவில் காருக்கு வெளியே இருந்தது, ஒரு தனி உறுப்பாக. மினுங்கும் கறுப்பு வர்ணத்தைப் புழுதி மூடியதால் வெண்சாம்பல் நிறமாக மாறிய கார், பெற்றோலும் புழுதியும் கலந்த ஓர் அபூர்வ மணம் சூழ நின்றது.

கால் பெருவிரல்களை ஊன்றி உள்ளுக்கு எட்டிப் பார்த் தேன். சாணிக் கலரில் அகலமான இருக்கைகள். மற்றவர்களும் அப்படியே பார்க்க முயற்சித்தபோது அவர்களை விரட்டினேன். கார் பின் கண்ணாடியில் படிந்திருந்த தூசியில் யாரோ 'வதனி' என்று சிறு விரலினால் எழுதியிருந்தார்கள். வதனி என்னுடன் ஒரே வகுப்பில் படிப்பவள். அவளுடனான என் சினேகிதத்தை

மிகவும் ரகஸ்யமாக அதுவரைப் பாதுகாத்து வைத்திருந்தேன். அப்படியும் அது வெளியே தெரிந்துவிட்டது. எழுதியவன் யார் என்பதை அன்று முழுவதும் யோசித்தும் என்னால் கண்டுபிடிக்க முடியவில்லை.

சாரதியைத் தவிர்த்து அந்தக் காரில் ஒன்பது பேர் பிரயாணம் செய்வதாக இருந்தோம். முன்சீட்டில் மூன்று, பின்சீட்டில் ஐந்து, வுட்போர்ட்டில் சின்ன மாமா என்பது கணக்கு. நான் காருக்குள் ஏற வந்தபோது எல்லோரும் ஏற்கனவே இடம் பிடித்துவிட்டார்கள். பேராசைக்காரர்கள். அம்மா, சின்ன மாமி, மணி, பொன்னி, தம்பி.

அந்தக் காருக்கு சன்னல் கண்ணாடிகள் இல்லை; சுருட்டி விடும் கன்வஸ் திரைகள்தான். சன்னல் பக்கத்தில் பொன்னி இருந்தாள். அவளின் மடியில் தம்பி இருந்து குற்ற உணர்வோடு என்னைப் பார்த்தான். இவன் எப்படி என்னுடைய சன்னல் கரையை எடுக்கலாம்? அப்பாவின் காதுக்குக் கேட்காமல் "இறங் கடா" என்றேன். பொன்னி அவனை இறுக்கிப் பிடித்திருந்தாள். அண்ணா என்று விசும்ப ஆரம்பித்தான். "இறங்கடா, படுவா!"

நீண்ட விவாதங்களுக்குப் பிறகு ஓர் ஒப்பந்தம் ஏற்பட்டது. "அண்ணா, போகும்போது நீ இரு; திரும்பி வரும்போது என்னை விடு" என்றான். அப்படியே நான் ஏறிக்கொண்டேன். அப்பாவும் முன்சீட்டில் அமர்ந்தார்.

இதற்காகவே காத்திருந்ததுபோலச் சின்னத்தம்பி பானா வடிவத்துக்குக் கைப்பிடிகள் வைத்ததுபோலக் காணப்பட்ட ஒரு இரும்புத் தண்டை காரின் முன் துளையில் நுழைத்து இரு கைகளா லும் பிடித்துத் தன் பலம் கொண்டமட்டும் சுழற்றினார். கார் இரண்டு பக்கமும் அசைந்து குலுங்கியது. பொன்னி வாயை அகலத் திறந்தாள். தம்பி கிக்கீ என்று சிரித்தான். மூன்றாவது குலுக்கலின்போது கார் தன் இயல்பான ரீங்கார ஒலியை எழுப்பிக்கொண்டு ஸ்டார்ட் ஆகியது. டிரைவர் கம்பியை வைத்துவிட்டு உள்ளே ஏறினார். சின்ன மாமாவும் வுட்போர்ட்டில் தொற்றினார். கார் புறப்பட்டது.

உலகம் எல்லாம் எனக்குப் பக்கத்தால் உருண்டு ஓடுவதை நான் கண்டேன். எனக்கும் பொன்னிக்கும் இடையில் தலையைக் கொடுத்து தம்பியும் எட்டிப்பார்த்தான். ஒப்பந்தத்தை மீறுகிறான். ஒரு குட்டுவைத்தேன். உலகம் நேரானது.

அப்பா முன் சீட்டில் இருந்து சுருட்டைப் பற்ற வைத்தார். வுட்போர்டில் நின்றபடி ஒரு கை உள்ளே பிடிக்க, மறுகை வெளியே தொங்க, சின்ன மாமா சிகை கலைய, அங்கவஸ்திரம் மிதக்க ஒரு தேவதூதன்போலப் பறந்து வந்தார். அந்தத் தருணத்தில் எனக்குச் சின்ன மாமாவிடம் இருந்த மதிப்பு பன்மடங்கு பெருகியது.

காரைக் கண்டதும் கட்டை வண்டிகள் எல்லாம் ஓரத்தில் நின்றன. சைக்கிள்காரர்கள் குதித்து இறங்கி வழி விட்டனர். மூட்டை சுமப்பவர்களும் பாதசாரிகளும் வேலிக்கரைகளில் மரியாதை செய்து ஒதுங்கினார்கள். இன்னும் பலர் வாயை ஆவென்று வைத்துக்கொண்டு, காரின் திசையை அது போய் பல நிமிடங்கள் சென்றபின்னும், பார்த்தபடி நின்றார்கள். டிரைவர் பல சமயங்களில் பாதசாரிகளின் வேகத்தை ஊக்குவிக்கும் முகமாக பந்துபோல உருண்டிருக்கும் ஒலிப்பானை அமுக்கி ஓசை உண்டாக்கினார்.

கோயில் வந்தபோது எனக்குப் பெரிய ஏமாற்றம் காத்திருந் தது. அது ஒரு சிறிய கோயில். ஒரு குருக்களும், ஒரு மாடும், ஒரு சொறி நாயும், இரண்டு பிச்சைக்காரர்களும்தான் அதன் சொந்தக் காரர்கள். பூஜை நேரம் இன்னும் ஆட்கள் வருவார்கள் என்று சொல்லி எங்களை உற்சாகப்படுத்தினார்கள்.

அம்மாவுக்குக் கறுப்புப் புழுவுடன் நேரம்போனது. அதனால் சின்ன மாமியும், பொன்னியும்தான் கோயில் வேலை களைக் கவனித்தார்கள். பொங்கிப் படைத்து, வடை மாலை சாத்த மதியம் ஆகிவிட்டது. பூஜை சமயம் இன்னும் சில கிராமத்து ஆட்கள் வந்து சேர்ந்துகொண்டார்கள். அந்த இடத்துக்கு முற்றிலும் பொருந்தாத வகையில் சரிகை வைத்த மஞ்சள் பட்டுப் பாவாடையும், அரக்குக் கலர் மேற்சட்டையும் அணிந்தபடி ஒரு சிறுமியும் வந்தாள். கொலுசுக் கால்கள் சப்திக்க இங்குமங்கும் ஓடினாள். அவளுடைய அம்மா வைத்த அதே அளவு மல்லிகைப் பந்தை அவளும் தலையிலே சூடியிருந்தாள்.

பெற்றோர் பார்க்காத சமயத்தில் அவள் கோயில் நாயிடம் விளையாட நெருங்கினாள். அது உர்ர் என்று அதிருப்தியாக உறுமியது. சிறிது பின்வாங்குவதும் அணுகுவதுமாக இருந்தாள். அவளுடைய கெண்டைக் கால்களை நாயினுடைய கூரிய பற்கள் சந்திக்கும் தருணத்துக்காக நான் ஆவலுடன் காத்திருந்தேன். அந்தக் குட்டி சந்தோஷமும் அவளுடைய தகப்பன் திடீரென்று நாயை விரட்டியதால் கெட்டுப்போனது. கோயில் தளிகையை

மட்டுமே தின்று வளர்ந்த அது, தன்னுடைய விசுவாசத்தை நிலை நாட்ட சிறிதுகூட பிரயாசை எடுக்காமல் மெதுவாக எழும்பிப் போனது எனக்கு மீளாத ஏமாற்றத்தைக் கொடுத்தது.

ஐயாவும் அம்மாவும் அர்ச்சனை தட்டில் வைத்து, சுத்த வெள்ளியில் ஆசாரியிடம் சொல்லிச் செய்த தொட்டிலையும் பிள்ளையையும் குருக்களிடம் கொடுத்தார்கள். நானும் தம்பியும் முறை வைத்துக்கொண்டு கோயில் மணியை அடித்தோம். பூஜை முடிந்ததும், மண்டபத்திலேயே வாழைஇலை பரப்பி பொங்கல், வடை என்று பரிமாறினார்கள். பொங்கல் விழுந்ததும் வாழை இலையின் நிறம் கறுப்பாக மாறியது. ஓரத்தில் ஆரம்பித்துப் பொங் கலை ஊதி ஊதி திருப்தியாகச் சாப்பிட்டோம். வெயில் ஏறிய வுடன் திரும்பலாம் என்று ஐயா யோசனை கூறினார்.

அம்மா முகத்தில் இப்போதுதான் பல நாட்களுக்குப் பிறகு சந்தோஷம் தெரிந்தது. மடத்தின் குளிர்ச்சியான திண்ணையில் காலை நீட்டி உட்கார்ந்து வெற்றிலை போட்டாள். சின்ன மாமி பக்கத்தில் இருந்தாள். வெற்றிலை போட்ட அம்மாவின் வாய் சிவப்பாக இருந்தது. என்னைப் பார்த்ததும், "என்னடா பழிகாரா, வா" என்று அன்பாகக் கூப்பிட்டாள். ஆமை தலையை நீட்டுவது போல அம்மா ஒருவித தந்திரம் செய்து தன் கழுத்து நீளத்தைக் கூட்டவும் குறைக்கவும் செய்வாள். அன்று நீளமாகிய கழுத்து அலங்காரமாக ஆடியது. அவசரம் காட்டாத புன்னகை ஒன்று அவளிடம் அப்போது தோன்றியது. அது விரிந்து ஒரு முடிவை அடையுமுன் நான் மடத்தைவிட்டு கீழே இறங்கிவிட்டேன்.

ஆலமரத்தின் கீழே சின்ன மாமா ஒரு மூன்று பரிமாண தேசப்படம்போல கால்களை மடித்து, கைகளை விரித்துப் படுத் திருந்தார். அவருக்குப் பக்கத்தில் இருந்து ஐயா சுருட்டுப் பிடித் தார். அவருடைய கண்கள் மேலே போய்ச் செருகியிருந்தன. தேசிக்காய் துவாரங்கள்போல அவர் மூக்கில் பல சிறு துவாரங்கள் தென்பட்டன. ஒரு நாகத்தின் பிளவுபட்ட நாக்குபோல மூக்கி லிருந்து மெல்லிய நீலப்புகை இரு பக்கமும் பிரிந்து வந்துகொண்டி ருந்தது.

முகத்தை அப்பாவித்தனமாக மாற்றிக்கொண்டு பொன்னி யிடம் போனேன். அவள் பாவாடையைத் தொடை மட்டும் இழுத்துச் சுருக்கிக்கொண்டு குந்தியிருந்தாள். அவள் முகம் உப்பி அசைந்தது. தூரத்தில் இருந்து பார்த்தபோது ஒரு ராட்சத தவளை கால்களை அகட்டி வைத்து இளைப்பாறுவதுபோல காணப் பட்டாள். ஆனால், நெருங்கியபோது அவள் வாய்

முணுமுணுப்பது தெரிந்தது. சத்தம் வந்தது. ஆனால், வார்த்தை தெரியவில்லை. இன்னும் உற்றுக் கேட்டால் அது அவள் அடிக்கடி பாடும் அந்தக் காலத்தில் பிரபலமான ஒரு நாடகத்தில் வரும் பாட்டு.

காதுமணி களவெடுத்தேன்.
காதுமணி களவெடுத்தேன்.
கருணை புரியும் எங்கள் மருதடி பிள்ளையாரே,
காதுமணி களவெடுத்தேன்.
முன்னையும் ஒருநாள் மூக்குத்தி எடுத்தேன்,
முத்தாம்பி பெண்டின்ரை மூக்கையும் கடித்தேன்.
காதுமணி களவெடுத்தேன்.

இதையே திருப்பித் திருப்பிப் பாடினாள். அலுக்காமல் வேலை முடியும்வரை பாடினாள்.

குழந்தைகளைக் குளிப்பாட்டுவதுபோல ஒருவித வாஞ்சையுடன் பாத்திரங்களை ஒவ்வொன்றாக அலம்பினாள். அவளுடைய நகங்கள் பிறைச்சந்திர வடிவமாக எதிர்த்திசையில் தேய்ந்துபோய் இருந்தன. என்னைக் கண்டதும் புதிதாக ஒரு கோபம் கிடைத்ததுபோல முகத்தை உம்மென்று நீட்டினாள். முழங்கால் மூட்டில் ஏற்றப்பட்ட பாவாடை நீக்கலுக்குள் நான் பார்த்துவிடாமல் இருக்க தன்னுடைய பின்பக்கம் என்னுடைய முகத்துக்கு நேராக வரும்படி பிரயத்தனமாகத் திருப்பி வைத்தாள்.

"பொன்னி, இனி எப்ப நீ டவுனுக்கு ஓடப்போறாய்?"

அவள் திரும்பினாள். அந்தப் பார்வை சீறி என்னைத் தொடுமுன் நான் எங்கள் இடைவெளியை அகலமாக்கினேன்.

மகரந்தத் தூள்களைக் குவித்ததுபோல மணல் பரவிக் கிடந்தது. கால்களை வைத்தபோது விரல்கள் எல்லாம் புதைந்தன. சூரிய ஒளியில் மினுங்கி மினுங்கி ஒளிவிட்டன. வீரம் மீண்ட சொறிநாய் நீர்ப்பறவை ஒன்றைத் துரத்தியது. அது எம்பி உயர்ந்து வானத்தைத் துடைத்துத் துடைத்துப் பறந்தது. எலும்பிலிருந்து தசைகளைத் தொங்கவிட்ட ஒரு பிச்சைக்காரன் இடது கையைத் தாமரை மலர்போல விரித்து, அதிலே வாழை இலையை வைத்து, தனது மதிய போசனத்தை வலது கையால் தின்றான்.

அந்த அருமையான பகல் பொழுது இப்படி வீணாவதை என்னால் பொறுக்க முடியவில்லை. கோயில் திண்ணையில் தம்பி மார்பிள் உருட்டி விளையாடிக்கொண்டிருந்தான். கிட்டப்போய், கைகளைப் பின்னே கட்டிக்கொண்டு, "வா" என்றேன். ஏதோ

புதையல் எடுக்கக் கூப்பிட்டதுபோல சடாரென்று மார்பிள்களை எடுத்துப் பையிலே வைத்துக்கொண்டு புறப்பட்டான்.

அவன் கண்கள் ஆவலாகப் பரபரத்தன.

"அண்ணா, எங்கை போறம், சொல்லு அண்ணா?"

"அருமையான இடம்."

"ஐயோ! அருமையான இடம்."

கால் சட்டைக்குள் மார்பிள்கள் கிலுங் கிலுங் என்று சத்தம் போட அவசரமாக நடந்து வந்தான். அவன் அணிந்திருந்த நீலவார்ச்சட்டை காற்றிலே பாய்மரம்போல விரிந்தது. சிவப்பான கொழுத்த கன்னங்கள், கறுத்த பெரிய பொட்டு, ஏதோ பெரிதாகச் சாதிக்கப் போவதுபோல விரைந்தான்.

திடீரென்று நான் நின்றேன். அதட்டும் குரலில், "சொல்லுவியா?" என்றேன்.

"மாட்டன்."

"சொல்லுவியா?"

"மாட்டன்."

எதற்கும் பாதுகாப்பாக இருக்கட்டும் என்று அவனுடைய தலையிலே ஒரு குட்டு வைத்தேன். அவன் 'ஆ ஆ' என்று அழத் தொடங்கினான். "சரி, சரி, சனியன், திரும்பிப் போ" என்றேன். "இல்லை அண்ணா, இல்லை" என்று கெஞ்சினான். அவன் குரல் உருக்கமாக இருந்தது.

தலையைக் கீழே போட்டுக்கொண்டு கொஞ்சதூரம் ஆழ மாக யோசித்தபடி நடந்தான். பிறகு. "இஞ்சை பார்" என்று சிரித்தபடி நின்றான். விரித்த அவன் கைகளில் இரண்டு மார்பிள்கள் இருந்தன. அதை என்னிடம் முழுக்கையையும் நீட்டிக் கொடுத்தான். "உண்மையாகவா?" என்றேன்.

"மெய். மெய். உனக்குத்தான், வைத்திரு" என்றான்.

"பிறகு திருப்பிக் கேட்க மாட்டாயே?"

"மாட்டன்" என்று உறுதி கூறினான்.

கர்ணன் போர் உக்கிரத்தில் கவச குண்டலங்களைக் கழற்றித் தானம் செய்ததுபோல இவனும் தந்தான். இன்னும் சரியாக ஒரு நிமிடத்தில் இவன் இறந்துவிடுவான் என்பது தெரியாமல் நான்

அந்த மார்பிள்களை வாங்கி என்னுடைய பக்கட்டில் பத்திரமாக வைத்துக்கொண்டேன்.

குளம் வந்ததும் நான் கால்களை நனைத்தேன். அவன் எட்டியிருந்து பார்க்கலாம் என்று அனுமதித்தேன். அவனும் அப்படியே செய்தான்.

“கிட்ட வராதே.”

“வர மாட்டன்.”

“அண்ணா, நீ நீந்துவியா?” என்றான் திடீரென்று. உலகத்தில் உள்ள சகல கலைகளிலும் நான் தேர்ச்சி பெற்றிருக்கவேண்டும் என்று அவன் நினைத்தான். அந்தக் கேள்விக்கு நான் நேராகப் பதில் சொல்லவில்லை. “இந்தக் குளம் ஆழம் காணாது” என்றேன். “கிட்ட வராதே.”

“கொஞ்சம் காலை வைக்கிறன், அண்ணா!”

அப்படித்தான் அவன் காலை நனைத்தான். சதித்தனமாகக் குளத்தில் இறங்கிவிட்ட பெருமை கண்களில் தெரிந்தது.

“அண்ணா, என்னைப் பார். என்னைப் பார்” என்றான்.

எனக்குக் கோபம் வந்தது. இவன் அளவுக்கு அதிகமாகக் குளத்தை அனுபவிப்பதை நான் விரும்பவில்லை. இவன் செய்வதிலும் பார்க்கக் கூடுதலான ஒரு யுக்தியை நான் செய்துகொண்டே இருக்கவேண்டும்.

“இதோ!” என்றேன்.

அப்போது என் கண்முன்னே கணுக்கால் வெள்ளத்தில் அவன் சரிந்துகொண்டிருந்தான். கனவிலே நடப்பதுபோல ஈர்க்கப்பட்டு அதையே பார்த்தேன். அவன் அப்படித் தத்தளித்தபோது எட்டிக் கைகளைக் கொடுத்திருந்தாலோ, சத்தம் எழுப்பியிருந்தாலோ போதும். நான் செய்யவில்லை. விறைத்துப்போய் ஒரு நிமிடம் வரைக்கும் அசையாமல் அங்கே தோன்றிய நீர்ச்சுழலைப் பார்த்தவாறு நின்றேன். ஒரு மந்திரம்போல அவன் சிரித்தபடி கைகொட்டி எழும்புவான் என்ற நினைப்பு எனக்குள் இருந்தது.

அதற்குப் பிறகுதான் ஓவென்று கத்திக்கொண்டு அம்மாவிடம் ஓடியதாக ஞாபகம். தம்பியை மல்லாக்கத் தூக்கிக்கொண்டு ஐயாவும் அம்மாவும் சின்ன மாமியும் காரிலே ஏறி ஆஸ்பத்திரிக்கு ஓடினார்கள். சின்ன மாமா எங்களை எல்லாம் திரட்டி, சாமான்களை மூட்டைகட்டி தலையிலே சுமத்தி, பஸ்ஸிலே கூட்டிக்கொண்டு ஊர் திரும்பினார்.

நாங்கள் வீடு திரும்பி சில மணி நேரத்திலேயே காரும் வந்துசேர்ந்தது. ஊர்சனம் எல்லாம் எங்கள் வீட்டை எப்படியோ நிறைத்துவிட்டார்கள். முதலில் ஐயா இறங்கினார். பதப்படுத்திய பலா மரத்தில் கடைந்தெடுத்த வீணையைப் பக்குவமாக ஒருவர் தூக்குவதுபோலத் தம்பியைப் பக்கவாட்டில் இரண்டு கைகளிலும் ஏந்தியபடி அவர் நடந்து வந்து நடு அறையில், நடுக் கட்டிலில் கிடத்தினார். திடீரென்று அந்த அறையில் இருந்த காற்றை யாரோ அகற்றிவிட்டார்கள். நான் வெளியே ஓடிவந்து மூச்சுவிட்டேன்.

என்னுடைய ஐயா, அம்மா நல்லவர்கள். கடைசி வரைக்கும் என்ன நடந்ததென்று என்னைக் கேட்டுத் துளைக்கவில்லை. அதனால் அந்த மரணத்துக்கான காரணத்தைச் சொல்லும் வாய்ப்பை நான் இழந்துவிட்டேன்.

தன்பாட்டுக்கு மார்பிள்களுடன் விளையாடிக்கொண்டிருந்த வனை ஆசைக் காட்டிக் குளத்துக்குக் கூட்டிக்கொண்டு போன தையோ, கணுக்கால் அளவு தண்ணீரில் அவன் அமிழ்ந்தபோது கைகளை எட்டி நீட்டாததையோ, வட்டவட்ட குமிழிகள் எழும்பியபோது புதினமாகப் பார்த்தவாறு நின்றதையோ நான் ஒருவருக்கும் கூறவில்லை.

சுருட்டி விடும் கன்வஸ் திரைகள் கொண்ட, ஒஸ்டின் செவன்பெட்டி வடிவக் கார் சன்னல் கரை இருக்கையை, திரும்பி வரும்போது தருவதாக அவனுக்குக் கொடுத்த வாக்கை நான் காப்பாற்ற முடியாததையும் சொல்லவில்லை.

◆

கல்லறை

பிரான்ஸிஸ் தேவசகாயத்துக்கு இரவு மறுபடியும் அந்தக் கனவு வந்தது. அதனாலோ என்னவோ அவர் வெகுநேரம் தூங்கி விட்டார். அன்று எப்படியும் காலை 7.30க்கு கிளம்பிவிட வேண்டும் என்று திட்டம் போட்டிருந்தார். அப்படிப் புறப் பட்டால்தான் பொஸ்டன் நகரத்து வீதிகளின் ஒத்துழைப்போடு 8.00 மணிக்கு அலுவலகத்துக்குப் போய்ச் சேரலாம்; 7.35க்கு புறப்பட்டால் 8.20 மட்டும் இழுத்துவிடும்; 7.40 என்றால் நிச்சயம் 9.00 மணிக்கு மேல்தான் போய்ச் சேரமுடியும்.

நேரத்துக்கு அலுவலகத்துக்குப் போகக்கூடிய சாத்தியக் கூறுகள் அன்று தென்படவில்லை. அவருடைய மகள் மேசையின் முன்னால் உட்கார்ந்து தேநீர் கோப்பையையே வெறித்துப் பார்த்துக்கொண்டிருந்தாள். தேநீர் பையின் இரண்டு காதுகள் வெளியே தொங்கின. தேநீரின் நிறம்போல அவள் முகமும் கோபத் தில் சிவந்து கிடந்தது. ஒரு பதினாலு வயது பள்ளி மாணவிக்கு இவ்வளவு துக்க பாரங்கள் உண்டா என்பது அவரை வியக்க வைத்தது. பள்ளிக்கூட முதுகுப்பை கவனிப்பாரின்றிக் கீழே கிடந் தது. அவர் கேட்ட கேள்விகளுக்கு வெறுப்பாக ஒரு சொல் பதில்கள் சொன்னாள். அப்படிப் பேசுவதில் அவள் மிகவும் சாமர்த்தியம் வேறு காட்டினாள். ஒன்றுக்கு மேற்பட்ட வார்த் தைகளில் பதில்கள் வரக்கூடிய கேள்விகளைத் தயாரிப்பதில் அன்று அவர் பெரிதும் நேரம் செலவழிக்க வேண்டியிருந்தது.

பள்ளிக்கூட பஸ்ஸின் சத்தம் கேட்டதும் திடீரென்று பையை மாட்டிக்கொண்டு புறப்பட்டாள். அவளுடைய முகத்தைத் தூக்குவதற்கு வேறு யாரும் இல்லாததால் அவளாகவே அதைச் சிரமத்துடன் தூக்கி வைத்துக்கொண்டுபோனாள். அப்படித் தூக்கியதை இனி இறக்கி வைக்க அவளுக்கு இரண்டு நாளாவது பிடிக்கும்.

அவளுடைய நீண்ட கோபத்தின் காரணத்தை அவர் ஒருநாள் கண்டுபிடிப்பார்.

மனைவியிடம் பேச்சுக் கொடுக்க அவருக்குத் தயக்கமாக இருந்தது. பேப்பரில் முகத்தைப் புதைத்தார். இந்தப் பன்னிரண்டு வருடத்து அமெரிக்க வாழ்க்கையில் குளிர்தேசத்துக்கு வேண்டிய உடுப்புப் பழக்கம் அவளுக்கு இன்னும் ஏற்படவில்லை. கடல் அலை பாயும் நேரத்திலோ, குளம் வற்றாத நேரத்திலோ, பெரு வெள்ளம் சாலைகளில் ஓடும் நேரத்திலோ நடப்பதற்கு ஏதுவாக நிலத்திலிருந்து ஆறு அங்குலம் தூரத்தில் சேலையின் கரை இருக்கும் விதமாக அதை அணிந்துகொண்டு வீட்டிலே உலவி னாள்.

காலையில் ஏதாவது ஒரு வியாதியைக் கற்பனை செய்வது அவள் வழக்கம். நேற்று மூச்சடைப்பு இருந்தது; அதற்கு முதல் நாள் கண் எரிச்சல் என்ற முறைப்பாடு. அன்று மூட்டுவலியாக இருக்கலாம். ஒரு பிளேட்டிலே வைக்கலாம் என்ற சிறு அறிவுகூட இல்லாமல் கைகளினால் தொட்டு பிரெட்டும் ஜாமும் எடுத்துக் கொண்டு, இரண்டு இடக்கால்களால் நடப்பதுபோல அரக்கி அரக்கி வந்தாள்.

காலை நேரங்களில் அவருக்கு உலகை வெறுக்க எடுக்கும் அவகாசம் வரவரச் சுருங்கிவிட்டது. அவசரமாக வெளியே வந்து காரில் ஏறி உட்கார்ந்து சீட் பெல்ட்டை மாட்டினார். அப்படி மாட்டியபோது தன் வாழ்நாளில் மறக்கமுடியாத ஒரு சம்பவம் அன்று நடக்கப்போவது அவருக்குத் தெரியாது.

தேவசகாயம் ஒரு மனநோய் மருத்துவர். கடந்த நாலு வருடங்களாக அவர் ஒரு தனி கிளினிக் நடத்தி வந்தார். ஆரம் பத்தில் அவரிடம் இந்திய, இலங்கை, பாகிஸ்தானிய நோயாளி களே வந்தார்கள். இப்பொழுது அமெரிக்கர்களும் வரத் தொடங்கி யிருந்தனர். மனநோயில் சாதிப் பிரிவோ, நாட்டுப் பிரிவோ இல்லாதது அவருக்கு வசதியாகப் போய்விட்டது.

ஆனாலும் இந்தக் கனவு அவருக்குப் பெரும் இம்சையாகி விட்டது. யாரிடமாவது இந்தப் பிரச்சினையைச் சொன்னால் மனப் பாரம் இறங்கும். யாரிடம் சொல்வார்? அவரே ஒரு மனநோய் வைத்தியர்.

இரவிலே நித்திரை கொள்வதற்கே அவர் பயந்தார். திருப்பித் திருப்பி ஒரே கனவு வருகிறது. ஒரு நாளா, இரண்டு நாளா? ஒரு வார காலமாக. கனவின் முடிவு மட்டும் தெரிவதாயில்லை. அந்த நேரம் பார்த்து முழிப்பு வந்துவிடுகிறது.

சாலையிலே காரை எடுத்தபிறகு மனது கொஞ்சம் அமைதி அடைந்தது. கர்ப்பிணிப் பெண்ணில் காணும் கவர்ச்சிபோல இலை உதிர் காலத்து மரங்களுக்கு ஒரு விசேஷ அழகு இருக்கும். அப்படி அமைதியான சிறு குளிர் தரும் காலைப்போதுகளில் அவருக்குக் கவிதை பிய்த்துக்கொண்டு வரும். அன்றும் வந்தது. சொல்லிப் பார்த்தார்.

மொட்டை மரங்கள்
நிரையாக அணிவகுத்து
நின்றன.
குளிர் காலம்
வரப்போவதற்கான அறிகுறி
எங்கும் தென்பட்டது.
பறவைகள் தூரதேசம் பறந்தன.
துருவக் கரடிகள்
தங்கள் மயிர்களை நீளமாக வளர்த்து
ஆழ்நித்திரைக்குத் தயாராகின.
ஆடுகள்
கத்தையான ரோமத்தின் கதகதப்பில்
தங்களைப் பாதுகாக்க ஆயத்தப்படுத்தின.
மனிதர்கள்
காலுறையும் கையுறையும் தொப்பியும் அணிந்து
தங்கள் உடம்புகளை
நீண்ட அங்கிகளுக்குள்
மூடி
மறைத்து கொண்டார்கள்.
ஆனால்,
இந்த மரங்கள் மாத்திரம்
இருக்கும் இலைகளையும் உதிர்த்துவிட்டு
வெறும் மேலோடு குளிர் காலத்தை
எதிர்க்கத் தயாராகிவிட்டன.
என்ன துணிச்சல்!

கவிதை நன்றாக வந்ததுபோல பட்டது. 'தைரியம்' என்ற தலைப்பு கொடுக்கலாம். இன்னும் சில கவிதைச் சொற்களைச் செருகிவிட்டால் நல்லாயிருக்கும். மறக்க முன்பு எழுதி வைத்து விட வேண்டும் என்று நினைத்துக்கொண்டார்.

சமிக்ஞை விளக்குகள் மறித்தன. ஒரு சிவப்புத் தலை அழகி தோல் ஓவர்கோட் அணிந்து தோள்களைச் சுருக்கிக்கொண்டு பாதையை அவசரமாகக் கடந்தாள்.

அவருடைய கனவில் வரும் பெண்ணுக்கும் இப்படிச் சிவப்புத்தலைதான்.

இருளும், பனிப்புகையும் சூழ்ந்த ஒரு நீண்ட சாலை. இரண்டு பக்கமும் மரங்கள். வேறு நடமாட்டமே இல்லை. ஒரே அமைதி.

தலையிலிருந்து கால்வரை மூடிய ஒரு நீளமான கறுப்பு அங்கியை அவர் அணிந்திருந்தார். கண்களுக்குத் துளை வைத்த அங்கி. அவர் நடந்துகொண்டிருந்தார். எதையோ குறிவைத்துப் போவதுபோல கால்கள் பரபரப்பாக இயங்கின.

தூரத்தில் ஓர் உயரமான சர்ச் தென்பட்டது. பிரமாண்ட மான கதவுகள். சர்ச் நுனியிலே சிலுவைக்குறி. அதிலே சிவப்பு விளக்கு. அவர் கால்கள் அந்த சர்ச்சுக்குப் பின்னால் இருந்த மயானத்தை நோக்கிச் செல்லத் தொடங்கின.

இப்பொழுது வேறு பல கறுப்பு அங்கி உருவங்களும் சேர்ந்து விட்டன. அவை எல்லாம் ஒன்றையொன்று இடித்துக்கொண்டு ஒரு சவக்குழியை நோக்கி விரைந்தன. திடீரென்று அந்த இடத்தில் செங்கூந்தல் பெண் ஒருத்தி தோன்றினாள். வெள்ளை ஆடை உடுத்தி, தேவதைபோல இருந்தவள், அனாயாசமாக கறுப்பு அங்கி உருவங்களை விலக்கியபடி, அவரைக் குறிவைத்து வந்து அவர் கையை எட்டிப் பற்றினாள்.

சவக்குழி இப்போது நன்றாகத் தெரிந்தது. அதன் ஆழத்திலே ஒரு சவப்பெட்டி மூடியபடியே கிடந்தது. பக்கத்திலே பளிங்கு கல்லில் கல்லறை வாசகம் எழுதித் தயாராகவிருந்தது. அந்தப் பெண் புன்னகை செய்தபடி அதைச் சுட்டிக் காட்டினாள். அதில் அவருடைய பெயர் 'பிரான்ஸிஸ் தேவசகாயம்' என்று எழுதி யிருந்தது. பிறந்த தேதியைப் படித்தார். மிகச் சரியாக இருந்தது. 22 ஏப்ரல் 1955.

வெள்ளை உடைப் பெண் அவரை விட்டுக் கண்களை எடுக்கவில்லை. இறந்த தேதியைப் பார்த்தார். அதைப் படிப்பதற்கு முன்பு கறுப்பு அங்கிப் பட்டாளம் அவர்களை நெருக்கித் தள்ளியது. அவருக்கு முழிப்பு வந்துவிட்டது.

அந்த இடத்தில் ஒவ்வொரு நாளும் சரியாகக் கனவு முறிந்து விடுகிறது. அவர் நெஞ்சு படபடவென்று அடிக்கும். அவருடைய உடம்பு வெள்ளமாக நனைந்திருக்கும்.

சில நாட்களில் அவருக்கு நித்திரையிலேயே இது கனவு என்ற உணர்வு வந்துவிடும். சினிமாபோல அடுத்து என்ன சம்பவிக்கும் என்றும் தெரியும். அந்தக் கல்லறை வாசகம் வரும்

சமயம் இந்தக் கனவை எப்படியும் நீடித்து அந்தத் தேதியைப் படித்துவிட வேண்டும் என்று மனம் அவாவும். ஆனால், நித்திரை கலைந்துவிடும்.

இந்தக் கனவு வருவதற்கு மனோதத்துவ ரீதியான காரணங் கள் இருக்கலாம் என்று யோசித்தார். ஆழ்மனது ஆசைகளின் சூசகமான வெளிப்பாடு என்று சிக்மண்ட் பிராய்டு சொல்லி விட்டார். இந்த நாடு வந்து எல்லாமே மாறிவிட்டது. கடந்த பன்னிரண்டு வருடங்களில் மனைவியும் மகளும் அவரிடமிருந்து விலகி விலகி வந்தனர்; ஒவ்வொரு நாள் காலையிலும் ஒரு இஞ்ச் என்ற விகிதத்தில்.

மாற்றம்தான் மனித குழப்பத்துக்குக் காரணம் என்று பட்டது. அன்றுமுதல் இன்றுவரை மாறாத குணம் கொண்டவை இந்த மருத்துவமனைக் கதவுகள் மாத்திரம்தான். அவர் வருவதை எப்படியோ மின்சாரக் கண்களால் முன்கூட்டியே தெரிந்து வைத்துக்கொண்டு, தயாராகக் காத்திருந்து, அவர் வாசலை அணு கியதும் இரண்டு கைகளாலும் வரவேற்பதுபோல படீரென்று இரு கதவுகளையும் திறந்து, அவர் உள்ளே நுழையுமட்டும் பொறுத்திருந்து, பின் நுழைந்தவுடன் அவர் முற்றிலும் நுழைந்து விட்டார் என்பதை நிச்சயித்துக்கொண்டு, மறுபடியும் இணைந்து வணக்கம் கூறி விடைபெறும். இந்தக் கதவுகளின் நடத்தையில் அவர் இதுவரை ஒரு வித மாற்றத்தையும் காணவில்லை.

இப்படி வித்தியாசமாக நினைத்தபோது அவர் உதட்டில் புன்சிரிப்புக்கு இரண்டு செகண்ட் முந்திய ஒரு முறுவல் தோன்றி மறைந்தது.

அலுவலகத்துக்கு வந்தபோது மணி ஒன்பது. வரவேற் பாளினி அவரைக் கண்டதும் எழுந்து பின்னாலே ஓடி வந்தாள். அதிக எடையும், குறைந்த இடையுமாக அவள் பெரிய கறுப்புப் பட்டையை இடுப்பிலே கட்டி இறுக்கி இருந்தாள். காதுகளை மறைத்த அவள் மயிர்கற்றைகள் கன்னத்தில் படபடவென்று அடித்தன. பென்சில் குதிக் காலணிகள் சப்திக்க சப்திக்க வந்தவள் மூச்சுக்காற்றை இரைச்சலுடன் விட்டுக்கொண்டு பேசினாள்.

"டாக்டர், கிறிஸ்டி என்ற பெண் நேற்றிலிருந்து நாலு தரம் போன் செய்துவிட்டாள். சரியான அவசரம்; உடனே பார்க்க வேண்டுமாம்."

"டெபி, இது என்ன அவசரப் பிரிவு வார்டா? மன நோய் தானே! அடுத்த வாரத்தில் ஒருநாள் வந்து பார்க்கச் சொல்லு."

அவருக்கு அன்று உற்சாகமே இல்லை. இரவு வருவதற்கு இன்னும் எத்தனை மணி நேரம் இருக்குமென்று எண்ணிப் பார்த்தார். பிறகு டைரியைப் பிரித்து வாசித்தார். அவருடைய முதல் நோயாளி ஒரு நாற்பத்தைந்து வயதுக்காரர். இன்ஸூரன்ஸ் முகவர். மூளைக்கும் வாய்க்கும் தொடர்பு அறுந்தவர்; பேச விட்டால் பேசிக்கொண்டே இருப்பார்.

தேவசகாயத்தின் வாயிலிருந்து ஸ்றோபரி ஜாமின் வாசனை யுடன் ஒரு கொட்டாவி வெளிப்பட்டது. வரவேற்பாளினியை டெலிபோனில் அழைத்து அந்த இன்ஸூரன்ஸ்காரரை அனுப்பச் சொன்னார்.

அவர் வந்து சாய் கதிரையில் மிகவும் பழக்கப்பட்டவர் போல சாய்ந்துகொண்டு, "டாக்டர், போனமுறை விட்ட இடத்தில் இருந்து ஆரம்பிக்கட்டுமா?" என்றார். "சரி, சொல்லுங்கள்" என்றார் டாக்டர்.

"எனக்குக் களவு செய்வதென்றாலே பிடிக்காது. அது என்னவோ சிறுவயதில் இருந்தே எனக்கு அதில் ஒருவித ஈடுபாடும் கிடையாது. என் பெற்றோர்களும் அந்த வயதில் ஒருவித ஊக்கமும் எனக்குத் தரவில்லை. ஆனால், சமீபத்தில் நான் ஒரு திருட்டை செய்துவிட்டேன். சுவரேறிக் குதித்தோ, முகமூடி அணிந்தோ, வழிப் பறி செய்தோ நடத்திய களவு இல்லை. சொந்த வீட்டிலேயே திருடியதுதான். அதுவும் கட்டிய மனைவியிடம்..."

ஒரு மாதிரியாக நாலு நோயாளிகளை அன்று பார்த்து முடித்து விட்டார். மதிய உணவுக்குப் போகலாம் என்று அவர் நினைத்தபோது வரவேற்பாளினி இன்னொரு தடவை அரக்கப் பரக்க ஓடி வந்தாள்.

"டாக்டர், அந்தப் பெண்மணி கிறிஸ்டி வந்திருக்கிறாள். மிகமிக அவசரமாம். It's a matter of life and death. பிளீஸ் டாக்டர், அனுப்பட்டுமா?" என்றாள்.

தேவசகாயத்துக்குக் கோபம் வந்தது. ஆனால், இது வினோத மாகவும் பட்டது. இந்த எட்டு வருட அனுபவத்தில் இப்படி அவசரக்கோலத்தில் அவர் ஒரு நோயாளியையும் பார்த்ததில்லை.

"ஓகே, வரச்சொல்லு" என்றார்.

சிறிது நேரம் கழிந்தது.

வைத்த கண் வாங்காமல் அவள் வருவதை அவர் பார்த்துக்கொண்டிருந்தார்.

அவள் நிறமோ செம்மண். நீலக் கண்கள், மஞ்சள் ரப்பைகள், கறுப்பு உதடு, பச்சை நகம், சிவப்பு கூந்தல் இன்னும் வேறு வேறு அங்கங்களில் வேறு வேறு பூச்சு வேலைகளுக்கும் சாத்தியம் இருக்கிறது என்று சொல்வதுபோல அசைவென்று ஊகிக்க முடியாத ஒரு அசைவில் வந்துகொண்டிருந்தாள். உடம்பிலே கடவுள் படைத்த அத்தனை நிறங்களும் வந்துவிட்டதாலோ அல்லது அவற்றை எடுப்பாகக் காட்டவோ அவள் முற்றிலும் வெள்ளையாலான ஒரு தொளதொள உடையை அணிந்திருந்தாள். வெள்ளைக் கலருக்கு இவ்வளவு அழகிருப்பது அவருக்கு இதற்கு முன்பு தெரியவில்லை.

"டாக்டர், நான் பெரிய இக்கட்டில் இருக்கிறேன். என்னால் தூங்கவே முடியவில்லை. கடந்த ஒரு வார காலமாக எனக்கு ஒரே கனவு தொடர்ந்து வந்துகொண்டிருக்கிறது. அந்தக் கனவில் ஒரு பொறுத்த கட்டம் வரும்போது நான் முழித்துவிடுகிறேன். எனக்கு பயமாக இருக்கிறது" என்றாள்.

டாக்டருக்குத் திக்கென்றது. தன்னைப்போலவே இந்தப் பெண்ணுக்கும் கனவுகள் வருகின்றன. இது என்ன பொஸ்டனில் தொடர் கனவு வாரமா?

"சரி, என்ன கனவு? சொல்லுங்கள் பார்ப்போம்."

"அது ஒரு நீண்ட சாலை. இரண்டு பக்கமும் மரங்கள். இருளும் பனிப்புகையும் எங்கும் சூழ்ந்திருக்கிறது. ஒரே அமைதி."

"நான் வேகமாக நடந்துகொண்டிருந்தேன்."

"திடீரென்று ஒரு உயரமான சர்ச் தென்பட்டது. பிரமாண்டமான கதவுகள். சர்ச் நுனியிலே சிலுவைக்குறி..."

"நில்லுங்கள். சிவப்பு விளக்கு இருந்ததா?" என்றார் டாக்டர்.

"ஆமாம், டாக்டர் எரிந்தது. உங்களுக்கு எப்படித் தெரியும்," என்று சொல்லிவிட்டுத் தொடர்ந்தாள்.

"நான் சர்ச்சை நோக்கி நடக்கத் தொடங்கினேன். அதற்குப் பின்னால் ஒரு மயானம். அங்கே பல கறுப்பு அங்கி உருவங்கள் ஒரு சவக்குழியைச் சுற்றி அலைந்தன. ஒரு கறுப்பு அங்கி உருவத்தை மாத்திரம் குறிவைத்து என் கால்கள் நகர்ந்தன. அந்த உருவத்தின் கைகளைப் பற்றி நான் இழுத்தேன்."

"சவக்குழியில் ஒரு சவப்பெட்டி மூடியபடியே கிடந்தது. பக்கத்திலே பளிங்கு கல்லில் கல்லறை வாசகம் எழுதித் தயாராக விருந்தது. நான் அந்த உருவத்தைப் பார்த்து புன்னகைத்தபடியே அந்த வாசகத்தைச் சுட்டிக் காட்டினேன். அந்தச் சமயத்தில்

கறுப்பு அங்கிப் பட்டாளம் எங்களை நெருக்கித் தள்ளியது. நான் முழித்துவிட்டேன்."

கதையைச் சொன்ன ஆசுவாசத்தில் பெருமூச்சு விட்டாள். முகம் வியர்த்துப்போய் இருந்தது.

டாக்டரைப் பார்க்க சகிக்கவில்லை. முகத்தில் பயக்களை பூரணமாகக் கட்டிவிட்டது.

அவர் அவளைக் கூர்ந்து பார்த்தார். சந்தேகமே இல்லை. கனவிலே கண்ட அதே பெண்தான். வெள்ளை ஆடை, சிவப்புத் தலைமயிர், நீலக் கண்கள்.

"இந்தக் கனவு எவ்வளவு காலமாகத் தொடருகிறது?" என்றார். அவர் குரலில் சிறு நடுக்கம் சேர்ந்துவிட்டது.

"ஒரு வாரமாக."

"இதற்கு முன்பு ஏன் என்னிடம் வரவில்லை?"

"கனவுதானே, போய்விடும் என்று நினைத்தேன்."

"இன்று வந்த காரணம்?"

"அந்தக் கல்லறையில் இருந்த வாசகம்தான்" என்றாள்.

"என்ன? நீங்கள் அந்த வாசகத்தைப் படித்தீர்களா?"

"ஒவ்வொரு தடவையும் படித்திருக்கிறேன்."

"எல்லாம் ஞாபகமிருக்கிறதா?"

"சிலது மட்டும் ஞாபகமிருக்கிறது."

"கல்லறையில் எழுதிய பெயர் ஞாபகம் இருக்கிறதா?"

"இல்லை."

"பிறந்த தேதி?"

"ஞாபகம் இல்லை; ஆனால், இறந்த தேதி துல்லியமாக நினைவிருக்கிறது."

டாக்டர் பரபரப்பானார்.

"அப்படியா? சொல்லுங்கள், சொல்லுங்கள்."

"செப்டம்பர் 12; அதாவது நாளை."

◆

கொம்பு ளானா

உலகத்துச் சிறுவர்களை எல்லாம் நடுங்க வைக்கும் திறமை கொண்ட ஒரு தமிழ் எழுத்து இருக்கிறது. அது வேறொன்று மில்லை; கொம்பு ளானாதான். 'ழ' இருக்கிறது. 'ல' இருக்கிறது. அதற்கு நடுவில் இது என்ன பெரிசாகக் கொம்பு வைத்துக் கொண்டு என்று அவள் சிறுவயதில் யோசித்திருக்கிறாள். இலக் கணப் பெரியவர்களைத் திருப்திப்படுத்தும் ஒரே நோக்கத்தோடு படைக்கப்பட்ட இந்த 'ளா'னா இன்று தன் சுயரூபத்தைக் காட்டி விட்டது.

ஒன்பது வயதுகூட நிரம்பாத அவளுடைய மகன் சாந்தன் கோபத்தில் கொப்பியைத் தூக்கி எறிந்துவிட்டு வெளியே போய் விட்டான். பனி தூவிக்கொண்டு இருந்ததையும் கவனிக்காமல் மேலங்கியை அவசரமாக மாட்டி, தொப்பிகூட அணியாமல் சென்றுவிட்டான். பத்மாவதிக்குக் கோபமாக வந்தது. கண்ணீர் காவலர்கள் தடுமாறினர். கோபம் சாந்தன் மீதா அல்லது கொம்பு ளானா மீதா என்ற தீர்மானத்துக்கு அவளால் வரமுடியவில்லை.

பத்மாவதிக்குக் கணவன் சொல்வது வேத மந்திரம். அவருடைய இரண்டு மந்திர வார்த்தை 'பாரம்பரியம்', 'கலாச் சாரம்' என்பவைதான். அகதியாக அந்நிய நாட்டுக்குத் தஞ்சம் கேட்டு வந்த பிறகு இந்த மந்திரச் சொற்களுக்கு வேகம் கூடியது. அதுதான் பத்மாவதி சனிக்கிழமை காலை நேரங்களில் சாந்த னுக்குத் தமிழ் சொல்லித் தரவேண்டும் என்ற ஏற்பாடு. ஒரு வருடப் பயிற்சியில் அவன் எழுத்துக்கூட்டி வாசிப்பான். ஆனால், இந்தக் கொம்பு ளானா கொடுமையில் இன்று மாட்டிவிட்டான். 'ல' எழுத வேண்டிய இடத்தில் 'ள' போட்டு பிரளயம் வந்துவிட்டது. 'What is this கொம்பு ளானா! கொம்பு ளானா! Who wants it?' என்று கத்தியபடி போய்விட்டான்.

அவள் சின்னவயதில் பட்ட கஷ்டங்களில் பாதிக்கு மேல் இந்தக் கொம்பு ளானாவால் ஏற்பட்டதுதான். அவள் தகப்பனார்

தமிழில் புலமை வாய்ந்த அளவுக்குப் பொறுமையில் புகழ் பெறாத வர். ஒவ்வொரு பிழைக்கும் தலையில் குட்டு விழுந்தபடியே இருக்கும். சிறுவர் கொடுமை பிரபலமாகாத அந்தக் காலத்தில் சரி. இந்தக் காலத்தில் சாந்தனிடம் தான் இப்படி நடந்துகொண்ட தற்காக வருத்தப்பட்டாள்.

பத்மாவதிக்கு ஆறாம் வகுப்பு மாணவிபோல முகம். ஒரு கூட்டத்திலே தொலைந்துபோனால் கண்டுபிடிக்க முடியாது. எல்லோருடைய முகமும் அவளுடையது போலவே இருக்கும். பார்த்தவுடன் அனுசரித்துப் போகவேண்டும் என்ற ஆசையை அது தூண்டிவிடும். பாரம்பரியம் மாறாமல் காலையிலிருந்து இரவு படுக்கும்வரை சமையலறையிலேயே வாசம் செய்தாள்.

அவள் பிறக்கும்போதே இப்படிப் பிறக்கவில்லை. இலக்கியத் தில் அவளுக்கு நல்ல ஆர்வம் இருந்தது; வார சஞ்சிகைகள் மாத நாவல்கள் அல்ல. தமிழில் மிகவும் குறைவாக வாசிக்கப்பட்ட சிறந்த படைப்பாளிகளுடைய கவிதைகள், கதைகள், கட்டுரைகள் எல்லாம் படித்திருந்தாள். அதன் தாக்கத்தில், தன் வீட்டில் நடந்த சம்பவங்களைக் கவிதையாகக்கூட எழுதியிருக்கிறாள்.

அவர்கள் என் அண்ணனை
இழுத்துப் போனார்கள்.
பிணையில் விடுவதற்கு
பணம் கேட்டார்கள்,
கொடுத்தோம்.
பிறகு,
பிணத்தைத் தரவும்
பணம் கேட்டார்கள்.

இவை எல்லாம் ரூல் போடாத அப்பியாசக் கொப்பியின் கடைசி ஒற்றையில் எழுதி வைத்திருந்தாள். இடம் பெயர்ந்தபோது அவையும் தொலைந்துவிட்டன.

அப்பொழுதெல்லாம் அவள் உடம்பு பாம்புபோல இருக்கும். பள்ளிக்கூட ஓட்டப் போட்டிகளில் எப்பவும் முதலாவதாக வருவாள். மணமான புதிதில் தானும் வெளியே போய் வேலை பார்க்கவேண்டும் என்ற ஆசையை ஒருநாள் சொன்னாள். அந்த வார்த்தை அவளை அறியாமலே வெளியே வந்து விழுந்துவிட்டது. சிறுமியாக இருந்தபோது தவறாக விழுந்த ஒரு வார்த்தையை அழி ரப்பரால் திருப்பித் திருப்பி அழிப்பாள். அப்படியே தம்பி ராசாவும் அவளுடைய அதரங்களில் எழுதப்பட்ட தவறான

வார்த்தையைத் தன் தடித்த உதடுகளால் திருப்பித் திருப்பி அழித்தார். அந்தச் சமயம் தம்பிராசா சொன்னார். அவர்களுடைய பாரம்பரியத்துக்கு வீட்டைப் பார்த்துக்கொண்டிருந்தால் போதும் என்று. அவர் என்ன சொன்னாலும் அது சரியாய்தான் இருக்கும்.

அவள் 'ஏ' லெவல் படிக்கும்போது சயங்கொண்டாரின் கலிங்கத்துப்பரணி அவர்களுக்குப் பாடமாகவிருந்தது. குலோத்துங்க சோழனைக் காண இளம் மகளிர் வரும் கட்டம் அவளுக்கு மிகவும் பிடிக்கும். திருப்பித் திருப்பிப் படிப்பாள்.

எங்கும் உள மென்கதலி, எங்கும் உள
தண் கமுகம், எங்கும் உள பொங்கும் இளநீர்
எங்கும் உள பைங்குமிழ்கள், எங்கும் உள
செங்குமுதம், எங்கும் உள செங்கயல்களே.

வாழை, கமுகு, இளநீர், குமிழம்பூ, குமுதமலர் என்று பெண்ணின் அங்கங்களைத் தாவரங்களாகவே வர்ணித்த கவி, கண்களை ஒப்பிட மட்டும் கயல் மீனுக்குத் தாவியது ஏன் என்று அவள் கேட்டதற்கு ஆசிரியர் சொன்ன பதில் அவளை அசர வைத்தது. அதற்குப் பிறகுதான் இந்தப் பழங்கால இலக்கியங்களை மும்முரமாகக் கற்கத் தொடங்கினாள். ஆங்கிலத்தில் சார்ல்ஸ் டிக்கின்ஸ், ஒஸ்கார் வைல்டில் இருந்து கிரஹம் கிரீன் வரைக்கும் படித்திருக்கிறாள். தற்போதைக்கு கஷுவோ இஷிகுரோவைப் படிக்க மிகவும் ஆசை. கணவரிடம் பலமுறை கேட்டிருக்கிறாள். அவர் இந்தப் புத்தகங்களை வாங்கித் தருவதாகச் சொல்லியிருக்கிறார். அப்படிச் சொன்னால் அவர் கட்டாயம் செய்வார்.

தம்பிராசா அவளுக்குத் தூரத்து உறவுதான். கட்டுபெத்தவில் என்ஜினியரிங் படித்தவர் இங்கே வந்து இன்னொருவருடன் கூட்டு சேர்ந்து கார் கராஜ் வைத்திருந்தார். பழுதுபார்க்கும் கலை அவருக்கு இயற்கை தந்த நோய். மணமுடித்த நாளில் இருந்து இன்றுவரை பத்மாவதி புதுக் காரைக் கண்டதில்லை; எப்பவும் உடைந்த கார்தான். சனி, ஞாயிறு காலங்களில் அதன் கீழே படுத்துவிடுவார். கட்டையான மனிதர் என்றபடியால் காருக்குக் குறுக்காக அவர் படுத்து அதன் அடிப்பாகத்தை ஆராயும்போது அவருடைய கால்கள் வெளியே நீட்டிக்கொண்டு இருக்கும் அபாயம் இல்லை. அந்தக் கார் நிமிர்ந்து ஒரு தரத்துக்கு வரும்போது நல்ல விலை வந்ததென்று விற்றுவிடுவார். மீண்டும் லொட லொட சவாரிதான். அவருடன் போகும்போது கார் எந்தப் பனிப் பிரதேசத்தில், எப்போது நின்றுவிடுமோ என்ற பயம் அவளைக் கவ்வியபடியே இருக்கும்.

தம்பிராசா உருண்டையாக வருவதற்கு முன்பு வடிவாகத் தான் இருந்தார். அப்பொழுதெல்லாம் அவருடைய தலைமயிர் வழுக்கை விழாமல், உச்சி பிரிக்காமல் இழுத்து சிலுப்பிக்கொண்டு நிற்கும். அவர்களுடைய திருமணப் படங்களைப் பார்த்தவர் களுக்கு இது தெரியும். அவருக்கு இலக்கியத்தில் ஓர் ஆர்வமும் கிடையாது. நாலு பியருக்கு மேல், அவர் மூளை நாப்பது வாட்டில் வேலை செய்யும் தருணங்களில் கொஞ்சம் அரசியல் பேசுவார். அதிலும் கூடிய காலங்களில் 'கலாச்சாரம்', 'பண்பாடு' பற்றி நீண்ட பிரசங்கம் செய்வார். மற்றும்படி அவருடைய தற்போதைய லட்சியம் எப்பாடு பட்டாவது சீட்டுக்காசை எடுத்து மகளுடைய சாமத்தியச் சடங்கை விமரிசையாகக் கொண்டாட வேண்டும் என்பதுதான்.

வெளியே பனிப்புயல் அடித்து உயிரை உறையவைக்கும் அதிகாலைக் குளிரில், ஏதோ எதிரிகளை வீழ்த்தக் கிளம்பியது போல பலவித படைக்கலங்களால் உடம்பை மறைத்து, ஒரு குறுநில மன்னர்போல அவர் புறப்படுவார். ஐந்து நிமிட தொடர் முயற்சியில் காரை ஸ்டார்ட் பண்ணி போனால் இரவு எட்டு அல்லது ஒன்பது மணிக்குத்தான் திரும்புவார். அப்படி வரும் போது, பத்மாவதி பிள்ளைகளுடைய ஹோம்வேர்க்கை முடித்து, உணவைப் பரிமாறி, அவருக்கான சாப்பாட்டை இன்னொருமுறை சூடாக்கக் காத்துக்கொண்டிருப்பாள்.

வாசல் மணி அடித்தது. திடுக்கென்றது. இன்னும் மைதிலி ரெடியாகவில்லை. இன்று மாறுவேடப் போட்டியில் கலந்து கொள்கிறாள். கணவர் அறிவுறுத்தியபடி பாரதியார் வேடம்தான் போட வேண்டும் என்று யோசித்திருந்தாள். என்னதான் நாடு மாறி பிழைப்புக்கு வந்தாலும் பாரம்பரியத்தை விடக்கூடாது என்ற கொள்கை இருந்தது.

'ஹூ இஸ் பறாதியா?' என்ற மைதிலியின் ஒரு கேள்வியில் இந்தக் கலாச்சாரம் அடிபட்டுப்போனது. 'துயில் அழகி' வேஷம் நல்லாயிருக்கும் என்று தீர்மானித்தார்கள். 'துயில் அழகி' என்றால் நித்திரையாக அல்லவோ இருக்கவேண்டும் என்ற சந்தேகம் ஒன்றை மைதிலி கிளப்பியதில் அந்த யோசனையும் கைவிடப்பட்டு சென்றமுறைபோல தேவதை உடுப்பில் போவது என்றே முடிவானது.

பத்மாவதி இதை முன்பே எதிர்பார்த்திருந்தாள். நிலவறை யில் மடித்து வைத்து மறந்துபோன, பாரதிராஜா பார்த்து பொறாமை படும்படியான நீண்ட வெள்ளைத்துகில் ஆடை

இருந்தது. இடை சுருக்கி, மார்புகள் பெருக்கி, கரை மடிப்பு இரண்டு அங்குலம் அவிழ்த்து நீட்டி, உலர் சலவை செய்து புது நீல ரிப்பனில் அலங்கார வளைவுகள் பொருத்தி கவர்ச்சியாக இருந்தது. அதை மகளுக்கு அணிவித்துச் சரி பார்த்தாள்.

இறக்கைகள் சரிவர பொருந்தவில்லை. ஒரு இறக்கை வளைந்தும், சரிந்தும் எதிர்த்தது. பழுது பார்த்தும் மசியவில்லை. உண்மையில் பறக்கவா போகிறாள்? பிடரியில் மைதிலிக்குக் கண் இல்லாதது வசதியாகப் போய்விட்டது. உடைந்த செட்டை தேவதை தயாரானாள்.

இந்த அவசரித்தல்களின் நடுவே டயான் வந்துவிட்டாள். மைதிலியுடன் படிக்கும் பக்கத்து வீட்டுப்பெண். ஒரே வயது என்றாலும் அங்கங்கள் நிறைந்து வளர்த்தியானவள். ரத்தச் சிவப்பு உடையில் அவளுடைய குஞ்சங்கள் நாலு திசையிலும் பறந்தன. முகமும், கழுத்தும், வெண்தோள்களும் தவிர்த்து எல்லாமே சிவப்பு மயம். தொடையில் இருந்து தொடங்கி நீண்டு உள்ளங்காலில் முடியும் மெல்லிய கருஞ்சிவப்புக் காலுறைகள்; அதற்குப் பொருத்த மாக சிவப்புக் காலணி. தலைமயிர் எல்லாம் முள்ளம்பன்றிபோல நேராக்கப்பட்டு, குத்திக்கொண்டு நின்று அவையும் பெரும் சிகப்பில் பிரகாசித்தன.

"இது என்ன வேஷம்?" என்று கேட்டதற்கு "நெருப்புச் சுவாலை" என்று செவ்வாயைத் திறந்து பதில் சொல்லிவிட்டு மீண்டும் சூயிங்கத்தை அரைக்கத் தொடங்கிவிட்டாள். அப்படிச் சொன்னபோது உண்மையிலேயே அவள் தோற்றம் தீப்பிழம்பாக மாறியது. பக்கத்தில் நிற்கும்போது வெக்கையாகக்கூட இருந்தது. தொடை தெரிய கவுனை ஒரு சுழட்டு சுழட்டிக்கொண்டு எழுந்து நின்றாள். தேவதையும், நெருப்புச் சுவாலையும் டயானின் தகப்பனாருடைய காரில் ஏறியபோது "கவனம், மகளே!" என்றாள் பத்மாவதி, ஒரு தாயின் பரிவுடன். "Don't worry, Mum" என்றாள் அவள் எரிச்சலுடன்.

அப்பொழுதுதான் அவளுக்கு ஞாபகம் வந்தது. கேக் செய்யவேண்டும். இரவு இவருடைய நண்பர்கள் சாப்பிட வரு வார்கள். அவளுடைய பிறந்த நாள் அது. 36 வயது ஆகிவிட்டது. வெளியே ஓடர் கொடுத்தால் வாழ்த்து எழுதி, பெயர் பொறித்து நல்ல கேக் வீட்டிலேயே கொண்டுவந்து தருவார்களாம். ஆனால், அவர் சொல்லிவிட்டார் அவளைச் செய்யும்படி. அவர் சொன்னால் அதில் ஞாயம் இருக்கும்.

சமையலறையைப் பார்த்தவளுக்குத் தலை சுற்றியது. நேற்றைய பாத்திரங்களும் பிளேட்களும் கிளாஸ்களும் நிறைந்து கிடந்தன. இதைக் கழுவி முடிக்க இரண்டு மணிநேரம் எடுக்கும். கேக் வேலையை முடித்த பிறகு இருபது பேருக்கு சமைக்கத் தொடங்கவேண்டும். உலர்ந்த உடுப்பை இன்னும் அயர்ன் பண்ணவில்லை. நாரியை நிமிர்த்தி வேலையைத் தொடங்கினாள்.

வெளியே பனிக்குமிழிகள் துள்ளிக்கொண்டு போட்டி போட்டன.

Snow white கதையில் வரும் அரசியிடம் ஒரு மந்திரக் கண்ணாடி இருந்தது. அது அவளுடைய அழகை எடைபோட்டுக் கூறிவிடுமாம். பத்மாவதி வீட்டிலும் எல்லோருக்கும் பொதுவான ஒரு கண்ணாடி இருந்தது. அதில் பார்ப்பதற்குத் தந்திரம் தேவை. இது கைக்கண்ணாடியிலும் பெரியது; முகக்கண்ணாடியிலும் பெரியது; நிலைக்கண்ணாடியிலும் சிறியது.

அவள் தமிழ் கலாச்சாரத்தை நிலைநாட்ட சேலை கட்டும் நாட்களில் தலைப்பு சரியா என்று பார்க்கும்போது கால்கள் தெரி யாது. கால்களைப் பார்த்தால் தலை தெரியாது. பாதி பாதி யாகப் பார்த்துத்தான் உடுத்தி முடிப்பாள்.

சேலைக் கரையெல்லாம் நிலத்துக்கு சமனாக இழுத்துவிட்டு, பொட்டு, முந்தானை, நாரி இடைவெளிகளை அட்ஜஸ்ட் செய் வாள். அப்படியும் தீராமல் கணவன் முன்போய் நின்று "சரியா" என்று சிறு பிள்ளைபோல தலையைச் சரித்துக் கேட்பாள். அவனும் பியர்கானில் இருந்து வாயை எடுக்காமல் "சோக்கா யிருக்கு, இப்பத்தான் தேவலோகத்தில் இருந்து சுடச்சுட இறக்கினதுபோல" என்பான். அவளும் அப்படியே புல்லரித்துப் போவாள்.

இன்றும் அப்படியே. இளம் சூட்டு நீர்க் குளியல் முகத் துக்குப் புதுப்பொலிவைக் கொடுத்தது. பிளாஸ்டிக் உறையில் இருந்து அப்போதுதான் பிரித்த அடர் தகடுபோல பளபளவென்று இருந்தாள். பத்து வருடங்களுக்கு முன்பே out of fashion ஆகிப் போன காஞ்சிபுரம் பட்டுச்சேலையை உடுத்தி வந்தாள். பழம் பாடல்களில் புலவர்கள் வர்ணித்ததுபோல அவள் வயிற்று மடிப்புகள் ஆற்றின் அலைகளைப்போலச் சிறுத்து இருந்தன. தலை மயிர் கத்தையாகக் கவிழ்ந்து, கன்னத்தில் பாதியை மறைத்தது. நீண்ட கழுத்து அவளை இன்னும் கூடுதலாகப் பார்க்க அனு மதித்தது. அவளுடைய பிறந்த நாளில் அவளாகவே கேக் செய்து,

அவளாகவே சமைத்து, அவளாகவே உடுத்தி, அவளாகவே காத்திருந்தாள், தனியாக. கணவரும் பிள்ளைகளும் இன்னும் வரவில்லை.

சாந்தன் மெதுவாகக் கதவைத் திறந்து உள்ளே வந்தான். அவன் தலையிலும் கோட்டிலும் பனிப்பூக்கள் பூத்திருந்தன. நனைந்து, புதைந்து மாசுபட்ட காலணிகளை நடையிலேயே கழற்றி வைத்தான். கோட்டைக் கழற்றி மாட்டினான். தலையைக் குனிந்து, மேல் கண்களால் குற்றமாகப் பார்த்தான். உள்ளங்கையைத் தாயின் கன்னத்தில் அழுத்தமாகப் பதித்து, அவள் முகத்தைத் தன் பக்கம் திருப்பினான். அவள் கண்ணிலே கண்ணீரைப் பார்த்ததும் கலங்கி விட்டான். அப்படியே தன் தாயின் இடைகளைக் கட்டியணைத்து 'Sorry' என்று சொன்னான்.

இனிமேல் சாந்தன் எந்த ளானாவும் போடட்டும். எங்கே வேண்டுமென்றாலும் போடட்டும். அவள் கோபிக்கப் போவதில்லை. இந்தக் கொம்பு ளானா சுயநலம் கருதாமல் தமிழுக்கு எவ்வளவு உழைக்கிறது. ஆனால், ஒருவருக்கும் அதன் மதிப்புத் தெரியவில்லை. அதன் உபயோகத்தையே சந்தேகிக் கிறார்கள். தேவையில்லாத எழுத்து என்ற எரிச்சல் வேறு. ஒரு வேளை அதற்கும் தன்னுடைய நிலைதானோ என்ற அச்சம் அவளுக்கு ஏற்பட்டது.

கணவனும் பிள்ளைகளும் அவசரப்படுத்தினார்கள். கேக்கின் மேல் மெழுகுவர்த்திகள் எரிந்தன. இவள் கேக்கை வெட்டிய பிறகு மிகவும் அலங்காரமாகச் சுற்றிய ஒரு பரிசுப் பொருளைக் கணவன் அவளிடம் கொடுத்தான். பிள்ளைகள் இருவரும் பக்கத்தில் நெருக்கி ஆவலோடு பார்த்துக்கொண்டு இருக்க, பத்மாவதி பார் சலை ஸ்பரிசித்தாள். தடவிப் பார்த்தாள்; குலுக்கினாள்; பாரம் தூக்கினாள்; பிறகு மணந்தாள். அப்படியும் என்னவென்று பிடிபடவில்லை.

ஒருவேளை அவள் கேட்ட 'நைக்கி' நடக்கும் சப்பாத்தாக இருக்குமோ? அல்லது ஜிம் உடுப்பாகவும் இருக்கலாம். ஜிம் போகும் ஆசையைக் கணவனுக்குச் சாடைமாடையாக சொல்லி யிருந்தாள். இவ்வளவு பெரியதாகவும் பாரமாகவும் இருக்கிறதே? புக்கர் பரிசு பெற்ற புத்தகம் ஒன்று கேட்டிருந்தாள். அதுவாகவும் இருக்கலாம். இவ்வளவு பெரிய புத்தகமா? அவளை ஆவல் பிடித்துத் தாக்கியது.

அவளுக்கு அவர் ஒரு பரிசு வாங்கியிருந்தால் அது சரியாய்த் தான் இருக்கும்.

பார்சலைப் பிரித்தாள். திகைப்பாகவும் அவமானமாகவும் ஏமாற்றமாகவும் இருந்தது. முகம் கறுத்து பேர்லின் சுவர்போல விழுந்துவிட்டது. ஆனால், ஒரு கணம்தான். 1/10000 ஸ்பீட் கமிராகூட படம் எடுக்க முடியாதபடியான வேகத்தில் அவள் செயல்பட்டாள். உடம்பிலே இருக்கும் அவ்வளவு ரத்தத்தையும் முகத்துக்குப் பாய்ச்சி சிவப்பாக்கி, இன்பமாகச் சிரித்துப் பெரு மகிழ்ச்சியைக் காட்டினாள். கணவனை அணைத்து இரண்டு கன்னங்களிலும் சின்னச் சின்ன முத்தங்கள் தொடாமல் வைத் தாள். பின் 'தாங்யூ' என்று முனகினாள். ஏமாற்றத்தை மறைப் பதற்குக்கூட இவ்வளவு பாடுபட வேண்டியிருக்கிறதே என்று மனது வேதனைப்பட்டது.

அவளுக்குக் கிடைத்தது சைனிஸ் வொக்; சைனிஸ் நூடில்ஸ் போன்ற உணவு வகைகளைச் சமைப்பதற்கு ஏதுவான பாத்திரம். எட்டுப் பேருக்கு ஒரே சமயத்தில் நூடில்ஸ் சமைப்பதற்குத் தோதான, குண்டாளமான பெரிய பாத்திரம். ஒரு பக்கம் கைப் பிடியும், மறுபக்கம் காதும் கொண்ட இந்த வொக் அடிப்பாகத்தில் கறுப்பு மைபூசி ஒட்டாத தன்மையுடனும், வெளிப்புறம் செங்கல் நிறத்தில் பளபளப்பு கொண்டதாகவும் இருந்தது.

பத்மாவதியின் கண்களுக்குப் பின்னால் ஒரு சமுத்திரம் குடியிருந்தது. அவள் சாடை கொடுத்தால் போதும், அது பிர வகித்து வரத் தயாராக இருக்கும். இப்பொழுது அவள் கண்கள் காவல் வேலையைச் சரிவரச் செய்து சமுத்திரத்தைத் தடுத்து வைத்தன. அதற்கு அவள் மிகவும் பிரயாசைப்பட வேண்டியதாகி விட்டது.

'சாளரம் 2000' வெளியீட்டு விழாவை பில்கேட்ஸ் மேற் பார்வை செய்வதுபோல, தம்பிராசா கொஞ்சம் தள்ளி நின்று நெஞ்சிலே கைகளைக் குறுக்காகக் கட்டி, தன் மனையாளைப் பெருமையோடு பார்த்தார். "அம்மா, அம்மா இனிமேல் நூடில்ஸ் செய்யுங்கோ!" என்றாள் பெண். "எனக்கும் நூடில்ஸ்" என்றான் மகன்.

இனிமேல் புட்டு, இடியப்பம், தோசை, இட்லி, அப்பம், உப்புமா, புளிச்சாதம் என்ற சமையல் சாகரத்தில் நூடில்ஸும் சேர்ந்துவிடும். அதிகாலைகளில் எழும்பி, கணவனையும் பிள்ளை களையும் திருப்திப்படுத்த, அவள் இனிமேல் பெரிய நூடில்ஸ், சிறிய நூடில்ஸ் என்று மாறிமாறி அவளுடைய புதிய சைனிஸ் வொக்கில் செய்வாள். அவர்கள் வீட்டு ரசனைக்கு ஏற்ப நூடில் ஸில் கறிவேப்பிலையும் பச்சை மிளகாயும் பெருங்காயமும்

போட்டு ஒரு புதுப்பிக்கப்பட்ட சுவைமணக்கக் கிளறுவாள்; அவர்கள் ரசித்துச் சாப்பிடுவார்கள். சாப்பிட்ட பிறகு நன்றிகூடக் கூறாமல், உண்ட பிளேட்டை அப்படியே விட்டுவிட்டு எழுந்து போவார்கள். தண்ணீர் போக்கியில் கைகளைக் கழுவி, வாய் களைக் கொப்பளிப்பார்கள்.

அடுத்த பிறந்த தினத்துக்கு இன்னும் 364 நாட்கள் இருந்தன. அதன் வரவை நினைத்தால் அவளுக்குக் கிலி பிடித்தது. அந்த தினத்தில், பிறந்த நாள் பரிசாக பீட்ஸா பாத்திரம் கிடைத்துவிடக் கூடும் என்ற பீதி இப்பொழுதே அவளைப் பிடித்து ஆட்டத் தொடங்கியது.

◆

ராகு காலம்

திங்கட்கிழமைகளை எனக்குப் பிடிக்காதென்று சிலர் நினைக்கிறார்கள். உண்மையைச் சொல்லப்போனால் திங்கட் கிழமைகளில் எனக்கு ஒருவித மனஸ்தாபமும் இல்லை. இவை வரும்போது பின்னால் இன்னும் நாலு நாட்களை இழுத்துக் கொண்டு வருவதுதான் எனக்குப் பிடிக்காது. அடுத்த சனி, ஞாயிறு நாட்கள் வெகு தூரத்தில் இருந்தன. அதுதான் வில்லங் கம். இதைத்தவிர எனக்குத் திங்கட்கிழமைகளில் தனிப்பட்ட விரோதம் எதுவும் கிடையாது.

இப்படிப்பட்ட ஒரு திங்கட்கிழமை காலை நான் அலுவலகத் திற்கு விரைந்துகொண்டு இருந்தேன். விரைந்து என்பது தவறு. நைரோபியில் எட்டு வீதிகள் கொண்ட பிரதானமான கிரோமா ரோட்டில் காலைச் சந்தடியில் கார்கள் ஊர்ந்தன. ரேடியோவில் அப்போது பிரபலமான ஆப்பிரிக்கப் பாடல் ஒன்று ஒலித்துக் கொண்டிருந்தது.

என்னுடைய மார்புகளைத் தொடாதே,
புதியவனே!
அவை இன்னும் இளசாகவே இருக்கின்றன.
கொஞ்சம் பொறுத்திரு,
காட்டுக் கத்தாளைபோல உடம்பு வலுவாகட்டும்,
அதன் பிறகு உன் கைகள் சொல்வது
எனக்குப் புரியும்.
அதுவரைக்கும் என் மார்புகளைத் தொடாதே,
புதியவனே!

இந்தப் பாடலுக்கு ஏற்ப, ஒரு காரியம் என் அலுவலகத்தில் அந்தச் சமயம் நடப்பது தெரியாமல் நான் சாவகாசமாக சவாரித்துக் கொண்டிருந்தேன்.

நைரோபியில் வேலை செய்வதென்றால் ஒன்று ஒரு ஷாவிடம் அல்லது ஒரு பட்டேலிடம் வேலை செய்யவேண்டும்.

அது தவிர, மிக நுட்பமாக bio data (தகைமைத் தரவு) எழுதவும் தெரிந்திருக்க வேண்டும். இங்கே வேலைகள் கிடைப்பது இந்தத் தகைமைத் தரவு தயாரிப்பவரின் கெட்டித்தனத்தில்தான் தங்கி யிருக்கிறது. அதனாலே இங்கு எல்லோரும் வெகு சகஜமாக வில்லை வளைப்பார்கள்; மற்சயத்தை அறுப்பார்கள்; மலையைத் தூக்குவார்கள். நானும் பெரிதாக ஒன்றும் செய்யாமல் சப்த சமுத்திரத்தையும் உருட்டிக் குடித்ததாகப் புனைந்து இந்த வேலையைச் சம்பாதித்திருந்தேன்.

என்னுடைய முதலாளி ஒரு பட்டேல்; பல தொடர் வீடு களுக்கு சொந்தக்காரர். இவரிடம் நான் மேலாளராக வேலை பார்த்தேன். வீடுகளை மேற்பார்வை செய்வது, ஒப்பந்தங்களைச் செயல்படுத்துவது, கணக்குகளைக் காப்பது இவைதான் என் னுடைய வேலை. தோல்வி வெற்றிக்கு முதல்படி என்ற முது மொழியில் எனக்கு இருந்த பற்றுக் காரணமாக இந்த வேலை தொடர்ந்தது. ஒரு விளையாட்டு அரங்கம் கட்டப் போதுமான படிகள் என்னிடம் சேர்ந்திருந்தன.

அலுவலகம் திறந்து ஓர் அரைமணி நேரம் பிந்தித்தான் நான் தினமும் வருவேன். அன்று எப்படியோ சீக்கிரமாக வந்து விட்டேன். நான் முயற்சி பண்ணாமலேயே நடந்த காரியம் அது. இப்படித் தப்பிதங்கள் சிலசமயம் நடப்பதுண்டு.

எங்கள் தொடர் வீடுகளை உயரமான மின்சார வேலியும், இரட்டை கேட்டில் நின்ற காவலர்களும் பாதுகாத்தனர். மிமோசா விருட்சங்களின் உச்சியில் இருந்து, அடாடா பட்சிகள் காலை ஒலிபரப்பை நிகழ்த்தின. அறுத்துக்கொண்டு ஓடிவிடுமோ என்று ஐயப்பட்டதுபோல, மோட்டார் சைக்கிள்கள் சங்கிலிகளால் பிணைக்கப்பட்டு வேலி ஓரத்தில் நின்றன.

நான் வேகமாக என் அறையை நோக்கி நடந்தபோது இன்னும் வேகமாகக் காவலாளிகள் என்னைப் பின்தொடர்ந்தனர். அவர்களுடைய முகங்கள் கலவரமாகக் காணப்பட்டன. என்னுடைய அறைக்கதவு சிறிது திறந்து ஆடியபடி நின்றது. என் னுடைய லேட்டாக வரும் பழக்கத்தில் மகத்தான நம்பிக்கை வைத்து அங்கே ஒரு காரியம் நடந்துகொண்டிருந்தது. கதவைத் திறந்தபோது நான் அப்படியான காட்சியை எதிர்பார்க்கவில்லை.

அவன் முகம் பழக்கமானதாக இல்லை. முப்பத்தைந்து வயது மதிக்கக்கூடிய நல்ல உடல்வாகு இருந்தது. தசைகள் முறுகிக் கிடந்தன. முதுகில் வியர்வை துளிர்த்து நீராக வழுக்கிக்கொண்டி ருந்தது. முன்னறிவிப்பின்றி வந்த என்னை மிகவும் குற்றமாகப்

பார்த்தான். அந்தப் பெண் ஒரு கையால் தன் உடைகளை எடுத்துக் கொண்டு, மறு கையால் ஒரு மார்பை மறைத்துக்கொண்டு ஓடி னாள். பின்பு இன்னொருமுறை வந்து தன் காலணிகளை மீட்டுக்கொண்டு திரும்பினாள்.

இவள் துப்புரவுப் பணிப்பெண். தினமும் அதிகாலை வேளைகளில் கைக்காசு கொடுத்துக் கோடுபோட்டு அழகு படுத்திய கேசத்துடன் வருவாள். சுத்தமாக வெளுத்த உடையோடு ஒவ்வொரு நாளும் புதுப்பிக்கப்பட்டுக் காட்சியளிப்பாள். போற ணையில் இருந்து இறக்கிய பாண்போல மொரமொரவென்றும் இளஞ்சூட்டோடும் ஒருவித மணத்தோடும் இருக்கும் இவளைத் தான், அவன் வந்து இரண்டு நாட்களுக்கிடையில் வளம் பண்ணி விட்டான்.

சிலநாட்கள் முன்பு புதிதாக குடிவந்த டொன்னிஸ் டிரை வர்தான் இந்த மாரியோ ங்கோமா. சாரதியம் தவிர வேறு வேலை களும் பார்த்தான் என்பது அன்று காலைதான் எனக்குப் புரிந்தது. ஒரு காலத்தில் ஹறாம்பி உதை பந்தாட்டக்குழுவில் பிரபலமாக இருந்தவன் என்று பின்னால் தெரிந்துகொண்டேன். தொடைகள் அரைய, என்னைத் திரும்பிப் பார்த்தபடியே மிக மெதுவாக அவன் அசைந்துபோனான். நான் இவனிடம் மன்னிப்பு கேட்கவேண்டும் என்று எதிர்பார்த்தான் போலத் தெரிந்தது.

இப்படித்தான் எனக்கு மாரியோவிடம் முதன்முதலில் பரிச்சயம் ஏற்பட்டது.

ஒரு வாரம் முன்பு மிஸ்டர் டொான் என் அலுவலகத்திற்கு வந்திருந்தார். வீடு பிடித்திருப்பதாகச் சொன்னார். இவர் ஒரு மொரிஸியஸ்காரர். கட்டையான மனிதர். எந்த விதமான வீட்டிலும், எப்படிப்பட்ட வாசலிலும் குனியும் சிரமம் இல்லாமல் போகும் வசதி பெற்றவர். சர்வதேச நாணய நிதியத்தின் பிரதிநிதி யாக நைரோபியில் பதவியேற்று இருந்தார். இவரிடம் அசிரத் தையாக பழகமுடியாது என்பது எனக்கு உடனேயே புரிந்து விட்டது. சொற்களுக்குக் காவல் போட்டுக்கொண்டு பேசினார்.

வீட்டுப் பத்திரம் கையொப்பம் இடுவதற்கு ரெடியாக இருந்தது. தன் தொழில் பழக்கத்தால் நான் தயாரித்து வைத்திருந்த ஒப்பந்தத்தை இவர் வாசிக்க முற்பட்டார். ஒருதலைப் பட்சமான ஒப்பந்தங்கள் இங்கு வெகு பிரசித்தம். இது எல்லோருக்கும் தெரியும்; புதிதாக வந்திருக்கும் இவருக்குத் தெரிய நியாயமில்லை.

எறும்பின் கண்களுக்கு மாத்திரம் சாத்தியமான சிறிய எழுத்துகளில் நாங்கள் ஒப்பந்தத்தில் அடிக்குறிப்புகள் இடுவோம். மிக அபூர்வமான சரத்துகளை எல்லாம் இப்படித்தான் நுழைத்து விடுவோம். இவர் அவற்றை எல்லாம் படிக்க மிகவும் ஆசைப் பட்டார். தலையைச் சொறிந்துகொண்டு வெகுநேரம் யோசித்தார். ஓர் IMF பத்திரத்தில் கையெழுத்து வைக்கச் சொன்னதுபோல மனதை மிகவும் குழப்பிக்கொண்டார்.

“ஐயா, இது இரும்புப் பட்டறையில் தயாரித்த பத்திரம். இதில் ஒரு வரி, ஒரு வார்த்தை, ஓர் எழுத்து, ஏன் ஓர் இடை வெளியைக்கூட உங்களால் மாற்ற முடியாது. வேண்டுமானால் இன்னொரு நாளைக்கு வந்து பாருங்கள்” என்றேன். மிகவும் யோசித்தபின் பேனையைக் கையிலெடுத்து Velay Don என்று தன் பெயரை வரைந்தார்.

இவருடைய மனைவியைக் கண்ட பிறகுதான் இவர் தமிழ ராக இருக்கக்கூடும் என்ற சந்தேகம் எனக்கு உதித்தது. மோசமான பல தமிழ் வார்த்தைகளுக்கு இவர் சொந்தக்காரராக இருந்தார். இவருடைய உச்சரிப்பு அச்சுறுத்தலாக இருக்கும். வேலாயுதன் என்ற பெயர்தான் இன்னும் சுத்திகரிக்கப்பட்டு Velay Don என்று மாறியிருந்தது.

மாரியோ முதல் தடவையாக ஒரு வெளிநாட்டுக்காரரிடம் வேலை பார்த்தான். அதனால் அவனுக்கு அடிக்கடி சம்சயங்கள் வந்தன. டொன்னுடைய பழக்க வழக்கங்கள், விருப்பு வெறுப்புகள் ஒன்றுமே அவனுக்கு முதலில் புரிபடவில்லை. அவர் என்ன எதிர் பார்க்கிறார் என்றும் தெரியவில்லை. அவன் படித்த முதல் பாடம் காலையில் காரை எடுக்கும்போது பின்னோக்கி எடுக்கக்கூடாது என்பதுதான்.

புதிய கார் ஒன்றை வாங்கிய டொன் செய்த புதிய காரியம் இவனைப் பிரமிக்க வைத்தது. பூசணிக்காய் ஒன்றைக் கார் சில்லின் கீழ் வைத்து நசித்து கார் ஓட்டியதைக் கூறி, அதற்குக் காரணம் கேட்டான். நான் எனக்குத் தோன்றிய மாதிரி அர்த்தம் சொன் னதும் மிகவும் கலவரப்பட்டு யோசனையில் ஆழ்ந்தான்.

அந்த அம்மா இரண்டு அடையாளம் (பொட்டு) வைத் திருக்கிறாளே! ஒன்று நெற்றியிலே, மற்றது உச்சியிலே. அவர்களு டைய மகளுக்கு மட்டும் ஓர் அடையாளம். அது ஏன் என்ற கேள்வியுடன் இன்னொரு நாள் வந்தான். அதற்கும் பதில் தயாராக வைத்திருந்தேன். இப்படித்தான் மாரியோ, சுவரைத் தொட்டு கரியாக்கியபடி, அடிக்கடி என்னிடம் வரத்தொடங்கினான்.

அந்த அம்மா மிகவும் ஆசாரமானவள். சேலை கட்டி குளிரைத் தடுக்க ஒரு வேலைப்பாடு செய்த போர்வையும் போர்த்தி யிருப்பாள். வான்கோழிபோலக் கழுத்திலே சுருக்கங்கள் விழுந்து கிடக்கும். ஒரு காலத்தில் செழித்திருந்த கேசத்திற்குப் போதிய சான்று இருந்தது. தலையில் வெள்ளைக் கோடுகள் படர்ந்து, முகத்திற்கு ஓர் அழகையும் கண்ணியத்தையும் கொடுத்தன.

மாரியோ அந்த அம்மாமீது மிகவும் மரியாதை வைத்திருந் தான். அவள் சொல்வதுதான் அவனுக்கு வேத வாக்கு. நவராத் திரி, தீபாவளி போன்ற மங்கல நாட்களில் உற்சாகத்தோடு கலந்து கொள்வான். அவற்றின் விபரங்களை ஆச்சரியத்தோடு கேட்டுக் கிரகிப்பதில் ஆர்வம் காட்டுவான். அவர்கள் பழக்க வழக்கங்கள், உணவு வகைகள்கூட அவனுக்குச் சீக்கிரத்தில் அத்துப்படியாகி விட்டன.

போகப்போக அவர்களுடைய சம்பிரதாயம், பழக்க வழக் கங்கள் பற்றி மாரியோ என்னிடம் அர்த்தம் கேட்பது குறைந்து விட்டது. மாறாக, சுமங்கலி பூசைபற்றி எனக்கு ஏதாவது சந்தேகம் இருந்தால் அதை அவனே தீர்த்து வைப்பான்போல இருந்தது. அந்த அம்மா கடுமையான விரதங்களைப் பிடிக்கும்போது இவனும் பிடித்தான். அவற்றினுடைய பலாபலன்களையும் அவன் தெரிந்து வைத்திருந்தான்.

ஆனால், வெகு காலமாகியும் மாரியோவுக்குப் பிடிபடாத விஷயம் ஒன்று இருந்தது. அதுதான் ராகு காலம்.

ஒருநாள் பதட்டமாக வந்து சேர்ந்தான். டொன் அவனைக் கடுமையாகத் திட்டிவிட்டதாகச் சொன்னான். காரணம் அவன் பத்து நிமிடகாலம் தாமதமாக வந்ததுதான். அன்று அவர் வெளிநாட்டுப் பயணத்திற்காக விமான நிலையம் செல்வதற்கு இருந்தார். அது ஒரு வெள்ளிக்கிழமை. பிளேன் பின்னேரம் இரண்டு மணிக்குத்தான் புறப்படுவதாக இருந்ததாம். டொன் என்றால் காலை பத்து மணிக்கு முன்பே வீட்டை விட்டுக் கிளம்பு வதற்குத் தயாராய் இருந்தார். அன்று பார்த்து மாரியோ லேட்டாக வந்ததால், ராகு காலம் தொடங்கி விட்டதாக அவனைக் கண்டித்து, பயணத்தையே கான்ஸல் பண்ணிவிட்டார்.

ஓர் ஆப்பிரிக்க டிரைவருக்கு ராகு காலத்தின் சூட்சுமம் பற்றி விளக்குவது எவ்வளவு கடினம் என்பதைக் கற்பனைத் திறன் உள்ளவர்களிடம் விட்டுவிடுகிறேன். மாரியோவின் முகத்தைப் பார்த்த பிறகு எப்படியும் இந்த ராகு கால மர்மத்தை இவனுக்குத் தெளிவுபடுத்த வேண்டுமென்று தீர்மானித்தேன்.

விஷ்ணு எப்படி மோகினியாக மாறி அமிர்தம் பங்கிட்டா ரென்றும், அதை ராகு, தேவ உருவத்தில் பெற முயற்சித்ததையும், சூரிய சந்திரர் இதை அறிந்து விஷ்ணுவுக்குக் கோள் சொல் லியதால் ராகுவுக்கும் சூரிய சந்திரருக்கும் தீராப் பகை ஏற்பட்ட தையும் விவரித்தேன். ராகுவின் பழி தீர்க்கும் படலம் இன்றும் தொடர்கிறது. சூரிய சந்திரர் இயக்கத்தில் பிறக்கும் ஒவ்வொரு நாளிலும் ஒரு சில மணி நேரங்களை ராகு பீடித்துக் கொள்கிறான். அதுதான் ராகு காலம், அந்தக் காலங்களில் என்ன செய்தாலும் அது உருப்படாது என்று விளக்கினேன்.

ஒரு சிறு பிள்ளையின் குதூகலம் அப்போது மாரியோவுக்கு ஏற்பட்டது. விளக்கம் இவ்வளவு சுலபமாக இருக்கும் என்று அவன் எதிர்பார்க்கவில்லை போலும். எந்த நாட்களில் எவ்வளவு மணிநேரங்களை ராகு பாதிப்பான் என்று அவன் கேட்டதற்கும் என்னிடம் ஒரு சூத்திரம் தயாராக இருந்தது.

Mother Saw Father Wearing The Turban Surely. இந்த வசனத்தை அவனை மனப்பாடம் செய்ய வைத்தேன். இந்த ஏழு வார்த்தைகளும் ஏழு நாட்களைக் குறிக்கும். முதலாவது வார்த்தை Monday என்றால் இரண்டாவது வார்த்தை Saturday, மூன்றாவது Friday. இப்படியே கடைசி வார்த்தை Sunday வை குறிக்கும். இந்த முறைப்படி முதலாம் நாள் ராகு காலம் காலை ஏழரை முதல் ஒன்பது வரை நீடிக்கும், இரண்டாம் நாள் ஒன்பது முதல் பத்தரை, மூன்றாம் நாள் பத்தரை முதல் பன்னிரெண்டு இப்படியே விரியும் என்று விளக்கினேன். அவனும் புரிந்ததுபோல பெரிதாகத் தலையை ஆட்டினான். அவனுக்கு எவ்வளவு தூரம் இது அர்த்த மாகியது என்பது தெரிய, நான் வெகுகாலம் காத்திருக்க வேண்டி யிருக்கும். ஆனால், அப்போது அது எனக்குத் தெரியவில்லை.

டொன் தம்பதியருக்கு ஒரு மகள். பதின்மூன்று, பதினாலு வயதிருக்கும். மிக அழகான ஒரு பெண்ணாக வருவதற்குத் திட்டம் போட்டிருந்தாள். தலைமயிர் அடர்ந்து உச்சி பிரிக்காமல் இருக் கும். எப்படி வரிந்து இழுத்தாலும் அவளால் அந்த முகத்து வசீகரத் தன்மையைக் குறைக்க முடியாது. எப்பொழுது பார்த்தாலும் நீச்சல் தடாகத்தில் இரு பாதி குளியல் உடையில், சம வயது ஆப்பிரிக்கப் பெண்களுடன் விளையாடிக்கொண்டு இருப்பாள். ஒருநாள் பார்த்தபோது யாமசோமா இறைச்சியை அவர்களுடன் பகிர்ந்து உண்டுகொண்டிருந்தாள். எனக்குத் திகைப்பாயிருந்தது.

நான் மாரியோவைக் கேட்டேன். "என்ன மாரியோ, இந்தப் பெண் இப்படிப்போய்ச் சுட்ட இறைச்சியைச் சாப்பிடுகிறாளே. அவர்கள் சுத்த சைவம் அல்லவா?" என்றேன்.

“ம்பவானா, அதை ஏன் கேட்கிறீர்கள்? பள்ளிக்கூடம் போகும் வழியில் யாயா சென்டரில் மட்டன் கட்லட் வாங்கிச் சாப்பிடுகிறாள், வீட்டுக்குத் தெரியாமல். இலையான் அடித்தால் ஓணான் ரத்தம் வருகிறது,” என்றான்.

“சின்னப் பெண்தானே! செய்துவிட்டுப் போகட்டும்.”

“இல்லை, ம்பவானா, மாமிசம் சாப்பிடுவதை நான் சொல்ல வில்லை. பெற்றோருக்குத் தெரியாமல் கள்ளமாகச் சாப்பிடுவதைச் சொல்கிறேன்.”

டொன்னின் உலகம் தனி உலகம். அளவுக்கு அதிகமான பட்டன்கள் வைத்த கோட்டை அணிந்துகொண்டு அடிக்கடி என் அலுவலகத்துக்கு முறைப்பாடுகளைக் கொண்டுவருவார். வீட்டிலே சாயமடித்து வளர்த்த தலைமயிர் என்றபடியால் கீழ்பாதி ஒரு நிறமாகவும் மேல்பாதி இன்னொரு நிறமாகவும் இருக்கும். உலகத்தைப் பார்க்கும் கண்களால் இவருக்குப் பக்கத்தில் இருக்கும் காதைப் பார்க்கமுடியவில்லை. இவரிடம் மகளைப் பற்றிச் சொல்லுவோமா என்று நான் பலதடவை யோசித்தது உண்டு.

அந்தச் சிறுமி ஆப்பிரிக்கச் சிநேகிதிகளின் சகவாசத்தால் முற்றிலும் மாறி வர, மாரியோவோ தன்னுடைய இயல்பான குணத்தையும் பழக்க வழக்கங்களையும் துறந்துவிட்டான். அந்த அம்மாவின் மேல் அவனுக்குப் பற்றுதல் அதிகமானது. சிறிது சிறிதாக மாமிசம் சாப்பிடுவதையே விட்டுவிட்டு அவர்களுடைய இட்லி, சாம்பார் தோசைக்கு அடிமையானான். அது மாத்திர மல்ல; சிவராத்திரி, கந்தசஷ்டி பற்றியெல்லாம் தீவிரமாகச் சிந்திக்க ஆரம்பித்திருந்தான்.

மகளைப் பற்றித் தாயாரிடம் சொல்வதா விடுவதா என்ற மனப் போராட்டம் மாரியோவுக்கும் இருந்தது. நல்ல காலமாக முடிவெடுக்க வேண்டிய நிர்ப்பந்தம் அவனுக்கு நேரவில்லை. விதி வேறு விதமாகத் தீர்மானித்தது போலும்.

சதுர்த்தி விரதத்தில் இவர்கள் தீவிரமாக இருந்தபோது டொன்னுக்குத் திடீர் என்று மாற்றல் உத்தரவு வந்தது. வழக்கமான நாலு வருடங்கள் அவருக்குக் கிடைக்கவில்லை. டொன்னுக்கு ஏற்பட்ட அதிர்ச்சியிலும் பார்க்க மாரியோவுக்கு அதிகமான ஏமாற்றம். அவர்களை மிகவும் பிடித்துப்போய் அவனுடைய வாழ்க்கை ஓர் ஒழுங்குக்கு வரும்போது இப்படி நடந்துவிட்டதே என்று புலம்பினான்.

டொன் போகுமுன் பல பரிந்துரை கடிதங்களைக் கொடுத் திருந்தார். அப்படியும் மாரியோவுக்கு ஒரு வேலையும் கிடைக்க வில்லை. அவன் மனம் உடைந்து இருக்கும்போது ஸ்வீடன் தூத ரகத்தில் ஒரு சாரதி அவசரமாகத் தேவைப்படுவதாகக் கேட்டிருந் தார்கள். மாரியோவை அடுத்த நாளே போய் அவர்களைப் பார்க் கும்படி கடிதம் கொடுத்து அனுப்பினேன். அத்துடன் மாரியோ என் வாழ்வில் இருந்து மறைந்துவிட்டான்.

பல மாதங்கள் கழித்து ஒரு சனிக்கிழமை யாயா சென்ட ருக்குச் சென்றிருந்தேன். இரட்டைப் பின்னல் கட்டிக்கொண்டு என்னுடைய சிறிய மகளும் வந்திருந்தாள். அது பசி வியாபித் திருக்கிற ஒரு மத்தியான நேரம். எங்கேயும் பசி தெரிந்தது. இருந்த படி சிலர் சாப்பிட்டார்கள். நின்றபடி சிலர். இன்னும் சிலர் நடைபாதையிலேயே நடந்தபடி சாப்பிட்டார்கள்.

வழக்கம்போல ஐஸ்கிரீம் கடையைக் கண்டவுடன் என் மகளுடைய நடை தளர்ந்தது. வெட்டுக்கிளியை முகர்ந்த நாய்க் குட்டிபோல கால்களைப் பரப்பிக்கொண்டு அசைய மறுத்து விட்டாள். எத்தனை நூறு புதிய சுவைகள் வந்தாலும் வனில்லா போல் வருமா? அந்த மணம் அங்கே பரவியிருந்தது.

தூரத்தில் மாரியோ வந்துகொண்டிருந்தான். ஓர் ஒட்டைச் சிவிங்கிபோல கால்களை அகட்டி வைத்து நடந்து வந்தான். அளவுக்கு அதிகமாக தொங்கிய கோட்டின் பகுதிகள் செட்டை போல இரண்டு பக்கமும் விசிறி அடித்தன. மெலிந்துபோய் இருந் தான். நூலிலே கோத்து வைத்ததுபோல அவன் உடம்பின் அங்கங்கள் தனித்தனியாக ஆடின. நெற்றியிலே திருநீறு பூசி அதிலே குங்குமப் பொட்டு.

அவனை இந்தக் கோலத்தில் பார்த்தது எனக்கு அதிர்ச்சி யாக இருந்தது. என் மகள் பின்னால் நகர்ந்து என் கைகளை இறுக்கிப் பிடித்துக்கொண்டாள்...

“மிஸுரி.”

“மிஸுரி சான்.”

“எங்கே மாரியோ இந்தப் பக்கம்?”

“கோவிலுக்குப் போயிருந்தேன். ம்பவானா, புரட்டாசி *சனியில்லையா”*

“இன்று வேலைக்குப் போகவில்லையா?”

"வேலையா? இப்ப ஆறு மாசமாக அதைத்தானே தேடிக் கொண்டிருக்கிறேன்."

"ஆறு மாசமா? ஏன் அந்த ஸ்வீடன் தூதரக வேலைக்கு என்ன நடந்தது?"

"அதை விடுங்க, ம்பவானா? நாணல் புல் குழலை ஊதி னாலும் கொஞ்சம் ஆறத்தானே வேண்டும், முகத்தைச் சொறிய" என்றான்.

"ஏன், என்ன நடந்தது?"

"நேர்முகத் தேர்வுக்கு புதன் கிழமை பன்னிரெண்டு மணிக்குக் கூப்பிட்டிருந்தார்கள். எப்படிப் போக முடியும்?"

"நீ போகவில்லையா?"

"சரியான ராகுகாலம்; வேலை கிடைக்கவா போகிறது?"

முழங்கால்கள் தனித்தனியாக ஆட, வேகம் குறையாமல் மாரியோ தன் பாட்டுக்குப் போய்க்கொண்டிருந்தான்.

நான் அவனையே பார்த்துக்கொண்டிருந்தேன், வெகு நேரம்.

"ம்பவானா, இதோ இரண்டு வனில்லா" என்றான் கடைக் காரன்.

◆